தமிழ் சமஸ்கிருத செவ்வியல் உறவு

தமிழ் சமஸ்கிருத செவ்வியல் உறவு

சு. இராசாராம் (பி. 1942)
(பதிப்பாசிரியர்)

அண்ணாமலைப் பல்கலைக்கழகத்தில் மொழியியலில் டாக்டர் பட்டம் பெற்றவர். மைசூரு இந்திய மொழிகள் நடுவண் நிறுவனத்தில் பணியாற்றிப் பின்னர்த் தமிழ்ப் பல்கலைக்கழக இந்திய மொழிகள் பள்ளியில் மொழியியல் முதுநிலைப் பேராசிரியராகப் பணிநிறைவு பெற்றவர்.

கோட்பாட்டு மொழியியல், கல்வி மொழியியல், தமிழ் மரபிலக்கணங்கள் ஆகியவற்றில் ஆய்வுத் திட்டங்கள் மேற்கொண்டு ஆங்கிலத்திலும் தமிழிலுமாகப் பதினைந்துக்கும் மேற்பட்ட நூல்கள் எழுதியுள்ளார்.

மொழியும் மொழியியலும், செருமன்-தமிழ் அகராதி, வீரசோழிய இலக்கணக்கோட்பாடு, இலக்கணவியல்: மீக்கோட்பாடும் கோட்பாடுகளும், நோம் சோம்ஸ்கி, செம்மொழித் தமிழ் இலக்கணக் கலைச்சொற்களஞ்சியம் (எழுத்து, சொல், பொருள்) போன்ற சில தமிழ் நூல்கள் குறிப்பிடத்தக்கவை.

கைப்பேசி : 93675 24626

மின்னஞ்சல் : *subbiahrajaram42@gmail.com*

அ.கா. பெருமாள் (பி. 1947)
(பதிப்பாசிரியர்)

நாட்டார் வழக்காற்றியல் ஆய்வாளர், கிராமங்களில் சிதறிக் கிடக்கும் பன்முகத்தன்மை கொண்ட பண்பாட்டைச் சேகரித்து ஆராய்வது இவரது பணி. இவர் பதிப்பித்ததும் எழுதியதுமான நூல்கள் 95. தமிழக அரசின் சிறந்த நூலாசிரியர் விருதை 'தென்னிந்தியத் தோல்பாவைக் கூத்து' (2003), 'தென்குமரியின் கதை' (2004) ஆகிய நூல்களுக்காக இருமுறை பெற்றிருக்கிறார்.

இவரது முக்கியமான நூல்கள், 'நாட்டார் நிகழ்த்துக் கலைக்களஞ்சியம்' (2001), 'தெய்வங்கள் முளைக்கும் நிலம்' (2003), 'ஆதிகேசவப் பெருமாள் ஆலயம்' (2006), 'தாணுமாலயன் ஆலயம்' (2008), 'இராமன் எத்தனை இராமனடி' (2010), 'வயல்காட்டு இசக்கி' (2013), 'முதலியார் ஓலைகள்' (2016), 'சீதையின் துக்கம் தமயந்தியின் ஆவேசம்' (2018), 'தமிழறிஞர்கள்' (2018), 'தமிழர் பண்பாடு' (2018), 'பூதமடம் நம்பூதிரி' (2019), 'அடிமை ஆவணங்கள்' (2021), 'தமிழ் சான்றோர்கள்' (2022) ஆகியன.

கைப்பேசி : 94420 77029

மின்னஞ்சல் : *perumalfolk@gmail.com*

தமிழ் சமஸ்கிருத செவ்வியல் உறவு

பதிப்பாசிரியர்கள்
சு. இராசாராம்
அ.கா. பெருமாள்

காலச்சுவடு பதிப்பகம்

● அன்பார்ந்த வாசகருக்கு,

வணக்கம்.

காலச்சுவடு நூலை வாங்கியமைக்கு நன்றி.

நூலின் உள்ளடக்கம், உருவாக்கம், அட்டைப்படம் இன்ன பிற அம்சங்கள் பற்றிய உங்கள் கருத்துகளையும் ஆலோசனைகளையும் காலச்சுவடு வரவேற்கிறது. தகவல், எழுத்து, வாக்கியப் பிழைகள் தென்பட்டால் கட்டாயம் தெரிவித்து உதவுங்கள். நூல் தயாரிப்பில் கடும் குறைபாடு இருப்பின் மாற்றுப் பிரதி உங்களுக்குக் கிடைக்கக் காலச்சுவடு ஏற்பாடு செய்யும்.

மின்னஞ்சல்: publisher@kalachuvadu.com

காலச்சுவடு நாகர்கோவில் அலுவலகத்திற்குக் கடிதம் அனுப்பலாம்.

தங்கள்
எஸ்.ஆர். சுந்தரம் (கண்ணன்)
பதிப்பாளர் – நிர்வாக இயக்குநர்

தமிழ் சமஸ்கிருத செவ்வியல் உறவு ♦ ஆய்வு நூல் ♦ பதிப்பாசிரியர்கள்: சு. இராசாராம், அ.கா. பெருமாள் ♦ © கட்டுரையாளர்களுக்கு ♦ பதிப்புரிமை: சு. இராசாராம், அ.கா. பெருமாள் ♦ முதல் பதிப்பு: அக்டோபர் 2023 ♦ வெளியீடு: காலச்சுவடு, 669, கே.பி. சாலை, நாகர்கோவில் 629001

காலச்சுவடு பதிப்பக வெளியீடு: 1142

tamiz samaskiruta ceviyyal uRavu ♦ research ♦ Editors: S. Rajaram, A.K. Perumal ♦ © Contributors ♦ Editorial Copyright: S. Rajaram, A.K. Perumal ♦ Language: Tamil ♦ First Edition:October 2023 ♦ Size: Demy 1 x 8 ♦ Paper: 18.6 kg maplitho ♦ Pages: 584

Published by Kalachuvadu, 669 K.P. Road, Nagercoil 629001, India ♦ Phone: 91-4652-278525 ♦ e-mail: publications@kalachuvadu.com ♦ Printed at Mani Offset, Chennai 600077

ISBN: 978-93-5523-270-0

பொருளடக்கம்

முன்னுரை 11

1. தமிழின் மொழி உறவுகள்
   இ. அண்ணாமலை 33

2. வடமொழியும் தமிழும்
   எஸ். வையாபுரிப்பிள்ளை 42

3. தமிழ் வடமொழி உறவு: வரலாற்றின் வழியே ஒரு காதல் மோதலின் கதை
   கி. நாச்சிமுத்து 55

4. தமிழ் சமஸ்கிருத உறவு: சங்க காலம்
   செ.வை. சண்முகம் 80

5. சம்ஸ்கிருத உறவோடு வளர்ந்த ஈழத்தமிழர் மரபுகள்: சில சான்றுகள்
   ம. பாலகைலாசநாத சர்மா, சு. நவநீதகிருஷ்ணன் 103

6. சமஸ்கிருதமயமும் தனித்தமிழ் மரபும்
   த. சுந்தரராஜ் 113

7. தமிழர் வளர்த்த சம்ஸ்கிருதம்
   ச. பத்மநாபன் 121

8. வடமொழி - தென்மொழி: ஓர் ஆய்வு நோக்கு
   மு.கு. ஜகந்நாதராஜா 129

9. ஆய்வியற்போக்கில் தமிழும் வடமொழியும்
   ஜெ. அரங்கராஜ் 137

10. தமிழ் சமஸ்கிருதத்துக்கு எதிரானதா?
    த. சுந்தரராஜ் 165

11. தமிழ், வடமொழிகள் மற்றும் கீழடி ஆதாரங்களின் வெளிச்சத்தில்
    பி.ஏ. கிருஷ்ணன் 174

12. தமிழ் கல்வெட்டுகளில் சமஸ்கிருதம்
    ஓய். சுப்பராயலு; தமிழில்; செந்தீ நடராசன் — 191

13. தமிழிலக்கண உருவாக்கத்தில்
    சமஸ்கிருதத்தின் நிலை
    இரா. அறவேந்தன் — 204

14. தொல்காப்பியமும் வடமொழி உறவும்:
    இருப்பும் இல்லாமையும்
    சிலம்பு நா. செல்வராசு — 214

15. தொல்காப்பியம் எழுந்ததின் நோக்கம்
    (வரலாற்றுப் பின்னணியில் ஓர் ஆய்வு)
    கு. மீனாட்சி — 241

16. தொல்காப்பியமும் பாணினீயமும்:
    இருவேறு இலக்கண மரபுகள்
    க. பாலசுப்பிரமணியன் — 253

17. தமிழ், சமஸ்கிருதம், பாலி இலக்கண உறவு
    ரா. ராமச்சந்திரன் — 289

18. பாலி இலக்கண மரபுகளும்
    தொல்காப்பியமும்: ஓர் ஒப்பீடு
    நா. ஜெயப்பிரகாஷ் — 300

19. தமிழ் நெடுங்கணக்கின் வைப்புமுறை:
    கொள்வினையா, கொடுப்பினையா?
    ப. பத்மநாப பிள்ளை — 326

20. ஈழத்து சம்ஸ்கிருத கல்வி:
    கிரந்த லிபியின் முக்கியத்துவம்
    சிவானந்த ஷர்மா — 333

21. பழந்தமிழில் சமண சமயச் சொற்கள்:
    வருகை, வளர்ச்சி, ஒடுக்கம்
    ஆ. கார்த்திகேயன் — 338

22. தமிழில் பாலி மொழிச் சொற்கள்
    மயிலை சீனி. வேங்கடசாமி — 350

23. கிறிஸ்தவத் திருமறையும் வடசொல் கலப்பும்
    சச்சிதானந்தன் சுகிர்தராஜா — 356

24. தமிழ், சமஸ்கிருத நிகண்டு உறவு
    ச. பால்ராஜ் — 367

25. பழந்தமிழ் இலக்கியங்கள்: அதன்
    அறிவுத் தொன்மையும் எதிர்காலமும்
    ஜார்ஜ் எல். ஹார்ட்; தமிழில்: பு. கமலக்கண்ணன் — 382

26. தமிழ் – சமஸ்கிருத இலக்கியங்களில்
    இயற்கையை அணுகும் இருவேறு முறைகள்
    வாசு. அரங்கநாதன் — 413

27. அகப்பொருளும் சமஸ்கிருத முக்தகப் பாடல்களும்
    ஸிக்பிரட் லைன்ஹார்டு; தமிழில்: பு. கமலக்கண்ணன் — 429

28. வடமொழி இதிகாசப் பொருண்மைக்குச்
    சங்க இலக்கியத்தின் நன்கொடை
    அ.அ. மணவாளன் — 441

29. சங்க இலக்கியங்களில் வைதிக நெறியின்
    சூழலும் செல்வாக்கும்
    பா. சங்கரேஸ்வரி — 451

30. தமிழரின் சமஸ்கிருத ஆக்கங்கள்
    இரா. சீனிவாசன் — 460

31. சங்க இலக்கியமும் காதா சப்தசதியும்
    அ.அ. மணவாளன் — 492

32. இராமாவதாரமும் அத்யாத்மமும்
    ந. தேவி — 512

33. பண்பாட்டுத் தளத்தில் தமிழ்மரபும் வடமரபும்
    பக்தவத்சல பாரதி — 530

34. புருஷார்த்தங்களின் தோற்றமும் வரலாறும்
    தி. முருகரத்தனம் — 549

35. திருவள்ளுவரின் 'இல்வாழ்வான்'
    என்ற கருத்துருவாக்கம்
    கோ. விசயவேணுகோபால் — 558

36. சைவத் தொண்டில் சமஸ்கிருதமும் தமிழும்
    தி. கணேசன்; தமிழில்: மலர்ஆனந்த் — 568

கட்டுரையாளர்கள் — 579

முன்னுரை

தமிழ் சமஸ்கிருத செவ்வியல் உறவு மிகத் தொன்மையானது. இவ்வுறவு தமிழ் இனம், மொழி, அரசியல், பண்பாடு, நாகரிகம் முதலானவற்றோடு தொடர்புடையது. இவ்வுறவின்வழிப் பன்னெடுங் காலமாகப் பல்வேறு மொழி வகைமைகளில் பரிமாறிக்கொண்ட கொடுக்கல் வாங்கல்களால் இருமொழிகளுமே வளம்பெற்றுள்ளன. இரு மொழிய அல்லது பன்மொழியச் சமூகத்தில் மொழிகளுக் கிடையே இந்நிகழ்வு இயல்பானது. குறிப்பாக, இருமொழிய நிலையில் பங்கேற்கும் மொழிகள் செவ்வியல்புடையதாக இருக்கும்போது பரிமாற்றத்தின் பரிமாணம் மிக அகன்றதாய் எது மூத்த மொழி, எது உயர்ந்த மொழி, எது ஆதிக்க மொழி, எது அதிகார மொழி என்னும் விவாதங்களுக்கு உள்ளாகின்றன. இவ்விவாதங்களுக்கு அந்தந்தக் காலச் சமூக, மொழி, அரசியல், பண்பாட்டு மாற்றங்கள் காரணமாகின்றன.

தமிழ் சமஸ்கிருத செவ்வியல் உறவு இம்மொழிப் பண்பாட்டு அரசியலுக்கு அப்பாற்பட்டதன்று. மொழிகளின் நிலப்படமாக விளங்கும் இந்திய நிலப்பரப்பில் சமஸ்கிருதத்திற்கும் பிற இந்திய மொழிகளுக்கும் இடையே நிலவும் வரலாற்றுக்கு முற்பட்ட இவ்வுறவுதான் பல வேறுபாடுகளைக் கடந்து இந்தியாவை ஒரே நாடாக இன்றும் கட்டிப் போட்டிருக்கிறது. இந்தோ–ஆரிய மொழிக் குடும்பம், திராவிட மொழிக்குடும்பம், இந்தோ– ஐரோப்பிய மொழிக்குடும்பம், திபெத்தோ–பர்மிய மொழிக்குடும்பம் என்னும் நான்கு மொழிக்குடும்பங் களின் தாய்வீட்டு உறவு வேற்றுமையிலும்

ஒற்றுமையைக் காணும் பண்பே இந்தியத் துணைக்கண்டத்தின் பலம். இந்தோ – ஆரிய மொழிக்குடும்பத்தின் தொல் ஆரிய மொழியாக சமஸ்கிருதமும், திராவிட மொழிக்குடும்பத்தின் தொல் திராவிட மொழியாகத் தமிழும் ஒப்பிலக்கண மொழியியல் அறிஞர்களால் இனங்காணப்பட்டுச் செவ்வியல் மொழிகளாகப் பெருமை பெற்றுள்ளன.

தமிழ் சமஸ்கிருத செவ்வியல் மொழிகள்

மொழியியலறிஞர்கள் உலகமொழிகளுள் ஏழு மொழிகளைச் செவ்வியல் மொழிகளாக அங்கீகரித்துள்ளனர். 'செவ்வியல் மொழி' ஒப்பிலக்கணத்திலிருந்து தோன்றிய சொல்லாடல். கி.பி. பதினெட்டாம் நூற்றாண்டில் செருமானிய இலத்தீன் மொழியறிஞர்களின் படைப்புகளில் இச்சொல்லாடல் பரவலாகப் பயன்படுத்தப்பட்டது. இக்காலத்தில் ரோமானியக் குடியரசு முக்கியமாக ஆறு பிரிவுகளாகப் பிரிக்கப்பட்டிருந்தது. இப்பிரிவில் ஆறாவதாக மிக உயர்ந்த சமூகப் பொருளாதார நிலையிலிருந்த உறுப்பினர்கள் '*cives classici*' என்று அழைக்கப்பட்டனர். இதைப்போலவே விவிலியக் கருத்துகளை அடிப்படையாகக் கொண்டு இலத்தீன் மொழியில் எழுதப்பட்ட படைப்புகள் '*scriptores classici*' என்று அழைக்கப்பட்டன. இவற்றைப் படைத்த அறிஞர்கள் பயன்படுத்திய இலத்தீன் மொழி புனிதமானது என்பதோடு மொழியமைப்பில் உன்னதமானது என இக்காலத்தில் கருதப்பட்டது. '*classici*' என்பதிலிருந்து '*classical*' என்னும் சொல்லாடல் பண்டையக் கிரேக்க இலத்தீன் மரபை உள்வாங்கிப் பிறந்த நதிமூலம் இதுவே.

பதினெட்டாம் நூற்றாண்டில் ஒப்பிலக்கணம் இந்தோ – ஐரோப்பிய மொழிகளைப் பற்றிய ஆய்வாக அறிமுகமானது. அப்போது இலத்தீன், கிரேக்கம், ஹீப்ரூ போன்ற தொன்மையான மொழிகளுக்கும் பிற்கால நவீன மொழிகளுக்குமிடையே உள்ள உறவு மாற்றுச் சிந்தனைக்கு உள்ளானது. 'செவ்வியல் மொழி *(classical language)*' என்னும் கருத்தாக்கம் முன்னைவிடக் கூடுதல் சிந்தனைக்கு உட்படுத்தப்பட்டது. செவ்வியல் மொழித் தகுதிக்கான சில வரையறைகள் வகுக்கப்பட்டன. தொன்மையான விவிலியத் திருமறைகளிலும், சமயச் சடங்குகளிலும், சிறந்த இலக்கியப் படைப்புகளிலும் குறிப்பிட்ட காலம்வரை பயன்படுத்தப்பெற்ற மொழியைச் செவ்வியல் அங்கீகாரத்திற்குரியதாக ஒப்பிலக்கண மொழியறிஞர்கள் வரையறை செய்தனர். இவற்றின் அடிப்படையில் செருமன், பிரஞ்சு போன்ற நவீன மொழிகளிலிருந்து செவ்வியல் மொழிகள்

வேறுபடுத்தப்பட்டன. இலத்தீன், முதலாவது செவ்வியல் மொழியாக அங்கீகாரம் பெற்றது.

இக்காலத்தில் உலக மொழிகளிலேயே முதலாவது தோன்றிய மொழியாக ஐரோப்பிய நாடுகளில் மறைமுகமான ஒப்புதலுக்கு இலத்தீன் மொழி உட்பட்டிருந்தது. இதனை மாதிரியாகக் கொண்டே பிற்காலத்தில் தமிழும் சமஸ்கிருதமும் முதல்மொழித் தகுதிக்குப் போராடின. இலத்தீன் படைப்பாளிகளான மார்கஸ் துல்லியஸ் சிசெரோ, ஜூலியஸ் சீஸர், டாசிற்றஸ், ஹொரேஸ், விர்ஜில் ஆகியோரின் மொழி செவ்வியல் தகுதியுடையதாகக் கருதப்பெற்றது. இவர்களுள் சிசெரோ, சீஸர் போன்றோரின் உரைநடையை இலக்கணச் செம்மையும், பொருண்மைத் தெளிவும், சொல்வளமும், எளிமையும் மிக்க கருவூலமாகப் பதினெட்டாம் நூற்றாண்டு இலத்தீன் அறிஞர்கள் போற்றினர். குறிப்பாகப் பிறமொழிக் கலப்பால் எவ்விதத்திலும் மாசடையாமல் பிற மொழிக் கடனாட்சியைத் தவிர்த்து, மொழித்தூய்மையையும் பிழைதிருத்தத்தையும் கையாண்ட திறன் இலத்தீன் மொழியின் செவ்வியல் தன்மைக்கு மேலும் பெருமை சேர்த்தது. இலத்தீனைப்போல ஹோமர், ஹெரோடோற்றஸ், சோபக்ளிஸ், பிளேட்டோ போன்ற அறிஞர்களின் தொல் கிரேக்கம் இரண்டாவது செவ்வியல் மொழியாக ஏற்றுக்கொள்ளப்பட்டது. இவற்றைத் தொடர்ந்து ஹீப்ரூ, சமஸ்கிருதம், அரேபியம், சீனம், தமிழ் ஆகிய மொழிகள் ஒன்றன் பின் ஒன்றாகச் செவ்வியல் மொழித் தகுதியைப் பெற்றன.

சீனம், சமஸ்கிருதம் போலத் தொன்மையான மொழி தமிழ். திராவிட மொழி ஒப்பிலக்கண ஆய்வுகளால் தமிழின் தொன்மை அறிவியல்பூர்வமாக நிறுவப்பட்டது. இது இருபத்தேழு திராவிட மொழிகளின் மூத்த மொழியாக, தொல் திராவிட மொழியாக *(Proto-Dravidian language)* இரண்டாயிரம் ஆண்டு எழுத்திலக்கியங்களில் வாழ்ந்துகொண்டிருக்கும் பெருமை உடையது, கி.மு. இரண்டாம் நூற்றாண்டில் எழுதப்பட்டதாகக் கருதப்படும் தொல்காப்பியம் செய்யுள்மொழிக்கும், அக்காலத்தில் உயர்ந்தோர் பயன்படுத்திய பேச்சுமொழிக்கும் இலக்கணம் காணும் பெருமை உடையது. செவ்வியல் மொழிகளுள் செவ்வியல் பண்பு மாறாமல் நிலைபேறாக்கம் பெற்று இன்றுவரை செய்யுளிலும் வழக்கிலும் வாழும் இயல்பிற்குத் தமிழ் எடுத்துக்காட்டாக விளங்குகிறது.

செவ்வியல் மொழியாகச் செய்யுளிலும் வழக்கிலும் இடம்பெற்றிருந்த காலத்திலேயே பிராகிருதம், சமஸ்கிருதம், பாலி போன்ற மொழிகளோடு தமிழ் தொடர்பு கொண்டிருந்தது.

தமிழ் – பிராகிருதம், தமிழ் – சமஸ்கிருதம், தமிழ் – பாலி என இருமொழியத் தொடர்பு ஒவ்வொரு காலக்கட்டத்திலும் நிலவியதைத் தமிழ்மொழி வரலாற்றில் காண்கிறோம். பிற மொழிகளுடனான இத்தொடர்பை 'செவ்வியல் இருமொழியம் (Classical bilingualism)' எனக் குறிப்பிடலாம்.

செவ்வியல் இருமொழியம்

வரலாற்று நோக்கில், பண்டைத் தமிழகத்தில் நிலவிய மொழிச்சூழமைவை விரிவாக ஆராயும்போது இலக்கண உருவாக்கம், இலக்கியப் படைப்பாக்கம், மொழிக் கல்வித் திட்டம், அரசியல் நிருவாகம், சமயம், பண்பாடு ஆகியவை சார்ந்த இருமொழியம் அக்காலத்திலேயே ஏற்றுக்கொள்ளப் பட்டிருந்தது. இனக்குழுச் சமுதாயத்திலும், பின்னர் நிலவுடைமைச் சமுதாயத்திலும் ஒருமொழியத்தின் இடம் எவ்வாறு ஏற்றுக்கொள்ளப்பட்டிருந்ததோ அவ்வாறே இருமொழிய உறவும் பயன்பாடும் போற்றப்பட்டன. தாய்மொழித் தமிழுக்கு இணையாக மற்றொரு மொழியின் வரவையும் ஆதிக்கத்தையும் ஒரு வரம்பிற்குள் குறிப்பிட்ட மொழியாட்சிப் பகுதிகளில் ஏற்றுக்கொள்ளும் மனப்பாங்கு உடையவராய் அக்காலத் தமிழர் இருந்தனர். இம்மொழி மனப்பாங்கு பிராகிருதம், சமஸ்கிருதம், பாலி போன்ற வடமொழிகளின் வரவுக்கும் ஆளுமைக்கும் எல்லைகட்டித் தமிழ்ச் சமூக மொழியியல் வரலாற்றில் இவை பங்கு பெற வழிவகுத்தது.

தமிழில் வடமொழிகளின் வரவு இந்திய எல்லைக்குள் ஆரியர் நுழைவு நிகழ்ந்த வரலாற்றோடு தொடர்புடையது. ஆரியர் நுழைவு நிகழ்ந்த காலம் பற்றிய கருத்து வேறுபாடுகள் உள்ளன. இருந்தாலும், ரிக் வேத காலத்திலேயே ஆரியர் – திராவிடர் முதல் சந்திப்பு நிகழ்ந்தது என்பது வரலாற்றாசிரியர்களின் ஒருமித்த கணிப்பு. ஆசியாவின் மத்தியப் பகுதியிலிருந்து பிராமி எழுத்துமுறையுடன் புலம்பெயர்ந்து வந்த இவர்கள் சிந்து சமவெளியில் குடியேறினர். இக்குடியேற்றத்திற்கு முன்னரே ஈரான் வழியாக நடந்த புலம்பெயர்வின்போது பல நிலப்பகுதிகளின் கலாச்சாரப் பகிர்வை ஆரிய கலாச்சாரம் பல மாற்றங்களுடன் ஏற்றிருந்தது. எனவே இந்தியப் பூர்வக்குடிகளான திராவிடர்களின் கலாச்சாரத்தை ஏற்றுக்கொள்வதில் ஆரியர்களுக்கு எந்தவிதத் தடையும் தயக்கமும் இருந்ததில்லை. இவ்விரு இனங்களுக்கிடையே நிகழ்ந்த கருத்தாடல்களில் ஏற்பட்ட மொழி மாற்றங்கள் கி.மு. ஆறாம் நூற்றண்டில் பாணினி எழுதிய அஷ்டாத்யாயீயில் பதிவாகியுள்ளன என்பர். கி.மு

நான்காம் நூற்றாண்டில் அஷ்டாத்யாயீக்கு உரை எழுதிய காத்யாயனர் இவற்றை வட்டார வழக்கு வேறுபாடுகளாகப் பல வார்த்திகங்களில் குறிப்பிடுகிறார்.

குறிப்பாக, மௌரியர் காலத்தில் முதலாவது மொழியாக பிராகிருதம் அறிமுகமானது. மௌரியப் பேரரசு பௌத்த சமயத்திற்கும் சமண சமயத்திற்கும் அளித்திருந்த உயர்மதிப்பு, அரசியல் அதிகாரத்தில் பிராகிருதம் தனிச் செல்வாக்குப் பெறக் காரணமாக இருந்தது. பொதுமக்களின் பேச்சுவழக்கிலும் பரவலாக இம்மொழி பயன்பாட்டில் இருந்தது என்பர். புத்தரும் மகாவீரரும் சத்திரிய வமிசத்தினர். எனவே வேதங்களையும் வேதமொழியான சமஸ்கிருதத்தையும் மறுத்ததோடல்லாமல் பிராகிருதத்தைப் பொதுமக்கள் மொழியாகக் கொண்டாடினர். இருப்பினும் எந்த இனத்தவரின் மறுப்பிற்கும் இடமில்லாமல் அரசியல் அதிகாரத்தின் மேல்மட்டத்திலும் சமயச் சடங்குகளிலும் சமஸ்கிருதம் தன் இருப்பை உறுதிப்படுத்தியிருந்தது. மொழியுணர்வுக்கு மேலாக இன, பண்பாட்டு உணர்வுகள் பரஸ்பர நேர் மதிப்பீடுகளுக்கு இக்காலகட்டத்தில் உள்ளாகியிருந்தது குறிப்பிடத்தக்கது. மொழிகளிடையே செம்மையான உறவுப் பாலத்தைக் கட்டமைத்த இம்மொழி மனப்பாங்கு தமிழ் மொழி வரலாற்றின் வலுவான மறுபக்கமாகும்.

தமிழ் சமஸ்கிருத உறவு என்னும் குறிப்பிட்ட நிலையிலிருந்து தமிழ் வடமொழி உறவு என்னும் பொதுநிலைக்கு மாறுவதில் சில அனுசூலங்கள் உள்ளன. தமிழில் வடமொழி என்னும் சொல்லாடல் பெரும்பாலும் சமஸ்கிருதத்தைக் குறிப்பிட்டாலும் பிராகிருத மொழியையும் பாலிமொழியையும் உள்ளடக்கியதாகவே கருதப்பட்டுவந்திருக்கிறது. இம்மூன்று மொழிகளும் வடமொழி என்னும் பொதுப்பெயரால் வழங்கப்பட்டுள்ளதைச் சங்ககால, சங்கம் மருவியகால, இடைக்காலச் சோழர்கால, பாண்டியர்கால இலக்கியங்களிலும் இலக்கணங்களிலும் காணமுடியும். இடைக்காலச் சோழர்காலத்தில் எழுதப்பட்ட இலக்கணம் வீரசோழியம். இது சமஸ்கிருத, பாலி இலக்கண மரபுகளை அடிப்படையாகக் கொண்டு எழுதப்பட்டது. இருப்பினும் இவ்விரு மரபுகளும் வடமொழி மரபு என்னும் பொதுச்சொல்லாலேயே குறிக்கப்படுகின்றன. 'வடமொழி மரபும் புகன்று கொண்டே' என்னும் பாயிர வரிகளில் காணும் 'வடமொழி மரபு' நூலாசிரியர் புத்தமித்திரனாரால் பாலி, சமஸ்கிருத மரபுகள் அடங்கிய பொதுச்சொல்லாகப் பயன்படுத்தப்படுகிறது. சமஸ்கிருத இலக்கணமான அஷ்டாத்யாயீயிலும் பாலி இலக்கணமான கச்சாயன வியாகரணத்திலும் பயன்படும்

இலக்கணக் கலைச்சொற்கள் வேறுபாடின்றி வடமொழி இலக்கணக் கலைச்சொற்கள் என்றே பயன்படுத்தப்படுகின்றன. இவ்விலக்கணக் கலைச்சொற்களோடு தமிழ் இலக்கணக் கலைச்சொற்களும் வீரசோழியத்தில் விரவிவரும் பாங்கைக் காண முடியும். எனவே, வடமொழி என்னும் சொல்லாடலை சமஸ்கிருதத்திற்கு மட்டும் இணையான சொல்லாகவோ, பிராகிருதத்திற்கு மட்டும் இணையான சொல்லாகவோ பாலிக்கு மட்டும் இணையான சொல்லாகவோ கருத முடியாது. 'வடமொழி' என்பது பிராகிருதம், சமஸ்கிருதம், பாலி ஆகிய மூன்று மொழிகளுக்குமான பொதுச் சொல்லாடல்.

தமிழ் மொழிச்சூழலில் இரு மொழிகளுக்கான, குறிப்பாகத் தமிழ் வடமொழி உறவு பற்றிப் பேச இந்நிலைப்பாடு தவிர்க்க முடியாதது. தமிழ் – பிராகிருதம், தமிழ் – சமஸ்கிருதம், தமிழ் – பாலி என்னும் மொழி உறவுகள் பற்றிய இருமொழிய ஆய்வு இந்நிலைப்பாட்டின் மூலமாக மட்டுமே சாத்தியமாகும். களப்பிரர் காலம் தொடங்கிப் பின்னிடைக் காலம்வரை தமிழ் – பிராகிருதம், தமிழ் – சமஸ்கிருதம், தமிழ் – பாலி எனச் சமயம், அரசியல், மொழிக்கல்வி, இலக்கியம், இலக்கண உருவாக்கம் ஆகிய மொழியாட்சித் தளங்களில் இருமொழியம் அக்காலத் தமிழர்களின் அங்கீகாரத்திற்கு உட்பட்டிருந்தது.

ஈராயிரம் ஆண்டுக்கும் மேலாகத் தமிழ் மொழியும் பண்பாடும் பெற்றிருந்த அரசியல் ஆதிக்கமும் செல்வாக்கும் இவ்விருமொழியத்தின் நிலைத்தன்மைக்குத் துணையாக இருந்தன. புலமைமிக்க தமிழர் இம்மொழிகள் சார்ந்த இலக்கிய, இலக்கணங்களில் அறிவுமிக்கவர்களாக இருந்தனர். இருப்பினும் இம்மொழிகளில் உரையாடும் திறன் பெற்றிருந்ததாகக் குறிப்பெதுவுமில்லை. புலமை நிலையில் நிலவிய இவ்விருமொழியம் இம்மொழிகளிடையே இருந்த ஆழமான செவ்வியல் உறவைப் புலப்படுத்துகிறது. இவ்வுறவில் ஒரு செவ்வியல் மொழியின் மொழியாட்சிப் பகுதிகள் வரையறுக்கப்பட்டு, அவற்றில் அம்மொழியின் பயன்பாட்டை உயர்நிலைச் செயல்பாடாக மற்றொரு செவ்வியல் மொழி ஏற்றுக்கொள்ளும்போது இவற்றிடையே நிலவும் உறவு செவ்வியல் இருமொழிய உறவாகக் கருதப்படுகிறது. இவ்விருமொழியத்தில் இரண்டாம் மொழியைப் பற்றிய மனப்பாங்கு மிக முக்கியமானது. இம்மனப்பாங்கின்வழித் தமிழ் – பிராகிருதம், தமிழ் – பாலி, தமிழ் – சமஸ்கிருதம் எனச் செவ்வியல் இருமொழியத்தைப் பெருமைப்படுத்திய சமூக, அரசியல் சித்தாந்தம் தமிழர்க்கு உரியது.

தமிழ் – பிராகிருதம்

பிராகிருதம் சமஸ்கிருதத்திலிருந்து திரிபுற்ற மொழி என்பர். 'பிராகிருத பிரகாசம்' என்னும் இம்மொழியின் முதலாவது இலக்கண நூல், ஆரியர் – ஆதிதிராவிடர் கலப்பே இம்மொழி தோன்றுவதற்குக் காரணம் என்று குறிப்பிடுகிறது. இந்நூலை எழுதியவர் வரருசி என்பார். இந்நூலுக்குப் பாமகர் என்பவர் எழுதிய 'மனோரம்' என்ற உரையில் பிராகிருதத்திற்கு மூலம் சமஸ்கிருதம் என்ற குறிப்பு காணப்படுகிறது. எனவே, வரலாற்றுக்கு முற்பட்ட காலந்தொட்டுத் தமிழனுக்கும் தமிழுக்கும் அறிமுகமான முதலாவது வடமொழி பிராகிருதமே என்பர். இருப்பினும் களப்பிரர் காலத்தில்தான் இம்மொழியோடுள்ள தொடர்பு ஒருமொழியச் சமுதாயமாக இருந்த தமிழர் அரசியலிலும் வாழ்வியலிலும் இடம்பெற ஆரம்பித்தது. வைதிக சமயத்தைச் சார்ந்த பிராமணர்கள் சமயச் சடங்குகள் மூலமாக அரசுக்கும் மேட்டிமைவர்க்கத்தினருக்கும் நெருக்கமாக இருந்த இக்காலத்தில் அவைதிக சமயங்களின் மொழியாக பிராகிருதம் இருந்தது. இம்மொழி சமஸ்கிருதத்திற்கு முன்னரே ஒரு வரலாற்றுத் தொடர்பைத் தமிழகத்தில் ஏற்படுத்தியிருந்தாலும், பூர்வத் திராவிட மரபில் இறையுணர்வை வலியுறுத்தாத ஒரு நாட்டார் தத்துவம் சமண சமயத்தின் போக்காக விளங்கிய காலத்தில் தமிழ்ச் சமுதாயம் பிராகிருதத்தின் மேல் தனியொரு மதிப்பைக் கொண்டிருத்தல் வேண்டும். தொல்காப்பியம் வழி அதன் உரையாசிரியர்கள் பாகதம் என்னும் பிராகிருத மொழியைக் குறிப்பிடுகின்றனர். இக்காலகட்டத்தில் தமிழ் – பிராகிருதம் எனக் குறைந்த அளவு இருமொழியம் சமயச் சடங்குகளிலும் இலக்கிய, இலக்கண உருவாக்கத்திலும் சான்றோர் வழக்கிலும் நிலைபெற்றிருந்திருக்க வேண்டும்.

பத்திரபாகு என்பவர் சந்திரகுப்த மௌரியரின் சமண குரு. இவர்கள் இருவரும் சிராவணபெலகோலாவில் தங்கிச் சமண சமயத்தைப் பரப்பிவந்தனர். இங்கிருந்து தமிழ்நாட்டிற்குள் புகுந்தவர் களப்பிரர் என்னும் கருத்து உண்டு. இக்கருத்தை ஏற்றுக்கொள்வோமேயானால் இவர் தாய்மொழி தமிழ் கலந்த பூர்வ கன்னடமாக இருந்திருக்க வேண்டும். இம்மொழி தமிழோடு நெருங்கிய இலக்கண உறவு உடையது. எனவே தமிழறியாத இவர்கள் பிராகிருதத்தையோ பிராகிருதம் கலந்த கன்னட மொழியையோ பயன்படுத்தியிருக்க வேண்டும். களப்பிரர் வருகைக்கு முன்னரே தமிழர் பிராகிருதத்துக்கு அறிமுகமாகியிருந்ததால் அயலவரான களப்பிரர் காலத்தில் இம்மொழி பயன்பாட்டில் இருந்திருக்கலாம்.

மொழி வளர்ச்சி அரசின் கொள்கையாக இல்லாத இக்காலத்தில் தமிழில் சிறந்த இலக்கியங்களோ இலக்கணங்களோ அதிகமாகத் தோன்றவில்லை. இருப்பினும் பிராகிருத இலக்கிய இலக்கணங்கள் சில எழுதப்பட்டதாகக் குறிப்புகள் உள்ளன. ஐந்தாம் நூற்றாண்டில் எழுதப்பட்டதாகக் கூறப்படும் மணிமேகலை காப்பியத்தில் புலவர்கள் பிராகிருத மொழிக் காப்பியங்களை அறிந்திருந்தனர் என்று குறிப்பிடுகிறார் ஜகந்நாதராஜா. இக்காலத்தில் 'பிருஹத் கதா' என்னும் பிராகிருதக் கதை பெருவழக்கில் இருந்தது. இது ஒன்பதாம் நூற்றாண்டில் தமிழில் கொங்குவேளிர் என்பவரால் 'பெருங்கதை' என்னும் நூலாகத் தமிழாக்கம் பெற்றது.

சமூக, அரசியல் நிலையில் சமயக் கொள்கைகளைப் பரப்புவதில் அவைதிக சமயத்தினரான சமணரோ பௌத்தரோ தத்தம் தாய்மொழியயைத் திணித்ததில்லை. இதற்கு முதல் எடுத்துக்காட்டாக விளங்கியவர் களப்பிரர். சமயப் பரப்புரைகளில் பிராகிருதத்திற்கும் பாலிக்கும் இருந்த இடம் தமிழுக்கும் இருந்தது. வச்சிரநந்தி என்பார் 'திரமிள சங்கம்' என்னும் அமைப்பை உருவாக்கிச் சமண சமயக் கொள்கைகளைப் பரப்புவதில் ஈடுபட்டிருந்தார். இக்காலத்தில் பதினெண்கீழ்க்கணக்கு நூல்கள் எழுதப்பட்டதாக கே.கே. பிள்ளை குறிப்பிடுகிறார். இலக்கண நூல் எதுவும் எழுதப்பட்டதாகக் குறிப்பில்லை. இருப்பினும் களப்பிரரைத் தொடர்ந்து ஆட்சிக் கட்டிலேறிய பல்லவர் காலம் வரை பிராகிருதம் இலக்கிய இலக்கணப் பயன்பாட்டில் இருந்தது. இக்காலத்தில் வெளியான செப்பேடுகளில் பிராகிருதத்தைப் பயன்படுத்தித் தமிழ் – பிராகிருத இருமொழியத்திற்குப் பல்லவர் உயிரூட்டினர். இருப்பினும் கி.பி. ஏழாம் நூற்றாண்டளவில் பிராகிருதத்தின் பயன்பாடு வெகுவாகக் குறைந்துபோயிற்று.

தமிழ் – பாலி

தமிழ் – பிராகிருத இருமொழிய உறவுபோல் தமிழ் – பாலி உறவும் மிகப் பழைமையானது. சமஸ்கிருத மொழியின் சிதைந்த வடிவம் பாலி என்பர். பௌத்த சமயத்தினர் புத்தரின் போதனைகளைப் பரப்பப் பயன்படுத்திய மாகதி என்னும் பிராகிருத மொழியின் சிதைந்த வடிவமே பாலி என்போரும் உண்டு. சமஸ்கிருத மொழிக்கு முன்னரே தோன்றியது என்றும் இம்மொழியின் நிலைபேறாக்கம் பெற்ற வடிவமே சமஸ்கிருதம் என்றும் கூறுவர். சமஸ்கிருத மொழியில் இல்லாத இலக்கணக் கூறுகளும், கூடுதலான வழக்குச் சொற்களும் இம்மொழியில் உள்ளதால் சமஸ்கிருதத்திற்கு முன்னர்த் தோன்றிய மொழி என்ற

கருத்து மொழியறிஞர்களால் ஏற்றுக்கொள்ளப்பட்டிருக்கிறது. திராவிடமொழிப் பெயர்ச்சொற்கள் இம்மொழியில் காணப் படுவதாக சைல்டர்ஸ் என்ற அறிஞர் குறிப்பிடுகிறார். வையாபுரிப் பிள்ளை சங்க காலத்தில் வழங்கிய பல தமிழ்ச் சொற்களோடு பாலி மொழி தொடர்புகொண்டிருந்தது என்பதைக் காட்டுகிறார்.

இடைக்காலத் தமிழகத்தில் பௌத்த சமயச் சடங்குகளிலும், சமயப் பரப்புரைகளிலும், இலக்கிய, இலக்கணப் படைப்புகளிலும், பௌத்த விகாரைகளில் பௌத்த சமயக் கல்வியிலும் பாலி பயன்பாட்டில் இருந்தது. கடாரத்தை ஆண்ட சூளாமணிவர்மன் என்னும் மன்னன் இராசராசனின் இசைவைப் பெற்று நாகப்பட்டினத்தில் பௌத்த விகாரை ஒன்றைக் கட்டினான். இவ்விகாரையிலிருந்து பௌத்த பிக்குகள் இலங்கை, கடாரம் போன்ற நாடுகளுக்குச் சென்று பௌத்த சமயத்தையும் பாலி மொழியையும் பரப்பினர். இப்பிக்குகளால் தமிழிலும் சிங்களத்திலும் பாலி மொழிச் சொற்கள் இடம்பெற்றன. கி.பி. ஒன்பதாம் நூற்றாண்டில் சோழப் பேரரசு தென்கிழக்கு ஆசிய நாடுகளோடு ஏற்படுத்திக்கொண்ட அரசியல், வாணிக உறவும், பின்னர் முதலாம் இராசேந்திரன் மேற்கொண்ட கடாரப் படையெடுப்பும் தமிழகத்தில் பாலி மொழியின் செல்வாக்குக்குக் காரணமாக இருந்தன. முதலாம் இராசேந்திர சோழனின் மகனான வீரராசேந்திர சோழனும் கடாரம் போன்ற தென்கிழக்காசிய நாடுகளில் தம் முன்னோர் வளர்த்த பௌத்த சமயத்தின் மீதும் பாலி, சமஸ்கிருதம் மீதும் பெரும் மதிப்புக் கொண்டிருந்தான்.

சோழர் காலத்தில் பாலிமொழி மக்கள் பேச்சு வழக்கிலோ பௌத்த சமயத்தைச் சார்ந்த சாதாரண மக்களிடையேயோ பயன்பாட்டில் இல்லை. பௌத்த சமயம் தோன்றிய காலத்தில் வடஇந்தியாவில் மகதம் முதலான நாடுகளில் இம்மொழி பேச்சு வழக்கில் இருந்தது. தமிழ்நாட்டில் அக்காலத்தில் பௌத்த மகாதேரர்கள் தம் சமயக் குழுவை இனங்காணும் வகையில் தம்மிடையே அவ்வப்போது பாலி மொழியைப் பேசி வந்தனர். இனம், சாதி வேறுபாடுகளுக்கு அப்பால் இத்தேரர்கள் பாலி மொழியைத் தம் அடையாளமாகக் கொண்டிருந்தனர். பொதுமக்கள் தொடர்பு மொழியாகத் தமிழைப் பயன்படுத்தும் இருமொழியாளர்களாக இவர்கள் இருந்தனர். புத்த பெருமானின் கருத்துகளைப் பரப்புவதை வாழ்நாள் நோக்கமாகக் கொண்ட இவர்கள் பாலி மொழியை எந்தக் காலத்திலும் தமிழ்நாட்டில் திணிக்க முற்பட்டதில்லை. அதே நேரத்தில் விகாரைகளிலும் பள்ளிகளிலும் பௌத்த சமயக் கருத்துகள் அர்த்தமாகதி

என்னும் பாலி மொழியில் பாராயணம் செய்யப்பட்டுவந்தன. கௌதம புத்தரின் போதனைகள் அடங்கிய வேதநூலான திரிபிடகம் இம்மொழியில் எழுதப்பட்டிருந்தது. தமிழ்நாட்டைச் சேர்ந்த பல பிக்குகள் காஞ்சியிலும் சோழ நாட்டிலுமுள்ள பல விகாரைகளில் தங்கிப் பாலி மொழியைக் கற்றுத் தேர்ந்தனர். இரண்டாம் பராக்கிரமபாகு (1236-1268) சோழ நாட்டிலிருந்த பௌத்த பிக்குகளை இலங்கைக்கு வரவழைத்துப் பெரிய பௌத்த மாநாடு ஒன்றை நடத்தினான் என்றொரு வரலாற்றுக் குறிப்பு காணப்படுகிறது.

தமிழகத்தில் ஆங்காங்கு நிறுவப்பட்டிருந்த பௌத்த விகாரைகளில் வாழ்ந்துவந்த மகாதேரர்கள் பல இலக்கியங்களைப் பாலியில் எழுதினர். இவர்களுள் ஆசாரிய புத்ததத்த மகாதேரர், புத்தமித்திரர், ஜோதிபாலர், போதி தருமர், தின்னாகர், தருமபாலர், தீபங்கர தேரர், அநிருத்தர், தம்மகீர்த்தி, காசபதேவர், சாரிபுத்தர் ஆகியோர் குறிப்பிடத்தக்கவர். இவர்களுள் பலர் காஞ்சியிலும் சிலர் நாகப்பட்டின விகாரையிலும் வாழ்ந்து பல நூல்களை எழுதினர். கி.பி. இரண்டாம் நூற்றாண்டு தொடங்கிக் கிடைக்கும் இத்தேரர்கள் பற்றிய குறிப்புகள் பாலி இலக்கிய மொழியாகப் பௌத்த விகாரைகளில் வாழ்ந்து வளர்ந்துவந்த வரலாற்றைக் காட்டுகின்றன.

பௌத்த மகாதேரர்களுள் ஒருவரான ஆசாரிய புத்ததத்தர் சோழ நாட்டில் பிறந்தவர். இவரது காலம் கி.பி. ஐந்தாம் நூற்றாண்டு. இவர் மதுராத்தவிலாசினீ, அபிதம்மாவதாரம், வினயவினிச்சயம், உத்தரவினிச்சயம், ரூபா ரூபவிபாகம், ஜினாலங்காரம் என்னும் நூல்களை எழுதினார். இந்நூல்கள் அனைத்தும் பௌத்த சமய நூலான திரிபிடகம் பற்றியவையாகும். இவற்றுள் மதுராத்தவிலாசினீ சூத்திரபிடகத்தின் ஐந்தாவது பிரிவாகிய குட்ட.கநிகாய என்னும் நிகாயத்தின் உட்பிரிவாகிய புத்தவம்சம் என்னும் பதினான்காவது பிரிவுக்கு உரையாகும். புத்ததத்தரின் வினயவினிச்சயம் என்னும் நூலுக்கு இலங்கை மன்னனான இரண்டாம் பராக்கிரமபாகு (கி.பி. 1247-1282) சிங்கள மொழியில் ஓர் உரை எழுதினான். புத்ததத்தர் தாம் இயற்றிய நூல்களில் தாம் பிறந்த சோழ நாட்டையும் காவிப்பூம்பட்டினத்தையும் பல கவிதைகளில் புகழ்ந்து பாடியுள்ளார். திரிபிடகத்தின் பல பகுதிகளுக்கு உரை எழுதிய புத்தகோஷரும் இவரும் சமகாலத்தவர் என்பர்.

பௌத்த விகாரைகளில் பாலி சமயச் சடங்கு மொழியாக மட்டுமின்றி இலக்கிய மொழியாகவும் பயன்பாட்டில் இருந்தது. கி.பி. ஐந்தாம் நூற்றாண்டில் நாகப்பட்டினத்தில் அசோகர்

கட்டிய ‘பதரதிட்டவிகாரை’ என்னும் விகாரையில் ஆசாரிய தர்மபாலர் தங்கியிருந்து ‘நெட்டிபகரணட்டகதா’ என்னும் உரைநூலைப் பாலியில் எழுதினார். சோழநாட்டைச் சேர்ந்த தீபங்கதேரர் என்பவர் கி.பி. பன்னிரண்டாம் நூற்றாண்டின் முற்பகுதியைச் சேர்ந்தவர். இவர் சிறந்த பாலி மொழி அறிஞர். காஞ்சிபுரத்திலிருந்த பாலாதிச்ச விகாரை என்னும் பௌத்தப் பள்ளியின் தலைவராக இருந்தவர். இவர் பஜ்ஜமது என்னும் கவிதை நூலையும் ரூபசித்தி என்னும் இலக்கண நூலையும் எழுதினார். இலக்கண நூலுக்கு இவரே உரையும் எழுதினார் என்பர். ‘சோழ தேரர்கள்’ என இலங்கையில் எழுதப்பட்ட நூல்களால் அழைக்கப்படும் புத்தமித்திரர், மகாகாசபர் போன்றோர் சோழநாட்டைச் சேர்ந்தவர்களாக இருக்க வேண்டும் என மயிலை சீனி. வேங்கடசாமி கூறுகிறார். இவர்கள் கேட்டுக்கொண்டதற்கு இணங்கப் பாண்டிய நாட்டைச் சேர்ந்த அநிருத்தர் என்பவர் உத்தோதயம், நாபரூபப் பரிச்சேதம் என்னும் நூல்களை இயற்றினார். நாகை விகாரையில் இருந்ததாகக் கூறப்படும் சோழகாசபர் மோகவிச்சேதனீ, விமதிவிச்சேதனீ, விமதிவிநோதினீ, அநாகத வம்சம் என்னும் நூல்களைப் பாலி மொழியில் எழுதினார். இப்பௌத்த நூல்கள் அனைத்தும் பாலி சமய மொழியாக மட்டுமன்றி இலக்கிய மொழியாகவும் இலக்கண மொழியாகவும் தமிழக மொழி வரலாற்றில் இடம்பெற்றிருந்ததை உணர்த்துகின்றன.

தமிழ் – சமஸ்கிருதம்

ஆரியம், தேவபாஷை, வடமொழி, சங்கதமொழி எனப் பலவாறாக வழங்கும் சமஸ்கிருதத்தின் ஆதிக்கம் தமிழில் எப்போது தொடங்கியது என்பதை அறுதியிட்டுக் கூற முடியாது. தொல்காப்பியர் காலத்திலேயே ஆரிய வழக்கு தமிழகத்தில் இருந்ததாக அறிகிறோம். சங்க கால இலக்கியங்களில் வேதநெறி பற்றியும் அந்தணர் பண்பாடு பற்றியும் இராமாயண, பாரதக் கதைகள் பற்றியும் குறிப்புகள் காணப்படுகின்றன.

பாஅல் புளிப்பினும் பகலிருளினும்
நாஅல் வேதநெறிதிரியினும்
திரியாச் சுற்றமொடு முழுதுசேண் விளங்கி
நடுக்கின்றி நிலியரோ அத்தை
… … … … … … …
… … … … … … …
அந்தி யந்தணர் அருங்கடன் இறுக்கும்
முத்தீ விளக்கில் துஞ்சும்
பொற்கோட் டிமையமும் பொதியமும் போன்றே

(புறம். 2)

என்னும் புறநானூற்றுப் பாடல், தமிழ்ப் பண்பாட்டில் வேத நெறிகளும் அந்தணர் பண்பாடும் சங்க காலத்திலேயே கலந்து விட்டதை விளக்குகிறது.

சங்க இலக்கியங்களில் காணும் தமிழ் சமஸ்கிருத இருமொழிய உறவை வடமொழியாக்கம் பற்றிய தொல்காப்பியரின் கருத்தை அடிப்படையாகக் கொண்டு நிறுவலாம். அளவுக்கு மிஞ்சிய வடமொழிக் கடனாட்சிக்குக் கட்டுப்பாடு இருந்ததைத் தொல்காப்பிய நூற்பாக்கள் உணர்த்துகின்றன. இருந்தாலும் சமஸ்கிருத இலக்கியங்களைப் பற்றிய அறிவும், அவற்றுள் சிலவற்றைத் தமிழில் மொழிபெயர்க்கும் ஆர்வமும் இருந்ததாகத் தெரிகிறது. தொல்காப்பியர் மரபியலில் வழிநூல் வகையைப் பற்றிக் கூறும்போது மொழிபெயர்ப்பு நூலை அதில் ஒன்றாகக் கூறுகிறார். அக்காலத்தில் தமிழ்நாட்டில் வடமொழி மட்டுமே அயல்மொழியாக இருந்தது. அதனால் வடமொழியிலிருந்து தமிழுக்கு மொழிபெயர்க்கப்படும் நூல்வகையையே தொல்காப்பியர் குறிப்பிட்டிருக்க வேண்டும். செவ்வியல் நிலையில் நிலவிய தமிழ் சமஸ்கிருத இருமொழியத்தை இம்மொழியாக்கம் உறுதிப்படுத்துகிறது. இருப்பினும், தொல்காப்பியர் காலத்திலேயோ அதற்குப் பின்னர் சங்கம் மருவிய காலத்திலேயோ சிறந்த மொழிபெயர்ப்பு இலக்கியங்களோ இலக்கணங்களோ, ஒன்றிரண்டைத் தவிர, எழுதப்பட்டதாக எவ்விதக் குறிப்பும் இல்லை.

சங்கம் மருவிய காலத்தைத் தொடர்ந்து பல்லவர் காலத்தில் சமஸ்கிருத மொழியைத் தம் இன அடையாளமாகக் கொள்வதில் தனித்துவத்தைக் காட்ட கிரந்த எழுத்துமுறையைப் பல்லவர் உருவாக்கினர். அக்காலத்தில் தக்காணத்தில் பெருவழக்கிலிருந்த பிராமி எழுத்துமுறையை இவர்கள் அறிமுகப்படுத்தக் காலப்போக்கில் இது பல்லவ கிரந்த எழுத்துமுறையாக உருப்பெற்றது. பல்லவர் தம் அரசு ஆவணங்களைத் தமிழ் மொழியில் எழுத இவ்வெழுத்துமுறையைப் பயன்படுத்தினர். இவர்களது சமஸ்கிருதக் கல்வெட்டுகளும் இவ்வெழுத்துமுறையில் எழுதப்பட்டன. வட்டெழுத்தும் இக்காலத்தில் வழக்கிலிருந்தது. பல்லவர்க்குப் பின் இவ்விரு எழுத்துமுறைகளும் சோழராட்சியிலும் பயன்பாட்டில் இருந்தன. ஆனால், முதலாம் இராசராசன் தன் ஆட்சியின்போது வட்டெழுத்து முறையை அகற்றித் தமிழ் எழுத்துமுறையை அறிமுகப்படுத்தினான். கிரந்த எழுத்துமுறை சமஸ்கிருதத்தை மட்டுமே எழுதப் பயன்படுத்தப்பட்டது.

பல்லவர் காலத்தில் சமஸ்கிருதம் அரசியலிலும் கல்வியிலும் இலக்கியப் படைப்பிலும் சிறப்பிடம் பெற்றன. சமஸ்கிருத மொழிக் கல்விக்குக் காஞ்சி கடிகையில் முக்கியத்துவம் அளிக்கப்பட்டது. சோழர் காலத்தில் 'சாலை' என்று அழைக்கப்பட்ட உயர்கல்விக் கழகம் போலக் காஞ்சியில் கடிகை விளங்கியது. போர்முறைகளிலும் அரசு நிருவாக இயந்திரத்தைச் செம்மையாக நடத்தும் வழிமுறைகளிலும் தேர்ந்த அந்தணர்கள் இச்சாலைகளில் இருந்தனர். இத்துடன் வேதாகமங்களும் சமஸ்கிருத இலக்கணங்களும் கற்பிக்கப்பட்டு வந்தன. சமஸ்கிருத இலக்கிய வளர்ச்சியைப் பொறுத்தவரையில் பல்லவ மன்னர்களுள் சிலர் புரவலர்களாக மட்டுமின்றிப் புலவர்களாகவும் இருந்தனர் என்பதை அறிகிறோம். முதலாம் மகேந்திரவர்மன் மத்தவிலாச பிரகாசனம், பகவதஜ்ஜுக அங்கம் என்னும் இரண்டு நாடகங்களை எழுதினான். பாரவி என்பவர் கிராதார்ஜுனியம் என்ற நூலையும், தண்டி காவ்யதர்சம் என்ற அணியிலக்கணத்தையும் இக்காலத்தில் எழுதினர். சோழர் காலத்தில் எழுதப்பட்ட தண்டியலங்காரம் என்னும் அணியிலக்கணத்துக்குக் காவ்யதர்சம் மூலநூலாக அமைந்தது. வீரசோழியர் அலங்காரப் படலத்தைத் தண்டியின் இலக்கணத்தைப் பின்பற்றி எழுதினார்.

இடைக்காலத்தில் சமஸ்கிருதம் தமிழுடன் அரசியல் நிருவாகம், நீதிமுறை, கோவில் வழிபாடு, கல்விமுறை, இலக்கிய, இலக்கணங்கள் ஆகிய மொழியாட்சிப் பகுதிகளில் முக்கிய இடம்பெற்றது. சோழர்கள் தென்கிழக்காசிய நாடுகளோடு கொண்டிருந்த சமயத் தொடர்பாலும் வாணிகத்தொடர்பாலும், சோழப் பேரரசின்கீழ் இருந்த பிறமொழிப் பகுதியினரோடு கொண்டிருந்த பண்பாட்டுத் தொடர்பாலும் அரசியல் நிருவாகத்தில் சமஸ்கிருத மொழியின் பயன்பாடு கட்டாயமாகியது. இந்திய நாகரிகமும் பண்பாடும் இந்நாடுகளில் பரவி வளரச் சமஸ்கிருதம் ஒரு தொடர்பு மொழியாக இக்காலத்தில் வளர்ந்திருந்தது. பல்லவர் காலந்தொட்டே காஞ்சியிலிருந்து பௌத்த பிக்குகள் இந்நாடுகளுக்குச் சென்றனர். பௌத்த சமயமும் பின்னர் வைதிக சமயமும் இந்நாடுகளில் பரவி வளர்ந்தன. இத்துடன் சோழப் பேரரசின்கீழ் இருந்த பிற அயல்மொழிப் பகுதிகளோடு தொடர்புகொள்ளவும், பேரரசின் அரசியல் நிருவாகத் தொடர்பான செய்திகளைத் தெரிவிக்கவும் தொடர்பு மொழி என்ற நிலையில் சமஸ்கிருதத்தின் பயன்பாடு ஊக்குவிக்கப்பட்டது. சோழர்களின் மொழிக்கொள்கையிலும் கல்விக் கொள்கையிலும் இம்மொழி சிறப்பிடம் பெற்றிருந்தது.

சோழர் காலத்தில் புலவர் போற்றும் இலக்கிய மொழியாக சமஸ்கிருதம் விளங்கியது. சிறுகாவியங்கள், புராண நூல்கள், தத்துவ நூல்கள், நாடகங்கள், உரைகள் ஆகியவை இம்மொழியில் எழுதப்பட்டன. இவற்றுள் பல அழிந்துபோயின. இவற்றைப் பற்றிய குறிப்புகள் சில கல்வெட்டுகளில் காணப்படுகின்றன. முதலாம் இராசராசனின் ஆட்சியைப் பற்றியும், பிரகதீஸ்வரர் ஆலய நிர்மாணம் பற்றியும், இராசராசேஸ்வர நாடகம், இராசராச விஜயம் என்னும் இரு நூல்கள் எழுதப்பட்டது பற்றிக் கல்வெட்டுகள் மூலம் அறிகிறோம். இந்நூல்கள் இன்று கிடைக்கவில்லை. இவை தமிழில் எழுதப்பட்டனவா சமஸ்கிருத மொழியில் எழுதப்பட்டனவா என்பது பற்றிய குறிப்பெதுவும் கல்வெட்டுகளில் காணப்படவில்லை. இராசராசனைப் பற்றிய இந்நூல்களைப் போலவே முதலாம் குலோத்துங்கனைப் பற்றித் திருநாராயணப் பட்டர் என்ற புலவரால் எழுதப்பட்ட குலோத்துங்க சோழ சரிதை என்ற நூலும் கிடைக்கவில்லை. கமலாலயப் பட்டர் என்பவர் கன்னிவன புராணம் என்னும் தலபுராணத்தை எழுதினார். இந்நூலும் கிடைக்கவில்லை.

இவை தவிர கி. பி. ஒன்பதாம் நூற்றாண்டில் குலசேகர ஆழ்வார் எழுதிய முகுந்தமாலா என்ற பாசுரம், சக்திபத்ரா எழுதிய ஆச்சாரிய சூடாமணி, உண்மாதவாசவத்தா ஆகிய நாடகங்கள், ஹரதத்தாச்சாரியர் எழுதிய சுருதிசுகதிமாலை என்னும் தத்துவநூல், வேங்கட மாதவரின் ரிக்வேத உரை, விஷ்ணுசித்தரின் விஷ்ணு புராண உரை, உதயணன் எழுதிய குசுமாஞ்சலி என்னும் நூலுக்குப் போதினி என்ற தலைப்பில் எழுதப்பட்ட வரதராசர் உரை, வாமனர், ஜெயாதித்யர் எழுதிய காசிகா இலக்கண நூலுக்குப் பதமஞ்சரி என்னும் தலைப்பில் ஹரதத்தா எழுதிய உரை ஆகியவை குறிப்பிடத்தக்க சமஸ்கிருதப் படைப்புகளாகும். இந்நூல்கள் அனைத்தும் சமஸ்கிருதம் வேதமொழியாக மட்டுமன்றி இலக்கிய மொழியாகவும் அக்காலத்தில் வளர்ந்திருந்தது என்பதை நிறுவுகின்றன. இக்காலத்தில் பல நூல்களுக்கு எழுதப்பட்ட உரைகள் சமஸ்கிருத உரைநடை வளர்ச்சியைக் காட்டுகின்றன.

சமஸ்கிருதம் தமிழக அரசியலிலும் கல்வியிலும் இலக்கிய, இலக்கணப் படைப்புகளிலும் செவ்வியல் நிலையில் முக்கியத்துவம் பெற்றிருந்தாலும் தமிழைப்போல ஓர் இனக்குழுவின் தாய்மொழித் தகுதியைப் பெற்றிருக்கவில்லை. அக்கால வைதிக பிராமணர்கள் இம்மொழியைத் தம் இனக்குழுவின் அடையாளமாகப் பாதுகாத்துவந்தனர். என்றாலும், விரிந்த அளவில் பேச்சு மொழியாக இம்மொழி

வழங்கியதற்கான சான்றுகள் இல்லை. இலக்கிய மொழியாகப் படித்தவர்களிடையே மதிப்பையும் மரியாதையையும் இம்மொழி பெற்றிருந்தது. உயர்கல்வி மொழியாகவும், தமிழிலக்கிய இலக்கணப் புலவர்கள் கற்றுத்தேர்ந்த மொழியாகவும் இது விளங்கியது. வேதமொழியாக இருந்ததால் தெய்வமொழியாகவும் கருதப்பட்டது.

தமிழ் சமஸ்கிருத உறவும் மொழி அரசியலும்

கிட்டத்தட்ட மூவாயிரமாண்டுப் பெருவெளியில் தமிழ் சமஸ்கிருத செவ்வியல் இருமொழிய உறவு சமூக, மொழி, அரசியல் தளங்களில் நிகழ்த்தியுள்ள உரையாடல்கள் இன்னும் தொடர்கின்றன. பல நேரங்களில் ஒருதலைச் சார்பான அரசியல் இவ்வுரையாடல்களில் இடம்பெறுவது துரதிருஷ்டவசமானது. பொதுவாகவே இன்று மொழிகள் பற்றிய கருத்தாடல் அரசியலாக்கப்பட்டுவிட்டது. குறிப்பாகத் தமிழ் சமஸ்கிருத உறவு பற்றிய கருத்துகள் இருசார்பிலும் பிரச்சினைக்குரியதாகவே விவாதிக்கப்படுகிறது. இந்த நிலையில் எதைச் சொன்னாலும் ஒரு தரப்பினர் துரோகிப் பட்டத்தைத் தந்துவிடுகின்றனர் என்று கூறுகிறார் இரா. சீனிவாசன் (கட்டுரை 30).

> சமஸ்கிருதத்திற்கும் தமிழுக்கும் உள்ள தொடர்புகள்பற்றி விரிந்த தளத்திலும் ஆழமாகவும் ஆய்வு செய்ய வேண்டியுள்ளது. இந்த நிலையில் மொழிகள் பற்றிய ஆய்வு அரசியலாக்கப்பட்டுவிட்டது. எதைச் சொன்னாலும் ஒரு தரப்பினர் துரோகிப் பட்டத்தைத் தந்துவிடுகின்றனர். இதற்காகவே பலர் இந்த ஆய்வுக்குள் செல்வதைத் தவிர்க்கின்றனர். மறு தரப்பில் ஆய்வு மனப்பான்மையின்றி ஒற்றைவழிப் போக்குவரத்தாக எல்லாமே சமஸ்கிருதத்தி லிருந்து தமிழுக்கு வந்தன என்று கூறி வருகின்றனர். இதைப்பற்றிய ஆய்வுக்குள் சென்றால் அது வேறு இடத்திற்கு இட்டுச் சென்றுவிடும்.

இவ்வாய்வு மனப்பாங்கால் மொழிகள் பற்றிய பிரச்சனை களுக்குத் தீர்வுகாணவோ தீர்வுகளின் அடிப்படையில் மொழிகளைப் பயன்பாட்டு நோக்கில் திட்டமிடவோ இயலாது.

> மொழி ஒரு கருவி மட்டுமே என்றும் இயற்றுவோரை அடிப்படையாகக் கொண்டே எந்த ஆக்கத்தையும் அடையாளப்படுத்த வேண்டும் என்ற கோணத்தில் அணுகும்போது பரந்த நிலையிலான புரிதல் கிடைக்கிறது. மொழிகள் கல்விச் சூழல்களாலும் அரசியல்

> சமயங்களாலும் வளர்க்கப்பட்டவை. ஆகவே மொழியை மட்டுமே அடிப்படையாகக் கொள்வதைத் தவிர்த்து ஆக்கியவர், இடம், காலம், சூழல், உள்ளடக்கம், சமயம் ஆகியவற்றையும் கருத்தில் கொண்டு ஆக்கங்களை அணுக வேண்டும்

என்று முடிக்கிறார் சீனிவாசன். மொழி ஆக்கங்களுக்கு அப்பால் இந்தியப் பண்பாட்டியல் தளத்தில்,

> ஆரியம் திராவிடம் எனும் இரண்டையும் புலமைத் தளத்தில் நின்று ஆராய வேண்டும். மொழியியல், வரலாற்றியல், இலக்கணவியல், இலக்கியவியல், சமயவியல், தத்துவவியல் எனத் தொடர்புடைய பல்வேறு துறைகளினூடாக ஆராய வேண்டியது அவசியமாகும். மானிடவியல் புலத்தின் வழியாக ஆராய்வது இன்னொமொரு கூடுதல் பார்வையைத் தரவல்லது...
>
> இன்று மிகவும் அரசியல்வயப்பட்டுள்ள நிலையில் ஆரியம் திராவிடம் பேசப்படுகிறது. இவற்றைத் தாண்டிப் புலமைநெறியில் நின்று ஆராய வேண்டியுள்ளது. அப்போதுதான் பண்பாடுகளில் உயர்வு தாழ்வற்ற நோக்கு நிலையைக் காண முடியும். ஆரியம் உயர்ந்ததென்றோ திராவிடம் தாழ்ந்ததென்றோ அல்லது திராவிடம் உயர்ந்ததென்றோ ஆரியம் தாழ்ந்ததென்றோ மானிடவியல் பேசுவதில்லை. ஒவ்வொரு பண்பாடும் அதனளவில் சார்புடையது. அதில் அதற்கான தனித்துவங்களும் இருக்கும், உலகளாவிய சில பொதுமைகளும் இருக்கும். ஆக, இந்தியா என்ற தேசத்தைப் 'பன்மொழிகளின் பிரதேசம்' என்றும், 'பல பண்பாடுகளின் பிரதேசம்' என்றும் ஒருபுறம் அணுக வேண்டும். அதில் திராவிடம், ஆரியம் தொழிற்படும் முறைகளை மறுபுறம் ஒப்பிட்டுக் காண வேண்டும்

என்னும் பக்தவத்சல பாரதியின் குறிப்பும் (கட்டுரை 32),

> ஆரிய திராவிடப் பண்பாடு நான்காயிரம் ஆண்டுக்கால உறவுகளால் பாலும் நீரும் ஒன்றாகக் கலப்பதுபோலக் கலந்துவிட்டது. அதனைப் பிரித்தறிவது ஓரளவுக்கே முடியும். மொழி வரலாறு, மானிடவியல் வரலாறு இவை, நமக்கு ஆரிய திராவிடப் பண்பாடுகள் கலப்புற்றதையும், ஒன்றுக்கொன்றுக் கடன்பட்டிருப்பதையும் தெளிவாகத் தெரிந்துகொள்ள உதவுகின்றன

என்னும் மு.கு. ஜகந்நாதராஜாவின் (கட்டுரை 8) குறிப்பும் ஆய்வறிஞரால் மனங்கொள்ளத்தக்கவை.

இலங்கையில் தமிழ் சமஸ்கிருத மொழிச்சூழல் சற்று வித்தியாசமானது. ஈழத்துத் தமிழரின் கவிதை மரபு, காப்பிய மரபு, இலக்கண மரபு, அகராதி மரபு, சோதிட மரபு போன்ற எல்லா மரபுகளிலும் சமஸ்கிருத மரபு முதன்மை பெற்றிருந்தது. தமிழிலும் சமஸ்கிருதத்திலும் புலமைமிக்க பல தமிழறிஞர்கள் சிறந்த பல படைப்புகளைத் தந்துள்ளனர். கல்வி மரபில் இருபதாம் நூற்றாண்டுவரை தமிழ் மாணவர் சமஸ்கிருதம் கற்பிப்பதற்கான ஏற்பாடு இருந்தது. புலமைமிக்க ஈழத்துத் தமிழ் சமஸ்கிருத அறிஞர்களான சுவாமி விபுலானந்தர், கைலாசப்பிள்ளை, குமாரசாமிப்புலவர், சதாசிவ ஐயர் ஆகியோரால் 'ஆரிய திராவிட பாஷா விருத்தி சங்கம்' உருவாக்கப்பட்டு இளம் மாணவர்களிடையே சமஸ்கிருதக் கல்வி ஊக்குவிக்கப்பட்டது. தமிழ் கற்கும் மாணவர் விரும்பிக் கற்கும் மொழியாக சமஸ்கிருதம் இக்காலட்டத்தில் விளங்கியது. தமிழ் சமஸ்கிருத இலக்கிய, இலக்கண, அகராதி ஆக்கங்களோடு விவிலிய மொழிபெயர்ப்பும் ஈழத்திலிருந்து தொடங்கிய வரலாறு சுவையானது. இருப்பினும் தமிழகத்தில் நெடுங்காலமாக நிலவிவரும் சமஸ்கிருத மொழி அரசியலின் தாக்கம் ஈழத்தில் தமிழ் சமஸ்கிருத உறவை வெகுவாகப் பாதித்துள்ளது. இருப்பினும்,

> சமீபத்திய ஆண்டுகளில் சம்ஸ்கிருதம்மீதான ஆர்வம் குறைந்துவிட்டாலும் மக்களின் வாழ்க்கையிலும் பண்பாட்டிலும் சம்ஸ்கிருத மொழி உணர்வு உயிரோடு இருக்கிறது. இதற்கு ஆதாரமாகப் பல விடயங்களைக் குறிப்பிடலாம். குழந்தைகளுக்குச் சூட்டப்படுகின்ற சம்ஸ்கிருதப் பெயர்களை அடிப்படையாகக் கொண்ட பெயர்சூட்டும் மரபு, கோயில் வழிபாட்டை அடிப்படையாகக் கொண்ட விரதங்களோடு கூடிய ஆகம வழிபாட்டு மரபு, பண்பாட்டின் நிலைக்களனாகப் பேணப்பட்டுவரும் பல்வேறு கலைகளின் மரபு, வாழ்வியலோடு தொடர்புடைய வாழ்வியற் கிரியை மரபு, வரலாற்றின் மீள்பார்வையாக விளங்கும் விழாக்கள், பண்டிகை மரபு ஆகியவற்றில் சம்ஸ்கிருதத்தின் தொடர்பு இன்றும் நிலவிவருவது வெளிப்படையானது.
>
> முடிவாக நோக்குமிடத்து சம்ஸ்கிருத உறவோடு வளர்ந்த ஈழத்தமிழர் மரபுகள் குறித்துச் சிந்திப்பதென்பது ஈழத்து

மரபில் நிலவும் பல்வேறுபட்ட மொழிச் சிந்தனைகளைத் தூண்டி சம்ஸ்கிருத மொழி குறித்த புரிந்துணர்வை ஊட்டி மொழி ஆர்வலர்களின் மொழியுறவுக் கொள்கைகளில் குறிப்பிடத்தக்க மாற்றத்தை ஏற்படுத்த முயலும் சிறு நகர்வாக அமைகிறது. இலங்கைத் தமிழ் மக்களின் மொழிப்பற்றினைப் பாதிக்காத வகையில் பிறமொழி என்ற வகையில் அவர்களின் உள்ளங்களில் சம்ஸ்கிருத மொழி தொடர்பான உணர்வு குறித்த மீளாய்வுப் பார்வைக்கு வழிசமைத்து எதிர்காலத்தில் இத்துறையில் முதல் கவனம் செலுத்தும் சமுதாய மாற்றத்தினையும் இக்கட்டுரை நாடி நிற்கிறது. இதன் வழியாகத் தமிழ், சமஸ்கிருத மொழிகளிடையிலான ஆழ்நிலை உறவுகள் குறித்துச் சமுதாயத்தில் நிலவும் இன, மத பேதமற்ற நடுநிலையான சிந்தனைகளை மேலும் வளர்த்தெடுக்க முனைந்து நிற்கின்றது.

– பாலகைலாசநாத சர்மா,
நவநீதகிருஷ்ணன் (கட்டுரை 5).

ஒருதலைச் சார்பான நிலைப்பாடுகளைத் தவிர்த்து, வரலாற்று உணர்வோடு சமகாலச் சமூக, அரசியல், பண்பாட்டுச் சூழல்களின் பின்னணியில் திராவிட ஆரிய உறவைக் காண்பதே இந்நூலின் நோக்கம். குறிப்பாகத் தமிழ்மொழிமீதான சமஸ்கிருத மொழிச் செல்வாக்கையோ சமஸ்கிருதமொழிமீதான தமிழ்மொழிச் செல்வாக்கையோ குறித்துப் பேசும்போது மொழிப்பகைமைக்கு நீர்வார்ப்பது இந்நூலின் நோக்கமன்று. இந்நூலின் ஒவ்வொரு கட்டுரையும் இக்கட்டுப்பாட்டுடன் தமிழ் சமஸ்கிருத உறவை அணுகுகின்றது.

இந்நூலில் மொத்தம் 36 கட்டுரைகள் உள்ளன. இவற்றுள் 14 கட்டுரைகள் 2020ஆம் ஆண்டு சனவரி காலச்சுவடு இதழில் வெளியானவை. இவ்விதழில் தெரிவித்தவாறே மேலும் 22 புதிய கட்டுரைகளுடன் தற்போது நூலாக வெளிவந்துள்ளது. இக்கட்டுரைகளுள் நான்கு ஆங்கிலத்திலிருந்து மொழிபெயர்க்கப்பட்டவை. இக்கால மொழி அரசியல் சூழலில் தமிழ் சமஸ்கிருத உறவு பெற்றிருக்கும் கவனஈர்ப்பு இன்னும் கூடுதல் கனபரிமாணத்துடன் பரிசீலிக்கப்பட வேண்டும் என்பதே இத்தொகுப்பு வெளிவர முக்கியக் காரணம். சமகாலத்தில் இலங்கையில் வாழும் ஈழத்தமிழர் மரபுகளில் தமிழ் சமஸ்கிருத உறவின் வகிபாகத்தையும் இன்றைய மொழி அரசியலில் சமஸ்கிருத மொழியின் செல்வாக்கு சரிவை நோக்கிச் செல்லும் நிலையையும் 5 கட்டுரைகள்

(5, 7, 9, 20, 23) விளக்குகின்றன. தமிழ் சமஸ்கிருத உறவு எனத் தலைப்பிட்டுக்கொண்டாலும் தமிழ் வடமொழி உறவு என்னும் பொதுமையின்கீழ்த் தமிழ் பிராகிருத உறவு, தமிழ் பாலி உறவு பற்றிய கட்டுரைகளும் இந்நூலில் இடம்பெற்றுள்ளன. இவையனைத்தும் மொழி, இலக்கணம், இலக்கியம், பண்பாடு என்னும் நான்கு பகுதிகளாக மனங்கொண்டு தொகுத்துத் தரப்பட்டுள்ளன.

இந்நூலின் கட்டுரையாளர்கள் தமிழ், சமஸ்கிருதம், பிராகிருதம், பாலி ஆகிய மொழிகளில் புலமையும் எழுத்தாளுமையும் மிக்கவர்கள். தமிழ் வடமொழி உறவு பற்றி ஆழமான ஆய்வறிவு உடையவர்கள். இவர்களுள் பலர் இந்திய மற்றும் அயல்நாட்டுப் பல்கலைக்கழக மூத்த பேராசிரியர்கள். மொழிக்காழ்ப்பின்றித் தமிழக மொழி, அரசியல், பண்பாட்டு வரலாற்றை முன்வைத்து, இவர்கள் தந்திருக்கும் அறிவியல் படையல் இக்கட்டுரைத் தொகுப்பு.

முடிவுரை

மொழிகள் தாமாகவே எதிர்மனப்பாங்குகளுடன் பிற மொழிகளோடு இணங்குவதில்லை; இயங்குவதுமில்லை. இருமொழிய அல்லது பன்மொழியச் சூழலில் ஒரு மொழி மற்றொரு மொழியின் தேவையை நிறைவுசெய்யவே நேர்மனப்பாங்குடன் தொழிற்படுகிறது. எடுத்துக்காட்டாக, இச்சூழலில் நிகழும் மொழிக் கடனாட்சி இல்லாமல் கருத்துப் பரிமாற்றம் எல்லாக் காலத்திலும் எல்லாவிடங்களிலும் சுமுகமாக நடைபெறுவதில்லை. இருப்பினும், இக்கடனாட்சியின் வீச்சு வரையறைக்குட்பட்டது. இவ்வரையறைப்படுத்தம் மொழிக்கு மொழி வேறுபடுகிறது. இவ்வேறுபாட்டை சமூக அரசியல் கல்வியியல் சார்புகள் நிர்ணயிக்கின்றன. மிதமிஞ்சிய கடனாட்சியை ஒரு குறிப்பிட்ட சமூகமும் அரசும் மொழித்திட்டமிடுதலின் அங்கமாக ஏற்றுக்கொள்வதுண்டு. மலையாள மொழியில் சமஸ்கிருதக் கடனாட்சியைத் தயக்கமின்றித் தாராளமாக ஏற்றுக்கொள்வதை எடுத்துக்காட்டாகக் கூறலாம். இது சமூக மொழிப் பழக்கமாகப் பெருமையுடன் பேச்சிலும் எழுத்திலும் இடம்பெறுகிறது. இம்மொழிப் பயன்பாட்டிற்கு அரசியல் எதிர்ப்போ சமூக முணுமுணுப்போ இருப்பதில்லை. மாறாக, மொழிநடை மேன்மையுறுவதாகவும், வழக்கில் கேட்போர்க்கும் பேசுவோர்க்கும் சமூகப் பொருளாதார மேட்டிமை உணர்வைப் பெருக்குவதாகவும் கருதப்படுகிறது. இன்றும் சமஸ்கிருத மொழியின் ஆளுமை சமூகத்தாலும் அரசாலும் எல்லாத் துறைகளிலும் மனப்பூர்வமான மேலாண்மைக்கு

உட்படுத்தப்படுகிறது. சமஸ்கிருத இலக்கிய இலக்கண மீவடிவங்களை மாதிரியாகக் கொண்ட, தமிழைத் தவிர, அனைத்து இந்திய மொழிகளுமே இம்மொழி மனப்பாங்கை உடையன.

உலகத்தில் மொழிப் பாதுகாப்பு உணர்வோடு இயங்கும் சமூகங்கள் மிகக் குறைவே. ஆனால் செவ்வியல் மொழிச் சமூகங்களில் மொழித் தூய்மையும் மொழித் திருத்தமும் வலுவான பாதுகாப்பு ஆயுதங்களாகக் கருதப்படுகின்றன. மொழித் தேசியம் மொழியைக் காக்கும் கவசமாகக் கையாளப்படுகிறது. அன்னியமொழிக் கடனாட்சி இங்கு ஊக்குவிக்கப்படுவதில்லை. இருப்பினும் இடைக்காலத்திலும் பின்னிடைக்காலத்திலும் தமிழ்ப் பாதுகாப்புக்கு அச்சுறுத்தலாக எழுந்த மணிப்பிரவாள நடைப் பயன்பாடு தமிழ்த் தேசிய உணர்வால் எதிர்ப்புக்குள்ளாகி நலிந்துபோனது தமிழ்மொழி வரலாற்றில் நிகழ்ந்த ஒரு யுகப் புரட்சி. அதேநேரத்தில் இவ்வெல்லா அரசியல், சமூகக் கூறுகளுடன் எவ்விதச் சமயச் சார்புமின்றித் தமிழ்ப் பாதுகாப்பை அச்சுறுத்தும் மொழியாக, குறிப்பாக, கடந்த இரு நூற்றாண்டுகளில் ஆங்கில மொழியின் ஆதிக்கம் தமிழ் இலக்கண மரபின் அக வளர்ச்சியிலும் இலக்கிய மரபு, வழக்கியல் மரபு, வாழ்வியல் மரபு, பண்பாட்டியல் மரபு ஆகியவற்றின் புற வளர்ச்சியிலும் நிகழ்த்தும் ஆதிக்க அச்சுறுத்தலைப் புரிந்துகொண்டுள்ளோமா? இந்நிலையிலும் மொழிக்கடனாட்சி தவிர்க்க முடியாத மொழிச்சூழல்களில் தேவைக்கேற்பத் தற்பவமாகவும் தற்சமமாகவும் அமைவது தமிழுக்கு அழகு, அதன் சொல் மரபையும் இலக்கண மரபையும் பாதிக்காதவரை.

இன்று மறைமுகமாகத் தேசிய, மாநில மொழிக் கொள்கைகளிலும் மொழிக்கல்வித் திட்டங்களிலும் கோலோச்சும் மொழி அதிகாரம் மாநில மொழிகளுக்குத் தேசிய அளவிலும், சமஸ்கிருதத்திற்கு மாநில அளவிலும் அச்சுறுத்தலை ஏற்படுத்திவருகிறது. இவ்வச்சுறுத்தலில் முன்னெடுக்கும் நடவடிக்கைகள் இருமொழிகளின் வாழ்வுக்கும் வளர்ச்சிக்கும் பொறுப்புறுதி தராது என்பதை இருதரப்பினருமே உணர வேண்டும். எனவே, தமிழகத்தைப் பொறுத்தவரையில் தமிழ் சமஸ்கிருத உறவு பற்றிய தெளிவான நிலைப்பாடு இன்றைய சமூக, அரசியல் வற்புறுத்தும் கட்டாயம்.

வழக்கிழந்துபோனதாகக் கருதப்படும் சமஸ்கிருதம் மறுவாழ்வுக்கு மீண்டெழும் இக்காலக்கட்டத்தில் இந்திய

மாநில மொழிகளோடுள்ள உறவை வலுப்படுத்துவதில் திணிப்பிற்கு இடமின்றி இணக்கமான செயல்பாட்டிற்கு நடுவணரசு உறுதியளிக்க வேண்டும். மன்னராட்சிக் காலத்தில் பல்வேறு காலகட்டங்களில் அதிகார மொழியாக சமஸ்கிருதம் அங்கீகாரம் பெற்றிருந்ததும், இக்காலகட்டங்களில் தமிழ் ஆட்சி அதிகாரத்தில் இரண்டாம் இடம் பெற்றிருந்ததும் வரலாற்று உண்மைகள். காலப்போக்கில் தமிழ் தனித்தன்மையையும் இருப்பையும் உறுதிப்படுத்தியதற்குப் பின்னர் சமஸ்கிருதம் வீழ்ச்சியடைந்தது. தற்போது சமஸ்கிருத மொழி மீட்டெழுச்சி நடுவணரசின் முதன்மை நோக்கமாக இருக்கும் நிலையில் சமகாலச் சமூக அரசியல் சூழமைவுக்கு மாறாக முந்திய மொழி அதிகாரத்தைக் கையிலெடுப்பதும், பழைமை நாட்டத்தில் பெருமை பேசுவதும் முறையான மீட்டெழுச்சி முயற்சிகளுக்கு உகந்ததல்ல. இதனை சமஸ்கிருத உணர்வாளர்கள் உணர்ந்து கொள்ள வேண்டிய தருணம் நெருங்கியுள்ளது.

இப்பின்னணியில் தமிழ் சமஸ்கிருத இலக்கணங்கள், இலக்கியங்கள், புராணங்கள், காவியங்கள், இலக்கிய இலக்கண உரைகள், மணிப்பிரவாளம், எழுத்துமுறை, கிரந்த எழுத்துமுறை, நிகண்டுகள், கல்வெட்டுகள், செப்பேடுகள், மொழிபெயர்ப்புகள், பண்பாட்டுக் கூறுகள் முதலானவற்றில் செவ்வியல் இருமொழிய உறவாடலின் அழுத்தமும் ஆதிக்கமும் ஆக்கபூர்வமான சிந்தனைக்கும் ஆய்வுக்கும் உட்படுத்தப்பட வேண்டும். காலச்சுவடு இம்முதற்கட்டப் பணியை இவ்வறிவுப் புலம் சார்ந்த அறிஞர்களோடு இணைந்து மேற்கொண்டுள்ளது. இம்முயற்சி ஓர் அறிவார்ந்த உரையாடலின் துவக்கமே. மொழிக்காழ்ப்பின்றிப் பொதுத்தளத்தில் இக்கட்டுரைகள் விரிவாக விவாதிக்கப்படுமானால் அதுவே இத்தொகுப்பின் வெற்றி என்பதோடு நோக்கமும் நிறைவேறியதாக எண்ணப்படும்.

இவ்வரிய முயற்சியை மேற்கொள்ள ஊக்குவித்தவர் காலச்சுவடு ஆசிரியர் 'செவாலியே' கண்ணன் அவர்கள். தமிழ், சமஸ்கிருதத் துறை சார்ந்த அறிஞர்கள் சிலரின் கருத்துகள் இந்நூலாக்கத்திற்குத் தகுந்த கட்டுரையாளர்களைத் தெரிவு செய்ய உதவின. கண்ணன் அவர்களுக்கும் கட்டுரையாளர்களுக்கும் முதல் நன்றி உரியது. பதிப்பாசிரியர்களின் ஆர்வத்திற்கிணங்க ஆங்கிலத்தில் வெளியான கட்டுரைகளைத் தமிழில் செம்மையாக மொழிபெயர்த்து உதவிய மொழிபெயர்ப்பாளர்களுக்கும் நன்றி. இந்நூலின் கட்டுரைத் தேர்விலும் வடிவமைப்பிலும் தம்

அனுபவங்களைப் பகிர்ந்துகொண்ட நண்பர்கள் சுகுமாரன், களந்தை பீர்முகம்மது ஆகியோருக்கும் எங்கள் நன்றி உரியது.

இந்நூலுக்கு அட்டைப்படம் தந்து உதவிய தொல்லியியல் ஆய்வாளர் வேதாச்சலம் அவர்களுக்கும் அட்டைப்படம் வடிவமைத்த மணிவண்ணன் அவர்களுக்கும் செம்மையான அச்சு வடிவம் தந்த வள்ளியூர் வி. பெருமாளுக்கும் காலச்சுவடு பதிப்பக நண்பர்கள் பா. கலாமுருகன், எஸ்.இ. ஜெபா ஆகியோருக்கும் நன்றி.

சு. இராசாராம்
அ.கா. பெருமாள்
(பதிப்பாசிரியர்கள்)

1

தமிழின் மொழி உறவுகள்

இ. அண்ணாமலை

தன் வரலாற்றுக் காலத்தில் தமிழ் எப்போதும் தனித்து நின்றதில்லை. ஒன்றோ பலவோ மொழிகள் காலந்தோறும் தமிழுடன் உறவாடி வந்திருக்கின்றன. இதையே தமிழ் பிற மொழிகளுடன் உறவாடி வந்திருக்கிறது என்றும் சொல்லலாம். தமிழை – தமிழ்ச் சமூகத்தை – பிற மொழிகள் – பிற மொழிச் சமூகங்கள் – நாடி வந்திருக்கலாம்; பிற மொழிகளைத் தமிழ் நாடி அணைத்திருக்கலாம். துவக்கத்தில் உறவாடிய மொழி பிராகிருதம் என்றால் நம் காலத்தில் அது ஆங்கிலம்.

மொழிகள் ஒன்றோடொன்று உறவாடுவது உலக நடைமுறை, தெருவில் குடும்பங்கள் ஒன்றோடொன்று உறவாடுவதைப்போல. வீட்டுக் கதவை அடைத்துக்கொண்டு தெருவில் மற்றவர்களுடன் ஒண்டாமல், அதனால் வரும் எந்த இழப்பையும் ஏற்றுக்கொண்டு, தன் வாழ்க்கையை ஒருவர் அமைத்துக்கொள்ளலாம். ஒரு மொழிச் சமூகமும் அப்படியே. தமிழ் தன் வாழ்க்கையை அப்படி அமைத்துக்கொள்ளவில்லை என்பதுதான் தமிழ் வரலாறு தரும் பாடம்.

இரண்டு மனிதர்கள் ஒருவரோடு ஒருவர் உறவாடும்போது ஒருவருடைய நடை, உடை, பாவனை, சிந்தனை இவற்றின் செல்வாக்கை மற்றவரிடமும் காண்பது இயல்பானது. மொழிகள் ஒன்றோடொன்று உறவாடும்போதும் இதுவே இயற்கை. செல்வாக்கு எல்லாச் சூழ்நிலைகளிலும் சமமாக இருக்கும் என்று சொல்ல முடியாது. ஒரு

மொழி பேசுபவர்களின் கலாச்சார, சமூக, அரசியல், பொருளாதார அந்தஸ்தையும் அவர்களுடைய கலாச்சார, சமூக, அரசியல், பொருளாதாரத் தேவைகளையும் பொறுத்துச் செல்வாக்கின் தன்மையும் அளவும் மாறும். அந்தஸ்திலும் தேவையிலும் பெரிய தராதர வேறுபாடு இருந்தால் செல்வாக்கு ஒருவழிப்பாதையில் இருக்கலாம்; அல்லது அது இருவழிப்பாதையாகவே இருக்கும். இரண்டு மொழிச் சமூகங்கள் தராதரம் இல்லாமல் இருப்பது அபூர்வம்; இரண்டும் ஒரே தரத்தில் இருப்பதும் அபூர்வம். சில விஷயங்களில் வேற்றுநிலையும், சில விஷயங்களில் சமநிலையும் இருப்பதே உண்மை நிலை. அதனால் மொழி உறவாடலில் செல்வாக்கு இருவழிப்பாதையாக இருப்பதே பெரும்பான்மை.

பல நூற்றாண்டுகளுக்கு முந்திய தமிழின் பிறமொழி உறவுகளைப் பற்றிப் பேசும்போது அந்தப் பிறமொழிச் சமூகங்களின் அந்தஸ்து, தேவை பற்றி நமக்கு முழுச் சான்றுகள் இல்லை. இதற்குத் தனி ஆராய்ச்சி தேவை. பெரும்பாலும் மொழியில் ஏற்பட்ட விளைவுகளை வைத்தே அப்போதைய அந்தஸ்து, தேவை இப்படி இருந்திருக்கலாம் என்று அனுமானிக்கிறோம்.

உறவாடலால் மொழியில் ஏற்படும் விளைவுகளைப் பல மாதிரியாக வகைப்படுத்தலாம். செல்வாக்கு என்பது பொத்தம் பொதுவாகச் சொல்லும் ஒன்று. இதை இன்னும் நுணுக்கமாகப் பார்க்கலாம். சொல்லை, பொருளை, கருத்தைக் கடன்வாங்குவது ஒரு வகை. கடன்வாங்குவது என்றால் திருப்பிக்கொடுக்க வேண்டியது என்று அர்த்தமில்லை. அடையாளம் தெரிவது, அதனால் பின்னொரு காலத்தில் கலாச்சார அரசியல் காரணங்களுக்காகத் தூக்கி எறியக்கூடியது என்றே அர்த்தம். இப்படித் தூக்கி எறியும் முயற்சிக்குத் தமிழ்மொழி வரலாற்றில் இருபதாம் நூற்றாண்டின் தனித்தமிழ் இயக்கம் ஒரு உதாரணம். அடையாளம் காண்பதற்குக் கடினமான விளைவுகளும் மொழி உறவாடலினால் வருவதும் உண்டு.

கடன்வாங்கலில் ஒருவகை சொல்லின் பொருளை மொழிபெயர்ப்பது. அதாவது, சொல்லைவிட்டு அதன் கருத்தமைவை ஏற்றுத் தமிழில் ஒரு சொல்லை உருவாக்குவது. இதை அன்று தமிழ் வழங்கும் சமஸ்கிருதச் சொற்களிலும் இன்று தமிழ் வழங்கும் ஆங்கிலச் சொற்களிலும் (முக்கியமாகக் கலைச்சொற்களில்) பரவலாகக் காணலாம். இதை அடையாளம் காண, பல கடன் சொற்களில் போல, ஒலிக்குறிப்பு பயன்படாது; இருமொழி அறிவு வேண்டும். மொழியைத் தூய்மைப்படுத்தும் முயற்சிகள் அடையாளம் காணமுடியாத இப்படிப்பட்ட மொழிபெயர்ப்பு விளைவுகளைக் கண்டுகொள்ளாது.

இரண்டு மொழிகளின் கூறுகளும் ஒன்றோடொன்று பிணைந்து வேறொரு கூறாக வெளிவருவது மொழி உறவாடலின் மற்றொரு விளைவு. இதற்கு இணைவு (*convergence*) என்று பெயர். தமிழ் – சமஸ்கிருத /ஆங்கில இணைவுக்கு எடுத்துக்காட்டுகள் உண்டு. இவை தமிழிலும் உண்டு; சமஸ்கிருதத்திலும் ஆங்கிலத்திலும் உண்டு. ஆங்கிலம் என்றால் இந்திய ஆங்கிலம்; சமஸ்கிருத்திலுள்ள இணைவு தமிழிலிருந்து நேரடியாக ஏற்பட்டதல்ல; வடக்கில் பேசப்பட்ட ஒரு பழந்திராவிட மொழியால் ஏற்பட்டவை. இரண்டிலும் தமிழோ திராவிடமோ பேசியவர்கள் முறையே ஆங்கிலமும் சமஸ்கிருதமும் பேசியிருக்க வேண்டும். இரு மொழி பேசுபவர்கள் இல்லாமல் மொழி இணைவு ஏற்படாது. மொழிக்குச் சொல்வது இலக்கியத்துக்கும் பொருந்தும். ஆனால் இலக்கியத்தில் இணைவு தமிழிலேயே பெரும்பான்மையும் ஏற்பட்டிருக்கிறது; இலக்கியத்தில் சமஸ்கிருதமும் தமிழும் இணைந்து புதிதாகத் தோன்றிய இலக்கிய உத்திகள், வடிவங்கள், கற்பனைகள் ஆகியவை சமஸ்கிருதத்தைவிடத் தமிழிலேயே அதிகம் உள்ளன. இந்த உண்மையை விளக்கத் தமிழுக்கும் சமஸ்கிருதத்துக்கும் இடையே இருந்த அந்தஸ்து, தேவை நிலையைப் பார்க்க வேண்டும்.

மொழிகளின் உறவாடலில் மூன்றாவது வகை இரண்டு மொழிகளும் ஒரே நீரோட்டத்தில் நீர் முகரும்போது இரண்டிலும் பொதுவான கூறுகள் இருப்பது. இந்தக் கூறுகள் ஒரு மொழியிலிருந்து இன்னொரு மொழிக்குப் போனவை அல்ல; அவை பொது நீரோட்டத்திலிருந்து அள்ளிக்கொண்டவை. ஒரு மொழி மட்டும் சொந்தம் கொண்டாட முடியாத, இந்தியா முழுவதற்கும் பொதுவான ஒரு அறிவுக் கருத்தோட்டத்திலிருந்து பல மொழிகளும் தங்களுக்குப் பயன்படுவதை எடுத்துச் சொந்தமாக்கிக்கொள்ளும் முறை இது. தமிழுக்கும் சமஸ்கிருதத்துக்குமுள்ள உறவை இந்தச் சட்டகத்தின் வழியே பார்ப்பதும் பயனுள்ளதாக இருக்கும். குறிப்பாக, இலக்கணத்திலும் இலக்கியத்திலும் சமஸ்கிருத – தமிழ் உறவாடல் பற்றி அறிய இந்தப் பார்வை பயன் தருவதாக இருக்கும்.

முதலில் இலக்கணத்தில் ஒரு உதாரணம். இந்திய மொழிகளில் அறிவுத் துறைகளில் இலக்கண ஆராய்ச்சிக்கு முதலிடம் உண்டு. இந்த ஆராய்ச்சிக்கு ஒன்றுக்கு மேற்பட்ட மரபுகளும் உண்டு. இலக்கண ஆராய்ச்சிக்குத் தமிழில் முதல் பிரதியாகக் கிடைத்துள்ளது 'தொல்காப்பியம்'. அதனுடைய காலத்துக்கு முன்பிருந்தே சமணர்கள் வழியே தமிழுக்குப் பிராகிருதத்தோடு தொடர்பிருந்த செய்தி தமிழ் பிராமிக் கல்வெட்டுகளிலிருந்து தெரிகிறது. இந்தத் தொடர்பு தமிழும் பிராகிருதமும் கலந்த ஒரு மொழியைக் கொடைபற்றிச் சொல்லக் குகைக் கல்வெட்டுகளில்

உருவாக்கியது. சமகாலச் சங்க இலக்கியம் – வாய்மொழியாகவோ எழுத்துமொழியாகவோ – இலக்கியத்துக்குப் படைத்த மொழி முற்றிலும் வேறானது. இந்த இலக்கியத்தில் சமஸ்கிருதத்தைப் பற்றிக் குறிப்பு இருக்கிறது. இதில் வடமொழி என்று குறிப்பிடப்படும் மொழி பிராகிருதத்தையும் உள்ளடக்கியதாக இருக்கலாம்.

தமிழின் வரலாற்றுத் தொடக்க காலத்தில் சமண முனிவர்களும் வணிகர்களும் தமிழும் பிராகிருதமும் அறிந்தவர்கள். சமண சமயத்தைச் சேர்ந்தவராகச் சொல்லப்படும் தொல்காப்பியர் பிராகிருதத்தைச் சமய மொழியாகப் பேசியிருக்கலாம். அவருடைய காலத்தில் சமஸ்கிருதம் பேசியவர்கள் யார் என்று சொல்ல, பிராகிருதத்திற்குக் கல்வெட்டு இருப்பதுபோல் நேரடிச் சான்று இல்லை. சங்க இலக்கியத்தில் சுட்டப்படும் பார்ப்பார், அந்தணர், மறையோர் ஆகியோர் சமஸ்கிருதம் பேசியிருக்கலாம். இது ஊகமே. பிற்காலத்தில் பிராமணர்கள் என்று சுட்டப்பட்டவர்களில் பலவகையினர் பழந்தமிழகத்தில் இருந்தனர்; அனைவரும் சமஸ்கிருதம் பேசியவர்கள் அல்லர் என்ற கருத்தும் உண்டு. வேதம் தெரிந்தவர்கள் சமஸ்கிருதம் பேசியவர்களாக இருந்தார்கள் என்று வேண்டுமானால் சொல்லலாம். இவர்கள் சமஸ்கிருதத்தை வேதக் கல்வி மொழியாகவும் தங்களுக்குள் பேசும் மொழியாகவும் (இரண்டாவது பிராகிருதமாகவும் இருக்கலாம்) கொண்டிருக்கலாம். சமஸ்கிருதம் வேள்வியில் மந்திரம் சொல்லும் மொழியாக மட்டும் (இன்றைய தமிழகத்தில்போல) இருந்திருக்கலாம். தமிழ் பேசும் (யானைப் பாகர்களைத் தவிர்த்து) சாதாரண மக்களோடு பேசிய, மக்களால் பேசப்பட்ட மொழியாக இருந்ததாகத் தெரியவில்லை. சமஸ்கிருதம் சமயச் சடங்குகள் சார்ந்த மொழியாக, அந்தச் சடங்குகளை நடத்துபவர்கள் பேசிய மொழியாக இருந்தது என்று வேண்டுமானால் சொல்லலாம். சமயச் சடங்குகளில் சமஸ்கிருதத்திற்கு இருந்த இடத்தால், அரசவையைச் சார்ந்தவர்களிடம் மதிப்புப் பெற்ற மொழியாகவும் அது இருந்தது.

வேத பாராயணம் செய்வதைப் பிறழாமல் ஒழுங்குபடுத்தும் எண்ணத்தில் இலக்கணத்தில் ஆர்வம் வடக்கே சமஸ்கிருதம் பேசிய அறிவுஜீவிகளிடம் எழுந்தது. இது வளர்ந்து இலக்கண ஆய்வில் பயன்படுத்தும் மொழியாகச் சமஸ்கிருதம் இடம்பெற்றது. இது இக்காலத்தில் அறிவியல் ஆய்வில் ஆங்கிலம் பெற்றிருக்கும் இடத்தை ஓரளவுக்கு ஒத்தது. இது பழந்தமிழகத்தில் அறிவாராய்ச்சி செய்தவர்களிடம் சமஸ்கிருதத்துக்கு இருந்த நிலை என்று சொல்லலாம். இந்த நிலை நெடுங்காலம் தொடர்ந்தது. எடுத்துக்காட்டாக, பாணினியின் ‘அஷ்டாத்யாயீ’ (கி.மு நான்கு அல்லது ஐந்தாம் நூற்றாண்டு), அமரசிம்மனின் ‘அமரகோசம்’ (கி.பி. நான்காம் நூற்றாண்டு), தண்டியின் ‘காவ்யாதர்சம்’ (கி.பி.

எட்டாம் நூற்றாண்டு; காஞ்சிபுரத்தில் எழுதப்பட்டது) ஆகிய நூல்கள் இந்தியாவிலும் அண்டை நாடுகளிலும் அறிவுலகில் செலுத்திய ஆதிக்கத்தைச் சொல்லலாம்.

இதனால் தமிழின் அறிவாராய்ச்சி தனித்து இயங்கவில்லை என்று அர்த்தமில்லை. தமிழ் அறிவுலகம் சமஸ்கிருத அறிவாராய்ச்சியோடு தொடர்புகொண்டிருந்தது; அதிலிருந்து கருத்துகளை எடுத்துக்கொண்டது; அவற்றை மேலெடுத்துச் சென்றது; மாற்றியது. தொல்காப்பியர் சமஸ்கிருத இலக்கண ஆய்வுகளிலிருந்து தமிழுக்குப் பொருந்தும் சில கருத்துகளை எடுத்துக்கொண்டார்; சிலவற்றைத் தமிழின் இயல்புக்குத் தகுந்தபடி மாற்றியிருக்கிறார். அடிப்படையான மாற்றம் இலக்கண ஆராய்ச்சியின் நோக்கத்தைச் சமயப் பிரதிகளிலிருந்து பிரித்து, அது இலக்கியப் பிரதிகளின் புரிதலுக்காக என்ற கொள்கையை உருவாக்கியது.

'தொல்காப்பியம்' இலக்கண ஆராய்ச்சியில் தமிழுக்குப் பொருத்தமான ஒரு பாதையை வகுத்துக்கொண்டதை ஒரு உதாரணத்தின் மூலம் விளக்கலாம். இது மற்றவர்களிடமிருந்து விலகிப்போகும் தனித்தடம் அல்ல. மற்றவர்களிடமிருந்து தமிழுக்கு வேண்டியதை, பொருந்துவதை எடுத்து, மாற்றியும் மாற்றாமலும் அமைத்துக்கொண்ட பாதை. தமிழின் எல்லா இலக்கண ஆசிரியர்களும் இப்படி ஒரு நிலைப்பாட்டை எடுக்கவில்லை. இது அவர்களின் தமிழ்ப் பற்றைக் காட்டுவதோ காட்டாததோ இல்லை. இது அவர்கள் காலத்திலிருந்த சமஸ்கிருத – தமிழ் உறவாடலின் தன்மையைப் பொறுத்து அமைந்தது. இன்று நாம் நம் சிந்தனையில் ஆங்கிலத்தில் வெளிப்படும் சிந்தனைகளின் தாக்கத்தை நல்லதென்று ஏற்றுக்கொள்கிறோம். மொழியியலில் சாம்ஸ்கியின் தாக்கத்தை இன்றைய தமிழ் மொழியிலாளர்கள் பலர் புதிய வரவாக ஏற்றுக்கொள்கிறார்கள். புதிய வரவு என்றுமே புதியதாக இருக்காது. ஆங்கிலத்தோடு தமிழின் அறிவாராய்ச்சி உறவு எப்போதாவது மாறலாம். அப்போது மொழியியல் அடிப்படையில் எழுதும் தமிழ் இலக்கணம் மாறும். தமிழ் மரபிலக்கணத்தின் மாற்றங்களையும் இப்படி சமஸ்கிருதத்தோடு இருந்த உறவின் அடிப்படையில் பார்க்கலாம்.

தொகைச் சொற்களின் இலக்கணம் எல்லா இந்திய மொழி இலக்கண ஆசிரியர்களும் ஆராய்ச்சிக்கு எடுத்துக்கொண்ட ஒன்று. 'தொல்காப்பிய'மும் 'அஷ்டாத்யாயீ'யும் விரிவாக அலசிய ஒன்று. தொகைச் சொற்களை வரையறுப்பதிலும் விவரிப்பதிலும் எண்ணுவதிலும் தொல்காப்பியருக்கும் பாணினிக்கும் ஒற்றுமை உண்டு; வேற்றுமையும் உண்டு. இருவரும் ஆறு தொகைச் சொற்கள்

ஆறு வகை என்று கொள்கிறார்கள்; ஆனால், ஆறைப் பிரிக்கும் வகையிலும், அவற்றின் உள்வகைகளை உறவுபடுத்துவதிலும் வேறுபடுகிறார்கள். தொல்காப்பியர், பாணினி சொல்லாத – சமஸ்கிருதத்தில் இல்லாத – வினைத்தொகையை ஒரு தொகைச்சொல் வகையாக நிறுவுகிறார். எல்லா வினைத் தொகைகளிலும் பொருள் தர ஏதாவது ஒன்று தொக்கி – மறைந்து – நிற்கும் என்பதை இருவரும் தொகைச் சொல்லின் ஒரு வரையறையாக எடுத்துக்கொள்கிறார்கள். இதன்படி 'தொல்காப்பிய'த்தின் உரையாசிரியர்கள் வினைத்தொகையில் இல்லாத கால உருபு மறைந்து நிற்கிறது என்று கொள்கிறார்கள். தொகைச் சொல்லுக்கு இன்னொரு வகையும் உண்டு. இதையும் இருவரும் ஏற்றுக்கொள்கிறார்கள். தொல்காப்பியர் எல்லாத் தொகைச் சொற்களுக்கும் இந்த வரையறையைப் பயன்படுத்திப் பெயர் தருகிறார். பாணினி சில சமஸ்கிருதத் தொகைச் சொற்களுக்கு இந்த வரையறையையும் சில சமஸ்கிருதத் தொகைச் சொற்களுக்கு முதல் வரையறையையும் பயன்படுத்துகிறார். தொல்காப்பியர் வகுக்கும் முறையில் ஒருமைப்படுத்தப்பட்ட கொள்கையைத் தருகிறார். இது அறிவாராய்ச்சி மரபில் ஒரு முன்னேற்றம். இந்தக் கருத்தை விக்டர் டெவில்லா என்னும் சமஸ்கிருத இலக்கண ஆராய்ச்சியாளர் சொல்கிறார்.

தொகைச் சொல் ஆராய்ச்சியிலுள்ள ஒற்றுமையும் வேற்றுமையும் தமிழ்ப் பற்றாலோ சமஸ்கிருத வெறுப்பாலோ தோன்றியவை அல்ல. இலக்கண ஆசிரியர் வகுத்துக்கொண்ட இலக்கணக் கொள்கையின் அடிப்படையில் வருபவை. இலக்கண விதிகள் ஒரு மொழியின் எல்லா வடிவங்களையும் உருவாக்கும் (generate) என்பது பாணினியின் இலக்கணக் கொள்கை. இலக்கண விதிகள் இலக்கியத்தில் வரும் எல்லா வடிவங்களையும் புரிந்துகொள்ள வைக்கும் (interpret) என்பது தொல்காப்பியரின் இலக்கணக் கொள்கை.

இந்திய அறிவாராய்ச்சி மரபைக் கொங்குதேர் வாழ்க்கை வழி என்று சொல்லலாம். எங்கு புதிய மணமுள்ள தேன் கிடைத்தாலும் அதைத் தேடி எடுத்துப் பயன்படுத்தும் வாழ்க்கை அது. ஒரு வீட்டுத் தோட்டத்தின் மலர்களின் தேனே போதும் என்று வேலிக்குள்ளேயே இயங்கும் தேனீயின் மனப்பாங்கு தொல்காப்பியரிடம் இல்லை. அவருடைய காலத்தில் மலர்கள் நிறைந்த இன்னொரு தோட்டம் சமஸ்கிருதம், இன்று ஆங்கிலத் தோட்டம் இருப்பதுபோல.

சமஸ்கிருத இலக்கண நூல்களின் தாக்கத்துக்கு ஆட்பட்ட பிற மொழி இலக்கண ஆசிரியர்கள் – தெலுங்கு, கன்னடம்,

மலையாள இலக்கண ஆசிரியர்கள் உட்பட – தங்கள் மொழிகள் சமஸ்கிருதத்திலிருந்து திரிந்த பிராகிருத மொழிகள் என்று கொண்டு, சமஸ்கிருத இலக்கணம் தங்கள் மொழிகளுக்கும் பொருந்தும் என்னும் நிலைப்பாட்டை எடுத்து, சமஸ்கிருத இலக்கணத்தை அடியொற்றி இலக்கணம் எழுதினார்கள். தொல்காப்பியர் தமிழ்மொழி தனிமொழி (தனித்து நிற்கும் மொழி அல்ல) என்ற நிலைப்பாட்டில் தமிழுக்கு இலக்கணம் எழுதினார். சமஸ்கிருத இலக்கண ஆராய்ச்சியிலிருந்து வேற்றுமை போன்ற கருத்துகளை – ஒரு வாக்கியத்தில் பெயர் சொற்கள் வடிவத்திலும் வினையோடு உறவிலும் (grammatical roles) வேறுபடுபவை என்பது ஒரு கருத்து – எடுத்துக்கொண்டார். காரகம் என்ற கருத்தை – பெயர்ச்சொற்கள் வினையின் செயல்பாட்டோடு உறவுடையவை (semantic roles) என்ற கருத்தை விட்டுவிட்டார். காலம் காட்டாத குறிப்பு வினை என்னும் கருத்தமைவு தொல்காப்பியரின் வினைபற்றிய காலம் காட்டும் என்னும் வரையறையால் தேவைப்படும் ஒன்று. சமஸ்கிருதத்தில் இல்லாத ஒன்று. 'தொல்காப்பிய'த்தின் தனிப்பாதைக்கு, தமிழைத் தனிமொழியாகக் கொள்ளும் நிலைப்பாட்டுக்கு இரண்டு எடுத்துக்காட்டுகள்.

இந்த நிலைப்பாடு தமிழ் இலக்கண வரலாற்றில் எல்லா இலக்கண ஆசிரியர்களும் பின்பற்றிய நிலைப்பாடு என்று சொல்ல முடியாது. பலப்பல நிலைப்பாடுகள் இருந்தன. அறிவுலகிலும் அரசியல் உலகிலும் சமஸ்கிருதத்துக்கு மாறியதைப் பொறுத்து நிலைப்பாடுகள் மாறின. இதை நிலைநாட்ட ஆராய்ச்சி தேவை. இதற்குக் காரணம் ஆரியர்களின் சூழ்ச்சி என்று ஒரேயடியாக ஒதுக்கிவிடுவது ஆராய்ச்சி ஆகாது. இந்தக் காரணம் தமிழ் அறிவாளர்கள் சூழ்ச்சிக்கு ஏமாறும் அப்பாவிகள் என்று சொல்வதற்கு ஒப்பாகும். வழிவழியாகத் தமிழ் அறிவுலக ஆராய்ச்சியாளர்களுக்குச் சுய இயக்கம் (agency) உண்டு; தன் முனைப்பு உண்டு.

இந்த எண்ணம் இருப்பதால் சமஸ்கிருதத்துடன் உறவாடலில் தமிழுக்கு நேர்ந்தது கேடே என்ற பார்வையும் இருக்கிறது. இது மொழி உறவாடல் எதிர்மறையான விளைவையே தரும் என்னும் நம்பிக்கையின் விளைவு; மற்ற மொழி சமஸ்கிருதம் என்றால் எதிர்மறையின் தீவிரமும் அது சதித்திட்டம் என்னும் எண்ணத்தின் தோற்றமும் அரசியல் பார்வையின் பிரதிபலிப்பு. இல்லையென்றால் ஆங்கில இலக்கிய ஆசிரியர்களின் தாக்கம் பாரதி, புதுமைப்பித்தன் முதல் தமிழ் இலக்கிய ஆசிரியர்களிடம் உண்டு என்று பெருமையாகக் கொள்வதிலுள்ள முரணை விளங்கிக்கொள்ள முடியாது. எதிர்மறை நம்பிக்கை தமிழ் தனித்து இயங்கும் மொழி என்னும் கருத்தியலின் வெளிப்பாடாகும்.

இலக்கியத்திலிருந்து ஒரு உதாரணம். தொல்காப்பியர் வகுத்த இலக்கியக் கொள்கையின்படி இலக்கியத்தின் பாடுபொருள் – அதாவது உரிப்பொருள் – அகம், புறம் என்னும் இரண்டில் அடங்கும். அவரே வேறொரு சூத்திரத்தில் (செய்யுளியல் 12) அறம், பொருள், இன்பம் என்னும் மூன்று பாடுபொருள் என்று சொல்கிறார். 'திருக்குற'ளின் முப்பால் இவையே. இது பின்னால் அறம்,பொருள்,இன்பம்,வீடு என்று விரிகிறது. 'தொல்காப்பிய'த்தின் உரையாசிரியர் இளம்பூரணர் இந்த நான்கையும் அகம், புறம் என்னும் இரண்டின் வளர்ச்சியாக, இரண்டினுள் அடக்கக் கூடியதாக அகத்திணையியலின் முதல் சூத்திரத்தில் விளக்குகிறார். இரண்டாவதாக வந்த நான்கு இலக்கியப் பொருள்களும் சமஸ்கிருத இலக்கியக் கொள்கை வழியாகத் தமிழ் இலக்கியக் கொள்கைக்கு வந்தவை. சங்க இலக்கியத்துக்குப் பின்வந்த தமிழ் இலக்கியத்தை விளக்கப் புதிய கொள்கை தேவைப்பட்டது. இதைப் பழைய தமிழ் இலக்கியக் கொள்கையில் அடக்கிக் காட்டுவது சமஸ்கிருத இலக்கியத்திலிருந்து தமிழ் இலக்கிய ஆசிரியர்கள் ஏற்றுக்கொண்டதைத் தமிழ் இலக்கியக் கொள்கையிலிருந்து விரிப்பதைக் காட்டுகிறது. மற்ற மொழி இலக்கியக் கொள்கைகளும் சமஸ்கிருத இலக்கியக் கொள்கையை ஏற்றுக்கொண்ட இந்தியச் சூழ்நிலையில் தமிழ் இலக்கியமும் இந்திய இலக்கிய நீரோடையில் கலக்கிறது.

'தொல்காப்பியம்' தமிழ் இலக்கியத்தின் தனித்தன்மை என்பவற்றுக்கு இலக்கியக் கொள்கையில் இடம் தருகிறது. உள்ளுறை அகப்பாட்டின் கருப்பொருளின் அடிப்படையில் அமைந்த உவமம். கருப்பொருள் தமிழின் அகப்பாட்டின் கொள்கையைச் சேர்ந்தது. இதன் கொள்கை விளக்கமாகத் தொல்காப்பியர் உவமையை உள்ளுறை உவமை, ஏனை உவமம் என்று பிரிக்கிறார். சமஸ்கிருத இலக்கியத்தில் இல்லாத உவமப் பகுப்பு இது. பிற்காலத் தமிழ் இலக்கியத்தில் உள்ளுறைக்கு இடம் இல்லாதபோது இந்தப் பகுப்பு உவமக் கொள்கையிலிருந்து போய்விடுகிறது. இது தமிழ் இலக்கியத்தில் ஏற்பட்ட மாற்றங்கள் தமிழ் இலக்கியக் கொள்கையில் செய்த மாற்றம். சமஸ்கிருத உவமக் கொள்கையோடு மாறுபடக்கூடாது என்னும் ஒரு கருத்தியலின் விளைவு அல்ல.

தமிழுக்கும் சமஸ்கிருதத்திற்கும் உள்ள உறவால் தமிழ் இலக்கண, இலக்கியக் கொள்கையில் மாற்றங்கள் ஏற்பட்டிருக்கின்றன; அதே நேரத்தில் தமிழுக்குரிய தனிக் கொள்கைகளை இலக்கண மரபு புறக்கணிக்கவில்லை; இரண்டு கொள்கைகளையும் ஒருமைப்படுத்தலும் *(synthesis)* நடந்திருக்கிறது.

தமிழ் பேசியவர்களும் சமஸ்கிருதத்தில் எழுதியிருக் கிறார்கள், இன்று தமிழ் பேசுகிறவர்கள் ஆங்கிலத்தில் ஆய்வு செய்வதுபோல. இந்தத் தமிழர்கள் இருமொழியாளர்கள். இவர்கள் எழுதிய சமஸ்கிருத இலக்கியத்தில் இவர்கள் உள்வாங்கிய தமிழ் இலக்கியத்தின் கூறுகள் இருக்கும். இவற்றைப் பற்றி சுல்மன் போன்ற ஆய்வாளர்கள் சுட்டிக்காட்டியிருக்கிறார்கள். இவர்களில் சிலர் அன்று, இன்றைய ஆங்கிலப் பேராசிரியர்களைப்போல, தமிழ் இலக்கியம் படிக்காமல் இருந்திருக்கலாம். பிராகிருத காலத்தில் பரவல் வழியில் *(diffusion)* தமிழ் இலக்கியக் கற்பனை முறை பிராகிருத, சமஸ்கிருத இலக்கியத்தில் இருப்பதை ஜார்ஜ் ஹார்ட் போன்ற ஆய்வாளர்கள் பல ஆண்டுகளுக்கு முன்னரே காட்டினார்கள். தமிழ் – சமஸ்கிருத உறவாடலில் இந்த விளைவைப் பற்றி விரிவாகத் தெரிந்துகொள்ள ஆய்வு தேவை. இதைச் செய்ய சமஸ்கிருத ஆய்வாளர்கள் தமிழ் இலக்கணத்தை, இலக்கியத்தைப் படிக்க வேண்டும் என்பது எவ்வளவு தேவையோ அதேபோல் தமிழ் ஆய்வாளர்கள் சமஸ்கிருதத்தைப் படிக்க வேண்டும் என்பதும் தேவை.

2

வடமொழியும் தமிழும்

எஸ். வையாபுரிப்பிள்ளை

(பாணினீய – லகுதீபிகை என்ற எனது கட்டுரை குறித்து, ஸ்ரீமாந் சு. இராஜையனாரவர்கள் செந்தமிழ்ப் பத்திரிகையில் எழுதியிருப்பனவற்றை நன்றாகக் கவனித்து வாசித்தேன். ஐயனாரவர்களது உரையினைமட்டும் நோக்கிய அளவில் செந்தமிழ் நேயர்கள் கட்டுரையின் கருத்தைப் பிழைபடவுணர்தல்கூடும் என்றெண்ணி எதிருரை யொன்று விரைந்து எழுதலாயினேன்.)

இருமொழிக்குமுரிய தொடர்பு

நமது தாய்மொழிக்கும் வடமொழிக்கும் ஏற்பட்டுள்ள அடிப்பாட்டுத் தொடர்பினைக் குறித்து இருவேறு கொள்கைகள் வெளியிடப்பட்டு வருகின்றன. சிலர் தமிழ் ஒரு தனிமொழியென்பர்; இக்கொள்கையுடையார் பிஷப் கால்டுவெல் (*Bishop Caldwell*) முதலிய பாஷா சாஸ்த்ர விற்பந்நர்கள். சிலர் வடமொழியினின்றும் பிறந்தவொரு மொழியே தமிழ் என்பர்; இக் கொள்கையுடையார் ஸ்ரீமாந் *R.* சுவாமிநாத ஐயரவர்கள் முதலிய அறிஞர்கள். 'நற்றாய்' என்று யான் முதற்கட்டுரையிற் சுட்டி யொழிந்தது இவ் இரண்டாவது வகைத் தொடர்பினையே. ஒன்றற்கொன்று முற்றும் மாறுபட்ட இக்கொள்கைகள் சிலகாலத்திற்கு முன் மிக்க வாதப் பிரதிவாதங்களுக்குக் காரணமா யிருந்தன எனப் பலரும் அறிவர். மேன்மேலும் வந்து பெருகிக் குவிந்து கொண்டிருக்கும் நூதன வியவகாரங்களினாலே முற்றும் புதையுண்டு

கிடக்கும் இவ்விவாத விஷயத்தை இப்போது கிண்டிக் கிளறி வெளிக்கொணர்ந்து சொற்போராடுவது எனது நோக்கமேயன்று. பாணினீயம் பற்றி யான் எழுதியவை அத்தகைய விவாதத்திற்கு இடங்கொடுப்பதுமன்று. வட மொழியால் நமது தமிழ்மொழி பண்டைக் காலந்தொட்டுப் பல பிரகாரத்தாலும் போஷிக்கப்பட்டு வளர்ந்து வந்ததிருக்கிறதென்ற ஒரு விஷயமே யான் கூற அமைந்தது. யான் கூறியுள்ளதும் இதுவே. ‘செவிலித்தாய்’ நிலையென்று எனது கட்டுரை குறிக்கின்றதும் இதனையே யாகும். வேறு யாதொரு தொடர்பினையும் உட்கொள்ளாது ‘போஷித்து வளர்த்தல்’ என்ற ஒரு கருத்தினை மாத்திரம் தந்துநிற்பது செவிலித்தாய் நிலை. ‘செவ்விதின் வளர்த்த தாதி செவிலி கோடாய் கைத்தாயாம்’ என்பது சூடாமணி நிகண்டு. இச் செவிலித்தாய் நிலைக்கும் நற்றாய் நிலைக்கும் பெரிதும் வேறுபாடு உண்டு. தமிழுக்கு ‘நற்றாய்’ என்று வியவகரிக்கும்பொழுது தமிழ் மொழியின் உற்பத்தியைப் பற்றிய ஆராய்ச்சியே பிரதானமாகும். இவ் ஆராய்ச்சிக்குத் தமிழ், தெலுங்கு, கன்னடம், ஸம்ஸ்கிருதம் முதலிய பல பாஷைகளையும் கற்றுணர்தல் அத்தியாவசியமாக வேண்டப்படுவது; பாஷாசாஸ்திர விசாரணா மார்க்கத்தில் தக்க பயிற்சியும் வேண்டும்; இத்தகுதியுடையாரே ‘நற்றாயோ ? அன்றோ ?’ என்னும் விசாரணையை மேற்கொள்ளுதற்குரியர். விசாரணையின் முடிபும் வெகுகாலம்வரை கேவலம் ‘கொள்கை’ மாத்திரமாகத்தான் இருத்தல் கூடும். தமிழுக்குச் செவிலித்தாய் என்று வியவகரிக்கும்பொழுது மேற்கூறியவற்றிற் பெரும்பாலன வேண்டப்படுவனவல்ல. இதற்கு உற்பத்தியைப் பற்றிய ஆராய்ச்சி அநாவசியகம்; தமிழ், வடமொழி யென்ற இரு பாஷைகளின் உணர்ச்சியே போதியதாகும்; பாஷா சாஸ்திரப் பயிற்சியும் அத்தியாவசியமாக வேண்டப்படுவதன்று. இதற்குரிய விசாரணையின் முடிபு கேவலம் கொள்கை மாத்திரம் ஆதலின்றிச் சுலபசாத்தியமாய் யாவரும் அங்கீகரிக்கத்தகுவதோர் உண்மையாயும் நிற்கக் கூடியது. தமிழ் மொழிக்கு வடமொழி செவிலித்தாய் நிலையிலுள்ளதென்று தெளிவித்தலே கட்டுரையின் முழு நோக்கமாகும்.

தமிழுக்கு வடமொழி செவிலித்தாய்

மேலேகாட்டிய வேறுபாட்டினை ஐயனாரவர்கள் நன்கு அறிந்தவர்களாகக் காணவில்லை. ‘தெய்வச் செந்தமிழ் மொழிக்குச் செவிலித்தாயென வடமொழியைக் கூறுதலே பொருந்துவதாகுமெனப் பிள்ளையவர்கள் கூறினும் அவர்கள் நுணுக்கவுரையின்கட் கருத்தொருப்படுகின்றிலேம்’ என்று ஐயனாரவர்கள் எழுதுதலால் ‘செவிலி’ என்றதன் கருத்து நிராக்ஷேபமாயுள்ளதென அவர்கள் ஒருவாறு உணர்ந்தமை

தோன்றும். இவ்வாறு ஊகித்தல் சரியாயின், 'தமிழ் மொழிக்கு வடமொழி செவிலித்தாயாகுமா?' என்று தமது மறுப்புரைக்கு மகுடஞ்சூட்டி அவ்வுரையினிறுதியில் 'இன்னிசை வாய்ந்து உலகெங்கணும் தன்னிசை பரப்பிய கரையிறந்த கடலன்ன நஞ்செந்தமிழ்க்கு மதிவளம் பெருக்குஞ் சிறப்பியல்பு ஒரு சிறிதுமில்லா வடமொழியைச் செவிலித்தாயெனல் பொருந்தாமையறிக' என்று அவர்கள் கூறி முடித்தலின் கருத்து அறிதற்கரிதாயிருக்கின்றது. உலகமெங்கணுந் தன்னிசை பரப்பிய செந்தமிழ்! கரையிறந்த கடலன்ன செந்தமிழ்! மதிவளம் பெருக்குஞ் சிறப்பியல்பு ஒரு சிறிதுமில்லா வடமொழி! இவை போன்றன உண்மையாமென நம்புவாரை இவ்விருபதாம் நூற்றாண்டிற் காணுதலரிது. எனது தாய்மொழியின் புகழ் உலகெங்கும் பரவவேண்டுமென்ற ஆசை மிகவுடையேன். எனது தாய்மொழியில் அளவற்ற நூல்கள் இயற்றப்பட்டு அவை கடல்போற் பெருக வேண்டுமென்ற விருப்பமும் மிகவுடையேன். ஆனால், ஏற்கெனவே இவ்வாசைகள் நிறைவேறிவிட்டன என்றெண்ணுதல் உருவெளித்தோற்றங் கண்டதனோடொக்கு மென்று ஐயனாரவர்களுக்கு அன்புடன் தெரிவித்துக் கொள்ளுகிறேன்.

தமிழின் பெருமை முழக்கம்

'செவிலித்தாய்' என்ற கருத்தினை ஐயனாரவர்கள் தெளிவாயுணர்ந்து கொள்ளவில்லை யென்றேன்; இதன் உண்மை வேறு வழியாலும் வெளியாகின்றது. மறுப்புரையின் தொடக்கத்தில் 'வடமொழியே தமிழுக்குத் தாய்மொழி' யென்பது எனக்கு உடம்பாடென்றும் அதனை வலியுறத்துதற்கே யான் ஏதுக்கள் காட்டியிருக்கிறேன் என்றும் கூறுகின்றார்கள். அன்றியும், 'தமிழ்மொழி மிகப் பழையதாதலும் அஃதொரு தனித்த முழுமுதற் சொல்லாதலுங் கருதாத'வனாவே னென்று என்னை அவர்கள் குறிப்பதோடு, அவர்களது மறுப்புரையில் 10–பக்கங்கள் வரை தமிழின் முழுமுதற்றன்மையினையும் அதன் பழமையினையும் பற்றி விரித்தெழுதுகின்றார்கள். ஈண்டெல்லாம் 'செவிலி'யென்பது பிழைபட உணரப்படுகின்றது. தமிழின் முழு முதற்றன்மையை யான் மறுத்ததுமில்லை; வடமொழி தமிழுக்குத் தாய்மொழி யென்பதில் யான் உடன்பட்டதுமில்லை. இக்கருத்துக்கள் என்னுடையனவே அல்ல. இங்ஙனமாக, யான் கருத்திற்கொள்ளாதன சிலவற்றை எனது கருத்துக்களெனத் தாமே நூதனமாகப் படைத்து ஏறட்டுக்கொண்டு அவற்றை மறுத்தல் ஐயனாரவர்கள் புதிதாய்க் கண்ட தருக்கநெறி போலும்! என்னைப் பிழைபட உணர்ந்து, எனது கட்டுரையிற் காரணங்களால் வலியுறுத்தி நிறுவிய பிரதான முடிவினை அறவே கைந்நெகிழவிட்டு, ஏதோ சிலசில எழுதுகின்றார்கள். மறுப்புரையின் முக்கிய கதி இதுவே.

செவிலித்தாய் என்றதன் காரணங்கள்

யான் தந்துள்ள ஏதுக்களையேனும் சரியாக உணர்ந்திருக்கிறார்களா என்பதை நோக்குவோம். தமிழ்மொழியை வடமொழி போஷித்து வந்திருக்கிறதென்பது மூன்று வாயில்களால் அறியலாகும். அவை: (i) தமிழிலுள்ள சொற்கள் *(Vocabulary)* (ii) தமிழ் நூல் விஷயங்கள் *(Subject- matter)* (iii) தமிழிலக்கியமரபு *(Literary tradition)* என்பனவாம். இவற்றிற்கு அடிப்படையாக வடமொழியோடு ஒத்து நிற்கக்கூடிய அளவிலே தமிழை வளம்படுத்த வேண்டுமென்ற பேரவா தமிழ்நாட்டில் வேரூன்றிக் கிடந்தது. தமிழ்மொழிக்கு இலக்கணம் வகுக்கப் புகுந்த நூல்கள் தாமும் வடமொழி வியாகரணங்களுக்குப் பெரிதும் கடப்பட்டிருக்கின்றன. இவ்வாறு வடமொழியோடு தமிழ் மிக நெருக்கிய தொடர்புடையதாயிருத்தல் பற்றித் தமிழில் பாண்டித்தியம் பெற விரும்புவோர்க்கு வடமொழி யுணர்ச்சி இன்றியமையாததாகும். எனது கட்டுரையின் ஸாராம்சம் இவ்வளவே.

வடமொழி உணர்ச்சியின் இன்றியமையாமை: மூவர் கருத்துக்கள்

சொற்கடனைப் பற்றிக் கூறுமிடத்துச் சுவாமிநாத தேசிகரது கருத்தும் எனது கருத்தோடொத்திருப்பதனை யெடுத்துக்காட்டினேன். இலக்கண விஷயத்தில் வடமொழி வியாகரணங்களுக்கு நாம் கடப்பட்டிருக்கிறோமென்பதை உணர்த்துமிடத்துச் சுப்பிரமணிய தீக்ஷிதர் அகத்தியத்திற்கும் தொல்காப்பியத்திற்கும் முறையே பாணினீயமும் ஐந்திரமும் முதனூல்களாமெனக் கொள்வரென்றும் பரஞ்சோதி முனிவர் முதலானோர் பிறவாறு கொள்வரென்றுங் கூறி, இஃது எவ்வாறாயினும் வடமொழியிலுள்ள புராதன வியாகரணங் களுக்குத் தொல்காப்பியம் முதலியன கடப்பட்டுள்ளன என்பது மேற்குறித்த அனைவர்க்கும் அங்கீகாரமாம் என்றேன். தமிழிற் பாண்டித்தியம் பெற விரும்புவோர்க்கு வடமொழி யுணர்ச்சி இன்றியமையாததாமென உரைக்குமிடத்து ஆசிரியர் சிவஞான சுவாமிகளும் இங்ஙனமே கருதினரெனச் சுட்டினேன். தேசிகர், தீக்ஷிதர், சுவாமிகள் ஆகிய மூவரும் கூறியுள்ளன எனது முடிபிற்கு ஏதுக்களாமென என்னால் தரப்படவேயில்லை. உண்மை இவ்விதமிருக்க, இப்பெரியோர் மூவரும் கூறியன என்னால் ஏதுக்களாகக் காட்டப்பட்டனவென்று ஐயனாரவர்கள் எழுதுதல் யாது காரணம் பற்றியென அறியக்கூடவில்லை. ஒருவரது கொள்கைக்கு அல்லது முடிவிற்குப் பிறரொருவரது கருத்து

ஒருபொழுதும் ஏதுவாதலில்லை. அவையிரண்டும் உண்மை யென்று தெளியப்பட்ட விஷயங்களை அடிப்படையாகக் கொண்டு பிறத்தல் வேண்டுமென்பது நியமம்.

சில போலி ஆராய்ச்சிகள்: சொற்கடன்

இனி, இம்மூவரும் தந்துள்ள கருத்துக்களை எவ்வாறு தருக்கித்துத் தங்கருத்தை நிலையிடுகின்றார்களென நோக்குதல் வேண்டும். 'ஒன்றே யாயினும் தனித்தமிழ் உண்டா?' என்று தேசிகர் வினவியதனை 8 பக்கங்களில் (401–408) ஆராய்கின்றார்கள். ஆனால் அஃது ஓரிடத்தும் மறுக்கப்படவேயில்லை. 'தமிழ் முதுமக்கள் வழங்கி வந்த தமிழில் பிறமொழிச் சொற்களும் வந்து கலத்தல் இயல்பே' என்பது தான் ஐயனாரவர்களது முடிபு. எனது கட்டுரையில் 'இதனைத் தமிழிற்கோர் குறைபாடாகக் கருதுதல் தவறு. தமிழ் மக்களது அறிவு – வளர்ச்சி காரணமாகவும் நாகரிக முதிர்ச்சி காரணமாகவும் சொற்கடன் ஏற்பட்டுளது' என்று எழுதியிருந்தேன். ஐயனாரவர்களும் யான் கூறியதனையே மேற்கொண்டு அதற்கு 'விருத்தியுரை' யொன்று பெருக்கி யெழுதியிருக்கின்றார்கள்.

ஐந்திரமும் பாணினீயமும் தமிழ் இலக்கணங்களுக்கு முதனூல்களா?

அகத்தியத்திற்கும் தொல்காப்பியத்திற்கும் முதனூல் முறையே பாணினீயமும் ஐந்திரமும் ஆமென்று சுப்பிரமணிய தீக்ஷிதர் கூறியதனை 5 பக்கங்களில் (411–415) விசாரணை செய்கின்றார்கள். இங்ஙனம் 'முதனூல்' எனக் கூறுதல் முற்றும் பிழையென்பது சிவஞான சுவாமிகளால் நன்கு எடுத்துக்காட்டப்பட்டுள்ளது. முதனூல் என்ற கருத்து வேறு: ஒன்றற்குப் பிறிதொருநூல் கடப்பட்டுள்ளது என்ற கருத்து வேறு. இதனை நாம் ஞாபகத்தில் வைத்தல் வேண்டும். ஐந்திரம் முதலியன நமது தமிழிலக்கணங்கட்கு முதனூல்களாமெனக் கூறுவார் இக்காலத்து யாரும் இரார் என்றெண்ணுகிறேன். ஆனால் இவை முதனூல்களல்ல வென்பதனோடு மட்டும் ஐயனாரவர்கள் திருப்தியடையவில்லை. 'பாணினீய முதலிய வடமொழி வியாகரணங்கட்குத் தொல்காப்பியம் முற்பட்டுள்ள தென்பதும், அதுவே சரித்திர நூல் வல்லாரெல்லார்க்கும் ஒப்ப முடிந்ததென்பதும்' காட்ட முயன்றார்கள். 'பாணினீய முதலிய வடமொழி வியாகரணங்கள்' என்றெழுதப்படுகின்றது. இங்கே வியவகரிக்கப்பட்டுள்ளன வெல்லாம் இரண்டேண்டே வியாகரணங்கள்: ஐந்திரமும் பாணினீயமும். ஐந்திரவியாகரணத்திற்கும் முற்பட்டது தொல்காப்பியமெனல் அவர்களது கருத்தாக வேண்டும்!

சிறிது முன்பு 'ஐந்திர நிறைந்த தொல்காப்பியன்' என அவர்கள் தாமே எடுத்துக்கூறிப் பின்னர் ஐந்திரத்திற்கும் முற்பட்டது தொல்காப்பியமெனக் கருதும்படி யெழுதுவது வியப்பாக இருக்கின்றது. சரித்திர நூல் வல்லார்க்கெல்லாம் ஒப்பமுடிந்ததென்றார்கள். இவ்வாறு கூறியவர்கள் சரித்திர நூல் வல்லாரில் ஒருவரையாவது எடுத்துக்காட்டினார்களில்லை.

தொல்காப்பியம் பாணினீயத்திற்கு முற்பட்டதா?

தொல்காப்பியம் பாணினீயத்திற்கு முற்பட்டதென ஐயனாரவர்கள் தெளிவிக்கும் முறையினைச் சிறிது நோக்குவோம். இக்கொள்கை தமிழபிமானிகள் சிலரால் இக்காலத்து வெளியிடப்பட்டு வருகிறதெனினும், கர்ணபரம்பரையிற் கேட்கப்படும் வரலாற்றிற்கு விருத்தமாயுள்ளது. சிவஞான சுவாமிகள் தமது பாயிரவிருத்தியில், 'பாணினீய முதலிய வியாகரணங்களுமுளவாக ஐந்திர நிறைந்த தொல்காப்பியனென்று' பனம்பாரனார் கூறினமைக்குக் காரணந்தருகின்றார்கள். இதனால் தொல்காப்பியனார் காலத்துப் பாணினீயம் உளதாதல் சுவாமிகளுக்கு உடன்பாடாம். வடமொழியிலக்கணத்தைப் பணினீயார்க்கு மேனாளுரைத்ததுபோலத் தமிழ்மொழி யிலக்கணத்தை அகஸ்தியருக்கு உணர்த்தி வடமொழியோடு தமிழைச் சமமாக்கியருளினார் சிவபெருமானென்பர் பரஞ்சோதி இதனால் அகத்தியத்திற்கு முற்பட்டே பாணினீயமுளதாதல் முனிவருக்குங் கருத்தாகும்.

கர்ண பரம்பரையாகவேனும் கொள்ளத்தக்க இவ்வரலாற்றையொழித்துத் தமது நூதன கொள்கையை அங்கீகாரஞ் செய்தற்கு இரண்டு காரணங்கள் தருகின்றார்கள். அவற்றுள் ஒன்று மிகவும் புதுமை வாய்ந்தது. 'இலக்கண ஆராய்ச்சிக்கு இனறியமையாப் பெருஞ் சிறப்பினதாய சொல்வரலாற்று முறையை'த் தொல்காப்பியர் கூறவில்லை; ஆகவே அம்முறையைக் கூறியுள்ள பாணினிக்கு 400 வருடங்கட்கு அவர் முற்பட்டவராதல் வேண்டும் என்பது தான் அக்காரணம். இதன் வன்மை மென்மைகளை யாராய்தல் அநாவசியகம்; இது போன்ற காரணங் கூறித் தமிழுலகை அவமதியாதிருக்கும்படி ஐயனாரவர்களைப் பிரார்த்திக்கிறேன். அவர்கள் கூறுவது தொல்காப்பியம் ஒரு நிரம்பிய இலக்கணமன்று எனக் கொள்ளுதற்குத் தக்க காரணமாகலாம். வேறொரு முடிபும் அதினின்று பெறுதல் ஏலாது. 'முற்றத்துறந்து முழுத்தவம் எய்தி முழுமுதலறிவினராய் விளங்கியவ'ரெனத் தொல்காப்பியரை யோரிடத்துக் கூறிப் பிறிதோரிடத்துச் சொல்வரலாற்று முறையைப் பாணினியாலன்றிப் பிறவாறு அறிந்துகூற

மாட்டாதவராயினாரென்று பெறவைத்தல் பரஸ்பர விரோதமென்றுகூட ஐயனாரவர்கள் உணரவில்லை. இவ்அரிய காரணங்கொண்டு, பாணினீயத்திற்கு முற்பட்டது தொல்காப்பியமெனத் துணிந்து, பாணினியின் காலத்தை ஆராய்ச்சியால் வரையறுத்து, தொல்காப்பியர் இன்றைக்கு 3200 வருஷங்கட்கு முன்புள்ளவர் என முடிக்கின்றார்கள். ஐயனாரவர்களது இரண்டாவது காரணம் இன்னும் 1100 வருஷங்களுக்கு முன்பாகத் தொல்காப்பியரைக் கொண்டு செல்ல உதவுகின்றது. தொல்காப்பியர் காலத்தே குமரியாறுண்மையும், அது கடல்கோட்பட்ட காலம் இற்றைக்கு 4300 வருஷங்கட்கு முன்னென்பது பௌத்த வம்சாவளியால் தெரிகின்றமையும், அக்காலம் பைபிளிற் கூறப்படும் 'நோவா' என்பர் காலத்தோடு ஒத்திருக்கின்றமையும், ஆகவே தொல்காப்பியனார் காலம் 4300 வருஷங்கட்கு முன்னென்று தெளியப்படுகின்றமையும், அவர்களால் விரித்துரைக்கப்படுகின்றன. தமது கொள்கைகளை எவ்வகையாலாயினும் நிறுவவேண்டு மென்று துணிந்து வெளிவந்திருக்கும் ஒரு சிலர் கால ஆராய்ச்சி செய்யுமுறையை இது நன்கு உதகரிக்கின்றது.

காரணங்கள் ஐயத்திற்கிடமானவை

மேலைக் காரணத்தில் அமைந்த தொடர்களுள் ஒவ்வொன்றும் சந்தேக ஆஸ்பதமாயுள்ளதாகும். முதலாவதாக, தொல்காப்பியர் காலத்தே குமரியாறு இருந்தமை நிச்சயித்தல் ஏலாது. குமரியென்றே கூறப்பட்டுள்ளது; 'ஆறு' என்றேனும், 'மலை' என்றேனும், அன்றி 'முனை' என்றேனும், தொல்காப்பிய நூல் கொண்டு அறிதற்கில்லை. இப்பொழுதும் இந்தியாவின் தெற்குக்கோடி 'குமரி' யென்னும் பெயரால் வழங்குகின்றது. பனம்பாரனார் இத்தெற்குக் கோடியினையே கருதியிருத்தலுங்கூடும். இரண்டாவதாக, அப்பெயர்கொண்டு யாறொன்றிருந்ததெனக் கொண்ட விடத்தும், அது கடல் கோட்பட்ட காலம் நிர்ணயித்தல் கூடாது. வம்சாவளிகளில் அநேக கடல்கோள்கள் கூறப்படுகின்றன. எக்காலத்து நிகழ்ந்த கடல்கோளால் குமரியாறு கடல் வாய்ப்பட்டதென்று அறிதல் ஏலாது. 4300 வருஷங்கட்கு முன் நேர்ந்ததொரு கடல்கோளால் அங்ஙனமாயிற்றென ஐயனாரவர்கள் கருதுகின்றார்கள். இது பொருந்தாது; ஏனெனில் அக்கடல்கோளால்தான் சிங்களம் இந்தியாவினின்றும் பிரிக்கப்பட்டதாக இலங்கைச் சரித்திரங்கள் உணர்த்துகின்றன. சிங்களம் இந்தியாவோடு சேர்ந்திருந்த காலத்தில் இயற்றப்பட்டதெனத் தமிழ் நூல்களுள் எதனையுஞ் சொல்லுதற்கு ஆதாரமேயில்லை. மூன்றாவதாக, மேற்கூறிய கடல்கோள் நோவாவின் காலத்து நிகழ்ந்ததெனப் பைபிள்

தெரிவிக்கும் பிரளயமாதல் வேண்டுமென்று ஐயனாரவர்கள் கருதுகின்றார்கள்! தமது அன்பிற்குப் பாத்திரனான நோவாவும் அவனாற் பாதுகாக்கப்பட்ட உயிர்களும் தவிர, உலகத்திலுள்ள மற்றையுயிர்களனைத்தையும் ஒருசேர அழிக்கக் கருதிக் கடவுள் நாற்பதுநாள் இரவும் பகலும் இடைவிடாது மழை பெய்வித்துப் பிரளயம் நிகழ்வித்தார் என்னும் பைபிள் கதைக்கும் இலங்கைச் சரித்திரங்கள் கூறும் கடல்கோளுக்கும் யாது சம்பந்தம்! ஒரு விஷயத்திலேனும் பொருந்தக் காணவில்லையே! ஈரிடத்துங் கூறப்படுஞ் செய்திகளிற் போலும் ஒற்றுமையில்லையே. பைபிளிற் காணும் பிரளயம் சரித்திர விஷயமெனக்கொண்டவிடத்தும் மக்கள் வாழ்க்கைச் சரித்திரத்தில், எப்போதென்று கணித்தற்கரிய புராதன காலத்தில், ஒரு ஜலப்பிரளயம் நேர்ந்ததென்றதற்கு அறிகுறியாகக் கொள்ளலாமேயன்றிப் பிறவாறு அதனைக் கொள்ளுதற்கில்லை. இப்பிரளயம் நிகழ்ந்த காலமும் பைபிளைக் கொண்டு நிச்சயித்தலரிது. பலர் பலவாறு கணக்கிட்டுக் கூறுகின்றனர். ஒரு கணக்கில் கி.மு. 2105இல் அது நிகழ்ந்ததென்று கூறப்படுகின்றது; வேறொரு கணக்கில் கி.மு. 3153இல் என்று எழுதப்படுகின்றது. நிச்சயமென்பது சிறிதுமில்லாத இவ்விஷயத்தில் ஒன்றுந் துணிதற்கிடமேயில்லை.

போலிக் காரணங்கள்

இங்ஙனமாக எங்குநோக்கினும் சந்தேகமயமாயுள்ள சிலசில போலிக் காரணங்களைச் சரித்திர–ஆதாரமுள்ளன போல எடுத்துக்காட்டிக் கர்ணபரம்பரையிற் கேட்கப்படும் வரலாற்றினை ஐயனாரவர்கள் அநாதரவு செய்கின்றார்கள். வரலாற்று முறையை மறுக்கும்விதம் இவ்வாறாயிற்று. தொல்காப்பியத்தின்கண், பாணினியாரது கருத்துக்கள் சில காணப்படுதற்கு இரண்டு உதாரணங்கள் என்னாற் காட்டப்பட்டன. அவற்றை மறுத்து யாதொன்றுங் கூறினார்களில்லை யென்பது அறிஞர்களால் சிந்திக்கற்பாலது,

சிவஞானசுவாமிகளின் வாக்கியப் பொருள்

இதனையடுத்து, சிவஞானசுவாமிகள் 'வடமொழி யுணர்ந்தார்க்கன்றித் தமிழியல்பு விளங்காது' என்று கூறியதனைப் பற்றி ஐயனாரவர்கள் எழுதுவனவற்றை நோக்குவோம். அவ்வாக்கியத்தின் பொருளை 2 பக்கங்களில் (415–416) விளக்குகின்றார்கள். பொருள்விளக்கமொன்று எழுதும் ஆவசியகந்தான் உண்டோவெனப் பலரும் ஐயுறுதற்கு நியாயம் உளது. சுவாமிகள் தமது ஆராய்ச்சித் திறத்தானும் கருத்துக்கள் தெளிவுபெற நிகழ்கின்ற இயல்பானும் நிரம்பிய

சொல்வன்மையானும், யாண்டும் பொருண்மயங்க இடமின்றி நயம்பட எழுதுந் தன்மையாளர். இவ்வியல்பிற்கேற்கவே ஈண்டும் வாக்கியம் தெளிவாக அமைந்திருக்கின்றது. எனினும் அது பிழைபடவுணரப்படுகின்றது. பாணினீயம் முதலிய வடமொழி உண்டாதலாலே 'தெய்வச் செந்தமிழின் தொன்மையும் பெருமையும் உணர்ந்து இன்பமுறல் வேண்டுவார்க்கு வடமொழிப் பயில்வும் வேண்டப்படுவ தொருதலையா'மென்று காரணங்காட்டி, இக்காரணம் பற்றியே சுவாமிகள் மேற்குறித்த வாக்கியத்தை எழுதியுள்ளார்கள் என்பதேதான் ஐயனரவர்களது விளக்கப் பொருள். ஆனால், வாக்கியத்திற்கு நேரே முந்தியிருக்குந் தொடர் இவ்விளக்கவுரை பிழையென்பதைத் தெளிவாகக் காட்டுகின்றது. 'யாம் கூறியதே வடநூலார்க்கும் உடன்பாடாதல் மாபாடியம் வல்லார்வாய்க் கேட்டுணர்க' என்பதே அத்தொடர். இதனால் தாம் கூறியதற்கு ஆதாரமாக வடநூற் கருத்துக்களைத் தருகின்றாரென்பது புலனாம். சுவாமிகளது முதற் சூத்திர விருத்தியிற் பல இடங்களிலும் இங்ஙனம் ஆதாரங்காட்டுதலைக் காணலாம். தமிழிலக்கண வுணர்ச்சிக்கு வட நூல் வியாகரணங்கள் பெரிதும் பயன்படுவனவாம் என்பதே அவர்களது கொள்கை. ஆனது பற்றியே தமிழ் நூலொன்றேவல்ல உரையாசிரியர் முதலியோரைச் சிறிது கடிந்துரைத்து இருமொழியினும் வல்ல சேனாவரையாரைப் புகழ்ந்துரைத்தும் செல்வர். உதாரணம் முதற் சூத்திர விருத்தியில், 26ஆம் பக்கத்திற் காண்க. ஆகவே, சிறப்பில்லா மொழியொன்றினை யறிந்தவர்க்கே சிறப்புடைய பிறிதொரு மொழியின் பெருமை உணரலாகும்: என்ற வேற்றுமை நயம் பற்றி யன்று சுவாமிகள் மேலைவாக்கியம் எழுதியது. இவ்வுண்மையை 'யோகிகளியற்றிய நூல் வல்லார் வாய்க் கேட்டுணர்க' என்று ஐயனாரவர்கள் எழுதிய வாக்கியங் கொண்டே அவர்களுக்குப் புலப்படுத்த நேர்ந்தமைக்குப் பெரிதும் மனம் உளைகின்றேன். முடிவில் 'உலகியற் பொருளறிவும் பிறவும் கைவந்தவர்க்குத் தமிழுணர் வொன்றுமே போதாது, வடநூலுணர்வும் வேண்டப்படும் என்பது சிவஞான சுவாமிகளுக்கும் கருத்தாகும்' என்று யான் நினைப்பதாக எழுதியிருக்கிறார்கள். யான் ஓரிடத்தும் இங்ஙனம் எழுதியதில்லை. அன்றியும், இத்தொடர் பல பொருள்களை யுட்கொண்டதாகவும் மிகப் பொதுவாகவும் உள்ளது; பொருள் நிச்சயமில்லா இவ் வாக்கியத்தை யெழுத எவருந்துணியமாட்டார்கள். வேறொரு விஷயமும் இங்கே தெரிவித்துக்கொள்ள விரும்புகிறேன். சுவாமிகள் 'ஒன்றுபற்றி யொரோவிடத்துக் கூறியதுகொண்டு பிள்ளையவர்கள் வடநூல் வழீஇயது தமிழ்நூலெனக் குறித்தார்கள்' என்று ஐயனாரவர்களால் எழுதப்பட்டுள்ளது. இக்கருத்தும் எனக்குப்

புதுமையேயாகும். வடநூல் வழுவித் தமிழ் நூலாயிற்றென்பதிற் பொருள் யாதும் இல்லை; அர்த்தமில்லாத தொடர்களையும் யான் கூறாதனவற்றையும் என்பாற்படுத்துவது ஐயனாரவர்களுக்குத் தகாது. வடநூல் வழியது தமிழ் நூலென்பது அவர்கள் கூறக் கருதியதாயின், அவ்வகையும் யான் ஓரிடத்தும் எழுதிய தில்லை.

சொற்பொருள் விசாரணை

இதுகாறும், எனது முடிபிற்கு ஏதுவாதலின்றி எனது கருத்துக்களில் இரண்டினை ஆதரிப்பனவாக யான் தந்த இருவரது கூற்றுக்களையும், எனக்கு உடன்பாடன்றெனினும் அபிப்பிராயம் இத்துணை சென்றுளது எனக் காட்டற்கு மாத்திரம் யான் கூறி விடுத்த தீக்ஷிதரது கொள்கையினையும், ஐயனாரவர்கள் ஆராய்ந்து முடித்த பரிசு இவ்விதமெனவுணர்த்தினேன். இனி, யான் தந்த ஏதுக்கள் மூன்றனுள், தருக்கித்தற்கென அவர்கள் எடுத்துக்கொண்ட இரண்டனையும் எவ்வாறு ஆராய்ந்திருக்கிறார்களென நோக்குதல் வேண்டும். முதலாவதாக, தமிழிலுள்ள சொற்களில் ஒரு பெரும்பகுதி வடமொழிப் பதங்களாம் என்றேன். இதனை 4 பக்கத்தில் *(398–401)* விசாரணை செய்கின்றார்கள். ஆனால் வடமொழியினின்றும் பிறந்ததே தமிழ் என்று யான் கருதுவதாகக் கூறிக் கொண்டு அதனையே மறுக்கிறார்கள்! ஓரிடத்தும் யான் தந்த கருத்து மறுக்கப்படவேயில்லை. எனது முடிபினையே அவர்களும் வலியுறுத்துகின்றார்கள். சங்கச் செந்தமிழ் நூல்களில் ஆரியச் சொற்கள் காணப்படுதலும் அவை பிற்றைஞான்றைத் தமிழ் நூல்களிற் பெருவரவினவா யுண்மையும் அவர்களுக்கும் உடன்பாடே. ஆனால் ஆரியருந் தமிழ்மக்களும் 'நெருங்கிவாழாது வேறாயிருந்த காலத்தே எழுதப்பட்ட நூல்களில விரவிய சொல் வழக்குக் காணப்படுதல் 'சிறிதும் இல்லையென்க' என்று மட்டுஞ் சேர்த்திருக்கின்றார்கள். இடைச்சங்கத்தார்க்கும் கடைச்சங்கத்தார்க்கும் நூலெனக் கூறப்பட்டுள்ள தொல்காப்பியத்தின் கண்ணே, செய்யுளீட்டச் சொல் வகைகளுள்ளே, வடசொல்லும் சேர்க்கப்பட்டிருக்கின்றது. 'இயற்சொல், திரிசொல், திசைச் சொல், வடசொலென்–றனைத்தே செய்யு ளீட்டச்சொல்லே' என்பது தொல்காப்பியம். ஆகவே இடைச்சங்க நூல்களினும், கடைச்சங்க நூல்களினும் வடசொற்கள் பயின்றிருந்தமை தெளியலாகும். முதற்சங்கத்தாரது நூலென அகத்தியம் கூறப்பட்டிருக்கின்றது. 'பலவி னியைந்தவு மொன்றெனப் படுமே–அடிசில் பொத்தகம் சேனை யமைந்த கதவம் மாலை கம்பல மனைய' என்றது அகத்தியச் சூத்திரமாகப் பழைய வுரைகாரர்களால் தரப்பட்டிருக்கின்றது.

இச்சூத்திரத்தினுள்ளே வடசொற்கள் பயின்றுவந்திருத்தல் காணலாம். எனவே முதற்சங்கத்து நூலினும் வடசொற்கள் ஆளப்பட்டுள்ளமை விளங்கும். முதற்சங்க காலத்துக்குமுன் தமிழ்நூல்கள் இருந்தனவாகக்கூறுதற்கு ஆதாரமில்லை. ஆரியரோடு விரவாதகாலத்துத் தமிழ் மக்களிடையே நூல்களிருந்தன வெனற்கும் ஆதாரமில்லை. நூல்களிருந்தன வென்று கொண்டவிடத்தும் அவற்றைப் பற்றி யொன்றும் கூற ஏலாது. இக்காரணங்களால் ஐயனாரவர்கள் சேர்த்தெழுதியிருப்பது பொருந்தாது.

விஷய விசாரணை

எனது ஏதுக்களில் இரண்டாவதாக, 'நூற்குரிய விஷயங்களெனத் தமிழில் எடுத்தாளப்பட்டவற்றுட் பெரும் பாலான வடமொழி நூலிலுள்ள விஷயங்களாம்' என்று யான் கூறியதனை 5 பக்கங்களில் (407–411) மறுத்தெழுதுகின்றார்கள். ஐயனாரவர்கள் மறுக்கும் முறையை இப்பகுதி நன்கு விளக்கு கின்றது. யான் தந்துள்ள ஹேது அவர்களால் கீழ்வரும் ரூபத்தில் தரப்படுகின்றது.

'செந்தமிழ் நல்லிசைப் புலவர் நூற்குரிய பொருள்களெனக் கொண்டு உரைத்தவெல்லாம் வடமொழி நூற்குரிய பொருள் களாமன்றித் தனித் தமிழ்க்கென ஒரு பொருள் ஏற்பாடு இல்லை.'

இதற்கும் யான் கூறியதற்கும் பெரிதும் வேறுபாடு உளது. பெரும்பாலன வடமொழி நூல் விஷயங்களாமென்றேன்; அவர்கள் எல்லாம் வடநூற்குரிய பொருள்களாம் என்று தமக்கு ஏற்றவாறு மாற்றிக்கொண்டார்கள். இவ்வாறு மாற்றியது கைப்பிசகுமன்று. வேண்டுமென்றே மனமாரக் கருதிக்கொள்ளப்பட்டதாமெனல் 'தனித் தமிழ்க்கென ஒரு பொருளேற்பாடு இல்லை'யென்று எதிர்மறை முகத்தானும் அவர்கள் கூறுதலால் விளங்கும். யான் கூறாததனையும் கருதாதனையும் கூட்டியமைத்துக் கொண்டதனோடு அவர்கள் நிற்கவில்லை. தமிழ்க்கெனவுரிய பொருளின் ஏற்பாட்டினைப் பற்றி விரிவாய் ஆராய்கின்றார்கள்! பொருட் பாகுபாட்டினைப் பற்றி யான் யாதும் கூறவில்லை. நூற்குரிய விஷயமென்றதனால் யான் கருதியது வேறு; ஐயனாரவர்கள் கொண்ட பொருட்பாகுபாடு வேறு. இங்ஙனம் எனது முக்கியமான கருத்தினையும் திரித்துணர்ந்து கொள்கின்றார்கள். இத்திரிபுணச்சி எனது முதல் உதாரண மாகிய திருக்குறளை நோக்கிப் பிறந்ததாகும். யான் காட்டிய இரண்டொரு உதாரணங்களை யொருவகையான் மறுத்து விட்டால், பலவுதாரணங்களினின்றுந் திரட்டப் பெற்ற வொரு

முடிபு மறுக்கப்பட்டதாகுமென நினைத்தார்கள் போலும்! முதலுதாரணமாகிய திருக்குறளை எடுத்துக்கொண்டு அதன்கண் தமிழ் நூற்குரிய பொருட்பாகுபாடே காணப்படுவது என நிறுவமுயல்கின்றார்கள். நிறுவுமுறை வருமாறு:

1. அகம், புறம்: என்றது தமிழ்ப் பாகுபாடு: இது தொகை.
2. அறம் பொருள் இன்பம் வீடு: என்பது மேல தன் விரி.
3. இங்ஙனம் விரித்தும் தொகுத்தும் கூறும் மரபு தனித் தமிழிற்கே உரியது.
4. அறமுதலிய நாற்பொருட்பாகுபாடு செந்தமிழ் மரபிற்கே உரியது.
5. வள்ளுவர் வீடுங் கூறியுள்ளார்; நூற்பொருட் பாகு பாட்டினை முற்றும் எடுத்தாளுக்கின்றனர்.

ஆதலின் வள்ளுவர் கொண்டது தமிழ் நூற்குரிய பாகுபாடே.

இவற்றுள் முதற்கூற்றொழிய ஏனைய வெல்லாம் பிழையாகும். அகம், புறம்: என்ற தமிழ்ப் பாகுபாட்டால், திருக்குறள் விஷயத்தை விளக்குதற்கு ஏலாது. ஆனது பற்றி அறமுதலிய பாகுபாடு தமிழ்க்குரியதே யென நிறுவப் பெரிதும் முயல்கின்றார்கள். அகம், புறம் என்ற தொகையின் விரியே அறமுதலிய நான்கும் என்றார்கள். இருவகைப் பாகுபாடும் வேறுவேறு நோக்கம் பற்றியும் நியாயம் பற்றியும் எழுந்துள்ளனவாதலின் ஒன்றினைத் தொகையென்றும் மற்றதனை அதன் விரியென்றும் கூறுதல் சிறிதும் பொருந்தாது. விரித்தும் தொகுத்துங் கூறும் மரபு தனித் தமிழிற்கே உரியதென்றார்கள். இவ்வாறு கூற ஐயனாரவர்கள் துணிந்தமைக்குப் பெரிதும் ஆச்சரியமடைகின்றேன்! இது தமிழர்க்கன்றி வடமொழிவாணர்க்கு அறிவென்பதே இல்லை யென்று கூறுவதனோடொக்கும்! முதல் அத்தியாயத்தில் கௌடில்யர் தமது நூற்கருத்தைத் தொகுத்துக் கூறிப் பின் முறைப்பட விரித்துச் செல்கின்றார். இஃதொன்றே அவர்கள் கூறியது தவறெனக் காட்டற்குப் போதியது.

மரபு விசாரணை

அறமுதலிய நாற்பொருட்பாகுபாடு செந்தமிழ் மரபிற்கேயுரியதென்றார்கள். வடமொழியில் அறமுதலிய நான்கும் 'சதுர்வர்க்கம்' என்ற சங்கேதத்தால் வழங்குதல் பிரசித்தம். 'சதுர்வர்க்க பலம் ஜ்ஞானம்' என்பது ரகுவம்சம் (X-22). 'த்ரிவர்க்கோ தர்ம காமார்த்தை: சதுர்வர்க்க: ஸமோக்ஷகை:' என்பது அமரம். கௌடில்யரும் காமந்தகரும் 'த்ரிவர்க்கம்' 'சதுர்வர்க்கம்' என்பவற்றைப் பற்றிக் கூறுகின்றார்கள்.

ஐயனாரவர்களும் 'பொருள்கள் உலக வழக்கானும் வேதவழக்கானும் அறமுதலியவாக விரித்துக்கூறப்படும் எனத் தம்மையறியாமல் இலக்கண விளக்கத்திலிருந்து எடுத்தெழுதிவிட்டார்கள். ஆகவே இக்கூற்றும் பிழையாம். வள்ளுவர் வீடுங் கூறியுள்ளார் என்றார்கள். முப்பாலாக வெளிப்பட வகுத்துக் கூறிய நாயனாரை வீடுங்கூறினா ரென்றல் எங்ஙனம் பொருந்தும்? திருக்குறளுக்கு 'முப்பால்' எனவொரு பெயரும் உளதன்றோ? புருஷார்த்தம் நான்குங் கூறினாரென உரைத்திருப்பதெல்லாம் உபசாரமாத்திரையே யென்று அறியத்தக்கது. வீடுங்கூறினாரென்று கொண்ட விடத்தும் எனது உதாரணம் பாதிக்கப்படுமாறில்லை: அறம் பொருளின்பம் வீடென்னும் பாகுபாடு தமிழ்க்குரியதன்று என்பது சித்தாந்தமாகலின்,

முதலுதாரணம் பற்றிய ஆராய்ச்சியை இங்ஙனமுடித்து இரண்டாவது உதாரணமாகிய இராமாயணத்தை யெடுக் கிறார்கள். 'கம்ப நாடர் வான்மீக ராமாயணத்தைப் படியெடுத்துக் காதைகள் முறைபிறழாமற் செய்தார்' என்பதே அவர்கள் கூறுவது. இராமசரிதமாகிய விஷயத்தை யெடுத்துக் கொண்டது மாத்திரமன்றிக் கதையினை விரித்துரைக்கு முறையி ன்கண்ணேயும் வான்மீகியாரைப் பின்பற்றினர் கம்பர் என்பது அவர்கள் கருத்தாக முடிகின்றது. ஆகவே இவ் வுதாரணமும் பிழையெனக் காட்டப்படவில்லை.

எதிருரையின் முடிவுரை

இவ்வாறாக, எனது முன்னுரையின் பிரதான முடிபினைக் கைந் நெகிழவிட்டு, என்னையும் எனது கருத்துக்களையும் ஆதரித்துரைத்த ஆசிரியரிருவரையும் மயங்கி யுணர்ந்துகொண்டு, யான் தந்த ஹேதுக்களைச் சரிவர அறிந்துகொள்ளாது, அவற்றைக் கண்டித்துக் கூறுவார் போன்று சிலசில எழுதி, இராஜையனாரவர்கள் மறுப்புரை யொன்று வெளியிட்டிருக் கின்றார்கள். தமிழுக்கு வடமொழி செவிலித்தாய் நிலையில் உதவி வந்திருக்கிறதென்ற முடிபு அணுத்துணையும் மறுக்கப்படவில்லை. தமிழன்னை மீதுள்ள உண்மையான பக்தியினால் அவளுக்கு உண்மைத்தொண்டு புரிதல் வேண்டுமென்னும் நோக்கமொன்றே எனது உரைகளுக்குக் காரணமாமென்பதை மாத்திரம் ஐயனாரவர்களுக்குத் தெரிவித்து எனது எதிருரையை முடிக்கின்றேன்.

3

தமிழ் வடமொழி உறவு: வரலாற்றின் வழியே ஒரு காதல் மோதலின் கதை

கி. நாச்சிமுத்து

வரலாற்று முற்றம்

வடமொழி என்கிற சமஸ்கிருதம் தன் பெயருக்கேற்றாற்போல இரண்டாயிரம் ஆண்டுகட்கு முன் தொடங்கி இந்திய நிலப்பரப்பை ஆண்ட ஆட்சியாளர்களும் சமய அறிஞர்களும் பிற அறிஞர் பெருமக்களும் வணிகப் பெருமக்களும் இந்தியா முழுமையும் ஆளவும் அரசியல் தொடர்பு கொள்ளவும் சமயம் பரப்பவும் வணிகம் செய்யவும் அயலகப்பணிகளில் அமரவும் பண்படுத்தி உருவாக்கிக்கொண்ட மொழி. அது இந்தியாவை ஒனறாக இணைத்து இந்தியப் பெருநில *(Pan Indian)* மொழியாக உயர்ந்தது. அது இந்தியாவிலுள்ள பல்வேறு மொழியாளர்களுடைய இரண்டாவது மொழியாகி உயர் கல்வி, தத்துவம், சமயம், இலக்கியம், இலக்கணம், அறிவியல், ஆட்சியியல் முதலிய துறைகளில் கோலோச்சி இந்திய நாட்டின் பல்வேறு பகுதிகளைச் சேர்ந்தவர்களின் பங்களிப்புகளால் பல்துறை அறிவுத்துறைகளில் வளர்ந்து நின்றது. இது இவ்வாறு அனைத்திந்தியப் பண்பாட்டின் அடையாளமாக உயிர்ப்பாகக் கொண்டாடப்பட்டது.

மேலும் தென்கிழக்காசிய நாடுகள், திபெத் முதலிய நாடுகள் பலவற்றிலும் வடமொழியே இணைப்பு மொழியாகவும் கல்வி, சமயம்

போன்றவற்றின் மொழியாகவும் திகழ்ந்து ஒரு பன்னாட்டு மொழியாகவும் உயர்ந்தது. அது பலவேறு இந்திய மொழிகளின் வளர்ச்சிக்கும் தென்கிழக்காசிய மொழிகளின் வளர்ச்சிக்கும் துணை நின்றது ஒரு புறம். இன்னொரு புறம் ஆலமரத்தின் கீழ் ஒன்றும் தழைக்காதது போல் வடமொழியின் செல்வாக்கால் தமிழ் உட்படப் பல மொழிகள் தனித்துவத்தோடு வளர்ச்சி அடையாமல் போயின என்பது அதன் இன்னொரு முகம்.

இந்திய மொழிகளுக்கிடையே ஏற்பட்ட போட்டா போட்டிகளில் வடமொழி நிலங்கடந்த பொது மொழி *(Para local)* ஆனதால் அது நடுநிலைத்தன்மையால் எல்லாப் பகுதி மக்களாலும் விரும்பப்பட்டது. வடமொழியை எல்லா மொழியாளரும் தம் பண்பாட்டின் பகுதியாகக் கருதியதாலும் அதனால் வட்டார மொழிகளில் உருவான தாய்மொழி– வடமொழி இருமொழியத்தாலும் அது எல்லா மொழிகளிலும் ஊடுருவி மணிப்பிரவாளம் போன்ற கலப்பு மொழி உருவாகி அதன் வழி வட்டார மொழிகளில் வடமொழி இலக்கண அமைப்புகளும் பண்பாடும் புகுந்தன. எப்போதும் வடமொழி பிறமொழிக் கலப்பை ஏற்காது. ஆனால் அது பிறமொழிகளில் எதிர்ப்பின்றிக் கலக்கும். இந்த வரலாற்றுப் போராட்டத்தில் இந்தியமொழிகளிலேயே தமிழ்தான் இன்றுவரை வடமொழியை எதிர்த்து நின்று போராடி வருகிறது. வடமொழிக்கிருந்த ஆட்சி வலிமை, அறிவு வலிமை முதலியவற்றால் அது ஆதிக்கவர்க்கத்தின் மொழியாக அடையாளம் காணப்பட்டதால், அதைப் பிறவிடங்களில் உள்ள ஆள்வோரும் அறிவுலகமும் ஏற்றுக்கொண்டு அதனுடன் இணக்கமாகிக்கொண்டபோதும் அதைச் சாதாரணப் பொது மக்கள் சார்பாக நின்று எதிர்க்க வேண்டிய பொறுப்பும் வாய்ப்பும் தமிழ்நாட்டு அறிஞர்களுக்கு ஏற்பட்டது.

மேலும் அறிவின் மாட்சியைப் பறைசாற்றும் மொழியாக வடமொழி இருந்தபோதும் இடைக்காலத்தும் பின்பும் அதன் வழியாகப் பிரச்சாரம் செய்யப்பட்ட அறிவுக்குப் பொருந்தாத புராணக் குப்பைகளும் சமூக நீதிக்கு எதிரான பிற்போக்குக் கருத்துக்களும் சமூகம் அனைத்தையும் இணைத்துக்கொள்ளாத தீண்டாமையும் அதை முன்நவீனத்துவத்தின் காவலனாகவும் ஆதிக்கம், மடமை, தீண்டாமை இவற்றின் கொள்கலமாகவும் கண்டு எதிர்ப்புகள் எழுந்தன. இந்த நெடிய வரலாற்றில் தமிழ் வடமொழியை ஏற்றும் எதிர்த்தும் தன் தனித்தன்மையைக் காக்க நடத்திய போராட்டங்கள், சமரசங்கள், வெற்றிகளும் தோல்விகளும் நிறைந்தவை. இந்தத் தமிழ் வடமொழிக் காதல் மோதல்களின் அத்தியாயங்கள் சிலவற்றை இலக்கண இலக்கிய நிலையில் இங்கே சுருக்கமாக விவரிக்கலாம்.

பின்னணி வரலாறு – தமிழும் வடமொழியும்

வடமொழியில் ஐதரேய பிராம்மணம், ஆரண்யகம், அர்த்தசாத்திரம், தர்ம சாத்திர நூல்கள், இதிகாசங்கள், பௌத்த சுத்த நிபாதம் முதலியவற்றில் காணப்படும் தமிழகத்தைப் பற்றிய குறிப்புகளிலிருந்து கி.மு.1000க்கு முன்பிருந்தே தமிழுக்கும் வடமொழிக்கும் உறவு தொடங்கிவிட்டது என்று தெரிகிறது. அதாவது அக்காலத்திலிருந்து கி.பி. நான்காம் நூற்றாண்டு அளவில் தென்னகத்திலும் ஆரியமயமாதல் அல்லது சமஸ்கிருதமயமாதல் என்ற பண்பாட்டு மாற்றம் நிகழ்ந்துவிட்டது என்று ஊகிக்கலாம். இதை அகத்தியர், பரசுராமர் கதைகள் சுட்டுகின்றன. இன்னொரு நிலையில் வடநாட்டில் பல திராவிடமொழிகள் இன்றளவும் பேசப்படுவதும், வேதங்களில் திராவிட மொழியியல் கூறுகள் காணப்படுவதும் இதை உறுதி செய்யும். மொழியியல் வரலாற்றாசிரியர் கருத்துப்படி மிகப் பழங்காலத்தில் இந்தியா முழுமையும் திராவிட மொழிகளும் ஆஸ்டிரிக் மொழிகளும் பரவலாக வழக்கிலிருந்தன என்றும், வடமொழி படிப்படியாக இந்தியாவின் வடபகுதிகளில் ஊடுருவி உள்நாட்டு மொழிகள் மறைவதற்கும் அவை சமஸ்கிருமயமாவதற்கும் காரணமாயிற்று என்றும், தென்னாட்டில் திராவிட மொழிகள் வடமொழியின் ஊடுருவலைத் தடுத்துத் தனித்து நின்றன என்றும், அவற்றில் தமிழ் தனித்து நின்று போராடிய வரலாற்றை உடையது என்றும் கூறுவர். இவற்றிற்குக் காரணமான சமயப் பண்பாட்டுச் சமூக வரலாற்றையும் நாம் நினைவில்கொள்ள வேண்டும்.

தமிழ் வடமொழிக் காதல்

வடமொழிக் கல்வி பற்றிச் சமூக மொழியியல் நோக்கில் நாம் ஆராயும்போது தமிழர்கள் சமயத்திற்கு அப்பால் வேலைவாய்ப்பு, அறிவு வளர்ச்சி, சமூக அந்தஸ்து போன்றவற்றால் தமிழோடு சமமாக இரண்டாவது மொழியாக வடமொழி மேல் காதல் கொண்டு மிக ஆர்வத்தோடு கற்றார்கள் என்பதையும் இங்கு நினைவில் கொள்ள வேண்டும். 'சகலகலாவல்லி மாலை'யில் குமரகுருபரர் பாடுவதை இங்கு நினைவூட்டலாம்.

> தூக்கும் பனுவல் துறை தோய்ந்த கல்வியும் சொற்சுவைதோய்
> வாக்கும் பெருக பணித்தருள்வாய் வடநூல் கடலும்
> தேக்கும் செழுந்தமிழ் செல்வமும் தொண்டர் செந்நாவினின்று
> காக்கும் கருணைக் கடலே சகலகலாவல்லியே.[4]

இங்கே நாம் தமிழ் இலக்கணம், இலக்கியம், கல்வெட்டு, நிகண்டு நூல்கள், அறிவியல் நூல்கள் எனப்படும் சாத்திர நூல்கள்

முதலியவற்றில் தொல்காப்பியர் காலந்தொட்டுக் காணப்படும் வடமொழி உறவையும் அதன் பாதிப்பையும் பற்றிச் சற்றுச் சுருக்கமாகப் பார்ப்போம்.

தமிழில் வடமொழி இலக்கணக் கூறுகளின் தாக்கம்

தமிழில் வடமொழித் தாக்கதைக் கீழ்க்கண்ட தலைப்புகளில் பேசலாம்.

1. எழுத்துக்களும் எழுத்தமைப்பு முறைகளும்

2. எழுத்திலக்கணம் – ஒலியனியல் அமைப்பு

3. புணரியல் அமைப்பு

4. இலக்கண அமைப்பு (சொல்லியல், தொடரியல்)

5. சொற்பொருள் அமைப்பு

6. சொற்கோவைகள்

1. எழுத்துக்களும் எழுத்தமைப்பு முறைகளும்

இந்திய மொழிகளில் முதன்முதல் எழுத்துப் பெற்றது தமிழ் என்று தோன்றுகிறது. தமிழி, தமிழ் பிராமி என்று அழைக்கப்படும் இதற்கும் அசோகர் பிராமிக்கும் தொடர்பு இருக்கிறது. இன்று கீழடி, பொருந்தல் முதலிய இடங்களில் கிடைத்துள்ள அகழாய்வுச் சான்றுகள் தமிழில் இவ்வெழுத்துக்கள் கி.பி. ஆறாம் நூற்றாண்டு அளவிலேயே வழக்கிற்கு வந்து விட்டதைத் தெரிவிக்கின்றன. இதற்கும் சிந்துவெளி எழுத்துக்களுக்கும் இடையே காணப்படும் கீறல் குறியீட்டெழுத்துக்களுக்குமிடையே தொடர்ச்சி இருந்திருக்கும் என்றும் தோன்றுகிறது. இப்போது தமிழ் பிராமி முந்தியது என்ற கருத்து முன்வைக்கப்படுகிறது. இங்கே எந்த பிராமி முற்பட்டது என்ற ஆராய்ச்சியைவிட இந்த எழுத்தமைதிகள் காட்டும் வரலாற்று உண்மையே முக்கியத்துவம் பெறுகிறது. தமிழ் எழுத்து வரிசையும் வடமொழி உள்ளிட்ட மொழிகளின் எழுத்து வரிசையும் ஒரே அமைப்பைக் காட்டுகின்றன. மேலும் நெடுங்கணக்கு வரிசையில் தமிழின் சிறப்பெழுத்துக்களான ழ,ற,ன என்பவை இறுதியில் வைக்கப்பெற்றிருப்பதால் வடமொழியிலிருந்து தமிழ் எழுத்துவரிசை முறை கடன்வாங்கப் பட்டது என்ற கருத்தை முன்வைக்கின்றனர் தெ.பொ.மீ., ஐராவதம் மகாதேவன், செ.வை. சண்முகம் போன்றோர். மேலும் அவற்றின் எழுத்தாக்கமுறை வடபிராமி எழுத்து முறை யிலிருந்து சில திருத்தங்கள் செய்யப்பெற்று (எ.டு.ற) ஒத்த தமிழ் எழுத்துக்கள் உருவாக்கப்பட்டுள்ளன எனவும் கூறுவர்.

இதை வேறு மாதிரியும் சிந்திக்கலாம். இந்தியப் பெருநிலப் பொது எழுத்துமுறையை உருவாக்கியவர்கள் இப்படி ஒத்த ஒரு பொது அமைப்பை உருவாக்கியபோது இதை வடமொழிச் செல்வாக்கு என்று கூறுவதைவிட ஒரு பொது அளவை யிலிருந்து உருவானவை என்று கூறலாம். ஏனென்றால் ஒரு பொது அளவை அல்லது தரம் அல்லது மாதிரி, இந்தியா போன்ற பெருநிலப்பகுதியிலுள்ள பல்வேறு மொழிகளின் அமைப்பை எளிதில் கற்க உதவும். இன்னொன்று அன்றே வடமொழியும் திராவிட மொழிகளும் தம்முள் ஏற்பட்ட நெருக்கத்தால் மொழி இணைவை (Convergence) அடைந்து விட்டன எனலாம். மேலும் ஒரு மொழிக்கு எழுத்துக்களை உருவாக்குபவர்கள் தமக்கு முன்னுள்ள சில முன்மாதிரிகளைக் கொண்டு அமைப்பதுண்டு. இன்றைய பழங்குடி மக்கள் மொழிகளுக்கு நம் மரபு வழி இந்திய நெடுங்கணக்கு வரிசையைப் பின்பற்றி அமைப்பதும் ஆங்கில நெடுங்கணக்கை அடிப்படையாகக்கொண்டு அமைப்பதும் பன்னாட்டு ஒலியியல் கழக முறையை (IPA) கொண்டு அமைப்பதும் என்று பல முறைகள் காணப்படுகின்றன. இங்கே இந்திய மொழி களுக்குப் பொதுவான ஒரு தரத்தை ஒட்டியோ அல்லது வடமொழிக்கு அமைத்துக்கொண்ட தரத்தை ஒட்டியோ தமிழுக்கு வரிவடிவை அமைத்தவர்கள் தமிழுக்கே உரிய அடிப்படை ஒலிகள் எனப்படும் ஒலியனியல் ஆய்வை நிகழ்த்தி அமைத்தது மிகப் பெரும் அறிவியல் நுட்பமாகும். அதிலும் குறிப்பாக மெய்களுக்குப் புள்ளியிட்டு வேறுபடுத்தும் தமிழ் முறை மிகச் சிறந்த கருத்தியல் கண்டுபிடிப்பாகும் என்பார் ஐராவதம் மகாதேவன்.

தமிழுக்கு வரிவடிவம் அமைத்தவர்கள் கண்மூடித்தனமாக வடமொழி அமைப்பைத் தமிழுக்குப் புகுத்தாமல் தமிழின் தனித்தன்மையை நிலைநிறுத்தியிருப்பது இங்கே இதற்கு முன்பே அசலான வலுவான மொழி ஆராய்ச்சி மரபு இருந்திருக்கிறது என்பதைக்காட்டுகிறது. பிற திராவிட மொழிகளின் முதல் இலக்கணம் வடமொழியிலேயே அமைந்திருக்கத் தமிழின் முதல் இலக்கண நூலான 'தொல்காப்பியம்' தமிழில் அமைந்திருப்பதும், அதில் அவர் ஆளும் கலைச்சொல் முதலியனவும் தனித்தமிழிலேயே அமைந்திருப்பதும், தமிழில் வடமொழிக்கு இணையாகத் தழைத்தோங்கிய இலக்கண மரபைச் சுட்டுகின்றன. மேலும் 'தொல்காப்பியம்' வடமொழிக்குரிய எழுத்துக்களைத் (தத்சமங்களைத்) தவிர்க்குமாறு கூறுவதும், அதை ஏற்கும் (தத்பவமாக்கும்) முறையைக் கூறுவதும் இலக்கண ஆசிரியன் வடமொழிச் செல்வாக்குக்கு வரம்பு கட்ட முயன்றதைக் காட்டும்.

2. எழுத்திலக்கணம் – ஒலியனியல் அமைப்பு

பிற்காலத்தில் தமிழுக்குரிய எழுத்துவரிசையில் ஏற்றுக்கொண்டுள்ள ஸ, ஷ, ஹ, ஜ, க்ஷ சமஸ்கிருத எழுத்துக்கள் போன்றவற்றைத் 'தொல்காப்பியம்' முதலான தமிழ் இலக்கணங்கள், ஏற்றுக்கொள்ளவில்லை. மேலும் தமிழுக்கே உரிய மொழி முதல் (ரத்னம் – இரத்தினம்) இடை (சிம்ஹம் – சிம்மம்) கடை எழுத்துக்களையும் (திங் – திங்கு) மெய்ம்மயக்கங்களையும் (பக்வம் – பக்குவம்) தெளிவாக வரையறுத்துக் கூறிவிடுகின்றனர். அப்படியே தமிழ் அமைப்பை மீறி வரும் வடமொழிக் கடன் சொற்களைத் தமிழ் மரபுக்கேற்ப தற்பவமாக்கிக்கொள்ளும் வடமொழியாக்க விதிகளையும் பிற்காலத்தில் தோன்றிய 'வீரசோழியம்', 'நன்னூல்' முதலிய இலக்கண நூல்கள் வரையறுத்துக் கூறுகின்றன.

3. புணரியல் அமைப்பு

தமிழில் வடமொழிச் சொற்கள் புகும்போது அவற்றின் புணர்ச்சி விதிகளான குணசந்தி, தீர்க்க சந்தி, விருத்தி சந்தி போன்றவை தவிர்க்க முடியாதவை. 'வீரசோழியம்'தான் (கி.பி. 11) இதற்குரிய விதிகளை வகுக்கிறது. 'வீரசோழியம்' கூறிய புதுமைகள் பலவற்றை ஏற்றுக்கொள்ளும் 'நன்னூல்' (கி.பி. 12) இந்த விதிகளை எடுத்துக்கொள்ளவில்லை என்பது குறிக்கத்தக்கது. ஆனால் அவை 'முத்துவீரியம்' (கி.பி. 19) முதலிய பிற்கால இலக்கண நூல்களில் வடமொழிக் கலப்பால் தவிர்க்க முடியாத நிலையில் சேர்க்கப்பெற்றுள்ளன ('முத்துவீரியம்', மொழி. 36–42, 'தொன்னூல் விளக்கம்' (கி.பி. 18) 38 உரை).

4. இலக்கண அமைப்பு (சொல்லியல், தொடரியல்)

தமிழில் உள்ள இலக்கியப் படைப்புகளில் இயற்சொல், திரிசொல், திசைச் சொற்களுடன் வடசொற்களுக்கும் இடமுண்டு என்பதைத் தொல்காப்பியரே ஏற்றுக்கொண்டு சூத்திரம் செய்துள்ளார். வடமொழியிலிருந்து கடன்பெற்ற சொற்களில் பெயர்ச்சொற்களே மிகுதி. பழந்தமிழில் விதி, துதி முதலிய ஐந்து வடமொழி வினைச்சொற்கள் வந்து வழங்கியதாகப் பேரா. வையாபுரிப்பிள்ளை குறிப்பிடுவார். பிற்காலத்தில் இவை மிகுதியாயின. வடமொழிப் பெயர்ச்சொற்களுடன் 'இ' விகுதியைச் சேர்த்துக் கிரகணம் – கிரகி என்றும் 'கரி', 'செய்', 'பண்ணு' போன்ற விகுதிகளைச் சேர்த்து சுத்தம், சுத்திகரி, சுத்தி செய், சுத்தி பண்ணு என்று அமைத்துக்கொள்வது பெரும்பான்மையான முறை. மேலும் அதிகாலை போன்ற சொற்களில் காணப்படும்

'அதி' போன்ற உபசர்க்கங்களையும் நாம் கடன் வாங்கியுள்ளோம். மேலும் 'காரன்', 'காரி' போன்ற (பால்காரன், வேலைக்காரி) விகுதிகளையும் கடன் பெற்றுள்ளோம்.

வாக்கிய அமைப்பில் செயப்பாட்டு வினையமைப்பு வடமொழியிலிருந்து தமிழுக்கு வந்தது என்பது அறிஞர் கருத்து. மேலும் வினா சுட்டு அமைப்பில் வரும் 'எப்பொருள் யார் வாய்..அப்பொருள்' போன்ற தொடரமைப்பு வடமொழி யிலிருந்து வந்தது. மேலும் கூப்பிய கையினர் போன்று அடை பிறழ்ந்து கிடக்கும் (கை கூப்பியவர் தமிழ்த்தொடர் அமைப்பு) தொடரமைப்புகள் வடமொழி வழி வந்தவை என்பர் இலக்கணக்கொத்து ஆசிரியர்.

> முந்நிலைக் காலமும் தோன்றும் இயற்கை
> எம்முறைச் சொல்லும் நிகழுங்காலத்து

மெய்நிலைப் பொதுச் சொல் கிளத்தல் வேண்டும் (தொல். சொல்.240) என்ற விதியால் மலை நிற்கும் என நிகழ்காலச் செய்யும் என வினைமுற்றைக் கொண்டு முடிந்தது. ஆனால் இது வடமொழி மதம் பற்றிக் கூறினார், 'தந்துணிபு உரைத்தலன்று' என்பது சிவஞான முனிவர் கருத்து. 'எதிர்காலச் சொல்லால் கிளத்தல் தமிழ் நடையென்பது ஆசிரியர் துணிபு என்றற்கு எழுத்தெனப்படுப... முப்பஃதென்ப என்றாற்போல யாண்டும் உடம்பொடு புணர்த்து விதித்ததே சான்றாதலறிக' (சிவஞான முனிவர் தொல்காப்பிய முதற் சூத்திரவிருத்தியில் (1956 பக்.78) (பிரயோக விவேகம் 44). எனவே, இதிலிருந்து வழக்கமாக நடைபெறும் செயலை – அவன் நாள்தோறும் பத்து மணிக்கு வேலைக்குப் போகிறான் என்று கூறுவது வடமொழி மரபு. (ஆங்கிலத்திலும் அவ்வாறே உள்ளது). ஆனால் அவன் நாள்தோறும் பத்து மணிக்கு வேலைக்குப் போவான் என்பது தமிழ் மரபு என்பது புலனாகிறது.

மேலும் சிவஞான முனிவர், 'வடநூல் உணர்ந்தார்க்கன்றித் தமிழியல்பு விளங்காது என்பதும் உணர்ந்து கோடற்கன்றே பாயிரத்துள் ஐந்திரம் நிறைந்த தொல்காப்பியன் என்றதூஉம் என்க' என்று கூறுவதிலிருந்து தமிழ்க் கல்விக்கு வடமொழிக் கல்வி இன்றியமையாதது என்பது அவர் கொள்கை என்ற கருத்து இங்குக் குறிக்கத்தக்கது (தொல். முதற் சூத். விருத்தி).

5. சொற்பொருள் அமைப்பு

வடமொழியிலிருந்து நேரடிக் கடன் சொற்களும் (காயம் – ஆகாயம் (தொல்.எழுத்து.305, புறம் 30.14), கடன் மொழிபெயர்ப்புகளும் (இருபிறப்பாளர் – துவிஜன், புறம் 367.12),

கடன்நீட்சிகளும் (கேள்வி–சுருதி, புறம் 167.4), சொற்பொருள் கடன்களும் (தவ்வை – ஜேஷ்டை, குறள் 167), (அமாத்தியர் உழையிருந்தான், குறள் 638), கடன் கலவைகளும் (தசநான்கு நெடுநல் 115), மறுகடனாட்சிகளும் (நித்தல் (சிலப். உரை பெறுகட். 4), நிச்சம் (குறள் 532), நிச்சல் (தேவா. 21, 3) காலங்காலமாக நடந்துள்ளன (வைத்தியநாதன், செ.வை. சண்முகம், கி. நாச்சிமுத்து). திருக்குறளில் காணப்படும் வடமொழிச் சொற்கள் இதை உணர்த்தும். சொற்களின் இலக்கணப் பொருளைக் கடனாண்டு அருமையான அணி அமைப்பை உருவாக்கும் முறை என்பது ஒன்று. நாண் எனும் நல்லாள் (குறள் 924) நிலம் எனும் நல்லாள் (குறள் 1040) என்று உருவக ஆட்சிக்கு அச்சொற்களின் பெண்பால் இலக்கணப் பொருள் காரணமாக அமைகிறது. இத்தகைய வழக்குகள் சிலம்பு முதலிய (திங்களஞ்செல்வன், வேலனங்கிழவன்) காப்பியங்களில் இயல்பாகக் காணப்படுகின்றன.

6. சொற்கோவைகள்

மேலும் தமிழ் நிகண்டாசிரியர்கள் வடமொழிச் சொற்களையும் தமிழ் ஒருபொருட்பன்மொழிகளாகக் கருதி அமைத்துள்ளனர் என்றாலும் அவை தமிழ் இலக்கியங்களில் பயில வழங்கவில்லை.

எயிறும் தந்தமும் தசனமும் பல்லே (பிங்கலந்தை 1039)

என்பது போல 'விழி' என்ற சொல்லின் ஒரு பொருட் பன்மொழியாகப் பிங்கலந்தை தரும் பதினான்கு சொற்களில் பத்துச் சொற்கள் வடமொழிச் சொற்கள்.

திட்டி விலோசனம் நேத்திரம் நயனம்
தாரை யம்பகம் விழியே நாட்டம்
அக்கம் நோக்கு சக்கு திருட்டி
பார்வை கோவின் அன்ன பலவும் கண்ணே.
(பிங்கலந்தை 1053).

தமிழாசிரியர்கள் வடமொழிச் சொற்களை இவ்வாறு தமிழ் நிகண்டுகளில் அமைத்த காரணம் இவ்வகராதிகள் வடமொழி கற்கவும் உதவும் என நம்பியிருக்கலாம். இருமொழி அகராதிகள் என்ற கருத்தாக்கம் உருவாகாததால் தமிழ் நிகண்டுகளை ஒரு மொழி அகராதி என்பதற்கு மேல் இருமொழி அகராதிகளாகவும் பயன்படுத்திக்கொள்ளலாம் என நினைத்திருப்பார்கள் போலிருக்கிறது.

இனித் தொல்காப்பியர் காலந்தொட்டுத் தமிழ் வடமொழி உறவைச் சுருக்கமாகப் பார்க்கலாம்.

தொல்காப்பியத்தில்

தொல்காப்பியப் பிறப்பியல் 'பாணினிய சிட்சை', 'பிராதிசாக்கியங்கள்' போன்ற அமைப்புடையது என்று தோன்றினாலும் அவற்றை அப்படியே பார்த்துத் தொல்காப்பியர் எழுதவில்லை. அதுபோன்றே வடமொழி நிருக்தம் போல உரியியல் அமைகிறது. எனினும் தமிழின் தனித்தன்மையை உணர்ந்து தமிழுக்கு இலக்கணம் வகுத்துள்ளார் என்பது பி.சா.சு. சாத்திரி கருத்து. தமிழ்த் தொகை ஆராய்ச்சி பாணினிய அமைப்பை ஒத்துக் காணப்படுகிறது. பொருளதிகாரத்தில் மெய்ப்பாட்டியலில் பரத நாட்டிய சாத்திரக் கருத்துக்களை ஒத்தவை காணப்படுகின்றன. மேலும் வடமொழித் தர்ம சாத்திரக் கருத்துக்களும் பொருளதிகாரத்தில் உள்ளன. வடமொழிச்சொற்களும் நான்கு வகை இலக்கியச் சொற்களில் ஒன்றாக உட்படுத்தப்பட்டுள்ளன. மேலும் 'சூத்திரம்', 'படலம்', 'அம்போதரங்கம்', 'பண்ணத்தி' முதலிய சொற்கள் தொல்காப்பியத்தில் காணப்படுகின்றன. பிராகிருதப் பிரகாசத்தில் காணப்படும் இரு சூத்திரங்களை ஒத்தவை மொழிமரபில் உள்ளன. இத்தகைய செய்திகளை வையாபுரிப் பிள்ளை போன்றோர் சுட்டுவர். ஆனால் இவற்றையெல்லாம் மறுப்பவர்கள் உண்டு. தொல்காப்பியர் கண்ட திணைக் கோட்பாடு தமிழுக்கே உரியது என்பார் மு. இராகவையங்கார் போன்றோர். உள்ளுறை, இறைச்சிக் கோட்பாடு போன்றவை வடமொழியில் ஆனந்தவர்த்தருக்கு முற்பட்டவை என்பார் திருஞானசம்பந்தம், சுந்தரமூர்த்தி போன்றோர். ஹார்ட் போன்றோர் பிராகிரு சட்டசி போன்ற அகப் பொருள் நூல்களில் தமிழ் பொருட்கோட்டின் தாக்கம் இருக்கலாம் என்பர்.

தமிழ் வடமொழியிலிருந்து அல்வழி வேற்றுமை முதலிய புணர்ச்சி முறை, குறிப்பு வினை, தொழிற்பெயர்கள், உயர்திணை, அஃறிணை என்ற சொற்பாகுபாடுகள், அகம், புறம் முதலிய பொருட்பாகுபாடுகள், வெண்பா முதலிய யாப்பு வகைகள் முதலியவற்றில் வேறுபட்டது என்பது சிவஞான முனிவர் கருத்து. இவற்றை எல்லாம் சீர்மையோடு வேறுபடுத்துக் கூறும் தொல்காப்பியர் தமிழின் இயல்பை நன்கு அறிந்தவர் என்பது அவர் கருத்து.

சங்க காலத்தில் வடமொழித் தாக்கம்

சங்க காலத்தை ஒட்டியோ அதற்கு முன்போ தமிழுக்கு வரிவடிவம் ஏற்பட்டுவிட்டது. அதை நாம் தமிழி, தமிழ் பிராமி என்றெல்லாம் அழைக்கிறோம். இதற்கும் வடமொழித்

தொடர்புக்கும் உள்ள பங்கை முன்பே குறிப்பிட்டோம். இது இன்னும் ஆய்வுக்குரியது. சங்க கால மொழியில் வடமொழிக் கலப்பு ஏற்பட்டுவிட்டது. அக்கால இலக்கியங்களில் காணப்படும் இந்தோ – ஐரோப்பிய மொழிச் சொற்களை ஆராய்ந்த வைத்தியநாதன் சமயம் தொடர்பான சொற்களும் (216), இயற்கை (93), கல்வி (69) முதலியவை பற்றிய சொற்களும் மிகுதி என்பார். அக்காலத்தில் வடமொழியைக் கையாண்ட வேத அந்தணர்கள் தமிழ் மன்னர்களுக்கு வேள்வி வேட்டனர். அவைக்களத்தில் ஆலோசகர்களாக இருந்தனர் என்பதும் சங்கப் புலவர்களில் பலர் அந்தணர்களாக இருந்ததும் காரணமாகலாம். மேலும் இவ்வாறு கடன் பெற்ற சொற்களின் வகைகளை செ.வை. சண்முகம் விளக்குவார்.

சங்க காலத்திற்குப் பிந்தைய காலம்

சங்க காலத்திற்குப் பிறகு களப்பிரர், பல்லவர், பாண்டியர் ஆட்சியில் அரசர்கள் பிராகிருதத்தையும், பின் வடமொழியையும் மிகுதியாக ஆதரித்தனர். அவர்கள் சாசனங்கள் கூட இம்மொழி களிலேயே அமைந்துள்ளன. கரிகாலன், நெடுஞ்செழியன், செங்குட்டுவன் போன்ற தமிழ்ப்பெயர்களைப் பூண்டிருந்த மன்னர்கள் விஜயாலயன், ஸ்ரீமாற ஸ்ரீவல்லபன், குலசேகரன் என்ற வடமொழிப் பெயர்களைப் பூண்டனர். அடியார்க்கு நல்லான், அருளாளன் போன்ற பெயர்கள் பக்தவச்சலன், வரதராஜன் என மாறின. மயிலாடுதுறை போன்ற தமிழ்ப் பெயர்களை வடமொழியில் மொழிபெயர்த்தும், வடமொழி மூலமும் பொருளும் கொண்ட புராணங்கள் கதைகள் போன்ற வற்றை உருவாக்கியும் வடமொழிச் சாயம் பூசும் வேலைகள் மிகுதியாயின. பதினெண்கீழ்க்கணக்கிலுள்ள நீதிநூல்களில் வடமொழிச் சொற்கள் இடம்பெறுவது வழக்கமாகியது (எ.டு. பாக்கியம் (குறள் 1141) சேர்ந்தாரைக் கொல்லி (குறள் 306 (ஆசிருதவரி என்ற வடசொல்லின் மொழிபெயர்ப்பு என்பர்).

இக்காலத்திலும் பின்னரும் தமிழர்கள் வடமொழியை இரண்டாம் மொழியாகத் தழுவிக்கொண்டதும் இங்கு வந்து ஆண்டவர்களும் குடியேறினவர்களும் தமிழை முதன்மொழியாக ஏற்றுக்கொண்டதும் நடந்தேறுகிறது. 'காவ்யாதர்சம்' (தமிழில் தண்டியலங்காரம்) இயற்றிய தண்டியாசிரியர், புத்தசமய அறிஞர்களான திந்நாகர், தர்மபாலர், தர்மகீர்த்தி, சமண ஆசிரியர் குந்தகுந்தர், வஜ்ரநந்தி, வைதிக சமயத்தினரான சங்கராச்சாரியார், இராமானுஜாச்சாரியார், வேதாந்த தேசிகர், உமாபதி சிவாச்சாரியார், மறைஞான தேசிகர் என்று பல தமிழர்கள் வடமொழியில் நூல்கள் இயற்றிய பேரறிஞர்களாக

விளங்கியிருந்தனர். இன்னும் பாலி பிராகிருத மொழிகளில் நூல்கள் இயற்றிய தமிழர்கள் பலர். வடமொழி வளத்திற்குத் தமிழர் பங்கு அளப்பரியது. இது பற்றி மு.கு. ஜகந்நாத ராஜா, சி.எஸ்.சுந்தரம் போன்றவர்கள் எழுதிய நூல்களில் முழு விவரங்களையும் காணலாம். எனவே வடமொழியில் இருக்கும் தமிழர் கருத்துக்களை நாம் வடமொழி என்பதற்காகப் புறந்தள்ள முடியாது.

பக்தி இலக்கியங்கள் காப்பியங்கள் சிற்றிலக்கியங்கள்

ஆழ்வார், நாயன்மார்கள் பலரும் தமிழும் வடமொழியும் கற்றவர்கள். 'செந்தமிழும் ஆரியமும் ஆனான் கண்டாய்' என்று அவர்கள் இறைவனைக் கண்டார்கள். அவர்கள் வடமொழி யிலுள்ள வேத உபநிடதக் கருத்துக்களையும் மொழிவழக்கு களையும் தம் பாக்களில் பொதிந்து வைத்துள்ளனர். வேதம் தமிழ் செய்த மாறன் என்று நம்மாழ்வாரைப் புகழ்வர். 'திருமந்திரம்' போன்ற நூல்களில் வடமொழி வழக்குகளும் கருத்துக்களும் காணப்படுகின்றன.

காவியங்களில் குறிப்பாக 'மணிமேகலை'யில் அளவையியல் தத்துவக் கருத்துக்களைக் கூறும் இறுதி இயல்களில் சாத்தனார் தாம் பின்பற்றிய மகாயானத்தைச் சேர்ந்த சௌத்திராந்திக யோகசார நெறிக்கருத்துக்களை திந்நாகரின் நியாயப்பிரவேசம் முதலிய நூற்கருத்துக்களை மொழிபெயர்த்து அமைத்துள்ளார் என்பார் சோ.ந. கந்தசாமி. இது போன்றே 'நீலகேசி'யிலும் அதன் மணிப்பிரவாள உரையிலும் பிராகிருதம் வடமொழி நூல் கருத்துக்களை அமைத்திருப்பதைக் காணலாம். கொங்கு வேளிர் பிருகத் கதையைத் தழுவிப் பெருங்கதையை அமைக்கிறார். கம்பன் வால்மீகியை அடியொற்றித் தன் காப்பியத்தைத் தமிழாக்கி அமைக்கிறான். இன்னும் சிலம்பிலும் நாட்டிய சாத்திரம், இரத்தினப் பரிட்சை, கர்னிசூத முதலிய நூல்களின் தாக்கம் இருப்பதாக ஆய்வாளர் கூறுவர். 'சீவக சிந்தாமணி' வடமொழிக் கதையாயினும் அதைப் பார்த்து வடமொழியில் 'க்ஷத்திரிய சூடாமணி' போன்ற நூல்கள் தம் கதைகளை அமைத்துக்கொண்டதும் உண்டு.

புராணக் காப்பியங்களில் தமிழ்ப் புராணங்கள் வடமொழி மூலத்தை அடியொற்றியன என்று கூறிக்கொண்டாலும் 'ஹாலாஸ்ய மகாத்மியம்' போன்றவை தமிழை வடமொழி யாக்கியவை. சிற்றிலக்கியங்களில் தூது இலக்கியங்களை ஒத்தவை வடமொழியிலும் உள்ளன. இத்தகைய இலக்கியங்கள் ஒரு பொதுச்சூழலில் உருவாகியிருக்கலாம். எப்போதும் எல்லாவற்றிற்கும் வடமொழி மூலமாகவே இருக்கவேண்டும்

என்ற கட்டாயம் இல்லை. தமிழிலிருந்தும் சென்றிருக்கலாம். ஆனால் அப்படி நாட்டு மொழியிலிருந்து வடமொழிக்குச் சென்றிருப்பதை வடமொழிவாணர்கள் ஒத்துக்கொள்வது குறைவு. இது பற்றிய ஆராய்ச்சிகள் இன்னும் தொடங்கவே இல்லை.

அறிவியல் நூல்கள் – அறிவியல் துறைகள் தத்துவம் முதலியன

தமிழகத்தில் கல்வி, சமயம், தத்துவம், அரசியல், அறிவியல் போன்ற துறைகளில் வடமொழி காலந்தோறும் கோலோச்சியது. இது இந்தியப் பெருநில இணைப்பு மொழியாகவும் இருந்ததாலும், தமிழர்கள் பலரும் வடமொழி கற்ற இருமொழியாளர்களாக இருந்ததாலும், கல்வி எல்லா மக்களுக்கும் உரிய பொதுமை பெறாததாலும், அரசர்களும் அறிஞர்களும் தமிழ் போன்ற வட்டார மொழிகளில் இத்துறை சார்ந்த அறிவைப் பெருக்கும் நூலாக்கத்தில் ஈடுபடாததாலும் தமிழ் போன்ற மொழிகள் வளர்ச்சி அடைய வாய்ப்புகள் குறைவாக இருந்தன. மேலும் வடமொழிக்கு இருந்த அரசர்கள், அறிஞர்கள் ஆதரவும் அரவணைப்பும் தமிழ் போன்ற மொழிகளுக்கு இல்லை.

காலந்தோறும் தமிழ் மன்னர்கள் தோற்றுவித்த எண்ணிறந்த பிரமதேயங்களில் அந்தணர் வடமொழி, வேதம், வியாகரணம், மீமாம்சை, அர்த்தசாத்திரம் போன்றவற்றைக் கற்றிருக்கிறார்கள் என்பதைப் பல கல்வெட்டுகளும் செப்பேடுகளும் பேசுகின்றன. அங்குத் தமிழ்மொழியோ தமிழ் வழியான அறிவுசார் நூல்களோ கற்பிக்கப்பட்டதற்கு வரலாற்றுச் சான்றுகள் இல்லை. சங்கம் வைத்துத் தமிழ் வளர்த்ததாக உள்ள குறிப்புகள் வெறும் புராணங்களாகவும் செவிவழிச் செய்திகளாகவும் உள்ளன. பாண்டியர் செப்பேடுகளில் உள்ள மதுராபுரிச் சங்கம் வைத்தது போன்ற குறிப்புகள் புராணக் கற்பனைப் புகழ்ச்சிகள் போலவே உரைக்கப்படுகின்றன. வடமொழிக்கு உண்மையாக இருந்த அரசு சார் நிறுவன ஆதரவு தமிழுக்கு இல்லாதிருந்ததைப் பார்த்து ஏங்கிய தமிழ் நெஞ்சங்களின் கனவுப் புனைவுகளாகவே இவற்றைக் கருதவேண்டியுள்ளது.

சங்க வரலாறுகள் பற்றிய புனைவுக்குச் சமணர்களின் திரமிள சங்கம் என்ற அமைப்பு முன்மாதிரியாக இருந்திருக்கலாம் என்பார் வையாபுரிப்பிள்ளை. சாசனங்களில் ஆங்காங்கே சில புலவர்களுக்கு மன்னர்களும் சிற்றரசர்களும் அளித்த கொடைகள் தவிர பிரமதேயம் போன்ற நிறுவன ஆதரவு தமிழ்க் கல்விக்கு இருந்ததாகத் தெரியவில்லை. சமணர்களின் பள்ளிகளில் தமிழைக் கற்பித்தனர். அங்கே தமிழில் பல நூல்கள் இயற்றப் பட்டன எனத் தெரிகிறது. கி.பி. 12–16ஆம் நூற்றாண்டிற்குப் பின் தோன்றிய சைவமடங்களில் தமிழ் கற்பிக்கப்பட்டதையும்

அங்குள்ள அறிஞர்கள் நூல் புனைந்ததும் தெரிகிறது. அதனால் தான் அவர்கள் சைவமும் தமிழும் தழைத்தினிதோங்குக என முழங்கினர் போலும்.

இப்பின்னணியில் தமிழ் போன்ற மொழிகள் கல்வி மொழியாக விளங்காததால் அது வெறும் இலக்கிய மொழியாகவும் கலைத்துறைகளிலும் நாட்டுப்புறக்கூறுகளுக்குரிய மொழியாகவும் மட்டுமே விளங்க முடிந்தது. பொது மக்கள் பங்கெடுக்கும் சமய வழிபாடு, திருமணம் முதலிய சடங்குகள் போன்றவற்றில் கூட அலுவல் மொழியாகத் தமிழ் போன்ற மொழிகள் பங்கெடுக்க முடியாமல் இருந்தது. வேண்டுமானால் பக்தியைப் புலப்படுத்தும் பொதுமக்கள் பஜனை மொழியாக வளரட்டும் என்று அனுமதித்தார்கள். அதனால்தான் தமிழில் பக்தி இலக்கியம் செழித்தது. இதனால் நாம் இன்று தமிழைப் பக்தியின் மொழியாகக் கொண்டாடுகிறோம். ஆனால் இந்தப் பொருளற்ற புகழ்ச்சிக்குப் பின்னால் இருக்கும் வஞ்சகத்தையும் வரலாற்றுப் புறக்கணிப்பையும் திறமையாக மூடி மறைத்து விடுகிறார்கள்.

அதுபோன்றே தமிழில் பொழுதுபோக்கும் இலக்கியப் படைப்புகளைத் தவிர அறிவியல் நூல் பரப்பும் படைப்புகள் குறைவே. சைவ ஆகம நூல்கள் கூட வடமொழி தெரிந்தால் அவனுக்குத் தத்துவம் அறம் முதலானவற்றை வடமொழியில் கூறுக. அது தெரியாமல் போனால் அவனுக்குத் தெரிந்த நாட்டு மொழியில் கூறலாம் என்று கூறும். வள்ளுவர் அரசியல் பற்றியும் மருத்துவம் பற்றியும் தத்துவம் பற்றியும் குறிப்பிடும் மூலநூல்கள் தமிழில் இருப்பதாகத் தெரியவில்லை. அவை வடமொழியிலேயே உள்ளன. இருப்பினும் இவற்றை எல்லாம் மீறிச் சைவசித்தாந்திகளான உமாபதி சிவாச்சாரியார், சிவஞான முனிவர் போன்றவர்கள் வடமொழியை மொழிபெயர்த்தும் புதிதாகத் தாமே புனைந்தும் பல தத்துவத் துறை நூல்களை இயற்றித் தமிழை வளப்படுத்தினர். இதுபோன்றே சோதிடம், மருத்துவம் போன்ற துறைகளும் அசலான தமிழ்வழியான ஒரு அறிவு நூற்பரப்பை உருவாக்கும் முயற்சியின் விளைவுதான் தமிழில் காணப்படும் மொழி இலக்கணம், செய்யுள் இலக்கணம், சோதிடம், சிற்பக்கலை, நாட்டியக் கலை, இசைக்கலை, மருத்துவம் முதலிய துறை சார்ந்த நூல்கள்.

இத்தோடு மொழிபெயர்ப்பை ஒரு படைப்பாக்க முயற்சியாகக் குறிப்பிடும் தொல்காப்பியர் கருத்தை அடியொற்றி வடமொழி மொழிபெயர்ப்புகளை மேற்கொண்டு தமிழை வளப்படுத்தும் முயற்சிகளும் உண்டு. பகவத்கீதையின் முதன் மொழிபெயர்ப்பு இந்திய மொழிகளிலேயே தமிழில்தான் கி.பி

12 நூற்றாண்டளவில் வந்துள்ளதைக் குறிப்பிடலாம். பரமார்த்த தரிசனம் என்ற பெயரில் இதைச் செய்தவர் ஸ்ரீபட்டனார். மேலும் பாண்டியர்கள் மதுராபுரித் தமிழ்ச் சங்கத்தில் மாபாரதத்தை மொழி பெயர்த்ததைப் பெரும் சாதனையாகக் கூறிக்கொள்கிறார்கள். மதுரைத் தமிழ்ச் சங்கத்தில் வடமொழி உள்ளிட்ட பல இந்திய மொழிப்புலவர்களும் இருந்ததாகத் திருவிளையாடற் புராணம் பாடுகிறது. அங்கிருந்த நாற்பத்து ஒன்பது புலவர்களும் வடமொழி நாற்பத்தொன்பது எழுத்துக்களின் பிரதிநிதிகள் போன்றிருந்தனர் என்றும் அந்நூல் கூறுகிறது.

இத்தகைய முயற்சி பிற இந்திய மொழிகளில் தமிழைத் தவிரப் பிற மொழிகளில் இல்லை. இத்தகைய முயற்சியும் நூல்களும் இல்லையேல் தமிழ் பிற இந்திய மொழிகளைப் போல வெறும் சமய மொழியாக மட்டுமே வளர்ந்திருக்கும். ஆனால் இவ்வாறு தமிழில் அறிவியல் சார்ந்த மூல நூல்களை இயற்ற முனைந்தவர்கள் நாட்டு மக்கள் மொழியான தமிழை முன்னிறுத்திய மொழி ஆர்வலர்கள்தான். அரசுகள் இத்தகைய முயற்சிக்கு ஆதரவளித்திருந்தால் தமிழ் வளர்ந்து ஓர் அறிவியல் மரபை வளர்த்தெடுத்திருக்கும். ஆனால் அது நடக்கவில்லை. அதற்குக் கண்மூடித்தனமான வடமொழிப் பித்தம்தான் காரணம். அது இன்று ஆங்கிலப் பித்தமாக உள்ளது. வரலாறு விடாது துரத்துகிறது. ஆனால் நாம் பாடம் கற்றபாடில்லை. கையறவுடன் கைபிசைந்து நிற்கிறோம்.

இலக்கண நூல்கள், நிகண்டுகள்

இலக்கண, இலக்கியத் துறைகளில் வடமொழிக் கருத்துக்கள் தமிழில் வந்து புகுந்தாலும் இங்கு இத்துறைகளில் இருந்த ஒரு உள்ளார்ந்த வளர்ச்சி நிலை காரணமாக அவற்றைத் தமிழின் இயல்புக்கு ஏற்ப ஏற்றுக்கொண்டு தன்மயமாக்கிக் கொண்டனர். தொல்காப்பியர் தன் பேரிலக்கண நூலில் தமிழ் வடமொழிக் கருத்தியல், சமுகவியல், பண்பாட்டுப் போராட்டங்களைக் கருத்தில் கொண்டு தமிழின் தனித்தன்மைக்கு முக்கியத்துவம் கொடுத்திருக்கிறார். எனினும் அவர் செய்துகொண்ட சமரசங்கள் எவை, ஏற்றுக்கொண்டவை எவை என்பன பற்றிய ஆய்வை நாம் இன்னும் செய்யவேண்டியுள்ளது. தொல்காப்பியரை நாம் தமிழ் நூல்வழித் தமிழாசிரியர் என்று கொண்டாடினால் பத்து நூற்றாண்டுக்குப் பின் வந்த 'வீரசோழியம்' என்ற பௌத்தத் தமிழ் இலக்கண நூலின் ஆசிரியரான புத்தமித்திரனார் வடநூல் வழித் தமிழாசிரியராகக் காட்சியளிக்கிறார். அவர் அக்காலத்தில் உச்சத்தைத் தொட்டிருந்த தமிழ் வடமொழிய இருமொழியச் சூழலாலும் அதன் விளைவாக ஏற்பட்ட மொழிக்கூறுகளில்

ஏற்பட்ட ஒருமைத்தன்மையாலும் வடமொழி சார்ந்து ஒரு இலக்கண நூலை இயற்றினார். இவர் அக்காலத்தில் பிராகிருதம் முதலிய மொழிகளில் எழுந்த இந்திய இலக்கணங்களில் வழக்கிலிருந்த புடைமாற்று ஒப்புமை இலக்கண முறையைப் பின்பற்றித் (Contrastive Transfer model) தன் இலக்கண நூலை யாத்தார் என்பார் மொழியியல் அறிஞர் சு. இராசாராம். ஆனால் இம்முறை கொண்டாடப்படவில்லை.

பின்னும் தொல்காப்பிய வழியைப் பின்பற்றி 'நேமிநாதம்', 'நன்னூல்' முதலிய நூல்கள் எழுந்த தொல்காப்பிய மரபு தொடர்ந்து நிலவ வழிவகுத்தன. ஆனால் பிற்காலத்தில் 'பிரயோக விவேகம்' வீரசோழிய முறையைப் புதுப்பிக்க முயன்றது. 'இலக்கணக் கொத்து', 'பிரயோக விவேகம்' போன்றவை வடநூல்வழி இலக்கணங்களில் காணப்பட்ட புதுமைகளைத் தமிழாக்கி உரைக்க முயன்றன. அணி இலக்கணத்தில் புதிய செய்திகளை 'வீரசோழிய'மும் 'தமிழ்த் தண்டியலங்கார'மும் வடமொழிக் 'காவ்யாதர்ச'த்தை மொழிபெயர்த்துத் தமிழுக்கு அறிமுகம் செய்தன. 'மாறனலங்காரம்', 'குவலயானந்தம்' போன்றவையும் வடமொழி அணி இலக்கண அமைப்புக்களைத் தமிழாக்கித் தந்தன. சமணர்கள் தந்த 'யாப்பருங்கலம்', 'காரிகை' முதலிய நூல்கள்வழித் தமிழ் யாப்பியலை வளர்த்தன. மேலும் அதில் வடமொழிக் கூறுகளையும் உணர்ந்துகொள்ளும்படிச் செய்திகளை அமைத்தனர். பாட்டியல் நூல்களிலும் தமிழ் அமைப்புகளோடு வடமொழிக்கூறுகளும் ஆங்காங்கே காணப்படுகின்றன.

தமிழ் நிகண்டுகள் வடமொழி நிகண்டமைப்பைத் தமிழுக்கேற்ப மாற்றி அமைத்துக்கொண்டிருந்தாலும் தமிழ் சார்ந்து அவற்றை வளர்த்திருப்பதை நாம் உய்த்துணரலாம். முன்பே குறிப்பிட்டது போல இவற்றை ஒரு மொழி அகராதிகள் என்பதற்கு மேல் இருமொழி அகராதிகளாகவும் பயன்படுத்திக்கொள்ளவே வடமொழிச் சொற்களையும் தமிழ் ஒரு பொருட் பன்மொழிகளாக அமைத்திருக்கிறார்கள் என்று தோன்றுகிறது.

கல்வெட்டு

தமிழகக் கல்வெட்டுக்கள் தொடக்கத்திலிருந்தே தமிழிலிலேயே இருந்தன. பின் பல்லவர்கள் தொடக்கத்தில் வடமொழி பிராகிருதத்தைத் தம் சாசனங்களில் ஆண்டனர். பின் தமிழுக்கு மாறினர். தமிழ் மன்னர்கள் தம் செப்பேடுகளில் பிரசஸ்தி பகுதியில் வடமொழிக்கு முதலிடம் கொடுத்தனர். பாண்டியர் அவையில் வடமொழியில் பிரசஸ்தி பாட வடமொழிக் கவிஞர்கள் இருந்தனர். கல்வெட்டின் செயல் பகுதியில் தமிழ்

இடம்பெற்றது. ஆனால் இங்குத் தொல்காப்பியர் உடன்படாத வடமொழி எழுத்துக்களையும் சொற்களையும் வடமொழிக் கிரந்த எழுத்திலேயே எழுதினர். சட்டம், நிர்வாக அமைப்பு போன்றவற்றைப் பற்றிய சொற்களில் வடமொழிக் கூறுகளும் இடம்பெற்றன. எனவே தமிழக சாசனங்களை வாசிக்க வேண்டுமென்றால் வடமொழி அறிவும் கிரந்த எழுத்துப் பயிற்சியும் தேவை. பிற்காலத்தில் இது மாற்றம் அடைந்து தமிழுக்கு முன்னுரிமை கொடுத்தனர்.

உரைகள்

தமிழில் இலக்கிய உரைகளும் அறிவியல் நூல்களுக்கான (எ.டு.: 'தத்துவ சாத்திரம்') உரைகளும் பல காணப்படுகின்றன. இலக்கியமும் பிற துறைகளும் தொடர்ந்து கற்று வந்த கல்வி மரபின் விளைவாக எழுந்த படைப்புகள் இவை. தமிழிலுள்ள உரை மரபிற்கும் வடமொழியிலுள்ள உரைமரபிற்கும் பல ஒற்றுமைகளும் வேற்றுமைகளும் உள்ளன. எடுத்துக்காட்டாக 'முப்பத்திரண்டு உத்தி முறைகள்' போன்றவை அறிவியல் நூல்களில் காணப்படும் நூலாக்க முறைகளாகும். இவற்றைக் கொண்டே பழைய நூல்களுக்குப் பொருள் சொல்ல முடியும். இவை வடமொழியிலும் தமிழிலும் உண்டு. இவை எல்லாம் ஒரு இந்தியப் பொது மரபைச் சார்ந்த பொருள்கோள் முறைகளாகும் (Hermenautical principles).

தமிழ் இலக்கிய உரைகளுள் பழமையானதாகக் காணப்படும் 'இறையனார் களவியல் உரை' கி.பி. பத்தாம் நூற்றாண்டைச் சார்ந்ததாகலாம். அதன் பின்வந்த அறுநூற்றுக்கு மேற்பட்ட ஆண்டுகளில் இலக்கண நூல்களுக்கும் இலக்கியங்களுக்கும் தத்துவம் முதலிய துறை நூல்களுக்கும் உரைகள் தோன்றி யுள்ளன. இவை தமிழில் உரைநடை வளர்ந்த வரலாற்றை விளக்கும். இவற்றில் 'திவ்வியப் பிரபந்த'த்திற்கு வைணவ அறிஞர்கள் எழுதிய உரைகளும், 'நீலகேசி' போன்ற நூல்களுக்குச் சமணர் எழுதிய உரைகளும், சிவாக்கிர யோகிகள் போன்றோர் சைவசித்தாந்த நூல்களுக்கு எழுதிய உரைகளும் வடமொழியை மனம்போல் விரவி எழுதப்பெற்றவை. இவற்றை மணிப்பிரவாள நடையில் அமைந்த உரை என்பர்.

சில கல்வெட்டுக்களும் இம்முறையில் அமைந்திருக்கும். இவ்வுரைகளில் மிக விரவிக் காணப்படும் சமஸ்கிருதச் சொற்கள் தொல்காப்பியர் வகுத்த வடமொழியாக்க விதிகளை மீறி வடமொழிச் சொற்களை வடமொழி எழுத்துக்களிலேயே எழுதும் முறையைப் பின்பற்றியவை. மேலும் இவை வடமொழி இலக்கணக் கூறுகளையும் தமிழில் கலந்து எழுதும் கலவை நடையைப்

பின்பற்றும். இந்த மணிப்பிரவாள உரையில் காணப்பெறும் நடையும் தமிழில் பிற்காலத்தில் வடமொழி கலந்த சாதாரண உரை நடைக்கு முன்னோடியாக அமைந்தவற்றில் ஒன்று எனலாம். இங்கே மணிப்பிரவாள மொழி பற்றிக் கொஞ்சம் தனியே விவரிக்கலாம்.

மணிப்பிரவாளம் வடமொழி தமிழ்க் காதலும் மோதலும்

அரசு நிர்வாகம், நீதி நிர்வாகம், கல்வி, சமயம், சமூகம், பண்பாடு முதலிய துறைகளில் வடமொழி கோலோச்சியதாலும் கடும் இருமொழியத்தாலும் தமிழில் வடமொழியைக் கலந்து பேசுவதும் எழுதுவதும் மிகுந்தபோது உருவானதே கலப்பு மொழியான மணிப்பிரவாளம். தமிழ்ச் சொற்களை மணி என்றும் வடமொழிச் சொற்களைப் பவளம் என்றும் பெயரிட்டு இவை கலந்த நடை மணிப்பிரவாளம் எனப்பட்டது. அது தமிழில் எழுந்த மணிப்பிரவாள உரைகளில் அமைந்ததற்கு அப்பால் இலக்கிய மொழி நடையாக உருவாக முயன்றாலும் அது வெற்றி பெறவில்லை. மணிப்பிரவாளம் என்ற கலப்பு நடையைச் சமூக மொழியியலாளர்கள் மேக்ரோனிசம் *(macaronism)* என்றும் பிட்ஜின் *(Pidgin)* என்றும் கூறுவர். இத்தகைய கலப்பு நடையை முதல் மொழியாகக் கொண்டு ஒரு மொழிவழக்கைத் தோற்றுவிக்கும்போது அது கிரியோல் *(Creole)* எனப்படும். கிழக்கிந்தியத் தீவு போன்ற இடங்களில் இந்திய மொழிகள், பிரெஞ்சு ஆங்கிலம் இவற்றின் கலப்பில் இத்தகைய இருமொழிய வழக்குகள் தோன்றியுள்ளன. ஹாங்காங்கில் சீனமும் ஆங்கிலமும் கலப்பதால் இது தோன்றியுள்ளது.மேக்ரோனிசம் என்பது இடைக்காலத்தில் ஐரோப்பாவில் இலத்தீன் செல்வாக்கோடு இருந்தபோது போலந்து போன்ற நாடுகளில் போலிஷ் மொழியையும் இலத்தீன மொழியையும் கலந்து பயன்படுத்திய நடைக்குப் பெயராக வழங்கும். இது இடைக்காலத்தில் அங்கு உயர்வாகக் கருதப்பட்டது. பின் வழக்கிழந்தது.

இத்தகைய வடமொழி பிராகிருதம் கலந்து உண்டாகும் இருமொழி வழக்குப் பற்றிய குறிப்பு கி.பி. ஒன்பதாம் நூற்றாண்டில் ஜினசேனர் இயற்றிய சட்கண்டாகம உரையில் காணப் படுகிறது. பின் அபிநவகுப்தர் (கி.பி. 11) தன் பரத நாட்டிய சாத்திர உரையில் தென்னகத்தில் நாட்டியங்களில் இத்தகைய நடை வழங்கியதைக் குறிப்பிடுகிறார். காஷ்மீரி மொழியும் வடமொழியும் கலந்த இத்தகைய மணிப்பிரவாளத்தை அவர் சத்தகுலம் என்பர். இத்தகைய மணிப்பிரவாளம் மலையாளம், கன்னடம், தெலுங்கு போன்ற மொழிகளிலும் காணப்படுகின்றது. மலையாள மணிப்பிரவாளம் மேட்டுக்குடி மக்களின் இலக்கிய நடையாக

வளர்ந்து நாட்டுமொழியாகிய மலைநாட்டுத் தமிழைக் கீழே தள்ளிச் செவ்விய நடையாக உயர்ந்து மலைநாட்டுத் தமிழில் இயல்பாக ஏற்பட்ட அகநிலை மாற்றங்களோடு கைகோத்து இன்றைய மலையாள மொழியாக உருவாகத் துணை நின்றது.

தமிழில் ‘வீரசோழியம்’தான் இந்த இருமொழிய நடையின் இலக்கணத்தைக் கூறுகிறது. தமிழில் வெறும் வடவெழுத்துக் கலந்து வந்தால் அது விரவியல். வடசொற்களே கலந்து எதுகைத் தொடை இன்றி வந்தால் அது மணிப்பிரவாளம் என்று அது கூறும் (காரிகை 180). தமிழ் வழிப்பட்ட பாட்டு மரபு நடை, வடமொழி கலந்த மணிப்பிரவாள நடை என்று இடைக்கால மலைநாட்டு மொழியில் இருந்த இரு இலக்கிய நடைகளில் மணிப்பிரவாள நடை இலக்கியத்திற்கு ‘லீலாதிலகம்’ என்ற மலையாள இலக்கண நூல் (கி.பி. 14) விரிவான இலக்கணம் கூறும்.

தமிழில் மணிப்பிரவாள நடை பிற்காலத்தில் வைணவம், சமணம், சைவம் போன்ற சமயம் சார்ந்த நூல்களுக்கு எழுந்த உரைகளில் மிகுதியும் காணப்படுகிறது. ‘வள்ளி பரிணயம்’, ‘விராடபர்வம் சம்பு’ போன்ற சில இலக்கியங்கள் காணப்பட்டாலும் இம்மொழியில் இயன்ற இலக்கியப் படைப்புகள் மலையாளத்தில் போலத் தமிழில் செல்வாக்குப் பெறவில்லை. வைணவ மணிப்பிரவாள உரைகளில் பெரியவாச்சான் பிள்ளை (கி.பி. 13) தமிழ் வடமொழியை 2–1 என்ற விகிதத்தில் ஆள்வார். மணவாள மாமுனிகள் (14–15) போன்றோர் வடமொழியை விடத் தமிழை மிகுதியும் ஆள்வர் (தமிழ் 4 வடமொழி 1). தமிழிலும் வடமொழியிலும் நூல்கள் இயற்றிய வேதாந்த தேசிகர் (கி.பி.13, 14) தன் உரைகளில் தமிழைவிட வடமொழியைக் கூடுதல் ஆள்வார் (வடமொழி 3, தமிழ் 1). ஆனால் அவரே தமிழில் செய்யுள் இயற்றும்போது தனித்தமிழாக இருக்கும். கீழே எடுத்துக்காட்டுக் காண்க.

> உடலம் அழிந்திடும் உள்ளுயிர் ஒன்றழி யாதெனைப் போல்
> விடுமது பற்று விடாதது அடைத்த கிரிசைகளே
> கடுக உனக்குயிர் காட்டும் நினைவத னாலுளதாம்
> விடுமயல் என்று விசயனைத் தேற்றினன் வித்தகனே –

தேசிகப் பிரபந்தம். கீதார்த்த சங்கிரகம் 3 (பகவத் கீதை இரண்டாம் அத்தியாயத்தின் சாரம்).

அதாவது வடமொழி கலந்த தமிழ் நடை உயர்ந்த இலக்கிய நடையாகத் தமிழில் கருதப்படவில்லை. ஆனால் தமிழ் தவிர்ந்த பிற திராவிட மொழிகளில் வடமொழி கலந்த நடை உயர் நடையாகக் கருதப்படும். அதுவும் மலையாளம் போன்ற

மொழிகளில் வடமொழியை மிகுதியாகக் கலப்பதற்குச் சமூக மொழியியல் நோக்கில் வேறு காரணங்களும் உண்டு. பச்சை மலையாளச் சொற்கள் தமிழிலும் வழங்கும் சொற்களாக இருக்கும். எனவே அவற்றை ஆள்வது இழிசினர் வழக்கு என்று கருதும் கருத்து ஒரு புறம். இன்னொன்று தமிழிலிருந்து மலையாளம் வேறுபட்டது என்று வேறுபடுத்தும் முறையாகவும் மலையாளத்தில் வடமொழிக் கலப்புச் செயல்படும். மீன், மழை, வெள்ளப் பெருக்கம் போன்றவை சாதாரண மலையாளப் பேச்சு வழக்கில் உள்ள சொற்கள். மேடையில் மழை என்றோ மீன் என்றோ வெள்ளப் பெருக்கம் என்றோ பேசுவது தாழ்ந்த வழக்கு. அவற்றை வர்ஷம், மல்ச்யம், பிரளயம் என்று மேடையில் பேசுவது உயர்வழக்கு. தமிழில் பேச்சு வழக்கில் சோறு, தோல், சளி போன்ற சொற்கள் புழங்கினாலும் அவற்றை இழிசினர் வழக்காகக் கருதிச் சாதம், சருமம், ஜலதோஷம் என்று வழங்குவது இங்கு நினைக்கத்தக்கது. ஆனால் தமிழைப் பொறுத்த அளவில் இலக்கியத்தில் வடமொழிக் கலப்பு உயர்நடையாகக் கருதப்படாது தாழ்வானதாகவே கருதப்படும்.

இவ்வாறு வடமொழி வட்டார மொழிகள் கலப்பில் உருவான கலப்புமொழியான மணிப்பிரவாளம் மலையாளம் போன்ற மொழிகள் தனி மொழியாக உருவாகத் துணை நிற்கத் தமிழில் அது ஒரு காலக்கட்டப் பாணியாக அமைந்து பொது அரங்கிற்கு வராமல் காலத்தால் மங்கி மறைந்துவிட்டது. இதற்குத் தொல்காப்பியர் காலந்தொட்டுத் தமிழில் நிலை பெற்றிருந்த தனித்தியங்கும் ஆற்றல் பற்றிய கொள்கைப்பிடிப்பு காரணமாகும்.

மொழிகளில் இரண்டு வகை உண்டு. ஒன்று பிற மொழிகளிலிருந்து பெரும்பான்மையும் கடன் பெற்று மொழியை வளப்படுத்துபவை. இத்தகைய மொழிகள் கடன் வாங்கும் மொழிகள். மலையாளம் போன்றவை இதற்கு எடுத்துக்காட்டு. இன்னொன்று தன் வளத்திலிருந்து புதுமையைப் படைத்துக்கொள்ளும் ஆற்றல் உள்ளவை. வடமொழி இத்தகையது. தமிழும் அத்தகையது. இக்காலத்தில் ஜெர்மன் போன்ற மொழிகளை இதற்குச் சான்றாகக் காட்டலாம். கடன் வாங்கும் மொழிகள் காலப்போக்கில் அரசியல் சமூகப் பண்பாட்டு நிலைகளால் தனித்தியங்கும் மொழியாக மாறுவதும் உண்டு. போலிஷ் போன்றவற்றை இதற்குக் காட்டாகச் சுட்டலாம். தமிழ் காலந்தோறும் வடமொழியிலிருந்து கடன்பெற்றிருந்தாலும் அதன் தனித்தன்மையை அது நிலைநாட்டி வந்தது குறிப்பிடத்தக்கது. இதைக் கால்டுவெல் போன்றோர் சுட்டிக்காட்டியுள்ளனர்.

வடமொழி தமிழ் மோதல்

வடமொழியின் ஆதிக்கத்தாலும் மணிப்பிரவாளம் போன்றவற்றின் தாக்கத்தாலும் வடமொழிக் கல்வி பிராமணரல்லாதார்க்கு மறுக்கப்பட்டதாலும் தமிழின் இடமும் தனிநிலையும் கேள்விக்குள்ளாக்கப்பட்டபோது வடமொழி மேல் காழ்ப்புணர்ச்சி ஏற்பட்டது. அந்த வரலாற்றின் வழியே இரண்டு மூன்று செயல்கள் நடந்தேறின.

ஒன்று தமிழைத் தெய்வமாக, அன்னையாகப் போற்றும் மரபு. இரண்டாவது தமிழும் வடமொழிக்கு இணையானது என்று புனைந்துரைக்கும் மரபு. சைவர்கள் தமிழைச் சிவன் வடமொழிக்கு இணையாக உருவாக்கி அகத்தியருக்கு அறிவுறுத்தினான் என்றனர்.

> வடமொழியைப் பாணினிக்கு வகுத்தருளி யதற்கிணையாத்
> தொடர்புடைய தென்மொழியை யுலகமெலாந் தொழுதேத்தும்
> குடமுனிக்கு வலியுறுத்தார் கொல்லேற்றுப் பாகரெனிற்
> கடல்வரைப்பி னிதன்பெருமை யாவரே கணித்தறிவார்

என்பது வடநூற்கடலும் தென்னூற் கடலும் நிலை கண்டெழுந்த சிவஞானமுனிவர் (கி.பி. 18) பாடிய காஞ்சிப் புராணச் செய்யுள்.

பௌத்தர் அவலோகிதர் தமிழை அகத்தியர்க்குக் கற்பித்தார் என்றனர். சமணர் ஆதிபகவன் அருளிய பதினெண் மொழிகளில் தமிழும் ஒன்று என்று தமிழுக்குப் புனிதம் கொண்டாடினர். பழமறைகள் முறையிடப் பைந்தமிழ்ப் பின்சென்ற பச்சைப் பசுங்கொண்டலாக வைணவர் கொண்டாடினர்.

மனோன்மணியம் சுந்தரம்பிள்ளை,

> பல்லுயிரும் பலவுலகும் படைத்தளித்துத் துடைக்கினுமோர்
> எல்லையறு பரம்பொருள்முன் இருந்தபடி இருப்பதுபோல்
> கன்னடமுங் களிதெலுங்கும் கவின்மலையாளமும் துளுவும்
> உன்னுதரத் தேயுதித்தெழுந்தே ஒன்றுபல வாகிடினும்
> ஆரியம்போல் உலகவழக்கழிந் தொழிந்து சிதையாவுன்
> சீரிளமைத் திறம்வியந்து செயன்மறந்து

என்று தமிழைத் தாயாக்கி வாழ்த்தினார். கேரளச் சட்டம்பி சுவாமிகளும் தமிழே முதன்மொழி என்று ஆராய்ந்து கூறினார்.

இதன் பின்னர் வந்த சமூக நீதிப் போராட்டக்களத்தில் தமிழ் என்பது வடமொழியிலிருந்து ஒரு மாறுபட்ட அடையாளமாக முன்வைக்கப்பட்டது. மதம், சாதி, வட்டாரம் என்று பிரிந்துகிடந்த தமிழினத்தின் தேசிய அடையாளமாகத் தமிழ் மொழி கொண்டாடப்பட்டது. அதன் தொல் இலக்கியங்களைச்

செவ்விலக்கியங்களாக அடையாளம் கண்டு வடமொழிக்கு இணையான இடத்தை அது பெறக் குரல்கள் ஓங்கி ஒலித்தன. இந்தியாவின் பிற இடங்களில் மறுமலர்ச்சியின் அடையாளமாக வடமொழிக் கல்வியும் போற்றப்பட்டபோது தமிழ்நாட்டில் தமிழ் அந்த இடத்தைப் பிடித்தது. இங்கே தமிழின் எதிரியாக வடமொழி முன்னிறுத்தப்பட்டது. அதைப் போற்றிய பிராமணர்களைத் தமிழ்ப் பகைவராக்கினர். இப்போக்கு அன்று எழுந்த சமூக நீதிப் போராட்டத்தை மையமாகக் கொண்டு வளர்ச்சி பெற்ற திராவிடக் கருத்தாக்கத்தால் மேலும் வலுப்பெற்றது.

இவ்வாறு அரசியல் களத்தில் கிளம்பிய வடமொழி எதிர்ப்பால் தமிழர்கள் வடமொழி கற்பதை அறவே நிறுத்திவிட்டார்கள். மாறிவரும் சூழலில் ஏற்கெனவே தன்னிடத்தைத் தக்கவைக்கப் போராடிக்கொண்டிருந்த வடமொழி ஓரங்கட்டப்பட்டது. வடமொழியை உலகம் எல்லாம் வியந்து கற்றுக்கொண்டிருக்கும்போது தமிழர்கள் அதைப் புறக்கணிப்பது தமிழர்க்குத்தான் பேரிழப்பு. அரசியல் களத்தில் எதிர்ப்பது வேறு. கல்வித்துறையில் அதைக் கற்றுப் பயனடைவது வேறு. ஆனால் வடமொழி சனாதனத்தின் அடையாளமாய்ச் சமூக நீதியின் மறுதலிப்பாய் விளக்கம் செய்யப்படும் குழப்பமான சூழலில் கல்வியாளர்களால் ஒன்றும் செய்ய இயலாது போலும். உணர்ச்சிகள் மேலோங்கும்போது அறிவுக்கு அங்கு இடமில்லை அல்லவா? ஆனால் வடமொழிக் கல்வி இன்றித் தமிழ்க் கல்வி முழுமையடையாது என்ற மாதவச் சிவஞான சுவாமிகள் கருத்தை உணர்ந்து ஓரிரு இடங்களிலாவது தமிழ் மாணவர்க்கு வடமொழியைக் கற்பிக்க முயற்சிகள் நடக்கின்றன.

தமிழர் வடமொழி கற்பதால் வடமொழியிலுள்ள அறிவைப் பெறுவதோடு வடமொழியில் காணப்படும் காலத்திற்கும் அறிவுக்கும் பொருந்தாத கருத்துக்கள், சமூக நீதிக்கெதிரான கருத்துக்கள் போன்றவற்றை மூலத்திலேயே கற்று அவ்வவற்றிற்கெதிராக வினையாற்றவும் இயலும். வடமொழி கற்றதால் அல்லவா சட்டம்பி சுவாமிகள் போன்றோர் சமூக நீதி மறுப்பாக விளங்கும் 'பிரம்ம சூத்திர அபசூத்திராதிப் பிரகரண'த்தை மறுத்து ஆராய்ந்து எழுத முடிந்தது என்பதை இங்குக் குறிப்பிடவேண்டும். மேலும் வடமொழி கற்றதால் அல்லவா மறைமலையடிகள் சாகுந்தலத்தைத் தமிழில் மொழிபெயர்க்க முடிந்தது.

வடமொழி எதிர்ப்பும் தனித்தமிழ் இயக்கமும்

வடமொழி எதிர்ப்பின் விளைவாக 19–20ஆம் நூற்றாண்டில் எழுந்ததே தனித்தமிழ் இயக்கம். இதைப் பரிதிமாற் கலைஞர்,

சுப்பிரமணிய சிவா போன்ற வடமொழியை உவந்து ஏற்கும் அறிஞர்களும், மறைமலையடிகள் போன்ற எதிர்நிலை அறிஞர்களும் முன்னெடுத்து நடத்தியதற்குக் காரணம் ஒருவித மொழிப்பற்றின் வெளிப்பாடே. தமிழில் புகுந்துள்ள வடசொற்களை நீக்கித் தனித்தமிழாக்குவதே இதன் முதல் நோக்கம் எனினும் ஆங்கிலம் முதலிய பிறமொழித் தாக்கத்தைத் தடுத்து நிறுத்தவும் இது முயல்கிறது. இதன் விளைவாக இருபதாம் நூற்றாண்டுத் தமிழில் கணிசமான வடசொற்கள் நீக்கப்பட்டன. முன்பு வடமொழிமயமாக்கப்பட்ட தமிழ்ப் பெயர்கள் சிலவற்றை மீண்டும் வழக்கிற்குக் கொண்டுவந்தனர் (மயூரம்-மயிலாடுதுறை). தனித்தமிழில் பெயர்களைச் சூடிக்கொண்டு இவ்வியக்கம் வலுப்பெற்றது. கலியாணசுந்தரம் மணவழகர் ஆனார். சோமசுந்தரம் மதியழகன் ஆனார். ஸ்வர்ணலதா பொற்கொடி ஆனார். மேலும் பூங்கோதை, கனிமொழி என்று தனித்தமிழ்ப் பெயர்களை வைப்பது வழக்கத்திற்கு வந்தது.

இவ்வியக்கத்தின் இன்னொரு பயனாகத் தோன்றிய அறிவியல் துறைகளுக்குரிய கலைச்சொற்களைத் தமிழ் வேர்களிலிருந்து உருவாக்கும் ஆக்கச் செயல்பாடுகளைக் குறிப்பிடவேண்டும். மற்ற இந்திய மொழிகள் கலைச் சொல்லாக்கம், புதுச் சொல்லாக்கம் போன்றவற்றிற்கு வடமொழியை நாடத் தமிழ் தன் மொழி வளங்களிலிருந்தே இதைச் சாதித்திருப்பது தமிழ் மொழியின் படைப்பாக்கத்திறனை மேம்படுத்தியிருக்கிறது. ஆனால் ஏனைய இந்திய மொழி களிடையே வடமொழிவழியே ஒரு பொது மொழிப்போக்கு உருவாகத் தமிழ் தனித்து நின்று தன் வலிமையைக் காட்டி நிற்கிறது. தமிழ் ஒரு பன்னாட்டு மொழியாக இருப்பதால் இத்தகைய அணுகுமுறை நியாயமானதே. பண்டு வடமொழி மேற்கொண்ட முறையும் இதுவே என்பதும் இங்குக் குறிப்பிடத்தக்கது.

இன்னும் சமூகப் பண்பாட்டுக் களங்களிலும் தனித் தமிழியக்கத்தின் பணிகள் பல நன்மைகளை விளைவித்தன எனலாம். கோயில்களிலும் சடங்குகளிலும் வடமொழி இடம்பெற்ற இடத்தில் தமிழ் அருச்சனை, தமிழ்வழிக் குடமுழுக்கு, திருமணம் என்று இவ்வியக்கத்தின் செயல்பாடுகள் வளர்ந்தன.

இக்காலக்கட்டத்தில் வடமொழி தமிழுக்குப் பகை என்று சொல்வதில் பொருளில்லை. இன்று தமிழ்த் தேசியத்தின் பரிசாகக் கிடைத்த இந்தியையும் உலகமயமாதலால் கிடைத்த ஆங்கிலத்தையும்தான் களத்தில் சந்திக்க வேண்டியுள்ளது. கல்வி மொழி ஆங்கிலமாக இருப்பதால் ஏற்படும் இருமொழியத்தால் முன்பு மணிப்பிரவாளம் போல இன்று தங்கிலீஷ் என்ற

வைரஸ் படமெடுத்தாடுகிறது. இது பத்தொன்பதாம் நூற்றாண்டிலேயே தொடங்கிவிட்டது என்பதை ப.வெ. ராமசாமி ராஜு தன் 'பிரதாப சந்திர விலாசம்' என்ற இசை நாடகத்தில் (1877) வரும் பாடல் சான்றளிக்கிறது.

மைடியர்பிரதரே எங்கள் மதருக்குக் கூந்தல் நீளம்
ஐடியலாயவளுந் தூங்க அறுத்தததை விற்று நானும்
ரோடிலோர்லேடியாகச் சட்காவில் ஏறிக் கொண்டே
ஒய்டான ரோடின்மீதில் உல்லாச மாகப் போனேன்

இது மலையாளத்தில் மங்கிலீஷ், இந்தியில் ஹிங்கிலீஷ் என்று பல வேறு வடிவங்களில் பொது நோயாகியுள்ளது. இரு மொழியச் சூழலில் இதை நாம் எதிர்கொண்டாக வேண்டும். போதாத குறைக்கு இந்தி வேறு.

ஆனால் இவை எல்லாம் புறப்பகை என்று யாராவது சொன்னால் ஏற்றுக்கொண்டு ஏதாவது செய்யலாம். ஆனால் அகப் பகைதான் மிகுந்த கவலையளிக்கிறது. இன்றுள்ள ஊடகங்கள் குறிப்பாகக் காட்சி ஊடகங்கள் செய்யும் மொழிக் கொலைகள் எல்லை கடந்துவிட்டன. தவறான உச்சரிப்பு, தேவையற்ற வலிந்த மொழிக் கலப்பு என்று இதன் திருவிளையாடல்களைச் சொல்லி மாளாது. போலந்து, ஜெர்மனி, ஜப்பான், பிரான்சு போன்ற மற்ற வளர்ந்த நாடுகளில் இத்தகைய மொழிக் கலப்புகளை வரையறுப்படுத்துவதற்கு வழிகாட்டும் அமைப்புகளும் நடைமுறைகளும் உள்ளன. ஆனால் இங்கு எல்லாம் திறந்த வீடு. இவற்றை எல்லாம் மீறி இளைய தலைமுறை மொழியை நன்கு கையாளவும் இலக்கியங்களை வாசிக்கவும் கற்பிக்க வேண்டிய தமிழாசிரியர்கள் தங்களுக்கு முன் உள்ள கடமைகளையும் அறைகூவல்களையும் எதிர்கொள்பவர்களாக இருக்கிறார்களா என்றால் எதிர்மறையில்தான் விடை கூறவேண்டியிருக்கும். சொல் சுத்தம் தரும் சரியான உச்சரிப்பு, பிழையில்லாமல் தொடர்களை அமைத்துக் கருத்துக்களை நிரல்படச் சொல்லுதல், கேட்டார்ப்பிணிக்கும் தகையவாய் உரையாற்றுதல் போன்ற மொழித்திறன்களையும் கவிதைகளையும் கதைகளையும் புனைந்து விளக்கி இலக்கிய உணர்வை ஊட்டும் திறன்களையும் ஊட்டவேண்டிய தொடக்கப் பள்ளி முதல் பல்கலைக்கழகம் வரை தமிழைக் கற்பிக்கும் தமிழாசிரியர்கள் தங்கள் முன் இருக்கும் அறைகூவல்களை எதிர்கொள்ளத் தக்க துறை சார்ந்த புதிய கொள்கைகள், கற்பிக்கும் முறைகள் பற்றிய பரந்த அறிவு, பன்மொழிப் புலமை போன்றவற்றைப் பெறாமல் இகழ்ச்சி சொலப் பான்மை கெட்டுப் பாமரராய் – ராஜம் அய்யர் தன் 'கமலாம்பாள் சரித்திர'த்தில் படைத்த ஆடுசாபட்டி அம்மையப்ப பிள்ளை, ப.வெ. இராமசாமி ராஜு தன் 'பிரதாப சந்திர விலாச'த்தில்

உலவ விட்ட சாக்கடை முத்துப்புலவர் போன்றவர்களின் புதிய அச்சுக்களாய் இருப்பது என்ன கருதியோ? வலிமை வாய்ந்த வடமொழியோடு மோதி மல்லுக்கட்டி இன்னும் உயிர்ப்போடு இருக்கும் தமிழ் விரைவில் காணாமல் போனால் இவர்கள்தான் பொறுப்பு.

இன்னும் ஆங்கிலவழிக் கல்வி கற்றுக் கொழுத்த பணத்தை ஈட்டுகிற ஆங்கிலம் கற்ற தமிழ் நாட்டு அறிவு வர்க்கம் தமிழர்களுக்குப் பிறநாட்டு நல்லறிஞர் சாத்திரங்களை மொழி பெயர்த்தும் புதிதாகத் தாம் பெற்ற அறிவைத் தாய்மொழியில் படைத்தும் தமிழை வளப்படுத்த வேண்டும். இவர்கள் தங்கள் பொறுப்புகளைத் தட்டிக் கழிக்க முடியாது. அத்துடன் இந்தியை நடுவண் அரசு மிகுந்த ஊக்கத்தோடு பல அறிவுத்துறைகளிலும் ஆட்சித்துறைகளிலும் வளர்த்தெடுக்க முயல்வதைப் போன்ற செயல்களைச் செய்ய வேண்டும். தமிழை ஆட்சித்துறையிலும் கல்வி முதலிய துறையிலும் அரியணை ஏற்ற வேண்டும். ஊசிப்போன பழமையைப் பேசி ஒப்பேற்றிக்கொண்டு காலத்தை ஓட்டிவிட முடியாது. இவை எல்லாம் வடமொழி நமக்குக் கற்றுத் தரும் பாடங்களாகும்.

தெரிவு நூலடைவு

* Emeneau MB. and Burrow T. Dravidian Borrowings from Indo-Aryan, Univ. of California Press, 1962.

* Meenakshisundaran T.P. Foreign Models in Tamil Grammar, (pp.276281, Dravidian Linguistics Association, Thiruvananthapuram, 1974.

* 3.Nachimuthu K. 'Sanskrit Influence On Tamil Language: An Overview with Appendices on 1.Sanskrit Semantic Borrowings into Tamil 2.Sanskrit Loan words in Tirukkural 3. Borrowing Grammatical Meaning from * Sanskrit as a Rhetorical device in Tamil 4. Manipravalam in Tamil'. Paper presented in the International Conference on the Relationship Between Tamil and Sanskrit, Affinities and Oppositions Organised by the Indology Department, IFP and The Tamil Chair, SSEAS,University of Californio, Berkeley French Institute of Pondicherry,Pondicherry September 12-14,2009

* Pillai, Anavaradavinayagam, 'Sanskrit element in the Vocabularies of the Dravidian Languages', Dravidic Studies III , Edited by Collins, Mark, University of Madras, Madras, Reprint, 1974.

* Pollock Sheldon,'The ideology and status of Sanskrit': Contributions to the History of the Sanskrit Language,

* Sastri P. Subramania. An Enqiry into the relationship of Sanskrit and Tamil, Travancore University, 1946.
* ----------History of Grammatical Theories in Tamil and their relation to Grammatical Literature in Sanskrit, Madras, 1934.
* Sundaram C.S. John Samuel G.The Contribution of Tamilnadu to Sanskrit, Institute of Asian Studies, Chennai. 1999 – pp/397 pages.
* Thirunanasambandam P. Sanskrit Tamil Contacts, DLA Publications, ISDL Complex, Thiruvananthapuram, 1992 pp.250.
* Vaidyanathan, S. Indo Aryan Loan Words in Old Tamil, p. 179 ff, Madras, 1971.
* இராசாராம் சு, வீரசோழிய இலக்கணக் கோட்பாடு, இராகவேந்திரா, நாகர்கோவில் *1992*.
* சண்முகம் செ.வை. மொழி வளர்ச்சியும் மொழியுணர்வும், மணிவாசகர் பதிப்பகம், சிதம்பரம் *1989.*
* ஜகந்நாதராஜாமு.கு, வடமொழி வளத்திற்குத் தமிழர் பங்கு, என்.சி.பி.எச். சென்னை, *1994.*
* வையாபுரிப்பிள்ளை ச. 'தமிழும்வடமொழியும் 'ச. வையாபுரிப்பிள்ளை நூல் தொகுதி 1 பக்.*222–226* தமிழும் வைதிக வழக்குகளும் மேற்படி நூல் பக்.*226–248,* பாலிமொழியும் தமிழும். மேற்படிநூல் பக்.*249–258.*

4

தமிழ் சமஸ்கிருத உறவு:
சங்க காலம்

செ.வை. சண்முகம்

முன்னுரை

தமிழும் சமஸ்கிருதமும் வேறுபட்ட மொழிகள் என்பதும் முன்னது தென் தமிழக மொழி, பின்னது வடநாட்டு மொழி என்பதும் பொது அறிவு புலப்படுத்தும் உண்மை. தமிழின் தொல்வரலாற்றுக் காலத்துக்கு அதாவது, சங்க காலத்துக்கு முன்பே சமஸ்கிருத மொழியோடு தொடர்பு ஏற்பட்டு மொழி நிலையிலும், சமூகப் பண்பாட்டு நிலையிலும், அறிவுநிலையிலும் உறவு அமைந்துள்ளதை ஆய்வு புலப்படுத்தியுள்ளது. அந்த உறவு பற்றிய ஆய்வு தொல்காப்பியர் முதலாகத் தமிழ் இலக்கிய இலக்கண ஆசிரியர்கள், உரையாசிரியர்கள், இருபதாம் நூற்றாண்டில் பி. சா. சுப்பிரமணிய சாஸ்திரி, எஸ். வையாபுரிப்பிள்ளை, தெ.பொ.மீனாட்சி சுந்தரனார், கு. மீனாட்சி முதலானோர் ஈறாகப் பேசப்பட்டு வந்திருக்கிறது.

இரு மொழிகளுக்கிடையேயான அந்த உறவு எப்போது, எவ்வாறு ஏற்பட்டது; உறவு எத்தன்மையது என்பது ஆய்வுக்குரியது. அதற்கு இங்குத் தமிழ்த் தரவுகளும் மொழியியல் ஒட்டிய ஆய்வுத் தரவுகளும் எடுத்துக்கொள்ளப்படுகின்றன. அதாவது 1) சங்க இலக்கியம், தொல்காப்பியம் பதிவுசெய்துள்ள மொழிப்பெயர்கள் காட்டும் உறவு 2) பிற்கால இலக்கணங்கள் பதிவுசெய்துள்ள மொழிப்பெயர்கள் காட்டும் உறவு 3) மொழியியல் நோக்கில் வரலாற்று

ஒப்பிலக்கண முறை புலப்படுத்தும் உறவு 4) தமிழ் எழுத்துகள் பற்றிய தொல்லியல் ஆய்வும் தொல்காப்பியமும் புலப்படுத்தும் உண்மை 5) தொல்காப்பியம், சங்க இலக்கியங்கள் காட்டும் வடமொழித் தொடர்பான கருத்துகள் புலப்படுத்தும் உறவு ஆகியன முழுமையாக இங்கு விளக்கப்படுவதால் சங்க காலம் என்ற உள்தலைப்பு கொடுக்கப்பட்டுள்ளது.

சங்க காலம் – மொழிப்பெயர்கள்

தமிழின் பழந்தமிழ்க்கால நூல்களாகக் கருதப்படும் சங்க இலக்கியம், தொல்காப்பியம் ஆகிய இரண்டிலும் சமஸ்கிருத மொழி பற்றிய பெயர்கள் பற்றிய பதிவுகளும் அவை புலப்படுத்தும் உறவின் தன்மைகளும் விளக்கப்படும்.

வடசொல்

தொல்காப்பியம் செய்யுள் ஈட்டச் சொற்களில் ஒன்றாக வடசொல்லைக் குறிப்பிட்டிருக்கிறது (எச்சம். 1). அப்படியானால், வடமொழிச் சொற்களைக் கடனாண்டு இலக்கியத்தில் பயன்படுத்தலாம் என்னும் கருத்து பெறப்படுவதால் உறவு நல்ல முறையில் இருந்தது என்பது புலனாகிறது. மேலும், அவைகளைப் பயன்படுத்தும்போது 'வடசொற்கிளவி வடவெழுத்து ஓரீஇ / எழுத்தொடு புணர்ந்த சொல்லாகும்மே' (எச்சம். 5) என்று கூறுவதால் வடமொழியில் கூடுதல் எழுத்துகள் இருப்பது புலனாவதோடு எழுத்துத் தூய்மை வற்புறுத்தப்படுவதையும் அறிய முடிகிறது. அது தமிழ் இலக்கியத்தில் பதினேழாம் நூற்றாண்டுவரை பின்பற்றப்பட்டுள்ளது. இன்று வழங்கும் ஜ, ஸ, ஷ, ஹ முதலிய எழுத்துகள் அருணகிரிநாதர் 'திருப்புகழில்'தான் முதலாவதாகக் காணப்படுகின்றன.

வடமொழி

சங்க இலக்கியத்தில் வடமொழி என்ற தொடர் பதிவாகியுள்ளது. 'வயக்குறுமண்டிலம் வடமொழி பெயர் பெற்ற / மூத்தவன் மக்கள்' (கலித்தொகை 25.1) என்பதில் 'வடமொழி' சமஸ்கிருதத்தைக் குறிப்பதாகக் கருதலாம். இது வடமொழி ஓரளவு பரவலாக அறியப்பட்டதன் வெளிப்பாடாகலாம்.

ஆனால் 'கவைமுட் கருவியின் வடமொழி பயிற்றி / கல்லா இளைஞர் கவளம் கைப்ப' (முல்லைப்பாட்டு 35/6) என்பதில் 'வடமொழி' சமஸ்கிருதத்தைக் குறிக்கவில்லை. யானை பேச்சான அப்பு, ஆது, ஐ என்பனவற்றைக் குறிப்பதாகக் கருதப்படுகிறது. எனவே வடசொல் என்பது கலைச்சொல்லாகப் பயன்படுத்தப்படவில்லை என்பதையும் புலப்படுத்துகிறது.

இடைக்காலம்: பெயர்களும் உறவும்

இடைக்காலத்தில் மொழிப்பெயர்களோடு உறவின் தன்மையும் குறிப்பிடப்பட்டுள்ளது.

வடநூல், ஆரியம்

'வீரசோழியம்' (பதினோறாம் நூற்றாண்டு) பாயிரத்தில் வடநூல் மரபும் புகன்றுகொண்டே என்றும் நூலுக்குள் ஓர் இடத்தில் *(83.1)*; வடநூற் கிடப்பும் தமிழும் என்றும் குறிப்பிட்டுள்ளது. வட நூல் என்பது சமஸ்கிருத இலக்கண நூல்களைக் குறிக்கிறது. மேலும் ஆரியம் *(10.1)* என்ற சொல்லையும் பயன்படுத்தியுள்ளது.

தெய்வ மொழி

'பிரயோகவிவேகம்' (பதினேழாம் நூற்றாண்டு) என்ற இலக்கணம், வடமொழியைத் 'தெய்வ மொழி' *(2.1)*; 'தெய்வப் புலவோர் மொழி' *(49.1)* என்று குறிப்பிட்டுள்ளது வடமொழி அதிகம் மதிக்கப்பட்டது என்பதைக் காட்டு கிறது. அதே சமயத்தில் மொழி அமைப்பில் தமிழும் வடமொழியும் வேறுபடுகின்றன *(49)* என்பதையும் குறிப்பிட்டுள்ளது.

உறவு

'வீரசோழிய'த்தின் உரையாசிரியரான பெருந்தேவனார் (பதினோறாம் நூற்றாண்டு) 'தமிழ்ச்சொல்லிற்கு எல்லாம் வட நூலே தாயாகி நிகழ்கின்றது' என்று கூறியுள்ளது இரண்டு மொழிகளும் தாய் – சேய் என்னும் இன உறவு உடையன என்றாகிறது.

பதினேழாம் நூற்றாண்டில் தோன்றிய 'இலக்கணக்கொத்து', 'அன்றியும் தமிழ் நூற்கு அளவிலை, அவற்றுள் / ஒன்றேயாயினும் தனித் தமிழ் உண்டோ / அன்றியும் ஐந்துஎழுத்தால் ஒரு பாடை என்று / அறையவே நாணுவர் அறிவுடையோரே / ஆகையால் யானும் அதுவே அறிக ... வடமொழி தமிழ்மொழி எனும் இருமொழியினும் / இலக்கணம் ஒன்றே என்றே எண்ணுக' *(7.25–31)* என்று இன உறவை வலியுறுத்தித் தமிழைக் கொஞ்சம் தாழ்த்தியுள்ளது.

இலக்கிய நிலையில் வடமொழி இலக்கியங்களான 'பெருங்கதை', 'சீவகசிந்தாமணி', 'இராமாயணம்' போன்ற காப்பியங்கள் நேரடி மொழிபெயர்ப்பாக இல்லாமல் தமிழ்ப் பண்பாட்டைத் தழுவி இயற்றப்பட்டுள்ளன. இராமகாதையின்

பாயிரத்தில் (10.1) சமஸ்கிருதத்தைத் 'தேவபாடை' என்று கம்பர் குறிப்பிடுகிறார். இதுவும் தமிழ் சமஸ்கிருத மொழிகளுக்கிடையே இலக்கிய நிலையில் நல்ல உறவு இருந்தது என்பதைப் புலப்படுத்துகிறது.

நன்னூலார் (பதிமூன்றாம் நூற்றாண்டு) வடமொழி மரபை நேரடியாகக் குறிப்பிடாவிட்டாலும் எழுத்ததிகாரத்தில் பதவியல் என்னும் ஓர் இயலைப் புணரியலுக்கு முன் அமைத்துள்ளதைப் 'பதவியலுக்கு மேற்கோள் ஆரியம் என்பார் மொழி என்னாது பதம் என்று கூறினார்' (சூ.128) என்று சிவஞானமுனிவர் விருத்தி உரையில் குறிப்பிட்டுள்ளார். அது அறிவுநிலையில் வடமொழி மதிக்கப்பட்டு, வடமொழிக் கருத்து தமிழில் உள்வாங்கிக்கொண்டதைச் சுட்டுகிறது.

இன்று ஆங்கிலத்திலுள்ள மொழியியல் நூல்கள், இலக்கியத் திறனாய்வு நூல்கள் ஆகியவைகளை நேரடி மொழிபெயர்ப்பு செய்யாமல், கருத்துகளை உள்வாங்கி அந்தந்த ஆசிரியர் பெயரைக் குறிப்பிட்டு எழுதப்பட்டு வருவது குறிப்பிடத்தகுந்தது. அது பிற மொழியை அறிவுநிலையில் மதிப்பதன் வெளிப்பாடு. அந்த முறையையே நன்னூல் பின்பற்றியுள்ளது.

வரலாற்று ஒப்பிலக்கணம்

வரலாற்று நோக்கில் தற்காலம் பதினெட்டாம் நூற்றாண்டிலிருந்து தொடங்குவதாகக் கொள்ளலாம். தமிழகம் உட்பட்ட இந்தியா அரசியல், பொருளாதார நிலைகளில் ஐரோப்பாவின் ஆதிக்கத்திற்கு உள்ளானது. ஆங்கிலேயர்கள் இந்தியாவுக்கு வந்து ஆட்சி செய்யத் தொடங்கினார்கள். அந்தக் காலக்கட்டத்தில்தான் மொழிஆய்வு முறைகளில் வரலாற்று ஒப்பிலக்கண மொழிஆய்வு, தொல்லியல் ஆய்வு என்னும் இரண்டு முக்கியமான ஆய்வுமுறைகள் தோன்றின.

வரலாற்று ஒப்பிலக்கண மொழி ஆய்வு

விடுதலைக்கு முன் இந்தியத் துணைக்கண்டத்தில் ஆட்சி பொறுப்பில் இருந்த ஆங்கிலேயர்களில் கிரேக்கம், லத்தீன் மொழி தெரிந்த அறிஞர்கள் சமஸ்கிருதம் கற்றபோது, அதிலுள்ள பல சொற்கள் கிரேக்கம், இலத்தீன் மொழிச் சொற்களோடு ஒற்றுமை உடையனவாய் இருப்பதை அறிந்தபோதுதான் வரலாற்று ஒப்பிலக்கண ஆய்வு தொடங்கியது.

சர் வில்லியம்ஸ் ஜோன்ஸ் 1786இல் கல்கத்தாவில் ஓர் உரையில் சமஸ்கிருதம், கிரேக்கம், லத்தீன், கோத்திக், செல்டிக், பெர்ஷியன் ஆகியவை ஒரு பொதுமொழியிலிருந்து தோன்றியிருக்க

வேண்டும் என்று குறிப்பிட்டார். அதைத் தொடர்ந்து பல அறிஞர்கள் ஆய்வு மேற்கொண்டு, சமஸ்கிருதம், கிரேக்கம், லத்தீன், கோத்திக், செல்டிக், பெர்ஷியன் ஆகிய மொழிகள் அடங்கியது இந்தோ – ஐரோப்பிய மொழிக்குடும்பம் *(Indo-European family)* என்று பெயரிட்டார்கள். அதைத் தொடர்ந்து எல்லீஸ் என்பவர் 1816இல் தமிழ், மலையாளம், கன்னடம், குடகு, துளு, தெலுங்கு, வடமாநிலங்களில் பழங்குடிமக்கள் பேசும் சில மொழிகள் ஆகியவை திராவிடம் என்ற மொழிக்குடும்பத்தைச் சார்ந்தவை என்று முதன்முதலில் குறிப்பிட்டார்.

கால்டுவெல் 1856இல் எழுதிய 'திராவிட அல்லது தென்னிந்திய மொழிகளின் ஒப்பிலக்கணம்' என்ற நூல் வெளிவந்தது. அதில் அவர் தமிழ், மலையாளம், தெலுங்கு, கன்னடம், துளு, குடகு, தோடா, கோட்டா, கோந்து, கூயி, மால்டோ, கூவி ஆகிய மொழிகளை திராவிட மொழிகள் என்று குறிப்பிட்டு, நூலின் இறுதியில் பிராகூயி என்ற மொழி (இன்று பாகிஸ்தானில் பேசப்படும் ஒரு பழங்குடி மக்கள் மொழி) திராவிட மொழிக்குடும்பத்தைச் சார்ந்ததாக இருக்கலாம் என்றும், திராவிட மொழிக்குடும்பம் வட மொழியோடு இன உறவு இல்லாத தனி மொழிக்குடும்பம் என்றும் விளக்கியுள்ளார் (கால்டுவெல், 1913, 1956: 41 – 52). வடநாட்டில் வாழ்ந்த ஆரியர்கள், தொல் திராவிடர்களோடு கொண்டிருந்த அரசியல் சமூகத் தொடர்பு பற்றியும் இவர் விளக்கியுள்ளார்.

வரலாற்று ஒப்பிலக்கண ஆய்வு ஒரு மொழிக்குடும்பத்தி லுள்ள மொழிக் கூறுகளுக்கு இடையே காணப்படும் ஒற்றுமை அடிப்படையில் தொல்மொழியை *(Proto - language)* மீட்டுருவாக்கம் செய்யும். பின்னர் அந்தத் தொல்மொழி, ஒரு மொழியின் எழுத்துச் சான்று கிடைக்கும் பழமையான காலத்துக்கு முன் நடைபெற்ற மாற்றங்களை விளக்கித் தனிமொழியாக உருப்பெற்றதை அந்த மொழியின் தொல்வரலாறாக *(pre - history)* விளக்கும். அந்த முறையில் திராவிட மொழிகள் இன உறவுடைய பங்காளி மொழிகளாகும்.

வரலாற்று ஒப்பிலக்கண ஆய்வு சமஸ்கிருதமும் திராவிட மொழிகளும் வேறுவேறு மொழிக்குடும்பத்தைச் சார்ந்தது என்று விளக்கியதோடு, மொழிவகைப்பாடு *(Typology)* என்ற முறையில், திராவிட மொழிகள் ஒட்டுநிலை மொழிகள் *(agglutinative languages)* என்றும், சமஸ்கிருதம் இணைநிலை மொழி *(inflectional language)* என்றும் மொழியியல் மாறுபாடுகளைக் கண்டறிந்துள்ளது. அதே சமயத்தில் திராவிட வடமொழித் தொடர்பு, திராவிட வரலாற்று ஒப்பிலக்கண ஆய்வு தொல்

திராவிட காலத்தை ஒட்டிய காலத்திலேயே ஏற்பட்டிருக்கலாம் என்றும் விளக்கியுள்ளது.

பரோ – எமனோ (1961) பதிப்பித்த ‘திராவிட சொல் பிறப்பு அகராதி’ (A Dravidian Etymological Dictionary) 4572 இன உறவுச் சொற்களைக் (cognates) கண்டறிந்து தொகுத்துக் கொடுத்துள்ளது. இந்தோ – ஆரிய மொழிகள் என்ற தலைப்பில் பௌத்த வடமொழிக் கலப்பு சமஸ்கிருதம் (Bhuddhist Hybrid Sanskrit), பாலி, பிராகிருதம், நோபாலி, மராத்தி, இந்தி பலுச்சி, கிரீக் மொழி சொற்களையும் தொடர்பு உடையதாகக் கொடுத்துள்ளது (ப. 568–74). அது பற்றி முன்னுரையில் (ப. xvii) பரோ, எமனோ கூறும் கருத்து: ‘இந்தோ – ஆரிய மொழியிலிருந்து கடனாளப்பட்டவை என்று தெளிவாகத் தெரிந்த சொற்கள் தவிர்க்கப்பட்டுள்ளன. சில சமயங்களில் அந்தக் கடனாண்ட சொற்கள் நிலவியல் எல்லை விரிவைப் புலப்படுத்துவதாகவோ அல்லது ஒலி அல்லது பொருண்மை நீட்சியைப் புலப்படுத்துவதாகவோ உணர்த்துவதாக அமைந்துள்ளன. சில சொற்கள் (DED 4375. தமிழ். வாச்சி/வாய்ச்சி முதலியன DED 4558. கதபா. (ஒல்லாரி) வேலெ) திராவிட மொழிச் சொற்களாக இருக்கலாம். அந்தச் சொற்கள் நெருங்கிய உறவின் பிரதிபலிப்பாக இருக்கலாம் என்பதே.

இரண்டுக்கும் உள்ள உறவு தொல்தமிழ் (Pre-Tamil) காலத்திலேயே ஏற்பட்டிருக்க வேண்டும் என்றும் வடமொழி யிலிருந்து திராவிட மொழிகள் கடனாண்டுள்ளதை ஒப்பிலக்கண ஒலியனியல் (Subrahmanyam) ஆய்வு புலப்படுத்தியுள்ளது.

சொல்லுக்கு முதலில் வரும் சகரம், தென் திராவிட மொழிகளிலும் தெலுங்கிலும் கெட்டுள்ளது. (ச்&ழூ/#–. ப.317). அதாவது தென்திராவிடமொழிகளிலும் தெலுங்கிலும் உயிரெழுத்தில் தொடங்கும் சில சொற்கள், தெலுங்கு தவிர்ந்த நடுத்திராவிடத்தில் ஸகர மெய்யோடு தொடங்குகிறது. அது தொல் திராவிடத்தில் சகரமாகக் கருதப்படுகிறது. அடிப்படைச் சொற்களாக எண்ணுப்பெயர்களான, ஐந்து /ஐவர் = கொலாமி செகுர்(segur = ஐவர் (DED2318), *சைந்து, ஆறு (கோண்டி சாருங் (sa:rung) *சாறு(* என்ற வடிவம் தொல் திராவிட வடிவம்) ஆகிய இரண்டிலும் அந்த மாற்றம் பதிவாகியுள்ளது. அதேபோல வடமொழிச் சொற்களில் 1) க்ஷேமம் (kSe:ma) = தமிழ் ஏமம் ‘பாதுகாவல்’ 2) ஆவம் = (சாபம்) (சிறுபாணாற்றுப்படை, 98) முதலிய சொற்களிலும் இந்த மாற்றம் பதிவாகியுள்ளது. அதனால் அந்தச் சொற்கள் தொல் தென்திராவிட காலத்திலேயே கடனாளப்பட்டிருக்கவேண்டும் என்று கருதப்படுகிறது.

இந்தியா – ஒரு மொழி பரப்பு

இந்தியத் துணைக்கண்டத்தில் நான்கு மொழிக் குடும்பங்கள்: *i.* இந்தோ – ஆரியன் (இந்தோ – ஐரோப்பிய மொழிக்குடும்பத்தைச் சார்ந்தது), *ii* திராவிடம், *iii.* முண்டா, *iv.* திபெத்தோ – பர்மன் உள்ளன. அவைகளுக்கிடையே மொழி அமைப்புநிலையில் இன உறவைத் தாண்டிச் சில ஒற்றுமைகள் அமைந்துள்ளதால் இந்தியா ஒரு மொழி பரப்பு (India as a linguistic area) என்னும் கருத்தமைவு முன் வைக்கப்பட்டுள்ளது (Emeneau 1967: 172-87). அந்த ஒற்றுமைகளாவன:

i) நுனி நா நுனி அண்ண ஒலியிலிருந்து (த, ந, ல) நாமடி ஒலிகள் (ட, ண, ள) ஒலியன்களாகச் செயல்படுவது நான்கு மொழிக்குடும்பத்திலும் காணப்படுவதோடு எழுத்துமொழியில் திராவிடம், இந்தோ – ஆரிய மொழிக்குடும்ப மொழிகளில் தனிவரிவடிவங்களும் அமைந்துள்ளன. வடமொழியில் முதலில் அவை மாற்றொலிகளாக (allophenes) அதாவது கட்டுண்ட (conditioned) ஒலிகளாக அமைந்து பின்னரே ஒலியன்களாக மாறியது. அதற்குப் பிற இந்திய மொழிகளோடுள்ள உறவே காரணம் என்று கருதப்படுகிறது.

ii) வட மொழியில் இலக்கணக் கூறுகளாக ஒருமை, இருமை, பன்மை என்று மூன்று இருக்க, பிற எல்லா மொழிகளிலும் ஒருமை, பன்மை என்று இரண்டு இலக்கணக் கூறுகளே உள்ளன.

iii) முன்னொட்டுகள் (உப சர்க்கம்) வடமொழியில் இல்லாமல் இருப்பது திராவிட மொழிச் செல்வாக்கு.

iv) வினையில் பெயரெச்சம், வினையெச்சம் என்ற இலக்கணக் கூறுகள் அமைந்துள்ளமை.

v) கி – என்பது முன்னொட்டாக (மாடு கீடு, கோலம் கீலம் முதலியன) அமைந்து எதிரொலி சொற்களாக (echo words) பயன்படுவது.

தொல்லியல் - எழுத்து

தொல்லியல் ஆய்வு தமிழகத்திலும் பத்தொன்பதாம் நூற்றாண்டை ஒட்டித் தொடங்கி இன்றும் நடைபெற்று வருகிறது. அந்த ஆய்வு எழுத்தாக்க வரலாற்றை அறியப் பெரிதும் உதவுகிறது.

பாறை ஓவியங்கள் தமிழகம் முழுமையும் 31 இடங்களில் காணப்படுகின்றன(பவுன்துரை, 2001). இவை தமிழில் எழுத்தாக்க முயற்சி நடைபெற்றதற்கு முன்னோடி.

தமிழ் எழுத்துகள்

தொடர்ச்சியான கல்வெட்டு ஆய்வுகளால் கொடுமணல், பழனி, கீழடி ஆகிய இடங்களில் தமிழி என்று அழைக்கப்படும் எழுத்துகள் உணர்த்தும் உண்மைகள்:

உயிர் எழுத்துகளில், குற்றெழுத்து வடிவங்களும், உயிர்மெய் எழுத்துகளில் குறில் நெடில் வடிவங்களும் முதல் காலக்கட்டத்தில் அமைந்துள்ளன. அடுத்தக் கட்டத்தில் இகரமும் ஈகாரமும் தனிக் குறியீடுகளால் வேறுபடுத்தப்பட, ஏனைய உயிர் குறில் வடிவங்களில் சிறுகோடு சேர்த்து நெடில் உயிர் வேறுபடுத்தும் முறையும் காணப்படுகிறது.

தமிழ் பிராமி என்று அழைக்கப்படும் கல்வெட்டுகளில் (ஐராவதம் மகாதேவன் 2014: 201) எகர/ஏகாரம், ஒகர/ஓகாரம் என்னும் இரண்டு உயிர் எழுத்துகளில் குறில்/நெடில் மாறுபடுத்தப்படாமலும் அவை நெடிலாகவே கருதப்பட்டு, சில இடங்களில் உள்ளே புள்ளி வைத்துக் குறில் உயிர்கள் சுட்டிக்காட்டப்பட்டுள்ளன. இந்நிலையில் தொல்லியல் ஆய்வு, தமிழ் எழுத்தாக்கத்தை முடிந்த முடிவுக்குக் கொண்டுவர இன்னும் நிறைய சான்றுகள் தேவைப்படுகின்றன என்று கருதுகிறது.

தொல்காப்பியம்

உலகு/உல்கு (சுங்கம், 'பட்டினப்பாலை' 125), அலகு/அல்கு (இரவு, 'நற்றிணை' 33.7) வாழ/வாழ் என்று வேற்றுநிலை வழக்கில் அமைந்து பொருள் வேறுபடுவதே 'மெய்யின் இயற்கை புள்ளியொடு நிலையல்' (நூன்மரபு 15) என்று 'தொல்காப்பியம்' வரிவடிவ வேறுபாடு செய்யக் காரணம் ஆகும். ஆனால் பழங்கால, இடைக்காலக் கல்வெட்டுகளில் தனிமெய்க்குப் புள்ளி வைக்கும் மரபு பெரும்பான்மையும் பின்பற்றப்படவில்லை.

'எகரத்து ஒகரத்து இயற்கையும் அற்றே' (நூன்மரபு 16) என்பது எகர ஒகரங்களை நெடிலாகக் கொண்டு குறில் ஆக்குவதற்குப் புள்ளி பயன்படுத்தியதாகக் கருதப்படுகிறது. அங்கும் கல்வெட்டுகளில் முழுமையாகப் பின்பற்றப்படவில்லை.

'உட்பெறு புள்ளி உருவாகும்மே' என்பது முன் சூத்திரம் (நூன்மரபு 14). அதற்கு முன்னுள்ள சூத்திரம் (13) மகரக் குறுக்கத்தைக் குறிப்பதாகவும் உரையாசிரியர்கள் பகரத்தின் மகரத்திடை வரிவடிவ வேற்றுமை செய்வதாகவும் கருதப்படுகிறது. பொருள் வேறுபாடு உடைய ஒலியன்கள் எழுத்து அளவிலும் வேறுபாடு செய்ய வேண்டும் என்று இலக்கணம் வலியுறுத்த, எழுத்துச் சான்று தரவுகளில் அது சரியாகப் பின்பற்றப்படவில்லை.

நெடுங்கணக்கு

நெடுங்கணக்கு (எழுத்துகளின் வரிசைமுறை) பற்றித் 'தொல்காப்பிய'த்தில் சூசகமாகக் கூறியிருப்பது மொழியியல் நோக்கில் வடமொழிச் செல்வாக்கைப் புலப்படுத்துவதாகக் கருதவைக்கிறது. 'எழுத்தெனப்படுப /அகரம் முதல் னகர இறுவாய் / முப்பஃ தென்ப' என்று தொல்காப்பியம் முதல் சூத்திரத்தில் கூறுவதிலிருந்து உயிரெழுத்துகளில் அகரம் முதல் எழுத்து, மெய்யெழுத்துகளில் னகரம் இறுதி எழுத்து என்பவை புலனாகின்றன. 'ஔகார இறுவாய் பன்னீர் எழுத்தும் உயிரென மொழிப' (நூன்மரபு.8) என்பதால் 12 உயிரெழுத்துகள் உள்ளன என்பதும் அவை ஔகாரத்தை இறுதியாகக் கொண்டது என்பதும் தெளிவாகின்றன. 'அவைதாம் அ, இ, உ, எ, ஒ என்னும் அப்பால் ஐந்தும் ஓரளபு இசைக்கும் குற்றெழுத்து என்ப (நூன்மரபு. 3); ஆ,ஈ,ஊ,ஏ ,ஐ,ஓ,ஔ என்னும்/ அப்பால் ஏழும்/ ஈரளபு இசைக்கும் நெட்டெழுத்து என்ப (நூன்மரபு. 4)' என்ற சூத்திரங்கள் தமிழ் உயிரெழுத்தின் வரிசைமுறை அ, ஆ, இ, ஈ, உ, ஊ, எ, ஏ, ஐ, ஒ, ஓ, ஔ என்று ஊகிக்க வைக்கிறது. மேலும் உயிர்மயங்கியலிலும் தொல்காப்பியம் இதே வரிசைமுறையில் புணர்ச்சி விதிகள் கூறப்பட்டுள்ளது அந்தக் கருத்தை உறுதி செய்கிறது.

தொல்காப்பியமே 'அகரஇகரம் ஐகாரம் ஆகும் (மொழி மரபு 21), அகர உகரம் ஔகாரம் ஆகும் (மொழி மரபு 22)' என்று கூறியுள்ளதால் ஐ, ஔ என்பன கூட்டுயிர்கள் என்பது தெளிவாகிறது. வடமொழியிலும் அவை கூட்டொலிகளே. ஆனால் அவை அ+ஏ= ஐ, அ+ஓ= ஔ என்பதால் ஏ, ஐ, ஓ, ஔ என்ற வரிசைமுறை வடமொழியில் அமைந்துள்ளது. எனவே தமிழ் உயிரெழுத்து வரிசைமுறை வடமொழித் தாக்கத்தால் ஏற்பட்டதாகவே கருதத் தோன்றுகிறது.

தமிழ் நெடுங்கணக்கில் மெய் எழுத்துகளின் வரிசை இன்றுள்ளது போன்றே தொல்காப்பியக் காலத்திலும் இருந்தது என்பதை ஊகிக்க முடிகிறது. மெய்யெழுத்தை வல்லினம் மெல்லினம், இடையினம், 21) என்ற வரிசைமுறையில் விளக்கி யுள்ளதாலும் சொல்லுக்கு இறுதியில் வரும் எழுத்துகளை ஞணநமனயரலவழள என்னும் அப்பதினொன்றே புள்ளி இறுதி என்று கூறுவதாலும், வல்லின எழுத்துகளே நெடுங்கணக்கில் முதலில் அமைந்திருக்க வேண்டும் என்பது உறுதியாகிறது. அதனால், தமிழ் மெய்யெழுத்து நெடுங்கணக்கு வைப்பும் வடமொழித் தாக்கத்தின் விளைவு என்று ஊகிக்க இடம் கொடுக்கிறது.

இருமொழி உறவு நோக்கில் தமிழில் பழங்காலத்திலேயே வடமொழித் தொடர்பும் உறவும் அமைந்துள்ளது புலனாகிறது. அதேசமயத்தில் எழுத்தாக்கத்தின் பயனால் உருவான இலக்கிய இலக்கணங்கள் தமிழின் தனித்தன்மையைப் புலப்படுத்துவது பிற்பகுதியில் எடுத்துக்காட்டப்படுகிறது.

சங்ககால மொழி பற்றிய கருத்துகள்

சங்க இலக்கியத்திலும் தொல்காப்பியத்திலும் பதிவு செய்யப்பட்டுள்ள தமிழ் மொழிப் பெயர் காட்டும் உண்மைகள், வடமொழி மக்கள் பற்றிய உண்மைகள் இருமொழி உறவு பற்றிச் சில உண்மைகளைப் புலப்படுத்துவதால் அவை இங்கு விளக்கப் படும். முதலில் மொழி பற்றிய உண்மை எடுத்துக்காட்டப் படுகிறது.

தமிழ்

தமிழ் என்ற சொல் தொல்காப்பியத்தில் எழுத்திகாரத்தில் ஒரு தடவையும் (தமிழ் என் கிளவி அதனோரற்றே, புள்ளியங்கியல் *90*), அடையோடு சொல்லதிகாரத்தில் இரண்டு தடவையும், (செந்தமிழ் நிலத்து வழக்கு, எச்சம்.*2.2*), (செந்தமிழ் நிலஞ் சேர் பன்னிரு நிலம், எச்சம்.*4.2*) வந்துள்ளன. செந்தமிழ் என்ற தொடர் தமிழ் மொழியில் வழங்கும் பல மொழி வகைகளில் *(varieties)* ஒன்று. 'செந்தமிழ் நிலத்து வழக்கு' என்பது அந்த வகை வழங்கும் நிலப்பரப்பு. அதாவது, செய்யுள் ஈட்டச் சொற்களில் ஒன்றான இயற்சொல் (தகுவழக்கு, *standard dialect*) வழங்கும் நிலத்தைச் செந்தமிழ் நிலத்து வழக்கு என்று பொதுவாகவே குறிப்பிட்டுள்ளது. ஆனால் செய்யுள் ஈட்டச் சொற்களில் இன்னொரு வகையான திசைச் சொல் (வட்டாரக் கிளைமொழிகள்) வழங்கும் நிலப்பரப்பைச் 'செந்தமிழ் சேர்ந்த பன்னிரு நிலம்' என்று கூறுவதால் 12 வட்டார வழக்குகள் இருந்தன என்று பொருள். அவைகளைத் தொல்காப்பியம் விளக்காததால் அவை என்னென்ன என்பதில் கருத்துவேறுபாடு காணப் படுகிறது. தமிழில் பல கிளைமொழிகள் இருந்தன என்பது இதன்மூலம் புலனாகிறது. இயற்சொல் நிலப்பரப்பு செந்தமிழ் நிலம் என்று குறிப்பிட்டுள்ளதால் அது சமூகத்தில் உயர்வானதாகக் கருதப்பட்டதன் பிரதிபலிப்பு.

புணரியலில் *(89, 90)*, தமிழ் என்பது இரண்டுவிதப் புணர்ச்சி (வருமொழி மிகுதல், அக்கு என்ற சாரியைப் பெறுதல்) பெறுவது விளக்கப்பட்டுள்ளது. அதையொட்டித் தமிழக் கூத்து, சேரி, தோட்டம், பள்ளி/தமிழ்க் கூத்து, சேரி, தோட்டம், பள்ளி என்ற உதாரணங்களை இளம்பூரணரும், நச்சினார்க்கினியரும் கூடுதலாகத் தமிழ்நாடு என்ற உதாரணத்தையும் கொடுத்துள்ளார்கள்.

அவைகளின் அடிப்படையில், தமிழ் என்பது மொழியையும், தமிழ் பேசும் மக்களையும் குறிப்பதாகக் கொள்ளலாம்.

சங்க இலக்கியத்தில் மொழியையும் (நற்றமிழ் முழுதறிதல், புறநானூறு 50.10); நாட்டையும், (தமிழ்கெழு மூவர், அகநானூறு 31.14), மக்களையும்; (தமிழ் தலைமயங்கிய தலையாலங்கானம், புறநானூறு 19.2); ஊரையும் (தமிழ் கெழு கூடல், புறம் 58.13), (தமிழ் நிலைபெற்ற தாங்கரு மருபின் மகிழ் நனை மறுகின், மதுரைக்காஞ்சி; சிறுபாண். 66-7); ஆற்றையும் (தமிழ் வையை, பரிபாடல் 6.63) தொடர்புபடுத்தி வழங்கியுள்ளதோடு ஆக்கப்பெயர்களாக நாட்டைக் குறிக்கத் 'தமிழகம்' (புறநானூறு. 168.18) என்றும், தொடராகத் 'தமிழ்நாடு' (பரிபாடல் திரட்டு 1) என்றும், இனத்தைக் குறிக்கத் 'தமிழ்க்குடி' (பரிபாடல் திரட்டு 9. 1) என்றும், மக்களைக் குறிக்கத் 'தண்டமிழ்க் குடிகள்' (பரிபாடல் திரட்டு 1) என்றும் வழங்கப்பட்டுள்ளன (சண்முகம் 1989: 197). 'தமிழன்' (தமிழன் கண்டாய் என்ற வடிவம் அப்பர் தேவாரத்தில் (ஆறாம் திருமுறை 23.5.2) பயின்றுள்ளது அறியத் தகுந்தது. அவை பழந்தமிழகத்தில் மொழி உணர்வு இருந்ததன் வெளிப்பாடு.

சமஸ்கிருதம்

'சமக்கிரதம்' என்ற தமிழாக்க வடிவம் (யாப்பருங்கல விருத்தி ஒழிபியல் 95. ப.523 வெண்பா) பொ.ஆ. பத்தாம் நூற்றாண்டில்தான் தமிழில் பதிவாகியுள்ளது. பழந்தமிழ் இலக்கிய இலக்கணங்களில் வடசொல், வடமொழி என்றே பதிவுசெய்யப்பட்டுள்ளன.

வடசொல்

தொல்காப்பிய வடசொல் பற்றிய உரையாசிரியர்கள் கருத்து அறியத் தகுந்தவை: 'வடசொல் என்பது ஆரியச்சொற்போலும்' என்று முதலில் (எச்சம் 1) குறிப்பிட்டு 'வடசொற்கிளவி எனப்படுவது ஆரியத்திற்கே உரிய எழுத்து' என்று அடுத்த சூத்திரத்திலும், இளம்பூரணர் விளக்குவது இன அடிப்படையில் (ஆரியன்/தமிழன், 'ஆரியன் கண்டாய் தமிழன் கண்டாய்' அப்பர் தேவாரம் ஆறாம் திருமுறை 23.5.2) அடையாளம் காட்டுவது ஆகும்.

சேனாவரையரும் 'வடசொல்' என்று பதவுரையிலும், 'ஆரியமும் தமிழும்' என்று விளக்கவுரைப் பகுதியிலும் குறிப்பிட்டுள்ளார். ஆரியம் என்பது இன அடிப்படையில் சமஸ்கிருதத்துக்கு இன்னொரு பெயர். எனவே, சங்க இலக்கியத்தில் சமஸ்கிருதம், பிராகிருதம் ஆகியவைகளைக் குறிப்பதாக வடசொல் கையாளப்பட்டுள்ளது. 'சிதைந்தன

வரினும் இயைந்தன வரையார்' என்ற சூத்திரத்தில் (எச்சம் 5) 'பாகதமாய் திரிந்து வருவனவும் கொள்க' என்று சேனாவரையர், தெய்வச்சிலையார், நச்சினார்க்கினியர் ஆகிய மூவரும் குறிப்பிட்டுள்ளார்கள். பாகதம் (சம்பந்தர், தேவாரம் 3212.2 'பாகதத்தொடு இரைத்து உரைத்த') என்பது பிராகிருதம் என்ற சொல்லின் திரிந்த வடிவம் (பிராகிருதம் என்ற வடிவத்தை நன்னூல் விருத்தி உரை (சூ.73) பதிவு செய்துள்ளது. சமஸ்கிருத வரலாற்று ஆசிரியர்கள் பாகதம் ஒரு கிளைமொழியாக இருந்தது என்பதை எடுத்துக்காட்டியுள்ளார்கள். ஆணை என்ற சொல் சங்க இலக்கியத்தில் (கலித்தொகை 81.28) காணப்படுவது பிராகிருதச் சொல்லே (தமிழ்ப் பேரகராதி – ஆக்ஞா என்பது சமஸ்கிருத வடிவம், ஆணா என்பது பிராகிருத வடிவம்). தமிழகத்தில் கிடைக்கும் கல்வெட்டுகளில் பிராகிருதச் சொற்கள் பதிவுசெய்யப்பட்டுள்ளன.

வடமொழி பற்றிய செய்திகள்

தொல்காப்பியம் பிறப்பியலில் 'அந்தணர் மறை' என்று குறிப்பிட்டது வேதாங்கங்களில் ஒன்றான சிட்சை பற்றியது. உண்மையில் அந்த வடமொழிக் கருத்து தமிழ்ப் பிறப்பியலில் பின்பற்றப்படவில்லை என்பதையே 'அஃது இவண் நுவலாது' (பிறப்பியல் 20.7) என்று குறிப்பிடப்பட்டுள்ளது. இது கருத்து அளவிலும் தமிழ் மொழியியல் வடமொழி மொழியியலோடு மாறுபடுவதை வெளிப்படையாகக் குறிப்பிட்டுள்ளது என்று ஆகிறது. அதே சமயத்தில் களவியலில் (1) 'மறையோர் தேஎத்து மன்றல் எட்டு' என்று குறிப்பிட்டதோடு; 'மன்றல் எட்டனுள்/ துறையமை நல்யாழ் துணைமையோர் இயல்பே' (1.4–5) என்பது வடமொழியோடு ஒத்த கருத்து ஆகும். அதாவது இரண்டு மொழியிலும் கருத்துகள் ஒத்துள்ளமையும் மாறுபடுவதையும் 'தொல்காப்பியம்' எடுத்துக்காட்டியுள்ளது. அது இருமொழி உறவு அறிவுசார் நிலையில் இருந்ததைப் புலப்படுத்துகிறது.

வடமொழி

சங்க இலக்கியத்தில் அமைந்துள்ள 'வடமொழி' என்ற தொடர், அந்த மொழிசார் நாடு, மக்கள் ஆகியவை பற்றிய பதிவுகளாக அமைந்து, மொழி உறவின் ஆழம், அழுத்தம் ஆகியவைகளைப் புலப்படுத்துகிறது.

'பனிபடு சோலை வேங்கடத்து உம்பர் / மொழிபெயர் தேஎத்தர்' (குளிர்ந்த சோலைகளை உடைய வேங்கட மலைக்கு அப்பால் உள்ள பிறமொழி பேசும் நாட்டர், அகநானூறு 211.7–

8) என்று பொதுவாகவும், 'வம்பவடுகர்' (புதிதாகத் தோன்றிய வடுகர், அகம், 375,14), 'கல்லா நீள்மொழி கதநாய்வடுகர்' (படிக்காத வஞ்சினம் கூறும் கோபம் மிகுந்த நாயை உடைய வடுகர், அகம் 107.11) என்றும் கூறுவதை எடுத்துக்காட்டி, வரதராசன் (1954: 294) தமிழர் வடமொழி தவிர பிற மொழியாளர்களை மதிக்கவில்லை என்று குறிப்பிட்டுள்ளதும் அறியத் தகுந்தது (சண்முகம், 1989: 211).

மலை: 'வடபுல இமயத்து' (சிறுபாண்.48, 'இமையம்' (நற்றி, 369.7).

ஆறு: 'கங்கை' (அகம் 265.5)

வீடு: 'வளைவாய்க் கிள்ளை மறைவிளி பயிற்றும்/ மறைகாப்பாளர் உறைபதி' (கிளிகளுக்கு வேதத்தின் ஓசையைக் கற்பிக்கும் வேத ஒழுக்கத்தைப் பாதுகாப்பார் வாழும் வீடு, பெரும்பாண்.299–300).

இடம்: 'சிறந்த வேதம் விளங்கப் பாடி ... குன்று குயின்றன்ன அந்தணர்ப் பள்ளி' (வேதத்தை பொருள் விளங்கும்படி பாடுகிறவர்... அவர் இருக்கும் இடம் மலைபோல் விளங்கும் பள்ளி, மதுரைக்காஞ்சி 468–74), 'அந்தணர்அருகாஅருங்கடி வியனகர்' (சிறுபாண், 187) என்று அந்தணர் வாழும் இடங்களும், சமணர்களும் (தவப் பள்ளி; பட்டினப்பாலை 53), பவுத்தர்களும் (மறம் காக்கும்கடவுள்பள்ளி – மதுரைக்காஞ்சி 467) வாழும் இடங்களும் குறிப்பிடப்பட்டுள்ளன. பின்னவர் பிராகிருத மொழியோடு தொடர்பு உடையவர்கள்.

நூல்: வேதம் – சிறந்த வேதம் விளங்கப் பாடி (மதுரைக் காஞ்சி 468),

'நான்மறை முதுநூல்' (அகம். 181.16)

மக்கள்

i) 'நான்மறையோர்' (பட்டினப்பாலை 202), 'நான்முறை முதல்வர்' (புறநானூறு. 6.20), 'நான்மறைமுனிவர்' (புறம். 6.20),

ii) 'மறை காப்பாளர்' ஆகியவை வேதத்தோடு தொடர்பு உடையவர்கள் என்பதை உணர்த்துகிறது.

மேலும் தொல்லாணை நல்லாசிரியர், அந்தணர், வாய்மொழிப் புலவர், பார்ப்பார் வடவர் முதலிய கடனாக்கச் சொற்களாலும் ஆரியர், முனிவர் என்ற கடனாட்சி சொற்களாலும் வடமொழியாளர்கள் குறிக்கப்பட்டுள்ளார்கள்.

iii) தொல்லாணை நல்லாசிரியர்: இந்தத் தொடர் யாரைக் குறிக்கிறது என்பதில் கருத்து வேறுபாடு காணப்படுகிறது (சண்முகம், 1989: 218). பல்சாலை முதுகுடுமியின்/ நல்வேள்வித் துறைபோகிய ('தொல்லாணை நல்லாசிரியர் புணர் கூட்டு உண்ட') என்ற முன்னுள்ள அடிகள் (மதுரைக்காஞ்சி அடிகள் 759 – 62), பல்யாகசாலை முதுகுடுமி பெருவழுதி (என்ற பாண்டிய அரசன்) நல்ல யாகங்களில் கூறப்பட்ட துறைகள் யாவும் முன்னர் முற்றிலும் செய்து முடித்த பழைய ஆணைகளை உடைய நல்ல ஆசிரியர்) என்பது வடமொழி கற்ற அந்தணர்களைக் குறிப்பது என்பது தெளிவு.

iv) அந்தணர்: இது வடமொழிப் பிராமணர்களைப் பண்பாகுபெயராகக் குறிக்கிறது. அந்தணன், அந்தணாளன்/ அந்தணாளர் அந்தணிர் / அந்தணீர் (விளி) ஆகிய வடிவங்கள் காணப்படுகின்றன. அந்தண் (அழகிய குளுமையான) இரண்டு பெயரடை அடிப்படையாகஅமைந்த ஆக்கப் பெயர். அந்தணிர்/ அந்தணன் ஆகியவையே அவர்களின் சமூக உயர்வையும் மதிப்பையும் அதற்கு மேலாக, ஆள் என்ற வினையடியைச் சேர்த்து அந்தணாளன் என்ற சொல்லை உண்டாக்கியிருப்பது அவர்களுடைய சமூக மதிப்பு கூடுதலின் வெளிப்பாடு.

தமிழ்ப் புலமை

சங்க இலக்கியங்களில் மிக அதிகம் (253 பாடல்கள்) பாடியதாக அடையாளம் காணப்பட்ட கபிலர் 'யானே பரிசிலன் மன்னும் அந்தணன்' (புறம். 200.13) என்றும், இருங்கோ என்ற அரசரிடம் 'அந்தணன்புலவன் கொண்டு வந்தனனே' (புறம். 201.7) என்றும் தன்னை அந்தணன் என்று அடையாளப்படுத்தியுள்ளது குறிப்பிடத்தகுந்தது.

கபிலரை மதுரை நக்கீரனார் 'உலகுடன் திரிதரும் பலர்புகழ் நல்லிசை / வாய்மொழிக் கபிலன் சூழ' (அகம்/78.12– 3) என்று கூறுவதும் அவர் அந்தணர் என்பது உறுதி ஆகிறது. வாய்மொழிப் புலவர் என்பது சமஸ்கிருதக் கல்வி ஆதி காலத்தில் வாய்மொழியாக அமைந்திருந்ததை உறுதிப்படுத்தி அது அந்தணர்களோடு உள்ள தொடர்பைப் புலப்படுத்துகிறது. மேலும் வான்மீகியார் (புறம் 358), பிரனமனார், புறம். 357) மார்க்கண்டேயனார் (புறம் 365) என்ற வடமொழி பெயர் புலவர்கள் பாடல்களும் புறநானூற்றில் காணப்படுகின்றன.

தமிழ்நாட்டில் பிறந்து வளர்ந்த அந்தணர்கள் சிலர் தாய்மொழி போலத் தமிழ்க் கற்றுப் புலமை பெற்றதன் வெளிப்பாடு. இன்றும் அந்த நிலையைக் காணலாம்.

v) பார்ப்பனன் – பார்ப்பான்: இவை பிராமணன் (வடமொழியில் brahma (தமிழ் பிரமன் உலகைப் படைத்தவர்) என்ற சொல்லின் திரிபாகவே கருதப்படுகிறது.

vi) வடவர்

வடவர் என்னும் பொதுசொல் வடநாட்டைச் சேர்ந்தவர் என்ற பொதுப்பொருளிலேயே கையாளப்பட்டுள்ளது. 'வடவர் தந்த வான் கேழ் வட்டம்' (அகம். 340,16) (வடவர் கொண்டு வந்த வெண்ணிற வட்டக்கல்), 'வடவர் தந்த வான் கேழ் வட்டம் / தென்புல மருங்கில் சாந்தொடு துறப்ப' (நெடுநல்வாடை. 51–2) இது உண்மையில் பண்பாட்டுக் கூறு என்ற முறையில் வட நாட்டுத் தொடர்பைப் புலப்படுத்துகிறது.

வடவர்களில் அரசர்கள் விதந்து குறிப்பிடப்பட்டுள்ளார்கள். 'வடபுல மன்னர் (வாட அடல் குறித்து)' (புறம். 51.5) '(நெஞ்சுநடுங்கு அவலம் பாய/ துஞ்சாக் கண்ண) வடபுலத்து அரசே' (புறம். 31. 16–7) என்பவை அரசியல் பகை உணர்வு இருந்ததைப் புலப்படுத்துகின்றன.

vii) ஆரியர்

இது இனத்தைக் குறிக்கும் சமஸ்கிருத சொல். ஆனால் கழைக் கூத்தாடிகள், போர்வீரர், அரசர் ஆகிய பொருளில் எட்டு முறை சங்க இலக்கியத்தில் வந்துள்ளது. பிறமொழி பேசுவோர் என்ற பொருளில் தொடங்கிப், பின்னரே இனத்தைக் குறிக்கும் சொல்லாகப் பயன்பட்டிருக்கிறது என்று கொள்ளமுடிகிறது.

viii) முனிவர்

முனி என்னும் வடசொல்லுக்கு முனிவர் என்று பொருள். அது தமிழில் வெளிப்படையாக – வர் என்ற சிறப்பு ஒருமை விகுதி பெற்றுள்ளது. அவர்கள் சமயச் சார்பு உடையவர்களே.

'அவிர்சடை முனிவர் (புறம். 43.4) என்பது அவர்கள் உருவத்தையும் 'துஞ்சு முன்றில் செந்தீ பேணிய முனிவர்' (பெரும்பாண். 498) 'அவிர்சடை முனிவர் அங்கி வேட்கும் / ஆவுதி நறும் புகை' (பட்டின. 54–5) என்பவை சமயச் சடங்கோடு தொடர்பு உடையதையும் புலப்படுத்துகின்றன. அவர்கள் தமிழ்ச் சமூகத்தில் உயர்வாக மதிக்கப்பட்ட உறவையும் தெளிவாகக் காட்டுகிறது.

உறவுநிலை

இந்த நிலையில் மொழி (சொற்களஞ்சியம், கடன்சொற்கள், கடன் நீட்சி), இலக்கியம், இலக்கணம் (தொல்காப்பியம்)

ஆகியவைகளில் இருமொழி உறவுநிலை தமிழ் நோக்கில் புலப்படுத்தும் செய்திகள் அறியத் தகுந்தவை.

i. மொழி

தொல்காப்பியத்தின் தமிழ் மொழியின் ஒலி, ஒலியன் அமைப்பு விளக்கம் இந்த நூற்றாண்டு அமைப்பு மொழியியல் *(structural linguistics)* முறையில் அமைந்துள்ளதாகப் பாராட்டப்படுகிறது. ஆனால் வரிவடிவ வருணனை மாறுபாட்டு *(contrastive)* நோக்கில் விளக்கியுள்ளதும் நெடுங்கணக்கு அமைப்பு விளக்கத்திலும் வடமொழிச் செல்வாக்குக்கு உட்பட்டது என்று எண்ணுமாறு அமைந்துள்ளது.

இந்திய மொழிகளில் சமஸ்கிருத்தின் கிளைமொழியாகக் கருதப்படும் பிராமி மொழியே அன்று எழுத்து வடிவம் பெற்றிருந்தது. சமஸ்கிருதம் வாய்மொழியாகவே கற்றும் கற்பிக்கப்பட்டும் வந்தது.

மொழிக்கு எழுத்து வடிவம் உண்டாக்கி, எழுத்து இலக்கியம் தொடக்க காலத்தை ஒட்டி உண்டாக்கியது பிற இந்திய மொழிகளில் இல்லாத சிறப்பு. வடமொழி இலக்கியமாகிய வேதம், தமிழ் மொழி இலக்கியத்தைவிடக் காலத்தால் முந்தியதாக அமைந்தாலும், அவை வாய்மொழி இலக்கியமாகவே ஓதப்பெற்று ஆராயப்பட்டு வந்துள்ளது. எழுத்து வடிவில் பதிவு செய்யப் பட்டது பிற்காலத்தில்தான். 'கேள்வி அந்தணர்அருங் கடன் இறுத்த / வேள்வித்தூணத்து' *(*பெரும்பாண்*.315 –6),* 'கேள்வி முற்றிய வேள்வி அந்தணர்' *(*புறநா*. 361–4)* என்பவை வடமொழி சுருதியைக் குறிப்பதாகக் கருதப்படுவதால் பல காலம் வாய்மொழி மூலம் அறிவு பெறப்படும் மரபைப் புலப்படுத்துகிறது. தொல்காப்பியமே எழுத்து மரபைப் பதிவு செய்துள்ளதால் எழுத்து கலவிஅறிவு முன்னரே தொடங்கியது என்பது புலனாகும்.

சங்ககாலத் தமிழகப் பட்டினம் வேற்று நாட்டிலிருந்து வந்த மக்கள் பேசும் பல 'மொழி நாடாக இருந்தது என்பதை மொழிபல பெருகிய பழிதீர்தேஎத்து/ புலம்பெயர் மாக்கள் கலந்தினி துறையும்/ முட்டாச் சிறப்பின் பட்டினம்' *(*பட்டினப்பாலை*. 216–8)* என்று சோழ நாட்டைக் குறிப்பிட்டுள்ளதால் அறியலாம்.

இலக்கியம்

வடமொழியிலும் பிற தொல்மொழிகளிலும் ஆதி இலக்கியம் சமயம், தொன்மம் சார்பாக அமைய, சங்க இலக்கியங்களுக்குள் பழமையாகக் கருதப்படும் ஐங்குறுநூறு, குறுந்தொகை, நற்றிணை ஆகியவை ஆண்/பெண் காதல் வாழ்க்கையையும் புறநானூறு

என்பது புற வாழ்க்கை, அரசு, போர் முதலியவற்றையும் சமயச் சார்பின்றி இலக்கியம் படைத்தது, தொல்காப்பிய இலக்கணம் எழுதியது பெருமைப்படக்கூடிய உலக சாதனை.

வடமொழித் தாக்கத்தின் உச்சக்கட்டம் பரிபாடலில் பதினைந்து பாடல்கள் திருமால், செவ்வேள் ஆகிய சமயக் கடவுள்கள் பற்றிச் சங்க காலத் தமிழில் எழுதியது கருத்து நிலையில் கடனாக்கமாக இருந்தாலும் மொழி நிலையில் உள்நிலை ஆக்கம் ஆகும். அதே பரிபாடல் பாண்டிய நாட்டு வையை ஆறு பற்றி ஏழு பாடல்களையும் மதுரைபற்றிய சில பாடல்களையும் பதிவு செய்துள்ளது இலக்கியப் பாடுபொருளில் தாய்நாட்டின் சிறப்பை விளக்கும் புதிய பரிமாணம் ஆகும். அதுவே பிற்காலக் காப்பிய இலக்கியங்களில் ஆற்று வருணனை, நாட்டு வருணனை என்று முதல் பகுதியில் அமைவதற்கும் முன்னோடி.

அதே சமயத்தில் வைதிக சமயக் கருத்துகள் மறுக்கப்பட்டது போல் புறநானூற்றில் இரண்டு பாடல்கள் (9, 34) பதிவு செய்யப்பட்டுள்ளதை நடராசன் (2018:10தொ.) எடுத்துக்காட்டியது வடமொழித் தாக்கத்துக்குச் சிறு எதிர்ப்பு இருந்ததையும் உணர்த்துகிறது.

தொல்காப்பியம்

தொல்காப்பியம் 1) எழுத்தாக்கத்தில் நெடுங்கணக்கு வரிசையில் வடமொழி உறவு வழியான தாக்கத்தைப் புலப்படுத்தியது. 2) சொற்களஞ்சியத் தாக்கத்தைச் செய்யுள் ஈட்டச் சொற்களில் ஒன்றாக வடசொல்லைக் குறிப்பிட்டு வடமொழித் தாக்கத்தை மறைமுகமாகப் பதிவுசெய்துள்ளது. நாள் (நட்சத்திரம்) பெயர்களின் ஈறுகளாக இகரம் (உயிர் மயங்கியல். 45) ஐகாரம் (84), மகரம் (புள்ளிமயங்கியல். 36) குறிப்பிட்டது. இன்று வழங்கும் அசுவனி, பரணி, கார்த்திகை மகம் முதலிய 27 நட்சத்திர பெயர்கள் வடமொழித் தழுவலாகவே கருதப் படுகின்றன. ஆனால் அவைகளைக் குறிக்கக் கடனாக்கமாகத் தொல் நாள்மீன்; (புறம். 229.8, மிருகசீரிஷம்.) போன்று பல நாள்மீன் சங்க இலக்கியத்தில் பதிவுசெய்யப்பட்டுள்ளன. அவை தமிழ் தொகைச் சொற்கள், அவைகளின் பண்பு அடிப்படையில் அமைந்தவை. ஆனால் அறிவியல் கலைச்சொற்களாக வடமொழி தழுவிய சொற்களே ஏற்றுக்கொள்ளப்பட்டுள்ளன. திங்கள் (மாதப் பெயர்) பெயர்களின் ஈறுகளாக இகரம் (உயிர்மயங்கியல். 46) ஐகாரம் (புள்ளிமயங்கியல். 84) தொல்காப்பியம் கூறியதும் இன்று வழங்கும் சித்திரை, வைகாசி ஆனி முதலிய பெயர்களே. அவையும் வடமொழித் தழுவலாகவே கருதப்படுகிறது.

வேதாங்கங்களில் ஒன்றாகச் சோதிடம் அமைந்துள்ளதால் வடமொழியாளர்கள் வான அறிவியலில் கருத்து செலுத்திக் கலைச்சொற்களை உருவாக்கினார்கள் என்று கொள்ளலாம். தொல்காப்பியம் பல பொருள் ஒரு சொல்லாக அமைந்துள்ள ஒரு சொல்லின் பொருளைக் குறிப்பிட வடமொழி சொல்லைக் கையாண்டுள்ளார். விண் என வரூஉம் காயப் பெயர் (புள்ளி மயங்கியல். 10.1). இது தமிழரிடையே வடமொழிச் சொல் வழங்கி வந்துள்ளதன் புலப்பாடு.

3). கருப்பொருள் பட்டியலில் தொல்காப்பியம், தெய்வத்துக்கு முதல் இடம் கொடுத்ததும் தெய்வம் உணாவே மா மரம் புல் . . . (அகத்திணை. 18) முதல் பொருளின் கூறான நிலத்தை விளக்கும்போது மாயோன் மேய காடுறை உலகமும்/ சேயோன் மேய மைவரை உலகமும்/ வேந்தன் மேய தீம்புனல் உலகமும்/ வருணன் மேய பெருமணல் உலகமும் (அகத்திணை 5.1–4) என்று கூறியது வடமொழி உறவின் தாக்கத்தால் ஏற்பட்ட செல்வாக்கு எனலாம்.

அதே சமயத்தில் இலக்கியத்தின் பாடுபொருளான திணை பற்றிக் கூறும்போது முதலில் ‘கைக்கிளை முதலா பெருந்திணை இறுவாய் / முற்படக் கிளந்த எழுதிணை என்ப’ என்று பொருளதிகார முதல் சூத்திரத்தில் (அகத்திணை. 1) கூறி, அவைகளில் ‘மக்கள் நுதலிய ஐந்திணை’ (அகத்திணை 57.1) என்று விளக்கியது பாடுபொருள் சமயச் சார்பற்றது என்பதைத் தெளிவுபடுத்தித் தனித்துவத்தைப் புலப்படுத்துகிறது.

சொற்களஞ்சியம்

சங்க காலத் தமிழகம் குறிப்பாகப் பட்டினம் வேற்று நாட்டிலிருந்து வந்த மக்கள் பேசும் பல மொழி நாடாக இருந்தது மேலே எடுத்துக்காட்டப்பட்டது. வடமலை பிறந்த மணியும் பொன்னும்/குடமலை பிறந்த ஆரமும் அகிலும் கங்கை வாரியும் காவிரிப் பயனும் ஈழத்து உணவும் காழகத்து (பர்மா) ஆக்கமும் (பட்டினப்பாலை 187–91) என்று பல நாட்டுப் பொருள்களைச் சிறப்பாக வணிகம் செய்ததாகவும் பதிவு செய்யப்பட்டுள்ளது ஐரோப்பிய நாட்டைச் சார்ந்த யவனர்களும் தமிழகத்தில் சங்க காலத்தில் வாழ்ந்திருக்கிறார்கள் (சண்முகம், 1989: 219). அதனால் தமிழகத்தில் இருமொழியச் சூழல் உருவானது. இன்னொரு மொழியோடு தொடர்பு ஏற்படும்போது முதலில் மொழியில் சொற்களஞ்சியத்தில்தான் தாக்கம் ஏற்படும்.

சங்க இலக்கியத்தில் அமைந்துள்ள பிற மொழிச்சொற்கள் ஆராயப்பட்டுள்ளன (அனவிரத நாயகம் பிள்ளை, 1919,

வைத்தியநாதன், 1971). குறள், சிலம்பு, மணிமேகலை ஆகியவற்றையும் சேர்த்துச் சமயம் சம்பந்தமாக 216 சொற்களும் இயற்கை சம்பந்தமாக 93 சொற்களும் உள்ளதாக வைத்தியநாதன் குறிப்பிட்டுள்ளார். வரலாற்று மொழியியலில் கடனாட்சிக்கு முக்கிய நோக்கங்களாக 1) தேவை *(Need filling motive)* 2) மதிப்பு *(Prestige motive.* 3) கடன் சொல் *(Loan word)*, 4) கடன் நீட்சி *(loan extension)* தன் மொழிச் சொற்களைப் புதிய பொருளில் கையாளுவது (மறை என்ற தமிழ்ச்சொல்லை வேதத்தைக் குறிக்கப் பயன்படுத்துவது), 5) உள்நிலையாக்கம் தன் மொழியில் புதிய சொற்களை உருவாக்குதல் (யூபம் = வேள்வித் தூண்) ஆகியவை அமைகின்றன. கடன் சொற்களாகப் பயன்படுத்தும்போது தன்னுடைய மொழியிலுள்ள எழுத்துகளின் அமைப்பை ஒட்டி வடிவத் திருத்தம் செய்து கொள்வது என்று வரலாற்று மொழியியல் கண்டறிந்துள்ளது. தொல்காப்பியம் வடசொல் என்று கூறியது கடன் சொற்களேயே. அதனால்தான் 'வட எழுத்து ஒரீஇ' (எச்சம்.5) என்று குறிப்பிட்டுள்ளது. சங்க இலக்கியங்களில் கடன் சொற்கள் தேவை கடன் நீட்சி, உள்நிலையாக்கம் ஆகிய மூன்று நிலையிலும் பதிவு செய்யப்பட்டுள்ளன.

கடன்சொற்கள்

தேவை: அமரார், இந்திரர், கபிலர், பூதம், அரக்கன், ஆவுதி, தூமம், கங்கை, இமையம் முதலியன. அவை தமிழ் மொழி அமைப்புக்கு ஏற்பத் திருத்திக்கொள்ளப்பட்டவை.

மதிப்பு: வில் என்ற தமிழ்ச் சொல் சங்க இலக்கியத்தில் 141 தடவை பயின்றிருந்தும் சாவம் என்ற வடமொழிச் சொல் 7 தடவை காணப்படுவது வட மொழிக்குச் சமூகத்தில் இருந்த மதிப்பின் புலப்பாடு.

தமிழ்ச் சொல்	**தடவை**	**வடச் சொல்**	**தடவை**
தீ	81	அங்கி	2
செலவு (பயணம்)	81	யாத்திரை	1

உள்நிலையாக்கம்:

வடசொல்	**தமிழ்ச் சொல்**
அவி	நாற்ற உணவு (மதுரைக்காஞ்சி. 458)
அங்குசம்	கவைமுட்கருவி (முல்லைப் பாட்டு. 35)

உள்நிலை ஆக்கச்சொற்கள் எழுத்துத் தூய்மை, சொல் தூய்மை ஆகிய உணர்வைப் புலப்படுத்துகின்றன.

கடன் நீட்சி

வேந்தன் (அரசன்)	*இந்திரன் (தொல் அகம். 5.3)*
வெள்ளி (உலோகம்)	*நட்சித்திரம் (புறம். 32.1)*

பொருண்மையியல் நிலையில் ஒரு சொல் ஒரு பொருளாக அமைந்தது வடமொழித் தாக்கதால் ஒரு சொல் பல பொருள் என்ற நிலையை அடைகிறது. கேட்போர் கருத்தாடல் சூழலை உணர்ந்து பொருள் கொள்ள வைக்கிறது.

கடன் சொல்லும் கடன் நீட்சியும்

கடன் சொல்	உள்நிலையாக்கம்	கடன் நீட்சி
இமயம்	பனிபடு	நெடுவரை

பனிவார்சிமையம் (புறம். 2.24) (புறம். 6.1) (மதுரைக்காஞ்சி 148) யூபம் வேள்வித்தூண் யூப நெடுந் தூண் (புறம். 15.21) (அகம் 220.8) (புறம். 224.8).

சொற்களஞ்சியத்தைப் பொறுத்தரையில் வடமொழி உறவால் ஏற்பட்ட சொற்களை ஏற்றுக்கொள்வதிலும் மாறுபாட்ட குழுக்கள் இருப்பது புலனாகிறது.

முடிவுரை

வரலாற்று நோக்கில் ஒரு மொழிச் சமூகம் அரசியல், சமூகப் பொருளாதாரச் சூழல்களால் பிற மொழிச் சமூகத்தோடு உறவு ஏற்படுத்திக்கொள்வது தடுக்க முடியாதது. பிற மொழிச் சமூகம் எப்படிப்பட்டது, நாம் அதனோடு எப்படி உறவு கொள்கிறோம் என்பதுதான் முக்கியம்.

வடமொழி சமயம் சார்ந்து, அறிவுத்துறையில் வேதாங்கம் என்ற கருத்தாக்கம் உண்டாகி அவை சிட்சை (ஒலியியல்), வியாகரணம் (இலக்கணம்), சந்தஸ் (யாப்பு), நிருக்தம் (அகராதியியல்), சோதிடம் (வான நூல்), கற்பம் (சமயச் சடங்கு முறை) என்று அமைத்துக் கொண்டது ஒரு முக்கியமான கருத்தாக்கம்.

தமிழ், நூல் என்று இலக்கணத்தையும் செய்யுள் என்று இலக்கியத்தையும் பிரித்துக்கொண்டு, செய்யுளை அகம், புறம் என்று பாகுபாடு செய்துள்ளதால் உலக வாழ்வு சார்ந்தது என்பது தெளிவாகிறது. இலக்கணத்தை எழுத்து, சொல், பொருள் என்று பகுத்து அமைத்துக்கொண்டதால் இலக்கியம் பொருளின் பகுதியாகிவிட்டது. பொருளில் பாடுபொருள், மெய்ப்பாடு, உவமை ஆகியவையோடு செய்யுளியல் என்ற ஒரு இயல் அமைத்து,

அதில் யாப்பை விளக்கியதோடு பாடுபொருள் (திணை, துறை) மொழி (மரபு, மாட்டு, எச்சம்) ஆகியவைகளையும் செய்யுள் உறுப்புகளாகச் சேர்த்தது, செய்யுளியலே ஒட்டுமொத்த இலக்கண இலக்கியம் விளக்கம் என்ற நிலையைப் பெற வைத்துள்ளது மிகவும் சிறப்பானது.

தமிழ் மொழியில் வடமொழித் தாக்கத்தைப் பொறுத்த வரையில் சொற்களஞ்சியத்தில் செய்யுள் ஈட்டச் சொற்களில் ஒன்றாக வடசொல்லைக் குறிபிட்டதோடு நெடுங்கணக்கு முறை வடமொழியைப் பின்பற்றியதாகவே அமைந்துள்ளது. பொருண்மையியல் களத்தில் சில நேரடியாகவும் மறைமுகமாவும் தாக்கம் அமைந்துள்ளதை மறுக்க முடியாது. அதேசமயத்தில் மொழி அமைப்பை விளக்குவதில் வடமொழிச் செல்வாக்கு இல்லாமல் நூற்றுக்கு தொண்ணூற்றொன்பது பங்கு அமைப்பியல் விளக்கமுறையை *(structural descriptive method)* உள்வாங்கி எழுதிய இலக்கணமாக அமைந்துள்ளதும் மறுக்க முடியாது.

வேதாங்கத்தோடு ஒப்பிடும்போது இலக்கணம் வியாகரணத்துக்கு இணையானது. ஆனால் இலக்கணத்தை எழுத்து, சொல், பொருள் என்று அமைத்துக்கொண்டு எழுத்தின் ஒரு பகுதியாகப் பிறப்பியலையும் (சிட்சை), சொல்லதிகாரத்தின் பகுதியாக அகராதியியலையும் (நிருக்தம்) பொருருளின் பகுதியாகப் பாடுபொருளும், யாப்பும்(சந்தஸ்) உள்ளடக்கியது. பாடுபொருள் என்பது வடமொழியில் சமயம் சார்ந்தது என்றும், தமிழில் மனித வாழ்வு அதாவது அகப்புற இலக்கியம் சார்ந்தது என்றும் கருதலாம். பாடுபொருளில் அகம்/புறம் என்ற கருத்து நிலையில் இலக்கியம் செய்தது, அதைத் தொல்காப்பியம் இலக்கணப்படுத்தியது உலகளாவிய நிலையில் தமிழுக்குப் பெருமை சேர்த்துள்ளது.

இடைக்காலத்தில் இரண்டு மொழிக்குள்ள உறவு இனம் சார்ந்தது (தாய் – சேய்) எனச் சிலர் கருதினாலும் வரலாற்று ஒப்பிலக்கண ஆய்வு அதை அறிவியல் நிலையில் இனம் சார்ந்தது அல்ல என்று மறுத்ததோடு, இரண்டு மொழிக்கும் உறவு தொல்தமிழ் காலத்திலிருந்தே அமைந்தது என்பதையும் விளக்கியுள்ளது. உண்மையில் வீரசோழியம் வடமொழி இலக்கணத்தை ஒட்டித் தமிழ் இலக்கணம் எழுதியது பிற மொழியாளர் தமிழ்க் கற்க உதவுவதற்கே என்று இப்பொழுது கருதப்படுகிறது (இராசாராம், 1992). அதன் உரையாசிரியர்தான் இன உறவு உடையதாகக் கூறிவிட்டார்.

வரலாற்று ஒப்பிலக்கண அடிப்படையில் இருபதாம் நூற்றாண்டில் கூடுதலாக ஒப்பிலக்கியம் *(Comparative literature)*

என்ற துறை தோன்றியுள்ளது. இலக்கியம் மனித மூளையின் அழகியல்சார் வெளிப்பாடு என்பதால், உலகிலுள்ள எந்த இரண்டு மொழி இலக்கியங்களையும் ஒப்பிட்டு உலகாளவிய இலக்கிய அழகியல் கூறுகளைக் கண்டு வருகிறது. மேலும் இன உறவு, வரலாற்று உறவு உடைய இரண்டு மொழிகளின் இலக்கியத்தை ஆராய்ந்து ஒற்றுமைக்கும் வேற்றுமைக்கும் உரிய காரண காரியங்களை ஆய்ந்து வருகிறது. இராமாயணக் கதை வடிவத்தில் நிறைய எண்ணிக்கை இருப்பதாகவும் அவைகளில் கம்பராமாயணம் பல தனித்துவங்களை உடையது என்றும் கண்டறியப்பட்டுள்ளது.

அந்த முறையில் தமிழ் சமஸ்கிருத உறவைத் தமிழ் தரவு நோக்கில் மட்டும் அல்லாமல் சமஸ்கிருதத் தரவு நோக்கில் அறிவியல் நோக்கிலும் மொழியியல் நோக்கிலும் ஆராய வேண்டும் இரண்டு நிலையிலும் ஆய்வு தொடர வேண்டும்.

துணையன்கள்

இராசாராம், சு. 1992, 'வீரசோழிய இலக்கணக் கோட்பாடு', இராகவேந்திரா, நாகர்கோயில்.

'இலக்கணக்கொத்து' (பதிப்பாசிரியர்: கோபாலையர், தி.வே., சரசுவதி மகால், தஞ்சை, 1973)

சண்முகம். செ.வை. 1989, 'மொழி வளர்ச்சியும் மொழி உணர்வும்' (சங்க காலம்), மணிவாசகர் பதிப்பகம், சென்னை.

சிவலிங்கனார், ஆ.1980, 'தொல்காப்பியனார் – எழுத்ததிகார உரைவளம் – நூன்மரபு', உலகத் தமிழ்ராய்ச்சி நிறுவனம், சென்னை.

'தொல்காப்பியம் முழுவதும் விளக்கவுரை', (பதிப்பு சுப்பிரமணியன், ச. வே.) மெய்யப்பன் பதிப்பகம், சிதம்பரம்.

நடராசன், தி.சு, 2018 'முரண்களில் அழகியல் திராவிட மலர்' (அரையாண்டு தமிழ்ஆய்விதழ்) ப. 1–15.

'நன்னூல் மூலமும் விருத்தியுரையும்', (ப-ர்: தாமோதரன்), உலகத் தமிழாராய்ச்சி நிறுவனம், சென்னை, 1999.

பவுன்துரை, இராசு. 2001, 'தமிழகப் பாறை ஓவியங்கள்', மெய்யப்பன் தமிழாய்வகம், சிதம்பரம்.

பாலசுப்பிரமணியன், க. 2016, 'தொல்காப்பியச் சொற் பொருளடைவு', தமிழ்ப் பல்கலைக்கழகம், தஞ்சாவூர்.

'பிரயோக விவேகம்' (ப–ர்: கோபாலையர், தி.வே.) சரசுவதி மகால், தஞ்சை, 1973.

மாதையன், பெ. 2007, 'சங்க இலக்கியச் சொல்லடைவு', தமிழ்ப் பல்கலைக்கழகம், தஞ்சாவூர்.

மீனாட்சிசுந்தரம், தெ.பொ. 1965, 'A History of Tamil language', 'தமிழ் மொழி வரலாறு' (மொழிபெயர்ப்பு), முல்லை நிலையம், சென்னை.

வரதராசன், மு. 1954 'மொழி வரலாறு', கழக வெளியீடு, சென்னை.

'வீரசோழியம்' (ப–ர்: கோபாலையர், தி.வே.) ஸ்ரீமத் ஆண்டவன் ஆசரமம். சென்னை, 2005.

ரேணுகாதேவி, வீ. 2018, 'சமஸ்கிருதம் மொழிகளுக்கெல்லாம் முதல் மொழியா?' தமிழ் ஞாலம் இதழ். 7. ப. 48–59.

Burrow. T. & Emeneau. M.B. 1961, A Dravidian Etymological Dictionary (DED). Clarendon Press, Oxford.

Caldwell,R. 1875. A Comparative Grammar of the Dravidian or South Indian. Family of languages, (revised editon), University of Madras, 1956.

Emeneau. M.B. 1967. Dravidian Linguistics Ethnology and Folktales. Annamalai University, Annamalainagar.

Mahadevan, Iravatham. 2014. Early Tamil Epigraphy (from the Earliest to the sixth century C.E.) Central Institute of Classical Tamil, Chennai.

Subrahmanyam,P.S. 1983, Dravidian Comparative Phonology. Annamalai University, Annamalainagar.

Vaidyanathan.S. 1971. Indo Aryan Loan words in Tamil. Rajan publishers, Madras.

5

சம்ஸ்கிருத உறவோடு வளர்ந்த ஈழத்தமிழர் மரபுகள்: சில சான்றுகள்

ம. பாலகைலாசநாத சர்மா
சு. நவநீதகிருஷ்ணன்

மானிட வரலாற்றில் சிந்தனை முதிர்ச்சியின் விளைவால் ஏற்பட்ட கருத்துப்பரிமாற்றமே மொழிகளின் தோற்றுவாயாகக் கருதப்படுகிறது. மனித வாழ்வுடன் பின்னிப்பிணைந்த மொழி வெறும் பரிமாற்று ஊடகமாக மட்டுமன்றி வேறு பல பண்பாட்டு விழுமியங்களையும் காலக்கண்ணாடியாகக் காட்டவல்ல மனித வாழ்வின் பிரிக்க முடியாத அம்சமாக மாறி வந்துள்ளமையை வரலாறு எமக்கு உணர்த்துகிறது. இம் மொழிமரபில் தொன்றுதொட்டு இன்றுவரை அழியாத ஜீவசக்தி கொண்ட உலகின் புராதன மொழிகளுள் ஒன்றாக சம்ஸ்கிருதம் விளங்குகிறது. மனிதகுல வரலாற்றுக்கு முற்பட்ட தெய்வீகத் தோற்றுவாயும் சுமார் நாலாயிரம் ஆண்டுக்கால இலக்கிய வளமும் மிக்க இம்மொழி இந்தோ – ஐரோப்பிய மொழிக்குடும்பத்தைச் சேர்ந்ததாகக் கருதப்படுகிறது. வரலாற்றுரீதியாக பிராகிருத மொழி, வைதிக மொழி, இதிகாச மொழி, பாணினியால் செம்மைப்படுத்தப்பட்ட சம்ஸ்கிருதமொழி என்ற படிமுறையில் காலத்திற்கேற்பப் புதிய பரிமாணங்களையும் பெற்றுவருகிறது.

பழைமை மிக்க கட்டுக்கோப்பான பல்துறைசார் இலக்கியங்களைக் கொண்ட இம்மொழியின்

தோற்றுவாய் பல்லாண்டுக் காலம் ஒலிநிலையில் பேணப் பட்ட உலகின் தொல்லிலக்கியங்களாகக் கருதப்படும் வேதங் களிலிருந்து ஆரம்பிக்கிறது. நடனமாடும் நடராஜ பெருமானின் உடுக்கை ஒலியிலிருந்து சம்ஸ்கிருத எழுத்தொலிகள் தோன்றின என்ற குறிப்பு 'நந்திகேஸ்வர காரிகை'யில் கூறப் படுகிறது. அண்மைக்காலமாக மாற்றமடைந்து வரும் ஆய்வு நோக்கும் மொழியியல்ரீதியிலான ஆழமான ஆய்வுகளும் வேறுபல மொழிகளுடனான ஒப்பியல் ஆய்வுகளும் சம்ஸ்கிருதத்திற்குப் புதிய பரிமாணத்தை வழங்கியுள்ளன. சம்ஸ்கிருதமயமாதற் சிந்தனை, சம்ஸ்கிருதப் பண்பாட்டுச் சிந்தனை என்பனவும் புதிய ஆய்வுப்புலங்களாக இனங்காணப் பட்டுள்ளன.

சம்ஸ்கிருதம் இந்தியாவைத் தனது தாய் நாடாகக் கொண்டிருந்தபோதிலும் உலகின் பல நாடுகளிலும் பரந்து விளங்கும் சிறப்புடையது. ஈழத்தில் தமிழர்கள், சிங்களவர்களின் கலாச்சார, மதப் பாரம்பரியத்தின் பரிணாம வளர்ச்சியிலும் சம்ஸ்கிருதம் முக்கிய பங்கு வகித்துள்ளது. ஈழத்தைப் பொறுத்த வரை இம்மொழி பண்பாட்டு வளர்ச்சியில் செல்வாக்குமிக்க மொழியாக விளங்குகிறது. சமகாலத்திலும் பயிலப்படும் ஒரு மொழியாக விளங்குகிறது. மேலும் சமயதத்துவரீதியில் ஆலய நிகழ்வுகளுக்குரிய ஊடகமாகவும் விளங்குகிறது. பல்கலைக்கழகங்கள் பலவற்றின் பட்டப்படிப்பின் ஆய்வுக்குரிய மொழியாக விளங்குகிறது.

இப்பின்புலத்தில சம்ஸ்கிருத உறவோடு வளர்ந்த ஈழத்தமிழர் மரபுகளை மீளாய்வு செய்து இனங்காண்பதற்கான நுழைவாயிலாக இக்கட்டுரை நெறிப்படுத்தப்படுகிறது. இம்மரபுகளை மொழியிடைச் செல்வாக்கின் விளைவாகவோ ஆதிக்கமாகவோ தாக்கமாகவோ மொழிக்காழ்ப்புணர்ச்சியோடு அணுகுவதைத் தவிர்த்து மொழிகளிடையேயான செழுமைமிக்க உறவின் பயன்களாக இனங்கண்டுகொள்வதற்குத் துணை நிற்கிறது. முற்காலத்தில் இந்தியப் பொதுமொழியாகக் குறிப்பாக, இந்து சமய மொழியாக சம்ஸ்கிருதமொழி முக்கியத்துவம் பெற்றிருந்தது. இதன் நீட்சியாக ஈழத்திலும் இந்துக்களின் புனித மொழியாகவும் புனித நூல்களின் மொழியாகவும் கோயில் மொழியாகவும் சம்ஸ்கிருதமொழி தொடர்ந்து நிலவி வருகின்றது. இதேபோல ஈழத்தமிழர் மரபில் சம்ஸ்கிருத அறிவுப்புலமை பெற்ற தமிழறிஞர்களும் பண்டிதர்களும் இயல்பாகவே இருமொழிப் புலமையை மையப்படுத்திய தமது ஆக்கங்களால் தமிழை வளப்படுத்த முயன்ற காரணத்தால் மொழிகளிடையிலான இடைத்தொடர்புகள் அதிகரிக்கலாயின.

இந்நிலை தமிழ்மொழியுடனான சம்ஸ்கிருதத்தின் உறவு அதிகரிக்க முக்கிய காரணமாகியது.

ஈழத்தில் யாழ்ப்பாணத்தை ஆரியச்சக்கரவர்த்திகள் என்னும் பெயருடன் அரசாண்ட மன்னர்கள் பாண்டிய மன்னரின் தொடர்புடையவர்களாக இருந்தனர். யாழ்ப்பாணத்தில் இவ்வரசர்கள் தமிழ்ச்சங்கங்கள் வைத்துத் தமிழ் வளர்த்தவர்கள். சரஸ்வதி மகாலயம் என்னும் நூலகத்தை வைத்திருந்தார்கள். இந்நூலகத்தில் தமிழ்நூல்கள் மாத்திரமன்றிப் பல சம்ஸ்கிருத நூல்களும் பல சுவடிகளும் பாதுகாக்கப்பட்டிருந்தன. பிற்காலத்தில் சிங்கள மன்னர்கள் போர் செய்தபோது யாழ்ப்பாணத்தில் இருந்த இந்த நூலகம் அழிந்தது. இலங்கையின் ஆரம்பக்கால சம்ஸ்கிருதக் கல்வெட்டுகளில் இரண்டு குச்சவெளி, திரியாய் பகுதிகளில் கண்டுபிடிக்கப்பட்டுள்ளன. அவற்றின் எழுத்துக்கள் சமகால பல்லவ கல்வெட்டுகளில் காணப்படும் கிரந்த எழுத்துக்களை ஒத்திருக்கிறது. சுவடிமரபில் தமிழ்ச்சுவடிகளைப் போலவே சம்ஸ்கிருதச் சுவடிகளும் பேணிப் பாதுகாக்கப்பட்டன.

ஈழத்தமிழரின் இலக்கிய மரபுகளில் ஒன்றான கவிதைமரபில் தமிழ்க் கவிதைகளைப் போலவே சம்ஸ்கிருதக் கவிதைகளும் எழுதப்பட்டுள்ளன. பெரும்பாலும் சமயம் சார்ந்த ஆக்கங்கள் முன்னிலை பெற்றாலும் காப்பியப் பண்புகள் கொண்ட 'தக்ஷிண கைலாசபுராணம்' போன்ற பேரிலக்கியங்களின் தோற்றமும் மரபும் ஈழத்தில் பேணப்பட்டன. சம்ஸ்கிருத இலக்கியங்களைத் தழுவி எழுதப்பட்ட கவிதை இலக்கியங்கள் தமிழிலக்கிய வரலாற்றில் தனியிடம் பெற்றன. ஈழத்தமிழ் மரபில் பெருங்காப்பியப் பண்பு நிறைந்த இலக்கியமாகப் பேசப்படும் அரசகேசரியின் 'இரகுவமிசம்', எஸ். நடேசனின் 'சகுந்தலை வெண்பா' ஆகியன இலக்கியத்தரம் மிக்கவையாகப் பேசப்பட்டன. தமிழ்க்கல்வி மரபில் ஈழத்துக்காவியம் என்றவகையில் அரசகேசரியின் 'இரகுவமிசம்' பல காலமாகப் பாடஞ்சொல்லப்பட்டு வந்துள்ளது. புகழ்பெற்ற யாழ்ப்பாணப் புலவர்கள் பலர் அரசகேசரியின் 'இரகுவமிச'த்தில் சிறப்புத் தேர்ச்சி பெற்றிருந்தனர். சம்ஸ்கிருத புராணமரபினை அடியொற்றிப் பத்தொன்பதாம் நூற்றாண்டில் ஈழத்தில் தலபுராணங்கள் தோற்றம் பெற்றன. ஆகம மரபு சார்ந்தும் சாராமலும் வழக்கிலிருந்த பெரும்பாலான ஆலயங்களை மையப்படுத்திய படைப்பாக்கங்கள் சைவ இலக்கிய வடிவங்கள் என்ற மதிப்பினைப் பெற்றன. இப்படைப்பாக்கங்களைத் தவிர்த்து ஈழத்தமிழ்க் கவிதை மரபு முழுமை பெறாது.

ஈழத்தமிழரின் புனைகதை இலக்கிய மரபிலும் நாடக மரபிலும் கதைக்கரு அல்லது நாடகக்கரு பெரும்பாலும்

இதிகாச புராணக்கதைகளை மையப்படுத்தியதாக இருந்துள்ளது. பெரும்பாலான ஆரம்பக்கால நாடகங்களில் பேசப்படு பொருளாக 'இராமாயணம்', 'மகாபாரதம்' ஆகிய இதிகாசங்களில் இடம்பெற்ற கதைகளும் பாத்திரங்களுமே அமைந்தன. சம்ஸ்கிருத நீதிக்கதைக் கருத்துக்கள் பல ஆனல்ற் சதாசிவம்பிள்ளையின் 'நன்னெறிக்கதா சங்கிரகம்' என்ற புனைகதை இலக்கிய முன்னோடிக் கதைகளில் காணப்படுகின்றன. காரைநகர் முருகேசையர் எழுதிய 'குருக்கேத்திரன் போர்' என்ற நாடகப் பிரதியின் கதைக்கரு 'மகாபாரத'த்தைத் தழுவி எழுந்தது.

தமிழிலக்கணமரபில் எழுத்து, பேச்சுவழக்கில் சம்ஸ்கிருத சொற்கள் தொடர்ந்து பயன்படுத்தப்பட்டன. காலப்போக்கில் இந்த எண்ணிக்கை அதிகரித்தது. தமிழ் இலக்கண வல்லுநர்கள் சம்ஸ்கிருத திசைச்சொற்களைத் தமிழில் பயன்படுத்த இரண்டு வழிகளை வகுத்தனர். ஒன்று தற்சமம், அதாவது இரு மொழிகளிலும் ஒரே மாதிரியான ஒலிகளைக் கொண்ட சொற்கள் எந்த மாற்றங்களும் இல்லாமல் பயன்படுத்தப்படுகின்றன. மற்றொன்று தற்பவம். இங்கே, சில தமிழில் காணப்படாத எழுத்துக்களைக்கொண்ட சம்ஸ்கிருதச் சொற்கள் தமிழ் மொழிக்கு ஏற்றவாறு மாற்றப்பட்டுள்ளன. இடைக்காலத்தில், தமிழ் சம்ஸ்கிருத சொற்கள் இரண்டும் சில படைப்புகளில் சம எண்ணிக்கையில் அதிகமாகவோ அல்லது குறைவாகவோ பயன்படுத்தப்பட்டன. அதனடிப்படையில் மணிப்பிரவாள நடையிலும் ஆக்கங்கள் தோற்றம் பெற்றன. தமிழ் மொழிநடை மரபில் மணிப்பிரவாளநடை இருமொழிகளுக்கும் இடையிலான உறவில் இணைப்புப் பாலமாக விளங்கியது.

ஈழத்து அகராதி மரபின் முன்னோடியான சி.வை. தாமோதரம் பிள்ளையின் 'சதுரகராதி'யில் சம்ஸ்கிருத அமரகோசச் சொற்கள் பல இடம்பெற்றுள்ளன. சிறப்பாக, பிறதேசத்து வழக்கிலிருந்த மொழிகளுக்குரியதாக அகராதிகள் உருவாக்கம் பெற்ற காலத்தில் சம்ஸ்கிருத – ஆங்கிலம் எனும் மொழி மரபுகளுக்கு நிகராக சம்ஸ்கிருதம் – தமிழ் அகராதிகள் தோற்றம் பெற்றன. கிரந்தலிபியில் சம்ஸ்கிருதம் – தமிழ் அகராதிகளை இயற்றியவர்கள் வரிசையில் ஈழத்தமிழர்களே அதிக ஆர்வம் காட்டினர். அத்தகைய ஆர்வம் காட்டியவர்கள் வரிசையில் ஈழத்து சம்ஸ்கிருதப் புலமையாளரான நீர்வேலி சிவ. சங்கரபண்டிதர் இலக்கணச் சுருக்கமாகிய 'சப்தசங்கிரகம்', இதற்கு வழிநூலாயமைந்த 'முதலாம் சப்தசங்கிரகம்', 'தாதுமாலை' முதலிய வடமொழி அகராதி நூல்களை ஆக்கினார்.

ஈழத்துச் சமய மரபில் சம்ஸ்கிருதம் மிகவும் நெருக்கமான தொடரர்புடையது. இந்து மதத்தின் அறுவகைப் பிரிவுகளில்

ஒன்றான சைவசமயம் பெரும்பாலான இலங்கைத் தமிழர்களின் முதன்மைச் சமய நம்பிக்கையாக இருந்துவருகிறது. சைவசமயத்தின் பல்வேறு அம்சங்களைப்பற்றிய பல்வேறு வகையான பல படைப்புகள் அவ்வப்போது இங்கு எழுதப்பட்டுள்ளன. வேதங்களைப் போலவே, ஆகமங்களும் இலங்கைத் தமிழர்களிடையே குறிப்பாக யாழ்ப்பாணத்தில் ஆய்வுசெய்யப்பட்டுப் பாதுகாக்கப்பட்டன. ஆகமங்கள், பத்ததிகள் போன்றவற்றை அடிப்படையாகக்கொண்ட கோயில், பிற கிரியைகள் குறித்த சம்ஸ்கிருதப் படைப்புகள் தொகுக்கப்பட்டுப் பாதுகாக்கப்படுகின்றன. 'சிவலிங்கப் பிரதிஷ்டாவிதி' 'சிவாகமசேகரம்' என சிவன் கோயில்களை பிரதிஷ்டை செய்வது தொடர்பான கிரியைகள் குறித்த சில படைப்புகளை அச்சுவேலி குமாரசாமி குருக்கள் தொகுத்து வெளியிட்டுள்ளார். பேராசிரியராக இருந்த கா. கைலாசநாத குருக்கள் கோவில் கிரியைகள் குறித்த சைவத்திருக்கோயிற் கிரியைநெறி என்ற நூலை எழுதினார். பூர்வ, அபரகிரியைகளின் தொகுப்புகளும் பல்வேறு நாமாவளிகளும் (தெய்வங்களின் பெயர்களின் மாலைகள்) இங்கு வெளியிடப்பட்டுள்ளன.

சம்ஸ்கிருத மூலங்களை அடிப்படையாகக் கொண்ட பூஜைகள் குறித்த கையேடுகள் தமிழிலும் கிடைக்கின்றன.

ஈழத்து மேடைத்தமிழ்த் தலைப்புக்களில் சம்ஸ்கிருத இதிகாச புராணக் கருத்துக்கள் குறிப்பிடத்தக்க அளவு பேசபபட்டன. சிலர் சம்ஸ்கிருதப் பேச்சாற்றலைக் கொண்டிருந்தனர். இலங்கைத் தமிழர்களிடையே வாழ்ந்த மொழி அறிஞர்களில் சங்கரபண்டிதர் குறிப்பிடத்தக்கவர். அவர் சம்ஸ்கிருதம், தமிழ் மொழிகளில் சிறந்த வல்லுநராக இருந்தார். அவர் சம்ஸ்கிருதத்தில் மிகவும் சரளமாகப் பேசும் ஆற்றலுள்ளவர். சிதம்பரத்தில் சுமார் மூன்று மணிநேரம் சம்ஸ்கிருதத்தில் சொற்பொழிவாற்றியுள்ளார். இவரைப்போல் மற்றோர் அறிஞரான காசிவாசி செந்திநாத ஐயர் சிறிது காலம் காசியில் வசித்து வந்தார். சைவமதம் என்பது வேதங்களின் சாராம்சம் என்பதை அவர் நிறுவ முயன்றார். இது அவரது நூல்களான 'தேவாரம்', 'வேதசாரம்', 'சைவ வேதாந்தம்' ஆகியவற்றிலிருந்து தெளிவாகத் தெரிகிறது. இவர்களைத் தவிர யாழ்ப்பாணத்தைச் சேர்ந்த பலர் சம்ஸ்கிருதம், தமிழ், சைவசித்தாந்தத்தில் அறிஞராக இருந்தனர்.

ஈழத்து தத்துவ ஆராய்ச்சி மரபில் அறிஞர்கள் பலர் சித்தாந்தத்தின் சாரத்தைத் தமிழ், சம்ஸ்கிருத மூலங்களில் குறிப்பாக, ஆகமங்களில் காணப்படுவதைப் புரிந்துகொண்டு விளக்க முயன்றனர். சிலர் வேதாந்த தத்துவத்தில் அதிக அக்கறை காட்டியுள்ளனர். இதன் விளைவாக வேதாந்தம், சாங்க்யம்,

யோகம், மீமாம்சா தத்துவவியல், சைவசித்தாந்தம் தொடர்பான பல ஆய்வுகள் அறிஞர்களால் செய்யப்பட்டன. இவர்களுள் அம்பலவாண நாவலர், சுவாமி ஞானபிரகாசர், எஸ்.குமாரசாமி குருக்கள், டி. கைலாசபிள்ளை, சபாபதி நாவலர், நடராஜ ஐயர், எஸ்.சிவபாதசுந்தரம், சபாரத்தின முதலியார், எஸ்.பொன்னையா, என். கதிரவேற்பிள்ளை முதலியோர் குறிப்பிடத்தக்கவர்கள். மேலும் சைவசித்தாந்த, வேதாந்த அறிஞரிடையே விவாதங்கள் நடந்தன. என். கதிரவேற்பிள்ளை, காசிவாசி செந்திநாத ஐயர் போன்ற இலங்கை அறிஞர்கள் இதுபோன்ற விவாதங்களில் சிறந்து விளங்கினர்.

திருநெல்வேலி சுவாமி ஞானப்பிரகாசர் சிவாகமங்களிலும், சைவசித்தாந்த சாஸ்திரங்களிலும் சிவயோகசாதனா மார்க்கங்களிலும், சைவ சமய சாஸ்திரங்களிலும் சிறந்த புலமை சார்ந்தவர். இவர் தமது சம்ஸ்கிருதமொழி புலமையூடாகச் சைவ சித்தாந்த சாஸ்திர உண்மைகளை நன்கு நிலைநாட்டியுள்ளார். சுவாமி ஞானப்பிரகாசர் சம்ஸ்கிருத மொழியில் ஆறு ஆக்க இலக்கிய நூல்களும், நான்கு உரை நூல்களுமாகப் பத்து நூல்களை ஆக்கியுள்ளார். இவ்வகையில் ஈழத்துத் தத்துவ நூல் வளர்ச்சியில் குறிப்பிடத்தக்கவராக சுவாமி ஞானப்பிரகாசர் விளங்குகிறார். ஆறுமுக நாவலர், எஸ்.சிவபாதசுந்தரம் ஆகியோர் சைவ சித்தாந்தத்தின் சாரத்தைத் தமிழ் சம்ஸ்கிருத மூலங்களில் குறிப்பாக ஆகமங்களில் காணப்படுவதைப் புரிந்துகொண்டு விளக்க முயன்றனர்.

ஈழத்து மொழிபெயர்ப்புக்களில் சம்ஸ்கிருத நூல்கள் இடம்பெற்றிருந்தன. அறிஞர்களால் சம்ஸ்கிருத தத்துவ நூல்கள் பல மொழிபெயர்ப்புடன் கற்பிக்கப்பட்டன. சம்ஸ்கிருதம் பொதுமக்களின் மொழியாக இல்லாததால், அவர்கள் இதைச் செய்ய வேண்டியிருந்தது. பகவத்கீதைக்குச் சில மொழிபெயர்ப்புகள் உள்ளன. அவற்றில் சேர் பொன். இராமநாதன், சுவாமி விபுலாநந்தர், புலவர்மணி பெரியதம்பிப்பிள்ளை, நாகநாத பண்டிதர், எம். ஞானபிரகாசம் ஆகியோரின் மொழிபெயர்ப்புக்கள் இன்றுவரை பேசப்படுகின்றன. சுவாமி விபுலாநந்தர் பகவத்கீதை, உபநிடதங்களின் சில பகுதிகளை மொழிபெயர்த்துள்ளார். விஸ்வநாதன் 'ஸ்வேதாஸ்வதரோபநிஷத்'தின் ஆங்கில மொழிபெயர்ப்பையும் சுருக்கத்தையும் எழுதியுள்ளார். அவரது பிற படைப்புகள் சம்ஸ்கிருதம் குறிப்பாக வேதங்கள், உபநிடதங்கள், பகவத்கீதை பற்றிய அவரது ஆழ்ந்த அறிவை வெளிப்படுத்துகின்றன.

சம்ஸ்கிருத நூல்களுக்குத் தமிழில் உரைசெய்யும் மரபும் ஈழத்தமிழரிடையே காணப்பட்டது. இதற்கு ஆதாரமாக

மயிலிணியைச் சேர்ந்த அ. குமாரசாமிப்புலவரின் ஆக்கங்களைக் குறிப்பிடலாம். இருமொழிப் புலமைமிக்கவரான இவர் சம்ஸ்கிருத, தமிழ் போதகாசிரியராக விளங்கினார். இவர் சுன்னாகம் பிராசீன பாடசாலையின் சிறந்த ஆசிரியர்களான சுவாமிநாத தேசிகர், நமச்சிவாய தேசிகர், முத்துக்குமார கவிராயர், முருகேச பண்டிதரிடமும் கல்வி கற்று வடமொழி அறிவினை மேம்படுத்தினார். வடமொழி மூலநூல்களான 'சாணக்கிய நீதி', 'இராமோதந்தம்', 'மேகதூதம்', 'கிராதார்ச்சுனியம்', 'ராமாயண பாலகாண்டம்', 'ரகுவம்சம்', 'சிசுபால சரிதம்', 'இதோபதேசம்' ஆகிய நூல்களுக்குத் தமிழில் உரை செய்துள்ளார்.

ஈழத்தமிழ்த் திறனாய்வு மரபின் தோற்றுவாயாகக் கருதப்படும் பல நூல்கள் சம்ஸ்கிருத முதனூல்களோடு நெருங்கிய தொடர்புடையன. சம்ஸ்கிருத ரீதிக்கோட்பாட்டில் இடம்பெறும் வைதர்பீ நடை குறித்து சம்ஸ்கிருத காவ்யாதர்சம் கூறும் கருத்துக்கள் 'வீரசோழிய'த்திலும் இடம்பெறுகின்றன. தண்டீ கூறும் வைதர்பீ நடையின் குணங்களான செறிவு, தெளிவு, சமநிலை, இன்பம், ஒழுகிசை, உதாரம், உய்த்தலில் பொருண்மை, காந்தம், வலி, சமாதி ஆகிய பத்தும் ஒருசில சிறிய வேறுபாடு களுடன் 'வீரசோழிய'த்தில் சிலிட்டம், ஓகம், சமதை, சமாதி, சுகுமாரதை, காந்தி, உதாரதை, புலன், பொருட்தெளிவு, இன்பம் ஆகிய பத்து அம்சங்களும் காவியத்திற்கு இன்றியமை யாதவையாகக் கூறப்படுகின்றன. குணம் ரீதி மார்க்கம் என சம்ஸ்கிருதம் குறிக்கின்ற காவியநடைக்கான சொற்களைத் தமிழில் நெறி என்ற சொல்லால் விளக்குவதைக் காணலாம்.

அக்காலத்தில் வேறு தமிழ் அணிநூல்கள் இருந்திருக்க வாய்ப்புண்டு. ஆயினும் போஜரின் 'சரஸ்வதி கண்டாபரணம்', மம்மடரின் 'காவ்யப்ரகாசம்', ருய்யரின் 'சாஹித்ய மீமாம்சை', வித்யாதரரின் 'ஏகாவளி', ஜயதேவரின் 'சந்திரலோகம்', விஸ்வநாதரின் 'சாஹித்ய தர்ப்பணம்', அப்பையதீட்சிதரின் 'குவலயானந்தம்' முதலிய நூல்களே பிற்காலத்தில் தமிழில் எழுச்சிபெற்ற அணியிலக்கண நூல்களுக்கு அடிப்படையாக அமைந்துள்ளன எனத் தமிழறிஞர் கருதுவர். தமிழில் இறைச்சிப்பொருள் உள்ளுறை உவமம் எனப் பலவாறு வழங்கப் பெறும் சிந்தனைகள் சம்ஸ்கிருதமொழியில் த்வனி என்ற பெயரைக் குறித்தன. ஆனந்தவர்த்தனரின் 'த்வன்யாலோகம்' தமிழில் 'தொனி விளக்கு' என்ற பெயரில் மொழிபெயர்க்கப் பட்டுள்ளது.

ஈழத்தமிழரின் கல்விமரபில் சம்ஸ்கிருதம் முதன்மை பெற்றிருந்தது. முற்காலத்தில் பல இடங்களில் சம்ஸ்கிருதம் கற்பிப்பதற்கான ஏற்பாடு இருந்தது. அவற்றுள் ஆரிய திராவிட

பாஷா விருத்திச் சங்கம் 1921ஆம் ஆண்டில் கைலாசபிள்ளை, சுவாமி விபுலானந்தர், சதாசிவா ஐயர், குமாரசாமிப்புலவர் மற்றும் பல முன்னணித் தமிழ், சம்ஸ்கிருத அறிஞர்களால் உருவாக்கப்பட்டது. இதன் விளைவாக, இளம் மாணவர்கள் தமிழ், சம்ஸ்கிருதத்தில் தேர்ச்சிபெற்றவர்களாக மாறுவதற்கான வாய்ப்புகள் இருந்தன. இதன் விளைவாக இலங்கையின் வடக்கு மற்றும் கிழக்கின் பல்வேறு பகுதிகளில் வசிக்கும் பலர் தமிழ், சம்ஸ்கிருத பண்டிதர்களாக மாறினர். யாழ்ப்பாணக் கல்லூரி, பரமேஸ்வரா கல்லூரி ஆகியவை லண்டன் பல்கலைக்கழகத்தின் வெளிவாரி பட்டப்படிப்புக்கான வகுப்புகளை நடத்தின. இதன் விளைவாக, இந்த இரண்டு நிறுவனங்களிலும் பல மாணவர்கள் கற்றுக்கொண்டனர். இவைதவிர, தனிப்பட்ட கல்வி மையங்களும் இருந்தன.

ஐம்பதுகளின் ஆரம்பத்தில் சம்ஸ்கிருத ஆசிரியர்களும் யாழ்ப்பாணத்தில் சம்ஸ்கிருத கற்றலில் ஆர்வமுள்ள பிறரும் ஒன்றிணைந்து 'யாழ்ப்பாண சம்ஸ்கிருத சங்க'த்தை அமைத்தனர். சங்கம் பரமேஸ்வரா கல்லூரியில் ஒரு சர்வதேச சம்ஸ்கிருத மாநாட்டை நடத்தியது, அங்கு இலங்கைப் பல்கலைக்கழகத்தில் சம்ஸ்கிருத பேராசிரியர் டாக்டர் ஓ.எச்.டி. விஜேசேகர இரண்டு சொற்பொழிவுகளை நிகழ்த்தினார்.

அறுபதுகளில் இலங்கைப் பல்கலைக்கழகத்தில் தமிழர் களிடையே சம்ஸ்கிருதம் கற்கும் மாணவர்கள் இருந்தனர். அக்காலத்தில் கலைப் பட்டம் பெற விரும்பிய தமிழ் மாணவர்கள் பெரும்பாலும் சம்ஸ்கிருதத்தைத் தெரிவுசெய்தனர். யாழ்ப்பாணப் பல்கலைக்கழகம் 1978ஆம் ஆண்டு தொடங்கப் பட்டபோது ஆரம்பிக்கப்பட்ட பழைமை வாய்ந்த துறையாக சம்ஸ்கிருதத் துறை உள்ளது.

இலங்கையில் தமிழ் மொழி மூலமான சம்ஸ்கிருத கற்கைக்கு எனத் தனியான துறையினைக்கொண்ட பல்கலைக்கழகமாக யாழ்ப்பாணப் பல்கலைக்கழகம் விளங்குகிறது. இங்குத் தற்பொழுதும் சில மாணவர்கள் இளமாணிக் கற்கையினை மேற்கொள்கின்றனர். இதேவேளை சில மாணவர்கள் பட்டப் பின்கற்கை நெறிக்காக விரிவுரையாளர்களின் மேற்பார்வையின் கீழ் ஆய்வுகளை மேற்கொள்கின்றனர். இத்துறையில் ஆய்வுசெய்து 'முதுதத்துவமாணி', 'கலாநிதி'ப் பட்டங்களை ஆய்வாளர்கள் பெற்றுக்கொள்ளக்கூடிய வாய்ப்புக்கள் ஏற்படுத்தப்பட்டுள்ளன.

ஈழத்தின் சுதேச மருத்துவ மரபில் ஆயுர்வேத, சித்த மருத்துவத்தில் சம்ஸ்கிருத படைப்புகளின் மூலங்களும் மொழிபெயர்ப்புகளும் இன்றுவரை பயன்பாட்டில் உள்ளன.

மேலும் சிகிற்சை, வாத, பித்த, சிலேஷ்ம போன்ற சித்த மருத்துவ அறிவியலில் பயன்படுத்தப்படும் அடிப்படைச் சொற்களும் இந்தத் துறையோடு சமஸ்கிருதத்தின் தொடர்பினைக் காட்டுகின்றன. தெற்காசியாவில் மருத்துவ அறிவியல் வரலாற்றில், ஆயுர்வேதம் இந்தியாவின் வடக்கில் தோன்றியிருந்தாலும் இலங்கை உட்பட முழுத் தெற்காசிய பிராந்தியத்திற்கும் பொதுவானது. சித்த மருத்துவம் தென்னிந்தியாவில் வளர்ந்த மருத்துவ அறிவியலைக் குறிக்கிறது. முற்காலத்தில் யாழ்ப்பாண இராச்சியத்தின் ஆட்சியாளர்கள் இந்த வகையான மருத்துவ அறிவியலில் மிகுந்த கவனம் செலுத்தினர். இது பல மருத்துவ நூல்களின் தொகுப்பிற்கு வழிவகுத்தது, அவற்றில் செகராசசேகரம் மற்றும் பரராசசேகரம் ஆகியவை குறிப்பிடத்தக்கவை.

ஈழத்தமிழரின் சோதிடமரபில் தமிழ் சோதிடத்தின் ஆரம்பக்கால நூற்படைப்புக்களில் ஒன்றான ‘சரசோதிமாலை’ சம்ஸ்கிருதத் தொடர்புடையது. ஒல்லாந்தர் காலப்பகுதியில் அராலியைச் சேர்ந்த இராமலிங்க முனிவர் எழுதிய ‘சந்தான தீபிகை’ எனும் சோதிடநூல் காலத்தால் முற்பட்ட தாகும். இந்நூல் சம்ஸ்கிருத ‘சந்தான தீபிகை’யின் மொழிபெயர்ப்பாக அமைந்துள்ளது. இது தவிர ஆரம்பக்காலத்திலிருந்தே இந்துக்கள் தங்கள் அன்றாட வாழ்க்கையில் பஞ்சாங்கங்களைப் பயன்படுத்தினர்.

யாழ்ப்பாண இராச்சியத்தில் முதல் பஞ்சாங்கத்தை எழுதிய பெருமை ராமலிங்க முனிவருக்கு உண்டு. இலங்கையில் இந்து பஞ்சாங்கத்தின் இரண்டு முறைமைகள் உள்ளன, அதாவது ‘வாக்கியம்’, ‘திருக்கணிதம்’. இரண்டுமே இலங்கைத் தமிழர்களால் அங்கீகரிக்கப்பட்டுள்ளன. இரு முறைமைகளும் சம்ஸ்கிருத படைப்புகளுக்கும் அவற்றின் தமிழ்மொழி பெயர்ப்பு, தழுவல்களுக்கும் தொடர்ந்து முக்கியத்துவம் அளிக்கின்றன. சில சம்ஸ்கிருத வசனங்கள் அவற்றின் பஞ்சாங்கங்களில் மேற்கோள் காட்டப்பட்டுள்ளன. இன்றுவரை இப்பஞ்சாங்க மரபு பேணப் பட்டு வழக்கிலிருப்பது தமிழ் சம்ஸ்கிருத உறவின் மற்றோர் எடுத்துக் காட்டாகும்.

கட்டடக்கலை, சிற்பம், ஓவியம், இசை, நடனம் தொடர்பான கணிசமான எண்ணிக்கையிலான மூலநூல்கள் இந்தியாவில் சம்ஸ்கிருதத்தில் எழுதப்பட்டுள்ளன. இந்த நுண்கலைகளில் பயன்படுத்தப்படும் அடிப்படை அறிவியல் சொற்கள் பொதுவாக சம்ஸ்கிருதத்தில் உள்ளன. இதன் விளைவாக, இலங்கையில் இந்தக் கலைகளை நன்கு புரிந்துகொள்வதற்கும் தெளிவுபடுத்துவதற்கும் சம்ஸ்கிருத அறிவு அவசியம் என்ற சிந்தனை உருவானதுடன்

இலங்கையில் கர்நாடக இசை, பரத நாட்டியம் பரவுவதற்கும் இவை வழிசமைத்தன. சுவாமி விபுலாநந்தர், ஏ.கே. குமாரசாமி ஆகியோர் இசை, நடனம்சார் சம்ஸ்கிருத மூலங்களைக் கற்பதிலும் மொழிபெயர்ப்பதிலும் அக்கறை காட்டினர். உள்ளூர் சிற்பிகள் 'மயமதம்', 'காஸ்யசில்ப சாஸ்திரம்' மற்றும் வேறு சில நூல்களைப் பயன்படுத்துகின்றனர். அவற்றில் தமிழ் மொழிபெயர்ப்புகளும் உள்ளன. சைவ ஆகமங்களின் சில பகுதிகள் கோயில் கலைகளை வளர்ப்பதற்கு வழிகாட்டி நிற்கின்றன.

சமீபத்திய ஆண்டுகளில் சம்ஸ்கிருதம் மீதான ஆர்வம் குறைந்து விட்டாலும், மக்களின் வாழ்க்கை யிலும் பண்பாட்டிலும் சம்ஸ்கிருத மொழி உணர்வு உயிரோடு இருக்கிறது. இதற்கு ஆதாரமாகப் பல விடயங்களைக் குறிப்பிடலாம். குழந்தைகளுக்குச் சூட்டப்படுகின்ற சம்ஸ்கிருதப் பெயர்களை அடிப்படையாகக் கொண்ட பெயர்சூட்டும் மரபு, கோயில் வழிபாட்டை அடிப்படையாகக் கொண்ட விரதங்களோடு கூடிய ஆகம வழிபாட்டு மரபு, பண்பாட்டின் நிலைக்களனாகப் பேணப்பட்டுவரும் பல்வேறு கலைகளின் மரபு, வாழ்வியலோடு தொடர்புடைய வாழ்வியற் கிரியை மரபு, வரலாற்றின் மீள்பார்வையாக விளங்கும் விழாக்கள், பண்டிகை மரபு ஆகியவற்றில் சம்ஸ்கிருதத்தின் தொடர்பு இன்றும் நிலவிவருவது வெளிப்படையானது.

முடிவாக நோக்குமிடத்து சம்ஸ்கிருத உறவோடு வளர்ந்த ஈழத்தமிழர் மரபுகள் குறித்துச் சிந்திப்பதென்பது ஈழத்து மரபில் நிலவும் பல்வேறுபட்ட மொழிச்சிந்தனைகளைத் தூண்டி சம்ஸ்கிருத மொழி குறித்த புரிந்துணர்வை ஊட்டி மொழி ஆர்வலர்களின் மொழியுறவுக் கொள்கைகளில் குறிப்பிடத்தக்க மாற்றத்தை ஏற்படுத்த முயலும் சிறு நகர்வாக அமைகிறது. இலங்கைத் தமிழ் மக்களின் மொழிப்பற்றினைப் பாதிக்காத வகையில் பிறமொழி என்ற வகையில் அவர்களின் உள்ளங்களில் சம்ஸ்கிருதமொழித் தொடர்பான உணர்வு குறித்த மீளாய்வுப்பார்வைக்கு வழிசமைத்து எதிர்காலத்தில் இத்துறையில் முதல் கவனம் செலுத்தும் சமுதாய மாற்றத்தினையும் இக்கட்டுரை நாடி நிற்கிறது. இதன்வழியாகத் தமிழ், சம்ஸ்கிருத மொழிகளிடையிலான ஆழ்நிலை உறவுகள் குறித்துச் சமுதாயத்தில் நிலவும் இன, மத பேதமற்ற நடுநிலையான சிந்தனைகளை மேலும் வளர்த்தெடுக்க முனைந்து நிற்கின்றது.

6

சமஸ்கிருதமயமும் தனித்தமிழ் மரபும்

த. சுந்தரராஜ்

தமிழ் நிலத்தில் சமஸ்கிருதம், பாலி, பிராகிருதம், பாரசீகம், அறபு, உருது, ஆங்கிலம், பிரெஞ்சு எனப் பல மொழிகள் பல்வேறு காலக்கட்டங்களில் செல்வாக்குப் பெற்றிருக்கின்றன. ஒரு மொழி இன்னொரு மொழியில் செல்வாக்குப் பெறுவதற்கும் ஆதிக்கம் செலுத்துவதற்கும் அரசியல் அதிகாரம் அடிப்படையானது. ஆட்சியைக் கைப்பற்றி அதிகாரத்திற்கு வருபவர்கள் தங்கள் அதிகாரத்திற்கு உட்பட்ட பகுதியில் தம் மொழியை ஆட்சிமொழியாக்குவது உலகப் பொதுமரபு. இந்த சர்வாதிகாரம் மன்னராட்சிக்குத்தான் பொருந்தும் என்றில்லை. ஜனநாயக விழிப்புணர்வுடைய நம் காலத்தின் மக்களாட்சி முறையிலும் உண்டு. சங்ககாலத்திற்குப் பின் தமிழ் நிலத்தை ஆண்ட பிறமொழி ஆட்சியாளர்களில் பல்லவர்கள், பிற்காலச்சோழர்கள் முதலியோர்களின் ஆட்சியில் சமஸ்கிருதம் செல்வாக்குப் பெற்றிருந்தது. அதனைத் தொடர்ந்து மொகலாயர் ஆட்சியில் பாரசீகம், அறபு, உருது ஆகிய மொழிகளும் பிரிட்டிஷ் காலனியாதிக்க காலத்திலிருந்து இன்றுவரை ஆங்கிலமும் செல்வாக்குப் பெற்றிருக்கின்றன.

தமிழோடு முதன்முதலில் மொழியியல் உறவு கொண்ட மொழி சமஸ்கிருதம். ஒரே நிலப்பரப்பில்

வழங்கிய இவ்விரு மொழிகளுக்குமுள்ள உறவு, கிரேக்கத்திற்கும் இலத்தீனுக்கும் உள்ள உறவைப் போன்றோ, ஹீப்ருவிற்கும் அறபுக்கும் உள்ள உறவைப் போன்றோ ஒரே நிலத்தின் வழி நிகழ்ந்த அறிவுப் பகிர்வாகவோ அல்லது வெறும் கொடுக்கல் வாங்கலாகவோ மட்டும் நின்றுவிடவில்லை. தமிழ்மொழி மரபில் சமஸ்கிருதம் தமிழோடு இயைந்து வரும் இணைமரபாகப் பிணைந்திருக்கிறது. அப்பிணைவு மொழியோடு மட்டும் நின்று விடாமல் இலக்கிய, இலக்கணங்களுக்கும் நீள்கிறது.

தமிழோடு கலந்த சமஸ்கிருதம் தமிழைத் தன்வயப்படுத்தி 'சமஸ்கிருதமயம்' என்றொரு மரபைத் தமிழில் தோற்றுவித்தது. அதற்கான சான்றுகள் தமிழின் முதல் இலக்கண நூலாகத் திகழும் 'தொல்காப்பிய'த்திலிருந்தே கிடைக்கின்றன. சமஸ்கிருதமயத்திற்கான சான்றுகள் இவ்வளவு தொன்மையாக இருக்கும்போது, இரு மொழிகளுக்குமான உறவு அதைவிடத் தொன்மையானதாக இருக்க வேண்டும். தொல்காப்பியர், திருவள்ளுவர், இளங்கோவடிகள் என மிகச் சிறந்த பழந்தமிழ் ஆளுமைகள் சமஸ்கிருதப் புலமை பெற்றவர்களாக இருக்கிறார்கள். அழிந்துபோன முதல் தமிழ் ஆளுமையாகத் தமிழர்கள் கருதும் அகத்தியர் குறித்த ஆதாரங்களில் தமிழும் சமஸ்கிருதமும் சங்கமிக்கின்றன.

இந்தச் சான்றுகளின் வழி அணுகினால் வேதமரபு தோன்றிய காலத்திலிருந்தே தமிழுக்கும் சமஸ்கிருதத்திற்கும் மொழி உறவு தொடங்கியிருக்கலாம் என்கிற முடிவுக்கு வருவோம். அதற்கான சரியான ஆதாரங்களோடு நாம் பயணிக்கவேண்டிய தூரம் அதிகம் இருக்கிறது. இப்போது நம்மிடம் இருக்கும் இலக்கிய, இலக்கண ஆதாரங்களின்வழித் தமிழ் நிலப்பரப்பில் சமஸ்கிருதம் பெற்றிருந்த செல்வாக்கை அணுகுவோம். தமிழின் முதல் இலக்கண நூலாகத் திகழும் 'தொல்காப்பியம்' சுட்டும் ஆதாரங்களில் இருந்தே தொடங்கலாம்.

முதலில் மாத்திரை அளபு பற்றிய தொல்காப்பியரின் ஒரு கருத்து. தமிழ் உயிரொலிகளை ஒரு மாத்திரை அளவுடைய குறில், இரு மாத்திரை அளவுடைய நெடில் என இரண்டாகப் பகுத்துக் கூறிய பின், 'மூவளபு இசைத்தல் ஓரெழுத்து இன்றே' (மூன்று மாத்திரை அளவில் ஒலிக்கும் உயிர் எதுவுமில்லை) (தொல். எழு.5) என்றொரு கருத்தை முன்வைக்கிறார் தொல்காப்பியர். தமிழின் இயல்பிற்குப் பொருந்தாத இந்தக் கருத்தைக் குறிப்பிடக் காரணம் என்ன என்று நோக்கினால் அக்காரணத்தில் முரண்பட்ட ஈரிணைகளான சமஸ்கிருதமயமும் தனித்தமிழ் மரபும் கைகுலுக்குவதைக் காணலாம்.

த. சுந்தரராஜ்

சமஸ்கிருத வேதங்களான ரிக், யஜூர், சாம, அதர்வண (கி.மு. 1000–660) ஆகியவற்றை இசையோடு ஓதும்போது, ஓசை நயத்திற்காகச் சில உயிர்கள் நீண்டு ஒலிக்கும் இயல்பைப் பெறுகின்றன என்கிறது வேதமரபு. வேதங்களை ஓதும்போது மட்டும் தோன்றும் இந்த உயிர் நீட்டம் மக்களின் இயல்பு வழக்கில் இல்லை. குறிப்பாகப் பழைய சமஸ்கிருத வழக்கிலும் இலக்கியத்திலும் (அக்காலத்தில் தோன்றிய இதிகாசங்கள், புராணங்கள்) கிடையாது.

சமஸ்கிருதத்தின் முதல் இலக்கண ஆசிரியரான பாணினி (கி.மு. 400), சமஸ்கிருத வேதங்களை அடிப்படையாகக் கொண்டு சமஸ்கிருத உயியொலிகளை மூன்றாகப் பகுக்கிறார். அவைதான் ஒரு மாத்திரை அளவுடைய உயிர் (ஹ்ரஸ்வ), இரு மாத்திரை அளவுடைய உயிர் (தீர்க்ஹ), மூன்று மாத்திரை அளவுடைய உயிர்(புலு) ऊकालोऽज्झस्वदीर्घप्लुतः (1|2|27) என்பனவாகும். இதில் மூன்றாவது வகையான புலுவில் ஒன்பது உயிரொலிகளைக் குறிப்பிடுகிறார். சமஸ்கிருதத்தில் உள்ள எட்டு நெட்டுயிர்களும் ஒரு குற்றுயிரும் (லு) சேர்ந்து, மொத்தம் ஒன்பது உயிர்களும், வேதங்களை ஓதும்போது மூன்று மாத்திரையளவுடையதாக நீண்டு ஒலிக்கும் என்பது பாணினியின் கருத்து.

உலக மரபிலக்கண வரலாற்றில் பாணினியின் இந்த ஒலியியல் கொள்கையை (புனித நூல்களை மூலமாகக் கொண்டு பேச்சொலிகளை வகைப்படுத்துதல்) அறபு மொழியின் முதல் இலக்கண ஆசிரியரான ஸீபவைஹியிடமும் (கி.பி. 800) காணலாம். அவர் இஸ்லாமியர்களின் புனிதநூலான அல்–குர்ஆனை (கி.பி.609–632) அடிப்படையாகக் கொண்டு, அறபியின் மாற்றொலிகளை குர்ஆனை ஓதுவதற்குப் பயன்படும் மாற்றொலிகள் – பயன்படாத மாற்றொலிகள் என இரண்டாகப் பகுக்கிறார். தொடக்க காலத்தைச் சார்ந்த சமஸ்கிருத வேத மரபும் இடைக்காலத்தைச் சார்ந்த அறபியின் இஸ்லாமிய/ குர்ஆனிய மரபும் தத்தம் மொழியில் தோன்றிய முதல் இலக்கணங்களுக்கு முதன்மைத்தரவுகளாக விளங்குகின்றன. அவ்விரு மரபுகளும் தத்தம் புனித நூல்களை வாய்விட்டு ஓதுவதை அடிப்படை மதக்கடமையாக வலியுறுத்துவதோடு, அப்புனித நூல்கள் தோன்றிய மொழிகளை (சமஸ்கிருதம், அறபு) ‘தேவபாஷை’களாகவும் கட்டமைத்தன.

‘தொல்காப்பிய’த்திற்கு வருவோம். சமஸ்கிருதம், அறபு போன்று தமிழில் வேதமரபோ, குர்ஆனிய மரபோ இல்லை. ஆனால் தொல்காப்பியத்திற்கு முன்பே தமிழில் இலக்கியங்களும் இலக்கணங்களும் செழித்தோங்கியிருக்கின்றன என்பதற்கு

தொல்காப்பியரின் மேற்கோள்கள் சிறந்த சான்று. தமிழ் ஒலிகளின் மாத்திரை அளவு பற்றிய கருத்துக்கள் அனைத்தையும் என்ப, என்மனார் புலவர், நுண்ணிதின் உணர்ந்தோர் (தொல்.எழு.3–7) என முந்தைய தமிழ் மரபைச் சுட்டும் மேற்கோள்களுடன் குறிப்பிடும் தொல்காப்பியர், 'மூவளபு இசைத்தல் ஓரெழுத்து இன்றே' என்னும் கருத்தை மட்டும் தன்னுடைய ஒலியியல் விளக்கமாக முன்வைக்கிறார். சமஸ்கிருத வேத மரபில் உள்ள 'மூன்று மாத்திரை அளவுள்ள உயிர்' என்னும் கருத்தைத் தொல்காப்பியர் அறிந்திருப்பதில் வியப்பில்லை.

இந்தஇடத்தில்இதனோடுதொடர்புடையதொல்காப்பியரின் மற்றொரு கருத்தையும் ஒப்புநோக்க வேண்டும். பிறப்பியலின் இறுதியில், 'அகத்தெழு வளிஇசை அரில்தப நாடி / அளபின் கோடல் அந்தணர் மறைத்தே / அஃதிவண் நுவலாது எழுந்து புறத்து இசைக்கும் / மெய்தெரி வளியிசை அளபுநுவன் றிசினே' (தொல்.எழு.20–21) என்று குறிப்பிடுகிறார். நுரையீரலில் தோன்றி ஒலிப்பறையை நோக்கி மேலெழுந்து வரும் மூச்சுக்காற்றை ஆராய்ந்து அளவிடும் முறை சிக்ஷா, பிராதிசாக்யா (வேதங்களை ஓதக் கற்பிக்கும் ஒலிநூல்கள்) முதலிய சமஸ்கிருத ஒலிநூல்களில் உண்டு. அவ்வாறு கூறாமல், செவி, கண் ஆகியவற்றால் உணரக்கூடிய, ஒலிப்பிடங்களிலிருந்து (வாய்) புறத்தே தோன்றும் பேச்சொலிகளின் ஓசை, அளவு பற்றி மட்டும் இங்குக் குறிப்பிடுகிறேன் என்கிறார் தொல்காப்பியர்.

தொல்காப்பியரின் இவ்விரு கருத்துகளையும் ஒப்புநோக்கினால் தொல்காப்பியரின் தமிழ்–சமஸ்கிருத ஒப்பீட்டறிவு புலப்படும். ஒரு மொழிக்கு (தமிழுக்கு) இலக்கணம் செய்யும்போது, அம்மொழியை அதே நிலத்தின் அறிவுப்புல வழக்கிலிருக்கும் மற்றொரு மொழியோடு (சமஸ்கிருதம்) ஒப்பிட்டு, விளக்கமுறை இலக்கணம் செய்யும் முறை தொல்காப்பியர் போன்ற மிகச் சில மரபிலக்கணிகளிடமே காணமுடிகிறது.

தமிழ் மொழிக்கு இலக்கணம் வகுக்கும் தொல்காப்பியர் தமிழை ஏன் சமஸ்கிருதத்தோடு ஒப்பிட்டு விளக்க வேண்டும் என்று ஆராய்ந்தால் ஓர் உண்மை புலப்படும். சமஸ்கிருதத்திலிருந்து தோன்றிய மொழி தமிழ், சமஸ்கிருதத்திற்கும் தமிழுக்கும் இலக்கணம் ஒன்றே என்பன போன்ற சமஸ்கிருதமயக் கருத்தாக்கங்களால் நிறைந்திருந்தது அன்றைய தமிழ் அறிவுப்புலம். சமஸ்கிருதமயமாகிக்கொண்டிருக்கும் தமிழை அதன் தனித்தன்மைகளோடு நிறுவ முயன்றார். தமிழ்

மொழிக்கு இலக்கணம் வகுக்கையில் அதன் தனித்துவங்களை அடையாளப்படுத்துவதற்கும், தமிழ் மரபு வேறு, சமஸ்கிருத மரபு வேறு என்னும் உண்மையை உரக்கச் சொல்வதற்கும் தன் சமஸ்கிருதப் புலமையை பயன்படுத்துகிறார். தமிழ் மரபிற்குரிய தனித்தன்மைகளை முதலாகக் கொண்டே எழுத்து, சொல், பொருள் என்னும் தம் மூன்று அதிகாரங்களையும் தொடங்குகிறார். எனவே தொல்காப்பியரின் மேற்கண்ட ஒலியியல் விளக்கங்கள், ஒருபுறம் சமஸ்கிருதமயமாகிக்கொண்டிருந்த தமிழ்ச் சூழலுக்குச் சான்றாக விளங்குவதோடு, மறுபுறம் தனித்தமிழ் மரபை ஓங்கி ஒலிக்கும் முதல் குரலாகவும் திகழும் இரட்டைத் தன்மையுடையவை.

சங்ககாலத்திற்குப் பின்பே தமிழறிவுப்புலம் சமஸ்கிருத மயத்திற்கு உள்ளானது. சமஸ்கிருதத்தின் ரிக் வேதத்திலும் பிற இதிகாசங்களிலும் புராணங்களிலும் காணப்படும் தமிழ் பற்றிய குறிப்புகளைப் போன்று, சங்கத்தமிழில் சமஸ்கிருதத்தின் தாக்கம் மிகக் குறைவு. பல்லவர் காலத்திலிருந்து தமிழகத்தில் சமஸ்கிருதத்தின் செல்வாக்கு உயர்கிறது. அதற்கு மூலக் காரணம் வேதமரபு. மொழித்தூய்மையை உயிராகக்கொண்ட வேதமரபு உருவாக்கிய 'தேவபாஷை' என்னும் உருவகமே, சமஸ்கிருதத்தை அன்றைய பல்லவர் ஆட்சியிலிருந்து இன்றுவரை ஆட்சிக்கட்டிலில் அமர்த்தி அதிகாரமொழியாக மாற்றிக்கொண்டிருக்கிறது.

வைதிகம், இலெளகிகம் என்னும் இரு வழக்கில் உள்ள சமஸ்கிருதப் படைப்புகளும் தமிழில் செல்வாக்குப் பெற்றன. இலெளகிக வழக்கில் உள்ள சமஸ்கிருத இதிகாசங்களும் காவியங்களும் தமிழில் ஏற்படுத்திய தாக்கம், தமிழுக்குச் சமஸ்கிருதம் அளித்த கொடை என்னும் உறவுடையது. ஆனால் வைதிக வழக்கில் அமைந்த வேதமரபு தமிழில் சமஸ்கிருதமயமாக்கலை ஊக்குவித்தது. வேதங்கள் அவை இயற்றப்பட்ட மொழியிலேயே (மார்க்க மொழி) ஓத வேண்டும், வேதவழக்கான வைதிக வழக்கைப் பிழையின்றி வழங்க வேண்டும், மொழித்தூய்மை தேவபாஷைக்கு உத்தமம் முதலிய கருத்தியல்களைத் தீவிரமாக வலியுறுத்தியது வேத மரபு.

வேத மரபு உருவாக்கிய இக்கருத்தியல்கள், தமிழ் போன்று புறவயமாக சமஸ்கிருதத்தை உள்வாங்கும் மொழிகளை அகவயமாக சமஸ்கிருதமயமாக்கும் இயல்புடையன. இந்த முறையில் தான் ஒலி, பதம், வரிவடிவம், நடை, வடநூல்வழித் தமிழாசிரியர் என அனைத்து மொழியியல் கூற்றின் வழித் தமிழை சமஸ்கிருதமயமாக்கும் முயற்சி நடந்தது.

தமிழ் மண்ணில் சமஸ்கிருதம் ஆட்சிமொழியாகச் செல்வாக்குப் பெற்றிருந்த பல்லவர் காலத்தில் சமஸ்கிருத புழக்கம் பரவலாக இருந்தது. அப்போது சமஸ்கிருத ஒலிகளை உச்சரிக்கும்போது மூல ஒலி வடிவத்தில் உள்ளபடியே உச்சரித்தவர்கள் சமஸ்கிருதம் அறிந்தவர்கள் மட்டுமே. சமஸ்கிருதம் அறியாத சாமானிய தமிழர்கள் தமிழ் வடிவத்தில் உச்சரித்தனர். இன்று தமிழில் கலந்த ஆங்கிலச் சொற்களை ஆங்கிலம் அறிந்தவர்களும் அறியாதவர்களும் வழங்குவதுபோல. தமிழர்களின் புழக்கத்தில் இருந்த இவ்விரு வழக்கின் அடிப்படையில்தான் தொல்காப்பியர் வடமொழிச்சொற்களை தற்சமம், தற்பவம் என இருவகைப்படுத்தி விளக்குகிறார்.

சமஸ்கிருத ஒலிகளைத் தமிழில் எழுத்து வடிவில் எழுத முயன்றபோதும், அவை மூல ஒலிவடிவத்திலேயே அமைய வேண்டும் என வேதமரபு வற்புறுத்தியது. அதனால்தான் பல்லவர்கள் சமஸ்கிருதச் சொற்களை கிரந்த எழுத்தில் எழுதினர். சிம்மவிஷ்ணுவின் பள்ளன்கோயில் செப்பேடு, நந்திவர்மனின் காசக்குடி செப்பேடு முதலிய செப்பேடுகளின் முதல்பகுதி கிரந்த எழுத்தில் சமஸ்கிருதத்திலும், இரண்டாம் பகுதி தமிழிலும் எழுதப்பட்டன. பல்லவர் காலத்தில் சமஸ்கிருதத்தை எழுதப் பயன்பட்ட இக்கிரந்த எழுத்துக்கள் 'பல்லவ கிரந்தம்' என்று பெயர் பெற்றன.

சமஸ்கிருதச் சொற்களைத் துல்லியமாக எழுத கிரந்த எழுத்துக்களைப் பயன்படுத்தியதன் நீட்சியாக மணிப்பிரவாள நடை உருவாயிற்று. தமிழின் எழுத்து, சொல், தொடர் என மொழியின் ஒவ்வொரு நிலையையும் தன்வப்படுத்திய சமஸ்கிருதம் மணிப்பிரவாள நடையில் வந்து நின்றது. சமஸ்கிருதமயத்தின் உச்சமாகிய மணிப்பிரவாள நடையை வைணவமும் ஜைனமும் கொண்டாடின. தமிழில் தோன்றிய மணிப்பிரவாள நடையின் இயல்பு என்னவென்றால், தமிழ் மட்டும் தெரிந்தவர்களால் அதைப் படிக்க முடியாது. சமஸ்கிருதமும் தெரிந்திருந்தால்தான் படிக்க முடியும். பிற மொழியினரைத் தன்வயப்படுத்தும் இந்த ஆதிக்கத்தையே சமஸ்கிருதம் வழியாக வேதமரபு கற்பிக்கிறது. சமஸ்கிருதத்தின் மொழித்தூய்மையை உயிராகக் கருதும் வேதமரபினர், தமிழ் மொழியில் சமஸ்கிருதச் சொற்களைக் கலந்து எழுதும் நடையை 'மணிப்பிரவாளம்' (முத்தும் பவளமும் கலந்த) என்று போற்றியது முரணாக இருக்கலாம், ஆனால் அதுதான் சமஸ்கிருதத்தைத் தேவபாஷையாகக் கருதும் வேத மரபின் இயல்பு.

சமஸ்கிருதமயம் தமிழ்மொழி அமைப்போடு மட்டும் நின்றுவிடவில்லை. தமிழ் மொழியின் இயல்புகளை விளக்கும்

இலக்கண விளக்கத்திலும் பரவியிருக்கிறது. அதனால்தான் தமிழ் மொழிக்கு இலக்கணம் வகுத்த இலக்கண ஆசிரியர்களில் தமிழ்நூல்வழித் தமிழாசிரியர், வடநூல்வழித் தமிழாசிரியர் என்னும் இரு மரபினர் தோன்றினர். தமிழ்மொழி மரபைப் பின்பற்றித் தமிழுக்கு இலக்கணம் வகுத்த ஆசிரியர் தமிழ்நூல் வழித் தமிழாசிரியர். சமஸ்கிருத மொழிக்கொள்கைகளைப் புகுத்தித் தமிழுக்கு இலக்கணம் வகுத்தவர் வடநூல்வழித் தமிழாசிரியர். தொல்காப்பியர், பவணந்தி முதலிய தமிழ் மரபைப் பின்பற்றிய இலக்கண ஆசிரியர்கள் தமிழ் சமஸ்கிருதத்திற்குள் உயர்வு தாழ்வு கற்பிக்கவில்லை. தமிழோடு ஒப்பிடுவதற்குக் கையாளும் சரிநிகர் மொழியாகவே சமஸ்கிருதத்தைப் பாவித்தனர். தமிழை உயர்வாகக் கருதியது போன்ற பிறமொழி என்னும் வகையில் சமஸ்கிருதத்தையும் உயர்வாகக் கருதினர்.

ஆனால் சமஸ்கிருத மொழி மரபைத் தமிழில் புகுத்திய 'வீரசோழிய' ஆசிரியர் புத்தமித்திரனார், 'இலக்கணக் கொத்'தின் ஆசிரியர் சுவாமிநாததேசிகர் முதலிய வடநூல்வழித் தமிழாசிரியர்கள் மொழிக்காழ்ப்புணர்வை ஊட்டும் இலக்கண விளக்கங்களைக் கையாண்டனர். தமிழைவிட சமஸ்கிருதம் உயர்ந்தது என்று இரு மொழிக்கும் உயர்வு, தாழ்வு கற்பித்தார்கள்.

சமஸ்கிருத மொழியை 'தெய்வமொழி' என்றும் (வீர.57.2), சமஸ்கிருதச் சொற்களை 'நல்தெய்வச்சொல்' (வீர.18.2) என்றும், சமஸ்கிருத வேர்ச்சொற்களை 'தெய்வத்தாது' (வீர.63.3) என்றும், சமஸ்கிருதப் புலவர்களை 'தெய்வப்புலவர்' (வீர.67.4) (செ.வை.சண்முகம், 2004:83) என்றும் குறிப்பிடும் புத்தமித்திரனாரின் கருத்தியல்களுக்கு மூலம் சமஸ்கிருத வேத மரபு.

புத்தமித்திரனாரைவிட ஒருபடி கீழிறங்கித் தமிழைத் தூற்றுகிறார் பதினேழாம் நூற்றாண்டைச் சார்ந்த சுவாமிநாத தேசிகர். "தமிழ் மரபில் தோன்றிய பதினெண் மேல்கணக்கு, கீழ்க்கணக்கு நூல்களைப் படிப்பது வீண் வேலை" என்று கூறி, "எ, ஒ, ழ, ற, ன வை தவிர்த்த அனைத்துத் தமிழ் எழுத்துக்களும் சமஸ்கிருதத்திலிருந்து வந்தவை" என முடிவு கட்டி, "இந்த ஐந்து எழுத்துக்களைக் கொண்டு ஒரு மொழி தனித்து இயங்கமுடியும் என்று கூற அறிஞர் நாணுவர்" என்று தமிழ்த் துவேஷத்தை உமிழ்கிறார். ஆனால் அந்த ஐந்து எழுத்துக்கள் (ஒலிகள்) தான் சமஸ்கிருதத்தில் இல்லாது, தமிழுக்கு மட்டுமே உரிய சிறப்பெழுத்துக்கள். தமிழை முழுமையாக சமஸ்கிருத மயப்படுத்த முயன்ற வேதமரபு, தன் முயற்சிக்குத் தடையாக இருந்த தனித்தமிழ் அடையாளங்களின்மீது எவ்வளவு

இழிவான தாக்குதல்களைத் தொடுத்தது என்பதற்கு இது ஒரு சான்று.

பிற திராவிட மொழிகளான கன்னடம், தெலுங்கு, மலையாளம் ஆகியவற்றை முழுமையாகத் தன்வயப்படுத்திய சமஸ்கிருதத்தால், தமிழில் 'சமஸ்கிருத வழி' அல்லது 'சமஸ்கிருதமயம்' என்றொரு மரபை மட்டுமே நிறுவமுடிந்தது. அதற்கு முக்கியக் காரணம் தமிழில் தனித்தமிழ் மரபு பெற்றிருந்த செல்வாக்கு. ஆட்சியாளர்கள், சமயங்கள், கல்வியறிவு பெற்ற சான்றோர்கள் என அதிகாரங்களின் வலிமையோடும் நிறுவனவயப்பட்ட அமைப்பாகவும் தமிழில் சமஸ்கிருதமயமாக்கல் நிகழ்ந்தது. ஆனால் அதனை எதிர்த்து வந்த தனித்தமிழ் மரபு, தொல்காப்பியர், பவணந்தி போன்ற தாய்மொழி உணர்வுமிக்க தனிநபர்களாலும், சமூகத்தில் பின்தங்கியிருந்த சாமானியர்களாலும் முன்னெடுக்கப்பட்டது.

7

தமிழர் வளர்த்த சம்ஸ்கிருதம்

ச. பத்மநாபன்

தமிழைத் தாய்மொழியாகக் கொண்ட தமிழர்கள் சம்ஸ்கிருதமொழியையும் வளப்படுத்தி யுள்ளனர். தமிழ் சம்ஸ்கிருத மொழிகளின் உறவால் மொழி இலக்கியச் செழுமையும் வளமும் பெற்றுள்ளது. இவ்வகையில் சிறப்பாகத் தென்னிந்தியாவிலும் இலங்கையிலும் இருக்கும் தமிழர்கள் எவ்வாறான பரந்த தன்மையில் சம்ஸ்கிருதத்தை வளப்படுத்தினர் என்பதனை விரிவாக நோக்குவதே இவ்வாய்வின் பிரதான நோக்கமாக அமைகின்றது.

தமிழ் மொழி இற்றைக்கு இரண்டாயிர மாண்டுகள் பழைமையானது. தொல்காப்பியம் இம்மொழியின் முதல் இலக்கணநூல் எனும் பெருமைக்குரியது. சங்க இலக்கியம் முதல் இற்றைக்காலம் வரையாக மிகப் பரந்த மொழிவளமுடையது. இந்தியப் பண்பாட்டில் சமயம், சமூகம், பண்பாடு, கலை, இலக்கியம், வாழ்வியல், மருத்துவம், சோதிடம், வானியல், அறிவியல் என மிகப் பரந்த பண்பாட்டுக் கூறுகள் யாவற்றிலும் மொழி மரபும், சமுதாய வழக்காறுகளும் பிரிக்கமுடியாத தன்மையாக அமைந்து காணப்படுகின்றன. அந்நிலையினைத் தமிழ் மொழியிலும் காணமுடிகின்றது.

சம்ஸ்கிருத மொழி, வைதிக மொழி, இதிகாச மொழி, செம்மொழி என மூன்று வகைப்படுத்தப்படுகின்றது. பாணினி எனும் ஆசிரியர்

கி.மு. 4ஆம் நூற்றாண்டில் அஷ்டாத்யாயீ எனும் இலக்கண நூலினூடாக பிரகிருதம் எனும் மொழியைச் செப்பனிட்டார். இதனூடாகவே சம்ஸ்கிருதமொழி தோற்றம் பெற்றது. இதன் காரணமாகப் பாணினி சம்ஸ்கிருத மொழியின் தந்தையெனவும் அழைக்கப்படுகின்றார்.

சம்ஸ்கிருதம் என்றால் செம்மைப்படுத்தப்பட்டது என்பது பொருளாகும். இம்மொழியைப் பாணினி, பதஞ்சலி, காத்யாயனர், வரருசி எனப் பரந்த இலக்கணப் பாரம்பரியத்தினூடாக ஒழுங்கமைக்கப்பட்ட சிறப்பு இம்மொழிக்குரிய தனித்த அடையாளமாகும்.

இந்தியப் பாரம்பரியத்தில் தென்னிந்தியா வடஇந்தியா எனும் பாகுபாட்டில் தென்னிந்திய மொழி எனத் தமிழும் வடஇந்திய மொழியென சம்ஸ்கிருதமும் சிறப்புப் பெற்றன. இதன் காரணமாகத் தமிழ் தென்மொழியென்றும், சம்ஸ்கிருதம் வடமொழியென்றும் அழைக்கப்படலாயின. இதன் அடிப்படையிலேயே சம்ஸ்கிருதமொழி வடமொழியெனவும் அழைக்கப்படுகின்றது.

வடமொழி எனும் பெயர் மரபில் வைதிக இலக்கியங்கள், இதிகாசங்கள், புராணங்கள், தர்மசாஸ்திரங்கள் எனப் பரந்தன்மையுடையதாகப் புராதன சம்ஸ்கிருதம் என அழைக்கப்படலாயின. செம்மொழி எனும் சிறப்புப் பெறும் சம்ஸ்கிருத மொழியின் இலக்கிய வளம் இந்தியப் பண்பாட்டின் அனைத்துப் பரிமாணங்களிலும் விரவிச் செல்லும் உயிரோட்டமாக விளங்குவது சுட்டிக்காட்டத்தக்கது. இதன் காரணமாகவே சம்ஸ்கிருதமொழி தென்னிந்திய பிராந்தியத்தின் தொடர்பாடல் மொழியாகவும், பண்பாட்டு மொழியாகவும் விளங்கியமை குறிப்பிடத்தக்கது. இத்தகைய உயர்வும் தனித்துவமுடைய சிறப்பினை சம்ஸ்கிருத மொழி 12ஆம் நூற்றாண்டுவரை பெற்றிருந்ததாக வரலாற்றாசிரியர்கள் குறிப்பிடுகின்றனர்.

மொழியியலாளர்கள், சம்ஸ்கிருத மொழியின் பழைமையையும் சிறப்பாக, வைதிக மொழியின் சிறப்பினையும் ஆய்வுசெய்து இம்மொழி இந்தோ – ஐரோப்பிய, இந்தோ – ஈரானிய மொழிக்குடும்பங்களுடன் ஒத்த தன்மையுடையது எனச் சுட்டுகின்றன. இதனடிப்படையிலேயே மொழியியல் வரலாறு நோக்கப்படுவதனைக் காணமுடிகின்றது.

பொதுவாக சம்ஸ்கிருத மொழியின் வளர்ச்சியும் வளமும் தனித்துவமானதாக அமையத் திராவிடமொழி எனத் தமிழ்

மொழியின் வளர்ச்சியும் வளமும் தனித்துவமாக வளம் பெற்றது. மொழி வரலாறு பற்றித் தனித்தனியாக ஆய்வுசெய்த ஆராய்ச்சியாளர்கள் இவற்றைத் தெளிவுபடுத்துகின்றனர். இவ்வாறான ஆராய்சியாளர்களுள் சம்ஸ்கிருத மொழி மரபிற்கு பரோ, வின்டனீஸ், மாக்ஸ்முல்லர், மக்டொனால் முதலியோரும் தமிழ் மொழி மரபிற்கு கால்டுவெல் முதலானோரும் சுட்டிக்காட்டத்தக்கவர்கள்.

தமிழர்கள் தமிழையும் சம்ஸ்கிருதத்தையும் இரு கண்களாகப் போற்றினர். தமிழ் அறிஞர்கள் சம்ஸ்கிருத மொழியிலும் மிகுந்த பயிற்சியுடையவர்களாக விளங்கினர். இதன் காரணமாக சம்ஸ்கிருத மொழி மரபின் பரந்த இலக்கியங்கள் பலவும் தமிழ்மொழி வடிவம் பெற்றன. அவ்வாறான இலக்கிய வடிவங்கள் உயர்ந்த தமிழ்மொழித் தன்மையும் பெற்று விளங்கின. அதே போன்று சிறந்த தமிழ் இலக்கிய மரபுகள் பல சம்ஸ்கிருத மொழி வடிவம் பெற்றன என்பதும் இரு மொழிகளும் தமது இலக்கியத்தன்மையில் கொண்டும் கொடுத்தும் வளர்ச்சி பெற்றமை சுட்டிக்காட்டத்தக்கது.

சம்ஸ்கிருத மொழியின் எழுத்துக்கள் லிபி, லிபிகார, அக்ஷார என அழைக்கப்படுகின்றன. வசிட்ட தர்ம சூத்திரம் எழுத்துக்களின் வரலாற்றை விரிவுபடக் கூறுகின்றது. சம்ஸ்கிருத இலக்கண நூல்களில் சம்ஸ்கிருத மொழியின் எழுத்துக்கள் திட்டவட்டமாகச் சுட்டப்படவில்லையெனினும் அவை ஒலிவடிவத்திலேயே முக்கியத்துவம் பெறுகின்றன. இவற்றினை பாணினியின் அஷ்டாத்யாயீயின் சம்ஞா பிரகரணம் தெளிவுபடக் கூறுகின்றது. வடமொழியெனும் சிறப்பில் தேவநாகரி வரிவடிவம் சம்ஸ்கிருதத்திலிருந்து முக்கியத்துவம் பெறினும் சாரதா எனும் வடிவம் வேறு பிராந்தியங்களில் வேறு வரிவடிவங்களும் அவ்வப்போது பயன்படுத்தப்பட்டன. தமிழர்கள் சமஸ்கிருத மொழியைப் பயன்படுத்தி வருவதற்காக கிரந்த அக்ஷரவடிவத்தை உருவாக்கினர். பல்லவர்கள் இவ்வரிவடிவத்தை உருவாக்கியமை காரணமாக இவ்வரிவடிவம் பல்லவ கிரந்தம் என அழைக்கப்பட்டது.

சம்ஸ்கிருத மொழியின் செம்மொழி வளம் மிகுந்த சிறப்புடையது. உலகளாவிய ரீதியில் சிறந்த அங்கீகாரத்தையும், உயர் இலக்கியச் சிறப்பையும் பெற்று விளங்கின எனில் மிகையாகாது. வேத இலக்கியங்களின் தெய்வமரபுகள், பிராமணங்கள் கூறும் கதைமரபுகள், உபநிடதங்கள் சுட்டுகின்ற தத்துவார்த்த கருத்துக்கள் தர்மசாஸ்திரம் கூறுகின்ற நீதிகள் எனப் பரந்த தன்மைகளின் விடயங்கள் இந்திய பிராந்தியங்கள்

எங்கும் பரவின. அந்நிலையில் தமிழ் இலக்கியங்களிலும் பரவிக் காணப்பட்டன.

சம்ஸ்கிருத மொழி மரபில் தமிழ்மொழி மரபைத் திராவிட மரபு எனக் கூறினர். இம்மரபில் தமிழ்பேசும் தமிழர்களின் பரந்த இந்திய பிரதேசம் தென்னிந்தியா எனப்பட்டது. இதனையே சேரர் மேற்குப் பகுதியிலும், பாண்டியர் தெற்குப் பகுதியிலும், சோழர் கிழக்குப் பகுதியிலும் இருந்து ஆட்சி செய்தவர்களாக கி.பி. 4 முதல் 9ஆம் நூற்றாண்டு வரையாகச் சுட்டப்படுகின்றனர். இதிலும் வடகிழக்குப் பகுதியில் பல்லவர்கள் விளங்கியமை பற்றித் தண்டியாசிரியரின் அவந்தி சுந்தரி கதையில் கூறப்படுவதும், கி.பி. 8ஆம் நூற்றாண்டளவில் மேற்பகுதி கேரளா எனப் பிரிக்கப்பட்டது பற்றியும், அதன் பின்னர் மலையாள மொழி வழக்கு ஏற்பட்டமையும் தற்காலம் இப்பிரதேசம் நீங்கிய பகுதியே தமிழ்நாடு எனத் தென்னிந்தியாவில் சுட்டப்படும். அதேவேளை இலங்கையிலும் முழு பிரதேசங் களிலும் தமிழர்கள் பரந்து வாழ்ந்தாலும் வடக்கு, கிழக்கு, மத்திய இலங்கையில் தமிழர்கள் அதிகம் வாழ்கின்றனர். சிங்கபூர், மலேசியா ஆகிய நாடுகள் தமிழர்கள் வாழும் பிரதேசங்கள் எனப்பட்டாலும் இன்று உலக நாடுகள் எங்கும் பரந்து வாழுகின்றமை குறிப்பிடத்தக்கது. இவ்வாறாக. வாழும் தமிழர்கள் எவ்விதம் சம்ஸ்கிருதமொழி வளத்திற்குப் பங்காற்றியுள்ளனர் என்பதை மேலோட்டமாக நோக்குவோம்.

தமிழ் இலக்கிய மரபில் பழந்தமிழ் இலக்கியங்கள் சிலவற்றிலும் ஆரியர் பற்றியும், வேதங்கள் பற்றியும் சுட்டப் படுகின்றன. உதாரணமாகப் பரிபாடல், பெரும்பாணாற்றுப்படை, புறநானூறு என்பவற்றைக் கூறலாம். அறநூல் இலக்கியங்களில் சமண பௌத்த சிந்தனைகள் முக்கிய செல்வாக்குச் செலுத்தின. பொதுவாக தர்மசாஸ்திரங்களின் தாக்கம் அறநூல் இலக்கியங்களில் இடம்பெற்றிருந்தமை குறிப்பிடத்தக்கது.

காஞ்சி நகர் கி.பி. 4ஆம் நூற்றாண்டளவில் சிறந்த கல்வி நிலையத்தைக் கொண்டிருந்தமை பற்றியும் அவை கடிகாஸ்தானம் என அழைக்கப்பட்டமையும் குறிப்பிடத்தக்கது. தமிழ் மன்னர்கள், சம்ஸ்கிருத மொழியில் புலமையுடையவர்களையும் நன்கு ஆதரித்தனர்.

தமிழ் இலக்கிய மரபில் இராமாயணச் செய்திகள், மகாபாரதக் கதைகள், புராணக் கதைகள் ஆகியன முக்கிய கவனம் பெற்றன. அவை தமிழில் பெரும் இலக்கியம் தோன்றும் அளவிற்குச் செல்வாக்குப் பெற்றிருந்தன. இராமாயணத்தில் திராவிடதேசம் எனத் தென்னிந்தியாவும், லங்கா என இலங்கையும்

வர்ணிக்கப்படுவதும், புராணங்களுள் ஸ்கந்தபுராணம், மத்ஸ்யபுராணம், சிவபுராணம், கூர்மபுராணம் என்பவற்றுள்ளும் தென்னிந்தியா இலங்கை வர்ணனையாக இடம்பெறு கின்றமையும், அவை வரலாற்றுச் செய்தியாக அமைந்து காணப்படுவதும் குறிப்பிடத்தக்கது. வால்மீகியின் இராமாயணத்தை விடத் தமிழில் கம்பராமாயணம் இலக்கியச் செழுமையுடையமை குறிப்பிடத்தக்கது.

வியாசரது 'மஹாபாரதம்' தமிழில் உபாக்கியானங்களாகவும் கதைகளாகவும் இடம்பெற்றாலும் புகழேந்தி புலவரின் நளவெண்பா சிறப்பு தன்மையதாகின்றது. புராணங்கள் சில தமிழில் மொழிபெயர்க்கப்பட்டுள்ளன. அதேவேளையில் தமிழ்ப் புராணங்கள் பலவும் தோன்றியுள்ளன. ஸ்தல புராணங்கள், ஸ்தல மாஹத்மியங்கள் எனத் தமிழிலும் சம்ஸ்கிருதத்திலும் தோன்றியுள்ளமை குறிப்பிடத்தக்கது. தமிழில் எழுந்த 'திருவிளையாடற்புராணம்' சம்ஸ்கிருதத்தில் 'ஹாலாஸ்ய மஹாத்மியம்' எனவும் 'பெரியபுராணம்' 'சிவபக்த விலாசம்' எனவும், மொழிபெயர்க்கப்பட்டுள்ளன.

சம்ஸ்கிருதத்திலுள்ள மகாகாவியங்கள் தமிழில் மொழிபெயர்க்கப்பட்டுள்ளன. அவற்றுள் 'ரகுவம்சம்', 'குமார சம்பவம்', 'நைடதம்' என்பனவும், 'மேகதூதம்', 'ருதுசம்ஹாரம்' என்பனவும் 'அபிக்ஞான சாகுந்தலம்', 'ம்ருச்சகடிகம்', 'ஸ்வப்னவாசவதத்தம்', 'முத்ராராக்ஷசம்', 'ரத்னாவளி', 'நாகநந்தம்' என சம்ஸ்கிருத மொழியமைந்த நாடகங்கள் தமிழிலும் அதே பெயரில் நாடகங்களாக மொழிபெயர்க்கப் பட்டுள்ளன.

பல்லவ மன்னனான மகேந்திரவர்மன் மத்தவிலாச பிராகசனம் என சம்ஸ்கிருதத்தில் ஓர் ஓராங்க நாடகத்தை எழுதியுள்ளான். சம்ஸ்கிருத இலக்கண மரபைத் தழுவிய வீரசோழியம் தமிழில் அறிமுகம் செய்யப்பட்டதும் குறிப்பிடத் தக்கது.

தண்டியின் 'காவ்யாதர்ச'த்தைத் தழுவி தண்டிலயங்காரம் விளங்குவதும், தசரூபகம் என்பது மதங்க சூளாமணியென்றும் த்வன்யாலோகம் என்பது தொனி விளக்கு என்றும் ஔசித்ய விசாரசர்ச்சா அவ்விதமே மொழிபெயர்ப்பு வடிவங்களைத் தமிழில் தாங்கியுள்ளன.

சைவசமயக் குரவர்களது தேவாரப் பாடல்கள் மற்றும் வைஷ்ணவ ஆழ்வார்களது பாசுரங்கள் பெரிதும் புராண

மற்றும் பாகவத மரபுகளை வெளிக்கொணருவதாக அமைந்து காணப்படுகின்றன.

கட்டடம், சிற்பம், ஓவியம், இசை, நடனம் எனப் பரந்த பண்பாட்டு அம்சங்கள் யாவும் சாஸ்திரங்கள் என வளம்பெற்று விளங்க அவை தமிழிலும் முக்கியத்துவம் பெறுவனவாகக் காணப்படுகின்றன. வானியல், சோதிடம் சார்ந்த விடயங்களும் சாஸ்திரங்கள் என்றே பரந்து இரு மொழி மரபிலும் காணப்படுகின்றன. இதே போன்று நீதி, பொருளியல், அழகியல், போர் வித்தை, மருத்துவம் எனக் காணப்படுவதும் சுட்டிக்காட்டத்தக்கது.

சிவாகம மரபுகளை முன்னிறுத்திய கிரியை மரபுகளும், சைவ சித்தாந்த மரபுகளும், சம்ஸ்கிருத தமிழ்மொழி மரபின் இணைபிரியாத தன்மையனவாகும். இதற்குப் பங்களிப்பு ஆற்றியோருள் சத்தியோஜோதி சிவாச்சாரியார், அகோர சிவாச்சாரியார், உமாபதி சிவாச்சாரியார், இலங்கையைச் சார்ந்த ஞானப்பிரகாச முனிவர் ஆகியோர் முக்கியமானவர்களாகச் சுட்டப்படுகின்றனர். அப்பைய தீட்ஷிதரின் படைப்புகளும் இங்குக் கவனத்தில் கொள்ளத்தக்கன.

வேதாந்த பிரிவுகள் யாவும் மிகப் பரந்த சம்ஸ்கிருத உரை மரபில் வளம்பெற்றன. அவர்களுள் ஆதிசங்கராச்சாரியார், இராமானுஜர் ஆகியோர் தமிழர்களேயாவர்.

இலக்கியக்காரர்கள் முதல் இலக்கணக்காரர் வரையாகவும், அதேபோன்று மிகுந்த விரிவுபட எழுந்த உரையாசிரியர் வரையாகவும், பேரிலக்கியம் முதல் சிறப்பிலக்கியங்கள் வரையாகவும் காவியவியல் நூல்கள் சிலவும் தோன்றக் காரணமாயமைந்தவர்கள் தமிழர்களேயாவர். இவர்களுக்கு உதாரணமாக மகாகவி பாரவி, பட்டோஜி தீட்ஷிதர், குலசேகர ஆழ்வார், தண்டி அப்பைய தீட்ஷிதர் ஆகியோரைக் குறிப்பிடலாம். வேதங்களுக்கு உரைவகுத்த சாயனர், மாதவர் முதலியோரும் தமிழர்களேயாவர்.

சம்ஸ்கிருத மொழியின் மிகச் சிறந்த உயர்வுநிலை அறிவியற் திறனைத் தமிழர்கள் சம்ஸ்கிருத மொழியில் ஆக்க இலக்கியகர்த்தாக்களாக இயற்றியும் உரைவகுத்தும் மொழிபெயர்த்தும் எண்ணற்ற வகையில் வளம்பெறச் செய்துள்ளனர். எனினும் தமிழ்மொழியினையறிந்த சம்ஸ்கிருத புலமையாளர்கள் என்பது காணக்கூட முடியாததாக அமையும் அதேவேளை தமிழ் மொழியில் அமைந்த இலக்கியங்களும் விரல் விட்டு எண்ணத்தக்க சிலவற்றையே தமிழர்கள் சம்ஸ்கிருத

இலக்கிய மரபிற்கு கொண்டுசென்றுள்ளனர். இவற்றிற்கு உதாரணமாக பாரவியின் கிராதார்சுனீயம், அப்பைய தீட்ஷிதரின் சிவலீலார்ணவம், உமாபதி சிவாச்சாரியாரின் பௌஷ்கராகம பாஷ்யம் என்பனவற்றைச் சுட்டலாம். தமிழில் இருந்து சம்ஸ்கிருத மொழிக்கு மொழிபெயர்க்கப்பட்ட வரிசையில் திருக்குறள், திருவாசகம் என்பன குறிப்பிடத்தக்கவை.

தமிழர்கள் சம்ஸ்கிருத மொழி மரபின் பரந்த பரிமாணத்தில் வேதங்கள், உபநிடதங்கள், தர்மசாஸ்திரங்கள், வேதாங்கங்கள், இதிகாசங்கள், புராணங்கள், தலபுராணங்கள், சைவசமயம், சாக்தம், வைஷ்ணவம், சிவாகமரபு, சிவாகம உரை, சிவகாமசார்பு நூல்கள், சைவசித்தாந்த நூல்கள், தந்திரங்கள், ஸ்தோத்திரங்கள், இலக்கியங்கள், இலக்கணநூல்கள், சாசனவியல், பௌத்தம், ஜைனம், புவியியல், கலை, நடனம், சித்திரம், இசை, ஓவியம் எனப் பரந்த தன்மையில் சம்ஸ்கிருத மொழியை வளம்பெறச் செய்துள்ளனர். இவை ஒவ்வொன்றும் தனித்தனியே விரிவுபட நோக்க வேண்டியனவாகும்.

தமிழர்கள் வாழ்ந்த பிரதேசங்களுள் சம்ஸ்கிருத மொழி எவ்வாறு வளம் பெற்றது என ஆய்வு செய்த ஆய்வு நூல் வரிசையில் தென்னிந்திய வரலாறு, சம்ஸ்கிருத மொழி வளத்திற்கு தமிழ்நாடு ஆற்றிய பங்களிப்பு, சம்ஸ்கிருத மொழி வளத்திற்குக் கேரளாவின் பங்களிப்பு, வடமொழி வளத்திற்குத் தமிழரின் பங்கு, சம்ஸ்கிருத மொழி வளத்திற்கு இலங்கைத் தமிழரின் பங்கு என்பது போன்ற நூல்களும் சம்ஸ்கிருத இலக்கியவரலாறு (கி;.பி. 1500 – 1850) முதலான நூல்களும் மேலும் பல்வேறு காலக்கட்டங்களில் பதிப்பக்கப்பட்ட நூல்களும் தரவுகளும் மிக விரிந்த தன்மையுடைய பரிமாணத்தைக் காட்டி நிற்கின்றனவாக அமைகின்றன. இவை காலரீதியாகவும் பிரதேசரீதியாகவும் மிக விரிவான ஆய்வுக்குட்படுத்தத்தக்கன.

இவ்வாறான தொடக்க நிலை ஆய்வுகள் நிகழ்ந்திருக் கின்றன வேயன்றி விரிவானதும் நிறைவானதுமான ஆய்வுகள் மேற்கொள்ளப்பட வேண்டியது அவசியமாகும். தென்னிந்தியாவில் தஞ்சாவூர், மதுரை, காஞ்சீபுரம் ஆகிய பிரதேசங்கள் சிறப்பாகவும் இலங்கையில் யாழ்ப்பாண பிரதேசமும் மற்றும் ஏனைய பிரதேசங்களிலும் தோன்றிய பல்வேறுபட்ட சம்ஸ்கிருத ஆக்கங்கள், மொழிபெயர்ப்பு, தொகுப்பு முயற்சிகள் வெளிக்கொணரப்பட வேண்டியன என்பது சுட்டிக்காட்டத்தக்கது.

இவற்றை ஒன்றுதொகுத்து நோக்கும்போது சம்ஸ்கிருத மொழியின் செம்மொழிச் சிறப்பினைத் தமிழர்கள் தமது

மொழி மரபில் பல்வேறு பரிமாணங்களிலும் உள்வாங்கியுள்ளனர். அத்துடன் சம்ஸ்கிருத மொழியை மிகுந்த சிரமத்துடன் கற்று அம்மொழியில் இலக்கிய ஆக்கங்களையும், ஏனையவைகளான சிற்றிலக்கிய உரை, தொகுப்பு நூல், பதிப்பு என்றவாறாகச் சம்ஸ்கிருத மொழியில் வளப்படுத்திய அதேவேளை தாம் சம்ஸ்கிருத மொழியைப் பயன்படுத்த பல்லவ கிரந்த எழுத்து வடிவத்தையும் உருவாக்கியுள்ளனர். அத்துடன் தமிழ் இலக்கியங்கள் சிலவற்றை சம்ஸ்கிருத மொழியிலும் மொழி பெயர்ந்துள்ளனர். சம்ஸ்கிருதமொழியில் அமைந்த நூல்கள் பலவற்றைத் தமிழில் மொழிபெயர்த்தும் உள்ளனர்.

தமிழர்கள் சம்ஸ்கிருத மொழியைக் கற்று ஆக்கியும் மொழிபெயர்த்தும் மேற்கொண்ட பணியினை சம்ஸ்கிருதப் புலமையாளர் எந்தவொரு வகையிலும் மேற்கொள்ளவில்லை என்பது சுட்டிக்காட்டத்தக்கது.

ச. பத்மநாபன்

8

வடமொழி – தென்மொழி: ஓர் ஆய்வு நோக்கு

மு.கு. ஜகந்நாதராஜா

நமது பாரதப் பண்பாட்டுக்கு மூலமாக அமைந்த இலக்கிய வளம் அமைந்த தனிச்சிறப்புடைய தொன்மையான மொழி, வேதமொழி எனப்படும் சமஸ்கிருதம். அதிலிருந்து புத்தர் மகாவீரர் காலத்தில் மக்கள் மொழியாகத் திரிபுற்றவை பிராகிருத மொழி, பாலி என்பன. அர்த்தமாகதி எனப்படும் பவுத்த சமண மூல நூல்களை உடைய மொழிகள் ஆரியமொழிக் குடும்பத்தைச் சேர்ந்தவை. இந்த மொழிகள் பேசிய இனம் ஆரிய இனம் எனப்பட்டது. வேதமொழிக் காலக் கட்டத்திலேயே, நம் நாட்டின் தென் பகுதியில் இராமாயண, மகாபாரத் காலக்கட்டத்திலிருந்தே விந்தியத்திலிருந்து தென்குமரி வரை பரவியிருந்த மக்களிடம் வடமொழிக்கு முற்றிலும் மாறுபட்ட, சொல் வளமும் இலக்கண அமைதியும் கொண்ட தென்மொழிகளும் பேசப்பட்ட ஒரு நாகரிகமும் இலக்கியங்களும் இருந்துள்ளன. கடல்கோள்கள், எழுத்து வடிவம் இன்மை என்ற காரணங்களால் அந்தத் தொன்மையான தென்மொழியின் அதாவது மூலதிராவிட மொழி இலக்கியங்கள் நமக்குக் கிடைக்கவில்லை. ஏனெனில், அக்காலத்தில் மொழியைப் பதிவு செய்வதற்கும் பாதுகாப்பதற்குமான எழுத்துக்கள் எப்படியிருந்தன என்று தெரிவதற்கு அசோகன் காலச் சான்றுகளும் இல்லை. பிற்காலத்தில் மாமன்னன் சாசனங்களில்தான் அவருடைய

கல்வெட்டுச் சாசன எழுத்துக்கள் கிடைத்தன. சமணர்கள், முதல் தீர்த்தங்கரர் ஆதிநாதரின் காலத்தில் அவருடைய மகள் பெயரில் பிராஹ்மி எழுத்து உருவானதாக நம்புகின்றனர். இன்றைய தமிழிலும் வடமொழியிலும் உள்ள எழுத்துக்களின் ஒலிவடிவம் வடமொழிக்கும் தென்மொழிக்கும் ஒன்றாகவே உள்ளது. பாணினி சூத்திரம் குறியீட்டுச் சூத்திர வடிவில் அமைந்திருப்பினும் வடமொழி பிராகிருத இலக்கணப்படி வடமொழி நெடுங்கணக்கும் தமிழ் மொழி நெடுங்கணக்கும் உயிர், மெய் வரிசைமுறை ஒன்றாகவே உள்ளன. வடமொழியில் எகர ஒகரங்கள் இல்லை. பாலியில் முன்பிருந்தது. தற்போது இல்லை. மற்றபடி எழுத்து வரிசை அமைப்பு ஒன்றே. கிரீக் மொழி போல ஆல்பா பீடா "ஏ, பி, சி" நெடுங்கணக்கு நம் இந்திய மொழிகட்கில்லை. கிரேக்க நெடுங்கணக்கே அரபு மொழிக்கும் மூலமாக உள்ளது. வடமொழி (சமஸ்கிருதம், பிராகிருதம்) எழுத்து வரிசை அகரமுதல் னகர இறுவாயாக, வல்லின மெல்லின இடையின அமைப்பு ஒழுங்கே இந்திய மொழிகள் அனைத்திற்கும் ஒரே ஒழுங்கு முறையாக உள்ளது. திராவிட இனமும் ஆரிய இனமும் வேறுபடினும், மொழி இலக்கணங்கள் வேறுபடினும் ஒலிவடிவ எழுத்தமைப்பு ஒன்றே என்பது தெள்ளத் தெளிவாகும். இது பாரத நாட்டில் ஆரிய திராவிட மொழிகளின் கலப்புக்குச் சான்றாகவும் திகழ்கிறது. எப்படி மணிப்பிரவாள மொழிநடை தமிழ் மொழியிலும் மலையாள மொழியிலும் வடமொழி, தென்மொழி உறவுக்குச் சான்றாகத் திகழ்கிறதோ அதேபோல எழுத்து வடிவ அமைப்பிலும் வடமொழியும் தமிழும் கொண்டுள்ள நெருங்கிய உறவை கிரந்த எழுத்தும் தெளிவாக்குகிறது.[1]

ஆரிய திராவிடப் பண்பாடு நான்காயிரம் ஆண்டுக்கால உறவுகளால் பாலும் நீரும் ஒன்றாகக் கலப்பது போலக் கலந்துவிட்டது. அதனைப் பிரித்தறிவது ஓரளவுக்கே முடியும். மொழிவரலாறு, மானிடவியல் வரலாறு இவை, நமக்கு ஆரிய திராவிடப் பண்பாடுகள் கலப்புற்றதையும், ஒன்றுக்கொன்று கடன்பட்டிருப்பதையும் தெளிவாகத் தெரிந்துகொள்ள உதவுகின்றன. எந்த மொழியும் ஏதோ ஒரு காலத்தில் மக்களால் பேசப்பட்டதாக இருந்து, பின்னர் அம்மொழியில் கவிஞர்கள், அறிஞர்கள் தோன்றி இலக்கியங்கள் படைத்தளித்த பிறகே அம்மொழி பற்றிப் புரிந்துகொள்ளக் கூடியதாக உருவெடுக்கிறது. தேவபாஷை என்று புகழப்படும் சமஸ்கிருதமும் பாணினி இலக்கணமும் ருக்வேதாதிகளும் தொகுக்கப்படுவதற்கு முன்பு ஒரு காலத்தில் பேசப்பட்ட மொழியிலிருந்தே உருவானது.

---

1. கிரந்த எழுத்துத் தென்னாட்டு அந்தணர்களுக்காகப் பிற்காலத்தில் வகுத்துக் கொள்ளப்பட்ட வரிவடிவமே. நாகரி எழுத்துப்பயிற்சியில்லாத வைதிகர்களுக்கு வாய்ப்பாக இது தோன்றியது என்பர்.

ருக்வேதமே முதல் தொகைநூலாதலின் அதற்கும் முன்பு சில நூற்றாண்டுகள் அம்மொழிகள் பேசப்பட்ட கால ஒலி வரிவடிவங்களை நாம் அறிந்துகொள்ள முடியாது. அக்கால மூலதிராவிட மொழியினது வடிவமும் நமக்குத் தெரியாது. தமிழில் பழமையான நூலான தொல்காப்பியமே "என்மனார் புலவர்" என்று பல சூத்திரங்களில் குறிப்பிடுகிறது. அவருக்கு முந்தைய தமிழ் நூல்கள்பற்றித் தெளிவாகத் தெரியவில்லை. இறையனார் களவியல் உரையில் முச்சங்க வரலாறுகள் பலவும் வரலாற்றாதாரங்களின்றிச் செவிவழிச் செய்திகளின் தொகுப்பாகவே உள்ளன. எனினும் கடல்கோளால் அழிந்துபட்ட தொன்மையான தமிழ் இலக்கியங்கள் பற்பல என்பதில் ஐயமில்லை. ஆதலின் இன்று நாம் நமக்குக் கிட்டிய பிற்காலத்தில் தொகுக்கப்பட்ட எட்டுத்தொகை, பத்துப்பாட்டு, பதினெண்கீழ்க்கணக்கு நூல்களைச் சங்க இலக்கியங்களாகக் கற்கிறோம். ஆரிய அரசன் பிரகதத்தனுக்குத் தமிழ் அறிவுறுத்த அந்தணராகிய கபிலர் "குறிஞ்சிப்பாட்டு" இயற்றியதாக அறிகிறோம். சங்க இலக்கியத் தொன்மைக்காலத்திலேயே வடமொழியும் தென்மொழியாகிய தமிழும் நெருங்கிய உறவுடன் மொழி இலக்கிய வளம் பெற்றமை தெளிவாகிறது.

லீப்னிட்ஸ் (1646–1716) என்ற மேனாட்டறிஞர் உலகின் மூலமொழி ஹீப்ருமொழி எனக் கருதினார். இந்திய நாட்டறிஞர்கள் சமஸ்கிருதமே மூலமொழி எனக் கருதினர். சென்ற நூற்றாண்டிலிருந்து தமிழறிஞர்களில் சிலர் தமிழே உலகின் மூலமொழி என்று கூறிவருகின்றனர். உண்மையில் இவையெல்லாமே தங்கள் மொழிப்பற்றின் காரணமாக கூறப்பட்டனவேயன்றி நடுநிலை நோக்கில் சான்றுகளுடன் கூறப்பட்டன அல்ல. மெய்ப்பிக்கவும் இயலாது. நம் பாரத நாட்டைப் பொறுத்தவரை ஆரிய இனம், திராவிட இனம் என இரண்டு இனங்கள் இருந்தன என்பதும், ஆரிய மொழிகள் வேறு திராவிட மொழிகள் வேறு என்பதும் 1856 ஆம் ஆண்டு வெளியிடப்பட்ட கால்டுவெல்லின் திராவிட மொழிகளின் ஒப்பாய்வு இலக்கணநூல் மூலம் தெளிவாயின. அதற்கு முன்பு தமிழறிஞர்களும் தெலுங்கறிஞர்களும் சமஸ்கிருதம்தான் மூலமொழி என்றே கருதினர். "எல்ல பாஷலகு தல்லி சமஸ்கிருதம்ப" என்று தெலுங்கு கவிஞர்கள் குறிப்பிட்டனர். கால்டுவெல், மார்க்ஸ்முல்லர் போன்ற அறிஞர்களின் ஆய்வின் மூலமே வடமொழிக் குடும்பம் வேறு தென்மொழிக் குடும்பம் வேறு ஆதலின் அம்மொழிகள் பேசிய இனங்களும் வேறு என்பது தெளிவாயிற்று. பின்னர், காலகதியில் ஆட்சி மாற்றங்கள், மதங்களின் செல்வாக்கு இவை காரணமாகவே இவ்விரண்டு இன மொழிகளும் கலப்புற்றன என்ற வரலாற்று

உண்மையை அறிகிறோம். பின்னர் வடமொழியில் வைதிக, சமண, பவுத்த தத்துவ நூல்களும், இலக்கிய நூல்களும் இதிகாச புராணங்கள் மட்டுமன்றிக் காளிதாசன் போன்ற வடமொழிக் கவிஞர்களின் காவியங்களும் நாடகங்களும் தோன்றின. சங்கரர், ராமானுஜர் தமிழகத்தினரேனும் வடமொழியிலேயே பிரம்ம சூத்திர பாஷியங்கள் எழுதித் தம்மதம் நிறுவினர், ராமானுஜர் தமிழைப்போற்றி, நாலாயிர திவ்வியப் பிரபந்தங்களுக்கு வைணவ மத ஆலயங்களில் முதலிடம் தந்தாலும், திருப்பாவை ஜீயராகப் புகழ்பெற்றாலும் தமிழில் இரண்டு வாழ்த்துப்பாடல்கள் தவிர நூல்கள் படைக்கவில்லை.[2] வடமொழியில்தான் படைத்தார். மத்துவரும் அப்படியே துவைத தத்துவ நூல்கள் பாஷியங்கள் படைத்தார். அக்காலத்தில் பாரத நாடு முழுதும் பண்டிதர்கள் தங்கள் மொழியாக, தருக்கவலிமையால் தம்மதம் நிறுவ, வடமொழியையே பயன்படுத்தினர் என்பது நாமறிந்ததே. தமிழ்த் தாத்தா உ.வே. சாமிநாத அய்யர், யாழ்ப்பாணத்து நல்லூர் ஆறுமுகநாவலர் போன்றோர் தமிழிலக்கிய நூல்கள் பதிப்பித்து வெளியிட்ட பிறகே தமிழ் இலக்கியச் சிறப்பை உலகுணர முடிந்தது, ஈ.வே. ராமசாமி பெரியாரின் வடமொழியாளரை எதிர்த்துச் செய்த பிரச்சாரம் தமிழ்நாட்டில் பரவியதும், தமிழே உலக மூல மொழி என்று கூறும் அறிவாளிகள், மூல திராவிட மொழி தமிழே என்றும் தமிழிலிருந்துதான் தெலுங்கு, கன்னட மொழிகள் தோன்றின என்றும் கூறிவருகின்றனர். மொழிநூலார் கூற்று வேறாகவும், அரசியலார் கூற்று வேறாகவும் அமைந்துள. வடமொழியாகிய சமஸ்கிருத பிராகிருத மொழிகளும் தமிழிலிருந்துதான் தோன்றின என ஒரு சிலர் கூற முற்பட்டுள்ளனர். மொழிப்பற்றினால். ஆங்கிலம், இந்தி, மட்டும் பயின்று, தெலுங்கு, கன்னட இலக்கியப் புலமையில்லாதார்தம் கூற்றாகவே இவை உள்ளன. நடுநிலை நோக்குடன் உண்மை உணரும் போக்கிலும் ஆழ்ந்து சிந்தித்தால், மூலதிராவிடம் வேறு, வடமொழி வேறு என்பது புலப்படும். இவ்விரண்டின் மொழிக் கலப்பிலுருவான கன்னடமும் தெலுங்கும் தனக்கெனத் தனித்தன்மை கொண்ட, யாப்பு அமைதியுள்ள இலக்கியங்களோடு திகழ்கின்றன எனினும் வடமொழி யாப்பியல் (சந்தஸ்) விருத்தங்களை மிகுதியும் பயன்படுத்துகின்றன. தமிழ் யாப்பியல் மரபு இவற்றில் இல்லை.

கம்பன் கூறுவது போல, 'வடகலை தென்கலை வடுகு கன்னடம்' இடமுள பாடை (பாஷை)கள் நான்குமே இந்தியாவின் இலக்கிய வளமுடைய மொழிகளாகும். தமிழ் மட்டுமே தனது

2. திருவாய்மொழிப்பாசுரங்கள் சிலவற்றிற்கு விசேடமான பொருளை ராமாநுஜர் அருளியுள்ளார். தி வே. கோபாலையர் எழுதிய 'எம்பெருமானாரும் திருவாய் மொழியும்' என்னும் நூலுட்காண்க.

தனித்தன்மையைப் பாதுகாத்துக்கொண்டு. வடமொழியோடும் உறவுபூண்டு சிறப்புடன் திகழ்கின்றது,

சமஸ்கிருதம் பிராகிருதமாகத் திரிபுற்றதற்குக் காரணம் ஆய்வோமானால் ஆரியர்கள் பாரத நாட்டில் திராவிடர்களோடு கலப்புற்றதே காரணம் என்று தெளிவாகிறது. வரருசியின் பிராகிருத பிரகாசத்திற்கு பாமகரின் 'மனோரம்' என்ற வியாக்கியானத்தில் பிராகிருதத்துக்கு மூலம் சமஸ்கிருதமென்று விளக்கிக் கூறப்பட்டுள்ளது. அதுவே ஏற்புடையதாகத் தோன்றுகிறது. தமிழ்மொழியில் தொன்மையான பல் இயலிசை நாடக நூல்கள் கிடைக்கவில்லை. இறையனார் களவியலுரையில் பல புலவர்கள் பெயர்கள் வடமொழிப் பெயர்களாக உள்ளன. தொல்காப்பியம் கி. மு. மூன்றாம் நூற்றாண்டு நூலாகும். அதுவே தற்போது தமிழிலக்கண முதல் நூலாக மதிக்கப்படுகிறது.

தொல்காப்பியர் அகத்தியரின் சீடராகக் கதைகள் கூறினும், அதன் பாயிரம், 'அதங்கோட்டாசாற்கு அரில் தபத் தெரிந்து, நிலம்தரு திருவின் பாண்டியன் அவையத்து' நூல் அரங்கேறியதாகக் குறிப்பிடுகிறது. 'வடவேங்கடம் தென்குமரி ஆயிடைத் தமிழ் கூறு நல்லுலகத்தையே' ஆசிரியர் கூறுகிறார். வேங்கடத்தும்பர் வாழ்ந்த வடுகர் எனும் தெலுங்கரைப் பற்றிச் சங்க இலக்கியப் பாடல்கள் பற்பல உள்ளன. மூலதிராவிட மொழியிலிருந்து பிரிந்தனவே கன்னடம். தெலுங்கு மொழிகள். தமிழிலிருந்து பிரிந்தது சேரத்தமிழான மலையாளம் மட்டுமே. தொல்காப்பியனார், வடசொற் கிளவி வடஎழுத் தொரீஇத் தமிழ்வடிவம் பெறும் என்று கூறியுள்ளார். தொல்காப்பிய உரைகாரர்கள் சங்கதம் எனும் சமஸ்கிருதம், பாகதம் எனும் பிராகிருதம் குறித்துத் தெளிவாகக் கூறியுள்ளனர். தொல்காப்பிய உரைகாரர் சேனாவரையர் தமிழ்ச்சொல் வடமொழியில் புகாதென்றும், வடமொழி எல்லா நாட்டுக்கும் பொதுமொழியாம் என்பதால் வடசொல் தமிழில் கலக்குமென்றும் கூறுவார். அதாவது சமண, பவுத்த மதங்கள் தென்னகத்துக்கு வந்து சேர்ந்தபோது சமஸ்கிருத, பிராகிருத மொழிகளும் தமிழகத்தில் தமிழில் கலந்துவிட்டன.

கி.பி. இரண்டாம் நூற்றாண்டில் ஆந்திர மரபைச் சேர்ந்த ஹாலசாதவாகன மன்னன் தொகுத்த காதா சப்தசதி என்னும் பிராகிருதமொழிக் கவிதைகளின் தொகுப்புநூல் உலகப் புகழ்பெற்ற நூலாகும். அது பல மொழிகளிலும் மொழியாக்கம் பெற்றது. தமிழில் நான் மொழிபெயர்த்துள்ளேன். அந்நூலில் பல தமிழ்ச் சொற்களும் உள்ளன. சமஸ்கிருதம் ஆண்தன்மை கொண்டதென்றும் பிராகிருதம் பெண்தன்மை கொண்டதென்றும் கூறுவர். ராஜசேகரன் என்ற காஷ்மீரத்தைச் சேர்ந்த கவிஞன்,

கி.பி. 880–920 கற்பூர மஞ்சரி எனும் பிராகிருத நாடகத்தில், தமிழக, ஆந்திர, கன்னட மொழி பேசும் மக்களைப் பற்றியும் அவர்கள் இயல்புகள் பற்றியும் குறிப்பிட்டுள்ளான். இது கி.பி. பத்தாம் நூற்றாண்டுவாக்கில் வடமொழிக்கும் தமிழுக்கும் உள்ள உறவை வெளிப்படுத்துகிறது.

தமிழ் இலக்கிய மரபுக்கும், சமஸ்கிருத பிராகிருத மரபுக்கும் வேறுபாடுகள் உண்டெனக் கூறியுள்ளேன். அதில் தமிழ்இலக்கியத்தில் தலைவன், தலைவி, தோழன், தோழி, பரத்தை முதலியவர்கள் கூற்றுக்களாகக் கவிதைகள் உள்ளன. ஒரு பெண் தன் கணவனைத் தவிர பிற ஆடவரை நாடுவதாக ஒரு பாடல்கூடத் தமிழில் காண இயலாது. ஆனால் வடமொழி இலக்கியமரபில் பெண்டிர் ஸ்வகீய, பரகீய, சாமான்யா என மூன்று வகையாகப் பிரிக்கப்பட்டவருள் பரகீய வகைப் பெண்டிர் கணவனிருக்க மற்றோர் ஆடவனுடனும் தொடர்பு கொள்வதைக் காட்டும் பாடல்கள் காதா சப்தசதியிலுள்ளன. இலக்கணகாரரும் அவ்வகைப் பெண்டிரைப் பற்றிக் கூறுவர். தமிழில் மட்டும் இவ்வகைப் பெண்டிர் பற்றி ஒரு பாடலுமில்லை. இது தமிழ்இலக்கிய மரபின் தனிப்பான்மையாகும்.

இரண்டாம் நூற்றாண்டிலக்கியமாகக் கருதப்படும் மணிமேகலை காவியத்தில் புலவர்கள் வடமொழி, பிராகிருத மொழிக் காவியங்களை நன்கறிந்திருந்தனர் என்று தெரிகிறது. ‘பிருஹத் கதா’ எனும் பிராகிருத கதைக்களஞ்சியமாகிய நூலை சோமதேவர் வடமொழியாக்கம் செய்தார். தமிழில் ஒன்பதாம் நூற்றாண்டில் கொங்குவேளிர் அதனைப் பெருங்கதை எனத் தமிழாக்கியுள்ளார். எட்டு, ஒன்பதாம் நூற்றாண்டுகளில் நாயன்மாரும் ஆழ்வார்களும் வடமொழியையும் போற்றிப் புகழ்ந்து இறைவனைப் பாடியுள்ளனர். தேவாரம், திருவாசகம், திருமந்திரம், நாலாயிர திவ்விய பிரபந்தக் காலத்தில் சைவ வைணவ மதங்கள் வடமொழியை மிகவும் பயன்படுத்தியது யாவரும் அறிந்ததே. ஒன்பதாம் நூற்றாண்டைச் சேர்ந்த சேரமான் பெருமாள் தாம் இயற்றிய பொன்வண்ணத்தந்தாதியில் காதா சப்தசதி 2–53ஆம் காதையை 58ஆம் பாடலில் தமிழாக்கியமைத்துள்ளார். சங்ககாலத்து ஔவையார் பாடலான புறநானூற்று 187ஆம் பாடல்

நாடாகொன்றோ, காடாகொன்றோ
அவலாகொன்றோ, மிசையாகொன்றோ
எவ்வழி நல்லவர் ஆடவர்.
அவ்வழி நல்லை வாழிய நிலனே என்பது.

இப்பாடல் புத்தரின் உபதேசங்களாகிய தம்மபதத்தின் அரஹந்த வர்க்கத்தில் உள்ள 9ஆம் பாடலாகிய (தம்மபதம் 98)

காமே வாயதி வாரஞ்ஞே
நின்னே வாயதி வாதலே
யத் தாரஹந்தோ ஹிஹரந்தி
தங் பூமிங் ராமணேய்யகங

என்றதன் நேரடி மொழியாக்கமாகவே புலப்படுகிறது. இதுகுறித்து ஆங்கிலத்தில் தெ.பொ. மீ. அவர்கள் குறிப்பிட்டுள்ளார்கள். அந்த ஆங்கிலக் கட்டுரையை நான் பார்க்கவில்லை. நான் தம்மபதம் படிக்கும்போது எனக்குப் புலப்பட்டது. நான் தமிழில் வெளியிட்டுள்ளேன். இது சங்ககால அவ்வையார் தம்மபதம் கற்றிருந்தார் என்பதைப் புலப்படுத்துகிறது. முற்கால இலக்கியங்களில் இந்த நூலிலிருந்து தழுவி எழுதினேன் என்று குறிப்பிட மாட்டார்கள்; குறிப்பிடவும் இயலாது. இதனால் சங்ககாலத்திலேயே சமஸ்கிருத, பிராகிருத பயிற்சியிருந்தது மெய்ப்பிக்கப்படுகிறது. பதினேழாம் நூற்றாண்டைச் சேர்ந்த அருணகிரியார் திருப்புகழ் புகழ்பெற்ற சந்தக் கவியின்பம் பயக்கும் நூலாகும். அவர் தமிழில் வடசொற்கள் மிகுதியும் கலந்த நடையை பயன்படுத்தினார். சந்த நயத்துக்காக மட்டுமன்றி அக்காலத் தமிழ்நடையே அவ்வளவு வடமொழிக் கலப்போடு தான் இருந்தது. அவர் தமது கந்தரலங்காரம் எனும் நூலில் 18ஆம் பாடலில் காதா சப்தசதி 2–36 பாடலைத் தமிழ்வடிவில் தந்துள்ளார். 'வெய்யிற் கதிர் வடிவேல்' என்று தொடங்கும் பாடல் அது.

காதா சப்தசதி ஏட்டுப்பிரதிகள் தஞ்சை சரஸ்வதி மகாலில் மூன்றுள்ளன. தமிழராகிய அப்பைய தீட்சிதர் பிராகிருத மணிதீபம் என்று பிராகிருத மொழிஇலக்கண நூல் படைத்துள்ளார். வேதாந்த தேசிகர்கூட பிராகிருதத்தில் ஒரு சதகம் இயற்றியுள்ளார்.

முன்னைய தமிழ்க்கவிஞர்கள் சமஸ்கிருதம் மட்டுமன்றி பிராகிருதத்திலும் படைப்புக்கள் நல்கினர். தஞ்சை நாயக்க மன்னர்கள் காலத்தில் எட்டு மொழியில் கவிபுனைந்த பெண்பாற் கவிஞர்கள் ரங்காஜம்ம, ராமபத்ராம்பா, மதுவர்ணி முதலியவர்கள். ரகுநாத நாயக்கர் (1614–1633) விஜய ராகவ நாயக்கர் (1633–1673) காலத்தில் மிகச் சிறந்த நாடகங்கள், கானங்கள், காவியங்கள் வடமொழியிலும் தெலுங்கிலும் படைத்தனர். கன்னட முதற் கவிஞர்களான பம்பப, ரன்ன, பொன்ன முதலியவர்கள் மகாபாரத பாத்திரங்களைக் கதாநாயகர்களாகக் கொண்டும், சமண தீர்த்தங்கரர்கள் வரலாற்றைக் கொண்டுமே காவியங்கள் படைத்தனர். மணிப்பிரவாள காவியம் கேரளத்திலுள்ளது. பதினான்காம் நூற்றாண்டைச் சேர்ந்த 'லீலா திலகம்' என்ற மணிப்பிரவாள இலக்கணநூல், நூலாசிரியர் தமிழ், சமஸ்கிருதம்,

பிராகிருதம், கன்னடம், தெலுங்கு மொழிகளில் இலக்கிய, இலக்கண புலமையுடையவர் என்பதைத் தெளிவாக்குகிறது.

உலகப் புகழ் பெற்ற பாசனின் நாடகங்கள் வடமொழி யிலிருந்தாலும் வடநாட்டில் கிடைக்கவில்லை என்பதும், திருவனந்தபுரம் ராஜா நூலகத்தில் பாதுகாக்கப்பட்ட அவற்றைக் கணபதி சாஸ்திரிகள் 1912இல் முதன் முதலில் வெளியிட்டார் என்பதும் இலக்கிய உலகமறிந்தனவே. பாசன் வடநாட்டில் தோன்றிய கவிஞன். அவன் படைப்புகளோ திருவனந்தபுரத்தில் கிடைத்தமை உலகறிந்தது. இதுவே, நமது நாட்டு ஒருமைப் பாட்டுக்கு வடமொழி அடித்தளமாக அமைந்ததை விளக்குகின்றது.

தொன்னெடுங்காலமாகவே வடமொழியும் தமிழும் இணைந்தே பாரதப் பண்பாட்டை உருவாக்கியதை மொழி வரலாறும் இலக்கிய வரலாறும் ஆண்ட கால வரலாறும் தெளிவாக்குகின்றன. அந்த மரபில் வந்ததே இன்றைய தமிழக வரலாறும் ஆகும். மகமதிய மன்னர்கள் ஆட்சியும், ஆங்கிலேயர் ஆட்சியும் கடந்த காலத்தில் நடந்தபோதும் வடமொழி வளமுடன்தான் திகழ்ந்தமை போன்றே சுதந்திரம் பெற்ற பிறகும் நம் நாடு தன் தொன்மையான இலக்கியங்களையும், கலை களையும் மீண்டும் பொலிவுறுமாறு பாதுகாத்துவருவது கடனென உணர்ந்தே உள்ளது. ஆதலின் பல்கலைக்கழகங்களும், தனியார் இலக்கிய அமைப்புக்களும், அறக்கட்டளை நிறுவனங்களும் மேன்மேலும் வடமொழி, தென்மொழிகளின் உறவுக்கும் வளத்துக்கும் பாடுபடவேண்டிய கடப்பாடுண்டு. தற்காலிக அரசியலைவிடத் தொன்மையான வரலாற்று ஆவணங்களாகத் திகழும் இலக்கிய உறவுகள் மேலானவை. இன்றைய நடைமுறை வாழ்க்கைக்கு இன்றியமையாத விஞ்ஞான வளர்ச்சியும், கணிப்பொறி யுகத்தின் மாற்றங்களும் வரவேற்க வேண்டியவேயாம். அதேசமயம் நம் தொன்மையான பண்பாட்டு உறவுகளையும் மறக்காமல் வளப்படுத்த வேண்டும். அதற்கு நமது தொன்மையான வரலாற்றின் பதிவுகளான வடமொழி, தமிழ் இலக்கியங்களின் பயிற்சி பல்கலைக்கழக மட்டத்திலேயே நின்றுவிடாமல் எல்லோருக்கும் உணர்த்தப்பட வேண்டும்.

9

ஆய்வியற்போக்கில் தமிழும் வடமொழியும்

ஜெ. அரங்கராஜ்

பண்டு இந்தியத் துணைக் கண்டத்தில் திசைச் சொற்களால் சுட்டப்படும் மொழிகள் தமிழும் வடமொழியுமாம். இவற்றில் தமிழ் தென்மொழி என்று வழங்குதல் யாவரும் அறிந்ததே. ஆயின் இங்கு வடமொழி என்பது ஒரு மொழியினை மாத்திரம் சுட்டுவதாக அமையாது. காலச் சூழலுக்கேற்ப பிராகிருதம், பாளி, சமஸ்கிருதம் முதலாய வடபுலத்திலே உலகவழக்கிலும் நூல்வழக்கிலும் வழங்கிய மொழிகள் யாவற்றையும் சுட்டுவதாக அமைகின்றது. அவ்வகையில் திசை நிலையில், சமயப் பண்பாட்டு நிலையில் தொடர்புடையனவாகத் தென்மொழியும் வடமொழிகளும் அமைவனவாகின்றன.

வரலாற்றுப் போக்கில் பல்வேறு காரணங்களின் பொருட்டு இம்மொழிகளின்மீது பல்வகைப்பட்ட புனைவுகள் உருவாக்கப்படுகின்றமையினைக் காணலாம். சான்றாக தேவமொழியாகிய சமஸ்கிருதமே இந்திய மொழிகளுக்கெல்லாம் தாய். வடமொழி பிறமொழிக்குச் சொற்களைக் கொடுக்கும், ஆனால் கொள்ளாது. வடமொழிக்கும் தென்மொழிக்கும் இலக்கணம் ஒன்றே என்பன போன்றவற்றினைக் குறிப்பிடலாம். இப்புனைவுகள் உடைபடும் காலக்கட்டத்திலெல்லாம் அதனை யொட்டிய புதிய வகைப் புனைவுகள் ஏற்படுத்தப்

பட்டுவிடும். இவ்வாறான நிகழ்வுகள் சிலவற்றினை இவ்வாய்வில் நோக்கலாம்.

இரண்டாயிரத்து நான்காம் ஆண்டிற்கு முன்புவரை இந்தியத் துணைக்கண்ட அறிஞர்களிடம் ஆழமாகப் பதிந்திருந்த ஒரு கருத்து யாதெனில் கி.மு மூன்றாம் நூற்றாண்டில் எழுதப் பட்டதாக அறியப்படும் அசோக பிராமிக் கல்வெட்டே மிகப் பழைய எழுத்து வடிவம் என்றும், அப்பழைமையான கல்வெட்டெழுத்திற்கு முற்பட்ட எழுத்து வடிவங்கள் இந்தியப் பெருநிலப்பரப்பில் எங்கேனும் காணக் கிட்டிட்டில்லாமையால் அப்பிராக்கிருத பிராமி எழுத்துமுறையிலிருந்தே எழுத்து முறையானது தென்னகத்திற்குப் பரவித் தமிழர்களுக்கு எழுத்தறிவினைக் கொடுத்தது என்பதான கருத்தியலே வலுப்பெற்றிருந்தது. மாங்குளம் கல்வெட்டே தமிழகத்தில் கிடைத்த பழமையான கல்வெட்டு, அதன் காலம் அசோக பிராமிக்குப் பிற்பட்ட கி.பி 2ஆம் நூற்றாண்டு என வரையறுக்கப்பட்ட சூழலில், 1980களில் கா. இந்திரபாலா, செ. கிருஷ்ணராஜா[1] போன்ற தொல்லியல் அறிஞர்கள் இலங்கையில் கண்டு பிடிக்கப்பட்ட ஆனைக்கோட்டை எழுத்து முத்திரையைக்கூடப் பொருட்படுத்தியதாக தெரியவில்லை. கொடுமணல் பானையோட்டு எழுத்துக்களையும் கண்டுகொள்ளவில்லை. க. கைலாசபதி[2] போன்ற அறிஞர்கள் கூடக் குறுந்தொகை முதலான பழந்தமிழ் இலக்கியங்களில் குறிப்பிடப்பட்டுள்ள நடுகல் எழுத்துக்கள் தொடர்பான செய்திகளைப் பகடிக்குள்ளாக்கினர். பொதுவில் தமிழ் எழுத்துக்கள் வடபுலத்திருந்தே தமிழகத்திற்கு வந்தன என்ற கருத்திலேயே ஐராவதம் மகாதேவன்[3] வரையிலான அனைவரும் உறுதியாக நின்றனர். இந்நிலையில் தஞ்சைத் தமிழ்ப் பல்கலைத் தொல்லியல், கல்வெட்டியல் துறையினரால் 2005ஆம் ஆண்டு தாண்டிக்குடியிலும், புலிமான்கோம்பையிலும் கண்டுபிடிக்கப்பட்ட நடுகல் கல்வெட்டுக்கள்[4] இதுவரை காலமும் தமிழ் எழுத்துக்களின் காலம் குறித்தும் தோற்றிடம் குறித்தும் பேரறிஞர்கள் பதித்த கருத்தியலை உடைப்பதாக அமைந்தன. எத்துணைதான் முயன்றும் கி.மு 4ஆம் நூற்றாண்டிற்குப்

---

1. Krishnarajah, S PhD Theses Title - "Evolution of Material Culture in the Jaffna Peninsula based on Archaeological and Epigraphical Evidence up to 1796 A. D.", University of Jaffna.
2. கைலாசபதி, க வீரநிலைக் கவிதைகள், முதலாம் பதிப்பு, குமரன் புத்தக இல்லம், கொழும்பு – சென்னை, ஜூலை – 2006
3. Early Tamil Epigraphy from the Earliest Times to the Sixth Century, Iravatham Mahadevan, Harvard University Press, 2003.
4. இராஜன், க. புலிமான்கோம்பை நடுகற்கள், ஆவணம், இதழ் – 17, தஞ்சாவூர் 2006, பக். 1–5

பின்னரான அசோக பிராமிக்குக் கீழான கால எல்லைக்கு அக்கல்வெட்டைத் தள்ளுதல் இயலாததாகிவிட்டது. இந்நிலையில் கீழடியில் நடைபெற்ற அகழாய்வின்வழி அங்குக் கிடைத்த பானையோட்டுத் தமிழ் எழுத்துக்களின் காலம் அசோக பிராமிக்குப் பல நூற்றாண்டுகள் முன் செல்வதனால் தமிழில் தான் முதலில் எழுத்து வடிவம் தோன்றிற்று என்ற கருத்தியலைத் தமிழ் அறிஞர் உலகம் ஏற்றுக்கொள்ள வேண்டியதாயிற்று. தமிழ் மொழியியல் அறிஞர்களில் சிலர் மென்மேலும் ஆய்வதன்வழித் தமிழில் எழுத்துக்கள் வேண்டுமானால் முன்தோன்றியிருக்கலாம். ஆனால் தமிழ் நெடுங்கணக்கு வரிசை வடமொழியைப் பார்த்து அமைத்துக் கொள்ளப்பட்டதாக இருக்க ஊகிக்கலாம் எனத் தங்களது யூகத்தின் அடிப்படையில் எழுதுகிறார்கள்.[5] பொதுவாகவே தமிழ் இலக்கிய அறிஞர்களைத் தமிழ்மொழியியல் அறிஞர்கள் மதிப்பதில்லை என்ற ஒரு கூற்று தமிழாய்வுலகில் உண்டு. இதற்கான காரணங்களாகக் கூறப்படுவது இலக்கியத்துறை சார்ந்தவர்கள் சான்றுகளற்ற, கற்பனைக்கும் ஊகங்களுக்கும் முதன்மை கொடுத்துத் தங்களது ஆய்வினை மேற்கொள்வார்கள் என்பதேயாம். ஆனால் ஏது காரணம் பற்றியோ இலக்கியவாளர்களின் தொழிலை மொழியியலாளர்களும் கைப்பற்றி ஊகங்களின் அடிப்படையில் ஆய்வெழுதலாயினர். இதனைப் பல்வேறு நிலைகளில் நோக்கலாம்.

> அன்றியும் ஐந்தெழுத்தாலொரு பாடையென்(று)
> அறையவே நாணுவர் அறிவுடையோரே

என்ற தேசிகரின் நூற்பாவடிகளால் வடமொழியில் இல்லாத, தமிழுக்கு மட்டுமே உரியதான ஐந்தெழுத்துக்கள் மாத்திரமே தமிழுக்குரியதென்றும் மற்றெல்லாம் வடமொழியில் இருந்து தமிழ்க் கடன்கொண்டதென்றக் கருத்தியலை ஒத்தாகவே இக்கால மொழியியல் அறிஞர்களின் கருத்தும் அமைகின்றது. தமிழ் நெடுங்கணக்கில் வடமொழியில் இல்லாத தமிழுக்கே உரிய ஐந்தெழுத்தும் பின் வைக்கப்பட்டுள்ளமையால் தமிழ் வடமொழியினைப் பார்த்து நெடுங்கணக்கினை அமைத்துக் கொண்டது என்பது அவர்களது கருத்தாகும் அல்லாமலும் வல்லினம், மெல்லினம், இடையினம் என்ற தமிழ்மரபு வகைப்பாட்டில் தமிழ்நெடுங்கணக்கு இல்லையென்பதால் மேற்கண்ட கருத்தியலைக் கைக்கொள்ளலாம் என்கின்றனர், இது எவ்வகையில் ஏற்புடையதாகும்?

- ஒரு மொழியின் நெடுங்கணக்கின் தேவை அம்மொழியினைப் பயிலும் குழந்தைகள் எளிதில் மனப்பாடம் செய்தலினையே முதன்மை நோக்கமாக

5. சண்முகம், செ.வை. காலச்சுவடு இதழ், ஜனவரி 2020, பக். 136–137.

கொண்டு அமைக்கப்படும். எளியதில் இருந்து வலியதை நோக்கிய கல்வி முறையே சிறந்ததாக அமையும்.

- உயிர் எழுத்துக்களைக் குறில் நெடில் வகைப்பாட்டிலும் மெய் எழுத்துக்களை மெல்லினம் இடையினம் வல்லினம் என்ற வகைப்பாட்டிலும் அமைத்து நெடுங்கணக்கினை உருவாக்கினால் எப்படி ஏற்புடையதாகும். ஒலி ஏற்ற இறக்கமற்ற நிலையில் மனப்பாடமென்பது கடினமாகிவிடும்.

நினைவாற்றலை அடிப்படையாகக் கொண்ட ஒலி அமைவிற்கு முதன்மை கொடுத்தே தமிழ்நெடுங்கணக்கு அமைந்துள்ளதெனலாம். நினைவாற்றலோடு தொடர்புடைய எழுத்துக்களையும் அடையாளப்படுத்தும் அடிப்படையிலான கூறுகளும் தமிழ் நெடுங்கணக்கில் உண்டு. சான்றாக, 'ண' கரத்தை ஒட்டியே 'ட'கரம் வரும். 'ந' கரம் 'த' கரத்தை ஒட்டியே வரும் 'ன' கரம் 'ற' கரத்தை ஒட்டியே வரும். இவ்வாறாகப் பல அடிப்படை அமைதிகளோடு தமக்கே உரிய இயல்பிலேயே தமிழ்நெடுங்கணக்கு வளர்ந்துள்ளது.

அகரமுதல னகர விறுவாய் முப்பஃதென்ப
சார்ந்துவரன் மரபின் மூன்றலங் கடையே

என்னும் தொல்காப்பிய முதற்சூத்திரத்தின் 'என்ப' என்ற சொல்லின்வழியும் இறுதி அடியிலுள்ள 'மரபு' எனும் சொல்லின்வழியும் தொல்காப்பியர் குறிப்பிடுவது அவரது காலத்திற்கு நெடுங்காலத்திற்கு முன்பிருந்தே தமிழ்நெடுங்கணக்கு மாற்றமில்லாமல் வழங்குதலினை அறியலாம். தொல்காப்பிய காலத்திலே வடமொழியில் எவ்வித சிறந்த இலக்கண நூலும் தோன்றாத நிலையில் வடமொழி நெடுங்கணக்கைப் பார்த்துத் தமிழ் நெடுங்கணக்கை அமைத்துக்கொண்டது என்பது எவ்வகையில் ஏற்புடையதாக அமையும்? தமிழ்நெடுங்கணக்கிற்கு முன்பிருந்த பிறமொழி எழுத்து வடிவத்தினையும், நெடுங்கணக்கையும் இவர்கள் ஏன் சான்று காட்டவில்லை? வடமொழி நெடுங்கணக்கைக் கொண்டுதான் தமிழ் தனது நெடுங்கணக்கை உருவாக்க வேண்டும் என்ற நிலையிலிருந்தால் கன்னட, தெலுங்கு மொழிகளைப் போல் வர்க்க எழுத்து முறைமையையும் அல்லவா தமது நெடுங்கணக்கில் இணைத்திருக்க வேண்டும். அவ்வாறு இணைக்க அனுமதிக்காததின் வழித் தமிழ் தன்னியல்பான மரபிலேயே நெடுங்கணக்கை அமைத்தது தெளிவாகும்.

ஏகாரத்தை அடுத்து 'ஐ' காரம் அமைந்துள்ளதால், தமிழ் உயிரெழுத்து வரிசைமுறை வடமொழியைப் பார்த்து

அமைத்துக்கொண்டதாக செ.வை. சண்முகம் குறிப்பிடுகிறார். அவ்வாறெனில் வடமொழி நெடுங்கணக்கு எப்படித் தோன்றியது என்று விளக்குதல் வேண்டும். வடமொழி எந்த மொழியைப் பார்த்து நெடுங்கணக்கை உருவாக்கியது அல்லது தான்தோன்றியாகத் தோன்றியனவா என்பனவற்றையும் விளக்குதல் வேண்டும். தமிழ் ஐகாரத்தை மாத்திரம் வடமொழி நெடுங்கணக்கில் இருந்து பெற்றுக்கொண்டதாகக் கூறி அதனால் உயிரெழுத்து வரிசைமுறையே வடமொழித் தாக்கத்தால் ஏற்பட்டதென்பது எவ்வகையில் ஏற்புடையதாகும்?

அவ்வாறெனில் 'அ' முதல் 'ஏ' வரையிலான நெடுங்கணக்கினை எப்படி உருவாக்கினார்கள் என்பதினையும் விளக்குதல் இன்றியமையாதது. வடமொழி இந்தோ-ஐரோப்பிய மொழியானபடியால் அம்மொழியின் நெடுங்கணக்கில் கிரேக்க மொழியின் தாக்கம் முதலியனவும் விளக்கப்படவேண்டியதே. இவ்வாறான காரண காரிய ஆராய்ச்சிகள் இதுவரை செய்யப்பட்டதாக அறியமுடியவில்லை. அவ்வாறிருக்க, மயக்கமான எழுத்து மரபினையுடைய வடமொழியிலிருந்து தமிழ் நெடுங்கணக்கு வரிசைமுறை பெறப்பட்டதென்பது எவ்வகையில் ஏற்புடையதாகும்?

யாப்பின் பொருட்டு தமிழில் தோன்றிய உயிர் வடிவங்களாகவே 'ஐ' கார, 'ஔ' காரத்தைக் கொள்ளுதல் பொருத்தமானதாகும்.

அத்தோடு தொல்காப்பியத்திற்குப் பனம்பாரனார் செய்த சிறப்புப்பாயிர அடிகள் தொல்காப்பியத்தினை விளக்கிக்கொள்வதற்கு இன்றியமையாதது ஆகும், ஏனில் பனம்பாரனார் தொல்காப்பியத்தின் சமகாலத்தவர். இதனை அவரது பனம்பாரனார் எனும் பெயரும், யாப்பருங்கலவிருத்தி உரையாசிரியரின் மேற்கோள் வரிசை வைப்புமுறையும் உறுதி செய்யும். சமகாலத்தவரான பனம்பாரனார் "மயங்கா மரபின் எழுத்துமுறை காட்டி" என குறிப்பிடுதலின்வழி மயங்குகின்ற எழுத்துமுறையும் உண்டு என்பதும் அது தமிழ் மரபல்ல வென்பதும், மயங்காத மரபே தமிழ்மரபு என்பதனையும் உணரலாம். 'முறை' எனும் சொல் பழந்தமிழ் இலக்கியங்களில் அறம், வழிவழியாக வரும் ஒழுங்கு, விதி எனும் பொருண்மைகளில் ஆளப்பட்டுள்ளமையை

"ஆள்வினைமருங்கிற் பிரியாள் நாளும்
உறன்முறை மரபிற் கூற்றத்"

எனும் குறுந்தொகை (267) அடிகளாலும்,

"வஞ்சிமூதூர் மணிமண்டபத்திடை தந்தையோடிருந்துழி அரசுவீற்றிருக்குத் திருப்பொறியுண்டென்று ஒரு நிமித்திகன் சொல்ல முன்னோனாகிய செங்குட்டவனிருப்ப இவ்வாறு முறை பிறழக் கூறியது பொறாது"

எனும் சிலப்பதிகார அரும்பத உரையாசிரியரின் அடிகளாலும் அறியலாம்.

இதன்வழி மயங்காமரபினெழுத்துமுறைகாட்டி என்பது மயக்கமற்றுப் பண்டு தொட்டு மரபாகவரும் தமிழ் எழுத்துக்களின் முறையினை (விதியினை) காட்டுதல் (வெளிப்படுத்துதல்) என்பதாகப் பொருள்படும். வடமொழி நெடுங்கணக்கும், நெடுங்கணக்கில் உள்ள எழுத்துக்களின் அமைப்புமுறையும் ஏன், எழுத்துக்களின் ஒலிப்புகள் கூட மயக்கம் தருவனவாகவே உள்ளமையைக் காணலாம். தமிழ் எழுத்துக்களோ நெடுங்கணக்கு முறைகளோ மயக்கம் தருவனவாகா, மயங்கா மரபில் வந்தவை. இதனையே சிறப்புப்பாயிர அடிகள் குறிக்கின்றன. பாவலரேறு ச. பாலசுந்தரனார் ஒருவரே அவ்வடிகளை நன்குணர்ந்த உரையாசிரியராகிறார். அவர் வடமொழி எழுத்து மரபின் மயக்க நிலை குறித்துக் கூறுகின்றமையைப் பின்வருமாறு காணலாம்.

''மயங்காமரபின் எழுத்துமுறை காட்டி என்றது ஆரியமொழியுள் காணப்பெறும் உயிர்மெய்யை உயிராகக் கொடல், ஏ, ஐ, ஓ, ஔ இவற்றை சந்தியக்கரமாகவும் தீர்க்ககரமாகவும் கொடல், சார்பொலியாக நிற்கும் அநுஸ்வரத்தையும்(அம்) விசர்க்கத்தையும்(அஃ) உயிரெழுத்தாக எண்ணிக் கொடல், சார்பொலியாகிய ஊஷ்மானங்களை வியஞ்சனங்களாகக் கொடல், அளபெடையை எழுத்தாக எண்ணிக் கொடல், ஆகிய மயக்கங்களைப் போலன்றி மயங்காமல் மரபொடு கூடிய உயிரும் மெய்யும் சார்புமாகிய எழுத்துக்களையும் அவற்றின் இயல்புகளையும் சுட்டி உயிர்ப்பொலியின் ஏழு இசைகளையும் நெடிலாகக் கொண்ட தமிழ் மரபின் நுண்மையைப் பிழைபடாமல் நூன்மரபில் சுட்டி ஐகாரமும் ஔகாரமும் மொழியினுள் அஇ, அய், அஉ எனச் செய்யுட்கள் போலியாக அமையும் நிலையினை மொழிமரபிற் சுட்டி, வேறுவேறு இயலவாய் வரும் பிறப்பிலக்கணத்தையும், தனித்துவரல் மரபினவாகிய உயிர்மெய்களின் பிறப்பிடத்தை சார்ந்தே சார்பெழுத்துக்கள் பிறந்து வருதலையும் அவற்றின் புணர்ச்சியிலக்கணத்தையும் நிரல்பட அமைத்துப் புணருதற்கண் எழுத்தும் மாத்திரையும் பிரித்துணரப்படும் நெறியினையும் தெளிவாகக் காட்டி

என்றவாறு (மரபின் எழுத்து என்றது மூன்றான உருபும் பயனும் உடன் தொக்க தொகை)"

என்ற பேராசிரியர் பாவலரேறு அவர்களின் உரைவழி தொல்காப்பியம் வடமொழியால் தமிழ் நெடுங்கணக்கிற்கும் எழுத்திலக்கணத்திற்கும் ஏற்படவிருத்த மயக்கத்தை தடுத்து இலக்கணம் செய்தமையாலேயே பனம்பாரனார் மயங்காமரபின் எழுத்துமுறை காட்டி எனும் அடிகளைப் பாயிரத்தில் பயன்படுத்தினார் எனலாம்.

இளம்பூரணர் முதலாக சிவஞான முனிவர் ஈராக உள்ள உரையாசிரியர் யாவரும் இம்மெய்ம்மையை விளக்கினார்களில்லை. பாரத கண்டத்திலுள்ள பல மொழிகளினையும் இணைத்து உருவாக்கப்பட்டதே வடமொழியாகிய சமஸ்கிருதம். அம்மொழியின் உருவாக்கத்திலும் அதன் இலக்கிய வளர்ச்சியிலும் தமிழின் பங்கு மிகப் பெரியது எனும் கருத்தியலை உடையவர் பாவலரேறு ச. பாலசுந்தரம்

"வடசொற் கிளவி வட வெழுத் தொரீஇ
எழுத்தொடு புணர்ந்த சொல்லாகுமே"

எனும் சூத்திரத்திற்கு அவர் பொருளுரைகின்றபோது, வடசொல் என்பது தமிழிலிருந்து வடமொழிக்கு போன சொற்கள் என்றும், அச்சொற்களைத் தமிழிற் கையாளும்போது வடமொழி ஓசையை நீக்கி அதன் தமிழோசையோடேயே கையாள வேண்டும் எனக் கூறுகின்றமையை,

"அம்முறையான் சமஸ்கிருதம் எனும் வடமொழியிற் கலந்துள்ள பழந்தமிழ் சொற்கள் தமிழுக்கு தாய உரிமையுடையனவாயின. அவை சமஸ்கிருத மொழிக்குரிய ஓசை ஒலிகளோடு நிற்பின் தமிழ் செய்யுற்குரிய பல ஓசையும் புணர்ச்சி விதிகளும் இயைவாகாவாயின், அவற்றைத் தமிழ் இலக்கணநெறிக்கு ஏற்பத் தமிழறிஞர் செப்பஞ்செய்து கொள்வாராயின் அவை தமிழினின்றும் சென்று மீண்டவை என்பது விளங்க அதனைத் தமிழின் சொல்வகையுள் ஒன்றாகக்கொண்டனர். 'வடசொற்கிழவிவடவெழுத்தொரீஇ எழுத்தொடு புணர்ந்த சொல்லாக்குமே' என்பார் தொல்காப்பியர்"

என்றவாறு கூறிச் செல்கின்றார்.

தமிழ் ஆய்வுலகத்தைப் பொறுத்தவரை ஒரு நுட்பமான நிகழ்வினைக் காலந்தோறும் கவனிக்கவேண்டியதாகின்றது. அது யாதெனில் வடமொழி, தமிழ் இலக்கியங்களின் காலம் தொடர்பான எத்தனையோ ஆய்வுகள் நடைபெற்றுப் பலமுடிவுகள்

எட்டப்பட்டபோதும், ஒரு குறிப்பிட்ட கால இடைவெளியில் பழைய ஆய்வுகள் மறக்கப்பட்டதான சூழலில் மீண்டும் வடமொழி மேலாண்மை தொடர்பானதொரு கருத்தியல் ஆய்வுவெளியில் புதியது போல மினுக்கிக் காட்டப்படுவதே அதுவாம்.

மேற்போக்கான நிலையில் காணுகின்றபோது எழுத்துக்கள் முதலில் தோன்றியது தமிழில்தான் என்கின்றார்களே![6] தமிழ், நெடுங்கணக்கின் வரிசைமுறையைத் தானே வடமொழியைப் பார்த்து அமைத்துக்கொண்டதாக கூறுகிறார்கள். இதனால் தமிழுக்கு என்ன இழுக்கு ஏற்பட்டுவிடப் போகின்றது என எண்ணத்தோன்றும். ஆனால் இக்கருத்தியல் அத்தனை எளிதாக விடக்கூடியதன்று. ஆழமாக நோக்குகின்றபோது தமிழ் இலக்கணப்போக்கையே வடமொழியை நோக்கித் தள்ளக்கூடியதாகவே அமையும். ஆதலால் இவை போன்ற கருத்தியல்களில் ஆய்வாளர்கள் மிகத் தெளிவாக விளங்கிக் கொள்ளுதல் என்பது இன்றியமையாதது.

தமிழ் நெடுங்கணக்கு அடிப்படை மக்கள் மொழியாகவும் வாணிகர்களின் மொழியாகவும் தொல்காப்பியக் காலத்திற்கு முன்பே பரவலாக்கம் பெற்றுவிட்டது என்பதற்கான சான்றுகளின் ஒன்றுதான் அண்மையில் கொடுமணல் பானை ஓட்டுப் பொறிப்புகளில் கண்டுபிடிக்கப்பட்ட குறில், நெடில் வேறுபாட்டுக் குறியீடுகளாம். மக்களால் பெரிதும் பயன்படுத்தப்பட்ட, பெண்களாலும் பெரிதும் பயன்படுத்தப்பட்டதுமான ஒரு நெடுங்கணக்கை வடமொழி அமைப்பினை ஒட்டி மாற்றிக் கொள்ளுதல் என்பது அத்துணை எளிதானதல்ல. கி.மு. 3ஆம் நூற்றாண்டைச் சேர்ந்த சமவயங்கத்த என்ற பிராகிருத சமண நூலில் சுட்டப்படும் 18 வகை எழுத்துக்களில் தமிழியும் ஒன்று. தமிழிடமிருந்தே பிராகிருதம் வரிவடிவத்தினைப் பெற்றதற்கான வாய்ப்புண்டு. இன்றைய தொல்லியற் சான்றுகளின்படி வரி வடிவம் இலங்கையிலிருந்தே வடக்கு நோக்கி நகர்ந்ததெனலாம். அவ்வாறான நகர்விலேயே பிராகிருதமும் வரிவடிவத்தினைப் பெற்றது. தமிழகத்தில் வட்டெழுத்துமுறை வழக்கிற்குவந்த பின்பும் தமிழி எழுத்தானது ஈழத்தில் சில நூற்றாண்டுகள் தொடர்ந்து வழக்கில் இருந்ததாக சி.பத்மநாதன் குறிப்பிடுவார்.

சமஸ்கிருத எழுத்துச் சான்று கி.பி இரண்டாம் நூற்றாண்டிலேயே கிட்டுவதாகின்றது. தமிழகத்தில் சமஸ்கிருதத்தினை எழுதுவற்குப் பல்லவர் காலத்தில் தனித்த வரிவடித்தினையும் நெடுங்கணக்கினையும் பயன்படுத்தினார்களே அல்லாமல் தெலுங்கு, கன்னடம் போல் தமிழ் தனது சொந்த

6. சண்முகம், செ.வை. காலச்சுவடு இதழ், ஜனவரி 2020, பக். 136–137

எழுத்தைப் பயன்படுத்தவில்லை. இலங்கையில் இன்றுவரை பாளி மொழியினை எழுதுவதற்குச் சிங்கள நெடுங்கணக்கே பயன்பாட்டில் உள்ளது.

மேலைநாட்டு அறிஞரான ஜார்ஜ் ஹார்ட் Negatiations with the Past: Classical Tamil in contemporary Tamil என்னும் நூலின் முன்னுரையில் தமிழ் நெடுங்கணக்குமுறையே இந்திய நெடுங்கணக்கு முறையாக உள்ளது எனும் அவரது கருத்தைக் கூறும் சோ. சதிஸ் தனது நூலில் ஜார்ஜ் ஹார்ட்டின் கூற்றையும் பின்வருமாறு மேற்கோள் காட்டிச் செல்கிறார். It has become common for Tamils to sea their heritage as going back to the great Tamil classical Tradition begun in sangam times this is natural. As ancient Tamil Literatute is one of the major feature that gives Tamil its identity. This is reflected in many ways the Tamil alphabet for example, is the only Indian alphabet that cannot represent all the Sanskrit phomemes, and this is because it was developed at a time before Sanskrit became an indis pensable model for South Asian Language.[7] இதன்வழி வடமொழி இந்த நெடுங்கணக்கைத் தமிழிடமிருந்தே பெற்று வளர்த்துக் கொண்டாளப்பட்டதென்கிறார். ஆய்வுகள் மென்மேலும் வளரும் போக்கில் தென்கிழக்காசிய மொழிகளிற்கும் தமிழே நெடுங்கணக்கை வழங்கியது எனும் மெய்மை வெளிப்படும் அதற்கான சான்றுகளும் உண்டு.

தமிழ் தனது நெடுங்கணக்கைத் தனித்தன்மையுடன் பேணியமையைப் பல்வேறு சான்றுகளின்வழி அறியலாம். இதன்வழி தமிழ் வரிவடிவத்தினைப் பிராகிருதம் முதலான வடமொழிகள் கைக்கொண்டதுபோல் தமிழ் நெடுங்கணக்கையும் கைக்கொண்டன எனலாம். எஸ். வையாபுரிப் பிள்ளை முதல் செ.வை.சண்முகம் வரை எவ்வகைச் சான்றும் காட்டாமல் போகிற போக்கில் வடமொழிக்கு சார்பாக ஏதேனும் ஒன்றைச் சொல்லிவிட்டுச் செல்ல, தமிழறிஞர்கள் மெனக்கெட்டு ஆராய்ந்து சான்றுகளைத் தமிழுக்காகக் காட்ட வேண்டிய சூழ்நிலையே யுள்ளது. இன்றைய நிலையில் தமிழ் நெடுங்கணக்கு வடமொழி நெடுங்கணக்கைப் பார்த்து அமைத்துக்கொண்டது எனும் கருத்தியல் கதைப்புகள், அரசியல் தன்மை பெற்றதாகவே நோக்கப்படும் ஏனில் தமிழ்நெடுங் கணக்கை மாற்றி இந்தியத் துணைக்கண்டம் முழுமைக்குமான ஒரு பொது நெடுங்கணக்கை உருவாக்க வேண்டும் அல்லது நாகரி எழுத்தையே இந்தியா முழுமைக்குமான ஒரு பொது நெடுங்கணக்காகப் பயன்பாட்டிற்குக் கொண்டுவரவேண்டும் எனும் ஒரு முயற்சி தொடர்ந்து நடைபெறுவதினை அறியலாம். காந்தியடிகள் போன்ற வடபுலப்

---

7. Negotiations with the past : classical Tamil in contemporary Tamil, Kannan M. and Carlos Mena, Institut Francais de Pondichery, 2006.

பெருமக்களும் இம்முயற்சியில் உறுதிப்பட நின்றமையினை பின்வருமாறு அறியலாம்.

"1937 மார்ச் மாத இறுதியில் சென்னையில் நடந்த இந்தி சாகித்ய சம்மேளத்தில் காந்தியடிகள், இந்திய மொழிகளுக்கெனப் பொது வரிவடிவம் வேண்டுமென்றும் தேவநாகரியே அப்பொது வரிவடிமாக இருக்கத் தகுந்தது என்றும் கூறினார். இதற்கு மாறான போக்குகளைக் குறுகிய மனப்பான்மையாகச் சித்தரித்தார். இந்திய மொழிகள் எல்லாம் சமஸ்கிருதத்தோடு தொடர்புடையது என்றும் உருது (அரபு) வரிவடிவம் பொருத்தமுடையதன்று எனவும் கூறினார். தேசிய மொழியான இந்தியை அறியாத ஜி.ஏ. நடேசனையும் கூட்டத்தில் கேலி செய்து பேசினார். இக்கூட்டத்தில் உ.வே. சாமிநாதையர் கலந்து கொண்டு சில சொற்கள் பேசினார். அவருடைய கட்டுரையை கி.வா. ஜகந்நாதன் மேடையில் வாசித்தார். கலேல்கர், ஜம்னாலால் பஜாஜ், புருஷோத்தம் தாஸ் தாண்டன் ஆகிய இந்தி ஆர்வலர்களும் உரையாற்றினர்."[8]

மேற்கண்டவாறான நிகழ்வுகளை என்னவென்று குறிப்பிடுவது! தமிழுக்கு வடமொழி வழங்கிய கொடை என்பதா அல்லது வடமொழியால் தமிழ் மொழி பெற்ற ஆக்கம் என்பதா?

அடைமொழிகளில் 'திரு' எனும் தமிழ் அடைமொழிக்கு இணையாக 'ஸ்ரீ' எனும் கிரந்த எழுத்தைச் சிறப்பு நிலையில் தமிழகம் எங்கும் வழங்கி வரலாயினர். இதனை மறுதலித்து அரசுநிலையில் 'திரு' எனும் அடையை ஆண்களுக்கும் 'திருமதி' எனும் அடைமொழியைப் ஸ்ரீமதிக்கு மாற்றாக மணமான பெண்களுக்கும் பயன்படுத்த வேண்டும் என்ற நிலையினை எட்டுவதற்கே 1942ஆம் ஆண்டில் போராட்டம் நடத்த வேண்டிய சூழல் இந்நாட்டில் இருந்தமையைப் பின்வரும் பாரதிதாசனின் கவிதை அடிகளால் அறியலாம்.

மயிலத்தாண்டி கையெழுத்தை – ஒரு
வடவெழுத்தாலே போடுகின்றான்
செயலில் தருமைப் பண்டாரம் – தமிழ்த்
திருவை வேண்டாம் என்கின்றான்
சிரி இருத்திட வேண்டுமாம் – தமிழ்
திரு ஒழித்திட வேண்டுமாம்
குருவென் றெண்ணிய தமிழர்கள் – இனிக்
குருக்கள் என்றிட வேண்டுமாம்

– பாரதிதாசன்

8. வேங்கடாசலபதி, ஆ.இரா., தமிழும் நாகர எழுத்தும், தமிழ்மொழி அரசியல், பதிப்பு சு. இராசாராம், பக். 213, [நவசக்தி 2 ஏப்ரல், 1937, ஜெயபாரதி' ஏப்ரல் 1937 ஆகிய இதழ்கள், கூட்ட நடவடிக்கைகளை வெளியிட்டன.]

வடமொழி உயர்வுடையது என்பதற்கான வலிந்த கருத்தியல்கள் பல உண்டு. சான்றுகளாகச் சிலவற்றைக் குறிப்பிடலாம்.

1. வடமொழியில் நாடகங்கள் உண்டு: தமிழில் இல்லை.

2. வடமொழியிலேயே சோதிட நூல்கள் உண்டு.

3. வடமொழி இலக்கியங்கள் காலப்பழமை வாய்ந்தவை.

என்பன போன்ற கருத்தியல்கள் தமிழிலும் வடமொழியை உயர்வாகக் காட்டுவனவற்றில் சிலவாகும். இதில் கவனிக்க வேண்டியது யாதெனில் இலக்கியமும் கலைகளும் வடமொழியிலேயே தோன்றியவை வடமொழி பிறமொழிகளின் கருத்தியல் எதனையும் ஏற்றுக் கொள்ளாது. ஆனால் வடமொழி எல்லா மொழிகளுக்கும் கடன் கொடுக்கும் என்பது தான்.

> *"அந்த நூலுக்கு Muthar kural vadanirakuranam என்பது தலைப்பு. 1898ஆம் ஆண்டு அந்த நூல் முதன் முதலில் வெளியிடப்பட்டது. அந்த ஆண்டில் வேதாந்திகள் மிக நீளதான நூல் ஒன்றை வெளியிட்டனர். நாயக்கரின் நிலைப்பாட்டை மறுத்தது. முதல் குரல் உண்மை அல்லது முதல் குரல் வேத சாதுஷினி என்று பெயரிடப்பட்ட அந்த நூல் 250 பக்கங்களுக்கு மேல் உள்ளது. அனைத்து உள் ஊர் மொழிகளும் சமஸ்கிருதத்தில் இருந்து பிறந்தவை என்றும் மற்ற மொழிகளுடன் சமஸ்கிருதம் கலப்பதில்லை என்றும் மற்ற மொழிகளும் – ஏன் தமிழ் என்ற சொல்லும்கூட சமஸ்கிருதத்தில் இருந்து பிறந்தது – என்றும் அந்த நூல் வாதிட்டது."*[9]

எனும் கூற்றுக்களின்வழி இதனை அறியலாம்.

வட இந்தியாவில் கி.மு மூன்றாம் நூற்றாண்டுக் காலக்கட்டத்தில் மகா அலெக்சாந்தரால் கிரேக்கப் பேரரசு நிறுவப்பட்டுவிட்டது. வடஇந்தியாவின் பல அரசுகள் கிரேக்கத் தளபதியரால் ஆளப்பட்டன. அங்கெல்லாம் கிரேக்கத்திலிருந்து அழைத்துவரப்பட்ட கிரேக்கக் கலைஞர்களைக் கொண்டு கிரேக்க நாடகங்கள் அரங்கேற்றப்பட்டன. அதனையொட்டியே வடமொழியில் கிரேக்கச் செல்வாக்கினால் கி.பி 2ஆம் நூற்றாண்டளவில் நாடகங்கள் இயற்றப்படலாயின. இதனை நவாலியூர் நடராசானின் கூற்றுக்களின்வழி அறியலாம்.

---

9. வைத்தீஸ்வரன் ரவி, தமிழ் சமஸ்கிருத் தனித் தமிழ் இயக்கம், (தமிழில்) சி. மதிவாணன், கி. இளஞ்சென்னி, க. அன்பரசு, தமிழி பதிப்பகம், சன்னதி தெரு, காளையார் கோவில்.

"முதலாம் நூற்றாண்டைச் சேர்ந்தவரான அஸ்வகோஷ மகாகவி பௌத்த சமயத்தின் போக்கிலே புதியதொரு திருப்பத்தை உண்டாக்கினார். இது மேலைநாட்டுச் செல்வாக்கின் பயனாக ஏற்பட்டிருக்கலாம். கி.பி 100இலே இந்திய நாடகங்கள் இருந்தமையும் இதற்கு முன்னர் அவை நிலவியிருந்தமையும் பல ஆதாரங்களால் தெளிவாகிறபடியால் கிரேக்கச் செல்வாக்கு நிலவிய காலத்திலேதான் இந்நாடகங்கள் மறுமலர்ச்சியடைந்தன என்று திட்டமாகக் கூறலாம். மினான்டர் என்ற கிரேக்க அரசனுடைய வெற்றிகளின் பின் ஒரு நூற்றாண்டு கழிந்த அகவையிலேதான் – அதாவது கி.பி 1ஆம் நூற்றாண்டின் மத்திய பகுதியிலேதான் கிரேக்க செல்வாக்கு இந்தியாவில் உச்சநிலையடைந்தது. அதையடுத்து கி.பி 100 வரையில் நல்ல இந்திய நாடகங்கள் தோன்றியிருப்பது இக்கொள்கையை வலியுறுத்தும்.

இந்தியாவிலே அலெக்சாந்தர் சக்கரவர்த்தியின் பேரரசு நிலவிய பகுதிகளிலெல்லாம் கிரேக்க நாடகங்கள் நடிக்கப்பட்டனவென்பதற்கு ஆதாரங்களுண்டு. கிரேக்க ஆட்சியாளர் பலர் கிரேக்க சிற்பிகளையும் நுண்கலை வல்லுநர்களையும் வேலைக்கமர்த்திக் கிரேக்க நிர்வாகத்தை நடத்தினர். அவர்கள் அடித்த அழகிய நாணயங்கள் இதற்குச் சான்று பகரும். கி.மு. 340 – 260 வரையில் கிரேக்க நாட்டிலே சிறப்புற்று விளங்கிய இன்பியல் நாடங்களே இந்திய நாடக வளர்ச்சிக்குப் பெரிதும் துணைபுரிந்தனவென்று கூறுவர்."[10]

பொதுவாக சமஸ்கிருத நாடகங்கள் முழுமையான சமஸ்கிருத மொழியில் அமைந்தவையல்ல. சமுதாயத்தின் கீழ்மட்டத்தில் உள்ள கதை மாந்தர் பிராகிருத மொழியிலேயே பேசுவதாகவே அவை அமைக்கப்பட்டிருக்கும். தமிழில் நாடகங்கள் தமிழ் மரபிலேயே தோன்றியவை. இவை நிகழ்த்துக் கூத்து மரபில் அமைந்தவை. சிலப்பதிகாரம் சுட்டும் பல கூத்துவகை மரபுகளை இன்றளவும் காணலாம்.

அத்துடன் சோதிடக்கலைத் தொடர்பான நுட்பங்களையும் வடமொழி கிரேக்கத்திடமிருந்தே பெற்றது.

இதனை நவாலியூர் நடராசனின் கூற்றாலும் அறியலாம்.

"காளிதாசர் தமது நூலிடை குறிக்கும் சோதிடச் செய்திகள் நான்காம் நூற்றாண்டு மத்தியிலிருந்த

10. நடராசன், சோ., 1967, வடமொழி இலக்கிய வரலாறு, கல்வி வெளியீட்டுத் திணைக்களம், கொழும்பு. பக். 149.

கிரேக்கர் கருத்துக்களைப் பின்பற்றியவை என்றும் ஐக்கோபி என்பவரால் எடுத்துக்காட்டப்பட்டுள்ளன. வடமொழித் தொகை நூல்களின் கவிதைகள் எல்லாம் கி.பி 1000இன் பிற்பட்டவைகளே."[11] வடமொழி சோதிட மரபிற்கும் கிரேக்க சோதிட மரபிற்கும் பெரிதும் ஒப்புமை உண்டு. பாவக சோதிடப் பகுதியில் இருமரபும் ஒத்துச் செல்வதினைக் காணலாம். ஆனால் செ.வை. சண்முகம் வடமொழியிலேயே ஜோதிட மரபு தோன்றி வளர்ந்தமை போல் குறிப்பிடுகின்றமையினைக் காணலாம். "வேதங்களில் ஒன்றாகச் சோதிடம் அமைந்துள்ளதால் வடமொழியாளர்கள் வான அறிவியலில் கருத்து செலுத்திக் கலைச் சொற்களை உருவாக்கினார்கள் என்று சொல்லலாம்"[12] என்று கூறுவர்.

சோதிடம், மருத்துவம், சிற்பம் முதலான பல துறைகளையும் வடமொழியாளர் வேதத்தோடே வைத்து ஒழுகுவர். மருத்துவத்தினையும் ஆயுர்வேதம் என்பர். ஆயுர்வேதம் தானாகவே வடமொழியில் தோன்றியதென்பர். அரசுகளின் அரவணைப்பு இருந்தமையால் நோய்க் குறியீடுகளை அடையாளங்காணல் போன்ற துறைகளில் வளர்ச்சி கண்டுள்ளனர். ஆனால் சித்தமருத்துவம் அரசுகளின் துணையற்ற நிலையிலும் செந்தூர வகைகள் இரசவாத மருந்துக்கள் போன்ற மருத்தியல்சார் துறைகளில் வளர்ச்சி பெற்றுள்ளது. இவை வடமொழி மருத்துவத்தில் இல்லாதது. வடமொழி தமிழ் தொடர்பான ஆய்வுகளில் ஒரு செய்தியை மாத்திரம் நாம் மனதில் நிறுத்திக் கொண்டு செல்வதற்கான வரலாற்றுத் தேவையுள்ளது. வடமொழியானது தொடர்ந்து அரசுகளின் அரவணைப்பில் வளர்ந்தது. இந்திய அரசுகள் யாவும் வடமொழியின் வளர்ச்சிக்காக பெரும் பங்காற்றின. தமிழகத்திலும் அயலகங்களிலும் இருந்த பண்டையப் பல்கலைக்கழகங்கள் போன்ற கல்வி நிறுவனங்கள் யாவும் வடமொழிகளுக்கானவையே. அப்படியான ஒரு கல்வி நிறுவனத்தினையும் தமிழுக்கானதாக இன்றுவரை அடையாளங் கொள்ளவியலாதுள்ளது. இந்திய மொழிகளின் மொத்த வளத்தினையும் உறிஞ்சியே வடமொழி தன்னைச் செயற்கையாக வளர்த்துள்ளது. வடமொழி ஆதிக்கம் மாத்திரம் இல்லாத நிலையிருந்திருக்குமாயின் இந்திய மொழிகள் தம்மை ஓர் இயல்பான நிலையில் பல்துறை சார்ந்து வளர்த்தெடுத்துக் கொண்டனவாக மிளர்ந்திருக்கும்.

---

11. நடராசன், சோ., 1967, வடமொழி இலக்கிய வரலாறு, கல்வி வெளியீட்டுத் திணைக்களம், கொழும்பு. பக். 53.
12. சண்முகம், செ. வை. காலச்சுவடு இதழ் ஜனவரி, பக் – 140

பெருந்தெய்வ வழிபாடு திணைசார் பண்பாட்டின் அடிப்படையில் எழுந்ததாகும். வடமொழி மரபில் திணை சார்ந்த மரபு என்பது இலக்கிய நிலையில் தமிழிலிருந்தே பெறப்பட்டது. தமிழின் திணைசார் மரபு என்பது மக்களின் வாழ்வியற் பண்பாட்டடிப்படையில் உருப்பெற்றது. "ஆரியர்கள் இம்மண்ணுக்கான திணைப் பண்பாடுகளின் அமைப்பு சார்ந்த பல பண்புகளைச் சில மாற்றங்களோடும் / மாற்றங்கள் இல்லாமலும் தழுவிக் கொண்டுள்ளதை இங்கு நினைவில்கொள்ள வேண்டும்"[13] என பக்தவக்சல பாரதி குறிப்பிட்டுச் செல்கிறார். வடவர் மரபு சிறுதெய்வ வழிபாட்டிற்கு முதன்மை கொடுக்கக் கூடியமை யாவரும் அறிந்ததே. இவ்வாறாக அமைய செ.வை. சண்முகம் தொல்காப்பியம் அத்திணைசார் கருப்பொருள் (தெய்வம்) பட்டியலை வடமொழி மரபிலிருந்து பெற்றதாக கூறுகின்றமையை,

"கருப்பொருளின் பட்டியலில் தொல்காப்பியம் தெய்வத்துக்கு முதல் இடம் கொடுத்ததும் தெய்வம் உணாவே மா மரம் புள் (அகத்திணை.18) முதற்பொருளின் கூறான நிலத்தை விளக்கும்போது

மாயோன் மேய காடுறை உலகமும்
சேயோன் மேய மைவரை உலகமும்
வேந்தன் மேய தீம்புனல் உலகமும்
வருணன் மேய பெருமணல் உலகமும் (அகத்திணை 5.1.4)
என்று கூறியது
வடமொழி உறவின் தாக்கத்தால் ஏற்பட்ட செல்வாக்கு
எனலாம்"

என்று செ.வை. சண்முகம் கூறுவதைக் காணலாம். இந்தத் திணைசார் பெருந்தெய்வ மரபைத் தொல்காப்பியத்திற்கு முற்பட்ட எந்த வடமொழி மரபில் கண்டாரோ அறிந்திலேம்.

இந்தியா முழுவதுமுள்ள பன்மொழி அறிஞர் சிலர் வடமொழி குறித்துக் குறிப்பிடும் ஒரு கருத்து வடமொழி பிறமொழியில் உள்ள முதன்மை நூல்களை மொழிபெயர்த்து எடுத்துக் கொண்டு தான்னிலையே மூல இலக்கியம் தோன்றியது போன்ற ஒப்பனையைச் செய்துகொள்ளும் என்பதாகும். சிவஞானபோதம், பெரிய புராணம், திருவிளையாடற் புராணம் முதலானவற்றை வடமொழி மூலத்தைக் கொண்டு தமிழில் இயற்றப்பட்டதான கருத்தும் நிலவியதுண்டு. பொன்னவன் கனநூல் போன்ற நூல்களுக்கும் இதேகதையே. இவை போன்றே பிராகிருதத்திலிருந்து சமஸ்கிருதம் பல நூல்களைப் பெற்றமை குறித்த கருத்து நிலவுவதை,

---

13. பக்தவச்சலபாரதி, காலச்சுவடு இதழ் ஜனவரி, பக். – 181.

"கிறித்து பிறப்பதற்கு முன்னர் சில நூற்றாண்டுகளாகவும் அதற்குப் பின்னர்ச் சில நூற்றாண்டுகளாகவும் வடமொழியிற் சிறந்த இலக்கியங்கள் கிடைக்காத காரணத்தால் மாக்ஸ்முல்லரென்ற பேரறிஞர் இக்காலப் பகுதியில் இலக்கிய முயற்சியே நடைபெறவில்லையென்ற முடிபுக்கு வந்தார். 'வேத உபநிடத காலங்களைப்போல இக்காலக் கட்டத்திலே இலக்கியவாக்கம் வீறு பெறவில்லை. இலக்கிய உலகில் ஒரு மந்தமுண்டாகிவிட்டது. அது மறுபடியும் காளிதாசரோடு மறுமலர்ச்சி பெற்று உயர்வடைந்தது' என அவர் கருதினார். அதனால் உலகியல் நூல்களான காவியங்கள் கூடச் சமஸ்கிருதத்தில் எழுதப்படவில்லை. அவையெல்லாம் பிராகிருத மொழியிலிருந்து மொழி பெயர்க்கப்பட்டன என்றதொரு கொள்கையும் சில அறிஞராற் போற்றப்பட்டது. இதிகாசங்களும் அகத்துறைப் பாடல்களும் பஞ்சதந்திரம், பிருகத் கதை போன்ற கதைகளுங்கூட பிராகிருத மொழியிலிருந்தே சமஸ்கிருதத்தில் மொழிபெயர்த்தெழுதப்பட்டன என்ற கருத்து உருவாயிற்று"

என்னும் நவாலியூர் நடராசன் அவர்களின் கூற்றின் வழியறியலாம். மேற்கண்ட கூற்றுக்களின் வழி வடமொழி இலக்கியங்கள் கி.பி. 2ஆம் நூற்றாண்டின்பின் குப்தர் காலத்திலேயே பேரெழுச்சி பெற்றன என்ற கருத்தினை அறியலாம். தமிழ் இலக்கியத்தின் காலவாராய்ச்சியில் பெரும் கவனம் செலுத்திய எஸ்.வையாபுரிப்பிள்ளை போன்றோரின் ஆய்வியல் போக்குகள் தமிழறிஞரின் மனதில் நெருடல்களைப் பெரிதுபடுத்துவதாயின. பொதுவில் பாணினீயம் தொட்டுக் காளிதாசர் வரையிலான அனைத்து நூல்களிலும் கிரேக்கரைப் பற்றிய குறிப்புகள் இருத்தலை மறுக்கவியலாது. இதிகாசங்களும் ஓரே காலத்தில் இயற்றப்பட்டனவாகாவென நவாலியூர் நடராசன் குறிப்பிடுகிறார்.கி.பி 1ஆம் நூற்றாண்டில் வாழ்ந்தவரும் பௌத்த சமயப் பிக்குவுமான அஸ்வகோசரின் புத்த சரிதம் எனும் புத்த சாதகக் கதைகளில் இராமாயணக் கூறுபாடுகள் கிடக்கின்றமையைக் காணலாம். இவர் கனிஷ்கர் காலத்தைச் சேர்ந்தவராகக் குறிப்பிடப்படுகிறார்.

இராமாணயமும் மகாபாரதமும் பல்வேறு கட்டங்களின் பல நூற்றாண்டுகளாகச் சேர்க்கையும் வடிவமாறுதல் களையும் பெற்றன. இதனை நவாலியூர் நடராசன் குறிப்புக்களில் காணலாம்.

"மகாபாரதத்தில் கடைசி உருவம் பெறுவதற்கு முன்னரே இராமாயணத்தைப் பற்றிப் பொதுவாகப் பரவலாக எங்கும் அறியப்பட்டிருந்ததென்பதே கி.பி 4ஆம் நூற்றாண்டில்

மகாபாரதம் இன்றுள்ள உருவத்தைப் பெற்றிருக்குமானால் இராமாயணம் அதற்கு இரண்டொரு நூற்றாண்டுகளுக்கு முன்னரே அதைப் பெற்றிருக்க வேண்டும்."[14]

"கி.மு. 4ஆம் நூற்றாண்டிற்கும் கி.பி 4ஆம் நூற்றாண்டுக்கு மிடையிலே தான் மகாபாரதம் இதிகாசம் என்ற உருவத்தைப் பெற்று இன்று காணப்படும் வடிவத்தில் உருவாயிற்று. அதுவும் படிப்படியாகவே வளர்ச்சி பெற்றிருக்க வேண்டும். கி.பி 4ஆம் நூற்றாண்டளவில் மகாபாரதம் அதன் பொருளடக்கத்திலும் தன்மையிலும் இன்றிருக்கும் நிலையைப் பெற்றுவிட்டது. ஆனால் கி.பி. 4ஆம் நூற்றாண்டின் பின்னரும் சில சில மாற்றங்களும் சேர்க்கைகளும் செய்யப்பட்டே வந்தன."[15]

வைதீக மரபிற்கோ வேதாந்த சிந்தனைக்கோ எதிரான தமிழ் நூற்களில் காலப்போக்கில் அந்நூற்கருத்திற்கே எதிரான கருத்துக்கள் இடைச்செருகலாக திட்டமிட்டுச் சேர்க்கப்படுதலும் வடமொழி மரபிலிருந்தே தமிழிற் புகுத்தப்பட்டதாகும். வடமொழியில் நூல்களை திருத்துதலும் பாடல்களைக் குறைத்தலும் கூட்டலும் அதன் மரபாகவே அமைந்ததெனலாம். பிரம்மா பத்து இலக்கம் சூத்திரங்களை உருவாக்கினார். அதனை உருத்திரர் ஒரு இலக்கமாகக் குறைத்தார். அதனை பிரகஸ்பதி பத்தாயிரமாகக் குறைத்தார் என்பதான மரபு வடமொழியில் உண்டு. தமிழில் இல்லை. ஆனால் வைதீகமரபு தமக்கான கருத்தியலை நிலை செய்ய தமக்கு எதிரான நூல்களிலும் இடைச் செருகல்களைச் செய்யத் தலைப்பட்டது. சான்றாக "ஸ்கந்த புராணதிற்குச் செய்தது போலவே பின் வந்தவர்கள் திருமந்திரத்திலும் பலவற்றைச் சேர்த்தும் திருத்தியும் மாற்றியும் இருத்தல் கூடுமென்று நம்ப இடமுண்டு"[16] என்ற ந.சி கந்தையாவின் கூற்றை நோக்க வேண்டியதாகின்றது. வே.விசுவநாதப் பிள்ளையின் திருமந்திரப் பதிப்பில் 3047 பாடல்கள் காணக்கிடக்க, சைவசித்தாந்த நூற்பதிப்புக் கழகப் பதிப்பில் 3000 பாடல்களே உள்ளன. 'அவிழ்க்கின்றவாறும்...' எனும் பாடலும் 'அந்தணராவோர்...' எனும் பாடற்பகுதிகளும் இடம்பெறவில்லை என்பது எண்ணத்தாகும்.

சிலப்பதிகாரத்தினை உ.வே. சாமிநாதையர் பதிப்பித்தற்கு முன்பே தி.க.சுப்பிராயச் செட்டியார் அதன் புகார் கண்டத்தை

14. நடராசன், சோ., 1967, வடமொழி இலக்கிய வரலாறு, கல்வி வெளியீட்டுத் திணைக்களம், கொழும்பு. பக். 15.
15. நடராசன், சோ., 1967, வடமொழி இலக்கிய வரலாறு, கல்வி வெளியீட்டுத் திணைக்களம், கொழும்பு. பக். 22
16. கந்தையா, ந.சி. ஆரியர் தமிழர் கலப்பு, முதற் பதிப்பு, அமிழ்தம் பதிப்பகம், சென்னை, 2003, பக். 25–27.

மாத்திரம் அடியார்க்கு நல்லார் உரையுடன் பதிப்பித்துள்ளார். அடியார்க்கு நல்லார் உரையினைச் செட்டியார் பதிப்பினையும் ஐயரவர்கள் பதிப்பினையும் எடுத்துக்கொண்டு ஒப்பு நோக்கும்போது இரண்டும் வெவ்வேறு உரைகளோ என்ற எண்ணம் சில சமயம் ஏற்படுவதுண்டு ஏனில் செட்டியார் பதிப்பிலில்லாத பல மேற்கோள்கள் ஐயர் பதிப்பில் காணப்படுவதேயாகும். சான்றாக 'அந்தணர் அருமறை சிறக்க...' என்பனவான மேற்கோள்கள் செட்டியார் பதிப்பில் இல்லை. வடமொழியின் தாக்கத்தால் தமிழில் ஏற்பட்ட இடைச்செருகல்கள் முழுமையாக ஆராயப்பட வேண்டிய ஒன்றாம்.

தமிழ் யாப்பு வடிவங்களில் சிலவற்றினை வடமொழி மரபு என்று சொல்லி விட்டுப் போகின்ற மரபும் தமிழறிஞர் சிலரிடம் காணலாம். விருத்தப்பா வடிவம் தமிழுக்கு அயலானது; வடமொழி மரபிலிருந்து வந்தது என்று கூறுவர். ஆனால் வடமொழி விருத்த மரபிற்கும் தமிழ் விருத்த மரபிற்கும் அடிப்படையிலேயே வேறுபாடுண்டு. தமிழ் விருத்தம் சீரினை அடிப்படையாகக் கொண்டது. ஆனால் வடமொழி விருத்தம் எழுத்தினை அடிப்படையாகக் கொண்டது. எழுத்தினை அடிப்படையாகக் கொண்டு செய்யுள் செய்வது தமிழிலும் உண்டு. இதனைக் கட்டளைக் கலித்துறை முதலானவற்றின் யாப்பில் காணலாம். ஆனால் இவை தமிழில் சிறப்புப் பெறவில்லை. யாப்பருங்கல விருத்தியில் இவ்வடமொழி மரபினை புகுத்துதல் தொடர்பான முயற்சியை வடமொழிவழித் தமிழாசிரியர்களிடம் காணலாம். ஆனால் இம்முயற்சி ஏனோ தமிழில் வெற்றி பெறவில்லை. முழுவதும் தமிழ் வழியில் பயின்று வந்த தமிழாசிரியமாருக்கும் வடமொழியோடு அதன் வழியில் தமிழ் பயின்று வந்த தமிழாசிரியருக்கும் சிந்தனை மரபில் பெருத்த இடைவெளி யுள்ளமையினை யாப்பருங்கல விருத்தியின்வழி அறியலாம். வடமொழித் தமிழாசிரியமாரின் சிந்தனை மரபு ஒரு குழுச் சிந்தனை மரபாக விளங்கினமையை உணரலாம். சித்திரக்கவி மரபு தமிழுக்கு அயலானது எனும் ஒரு கருத்திருந்தபோதும் வடமொழி அலங்கார நூலாசரியரான பாமகர், தண்டி முதலானோர் காலம் கி. பி 6 அல்லது 7ஆம் நூற்றாண்டு என்ற முடிவுகளும் தண்டி காஞ்சிபுரத்தில் வாழ்ந்தவர் என்பதான கருத்தினையும் வைத்து நோக்கும்போது ஏறத்தாழ அதே காலக்கட்டத்திற்றான் திருஞானசம்பந்தரும் வாழ்ந்துள்ளார். அவரும் சித்திர கவியமைப்பிலுள்ள ஏகபாதம், சக்கரமாற்று, கோமுத்திரி முதலான அமைப்பில் பதிகங்கள் பாடியுள்ளபடியால் சித்திர கவியமைப்பு அக்காலத்தில் பல்லவப் பேரரசில் பெருவழக்காக விளங்கி இருக்க வாய்ப்புண்டாகின்றது. மிகுதியாக இன்றளவும் காஞ்சிபுரம் பகுதியில் வாழும் பெண்களே தங்கள் வீட்டின் வாயிலில் இடும்

கோலங்களில் தேர் பந்தம், நாக பந்தம் முதலானவற்றினை இட்டு வருகின்ற வழமையும் எண்ணத்தகும்.

தமிழ்மொழியின் இலக்கண அமைப்பும் வடமொழிகளின் இலக்கண அமைப்பும் மிகுந்த வேறுபாடுடையவை. இதனைத் தொல்காப்பியச் சொல்லதிகார வேற்றுமையியலின் சேனாவரையர் உரையால் நன்கு அறியலாம். அதுபோலவே வடமொழி அலங்கார இலக்கண நூல்களான அணியிலக்கணமும் தமிழ் மரபிற்கு முரண்பட்டதே. இதனைத் தொல்காப்பிய உவமவியலின் பேராசிரியர் உரையில் காணலாம். அணியிலக்கண நூலாசிரியர்களின் நூல்களைப் பேராசிரியர் மறுத்தலின்வழி இதனை உணரலாம். தனித்த தமிழ் மரபினைப் பேணுதலையே தொல்காப்பியம் நோக்கமாகக் கொண்டிருக்க வடமொழி ஆதிக்க மனநிலையில் எழுந்த பிற்கால நூல்கள் சில தமிழ் மரபு என்று ஒன்று இல்லை என்ற நிலையிலும், சில தமிழ் மரபிலும் வடமொழி மரபே போற்றுதலுக்குரியது எனும் போக்கிலும் எழுந்தன.

"தமிழ்ச் சொல்லிற்கெல்லாம் வடநூலே தாயாகி திகழ்கின்றமையின் அங்குள்ள வழக்கெல்லாம் தமிழுக்கும் பெறும்" என வீரசோழிய உரையிலே பெருந்தேவனார் கூறுதலும், "ஒரு சொல்லாய வழித் தமிழ்ச் சொல் வடபாடைக்கட் செல்லாமையானும் வடசொல் எல்லாத் தேயத்திற்கும் பொதுவாகலானும்" எனச் சேனாவரையர் கூறுதலானும். தமிழ்நூல் ஒன்றே வல்ல உரையாசிரியர்கள் உரை உரையாகா, "வடநூல் உய்த்தாற்கன்றித் தமிழியல்பு விளங்கா" எனும் கருத்தியலைச் சிவஞானமுனிவர் போன்றோரும் கொண்டிருக்க, "வடமொழிக்கும் தமிழ்மொழிக்கும் இலக்கணம் ஒன்றே. தமிழும் திசைச் சொல்லே எனத் தமிழ் இலக்கண நூல் செய்த சுப்பிரமணிய தீட்சிதர் செயல்களும் இலக்கண நிலையில் தமிழுக்கு எவ்வகையில் ஏற்புடையதோ. அத்தோடு பாரதியாரும் "தமிழ்ப் பாஷைக்கோ இலக்கணம் முதன்முதலாக அகத்தியராலும் அவருடைய சிஷ்யராகிய திரணதூமாக்கினி என்ற ஆரிய முனிவராலுமே சமைத்துக் கொடுக்கப்பட்டதென்பதும் மெய்யே. அதனின்றும் தமிழ் இலக்கணம் பெரும்பாலும் சமஸ்கிருத இலக்கணத்தை அனுசரித்தே சமைக்கப்பட்டிருக்கின்றதென்பதும் மெய்யே" எனக் குறிப்பிட்டுச் சொல்கிறார்.

மேற்காட்டிய சில சான்றுகள் மாத்திரமல்லாமல் இவை போன்ற கூற்றுக்கள் பெருகிக்கொண்டே செல்லும். தமிழ் மரபு அல்லாத வடமொழி மரபின் வழிவந்த பாட்டியல் நூல்கள் தமிழ்மரபு பல ஒவ்வாமைகளைச் சந்திக்க வேண்டிய சூழலை ஏற்படுத்தின. பன்னீருயிரும், முதலாறுமெய்யும் பார்ப்பன வருணத்திற்குரியதாகவும் அடுத்த ஆறு மெய்கள் அரச

வருணம், நான்கு மெய்கள் வைசிய வருணம் பிற இரண்டும் சூத்திர வருணத்திற்குமாக வகைமை செய்யப்பட்டன. இவை போன்றே வெண்பா முதலாய பா வகைகளும் கலம்பகம் முதலான இலக்கியங்களின் பாடப்படும் செய்யுள்களின் எண்ணிக்கைகளும் வருண அடிப்படையில் பாகுபாடு செய்யப்பட்டன. இம்மரபு குறித்து தி.சு.திருநாவுக்கரசு[17] கூறுவதாவது

> "யாப்பு அமைப்புக்குள் அதாவது செய்யுளின் வடிவ உருவாக்கத்தில் வடநூல் மரபு உள் செல்லவில்லை. இளம்பூரணரோ அமுதசாகரரோ அந்த முயற்சியை மேற்கொள்ளவில்லை. ஆனால் அது தவிர்ந்த மேல்நிலையில் அம்மரபு சென்று பாய்ந்திருக்கிறது. முக்கியமாக அணி இலக்கணம் அதனுடைய அடையாளம். இவ்விலக்கணம் அலங்காரம் என்று சொல்லப்படுகிறது. தண்டியலங்காரம், மாறன் அலங்காரம் முதலியன இவற்றுள் அடங்கும். அதனையடுத்துப் பாட்டியல் என்ற ஒரு கருத்தியல் தளம் உருவாக்கப்படுகிறது. பன்னிரு பாட்டியல் வச்சணந்திமாலை என்னும் வெண்பாப்பாட்டியல், நவநீதப் பாட்டியல் முதலியன பாட்டியல் நூல்களாகும். இவற்றில் சொற்களோடும் பாடல் வகைமைகளோடும் சேர்த்துச் சாதி வருணப் பொருத்தங்கள் கற்பிக்கப்படுகின்றன. மேலும் பிறருடைய சாவு வேண்டிப் பாடுபவையும், மங்கலங்கள் என்ற கருத்துக்களும் வலிய போதிக்கப்படுகின்றன. இவற்றிற்குத் தமிழில் எடுத்துக்காட்டுக்கள் இல்லை. அதாவது இது தமிழ் மரபு அல்ல. ஆயினும் இந்தப் பாட்டியல்காரர்களே உதாரணப் பாடல்களையும் இதற்கென உருவாக்கிக் கொள்கிறார்கள். இந்தக் கருத்தியல் வலிய உருவாக்கப்பட்ட ஒரு கருத்தியல்"

என்றவற்றின் வழி இதனை அறியலாம். தமிழ் நூல் மரபிலும் வடமொழிவழித் தமிழாசிரியரான பிரயோக விவேகமுடையார் மாறுதல்களைச் செய்கிறார். வடமொழியில் உள்ள அணியிலக்கண மரபினைத் தமிழில் பின்பற்றுதலும் தமிழுக்கு ஆக்கம் சேர்க்கா. வடமொழி அணிநலனைத் தமிழ் இலக்கியங்களிற் காணுதலும் பொருத்தமுடையதல்ல. அணிகளின் வகைப்பாட்டு மரபு வடமொழியில் அத்துணைச் சிறப்பு வாய்ந்ததாகக் காணப்படவில்லை என்பதினை,

> ''வடமொழி அணிகளை வகைப்படுத்திய முறை அத்துணைச் சிறப்புடையதன் றென்பதையும் தர்க்க ரீதியானதன்றென்பதையும், பல சந்தர்ப்பங்களிலே

17. திருநாவுக்கரசு, தி.சு. உரைகளும் உரையாசிரியர்களும், முதற்பதிப்பு, நியூ செஞ்சுரி புக்ஹவுஸ், சென்னை. 2013, பக்.23–24.

தனியணிகளாச் சில அணிகளுக்குப் பெயர் கொடுத்தமை பொருந்தாதென்பதையும் 'கீத்' என்ற ஆசிரியர் எடுத்துக் காட்டியுள்ளார். உவமையே எல்லா அணிகளுக்கும் அடிப்படையானதெனத் தொல்காப்பியர் கூறியமை இங்கு ஞாபகப்படுத்தற்குரியது. கீத் எடுத்தக்காட்டிய நியாயம் பின்வருமாறு:

பெண்ணின் முகம் சந்திரனுக்கு ஒப்பானது என்ற உவமையணியிலிருந்து பல வகையான அணிகள் எழுந்தன. உன் முகம் மதி போன்றது" என்னும்போது அது உவமை "மதி உன் முகம் போன்றது" என்னும் அணி பிரதீபை (விபரீத உவமை) "உன் முகம் என்றும் ஒளிவீசுகிறது; சந்திரனோ இரவிலே தான்" என்னும் போது வியதிரேகம் என்னும் வேற்றுமையணியைக் காண்கிறோம். "வானத்திலே சந்திரன் ஆட்சி செய்கிறது. பூமியில் உன் முகம்" என்கிறபோது பிரதிவஸ்தூபமா என்னும் அணி. "வானத்தில் மதி, பூமியில் உன் முகம்" என்கின்றபோது திருட்டாந்தவணி. "சந்திரன் அழகு உன் முகத்தில் உண்டு என்கிறபோது நிதர்சனை என்ற அணி. "உன்முகத்தின் முன் சந்திரன் ஒளியிழந்து விடுகிறது" என்னும்போது அபிரஸ்துதபிரசம்சா (மாறுபாடு புகழ்நிலை) என்னுமணியாகிறது. "உன் முகம் சந்திரன் போன்றது; சந்திரன் உன் முகம் போன்றது" எனும்போது உவமேய உவமை என்னும் அணி "சந்திரனைக் காண உன் முகம் ஞாபகத்துக்கு வருகிறது" என்பது ஸ்மரணை என்னும் அணி. மதிமுகம் என்பது உருவக அணி. உன் 'மதிமுகத்தால் ராகவெப்பம் அடங்கிற்று' என்னும்போது பரிணாம அணி. 'இது உன் முகமா' என்னுமிடத்து சந்தேக அணியைக் காண்கிறோம். 'உன்முகத்தைச் சந்திரனென்றெண்ணிச் சகோரப் பறவை பறந்து வருகிறது' என்பது பிராந்தி என்னும் மயக்கவணி. 'இது மதி இது தாமரை எனவே சகோரமும் வண்டும் உன் முகத்தை நாடுகின்றன' என்பது உல்லேக அணி. 'இது சந்திரன் உன் முகமன்று' என்னும்போது அபனுதி அணி. உன்முகத்துக்கு உன் முகமே ஒப்பு தற்குறிப்பேற்ற அணி. 'இது மற்றொரு சந்திரன்' அதிசயோத்தி அணி (உயர்வு நவிற்சி). 'உன்முகம் சந்திரனையும் தாமரையையும் வென்றுவிட்டது' என்பதில் துல்யயோகிதை எனும் ஒப்புமைக்கூட்டணி. 'உன்முகமும் சந்திரனும் இரவிற் களிக்கின்றது என்பதில் தீபக அணி"[18]

என்னும் நவாலியூர் நடராசனின் கூற்றுக்களின் வழியறியலாம்.

18. நடராசன், சோ., 1967, வடமொழி இலக்கிய வரலாறு, கல்வி வெளியீட்டுத் திணைக்களம், கொழும்பு. பக். 275–276

தொல்காப்பியம் குறிப்பிடும் 'உவம மரபே தமிழிற்குப் பொருத்தமானதாகும். வடமொழியால் தமிழ் அடைந்த பயன் யாதென்று நோக்கும்போது தீமையே மிகுதி.

தமிழ் நெடுங்கணக்கில் உள்ள 'ழ' கரம் வடமொழிக்கு அயலானபடியால் அதனை இல்லாதொழிக்கும் முயற்சியும் வடமொழிவழித் தமிழாசிரியரால் மேற்கொள்ளப் பட்டமைக்கான சான்றுகள் உண்டு. தமிழ்ச் சொல்லிற்கொல்லாம் வடநூலே தாய் என்னும் கருத்தியலைக் கொண்ட வீரசோழியம் ழகரத்திற்கும் ளகரத்திற்குமான வேறுபாட்டை நீக்குதற்கு சூத்திரம் செய்ததோடு 'ழ' கரம் முன்வரும் 'த' கரம் 'ட' கரமாக திரிவதற்கும் இலக்கணங் கூற, கந்தபுராண கச்சியப்ப சிவாசாரியாரும் முருகன் காட்டிய விதி இதுவெனக் கந்தபுராணத்தைத் தொடங்குகிறார். இவற்றையெல்லாம் காலம் என கடந்து செல்வதா படிப்பினையென்று கொள்வதா?

தமிழ் நூல் அழிப்பிலும் வடமொழிவழி அறிஞர்களுக்குத் தொடர்பிருப்பதாக ந.சி.கந்தையா குறிப்பிடுகின்றார்.

> "பிராமணர்களின் வெறுப்பு தமிழ்மொழி குன்றுவதற்கும் தமிழ் நூல்கள் பலவற்றின் அழிவுக்கும் ஏதுவாயிருந்தது. தமிழ்நாட்டின் பல பகுதிகளை வாய்ப்படுத்திக் கொண்ட கடல் பல நூல்களையும் கொண்டது. கி.பி 10–8ஆம் நுஸற்றாண்டில் பிராமணராலும் 14ஆம் நூற்றாண்டில் மகமதியராலும் அநேக நூல்கள் அழிக்கப்பட்டன. அரசரின் பரிபாலனத்தின் கீழ்த் தோன்றிய நூல்கள் காணப்படவில்லை. அந்நூல்கள் 14ஆம் நூற்றாண்டில் மகமதியரால் அழிக்கப்பட்டன என்று வின்ஸ்லோ பாதிரியார் கூறியுள்ளனர்.
>
> பிராமணர் தாம் அழிக்க முடியாத நூல்களைச் சிதைவுபடுத்தினர். வெள்ளத்தாலும் நெருப்பாலும் நேர்ந்த கொள்கையில் இது மேலானது தமிழ் நூல்களை எடுத்துச் சமஸ்கிருதத்தில் மொழிபெயர்த்துப் பல கேடு செய்திருக்கின்றனர். பிழையான வழிகாட்டியினும் வழிகாட்டியில்லாமல் இருப்பது நன்று எனக் கோவர் *(Gover)* எனும் ஆசிரியர் கூறியுள்ளார். மண்டகோப உபநிடதத்தில் 'சிவன் என்னும் நாமத்தைக் கூறுகிறவன் புலையனாயினும் அவனோடு உண், இரு' என்று வரும் பகுதி மாக்ஸ்முல்லரின் மொழிபெயர்ப்பில் காணப்படவில்லை என்று காசிவாசி செந்தில் நாதையர் கூறியிருக்கின்றார். இவ்வாறே நூல்களில் மாற்றங்களும் இடைச்செருகல்களும் நுழைந்தன[19]

---

19. கந்தையா, ந.சி. ஆரியர் தமிழர் கலப்பு, முதற் பதிப்பு, அமிழ்தம் பதிப்பகம், சென்னை, 2003, பக். 35.

என்ற கந்தையாவின் கூற்றுக்கள் பெரிதும் ஆய்விற்குரிய தாகின்றன.

பெரியபுராணத்தில் திருமுறைகண்ட புராணத்தில் இடம்பெற்ற திருமுறை மீட்பு நிகழ்வுகளும் இக்கருத்தோடு எண்ணத்தகும். தமிழ்மொழியின் இலக்கிய இலக்கணத்தில் ஆதிக்கம் செலுத்தியதோடல்லாமல் தமிழரின் கலை, அறிவியல், பண்பாடு முதலாய அனைத்துத் துறைகளிலும் மேலாண்மை செலுத்தி வடமொழி தமிழுக்கு விளைவித்த தீங்குகள் பல. சான்றாகத் தமிழர்களின் பழந்தமிழ் இசை, இலக்கண நூல்களை எல்லாம் புறந்தள்ளி பிருகத்தேசி, சங்கீத ரத்னாகாரம் முதலான இசை இலக்கண நூல்களை வடமொழியில் செய்தனர். ஆனால் இந்த இசை இலக்கண நூல்களுக்கான இலக்கியங்கள் தமிழ்ப் பாடல்களாகவே அக்காலத்தில் இருந்தன. தமிழிசைக்கு வடமொழி மரபே இலக்கணம் தந்ததாக இயம்பி அதனைக் கருநாடக இசை என மருவிக் கொண்டனர். இது குறித்து மு. அருணாசலம் கூறுவதாதெனில்,

> "இசை இலக்கண வரலாற்று ஆசிரியர் அனைவரும் தமிழில் எழுதினாலும் சரி ஆங்கிலத்தில் எழுதினாலும் சரி, வடமொழி இலக்கணத்தையும், அங்கு நூல்கள் வளர்ந்த வரலாற்றையும் சொல்லிக் கொண்டு போகிறார்களேயன்றி, அவ்விலக்கணத்துக்கு இலக்கியம் சாகித்தியம் எங்கிருந்து எந்த மொழியில் அது எப்படி உருக்கொண்டது, அதற்கு எவ்வளவு பிரசித்தம் இருந்தது என்பதை எங்குமே சொல்லவில்லை. இந்த நிலையில் ரங்கராமானுஜ ஐயங்கார் ஒருவரே சாகித்தியத்தைப் பற்றிப் பேசுகிறார்.
>
> ஐயங்கார் ஒருவரை மட்டும் நாம் ஒதுக்கிவிட்டுப் பார்த்தால் பிறர் அனைவரும் தமிழுக்காக ஒரு பெரும் இருட்டடிப்புச் செய்திருக்கிறார்கள் என்று இக்கால பாஷையில் நாம் சொல்லலாம். வடமொழி வழி இசைவாணர் இச்செய்திகைள் மறைத்தார்கள். அறியாமையாலோ அல்லது திட்டமிட்ட சதியாலோ. ஆனால் தமிழ்வழி இசைவாணர் இச்செய்திகளை அறியாமலும் அல்லது அறிந்தவர் தவறி எவரேனும் இருந்தால் பிரசித்தப்படுத்தாமலும் மற்றவர்களை அவதூறுசொல்லிக்கொண்டே இருந்தார்கள்."[20]

என்பதாக அமைகின்றது. தமிழிசை 22 அலகு (சுருதி) 12 சுரஸ்தானம், நாற்பெரும் பண், ஏழ்பெரும்பாலை 32 பாலை (மேளகர்த்தா) எனும் அடிப்படை இலக்கணத்தையுடையது. கருநாடக சங்கீதம் எனும் ஒன்றை வடிவமைத்தபோது இந்த இசை இலக்கணமரபுகள்

20. நடராசன், சோ., 1967, வடமொழி இலக்கிய வரலாறு, கல்வி வெளியீட்டுத் திணைக்களம், கொழும்பு. பக். 275–276

திரிக்கப்பட்டு 72 மேளகர்த்தாவாக விவாதி ராகங்களைச் சேர்த்து உருவாக்கப்பட்டது.

தமிழ் செய்த நற்பேறு சிலப்பதிகார அடியார்க்கு நல்லார் உரையும், பஞ்சமரபு நூல் கிட்டியமையும், திருமுறைகளின் பண்ணிசை மரபு அறாமல் இருந்ததுமேயாகும். தெலுங்கு, மராத்திய ஆட்சியாளர்கள் தமிழிசையைப் புறந்தள்ளி தெலுங்கு, வடமொழியிசையினை வளர்த்தமை பெரும் வரலாறு. தமிழிசையை மீட்கத் தமிழகத்தில் ஒரு இயக்கமே நடத்த வேண்டிய தேவை வடமொழிப் பயனால் நிகழ்த்ததொன்றாகும். இது போலவே தமிழின் சிற்பம், கட்டடக்கலை நூல்களை அழித்துவிட்டு வடமொழிப்படுத்தியமை என்பனவாக விரியும். அவற்றைத் தனி ஆய்வு நிலையில் மற்றொரு கட்டுரையில் காணலாம்.

பண்பாட்டு நிலையில் அறிவுலகிற்கு உண்டான ஒரே மொழியாக வடமொழி தன்னை முன்னிருத்திக்கொள்ள முயன்றமையினையும் பல நிலைகளிற் காணலாம். தொல்காப்பியர், அகத்தியர் முதலான பெரும் பேரறிஞர்களை வடமொழிப் பெயர்கொடுத்து வடமொழியாளராகப் புனைந்து கொண்டமை, ஔவையார், திருவள்ளுவர் முதலானோரை மறையோதும் பார்பனருக்கும் புழைச்சியருக்கும் பிறந்தோராகக் கட்டுகளை உருவாக்கியமை என்பனவான பல சான்றுகளைக் காட்டிச் செல்லலாம்.

தமிழ் வடமொழியைச் சமநிலையில் வைத்தபோதும் வடமொழி தமிழைத் தாழ்த்தி வந்துள்ளமையை எங்கும் காணலாம். பிரயோக விவேகம் வடமொழியைத் தெய்வமொழி எனக் குறிப்பிட்டமையை "சாற்றறிய தெய்வப் புலவோர் மொழிக்கும் தமிழ் மொழிக்கும்"[21] எனும் அடிகளால் அறியலாம். தமிழ் வேதம் என ஆழ்வார்களின் பாடல்களைப் போற்றுவது வைணவ மரபு. வேதத்திலும் உயர்வுடையதாக ஆச்சாரிய இருதயம், தமிழைப் போற்றுகிறது. "விதையாக நற்றமிழை வித்தியென் உள்ளத்தை நீ விளைவித்தாய், கற்ற மொழியாகிக் கலந்து" என திருமாலிசையாழ்வார் குறிப்பிடுகிறார். ஆயினும் அதே வைணவ மரபில் பிற்காலத்தில் வந்த பெரியாவச்சான் பிள்ளையின் தமிழ் குறித்த கூற்றை நோக்குவோம்.

"மானோக்கின் அன்ன நடையார் அலரேச ஆடவர் போல் முன்னும் மடலூரார் – என்பதோர் வாசகமும் தென்னுரையில் கேட்டறிவதுண்டு" (பெரியதிருமடல், திருமங்கையாழ்வார்)

இதற்கு உரை செய்த பெரியவச்சான் பிள்ளை தென்னுரையில் – என்பதற்கு "மிலேச்ச சாதி பிதற்றும் தமிழின்

21.பிரயோக விவேகம், திங்குப் படலம் 15

கண் கேட்டறிவதுண்டு" என்பதாகத் தமிழை மிலேச்ச சாதி மொழியாக்குகின்றார். என்னேயிந்த முரண்! காலமுரண் என்றுதான் கூறவேண்டும்.

மகாகவி எனும் சுப்பிரமணிய பாரதியும் வடமொழியைத் தெய்வமொழி என்றே புகழுகிறார். "நம் முன்னோர்கள் அவர்களைப் பின்பற்றி நாமும் கூடப் புண்ணிய பாஷையாகக் கொண்டாடி வரும் ஸம்ஸ்கிருத பாஷை மிகவும் அற்புதமானது அதைத் தெய்வப் பாஷையென்று சொல்வது விளையாட்டன்று மற்ற ஸாதாரண பாஷைகளையெல்லாம் மனித பாஷையென்று சொல்லுவோமானால், இவை அனைத்திலும் சிறப்புடைய பாஷைக்குத் தனிப்பெயர் ஒன்று வேண்டுமெல்லவா? அதன் பொருட்டே அதைத் தெய்வபாஷை என்கிறோம்"[22] என்பதன் வழி அறியலாம்.

இவை போன்ற கருத்தியல்கள் தமிழைத் தாழ்த்துவனவாக அமைய அதற்கான எதிர்வினைகள் ஆண்டாண்டுக் காலமாகவே இருந்து வந்ததெனலாம். சிலர் குறிப்பிடுவதுபோல் வடமொழி எதிர்ப்பு என்பது தமிழாலும் தமிழ் அறிஞர்மாராலும் வடமொழிக்கு ஏற்பட்டதல்ல. வடமொழியாலும் வடமொழியறிஞராலுமே வடமொழிக்கு ஏற்பட்டதெனலாம். அது போலவே திராவிட இயக்கத்தவரே வடமொழியை அரசியலுக்காக எதிர்த்தனர் என்பதும் இராபட் கால்டுவெல்லே தமிழ் வடமொழி எதிர்ப்பைத் தோற்றுவித்தார் என்பதும் ஏற்புடையதாகா. வடமொழி எதிர்ப்பு என்பது பன்னெடுங்காலமாகவே இருந்துவருவது தமிழகத்தில் மாத்திரமல்லாமல் பிறமொழியாளரிடமும் உள்ளது.

"வடமொழியைப் பாணினிக்கு வகுத்தருளி அதற்கிணையாந் தொடர்புடைய தென்மொழியை உலகமெலாந் தொழுதோத்து"[23] எனும் அடிகளுக்கு உரைகூறும் உரையாசிரியர் இதனுள் வடமொழியைப் பாணினிக்கு வகுத்தருளி அதற்கிணையாத் தென்மொழியைக் குடமுனிக்கு வலியுறுத்தான் என்றதனால். வடமொழி முன்னுந் தென்மொழி பின்னுந் தோன்றின என்பது ஆசிரியர் கருத்துப் போலுமெனின் அற்றன்று என மறுத்தலின் வழி வடமொழி எதிர்ப்பினை உறுதிப்படுத்துகிறார். தண்டியலங்காரத்தில் 'தன்னேரில்லாத தமிழ்' என்ற கூற்றும் எண்ணத்தகும். தமிழ்விடுதூதும் "நால் வேதந் திகைத்தொதுங்கப் பித்தனென்று வைதாய் நீவைதாலும் வாழத்தாமே" என வேதத்திலும் மேலாகத் தமிழைப் போற்றுகிறது. திருவிளையாடற்புராணம் விந்தைகளைச் செய்தது. "தண்டமிழ்ச் சொலோ மறுபுலச் சொற்களே சாற்றீர்" எனவும் தமிழோடு வைத்து எண்ணவும்

22. பாரதியார் கட்டுரைகள், 1981, வானதி பதிப்பகம், சென்னை, பக்.46
23. காஞ்சிப்புராணம் 48

தகுதியற்றது வடமொழி என்றும் அறைகூவல் விடுக்கிறது. வள்ளலார் வடமொழியை ஆடம்பரமும் டம்பமும் நிறைந்ததென்று மறுதலித்துத் தமிழைப் போற்றுகிறார். இவை போன்ற நிகழ்வுகள் எல்லாம் 20ஆம் நூற்றாண்டிற்கு முன்பே நிகழ்ந்தவை.

சித்தர் மரபில் பல பாடல்கள் வடமொழிக்கும் வேதாந்தத்திற்கும் எதிராக உள்ளன. பாம்பன் குமரகுருதாச அடிகள் சேந்தன் செந்தமிழ் எனும் நூலினை ஐம்பது தனித்தமிழ்ச் செய்யுட்களில் எழுதினார்.

1920இல் செந்தமிழ் இருபதாம் தொகுதியில் பாணினியலகு தீபிகை எனும் வடமொழி இலக்கண நூலினை எஸ். வையாபுரிப்பிள்ளை பதிப்பித்தார். அதன் முன்னுரையில் வடமொழி தமிழின் செவிலித்தாய் எனக்குறிப்பிட்டுச் சொல்வார். அன்றைய தமிழகத்தார் யாரும் இதனை மறுத்தாரல்லர். ஈழத்து வவுனியாவிலிருந்து க.இராசையனார் என்பவர் அக்கட்டுரையினை எதிர்த்து வடமொழி தமிழுக்கு செவிலித்தாயாகுமா? எனும் கட்டுரையினை அடுத்த இதழில் எழுதியிருப்பார். கண்மூடித்தனமான வடமொழி ஆதரவினை எதிர்த்து வலுவான சான்றுகளோடு அக்கட்டுரையினை எழுதியிருப்பார். திராவிட இயக்கங்கள் இந்தி எதிர்ப்பைத் தொடங்குவதற்கு முன்பே 1930களில் முதலாம் இந்தி எதிர்ப்புப் போரைத் தொடங்கியவரும் கரூர் ஈழத்துச் சிவாநந்த அடிகள் எனும் ஈழத்துத் தமிழரே என்பதும் எண்ணத்தகும். பொதுவில் வடமொழி எதிர்ப்பு என்பது பல்வேறு நிலைகளில் வடமொழியாலேயே தமிழர்கள் மேல் திணிக்கப்பட்டது என்பதில் யாதொரு ஐயமுமில்லை.

அடகெடுவாய் பல தொழிலுமிருக்கக் கல்வி
அதிக மென்றே கற்றுவிட்டோம் அறிவில்லாமல்
திடமுளமோ கனமாடக் கழைக் கூத்தாடச்
செப்பிடு வித்தைகளாடத் தெரித்தோ மில்லைத்
தடமுலை வேசையராகப் பிறந்தோமில்லைச்
சனியான தமிழைவிட்டு தையலார் தம்
இடமிருந்து தூது சென்று பிழைத்தோமில்லை
என்ன சென்ம மெடுத்து உலகிலிரங்கின்றோமே

என்ற பலபாட்டடை சொக்கலிங்கப் புலவரின் நிலைதான் தமிழ் புலவோருக்கும் ஆசிரியர்களுக்கும் இருந்தது. நாயக்கர், மராட்டியர் ஆட்சியில் தமிழ்ப் புலமை மரபு தாழ்ந்தது. சிற்றிலங்கியங்களே தோன்றின. அதுவும் ஆட்சியின் கொடுங்கோன்மைக்கு எதிராகவே. வடமொழி பெரிதும் ஏற்றம் பெற்று இசை. நடனம் போன்ற பல துறைகளையும் கைப்பற்றியதோடு ஊர்ப்பெயர்களும் கோயில் பெயர்களும் இறைவன், இறைவி பெயர்களும் வடமொழி மயப்படுத்தப்பட்டுன. ஆங்கிலேயே சீமையர் ஆட்சிக்காலத்திலும்

வடமொழியின் செல்வாக்கு ஓங்கியதோடு தமிழாசிரியரின் நிலை தாழ்த்திருந்தது. வடமொழி ஆசிரியரைவிடத் தமிழாசிரியர் பெறும் ஊதியம் மிகக் குறைவாகவே இருந்தது. கா. நமச்சிவாய முதலியார் (1976 – 1931) பள்ளிச் சிறுவர்களுக்கான பாடப்புத்தகங்களைத் தனித்தமிழில் எழுதினார். இவர் வடமொழி ஆசிரியர்களுக்கு இணையாகத் தமிழாசிரியருக்கு ஊதியம் வழங்கப்பட வேண்டுமெனப் போராடி வெற்றி பெற்றார்.

மேற்கத்திய மருத்துவம் படிப்போருக்கு வடமொழி தெரிந்திருக்க வேண்டும். தமிழாசிரியருக்கும் வடமொழி அறிவு வேண்டும். ஆனால் வடமொழி ஆசிரியருக்குத் தமிழறிவு தேவை இல்லை எனும் நிலையே நீடித்தது. இதனை ஆதிக்கம் என்று சொல்லாமல் என்னவென்பது.

தமிழில் வடமொழியோடு கலப்புடைய உரைநடை ஒன்றினை உண்டாக்கி அதற்கு மணிப்பிரவாளம் எனப் பெயரிட்டு வழங்கினர். சமணர், பௌத்தர், சைவர், வைணவர் என அனைத்துச் சமயத்தவரும் இந்நடையைப் பின்பற்றியுள்ளனர். சேரநாட்டில் இந்நடை வெற்றி பெற்றுத் தமிழிலிருந்து மலையாளம் பிரிய ஏதுவாயிற்று. வைணவ உரையாசிரியர் இந்நடையைப் பின்பற்றி உரை செய்தனர். இதனால் தனித்தமிழ் உரைநடை வளர்ச்சி தமிழில் இயல்பாக இருக்கவேண்டிய நிலையிலிருந்து பிறழ்ந்ததெனலாம், எனினும் இவ்வழக்கு பெருகாமல் அருகியது. ஆயினும் அதன் விளைவால் தமிழ் உரைநடையில் வடசொல் பெருகிற்று. பின்வந்த தனித்தமிழ் இயக்கத்தால் வடசொற்கள் குறைந்தன எனலாம்.

வடமொழி மீதான தமிழரின் எதிர்ப்புணர்வு என்பது தனித்தமிழ் இயக்கத்தின் செயல்பாடுகளாற்றான் ஏற்பட்டது என்பது போன்ற கருத்துகள் ஏற்புடையனவாகா. சங்ககாலம் தொட்டே வடமொழி தமிழற்கு அயற்பட்டதாகவும், தமிழிலிருந்து பிரித்துப் பார்க்கக்கூடியாதான வேறுபட்ட மரபினையுடையதாகவும், அதன் மேட்டிமை தொடர்ந்து எதிர்க்கப்பட்டதாகவும் இருந்து வருகின்றமையினை வரலாற்றுப்போக்கெங்கும் காணலாம், உண்மையில் ஆய்வோமானால் வடமொழியெதிர்ப்பினையும் வெறுப்பினையும் ஒரு முடிவிற்குக் கொண்டுவந்தாகவேண்டுமானால் தனித்தமிழ் இயக்கத்தின் செயற்பாடுகள் அமையலாம். ஏனெனில் ஒரு மொழியின் ஆதிக்கம் இருக்கும்போதே அதன்மீதான எதிர்ப்பும் இருக்கும், ஆதிக்கம் தகர்க்கப்படும்போது எதிர்ப்பும் காலாவதியாகிவிடும், ஆயினும் தமிழகத்தில் வடமொழி தொடர்ந்து எதிர்க்கப்படுவதன் காரணம் யாதெனில் அம்மொழி தொடர்ந்து ஆதிக்கம் செலுத்த முயற்சிப்பதேயாகும்.

பெண்களின்மீது அடக்கமுறைக் கருத்தியலையுடையதும், சமூகப் பாகுபாடுகளை வளர்க்கும் கருத்தியல்களையுடையதுமான வடமொழிச் சிந்தனையால் முற்போக்குச் சிந்தனைக் கருவூலத்தினை மரபாகத் தாங்கிவரும் தமிழ்போன்ற மொழிகளுக்கு வடமொழி எத்தகைய சிறந்த சிந்தனைகளை வழங்கிவிட முடியும். பிராகிருதத்தினையும் பாளியையும் தங்களது சமயமொழிகளாகக் கொண்டிருந்த காலக்கட்டத்திற் சமண, பௌத்த மதங்கள் சற்று முற்போக்குச் சிந்தனையுடையனவாக மிளிர்ந்தன. அவை என்று சமஸ்கிருதமயமாக்கலுக்கு உட்படத் தலைப்பட்டனவோ, அக்காலந் தொடக்கம், அச்சமயங்களையும் முழு இருள் கௌவத் தொடங்கிய மெய்மையை அச்சமயங்கள் குறித்த ஆய்வினை மேற்கொள்வோர் விளங்கிக்கொள்வர்.

கல்வெட்டு சமயம், மெய்யியல் போன்ற பல் துறைகளில் வடமொழி ஆதிக்கம் குறித்தும் அதற்கான காரணங்கள் குறித்தும் இங்கு விளக்கின் இக்கட்டுரை பெருகும் எனும் விரிவஞ்சிப் பிறிதோர் சமயம் அவற்றை நோக்குவோம்.

பொதுவில் வடமொழியால் தமிழுக்கு ஏற்பட்ட நன்மையென்று ஏதொன்றையும் எம்மால் குறிப்பிடலியலாதுள்ளது. ஆனால் கேடுகளைப் பட்டியலிட்டு மாளாது.

இக்கட்டுரையினை எழுதுவதற்குக் காரணமாகவும் உந்துதலாகவும் இருந்த நண்பர் திரு. விருபா குமரேசன் அவர்களுக்கும், இவ்வாய்வின் பொருட்டுப் பல செய்திகளைத் தேடித் தந்துதவிய முனைவர் கோ. சதீஸ், முனைவர் மா. பிரபாகரன் ஆகிய நண்பர்களுக்கும் எனது நன்றிகள் பலவாகுக.

துணை நூற்பட்டியல்

1. அருணாசலம், மு., 2009, தமிழ் இசை இலக்கிய வரலாறு, முதற் பதிப்பு, கடவு பதிப்பகம், மதுரை.
2. ஆண்ணங்கராசாரியார், 1950, ஆசார்ய ஹ்ருதயம், முதற் பதிப்பு, ஸ்த்கரந்தப்ரகாசன ஸபை, சென்னை.
3. இளங்சென்னியன், சி.., 2017, (தொகுப்பு) தமிழ் சமஸ்கிருதம் தனித்தமிழியக்கம், தமிழி பதிப்பகம், காளையார் கோயில்.
4. இராசாராம், சு. (பதிப்பு), 2013, தமிழ் மொழி அரசியல், காலச்சுவடு பதிப்பகம், சென்னை.
5. கணேசையர்,சி. (பதிப்பு) 1957. தொல்காப்பியம் எழுத்ததிகார மூலமும் நச்சினார்க்கியர் உரையும், முதற் பதிப்பு, திருமகள் அழுத்தகம், சுன்னாகம்.

6. கோபாலையர், தி.வே., 1990, இலக்கணக் கொத்து மூலமும் உரையும். இரண்டாம் பதிப்பு, சரஸ்வதி மகால் நூலகம், தஞ்சாவூர்.
7. கோபாலையர், தி.வே., 2005, வீரசோழியமும் பெருந்தேவனார் இயற்றிய உரையும், முதற் பதிப்பு, ஸ்ரீமத் ஆண்டாள் ஆஸ்ரமம், ஸ்ரீரங்கம்.
8. கோபாலையர், தி.வே., 1973, பிரயோக விவேகம் மூலமும் உரையும், முதற் பதிப்பு, சரஸ்வதி மகால் நூலகம், தஞ்சாவூர்.
9. கந்தையா, ந.சி., 2011, தமிழர் ஆரியர் கலப்பு, அமிழ்தம் பதிப்பகம், சென்னை.
10. சதிஸ், கோ., 2015, சங்கத் தமிழ் மொழியியல் பார்வைகள், முதற் பதிப்பு, நெய்தல் பதிப்பகம், சென்னை.
11. நடராசன், சோ., 1967, வடமொழி இலக்கிய வரலாறு, கல்வி வெளியீட்டுத் திணைக்களம், கொழும்பு.
12. நடராசன், தி.க.., 2013, உரைகளும் உரையாசிரியர்களும், முதற் பதிப்பு, நியூ செஞ்சுரி புக் ஹவுஸ், சென்னை.
13. காலச்சுவடு இதழ், ஜனவரி 2020, காலச்சுவடு பதிப்பகம், நாகர்கோயில்.
14. செந்தமிழ் இதழ், 1921, தொகுதி 20, மதுரைத் தமிழ்ச் சங்கம், மதுரை.
15. பாரதியார் கட்டுரைகள், 1981, வானதி பதிப்பகம், முதற் பதிப்பு, சென்னை.

10

தமிழ் சமஸ்கிருதத்துக்கு எதிரானதா?

த. சுந்தரராஜ்

இந்தியாவின் இரட்டைக் குழந்தைகளான தமிழையும் சமஸ்கிருதத்தையும் சரிசமமாகப் பாவிக்கும் மனநிலை சுதந்திர இந்தியாவில் இதுவரை ஆட்சியமைத்த எந்த மத்திய அரசுக்கும் இல்லை. பிரிட்டிஷ் காலனியாதிக்கத்துக்கு முன்பும் மொகலாயர்களைத் தவிர்த்துப் பிற இந்தியப் பேரரசுகளிடமும் இதே மனநிலைதான் நிலவியது. சில ஆயிரம் ஆண்டுகளாகத் தொடரும் இந்த மனநிலை ஆர்எஸ்எஸ், பாஜக முதலிய இந்துத்துவக் கூட்டணிகளின் ஆட்சியில் அரசின் கொள்கையாகவே பரிணமித்துள்ளது. தமிழை சமஸ்கிருதத்திற்கு நிகராக வைக்க அவர்களுக்கு இரண்டு தடைகள் இருக்கின்றன. முதலாவதாக, சமஸ்கிருதத்திற்கு வேதமரபு கற்பித்துள்ள 'தேவபாஷை' என்னும் பிம்பம். இது இந்தியச் சமூகத்தின் விஷவிருட்சமாக வளர்ந்திருக்கும் வர்க்கம், மதம் முதலிய பின்புலங்களில் உருவான வலிமையான கட்டமைப்பு. இரண்டாவதாக, வேத மரபின் வழிப் பண்டைய காலத்தில் இந்தியா முழுமையும் சமஸ்கிருதம் பெற்றிருந்த அரசியல் செல்வாக்கு.

ஈராயிரம் ஆண்டுகளுக்கும் மேலாக இந்தியச் சமூகம் பல்வேறு சித்தாந்தங்களையும் முற்போக்குக் கருத்தாக்கங்களையும் உள்வாங்கிக் கொண்டிருந்தாலும், அவற்றையெல்லாம்

ஆழப்புதைத்து அதன் மேல் இந்து மரபே வீற்றுள்ளது. அந்த மேலாதிக்கமே 'தேவபாஷை' என்னும் கருத்தாக்கத்தை இன்றுவரை உயிர்ப்புடன் வைத்திருக்கிறது. இந்த அடையாளம் வேதமரபில் சமஸ்கிருதத்துக்கு உள்ளது போன்று, இஸ்லாமிய மரபில் அரபிமொழிக்கும் உண்டு. தமிழுக்கு இவ்வகையான மார்க்கப் பின்புலம் ஏதுமில்லாததே அதன் சிறப்பு என்று தமிழர்கள் பெருமைப்பட்டாலும் இந்திய வரலாற்றில் ஒரு மொழியின் செல்வாக்கைத் தக்கவைப்பதற்கும் அதன் மேலாதிக்கத்தைப் பிறிதொன்றின் மேல் நிறுவுவதற்கும் மதம், சாதி முதலிய சமூகக் காரணிகளே முக்கியப் பங்காற்றுகின்றன. பாணினி (சமஸ்கிருதத்தின் முதல் இலக்கணி, கி. மு. 400) காலத்திலிருந்து இன்றைய பாஜக ஆட்சிவரை இந்தியாவில் சமஸ்கிருதத்திற்கு இருக்கும் செல்வாக்கே அதற்குச் சிறந்த சான்று.

இந்திய மொழிச் சூழலில் சமஸ்கிருதத்திற்கும் ஆங்கிலத்திற்கும் ஓர் ஒற்றுமை உண்டு. தொடர்புமொழியாக, பொதுமொழியாக இருந்து இந்தியர்களுக்கு உலக அறிவைத் திறந்துவிடும் சாளரமாகப் பிரிட்டிஷ் காலனியாதிக்கத்திலிருந்து ஆங்கிலமும் அதற்கு முன்பு சமஸ்கிருதமும் இருந்தன. இன்று இந்தியாவைப் போன்று உலகின் பல நாடுகள் ஆங்கிலத்தைத் தொடர்புமொழியாகவும் பொதுமொழியாகவும் ஏற்றுக்கொள்வதற்குப் பிரிட்டிஷ் காலனியாதிக்கம் முக்கியப் பங்கு வகித்திருக்கிறது. பிரிட்டிஷ் அரசின் முந்நூறு ஆண்டு களுக்கும் மேலான காலனியாதிக்க வெறி, உலகைத் தன் கட்டுப்பாட்டில் வைத்துக்கொள்ள வேண்டும் என்னும் ஹிட்லரின் பேராசைக்கு நிகரான பிரிட்டிஷ் அரசின் நாடுபிடி வியூகம், இருபதாம் நூற்றாண்டின் இறுதியில் தனிப்பெரும் வல்லாதிக்க நாடாக உருவெடுத்த அமெரிக்கா முதலிய பல்வேறு காரணிகள் ஆங்கிலத்தை உலகம் முழுமையும் கொண்டு சேர்த்தன. ஆனால் சமஸ்கிருதத்தை இந்தியா முழுமையும் பரவலாக்குவதற்கும் பொதுமொழியாக்குவதற்கும் வேதமரபும் 'தேவபாஷை' என்னும் அடையாளமும் முக்கியப் பங்கு வகித்திருக்கின்றன. அதனால் தான் தென்னிந்தியாவில் அமைந்த தமிழ்ப் பேரரசுகள் (சோழர்கள், பல்லவர்கள் முதலியன) சமஸ்கிருதத்தை அங்கீகரித்தது மட்டுமன்றித் தமிழைவிட உயர்ந்த இடத்தில் வைத்துப் போற்றின.

வேதமரபும், 'தேவபாஷை' என்னும் பிம்பமும் இணைந்து சமஸ்கிருதத்தைப் பரவலாக்கி, அதன் செல்வாக்கை அரசியல்ரீதியில் நிலைநாட்டியதால், தமிழ்போன்ற பிற தெற்காசிய மரபுகளிலும் சமஸ்கிருதம் பெரும் தாக்கத்தை ஏற்படுத்தியது. வேத மரபு தமிழ்க் கலாச்சாரம், பக்தி மரபு, மரபிலக்கியங்கள்

முதலியவற்றில் பெற்றுள்ள செல்வாக்கு அசாதாரணமானது. தமிழ்க் கலாச்சாரத்தின் மீதான வேத மரபின் ஆதிக்கத்தைப் போன்று தமிழ் மொழியின் மீதான சமஸ்கிருத மேலாதிக்கமும் வலிமையானது. மரபார்ந்த தமிழ் இலக்கிய, இலக்கணங்கள் மட்டுமன்றித் தற்காலத் தமிழ்ப் பேச்சுவழக்கிலும் (வட்டார வழக்குவரை) சமஸ்கிருதத்தின் ஆதிக்கம் தொடர்கிறது. அதுவே இன்று, தமிழ்ப் பேச்சுவழக்கின் இயல்பாகவும் (யதார்த்தம்) மாறி, “பேச்சு வழக்கில் இருக்கும் சமஸ்கிருதம் போன்ற பிறமொழிச் சொற்களைப் பயன்படுத்துவது ஜன சமூகத்திற்குப் படைப்பில் இடம் தந்து அவர்களின் இருப்பைக் காட்டுவதாகும்”[1] என்னும் அளவிற்குத் தமிழர்களின் அடையாளமாகிப் போனது. ஆயினும் பிற திராவிட மொழிகளான தெலுங்கு, கன்னடம், மலையாளம் முதலியவற்றோடு ஒப்பிடுகையில், திராவிட மொழிகளின் தாயான தமிழில் சமஸ்கிருதத்தின் தாக்கம் குறைவே.

இன்று இந்தியர்கள் ஆங்கிலத்தில் நூல்கள் (நாவல், சிறுகதை, கட்டுரை, நாடகம் முதலியன) எழுதுவதைப் போன்று, பண்டைக்காலத்தில் சமஸ்கிருதத்தில் இலக்கியமும் உரையும் இயற்றிய தமிழர்கள் உண்டு. இந்நிலை அக்காலத்திலேயே உலகம் முழுவதும் இருந்திருக்கிறது. அரபிமொழியின் முதல் இலக்கணத்தை எழுதிய ஸீபவெய்ஹி (கி.பி.800) ஒரு பாரசீகர். பாரசீகத்தைத் தாய்மொழியாகக் கொண்ட பலர் அரபி மொழியில் மிகச் சிறந்த தத்துவ நூல்களையும் விஞ்ஞான நூல்களையும் படைத்துள்ளனர். அதே போன்று இந்தியாவில் சிதம்பரத்தைச் சார்ந்த[2] பதஞ்சலி, கி.மு. நான்காம் நூற்றாண்டில் தோன்றிய சமஸ்கிருத முதல் இலக்கணமான அஷ்டாத்தியாயிக்குக் கி.மு. இரண்டாம் நூற்றாண்டில் (B.C. 150) சிறப்பு மிக்க உரை (மஹாபாஷ்யம்) வகுத்திருக்கிறார். பாணிணியின் சமஸ்கிருத இலக்கணத்திற்குப் பதஞ்சலியின் உரையே மிகச் சிறந்ததாக இன்றும் விளங்குகிறது. சமஸ்கிருதத்தில் உள்ள ‘பாரி ஸிக் ஷா’ தமிழ் மன்னன், கடையேழு வள்ளல்களுள் ஒருவனான பாரிமீது பாடப்பட்டது. அந்த அளவிற்கு இன்று ஆங்கிலத்தைப் போன்று, அன்று சமஸ்கிருதம் தமிழகத்தில் கோலோச்சியிருந்தது. கி.பி. பத்தாம் நூற்றாண்டிற்குப் பின், தமிழ் இலக்கிய, இலக்கண நூல்களுக்கு உரைவகுத்த உரையாசிரியர்களில் பலர் தமிழிலும் சமஸ்கிருதத்திலும் மிகுந்த புலமை பெற்றவர்களாக இருந்தார்கள். எனவே, சமஸ்கிருதத்துக்கும் தமிழுக்கும் உள்ள சில இயைபுகளை சமஸ்கிருதத் தாக்கம் என்று அவர்களே முதன்முதலில் இனம் காண்கிறார்கள்.[3]

சமஸ்கிருதத்தில் உள்ள வால்மீகி இராமாயணம், தண்டியின் காவ்யதர்ஷம்போன்றவற்றைத் தழுவித் தமிழில் எழுந்த

கம்பராமாயணம், தண்டியலங்காரம் முதலிய தழுவல்களில் இலக்கிய, இலக்கண விளக்குமுறை, உத்தி, வர்ணனை, கருத்தியல் போன்ற கூறுகளில் தமிழுக்கும் சமஸ்கிருதத்திற்கும் சில இயைபுகள் உண்டு. ஒரே நிலப்பரப்பில் எழும் இலக்கண, இலக்கியங்களுக்குள் இது போன்ற ஒற்றுமைகளும் கடன் வாங்கல்களும் இருப்பது இயற்கை. கிரேக்க மொழியில் உள்ள அரிஸ்டாட்டிலின் தத்துவங்கள் பல, அக்காலத்தில் லத்தின், சிரியாக், அரபி முதலிய மொழிகளில் தோன்றிய இலக்கிய, இலக்கணங்களில் பெரும் தாக்கத்தை ஏற்படுத்தின.

வேதமரபும் சமஸ்கிருதமும் தமிழில் பெற்றுள்ள இவ்வகைச் செல்வாக்குகளை அடிப்படையாகக் கொண்டு தமிழுக்கென்று தனி மரபில்லை, சமஸ்கிருத மரபைத்தான் அது பின்பற்றுகிறது என்ற முடிவுக்கு வரலாமா? மத்திய அரசும் சில வட இந்திய அறிவுஜீவிகளும் அப்படித்தான் எண்ணிக்கொண்டிருக்கிறார்கள்.

இந்த நிலையைக் கி. பி. மூன்றாம் நூற்றாண்டிலேயே யூகித்த தொல்காப்பியர், ஒட்டுமொத்தத் தமிழ் மரபே சமஸ்கிருத மயமானது என எதிர்காலம் கருதிவிடக் கூடாது என்று மொழியியல் நோக்கில் தமிழ் மரபிற்கும் சமஸ்கிருத மரபிற்கும் உள்ள அடிப்படையான வேறுபாடுகளைத் தன் நூலின் (தொல்காப்பியம்) சில இடங்களில் கோடிட்டுக் காட்டுகிறார்.[4] அவர் காலத்திற்குப் பின் அவரது தமிழ் – சமஸ்கிருத பகுப்பாய்வு முறை தமிழ் இலக்கணிகளிடையே (இலக்கண ஆசிரியர்கள்) பெரும் தாக்கத்தை ஏற்படுத்தியது. எனவே பிற்காலத்தில் தமிழ்மொழிப் புலம் சமஸ்கிருத மரபைப் பின்பற்றித் தமிழ் நூல் செய்வோர் ‘வடநூல்வழித் தமிழாசிரியர்’ என்றும் தமிழ் மரபுப்படி தமிழ் நூல் இயற்றுவோர் ‘தமிழ் நூல் வழித் தமிழாசிரியர்’[5] என்றும் இரு பிரிவுகளாகப் பிளவுற்றனர். தமிழ்மொழிக்கு இலக்கணம் செய்யும்போது தமிழின் மரபார்ந்த விளக்கு முறைகளையும் உத்திகளையும் பின்பற்றுபவர் தமிழ் நூல்வழித் தமிழாசிரியராகவும் தமிழ்மொழிக்கு இலக்கணம் செய்யும்போது சமஸ்கிருத இலக்கணங்களில் உள்ள விளக்குமுறை, உத்தி, வகைப்பாடு போன்ற கூறுகளைப் பின்பற்றுபவர் வடநூல்வழித் தமிழாசிரியராகவும் விளங்கினர். இன்று நமக்குக் கிடைக்கும் ஆதாரங்களின் வழி, ஜைனரான தொல்காப்பியரே முதன்முதலில் தமிழுக்கும் சமஸ்கிருதத்திற்கும் இடையில் தடுப்புச்சுவரை எழுப்புகிறார். தமிழ் மரபு வேறு, சமஸ்கிருத மரபு வேறு எனப் பிரித்துக் கூறவேண்டிய சூழலை சமஸ்கிருதத் தாக்கம் உருவாக்குகிறது. தொல்காப்பியர் காலத்திலிருந்தே தமிழில் வேரூன்றியிருந்த சமஸ்கிருதச் செல்வாக்கு, அக்கால மொழியியல் அறிஞர்களை இவ்வாறு சிந்திக்கவைத்திருக்கிறது. அதே

காலக்கட்டத்தில் ஜைன, பௌத்த இயக்கங்களும் சமஸ்கிருதத்திற்கு எதிராகத் தனித்தமிழ் மரபைத் தூக்கிப் பிடித்தன.[6] ஜைன, பௌத்த இயக்கங்கள் சமஸ்கிருதத்தை எதிர்ப்பதற்கு அடிப்படைக் காரணம் அது (சமஸ்கிருதம்) வேத மரபின் வித்தாய் இருப்பதுதான். பிற்காலத்தில் (இருபதாம் நூற்றாண்டில்) திராவிடர் கழகமும் திராவிட முன்னேற்றக் கழகமும் சமஸ்கிருதத்தை அதே காரணத்திற்காக எதிர்த்தன.

கடந்த இரண்டாயிரம் ஆண்டுகளாக ஜைனம், பௌத்தம் (சங்ககாலம்), திராவிடர் கழகம், திராவிட முன்னேற்றக் கழகம் (காலனிய – சுதந்திர இந்தியா) என வேறுபட்ட சித்தாந்தங்களும் முரண்பட்ட கொள்கைகளும் கொண்ட பல்வேறு இயக்கங்கள் தமிழைக் கையில் எடுத்திருக்கின்றன. இந்த இயக்கங்கள் தமிழைத் தூக்கிப்பிடித்ததற்கான நோக்கங்கள் பலதரப்பட்டவையாகவும் பல பரிமாணங்களைக் கொண்டவையாகவும் இருக்கின்றன. ஜைனம், பௌத்தம் முதலிய இயக்கங்களின் தமிழ் ஆதரவானது வேத மரபை எதிர்ப்பதன் மூலம் தம் சித்தாந்தங்களை நிறுவுதல் என்னும் ஒற்றைப் பரிமாணம் கொண்டது. ஆனால் அதே தமிழ் ஆதரவை சுதந்திர இந்தியாவில் திராவிடர் கழகமும் திராவிட முன்னேற்றக் கழகமும் கையிலெடுத்தபோது, 1. வேத எதிர்ப்பு, 2. பிராமணர் எதிர்ப்பு, 3. வடநாட்டான் ஆதிக்க எதிர்ப்பு[7] என முப்பரிமாணங்களில் விரிகிறது. அதற்குக் காரணம் மத்திய அரசின் சமஸ்கிருத ஆதரவுப் போக்கு அல்ல, இருபதாம் நூற்றாண்டில் தமிழகத்தில் செல்வாக்குற்றிருந்த பகுத்தறிவு இயக்கங்களேயாகும். பகுத்தறிவுச் சிந்தனைகளே சமஸ்கிருத வல்லாதிக்கக் கூறுகளை நுட்பமாக இனம் கண்டன. அதனால்தான் வெவ்வேறு கொள்கைகளைக் கொண்ட இயக்கங்கள் எல்லாம் ஆதரிக்கும் அளவிற்குச் சமயச் சார்பற்று இருந்த தமிழை, மேலும் பகுத்தறிவுத் தளத்திலிருந்து மொழி வேறு, மதம் வேறு எனப் பிரிக்க வேண்டும் என்று பெரியார் எண்ணினார்.[8] தமிழ் குறித்த பெரியாரின் அக்கருதுகோள், சமஸ்கிருதத் தாக்கத்திற்கு உள்ளான தமிழ்க் கலாச்சாரம், இலக்கியம் ஆகியவற்றிலிருந்து உருவாயிற்று. மேலும், தமிழ்க் கலைச்சொல்லாக்கத்திற்கு வேறு எந்த மொழியிலிருந்து வேண்டுமானாலும் கடன் வாங்கலாம், சமஸ்கிருதத்திலிருந்து மட்டும் கடன் வாங்கக் கூடாது என்பதில் பெரியார் உறுதியாக இருந்தார்.

ஆனால் யதார்த்தத்தில் ஒரே நிலப்பரப்பில் வழங்கும் இரண்டு மொழிகளில் ஒன்று மட்டும் தரும் மொழியாகவும் (source language), இன்னொன்று பெறும் மொழியாகவும் (target language) தொடர்ந்து இருப்பதில்லை. தரும் மொழி பெறும் மொழியாகவும் பெறும் மொழி தரும் மொழியாகவும் மாறி

அனைத்து அறிவுத்துறைகளையும் தமக்குள் பகிர்ந்துகொள்வது தான் மொழிகளின் இயல்பு. அந்தவகையில், தமிழ் சமஸ்கிருதத்திலிருந்து கடன்பெற்ற மொழியாக மட்டும் இருந்ததில்லை; சமஸ்கிருதத்திற்கும் அறிவுக்கடன் அளித்த மொழியாகவும் இருக்கிறது. தமிழிலிருந்து சமஸ்கிருதம் கடன் பெறுவது மிக நீண்டகாலமாகத் தொடர்கிறது. திராவிட மொழிகளிலிருந்தும் சமஸ்கிருதம் நிறைய விஷயங்களைக் கடன் பெற்றிருக்கிறது. ரிக், யஜூர், சாமம், அதர்வணம் முதலிய நான்கு வேதங்களில் இருநூற்று ஐம்பதுக்கும் மேற்பட்ட திராவிடச் சொற்கள் உள்ளன. ட, ண, ல, ள முதலிய வளைநா ஒலிகளை *(retroflex sounds)* சமஸ்கிருதம் திராவிட மொழியிலிருந்து கடன் பெற்றது. மேலும் ஆரியர்கள் கைபர் – போலன் கணவாய் வழியாக இந்தியாவிற்குள் குடியேறுவதற்கு முன்பே (கி. மு. *1800–1300*), சிந்து சமவெளியில் (ஹரப்பா. மொஹஞ்சதரா) திராவிட நாகரிகம் செழிப்போடு இருந்தது. நகர நாகரிகத்திலும் விவசாயம், வாணிபம் முதலியவற்றிலும் வளர்ச்சியடைந்த நாகரிகமாக இருந்த மக்கள் பேசிய மொழி திராவிட மொழி *(proto-Dravidian language)*.[9] கி.மு. 1800களிலேயே வளர்ச்சியடைந்த மொழியாக திராவிட மொழி இருந்ததால்தான், ஆரியர்கள் இந்தியாவிற்குள் வந்து தம் ஆரம்பக் கட்டத் தேவைகளான மொழியையும் வேதங்களையும் கட்டமைத்தபோது, அவர்களுக்குக் கடன் அளிக்கும் மொழியாகப் பழந்திராவிட மொழி திகழ்ந்தது. அதைத் தொடர்ந்தும் பல மொழியியல் கூறுகளைத் தமிழிலிருந்து சமஸ்கிருதம் பெற்றிருப்பதைக் கால்டுவெல் போன்ற பிற்கால மொழியியல் அறிஞர்கள் நிறுவியிருக்கிறார்கள்.

தொடர்பு மொழி, பொதுமொழி என்கிற நிலையால் ஒரு மொழிக்குக் கிடைக்கும் அந்தஸ்தும் அதிகாரமும் மிகவும் வலிமையானவை. கடந்த சில நூறு வருட பிரிட்டிஷ் காலனியாதிக்கம் நானூறு வருட வரலாறு கொண்ட ஆங்கிலத்தை இந்தியா போன்ற பல்வேறு நாடுகளின் தொடர்பு மொழியாகவும் பொதுமொழியாகவும் நிறுவியிருக்கிறது. தொடர்பு மொழி என்னும் நிலை ஆங்கிலத்தை இன்று எந்த அளவிற்கு வளப்படுத்தியுள்ளது என்பதை நாம் அறிவோம். அது உலக அறிவு அனைத்தையும் தன்னுள் அடக்கியிருக்கிறது. வேறு எந்த மொழியிலும் (செம்மொழிகள் உட்பட) இல்லாத அளவிற்கு, மிக விரிந்த அறிவுச் செல்வங்களை ஆங்கிலம் பெற்றிருக்கிறது. உலக மொழிகள் அனைத்திலிருந்தும் பெரும்பாலான அறிவுச் செல்வங்கள் இன்று ஆங்கிலத்திற்கு வந்துவிட்டன. இன்று ஒரு மொழி உலகின் பிறிதொரு மொழியறிவை ஆங்கிலத்தின் துணையின்றி நேரடியாகப் பெறும் சூழல் மிகக் குறைவு. மொழிபெயர்ப்பியல்

தனித் துறையாக இன்று வளர்ந்து வந்தாலும் ஆங்கிலத்தின் துணையை எளிதில் தவிர்க்க முடியவில்லை. ஒரு மொழியைத் தொடர்புமொழியாக, பொதுமொழியாக நிறுவ முயல்வதன் அடிப்படை இதுதான். இந்தியாவில் இந்த முயற்சியை மத்திய அரசுகள் 1950இலிருந்து இந்திக்காகவும் சமஸ்கிருதத்திற்காகவும் தொடர்ந்து செய்துகொண்டிருக்கின்றன. மத்திய அரசின் சமஸ்கிருத ஆதரவுப் போக்கிற்கு இந்துத்துவ மேலாதிக்கமும் கலந்திருக்கிறது.

இந்தியாவைச் சமயச் சார்பற்ற நாடாக அரசியல் பிரகடனம் செய்த நேரு, சிந்துவெளி நாகரிகம்தொட்டு இன்றுவரை உயிர்ப்புடனும் சமயச் சார்பின்றியும் திகழும் தமிழ்மொழியைத் தான் இந்தியாவின் ஆட்சிமொழியாக முன்னிறுத்தியிருக்க வேண்டும். சமயச் சார்பற்ற தன்மையில் சமஸ்கிருதமோ இந்தியோ தமிழுக்கு நிகராக முடியாது. ஆனால் சமயச் சார்பற்ற நாடாக இந்தியாவை முன்னிறுத்திக்கொண்டிருந்த அதே காலக் கட்டத்தில், வேத மரபின் வித்தாக விளங்கும் சமஸ்கிருதத்தை இந்தியா முழுமையும் பரவலாக்கி, இந்தியர்களின் பொது மொழியாக்க வேண்டும் என்னும் நோக்கில் 1956இல் முதலாவது சமஸ்கிருதக் குழுவை (First Sanskrit Commission) நேரு அமைத்தார். சமஸ்கிருத மொழியை பள்ளி, கல்லூரி, பல்கலைக்கழகங்கள் முதலிய கல்வி நிறுவனங்களில் கொண்டுவருதல், மரபார்ந்த முறையில் சமஸ்கிருதக் கல்வியைக் கற்பித்தல் போன்ற முக்கியமான அம்சங்களை அக்குழு மத்திய அரசுக்குப் பரிந்துரைத்து நிறைவேற்றவைத்தது. நேருவின் முதலாவது சமஸ்கிருதக் குழுவும் (1956), மன்மோகன் சிங்கின் இரண்டாம் சமஸ்கிருதக் குழுவும் (2012), இந்தியாவில் நிறைவேற்றியிருக்கும் சமஸ்கிருதப் பரவலாக்கமும் வேத மரபின் உயிர்ப்பிப்பும் காங்கிரஸின் இந்துத்துவச் சார்புக்குச் சிறந்த ஆதாரங்கள். காங்கிரஸின் இந்த நிலைப்பாடு பல நேரங்களில் பாஜகவுக்கு ஊக்கமாகவும் அமைந்தது.

சமய நோக்கில் தமிழ், சமஸ்கிருதத்திற்கு எதிராக இருந்ததில்லை. தமிழ் அனைத்தையும் உள்வாங்கிக்கொண்டு தன்னைச் சார்பற்ற ஒன்றாகத்தான் மீண்டும் மீண்டும் நிறுவிக்கொண்டிருக்கிறது. அவ்வளவு சிறப்பு பெற்ற தமிழை இந்தியாவின் பொதுமொழியாக்காவிட்டாலும், சமஸ்கிருதத்திற்கு நிகராக வைப்பதற்கு (பாவிப்பதற்கு) என்ன தடைகள் இருக்கின்றன? மத்திய அரசுகள் தங்கள் மொழிக்கொள்கையில் முரண்பட்ட இரு கொள்கைகளை பின்பற்றுகின்றன. இந்தியாவின் தேசியமொழியாக இந்தியை முன்னிறுத்துவதற்கு அதைப் பேசும் மக்களின் பெரும்பான்மையை முக்கியக் காரணமாகக்

கூறுகின்றன. ஆனால் சமஸ்கிருத விஷயத்தில் முற்றிலும் முரண்படுகிறது. மிகச் சிலர் மட்டும் பேசக்கூடிய சமஸ்கிருதத்தை ஏன் இந்தியர்களின் பொதுமொழியாக முன்னிறுத்த வேண்டும்? அதற்கு ஏன் இதுவரை இரண்டு சமஸ்கிருதக் குழுக்கள் அமைத்து இந்திய மக்களின் கோடிக்கணக்கான வரிப்பணத்தைச் செலவிட வேண்டும்? சமஸ்கிருதத்தில் இந்தியர்களின் அறிவுச் செல்வங்கள் பொதிந்துகிடப்பதாக மத்திய அரசு கூறுகிறது. அப்படியானால் சமஸ்கிருதத்திற்கு நிகரான பழமையும் வளமையும் கொண்ட தமிழில் உள்ள அறிவுச் செல்வங்கள் இந்தியர்களுடையவை அல்லவா? மத்திய அரசு ஒளிவட்டம் பாய்ச்சும் இந்தியர்கள் யார்? அவர்களின் அறிவுச் செல்வம் எது? பார்ப்பனர்களும் அவர்கள் உருவாக்கிய வேதங்களுமே.

இந்திய அரசின் இவ்வகையான சூழ்ச்சிகளை, 1960களிலே இனம்கண்ட பெரியார் அவற்றைத் தீவிரமாக எதிர்த்தார். ஆரியர்களின் வருகைக்குப் பின் உருவான வேதங்களின் நாயகமே ஜனநாயகமாக மாறிவிட்டதை, ‘இந்நாட்டில் நடைபெறும் ஆட்சியானது ஜனநாயகக் குடியரசு என்ற போலிப் பெயரைக் கொண்டதாயினும் உண்மையாக இது பார்ப்பன நாயகம் என்பதையும் பார்ப்பனர்களது நலத்தைப் பாதுகாக்கின்ற தன்மையில் அவர்களால் நடத்தப்பெற்று வருவதாகும் என்பதையும் நான் பலதடவைகள் எடுத்துக்காட்டி வந்திருக்கிறேன்; இன்றும் அதைத்தான் செய்து கொண்டிருக் கிறேன்’[10] என்று மிகத் துல்லியமாகவும் நேர்மையாகவும் எடுத்துரைத்தார்.

இந்திய வரலாற்றையும் இந்திய மக்களின் பண்பாட்டையும் தெளிவாக அறிந்துகொள்வதற்கு சமஸ்கிருதம் மட்டும் போதாது, தமிழும் இன்றியமையாதது என்பதை உணர்ந்து இரண்டு மொழிகளையும் இரு கண்களாகப் பாவித்து ஆராயும்போதுதான் இந்தியாவின், இந்தியர்களின் முழுவடிவம் நமக்குக் கிடைக்கும். அவ்வாறன்றி அதிகார மயக்கத்தில் சமஸ்கிருதத்தை மட்டும் முழுமையாக நம்புவது, புனைவுகளை வரலாறாக்கவும் நம்பிக்கைகளை அறிவியல் உண்மையாக்கவும் மட்டுமே இட்டுச்செல்லும்.

மேற்கோள் நூல்கள்

1. ‘புதுமைப்பித்தன் கதைகள்’ – சுந்தரராமசாமி உரை, ப. 43.
2. பி. எஸ். சுப்பிரமணிய சாஸ்திரி, வடமொழி நூல் வரலாறு, பகுதி – 1, ப. 230.
3. K. Meenakshi, Literary Criticism in Tamil and Sanskrit, p.vi.

4. *தொல்காப்பிய எழுத்ததிகாரம்: 5, 102, 103. (இவை போன்ற வேறுபாடுகள் சொல்லதிகாரம், பொருளதிகாரம் முதலியவற்றிலும் உண்டு)*

5. *யாப்பருங்கல விருத்தி உரை, 6:95.*

6. Krishnaswamy Nachimuthu. Negotiating Tamil-Sanskrit Contacts: Engagements by Tamil Grammarians, 2009, p. 2.

7. பெரியார், 'சமஸ்கிருதம் ஏன்?' *விடுதலை 15-02-1960.* பெரியார், 'மொழி', *மொழியும் அறிவும், 1957,62.*

8. *13–01–1936 அன்று சென்னைப் பச்சையப்பன் கல்லூரியில் நடந்த தமிழர் திருநாள் விழாவில் பெரியார் ஆற்றிய சொற்பொழிவு / குடியரசு, 26–01–1936.*

9. Iravatham Mahadevan, Dravidian Proof of the Indus Script via the Rig Veda: A Case Study, 2014.

   Asko Parpola (Introduction to Study of the Indus Script, 2010).

10. *பெரியார், சமஸ்கிருதம் ஏன்? 'விடுதலை' 15-02-1960.*

11

தமிழ், வடமொழிகள் மற்றும் கீழடி ஆதாரங்களின் வெளிச்சத்தில்

பி.ஏ. கிருஷ்ணன்

ஹெரோடடஸ் வரலாற்றின் தந்தை என அறியப்படுபவர். பொதுநூற்றாண்டு தொடங்குவதற்கு ஐந்நூறு ஆண்டுகளுக்கு முன்னால் (500 BCE) இருந்தவர். இவர் எழுதிய 'வரலாறுகள்' புத்தகம் மிகவும் புகழ்பெற்றது. எந்த இனம் பழைய இனம் என்று ஆராய்ச்சி செய்த எகிப்திய ஃபாரோ ஒருவரைப் பற்றிய செய்தியை இவர் இப்புத்தகத்தில் தருகிறார். இரண்டு பிறந்த குழந்தைகளை ஆடு மேய்ப்பவரிடம் கொடுத்து மொழிப் பரிச்சயமே இல்லாமல் ஃபாரோ வளர்க்கச் சொன்னார். அவர் ஒழுங்காக வளர்க்கிறாரா என்பதும் கண்காணிக்கப்பட்டது. இரண்டு வருடங்கள் கழித்துக் குழந்தைகள் ஒருநாள் 'பெக்கோஸ்' என்று சொல்லிக்கொண்டு ஓடி வந்தன. ஃபாரோ 'பெக்கோஸ்' என்ற சொல்லுக்கு ஃப்ரீஜியன் மொழியில் ரொட்டி என்று பொருள் என்பதை அறிந்தார். எனவே ஃப்ரீஜியன் இனம் எகிப்திய இனத்தைவிட முந்தையது என்ற முடிவிற்கு வந்தார்.

இச்சோதனை அறிவுப்பூர்வமானது என்று சொன்னால் இன்று நம்ப முடியுமா, ஏன் நம்பக் கூடாது? முதலாவது, இது யாரோ சொன்ன கதை. இரண்டாவது, குழந்தைகள் சொன்னது 'பெக்கோஸ்'தான் என்பதும் மேய்ப்பவர் சொல்லித் தான் தெரிகிறது. இதுபோன்ற ஆதாரங்களை வைத்துக்கொண்டு எந்த முடிவிற்கும் வர முடியாது

என்றுதான் இன்றைய அறிவியலை அறிந்தவர்கள் சொல்வார்கள். ஆனால் இரண்டாயிரத்து ஐந்நூறு ஆண்டுகளுக்குப் பின்னரும் ஹெரோடடஸ் பேசுவதைப் போல தமிழில் சில அறிஞர்கள் பேசிக்கொண்டிருக்கிறார்கள். உணர்ச்சிக் கொந்தளிப்பில் தொலைக்காட்சிகளில் மொழிகளின் பழைமையைப் பற்றியும் கீழடியைப் பற்றியும் அவர்கள் சொல்பவற்றைக் கேட்டால் இங்கு அறிவுப்பூர்வமான விவாதங்கள் நடைபெறாதா என்ற ஏக்கமே மேலோங்குகிறது.

தமிழ், உலகிலேயே மிகப் பழைமையான மொழியா அல்லது சமஸ்கிருதம் என்று அறியப்படும் வடமொழி உலகிலேயே மிகப் பழைமையான மொழியா அல்லது பிராகிருதமா?

கீழடியில் தொட்டது, சிந்து சமவெளி (ஹரப்பா) நாகரிகத்தில் விட்டதா?

மொழி என்றால் என்ன?

நம் எல்லாருக்கும் எழுத்துக்கு முன் பேச்சு வந்துவிட்டது என்பது தெரியும். எப்போது மனிதன் பேசத் தொடங்கினான்? சுமார் ஒரு லட்சம் ஆண்டுகளுக்கும் முன்னால் இருக்கலாம் என வல்லுநர்கள் கருதுகிறார்கள். மனிதகுலம் ஹோமோ சேபியன்ஸ் என்று அறியப்படும் நிலையை அடையப் பல லட்சம் ஆண்டுகள் ஆனதைக் கணக்கில் எடுத்துக்கொண்டால், ஒரு லட்சம் ஆண்டுகள் என்பது சமீபத்தியதுதான். மனிதன் எழுதுவதற்கு முன்னால் வரையத் தொடங்கிவிட்டான். அவன் விட்டுச்சென்ற மகத்தான ஓவியங்களை – நாற்பதாயிரம் ஆண்டுகளுக்கு முந்தையவை – இன்றும் காணலாம். இதற்கு அடுத்தபடியாக அவன் தான் கொன்ற மிருகங்கள் எத்தனை என்பதற்குக் கணக்கு (மரத்திலோ எலும்பிலோ செதுக்கி) வைத்துக்கொள்ளத் தொடங்கினான். இம்முறை தோன்றி சுமார் முப்பதாயிரம் ஆண்டுகள் ஆகிவிட்டன. அடுத்த வளர்ச்சியாகக் குறியீடுகள் பிறந்தன. இவ்வாறு தொடங்கித்தான் எழுத்திற்கும் பேச்சிற்கும் இடையே உடன்பாடு ஏற்பட்டு மொழிகள் வளர்ச்சியடைந்தன. அவை இருபரிமாணங்களில் சுவர், களிமண் சதுரம் போன்ற தளங்களில் எழுதப்படத் தொடங்கின. தரப்படுத்தப்பட்ட எழுத்துக்கள் உருவாகப் பல நூறாண்டுகள் எடுத்திருக்க வேண்டும். உதாரணமாக நான் இங்கு ஆடு என்று தமிழில் எழுதினால் இதைப் படிக்கத் தெரிந்த எல்லாருக்கும் நான் குறிப்பிடுவது ஆடு என்று உடனே புரிந்துவிடும். அதை மாடு என்று தவறாக யாரும் எடுத்துக்கொள்ள மாட்டார்கள். தரப்படுத்தப்பட்ட எழுத்துக்களைக் கூட்டாகச் சேர்த்து எழுதுவதும் பிறந்து அதிக ஆண்டுகள் ஆகிவிடவில்லை. சுமார் ஆறாயிரம் ஆண்டுகளுக்கு முன்னால்தான் அவை பிறந்தன.

மிகச் சமீப காலம்வரை உலகில் எழுதப்படிக்கத் தெரியாதவர்கள்தாம் அதிகம் இருந்தார்கள். எல்லா நாகரிகங்களிலும் எழுத்தானது சமூகத்தின் உயர்நிலையில் இருந்தவர்களுக்கு மட்டுமே சொந்தமாக இருந்தது. 1820இல் உலகில் பன்னிரண்டு சதவீத மக்கள் மட்டுமே எழுதப்படிக்கத் தெரிந்தவர்கள். பதினைந்தாம் நூற்றாண்டு பிரான்சில் ஆறு சதம் மக்கள் மட்டுமே எழுதப்படிக்கத் தெரிந்தவர்கள். இந்தியாவிலும் இதைவிட அதிகமாக இருக்க வாய்ப்பே இல்லை. அச்சடித்த புத்தகங்கள் பரவலாக வந்த பிறகு எழுதப்படிக்கத் தெரிந்தவர்கள் அதிகமானார்கள். இருநூறு ஆண்டுகளுக்கு முன்வரை குறைந்தபட்சம் 95% இந்தியர்களுக்கு எழுதப்படிக்கத் தெரியாது. தமிழகத்திலும் இதே நிலைமைதான். இரண்டாயிரம் ஆண்டுகளுக்கு முன்னால் ஒரு சதவீதத்தினருக்கு எழுதப் படிக்கத் தெரிந்திருந்தால் அது ஆச்சரியம். காதால் கேட்பதை மனத்தில் வாங்கி அதைத் திரும்பச் சொல்வதுதான் பலருக்குக் கல்வியாக இருந்திருக்க வேண்டும்.

ஒரு லட்சம் ஆண்டுகளுக்கும் முன்னால் பேசத் தொடங்கிய நாம், எழுத்துக்களைக் கிட்டத்தட்ட முழுவதும் நமதாக்கிக்கொண்டது சமீபத்தில்தான்.

உலகின் பழைய மொழிகள் யாவை?

தமிழ் முதல்முதலாக எப்போது பேசப்பட்டது என்பதற்கு நம்மிடம் எந்தத் தரவுகளும் இல்லை. நமக்குக் கிடைத்திருக்கும் தமிழின் எழுத்து வடிவங்கள் என்று அறியப்படுபவை சுமார் 2300 ஆண்டுகள் பழைமையானவை; 2500 ஆண்டுகள் என்றும் சிலர் சொல்கிறார்கள். எகிப்து மொழி (heiroglyphics) எழுத்துக்கள் கொண்ட கல்லறைகள் அந்நாட்டில் தடுக்கி விழுந்தால் கிடைக்கின்றன. இவை மிகப் பழைமையானவை. பல இன்றைக்கு 4700 ஆண்டுகளுக்கு (2700 BCE) முந்தையவை. அதாவது இப்போது கிடைத்திருக்கும் சான்றுகளின்படித் தமிழுக்கு 2200 ஆண்டுகள் பழைமையானவை. இந்த 2200 ஆண்டுகளில் உலகெங்கும் சுமார் இருபத்து ஐந்து மொழிகளில் எழுத்துக்கள் கிடைத்திருக்கின்றன. இவற்றில் நமக்குப் பரிச்சயமான பழைய மொழிகளான எகிப்து, சுமேரியன், சீனம், அராமிக், ஹீப்ரூ, ஃபோனிஷியன், ஹிட்டைட், அக்கேடியன், கிரேக்கம் போன்ற மொழிகள் அடங்கும். இவற்றில் எழுதப்பட்டிருப்பவற்றில் பல வரலாற்றுத் தகவல்களைத் தருபவை. அக்கேடியன் மொழியில் 3800 ஆண்டுகளுக்கு முன்னால் பதிக்கப்பட்ட ஹம்முராபியின் சட்டம் (code of Hammurabi) 282 சட்டங்களை எழுத்து வடிவில் தந்திருக்கிறது.

தமிழ்மொழி குமரிக்கண்டத்தில் செழித்து வளர்ந்து கொண்டிருந்தது, ஆனால் அதன் இலக்கியச் செல்வங்களைக் கடல் அழித்துவிட்டது போன்ற கதைகளை யாரும் நம்பமாட்டார்கள். இதேபோன்ற கடலால் அழிக்கப்பட்ட கதைகள் உலகெங்கும் புழங்கி வருகின்றன. எந்த மொழிக்கும் இக்கதையைச் சொல்லி அதன் பழைமையை நிறுவலாம்.

எனவே இன்றுவரை கிடைத்திருக்கும் எழுதப்பட்ட மொழிகளைப் பற்றிய தரவுகளின் அடிப்படையில் தமிழ் உலகின் மூத்த மொழியில்லை என்று உறுதியாகக் கூற முடியும். தமிழ்மொழிதான் உலகில் முதலில் பேசப்பட்ட மொழி என்று சொல்லலாமா? சொல்லலாம். ஆனால் அது அறிவியல்பூர்வமாக ஏற்றுக்கொள்ளப்படாது.

இதேபோன்று சமஸ்கிருதத்தையும் உலகின் பழைமையான மொழி என்று சொல்ல முடியாது.

இந்தியாவில் பேசப்பட்ட மொழிகள் எவை?

மொழிகளைப் பற்றிப் பேசும் முன்னால் நாம் ஒன்றைச் சொல்லியாக வேண்டும். பண்டைய வரலாற்றைப் பொறுத்த அளவில் சான்றுகள் என்று நமக்கு அளிக்கப்படுபவற்றில் பல எதையும் ஆணித்தரமாக நிறுவ உதவுவதில்லை. வேறு ஏதும் கிடைக்காததால் இருப்பவற்றைக் கட்டி அழ வேண்டியிருக்கிறது. இவற்றைப் போன்ற சான்றுகளை அறிவியற் துறைகளில் தொட்டுக்கூடப் பார்க்கமாட்டார்கள். எனவே சான்றுகள் கிடைத்துவிட்டன, தமிழ் ஐயாயிரம் ஆண்டுகளுக்கு முந்தைய மொழி, சமஸ்கிருதம் உலகிலேயே மூத்த மொழி என்றெல்லாம் சொல்லிக்கொண்டு மேலும் கீழும் குதிப்பது நகைப்பிற்குரியது. பெரும்பாலான சான்றுகள் இப்படி நடந்திருக்க வாய்ப்பு இருந்திருக்கலாம் என்று சொல்வதற்கு உதவியாக இருக்கின்றனவே தவிர, இப்படித்தான் நடந்தது என்று அறுதியாக நிறுவுவதற்கு உதவுவதில்லை. உலகம் முழுவதும் இதே கதை என்றாலும் இந்தியாவில் பண்டையக் காலத்தைக் குறித்துக் கிடைக்கும் சான்றுகள், எல்லாராலும் ஏற்கத்தக்க சான்றுகள் மிகவும் குறைவு. இந்திய வரலாற்றில் குறிப்பாகக் கால ஆராய்ச்சியும் மொழி ஆராய்ச்சியும் யார் எங்கிருந்து எங்குச் சென்றார்கள் என்பது பற்றிய ஆராய்ச்சியும் பெரும்பாலும் ஊகங்களின் அடிப்படையிலேயே அமைந்திருக்கின்றன. அவை துறை வல்லுநர்களால் ஒப்புக்கொள்ளக்கூடிய ஊகங்களாக இருக்கலாம் அல்லது ஆமைகளைத் தொடர்ந்து தமிழன் உலகம் முழுவதும் சென்றான் என்பது போன்ற ஊகங்களாகவும் இருக்கலாம்.

அறிவியல் என்ன சொல்கிறது?

முதல் இந்தியர்கள் (First Indians) என்று அறியப்படுபவர்கள் சுமார் 65000 ஆண்டுகளுக்கு முன்னால் இங்குச் சேர்ந்தடைந்தவர்கள். ஆப்பிரிக்காவிலிருந்து கிளம்பியவர்கள். நம் எல்லாருடைய மரபணுக்களிலும் முதல் இந்தியர்களின் மரபணுக் கூறுகள் ஐம்பது சதவீதத்திற்கும் மேல் என்று சோதனைகள் சொல்கின்றன. அதில் தாயிடமிருந்து மகளுக்கு மாற்றப்படும் மரபணுக்களின் அடிப்படையில் நம்மில் எழுபதிலிருந்து தொண்ணூறு சதவீதப் பெண்களுக்கு மூதாதை முதல் இந்தியப் பெண்தான். பழங்குடி மக்களிடமிருந்து தங்களை மிகவும் சுத்தமான பிராமணர்கள் என்று சொல்லிக்கொள்பவர்கள்வரை இது பொருந்தும்.

அறிவியல் சான்றுகளைக் கொண்டு வல்லுநர்கள் செய்யும் ஊகங்கள் என்ன?

இந்தியாவிற்கு வடமேற்கிலிருந்து வந்தவர்கள் (குறிப்பாக ஸக்ரோசியர்கள் என்று அழைக்கப்படுபவர்கள் – இரான், தென்கிழக்கு துருக்கி பகுதிகளைச் சேர்ந்தவர்கள்) முதல் இந்தியர்களுடன் கலந்து சிந்து சமவெளி நாகரிகத்தை அமைத்தார்கள். இவர்களே தெற்கே வந்து இங்குள்ள முதல் இந்தியர்களுடன் கலந்து இன்று தென்னகத்தில் பரவலாக இருக்கும் தொல் தென்னிந்தியர்களாக (Ancestral South Indian) உருவானார்கள். இதே போன்று வட இந்தியாவிலும் சிந்து சமவெளி மக்களுடன் மத்திய ஆசியர்கள் என்று அழைக்கப்படுபவர்கள் கலந்ததால் தொல் வட இந்தியர்களாக (Ancestral North Indians) உருவானார்கள்.

இந்தச் செய்தி முக்கியமான ஒன்றைச் சொல்கிறது. திராவிடர்கள், ஆரியர்கள், மூத்தக்குடிகள் என்று பிரித்துப் பார்க்கப்படும் அனைவரும் இங்கு வந்து குடியேறியவர்கள்தான். சிலர் முன்னால் வந்தார்கள். சிலர் பின்னால் வந்தார்கள். அவ்வளவுதான்.

முதல் இந்தியர்கள் இந்தியாவிலிருந்து மற்ற இடங்களுக்கும் பரவியிருக்க முடியாதா?

முடியாது என்றுதான் அறிவியற் தரவுகள் சொல்கின்றன. முதல் இந்தியர்களின் மரபணுக் கூறுகள் இந்தியாவிற்கு வெளியே அநேகமாக இல்லை.

இனி மொழிகளுக்கு வருவோம். இந்தியாவின் மக்கள் தொகையில் பெரும்பான்மையானவர்கள் பேசும் மொழிகள் இந்தோ – ஐரோப்பிய மொழிகளைச் சார்ந்தவை. சுமார் இருபது சதவீதத்தினர் திராவிட மொழிகளைப் பேசுகின்றனர். திராவிட மொழிகள் தொல் திராவிட மொழியிலிருந்து பிறந்தவை.

தொல் திராவிட மொழி எங்கிருந்து வந்தது?

தெற்கே வந்த தொல் தென்னிந்தியர்கள் தங்களோடு மொழியையும் கொண்டு வந்திருக்கலாம். சில ஆராய்ச்சியாளர்கள் இம்மொழி ஸாக்ரோசியப் பகுதியிலிருந்து வந்தது என்று கருதுகிறார்கள். தொல் ஸாக்ரோசிய மொழி தொல் எலாமைட் மொழியாவும் தொல் திராவிட மொழியாகவும் பிரிந்தது. இதில் எலாமைட் மொழியிலிருந்து ப்ராஹுய் வந்தது (தொல் திராவிடத்திலிருந்து அல்ல). தொல் திராவிட மொழி தொல் வட திராவிட மொழியாகவும் தொல் தீபகற்பத் திராவிட மொழியாகவும் பிரிந்தது. குருக் மொழியும் மால்டோ மொழியும் (மேற்கு வங்காளம், ஜார்கண்ட் மாநிலங்களில் பேசப்படுபவை) தொல் வட திராவிட மொழியிலிருந்து பிறந்தன. தமிழ் போன்ற மொழிகள் தொல் தீபகற்பத் திராவிட மொழியிலிருந்து பிறந்தன.

தொல் ஸார்கோசிய மொழி

|

தொல் எலாமைட் — தொல் திராவிடம்

| |

ப்ராஹூய் — வட திராவிடம் - தீபகற்ப திராவிடம்

| |

குருக் மற்றும் மால்டோ — தமிழ், தெலுங்கு மற்றைய மொழிகள்

வேத சமஸ்கிருதமும் வெளியிலிருந்து வந்ததுதான். வேத சமஸ்கிருதத்திற்கும் மூலமொழி இந்தோ – ஐரோப்பியக் குடும்பத்தைச் சேர்ந்த இந்தோ – இரானியன் மொழி. இது அவெஸ்தா மொழியாகவும் வேத சமஸ்கிருதமாகவும் பிரிந்தது என்று வல்லுநர்கள் கருதுகிறார்கள். சொல்லப்போனால் தமிழ் வெளியிலிருந்து வந்தது என்பதற்குக் கிடைத்திருக்கும் சான்றுகளைவிடச் சமஸ்கிருதம் வெளியிலிருந்து வந்தது என்பதற்குக் கிடைத்திருக்கும் சான்றுகள் அதிகம்.

சிந்து சமவெளி நாகரிகத்தின் மொழி என்ன?

சிந்து சமவெளி நாகரிகம் அல்லது ஹரப்பா நாகரிகம் இந்தியாவின் வடமேற்குப் பகுதிகளில் 2600-1900 BCE காலக்கட்டத்தில் தழைத்திருந்தது என்று வரலாறு சொல்கிறது. இன்றுவரை சிந்து சமவெளி நாகரிகத்தின் எழுத்துக்கள் என்ன

சொல்கின்றன என்பதை யாராலும் அறிய முடியவில்லை. அது எழுத்துக்களே இல்லை, வெறும் வடிவங்கள்தாம் என்று சொல்பவர்களும் இருக்கிறார்கள். எழுதப் படிக்கத் தெரியாதவர்களின் நாகரிகம் இந்நாகரிகம் என்று சொல்பவர்களும் இருக்கிறார்கள். தமிழ் மொழியின் வரலாற்றை எழுதிய டேவிட் ஷுல்மன் அது திராவிட மொழியாக இருக்க முடியாது என்று கருதுகிறார். ஆனால் பல ஆராய்ச்சியாளர்கள் அது திராவிட மொழிகளில் ஒன்றாக இருக்கலாம் என்று கருதுகிறார்கள். அவர்களில் ஐராவதம் மகாதேவன் ஒருவர்.

மகாதேவன் சொல்கிறார்:

1. சிந்து சமவெளி நாகரிகம் நகரத்தைச் சார்ந்தது; வேத கால ஆரிய நாகரிகம் மேய்ப்பர்கள் உலகத்தைச் சார்ந்தது.
2. குதிரைகளே இல்லாதது சிந்து சமவெளி நாகரிகம்; ஆனால் வேதங்கள் குதிரைகளைப் பற்றியும் தேர்களைப் பற்றியும் பேசுகின்றன.
3. சிந்து சமவெளி முத்திரைகளில் புலிகள் காணப்படு கின்றன.

இச்சான்றுகளால் சிந்து சமவெளி நாகரிகத்தை ஆரிய நாகரிகம் இல்லை என்று நிறுவலாம். ஆனால் அதன் மொழி திராவிட மொழி என்று நிறுவ அவர் கடைசிவரை முயன்றார்; முடியவில்லை.

ராகிகடி *(Rakhigarhi)* என்ற இடத்தில் கிடைத்த ஹரப்பா காலத்திய எலும்புக்கூட்டின் மரபணுக் கூறுகள் ஸாக்ரோசிய விவசாயிகளுக்கும் ஹரப்பாவில் இருப்பவர்களுக்கும் இடையிலான கலப்பு என ஆராய்ச்சி நிறுவுகிறது என்று 'பழங்காலத்திய இந்தியர்கள்' புத்தகத்தில் டோனி ஜோசஃப் சொல்கிறார். ஊடகங்களும் உலகப்புகழ்பெற்ற *Science* பத்திரிகை ஆராய்ச்சிக் கட்டுரையை வெளியிடப் போகிறது என்ற செய்தியை வெளியிட்டன. ஆனால் பல மாதங்கள் ஆகியும் கட்டுரை வெளிவந்ததாகத் தெரியவில்லை. எலும்புக்கூடு ஆரிய எலும்புக்கூடுதான் என்று சிலர் சொல்லிக்கொண்டு அலைகிறார்கள்.

இதுவரை கிடைத்த சான்றுகளின் மூலம் சிந்து சமவெளி நாகரிகம் ஆரியர்கள் தொடர்பு இல்லாதது என்றோ திராவிட நாகரிகத்திற்கு முன்னோடி என்றோ நிச்சயமாகச் சொல்லி விடமுடியுமா? சொல்ல முடியாது. இன்னும் தரவுகள் வேண்டும். ஆனால் சிலவற்றை ஊகிக்க முடியும். இந்நாகரிகத்தின் கடைசிக்

காலத்தில் ஆரியர்களின் தொடர்பு ஏற்பட்டிருக்கலாம். இதே போன்று சிந்து சமவெளி நாகரிகத்தின் மொழி என்ன என்பதையும் ஊகம்தான் செய்ய முடியும். ஐராவதம் மகாதேவன் சொல்வதுபோல, அது திராவிட மொழிக் குடும்பத்தின் மூதாதையாக இருக்கலாம்.

ஆனால் ஒன்றை இங்குச் சொல்லியாக வேண்டும். சிந்து சமவெளி மொழி என்று சொல்லப்படுவது திராவிட மொழிக் குடும்பத்தின் மூதாதை என்பது நிறுவப்பட்டாலும், சமஸ்கிருதம் அடங்கிய இந்தோ – ஐரோப்பிய குடும்பத்தைச் சார்ந்த பல மொழிகள், இதே காலக்கட்டத்தில் புழங்கி வந்திருக்கின்றன என்பதும் மறுக்க முடியாத உண்மை. ஊகங்களுக்கு அதிக இடம் கொடுக்க வேண்டிய தேவையே இல்லாமல் ஹிட்டைட் மொழியைச் சேர்ந்த கல்வெட்டுகள் படிக்கப்பட்டுவிட்டன. எனவே திராவிட மொழிகள் பழைமையானவையா அல்லது இந்தோ – ஐரோப்பிய மொழிகள் பழைமையானவையா என்ற கேள்விக்கு உறுதியாக விடை கிடைப்பது கடினம்.

சிலர் சிந்து சமவெளி நாகரிகம் தோன்றும் முன்பே தொல் திராவிட மொழி பேசுபவர்கள் தெற்கே வந்தடைந்துவிட்டார்கள் என்று கருதுகிறார்கள். மேய்ப்பர்களாக வந்த அவர்கள் பின்னால் விவசாயம் செய்யத் தொடங்கியிருக்கலாம். இன்றுவரை, சிந்து சமவெளியிலிருந்து தென்கோடிவரை Savannah Zone என்று அழைக்கக்கூடிய மேய்ச்சல் நிலங்கள் தொடர்ச்சியாக இருக்கின்றன.

எது எப்படியிருந்தாலும் தெற்கே இருந்து வடக்கே மொழிகள் சென்றிருக்கலாம் என்பதற்குச் சான்றுகள் அதிகம் இல்லை. வடக்கே இருந்து மொழிகள் தெற்கே வந்தன என்பதற்குச் சான்றுகள் இருக்கின்றன.

வேதகால மொழி

சிந்து சமவெளி நாகரிகக் காலத்தில் கிடைத்திருப்பவற்றை எழுத்துக்கள் என்று சொல்வதையே பலர் தவறு என்கிறார்கள் என்பதைப் பார்த்தோம். ஆனால் இக்காலக்கட்டத்திற்குப் பின் கிட்டத்தட்ட மௌரியர்கள் காலம்வரை இந்தியாவில் எங்கும் எழுத்துக்களின் தடயங்கள் கிடைக்கவில்லை. இடைவெளி சுமார் ஆயிரத்தைந்நூறு வருடங்களுக்கும் மேல் இருக்கலாம். இந்தக் காலக்கட்டத்தில்தான் வேதங்கள் வந்தன, ஆரியர்கள் இந்தியாவிற்கு வந்தார்கள் என்று சொல்லப்படுகின்றன. வேதங்களில் மிகப்பழைமையான ரிக்வேதத்தின் காலம் சுமார் மூவாயிரத்தைந்நூறு ஆண்டுகளுக்கு முந்தையதாக இருக்கலாம்

என்று வல்லுநர்கள் சொல்கிறார்கள். எழுதாக்கிளவியாகப் பல நூற்றாண்டுகள் இருந்த வேதங்களின் சமஸ்கிருதம் வரிவடிவத்தில் மிகவும் பின்னால் எழுதப்பட்டது. வேதம் எழுதப்பட்ட மிகப் பழைய ஏடுகள் இன்றைக்கு ஆயிரம் ஆண்டுகளுக்கு முன்னால் கிடைத்திருக்கின்றன. ஆனால் வேதங்களையும் உபநிடதங்களையும் எதிர்த்துத் தோன்றிய மதங்களான பௌத்தமும் ஜைனமும் இரண்டாயிரத்து ஐந்நூறு ஆண்டுகளுக்கு முந்தையவை என்பதை நாம் நினைவில் வைத்துக்கொள்ள வேண்டும். அசோகரின் கல்வெட்டுகள் இரண்டாயிரத்து முந்நூறு ஆண்டுகளுக்கு முந்தையவை. அவை பிராமணர்களைப் பற்றிப் பேசுகின்றன. மதங்களைப் பற்றிப் பேசுகின்றன.

வேதங்கள் எழுதப்பட்டது சமஸ்கிருதத்தில். வேதகால சமஸ்கிருதத்திற்கும் பின்னால் வந்த சமஸ்கிருதத்திற்கும் (பாணினியின் அஷ்டத்யாயிக்குப் பிறகு) வேறுபாடுகள் இருக்கின்றன. ஆனால் பின்னால் வந்த சமஸ்கிருதம் வேதகால மொழியிலிருந்து முற்றிலும் தொடர்பற்றது என்று அறிவிலிகள் மட்டுமே சொல்வார்கள். இரண்டிற்கும் பிரிக்க முடியாத, நெருங்கிய தொடர்பு இருக்கிறது. பெரிடேல் கீத் சொல்வதுபோல பிராமண ஆசிரியர்கள் பிராமண, க்ஷத்திரிய, வைசிய வகுப்புகளுக்குக் கல்வி கற்றுக்கொடுப்பதைப் பற்றிப் புத்த ஜாதகக் கதைகள் பேசுகின்றன. இவர்களின் பயிற்று மொழி சமஸ்கிருதமாகத்தான் இருக்க முடியும். ராமாயண, மகாபாரதக் கதைகள் புத்தர் காலத்திலேயோ அதற்குச் சற்று முன்போ வாய்மொழியாகப் புழங்கத் தொடங்கிவிட்டன என்று பல வரலாற்று ஆசிரியர்கள் கருதுகிறார்கள். மக்கள் வாழ்வோடு பின்னிப் பிணைந்த இக்கதைகளுக்கும் சமஸ்கிருதத்திற்குமுள்ள தொடர்பை நாம் ஒதுக்கிவிட முடியாது. சமஸ்கிருதத்தில் குறைந்தது மூவாயிரத்தைந்நூறு வருடங்களுக்கு முன்பிருந்தே இலக்கியம் இருந்திருக்கிறது. பின்னால் பௌத்தர்களும் ஜைனர்களும்கூட சமஸ்கிருத மொழியில் தங்கள் படைப்புகளை எழுதத் தொடங்கினார்கள்

பிராகிருத மொழி

பிராகிருதத்திற்கும் சமஸ்கிருதத்திற்கும் இடையிலேயும் பிரிக்க முடியாத தொடர்பு இருக்கிறது. சிலர் பிராமணர்கள் பயன்படுத்திய மொழியான சமஸ்கிருதத்திற்கு எதிராக ஜைனர்களும் பௌத்தர்களும் படைத்த மொழி என்று பிராகிருதத்தைக் கருதுகிறார்கள். சிலர் பிராகிருதம்தான் மக்கள் பேசும் மொழியாக இருந்தது, அதிலிருந்துதான் சமஸ்கிருதம் பிறந்திருக்க முடியும் என்கிறார்கள். ஆனால் யாரும் பிராகிருதத்திற்கும்

சமஸ்கிருதத்திற்கும் உறவே கிடையாது என்று சொல்லவில்லை. பிராகிருதம், சமஸ்கிருதம் இரண்டும் வேத சமஸ்கிருதத்தின் வயிற்றில் பிறந்த குழந்தைகள் எழுத்திலிருந்து ஒதுங்கியிருக்க வேண்டும் என்று வேதம் பயின்றவர்கள் நினைத்ததால் சமஸ்கிருதத்தில் எழுதுவதற்குத் தயக்கம் இருந்திருக்கலாம். ஆனால் நாளடைவில் இருமொழிகளுக்கும் எழுத்துக்கள் பிறந்தன. பல நூற்றாண்டுகளுக்குப் பயன்படுத்தப்பட்டன. நாட்டிய சாஸ்திரம் எழுதிய பரத முனிவர் மூன்று மொழிகளை அடையாளப்படுத்துகிறார்; சமஸ்கிருதம், பிராகிருதம், தேசபாஷா (பிராந்திய மொழி). தண்டியின் காவியதர்சம், எழுதும் முறைகளில் நான்கு பிரிவுகளை அடையாளம் காண்கிறது; சமஸ்கிருதம், பிராகிருதம், அபப்ரம்சம் மற்றும் எல்லாம் சேர்ந்த கலவை.

ஷெல்டன் போலாக் இன்னும் தெளிவாகச் சொல்கிறார்: எழுத்தறிவு வந்த நான்கு நூற்றாண்டுகளுக்கு, கல்வெட்டுகள் போன்றவை ஆவணங்களைப் பதிவு செய்வதற்காகவே பயன்படுத்தப்பட்டன; இலக்கியத்திற்காக அல்ல. அதனால் அவை சமஸ்கிருதத்தில் எழுதப்படாமல் பிராகிருதத்தில் எழுதப்பட்டன. அன்றையக் கலாச்சாரப் பழக்கம் அவ்வாறாக இருந்தது.

உதாரணமாக, இன்று கவிதையில் எழுதப்பட்ட ஒரு அரசு அறிவிப்பையோ அறிக்கையையோ காட்ட முடியுமா? வடமொழி அன்று இலக்கியத்திற்கு மட்டுமே சொந்தமான மொழியாக இருந்திருக்க வாய்ப்பு இருக்கிறது. பின்னால் இப்பழக்கம் மாறி சமஸ்கிருதத்திலும் கல்வெட்டுகள் வரத் தொடங்கின.

சமஸ்கிருத வரிவடிவம்

வேதங்கள் வாய்வழியாக வந்ததால் வேத சமஸ்கிருத மொழிக்கு இலக்கணம் கிடையாது என்று எடுத்துக்கொள்ள முடியாது. அப்படியிருந்திருந்தால் அது என்ன சொல்கிறது என்பதை இன்று யாராலும் புரிந்துகொள்ள முடியாது. வாய்மொழிக்கும் இலக்கணம் தேவை. வாய்மொழிக்கு ஒலியியல், மொழியியல், சொற்கள், பேசும் முறை, வழக்கு போன்றவை எவ்வளவு தேவையோ அவ்வளவு இலக்கணமும் தேவை. ஒரு குழந்தை மொழியைப் படிக்கத் தெரியாமலேயே அதைத் தெளிவாகப் பேசிப் புரிந்துகொள்வதன் காரணம் இதுதான்.

பாணினிக்கும் பின்வந்த சமஸ்கிருதம் எந்த வரிவடிவத்தில் எழுதப்பட்டது?

முதலில் கரோஷ்டியில் (வலது பக்கத்திலிருந்து இடதுபக்கம் எழுதப்பட்ட வடிவம்), பின்னால் பிராமியில். பிராமியில் எழுதப்பட்டபோது அசோக பிராமி, குஷான பிராமி, குப்த

பிராமி என்ற மூன்று வரிவடிவங்களில் எழுதப்பட்டது. குப்த பிராமி, சப்தமாத்ரிகா என்ற வரிவடிவமாக மாறியது. அதிலிருந்து தற்போது இருக்கும் தேவநாகரி பிறந்தது.

முப்பத்தைந்து லட்சத்திற்கும் அதிகமான ஏடுகளும் பழைய காலத்து ஆவணங்களும் இன்று இந்தியாவில் பாதுகாக்கப்படுகின்றன. அவற்றில் மூன்றில் இரண்டு சமஸ்கிருதத்தில் இருக்கின்றன. சமஸ்கிருதத்தில் எழுதப்பட்ட மிகப் பழைய ஏடுகள் இன்றைக்கு ஆயிரத்து ஐந்நூறு ஆண்டுகள் முந்தையவை (கில்கிட் ஏடுகள்). சமஸ்கிருதம் பல இடங்களில் பல வரிவடிவங்களில் எழுதப்பட்ட காரணம், அது இந்தியா முழுவதும் பரவியிருந்ததால்தான். தென்னகத்தில் கிரந்தத்தில் எழுதப் பட்டதற்கும், வடநாட்டில் தேவநாகரியில் எழுதப்பட்டதற்கும், காஷ்மீரத்தில் சாரதாவில் எழுதப்பட்டதற்கும் காரணம் அந்தந்தப் பகுதியினர் எளிதாகப் படித்துப் புரிந்துகொள்வதற்காக.

தமிழ்க் கல்வெட்டுகள்

தமிழ்மொழிக்கு வரிவடிவம் எவ்வாறு வந்தது?

தமிழ்மொழியியல் வல்லுநரான ஐராவதம் மகாதேவன் அது பிராமியிலிருந்து பிறந்தது என்கிறார். (பிராமி எழுத்துக்களே இந்தியாவிற்கு வெளியிலிருந்து வந்தவை என்று சிலர் சொல்கிறார்கள்). தமிழில் எழுதுவதற்கு வசதியாக அசோகர் காலத்திய பிராமியில் சில மாற்றங்கள் செய்யப்பட்டு அது தமிழ் பிராமி என்று (அல்லது தமிழி) என்று அழைக்கப்பட்டது. இதற்குப் பிறகு வட்டெழுத்து வந்தது. பின்னால் இப்போது நாம் எழுதும் வரிவடிவம் வந்தது.

பேராசிரியர் ராஜன் போன்றவர்கள் பொருந்தல், கொடுமணல் போன்ற இடங்களில் கிடைத்திருக்கும் பானையோடுகளில் எழுதப்பட்டிருக்கும் வடிவங்களின் அடிப்படையில் தமிழ் பிராமி அசோக காலத்திய பிராமிக்கு முந்தையது என்கிறார்கள். ஆனால் ஹாரி ஃபால்க் போன்ற இந்தியவியலாளர்கள் அதை வலுவாக மறுக்கிறார்கள். பானையோடுகளின் எழுத்துக்களை ஆய்வு செய்த சுப்பராயலு அவர்கள், பெரும்பாலான பெயர்கள் பிராகிருத மொழியைச் சேர்ந்தவையாகவும் வணிக குலத்தைச் சேர்ந்தவையாகவும் இருப்பதையும் பல பானைகளில் பிராகிருத மொழி வடிவங்களே இருப்பதையும் குறிப்பிட்டு அன்றைய வணிகர்களே பிராமி எழுத்துமுறையைத் தமிழகத்திற்கு அறிமுகம் செய்திருக்க வேண்டும் என்று சொல்கிறார்.

நமக்கு இதுவரையில் கிடைத்திருக்கும் தமிழ் பிராமிக் கல்வெட்டுகளின் கால இடைவெளி சுமார் அறுநூறு ஆண்டுகள். முதல் கல்வெட்டு இன்றைக்கு சுமார் இரண்டாயிரத்து இருநூறு ஆண்டுகளுக்கு முன்னால் செதுக்கப்பட்டது. கடைசிக் கல்வெட்டு இன்றைக்கு ஆயிரத்து அறுநூறு ஆண்டுகளுக்கு முன்னால். இவற்றில் செதுக்கப்பட்டவை எல்லாவற்றையும் ஒரே பக்கத்தில் எழுதிவிடலாம். அதாவது அறுநூறு வருடங்களில் எழுதப்பட்டவற்றை ஒரே பக்கத்தில் அடைத்துவிடலாம். எல்லாம் ஓரிரண்டு வரிகள்தாம். இவற்றில் பெரும்பாலானவை பெயர்கள்; பல பிராகிருதச் சொற்களும் காணப்படுகின்றன.

மாறாக, அசோகர் காலத்திய பிராமிக் கல்வெட்டுகள் விரிவானவை. பெரிய தூண்களிலும் பாறைகளிலும் பதிவு செய்யப்பட்டவை. அவை நமக்கு வரலாற்றைத் தருகின்றன. அன்றைய சமூகத்தின் வாழ்க்கைமுறையைத் தெரிவிக்கின்றன. அவை பண்டைய இந்தியா முழுவதும் பரவிக்கிடக்கின்றன. எனவே தமிழ் பிராமியிலிருந்துதான் அசோகன் பிராமி பிறந்தது என்று சொல்வதற்கு இப்போது கிடைத்திருக்கும் தரவுகள் போதா; இன்னும் வலுவான தரவுகள் வேண்டும்.

மேலும் தமிழகத்தில் கிடைத்திருக்கும் 'முழுமையான' கல்வெட்டுகள் பல்லவர்கள் காலத்தில் தொடங்குகின்றன. தொடக்க காலத்தில் அவை அனைத்தும் பிராகிருதத்தில் இருக்கின்றன. மிகவும் பின்னால்தான் தமிழ் வருகிறது. தமிழகத்தில் முழுமையாகத் தமிழில் கிடைத்திருக்கும் கல்வெட்டு பூலான்குறிச்சிக் கல்வெட்டு என்று சொல்லலாம். பொ.ஆ. ஐந்தாம் நூற்றாண்டைச் சார்ந்த வட்டெழுத்துக் கல்வெட்டு.

ஆனால் இதற்கு முன்னாலேயே முழுமையான சமஸ்கிருதக் கல்வெட்டுக்கள் இந்தியா முழுவதும் கிடைக்கத் துவங்கி விட்டன. பொ. ஆ. இரண்டாம் நூற்றாண்டைச் சேர்ந்த கிர்னார் கல்வெட்டு ஓர் உதாரணம்.

கீழடி

தாங்கள் மிகப் பெரிய நாகரிகத்தின் வாயிலில் நின்று கொண்டிருக்கிறோம் என்பதை அறிந்த பின்பும், மொகஞ்சதாரோவில் அகழ்வாராய்ச்சி செய்த மார்ஷல் முதன்முதலாகப் பொதுமக்களிடம் அதைப்பற்றி அறிவிக்கும்போது சொன்னது இது: "அகழ்வாராய்ச்சிக்காரர்களுக்கு மிகப் பெரிய, மறக்கப்பட்ட நாகரிகத்தைக் கண்டுபிடிக்கும் வாய்ப்பு எளிதில் கிடைப்பதில்லை. ஆனால் இப்போது எங்களுக்கு அந்த வாய்ப்பு கிடைத்திருக்கிறது என்று தோன்றுகிறது." இப்படித்தான்

உண்மையான அகழ்வாராய்ச்சியாளர்கள் பேசுவார்கள். புதைந்துபோய்விட்ட நாகரிகத்தின் சுவடுகள் அவ்வளவு எளிதாகக் கிடைத்துவிடாது.

உலகத்தின் பெருநதிக் கரைகளில் பண்டையக்கால நாகரிகங்கள் அமைந்திருந்தன நமக்குத் தெரிந்ததே. யூஃப்ரடிஸ் – டைக்ரிஸ், நைல், சிந்து, மஞ்சள், யாங்ஸே போன்ற நதிகளும் அவற்றின் கிளை நதிகளும் நனைக்கும் பகுதிகளில் நாகரிகங்கள் பல நூற்றாண்டுக் காலங்களாகச் செழித்து வளர்ந்திருக்கின்றன.

இவை ஏன் பெருநதிக்கரைகளிலேயே அமைந்திருந்தன?

இவற்றிற்குத் தேவையானவை விளைச்சல் நிலங்களும் பெருநகரங்களும்! கூடவே இவற்றை உருவாக்குவதற்கான தொழில்நுட்பமும் தேவை. இந்நாகரிகங்கள் தொடர்ந்து வளரத் தேவையானவை: மக்கள் திரள், அவர்கள் சேர்ந்து வாழ வகை செய்யும் சமுதாய அமைப்பு, பண்டங்களைப் பரிவர்த்தனை செய்துகொள்ள வகை செய்யும் வணிக அமைப்பு. மேலும் தேவையானவை வளர்ச்சி பெற்ற எழுத்து முறை, கணிதம், பருவநிலைகளைக் கணிக்கக்கூடிய வானவியல் திறமை, நாட்காட்டிகளை அமைக்கக் கூடிய திறமை, தண்ணீர் வசதி, மக்கள் கூடும் பொதுக் கட்டடங்கள், விரைவாகப் பயணம் செய்யக்கூடிய சாதனங்கள், தெருக்கள் போன்றவை. இவற்றில் பெரும்பாலானவை இருந்தாலும் விவசாயத்திலும் வணிகத்திலும் தொடர்ந்து உபரி வருமானம் கிடைத்தால் மட்டுமே நாகரிகம் பல நூற்றாண்டுகள் செயற்பட முடியும். மேலே சொல்லப்பட்ட பெருநதிகளும் அவற்றின் கிளைகளும் நனைக்கும் பகுதிகள் பரந்துபட்டவை. அதனால்தான் இந்நாகரிகங்களுக்கு உபரி வருமானம் தொடர்ந்து கிடைத்துக்கொண்டிருந்தது. சிறுநதிக்கரைகளில் இதுபோன்ற நாகரிகம் அமைந்து பன்னூறாண்டுகள் தொடர்வது அரிதானது.

கீழடி, வைகை நதியோரத்தில் இருக்கிறது. வைகை நதி நனைக்கும் பகுதிகளின் பரப்பளவு, ஏழாயிரம் சதுர கிலோமீட்டர்கள். சிந்து நதி நனைக்கும் பகுதிகளின் பரப்பளவு 1,165,000 சதுர கிலோமீட்டர்கள். சிந்து நதி வற்றாத நதி. வைகை வானம் பார்த்த நதி. எனவே வைகைக்கரையில் நாகரிகம் ஒன்று பிறந்து அது பல நூற்றாண்டுகள் தொடர்ந்து நீடித்திருக்கும் வாய்ப்புகள் குறைவு. மேலும் கீழடியில் இதுவரை தோண்டப்பட்டிருக்கும் நிலப்பரப்பளவு மிகவும் குறைவானது; கிடைத்திருப்பவையும் மிகவும் அதிகமானவை என்று சொல்ல முடியாது. இதுவரை கிடைத்திருப்பவற்றை வைத்துக்கொண்டு எந்த அகழ்வாராய்ச்சியாளரும் அறுதியான முடிவிற்கு வர

முடியாது – நகரம் ஒன்று தமிழகத்தில் சுமார் இரண்டாயிரத்து இருநூறாண்டுகளுக்கும் முன்னால் இருந்திருக்கக் கூடியதற்கான தடயங்கள் சில கிடைத்திருக்கின்றன என்பதைத் தவிர. அங்கு ஒரு நதி நாகரிகம் இருந்திருக்கலாம். ஆனால் இதுவரை கிடைத்திருக்கும் தடயங்களிலிருந்து அந்த முடிவிற்கு வர முடியாது.

குறிப்பாகச் சொல்லப்போனால் சங்ககாலத் தமிழகத்தில் விவசாயம் பெருமளவில் நடந்திருக்க வாய்ப்பு இல்லை. காவிரி, வைகை, தாமிரபரணி நதிகளின் ஓரப்பகுதிகளைத் தவிர மற்றைய இடங்களில் காடுகள்தாம் ஆக்கிரமித்துக்கொண்டிருந்தன. மக்கள் தொகையும் அதிகம் இருந்திருக்க முடியாது. நெல் பயிரிட்டுப் பலன் காண்பதற்குக் கடுமையாக உழைக்க வேண்டும். அதற்குப் பெருத்த மக்கள் தொகை அவசியம். எனவே இவற்றிலிருந்து உபரி வருமானம் அதிகம் கிடைத்திருக்க முடியாது.

காட்டைத் திருத்திக் கழனியாக்கும் வேலை பெருமளவிற்கு நடந்தது பல்லவர், சோழர் காலத்தில்தான். பெரிய ஏரிகளை அமைப்பதற்குத் தேவையாக இருந்த தொழில்நுட்பம் பல்லவர் காலத்திற்குப் பிறகே வந்தது என்கிறார் கரஷிமா. மதகு போன்ற சொற்கள் கல்வெட்டுகளில் இடம்பெற்றது இந்தக் காலக்கட்டத்தில்தான் என்றும் அவர் சொல்கிறார். வியாபாரம் சங்ககாலத்தில் நடந்தது என்றாலும், வியாபாரத்தையும் விவசாயத்தையும் சொந்தக்காரக் குழுக்களே நடத்தின. பெரிய அளவில் இரண்டும் வர்க்க அடிப்படையில் நடக்கத் துவங்கியது சங்ககாலத்திற்குப் பின்புதான் என்று வல்லுநர்கள் கருதுகிறார்கள். எனவே வியாபாரத்திலிருந்தும் பெரிய உபரி வருமானம் கிடைத்திருக்க வாய்ப்பில்லை.

ஆனால் நம் ஊடகங்கள் அலறத் தொடங்கிவிட்டன. தி இந்து *'Keezhadi excavation leads to ancient civilization on the banks of Vaigai'* என்ற தலைப்பில் செய்தியை வெளியிட்டது. அரைகுறை அரசியல்வாதிகளும் எழுத்தாளர்களும் ஆராய்ச்சியாளர்களும் ஏதோ தமிழகத்தின் வரலாற்றில் புதிய திருப்பம் நிகழ்ந்துவிட்டது என்று பேசிக்கொண்டிருக்கிறார்கள். தமிழனுக்குத்தான் சிந்து சமவெளி நாகரிகம் சொந்தம், அதன் தொடர்ச்சிதான் கீழடி என்றும் சிலர் சொல்லிக்கொண்டிருக்கிறார்கள்.

உண்மை என்ன?

சிந்து சமவெளி நாகரிகத்திற்கும் கீழடிக்கும் இடையே குறைந்தது ஆயிரத்து எண்ணூறு ஆண்டுகள் இடைவெளியிருக்கின்றன. சிந்து சமவெளி நாகரிகம் வெண்கலக்காலத்தைச் சார்ந்தது. கீழடி இரும்புக்காலத்தைச் சார்ந்தது. சிந்து சமவெளிக்கும் தமிழகத்திற்கும் இடையே பெரிய நிலப்பரப்பு இருக்கிறது. எனவே

இன்னும் வலுவான ஆதாரங்கள் கிடைக்கும்வரை இங்கும் அங்கும் கண்டுபிடிக்கப்பட்ட பானையோடுகளை வைத்துக்கொண்டு, அந்நாகரிகத்திற்குச் சொந்தம் கொண்டாடுவது சரியாகாது.

நமக்கு எழும் கேள்வி கீழடி தமிழர்களின் பெருமையை அறிவிக்கிறதா இல்லையா என்பதாகத்தான் இருக்க வேண்டும். நிச்சயம் அது தமிழர்களின் பெருமையை அறிவிக்கிறது. குறைந்த இயற்கை வளங்களை வைத்துக்கொண்டு, தளராமல் கடுமையாக உழைத்து முன்னேறிய தமிழர்களின் அடையாளம் அது. அங்கு உலகையோ இந்தியாவையோ உலுக்கும் அடையாளங்கள் ஏதும் கிடைக்கத் தேவையில்லை. நமது முன்னோர்கள் வாழ்ந்த விதத்தை நமக்குக் காட்டுவதால் அது நமக்கும் இந்தியாவிற்கும் மிக முக்கியமானது. எனவே கீழடியை அணுகும்போது அது நமது என்ற உணர்வோடு நிச்சயம் அணுக வேண்டும். ஆனால் அது நமது என்பதாலேயே அதற்கு ஈடு இணை ஏதும் வேறு எங்கும் இல்லை என்று சொல்ல வேண்டிய கட்டாயம் இல்லை. அதைச் சிந்து சமவெளி நாகரிகத்தோடு உடனடியாகக் கோத்துவிட அரசியல் தந்திரங்களைத் தவிர வேறு எந்தக் கட்டாயமும் இல்லை.

முடிவாக...

தமிழ் ஐயாயிரம் ஆண்டுகள் பழைமையானதா? தமிழ் பத்தாயிரம் ஆண்டுகள் பழமையானதாகக் கூட இருக்கலாம். ஆனால் நமக்கு இதுவரை அதற்குச் சான்றுகள் கிடைக்காதது தான் உண்மை. தமிழின் பழைமையைப் பின்னுக்குத் தள்ளி இன்றுவரை தரப்பட்டிருக்கும் சான்றுகள் முகநூலிலும் வாட்ஸப்பிலும் குறுங்குழுக்களிலும் அறிவு சார்ந்த எதனுடனும் சிறிதுகூடத் தொடர்பே இல்லாத ஊடகங்களிலும், சில பல்கலைக்கழகங்களில் பேராசிரியர்கள் என்று சொல்லிக்கொண்டு அலைபவர்கள் மத்தியிலும், அரசியல் வட்டங்களிலும் செல்லுபடியாகும். ஆனால் உண்மையான அறிஞர்கள் இச்சான்றுகளை நிச்சயம் புறந்தள்ளி விடுவார்கள்.

சமஸ்கிருதத்தைத் தூக்கிப்பிடித்துத் தேவபாஷை, அபௌருஷேயம் (மனிதர்களால் செய்யப்படாதது) என்று சொல்பவர்களுக்கும் இதே செய்திதான்.

தமிழிலேயே மிகப் பழைமையான நூல் தொல்காப்பியம் என்று கூறப்படுகிறது; இல்லை என்பதற்குப் பல சான்றுகள் இருக்கின்றன. பெரும்பாலான அறிஞர்கள் அதை பொ.ஆ. ஐந்தாம் நூற்றாண்டிற்கும் பின்னால் வைக்கிறார்கள். அதை மிகப் பழைய நூலென்றே வைத்துக்கொள்வோம். அதுவும் வடசொற்களைக்

குறிப்பிடுகிறது. "வடசொற் கிளவி, வடவெழுத் தொரீஇ எழுத்தொடு புணர்ந்த சொல்லா குமே" என்கிறது. வடசொல் என்பது சமஸ்கிருதம், பிராகிருதம், பாலி ஆகிய மொழிகளின் சொற்களைக் குறிக்கும் என்று அறிஞர்கள் கருதுகின்றனர். தொல்காப்பியரே 'ஐந்திரம் நிறைந்தவர்' என்று அழைக்கப் படுகிறார். 'ஐந்திர வியாகரணம்' சமஸ்கிருத இலக்கண வகைகளில் ஒன்று. தொல்காப்பியம் பிராமணர்களின் வாழ்க்கைமுறை பற்றிப் பேசுகிறது. 'அறுவகைப் பட்ட பார்ப்பனப்பக்கம்' என்கிறது. வேதங்களை ஓதுதல், ஓதுவித்தல், வேட்டல் (யாகங்களைச் செய்தல்), வேட்டுவித்தல், ஈதல், ஏற்றல் என்பவை அறுவகை என அறியப்படுகின்றன. இரண்டாயிரத்து இருநூறு ஆண்டுகள் பழைமையான சங்க இலக்கியத்திலும் வேதங்களைப் பற்றிய குறிப்புகள் வருகின்றன. "ஆன்ற கேள்வி அடங்கிய கொள்கை நான்மறை முதல்வர்" என்பது ஓர் உதாரணம். மிகப் பழைமையான கல்வெட்டுகளிலும் பானையோடுகளிலும் வடமொழிகள் இயல்பாக, பரவலாகக் கையாளப்படுகின்றன. பூலான்குறிச்சிக் கல்வெட்டும் - முழுமையாகத் தமிழில் கிடைத்த முதற் கல்வெட்டு - தேவகுலத்தையும் தாபதப்பள்ளியையும் (தவம் செய்பவர்கள் இருக்கும் இடம்) பிரம்மச்சாரிகளையும் குறிப்பிடுகிறது.

தமிழுக்கும் வடமொழிகளுக்கும் இடையே உள்ள உறவு தமிழ் வரலாறு எவ்வளவு பழைமையானதோ அவ்வளவு பழைமை யானது. உண்மைகளின் வெளிச்சத்தில் இம்மொழிகளைப் பார்த்தால் அவற்றின் இணக்கம் நமக்குத் தெளிவாகத் தெரியும். முரண்களும் இருந்தன. இவை இருந்ததால்தான் தமிழ் மொழி வளர்ந்தோங்க முடிந்தது. சமஸ்கிருதம் பேச்சு மொழியல்ல என்று சொல்வதும், சங்கத் தமிழ்மொழி பேச்சு மொழியல்ல என்று சொல்வதும் ஒன்றுதான். தற்காலத் தமிழோடு சங்கத்தமிழ் எவ்வாறு பிரியாமல் இணைந்திருக்கிறதோ, அதே போன்று சமஸ்கிருதமும் இந்தியாவின் மொழிகளோடு பிரியாமல் இணைந்திருக்கிறது.

"எவன் தன் மதத்தைப் பற்றி, அதன்மீது கொண்டிருக்கும் அதீதமான பற்றினால் மிகவும் உயர்வாகப் பேசுகிறானோ மற்ற மதங்களை இழிவு செய்கிறானோ அவன் தன் மதத்திற்குத் தீங்கே இழைக்கிறான்" என்று அசோகரின் கிர்னார் கல்வெட்டு சொல்கிறது.

மதங்களுக்குச் சொல்வது மொழிகளுக்கும் பொருந்தும்.

Bibliography

A little Book of Language, David Crystal, 2010

Indian Epigraphy, Richard Salomon, 1998

A History of Ancient and Medeival India, Upinder Singh 2017.

A Concise History of South India, Noburu Karashima, 2014.

Early Indians, Tony Joseph, 2018.

Rice in Dravidian (Paper), Franklin Southworth, 2011.

Owner' graffiti on Pottery from Tissamah, Harry Falk, 2010.

Indus Valley Fantasies: Political Mythologies, Academic Careerism, and the Poverty of Indus Studies Steve Farmer and Michael Witzel, 2010.

Edicts of King Ashoka: Ven S Dhammika, 1993.

History of Sanskrit A Berriedale Keith, 1928.

The language of Gods in the world of men, Sheldon Pollock, 2006.

Tamil, A biography, David Shulman.

Early Tamil Epigraphy, I Mahadevan, 2003.

Speaking of Sanskrit, Bibek Debroy.

Critical role of oral language in Reading - Elizabeth Brooke.

Mirror of Tamil and Sanskrit, R Nagaswamy, 2012.

Pottery inscriptions in Tamil Nadu, A comparative View, Subbarayalu, Y. 2008.

Situating the beginning of early historic times in Tamil Nadu: some issues and reflections, K. Rajan, 2008.

12

தமிழ் கல்வெட்டுகளில் சமஸ்கிருதம்

ஒய். சுப்பராயலு
தமிழில்: **செந்தீ நடராசன்**

இக்கட்டுரை ஐந்து முதல் பதினெட்டாம் நூற்றாண்டு வரையிலான தமிழ் கல்வெட்டுகளில் சமஸ்கிருத மொழியின் தாக்கத்தைக் கோடிட்டுக் காட்ட முயல்கிறது[1] கல்வெட்டுத் தமிழ் பெரும்பாலும் இலக்கியத்தமிழ் இல்லை. அதேசமயம் அது பேச்சுமொழி அல்லது கொச்சை மொழிநடையும் இல்லை. ஆவண எழுத்தர்களால் வளர்த்தெடுக்கப்பட்ட ஆவணங்களுக்கேயான தனித்த உயிரூட்டமுள்ள மொழி. மாறாக, பல கல்வெட்டுகளில் காணப்பெறும் அரசர் புகழ்பேசும் முகவுரைகள் (மெய்கீர்த்திகள்) இலக்கிய மொழிநடையுடன் அதாவது, யாப்பு விதிகளை அடியொற்றும் கவித்துவங்களாக இருக்கின்றன. இக்கல்வெட்டுகள் சில, குறிப்பாகச் செப்புப்பட்டயங்களில் உள்ளவை முழுவதும் சமஸ்கிருதமாகவோ இருமொழி பொறிப்புகளாகவோ இருக்கின்றன. இந்த மெய்கீர்த்திகள் அரசுசார் எழுத்தர்களால் உருவாக்கப்பட்டு நாடெங்கும் பரவச் செய்யப்பட்டுள்ளன. எனினும் மெய்கீர்த்தி தாங்கிய எல்லாஆவணங்களும் அரசு ஆவணங்கள் அல்ல. அவற்றில் தொண்ணூற்றைந்து விழுக்காடு தமிழ் கல்வெட்டுகள். பலதரப்பட்ட உள்ளூர்க்காரர்களால் எழுதப்பட்டவை. அவர்கள் தங்கள் காலங்களில் இருந்த அரசர்களை மரியாதை செய்யும்

விதமாகத் தங்கள் ஆவணங்களில் அரசர் மெய்கீர்த்திகளை முன்னொட்டாக வைப்பதை வழக்கமாகக் கொண்டிருந்தனர். பெரும்பங்கு கல்வெட்டுகள் அரசு சாராதவையாகவும் உள்ளூரை மையமாகக்கொண்டு உருவானவையாகவும் இருப்பதால் இக்கல்வெட்டுகளின் மொழி அக்காலத்தில் வழங்கிய வட்டார தாய்மொழியைப் பிரதிபலிப்பதாக எடுத்துக்கொள்ளலாம்.

முன்நவீனக் காலத்தில் தமிழுடன் தொடர்புகொண்ட பல (கன்னடம், தெலுங்கு, பெர்சியன், மராத்தி) மொழிகளுள் சமஸ்கிருதம் மட்டுமே வெளிப்படையாகத் தெரியத்தக்கத் தமிழ் கல்வெட்டுகளில் ஏற்படுத்தியுள்ளது. அந்தக் கல்வெட்டுச் சொற்களில் பெருமளவிலானவற்றை சமஸ்கிருதத்தோடு தொடர்புபடுத்த முடியும். வர்க்க எழுத்துகளைக் காட்ட கிரந்த வரிவடிவம் பயன்படுவது, சீறொலி மற்று தமிழில்லா சொற்களில் இருந்து பல சந்தர்ப்பங்களில், கிரந்த வரிவடிவம் மற்றும் வடசொற்களைப் பயன்படுத்தல் போன்றவற்றில் இருந்து சமஸ்கிருத சொற்களைக் கண்டறிந்து விடலாம்(இணைப்பு காண்க). ஆனால் பெரும்பாலான இடங்களில் இந்தத் தமிழல்லாத ஒலியெழுத்துகள் தமிழ் எழுத்துகளால் எழுதப்படுவதால் எளிதாகப் பிரித்தறிய முடிவதில்லை.

இங்குத் தமிழல்லாத ஒலியெழுத்துகள் தன்வயமாக்கப்பட்டு, அச்சொற்கள் முழுவதும் தமிழாக்கப்பட்டுள்ளன. (எ.கா.) ஸபா3 / ஸபை3 › சபை.... அநுப3 வி › அனுபவி... விஷ்டி (அ) விட்டி › வெட்டி. எல்லா மாதப்பெயர்களும் முழுமையாகத் தமிழ்மயமாக்கப்பட்டுள்ளன. சில பெயர்கள் அப்படியே மூலவடிவத்திலும், அல்லது பகுதி – தமிழ் அல்லது முழுவதும் தமிழாகவும் உள்ளன.

சமஸ்கிருத சொற்களின் அளவு காலந்தோறும் மெல்ல மெல்ல அதிகரித்துப் பதினைந்து, பதினாறாம் நூற்றாண்டுகளில் உச்சத்தைத் தொடுகிறது. அதன் பிறகு, பெர்சியன், ஆங்கிலம் மற்றுமுள்ள ஐரோப்பிய மொழிகள் பல சொற்களைப் பங்களிப்பு செய்துள்ளன. கீழ்க்காணும் அட்டவணை இச்செல்வாக்கின் தன்மையை விளக்கும். இவ்வட்டவணை "தமிழ் கல்வெட்டு சொல்லகராதி" சொல்தொகுப்பை (சுப்பராயலு, (2002–2003) அடியொற்றித் தயாரிக்கப்பட்டுள்ளது. இச்சொற்கள் இருமொழி தமிழ் கல்வெட்டுகளிலிருந்து சமஸ்கிருத பகுதிகளைத் தவிர்த்துவிட்டுத் தேர்ந்தெடுக்கப்பட்டவை. மொத்த சொற்கள் சற்றொப்ப இருபதாயிரம் வருகிறது. ஆனால் இத்தொகுப்பு ஒரே சொல்லின் வேறுபட்ட உச்சரிப்பும் அடங்கியது. ஆகையால் உண்மையான எண்ணிக்கை இங்குக் கொடுக்கப்பட்ட எண்ணிக்கையைவிடக் குறைவாகவே இருக்கும்.[2] ஆனாலும்

சொற்களின் வேறுபட்ட எழுத்துக் கூட்டல்களால் சமஸ்கிருதம் – தமிழ் சொற்களின் விகிதாச்சாரம் பாதிக்கப்படவில்லை.[3]

அட்டவணை–1

காலம்	மொத்த சொற்கள்	சமஸ்கிருத சொற்கள் (%)	மொத்த வினைகள்	சமஸ்கிருத வினைகள் (%)
600–900	2812	491 (17.46)	877	25 (2.85)
600-1350	12760	2889 (22.64)	3198	85 (2.65)
1350-1600	2923	1081 (36.98)	390	26 (6.66)
1600–1800	1332	503 (37.76)	271	16 (5.5)

இச்சமஸ்கிருத சொற்கள் இடம்பெறும் உண்மையான சூழலை ஆராயும்பொழுது தமிழ் கல்வெட்டுகளில் அச்சொற்கள் இடம்பெறும் நோக்கம் வெளிப்படலாம். பொதுவாக சமஸ்கிருத கடன்சொற்கள் அவை இடம்பெறும் சூழலில் பயன்படும் விதத்தைக் கொண்டு ஆறு வகையாகப் பிரிக்கலாம். (அட்டவணை 2 காண்க). இந்த ஆறு வகையில் ஆங்காங்கு எடுக்கப்பட்ட 500 மாதிரி சொற்களில் இருந்து வகை ஒவ்வொன்றிற்கான விழுக்காடு கீழே தரப்பட்டுள்ளது.

அட்டவணை–2

வகைப்பாட்டுக் குறியீடு	சமஸ்கிருத சொல்லின் பயன்பாட்டு வகை	விழுக்காடு
C.	பண்பாடு (கருத்துகள், நம்பிக்கைகள், கலைகள், பாத்திரங்கள், நகைகள், பண்பாடுகள், இலக்கியம்)	31.26
R	சமயம், தொன்மம் (வேத,புராண சமயங்கள், இனங்கள், தெய்வங்கள், கோவில் கலை, சடங்குகள், பணிகள், விழாக்கள்)	20.84
A	நிர்வாகம், பொருளாதாரம் (அரசர்களின் அரசு, உள்ளூர் நிர்வாக அமைப்புகள், விவசாயம், நில உடன்படிக்கைகள், வரி)	18.46
J	வானவியல், அண்டவியல்	12.61
S	சமூகம் (உறவின்முறை வார்த்தைகள், பிராமண கோத்ரம், சாதி, சமூகங்கள்)	9.32
F	தாவரவியல், விலங்கியல், புவியியல்	7.49

இந்த அட்டவணை வகைப்பாடு ஒன்றின் மேல் ஒன்றாக ஊடு படிவதாகவும் இருப்பதால் நேர்த்தியான பகுப்பாகக் கொள்ள

முடியாது, பல சொற்களை ஒன்றிற்கு மேற்பட்ட குறியீட்டின் கீழ் வகைப்படுத்தலாம். ஆனாலும் கடன்வாங்கப்பட்ட சொற்களின் முதன்மையான பயன்பாடு பற்றி ஒரு நல்ல தெளிவைப் பெறமுடியும்.

பண்பாட்டுத் தளத்தில்தான் பெரும் எண்ணிக்கையிலான கடன்வாங்கப்பட்ட சொற்களைக் காண்கிறோம். பண்பாட்டுப் பதிவுகளில் பருப்பொருள்களின் பெயர்களும் பருப்பொருளல்லாத பெயர்களும் பதிவாகியுள்ளன: கோவில் சேவைகளுக்கான விசேட பொருள்கள் – கோவில் பயன்பாட்டு நகைகள், பாத்திரங்கள், நறுமணத் தைலங்கள், நறுமணப் பொருள்கள், வடக்கிருந்து அறிமுகமான நிகழ்த்துகலைகளின் பெயர்கள், பாவம், தானம், சமயத் தகுதிகள், வரங்கள் நரகம் சொர்க்கம் பற்றிய கருத்துகள் , தர்ம சாஸ்திரங்கள் வலியுறுத்தும் நற்குணம் நீதி நல்லொழுக்கம் தொடர்பான பெயர்கள் – இயல்பாகவே கோவில்சூழல் சார்ந்த இப்பெயர்கள் சமய தளத்திலும் ஊடுபரவி வருகின்றன. கோவில் மையங்களில் இருந்து பெறப்படும் இக்கல்வெட்டுகள் பெரிதும் இந்திய ஆகம மரபினதாகவும் வேத புராணங்களில் வேரூன்றியனவாகவும் இருப்பதால் சமஸ்கிருத கடன் சொற்கள் கோவில் சூழலில் பயன்படுத்தப்படுவனவாக ஆகின்றன. புத்தம், சமணம் எனும் அவைதிக சமயங்களும் இலக்கியச் சொல்வழக்குகளை வழங்கியுள்ளன என்றாலும் பதினொன்றாம் நூற்றாண்டு நெடுகிலும் வைதிக சமயங்கள் தந்துள்ள அளவிற்கு அவை இல்லை. கோவிலின் உள்ளிலும் வெளியிலும் பிராமண புரோகிதர்களாலும் வேத விற்பன்னர்களாலும் வைதிக சடங்குகள் வளர்த்தெடுக்கப்பட்டன. பெரும்பான்மையான சமஸ்கிருத கடன் சொற்கள் வேதமரபோடு தொடர்புடையன. சமயப் பண்பாட்டின் பகுதியான புராண தொன்மங்கள் அனேக சொற்களை அறிமுகப்படுத்தின. அரசர்கள் பலவிதமாகப் புராண வீரர்களாகச் சிதிதிரிக்கப்பட்டதால் மெய்கீர்த்திகளிலும் அவை இடம்பெற்றன.

நிர்வாகத் தளத்தில் அரசர்களின் பட்டப்பெயர்கள், அதிகாரிகனின் பதவிகள்(உள்ளூர் மற்றும் மேல்அதிகார வர்க்கத்தினர்), வரிச் சொற்கள், நில உடன்படிக்கைகளின் பெயர்கள், ஒருசில நிலஅளவைகள் ஆகியவை அடங்கும். இப்பெயர்களில் பெரும்பான்மையும் வடஇந்தியத் தொடர்புடையன. ஆனாலும் அவற்றில் சில தமிழ்ச்சொற்களின் சமஸ்கிருத மொழிபெயர்ப்புப் பதிலிகளாகவும் உள்ளன. (உதாரணமாக, அரசரின் தனி எழுத்தர் ‘திருவாய்க்கேள்வி’ என்பதற்குப் பதில் ‘திருமந்திரம்’.) உள்ளூர் நிர்வாகத்தில் சமஸ்கிருத பயன்பாடு பிராமண கிராமங்களில் அடங்குவதாக உள்ளது.

பிற கிராமங்களில்(ஊர்) மிகக் குறைவான பயன்பாட்டுடனும் உள்ளது.

வானியல் அண்டவியல் தளத்தில், காலக்கணக்கில் பல புதிய சொற்கள் வாரநாட்கள், சந்திரனின் கலைகள்(திதிகள்), நட்சத்திரங்கள், மாதங்கள், ஆண்டுகள், வியாழவட்டங்கள் புகுந்துள்ளன. ஆனால் வாரநாட்கள் போன்ற சிலவற்றில் பழைய சொற்களும் பயன்பட்டுள்ளன. கல்வெட்டுகளில் மாதங்கள், நட்சத்திரங்கள் போன்றவற்றின் சமஸ்கிருதத்திற்கு முந்திய தமிழ்ச் சொற்களைப் பிரித்தறிவது கடினமாக உள்ளது. இத்துறைகளில் சமஸ்கிருதமயமாக்கம் ஏறத்தாழ முழுமையாகிவிட்டது என்றே கூறலாம். சமூகத்தளத்தில் சமஸ்கிருத சொற்கள் பிராமண ஊர்களில் கோத்திரப்பெயர்கள் உறவுச்சொற்கள் போன்ற வடிவங்களில் அதிகம் பயன்பாட்டில் உள்ளன. வேறிடங்களில் தொழில் பெயர்களும் காணப்படுகின்றன. இயற்கையின் மாற்றங்கள், தாவரங்கள், மிருகங்கள், நிலவியல்தன்மைகள் போன்றவற்றில் சமஸ்கிருத சொற்கள் குறைவே. அவை பெரும்பாலும் மெய்கீர்த்திகளில் உவமைகளாகவே வெளிப்படுகின்றன. அதாவது அவற்றின் பயன்பாடு யதார்த்த உலகின் செயல்பாட்டுச் சூழல்களில் மிகவும் குறைவே.

தமிழ் கல்வெட்டுகளில் தமிழ் மொழியின் கட்டமைப்பில் சமஸ்கிருத வினைவடிவங்கள் இருப்பதிலிருந்து சமஸ்கிருதத்தின் தாக்கத்தை அளந்தறியலாம். (அட்டவணை 4). நாம் ஆய்விற்கு எடுத்துக்கொண்ட காலத்தின் முதல் பாதியில் அதாவது, பதினான்காம் நூற்றாண்டுவரை மூன்று விழுக்காடே. அதன் பிறகு அது ஏழு விழுக்காடாக உயர்கிறது. இந்த வினைச்சொற்களிலெல்லாம் அவற்றின் மையப்பகுதி மட்டுமே சமஸ்கிருதம். பின்னொட்டு உறுப்புகள் தமிழ்வினைகளைப் போல் தமிழ் இலக்கண விதிகளை அடியொற்றி வினைத்திரிபுகளை ஏற்கின்றன. இவற்றுள் பல சொற்கள் கலப்புவினைகளாக சமஸ்கிருதப் பெயர்சொற்களையும் தமிழ் துணைவினைகளையும் சேர்த்து உருவாக்கப்பட்டுள்ளன. எடுத்துக்காட்டாக, அநியாயமிடுகின்றார்கள், இலக்ஷணம் செய்து, அதிகாரம் செய் போன்றவை. பெரும்பான்மையான சமஸ்கிருத வினைகள் கோவில் போன்ற சமயச் சூழல்களில் பயன்பட்டிருப்பதை அட்டவணை – 3 காட்டுகிறது. பல்வேறு சமூகப் பண்பாட்டியல் சூழல்களில் சமஸ்கிருதத்தின் சரியான பங்கினைப் புரிந்துகொள்ள விரிவான ஆய்வுகள் தேவைப்படுகின்றன. இருந்தாலும் இவ்வாய்வு பரந்துபட்ட போக்குகளைச் சுட்டிக்காட்டுகிறது.

இத்தாக்கங்கள் சமயப் பண்பாட்டுப் பரப்பில் மேலோங்கி யுள்ளது. பொருளாதாரம், சமூகம், உள்ளூர் நிர்வாகம் ஆகிய

தளங்களில் இச்செல்வாக்கு பிராமண கிராமங்களில் முனைப்பாகத் தெரிகிறது. சாமான்ய மக்களைவிட மேல்தட்டு மக்களையே சமஸ்கிருத தாக்கம் பாதித்துள்ளது என்றே உணர்கிறோம். காலந்தோறுமான இந்த நிகழ்வினைக் கணிக்கும்போது சமஸ்கிருதப் பரவலாக்கம் விசயநகர அரசு காலத்திலேயும், அதைத் தொடர்ந்து வந்த காலத்திலேயும் நிகழ்ந்திருக்கக் காண்கிறோம். மாறாக அதற்கு முன் வழக்குச் சொல்லும் அதற்கு இணையான சமஸ்கிருதக் கடன்சொல்லையும் அப்போதைக்கப்போது மாறிமாறிப் பயன்படுத்தினார்கள். பின்னர்க் கடன் சொற்களை வட்டார சொற்களால் நீக்கும் அளவிற்கு அதிக முக்கியத்துவம் அளிக்கப்படுகிறது. சான்றாகப் பிற்காலக் கல்வெட்டுகளில் 'ஆண்டு' என்ற தமிழ்ச்சொல்லின் இடத்தை 'வருடம்' என்ற சொல் ஏறத்தாழப் பிடித்துவிடுகிறது.

குறிப்பு

1. இந்த ஆய்வில் குறிப்பிடப்படும் மிகப் பழைமையான கல்வெட்டான பூலாங்குறிச்சி கல்வெட்டுகள் பொ.ஆ. ஐந்தாம் நூற்றாண்டிற்குரியவை. தமிழ் பிராமியில் பொறிக்கப்பட்டுள்ள கல்வெட்டுகள் இங்கு எடுத்துக் கொள்ளப்படவில்லை. அவை பிராகிருத மொழிச் செல்வாக்குடையவை. கல்வெட்டுகளில் சமஸ்கிருதம் பயன்பாட்டிற்கு வந்த காலத்திற்கு முந்தியவை. பிராகிருதத் தாக்கத்தின் இயல்பு குறித்த ஆய்வுகள் மேற்கொள்ளப்பட்டுள்ளன, (மகாதேவன் 2003, சுப்பராயலு 2008.)

2. பதிப்பிக்கப்பட்டுள்ள அருஞ்சொல்லகராதி உண்மையில் அசல் தொகுப்பின் 75 % அடங்கியது.

3. எனினும், இத்தொகுப்பு ஆள்பெயர்களையும் இடப்பெயர்களையும் சேர்த்துக்கொள்ளவில்லை. ஆள்பெயர், இடப்பெயர் சமஸ்கிருதமயமாக்கம் ஒரு தனியான இணை ஆய்வு.

துணை நூல்கள்

1. Mahadevan, Iravatham.2003. Early Tamil Epigrahy: Fram the Earliest Times to the Sixth Centuary A D., Cre-A , Chennai and Harvard Univerity, USA.

2. Subbarayalu, Y. 2008. "Pottery Inscriptions of Tamilnadu – A Comparative View", Airavati: Felicitation Volume in Honour of Iravatham Mahadevan. Varalaaru.com, Chennai, pp.209 – 249.

3. Subbarayalu, Y., (ed.) 2002–2003. Glossary of Tamil Inscriptions, Chennai Santhi sadhana.

இணைப்பு

சமஸ்கிருத சொற்கள் வரும் சூழல் காட்டும் கல்வெட்டுப் பிரதிகள்

1. (நாகாவரம், திருச்சிராப்பள்ளி மாவட்டம், South Indian Inscriptions, VIII, no. 654, Chola Parantaka I 907–955 CE).

ஸ்வஸ்தி ஸ்ரீ மதிரைகொண்ட கோப்பரகேசரிபன்மர்கு யாண்டு தென்கரை தேவதான பிரம்மதேயம் அறிஞ்சிகைச் சதுர்வேதிமங்கலமான இக்கிராமத்துக்கு சர்வ சாந்திகரமாய் சர்வ்வாப்4யுதா3ய ஸம்ரித்3தி4யார்த்தமாக இருந்தருளி இருந்த அரணழிப்ப – மாகாளத்துக் காளாப4டாரியான சாத்தனூர் நங்கைக்கு வடகரை... தெடாக்கி உலகன் வைத்த நெல் ஐம்பதின் கலம் கலத்து வாய்த் திங்கள் இரு நாழி பலிசையால் ஆட்டு பன்னிருகல – வரை

2. (வலிகண்டபுரம், Annual Report of Epigraphy, 1943–44 , no. 264. சோழன் குலோத்துங்கன் III, பொ. ஆ. 1207).

ஸ்வஸ்தி ஸ்ரீ திரிபுவன சக்கிரவர்த்திகள் மதுரையும் பாண்டியன் முடித்தலையும் கொண்டருளிய ஸ்ரீ குலோத்துங்க சோழத்தேவர்க்கு யாண்டு 29 வடகரை கரிகாலகன்ன வளநாட்டு வன்னாட்டு வாலிகண்டபுரத்து உடையார் திருவாலீசுரமுடைய நாயனார்க்குப் பதினெண்பூமிக்குச் சமைந்த வீர சோழ நல்லூர் வாணிய நகரத்தோமும் இப்பதினெண்பூமி வாணிய நகரத்தோமும் அடிக்கீழ்தளமான ஆறகலூர் வாணிய நகரத்தோமும் இந்நாயனார்க்கு சந்தித் திருவிளக்கு வைத்துக் குடுத்த பரிசாவது இந்நாயனார் கோயிலில் தன்மதாவளன் திருக்காவணட்டிலே நிறைவற நிறைந்து குறைவற கூடிப் பதினெண்பூமி வாணிய நகரத்தோமும் இருந்து வாலிகண்டபுரத்து இட்டுத் திருக்கிற செக்கு ஒன்றும் இச்செக்கு ஒன்றும் இருபத்தெட்டாவது முதல் உடையார் திருவாலீஸ்வரமுடைய நாயனார்க்கு சந்தித் திருவிளக்கெரிப்பதாகவும் எரிக்குமிடத்து இச்செக்கு ஒன்றுக்கு நூற்று நாழி எள்எண்ணெய்க்கு இரட்டியால் வந்த நெய் இருநூற்று நாழிக்கு நாள் ஒன்றுக்கு விளக்கு இருபத்தேழு திருவிளக்கெரிப்பதாகவும் ஆட்டைக்குச் சிறப்புக்கு நூற்றுநாற்பத்தைஞ்சு திருவிளக்கெரிப்பதாகவும் எரிக்குமிடத்து சந்திராதித்தவரையும் எரிக்க கடவதாகவும் இந்த செக்கொன்றால்

வந்த எண்ணெய்யும் இவ்வூர் வாணியக்குடி மக்களால் வந்த அமஞ்சியும் நாட்டில் வாணியர் பக்கலே எண்ணெய்த் தாங்கள் பற்றுப் பிடித்தார் ஆண்டுக்கொள்ள கடவர்.

மக்கள் சிறப்பாக இவ்வூரில் பூதாதொழியக் கடவார்களாகவும் இவ்வூர் சூரதளமாவுதாகவும் இவ்வூர் வாணியர் வானவதரையார்க்குச் செய்யும் அமஞ்சியால் வந்ததும் சூரதளத்தால் வந்ததும் கொண்டு இந்நாயனார்க்கு நாட்டு வாணியர் இட்ட திருத்தேரழிவு கோர்ந்து நோக்கக் கடவார்களாகவும் இப்படி ஒரு காலாவதும் இருகாலாவதும் முக்காலாவதும் சம்மதித்து திருகாற்றாலியிலே கல்வெட்டிக் குடுத்தோம் இத்தன்மத்துக்கு அழிவு நினைத்தார் உண்டாகில் நம்மில் ஒருவரல்லாராகப் புறகு தட்டி நாயிலும் பன்றியிலு மொன்றாகக் குத்தித் தூக்கக் கடவாராகவும் இப்படி சம்மதித்து கல்வெட்டிக் குடுத்தோம் பதினெண்பூமி வாணிய நகரத்தோமும் அடிக்கீழ்த்தளம் ஆறகலூர் வாணிய நகரத்தோமும் பதினெண்பூமிக்குச் சமைந்த வீரசோழ நல்லூர் வாணிய நகரத்தோமும் இத்தன்மம் நோக்குவார் ஸ்ரீபாதங்கள் எங்கள் தலைமேற் கொண்டோம் இது பன்மஹேஸ்வர ரக்ஷை

3. திருக்காலார், தஞ்சை மாவட்டம் *South Indian Inscriptions, VIII, no. 251,* மாறவர்மன் குலசேகரப் பாண்டியன், (பொ. ஆ. 1312)

(1–5) ஸ்வஸ்தி ஸ்ரீ கொமா(ருப)ன்மர் திருபுவன சக்கரவ(த்திகள்) ஸ்ரீ குலசேகரதேவர்க்கு யாண்டு 44 ஆவது பங்குனி மாதம் மூன்றாம் தியதி நா(ள்) ராஜேந்திரசோழ வளநாட்டு புறங்கரம்பை நாட்டு அகரம் ப்3ரஹ்மதே3ஸத்தாரும் நாட்டாரும் எழுத்து. இந்நாட்டு உழக்குடிமக்களுக்கு நாற்பத்தொன்றாவது முதல் கடமையும் கூட்டும் வற்கமுங் கொள்ளும்படிக்கு எழுபத்தொன்பது வளநாட்டுப் பதினெண் பூமிப் பூம்புகார் காரா(ள) கற்பக சமைய– சக்கிரவர்த்திகளுக்குக் காலவெட்டிக்கு(டு)த்த பரிசாவது – களப்பால் அகரம் ஸ்ரீசுத்தவல்லிச் சருப்பே(தி)மங்கலமும் முடிவழங்கு சோழசருப்பேதிமங்

(6–10)கலமும் 44 ஆ(வ)து முதல் கொள்ளும்படி புறக்கடமை மாத்தால் த(ர)குக்கும் ஒரு பூ குடிப்பற்றுக்கும் ஒரு பணமும் மறுவுக்(கு)ம் குடிக்கடை– ஈட்டுக்கும் அரைப்பணமும் கூட்டு(ம்) வற்க்கத்துக்(கு மாக்கலம் புறவெட்டி கோட்டைக்கூலி உள்பட கார்மறுவும் ஒரு பூ குடிப்பற்றுக்கும் மாத்தால் க(ல)நெல்லும் நெல் முதலானநெல்லுக்குப் பிடாகை தோறும் கைவிலைப்படிக்கு பண மொன்றுக்கு நாநாழி நெல் பிடித்து கணக்குப் பார்க்கவும்

நிலத்துக்கும் பூ…ல் மாத்தால் …கழித்து மேல்வாரத்து கூட்டி மேல்வார நெல்ப் பெருங்கு

(11 –16) டிகள் விலக்கவும் நெட்டால் (ஊ)னொபாடி(படியும்) 44ஆவது வ(ரை) கணக்குப் பார்த்து (க)டைய்த்தலை கங்(கு) கட்டாமல் கணக்குப் பார்(த்)து நேர்கையிட்டு த(ர)வும்

(ம)னைப்பணம் மாப்பணத் தவிரவு மாண்டு தோறும் வைகா(சி) மாத(த்)தெ நேர்கையிட்டு தரவு(ம்) நாட்டுச் சம்மாதன் தவிரவு மடைப்பு சேரா(தோ)ழியவும் படையிலான் வழி தாருங்கா(சொ)ழியவும்

4. (கிராமம், விழுப்புரம் மாவட்டம் *South Indian Inscriptions, XXII, no. 194*, விருபாக்ஷாகரப் பாண்டியன், பொ. ஆ. *1395*)

ஸ்வஸ்தி ஸ்ரீ மன்மஹாமண்ட3லீஸ்வரன் ஹரிராயப4ட்யந் பா4ஷைக்கார் தப்ப்வ – ராயர் கண்டன் ஸ்ரீஹரிஹர ராயர் குமாரர் வீரவிருப்பண்ண உடையார் ப்ரித்விராஜய்யன் பண்ணி அருளாநின்ற சகாப்தம் *1317*இன் மேல் செல்லாநின்ற யுவ வருஷம் பங்குனி மாதம் *2* தியதி ஸ்ரீமது நஞ்சனங்கள் கிராமத்தில் நயினார்போக்கினங்குடுத்தருளிய நாயனார் கோயில் தானத்தார்க்கு நிருபம். தங்கள் கோயிலுக்கு பூசை மிகுதிக்குப் பதினாறு பொன் இரேகையான படியாலே கோயில்பூசையும் நடவாமல் பாழாய்க் கிடந்தபடியாலே இவ்வருழம் முதலுக்கு ஆறு பொன் கழித்துப் பத்துப் பொன் ஆக வருஷந்தோறும் கொள்ளும்படி அரைமனையில் கணக்கிலும் எழுதிவித்துவிட்ட அளவுக்கு இம்மரியாதி பத்துப் பொன்னும் வருஷந்தோறும் பண்டாரத்துக்குச் செலுத்திப் பூசை புனஸ்காரம்தாழ்வார நடத்தப் போதவும் இம்மரியாதைக்குக் கல்லிவெட்டிக் கொள்ளவும் … த4 ர்மத்துக்கு ஹானி பண்ணினவன் கெங்கைக் கரையில்காறாம்பசுவைக் கொன்ற பாலம் கொள்ளவும்.

அட்டவணை–3

‘அ’ வில்தொடங்கும் சொற்களும் அவற்றின் பயன்பாட்டு வகைப்பாடும் – பொ.ஆ. *600*முதல் *985*வரை.

சொற்கள்	வகைக் குறியீடு	சொற்கள்	வகைக் குறியீடு
அபா4வம்	C	அபி4ஷேக 3 தக்ஷணை	A
அபி4ஷேகம்	C	அப்4யாஸிகள்	R
அப்4யுத3யம்	C	அபி2ஷேகம்	C
அசலாசலன்	C	அசுவதி	J
அசுரம்	R	அதே3யம்	A

அத4ர்ம்மகோபி	C	அத்3பு4தம்	J
அக3ம்யாக3மனம்	C	அக்3நி	C
அக்3நி கார்ய்யம்	R	அக்3நிஷ்டை	R
அக்3ராஹாரம்	A	அக்3ரம்	A
அஹிபதி	R	அஹித நினைத்தார்	A
அஹிதாக்3 நினைத்தார்	C	அஹிதம்	C
அஹோராத்ரம்	J	அகலாகாலன்	C
அகத்தியன்	S	அக்3ரதலை	C
அக3ரத்தியாலமுது	C	அக3ரவட்டு	C
அக்கிர	C	அக்கிரம்	C
அக்கிரபுரம்	A	அகூஷமாலை	R
அலங்க்ய விக்ரமந்	C	அல்பியை	A
அல்பிறை	C	அமர நாயகன்	R
அமராலையன்	R	அமர்	R
அமாவாஸை	J	அமாவதி	J
அமிர்தம்	C	அமிர்து	C
அமுது	C	அம்ருதக3ணம்	A
அம்ருதகிரணன்	A	அம்ருதம்	C
அம்சம்	A	அமுது	C
அமுதுபடி	C	அநந்தரம்	C
அநந்ததம்	C	அநவார்ஜ்யந்	C
அநவஸ்தை	C	அநியாயமிதுக்கின்றார்கள்	C
அங்கம்	C	அங்கமணி	A
அங்கராகம்	C	அன்னபடி3லி	R
அந்யாயம்	C	அந்நியோந்ய ஸஹவாஸம்	C
அந்தம்	C	அந்தரம்	J
அந்தராயம்	A	அந்தராயதி	A
அந்தி	J	அந்தி விளக்கு	J
அந்தி திருவமுது	J	அந்தியம்போது	J
அந்தோளகட்டந்து	C	அநுப3 விக்க	A
அநுப3 விக்கின்ற	A	அநுப3 விப்பதாக	A
அநுச்சை	A	அநுக்3ரஹ புத்3த்3தி4யன்	C
அநுக்3ரஹம்	C	அநுஜந்	S

அநுக்3ராமம்	A	அநுபந்தம்	C
அநுபவம்	A	அநுபவித்த	A
அநுஷ்டுப்பு	C	அந்வயத்தார்	S
அந்யநாமகரணம்	A	அந்யர்	S
அந்யாயம்	C	அந்யோந்யம்	C
அபஹரித்தான்	A	அபராதம்	A
அபரிமிதம்	C	அபோ4ஹனம்	A
அபோவநம்	A	அபூர்விகள்	S
அறமருசாதி	R	அரன்	R
அரவிந்தம்	F	அர்ச்சனா மோகம்	A
அர்ச்சனை	R	அர்ச்சினாவிதி	R
அர்ச்சிப்பார்	R	அர்சிப்பது	R
அர்த்3த4மண்டபம்	R	அர்த்3தா4ஸநம்	R
அர்த்2த4யாமம்	J	அரிகேஸரி	C
அற்பம்	C	அருகந்தன்	R
அருக்கன்	R	அஸமஸமநு	C
அஷ்டமூர்த்தி	R	அஸ்தி கடை செய்த	C
அஸுரக3ணம்	R	அதிகார மேலெழுத்து	A
அதிகாரம்	A	அதிகாரம் செய்கின்ற	A
அதிகரண தண்டம்	A	அதிகாரர்	A
அதிபதி	A	அதிஸாஹஸந்	C
அதிச0யம்	C	அதீதர் அ	C
அதிவாஸநை	C	அதீயாாய்யன்	A
அதீய்தக3ரம்	C	அத்ரி	R
அட்டகம்	A	அட்டகத்தார்	A
அத்தாழம்	J	அத்தயாமம்	J
அத்த2சௌள0ச0ம்	C	அத்திரம்	C
அவதி4	C	அவனிமண்ட3லம்	F
அவனிரார்	A	அலனிதலம்	F
அவிப்புலம்	A	அவிப்புறம்	A
அவிரோதம்	C	அவிட்டம்	J
அவிட்டத்தினாள்	J	அயனஸங்கிராந்தி	J
அய்யன் மஹாசா0ஸ்தா2	R		

அட்டவணை–4

சமஸ்கிருதத்திலிருந்து வந்த வினைகள்

வினை	ஆண்டு	வினை	ஆண்டு
ஆசித்து	986	ஆக்கிரோதி4க்க	771
அநியாயமிடுகின்றார்கள்	985	அநுபவிக்க	803
அநுப4விக்கின்ற	915	அநுப4விப்பதாக	866
அநுப4வித்த	921	ஆராதி4க்கும்	888
ஆராதி4ப்பார்	944	ஆராதி4த்து	755
ஆராதி4ப்பிக்க	869	அர்ச்சிப்பதாகவும்	976
அஸ்தமிச்ச	959	அஸ்தமிக்கும்	985
அதிகாரஞ் செய்கின்ற	967	சாலையூட்டு	985
த3ண்டித்துக் கொள்வது	944	த3ண்டிப் புண்ட	964
த4ர்ம்மி செய்து	955	க்3ரஹதாடகஸ்செய்து	961
க்3ராமஞ் செய்கிற	953	இலக்ஷணம் செய்து	869
இலக்கிச்சு	885	இலக்கிப்பதாகவும்	985
இலக்கிட்டான்	800	இரக்ஷிக்கக்கடவர்	885
கருமமாராய்கின்ற	978	குடும்பிட்டு	875
இலக்ஷணமிட்டு	968	லிகி2த்தேன்	875
மூலப்பட்ட	875	நிம்மித்தவன்	905
நிவேதிக்க	878	நிவ்வாஹிக்க (மாட்டாது)	796
பரிக்ஷைகொண்டு	985	பரிமாறும்	922
போஷித்திடுவது	927	பிரமாணம் செய்	700
ப்ரஸாடி3க்க வேணும்	976	பிரஸாதஞ்செய்ய	985
ப்ரதிஷ்டை செய்து	812	பூச்சி யாள	985
ரக்ஷிப்பது	800	ஸாமந்து செய்க	817
ஸந்தோஷித்து	800	ச்0ராவணை புகுவார்	804

ஸ்துதிக்கப்பட்டது	921	தாரையாட்டி	985
தீர்த்தமாடின	970	உத3கம் பண்ணி	917
உபாஸிக்கும்	985	உபாஸித்து	877
உதித்தவாறே	985	வாசிக்கும்	980
வாசித்து	960	வட்４ட４ப்பதாக	921
வக்காணித்து	921	வஞ்சித்து	800
வஞ்சியாது	922	வர்த்3தி4த்திடுவாராக	919
வர்ஜ்ஜிப்பது	961	விண்ணப்பஞ்செய்து	889
விரோதிக்கில்	944	வியாபாரிக்க	849
வியாயப்பட்டு	924		

13

தமிழிலக்கண உருவாக்கத்தில் சமஸ்கிருதத்தின் நிலை

இரா. அறவேந்தன்

இரு மொழிகளுக்கு இடைப்பட்ட உறவைக் கட்டமைக்கப் பல்வேறு வழிமுறைகள் உள்ளன; பலவகைப்பட்ட தரவுகள் உள்ளன. அவற்றில் 'இலக்கண நூல்கள் எழுதப் பெறுதல்' எனும் ஒற்றைத் தளத்தின் வழித் தமிழ் சமஸ்கிருத உறவை அடையாளப்படுத்த விழைகின்றது இந்த எழுத்துரை.

'தொல்காப்பியம்', 'யாப்பருங்கலக்காரிகை', 'இறையனார் அகப்பொருள்', 'வீரசோழியம்', 'நேமிநாதம்', 'தண்டியலங்காரம்', 'நன்னூல்' என நீளும் தமிழ் இலக்கண வரலாற்றில் வடமொழிகளுள் ஒன்றான சமஸ்கிருதம் குறிப்பிடத்தக்க ஆளுகை செலுத்தியுள்ளது. சங்க இலக்கியம்தொட்டு இற்றை இலக்கியம்வரையிலான தமிழ் இலக்கியப் படைப்பாக்க மரபில் சமஸ்கிருதம் குறிப்பிடத்தக்க இடம் வகிக்கின்றது. இது போன்றே சமஸ்கிருத இலக்கண உருவாக்கத்திலும் இலக்கியப் படைப்பாக்கத்திலும் தமிழும் தொல் திராவிடக் கூறுகளும் ஆளுகை செலுத்தியுள்ளன. இத்தகு கொடுக்கல் வாங்கலுக்கு இந்த இரு மொழிகளும் வழக்குப்பெற்றநிலப்பரப்புகள் பல ஆயிரக்கணக்கான ஆண்டுகளாக இடைப்பிறழ்ந்திருந்த தள இணைவுச்சூழல் ஒரு முக்கிய காரணமாக அமைகின்றது.

இந்த யதார்த்த நிலையை உள்வாங்கி, மொழி இன ஆதிக்க மனவுணர்வைத் தவிர்த்து, சரியான

ஆய்வு அணுகுமுறைகளைக் கையாண்டால் தமிழ் சமஸ்கிருதம் ஆகிய இரு மொழிகளுக்கிடைப்பட்ட உறவை வெளிக்கொணர இயலும். ஆனால் கள நிலவரம் வேறு வகையில் உள்ளது. தமிழில் சமஸ்கிருத ஆளுகையைச் சுட்டிக் காட்டுவதில் காட்டும் ஆர்வமும் வேகமும் சமஸ்கிருதத்தில் தமிழின் ஆளுகையைச் சுட்டிக்காட்டுவதில் இல்லை. இந்நிலையில் இந்த எழுத்துரையும் தமிழில் நிகழ்ந்துள்ள சமஸ்கிருத ஆளுகையைச் சுட்டிக்காட்டும் ஒருவழிப்பாதையிலேயே பயணிக்கின்றது.

'தொல்காப்பிய'த்தில் இடம்பெற்றுள்ள சமஸ்கிருதச் செல்வாக்குத் தொடர்பாகச் சில ஆய்வுகள் வெளிவந்துள்ளன. தொல்காப்பியப் பாயிரத்தில் இடம்பெற்றுள்ள ஐந்திரம் நிறைந்த என்ற சொற்றொடர் மிகுந்த கவனத்திற்கு உட்படுத்தப் பெற்றுள்ளது. 'ஐந்திரம்' என்ற சமஸ்கிருத இலக்கணக் கோட்பாட்டின் வழிநூலாகத் 'தொல்காப்பிய'த்தை ஏ.சி. பர்னல்(1875) கருதுகின்றார். ஆனால் இன்றுவரை ஐந்திரம் எனும் இலக்கண நூலுக்குரியதாக ஒரு சூத்திரம்கூட இனம் காணப்பெறவில்லை. ஐந்திரத்தின் வழிநூல் 'காதந்திரம்' எனும் சமஸ்கிருத இலக்கணநூல் என்பதும் அவர் கருத்து. தொல்காப்பியத்தில் காதந்திர ஆளுகை உண்டு என்பதும் அவர்தம் சிந்தனைப்போக்கு. இதேபோன்று 'பாணினியம்' தொல்காப்பியத்தில் ஆளுகை செலுத்தியுள்ளது என்பது பி.எஸ். சுப்பிரமணிய சாஸ்திரியின்(1934) கருத்து. இந்த இரு முடிவுகளும் மறுஆய்வுக்கு உட்படுத்தப்பெற்று மறுக்கப் பெற்றுள்ளன க. பாலசுப்பிரமணியம், ச. அகத்தியலிங்கம் ஆகியோரால். மேலும், ஒரு நூல் மற்றொரு நூலுக்கு மாதிரியாக அமைந்திருந்தது என்பதை விளக்க வேண்டுமெனில், ஒப்பிலக்கிய ஆய்வு அணுகுமுறைப்படி இரண்டு கருத்துகள் கவனத்தில் கொள்ளப்பெற வேண்டும்.

ஒன்று: இரு நூல்களும் எழுதப்பெற்ற காலத்திலோ அதற்கு முன்போ அந்நூல்கள் எழுதப்பெற்ற சமூகங்கள் ஒன்றுடன் ஒன்று தொடர்புடையனவாக இருத்தல் வேண்டும்.

மற்றொன்று: இரண்டு நூல்களும் எழுதப்பெற்ற காலம் மிகத் தெளிவாக வரையறுக்கப்பெற்றிருத்தல் வேண்டும்.

இவற்றில் முதலாவது கருத்துப்படி 'ஐந்திரம்', 'காதந்திரம்', 'பாணினியம்' நூல்கள் எழுதப்பெற்ற சமூக இயங்குதளமும் 'தொல்காப்பியம்' எழுதப்பெற்ற சமூக இயங்குதளமும் ஒன்றுடன் ஒன்று தொர்புடையனவாக இருந்தன என்று கருத இடமுள்ளது. ஆனால் இந்த நூல்கள் எழுதப்பெற்ற காலத்தை இன்றுவரை தெளிவாக அறுதியிட்டுக் கூறமுடியவில்லை;

முன்வைக்கப்பெற்ற கால எல்லைகள் ஒருமித்தனவாக இல்லை; மாறுபட்ட கருத்துகளுக்குரியனவாக உள்ளன. 'வீரசோழியம்', 'தண்டியலங்காரம்', 'நன்னூல்' முதலான நூல்களுக்கான காலத்தை வரையறுக்கக் கிடைக்கும் அகச்சான்றுகள் போன்று இந்நூல்களுக்குக் கிடைக்கப்பெறவில்லை. எனவே, சமஸ்கிருத நூல் தொல்காப்பிய உருவாக்கத்தில் ஆளுகை செலுத்திற்று என்பது அறிவியல் முறைப்பட்ட ஆய்வுக்குரியதாகாது.

'தொல்காப்பிய'த்தில் இடம்பெற்றுள்ள சில நூற்பாக்களை இடைச்செருகல்கள் என்றும், இளம்பூரணர் காலத்தில் சேர்ந்தவை என்றும் குறிப்பிட்டு, அந்நூற்பாக்களுக்கு உரை எழுதாமல் தவிர்த்து வெளியிடுதலும் அந்நூற்பாக்களைத் தவிர்த்து 'செம்பதிப்பு' ஒன்றை வெளியிடுதலும் இன்று வழக்கிலுள்ளன. இம்முயற்சிகள், தொல்காப்பியரைச் சாதி உணர்வற்றவராகக் காட்டப் பயன்படும்; சமஸ்கிருதச் சார்பற்றவராகக் காட்டப் பயன்படும். ஆனால் செய்யுள் ஈட்டச் சொற்களில் ஒன்றாக வடமொழிச் சொற்களை எல்லை வகுத்து ஏற்றுக்கொண்ட தொல்காப்பியர் முயற்சியையும், சங்க இலக்கியத்தில் விரவிக்கிடக்கும் சமஸ்கிருதப் பண்பாட்டுக் கூறுகள் பலவற்றையும் முற்றிலும் நீக்க இயலுமா என்பது இங்கு மிகுந்த கவனத்திற்குரியதாகும்.

எனவே, தொல்காப்பியருக்குச் சமஸ்கிருத அறிவு இல்லை என்று வாதிடுவதைவிட, அந்த அறிவு தனி ஒரு சமஸ்கிருத நூலை முன்மாதிரியாகக் கொள்ள வழிவகுத்ததா? சமஸ்கிருத இலக்கண உருவாக்க முயற்சிகளிலிருந்து தொல்காப்பியரின் இலக்கண உருவாக்க முயற்சி எந்தெந்த நிலைகளில் வேறுபட்டுத் தனித்துவம் பெறுகின்றது? தொல்காப்பியத்திற்கு முற்பட்ட தமிழிலக்கண மரபு எவ்வாறெல்லாம் தழுவப்பெற்றுள்ளது என்ற நோக்கிலான ஆய்வுகள் வழக்குப்பெறவேண்டும். இதற்குத் 'தொல்காப்பியம்' சமஸ்கிருத நூல்களுக்கு மாதிரியாக அமையவில்லையா என்ற நோக்கிலும் ஆராயப்பெறுதல் வேண்டும். எப்படித் 'தொல்காப்பியம்' எழுதப்பெற்ற சமூகத்தில் சமஸ்கிருத ஆளுகை வழக்குப்பெற்று இருந்ததோ அதுபோன்று 'பாணினியம்' எழுதப்பெறுவதற்கு முற்பட்ட வேதகாலச் சமஸ்கிருதத்தில் தமிழ் ஆளுகை தொல்திராவிட ஆளுகை இருந்ததை எமனோ, பர்ரோ முதலானவர்கள் எடுத்துக்காட்டியிருப்பதையும் சமஸ்கிருத அறிஞர்கள் கவனத்தில் கொள்ள வேண்டும். இந்த இருவழி அணுகுமுறைதான் 'தமிழ் சமஸ்கிருத' உறவைக் கட்டமைக்கும்.

'தொல்காப்பிய'த்திற்குப் பிந்தைய தமிழ் இலக்கண நூல்களில் காணலாகும் சமஸ்கிருத ஆளுகையை அறிய அகச்சான்றுகள் பல

உள்ளன. அச்சான்றுகளின் அடிப்படையில் சமஸ்கிருத ஆளுகை நிலையைக் கீழ்வருமாறு பகுக்கலாம்.

* சமஸ்கிருதக் கூறுகளை ஏற்கும் நிலை.
* தமிழுக்கும் சமஸ்கிருதத்திற்கும் இலக்கணம் ஒன்றே என்று கருதும் நிலை.
* சமஸ்கிருதமொழிக்குரிய இலக்கணத்தை விளக்கும் நிலை.
* சமஸ்கிருதம் சார்ந்த தமிழ்ப் பண்பாட்டை விளக்கும் நிலை.
* சமஸ்கிருதவயப்பட்ட மொழி உணர்வை மட்டுப்படுத்தும் நிலை.
* மொழித்தூய்மையாக்க அடிப்படையில் சமஸ்கிருத மயமாதலைத் தவிர்க்கும் நிலை.

சமஸ்கிருத இலக்கணக் கூறுகளைத் தமிழ் இலக்கண நூல்கள் சில ஏற்றுப் போற்றியுள்ளன. அதனை இருவகையாகப் பகுத்து விளக்கலாம். சமஸ்கிருத இலக்கணக் கலைச்சொற்களையும் தமிழ் இலக்கணக் கலைச்சொற்களையும் ஒப்பிட்டு நிகர்ப்படுத்தி விளக்குதல் ஒரு நிலைக்கு உரியதாக அமைகின்றது. மற்றொரு நிலை 'அலங்காரம்' போன்ற சமஸ்கிருத மொழிக்குரிய கலைச்சொற்களைப் பயன்படுத்தித் தமிழ் இலக்கணத்தை விளக்குதல் என்றமைகின்றது. 'யாப்பருங்கல விருத்தி' உரையில் சமஸ்கிருத மொழிக்கான சித்திரக்கவி வகை தொகுத்துச் சுட்டப்பெற்றுள்ளது (நூ.94). 'வடமொழிவழித் தமிழாசிரியர்' என மொழிவழி ஆசிரியரை அடையாளப்படுத்தும் போக்கு விருத்தி உரையில் பதிவாகி உள்ளது.

'ஆரியமென்னும் பாரிரும் பௌவத்தைக் காரிகையாக்கித் தமிழ்ப்படுத்திய அருந்தவத்துப் பெருந்தன்மை அமிர்தசாகரர்' என்று யாப்பருங்கலக் காரிகையின் உருவாக்கம் பற்றி அந்நூலின் பாயிர உரையில் குறிப்புக் காணப்பெறுகின்றது. இந்நூலுக்கான பெயர்க்காரணத்தை விளக்குகையில் 'வேதத்திற்கு நிருத்தமும் வியாகரணத்திற்குக் காரிகையும் போல, யாப்பருங்கலக் காரிகை என்னும் பெயர்த்து' என்ற விளக்கமும் அந்நூலில் அளிக்கப்பெற்றுள்ளது.

'இறையனார் அகப்பொருள்' உரையில் மன்றல் எட்டிற்கான நல்ல தமிழ்ச் சொற்கள் வடமொழிச் சொற்களுடன் ஒப்பிட்டுக் காட்டப்பெற்றுள்ளன. கி.பி. பதினொன்றாம் நூற்றாண்டில் எழுதப்பெற்ற 'தொல்காப்பிய'த்திற்கான இளம்பூரணருரையில் 'மந்திரப் பொருள் வயின் ஆகுநவும்' (சொல்.443) எனும் தொல்காப்பிய அடியை விளக்குகையில்

திரிதிரி சுவாகா கன்று கொண்டு
கறவையும் வார்த்திக்க சுவாகா

எனும் பகுதி சான்றாக அளிக்கப்பெற்றுள்ளது.

'தண்டியலங்கார'த்தில் விளக்கப்பெறும் குணங்களும் அணிகளும் சமஸ்கிருதக் 'காவ்யாதர்ச'த்திற்குரியவை. எனினும், அவற்றில் பல அணிகளுக்கான பெயர்கள் குணங்களுக்கான பெயர்கள் தமிழாக்கம் செய்யப்பெற்றும் தமிழ் ஒலியாக்கம் செய்யப்பெற்றும் உள்ளன. மேலும், 'காவ்யாதர்ச'த்தில் உள்ள முப்பத்தைந்து பொருளணிகளுக்குரிய கருத்தியல்கள் வகைப்பாடுகள், சான்றுப்பாடல்கள் என்பன எல்லாம் தமிழாக்கம் செய்யப்பெற்றுள்ளன. 'நன்னூ'லில் இடம்பெற்றுள்ள பகுபதம், பகாபதம் எனும் கலைச்சொற்களை சமஸ்கிருத வழிப்பட்டவையாகக் கருதும் மரபும் உண்டு.

தமிழ், சமஸ்கிருத இலக்கணக் கூறுகளை ஒரே நூலில் ஒப்பிட்டு விளக்கும் முறையும் தமிழ் இலக்கண மரபில் இடம்பெற்றுள்ளது. இம்முறையினை 'வீரசோழியம்', 'பிரயோகவிவேகம்', 'இலக்கணக்கொத்து' எனும் மூன்று நூல்களிலும் காணலாம்.

பூமேல் உரைப்பன் வடநூல் மரபும் புகன்று கொண்டே (கா.3)

என்று 'வீரசோழிய'த்தில் வெளிப்படையாகவே இலக்கண ஒப்பீட்டுநிலை குறிக்கப்பெற்றுள்ளது. நூலுக்குள் இரு மொழிகளுக்கும் உரிய இலக்கணக் கூறுகள் இருமொழி இலக்கணக் கலைச்சொற்கள்வழி ஒப்பிட்டு விளக்கப்பெற்றுள்ளன. இதே போக்கினைப் 'பிரயோக விவேகம்' எனும் இலக்கண நூலிலும் காணமுடிகின்றது. இந்த இரு நூல்களில் இருந்து வேறுபட்டதாக 'இலக்கணக்கொத்து' அமைகின்றது.

வடமொழி தமிழ்மொழி எனும் இருமொழியினும்
இலக்கணம் ஒன்றே என்று எண்ணுக (7)

என்று குறிப்பிட்டாலும் இருமொழி இலக்கணக் கூறுகளையோ கலைச்சொற்களையோ ஒப்பீட்டு நிலையிலோ வேறு நிலையிலோ விளக்கும் போக்கிற்கு ஆட்படவில்லை. இந்நூலின் தொடக்கப் பகுதியில் நூல் உருவாக்கத்திற்கான பின்புலம், காரணம் விளக்கப் பெற்றுள்ளது. அதில் தமிழ் இலக்கண நூல்களையும் வடமொழி இலக்கண நூல்களையும் உள்வாங்கி 'இலக்கணக் கொத்து' எனும் நூல் எழுதப்பெறுவதாகக் குறிக்கப்பெற்றுள்ளது.

இதுபோன்று தமிழ்மொழியும் தமிழ் இலக்கியமும் சமஸ்கிருதமயமாதலைத் தமிழ்ச் சமூகம் அங்கீகரித்திருந்தாலும் அதற்கான எல்லை, அதற்கான வழிமுறை விரிவான அளவில் தமிழ் இலக்கண நூல்களில் வகுக்கப்பெற்றுள்ளதைக் காணமுடிகிறது.

'வீரசோழியம்', 'நன்னூல்', 'நேமிநாதம்', 'இலக்கண கொத்து', 'இலக்கண விளக்கம்', 'முத்துவீரியம்' எனப் பல்வேறு இலக்கண நூல்களில் சமஸ்கிருதமயமாக்கத்திற்கான விதிகள், விளக்கங்கள் அளிக்கப்பெற்றுள்ளன. இந்த விளக்கங்களுக்கு மொழித்தூய்மை உணர்வுதான் அடிப்படை.

இதுபோன்ற மொழித் தூய்மையாக்கச் சிந்தனையை, ஏனைய திராவிட மொழிகளின் முதல் இலக்கண நூல்களாகத் திகழும் 'ஆந்திர சப்தசிந்தாமணி'(தெலுங்கு), 'கவிராச மார்க்கம்' (கன்னடம்), 'லீலாதிலகம்' (மலையாளம்) ஆகியவற்றிலும் காணமுடிகின்றது. இந்நூல்களில் மொழித்தூய்மையாக்கக் கருத்தியல் தமிழ் நூல்களைவிட விரிவாகப் பேசப்பெற்றுள்ளது. நாட்டு மொழியும் சமஸ்கிருதமும் கலந்து உருவாவதுதான் மணிப்பிரவாளம். எனினும் இந்த மொழிக்கலப்பு எல்லைக்கு உட்பட்டதாக அமைய வேண்டும் என்பதில் 'லீலாதிலகம்' மிகுந்த கவனம் செலுத்தியுள்ளது. அந்த மொழிக்கலப்பிற்கேற்ப மணிப்பிரவாளம் கீழ்வருமாறு பகுத்துச் சுட்டப்பெறுகின்றது.

நாட்டு மொழிக்கும் மெய்ப்பாட்டிற்கும் முதன்மை அளிக்கும் மணிப்பிரவாளம் உத்தம மணிப்பிரவாளம்

நாட்டு மொழியும் சமஸ்கிருதமும் ஒத்த நிலை உடையனவாக இருப்பது மத்திம மணிப்பிரவாளம் (1:2:1:5).

இதே போன்று சிலேடையணி தொடர்பான விளக்கத்திலும் மொழிக்கலப்பு விளக்கப்பெற்றுள்ளது. இந்த வரையறைகள், சமஸ்கிருதமயமாதலை மட்டுப்படுத்துகின்றன. இதே போக்கினைக் 'கவிராசமார்க்க'த்திலும் காணமுடிகின்றது.

கன்னட மொழியுடன் வடமொழி புணர்த்தித்தொ கைநிலை யாக்குதல் கொதிக்கும் பாலில் மோர்த்துளி சேர்ப்பது போலக் குற்றமாம் (1:58)

மேற்கண்ட நெறியில் தொகைநிலை மேவிடின்வ டமொழி கன்னட ஒலிகள் இயைந்து பொன்னில் மணிகளைப் பதித்ததுபோன்று காவியம் எல்லாம் கவினுறப் பொழியும் (1:61)

என்று 'கவிராசமார்க்கம்' மொழிக்கலப்பை நயத்தோடு வரையறுக்கிறது. 'ஆந்திர சப்தசிந்தாமணி'யைப் பொறுத்தவரையில் அந்நூலில் தெலுங்குச் சொற்கள், பிராகிருதச் சொற்கள், தற்பவச்சொற்கள், தற்சமச்சொற்கள், தேசியச் சொற்கள் என்று சொற்கள் பலவாகப் பகுத்து விளக்கப்பெற்றுள்ளன.

இந்தப் பகுத்து விளக்குதல்வழி அம்மொழிக்கான, அம்மொழிக்கே உரிய சொற்கள் இவை என்று தனித்து அடையாளப்படுத்தும் முயற்சி மேற்கொள்ளப் பெற்றுள்ளது.

எனினும் இந்த மூன்று நூல்களிலும் தம் தாய்மொழியின் இலக்கண நிலையை விளக்க சமஸ்கிருத இலக்கணக் கலைச்சொற்களே பயன்படுத்தப்பெற்றுள்ளன. இதனால் இன்றுவரை அம்மொழிகளுக்கெனத் தனி இலக்கணக் கலைச்சொற்கள் உருவாகவில்லை.

'கவிராசமார்க்க'த்தில் கன்னட அறிஞர் பெயர்கள் குறிப்பிடப்பெற்றுள்ளன. இது 'பாணினியம்' தமக்கு முந்தைய அறிஞர் பெயரைச்சுட்டிச் செல்லும் கருத்துவிளக்க முறையை ஒத்துள்ளது. இங்கு 'தொல்காப்பியம்' வளமான தமிழ் இலக்கணக் கலைச்சொற்களைப் பயன்படுத்தி இருப்பதும் தம் முன்னோரைப் பெயர் சுட்டாமல் என்ப, மொழிப என்று சுட்டிச் செல்வதும் ஒப்பிட்டு நினைக்கத்தக்கன.

சமஸ்கிருதம் அல்லது ஆரியம் அல்லது வடமொழி எனும் மொழிசார்ந்த அடையாளம் அந்தந்த மொழி பேசும் அல்லது மொழியைப் பயன்படுத்தும் மக்களின் அடையாளமாகக் கட்டமைக்கப் பெறுகின்றது. சமஸ்கிருதம் என்றவுடன் பிராமணர், பார்ப்பனர், அந்தணர் எனும் மக்களும் அவர்களுக்குரிய வேதம் ஓதுதல், வேள்வி நோற்றல் எனும் தொழிலும் நினைவுக்கு வரும் வகையில் மொழியும் அம்மக்களும் இறுகப் பிணைக்கப்பெற்றுள்ளனர்.

'தொல்காப்பிய'த்தில் இடம்பெறும் ஓதல் பிரிவை வேதக் கல்விக்கு உரியதாகக் கருதும் மரபை உரையாசிரியர்கள் சிலரிடம் காணமுடிகின்றது. பிற்காலத் தமிழ் இலக்கண நூல்களில் பொருளிலக்கணச் சிந்தனையாக்கத்திலும் கவிதைப் படைப்பாக்க முறையை விளக்குவதிலும் கவிதைகளை அடையாளப்படுத்துவதிலும் நால்வருணப் பாகுபாடு இரண்டறக் கலக்கப்பட்டுள்ளது.

'புறப்பொருள் வெண்பாமாலை'யில் பார்ப்பன வாகை, வேளாண் வாகை, பார்ப்பன முல்லை, வேள்விநிலை (செந்நீ வேட்டல்) என்றெல்லாம் போர்முறையோடு வருணப்பாகுபாடு இணைத்துச் சிந்திக்கப் பெற்றுள்ளது. வேதமாந்தர் (75), உதவி அந்தணர் (77), பார்ப்பனப் பாங்கன் (100), சூத்திரப் பாங்கன் (101), குலப்பெயர் (104), மறையோர் (30) என்றெல்லாம் தலைமக்களின் செயல்பாடுகளை விளக்குகையில் நம்பியகப்பொருளில் நால்வருணச் சிந்தனை முன்நிறுத்தப் பெறுகின்றது; தலைவனும் பாங்கனும் வருணப் பாகுபாட்டின் அடிப்படையில் சுட்டப்பெறுகின்றனர். தலைவன், பாங்கன் எனும் நட்பு அடிப்படையிலான அன்பு உறவு வருணப்பாகுபாட்டு வளையத்திற்குள் கொண்டுவரப் பெற்றுள்ளது.

தமிழ் எழுத்துக்களை எந்தெந்த எழுத்துக்கள் எந்தெந்த வருணத்திற்குரியவை என்று பகுத்து விளக்கும் முயற்சி பாட்டியல்

நூல்களில் வழக்குப்பெற்றுள்ளது.இம்முயற்சியின் ஊடே ஒவ்வொரு சாதியினர்க்கும் உரிய பாவகையும் அதற்கான காரணமும் எடுத்தோதப்பெற்றுள்ளன. கி.பி. பத்தாம் நூற்றாண்டளவில் கால்கொள்ளத் தொடங்கிய இம்மரபு ‘கிளிப்பிள்ளைத்தனமாக’ தமிழ் இலக்கண நூல்களில் தொடர்ந்து பேசப்பெற்றுள்ளது.

பொருள் இலக்கணச் சிந்தனையோடு அதாவது திணை மரபோடு வருணத்தைச் சேர்த்துச் சிந்திக்கும் மரபு ஒரு கட்டத்தில் கைவிடப்பெற்றாலும் எழுத்துக்களையும் பாக்களையும் வருணத்துடன் தொடர்புபடுத்தும் மரபு கைவிடப்பெறவில்லை. இம்மரபு கால்கொண்ட சோழப் பேரரசின் ஆளுகைக்கு உட்பட்ட பகுதியில்தான் ‘ஆந்திர சப்தசிந்தாமணி’, ‘கவிராசமார்க்கம்’, ‘லீலாதிலகம்’ ஆகிய இலக்கண நூல்கள் எழுதப்பெற்றுள்ளன. எனினும் அந்நூல்களில் வருணப் பாகுபாட்டுடன் மொழி இலக்கியக் கருத்தியல்களை இணைத்துச் சிந்தித்துப் பார்க்கும் மரபு கால்கொள்ளவில்லை.

இலக்கண ஆசிரியர்கள் அறிவுத்தளத்தில் இயங்குபவர்கள் உலக வழக்கிலும் செய்யுள் வழக்கிலும் காணலாகும் பொது நிலைகளை இலக்கணமாக வரையறுத்து அளிப்பது அவர்தம் முக்கியப் பணி. செய்யுள் வழக்கு என்பது உலக வழக்கை ஒட்டி அமைவது. சமூகம் எனும் உலக வழக்கிலிருந்து இலக்கியம் எனும் செய்யுள் வழக்குத் தனித்து உருக்கொண்டு விடுவதில்லை. எனவே மரபு நிலையில் செய்யுள் வழக்கு உலக வழக்கு என்று சுட்டப்பெற்றாலும் இரண்டுமே ஒரு பொதுக்குடையின்கீழ் நிலவும் வேறுபாட்டின் அடையாளப்படுத்தங்களாகவே திகழ்கின்றன.

இவ்வாறு இலக்கணிகளால் உருவாக்கப்பெறும் இலக்கணங்களைப் பிற்காலத்தவர் கற்கின்ற கற்பிக்கின்ற சூழல்களில் மீண்டும் பல இலக்கணங்கள் உருக்கொள்கின்றன. இத்தகு இலக்கண உருவாக்க நிலையில்தான் வருணப் பாகுபாடும் மொழிவழியிலான சமஸ்கிருதமயமாக்கலும் இலக்கியத்தில் இடம்பெறுகின்றன. திணைமரபுடன் வருணப் பாகுபாட்டை இணைப்பதைக் கைவிட்ட தமிழ் இலக்கணிகள், தமிழ் சமஸ்கிருதக் கலப்பு தொடர்பான மொழித்தூய்மையாக்கக் கருத்தியலில் மிகக் கவனத்துடன் செயலாற்றியுள்ளனர்.

‘தெய்வ மொழி’என சமஸ்கிருதம் ‘வீரசோழிய’த்தில் பதிவுசெய்யப் பெற்றிருந்தாலும் சமஸ்கிருதக் கலப்பிற்கான வரம்பினை விரிவான நிலையில் முதலில் முன்வைத்த நூல் ‘வீரசோழிய’மாகவே திகழ்கின்றது. இந்த ‘வீரசோழிய’க் கருத்தியலின் விரிவாக்கம்தான் பிற்காலத்தில் ‘நன்னூல்’ முதல் ‘முத்துவீரியம்’ வரையிலான நூல்களில் வெவ்வேறு கோணங்களில் இடம்பெற்றுள்ளது.

தமிழ் சமஸ்கிருத உறவால் கிரந்த எழுத்துக்கள் என்ற எழுத்து வடிவங்கள் தமிழகத்தில் வழக்குப் பெற்றன; கல்வெட்டுகளில் இடம்பெற்றன. எனினும் எந்தத் தமிழ் மரபிலக்கண ஆசிரியராலும் தமிழ் நெடுங்கணக்கிற்குள் கிரந்த எழுத்துகள் சேர்த்துவைத்து எண்ணப்பெறவில்லை; பன்னிரண்டு எழுத்துக்கள், முப்பது எழுத்துக்கள் இவற்றின் விரி 247 எழுத்துக்கள் என்றெல்லாம் 'தொல்காப்பியம்' வகுத்தளித்த எல்லைக்குள் நின்றே இருபதாம் நூற்றாண்டில் எழுதப்பெற்ற 'முத்துவீரியம்' காலம்வரையில் மிகத் தெளிவாகத் தமிழ் எழுத்து வரையறை தமிழ் மரபிலக்கண ஆசிரியர்களால் வரையறுக்கப்பெற்றுள்ளது.

சமஸ்கிருதத்தை ஒட்டிய உயிரெழுத்து வரையறையும் மெய்யெழுத்து வரையறையும், பால் வகைப்பாடும், எண் வகைப்பாடும், வேற்றுமை உருபுகளை வகைப்படுத்தும் முறைகளும், தெலுங்கு, கன்னட, மலையாள மொழி இலக்கண நூல்களில் இடம்பெற்றுவிட்டன. அதாவது சமஸ்கிருத மொழி இலக்கண விளக்கமுறை அப்படியே தெலுங்கு முதலான மொழிகளில் தன்வயப்படுத்தப் பெற்றுள்ளது. இதுபோன்ற ஒரு நிலையைத் தமிழுக்கும் சமஸ்கிருதத்திற்கும் இலக்கணம் ஒன்றே என்று குறிப்பிட்ட 'இலக்கணக்கொத்து' எனும் தமிழ் இலக்கணநூலில்கூடக் காணமுடியவில்லை.

தமிழ் சமஸ்கிருத இலக்கணக் கூறுகளை ஒப்பிட்டு 'வீரசோழிய'மும் 'பிரயோகவிவேக'மும் விளக்கியதற்கு அந்தந்த நூல்கள் எழுதப்பெற்ற காலத்திய சமூக இயங்கியலும் நூலின் நோக்கமும் காரணமாக அமைவதை ஆய்வாளர்கள் விளக்கியுள்ளனர் (பார்க்க : சு. இராசாராம், 1992, 2010; இரா. அறவேந்தன் 1999, 2008).

சமஸ்கிருத மொழியைத் 'தெய்வமொழி' என்று அரிதாகத் தமிழ் இலக்கணநூல்கள் குறிப்பிட்டாலும், தமிழ் மொழியைக் குறைத்து மதிப்பிடுவதில்லை. 'லீலாதிலக'த்தின் உரைப்பகுதியில் நாட்டுமொழியைவிட சமஸ்கிருதம் உயர்வானது என்ற கருத்து முன்வைக்கப்பெற்றுள்ளது. அப்பகுதியில் அடிக்குறிப்பில் 'கேரளமொழி பற்றிய இக்கருத்து ஆராய்தற்குரியது' என்று பதிப்பாசிரியர் குறிப்பிட்டுள்ளார். 'கவிராசமார்க்க'த்திலும் கன்னடத்தைவிட சமஸ்கிருதம் உயர்வானது என்னும் பொருள்தரத்தக்க கருத்து ஓரிடத்துப் பதிவாகியுள்ளது. 'ஆந்திர சப்தசிந்தாமணி'யில் தெலுங்கைவிட சமஸ்கிருதம் உயர்வானது என்ற கருத்து வெளிப்படையாக அமையாவிட்டாலும் உய்த்து உணர்வதற்கேற்ற வாய்ப்புகள் ஏராளமாக உள்ளன.

இதுபோன்று தமிழ் இலக்கணிகள் தம் தாய்மொழியைக் குறைத்து மதிப்பிட்டுக்கொள்ளவில்லை. தெய்வமொழி என்ற

இலக்கணப் பதிவுகூட அந்தக் காலத்திய வழிபாட்டு மொழி என்ற பின்புலத்தில் சிந்தித்துப் பார்த்தால் 'தொல்காப்பியம்' முதற்கொண்டு தமிழில் எழுதப்பெற்றுள்ள எல்லா இலக்கண நூல்களும் சமஸ்கிருதக் கலப்பிற்கு எல்லை வகுத்துத் தமிழ்த் தன்மையைப் பேணும் மொழித்தூய்மையாக்கக் கொள்கையை மிகக் கவனமாகக் கையாண்டுள்ளன எனலாம். எனினும் தமிழகத்தில் உருக்கொண்ட சாதியத்தின் இறுகிய தன்மை மட்டும் பாட்டியல் நூல்களிலும் நிகண்டு நூல்களிலும் அர்த்தமற்ற வரட்டுத்தனமான பின்பற்றுதலாகத் தொடர்ந்துள்ளது. பாட்டியல் நூல்கள் சுட்டும் ஒவ்வொரு சாதிக்கும் உரிய 'பா' இது எனும் வரையறை, எந்தத் தமிழ்ப் படைப்பாளியாலும் பின்பற்றப்பெறவில்லை. குறிப்பிட்ட சாதியினரை, குறிப்பிட்ட எழுத்துக்கள் வழி, குறிப்பிட்ட பாக்களின் வழி மட்டுமே பாடுதல் என்பது படைப்பாளி தன்னைத் தானே தற்கொலை செய்துகொள்வதற்கு நிகரானதாகும் என்பதைத் தமிழ்ப் படைப்பாளிகள் நன்கு உணர்ந்துள்ளனர்.

துணை நூற்பட்டியல்

1. அறவேந்தன், இரா., 1999. தமிழ் சிங்கள இலக்கண உறவு, தாயறம், திருச்சிராப்பள்ளி 620 017.

2. ––––––, 2004. தமிழ் அணி இலக்கண மரபும் இலக்கண மறுவாசிப்பும், தாயறம், திருச்சிராப்பள்ளி 620 017.

3. ––––––, 2004. படைப்பாளுமை, தாயறம், திருச்சிராப்பள்ளி 620017.

4. ––––––, 2008. சமூக வரலாற்றியல் நோக்கில் தமிழும் தெலுங்கும், காலச்சுவடு, நாகர்கோவில்.

5. ––––––, 2013. தொல்காப்பியச் சிறப்புகள், காவ்யா, சென்னை.

6. இராசாராம், சு., 1992. வீரசோழிய இலக்கணக் கோட்பாடு, இராகவேந்திரா பதிப்பகம், நாகர்கோவில்.

7. ––––––, 2010. இலக்கணவியல் மீக்கோட்பாடும் கோட்பாடுகளும், காலச்சுவடு, நாகர்கோவில்.

இந்த எழுத்துரைக்கான பல பகுதிகள் 'தொல்காப்பியச் சிறப்புகள்' எனும் அறவேந்தனின் நூலிலிருந்து எடுத்தாளப் பெற்றுள்ளன. எனவே, கூடுதல் விவரத்திற்கு 'தொல்காப்பியச் சிறப்புகள்' (2013, காவ்யா, சென்னை) என்ற நூலைப் பார்க்கவும்.

14

தொல்காப்பியமும் வடமொழி உறவும்: இருப்பும் இல்லாமையும்

சிலம்பு நா. செல்வராசு

தொல்காப்பிய உருவாக்கமும் வடமொழிச்சார்பும்

தொல்காப்பியம் ஆரியமயமாக்கப்பட்டதின் அரசியல் விரிவாக ஆராய்வதற்குரியதாகும். தமிழ்ச் சமூகத்தில் ஒரு காலக்கட்டத்தில் ஒட்டுமொத்த சமூகமும் ஆரியமயமாக்கப்படுதலுக்கு உள்ளானது. இனம், மொழி, பண்பாடு, வரலாறு, சமயம், கல்வி என அனைத்தும் சமஸ்கிருதப் பண்பாட்டிலிருந்தே கடன் வாங்கப்பட்டதுஎன்றுஎடுத்துரைக்கப்பட்டது. அவ்வாறு சொல்வதும் எழுதுவதும் பெருமை மிக்கதாகவும் உணரப்பட்டது. இதிலிருந்து தொல்காப்பியமும் தப்பவில்லை என்றே தோன்றுகிறது.

தொல்காப்பியத்தை உருவாக்கிய தொல்காப்பியர் தமிழர் அல்லர்; அவர் ஆரியர் என்ற கருத்து நச்சினார்க்கினியர் காலத்தில் உருவாக்கப் பட்டது.

உயர்ந்த நிலையில் இருந்த தென்னிந்தியச் சமூகத்தைத் தாழ்த்திச் சமனிலைப்படுத்தச் சிவபெருமானால் தமிழ்நாட்டிற்கு அனுப்பப்பட்ட அகத்திய முனிவரின் மாணவரே தொல்காப்பியர் என்று தொன்மம் உருவாக்கப்பட்டது.

அகத்திய முனிவர் என்பவர் ஆரிய ஆதிக்கத்தின் குறியீடாகவே அறிஞர்களால் (நீலகண்ட சாஸ்திரி 1966; பி.டி.சீனிவாச அய்யங்கார். 1989) பார்க்கப்படுகிறார். பலவாகக் காணப்படும் அகத்தியரின் ஆசிரமங்களும் பவனங்களும் ஒரு கற்பனை மனிதர் என்றேனும் இப்பெயருடைய வம்சத்தினர் இந்தியாவின் பல இடங்களிலும் சென்று வாழ்ந்திருக்கலாம் என்றும் கருத இடமளிக்கிறது. அகத்தியருக்கும் தொல்காப்பியருக்கும் இடையேயான போராட்ட உணர்வு இருவேறு இலக்கணச் சிந்தனைக் குழுக்களின் நீண்டநாள் போராட்டத்தை வெளிப்படுத்தும் கருவியாகவே நீலகண்ட சாஸ்திரியார் (1966: 84) கருதுகிறார். வடக்கிலிருந்து வரும் வடமொழி ஆதிக்கத்தைத் தமிழ் மொழியில் திணிக்கும் மனப்பான்மையின் பிரதிபலிப்பாகவே அகத்தியர் பற்றிய பிரச்சனை அமைந்துள்ளது. தமிழ் மொழியின் தந்தை அகத்தியர் என்றும், அவர் அல்லர் என்றும், தொல்காப்பியத்தின் மூலநூல் அகத்தியம் என்றும், அது அன்று என்றும் நடந்து வரும் விவாதம் இதற்கு நல்ல எடுத்துக்காட்டு (நீலகண்ட சாஸ்திரியார். 1966). அகத்தியரின் தென்னிந்திய வருகையே ஆரிய ஆதிக்கத்தின் வருகையாகத்தான் கொள்ள வேண்டியுள்ளது.

வட இந்தியாவிலிருந்து தென்னகம் நோக்கி வந்த அகத்தியர் வரும் வழியில் சமதக்கினி முனிவரிடம் இருந்து திரண தூமாக்கினி எனும் முனிவரைப் பெற்று வந்தார் எனவும், திரண தூமாக்கினி முனிவரே தொல்காப்பியத்தை இயற்றியவர் என்றும், எனவே தொல்காப்பியத்தை இயற்றியவர் ஆரிய முனிவர் என்றும் நச்சினார்க்கினியர் குறிப்பிடும் தொன்மம் விவரித்துச் செல்கின்றது.

திரண தூமாக்கினி முனிவர் ஐந்திரம் எனும் வடமொழி இலக்கண நூலை முற்ற உணர்ந்தவர் என்றும், ஐந்திர வியாக்கரணத்தை முன்மாதிரியாகக் கொண்டே தொல்காப்பியத்தை இயற்றினார் என்றும் சில அறிஞர்கள் (சுப்பிரமணிய சாஸ்திரி. 1934; வேங்கட ராசுலு ரெட்டியார். 1933; வையாபுரிப் பிள்ளை. 1949) விளக்கி உள்ளனர் (செ.வை.சண்முகம். 1988).

பாண்டியன் அவையில் தொல்காப்பியம் அரங்கேற்றம் செய்யப்பட்டபோது அதனை முதனிலையில் இருந்து கேட்டு மதிப்பீடு செய்து ஏற்பு வழங்கியவர் அதங்கோட்டாசான் என்பவர் ஆவார். இவரும் நான்கு வேதங்களை நன்கு கற்றுணர்ந்து கரை கண்டவர் என்று கூறப்பட்டுள்ளது. இதன்வழி வேதக் கருத்துகளுக்கு மாறுபடா வண்ணம் தொல்காப்பியம் உருவாக்கப்பட்டிருக்கிறதா என்பதை இவர் ஆராய்ந்திருக்க வேண்டும்.

இவ்வாறாகத் தொல்காப்பிய உருவாக்கம் என்பதே ஆரிய மரபு வழி நிகழ்த்தப்பட்டது என்பதைப் பிற்காலத்துப் புராண வரலாறு வழி நிறுவப்பட்டது.

தொல்காப்பியர் எந்தெந்த வடநூல்களை எல்லாம் பார்த்து எப்படி எல்லாம் தழுவி இலக்கணம் உருவாக்கினார் என்பதை அறிஞர் சிலர் விளக்கி உரைத்தனர். எழுத்ததிகாரம், சொல்லதிகாரத்தைப் பொறுத்தவரையில் பிராதிசாக்கியம், யாஸ்கரின் நிருக்தா, பாணினி சிட்சை, பாணினி இலக்கணம் என்பவை பின்பற்றப்பட்டுள்ளதாகச் சுப்பிரமணிய சாஸ்திரி (1934) குறிப்பிட்டுள்ளார். பாணினியின் இலக்கணமுறையிலிருந்து மாறுபட்டு ஐந்திரம் எனும் இலக்கண மரபையே இவர் பின்பற்றினார் என்று கூறுவோரும் உண்டு. பொருளதிகாரத்தைப் பொறுத்தமட்டில் பரதரின் நாட்டிய சாஸ்திரம் வாத்யாசனரின் காமசூத்திரம் ஆகிய நூல்களையும் தொல்காப்பியர் படித்திருக்க வேண்டும் என்று வேங்கடராசுலு ரெட்டியார் (1933) எடுத்துக் கூறியுள்ளார். தொல்காப்பியத்தில் சைன நூல் கருத்துகளும் இடம்பெற்றுள்ளன என்று வையாபுரிப் பிள்ளை (1949) கூறுவர். களவியலில் கூறப்பட்ட மறையோர் தேஎத்து மன்றல் எட்டு என்பது கௌதமரும் போதாயனரும் வரையறை செய்த கல்ப சூத்திரங்களின் தழுவல் என்றும் வாகைத்திணையில் கூறப்பட்ட நாலிரு வழக்கின் தாபத பக்கம் என்பது பதஞ்சலியோக சூத்திரத்தில் காணப்படும் கருத்து என்றும், உயிரினங்களின் பாகுபாடு என்பது திகம்பரப் பெரியார் குந்தகுந்தாச்சாரியார் எழுதிய பஞ்சாஸ்திரகாயம் என்ற நூலிலும் சுவேதம்பர பெரியார் உமாசுவாமி எழுதிய தத்துவார்த்த சூத்திரத்திலும் காணப்படுகின்றன என்றும் கந்தசாமியும் (1979) சுட்டிக்காட்டியுள்ளார் (செ.வை. சண்முகம் 1988: 177, 178).

ஆரியமயமாக்கலின் குறிப்பிடத்தக்க கருத்து என்ன வென்றால் தொல்காப்பியர் வடமொழி நூல்கள் பலவற்றைப் பார்த்து நூலினை உருவாக்கினார் என்பது. மாறாக எந்த ஆய்வாளரும் தொல்காப்பியத்தைப் பார்த்து வடமொழியில் நூல்கள் உருவாயின எனும் கருத்தை முன்வைக்கவில்லை என்பது குறிப்பிடத்தக்கது.

தொல்காப்பிய உருவாக்கமும் தமிழ்ப்பண்பாட்டுச்சார்பும்

தொல்காப்பியம் வரலாற்றுக் காலந்தொட்டுத் தமிழ்ப் பண்பாட்டு மரபிலிருந்தே தரவுகளைப் பெற்று ஆக்கம் பெற்றுள்ளது எனும் கருத்து விரிவாகவே விவாதிக்கத்தக்கதாகும். அண்மையில் இரா. அறவேந்தன் (2020) நிகழ்த்திய ‘ஒல்காப்புகழ் தொல்காப்பியம்’ என்னும் கருத்துரை, தொல்காப்பியத்திற்கும்

பாணினியத்திற்கும் இடையே உள்ள ஆழமான வேறுபாட்டை அழுத்தமாக எடுத்து வைத்துள்ளது. இரண்டுமே வேறுவேறு சூழல்களில் வேறு வேறு தரவுகளைக் கொண்டு உருவாக்கப் பட்டவை என்பதை அவர் விளக்கி உள்ளார். பாணினீயம் வேதங்களிலிருந்து தரவுகளைப் பெறத் தொல்காப்பியம் தமிழ் பண்பாட்டிலிருந்து தரவுகளைப் பெற்ற வேறுபாட்டை அழுத்தமாக அறவேந்தன் (2020) நிறுவி உள்ளார்.

தொல்காப்பியர் காலத்திற்கு முன்பாகவே பல்வேறு நூல்கள் தமிழில் இருந்துள்ளன என்பதைத் தொல்காப்பியம் தமது நூலில் பல்வேறு இடங்களில் கூறியுள்ளதை அறிய முடிகின்றது. தொல்காப்பியத்தில் உள்ள 1605 நூற்பாக்களில் 405 நூற்பாக்கள் முந்து நூல் முடிவுகளை ஏற்றுள்ளன என்பது குறிப்பிடத்தக்கது. என்ப என்று 138 இடங்களிலும் மொழிப என்று 86 இடங்களிலும் என்மனார் புலவர் என்று 66 இடங்களிலும் தொல்காப்பியர் தம் முந்து நூல் ஆசிரியர் முடிவுகளை ஏற்றுள்ளார். மேலும் நல்லிசைப் புலவர் (பொருள். 310) வாய்மொழிப் புலவர் (பொருள். 380), யாப்பறி புலவர் (பொருள். 383), உயர் மொழிப் புலவர் (பொருள். 472), தொன்னெறிப் புலவர் (பொருள். 539), தோன்று மொழிப் புலவர் (பொருள் 474), நுணங்கு மொழிப் புலவர் (பொருள். 644) என்றவாறு தொல்காப்பியர் தம் முந்து நூல் ஆசிரியர்களைப் போற்றியுள்ளதையும் அறிய முடிகின்றது (பொன். முனியப்பன். 1982).

எனவே, தொல்காப்பியர் வடமொழி நூல்களைப் பார்த்துத் தம் நூற் கருத்துகளை உருவாக்கிக் கொள்ளவில்லை என்பதையும் தம் முன்னோர் இலக்கண நூற் கருத்துகளையே ஏற்று உருவாக்கினார் என்பதையும் இங்கே குறிப்பிடுதல் வேண்டும் (சிலம்பு நா. செல்வராசு. 2004).

தொல்காப்பியம் ஆரியமயமாக்கத்தின்போது தொழிற்பட்ட இருவேறு நிலைகளைக் குறிப்பிட்டுக் கூறுதல் வேண்டும். ஒன்று புறநிலை ஆரிய மயமாக்கல். தொல்காப்பியப் பனுவலுக்கு வெளியே நின்று தொல்காப்பியம் இன்னின்ன வடமொழி நூல்களுக்குக் கடன்பட்டது என்று ஆராய்ந்து கூறுவதும் தொல்காப்பியர் தொடர்பான தொன்மங்களை உருவாக்குவதும் இதன்பாற்பட்டது ஆகும். இரண்டாம் நிலை என்பது அகநிலை ஆரிய மயமாக்கல் என்பதாகும். தொல்காப்பிய நூற்பாக்களோடு ஆரியக் கருத்துகளை இடைச்செருகலாகச் சேர்ப்பதும் ஆரியக் கருத்துகளுக்கு மாறான தமிழ்க் கருத்துகளை நீக்குவதும் அல்லது அழிப்பதும் இதன்பாற்பட்டதாகும். இந்த இரு நிலைகளிலும் தொல்காப்பிய ஆரியமயமாக்கல் நிகழ்ந்துள்ளதை அறிதல் வேண்டும்.

தொல்காப்பியம் ஆரியமயமாக்கலின் உச்சக்கட்டம் சோழர் கால மொழிச்சூழலில் நிகழ்ந்துள்ளது என்பதை அறிய முடிகின்றது. சோழர் கால மொழிச்சூழல் என்பது சமஸ்கிருதத்தை முன்னிலைப்படுத்திய சூழல் ஆகும். சோழப் பேரரசு கடல் கடந்து தென்கிழக்கு ஆசிய நாடுகள் பலவற்றையும் வெற்றி கொண்டது. அங்கெல்லாம் தொடர்பு மொழி வேறு வேறாக இருந்தாலும் கூடப் பேரரசின் தொடர்பு மொழியாகச் சோழர்கள் சமஸ்கிருதத்தையே ஏற்றுக்கொண்டனர். இத்தகு மொழி நிலையைப் பெருமொழி வழக்கு என்று அறிஞர் இராசாராம் (1992) சுட்டுவர். வீரசோழிய இலக்கண ஆக்கம் மூலம் வடமொழி இலக்கண மரபு சோழர்காலத்தில் காலூன்றியது. இலக்கியத் தமிழில் வடமொழியின் கலப்பு ஏற்பட்டது. மணிப் பிரவாள நடை எனும் புது தமிழ் நடை ஆக்கம் பெற்றது. வடமொழிக் கதைகள் தமிழ் இலக்கியங்களுக்குக் கருவாக உருப்பெற்றன. வடமொழி இலக்கிய வடிவங்கள் ஆதிக்கம் செலுத்தின. இத்தகு மொழிச் சூழலில் தொல்காப்பியத்தில் அகநிலையிலும் புறநிலையிலும் ஆரியமயமாக்கல் நிகழ்ந்திருக்க வேண்டும் என்ற முடிவிற்கு வரமுடியும்.

புறநிலையில் ஆரியமயமாக்கப்பட்ட தொல்காப்பியம் அகநிலையிலும் ஆரியவயப்பட்டுள்ளதைப் பல்வேறு நூற்பாக்கள் வழி அறியமுடியும். அவற்றுள் நால்வருணம் பற்றிய நூற்பாக்கள் மிகுதியும் கவனம் பெற்றுள்ளன. அவற்றை இனிவரும் கட்டுரைப் பகுதி ஆராயும்.

தொல்காப்பியத்தில் நால்வருணச் செய்திகள்: இருப்பும் இல்லாமையும்

தொல்காப்பியம் நால்வருணப் பாகுபாடு பற்றிய செய்திகளைப் பதிவு செய்துள்ளது. புருஷ சுக்தா கூறும் பிராமணர், சத்திரியர், வைசியர், சூத்திரர் ஆகிய பிரிவுகளை அந்தணர், அரசர், வணிகர், வேளாளர் எனத் தொல்காப்பியம் குறிப்பிடும் (பொருள் 615 & 629). இப்பெயரீடுகளே அன்றி மேலோர் (பொருள் 31), மூவர் (பொருள் 142), கீழோர் (பொருள் 142), உயர்ந்தோர் (பொருள் 28, 33), ஏனோர் (பொருள் 74) முதலியவற்றையும் நால்வருணத்தைக் குறிக்கத் தொல்காப்பியம் பயன்படுத்தியுள்ளதாக உரையாசிரியர் கூறுவர்.

தமிழ்ச் சமூக வரலாற்றில் தொன்மை மிக்க நூலாகக் கருதப்படுகிற தொல்காப்பியம் நான்கு வருணங்களைப் பதிவுசெய்துள்ளதால் தொல்சமூக வரலாற்றையும் வருண அடிப்படையிலேயே தொடங்க வேண்டியிருக்கிறது.

தொல்காப்பியத்தில் கூறப்பட்டுள்ள வருணச் செய்திகளைப் பின்வருமாறு வரிசைப்படுத்த முடியும்.

1. முப்புரி நூலும் குண்டிகையும் முக்கோலும், மனையும் அந்தணர்க்கு உரியவை (பொருள் 615).

2. படை, கொடி, குடை, முரசம், புரவி, களிறு, தேர், மாலை, முடி முதலியன அரசர்க்குரியன (பொருள் 616).

3. அந்தணர்க்கு உரியன என்று கூறப்பெற்றவை அரசர்க்கும் உரியதாகி வரும் (பொருள் 617).

4. பாடாண் திணையில் இடம்பெறும் பரிசில் பற்றிய கிழமைப் பெயர்கள் நெடுந்தகை, செம்மல் என்பனவாகும். இவையும் இவை போல்வன பிறவும் அரசரோடு சேர்த்துச் சொல்லுதல் வேண்டும் (பொருள் 618). இவை அந்தணர்க்கு உரியதல்ல.

5. பிறந்த ஊரும், பெயரும், அவரவர் தொழிற்குரிய கருவிகளும் யாவர்க்கும் பொதுவாகலின் எவரும் தம் பெயரோடு அவற்றைச் சேர்த்துக் கூறுவர் (பொருள் 619).

6. தலைமைப் பண்பைக் குறிக்கும் சொல்லும் தத்தமக்குரிய நிலைமைக்கு ஏற்பக் கூறப்படும். அந்தணர்க்குப் பிரமனும், அரசர்க்கு மாயவனும், வணிகர்க்கு நிதியின் கிழவனும், வேளாளர்க்கு வருணனும் இணைத்துப் பண்பு நிகழ்த்தப்படும் அல்லது நால்வர்க்கும் முறையே அருள், வீரம், நடுவுநிலை, கொடை ஆகிய பண்புகளைக் குறிப்பிட்டுக் கூறப்படும் (பொருள் 620).

7. அரசர், வணிகர் ஆகிய இருவரும் படைக்கல வகையைப் பெறுவர், ஏனையோர் பெறார் (பொருள் 621).

8. வைசிகன் வணிக வாழ்க்கையை மேற்கொள்வான் (பொருள் 622).

9. எண் வகை உணவு வகைகளை (பயறு, உளுந்து, கடுகு, கடலை, எள், கொள்ளு, அவரை, துவரை) உண்டாக்குகின்ற தொழிலும் வணிகர்க்கு உரியது (பொருள் 623).

10. வைசிகர்க்குக் கண்ணியும் தாரும் உரியவை என்று கூறப்படும் (பொருள் 624).

11. வேளாண் மாந்தருக்கு உழவுத்தொழில் அன்றி வேறு தொழில்கள் இல்லை என்று கூறுவர் (பொருள் 625).

12. வேந்துவிடு தொழிலை ஏற்கும் வேளாண்மாந்தர் படையையும் கண்ணியையும் பெறுவர் (பொருள் 626).

13. அந்தணர்க்கும் அரசு விலக்கப்படுதல் இல்லை (பொருள் 627).

14. வில், வேல், கழல், கண்ணி, தார், ஆரம், தேர், மா முதலியன நிலைபெற்ற மரபினையுடைய ஏனோர்க்கும் உரியன; ஏனோர் எனப்படுவர் வைசியரும் வேளாளரும் ஆவர் (பொருள் 628).

15. மேற்சொன்ன மரபினை உடையவராயினும் இழிந்தோர் ஆயின் அவர்க்கு அவை உரியனவாகக் கூறப்பெறா (பொருள் 629).

மேலே கூறப்பெற்ற செய்திகள் தொல்காப்பிய மரபியலில் இடம்பெற்றுள்ளன. இச்செய்திகள் நேரடியாக வருணப் பாகுபாட்டைப் பற்றிய தகவலைத் தந்துள்ளன. இச்செய்திகள் அன்றி அகத்திணையியலில் பிரிவு பற்றி வரும் நூற்பாக்களும் (பொருள் 27 & 36) கற்பியலில் கரணம் பற்றி வரும் நூற்பாவும் (பொருள் 142) நால்வருணச் செய்திகளைக் குறிப்பாகச் சுட்டியுள்ளன. இந்த இரு இயல்களிலும் உயர்ந்தோர் (928) ஏனோர் (29, 34) மேலோர் (142) (30) நால்வர் (30) பின்னோர் (31) உயர்ந்தோர் (33, 36) கீழோர் (142) ஆகிய சொல்லாட்சிகள் நான்கு வருணங்களைக் குறிப்பதாகக் கொண்டு உரையாசிரியர்கள் உரை எழுதியுள்ளனர். இதே நூற்பாக்களில் எந்த இடத்தும் அந்தணர், அரசர், வணிகர், வேளாளர் என்ற பெயர்கள் இடம்பெறவில்லை என்பதும் சுட்டத்தக்கது.

இவை அன்றிப் புறத்திணை இயல் நான்கு வருணப் பிரிவோடு வேறு சில பிரிவுகளையும் சேர்த்து வகைப்படுத்தக் காணலாம் (பொருள் 74). அறுவகைப்பட்ட பார்ப்பனப் பக்கம், ஐவகை மரபினை உடைய அரசர் பக்கம், ஆறு மரபினை உடைய வணிக, வேளாளர் பக்கம். அறிவனாகிய கணியன் பக்கம், எட்டு வகையான வழக்கினை உடைய தவமுடையோர் பக்கம், பாகுபாடு அறிந்த பொருநராகிய மறவர் பக்கம் என்பன அவை. ஆக இவையே தொல்காப்பியத்துள், நால்வருணச் செய்திகளாகக் கருதத் தகுவனவாகத் திறனாய்வாளர்களால் (ப.அருணாசலம் 1975; க.வெள்ளைவாரணன், 1970; கா.சுப்பிரமணியப் பிள்ளை 1968) சுட்டப் பெற்றுள்ளன. தொல்காப்பிய வருணச் செய்திகள் பற்றிய திறனாய்வுப் போக்குகளை இரண்டு வகையாகப் பிரிக்க இயலும். அவை வருமாறு:

1. தொல்காப்பியத்துள் இடம்பெற்றுள்ள நால்வருணச் செய்திகள் இடைச்செருகலாக நுழைக்கப்பட்டவை; மூல தொல்காப்பியத்தில் இச்செய்திகள் இடம்பெற்றிருக்க வாய்ப்பில்லை என்பது ஒரு கருத்து.

2. நால்வருணச் செய்திகள் தொல்காப்பியராலேயே கூறப்பட்டவை; இடைச் செருகல் இல்லை என்பது ஒரு கருத்து.

இடைச்செருகல் என்று கூறுவோர் தொல்காப்பியர் காலத்தைச் சங்க காலத்திற்கு முன்பாகவும், ஏனையோர் சங்க காலத்திற்குப் பின்னாகவும் கொண்டுள்ளமை கவனத்துள் கொள்ளத்தக்கதாகும். நால்வருணச் செய்திகள் இடைச்செருகலே என்று வெள்ளைவாரணனார் (1970: 299. 300) கூறுவது வருமாறு: மக்களை நிலவகையாற் பிரித்துரைப்பதன்றி நிறவகையாகிய வருணத்தாற் பகுத்துரைக்கும் நெறியினைத் தொல்காப்பியனார் மக்களது ஒழுகலாறுகளை விரித்துரைக்கும் முன்னைய இயல்களில் யாண்டும் குறிப்பிடவேயில்லை... அகத்திணை ஒழுகலாற்றுக்குரிய மக்களை வகைப்படுத்திக் கூறிய நிலையிலும் புறத்திணை ஒழுகலாற்றில் வாகைத்திணைப் பகுதிகளை விரித்துரைத்த நிலையிலும் மக்களை அவர்கள் வாழும் நிலத்தாலும் தொழில் வகையாலும் பகுத்துரைத்தது அன்றி வேளாண்மாந்தர் என்றோ வைசியர் என்றோ வருணம் பற்றி ஆசிரியர் யாண்டும் குறிப்பிடவேயில்லை. வருணம் நான்கு என்ற தொகையினையும் ஆசிரியர் குறிக்கவில்லை. ஆகவே மரபியலில் 71 முதல் 85 வரையுள்ள சூத்திரங்கள் வருணப் பாகுபாடு தமிழகத்தில் வேரூன்றத் தொடங்கிய மிகப் பிற்காலத்தில்தான் சேர்க்கப்பட்டிருக்க வேண்டும். பிற்றை நாளில் களப்பிரர் பல்லவர் முதலிய அயல் மன்னரது ஆட்சியுட்பட்டுத் தமிழகம் அல்லற்பட்ட நாளிலே இத்தகைய கருத்துகள் தொல்காப்பியத்துள்ளும் மெல்ல நுழைக்கப்பட்டன. மனு முதலிய வடமொழி நூல்களால் வளர்க்கப்பட்ட நால்வகை வருணத்தைப் பற்றிய நம்பிக்கை தமிழ்மக்கள் உள்ளத்தில் வேரூன்றி நிலை பெற்றுவிட்ட பிற்காலத்தில் வாழ்ந்தவர்கள் உரையாசிரியப் பெருமக்கள். ஆதலின் அன்னோர் தொல்காப்பியத்திற்கு உரை காணும் நிலையில் தம் காலச் சூழ்நிலையில் அகப்பட்டு இடைச்செருகலாகிய இச்சூத்திரங்களைத் தொல்காப்பியர் வாக்கெனவே நம்பி உரையெழுத நேர்ந்தது.

தொல்காப்பியத்தில் இடைச்செருகல் பற்றிச் சோமசுந்தர பாரதியாரும் (1942) வையாபுரிப்பிள்ளையும் (1949) ஜான் மாரும் (1958) விரிவுப்பட விளக்கி உள்ளனர். இக்கருத்தை மறுத்த ப.அருணாச்சலம் (1975) தொல்காப்பியத்தில் உள்ள நான்கு வருணச் செய்திகள் இடைச்செருகல் அல்ல என வலியுறுத்திக் கூறியுள்ளார்.

அகத்திணை இயலில் நால்வகைப்பட்ட நிலமக்களையும் அவர்களது வாழ்க்கை முறைகளையும் சொல்கின்றார் தொல்காப்பியர். இந்நில மக்கள் தவிர பொதுநிலையில் பிறதொழில்கள் செய்து வந்த அரசர், அந்தணர், வணிகர், வேளாளர் ஆகிய மக்களும் அன்று வாழ்ந்து வந்திருக்க வேண்டும் என்பது உறுதி. இவர்களைப் பற்றித் தொல்காப்பியரும் வாய்ப்புக் கிடைக்கும் இடங்களில் எண்ணுகிறார். புறத்திணை இயலில் பேசுகின்றார். இம்மக்களிடம் ஒரு சில மரபுகளும் அவர்கள் தொழிலுக்கு ஏற்ப அமைந்திருத்தலை நோக்குகின்றார். அவற்றையே மரபியலில் கூறிச் செல்கின்றார். எனவே இடைச்செருகல் என்ற எண்ணம் இவண் பொருத்தமில்லாது போய்விடுகின்றது (மேலது 1975: 182).

பல இடங்களில் தொல்காப்பியம் உயர்ந்தோர் கீழோர் என்று பேசும் நிலை அன்றைய சமுதாய ஏற்ற தாழ்வினைப் புலப்படுத்தவல்ல சான்றுகளாய் அமைகின்றன. மேலும் மரபியலுக்கு உரை எழுதிய இளம்பூரணர் இடைச்செருகல் பற்றி ஏதும் கூறவில்லை. ஆயின் பேராசிரியர் இதனைப் பற்றி எண்ணிப் பார்த்துள்ளார். நால்வகையினர் பற்றிப் புறத்திணையியலில் கூறிய தொல்காப்பியர் மரபியலிலும் பேசுவது மிகையாகுமா என்ற வினாவை எழுப்புகிறார். ஆனால் மிகையன்று என முடிவுரைக்கிறார். இவரின் விளக்கம் சில தெளிவுகளைத் தந்துள்ளது. இடைச்செருகல் என்ற எண்ணம் பேராசிரியர் காலம் வரை இல்லை என்ற எண்ணம் ஒன்று; பேராசிரியர்க்கும் இவ்வெண்ணம் இல்லை என்ற குறிப்புடன் மிகை என்று கூடப் பிறர் எண்ணல் தவறு என்பதில் உள்ள ஆர்வம் இன்னொன்று (கே.பகவதி 1981).

மேலே கூறப்பெற்ற இருசாரார் கருத்துகளுக்கும் மொழி அரசியல் அடிப்படையாக அமைந்துள்ளதை அறிதல் வேண்டும். இருபதாம் நூற்றாண்டு நடுவண் காலத்தில் பெருவீச்சில் நிகழ்ந்தேறிய தமிழ்மொழி அரசியல், தமிழின் தூய்மையை நிலைநாட்டியதுடன் வடமொழிப் பகை கொண்டு ஆரிய இலக்கியம் பண்பாடு ஆகியவற்றையும் புறத்தே நிறுத்தியது. இந்த அரசியலின் விளைவே, தொல்காப்பியத்தில் நான்கு வருணச் செய்திகளை இடைச்செருகல் என்று பேச வைத்தது. ஆனால் இதே மொழி அரசியல் தமிழக வரலாற்றின் இடைக்காலத்தில் தமிழ்மொழியும் இலக்கியமும் வடமொழியின்றித் தனித்தியங்கவில்லை எனவும் உரைக்க வைத்தது (சிலம்பு நா.செல்வராசு 1998). எனவேதான் தமிழ் மொழி, இலக்கிய மரபுகளையும் வடமொழி மரபுகளையும் உடன் வைத்து எண்ணும் போக்குச் சோழர் காலத்தில் நிலவியது.

இந்த மொழி அரசியல் பின்னணியைத் தவிர்த்துத் தொல்காப்பியம் கூறும் வருணக் கோட்பாடு பற்றிய செய்திகளை ஆராய்வது ஒன்றே இங்குத் தேவையானது. இதற்கும் முன்பாக வடமொழியில் வருணம் பற்றிய செய்திகளின் பதிவையும் புரிந்து கொள்ள வேண்டும்.

வடமொழி நூல்களில் வருணச் செய்திகள்

நால்வருணப் பாகுபாட்டின் ஆதிநிலையை அறிய வடமொழி இலக்கியங்களே பெரிதும் உதவுகின்றன. ரிக் வேதத்தில் பத்தாவது மண்டலத்தில் தொண்ணூறாவது சுலோகமாக வரும் புருஷ சுக்தா என்ற பகுதி நால்வருணத்தின் ஆதிவித்தாகக் கருதப்படுகிறது. இந்த சுலோகத்தில் வருணிக்கப்பட்டிருக்கும் புருஷனுக்கு ஆயிரம் தலைகள், ஆயிரம் கண்கள், ஆயிரம் கால்கள் என அவன் உருவமும் செயல்களும் விரிவுபட விளக்கப்பெற்றுள்ளன. இப்பகுதியின் பதினொன்றாம் பன்னிரண்டாம் சுலோகங்கள் புருஷனின் உடலிலிருந்து நால்வருணங்கள் எப்படித் தோன்றின என்பதை விளக்குகின்றன. பிராமணர் வாயிலும், சத்திரியர் கரங்களிலும், வைசியர் தொடையிலும், சூத்திரர் பாதத்திலும் இருந்து பிறந்தனர் எனக் கூறப்பட்டுள்ளது. பின்னால் வந்த மனு இப்பிரிவினைகளை எதிர்த்த அனைவரையும் கீழ்நிலைக்குத் தள்ளினார். புருஷ சுக்தாவின் கருத்துகளைத் திருத்திப் புதிய புனிதத் தன்மையை ஏற்றினார்; உலக நன்மைக்காகவே இந்த நால்வருணத்தை இறைவன் படைத்ததாக முழங்கினார் (அம்பேத்கர், 1946).

ரிக் வேதம் புருஷ சுக்தாவில் மட்டும் படைப்பின் தொடக்கத்தைக் கூறவில்லை. வேறு சில இடங்களிலும் கூறியுள்ளது. ரிக் வேதத்தில் அயுவின் அறிவினால் அக்கினி மனிதர்களின் குழந்தைகளை உண்டாக்கினான் என்று விளக்கப்பட்டுள்ளது.

வடமொழி இலக்கியங்களில் உலகம் எப்படி வந்தது, மனிதன் எப்படி வந்தான், பல்வேறு சாதிகளும் எப்படி வந்தன என்பதைப் பற்றி விளக்கும் கிளைக் கதைகள் ஏராளமாக உள்ளன என்பர் (மேலது ப.26). யசூர் வேதம் வெள்ளை கறுப்பு என இரண்டாகப் பிரிக்கப்பட்டு வருண உருவாக்கம் பற்றிக் கூறப்பட்டுள்ளது. வெள்ளை யசூர் வேதமாகிய வஜசனேயி சம்கிதா புருஷ சுக்தாவினின்றும் மாறுபட்ட கருத்துகளைக் கூறியுள்ளது (மேலது ப.27).

அதர்வண வேதம் நான்கு வகையான விளக்கங்களைக் கூறுகின்றது. முதலில் பிராமணன் பிறந்ததாகவும் அவனுக்குப் பத்துத் தலைகளும் பத்து முகங்களும் இருந்ததாகவும் அவனே ராஜன்யன் ஆனான் எனவும் அவனிடமிருந்து சத்திரியன்

பிறந்ததாகவும் கூறப்பட்டுள்ளது (மேலது 5.28). சதபத பிராமணம் என்ற வேதம் இரண்டு சித்தாந்தங்களில் வருணப் படைப்புப் பற்றி விளக்கி உள்ளது. அது வருமாறு:

"அக்னி உருவத்தையும் பிராமண சாதியையும் தன்னுள்ளே கொண்டுள்ள பிரம்மன் சத்திரியம் என்னும் அற்புத உருவத்தைப் படைத்தான். இதிலிருந்து இந்திரன், வருணன், சோமன், ருத்ரன் முதலியோர் தோன்றினர். அவன் வசு, ருத்ரர், ஆதித்யர், மாருதி என்ற படைகளை உண்டாக்கினான். பின்பு அவன் புஷன் என்ற சூத்திர வகுப்பைப் படைத்தான்."

இவ்வாறாக நால்வருண உருவாக்கம் பற்றி ஏராளமான கதைகளைப் புனிதம் என்ற போர்வையில் வடமொழி இலக்கியங்கள் பதிவுசெய்து வைத்துள்ளன. ஆனால், இக்கதைகளில் ஒருமுகப்போக்கு இல்லை என்பது திறனாய்வாளரின் கருத்து. இதை பற்றி அம்பேத்கர் (1946) கூறுவது வருமாறு:

> சூத்திரர் பற்றிய விளக்கங்களின் வகையும் எண்ணிக்கையும் அதிர்ச்சி தரக்கூடியவை. சிலர் நான்கு சாதிகள் வந்தமைக்குப் புருஷ சுக்தாவே காரணம் என்றும் பிரம்மாவிலிருந்து பிறந்தன என்றும் சிலர் பிரஜாபதியினின்று பிறந்தன என்றும் வேறு சிலர் விராட்யாவிலிருந்து வந்தன என்றும் கூறுகின்றனர். ஒரேவிதமான ஆதாரங்கள் மாறுபட்ட விளக்கங்களைத் தருகின்றன. வெள்ளை யசூர் வேதம், ஒன்றில் இவை புருஷ சுக்தாவை அடிப்படையாகக் கொண்டது என்றும், மற்றதில் பிரஜாபதியினின்று தோன்றின என்றும் கூறுகின்றது. கறுப்பு யசூர் வேதம் இரண்டிடங்களில் பிரஜாபதியையும், மூன்றாவது இடத்தில் பிராமணனையும் ஆதாரமாக்கிக் காட்டுகிறது. அதர்வண வேதம் புருஷ சுக்தா, பிராமணர், விராத்யா ஆகியவற்றையும் கூறுவதோடு இவை மூன்றிற்கும் நேரெதிரானதையும் சொல்கிறது

என்று கூறும் அம்பேத்கர் வருண பாகுபாடு ஒரு பரிணாம வளர்ச்சிக்கு உட்பட்ட பின்னரே முழுமை பெற்ற தத்துவமாக ஆக்கப்பட்டிருக்க வேண்டும் என்ற முடிவிற்கு வருகிறார் (மேலது 1946:29). வருண பாகுபாட்டின் பிறகால வளர்ச்சியில் நிகழ்ந்தேறிய இரண்டு கூறுகள் கவனத்திற்குரியன. ஒன்று: சூத்திரர்களுக்கும் கீழாக ஒரு வகுப்பாரைத் தோற்றுவித்து ஐந்தாவது பிரிவை உண்டாக்கியது. இரண்டு: மூன்று வருணங்களிலிருந்து சூத்திர வருணத்தைத் தனியே பிரித்துக் கீழாக்கியது (அம்பேத்கர் 1946: 29).

தொடக்க கால வருணப் பிரிவுகள் நான்காக இருக்கப் பிற்காலத்தில் இந்நான்கும் பல்வேறு கிளைகளைப் பெற்றது.

சவர்ணாக்கள், அவர்ணாக்கள், துவிஜாக்கள், துவிஜாக்கள் அல்லாதவர்கள், மூவர்ணாக்கள் எனக் கிளைகள் பல்கியுள்ளன. சவர்ணா என்றால் நான்கு பிரிவில் ஒன்று என்றும் அவர்ணா என்றால் இந்த நான்கு பிரிவிலும் சேராதவர் என்றும் பொருள்படும். பிராமணர், சத்திரியர், வைசியர், சூத்திரர் ஆகியோர் சவர்ணாக்கள் ஆவர். ஆதிசூத்திரன் அல்லது தீண்டத்தகாதோர் எனப் பிரிக்கப்பட்டவர்கள் அவர்ணாக்கள் ஆவர். இப்பிரிவு வகைப்பாடு சமூக வளர்ச்சியில் நிகழ்ந்திருக்க வேண்டும்.

ஆதிசூத்திரர் அல்லது தீண்டத்தகாதோர் எனும் பிரிவு தொடக்க கால ஆரிய சமூகத்தில் இருந்ததற்கான சான்றுகள் கிடைக்கவில்லை. ஆனால் சூத்திரர் எனும் பிரிவினரைக் கொஞ்சம் கொஞ்சமாகக் கீழ்நிலைக்குத் தள்ளும் முயற்சிகளை வடமொழி இலக்கியங்களில் காண முடிகிறது. இதனுடைய வளர்நிலையே தீண்டாமைத் தத்துவமாகப் பிற்காலத்தில் வடிவெடுத்துள்ளது. இது பற்றிச் சற்று விரிவான செய்திகளைக் கூறுவது இங்குத் தேவையானதாகும்.

அபஸ்தம்பா தர்ம சூத்திரம், சூத்திரனும் சாதிக்கு வெளியே இருப்பவனும் சுடுகாட்டில் வீடுகட்டிக் கொள்ளலாம் என்று கூறியுள்ளது. மேலும் ஒரு வேத சீடனும் சூத்திரப் பெண்ணும் ஒருவரை ஒருவர் பார்த்துக்கொண்டாலே அது வேதம் படிப்பதற்குத் தடை என்றும் கூறியுள்ளது. ஒரு சூத்திரன் தொட்ட தூய்மையான உணவு அசுத்தமாவதுடன் உண்ணத் தகுதியற்றதாகவும் ஆகிவிடுகிறது.

விஷ்ணு சுமிருதி கூறும் கருத்து ஆழ்ந்த கவனத்திற்குரியது. இரு பிறப்பாளராகிய மூன்று வருணத்தவருள் ஒருவர் இறந்து விட்டால் அவ்வாறு இறந்தவனின் சொந்தக்காரனாகச் சூத்திரன் இருந்தால்கூட இறந்தவனைத் தொட்டுத் தூக்கக் கூடாது. இறந்து போனவர் தந்தையாக இருப்பினும் அவர் இரு பிறப்பாளராக இருப்பின் அவரைச் சூத்திரமகன் தொட்டுத் தூக்கக் கூடாது.

சூத்திரன் தந்த உணவு வயிற்றில் இருக்க ஒரு பிராமணன் இறந்தால் அவன் கிராமத்தில் பன்றியாகப் பிறப்பான். அல்லது அந்தச் சூத்திரன் வீட்டிலேயே பிறப்பான். சூத்திரன் இட்ட உணவினை உண்ட பிராமணன் தினமும் வேதபாராயணம், பிரார்த்தனை, அக்கினகோத்ரம் எல்லாம் செய்தாலும் அவனுக்கு உயர்வே கிடையாது. சூத்திரன் தந்த உணவினை உண்டு தம் இனப் பெண்ணுடன் உறவு கொண்டாலும் பிறக்கும் பிள்ளை சூத்திரக் குலத்தையே சாரும்.

சூத்திரனுக்காக யாகம் செய்த பிராமணன் ஏனைய சடங்குகளில் மற்ற பிராமணர்களுடன் உடன் அமர்ந்து உண்ணக்

கூடாது. அவ்வாறு உண்டால் அவ்வுணவின் புனிதம் கெட்டு விடும்; தரம் தாழ்ந்து விடும். ஒரு பிராமண வீட்டுக்குச் சூத்திரன் விருந்தினனாக வந்தால் அச்சூத்திரனுக்கு ஏதாவது வேலை கொடுத்து வேலை முடிவில் சாப்பாடு போட வேண்டும். வேலை வாங்காமல் சாப்பாடு போட்டால் அது அவனை மதித்ததாகிவிடும். வேலை வாங்காமல் உணவிட வேண்டும் என்றால் பிராமணர் வீட்டு அரிசியைச் சமையலுக்குப் பயன்படுத்தக்கூடாது. ஏவல் செய்யும் அடிமைகள் வீட்டிலிருந்தோ அல்லது மன்னர் களஞ்சியத்திலிருந்தோ அரிசி கொண்டு வந்து விருந்தளிக்க வேண்டும்.

மனுதர்மம், சூத்திரனை ஆசிரியனாகக் கொள்பவனுக்குத் தேவர்களுக்கும் பிதுர்களுக்கும் செய்யும் மரியாதைகளில் கலந்து கொள்ள அனுமதி இல்லை என்று கூறியுள்ளது. சூத்திரனுக்குச் சட்டத்தையும் மதச்சடங்குகளையும் சொல்லித் தருபவன் மீளாத இருள் நரகத்தில் மூழ்கிப் போவான். கௌதம சூத்திரம் ஒரு சூத்திரன் ஆரிய குலப் பெண்ணுடன் உறவு கொண்டு விட்டால் அவனது உயிர்நிலையைத் துண்டிக்க வேண்டும் என்று கூறுகிறது. அபஸ்தம்பா தர்மசூத்திரம் இதே நிகழ்வுக்கு மாறுகால் மாறுகை வாங்க வேண்டும் என்று கூறுகிறது. மண உறவு பற்றி மனுதர்மம் கூறுவது வருமாறு:

இருமுறை பிறந்தவன் முதலில் தன் வகுப்பிலேயே மணந்து கொள்ளலாம்... ஆனால் தாழ்ந்த சாதிப் பெண் மீது இச்சை கொண்டுவிட்டால் அவளையும் மேல்சாதிக்காரன் மனைவியாக்கிக் கொள்ளலாம். ஆனால் சூத்திரனுக்குச் சூத்திர வகுப்புப் பெண் மட்டுமே மனைவியாக முடியும். ஒரு வைசியன் தன்குலப் பெண் அன்றி சூத்திரகுலப் பெண்ணையும் மணந்து கொள்ளலாம். சத்திரியன் தன்குலப் பெண்ணையும் வைசியப் பெண்ணையும் சூத்திரப் பெண்ணையும் மணந்து கொள்ளலாம். பிராமணன் தன்குலப் பெண் அன்றி ஏனைய மூவர்ணப் பெண்களையும் மணந்து கொள்ளலாம் (அம்பேத்கர் 1946:57)

இதுகாறும் கூறப்பெற்ற செய்திகளிலிருந்து நான்கு வருணம் பற்றிச் சில முடிவுகளுக்கு வர இயலும்.

1. நான்கு வருணத்தின் தோற்றம் பற்றி வடமொழி நூல்களில் ஒருமித்த கருத்து இல்லை. பல்வேறு கருத்துகள் நிலவுகின்றன. இவ்வாறு நிலவுவது நான்கு வருணத்தின் தோற்றம் பற்றிய மெய்ம்மையை நிறுவ உதவாது.

2. நான்கு வருணத் தத்துவங்களில் ஒரு பரிணாம வளர்ச்சியைக் காண முடிகிறது. வேதகாலம் தொடங்கி மனுதர்மம்

வரையும் அதற்குப் பிறபட்டும் இப்பரிணாமம் நிகழ்ந்திருக்க வேண்டும்.

3. நான்கு வருணங்களுக்கு இடையே தொடக்கத்தில் மிகப் பெரிய ஏற்றத்தாழ்வு இருந்ததாகத் தெரியவில்லை. நான்கு வருணங்களுக்கு இடையே மணஉறவு இருந்துள்ளது. விருந்துண்ணுதல் நடைபெற்றுள்ளது. சூத்திரர் ஒருவர் குருவாகவும் திகழ முடியும். ஆனால் இவையாவும் பிற்காலத்தில் கடுமையான முறையில் புனிதம்,சடங்குகளைக் காரணம் காட்டிக் கண்டிக்கப் பெற்றுள்ளன. கண்டிக்கப் பெற்ற செய்திகளே இலக்கியங்களில் பதிவாகி உள்ளன.

4. தீண்டாமையின் உச்சகட்டமாகச் சூத்திர வருணம் ஏனைய வருணங்களிலிருந்து தனிமைப்படுத்தப்பட்டது. மட்டுமின்றி ஐந்தாவதாக ஓர் இனம் உருவாக்கப்பட்டும் உள்ளதை அம்பேத்கர் (1946) விவரித்திருக்கிறார்.

இந்தச் செய்திகளின் பின்னணியில் தொல்காப்பியம் கூறும் நால்வருணக் கோட்பாட்டை ஆராய வேண்டி உள்ளது. அதனை இனிவரும் கட்டுரைப்பகுதி ஆராயும்.

தொல்காப்பியத்தில் வருணச் செய்திகளுக்கான சமூகப் பின்புலம்

தொல்காப்பிய அகத்திணை இயலில் கூறப்பெறும் பிரிவு பற்றிய செய்திகளில் நால்வருணம் இடம்பெற்றுள்ளதை உரையாசிரியர்கள் வழி அறிய முடிகிறது. தொல்காப்பியம் நேரடியான சொற்களில் வருணங்களை இவ்விடத்தில் குறிப்பிடவில்லை. வேந்தர், மன்னர் என்ற சொல்லாட்சிகள் மட்டுமே ஆளப்பெற்றுள்ளன (பொருள். 29, 32). அரசர், சத்திரியர் என்ற சொல்லாட்சிகள் இடம்பெறவில்லை. ஏனைய பிரிவுகளை உயர்ந்தோர், மேலோர், பின்னோர் எனத் தொல்காப்பியம் குறிப்பிட்டுள்ளது. இச்சொல்லாட்சிகளுக்கு உரையாசிரியர் இளம்பூரணரும் நச்சினார்க்கினியரும் நால்வருண அடிப்படையில் பொருள் உரைத்துள்ளனர். தொல்காப்பியம் தோன்றிப் பல நூற்றாண்டுகள் கழிந்து சோழர் காலச் சமூக அமைப்பில் வாழ்ந்த உரையாசிரியர்கள் சொல்லிய பொருள் எந்த அளவிற்கு மூல நூலை விளக்கவல்லது என்பதில் கருத்து வேறுபாடுகள் உள்ளன.

உரையாசிரியர்கள் வாழ்ந்த சோழர் காலம் சமஸ்கிருத மொழியைப் பெருவழக்காகக் கொண்டிருந்தது. இம்மொழிச் சூழலைப் பெருநிலைமொழி என விளக்குவர் (சு.இராசாராம் 1992). சோழர்கால ஆட்சி மொழியாகவும் வடமொழி விளங்கியது; விளங்கவே ஆரியப் பண்பாடும் பெரிதாக மதிக்கப் பெற்றது.

இத்தகு மொழிச்சூழலில் உரையாசிரியர்கள் இயலும் இடங்களில் எல்லாம் வடமொழிக் கொள்கையைப் புகுத்தி உரை வரைந்தனர். என்றாலும் தொல்காப்பியர் கூறியதன் நேரடிப் பொருள் என்ன என்பதை அறிய முடியாதவரை உரையாசிரியர்கள் கருத்துகளையே நம்ப வேண்டி இருக்கிறது.

தொல்காப்பியம் உருவான காலம் பற்றிய ஆராய்ச்சி நால்வருணச் செய்திகளோடு மிகுந்த தொடர்புடையது. இராசமாணிக்கனார், மு.வரதராசன், கே.கே.பிள்ளை, கா.மீனாட்சிசுந்தரன், ச.அகத்தியலிங்கம் முதலியோர் தொல்காப்பியம் சங்க இலக்கியங்களுக்கெல்லாம் முந்தியது என்ற கருத்தை முன்வைத்துள்ளனர் (செ.வை.சண்முகம் 1989). ஆயின் கைலாசபதி, கா.சிவத்தம்பி, சிவராசப் பிள்ளை, வையாபுரிப் பிள்ளை, கமில் கவலபில் முதலியோர் தொல்காப்பியம் முதல் இலக்கண நூலே தவிர முதல் தமிழ் நூல் அன்று எனவும் சங்க இலக்கியத்திற்கும் பிந்தியது என்றும் கருத்தை முன்மொழிந்துள்ளனர். தெ.பொ. மீனாட்சிசுந்தரன் (1982:69) தொல்காப்பியம் என்பது தனிப்பட்ட ஒருவரால் எழுதப்பட்டது என்பதைவிடக் காலப்போக்கில் சில சிந்தனைப் போக்குகளை வளர்த்துக்கொண்டுவரும்ஓர் இலக்கணக்கோட்பாட்டினரின் கூட்டு முயற்சியால் உருவான ஒன்றாக இருக்கக்கூடும் என்று கூறியுள்ளார். தொல்காப்பியம் ஒரு நீள் பாரம்பரியத்தால் மீண்டும் மீண்டும் எழுதப் பெற்றுப் பின்னரே முழுமை பெற்ற நூலாக நிறுவனவயப்பட்டிருக்க வேண்டும் எனவும், இந்நூலுக்கான பாயிரம் உருவாக்கப் பெற்றதோடு இதன் வளர்ச்சி முழுமை பெற்றிருக்க வேண்டும் எனவும் கருத்தொன்று உண்டு (சிலம்பு நா.செல்வராசு 1998).

தொல்காப்பியம் ஒருவரால் எழுதப் பெற்றது, பலரால் எழுதப் பெற்றது, சங்க காலத்திற்கு முந்தையது, பிந்தையது என்ற காலநிலை உரைக்கும் கருத்துப் போக்குகள் ஒருபுறம் நிற்க; தொல்காப்பியம் எத்தகைய சமூக அமைப்பைப் பெரிதும் பிரதிபலிக்கிறது, எத்தகைய சமூக அமைப்பில் உருவாக்கம் பெற்றுள்ளது என்ற வினாக்களுக்கான விடைகளைத் தொல்காப்பிய உள்ளடக்கத்தில் தேடும்போது இக்கட்டுரைக்கான விடையை எளிதில் எட்டிவிட முடியும். மனித சமூகத்தின் பரிணாம வளர்ச்சியை உணவு சேகரிப்பு வேட்டைச் சமூக அமைப்பில் தொடங்கி ஆநிரை உடைமை நில உடைமையும் வணிகமும் இணைந்த சமூகம் எனத் தமிழ்ச் சமூக அமைப்புப் பரிணாம வளர்ச்சியைப் பெற்றது. தமிழ்ச் சமூகப் பரிணாம அமைப்பில் உருப்பெற்ற இலக்கியங்களை மலர்க்குறியீட்டின்

மூலம் பண்டைய இலக்கண ஆசிரியர்கள் உணர்த்தியுள்ளனர். வேட்டைச் சமூக அமைப்பைக் குறிஞ்சித் திணையின் மூலமும், ஆநிரைச் சமூக அமைப்பை முல்லைத் திணையின் மூலமும், பண்டைய படைப்பாளிகள் உணர்த்தினர். இத்திணையில் அமைந்த பாடல்கள் அச்சமூக அமைப்பு மறைந்து அல்லது உருமாறிய பின்பும் கூடப் புலவர்களால் பாடப்பெற்றன.

மேலே சொன்ன வேட்டைச் சமூகக் குறிஞ்சியையும் ஆநிரைச் சமூக முல்லையையும் நிலவுடைமைச் சமூக மருதத்தையும் ஆகிய மூன்றையும் மட்டுமே தொல்காப்பியம் முதன்மைப்படுத்தி யுள்ளது. வணிகச் சமூக அமைப்பைத் தொல்காப்பியம் அங்கொன்றும் இங்கொன்றுமாக மட்டுமே தொட்டுச் செல்கிறது. வணிகச் சமூக அமைப்பை விளக்கும் பாலையும் நெய்தலும் சங்க இலக்கியங்களால் பெரிதும் விளக்கமுற்றுள்ளன.

தொல்காப்பியப் பொருளாதிகார அமைப்பைக் கூர்ந்து நோக்கும்போது நிலவுடைமைக் காலமாகிய மருதச் சமூக அமைப்பையும், அதற்கு முந்தைய சமூக அமைப்புகளையும் உட்கொண்டு மருதச் சமூக அமைப்பை முதன்மைப்படுத்தி அது உருவாக்கப் பெற்றதை உணர முடியும் (சிலம்பு நா.செல்வராசு 1999).

ஆயர் வேட்டுவர் ஆடுஉத் திணைப் பெயர்
ஆவயின் வரூம் கிழவரும் உளரே (பொருள் 23)

என்ற தொல்காப்பிய நூற்பா தொல்காப்பியம் எந்தச் சமூக அமைப்பில் காலூன்றி நின்று பேசியுள்ளது என்பதை விவரிக்கும். ஆண் மக்களின் பெயரைத் திணை அடிப்படையில் வகைப்படுத்தும் இந்நூற்பா முல்லைத் திணைக்கு ஆயர் என்ற பெயரையும், குறிஞ்சித் திணைக்கு வேட்டுவர் என்ற பெயரையும் வகைப்படுத்தியுள்ளது. இவ்வகைப்பாடு தொல்காப்பியத்திற்கு முன்பு உள்ள வரையறை ஆகும். அப்பெயர்களோடு மருதத் திணைப் பெயராகிய கிழவன் என்பதையும் தொல்காப்பியர் உடன் வைத்து எண்ணுகிறார். கிழவன் பெயர்க் குறியீடு தொல்காப்பியக் காலப் பெயரீடு; ஆநிரைச் சமூக அமைப்பிலோ அதற்கு முந்தியோ இல்லாத பெயரீடு. தொல்காப்பியம் தமது காலத்துக்கு முந்தைய குறிஞ்சி, முல்லைச் சமூகச் செய்திகளையும் பெற்றுத் தம் சமகால மருதச் சமூக அமைப்புச் செய்திகளையும் இணைத்து இலக்கணம் செய்துள்ளதையே மேல் நூற்பா சுட்டுவதாகக் கொள்ள வேண்டும் (சிலம்பு நா.செல்வராசு 1994). பாலை, நெய்தல் பற்றிய பெயரீடுகள் சரிவர உருப்பெறாத காரணத்தால் அப்பெயர்களைச் சுட்டிக் கூறாமல்,

ஏனோர் மருங்கினும் எண்ணுங்காலை
ஆனா வகைய திணைநிலைப் பெயரே (பொருள் 14)

எனப் பொதுப்பட மொழிந்ததை அறிய வேண்டும். எனவே தொல்காப்பியர் காலத்தில் கடல் வணிகம், தரைவழி வணிகம் உள்ளிட்ட வணிகச் சமூகம் நன்கு உணரப் பெறாததை உணர வேண்டும்.

வணிகத்தைப் பற்றி மிகச் சில குறிப்புகளே தொல்காப்பியத்தில் இடம்பெற்றுள்ளன. 'முந்நீர் வழக்கம் மகடூஉவொடு இல்லை' (பொருள் 27) என்று கடல்வழிப் பிரிவையும் 'ஒன்றாத் தமரினும் பருவத்தும் சுரத்தும்' என்று தரைவழிப் பிரிவையும் (பொருள் 44) தொல்காப்பியம் கடல் வணிகம், தரைவழி வணிகம் என்ற பொருண்மைப்படக் குறிப்பிட்டுள்ளதா என்பதைத் தெளிவுபடுத்த இயலவில்லை. இவை வணிக அமைப்பைச் சுட்டியிருந்தாலும் ஏனைய செய்திகள் பற்றிய விளக்கங்கள் கிடைக்கவில்லை. 'அறுவகைப்பட்ட பார்ப்பனப்பக்கம்' என்ற நூற்பாவில் 'இருமூன்று மரபின் ஏனோர் பக்கம்' என்று கூறும் தொல்காப்பியம் (பொருள் 74) வணிகம் பற்றி எந்தச் செய்தியைக் கூற வருகிறது என்பதை மூலநூல் அடிப்படையில் நிறுவ இயலாது; உரையாசிரியர் வழிதான் நிறுவ இயலும்.

ஆனால் சங்க இலக்கியங்கள் பொருள் தேடல், தரைவழி வணிகம் பற்றி நிரம்பப் பேசியுள்ளன. மதுரைக்காஞ்சி, பட்டினப்பாலை ஆகியன வணிக அமைப்பின் பெருவளர்ச்சியைச் சுட்டியுள்ளன. சிலப்பதிகாரம் வணிகச் சமூக அமைப்பு நன்கு கட்டப்பட்டிருந்தமையை அச்சமூக அமைப்பின் உச்சநிலையைப் பிரதிபலிக்கின்றது. எனவே தொல்காப்பியர் காலத்தில் வணிக வர்க்கத்தைப்பற்றி எந்த அளவுக்கு எண்ணியிருக்க முடியும் என்பது தெளிவற்ற விடைக்குரிய வினாவாகும். ஆகத் தொல்காப்பியம் மருதநிலச் சமூகத்தையே முதன்மைப்படுத்தியுள்ளது என்று முடிவிற்கு வரமுடிகிறது.

தொல்காப்பியர் காலத் தமிழ்ச்சமூக அமைப்பு வருணத்தை ஏற்றுக்கொண்டதா?

தொல்காப்பியர் கால மருதச் சமூக அமைப்பு நால்வருணப் பாகுபாட்டை ஏற்றுக்கொண்டிருந்ததா. ஏற்றத்தாழ்வு மிக்க சமுதாயமாக அது விளங்கியதா என்ற வினாக்களுக்கு விடை காண்பது இக்கட்டுரைப் போக்கிற்கு இன்றியமையாதது. தொல்காப்பியர் கால மருதச் சமூக அமைப்பிற்கும் பிறகால நிலவுடைமைச் சமூக அமைப்பிற்கும் பெருத்த வேறுபாடு உண்டு. (காடு கொன்று நாடாக்கி, குளம் தொட்டு வளம் பெருக்கிய தொடக்க கால மருதச் சமூகத்தைத்தான் தொல்காப்பியம் விவரித்துள்ளது). நிலங்கள் தனியுடைமை ஆகித் தனியுடைமையை நியாயப்படுத்தும் அறங்கள் நிலைபெற்று உழைக்கும் இனமக்கள்

கீழே தள்ளப்பெற்ற பிற்காலத் தனியுடைமை நிலையிலிருந்து முற்றிலும் அது வேறுபட்டு இருந்தது.

சங்க காலச் சமூக அமைப்பில் குறுநில ஆட்சி அமைப்புகளே பெரிதும் ஆதிக்கம் செலுத்தி இருந்தன. கடையெழு வள்ளல்கள் அன்றிக் குறுநிலங்களுக்கு உரிமை உடைய தலைவர்கள் பலர் வாழ்ந்தனர். இவர்களைச் சீறூர் மன்னன் (புறம் 197), சீறூர் மதவலி (புறம் 331) சீறூர் நெடுந்தகை (புறம் 324) என்று சங்க இலக்கியம் குறிப்பிட்டுள்ளது. இச்சீறூர்த் தலைமையிலிருந்து குறுநில மன்னர்களும் குறுநிலத் தலைமையிலிருந்து முடியுடை வேந்தரும் தோன்றியுள்ளனர் (கா.சுப்பிரமணியன் 1982: 50). இந்தச் சமூக அமைப்புப் பற்றி நா.வானமாமலை கூறுவது வருமாறு:

சங்க காலத்தில் மருதநில வாழ்க்கை, பிற நில வாழ்க்கைகளில் எல்லாம் செழிப்பு மிக்கதாய் இருந்தது. இங்குக் குழு வாழ்க்கை அழிந்து அரசு தோன்றியது. பிற மக்களையும் அரசியல் இணைத்துக்கொள்ளப் பல போர்கள் நிகழ்ந்தன (நா. வானமாமலை 1971).

சங்ககால அமைப்பு மருத நில வள அமைப்பாக இருந்து பின்னரே நிறுவனவயப்பட்ட அரசு உருவாக வாய்ப்பாக இருந்தது. நிலங்களை உழவுக்குப் பக்குவப்படுத்திய குறுநில மருதச் சமூக அமைப்புகளில் வீடுதோறும் நெற்குதிர்கள் காணப்பட்டன. பழம் பசியே அறியாத நிலையான குடியிருப்பாக விளங்கின. வருவோரும் போவோரும் வெண்ணெல் சோற்றோடு கோழிப் பொரியலையும் பெற்றனர்; எருதுடைய உழவர் தங்கையர் உறவுமுறை சொல்லி உபசரித்தனர் (பெரும்பாண். 197&262). இவ்வாறான மருதநில வாழ்க்கையை மிக அழகாக ஆற்றுப்படை நூல்கள் படம் பிடித்துக் காட்டியுள்ளன.

இத்தகு சமூக அமைப்பைப் பிரதிபலிக்கும் தொல்காப்பியம் வேளாண் வாழ்க்கையை முதன்மையாக உடைய வேளாளரைச் சூத்திரர் என்று கடைநிலையில் வைத்துக் கூறியுள்ளதா என்ற வினா விரிவாக ஆராயப்பட வேண்டிய ஒன்றாகும்.

சங்க கால இறுதியில் குறுநில, சீறூர் அமைப்புகள் சிதைந்து அரசு நிறுவனம் கால்கொண்டுவிட்டதையும் மதுரையை மையமிட்ட அரசு விரிவாக்கம் நிகழ்ந்ததையும் சங்க இலக்கியங்களும் சங்கம் மருவிய கால இலக்கியங்களும் விளக்கி உள்ளன (சிலம்பு நா.செல்வராசு 1988). அரசு நிறுவனமாக மாறிய சமூக அமைப்பில்தான் வணிகம் செழித்தோங்கி இருந்தது; உடைமை வர்க்க உருவாக்கம் காரணமாகப் பொருளாதார ஏற்றத்தாழ்வு மிக்க சமூக அமைப்பு நிலவியது. எனவே இக்காலக் கட்டத்தில்தான் ஏற்றத்தாழ்வு நிறைந்த சமூக அமைப்பு

ஏற்பட்டிருக்க வேண்டும். இதன் தொடர்ச்சியாகவே சாதியப் பாகுபாடு பரிமாணம் பெற்றிருக்க வேண்டும்.

தொல்காப்பியம் சுட்டியுள்ள வருணப் பாகுபாடு, தொல்காப்பியம் உருவான காலமாகக் கருதப் பெறும் மருதநில அல்லது குறுநிலச் சமூக அமைப்பைப் பிரதிபலிக்கிறதா அல்லது அரசு நிறுவனச் சமூக அமைப்பின் சாதிய நிலைகளைப் பிரதிபலிக்கிறதா என்ற விளக்கங்களைக் காண வேண்டியுள்ளது. இதற்கும் முன்பாகத் தொல்காப்பியம் கூறியுள்ள வருணம் பற்றிய செய்திகளுக்கும் வடமொழியில் கூறப்பெற்றுள்ள வருணம் பற்றிய செய்திகளுக்கும் இடையே உள்ள பொருள் உறவை அறிய வேண்டியது அவசியமாகிறது. அது வருமாறு:

	தொல்காப்பியம்	மனுதர்மம்
1. அந்தணர் / பிராமணர்	நூல், கரகம், முக்கோல் மனை ஆகியன அந்தணர்க்கு உரியன புரிவித்தல், செல்வம்	தேவஞானம், வேதம் ஓதல் ஓதுவித்தல், வேள்வி புரிதல் ஈதல் ஏற்றல் ஆகியன பிராமணர்க்கு உரியன.
2. அரசர் / சத்திரியர்	படை, கொடி, குடை, முரசு, புலி, களிறு, தேர், தார், முடி ஆகியன அரசர்க்கு உரியன	உலகை ஆளுதல், மக்களைக் காத்தல், கொடை, வேள்வி பயிற்றுவித்தல் எவற்றாலும் ஈர்க்கப்படாத திடமனத்தினராய் இருத்தல்.
3. வணிகர் / வைசிகர்	வணிகன் வணிக வாழ்க்கையை மேற்கொள்வான். எண் வகை உணவுகளை உண்டாக்குகிற தொழிலும் வணிகர்க்கு உரியது. வைசியர்க்குக் கண்ணியும் உரியன. அரசர் வணிகர் இருவரும் படைக்கல வகையைப் பெறுவர்.	செல்வம் தேடுதல், கடல் மலை விளைபொருள் முதலியன கொண்டு வணிகம் செய்தல், தானம் செய்தல், ஆநிரை காத்தல் பயிர்த்தொழில், வட்டித் தொழில் செய்தல் முதலியன வைசியர்க்குரியன.
4. வேளாளர் / சூத்திரர்	பயிர்த்தொழில் செய்து வாழ்தல் அல்லது பிற வகைத் தொழில் வேளாளர்க்கு இல்லை	பிராமணர், சத்திரியர் வைசியர் ஆகிய மூவர்க்கும் மனம் கோணாமல் பொறாமை இன்றிப் பணிபுரிதல்

தொல்காப்பியம் கட்டும் அந்தணர்க்கும், வடமொழி இலக்கியங்கள் சுட்டும் வருணப் பார்ப்பனருக்கும் வேறுபாடு

உண்டு. நூல், கரகம், முக்கோல், மனை என்று கருவிகள் மட்டுமே தொல்காப்பியத்தில் சுட்டப் பெறுகின்றன. வேதங்களில் பிற்கால வடமொழி இலக்கியங்களில் கூறப்பட்டுள்ள வேதம் ஓதல், வேள்வி புரிதல் பற்றித் தொல்காப்பியம் சுட்டிக் கூறாதது ஏன் என்று புரியவில்லை. 'ஓதலும் தூதும் உயர்ந்தோர் மேன' (பொருள் 28) என்ற தொல்காப்பிய நூற்பா ஓதல், உயர்ந்தோர் எனும் இரு சொல்லாட்சிகளைப் பெற்று விளங்குகிறது. இச்சொல்லாட்சியில் ஓதல் என்பது வேதம் ஓதுதலைக் குறிப்பதாக உரையாசிரியர் கருதுவர். தமிழ் அக இலக்கியங்கள் பற்றிய இலக்கணம் கூறவந்த தொல்காப்பியர் தமிழ் அகமாந்தர் பற்றிய விளக்கங்களில் வேதங்கள் இடம்பெற்றது எவ்வாறு என்பது புலனாகுமாறு இல்லை. சங்க இலக்கிய அகமாந்தர் எவரும் வேதம் ஓதியதாகக் குறிப்பு ஒன்று கூட க்கிட்டவில்லை. உயர்ந்தோர் எனும் பொதுவான சொல்லாட்சி யாரைக் குறிப்பிடுகிறது என்பதும் தெரியவில்லை. இந்நூற்பாவில் உயர்ந்தோர் எனப்படுபவர் அந்தணர், அரசர், வணிகர் ஆகியோர் என்று கூறும் நாச்சினார்க்கினியர் உயர்ந்தோர்க்குரிய ஓத்தினான (பொருள் 31) என்ற நூற்பாவில் வரும் உயர்ந்தோர் என்பதற்கு அந்தணர், அரசர், வணிகர், உயர்ந்த வேளாளர் என்று நால்வருணத்தாரையும் குறிப்பிடுவர். இவ்வுரை விளக்கத்தில் உள்ள வேறுபாடும் கவனிக்கத்தக்கது. அறுவகைப்பட்ட பார்ப்பனப் பக்கம் எனும் புறத்திணை நூற்பா (பொருள் 74) அந்தணரின் அறுவகைப்பாட்டைக் கூறுகிறது. அறுவகை எது என்பது புலனாகுமாறில்லை. உரையாசிரியர்கள் ஓதல், ஓதுவித்தல், வேட்டல், வேட்பித்தல், ஈதல், ஏற்றல் என்பனவே அறுவகை என உரை எழுதினர். ஆயின் தொல்காப்பியரின் கருத்து இதுவா என்பது தெரியவில்லை. வடமொழி இலக்கியங்களில் தலைமை இடம்பெற்றிருந்த வேள்வி செய்தல் பற்றித் தொல்காப்பியப் புறத்திணையில் எந்தக் குறிப்பையும் வழங்கவில்லை. மாந்தர்கள் வேள்வியால் சிறப்படைந்தார்கள் என்பதற்கு அவ்வியல் ஒரு சான்றைக்கூடச் சுட்டவில்லை.

தொல்காப்பியம் சுட்டும் அரசர் பற்றிய செய்திகளுக்கும் நால் வருணச் சத்திரியர் பற்றிய செய்திகளுக்கும் வேறுபாடு உள்ளது. தொல்காப்பியம் அரசர்தம் கருவிகள் பற்றி மட்டுமே கூறியுள்ளது. ஐவகை மரபின் அரசர் பக்கம் எனும் புறத்திணையியல் நூற்பா (பொருள் 74) அரசர்தம் ஐவகைப்பாட்டைக் கூறுகின்றது. ஆயின் ஐந்து வகை எவை என்பது வெளிப்படையாக இல்லை. ஓதல், வேட்டல், ஈதல், படை வழங்கல், குடியோம்புதல் என்பனவே அவை என்பர் இளம்பூரணர். ஆயின் தமிழகப் பண்டைய மன்னர்தம் வழக்காறுகளை நிரல்படத் தொகுத்துக்கூறும் தொல்காப்பியப் புறத்திணையியல், மன்னர்கள் ஓதியதாகவோ, வேள்வி

செய்ததாகவோ எந்தவிதக் குறிப்பையும் வழங்கவில்லை. மிகத் தெளிவாகப் பண்டைத் தமிழக மன்னர்கள் தலைவர்கள் பற்றிய அரச வர்க்கத்தின் பரிணாம வளர்ச்சியையே அப்புறத்திணையியல் விளக்குகிறது. அவ்விளக்கத்தில் மரபியலில் வருண அரசர்க்கு உரியதாகக் கூறப்பட்ட கருவிகளும் அடங்கும். அடங்கவே இரு இடங்களில் இக்கருவிகள் கூறப்பட்டதன் காரணமும் விளங்கவில்லை.

அரசர், அந்தணர் ஆகியோர்க்குரிய கருவிகளைக் கூறி வந்த தொல்காப்பியர் வணிகர்க்குரிய செயல்கள் எவை என்பதைச் சொல்லியுள்ளார். வணிகர்க்கு வணிகம் மட்டும் இன்றி உழவுத் தொழிலும் உண்டு என்பதும் அவர் கருத்து. எண்வகை உணவு உற்பத்தியில் நெல்லும் ஒன்று. வணிகர் வைசியர் குறித்து வடமொழிக் கருத்துகள் சில ஒத்துப்போகின்றன. ஆயின் முன்பு குறிப்பிட்டது போல வணிக வாழ்க்கையைப்பற்றித் தொல்காப்பியம் பெரிதும் பேசவில்லை என்பதே உண்மை. பொருள்வயிற் பிரிவைக் கற்பியலில் *(பொருள் 144)* தொல்காப்பியர் கூறியுள்ளார் என்றாலும் பொருள் ஈட்டும் தலைமகன் வணிகனாக மட்டுமே சித்திரிக்கப்படவில்லை. அவன் குறுநிலத் தலைவன் அல்லது தலைவனாகவும், வேளாண்மைக்குரியவனாகவும் அல்லது மருதநிலத் தலைவனாகவும் சித்திரிக்கப்பட்டுள்ளான்.

தொல்காப்பியர் கூறிய வேளாளர்க்கும் வடமொழி வருணச் சூத்திரருக்கும் பெரிய வேறுபாடு உண்டு. வேளாண் மாந்தர் உழவுத் தொழிலுக்குரியவர் ஆவர். ஆனால் சூத்திரர், ஏனைய மூவராகிய பிராமணர், சத்திரியர், வைசியர் ஆகிய மூவர்க்கும் ஏவல் தொழில் புரிபவராக வடமொழி வருணம் வரையறுக்கும். வேளாளர் அடிமைத்தொழில் புரிபவராகக் காட்டுவதற்குச் சங்க இலக்கியத்தில் சான்றுகள் இல்லை. இருமூன்று மரபின் ஏனோர் பக்கம் *(பொருள் 74)* எனும் நூற்பா வணிகர் வேளாளர்க்குரிய ஆறுவகை மரபுகளைக் கூறுகிறது. இந்த ஆறுவகை மரபு எவை என்பது வெளிப்படையாகத் தெரியவில்லை என்றாலும் உழவு, உழவு ஒழிந்த தொழில், விருந்தோம்பல், பகடு புறந்தருதல், வழிபாடு, வேதம் ஒழிந்த கல்வி என வேளாளர்க்குரிய ஆறுவகை மரபுகளை இளம்பூரணர் வரையறுப்பர். இவ்வரையறை இளம்பூரணர் காலத்துச் சமூக மரபாகவே கொள்ள இயலும். ஏரோர் களவழி அன்றிக் களவழித் தேரோர் தோன்றிய வென்றியும் *(பொருள் 75)* என்ற புறத்திணை இயல் நூற்பா ஏர் கொண்டு உழவுத் தொழில் செய்யும் உழவரின் ஏர்க்களவழி என்னும் சடங்கை விவரிக்கிறது. இந்நூற்பா வழி உழவரும் படைமன்னரும் இணையான தகுதிப்பாட்டிற்குரியவராகக் காட்சிப்படுத்தப்படுகின்றனர். மேலும் 'பகட்டினானும் ஆவினானும் துகட்டபு சிறப்பின்

சான்றோர் பக்கமும்' (பொருள் 75) என்ற நூற்பா வணிகரையும், வேளாண் மாந்தரையும் சான்றோர் என்று எடுத்து மொழிகிறது. 'அன்ன ராயினும் இழிந்தோர்க் கில்லை' என்ற நூற்பா (பொருள் 629) இழிந்தோர் என்ற சொல்லைக் குறிப்பிட்டுள்ளது. இதற்கு உரை எழுதும் பேராசிரியர், 'மன்னர் போலும் செல்வத்தாராகிய இழிகுலத்தோர் நாடாண்டாராயினும் அவர்க்கு வில், வேல், கழல், கண்ணி முதலியன கூறப்படா' என்று உரை எழுதுவர். இவர் இழிந்தோர் என்பதற்கு இழிகுலத்தோர் எனப் பொருள் உரைத்தனர்.

ஆயின் இப்பொருள்கோடல் பொருந்துமாறில்லை. வில், வேல், கழல், கண்ணி, தேர், மா முதலியன அரசர்க்கு உரியன (பொருள் 616) என்று கூறிய தொல்காப்பியர் 'அந்தணாளர்க்கு அரசு வரைவின்றே' (பொருள் 627) என்ற நூற்பா மூலம் மேல் கருவிகள் அந்தணர்க்குமுரியன என்பதை உணர வைத்தார். உணர வைத்து மரபியல் நூற்பா ஒன்றின் மூலம் (பொருள் 628) மேல் கருவிகள் ஏனோர்க்கும் உரியவை என்று விளக்கி அவை வணிகர்க்கும் வேளாளர்க்கும் உரியவை என்பதைப் புரிய வைத்தார். இதற்கு அடுத்து வருவதே அன்னராயினும் இழிந்தோர்க்கு இல்லை என்ற நூற்பா (பொருள் 629) ஆகும். இந்நூற்பாவிற்கு இளம்பூரணர்

> வில் முதலியன பெற்ற மரபினராயினும்
> நான்கு குலத்திலும் இழிந்த மாந்தர்க்கு
> அவை உளவாகக் கூறப்படா

என்று உரை வரைந்தனர். எனவே இழிந்தோர் என்பதற்கு நான்கு வருணத்திலும் உள்ள இழிபண்பாளர் தம்மையே குறிப்பதாகும்; மாறாக இழிந்த குலத்தைக் குறிப்பது ஆகாது.

மேலோர், கீழோர் என்ற தொல்காப்பியச் சொல்லாட்சிகள் (பொருள் 142) மேன்மக்கள் கீழ்மக்கள் என்ற பண்பைக் குறித்துக் கையாளப்பெற்றுள்ளனவா என்பதை அறிவதும் இங்குத் தேவையானது.

> மேலோர் மூவர்க்கும் புணர்த்த கரணம்
> கீழோர்க் காகிய காலமும் உண்டே

என்ற தொல்காப்பிய நூற்பா (பொருள் 142) திருமணச் சடங்குகள் தோன்றிய நிலையை விவரிக்கிறது. இதற்கு இளம்பூரணர்,

> மேற்குலத்தாராகிய அந்தணர், அரசர், வணிகர் எனும் மூன்று வருணத்தார்க்கும் புணர்த்த கரணம் கீழோராகிய வேளாண் மாந்தர்க்கும் ஆகிய காலமும் உண்டு

என்று உரை எழுதுவர். ஆயின் மேலோர் கீழோர் ஆகிய சொல்லாட்சிகள் பண்பையோ குலத்தையோ ஈண்டுச்

சுட்டவில்லை. மேலே உள்ள மூவர் என்றும் இதற்கும் கீழே உள்ளவர் என்றும் எண்ணிக்கை வரிசையையே இச்சொல்லாட்சிகள் குறிப்பிட்டுள்ளன.

இழிபிறப்பு, இழிகுலம், இழிபண்பு ஆகிய அடிப்படைகளைக் கொண்டு தொல்காப்பியம் எந்த ஓர் இடத்திலும் வேளாண் மாந்தரைச் சுட்டியதற்குச் சான்றுகள் இல்லை. எனவே வருணம் குறிப்பிடும் சூத்திரர் வேறு; தொல்காப்பியம் குறிப்பிடும் வேளாளர் வேறு என்பதை அறிய முடிகின்றது.

வருணம் வேறு தொல்காப்பியர் காலத் தமிழ்ச்சமூகப் பிரிவுகள் வேறு

தொல்காப்பியர் வாழ்ந்த காலத்தில் சில சமூகப் பிரிவுகள் நிலவி இருந்தன. ஆயர், வேட்டுவர், கிழவர் என அவர்களை நில அடிப்படையில் பாகுபடுத்தித் தொல்காப்பியர் கூறியுள்ளார். ஆயர் முல்லை நிலத்திலும், வேட்டுவர் மலை நிலத்திலும், கிழவர் மருத நிலத்திலும் வாழ்ந்துள்ளனர் (பொருள் 23). இப்பகுப்பு முறையே அன்றி, அரசர், அந்தணர், வணிகர், வேளாளர், அறிவன் எனப்படும் கணியர், தாபதர், வீரர் ஆகிய பிரிவுகளையும் புறத்திணை இயலில் தொல்காப்பியர் சுட்டியுள்ளார் (பொருள் 74). மேலும் பாணர், கூத்தர், விறலியர் (பொருள் 88) முதலிய தொல்குடிப் பிரிவினரும் தொல்காப்பியத்துள் இடம்பெற்று உள்ளனர். இவரே அன்றி மரபியலில் நால் வருணப் பிரிவினரையும் வகைப்படுத்தி உள்ளார்.

தொல்காப்பியக் காலத்திற்குப் பிந்தைய நிலையில் பல்வேறு தொழிற் பிரிவினரைச் சங்க இலக்கியங்கள் சுட்டி யுள்ளன. கொல்லன் (நற் 133), தச்சன் (புறம் 206), கம்மியன் (மது 512), குயவன் (புறம் 228), புலையன் (வண்ணார்) (புறம் 311), மருத்துவன் (கலி. 137) முதலான பல்வேறு பிரிவினர் சங்க காலத்தில் வாழ்ந்துள்ளனர்.

இந்தப் பிரிவுகள் எதுவும் எந்த வருணத்தைச் சேர்ந்தவை அல்லது இந்தப் பிரிவு இந்த வருணத்திற்குரியது என்ற குறிப்பு பண்டைய தமிழிலக்கிய வரலாற்றில் இடம்பெறவில்லை. மாறாக இந்தப் பிரிவுகளோடு ஒன்றாமல் வருணப் பிரிவுகள் துண்டாகத் தனியே பதிவாகியுள்ளன. பதிவானபோதும் கூட இவற்றிற்கிடையே சில வேறுபாடுகள் காணப்படுகின்றன. அரசரையும், போர் வீரர்களையும் சேர்த்தே சத்திரியர் என்ற பகுப்பு காணப்படுகிறது. ஆனால் தொல்காப்பியர் அரசரைத் தனியாகவும் பொருநராகிய மறவரைத் தனியாகவும் பிரித்துள்ளார் (பொருள் 74).

தொல்காப்பியத்தில் இடம்பெற்ற நால் வருணச் செய்திகளை இடைச்செருகல் என எளிதாக ஒதுக்கி விடுவதற்கு இல்லை. தொல்காப்பிய மூலம் ஐயத்திற்கு அப்பாற்பட்டதாகக் கருதப்படாவிட்டாலும் (தொ. பரமசிவம் 1999) இப்பொழுது உள்ள நிலையில் வைத்துதான் தொல்காப்பிய மூலத்தை விளக்க வேண்டியுள்ளது. அவ்வகையில் தொல்காப்பியம் தோன்றியதாகக் கருதப்படுகிற மருதநிலச் சமூக அமைப்பு நால் வருணத்தை ஏற்றுக்கொண்டிருந்ததா என்ற வினாவிற்கு இறுதியாக விடை காண வேண்டியுள்ளது. தொல்காப்பியம் தோன்றிய மருதச் சமூகம் பற்றி விரிவாக ஆராய்ந்திட இது இடமில்லை என்றாலும் அச்சமூகம் திணைவாழ் மக்களையே கொண்டிருந்தது என்பதைத் தொல்காப்பிய மூலத்தாலும் சங்க இலக்கியங்களாலும் உணரலாம். மருதச் சமூக அமைப்பின் உற்பத்தி உறவுகள் பொருளாதார மேம்பாட்டையும் அதன் வழி ஏற்படுத்தி இருந்தது. இந்த அமைப்பிற்குத்தகத் தொழில் வழியே வேளாண்சார்ந்த தொழில்வழியே சில பிரிவுகள் தோன்றியிருந்தன. சமூகத்தின் மைய அச்சாக விளங்கிய வேளாண் மாந்தரைக் கடைநிலைப்பட்டவராக அல்லது இழிகுலத்தாராகத் தொல்காப்பியர் எந்தவிடத்திலும் குறிப்பிடவில்லை. இது நால் வருணக் கோட்பாட்டிலிருந்து முற்றிலும் மாறுபட்டது. அரசர் என்ற ஒரு தனியினம் வடமொழியில் ஏற்பட்டு இருந்ததைப் போன்று தமிழ்நாட்டில் இல்லை. தமிழ்நாட்டுப் பிரிவுகளை வருணப் பிரிவிற்குள் அடக்கிக் கூற முயன்றுள்ளதையே மரபியல் நூற்பாக்கள் பேசுகின்றன. அன்றி நால் வருணம் தமிழ்நாட்டில் நிலைபெற்றிருநதமைக்கான சான்றுகள் இல்லை.

நால் வருணத்தின் உருவாக்கமாகிய வடமொழியிலேயே அது பற்றிய தெளிவான கோட்பாடுகள் முரண்பாடின்றிக் கிடைக்காதபோது தொல்காப்பியம் கூறியதனாலேயே தமிழ்நாட்டில் பண்டு நால்வருணம் நிலை பெற்றிருந்தது என்று வாதிட முடியாது. இதற்குச் சான்றுகளும் இல்லை.

துணை நூல்கள்

1. அம்பேத்கர், 1946, மறைக்கப்பட்ட மண்ணின் மைந்தர்கள் வரலாறு, பெங்களூர்: தலித் சாகித்திய அகாதெமி.

2. அம்பேத்கர், 1992, (மொ.பெ.), இந்து இசத்தின் தத்துவம், திருப்பூர்: சமூக நீதி பதிப்பகம்.

3. அருணாசலம், ப. 1975. தொல்காப்பியர். சென்னை : தமிழ்ப் புத்தகாலயம்.

4. அருணாசலம், மு. 1994. தொல்காப்பியம் பொருளதிகாரம் அகத்திணையியல் உரைவளம், மதுரை : மதுரை காமராசர் பல்கலைக்கழகம்.
5. அறவாணன், க.ப. 1978. அற்றை நாட் காதலும் வீரமும். சென்னை : தமிழ்க்கோட்டம்.
6. அறவேந்தன், இரா. 1999. தமிழ் சிங்கள இலக்கண உறவு. விழுப்புரம் : தாயறம்.
7. அறவேந்தன், இரா. 2020. ஒல்காப்புகழ் தொல்காப்பியம். இணைய வழிச் சொற்பொழிவு. 17&12&2020.
8. இராகவையங்கார். மு. 1922. தொல்காப்பியப் பொருளதிகார ஆராய்ச்சி. மதுரை: தமிழ்ச்சங்க முத்திரா சாலை.
9. இராசமாணிக்கனார், மா. 1944. பல்லவர் வரலாறு. சென்னை : சைவ சித்தாந்த நூற்பதிப்புக் கழகம்.
10. இராசமாணிக்கனார், மா. 1963, தமிழ்மொழி இலக்கிய வரலாறு, சென்னை : பாரிநிலையம்.
11. இராசாராம், சு. 1992. வீரசோழிய இலக்கணக் கோட்பாடு. நாகர்கோவில் : இராகவேந்திரா.
12. இலக்குவனார். 1963. தொல்காப்பிய ஆராய்ச்சி. புதுக்கோட்டை: வள்ளுவர் பதிப்பகம்.
13. குணா. 1988. வகுப்பும் சாதியும் வரணமும். சென்னை : தமிழ்ப்பாசறை.
14. குணா. 2011. தொல்காப்பியத்தின் காலம். வெங்காலூர்: தமிழ் ஆய்வரண்.
15. கோபாலையர், தி.வே. 2005. தமிழிலக்கணப் பேரகராதி. அகத்திணை இயல். சென்னை: தமிழ்மண் பதிப்பகம்.
16. சண்முகம். செ. வை. 1989. மொழி வளர்ச்சியும் மொழி உணர்ச்சியும். சென்னை: மணிவாசகர் பதிப்பகம்.
17. சண்முகம், செ.வை. 1994. இலக்கண உருவாக்கம். சென்னை : மணிவாசகர் பதிப்பகம்.
18. சண்முகம், செ.வை. 2021. தொல்காப்பியத்தின் முந்து நூல்கள் (கட்டுரை) அச்சில்.
19. சர்மா, ஆர்.எஸ். 1990, வகுப்புவாத வரலாறும் இராமனின் அயோத்தியும், சென்னை : என்.சி.பி.எச்.

20. சிதம்பரனார், சாமி. 1956. தொல்காப்பியத் தமிழர். சென்னை: ஸ்டார் பிரசுரம்.
21. சிவத்தம்பி, கா. 2003. பண்டைத் தமிழ்ச் சமூகம் வரலாற்றுப் புரிதலை நோக்கி. சென்னை : மக்கள் வெளியீடு.
22. சிவலிங்கனார், ஆ. 1996. தொல்காப்பியம் புறத்திணை இயல் உரைவளம், சென்னை : உலகத் தமிழாராய்ச்சி நிறுவனம்.
23. சிவலிங்கனார், ஆ. 1998. தொல்காப்பியம் மெய்ப்பாட்டியல் உரைவளம். சென்னை : உலகத்தமிழாராய்ச்சி நிறுவனம்.
24. சிவலிங்கனார், ஆ. 1994. தொல்காப்பியம் களவியல் உரைவளம். சென்னை : உலகத் தமிழாராய்ச்சி நிறுவனம்.
25. சீனிவாச அய்யங்கார், பி.டி. 1930. பல்லவர் சரித்திரம். (ப.வி.இ.)
26. சுப்பிரமணிய சாஸ்திரி. பி.சா. 1945. தொல்காப்பியம் சொல்லதிகாரம் (ஆங்கிலத் திறனாய்வுரை) அண்ணாமலை நகர், அண்ணாலைப் பல்கலைக் கழகம்.
27. செல்வராசு, சிலம்பு. நா. 2004. தொல்காப்பியப் பாயிரம். சமூகவியல் ஆய்வு. சென்னை : காவ்யா.
28. சுப்பிரமணியப் பிள்ளை, கா. 1968. தொல்காப்பியப் பொருளதிகாரக் கருத்து (ப.வி.இ.).
29. சோமசுந்தர பாரதியார், ச. 1942. தொல்காப்பியப் பொருட்படலம். அகத்திணை இயலும் புதிய உரையும். மதுரை : பசுமலை.
30. நீலகண்ட சாஸ்திரி, கே.ஏ. 1989. சோழர்கள் நியூடெல்லி : இந்தியன் கவுன்ஸில் ஆப் ஹிஸ்டாரிகல் ரிசர்ச், சென்னை : என்.சி.பி.எச்.
31. பாலசுப்பிரமணியன், க. 2015. தொல்காப்பியத்தின் பழமை: புவியியல் வரலாற்றுச் சான்றுகள். சென்னை: அரிமாநோக்கு இதழ்.
32. பாலசுப்பிரமணியன், க. 2020. தொல்காப்பியத்தின் ஒருமையும் முழுமையும். (அச்சில்)
33. மாணிக்கனார், வ. சுப. 1980. தமிழ்க் காதல். சென்னை : பாரி நிலையம்.
34. மாணிக்கனார், வ. சுப. 1987. தொல்காப்பியக் கடல். சிதம்பரம் : மாணிவாசகர் பதிப்பகம்.

35. மீனாட்சி சுந்தரன், தெ. பொ. 1982. தமிழிலக்கிய வரலாறு. மதுரை: சர்வோதய இலக்கியப் பண்ணை.

36. வரதராசனார், மு. 1972. தமிழிலக்கிய வரலாறு. புதுடெல்லி: சாகித்ய அகாதெமி.

37. வெள்ளைவாரணன், க. 1957. தமிழிலக்கிய வரலாறு தொல்காப்பியம். அண்ணாமலைநகர் : அண்ணாமலைப் பல்கலைக்கழகம்.

38. வெள்ளைவாரணன், க. 1983. களவியல் உரைவளம். மதுரை : மதுரை காமராசர் பல்கலைக்கழகம்.

39. வெள்ளைவாரணன், க. 1983. கற்பியல் உரைவளம். மதுரை : மதுரை காமராசர் பல்கலைக்கழகம்.

40. வையாபுரிப்பிள்ளை, எஸ். 1948. தமிழ்ச்சுடர் மணிகள். சென்னை: பாரி நிலையம்.

15

தொல்காப்பியம் எழுந்ததின் நோக்கம்

[வரலாற்றுப் பின்னணியில் ஓர் ஆய்வு]

கு. மீனாட்சி

ஒரு மொழியில் இலக்கணம் தோன்றுவதற்குப் பலவிதமான காரணங்கள் கூறப்படுகின்றன. பொதுவாக, ஒரு மொழி பேசும் மக்களுடன் தொடர்பு கொள்ளும்போது அந்த இரு மொழிகளிலுமே மற்ற மொழியின் தாக்கமேற்படுகிறது. இத்தொடர்பு, ஒரு குறிப்பிட்ட காலத்திற்கு மேல் நீடிக்குமேயானால் அந்த மொழிகளில் பல மாற்றங்கள் ஏற்பட்டு நாளடைவில் அம்மொழிகள் வெவ்வேறு கிளை மொழிகளாகப் பிரிகின்றன. கிளைமொழிகள், பின்னர், ஒரு தனி மொழியாக உருவாவதும் உண்டு. ஒரு மொழி இவ்வாறு மாற்றமடையும் தருணத்தில் அம்மொழியை விதிகளின் மூலம் தொகுக்க வேண்டிய (Codification) அவசியம் ஏற்படுகிறது. அச்சமயம் அம்மொழிக்கு ஒரு சிறந்த இலக்கணம் தோன்றுகிறது. அல்லது ஒரு மொழியில் சிறந்த இலக்கணம் உருவாகியிருப்பதைக் காணநேர்ந்தால் தங்கள் மொழிக்கும் அத்தகைய இலக்கணம் வகுக்க வேண்டுமென்ற ஆர்வத்தினால், இலக்கணங்கள் உருவாகலாம். அல்லது, இருவேறு இனத்தவர், மதம், வாணிகம் காரணமாக ஒருவரோடொருவர் தொடர்பு கொள்ளும்போது மற்றவருடைய மொழியைப் புரிந்துகொள்ள அம்மொழியைப் பயிலவேண்டிய அவசியம் நேர்கிறது. அப்போது, இருமொழிகளிலுமே தேர்ச்சி பெற்றவர்கள் மொழிகளுக்கு இலக்கணம்

வகுத்து, இந்தத் தேவையை நிறைவேற்றுகிறார்கள். மொழிகளின் இலக்கணத்தின் தோற்றத்திற்கு இவ்வாறாகப் பலவித நோக்கங்கள் பின்னணியாக அமைகின்றன.

இந்தியத் துணைக்கண்டத்தின் பழமையான மொழிகளாகக் கருதப்படுவன, சமஸ்கிருதமும் தமிழும். முதலில், சமஸ்கிருதத்தில் இலக்கணம் தோன்றியதின் நோக்கங்களை வரலாற்றுப் பின்னணியில் ஆய்ந்து, பின்னர்த் தமிழில் இலக்கணம் தோன்றியதை அத்தோடு ஒப்பிட்டு ஆராய்வோம். ஒரு நாட்டின் வரலாற்றோடு அந்நாட்டு மொழியின் வரலாறும் பின்னிப் பிணைக்கப் பட்டிருப்பதைப் பல இடங்களில் காணலாம்.

ஹரப்பா, மெஹெஞ்ஜோதாரோ என்ற இடங்களில் கண்டெடுக்கப்பட்ட முத்திரைகளிலுள்ள மொழிதான் நம் நாட்டின் பழமையான மொழியாகக் கருதப்படுகிறது. இம்மொழி, எந்த மொழிக் குடும்பத்தைச் சார்ந்ததென்று இன்னும் முடிவாகவில்லை யென்றபோதிலும் இது இந்தோ – ஐரோப்பிய மொழிக் குடும்பத்தைச் சேர்ந்த மொழியாக இருக்க முடியாதென்றும், திராவிட மொழிக்குடும்பத்தைச் சேர்ந்த ஒரு மொழியாக இருக்கக்கூடுமென்றும் பரவலான கருத்து நிலவுகிறது *(குராவ்: 1979; மகாதேவன்: 1979).*

இந்திய ஆரியர்களின் வரலாற்றுக்காலம் அவர்கள் இந்தியாவின் வடமேற்குப் பகுதியில் குடியேறியதிலிருந்து தொடங்குகிறது. இது கி.மு. 1500ஆம் ஆண்டு. இந்தோ – ஆரிய மொழியின் இலக்கிய வரலாறும் இதே காலத்தில்தான் தொடங்குகிறது. அவர்களுடைய முதல் இலக்கியம் இருக்குவேதம். இந்தோ – ஆரியமொழி, மொழியினடிப்படையில் பழைய இந்தோ – ஆரியம் *(Old Indo - Aryan)*, இடைக்கால இந்தோ – ஆரியம் *(Middle Indo - Aryan)*, தற்கால இந்தோ – ஆரியம் *(Modern Indo - Aryan)* என்று மூவகையாகப் பிரிக்கப்படுகிறது. பழைய இந்தோ ஆரியத்தைச் சேர்ந்த இருக்குவேதத்திலேயே ஆரியமல்லாத மொழிச் சொற்களின் கலப்பு இருப்பதை ஆராய்ச்சியாளர்கள் தெளிவுபடுத்தியிருக்கிறார்கள். அம்மொழியமைப்பில் கூட வேற்று மொழியமைப்பின் தாக்கம் இருப்பதாகக் கூறுவர் *(பர்ரோ: 1955). (எமனோ 1967; குயிப்பர்: 1967).*

வேத காலத்தில் வேத மந்திரங்களை செவிவழியாகப் பரப்பினார்கள் *(Oral Tradition)*. வேள்வியில் மந்திரங்களைச் சரியான முறையில் உச்சரித்தால்தான் அதற்குரிய பலன் கிட்டும். வேற்றுமொழிச் சொற்கள் வேத மந்திரங்களோடு கலக்கும்போது அம்மந்திரங்களின் வடிவம் காலப்போக்கில் மாறுகிறது. அதனால், வேள்வியின் பயன் கிட்டாமல் போய்விடுமோவென்ற அச்சத்தில்

அம்மொழியின் புனிதத்தன்மையைப் பாதுகாக்கப் பல முயற்சிகள் எடுத்துக்கொண்டனர். இம்முயற்சிகள்தாம் ஆரியர்களின் முதன்முதலாகத் தோன்றிய இலக்கணச் சிந்தனைகள். இதன் விளைவாகப் பிராதிசாக்கியங்களென்றழைக்கப்பட்ட நூல்கள் தோன்றின. இந்நூல்கள் பெரும்பாலும் ஒலியியலையும், புணர்ச்சி மாற்றங்களையும் மட்டுமே ஆராய்கின்றன. இந்நூல்கள் ஒவ்வொரு வேதத்திற்கும் கிளைகளாக அமைந்துள்ளன. இதைத் தொடர்ந்து யாஸ்கரின் நிருக்தம் போன்ற நூல்கள் எழுந்தன. இந்நூல் பன்முக வாசிப்பு சொற்பிறப்பை (etymology) பற்றி ஆராய்கிறது. சொல்லியல், பொருளியல் பற்றிய ஆய்வு முதல் முதலாகப் பாணினியின் இலக்கணத்தில்தான் காண்கிறோம்.

ஆரியர்கள் வடமேற்குப் பகுதியிலிருந்து, கிழக்குத்திசையில் குடிபெயர்ந்தபோது அவர்களுடைய நாகரிகத்தின் நடுநாயகமாக விளங்கியது மகதம் என்ற நாடு. இங்குக் குடிபெயர்ந்தபோது ஆரியர்களுக்கு வழியிலேயே வேறு இனத்தவர்களுடன் அதிகமான தொடர்பு ஏற்பட்டது. வேள்வியை முக்கியமாகக் கருதப்படும் பிராமணர்களுடைய மதத்திற்கு எதிராகப் புத்தம், சமணம், ஆஜீவகம் என்ற பல புது மதக்கோட்பாடுகள் எழுந்தன. இக்காலத்தில் பழைய இந்தோ – ஆரிய மொழியிலும் பல மாற்றங்களேற்பட்டு, பல கிளைமொழிகளாக அது பிரிந்து இருந்தது. பிராகிருதம், பாலி போன்ற கிளைமொழிகளைக் கொண்ட இடைக்கால இந்தோ–ஆரிய மொழிகள் ஏற்கெனவே உருப்பெற்று விட்டிருந்தன. இம்மொழிகள்தான் பெரும்பாலான மக்களின் பேச்சு மொழியாக இருந்தன. அதனால், புதிய மதத் தலைவர்கள் மக்களின் பேச்சுமொழியான பாலி, பிராகிருதம் போன்ற மொழிகளில் தங்கள் மதப் பிரச்சாரங்களைச் செய்யத் துவங்கினார்கள். அசோகன் போன்ற அன்றைய அரசர்களும் தங்களாணைகளை (Edict) இம்மொழிகளில்தான் பொறித்து வைத்தார்கள். மதத் தலைவர்கள், அரசர்கள் முதலியவர்களின் ஆதரவினால் இம்மொழிகள் நன்கு வளர்ச்சியுற்றன. இது சமஸ்கிருத மொழியின் வளர்ச்சிக்கே ஒரு தடையாக நின்றது. தங்கள் மொழி வழக்கிழந்து விடுமோவென்ற அச்சம் அக்காலத்தில் எழுந்திருக்க வேண்டும். அதனால், தங்கள் மொழியைப் பாதுகாக்க வேண்டி யாகம் பண்ணும்போது வேறு மொழிக்கலப்பில்லாத வேத மந்திரங்களை உச்சரித்தால்தான் யாகத்தின் முழுமையான பலனும் கிட்டும் என்று அம்மொழிக்கு ஒரு உயர்ந்த நிலையைக் கொடுத்தார்கள். இக்காலத்திலெழுந்த இலக்கணங்களின் அடிப்படையான நோக்கம், வேதமந்திரங்கள் புனிதத்தன்மை கெடாமலிருக்கவும், மற்ற மொழிகளோடு ஏற்பட்ட போட்டியில் தங்கள் மொழி வழக்கிழந்து விடாமலிருக்கவும் எடுத்துக்கொண்ட பாதுகாப்பு முறைகள்தான்.

மேனாட்டினரால் மிகச் சிறந்த இலக்கணமாகப் பாராட்டப் பட்ட அஷ்டாத்தியாயீதான் சமஸ்கிருத மொழியில் நமக்குக் கிடைத்திருக்கும் மிகப் பழமையான இலக்கண நூல். பாணினி இந்த இலக்கணம் எழுதியதின் நோக்கம் சரிவரத் தெளிவாக வில்லை. அவர் பேசும்மொழியை அடிப்படையாக வைத்துக் கொண்டு அதற்கு விதிகளமைத்து, மற்ற கிளைமொழிகளான வேதம், பிராம்மணம், கிழக்கே பேசும் மொழி முதலியவற்றோடு ஒப்பிட்டு அவை மாறுபடுமிடங்களைக் குறிப்பிடுகிறார். அஷ்டாத்தியாயீ ஒரு சிறந்த வண்ணனை இலக்கணம். மேற்கூறிய காரணங்களெதுவுமே, அஷ்டாத்தியாயீ எழுந்ததின் நோக்கமாகத் தெரியவில்லை. வரலாற்றுப்படி அவ்வித அச்சம் பாணினியின் காலத்தில் இருந்ததாகத் தெரியவில்லை. அதன் உள்ளடக்கமும் இந்நோக்கத்தில் அந்த இலக்கணம் எழுதியதை நிரூபிக்கவில்லை. பாணினிக்குப் பின்னால் வந்த இலக்கண ஆசிரியர்கள், குறிப்பாகக் காத்யாயனர். பதஞ்சலி காலத்தில்தான் இவ்விதமான அச்சம் அம்மொழிக்கு ஏற்பட்டது என்பது வரலாற்றிலிருந்தும், அவர்களுடைய உரைகளிலிருந்தும் தெளிவாகிறது.

பாணினிக்குப் பின்னால் தோன்றிய இலக்கண ஆசிரியர்கள் காலத்தில் அவர்கள் மொழி அழிந்துவிடாமல் பாதுகாக்க வேண்டுமென்ற ஒரு கட்டாயச் சூழ்நிலை எழுந்தது. அந்த நிலைக்கேற்ப, வண்ணனை இலக்கணமாக இருந்த அஷ்டாத்தியாயீயில் பாணினியின் காலத்திற்குப்பின் ஏற்பட்ட மாற்றங்களுக்கும் விதிகளை அமைத்து, இணைத்து அதை ஒரு நிலை இலக்கணமாக (Prescriptive grammar) உருவாக்கினார்கள். அப்போதுதான் இந்தோ – ஆரிய மொழி சமஸ்கிருதம் என்ற பெயர் பெற்றதாகத் தெரிகிறது. இவ்வாறு அந்த மொழி வரையளவுபடுத்தப்பட்டு (Standardization) இலக்கிய மொழியாக நின்றுவிட்டது. பாணினியின் காலத்திற்குப் பிற்பட்ட இலக்கிய ஆசிரியர்களும் பாணினியின் இலக்கணவிதிகளை அனுசரித்தே இலக்கியங்களைத் தோற்றுவித்தார்கள். அக்காலத்தில் மக்களின் பேச்சு மொழியாக இருந்த பிராகிருதம், பாலி போன்ற மொழிகளுக்கும் பாணினியின் இலக்கணத்தை முன்மாதிரியாகக் கொண்டுதான் இலக்கணங்களை எழுதினார்கள்.

வரலாற்றில் நிகழும் நிகழ்ச்சிகளால் ஒரு மொழியானது எவ்வாறு பாதிக்கப்படுகிறது, அதனால் அம்மொழியில் ஏற்படும் மாற்றங்கள் அவைகளிலிருந்து தங்கள் மொழியைப் பாதுகாக்க அம்மொழி பேசும் மக்கள் மேற்கொண்ட முயற்சிகள், இவற்றின் விளைவாக எழுந்த இலக்கண மரபு – வடமொழி இலக்கண நூல்களின் வரலாற்றுக்குப் பின்னணி இவைகள்தான்.

மற்றொரு பழமையான மொழியான தமிழில் இலக்கணம் தோன்றியதின் நோக்கம் என்ன என்பதை இப்போது ஆராய்வோம். தமிழிலக்கண மரபு வேறுவிதமான வரலாற்றுப் பின்னணியில் அமைந்திருக்கின்றது. ஆரியர்களுக்கும் திராவிடர்களுக்கும் தொடர்பிருந்ததற்குச் சான்றுகள் அசோகன் காலத்துக் கல்வெட்டுக்களிலிருந்து கிடைக்கின்றன. ஆனால் இத்தொடர்பு எத்தகையது என்பது தெளிவாகத் தெரியப் பன்முக வாசிப்பு இல்லை. தமிழ்நாட்டில் சில பகுதிகளில் குகைகளில் காணப்பட்ட கல்வெட்டுக்களிலிருந்து, சமண, புத்தமதத்தைச் சார்ந்த துறவிகள் அந்தக் குகைகளில் வசித்து வந்ததாகத் தெரிகிறது. அந்தக் குகைகளில் பொறிக்கப்பட்ட தமிழ்தான், தமிழின் மிகப்பழமையான சான்றாகக் கருதப்படுகிறது. தமிழ் – பிராம்மி என்றழைக்கப்பட்ட இதனுடைய மொழி சங்ககால மொழியினின்று மிகப் பெரிய அளவில் மாறுபடவில்லை என்பது அறிஞர்களின் கருத்து. இக்கல்வெட்டுக்களின் காலம் கி.மு. இரண்டாம் நூற்றாண்டு. இம்மொழியில் பல பிராகிருதச் சொற்கள் கலந்திருப்பதாகவும், இதைப் பொறித்தவர்கள் தமிழிலும் பிராகிருதம், பாலி மொழிகளிலும் தேர்ச்சிபெற்ற புத்த, சமண மதத்துறவிகள் என்றும் கருதுகின்றனர். *(மகாதேவன்: 1968).*

நமக்குக் கிடைத்துள்ள தமிழ்நூல்களில் மிகப் பழமையானது தொல்காப்பியந்தான். தொல்காப்பியத்திற்கு முன்பும் சில தமிழ் நூல்கள் இருந்திருக்க வேண்டுமென்பது தெளிவு. ஏனென்றால், இலக்கியம் காணாத ஒரு மொழிக்கு இலக்கணம் வகுப்பதென்பது பண்டைய நாட்களில் காணப்படாத ஒன்று. தொல்காப்பியம் போன்ற ஒரு சிறந்த இலக்கணம் தோன்ற வேண்டுமென்றால், அதற்கு முன்பு ஒரு இலக்கிய மரபு இருந்திருக்க வேண்டும். மேலும் தொல்காப்பிய நூற்பாக்களில் காணப்படும் "என்ப", "என்மனார் புலவர்" என்ற சொற்கள் அதற்கு முன்பிருந்த இலக்கண நூல்களைத்தான் குறிக்கின்றன.

தொல்காப்பியத்தின் அகச்சான்றுகளிலிருந்து தொல்காப்பியம் பல அடுக்குகளைக் கொண்டதாகவும், ஒன்றுக்கும் மேற்பட்ட ஆசிரியர்களால் எழுதப்பட்டதாகவும் கருதுகிறார்கள் *(மீனாட்சி சுந்தரம்: 1965: 17).* இதன் மையக்கரு கி.மு. 2–1ம் நூற்றாண்டுகளில் உருவாகியிருக்க வேண்டுமென்றும், கி.பி. 5ம் நூற்றாண்டுக்குள் இந்த நூல் முழுமையான வடிவம் பெற்றிருக்கலாமென்றும் சிலர் கருதுகிறார்கள் *(சுவெலபில், 1973).*

தொல்காப்பியம் எதற்காக எழுதப்பட்டதென்று, தொல்காப் பியரோ அல்லது அவருக்குப் பின்னால் வந்த ஆசிரியர்களோ எதுவும் கூறவில்லை. ஏற்கெனவே கூறியபடி, ஒரு மொழியில் இலக்கணம் தோன்றுவதற்கு (அ) அம்மொழி பேசும் மக்கள்

வேறு மொழிபேசும் மக்களுடன் தொடர்பு கொள்ளுதல் (ஆ) வேற்று மொழியில் சிறந்த இலக்கணம் இருப்பதைக் கண்டு, தங்கள் மொழிக்கும் அம்மாதிரியான இலக்கணம் உருவாக்க வேண்டுமென்ற ஆவல். (இ) வேறு மொழிபேசும் மக்களுக்குத் தங்கள் மொழியைக் கற்பிப்பதற்காக அம்மொழி இலக்கணத்தின் தேவை போன்றவை நோக்கமாகக் கூறப்படுகின்றன.

அ) வேறு மொழி பேசும் இனத்தவருடன் தொடர்பு

கி.மு. மூன்றாம் நூற்றாண்டிலிருந்தே தமிழ் மக்களுக்கு இந்தோ – ஆரிய மொழிபேசும் இனத்தவருடன் தொடர்பிருந்தது என்பதற்கு அசோகன் காலத்துக் கல்வெட்டுகள் சான்றாக அமைகின்றன. இத்தகைய தொடர்பினால் பல வடமொழிச் சொற்கள் தமிழில் வந்து கலந்திருந்தாலும் அம்மொழியில் பெருமளவு மாற்றத்தை ஏற்படுத்தவில்லை. அதனால், தங்கள் மொழி வழக்கிழந்து விடும் அல்லது புரிந்துகொள்ள முடியாத அளவுக்கு மாற்றமடைந்து விடும் என்ற அச்சம் ஒருநாளும் ஏற்படவில்லை. வடமொழிக்கேற்பட்ட இந்நிலை, தமிழ் மொழிக்கு ஏற்படாததால் தமிழிலக்கணம் ஒரு பாதுகாப்பு மனப்பான்மையின் காரணமாகத் தோன்றியிருக்க முடியாது.

ஆ) வேறு மொழியிலுள்ள சிறந்த இலக்கணங்கள்

வேறு மொழியில் ஒரு சிறந்த இலக்கணமிருப்பதை அறிந்து அதைப் போன்ற ஓர் இலக்கணம் தங்கள் மொழிக்கும் வேண்டுமென்ற ஒரு ஆவலினால் மொழிகளின் இலக்கணங்கள் தோன்றலாம். வடமொழியில் சிறந்த இலக்கணங்கள் இருந்ததென்றும், அவைகளில் தொல்காப்பியர் தேர்ச்சியுற்றிருந்தாரென்றும் அவருடைய நூலிலிருந்தே நாமறியலாம். எழுத்துக்கள் பிறக்கும் முறையைப் பற்றிக் கூறும்போது வடமொழி இலக்கண ஆசிரியர்கள் கூறுவது தனக்கு உடன்பாடில்லை என்று அவர் கூறுகிறார் (எழுத்து. 102–103). சமஸ்கிருத, பிராகிருதச் சொற்களைத் தமிழில் பயன்படுத்தும் போது அவைகளைத் தமிழில் மொழி ஒலியன்களுக்கேற்ப எவ்வாறு மாற்றவேண்டுமென்பதற்கு அவர் விதி அமைக்கிறார் (சொல். 401–402). மேலும் வடமொழியிலிருந்து தமிழ்மொழிக்கு நூல்களை மொழிபெயர்க்கும்போது பின்பற்ற வேண்டிய கொள்கைகளையும் குறிப்பிடுகிறார். அந்த மேற்கோள்களிலிருந்து தொல்காப்பியர், வடமொழி இலக்கணங்களை நன்கு கற்றுத் தேர்ச்சியுற்றிருந்தாரென்பது தெளிவு. ஆனால், இவைகளிலிருந்து, தொல்காப்பியர் வடமொழியிலக்கணங்களை முன்மாதிரியாகக் கொண்டு தொல்காப்பியத்தை ஆக்கினாரென்று கூறுவது பொருந்தாது. ஏனென்றால், அடிப்படைக்கொள்கைகளிலேயே

பல இடங்களில் தொல்காப்பியர் வடமொழி இலக்கணங் களிலிருந்து மாறுபடுகிறார். சான்றாக, வேற்றுமைகளைப்பற்றிக் கூறும்போது, வடமொழி இலக் கணங்களில் காரகம், விபக்தியென்ற இருவகைப் பாகுபாடுகளைக் காண்கிறோம். ஆனால் தொல்காப்பியத்தில் அவ்வகையான பிரிவுகள் காணப்படவில்லை. தொகைகளிலும், அவர் வடமொழி சமாசரங்களை விவரித்திருக்கும் முறையிலிருந்து மாறுபடுகிறார் (மீனாட்சி 1972). பன்முக வாசிப்பு புணர்ச்சி விதிகளைப் பற்றிப் பேசும்போது அவர் வேற்றுமைப் புணர்ச்சி, அல்வழிப் புணர்ச்சியென்ற இருவகைப் புணர்ச்சிகளைப்பற்றி விளக்குகிறார். வடமொழியில், அகச்சந்தி (Internal sandhi), புறச்சந்தி (external sandhi) என்ற இருவகைப் பாகுபாடு காணப்படுகிறது. சிற்சில இடங்களில் வடமொழி இலக்கணங்களின் தாக்கம், தொல்காப்பியத்தில் காணப் படலாம். ஆனால், அவர் அவைகளை முன்மாதிரியாகக் கொண்டு தொல்காப்பியத்தை உருவாக்கினார் என்பதற்குப் போதிய சான்றுகள் இல்லை.

தொல்காப்பியர் காலத்திலும், அவருக்கு முற்பட்ட காலத்திலும் சில இலக்கண ஆசிரியர்கள் வடமொழி இலக்கணங்களை முன்மாதிரியாகக் கொண்டு தமிழ் இலக்கணங்களை ஆக்கியிருந்திருப்பார்கள். தொல்காப்பியர் இவ்விரு மொழிகளிலுமே நன்கு தேர்ச்சியுற்றிருந்ததால் அவருக்கு இது உடன்பாடில்லை. தமிழின் தனித்தன்மையைப் புரிந்துகொண்டு, அதற்கென ஒரு சிறந்த இலக்கணத்தைப் படைத்திருக்கிறார். சான்றாக (1) அவர் எழுத்து, சொல், பொருள், யாப்பு, அணியென்ற ஐவகையாகத் தமிழின் இலக்கணத்தை விளக்குகிறார். இது வடமொழி இலக்கணங்களில் காணப்படாதது. வடமொழி இலக்கணங்களிலெல்லாம், எழுத்தும், சொல்லுந்தான் பேசப்படுகின்றன.(2) வடமொழி இலக்கணங்களில் காரகங்கள் ஆறு என்று கூறுகிறார்கள். விபக்தி (வேற்றுமையுருபுகள்) ஏழாகப் பிரிக்கப்படுகிறது. வேற்றுமையுருபுகள் எந்தெந்த இடங்களில் வருமென்று விவரிக்கும்போது ஸம்போதனம் என்ற எட்டாவது வேற்றுமை விளிப்பொருளில் வருமென்று கூறுகிறார். எட்டாவது வேற்றுமைக்குத் தனியுருபு கிடையாது. முதல் வேற்றுமை உருபுகள்தான் எட்டாவது வேற்றுமைக்கும் இணைக்கப்படு கின்றன. அதனால் எட்டாவது வேற்றுமையென்று தனியாக ஒரு வேற்றுமை வடமொழியில் குறிப்பிடுவதில்லை. தொல்காப்பியர், வேற்றுமையைப்பற்றிப் பேசும்போது முதல் சூத்திரத்தில் "வேற்றுமை தானே யேழென மொழிப" என்று கூறி, அதற்கடுத்த சூத்திரத்தில், "விளிகொள் வதன்கண் விளியோ டெட்டே" என்று எட்டாவது வேற்றுமையைத் தனியாகக் கூறுகிறார். அவர் முதல் சூத்திரத்திலேயே, தமிழில் எட்டு

வேற்றுமைகள் உள்ளனவென்று கூறியிருக்கலாம். அவ்வாறு செய்யாமல் முதலில் ஏழு வேற்றுமையென்று. கூறி, விளியைச் சேர்த்து வேற்றுமைகள் எட்டு என்கிறார். மேலும், முதல் சூத்திரத்தில் "ஏழென மொழிப" என்பதிலிருந்து ஏழு வேற்றுமைக ளென்பது அக்கால இலக்கண ஆசிரியர்களின் கருத்து என்பது தெளிவு. ஆனால் வடமொழியைப் போலல்லாமல் தமிழில், விளி வேற்றுமையில், பெயரினிறுதியில் பல மாற்றங்கள் ஏற்படுகின்றன. இதை நன்குணர்ந்த தொல்காப்பியர் விளி வேற்றுமையைத் தனியாக எட்டாவது வேற்றுமை என்று முன்னோர்களின் கருத்தைக் கூறிய பிறகு, அவைகளுடன் இணைத்து அதற்குத் தனியாகவே ஒரு பிரிவு ஏற்படுத்தி, விளி வேற்றுமையை மிக விவரமாகக் கூறுகிறார். இவ்வாறு அவர் பல இடங்களில் தமிழின் தனிச்சிறப்பைச் சுட்டிக்காட்டியிருக்கிறார். இவைகளிலிருந்து அவர் வேறுமொழி இலக்கணங்களை முன்மாதிரியாகக் கொண்டு தமிழில் இலக்கணங்கள் எழுதினால் தமிழின் சிறப்புத் தன்மையை வெளிக்கொணர முடியாது என்பதை உணர்ந்திருக்க வேண்டும். அதே சமயம் அதற்கென ஒரு சிறந்த இலக்கணம், வேறுவிதமான அடிப்படையில் உருவாக்கப்பட வேண்டுமென்ற நோக்கத்தில், தொல்காப்பியத்தை உருவாக்கியிருப்பார் என்பது தெளிவாகப் புலனாகிறது.

இ) தமிழறியாதவர்களுக்குத் தமிழ் கற்பிக்க வேண்டிய தேவை

புத்த, சமணமதத் துறவிகள், கி.மு. மூன்றாம் நூற்றாண்டி லிருந்தே தென்னிந்தியாவில் வந்து குடியேறியதற்குக் கல்வெட்டுக் களிலிருந்து சான்றுகள் கிடைக்கின்றன. தொல்காப்பியரே சமண மதத்தைச் சார்ந்தவரென்று கருதுவோரும் உண்டு. புத்த, சமண மதத் துறவிகள் தென்னிந்தியாவில் குடிபுகுந்ததின் முக்கிய நோக்கம் மதப்பிரச்சாரம். அதற்கு அந்த நாட்டு மக்களின் மொழியைப் பயிலவேண்டிய அவசியம் நேர்கிறது. மொழி பயில்வதற்கு, அம்மொழியின் இலக்கணம் தேவை. அந்த இருமொழிகளிலுமே தேர்ச்சிபெற்ற ஒருவர் அந்த நாட்டு மொழிக்கு இலக்கணம் வகுப்பது இயல்பு. தொல்காப்பியர் இவ்விரு மொழிகளிலும் நன்கு தேர்ச்சி பெற்றிருந்ததால் இத்தேவையை நன்குணர்ந்துகொண்டு தமிழிலக்கணத்தை ஆக்கியிருக்கிறார். எழுத்ததிகாரம் இதற்கு ஒரு நல்ல சான்று.

வேற்றுமொழி பேசும் மக்களுக்கு மொழியைக் கற்பிக்கும் போது பொதுவாக, அம்மொழியின் எழுத்துக்கள், அவைகளை எழுதும் விதம், உச்சரிக்கும் முறை போன்றவற்றை நுணுக்கமாக விளக்குவது வழக்கம். எழுத்ததிகாரத்தை ஊன்றிப் படிக்கும்போது

இதே நோக்கத்துடன்தான் அவர் அதை எழுதியிருப்பாரென்ற உணர்வு ஏற்படுகிறது. தமிழ் எழுத்துக்களின் வகை, அவைகளை உச்சரிக்கும் முறை அவைகள் நிற்குமிடம், அவைகளை எழுதும் முறை போன்றவற்றை வெகுநுட்பமாக ஆய்ந்து எழுதியிருக்கிறார்.

எழுதும் முறையைப்பற்றி, தொல்காப்பியர் எழுத்ததிகாரத்தில் ஏழு நூற்பாக்களில் குறிப்பிடுகிறார். (2, 14, 15, 16, 17, 104, 105). தமிழ் பன்முகவாசிப்புகளின் வடிவத்தைப்பற்றிக் கூறும்போது புள்ளி எந்த இடத்தில் வேண்டுமென்று குறிப்பிடுகிறார். மெய்யெழுத்துக்கள் புள்ளி தன் வரும் (15); உயிர்மெய்யெழுத்திற்குப் புள்ளி கிடையாது. ல் அந்த எழுத்து 'அ'வுடன் சேர்ந்து ஒலிக்கும் (17); மெய்யைக் கொண்டவைகள் புள்ளியோடு முடியும் (ஏகார, ஓகாரங்கள், புள்ளி பெற்று, எகார, ஒகாரங்களாக மாறுகின்றன(16).

பொதுவாக, குற்றுயிரின் வடிவத்தை அடிப்படையாகக் கொண்டு ஒரு கோடோ அல்லது வேறு குறியீடோ இணைத்து அவற்றின் நெடிலைப் பெறுவது வழக்கம். இந்தமுறை பண்டையக் காலக் வெட்டுக்களிலும் கடைபிடிக்கப்பட்டிருப்பதைக் காணலாம். காட்டாக, பண்டைய எழுத்தான பிராமி எழுத்துக்கள் இம்முறையில்தான் பொறிக்கப்பட்டிருக்கின்றன.

$$\begin{array}{cccc} H & H\text{-} & & \\ H & H & L & E \\ அ & ஆ & உ & ஊ \end{array}$$

ஆனால், தொல்காப்பியர், நெட்டெழுத்தான ஏ, ஓ-வின் வடிவத்தில் ஒரு புள்ளியிட்டு அவைகளின் குறிலைப் பெறலாமென்று கூறுகிறார்(16). இம்முறை, பொதுவாகக் கடைபிடிக்கும் முறைக்கு முரணாகத் தோன்றுகிறது. இவ்விதியை அமைப்பதற்கு ஆசிரியர்க்கு ஒரு உள்நோக்கம் இருந்திருக்க வேண்டும்.

மேலும், தமிழ் எழுத்துக்களின் வைப்புமுறையைப் பார்க்கும் போதும் சில மாறுபாடுகளைக் காணலாம். முதல் சூத்திரத்தில் தமிழ் எழுத்துக்கள் 'அ'வில் தொடங்கி, 'ன"வை ஈறாகக் கொண்டுள்ளன என்று கூறுகிறார் ஆசிரியர். உயிரெழுத்துக்களைக் குறிப்பிடும்போது குறிலையடுத்து, அவைகளின் நெடிலைக் கூறுகிறார். இது பொதுவாகக் கடைபிடிக்கும் முறை. ஆனால் மெய்யெழுத்துக்களில் அண்பல் மூக்கொலியான 'ன்'-ஐக் கடைசியில் வைக்கிறார். பொதுவாக எழுத்துக்களை பின்அண்ணஒலி, அண்ணஒலி, நாமடியன், அன்பல் ஒலி, பல் அண்ண ஒலி, இதழொலி, அரை உயிர் என்ற வரிசையில் கூறுவதுதான் வழக்கம்.

மேலும் மற்ற மொழிகளில், அரை உயிர்களான ய, ர, ல, வ, என்ற எழுத்துக்களோடு அம்மொழிகளின் எழுத்துக்களின் வரிசை முடிவடைகின்றது. ஆனால் தமிழெழுத்துக்களில் அரை உயிரைத் தொடர்ந்து தமிழின் சிறப்பெழுத்துக்களான ழ, ள, ற, ன வைக்கப்பட்டிருக்கின்றன. இங்கேயும், வழக்கத்திற்கு மாறுபட்ட ஒரு முறையைக் காண்கிறோம். இந்த முறைப்படி எழுத்துக்களை வைப்பதற்கும் ஒரு உள்நோக்கம் இருந்தேயாக வேண்டும். வேற்றுமொழி பேசும் மக்களுக்குத் தமிழ் கற்பிக்க வேண்டிய அவசியமேற்பட்டபோது, ஆசிரியர் பொதுவான சில மாற்றங்களைப் புகுத்தி, இம்மொழிக்கு இலக்கணத்தை அமைக்கிறார். இவ்வாறு இலக்கணம் அமைவதால் அவர்களுக்குத் தமிழ் கற்றுக்கொள்வதோ அல்லது கற்பிப்பதோ எளிதென உணர்ந்து ஆசிரியர் செயல்பட்டிருக்கிறார். அக்காலத்தில், வேற்று மொழியான பிராகிருதம், பாலி மொழிகளைப் பேசும் சமண, புத்தமதத் துறவிகள்தான் தமிழ் நாட்டிலிருந்தனர். அவர்களுடைய மொழியில குற்றியல் 'எ' யோ 'ஒ'வோ இல்லை. ஆனால், அவர்களுடைய எழுத்தான பிராமியில் ஏகார, ஓகாரங்களுக்கு ஒரு வடிவம் இருந்தது. அந்த வடிவத்தோடு, ஒரு குறியீடை இணைத்து அவைகளின் குறிலைப் பெறக் கற்றுக்கொடுத்தால், அந்த முறையில் அவர்கள் கற்றுக்கொள்வது எளிது. இம்முறையில் தற்காலத்தில்கூடப் புதுமொழியின் உச்சரிப்பைக் கற்றுக்கொள்வதற்கு, ஆங்கில எழுத்துக்களின் உச்சரிப்பின் மூலம் கற்றுக்கொடுப்பதை நாம் பார்க்கிறோம். எழுத்துக்களுக்கு வடிவம் கொடுக்கும்போது ஒரு எழுத்தின் வடிவத்திலிருந்து அதற்குத் தொடர்புடைய எழுத்துக்களுக்கு வடிவம் அமைப்பதை அசோகன் பிராமியில் காணலாம். அதில் 'ஏ', 'ஓ' என்ற எழுத்துக்களின் வடிவங்களிலிருந்து 'ஐ', 'ஔ' என்ற எழுத்துக்களின் வடிவம் பெறப்படுகின்றன.

ஏ ஐ ஓ ஔ

எழுத்துக்களின் வைப்பு முறையிலும் இரண்டு மொழிக்கும் பொதுவான எழுத்துக்களை முதலில் கூறிவிட்டு, அந்த மொழியிலில்லாத தமிழின் சிறப்பெழுத்துக்களான ழ, ள, ற, ன இவைகளை இறுதியில் வைக்கிறார். இங்கேயும் ஆசிரியர் வழக்கிற்கு மாறான ஒரு முறையைக் கடைப்பிடித் திருக்கிறாரென்று ஏற்கெனவே குறிப்பிட்டோம். தமிழ் பிராமி எழுத்துக்களில் கூட இந்நான்கு எழுத்துக்களின் வடிவமும் அசோகன் பிராமி எழுத்துக்களிலிருந்துதான் உருவாக்கப் பட்டிருக்கிறது. தமிழ் 'ழ' பிராமி L(d) விலிருந்தும் 'வ', 'ல'விலிருந்தும் 'ற' 'ட'(l)விலிருந்தும் 'ன', 'ந' விலிருந்தும் பெறப்பட்டிருக்கின்றன (மகாதேவன்: 1970).

வேற்றுமொழி பேசும் மக்களுடைய மொழியில் எந்தெந்த எழுத்துக்கள் இருக்கின்றனவோ அவைகளோடு உருவத்திலோ உச்சரிப்பிலோ ஒத்த புதிய மொழியின் எழுத்துக்களை ஒப்பிட்டுக்காட்டி, மொழியைப் பயிற்றுவித்தால், அம்மொழியைப் பயில்வது மற்றவர்களுக்கு எளிது. இதை நன்றாக உணர்ந்து கொண்ட தொல்காப்பியர், பன்முக வாசிப்பு முறையில் எழுத்ததிகாரத்தை உருவாக்கியிருக்கிறார். அதனால்தான் மேலெழுந்தவாரியாகப் பார்க்கும்போது சில இடங்களில் முரண்பாடிருப்பதாகத் தோன்றுகிறது. ஆனால் ஊன்றிப் பார்க்கும்போது, அவருடைய நோக்கம் தெளிவாகிறது.

தமிழொலி ஒலியன், உருபொலியன் ஆகியவைகளைத் தொல்காப்பியர், மிக நுட்பமாக ஆராய்ந்து விளக்கியிருக்கிறார். இத்துடன் வடமொழியிலுள்ள பிராதிசாக்கியங்கள், சிக்ஷா முதலிய நூல்களை ஒப்பிடலாம். அவைகளெல்லாம் மொழியின் புனிதத்தன்மையைக் காக்கவேண்டுமென்ற ஒரு பாதுகாப்பு உணர்ச்சியில் எழுதப்பட்டன என்பதை ஏற்கெனவே குறிப்பிட்டோம். ஆனால் வடமொழிக்கேற்பட்ட ஒரு சூழ்நிலை தமிழுக்கு எழவேயில்லை. மேலும் தமிழ் மக்கள் பேசும் மொழியாகத்தான் இருந்து வருகிறது. அதற்குப் புனிதத்தன்மை இருந்ததாக வரலாற்றில் ஒரு குறிப்பும் காணப்படவில்லை. ஆகவே, தொல்காப்பியம் எழப் பாதுகாப்பு உணர்ச்சி காரணமாக இருந்திருக்க முடியாது. வரலாற்றுப் பின்னணியில் இந்த நூலை ஆராயும்போது வேற்றுமொழியாளர்களுக்கு எளிதாகத் தமிழ் கற்பிக்கும் நோக்கத்துடன் தான் இந்த இலக்கணத்தை எழுதியிருப்பார். எழுத்ததிகாரத்திலிருந்து பல மேற்கோள்கள், மேலே காட்டப்பட்டிருக்கிறது. சொல்லதிகாரத்தைப் பார்க்கும்போது தமிழுக்கும் வடமொழிக்கும் ஒரேமாதிரியான அடிப்படையில் இலக்கணம் அமைக்க முடியாது என்று நிறுவி, தமிழின் தனித்தன்மையை எடுத்துக்காட்டி ஒரு சிறந்த இலக்கணத்தை உருவாக்கியிருக்கிறார். பல அறிஞர்களின் கருத்துப்படி. இந்த இரண்டு அதிகாரங்களும் இருவேறு தொல்காப்பியரால் எழுதப்பட்டிருக்கலாம். அதனால் தான் இவ்விரண்டின் நோக்கங்களும் வெவ்வேறாக இருக்கின்றன.

துணை நூல்கள்

1. Emeneau, M.8.1967: "India as a linguistic area" in Dravidian Linguistics, Ethnology and Folktales, Collected Papers, Annamalai Nagar.

2. Burrow. T: 1955: The Sanskrit Language, London.

3. Gurov.N.V. 1979: Prospects for the linguistic Interpretation of the Proto- Dravidian Texts on the Basis of the Dravidian languages pp. 118-140. in Ed. Gregory L. Possehl. Delhi.

4. Kuiper, F.B.J. 1967: "The Genesis of a linguistic Area, Indo-Iranian Joumal 10-81-102.

5. Mahadavan, Iravatham: 1966: 'Corpus of the Tamil Brahmi Inscription'. Seminar on Inscriptions in (Ed) Nagaswamy, Madras.

6. Mahadavan, Iravatham: 1968: Tamil Brahmi Inscriptions of the Sangam Age". Proceedings of the Second International Conference of Tamil Studies, Madras.

7. Mahadavan, Iravatham: 1970: Tamil Brahmi Inscriptions, Madras.

8. Mahadavan, Iravatham: 1979: "Study of the Indus Script through Bilingual Parallels" pp. 260-267. in (ed.) Possehl.

9. Meenakshi, K. 1972: "Treatment of noun in Astadhyayi and Tolkappiyam", Unpublished Post-Doctoral Research Work. Annamalai Nagar.

10. Meenakshisundaram: T.P. 1965 A History of Tamil Literature, Annamalainagar.

11. Nagaswamy, R.(Ed): 1966 Seminar on Inscriptions, Madras.

12. Possehl, G.L. (Ed): 1979 Ancient Cities of The Indus New Delhi. 13. Tolkappiyam: 1966, Eluttatikaram. Naccinarkkiniyam. Tirunelvei.

14. Zvelebil, K. 1973: Smile of Murugan, Leiden.

15. Zvelebil, K. 1975: Tamil Literature, Leiden.

16

[1]தொல்காப்பியமும் பாணினீயமும் இருவேறு இலக்கண மரபுகள்

க. பாலசுப்பிரமணியன்

1. முன்னுரை

1.1. மொழியியல் வரலாற்றில் இந்தியத் துணைக்கண்டத்திற்கு ஒரு முக்கியமான இடம் உண்டு. மிகப் பழங்காலத்திலேயே தமிழிலும் வடமொழியிலும் நன்கு வளர்ச்சியடைந்த இலக்கணக் கொள்கைகள் தோன்றியிருந்தன. மிகப் பழமையான மரபுகளின் அடிப்படையில் இருமொழிகளிலும் இலக்கண நூல்கள் தோன்றியிருந்தன. அவ்வாறு இருபெரும் மரபுகள் இருந்தமைக்குச் சான்றாகத் தொல்காப்பியமும் பாணினியின் அஷ்டாத்தியாயீயும் விளங்குகின்றன. இவ்விரு நூல்களையும் தனி நூல்களாகக் கருதுவதைவிட இருமரபுகளின் முழுமையான பிரதிநிதிகளாகக் கருதுவதே பொருத்தமுடையதாகும். இவ்விரு நூல்களுக்கு முன்பே எண்ணற்ற இலக்கண நூல்கள் இருந்தமைக்குரிய சான்றுகள் இந்நூல்களிலேயே இருப்பது மட்டுமன்றி, இந்நூல்களின் முதிர்ந்த கோட்பாட்டு அடிப்படையே அதற்குச் சான்றாக அமைந்துள்ளது. இத்தகு நூல்கள் திடுமெனத் தோன்ற இயலாது. காலப்போக்கில் படிப்படியாக வளர்ச்சியடைந்த முதிர்ந்த மரபுகளின் அடிப்படையிலேயே இவை தோன்றியிருக்க முடியும்.

1. இக்கட்டுரை பாலசுப்பிரமணியன் 1982, 2001: 82–116, 2017: 188–224 ஆகிய என் கட்டுரைகளின் மறுவடிவம்

1.2. தமிழ் வடமொழி இலக்கண மரபுகளின் ஒப்பீடு ஏறத்தாழ 50 ஆண்டுகளுக்கு முன்பே தொடங்கியது. ஆரம்பக் கால ஒப்பீடுகள், தமிழ், தொல்காப்பிய இலக்கண மரபினை வடமொழி மரபின் தழுவல்களாகவே கருதின. வடமொழி இலக்கணக் கொள்கைகளிலிருந்தே தமிழ் இலக்கண மரபு வளர்ச்சியடைந்தது; அம்மொழி இலக்கணங்களின் தழுவல்கள் அல்லது தமிழாக்கங்களே தமிழ் இலக்கண நூல்கள் என்ற கருத்து நம் நாட்டு, மேனாட்டு ஆய்வாளரிடையே நிலவியது. "தொல்காப்பியனார் வடமொழிப் பிராதிசாக்கியங்கள், யாஸ்கரின நிருக்தம், பாணினி சிட்சை, பாணினியின் இலக்கணம் அல்லது அவருக்கு முற்பட்டவர்களின் இலக்கணங்களை முன்மாதிரியாகக் கொண்டு, ஆனால் தமிழ்மொழியின் இயல்பைச் சிறிதளவும் சிதைக்காமல் ஓர் அழகிய தமிழ் இலக்கணம் வகுத்துள்ளார். தொல்காப்பியர் வடமொழி இலக்கணக் கலைச்சொற்களையும் அவற்றின் வரிசை அமைப்பையும் மட்டுமன்றி வடமொழி இலக்கணக் கொள்கைகள் பலவற்றையுமே தழுவியுள்ளார்". என்று பி.சா. சுப்பிரமணிய சாஸ்திரியார் (1934: 3,4) கூறுகின்றார். இந்தக் கருத்துகளைத் தழுவியே ராபின்ஸ் என்ற மேனாட்டறிஞர் தன் மொழியியல் வரலாற்றுச் சுருக்கம் என்ற நூலில் "வடமொழி தழுவிய இந்தியக் கலைமரபே இந்தியாவின் மற்ற பகுதிகளுக்கு முன்மாதிரியாக அமைந்தது. அதுவே திராவிட மொழிகளில் ஒன்றாகிய தமிழின் மிகப் பழைய இலக்கணமாகிய தொல்காப்பியம் தோன்றுவதற்குத் தூண்டுகோலாக அமைந்தது" (ராபின்ஸ், 1976 : 137) என்று கூறுகின்றார்.

1.3. சுப்பிரமணிய சாஸ்திரியார் (1934:109,20) வேற்றுமைகளை வரிசைப்படுத்துவதிலும் இரண்டாவது, மூன்றாவது, நான்காவது எனப் பெயரிடுவதிலும் அவற்றின் பொருள்களைக் கூறுவதிலும் தொல்காப்பியர் பாணினியைப் பின்பற்றுவதாகக் கூறுகின்றார்.

ஆனால், அவரே பெயர், ஐ, ஒடு, கு போன்றனவே வேற்றுமைகளின் மரபுவழிப் பெயர்கள் என்பதை ஒத்துக் கொள்கின்றார். பிறப்பியல் முதல் சூத்திரம் (தொல். எழுத்து. 83) ஏறக்குறைய பாணினி சிட்சையின் மொழிபெயர்ப்பு எனக்கூறி ஆனால் அம்மொழி பெயர்ப்பில் தொல்காப்பியர் சில தவறுகள் செய்துவிட்டார் (1934:6–10) என்று கூறுகின்றார்.

ஐயெனப் பெயரிய வேற்றுமைக் கிளவி (தொல்.சொல்.71)

ஒடுவெனப் பெயரிய வேற்றுமைக் கிளவி (தொல்.சொல். 73)

எனப் பெயர் கொடுக்கும் தொல்காப்பியர் இரண்டாவது, மூன்றாவது என வரிசைப்படுத்தி எண் கொடுப்பதில்

பாணினியையோ வேறு வடமொழி இலக்கண ஆசிரியரையோ பின்பற்றியிருக்கக் கூடும். ஆனால் அவற்றிற்குப் பொருள் கூறுவதில் பாணினியைச் சிறிதும் பின்பற்றவில்லை. தொல்காப்பியரின் வேற்றுமை பற்றிய கருத்துகள் தமிழ் வாக்கிய அமைப்பை ஆராய்பவை என்பது எனது (பாலசுப்பிரமணியன் 1978, 2001(a): 65-81) "தொல்காப்பியரின் வாக்கிய அமைப்புக் கொள்கை" என்று கட்டுரையில் கூறப்பட்டுள்ளது. சொல்லாக்கத்திற்கு (word derivation) பயன்படும் பாணினியின் வேற்றுமை ஆய்விலிருந்து தொல்காப்பியர் கொள்கை பெரிதும் வேறுபட்டது.

1.4. தொல்காப்பியர் பாணினி சிட்சையை மொழிபெயர்த்தார் என்ற கருத்தை முருகையன் (1973) தெளிவாக மறுத்து விளக்கி யுள்ளார். அவர் கட்டுரையில் தொல்காப்பியர் கருத்தும் சிட்சைக் கருத்தும் பெரிதும் வேறுபட்டவை என்றும், மொழிபெயர்ப்பில் தொல்காப்பியர் செய்த தவறுகளாகக் காட்டப்பெறுபவை ஒலியியல், உடலியல் கூறுகளின் அடிப்படையில் சரியானவை; தொல்காப்பியர் கொள்கை ஒலியியல், உடலியல் உண்மைக்குப் பொருத்தமானது. பாணினி சிட்சையில் நெஞ்சிலும் தலையிலும் ஒலி பிறப்பதாகக் கூறுவது போன்ற கருத்துகள் ஒலியியல் உடலியல் உண்மைகளுக்கு மாறானவை என்று விளக்கியுள்ளார்.

1.5. சுப்பிரமணிய சாஸ்திரியார் தனது தொல்காப்பியச் சொல்லதிகார ஆங்கில மொழிபெயர்ப்பின் (1945) முன்னுரையிலும் தொல்காப்பியத்தில் காணப்படும் வடமொழி இலக்கணத் தாக்கங்களைப் பற்றிக் கூறுகின்றார். ஆனால், அந்த நூலுக்குப் பதிப்பாசிரியர் என்ற முறையில் முன்னுரை எழுதிய பேராசிரியர் தெ.பொ மீனாட்சி சுந்தரனார் இரு மொழி இலக்கணங்களிடையே காணக்கிடைக்கும் ஒத்த பகுதிகளை ஒன்றிலிருந்து ஒன்று கடன் வாங்கியதாகக் கருதுவது சரியல்ல என்று எடுத்துக்காட்டுகின்றார். சுப்பிரமணிய சாஸ்திரியாரின் கருத்துகள் (ஒ.நோ.அகத்தியலிங்கம், பாலசுப்பிரமணியன் (1974), பாலசுப்பிரமணியன் (2017:17−52) ஆகிய கட்டுரைகளில் விரிவாக மறுக்கப்பட்டுள்ளன. நால்வேத பிராதிசாக்கியங்கள், யாஸ்கரின் நிருக்தம், பாணினியின் அஷ்டாத்தியாயீ, காதந்திரம் ஆகிய நூல்களில் காணக்கிடக்கும் வடமொழி இலக்கண மரபிற்கும் தமிழ் இலக்கண மரபிற்கும் இடையே உள்ள வேறுபாடுகள் எடுத்துக் காட்டப்பட்டுள்ளன. அக்கட்டுரை, தமிழ் இலக்கணமரபு, சிறப்பாகத் தொல்காப்பிய மரபு வடமொழி இலக்கண மரபிலிருந்து கொள்கை அடிப்படையிலும், இலக்கணக் கூறுகளுக்குக் கொடுக்கும் முக்கியத்துவத்திலும் பெரிதும் வேறுபட்டது எனக் காட்டுகின்றது. வடமொழி இலக்கண மரபின் தாக்கம் தமிழ் மரபில் இருப்பது உண்மையாயினும் அது புறக்கூறுகளைப் பாதித்துள்ளதே தவிர

அடிப்படைக் கொள்கைகளைப் பாதிக்கவில்லை என்பதும் காட்டப்பட்டுள்ளது.

1.6. தொல்காப்பியத்தையும் பாணினீயத்தையும் முறையாக ஒப்பிடும் ஆய்வைத் துவக்கிய பெருமை மீனாட்சியைச் சாரும். 1972இல் தொடங்கி பல வெளியீடுகளில் பெயர்கள் (1972-(a) தொகைகள் (1972, (b) வினை முற்றுக்கள் (1973), சந்தி (1981) ஆகியவற்றைத் தொல்காப்பியரும் பாணினியும் ஆராயும் முறைகளை ஒப்பிட்டு ஒற்றுமைகள் இருப்பினும் வேற்றுமைகளே பெரும்பான்மை என்பதை நிறுவியுள்ளார். "அஷ்டாத்தியாயீயிலும் தொல்காப்பியத்திலும் உள்ள இலக்கணக் கோட்பாடுகள்" (மீனாட்சி,1980) என்ற கட்டுரையில் தொல்காப்பியத்திலும், பாணினீயத்திலும் ஆராயப்பட்டுள்ள ஒத்த பெயர், வினை, தொகை, போன்ற இலக்கண வகைகளை விரிவாக ஒப்பிட்டு ஆராய்ந்து கொள்கை அடிப்படையிலான சில வேறுபாடுகளையும் குறிப்பிட்டுச் செல்கின்றார். வி.எஸ்.ராஜம் (1981) தமது, இரு பழமையான இந்திய இலக்கண மரபுகளின் ஒப்பாய்வு என்ற பென்சில்வேனியா பல்கலைக்கழக முனைவர் பட்டத்திற்கான ஆய்வு நூலில் நால்வேத பிராதிசாக்கியங்கள், பாணினீயம், தொல்காப்பியம் இவற்றில் பேசப்படும் எழுத்திலக்கணச் செய்திகளை மட்டும் ஒப்பிட்டு அவற்றிடையே உள்ள வேறுபாடுகளை எடுத்துக்காட்டியுள்ளார்.

தமிழ்ப் பல்கலைக்கழகத்தில் செப்டம்பர் 1982இல் நடைபெற்ற இந்திய இலக்கண மரபுகள் என்னும் கருத்தரங்கில் படிக்கப் பெற்ற தொல்காப்பியத்தையும் பாணினீயத்தையும் ஒப்பிடும் இரு கட்டுரைகளில் ஒன்றில் பேராசிரியர் அனந்தநாராயணா (1982) இரு நூல்களிடையே ஒற்றுமை இருப்பினும் வேற்றுமைகளே பெரும்பான்மை; ஆதலால் தொல்காப்பியம் ஒரு வேறு இலக்கண மரபையே பின்பற்றி இருக்கவேண்டும் என்று கூறினார். அக்கருத்தரங்கில் படிக்கப் பெற்ற எனது கட்டுரையில் (பாலசுப்பிரமணியன், 1982) இரு நூல்களையும் நூலமைப்பு, கையாளும் உத்திகள், ஆய்வு முறை போன்ற புறக்கூறுகளின் அடிப்படையிலும் இலக்கணக் கொள்கை, இலக்கணக் கூறுகட்கு அளிக்கப்படும் முக்கியத்துவம், மொழியமைப்பில் காணும் நிலைகள் போன்ற அகக்கூறுகளின் அடிப்படையிலும் முற்றிலுமாக ஒப்பிட்டு இவ்விரு நூல்களுக்கிடையே சிற்சில ஒற்றுமைகள் இருப்பினும் வேற்றுமைகளே பெரும்பான்மை; இரண்டுமே இருவேறு இலக்கண மரபுகளின் பிரதிநிதிகள் என்று நிறுவியுள்ளேன். இக்கட்டுரையில் அக்கருத்துக்கள் விரிவாக ஆராயப்படும். பிற ஆய்வாளர் ஆராயாத கருத்துகளே இங்குப் பேசப்படுகின்றன.

இக்கட்டுரையில் கூறப்படும் பாணினீயச் செய்திகள் பிற ஆய்வாளரின் ஆராய்ச்சி நூல்கள், கட்டுரைகளையே முற்றிலும் அடிப்படையாகக் கொண்டவை. தொல்காப்பியத்தைப் பற்றிய கருத்துக்களுக்குப் பிற ஆய்வாளர் கருத்துக்களையும் என் ஆய்வு முடிவுகளையும் பயன்படுத்தியுள்ளேன்.[1]

2. இரு இலக்கணங்களும் கூறும் செய்திகள்

தொல்காப்பியத்தைத் தமிழ் இலக்கணம் கூறும் நூல் என்றும், அஷ்டாத்தியாயீயை சமஸ்கிருத வியாகரணம் என்றும் கூறுகிறோம். இலக்கணம் என்ற தமிழ்ச்சொல், வியாகரணம் என்ற வடசொல், *"grammar"* என்ற ஆங்கிலச் சொல் ஆகிய இம்மூன்றும் ஏறக்குறைய ஒரே பொருளில் பயன்படுபவை. ஒன்றின் இடத்தில் இன்னொன்று வழங்கப்படுபவை, ஆனால், இத்தலைப்பின் கீழ் அவ்வம் மொழிகளில் ஆராயப்படும் செய்திகளை ஒப்புநோக்கினால் தமிழ் தவிர மற்ற மொழிகளின் மரபுகளில் ஓர் ஒற்றுமை இருப்பதைக் காணலாம். அம்மரபுகளில் இலக்கணத்தின் வெவ்வேறு பகுதிகளுக்குக் கொடுக்கப்படும் முக்கியத்துவத்தில் வேறுபாடு இருக்கலாம். எனினும், அடிப்படைக் கூறுகளில் குறிப்பிடத்தக்க வேறுபாடு இருப்பதில்லை. பொதுவாக, இலக்கணம் என்ற தலைப்பில் இன்றைய மொழியியல் ஆய்வில் ஒலியியல், ஒலியனியல், உருபொலியனியல் அல்லது புணர்ச்சி, சொல்லியல், தொடரியல், பொருளியல் என்ற தலைப்புகளில் ஆராயப்படும் செய்திகளே பேசப்படும். இச்செய்திகளை வகைப்படுத்தும் முறையில் கொடுக்கும் சிறப்பிடத்தில் வேறுபாடு இருக்கலாமே தவிர, செய்திகளில் பெரும்பான்மை வேறுபாடு இருப்பதில்லை. பாணினீயம் ஒலியியல், ஒலியனியல் செய்திகளுக்கு அவ்வளவு முக்கியத்துவம் கொடுக்காவிட்டாலும் மற்ற உருபொலியனியல், சொல்லியல், தொடரியல், ஓரளவு பொருளியல் செய்திகளை ஆராய்கின்றது. இதில் பாணினீய மரபு மற்ற பெரும்பான்மை உலக மரபுகளை ஒத்துள்ளது. ஆனால், தொல்காப்பியத் தமிழ்மரபு ஓர் அடிப்படையான வேறுபாட்டைக் கொண்டுள்ளது. மேற்கூறிய மொழியியல் செய்திகள் அனைத்தும் முதல் இரண்டு பகுதிகளான எழுத்ததிகாரச் சொல்லதிகாரங்களில் ஆராயப்படுகின்றன. இவ்வளவில், வடமொழி மேனாட்டு இலக்கண மரபுகளின் அடிப்படையில் இவ்விரண்டு அதிகாரங்களுமே இலக்கணம் என்ற பெயரில் வழங்கத் தகுதி பெற்றுவிடுகின்றன. ஆனால், மூன்றாவதாகிய பொருளதிகாரத்தில் கூறப்படும் செய்திகள், எனக்குத் தெரிந்தவரை, இலக்கணம் என்ற தலைப்பில் வேறு எந்த மரபிலும் ஆராயப்பட்டதாகத் தெரியவில்லை. இலக்கியம் (செய்யுள்), வழக்கு (பேச்சு) ஆகிய இரண்டின் பொருளாக வரும்

அகப் புற ஒழுக்க மரபு, உணர்ச்சி கூறுகள் (மெய்ப்பாடு) பொருள் விளக்க கருவியாகிய உவமை ஆகியவையும் வாக்கிய அமைப்பில், சொல்லதிகாரம் பேசும் இலக்கண அமைப்பில் கட்டுப்படாத சொல் உறவுகள் அல்லது சொற்சேர்க்கை கட்டுப்பாடுகள் *(collocational restrctions)* (மரபியல்) ஆகியவை ஆராயப்படுகின்றன. தொல்காப்பியப் பொருளதிகாரம் பற்றிய கமில் சுவலபில் (1974) அவர்களுடைய கருத்துகள் இங்கே குறிப்பிடத்தக்கவை. அவர் கருத்துப்படி (1974:4) தொல்காப்பியப் பொருளதிகாரம் "இலக்கணம்" என்ற கோட்பாட்டை இலக்கியத்திற்கும் மேலும் பண்பட்ட தலைவன் தலைவியின் காதல் ஒழுக்கம் போன்ற ஒரு வரையறையுடைய சமுதாயப் பண்பாட்டுக் கூறுகளுக்கும் முறையாக விரிவுபடுத்தி அவற்றை அமைப்பு விதிகளுக்கு உட்பட்டனவாகக் காட்டுகின்றது. இங்கு, தொல்காப்பியர் இலக்கிய அமைப்புகளும் (மனித ஒழுக்க அமைப்பொழுங்குகளும் கூட), அடிப்படை மொழியியல் அமைப்புகளைப்போல அமைப்பு விதிகளுக்கு உட்பட்டவை என்று பழந்தமிழ் நூலாசிரியர் கண்டறிந்த உண்மைகளை விளக்குகின்றார், மேலும் பொருளதிகாரம் "மொழியின் இலக்கணம் (மக்களின்) மொழித்திறனை *(linguistic competence)*விளக்குவது போல, இலக்கியத்தின் இலக்கணமாக இலக்கியத் திறனை விளக்குகின்றது. சிறப்பாக, அத்தகு இலக்கணத்தின் அமைப்பு, மொழியல்லாத (பண்பாட்டின்) மற்ற கூறுகளையும் ஆய்வுப் பொருளாக எடுத்துக் கொள்கின்றது. (மொழி அமைப்பை) ஒத்த அமைப்பியல் கொள்கைகள் (வேறுபாடுகள், ஒப்புமைகள்) விளையாட்டுகள் போன்றவற்றையும் சிறப்பாக அகப், புற ஒழுக்கங்களை ஆராய்கின்றது. இவ்வடிப்படையில், இலக்கியத்தின் இலக்கணமாகிய பொருளதிகாரம் இலக்கியத் திறன் பற்றிய பொதுக் கொள்கையின் ஒரு வடிவமாகும், இவற்றின் உலகப் பொதுக் கூறுகளையும் *(universals)*, (தமிழின்) சிறப்பு மரபுகளையும் நாம் வேறுபடுத்தி அறிய வேண்டும்." சுவலபில் கருத்துப்படி (1974:34) "தொல்காப்பியப் பொருளதிகாரம் மிக உயரிய, நாமறிந்த வரையில் சார்பின்மையும் தனித்துவமும் உடைய, இலக்கிய, யாப்பியல் கொள்கை ஒன்றினைக் காட்டுகின்றது. "தொல்காப்பியம், இலக்கிய இலக்கண ஆய்விற்கு மட்டுமன்றி, மானிடப் புவியியல், சமூக மானிடவியல், பண்பாடு, சூழலியல், உளவியல் ஆகியவற்றைப் பற்றிய மிகச் சிறந்த செய்திகளைக் கொண்டு விளங்கும் ஒரு கருத்துக் கருவூலம் ஆகும். தமிழ்ப் பண்பாட்டு ஆய்வுக்கு மட்டுமன்றி, பொதுவான பண்பாட்டியல் ஆய்விற்கும் அது முக்கியத்துவம் வாய்ந்தது எனக் கூறுவது மிகையல்ல."

சுவலபில் அவர்களின் மேற்கூறிய கருத்துகள் தொல்காப்பியம் மொழியியல் கூறுகளை மட்டுமன்றி மனித ஒழுக்கக்

கூறுகளையும் இலக்கிய மரபையும் விளக்கும் இலக்கணமாக அமைந்துள்ளமையைத் தெளிவுபடுத்துகின்றன. எனவே, இவ்வடிப்படையில் மொழியியல் கூறுகளை மட்டுமே ஆராயும் பாணினீய மரபிலிருந்து தொல்காப்பிய மரபு முற்றிலும் வேறுபட்டது என்பது புலனாகும். தொல்காப்பிய மரபு பாணினீய, மேனாட்டு இலக்கண மரபுகளிலிருந்து வேறுபட்டது மாத்திரமல்ல மிக விரிவானதும் ஆகும்.

பொருளதிகாரச் செய்திகள் இலக்கணம் என்ற தலைப்பின் அடியில் எவ்வாறு கொள்ளத்தக்கன என்ற கேள்வி எழுவது இயல்பே, மைசூர், இந்திய மொழிகள் ஆய்வு மையத்தில் நடைபெற்ற *"இலக்கணத்தில் என்ன செய்திகள் கூறப்பட வேண்டும்?"* என்ற கருத்தரங்கில் படிக்கப்பட்ட எனது *"தொல்காப்பியரின் இலக்கணக் கோட்பாடு"* (பாலசுப்பிரமணியன் 1983) என்ற கட்டுரையில் இக்கேள்விக்கு விடை காண முயன்றுள்ளேன். இங்கே பைக் (*Pike*) கூறும் ஒத்த கருத்து ஒன்று ஒப்பிடத் தகுந்தது. பைக் (1967) முதன் முதலாக மொழி உள்ளிட்ட மனித ஒழுக்கம் முழுமைக்குமான ஓர் ஒருங்கிணைந்த ஆய்வுமுறை பற்றிப் பேசுகின்றார். "மொழி, ஒருவகை ஒழுக்கம் என முடிவு செய்யப்பட்டுள்ளது. அதாவது, மொழி மனித நடவடிக்கைகளின் ஒரு பகுதி; அதை மற்ற மொழி தவிர்த்த நடவடிக்கைகளிலிருந்து அமைப்பு முறையில் வேறுபட்டதாகக் கருத முடியாது. மனிதனின் நடவடிக்கைகள் அனைத்தும் ஒரு முழுமையான அமைப்பொழுங்கு உடையவை. அவற்றைத் தனித்தனி வரையறுத்த பகுதிகள் அல்லது நிலைகள் அல்லது பெட்டிகளாகப் பிரித்து அவற்றில் மொழியை மற்றவற்றலிருந்து தன்மையிலும் அமைப்பிலும் வேறுபட்டுத் தனித்து நிற்கும் ஒரு பகுதியாகக் கொள்ள முடியாது. மொழியும் மொழி தவிர்த்த மற்ற நடவடிக்கைகளும் ஓர் ஒருங்கிணைந்த முழுமுதற் பொருள்; அவற்றை அவ்வாறே முழுமுதற் பொருளாக ஆய்வதற்குரிய கோட்பாடுகளும் ஆய்வுமுறைகளும் உருவாக்கப்பட வேண்டும், (பைக் 1967:26) இக்கண்ணோட்டத்தின் அடிப்படையில், மொழி வழக்கும் மற்ற புற நடவடிக்கைகளும் ஒரே அணுகு முறையால் ஆராயப்பட்டால் மட்டும் போதாது. (மனிதர்களின்) எல்லா வித உளவியல் நிகழ்வுகளும் புற உணர்வுகளுக்கு மனிதர்கள் காட்டும் அமைப்பொழுங்குடைய உள்ளுணர்வு வெளிப்பாடுகளும் எண்ணங்கள், உணர்வுகள் அனைத்துமே மனித ஒழுக்கத்தின் பகுதிகளாகக் கருதப்பட வேண்டும். மனிதனின் புற, அக அல்லது மறைமுகமான நடவடிக்கைகள் அனைத்தையும் ஒரே சமயத்தில் இடையீடின்றி ஆய்வதற்குரிய ஒரே கோட்பாடு, கலைச்சொற்கள், ஆய்வுமுறை வகுக்கப்பட்டாலே இது சாத்தியமாகும். மொழி மனிதனின் அமைப்பொழுங்குடைய அத்தகு நடவடிக்கையின் ஒரு கூறே ஆகும்" (பைக்.1967 : 32). பைக் விளக்குகின்ற மனித

ஒழுக்கம் முழுமையையும், மொழி உட்பட அக புற ஒழுக்கங்களை ஒருங்கிணைத்து இலக்கணம் செய்யப்பட்டுள்ள ஒரு முயற்சியே தொல்காப்பியமாகும்.[2]

தொல்காப்பியம், பைக் சொல்லுவது போலப் பொதுவான கலைச்சொற்களை எழுத்து, சொல் இலக்கணக் கோட்பாடுகளைக் குறிக்கவும் பொருள் இலக்கணக் கருத்துக்களைக் கூறவும் பயன்படுத்தி இருப்பது உட்கொள்ளத்தக்கது. திணை என்ற கலைச்சொல்லைச் சொல்லதிகாரத்தில் உயர்திணை அஃறிணை என்ற சொல் வகைகளைக் குறிக்கப் பயன்படுத்துகிறார். ஆனால், பொருளதிகாரத்தில் அகத்திணை ஏழு, புறத்திணை ஏழு ஆகப் பொருண்மை அல்லது ஒழுக்க வகைகளைக் குறிக்கவும் பயன்படுத்துகிறார். இவ்வாறே உரி என்பதைச் சொல்லதிகாரத்தில் சொல் வகையைக் குறிக்கப் பயன்படுத்துகின்றார் பொருளதிகாரத்தில் பொருண்மையின் வகைகளாக முதல், கரு, உரி என்பவற்றுள் ஒன்றாகக் குறிப்பிடுகின்றார். புணர்ச்சி என்ற சொல்லை, எழுத்ததிகாரத்தில் சொற்கள் ஒன்றை அடுத்து ஒன்று வந்து நிகழும் எழுத்து மாற்றங்களைக் குறிக்கப் பயன்படுத்து கின்றார். பொருளதிகாரத்தில் குறிஞ்சி, முல்லை, பாலை, மருதம் நெய்தல் என்ற அகத்திணைகளின் உரிப்பொருளாகிய ஒழுக்க வகைகளில் குறிஞ்சிக்கு உரிய ஒழுக்கமாகிய தலைவன் தலைவியின் புணர்ச்சி அல்லது ஒன்று சேர்தலைக் குறிக்கப் பயன்படுத்துகின்றார்.

3. புறநிலை ஒப்பீடு

தொல்காப்பியமும் பாணினீயமும் அவை ஆராயும் மொழியியல் கூறுகள், அடிப்படைக் கொள்கைகளில் மாத்திரமன்றி, அவற்றைக் கூறும் முறை, அதிகார, இயல், அத்தியாயப் பகுப்பு, பயன்படுத்தும் உத்திகள், சூத்திர அமைப்புப் போன்றவற்றிலும் வேற்றுமை, ஒற்றுமைகளைக் கொண்டுள்ளன. இவை புறநிலைக்கூறுகளாக இங்கு ஆராயப்படும். கோட்பாட்டு அடிப்படையிலான வேற்றுமை, ஒற்றுமைகள் அகநிலை ஒப்பீடாக அடுத்த பகுதியில் ஆராயப்படும்.

3.1. நூல் அமைப்பு

தொல்காப்பியம் ஒன்பது இயல்களாகப் பகுக்கப்பட்ட எழுத்து, சொல், பொருள் என்ற மூன்று அதிகாரங்களையும் ஏறக்குறைய 1610 நூற்பாக்களையும் உடையது. அஷ்டாத்தியாயீ எட்டு அத்தியாயங்களைக் கொண்டு அதனால் அப்பெயர் பெற்றது. ஒவ்வொரு அத்தியாயமும் நான்கு பாதங்கள் உடையவை. ஏறக்குறைய 4000 சூத்திரங்களைக் கொண்டது.

தொல்காப்பியம் இலக்கணத்தை எழுத்து, சொல், பொருள் எனத் தெளிவாக வரையறுத்து ஆராய்கின்றது. ஆராயப்படும் செய்திகளின் அடிப்படையில் அதிகார, இயல் பகுப்புகள் செய்யப்பட்டுள்ளன. ஆனால் அஷ்டாத்தியாயீயின் எட்டு அத்தியாயங்களிலும் இலக்கணக் கூறுகள் பொருள் வரையறை ஏதும் இன்றிக் கலந்து ஆராயப்படுகின்றன. தொல்காப்பிய எழுத்ததிகாரம் எழுத்தின் தொகை, வகை, பெயர், முறை, அளவு, வடிவு, பிறப்பு, புணர்ச்சி ஆகியவற்றை ஆராய்கின்றது. மொழியியல் கண்ணோட்டத்தில் எழுத்து அல்லது ஒலியன்களின் தொகை, வகைப்பாடு, அவற்றின் வரன்முறை *(distribution)* போன்ற செய்திகள் முதல் இரண்டு இயல்களில் ஆராயப்படுகின்றன. பிறப்பியல் அவற்றின் பிறப்பாக்கத்தை ஒலிப்பிறப்பியல் *(articulatory phonetics)* கண்ணோட்டத்தில் விளக்குகின்றது. மற்ற ஆறு இயல்களும் புணர்ச்சியை ஆராய்கின்றன. பெரும்பான்மையும் புறப்புணர்ச்சியே *(external sandhi)* ஆராயப்படுகின்றது. எழுத்ததிகாரச் செய்திகள் அனைத்தும் இன்றைய மொழியியலாருள் மாற்றிலக்கண முறையில் *(Transformational Generative approach)* எழுதப்படும் இலக்கணத்தின் பகுதியாகிய ஒலியனியல் பகுதியை *(phonological component)* ஒத்திருப்பது (பாலசுப்பிரமணியன், 1972, பாலசுப்பிரமணியன் 2017:98–112) “தொல்காப்பியரின் ஒலியனியல் கொள்கை” என்னும் கட்டுரையில் விளக்கப்பட்டுள்ளது. அக்கருத்துகள் அமைப்பு முறை மொழியியல் *(structural linguistics)* கண்ணோட்டத்தில், ஒலியியல், ஒலியனியல், உருபொலியனியல் பகுதிகளில் ஆராயப்படுவன. வேற்றுமை உருபுகள், சாரியைகள் போன்ற சொல்லியல் செய்திகள் புணர்ச்சியை விளக்குவதற்காகப் பேசப்படுகின்றன.

சொல்லதிகாரம் பெரும்பான்மையும் தொடர் அலலது வாக்கிய இலக்கணத்தையே ஆராய்கின்றது. இங்கு, சொல் வாக்கியத்தின் பகுதியாகவே ஆராயப்படுகின்றது. இவ்வதிகாரத்தில் மொழிப்பொருண்மையியல் *(linguistic semantics)* செய்திகளும் கூறப்படுகின்ற (பாலசுப்பிரமணியன் 2017:141–153). தொடரியலோடு தொடர்புடைய உருபனியல் அல்லது சொல்லியல் கூறுகளும் பேசப்படுகின்றன. முதல் இயலாகிய கிளவியாக்கம் பெயர், வினை இயைபு *(concord)*, தொடர் வகைகள், சொற்கள் தொடரில் வரும் முறை போன்ற பல தொடரியல் செய்திகளைப் பேசுகின்றது. அடுத்த மூன்று இயல்கள் வேற்றுமை இலக்கணத்தைத் தொடரியல், சொல்லியல், பொருண்மையியல், கண்ணோட்டத்தில் ஆராய்கின்றன. அடுத்த இரண்டு இயல்களில் பெயர் வினைகள், தொடரியல் நோக்கில் வகைப்படுத்தப்பட்டு ஆராயப்படுகின்றன. இடைச்சொற்கள் என்னும் இலக்கணச் சொற்களின் *(function words)*

இலக்கணத்தை இடையியலும் அகராதிச் சொற்கள் *(lexiemes)* அல்லது பொருட்குரிய சொற்களை *(content words)* உரியியலும் ஆராய்கின்றன. உரியியல் மொழியியல் கண்ணோட்டத்தில் சொற்றொகுதி *(lexicon)* என்ற பகுதியோடு ஒப்பிடத்தக்கது (பாலசுப்பிரமணியன் 2017:128–153). விடுபட்ட தொகையிலக்கணம் போன்றவை எச்சவியலில் ஆராயப்படுகின்றன.

மூன்றாவதாகிய பொருளதிகாரம் மேலே (2)இல் காட்டப்பட்டது போல அகம், புறம், களவு, கற்பு, உவமை, மெய்ப்பாடு, யாப்பு, மரபு போன்ற இலக்கிய, வாழ்வியல் மரபுகளை ஆராய்கின்றது. இவ்வாறு மூன்று அதிகாரங்களும் ஒன்றுக்கொன்று தொடர்புடையவை எனினும் வரையறுக்கப்பட்ட பொருள்களை ஆராய்கின்றன. அவற்றின் இயல்களும் பெரும்பாலும் தனித்தனித் தலைப்புகளில் வரும் செய்திகளையே ஒன்றுக்கொன்று தொடர்புபடுத்தி ஆராய்கின்றன. ஆனால், அஷ்டாத்தியாயீயின் அமைப்பு தொல்காப்பிய அமைப்பிலிருந்து முற்றிலும் மாறுபட்டதாகும். அத்தியாயங்கள் அவை கூறும் செய்திகளின் அடிப்படையில் பகுக்கப்படவில்லை. ஒரே செய்தி பல அத்தியாயங்களிலும் ஆராயப்படும். எடுத்துக்காட்டாக தொகைகள் பற்றி ஆராயும் சூத்திரங்கள் 2, 5, 6, அத்தியாயங்களில் காணக்கிடைக்கின்றன (அனந்தநாராயணா, 1976: 16). எழுத்தியல், சொல்லியல், தொடரியல், மொழிப்பொருண்மையியல் செய்திகள் எந்தப் பாகுபாடுமின்றிக் கலந்து ஆராயப்பட்டுள்ளன. ஒலியனியல், ஒலியியல் செய்திகள் அதிகம் பேசப்படவில்லை. எனினும் அவையும் கலந்தே பேசப்படுகின்றன. அத்தியாயப் பகுப்பில் மொழியமைப்பு நிலைகள் கருத்தில் கொள்ளப்படவில்லை. ஆனால், நூல் முழுவதும் ஓர் ஒருங்கிணைந்த கட்டுக்கோப்புடைய அமைப்பாகச் செயல்பட்டு சொல் வடிவங்களைத் திறம்பட உருவாக்குவற்கு உதவும் முறையில் நூல் அமைக்கப்பட்டுள்ளது. பின்னிணைப்பாகத் தரப்பட்டுள்ள அஷ்டாத்தியாயீயின் அத்தியாயப் பொருள் பாகுபாட்டு அட்டவணை இத்தன்மையை உணர்ந்து கொள்ள உதவும். எனவே, நூல் அமைப்பில் பாணினீயமும் தொல்காப்பியமும் முற்றிலும் வேறுபட்டவை என்பது தெளிவு.

3.2. துணைப் பகுதிகள்

தொல்காப்பியமும் அஷ்டாத்தியாயீயும் புறநிலையில் இன்னொரு வகையிலும் வேறுபடுகின்றன. தொல்காப்பியம் கூறும் இலக்கணத்தை முற்றிலும் அறிந்து கொள்ளவும் அதன் விதிகளைப் பயன்படுத்தவும் வேறு துணை நூல்கள் ஏதும் தேவையில்லை. வகுக்கப்படவும் இல்லை. அது முழுவதும் தன்னிறைவுள்ள

அமைப்பாகும். ஆனால், அஷ்டாத்தியாயீயின் விதிகளைப் புரிந்து கொள்ளவும் பயன்படுத்தவும் சில துணைப் பகுதிகளும், நூல்களும் தேவைப்படுகின்றன. *உணாதி சூத்திரங்கள், தாது பாடம், கணபாடம், லிங்காநுசாசனம், பாணினீய சிட்சை* ஆகிய ஐந்தின் துணை கொண்டே அஷ்டாத்தியாயீயைப் பயன்படுத்தவும் புரிந்துகொள்ளவும் இயலும், உண் என்று தொடங்கும் ஒட்டுகளைப் பற்றிப் பேசும் 758 சூத்திரங்களைக் கொண்ட பகுதி உணாதி சூத்திரங்கள். வேர்ச் சொற்களின் பட்டியல் தாது பாடம். ஒரே வகை இலக்கணங்கொண்ட சொற்களின் தொகுதி கண பாடம். இவ்விரண்டு பகுதிகளுடன் தொடர்புபடுத்தி நூலில் விதிகள் அமைக்கப்பட்டுள்ளன. லிங்காநுசாசனம் சொற்களின் பால் பகுப்பினைக் கூறும் துணைநூல். சிட்சை ஒலிப்பிறப்பியல் நூலாகும். அஷ்டாத்தியாயீயிலுள்ள சூத்திரங்களைச் சூத்திர பாடம் என்பர். இவ்வனைத்தும் இணைந்தே இலக்கணத்தை முழுமையாகக் கூறுகின்றன. சிட்சை தவிர மற்ற நான்கு பகுதிகளையும் சூத்திர பாடத்தையும் சேர்த்து இலக்கணத்தின் பஞ்சாங்கங்கள் அல்லது ஐந்து உறுப்புகள் என வடமொழி இலக்கண நூலார் கூறுவர் (அனந்தநாராயணா, 1976:19). எனவே, முறையே தன்னிறைவுடைமை, துணைப்பகுதிகளைப் பயன்படுத்தல் என்ற அடிப்படையிலும் தொல்காப்பியமும் பாணினீயமும் வேறுபடுகின்றன.

3.3 சூத்திர நடையும் உத்திகளும்

இவ்விரு நூல்களும் சூத்திர நடை அமைப்பிலும் கையாளும் உத்திகளிலும் ஒன்றிலிருந்து ஒன்று வேறுடுகின்றன. பொதுவாக வடமொழிச் சூத்திர நடை சொற் சுருக்கத்திற்குப் பெயர்பெற்றது. பாணினீயமும் இதற்கு விலக்கல்ல. பாணினீய சூத்திரங்கள் வடமொழி யாப்பு விதிகளையோ சாதாரண வாக்கிய அமைப்பையோ பின்பற்றுவதில்லை. அச்சூத்திரங்களில் வினைப் பயனிலைகள் இருப்பதில்லை. அவற்றைச் சூழலைக் கொண்டு உய்த்துணர்ந்து கொள்ள வேண்டும் (ஒ.நோ – மிஸ்ரா, 1966:30). சுருங்கக் கூறல் என்னும் உத்தியைப் பாணினி முற்றிலுமாகப் பயன்படுத்துகின்றார். அவருடைய சூத்திரநடை அதற்குத் துணைபுரிகின்றது. *சே* (அ. 1. 1. 13) *ஓத்* (அ.1.1.15) *பிரத்யயஹ* (அ.3.1.1.) போன்ற சூத்திரங்கள் சுருங்கக் கூறும் அவர் இயல்பிற்கு எடுத்துக்காட்டு. சுருங்கக் கூறவேண்டும் என்ற ஆர்வத்திற்குப் பொருள் தெளிவை அவர் சில இடங்களில் பலியிடுகின்றார் என்று அனந்தநாராயணா (1976:23) பாணினியைக் குறைகூறுகின்றார். சொற் சுருக்கத்திற்காக வேறு சில உத்திகளையும் அவர் கையாளுகின்றார். (1) அனுபந்தங்கள் அல்லது இத் குறியீடுகள் (2) *பிரத்தியாகாரங்கள்* என்னும் சுருக்கக் குறியீடுகள் (3)

சம்ஜ்ஞைகள் என்னும் இலக்கணக் கலைச்சொற்கள் (4) *பரிபாஷைகள்* என்னும் விளக்க விதிகள் (5) அதிகாரம், அனுவிருத்தி என்ற பொது விதியும் பொருள் தொடர்புமாகிய உத்திகள். இவ்வுத்திகளைப் பயன்படுத்திப் பாணினி, வேறு எந்தப் பழைய இலக்கண மரபிலும் இல்லாத கணித நூல் போன்ற சொற் சுருக்கத்தைத் தன் நூலில் கொண்டு வந்துள்ளார்.

தொல்காப்பியச் சூத்திர நடை பாணினீய நடையிலிருந்து முற்றிலும் வேறுபடுகின்றது. சொற் சுருக்கம் பாணினீயத்தின் சிறப்பென்றால் பொருள் தெளிவு தொல்காப்பியத்தின் சிறப்பாக அமைகின்றது. "சூத்திரம்" என்ற வடமொழிச் சொல்லைத் தொல்காப்பியர் பயன்படுத்தி இருப்பினும் (தொல். பொ. 470, 471), வடமொழிச் சூத்திர அமைப்பை அவர் பின்பற்றவில்லை. தொல்காப்பிய நூற்பாக்கள் பயனிலையில்லாத வாக்கியங்கள் அல்ல. அவை எப்பொழுதும் பயனிலை பெற்றே வரும். வினைப் பயனிலையாகவோ பெயர்ப்பயனிலையாகவோ இருக்கலாம்.

எ.கா. மெய்யின் இயக்கம் அகரமொடு சிவணும்
(தொல். எழுத்து. 46)

அஇஉ அம்மூன்றும் சுட்டு (தொல்.எழுத்து. 31)

நூற்பாக்கள் தமிழ் யாப்பிலக்கண விதிகட்கும் தொடர் இலக்கண விதிகட்கும் உட்பட்டே வருகின்றன. சூத்திர இலக்கணமாகப் பொருளதிகாரத்தில் கூறப்படுவதற்குப் பொருத்தமாகத் தொல்காப்பியச் சூத்திரங்கள் முழுதும் அமைந்துள்ளன.

சூத்திரம் தானே
ஆடிநிழலின் அறியத்தோன்றி
நாடுதல் இன்றிப் பொருள்நனி விளங்க
யாப்பினுள் தோன்ற யாத்தமைப்பதுவே (தொல்.பொருள். 471)

என்னும் நூற்பாவில் 'சூத்திரமாவது கண்ணாடியின் நிழல்போல விளங்கத் தோன்றி, ஆராயாமல் பொருள் நன்கு விளங்குமாறு *("ஆடிநிழலின் அறியத்தோன்றி நாடுதல் இன்றிப்பொருள் நனி விளங்க")* எனக் கூறுவது பொருள் தெளிவுக்குத் தொல்காப்பியர் கொடுக்கும் சிறப்பிடத்தைக் காட்டுகின்றது "யாப்பினுள் தோன்ற யாத்தமைப்பது" என்ற தொடர் சூத்திரம் யாப்பமைதியுடனேயே வர வேண்டும் என்பதை வலியுறுத்துகின்றது. பல நூற்பாக்களில் வரும் *தெரியுங்காலை* (தொல்.எழுத்து.22) *உணரக்கூறின்* (தொல்.எழுத்து.35) போன்ற தொடர்கள் யாப்பமைதிக்காகவே அமைக்கப்பட்டனவாதல் வேண்டும். பாணினி சொற்சுருக்கத்திற்காகப் பொருள் தெளிவைப் பலியிட்டார் என்றால் தொல்காப்பியர் பொருள்

தெளிவு, யாப்பமைதி ஆகியவற்றிற்காகச் சொற்சுருக்கத்தைப் பலியிட்டாரோ எனத் தோன்றுகிறது. தொல்காப்பியரும் பல உத்திகளையும் (தொல். பொருள். 656) பயன்படுத்தினும் அவை சுருக்கத்தைவிடப் பொருள் தெளிவையே மனதில் கொண்டு பயன்படுத்தப்பட்டனவாகத் தோன்றுகின்றன. எனவே, இவ்வடிப்படையிலும் இருநூல்களும் மாறுபட்டிருப்பது தெளிவு.

3.4. இலக்கணக் கலைச்சொற்கள்

இலக்கணக் கலைச்சொற்களைப் பயன்படுத்துவதில் தொல்காப்பியர் பாணினி இருவரிடையேயும் ஒற்றுமைகளும் வேற்றுமைகளும் புலப்படுகின்றன. பாணினி *கிருத்திரும* எனப்படும் செயற்கையாக உருவாக்கப்பட்ட கலைச்சொற்களையும் *அகிருத்திரும* எனப்படும் இயல்பான அதன் சொல் வரலாறு தெரியும் கலைச்சொற்களையும் பயன்படுத்துகின்றார். *கா (gha)* என்பது ஒரு *கிருத்திருமக்* கலைச்சொல். விருத்தி போன்றவை அகிருத்திருமக் கலைச்சொற்கள். தொல்காப்பியர் செயற்கையான கலைச்சொற்கள் எதையும் பயன்படுத்தவில்லை. ஆய்தம் என்ற சொல்கூடத் தொல்காப்பியத்திலேயே (தொல்.சொல்.324) விளக்கப்படும் ஆய்தல் என்ற சொல்லின் அடியாக வந்ததாக இருக்கலாம்.

இரு நூல்களிலும் சில கலைச்சொற்கள் இலக்கணப்பொருள் அல்லாமல் வேறு பொருளிலும் பயன்படுகின்றன. உயிர் என்ற சொல் எழுத்தினைக் குறிப்பதுடன் 'உயிர் வாழ்க்கை' (தொல்.பொருள்.71.2) 'உயிரினம்' (தொல்.பொருள்.577.1) என்ற பொருளிலும் பயன்படுகின்றது. இத்தகைய சொற்கள் மிகப் பல. பாணினீயத்தில் *விருத்தி* என்ற சொல் ஆ, ஐ, ஔ என்ற உயிர்களைக் குறிப்பதுடன் (அ.1.1.1) "கடன் வட்டி" (அ.1.5.1.4) என்ற பொருளிலும் பயன்படுகின்றது.

சில சொற்கள் இரு நூல்களிலும் கலைச்சொற்களாக வழங்கும்போது தம் வேர்ச்சொற்பொருளைக் கொண்டு வழங்குகின்றன. குறில், நெடில் போன்ற தொல்காப்பியச் சொற்கள் குறு, நெடு என்ற பண்படிச் சொற்களிலிருந்து பிறந்த குறுமை, நெடுமை என்ற பொருள்களை விடாது கலைச்சொற்களாக வழங்குகின்றன. பாணினீயத்தில் *சர்வநாமம்* 'பதிலிப்பெயர்' (அ.1.1.27) அத்தகைய ஒரு கலைச்சொல்.

3.5. விதிமுறையும் விளக்கமுறையும்

இலக்கணங்களை அவற்றின் தன்மையைக் கொண்டு விதிமுறை இலக்கணங்கள் *(prescriptive grammars)* என்றும்

விளக்கமுறை இலக்கணங்கள் *(descriptive grammars)* என்றும் இருவகையாகப் பகுக்கலாம். ஒரு மொழியின் அமைப்பை அது எவ்வாறு வழக்கில் இருக்கிறதோ அவ்வாறே விளக்கி எழுதப்படும் இலக்கணம் விளக்கமுறை இலக்கணம் ஆகும். அவ்வாறன்றி, மொழி வழக்குகளில் சிலவற்றை நல்லவை அல்லது சரியானவை என்றும், சிலவற்றைத் தவிர்க்கப்பட வேண்டியவை என்றும் மதிப்பிட்டு எழுதப்படும் இலக்கணம் விதிமுறை இலக்கணம் (கிளீசன் 1961: 208) ஆகும். தொல்காப்பியம், அஷ்டாத்தியாயீ இரண்டனுள் அஷ்டாத்தியாயீ முற்றிலும் விளக்கமுறை இலக்கணமாகக் கருதப்படுகின்றது. (ஒ.நோ. கார்டோனா 1976 : 182), மீனாட்சி, (1980 :100). ஆனால், தொல்காப்பியம் பெரும்பான்மை விளக்கமுறை இலக்கணமே எனினும் விதிமுறை இலக்கணத்தின் தன்மைகளையும் கொண்டு விளங்குகின்றது.

செப்பும் வினாவும் வழாஅல் ஓம்பல் (தொல்.சொல். 13)

'தெரிவித்தல் கேள்விகேட்டல் / வினாதல் ஆகிய இரு வாக்கிய வகைகளையும் பிழை இன்றிப் பயன்படுத்துக'.

ஒருவரைக் கூறும் பன்மைக் கிளவியும்
ஒன்றனைக் கூறும் பன்மைக்கிளவியும்
வழக்கினாகிய உயர் சொற் கிளவி
இலக்கண மருங்கிற் சொல்லாறல்ல (தொல். சொல். 27)

'ஒருவரைக் குறிக்கப் பயன்படும் பன்மைச் சொல்லும், ஒன்றனைக் குறிக்கப் பயன்படும் பன்மைச் சொல்லும் பேச்சு வழக்கில் உயர்த்திக் கூறும் சொற்கள் முறையான மரபில் பயன்படுத்தத் தக்கவை அல்ல'.

இவை, போன்ற நூற்பாக்கள் விதிமுறை இலக்கணத் தன்மை உடையவை. மூன்று அதிகாரங்களிலும் காணக் கிடைக்கும் பல நூற்பாக்களும் (தொல். எழுத்து. 5, 6 : சொல். 19, 20, 23, 35, 36: பொருள். 38, 57, 173, 185 போன்றவை) தொல்காப்பியத்தை ஓரளவு விதிமுறை இலக்கணத் தன்மை உடையதாகக் காட்டுகின்றன.

4. கோட்பாட்டு நிலை ஒப்பீடு

4.1. சொல்லியல், தொடரியல் கூறுகள்

முன்பகுதியில் தொல்காப்பியமும் பாணினீயமும் புறக்கூறுகளின் அடிப்படையில் ஒப்பிடப்பட்டன. அவற்றைக் கோட்பாட்டு அடிப்படையில் ஒப்பிடும்போது மொழி அமைப்பின் பல்வேறு கூறுகளில் எக்கூற்றிற்கு இவ்விரு நூல்களில் சிறப்பிடம் கொடுக்கப்பட்டுள்ளது என்ற அடிப்படையில் ஒப்பிடுவதும்

ஒன்று. அவ்வடிப்படையில், சொல்லியல் கூறுகள் தொடரியல் கூறுகள் ஆகிய இவற்றில் எவற்றிற்கு இவ்விரு நூல்களில் சிறப்பிடம் கொடுக்கப்பட்டுள்ளது என்று இங்கு ஆராயப்படும்.

மொழியியல் வரலாற்றின் முற்பகுதியில் அமைப்புமுறை ஆய்வு சிறப்புற்றிருந்த போது மொழி பல அமைப்பு நிலைகளை உடையதாகக் கருதப்பட்டு, சொல்லின் பகுதி, விகுதி, இடைநிலை அமைப்பு, சொல்லியல் அல்லது உருபனியல் என்ற பகுதியிலும் வாக்கிய அமைப்பு தொடரியல் என்ற பகுதியிலும் தனித்தனியே ஆராயப்பட்டன. ஆனால் சாம்ஸ்கியின் (1957, 1965) மாற்றிலக்கண ஆய்வுமுறை சிறப்பிடம் பெற்ற பிறகு சொல்லமைப்பையும் தொடர் அமைப்பையும் தனித்தனியாக ஆராயும் நிலை மாறிச் சொல்லமைப்பின் கூறுகள் தொடரியல் ஆய்வின் பகுதியாகவே கருதப்பட்டன. மாற்றிலக்கணம் மைய அல்லது முக்கியப் பகுதியான தொடரியல் பகுதியையும் ஒலியனியல் அல்லது எழுத்தியல் பகுதி பொருண்மையியல் பகுதி ஆகிய இருவிளக்கப் பகுதிகளையும் உடையதாக அமையும். சொல்லியல், தொடரியல் வேறுபாடு முற்றிலும் இல்லை. ஆனால் சமீபத்தில், சொல்லியல் தனியாக ஆராயப்பட வேண்டுவதன் அவசியத்தை மாத்தியூஸ் (1974) மீண்டும் வலியுறுத்தினார். எனினும், சொல்லியல் தொடரியல் கூறுகள் ஒன்றுடன் ஒன்று பின்னிப் பிணைந்தவை என்பதனையும் அவர் உணர்ந்திருந்தார்.

இத்தகைய மொழி அமைப்புப் பற்றிய கொள்கைப் பின்னணியில் தொல்காப்பியத்தையும் பாணினீயத்தையும் ஆராயும்போது இருவர் நூலிலும் சொல்லியல் தொடரியல் கூறுகள் வேறுபடுத்திக் காட்டப்படவில்லை என்பது உட்கொள்ளத்தக்கது. எனினும் ஏதோ ஒரு இயலின் கூறுகளே சிறப்பிடம் தரப்பெற்று மற்ற இயலின் கூறுகள் அதற்குப் பயன்படும் வகையில் கையாளப்பெற்றுள்ளன.

இவ்விரு நூல்களில் பாணினீயம் ஆரம்பக் காலத்தில் சொல்லமைப்பைப் பற்றி மட்டும் பேசும் இலக்கணமாகவே கருதப்பட்டது. சொற்களைப் பாகுபடுத்தல் என்று பொருள் தரும் *சப்தாநுசாசனம்* என்ற அதன் மற்றொரு பெயர் இக்கருத்துக்கு ஆதரவாகப் பயன்பட்டது. (ஓ. நோ. ராபின்ஸ், 1967 : 137), அண்மையில் நிகழ்ந்த ஆய்வுகள் (ஓ. நோ. கிபார்ஸ்கி, ஸ்டால் (1969), கார்டோனா 1974, வான் நூட்டன் (1969) சிங் (1974), சுப்பிரமணியம் (1978)) இக்கருத்து தவறானது; அஷ்டாத்தியாயீ ஒரு தொடரியல் அமைப்பை அடிப்படையாகக் கொண்ட இலக்கணம்; பொருண்மையியல் கூறுகளும் அதில் காணக்கிடக்கின்றன என்று நிறுவியுள்ளன. ஆனால், அஷ்டாத்தியாயீயை ஆராயும் நூல்கள்,

கட்டுரைகளை நுணுகி ஆராய்ந்தால் ஓர் உண்மை புலனாகும். "அஷ்டாத்தியாயீ அடிப்படையில் ஒரு சொல்லமைப்பை ஆராயும் நூலே; தொடரியல், பொருண்மையியல் கூறுகள் அதற்குத் துணைபுரியப் பயன்படுவனவே" என்பதே அது. இந்த உண்மையை நூல் முழுவதிலும் பகுதி *(பிரகிருதி)*களையும் *பிரத்யயங்கள்* எனப்படும் ஒட்டுக்களையும் வேறுபடுத்தி, சொற்களின் வடிவாக்கம் பேசப்படுவதிலிருந்து அறியலாம். நூலில் உள்ள பெரும்பான்மையான விதிகள் சொல்திரிபு *(inflection)* அல்லது சொல்லாக்கம் *(derivation)* பற்றியனவே, பெயர் அல்லது வினைப் பகுதிகளைக் கொண்டு முடியும் பதங்களின் வடிவாக்கமே பெரும்பாலும் ஆராயப்படுகின்றது. இவ்வடிவாக்கத்திற்குரிய காரணங்களாகத் தொடரியல், பொருண்மையியல் கூறுகள் கூறப்படுகின்றன. காரகக்கோட்பாடு, ஒரு தொடரியல்– பொருண்மையியல் காரணமே. கார்டோனாவின் *(1976 : 235)* பின்வரும் கருத்துகள் இவ்வுண்மையை வலியுறுத்தும். "பாணினி வாக்கியங்களை வடிவாக்கம் செய்வதுடன் அவற்றிடையே உள்ள உறவுகளையும் விளக்குகின்றார். எனினும் அவர் இலக்கணம் உண்மையில் *சப்தாநுசாசனம்* என்ற அதன் பெயருக்கிணங்க வாக்கியங்களின் பகுதியாக வரும் சொல் வடிவங்கள் அவற்றிடையே உள்ள உறவுகளை விளக்குவதையே முக்கிய நோக்கமாகக் கொண்டது".

பாணினி காட்டும் பொருள் வேறுபாடுகளும் ஒரு குறிப்பிட்ட ஒட்டினை இணைக்க, வடிவு மாற்றம் செய்ய அல்லது சாரியை இணைக்கத் தேவையானவைகளே தவிர, தொடரியல் அமைப்பைப் பாதிக்கும் பொருள் வேறுபாடுகளை எல்லாம் அவர் பேசுவதில்லை. எனவே, பாணினியின் இலக்கண அமைப்பு, சொற்பகுதிகளையும் ஒட்டுக்களையும் இணைத்துச் சொற்களை வடிவாக்கம் செய்வதையே மையப் பொருளாகக் கொண்டது என்பது தெளிவு (ஓ. நோ. கார்டோனா, *1976 : 235*).

தொல்காப்பியம் பாணினீயத்திலிருந்து முற்றிலும் மாறுபட்டு விளங்குகின்றது. தொல்காப்பியத்தில் தொடரியல் கூறுகள் அல்லது வாக்கிய அமைப்புக்குச் சிறப்பிடம் கொடுக்கப்பட்டுச் சொல்லியல், பொருண்மையியல், ஒலியனியல் கூறுகள் அதற்குத் துணையாகவே பயன்படுகின்றன. தொல்காப்பியச் சொல்லதிகாரம் தொடர் இலக்கணத்தையே பெரும்பாலும் ஆராய்கின்றது என்பதை மேலே *(3.1.)* கண்டோம். இவ்வதிகாரத்தில் இலக்கணக் கூறுகள் அவர் பேசும் தொடர் இலக்கணத்திற்குப் பயன்படுமாற்றை மனதில் கொண்டே அவற்றின் உருபனியல் வடிவுகள் பேசப்படுகின்றன. திணை, பால், எண், இடத்துடன் காலத்தையும் ஓர் இலக்கணக் கூறாகத்

தொல்காப்பியர் ஆராய்கின்றார். வினையின் வரைவிலக்கணத்தைக் காலத்தை அடிப்படையாகக் கொண்டே வகுக்கின்றார் (தொல். சொல். 198). காலம் மூன்றெனவும் (தொல்.சொல். 199), அவை இன்னின்ன (தொல்.சொல். 200) எனவும் விளக்குகின்றார். ஆனால், காலங்காட்டும் எழுத்துக்கள் பற்றிப் பேசவே இல்லை. திணை, பால், இடம், காட்டும் விகுதிகளைப் பற்றிப் பேசுவது பெயருக்கும் வினைக்கும் இடையே உள்ள இயைபினை விளக்குவதற்காகவும் அவ்வடிப்படையில் சொற்களை ஐம்பாலுக்கு உரியனவாக வகைப்படுத்துவதற்கும் ஆகும் (தொல். சொல். 11). எச்சங்களைப் பற்றிப் பேசும் பொழுதும் அவற்றை முழுச்சொற்களாக, வாய்பாடுகளாகக் கூறுகிறாரே தவிர (தொல். சொல். 228, 234) அவற்றின் உருபனியல் அமைப்பை ஆராயவில்லை. மேலும் *செய்து, செய்பு* போன்ற பகுதி, விகுதி அமைப்புடைய எச்சங்களுக்கு இணையாக, *பின், முன், கால், கடை* போன்ற பிரிக்க முடியாத சொற்களையும் அவற்றின் இயல்பின என்று கூறுவது அவற்றின் சொல்லியல் அமைப்பைக் கருதாது வாக்கியத்தில் அவற்றின் பங்கைக் கருத்தில் கொண்டேயாகும்.

வாக்கிய அமைப்பின் கண்ணோட்டத்தில் வேற்றுமை தொல்காப்பியத்தில் சிறப்பிடம் கொடுக்கப்பெற்று மூன்று இயல்களில் சொல்லதிகாரத்தில் அதன் இலக்கணம் ஆராயப் படுகின்றது. இவ்வடிப்படையிலேயே எழுத்ததிகாரத்திலும் வேற்றுமை உருபுகளின் வடிவம் கூறப்படுவதுடன் (தொல். எழுத்து. 114) புணர்ச்சி, வேற்றுமைப் புணர்ச்சி, அல்வழிப்புணர்சி என இருவகையாகப் பகுக்கப்படுகின்றது (தொல். எழு. 113). புணர்ச்சியில், வாக்கியத்தில் சொற்களுக்கிடையே நிகழும் புறப்புணர்ச்சியே பெரும்பாலும் ஆராயப்படுகின்றது. வேற்றுமை ஆராயப்படுவதால் பெயர்கள், வேற்றுமை உருபுகள், சாரியைகளுக்கு இடையே நிகழும் அகப்புணரச்சி மாத்திரமே பேசப்படுகின்றது. காலங்காட்டும் எழுத்துக்கள் ஆராயப்படாமையாலும் வினைச்சொற்களின் சொல்லமைப்புப் பேசப்படாமையாலும் வினைச்சொற்களில் நிகழும் கல் +த்த்+ ஆன் ...› கற்றான் என்பது போன்ற அகப்புணர்ச்சி ஆராயப்படவில்லை. புணர்ச்சியின் இலக்கணத்தை வரையறுக்கும்போது, தொல்காப்பியர், அதனைப் பெயர்ச்சொற்களுக்கும் வினைச்சொற்களுக்கும் இடையே நிகழ்வதாக விளக்குகிறாரே தவிர, பெயர், வினைகட்கும், விகுதிகள், இடைநிலைகள், உருபுகளுக்கு இடையே நிகழ்வதாக விளக்கவில்லை (தொல். எழுத்து. 109).

சொல்லியல் கூறுகள் அல்லது சொல்லின் உள்ளமைப்பு ஆராயப்படாமையினாலேயே விகுதி, இடைநிலை, உருபுகள் போன்ற ஒட்டுகளுக்கு வடமொழியில் *பிரத்யயங்கள்* என்ற

பொதுப்பெயர் இருப்பதுபோலத் தொல்காப்பியத்தில் இல்லை. உருபுகள், சாரியை எனத் தனிப்பெயர்கள் வழங்கப்படினும் வினை விகுதிகளைக் குறிக்கத் தனிப்பெயர்கள் இல்லை. சொல், கிளவி என்ற பெயர்களாலேயே அவை வழங்கப்படுகின்றன (தொல். சொல். *5, 6, 7, 8*). சொல், கிளவி என்ற இருசொற்களும் முழுச்சொற்கள், இடைச்சொற்கள், ஒட்டுக்கள் அனைத்தையும் குறிக்கப் பயன்படுத்தப்படுகின்றன.

சொற்களின் விகுதிகள் பகுக்கப்பெற்றாலும் சொற்களைப் பகுதியாகவும் இடைநிலை, விகுதி, போன்ற ஒட்டுக்களாகவும் பகுத்து ஆராயும் சொல்லியல் ஆய்வுக்குத் தொல்காப்பியத்தில் இடமில்லை.[3] சொல்லியல் ஆய்வின் பகுதியாகிய சொல்திரிபின் கூறுகள் ஓரளவு தொல்காப்பியத்தில் பேசப்படினும் ஒரு சொல்லிலிருந்து மற்றொரு சொல்லை உருவாக்கும் சொல்லாக்கம் சிறிதும் ஆராயப்படவில்லை. எண்ணற்ற ஆக்கச் சொற்கள் தொல்காப்பிய நூற்பாக்களிலேயே வந்திருந்தும், (ஓ.நோ. பாலசுப்பிரமணியன் *1981(a):400*) அவர் சொல்லாக்கம் பற்றிப் பேசவில்லை. இவை அனைத்தும் சொல் அமைப்பு ஆய்வு தொல்காப்பியத்தில் எடுத்துக்கொள்ளப்படவில்லை என்பதையும், தொடரியல் கூறுகளுக்கே சிறப்பிடம் கொடுக்கப்பெற்றது என்பதையும் தொல்காப்பியத்தில் வரும் சிற்சில உருபனியல் செய்திகள் தொடரியல் ஆய்வுக்குத் துணையாகக் கூறப் பட்டனவே என்பதையும் தெளிவுபடுத்துகின்றன. எனவே, இவ்வடிப்படையிலும் தொல்காப்பியமும் பாணினீயமும் பெரிதும் வேறுபடுகின்றன என்பது புலப்படும்.

4.2. மொழி அமைப்பு நிலை (levels of representation)

தொல்காப்பியரும் பாணினியும் தாம் ஆராயும் மொழியின் அமைப்பு வடிவங்களை எத்தனை நிலைகள் உடையனவாகக் காட்டியுள்ளனர் என்பதிலும் வேறுபாடுகள் உள்ளன.

பாணினீயத்தில் அமைந்துள்ள மொழி நிலைகள்பற்றி கிபார்ஸ்கி, ஸ்டால் *(1969)* ஆகியோரும் கார்டோனாவும் *(1976)* தம்முள் கருத்துவேறுபாடு கொண்டுள்ளனர்,

கிபார்ஸ்கி, ஸ்டால் பின்வருமாறு கருதுகின்றனர். "பாணினியின் இலக்கணம் பொருண்மைநிலை வடிவங்களை ஒலி நிலை வடிவங்களாக மாற்றும் விதிகளாகும். இவ்விரு நிலைகளுக்கு இடையே மாற்றிலக்கணத்தின் புதைநிலை *(deep structure)*, புறநிலை *(surface structure)*களுக்கு இணையான இருநிலைகள் உள்ளன. பாணினியின் விளக்குமுறை பின்வருமாறு அமைந்துள்ளது. அவர் நான்கு மொழிநிலைகளைத் தொடர்புபடுத்துகின்றார் *(1)*

செய்பவன் (agent), குறிக்கோள் (goal), இடம் (location) போன்ற கொள்கைகளான வேற்றுமை பொருண்மைநிலை உறவுகள் (2) புதைநிலை உறவுகளுக்கு இணையான (புதைநிலை) எழுவாய், (புதைநிலைச்) செயப்படுபொருள், இடப்பொருள் வினையடை போன்ற காரகங்களின் நிலை (3) வேற்றுமைகள், ஆக்க ஒட்டுக்கள், முன்னொட்டுக்கள், வினை விகுதிகள் போன்ற சொல்லியல் கூறுகளால் விளக்கப்படும் புறநிலை வடிவு (4) வேற்றுமை உருபுகள், வினையுடன் சேரும் ஒட்டுக்களின் ஒலியனியல் வடிவங்கள். பொருளியல் நிலைக்கும் புதைநிலைக்கும் இடையே உள்ள உறவு நேரான ஒன்றுக்கொன்றான உறவல்ல. அது பல வகைப்பட்டதாகும். சில சமயங்களில் ஒரே பொருள் உறவு பல காரகங்களாக வரும். எடுத்துக்காட்டாக,

அவன் சூதாடுகிறான்

அவன் சூது கொண்டு ஆடுகிறான்

எனக் கருவிப்பொருள் முறையே கர்மன், கரணம், என்னும் இரு காரகங்களாக வருகின்றது. மாறாக, வேறுபட்ட பொருளுறவுகள் ஒரே காரகமாக வரலாம்.

அவன் சூதாடுகிறான்

அவன் கிராமத்தில் வாழ்கிறான்

என்ற தொடர்களில் கருமகாரகம் முறையே கருவிப்பொருளையும், இடப்பொருளையும் தருகின்றது.

கார்டோனா (1976 : 221 222) இந்நான்கு நிலைகளில் மூன்றாவதான புறநிலை ஒரு தனிநிலை அல்ல என வாதாடுகின்றார். இந்நிலையில் வரும் *பிரதம* 'முதல்' துவிதீய 'இரண்டாவது' போன்ற வேற்றுமைகள் வேற்றுமை உருபுகளுக்குக் கொடுக்கப்பெற்ற பெயர்களே தவிர இலக்கணக் கூறுகள் அல்ல. ஆனால், வினை விகுதிகளாகிய லகாரங்களை ஒரு வகை இலக்கண நிலையாகக் கொள்ளலாம் என்று கூறும் அவர் காரகங்களைப் பொருண்மையியல் நிலைக்கும், இலக்கண நிலைக்கும் இடைப்பட்ட நிலையாக ஒத்துக்கொள்கின்றார். ஆனால், லகாரங்கள் போல *பிரதம, துவிதீய* போன்றவையும், வேறுபட்ட வேற்றுமை உருபுகளை ஒருவகையில் பருப்பொருள் நிலையிலிருந்து நுண்நிலைக்கு கொண்டு வருவதால் அதனைத் தனிநிலையாகக் கருதும் கிபார்ஸ்கி, ஸ்டால் கருத்து சரியானதாகத் தோன்றுகின்றது.

இனி, தொல்காப்பியத்தில் பொருளதிகாரத்தைத் தவிர்த்து பாணினீயத்தோடு ஒப்பிடத்தக்க எழுத்ததிகாரச் சொல்லதிகாரக்

கருத்துகளை மாத்திரம் நோக்கினால் அவை மூன்று மொழி நிலைகளை காட்டுகின்றன. அவை 1) பொருண்மையியல் நிலை 2) தொடரியல் நிலை 3) ஒலியனியல் நிலை என்பவை, பொருளதிகாரத்தையும் சேர்த்தால் வடிவமைப்புக்கு கட்டுப்படாத பொருண்மை அமைப்புநிலை(ஒ.நோ.பாலசுப்பிரமணியன் 2017:134–187) என்று ஒரு நிலையையும் கொள்ள வேண்டும்.

பொருளதிகாரத்தை நீக்கிப் பார்க்கும்போது மற்ற நிலைகள் பின்வருமாறு அமைக்கப்பட்டுள்ளன. தொடரியல் நிலை நடுநாயகமாக அமைந்து சொல்லதிகாரத்தில் விளக்கப்பெறுகின்றது. சொல்லதிகாரத்திலேயே அதற்குப் பொருண்மைநிலை விளக்கங்கள் கொடுக்கப்பட்டுவிடுகின்றன. எழுத்ததிகாரம் அதற்கு ஒலிவடிவம் தருகின்றது. எடுத்துக்காட்டாக இலக்கண அமைப்பாகிய வேற்றுமைகளும் அதன் பொருள்களும் சொல்லதிகாரத்திலேயே விளக்கப்படுகின்றன. எழுத்திகார விதிகள் வேற்றுமைகள் தொடரில் வரும்பொழுது அவை பெறும் வடிவ வேறுபாடுகள் அனைத்தையும் விளக்குகின்றன.

தொல்காப்பியமும் பாணினீயமும் இவ்வாறு மொழி நிலைகளில் வேறுபடுவதோடுகூட அவை வரிசைப்படுத்தப்பட்டு விளக்கப்படும் முறையிலும் வேறுபடுகின்றன. பாணினீயத்தில் பொருண்மைநிலை துவக்க நிலையாக (Input) அமைந்து ஒலிநிலை இறுதிநிலையாக அமைகின்றது. ஆனால், தொல்காப்பியத்தில் இலக்கணக் கூறுகள் முதலில் கூறப்பட்டு அவை சொல்லதிகாரத்திலேயே பொருள் விளக்கமும் பின் எழுத்ததிகாரத்தில் ஒலி வடிவமும் பெறுகின்றன.

> உயர்திணை என்மனார் மக்கட்சுட்டே
> அஃறிணை என்மனார் அவரல பிறவே
> ஆயிரு திணையின் இசைக்குமன சொல்லே(தொல். சொல். 1)
> னஃகான் ஒற்றே ஆடூஉ அறிசொல் (தொல். சொல். 5)
> ளஃகான் ஒற்றே மகடூஉ அறிசொல் (தொல். சொல். 6)

போன்ற விதிகளில் *உயர்திணை, அஃறிணை, னஃகான் ஒற்று, ளஃகான் ஒற்று* போன்ற இலக்கணக் கூறுகள் முதலில் கூறப்படுகின்றன. அவற்றின் பொருள் தொடர்ந்து 'மக்கட் சுட்டு, 'அவரல பிற', 'ஆடூஉ', 'மகடூஉ' என விளக்கப்படுகின்றன. ன, ள, போன்றவற்றின் ஒலி வடிவத்தை எழுத்ததிகார விதிகள் மூலம் அறியலாம் (தொல், எழுத்து. 94, 96). ஆனால் அஷ்டாத்தியாயீயின் விதிகள் பொருளில் தொடங்கி வடிவில் முடிகின்றன.

வர்த்தமானே லட் 'நிகழ்காலம் லட் விகுதியால் காட்டப்பெறும்' (அ.3:2.125)

ஆதாரோ அதிகரணம் (அ.1.4.5)

‘இடப்பொருள் அதிகரணக் காரகத்தால் குறிக்கப்பெறும்’ என்ற விதிகளில் *வர்த்தமானம்*, ‘நிகழ்காலம்’ *ஆதாரம்*, ‘இடப்பொருள்’ போன்ற பொருள்கள் முதலில் கொடுக்கப்பட்டு அவற்றைக் குறிக்கும் இலக்கணக் கூறுகள் அடுத்துத் தரப்படுவதைக் காண்கிறோம். இவ்விலக்கணக் கூறுகளின் ஒலிவடிவங்கள் பின்னால் வரும் விதிகளால் விளக்கப்பெறும்.

5. தொல்காப்பியரின் தொழில் முதல்நிலைகளும் பாணினியின் காரகங்களும்

5.1. இன்றைய மொழியியல் வளர்ச்சியில் வேற்றுமையின் சிறப்பிடம் மிகக் காலந் தாழ்த்தே உணரப்பட்டது. ஆரம்பக்கால மொழியியல் நூல்கள் எழுவாய் – பயனிலை என வாக்கியத்தை இருநிலை அமைப்பினை *(binary structure)* உடையதாய் ஆய்வதற்கே சிறப்பிடம் கொடுத்தன. (ஒ.நோ. *Gleason, (1955) 1967, Hockett, 1958 Chomsky, 1957, 1965)* ஃபில்மோர் *(1968, 1971)* ஆண்டர்சன் *(1971)* ஆகியோர் வேற்றுமை ஆய்வை மையப்படுத்தி மொழியியல் கொள்கைகளை வகுத்தனர். ஆனால், தொல்காப்பியரும் பாணினியும் வாக்கிய அமைப்பில், முக்கியமாக வினைப்பயனிலைக்கும் மற்ற பெயர்த் தொடர்களுக்கும் உள்ள உறவுகளை வேற்றுமை விளக்குவதை உணர்ந்து, தங்கள் இலக்கண நூல்களில் வேற்றுமை ஆய்வுக்குச் சிறப்பிடம் கொடுத்தனர். சிறப்பாகத் தொல்காப்பியர் சொல்லதிகாரத்தில் மூன்று இயல்களை (வேற்றுமையியல், வேற்றுமை மயங்கியல், விளிமரபு) வேற்றுமை ஆய்வுக்கு ஒதுக்கியுள்ளார். குறிப்பாகப் பழந்தமிழ்த் தொடர் அல்லது வாக்கிய அமைப்பை வேற்றுமை மூலமே விளக்குகிறார் என்பதைத் “தொல்காப்பியரின் வாக்கிய அமைப்புக் கொள்கை” *The concept of sentence structure in Tolkappiyam* என்ற கட்டுரையில் விளக்கியுள்ளேன் *(பாலசுப்பிரமணியன் 1978, 2001:65–81).*

இவ்வாறே, பாணினியின் அஷ்டாத்தியாயீயிலும் வேற்றுமை அல்லது விபக்தியோடு தொடர்புடைய காரகக் கொள்கையே அவர் நூலின் துவக்கமாக அமைகிறது. இவ்விருவர் வேற்றுமை ஆய்வுமுறையும் இங்கு ஒப்பிடப்படும்.

5.2. தொல்காப்பியரின் வேற்றுமை ஆய்வு மேலே *(5.1)* கூறியது போல பழந்தமிழ் வாக்கிய அமைப்பை விளக்கும் வகையில் அமைந்துள்ளது. வேற்றுமையியல் பெயர், ஐ, ஒடு, கு, இன், அது, கண், விளி என்ற எட்டு வேற்றுமைகளின் அடிப்படையில் பழந்தமிழ் வாக்கியத்தின் புற அமைப்பை விளக்குகிறது. இவற்றுள், விளி வாக்கிய அமைப்பின் வெளியே இருப்பது ஆகையாலும் அது உருபேற்காது, ஈறு மாற்றத்தால் புலனாவதாலும் அதைப்

பிரித்து நான்காவது இயலில் (விளிமரபில்) பேசுகிறார். மற்ற, பெயர் முதலிய ஏழும் வாக்கிய அமைப்பில் வரும் வேற்றுமைத் தொடர்கள். இவை வினைகொண்டு முடியும் வேற்றுமைகள் (ஐ, ஒடு, கு, இன், கண்), பெயர் கொண்டு முடியும் வேற்றுமை (அது), பெயர், வினை இரண்டையும் கொண்டு முடியும் வேற்றுமை (பெயர்) அனைத்தையும் உட்கொள்கிறது.

இவ்வேற்றுமைகள் முதலில் உருபு கூறப்பட்டுப் பெயர் வேற்றுமைக்கு அதன் பயனிலைகளும் மற்ற வேற்றுமைகளுக்கு அவற்றின் பொருள்களும் விளக்கப்படுகின்றன. மூன்றாவதாகிய *வேற்றுமை மயங்கியலில்* வேற்றுமைகள் ஒன்றன் இடத்தில் ஒன்று வருதல் (தொல்.சொல்.85), ஒன்றை அடுத்து ஒன்று வருதல் (தொல்.சொல்.87, 88) ஒன்றன் பொருளில் ஒன்று வருதல் (தொல். சொல்.95,98,100) போன்ற பல செய்திகள் பேசப்படுகின்றன. முன் இயலில் உருபுகளின் அடிப்படையில் பெயர்ப்பயனிலை வாக்கியங்கள், வினைப்பயனிலை வாக்கியங்களின் பகுதிகளாக வரும் பல்வகை வேற்றுமைத் தொடர்களை விளக்கிய தொல்காப்பியர் இவ்வியலில் வினைப்பயனிலை வாக்கியத்தின் பொருண்மை அடிப்படையிலான அமைப்பை *வினை, செய்வது (வினைமுதல்), செயப்படுபொருள், நிலன், காலம், கருவி, இன்னதற்கு, இதுபயனாக* என்னும் எட்டுத் தொழில்முதல் நிலைகள் (தொல்.சொல்.112) மூலம் விளக்குகிறார். இத் *தொழில்முதல்நிலைகள்* வேற்றுமை இலக்கணம் பேசும் ஃபில்மோரின் (Fillmore, 1971) புதைவேற்றுமைகளோடு (deep cases) ஒப்பிடத்தக்கவை. செய்வது (Agent), செயப்படுபொருள் (Patient), நிலன் (Location), காலம் (Time), கருவி (Instrument), இன்னதற்கு (Purpose) இதுபயனாக (Resultative)ஆகியவற்றுடன் வினையையும் உட்கொண்ட எட்டுப்பொருண்மை நிலைகள் வினைப்பயனிலை வாக்கியத்தின் பகுதிகளாக வரக் கூடியவை. தொழில்முதல்நிலை (தொல்.சொல்.112.) என்ற தொடர் இவை வினையை அடிப்படையாகக் கொண்ட வாக்கியத்தில் வரக்கூடிய பொருண்மை நிலைகள்; வாக்கியத்தின் உறுப்புகள் என்ற அமைப்பை விளக்கிவிடுகின்றது. வழக்கில் இத்தனை உறுப்புகளும் வரலாம்; சில குறைந்தும் வரலாம் என்பதை அடுத்த நூற்பா (தொல்.சொல்.113) விளக்குகிறது. இவ்வாறு வாக்கியத்தின் புறநிலை அமைப்பை வேற்றுமையியலில் விளக்கிய தொல்காப்பியர் பொருண்மைநிலை அமைப்பை இங்கு விளக்குகிறார்.

5.3. அஷ்டாத்தியாயீ காட்டும் மொழி அமைப்பில் காரகங்கள் பொருள்நிலைக்கு அடுத்த இடைப்பட்டநிலை. சாம்ஸ்கியின் (1957) புதைநிலைக்கு இணையான தொடர்நிலை உறவு என்பதை மேலே (4.2) கண்டோம். தொல்காப்பிய உரையாசிரியர்

மேலே பார்த்த முற்றிலும் பொருண்மைநிலை உறவான தொழில் முதல்நிலைகளுடன் காரகங்களை ஒப்பிடுகின்றனர். தெய்வச்சிலையார் "எழுவகை வேற்றுமையிலும் காரக வேற்றுமை வரையறுத்து உணர்த்துதல் நுதலிற்று" (அருளப்பன், சுப்பிரமணியம் 1963:493) என்று கூறுகிறார். சேனாவரையர் "தொழில் முதல்நிலையென்றது தொழிலின் காரணத்தை; காரணம் எனினும் காரகம் எனினும் ஒக்கும்" (அருளப்பன், சுப்பிரமணியம், 1963:494) என்று கூறுகிறார். ஆனால், தொல்காப்பியரின் தொழில்முதல்நிலைகள் பாணினியின் காரகத்திலிருந்து பெரிதும் வேறுபட்டவை. முற்றிலும் பொருண்மை அடிப்படையில் அமைந்தவை தொழில் முதல்நிலைகள். அவற்றின் பெயர்களால் பொருள் விளங்குபவை. ஆனால், பாணினியின் காரகங்களின் வரைவிலக்கணங்களை ஆராய்ந்தால் அவை பல்வகை இலக்கணக் கூறுகளின் அடிப்படையில் விளக்கப்படுவது புரியும்.

பாணினி ஆறு காரகங்களை வகுக்கிறார். அவை அபாதான (நீக்கப்பொருள்), சம்பிரதான(கொடைப்பொருள்), கரண (கருவி), அதிகரண(இடப்பொருள்), கர்மன் (செயப்படுபொருள்), கர்த்தா (வினைமுதல்) ஆகியவை. இக்காரகங்கள் பொருண்மைநிலைக்கும் விதிகளால் உருவாகும் இலக்கணவடிவமைப்பிற்கும் இடைப்பட்டநிலையே (4.3.). தொல்காப்பியம் பேசும் தொழில் முதல்நிலை போல முற்றிலும் பொருண்மைநிலைக்கு உரியவை அல்ல (4.2.). அவை பலவகைக் கூறுகளின் அடிப்படையில் வரையறுக்கப்படுகின்றன.

1. சொற்களிடையே உள்ள உறவின் அடிப்படையிலான பொருண்மைக் கூறு, சொல்லின் பொருண்மைக் கூறுகள்.
2. இலக்கணக் கூறுகள்,
3. கருத்தாடலில் வரும் தொடர்புக்கூறுகள் (*co-referential features in discourse*)
4. வாக்கிய உறவுகள்
5. மொழிவழக்கு

ஆகியவற்றின் அடிப்படையில் காரகங்கள் வரையறுக்கபடுகின்றன (ஓ.நோ. சிங்.1974:295, 296). எடுத்துக்காட்டாக அபாதான காரகம் 'நீக்கப்பொருளுடன் தொடர்புடைய நிலையான ஒன்று' (அ.1.4.24) என வரையறுக்கப்படும்பொழுது சொற்பொருள் உறவு (*relational semantic feature*)அடிப்படையாகிறது. அபாதானக் காரகமே அச்சப் பொருள் தரும் வினைகளின் செயப்படுபொருளாகவும் வரையறுக்கபடுகிறது. (அ.1.4.25). இங்குச் சொற்பொருண்மைக் கூறு (*lexical semantic feature*) பயன்படுகிறது.

சில காரகங்கள் வினைகள் ஏற்கும் முன்னொட்டுக்களின் அடிப்படையில் வரையறுக்கப்படுகின்றன. *ஷீ* 'படுத்தல்' *ஸ்தே* 'நிற்றல்' *அஸ்* 'உட்கார்தல்' ஆகிய வினைகள் முன்னொட்டுகள் இன்றி இடப்பொருட் காரகமாகிய அதிகரணத்தை உணர்த்தும். ஆனால், அவ்வினைகளுடன் *அதி* என்ற முன்னொட்டு சேரும்பொழுது கர்மன் அல்லது செயப்படுபொருளை உணர்த்தும்.

தேவதத்தா பூமௌ ஷேதே

'தேவத்தன் தரையில் படுக்கிறான்' என்ற வாக்கியத்தில் பூமி என்ற பெயர் அதிகரண காரகமாகும். ஆனால், *தேவதத்தா பூமிம் அதிஷேதே* 'தேவதத்தன் தரையில் படுக்கிறான்' என்ற வாக்கியத்தில் *அதி* என்ற முன்னொட்டு சேர்வதால் அது கர்மன் அல்லது செயப்படுபொருளாகிறது.

இரு வாக்கியங்களுக்கு இடையே உள்ள பொருள் தொடர்பு, வழக்கின் அடிப்படையிலும் காரகம் நிர்ணயிக்கப்படுகிறது. கொடைப்பொருளுக்குரிய சம்பிரதான நீக்கப்பொருளுக்குரிய *அபாதான* ஆகியவை சில சமயம் கர்ம காரகத்தைக் (செயப்படு பொருள்) குறிப்பிடுகின்றன.

புத்ரம் பூதே தர்மம் 'புத்திரனுக்குத் தர்மத்தை விளக்குகிறார்' இவ்வாக்கியத்தில் சம்பிரதானப் பொருளுக்குரிய *புத்ர* என்ற சொல் கர்மன் அல்லது செயப்படுபொருளாக வருகிறது *(அ.1.4.51).*

காரகங்கள் விபக்திகள் எனப்படும் வேற்றுமை உருபுகளால் சுட்டப்படுவது மட்டுமன்றி வினைவிகுதிகள், சொல்லாக்க விகுதிகள், தொகைச்சொற்கள் மூலமாகவும் வரையறுக்கப்படுகின்றன.

சாத்ரோ வேதம் அதீதே *'மாணவன் வேதம் படிக்கிறான்'*

என்ற வாக்கியத்தில் கர்த்தா வினையுடன் வரும் – *தே* என்ற விகுதியாலும் கர்மன் ஆகிய செயப்படுப்பொருள் – *அம்* என்ற வேற்றுமை உருபாலும் குறிக்கப்படுகின்றன. ஆனால்,

சாத்ரெணா வேதோ தீதஹ: 'மாணவனால் வேதம் படிக்கப்பப்படுகிறது'

என்ற வாக்கியத்தில் வினையுடன் வரும் –த– என்ற (தீதஹ:) ஆக்க விகுதி கர்மனைக் குறிக்க, மூன்றாம் வேற்றுமை உருபு–இன கர்த்தாவைக் குறிக்கிறது. *ஸ்ரோத்ரு* 'கேட்பவன்' என்ற சொல்லில் *ஸ்ரு* 'கேள்' என்ற வினையடியுடன் சேர்க்கப்படும் *த்ரு* விகுதி கர்த்தாவைக் குறிக்கிறது.

விபக்திகள் எனப்படும் வேற்றுமை உருபுகளில் ஓர் உருபு பல காரகங்களைக் குறிக்கலாம். ஒரு காரகம் பல உருபுகளால் குறிக்கப்படலாம். ஒரே பொருள் நிலை உறவு ஒன்றுக்கு மேற்பட்ட காரகங்களாலும் விபக்திகளாலும் குறிப்பிடப்படலாம். எடுத்துக்காட்டாக *திவ்* 'சூதாடு' என்ற வினை கரணம் 'கருவி' கர்மன் 'செயப்படுபொருள்' ஆகிய இரு காரகங்களால் முறையே மூன்றாம்,இரண்டாம் விபக்திகளால் குறிக்கப்படலாம். (அ.1.4.42,43).

அக்ஷேர் திவ்யதி 'அவன் சூதாடுகிறான்' – கரணம்

அக்ஷான் திவ்யதி 'அவன் சூது கொண்டு ஆடுகிறான்' – கர்மன்

விபக்திகள் காரகப் பொருள்களில் மட்டுமன்றி மற்ற பொருள்களிலும் பயன்படுவதால் காரக விபக்திகள் என்றும் உபபத விபக்திகள் என்றும் பிரிக்கப்படுகின்றன.

ஒப்பீடு

தொல்காப்பியர், பாணினி இருவரும் வேற்றுமை ஆய்வுக்குச் சிறப்பிடம் கொடுத்தாலும் இருவருடைய ஆய்வு நோக்கமும் அவற்றை நூலில் பயன்படுத்தும் முறையும் விளக்கமுறைகளும்(4.2.) வேறுபடுகின்றன.

தொல்காப்பியர் வேற்றுமை உருபுகள் அல்லது புறவேற்றுமை வடிவத்தில் தொடங்கி, இன்றைய வேற்றுமையியல் ஆய்வாளார், புதைவேற்றுமை எனக் கூறுவனவற்றுடன் ஒப்பிடத்தக்க வேற்றுமைப் பொருள்களாகிய *தொழில்முதல்நிலைகளில்* (தொல். சொல்.112) முடிக்கின்றார். பாணினி *காரகங்கள்* எனப்படும் புதைநிலைக்குரிய கருத்துக் கூறுகளில் தொடங்கி விபக்திகள் எனப்படும் வேற்றுமை வடிவங்களில் முடிக்கிறார் (ஓ.நோ. கிபார்ஸ்கி, ஸ்டால் 1969). இவ்வேறுபாடு மட்டுமன்றித் தொல்காப்பியரின் வேற்றுமைக் கொள்கையும் பாணினியின் வேற்றுமைக் கொள்கையும் பெரிதும் வேறுபடுகின்றன. இவ்வேறுபாடுகள் இவ்விருவரின் ஆய்வு நோக்கங்கள், மொழியமைப்புப் பற்றிய கொள்கைப் பின்னணி இவற்றை அடிப்படையாகக் கொண்டவை.

தொல்காப்பியரின் வேற்றுமை ஆய்வின் நோக்கம் வாக்கிய அமைப்பைப் புறநிலையிலும் பொருண்மைநிலையிலும் விளக்குதல் (5.2). உருபேற்காத பெயர், –ஐ முதலிய உருபேற்கும் பெயர்த்தொடர்களின் அடிப்படையில் வாக்கியத்தின் புற அமைப்பும் தொழில்முதல்நிலைகள் மூலம் வினைப்பயனிலை வாக்கியத்தின் பொருண்மை அமைப்பும் விளக்கப்படுகின்றன.

தொழில்முதல்நிலைகளோடு ஒப்பிடத்தக்க காரகங்களைப் பாணினி வகுப்பதன் நோக்கம் பெயர்களுடனும் வினைகளுடனும் வரும் ஒட்டுக்கள் வருவதற்குரிய நிபந்தனைகளை உருவாக்குதல் (Cardona, 1976:218). காரகக் கொள்கை பாணினியின் சொல் உருவாக்க அமைப்பிற்கு (derivational system) அடிப்படையானது (Cardona 1976:215). தொல்காப்பியரின் வேற்றுமை இலக்கணக் கொள்கையும் தொழில் முதல்நிலைகளும் பெயர்களோடும் வேற்றுமை உருபுகளோடும் மட்டும் தொடர்புடையவை. ஆனால், பாணினியின் காரகங்கள் மேலே (5.3)-ல், பார்த்தது போல வினைவிகுதிகள், சொல்லாக்க விகுதிகள் போன்றவற்றுடனும் தொடர்புபடுத்தப்படுகின்றன.

தொல்காப்பியரின் தொழில்முதல்நிலைகளும் பாணினியின் காரகங்களும் மேலோட்டமாகப் பார்க்கும்போது ஒப்பிடத்தக்கவை எனினும் அவற்றின் வரைவிலக்கண அடிப்படையில் அவை பெரிதும் வேறுபடுகின்றன. தொழில் முதல்நிலைகள் முற்றிலும் பொருண்மைநிலைக்கே உரியவை. அவற்றின் பெயர்களாலேயே பொருள் விளங்குபவை. ஆனால், காரகங்கள் முற்றிலும் பொருண்மைநிலைக்கு உரியவை அல்ல; பல்வகை இலக்கணக் கூறுகளையும் இணைத்து வரையறுக்கப்படுபவை என்பதை மேலே (5.3)இல் கண்டோம். அவை பொருண்மை – தொடர்நிலை (syntatico-semantic) ஆகிய இரண்டும் இணைந்த மொழி அமைப்பு நிலைக்கு உரியவை. பொருண்மை நிலைக்கும் வடிவமைப்பு நிலைக்கும் இடைப்பட்டநிலை (கார்டோனா, 1976:212). சாம்ஸ்கியின் (1957, 1965) புதைநிலையோடு ஒப்பிடத்தக்கவை. ஆனால், தொழில்முதல்நிலைகள் ஃபில்மோர் (1968, 1971) விளக்கும் புதைவேற்றுமைகளோடு ஒப்பிடத்தக்கவை

யாதன் உருபிற் கூறிற்றாயினும்
பொருள்செல் மருங்கின் வேற்றுமை சாரும்

(தொல்.சொல்.106)

என்ற தொல்காப்பிய விதி பொருண்மை அடிப்படையிலேயே வேற்றுமை வகுக்கப்படும்; உருபு வேறுபாட்டினால் அல்ல எனக் கூறுகிறது. ஆனால் அஷ்டாத்தியாயீயின்படி, இடப்பொருள் வினையுடன் சேரும் ஒட்டுகளின் அடிப்படையில், *அதிகரணம், கர்மன்* ஆகிய இரு காரகங்களை உணர்த்துவதை மேலே (5.3)இல் கண்டோம்.

தொல்காப்பியர் தொழில்முதல்நிலைகளை வேற்றுமை மயங்கியலில் வகுத்தாலும் பின்னர் வினையியலில் பெயரெச்ச இலக்கணம் கூறுவதற்கும் (தொல்.சொல்.234)

வாக்கிய அமைப்பில் புறநிலை எழுவாயாக வரும் வேற்றுமை புதைநிலையில் செயப்படுபொருளாக வரும் என்பதை விளக்கவும் பயன்படுத்துகிறார்.

பெயரெச்சங்கள் புற நுலையில் பெயரெச்சம்+பெயர் (வந்த கண்ணன்) என்ற அமைப்பை உடையன என்றாலும் இருவாக்கியங்களின் உறவால் வருபவை. *நான் நேற்று வந்த கண்ணனைப் பார்த்தேன்* என்ற வாக்கியம் புதைநிலையில் *கண்ணன் நேற்று வந்தான் நான் கண்ணனைப் பார்த்தேன்* என்ற இரு வாக்கியங்களின் உறவால் உருவான கூட்டு வாக்கியம். இந்தப் புதைநிலை உறவை தொல்கப்பியர் வேற்றுமை மயங்கியலில் கூறப்பட்ட தொழில் முதல்நிலைகள் எட்டனுள் ஆறன் அடிப்படையில் வருவதாகப் பின் வரும் நூற்பாவின் மூலம் விளக்குகிறார்.

> நிலனும் பொருளும் காலமும் கருவியும்
> வினைமுதற் கிளவியும் வினையும் உட்பட
> அவ்வறு பொருட்கும் ஓரன்ன உரிமைய
> செய்யும் செய்த என்னும் சொல்லே (தொல்.சொல்.234)

வாழ்ந்த வீடு என்பது நிலம், *கட்டிய வீடு* என்பது செயப்படுபொருள், *கண்விழித்த இரவு* என்பது காலம், *வெட்டிய கத்தி* என்பது கருவி, வந்த *கண்ணன்* என்பது வினைமுதல் *பேசிய பேச்சு* என்பது வினை ஆகிய தொழில் முதல்நிலைகளைப் புதைநிலையில் கொண்டுவருவன. இதனை உட்கொண்டே மேற்கூறிய நூற்பாவைத் தொல்காப்பியர் அமைத்துள்ளார். இதற்கு மேலாகப் புதைநிலைச் செயப்படுபொருள் புறநிலையில் வினைமுதல் *(செய்தது)* போல வழக்கினுள் பயன்படுகிறது என்பதை

> செயப்படுபொருளைச் செய்தது போலத்
> தொழிற்படக் கிளத்தலும் வழக்கியல் மரபே (தொல்.சொல்.246)

என்ற நூற்பாவில் கூறுகிறார். *திண்ணை மெழுகிற்று, கதவு திறந்தது* போன்ற வாக்கியங்களுள் *திண்ணை, கதவு* ஆகியவை வினை முதல் (செய்தது) போல எழுவாயாய்ப் பயன்படுத்தப் பட்டாலும் அவை பொருள்நிலையில் செயப்படுபொருள்களே; திண்ணையை யாரோ ஒருவர் மெழுக வேண்டும். கதவை ஒருவர் திறக்க வேண்டும். அவை உயிரற்ற அஃறிணைப் பொருள்கள் ஆகையால் தாமே செயல்படமுடியாது, எனினும் வழக்கில் அவ்வாறு வினைமுதல் போல் எழுவாயாகப் பயன்படுத்தப் படுவதைத் தொல்காப்பியர் சிறப்பாக எடுத்துக்காட்டுகிறார்.

இப்பொருள்நிலை, புறநிலை வேறுபாட்டைப் பாணினியும் உணர்ந்திருந்தாலும் அதை வேறுவிதமாகக் கூறுகிறார்.

தேவதத்தன் மரத்தைப் பிளக்கிறான்

மரம் பிளந்தது

ஆகிய இருவாக்கியங்களிலும் *மரம்* பொருள் நிலையில் செயப்படுபொருளே; ஆனால், அஷ்டாத்தியாயீ இரண்டாவது வாக்கியத்தில் வரும் மரத்தை ஒரு வகையான கர்த்தாவாக வரையறுக்கிறது.

"கர்த்தா வினையின் செயலால் கர்மன் (செயப்படுப்பொருள்) போலப் பாதிக்கப்படுவது கர்மகர்த்தா" (அ.3.1.87) என வகுக்கிறது. தொல்காப்பியர் 'செயப்படுபொருள் வினைமுதல் போல வழக்கில் வினையேற்கிறது', என விளக்குவதைப் பாணினி, கர்த்தா, கர்மன் போல வினையால் பாதிக்கப்படுகிறது, என விளக்குவது நுண்ணிய பார்வை வேறுபாடாகும். தொல்காப்பியரின் தொழில் முதல்நிலைகள் முற்றிலும் பொருண்மை நிலைக்குரியவை என்பதையும் பாணினியின் காரகங்கள் புறநிலை அமைப்பையும் உட்கொண்டு வகுக்கப்படுபவை என்பதையும் இது தெளிவாக்குகிறது.

தொல்காப்பியத்திற்கும் அஷ்டாத்தியாயீயிக்கும் உள்ள மற்றொரு அடிப்படை வேறுபாடு தொல்காப்பியர் வினையைத் தொழில்முதல்நிலைகளுள் ஒன்றாகச் சேர்த்திருப்பது (தொல். சொல்.112). காரகக் கொள்கையில் வினைப்பயனிலையோடு பெயர்த்தொடர்களுக்கு உள்ள உறவுகளே காரகங்கள். தொழில்முதல்நிலைகள் தொழில் அல்லது வினையை அடிப்படையாகக் கொண்ட வாக்கியத்தில் வரக்கூடிய பொருண்மை நிலைகள். அதன் அடிப்படையில் வாக்கியத்தின் உறுப்புகள். தலைமை அமைச்சரின் அமைச்சரவையில் அவரும் ஓர் அமைச்சர் என்பது போல வினைப்பயனிலை வாக்கிய அமைப்பில் வினையும் ஓர் உறுப்பாகும். (ஓ.நோ. பாலசுப்பிரமணியன் 1978, 2001:65–81). காரகங்களுக்கும் தொழில்முதல்நிலைகளுக்கும் உள்ள இவ்வேறுபாடு முக்கிய மானதாகும். தொழில்முதல்நிலைகளின் எண்ணிக்கை காரகங்களின் எண்ணிக்கை அவை காட்டும் பொருண்மை ஆகியவற்றிலும் வேறுபாடுகள் உள்ளன.

வ. எ.	பொருண்மை/ புதைநிலைக் கருத்துகள்	தொல்காப்பியரின் தொழில் முதல்நிலை	அஷ்டாத்தியாயீயின் காரகங்கள்
1	தொழில்	வினை	. . .
2	செய்பவன்/ வினைமுதல்	செய்வது	கர்த்தா
3	செயப்படுபொருள்	செயப்படுபொருள்	கர்மன்
4	கருவி	கருவி	கரணம்
5	கொடைப்பொருள்	இன்னதற்கு	சம்பிரதானம்
6	நீக்கம்	. . .	அபாதான
7	இடப்பொருள்	நிலம்	அதிகரண
8	காலம்	காலம்	. . .
9	பயன்	இதுபயனாக	. . .

தொல்காப்பியர் வேற்றுமையியலில் பேசும் பொருண்மைகளில் சில தொழில்முதல்நிலைகளில் சேர்க்கப் படவில்லை. ஐந்தாம் வேற்றுமைக்குரிய பொரு அல்லது ஒப்புப் பொருளும் நீக்கப்பொருளும் இங்கே சேர்க்கப்படவில்லை. நீக்கப்பொருள் நிலம் அல்லது இடத்தில் அடங்கும். நான்காம் வேற்றுமையின் கொடைப்பொருள் (“எப்பொருளாயினும் கொள்ளும் அதுவே” (தொல் சொல்.75) இன்னதற்கு என்ற தொழில்முதல்நிலையுள் அடங்கும். தொல்காப்பியத்தின் *காலம், இதுபயனாக* ஆகியவற்றுடன் ஒப்பிடத்தக்க காரகம் இல்லை. மேலே பார்த்தது போலப் பாணினியின் காரகங்கள் முற்றிலும் பொருண்மைநிலைக்கு உரியவை அல்ல என்பதால் தொழில்முதல்நிலைகளிலிருந்து வேறுபடுகின்றன.

தொல்காப்பியர் வேற்றுமைகளை அவற்றின் உருபால் பெயரிட்டு, எண்களால் வரிசைப்படுத்துகிறார்.

இரண்டாகுவதே

ஐயெனப்பெயரிய வேற்றுமைக் கிளவி (தொல்.சொல்.71)

மூன்றாகுவதே

ஒடுவெனப் பெயரிய வேற்றுமைக் கிளவி (தொல்.சொல்.72)

என உருபுகளால் பெயரிட்டுக் கூறி, பின் *இரண்டாவது, மூன்றாவது* என வரிசைப் படுத்துகிறார். ஆனால், பாணினி,

வேற்றுமைக்குரிய மூன்றுமூன்றாக வரும் உருபுகளை எண் வரிசையால் மட்டுமே பிரதம 'முதல்', துவிதீய 'இரண்டாவது', த்ரிதீய 'மூன்றாவது' என வகைப்படுத்துகிறார்.

தொல்காப்பியத்திற்கும் அஷ்டாத்தியாயீயிக்கும் வேற்றுமை இலக்கணம் கூறுவதில் சில ஒற்றுமைகளும் உள்ளன. எழுவாய் என்ற சொல் இன்றைய தமிழில் ஆங்கிலச் சொல்லான subject என்ற பொருளில் பயன்படுகிறது. ஆனால், தொல்காப்பியர் முதல் என்ற பொருளிலேயே இறுவாய் என்ற சொல்லின் எதிர்ச்சொல்லாகப் பயன்படுத்துகிறார் (ஒ.நோ. பாலசுப்பிரமணியன் 2017: 17–52). அவ்வாறே *பயனிலை* என்ற சொல்லை (தொல்.சொல்.61) இன்றைய வழக்கில் உள்ளது போல ஆங்கிலச் சொல் predicate என்பதற்கு இணையாகப் பயன்படுத்தாமல் 'பெயரின் பயன்-நிலைபெறும் இடம்' என்ற பொருளில் பயன்படுத்துகிறார்.[4] அஷ்டாத்தியாயீ காட்டும் வாக்கிய அமைப்பிலும் எழுவாய்-பயனிலை அமைப்பு காணப்படவில்லை. இந்நூல்களிடையே உள்ள இன்னொரு ஒற்றுமை தொல்காப்பியரின் தொழில்முதல்நிலைகளும் பாணினியின் காரகங்களும் வேற்றுமைப் பொருள்கள் முழுவதையும் உட்கொள்ளவில்லை. வேற்றுமையியலில் கூறப்படும் எல்லாப் பொருள்களையும் தொழில்முதல்நிலைகளில் அடக்க இயலாது. அவ்வாறே விபக்திகளின் பொருள்கள் காரகங்களுக்குள் அடங்கவில்லை. அதன் அடிப்படையில் விபக்திகள் *காரக விபக்தி*எனவும் *உபபதவிபக்தி*எனவும் பிரித்து விளக்கப்படுகின்றன. *(Singh 1974:278).*

6. முடிவுரை

இதுவரை விளக்கப்பட்ட செய்திகள் தொல்காப்பியமும் பாணினியின் அஷ்டாத்தியாயீயும் முற்றிலும் வேறுபட்ட இரு இலக்கண மரபுகளுக்குரியவை என்பதைக் காட்டுகின்றன. இம்முடிவு தொல்காப்பியத்தில் வடமொழி இலக்கண மரபின் தாக்கமே இல்லை என்று கூறுவதாகாது. தொல்காப்பியர் வடமொழி இலக்கண மரபை அறிந்தவர் என்பதற்குத் தொல்காப்பியத்திலேயே சான்றுகள் உள்ளன. பனம்பாரனார் எழுதிய தொல்காப்பியச் சிறப்புப்பாயிரம் தொல்காப்பியரை "ஐந்திரம் நிறைந்த தொல்காப்பியன்" என்று கூறுகின்றது. பேராசிரியர் பர்னல் (1976 (1875): 31) தன்னுடைய ஐந்திரவியாகரணம் பற்றிய நூலில் வடமொழி இலக்கண நூல் காதந்திரமும், தமிழ்த் தொல்காப்பியமும் ஐந்திரவியாகரண மரபைப் பின்பற்றியன என்றும், ஐந்திர மரபு பாணினீய மரபிற்குக் காலத்தால் முந்தையது என்றும் கூறுகின்றார். தொல்காப்பியர் சூத்திரம்

(தொல். பொருள். 470 –1) பிண்டம் (தொல். பொருள். 470, 4) படலம் (தொல்.பொருள். 473.2) போன்ற வடமொழி இலக்கணக் கலைச்சொற்களைப் பயன்படுத்துகின்றார். மேலும், தமிழ் மரபிற்கும் வடமொழி மரபிற்கும் உள்ள வேறுபாட்டையும் ஒத்த பகுதியையும் எடுத்துக்காட்டுகின்றார்.[5] எனவே, தொல்காப்பியர், ஐந்திர மரபோ அல்லது 'மறை' என்று குறிப்பிடுவதால் நால்வேத பிராதிசாக்கியங்களின் மரபோ அறிந்திருந்தார் என்பதில் ஐயமில்லை. அதன் தாக்கம் தொல்காப்பியத்தில் உள்ளமை வேற்றுமைகளை வரிசைப்படுத்தி எண் கொடுப்பதில் இருந்திருக்கக் கூடும் என்பது முன்னுரையில் (1.2) கூறப்பட்டது. தொல்காப்பிய மரபு ஐந்திர மரபைச் சேர்ந்ததாகக் கருதப்படும் காதந்திரம் என்ற நூலின் மரபிலிருந்தும் வேறுபட்டது என்பதை *தொல்காப்பிய இலக்கணமரபு 2017:17−52* நூலின் முதற்கட்டுரை விளக்கியமை முன்னுரையிலேயே (1,5)இல் கூறப்பட்டது. குறிப்பாகத் தொல்காப்பியர் தொடரியல் அடிப்படையில் வேற்றுமைக்குச் சிறப்பிடம் கொடுத்து மூன்றியல்களில் விளக்கும் வேற்றுமை இலக்கணத்தை, காதந்திரம் சொல்லியலுக்குச் சிறப்பிடம் கொடுத்துப் பெயரியலின் பகுதியாக விளக்குகின்றது. இம் மரபினைப் பிற்கால இலக்கணமாகிய நன்னூலில் நாம் காண்கிறோம் (நன்னூல் 291–319).எனவே தொல்காப்பியத்தில் வடமொழி மரபின் தாக்கம் மேம்போக்கான புறக்கூறுகள் சிலவற்றில் காணப்படினும் அடிப்படை இலக்கணக் கொள்கை, இலக்கண கூறுகளுக்குத் தரப்பட்டுள்ள சிறப்பிடம், விளக்குமுறை உத்திகள் ஆகிய அனைத்திலும் தொல்காப்பிய மரபு தனித்து நிற்கின்றது என்பதில் ஐயமில்லை.

பின்னிணைப்பு

அத்தியாயம்	அஷ்டாத்தியாயீயின் அமைப்பு பேசப்படும் பொருள்	
1.	கலைச்சொற்களின் வரைவிலக்கணம், விளக்க விதிகள்	(1.1)
	ஆத்மனேபதம், பரஸ்மைபத விதிகள்	(1,3 12—77)
	காரகங்கள்	(1,4 23—55)
2.	தொகைகளின் வகையும் இலக்கணமும்	(2.1.3—2,38)
	காரகங்களுக்குரிய விபக்திகள்	(2,3.1—75)
	தொகைகளின் பால், எண் பாகுபாடு	(2.4.1—31)

வினைகளின் காலங் காட்டும் விகுதிகள் 3,4,5. அத்தியாயங்களில் பிரத்தியயங்கள் எனப்படும் ஒட்டுகள் ஆராயப்படுகின்றன. (4.1.2)

3. வினை விகுதிகள்

4. விபக்திகளின் அடிப்படை வடிவங்கள்

பெண்பாற் சொற்களின் வடிவாக்கம் (4.1.3–75)

தத்தித விதிகள் (4, 1, 76–5.4.67)

5. தத்தித விதிகள் (5.4–67 வரை)

தொகைபற்றிய விதிகள் (5.4. 68–160)

6. இரட்டித்தல், வேர்ச்சொற்களிலும் விகுதிகளிலும் வரும்

புணர்ச்சி மற்றும் (6.1.1–71)

இணைப்பு (juncture) (6.1–72–157)

ஸ்வர விதிகள் (6.1. 158–6.2.199)

தொகையிலக்கணம் (6. 7)

அங்காதிகாரம்--ஒட்டுக்கள் சேரும் அடிச்சொற்கள் பற்றிய விதிகள் (6.4.13–74)

7. அங்காதிகாரம் (தொடர்ச்சி)

8. இரட்டித்தல் விதிகள் (8.1.1–15)

சொல்வடிவாக்க விதிகள் (8.1.16–76)

திரிபாதி – அசித்த சந்தி விதிகள் (8.2,3,4)

அடிக்குறிப்பு

1. தொல்காப்பியப் பாணினீய ஒப்பீடுகளில் வேதாசல ஐயர் (1933) துரைசாமி (1972) ஆகியோர் கட்டுரைகள் எனக்குக் கிடைக்கவில்லை.

2. இக்கட்டுரை எழுதப்பட்ட பின், தொடர்ந்து செய்த ஆய்வுகளின் அடிப்படையில், தொல்காப்பியப் பொருளதிகாரம் செய்யுளியல் தவிர மற்ற இயல்களில் பேசுவது வடிவமைப்பால் கட்டுப்படாத மொழிப்பொருண்மை அமைப்பு; செய்யுளியல் மட்டும் யாப்பிலக்கணம், இலக்கிய இலக்கணம் பேசுகிறது என நிறுவியுள்ளேன் (பாலசுப்பிரமணியன் 1998, 2000: xiv-xxx, 2008: 77–106) பாலசுப்பிரமணியம்: 154–182).

3. இக்குறையைப் போக்கவே நன்னூலார் பதவியல் என ஓர் இயல் வகுத்துப் பகுபத இலக்கணம் கூறுகிறார். இது வினைமுற்றுக்களின் சொல்லியல் அல்லது உருபனியல் அமைப்பு ஆகும்.

4. முடிபு என்பதே தொல்காப்பியர் இன்றைய பயனிலை என்ற பொருளில் பயன்படுத்தும் சொல் (தொல். சொல்.51.204,207,230, 231). பின் பொருளதிகாரத்தில் உவமையின் வகைகளில் ஒன்றாகப் பயனிலை உவமம் (தொல்.பொருள்.272, 285) எனக் கூறுவதும் தொல்காப்பியர் வழக்கில், பயனிலை predicate என்ற பொருளில் வழங்கப்படவில்லை என்பதைக் காட்டும். மேலும் தொல்காப்பியர் வினைக்குப் பெயர் முடிபு என்றும் (தொல்.சொல்.429) பெயருக்கு வினை முடிபு (தொல்.சொல்.66) என்றும் கூறுவது அவர் அணுகுமுறையில் பெயர், வினை உறவு ஒன்றையொன்று தழுவுதல் (mutual dependancy) என்ற முறையில் அமைந்தது என்பதைக் காட்டுகிறது.

5. அகத்தெழு வளியிசை அரில்தப நாடி
அளபிற் கோடல் அந்தணர் மறைத்தே (தொல்.எழுத்து.102)
இன்பமும் பொருளும் அறனும் என்றாங்கு
அன்பொடு புணர்ந்த ஐந்திணை மருங்கில்
காமக் கூட்டம் காணும் காலை
மறையோர் தேஎத்து மன்றல் எட்டனுள்
துறையமை நல்யாழ்த் துணைமையோர் இயல்பே

(தொல்.பொருள்.89)

மேற்கோள் நுல்கள், கட்டுரைகள்

அகத்தியலிங்கம் ச. & பாலசுப்பிரமணியன்.க 1974 "தமிழ் இலக்கண மரபு", இலக்கண ஆய்வுக் கட்டுரைகள் அண்ணாமலைப் பல்கலைக் கழகம், அண்ணாமலைநகர்.

சுப்பிரமணியம் சி. 1982 "எழுத்தியல், பாணினீயம், தொல்காப்பியம்" – பதினான்காவது கருத்தரங்கு ஆய்வுக்கோவை தொகுப்பு –4. தொல்காப்பியச் சிந்தனைகள்: 181–186, இந்தியப் பல்கலைக்கழகத் தமிழாசிரியர் மன்றம்,அண்ணாமலைநகர்.

பாலசுப்பிரமணியன் க. 1972, "தொல்காப்பியரின் ஒலியனியல் கொள்கை" – ச. அகத்தியலிங்கம், க. முருகையன் (பதி.) தொல்காப்பிய மொழியியல் ப. 51–82, அண்ணாமலைப் பல்கலைக்கழகம், அண்ணாமலை நகர்.

பாலசுப்பிரமணியன் க. 2001 "தொல்காப்பியரின் பொருண்மையியல் கோட்பாடு", தொல்காப்பிய இலக்கண

மொழியியல் கோட்பாடுகள், ப.186–199, ப–ர் ஜீன்லாரன்ஸ், உலகத் தமிழாராய்ச்சி நிறுவனம், சென்னை.

பாலசுப்பிரமணியன் க. 2017 "தொல்காப்பிய இலக்கண மரபு, அரிமா நோக்கு பதிப்பகம், சென்னை.

மீனாட்சி கு. 1980 "அஷ்டாத்தியாயிலும் தொல்காப்பியத்திலும் உள்ள இலக்கணக் கோட்பாடுகள்" மொழியியல்–3, 97–120 அண்ணாமலைநகர்.

Ananthanarayana, H.S. 1976 *'Four Lectures on Pa:nini's Asṭa:dhya:yi:,* Annamalai University, Annamalai Nagar.

Anathanarayana, H.S. 1982"Tolkappiyam and Asṭa:dhyayi: A study", Paper Presented in the Seminar on *Indian Grammatical Tradition,* Tamil University, Thanjavur.

Anderson, J.H. 1971, *The Grammar of Case,* Cambridge University Press, Cambridge.

Balasubramanian, K.,1978 "The concept of sentence structure in Tolka:ppiyam" in *Studies in Early Dravidian Grammars* (p.23-38) Ed.S.Agesthialingom and N.Kumarswami Raja, Annamalai university, Annamalainagar.

Balasubramanian, K.,1981(a), *A Descriptive grammar of Tolkappiyam,* unpublished Ph.D., dissertation, Annamalai University, Annamalainagar.

Balasubramanian, K., 1982 "A comparative study of the grammatical Traditions represented in Tolkappiyam and Aṣta:dhya:yi" Paper presented in the *Seminar on Indian Grammtical Tradition,* Tamil University Thanjavur.

Balasubramanian, K., 1983, "Tolkappiyar's concept of grammar" - Paper presented in the *Seminar on what should go into a grammar* C.I.I.L, Mysore.

Balasubramanian, K., 2001(a), *Studies in Tolkappiyam,* Annamalai University Annamalainagar.

Burnell, A. C 1875 (1976) *On the Aindra school of Sanskrit Grammarians,* second edition 1976. Bhakt Bharathi, Varansi.

Cardona, George 1976, *Pa:nini, A survey of Research,* Moutoa, The Hague, Paris.

Chomsky, N. 1957, *Syntactic structures,* Mouton: The Hague.

Chomsky, N. 1965 *Aspects of the Theory of Syntax*. The M.I.T. Press, Massachusettes.

Duraiswami, K. 1972 "The Case: Tolkappiyam and Pa:nini a comparative study", *Kurukshetra University Research Journal*, 4 : 119-129.

Fillmore, C. J. 1968 "Case for case" in *Universals in Linguistic Theory*, Bach, E. & T. Harms. (Ed.) Holt, Rinehar and Winston, Newyork

Fillmore, C. J. 1971 "Some problems for case grammar", *working papers in Linguistic*, Ohio State University, No.10, (Ed.) C.J. Fillmore.

Gleason, H.A. 1967, (1955), *An introduction to Descriptive Linguistics*, Holt, Rhinehart and Winstion, New York.

Hockett, C. F. 1958, *A Course in Modern Linguistics*, McMilllan, New york.

Kiparsky, Paul &Stall, J.F. 1969 "Syntactic and Semantic relations in Panini" in *Foundations of Language:* 5:83-117,

Meenakshi, K. 1980 "Sandhi in Tolkappiyam and Aṣta:dhya:yi", *A: yvukko:vai* Annamalainagar, Annamalai University.

Meenakshi, K. 1972 (a) *Treatment of nouns in Aṣta:dhya:yi and Tolka:ppiyam*, Unpuhlished Post doctoral Research work, Annamalai University.

Meenakshi, K. 1972 (b) "Treatment of compounds in Astadhyayi and Tolkappiyam" in *Na:nka:vatu Karuttarauku Malar*, Proceedings of 4th Conference of All India University Tamil Teachers Association Department of Tamil Kerala University, pp. 469-74.

Meenakshi, K. 1973 Treatment of finite verb in Astadhyayi and Tolkappiyam" in Aindavatu Karuttaranku *Ayuukkovai*, Dept. of Tamil, Presidency College Madras, pp.746-521.

Misra, Vidya Niwas 1966, *The Descriptive Technique of Pa:nini*, Mouton, The Hague, paris.

Murugaiyan.K 1973 "Did Tolkappiyar Translate Pa:ṇiṉi 'Siksa'" in Aintavatu Karuttaranku *A:yvukko:vai* PP.599-606, Madras.

Pike, K.L. 1967 *Language in Relation to a Unified Theory of the structure of Human Behaviour*, Mouton & Co.,The Hague, Paris.

Rajam, V.S. 1981, *A comparative study of Two Ancient Indian Grammatical Traditions: The Tamil Tolkappiyam Compared with Sanskrit RK. Pratisakhya, Taittiriya Pratisakhya, Apisali Siksha, and the Aṣta:dhya:yi* Ph.D. dissertation of University of Pensylvania.

Robins R.H., 1967 *A Short Histroy of Linguistics,* Longmans, London.

Singh, J.D, 1972, "Pa:nini's theory of Language" *IJDL,* 1 : 80-96

Singh, J.D, 1974, "Pa:nini 'theory of Ka:rakas" *IJDL,* 3 : 287 – 320.

Subrahmaniyam, P.S. 1981, "Pa:ṇini's use of semantics" paper presented in the International seminar on Pa:ṇini held under the auspices of the Centre of Sanskrit Univesity of Poona, Pune.

Subrahmanya Sastri, P.S. 1934 *History of Grammatical Theories in Tamil,* The journal of Oriental Research, Madras.

Subrahmanya Sastri, P.S. 1945, (1979), *Tolkappiyram Collati Karam with an English commentary,* Annamalai University, Annamalainagar.

Van Nooten, B.A. 1969 "Pa:ṇini's Theory of verbal meaning", *Foundations of Language* – 5: 242-255

Vasu, S.C 1962 1891 *The Aṣnta:dhya:yi of Pa:nini* vol I & II, Motilal Banarsidass, Delhi.

Vethachala Iyear P.S. 1933 "The Sources of Tolkapiyam" *Journal of Oriental Research,* 7 : 53-58, Madras.

Zvelebil V. Kamil, 1974, *Tamil Literature,* Otto Harrasso-witz, Wiesbadon

அ.	—	அஷ்டாத்தியாயீ
ஒ. நோ.	—	ஒப்பு நோக்குக
தொல். எழுத்து	—	தொல்காப்பியம் எழுத்ததிகாரம் இளம்பூரணர் உரை
தொல். சொல்	—	தொல்காப்பியம் சொல்லதிகாரம் சேனாவரையர் உரை
தொல். பொருள்	—	தொல்காப்பியம் பொருளதிகாரம் இளம்பூரணர் உரை

17

தமிழ், சமஸ்கிருதம், பாலி இலக்கண உறவு

ரா. ராமச்சந்திரன்

தமிழ், சமஸ்கிருதம், பாலி மரபிலக்கணங்களுக்கு இடையேயான உறவை வெளிக்காட்டும் வகையில் ஒப்பீட்டு ஆய்வுகள் நிகழ்த்தப்பெற்றுள்ளன. தமிழுக்கும் சமஸ்கிருதத்திற்கும் இடையேயான ஒப்பீடுகளில் 'தொல்காப்பிய'மும் 'வீரசோழிய'மும் 'அஷ்டாத்யாயீ'யோடு வைத்துநோக்கப்பெற்றுள்ளன. பி.சி. ராமானுசாச்சாரி (1978), கு. மீனாட்சி (1980), சா. தண்டபாணி தேசிகர் (1982) ஆகியோரின் கட்டுரைகள், தமிழ் 'தொல்காப்பிய'த்தையும் சமஸ்கிருத 'அஷ்டாத்யாயீ'யையும் ஒப்பிட்டு ஆய்ந்துள்ளன. புத்தமித்திரனாரின் 'இலக்கணக் கோட்பாடு' (1985) என்ற கட்டுரையும் 'வீரசோழிய இலக்கணக் கோட்பாடு' (1992), 'தமிழ், சமஸ்கிருத இலக்கண மரபுகள்' (2015) முதலான நூல்களும் 'வீரசோழியம்', 'அஷ்டாத்யாயீ' இடையேயான ஒப்பீட்டை மேற்கொண்டுள்ளன.

இவ்வாய்வுகள் எல்லாம் 'தொல்காப்பியம்', 'வீரசோழியம்' ஆகியவற்றிற்கும் 'அஷ்டாத்யாயீக்கும் இடையேயான இலக்கண உறவைக் காட்டவல்லன வாக உள்ளன. இவ்வாய்வுக் களத்தில் சமஸ்கிருத நூலான 'அஷ்டாத்யாயீக்கும், 'தொல்காப்பியம்', 'வீரசோழியம்' ஆகியவற்றிற்கும் இடையேயான

உறவு வெளிக்காட்டப்பட்டதைப் போன்று 'தொல்காப்பிய'த்திற்கும், 'வீரசோழிய'த்திற்கும், 'கச்சாயனம்' எனும் பாலி மரபிலக்கணத்திற்கும் இடையேயான உறவை 'வீரசோழிய இலக்கணக் கோட்பாடு' (1992) எனும் நூலும் 'தொல்காப்பிய'த்திற்கும் 'கச்சாயன'த்திற்கும் இடையேயான ஒலியனியல் உறவைத் 'தொல்காப்பியம்', 'கச்சாயனம்' – ஒலியனியல் ஒப்பீட்டாய்வு' (2011) என்ற ஆய்வும் வெளிக்காட்டுவனவாக உள்ளன. இக்களத்தில் 'வீரசோழிய'த்தைச் சிங்கள மரபிலக்கண நூலான 'சித்தசங்கரவா'வோடு ஒப்பிட்டுத் தமிழுக்கும் சிங்களத்திற்கும் இடையே யான இலக்கண உறவைக் காட்டியுள்ளது 'தமிழ், சிங்கள இலக்கண உறவு' (1999) எனும் நூல்.

இத்தகைய ஒப்பீட்டுப் போக்கில் நிகழ்த்தப்பெற்ற இவ்வாய்வுக் களங்களோடு 'மொக்கல்லானம்' எனும் பாலி மரபிலக்கண நூலைத் 'தொல்காப்பியம்', 'அஷ்டாத்யாயீ', 'வீரசோழியம்' ஆகியவற்றுடன் ஒப்பிட்டுப் பாலிக்கும் சமஸ்கிருதத்திற்கும், பாலிக்கும் தமிழுக்கும், தமிழுக்கும் சமஸ்கிருதத்திற்கும் இடையேயான இலக்கண உறவை வெளிக்காட்ட விழைகிறது இக்கட்டுரை. இவ்வொப்பீட்டின் தேவையை 'இலக்கணவியல் மீக்கோட்பாடும் கோட்பாடுகளும்' (2010) எனும் நூல் கீழ்வருமாறு கூறுகிறது.

கி.பி பன்னிரண்டாம் நூற்றாண்டில் முதல் பராக்கிரமன் (1153 – 1186) காலத்தில் இலங்கையில் அனுராதபுரத்தில் வாழ்ந்த மொக்கல்லானர் என்பவரும் 'கச்சாயன வியாகரண'த்தைத் தழுவி சிங்கள இலக்கணமொன்று எழுதியுள்ளார். அவ்விலக்கணத்தில் பாலி இலக்கணச் சிந்தனைகளோடு 'அஷ்டாத்யாயீ', 'காதந்திரம்', 'சந்திர வியாகரணம்' ஆகிய சமஸ்கிருத இலக்கணச் சிந்தனைகளையும் இந்நூலாசிரியர் பின்பற்றியுள்ளார். தேரா மொக்கல்லானரின் 'சத்தலக்கண'த் தையும் (மொக்கல்லானம்), புத்தமித்திரனாரின் 'வீரசோழிய'த்தையும் 'சித்த சங்கரவா' என்ற இலக்கண நூலையும் ஒப்பிட்டு ஆய்வோமேயானால் தமிழ் இலக்கண மரபின் மற்றொரு பரிமாணத்தை நாம் அறிந்துகொள்ள இயலும் (2010, பக். 284 – 285).

இதில் 'மொக்கல்லானம்' என்ற நூலின் தோற்றமும் தமிழோடான அதன் ஒப்பீட்டுத் தேவையும் 'மொக்கல்லான'த்திற்கும் சமஸ்கிருத மரபிலக்கணங்களுக்கும் இடையேயான உறவும் சுட்டிக்காட்டப் பெற்றுள்ளன. இவ்வடிப்படையில் மொக்கல்லான வேற்றுமைத்தொகை தமிழ், சமஸ்கிருத மரபிலக்கணங்களோடு ஒப்பிடப்பெற்றுத் தமிழுக்கும்

சமஸ்கிருதத்திற்கும், தமிழுக்கும் பாலிக்கும் இடையேயான இலக்கண உறவை வெளிக்காட்ட விழைகிறது இக்கட்டுரை.

தமிழ், சமஸ்கிருத, பாலி மரபிலக்கண வேற்றுமைத்தொகை

மொக்கல்லான சொல்லதிகாரம் வேற்றுமையியல், தொகையியல், பெயர்கள் ஏற்கும் முன்னொட்டுக்கள், பின்னொட்டுக்கள், வினையியல் ஆகிய இயல்களைக் கொண்டுள்ளது. மொக்கல்லான தொகையியல் நூற்றுப்பத்து நூற்பாக்களைக் கொண்டது. மொக்கல்லானம் தொகை வகைப்பாடுகளாக இடைச்சொல்தொகை, வேற்றுமைத் தொகை, பண்புத்தொகை, எண்ணுத்தொகை, உம்மைத் தொகை, அன்மொழித்தொகை ஆகியவற்றைக் கூறுகின்றது. இவ்வியலில் *10, 12, 13* ஆகிய நூற்பாக்கள் வேற்றுமைத்தொகையைப் பற்றி விவரிக்கின்றன. மொக்கல்லான தொகையியல் பத்தாவது நூற்பா அம்(ங்) என்னும் இரண்டாம் வேற்றுமை உருபு முதலான உருபுகளை நிலைமொழியாகக் கொண்ட தொகை வேற்றுமைத்தொகையாகும் என்கிறது.

இரண்டாம் வேற்றுமைக்குச் சான்றாக, காம கதோ (காமம் கதோ) – கிராமம் அடைந்தான் (கிராமத்தை அடைந்தான்), முஹூர்தஸுக (முஹூர்த்தம் ஸுகம்) – சிறிது நேரம் சுகம், தந்தவாயோ (தந்தம் வயதி யஹ) – நூல் நெய்கிறான் (நூலை நெய்கிறான்) கும்ப^{4} காரோ – குடம் வனைந்தான் (குடத்தை வனைந்தான்), த^{4}ம்ம ஸுணந்தோ – தம்மம் கேட்டான் (தம்மத்தைக் கேட்டான்) முதலானவற்றையும், மூன்றாம் வேற்றுமைத்தொகைக்குச் சான்றாக, அஸிஜிந்நோ – வாளால் வெட்டுகிறான், பிதுஸா திஸா – தந்தையோடு, ஸுக ஸஹதம் – மகிழ்ச்சியுடன், ராஜஹதோ – ராஜாவால் கொல்லப்பட்டது, ததி^{4} போ^{4}ஜ^{3}னம் – தயிருடன் சோறு முதலானவற்றையும், நான்காம் வேற்றுமைக்குச் சான்றாக, புத்^{3}த^{4} தேய்யம் – புத்தருக்குக் கொடு, யூபதாரு – யூபத்திற்கான மரம், சங்கஸ்ஸ தாதப்^{3}பே^{3} – சங்கத்திற்குக் கொடு முதலானவற்றையும், அய்ந்தாம் வேற்றுமைக்குச் சான்றாக, கா^{3}மனி கதோ – கிராமத்திலிருந்து நீங்கினான், ஸ்ப்ர பயம் – மாயையிலிருந்து பயம், மேதுனா பேதோ – காமத்திலிருந்து நீங்கினான் முதலானவற்றையும், ஆறாம் வேற்றுமைத்தொகைக்குச் சான்றாக, ராஜபுரிஸ – ராஜாவினது மகன், ப்ராஹ்மணஸ்ஸ ஸுக்கா தந்தாதி – பிராமணனது வெள்ளைப் பூணூல், பட்டஸ்ஸ ஸுக்கதா – ஆடையினது வெண்மை முதலானவற்றையும், ஏழாம் வேற்றுமைத்தொகைக்குச் சான்றாக, இந்த்ரியேஸு

கு[3]த்தத்வதாரதா – புலன்களிலிருந்து தன்னை அடக்குதல், ஆஸநே நிஸந்நோ – இருப்பிடத்தில் அமர்ந்தான் முதலானவற்றையும் காட்டுகிறது.

இச்சான்றுகளில் முறையே இரண்டாம் வேற்றுமையிலிருந்து ஏழாம் வேற்றுமை வரையிலான உருபுகள் மறைந்து வந்து வேற்றுமைத்தொகையாக நின்றதைக் காணமுடிகிறது. அதேசமயம் அவை வேற்றுமை விரியாக முறையே த[4]ம்மம் ஸுணந்தோ, அஸிநா ஜி[2]ந்ததி, புத்தஸ்ஸ தேய்யம், ஸப்ரஹி பயம், ரஞ்ஞோ புரிஸோ, இந்த்ரியேஸு கு[3]த்தத்வதாரதா என விரிந்திருப்பதைச் சான்றுகளின் வழியும் அறிய முடிகிறது. இச்சான்றுகளில் அம், நா, ஸ்ஸ, ஹி, ஸ்ஸ, ஸு ஆகிய இரண்டாம் வேற்றுமை முதல் ஏழாம் வேற்றுமைக்குமான வேற்றுமை உருபுகள் பயின்று வந்துள்ளன. இங்கு மொக்கல்லானம் இரண்டாம் வேற்றுமைத்தொகை யிலிருந்து வேற்றுமையைக் கணக்கில் கொண்டுள்ளது கவனிக்கத்தக்கது. மொக்கல்லானத்தின் இந்நூற்பாவினை 'அஷ்டாத்யாயீ', 'கச்சாயனம்', 'வீரசோழியம்' ஆகியவற்றோடு ஒப்பிட்டுநோக்கவேண்டியுள்ளது.அந்நோக்குமொக்கல்லானத்தின் தனித்தன்மை, மொக்கல்லானத்திற்கும் தமிழ், சமஸ்கிருத மரபிலக்கணங்களுக்கும் இடையேயான இலக்கண ஒற்றுமை, வேற்றுமையை வெளிக்காட்டுவதாய் அமையும்.

இதன் அடிப்படையில் முதலில் 'அஷ்டாத்யாயீ'யை நோக்க 'அஷ்டாத்யாயீ' இத்தகையதொரு தொகை நூற்பாவைக் கொண்டிருக்கவில்லை. அதாவது, இரண்டாம் வேற்றுமை முதலான உருபுகள் தொக்கிவருதல் என்ற தொகை நூற்பாவை அமைத்துக் காட்டவில்லை. மாறாக முதல் வேற்றுமை முதல் ஏழாம் வேற்றுமை வரைக்குமான வேற்றுமைத்தொகைகளைத் தனித்தனி நூற்பாக்களில் விளக்கிக் காட்டியுள்ளது. தமிழ், சமஸ்கிருத இலக்கணமரபுகள் (2015) என்ற நூலும் 'அஷ்டாத்யாயீ'யின் வேற்றுமைத்தொகைகளை விளக்கிக் காட்டியுள்ளது (பார்க்க: 2015, பக்.174 – 179).

'அஷ்டாத்யாயீ'யிக்கு அடுத்து 'மொக்கல்லான'த்தோடு ஒப்பிட்டு நோக்க வேண்டிய மரபிலக்கணங்களாக 'கச்சாயன'மும் 'வீரசோழிய'மும் உள்ளன. கச்சாயன 329வது நூற்பா அம் என்னும் இரண்டாம் வேற்றுமை உருபு முதலான வேற்றுமை உருபுகளை நிலைமொழி ஈற்றில் கொண்ட தொகை தப்புரிஸ சமாசம் எனப்படும் வேற்றுமைத்தொகையாகும் என்கிறது. சான்றாக, பஹுமிம் கதோ = பஹுமிகதோ – நிலத்தைக் கடந்தான், அபாயம் கதோ – அபாயகதோ – நரகத்தை அடைந்தான் / கடந்தான், அல்லேன வித்தோ – சல்லவித்தோ – கருவியால் துளையிடப்பட்டது, ஆகந்துகஸ்ஸ பஹட்டம் = ஆகந்துக பஹட்டம்

உறவினருக்காகச் சமைக்கிறான், ஜோரபயம் – திருடனிடமிருந்து பயப்படுகிறான், ரஞ்ஞோ புத்தோ – ராஜபுத்தோ – ராசாவினது மகன், சம்சாரேதுக்கம் –துக்கத்திலிருந்து விடுபடுகிறான் ஆகியவற்றைக் காட்டியுள்ளது.

வீரசோழிய 44வது காரிகை ‘ஒரு பொருளை விளக்கி நிற்கும் பெயர்ச்சொற்கள் இரண்டு சொல்லாயும் பல சொல்லாயும் பொருந்திய பொருளால் ஒரு சொல்லாய்த் தொகும். அவ்வாறு தொகுமிடத்து வேற்றுமை அழிந்து போகும்’ என்று கூறுகிறது. சான்றாக, மார்கழித் திங்கள், குடிதாங்கி, தாய் நால்வர், மழைக்குடை, ஆட்டுப்பால், கொற்றன் மகன், ஊர்க்குருவி ஆகியவற்றைக் காட்டுகிறது.

இவ்விடம் ‘வீரசோழியம்’, ‘கச்சாயனம்’, ‘மொக்கல்லானம்’ ஆகியவை கொண்டுள்ள வேற்றுமைத்தொகை பற்றிய நூற்பா ஒற்றுமை உடையதாக உள்ளது. இந்நூற்பாவைத் தொகை நூற்பாவாக அமைத்திருப்பதே அந்த ஒற்றுமை. ‘கச்சாயன’த்திற்கும் ‘மொக்கல்லான’த்திற்கும் வேற்றுமை உருபுகளும் ஒற்றுமையாக உள்ளன. இங்கு ‘கச்சாயன’மும், ‘மொக்கல்லான’மும் வேற்றுமைத்தொகையில் ‘அம்’ எனும் இரண்டாம் வேற்றுமை முதலான வேற்றுமை உருபுகளைக் காட்டும் தன்மை கவனத்தில் கொள்ளத்தக்கது. இவை இரண்டும் முதல் வேற்றுமைக்கு உருபு கூறி விளக்கங்களை அமைத்திருப்பினும் ஒரு தொகைநூற்பாவில் இரண்டாம் வேற்றுமையிலிருந்து வேற்றுமையைக் கணக்கிடுதல் என்பது கவனத்தைப் பெறுகின்றது. இது தொல்காப்பிய வேற்றுமைத்தொகை விளக்க முறைமையோடு ஒற்றுமை யுடைதாகக் கருதத்தக்கதாகவும் உள்ளது.

இதன் அடிப்படையில் ‘தொல்காப்பிய’த்தை நோக்க, தொலகாப்பிய எச்சவியல் பதினேழாவது நூற்பா ‘வேற்றுமைத் தொகையே வேற்றுமையியல்’ என்கிறது. இதற்கு உரைகள் இரண்டாம் வேற்றுமை முதலாக ஏழாம் வேற்றுமை வரைக்கும் கூறப்பெற்ற ஆறு வேற்றுமை உருபுகள் தொக்கு வருதலால் வேற்றுமைத்தொகையாகும் என்கின்றன. சான்றாக நிலம் கடந்தான் – நிலத்தைக் கடந்தான், தாய் மூவர் – தாயோடு மூவர், கரும்பு வேலி – கரும்புக்குவேலி, கருவூருக்குக் கிழக்கு – கருவூரின் கிழக்கு, சாத்தன் புத்தகம் – சாத்தனது புத்தகம், மன்றப் பெண்ணை – மன்றத்தின் பெண்ணை ஆகிய சான்றுகளைக் காட்டுகின்றன. இங்குத் தமிழ் முறைப்படி இரண்டாம் வேற்றுமை முதலே வேற்றுமைகள் கணக்கில் கொள்ளப்பெறுகின்றன. வேற்றுமையியலில் உருபுகளும் இரண்டாம் வேற்றுமையிலிருந்தே அமைக்கப்பெற்றுள்ளன.

எழுவாய்க்கு உருபு கூறும் முறை தொல்காப்பியத்தில் இல்லை. இரண்டாம் வேற்றுமையிலிருந்து வேற்றுமையைக் கணக்கிடுதல் என்ற இத்தகைய முறைதான் 'தொல்காப்பியம்', 'கச்சாயனம்', 'மொக்கல்லானம்' ஆகியவற்றோடு ஒற்றுமை வுடையதாகக் கருதத்தக்கதாக உள்ளது. ஆனால் 'வீரசோழியம்', 'அஷ்டாத்யாயீ' ஆகியவை முதல் வேற்றுமையிலிருந்தே வேற்றுமைகளைக் கொள்கின்றன. சான்றுகளையும் முதல் வேற்றுமையிலிருந்து காட்டியுள்ளன. இம்முறையைக் கையாண்டிருக்கவில்லை.

எதிர்மறை வேற்றுமைத்தொகை

'மொக்கல்லானம்', எதிர்மறைப் பொருளை உணர்த்தும் நஞ் (எதிர்மறை பொருள் தரும் உருபு) உருபுடன் பெயர்ச்சொல் தொகுக்கப்பட்டு வேற்றுமைத்தொகையாகும் (மொக்.தொகை. 12) என்கிறது. அதாவது, எதிர்மறை வேற்றுமைத்தொகையாகும் என்கிறது. இதனை நஞ் தத்புருஷ சமாசம் என்று சமஸ்கிருதம், பாலி ஆகிய மொழிகள் குறிப்பிடுகின்றன. சான்றாக, நப்^{4}ராஹ்மணோ = அப்^{4}ராஹ்மணோ – பிராமணன் அல்லாதவன், அபுநகேய்யா கா^{3}தா^{2} – மீண்டும் பாட முடியாத கவிதை ஆகியவற்றைக் காட்டுகிறது.

மேலே காட்டப்பெற்ற நூற்பா விளக்கத்தில் நப்4ரஹ்மணோ எவ்வாறு அப்^{4}ரஹ்மணோ ஆயிற்று என்பது தெளிவாக விளக்கப்படவில்லை. இதனை வீரசோழிய 46வது காரிகை தெளிவாக்குவதாய் உள்ளது. அதாவது நவ்வென்னும் ஒற்றின்மேல் அகர உயிர் ஏறி நகரமாய்க் கிடந்த சொல் தொகையின்கண் உயிர்மெய் வரும்போது நகர ஒற்று அழிந்து அகரமாய் நிற்கும்; உயிர்வரும்போது நகரவொற்றுப் பின்னாய் அகரம் முன்னாய்த் தெற்று நிற்கும் என்கிறது. சான்றாக, ந + நாதன் = அநாதன், ந + உசிதம் = அநுசிதம் ஆகியவற்றைக் காட்டுகிறது. இதன்வழி மொக்கல்லனம் காட்டும் நப்^{4}ரஹ்மணோ எவ்வாறு அப்^{4}ரஹ்மணோ ஆயிற்று என்பதையும் உள்வாங்கக் கூடும். இத்தகைய புரிதலுக்கு வழிவகுத்த வீரசோழிய 46வது காரிகை என்பது நஞ் தத்புருஷ சமாசம் எனப்படும் எதிர்மறை வேற்றுமைத்தொகை பற்றியது தான். அதாவது 'வீரசோழியம்' காட்டும் வடமொழி வேற்றுமைத்தொகையின் வகைகளுள் ஒன்றாகும். ஆதாலால்தான், வீரசோழியக் காரிகை மொக்கல்லான எதிர்மறை வேற்றுமைத்தொகையின் கூடுதல் பொருள் புரிதலுக்கு அல்லது விளக்கத்திற்கு வழிவகுத்தது.

இத்தகைய இணைப்பிற்கு வழிவகுத்த வேற்றுமைத்தொகை பற்றிய வீரசோழியக் காரிகையின் மூலநூற்பா எதுவாக இருக்கக்

கூடும் என்ற தேடலினை முதலில் 'அஷ்டாத்யாயீ'யிலிருந்து தொடங்க வேண்டியுள்ளது. அவ்வகையில் 'அஷ்டாத்யாயீ' எதிர்மறை உருபுடன் (நஞ்) பெயர்ச்சொல் தொகுக்கப்பட்டு எதிர்மறை வேற்றுமைத்தொகையாகும் *(அஷ்.2.2.6)* என்கிறது. சான்றாக, நப்^{4}ராஹ்மண: = அப்^{4}ராஹ்மண: – பிராமணன் அல்லாதவன் என்பதனைக் காட்டியுள்ளது. மேலும், நஞ் உருபின் நகரம் எவ்வாறு அகரமாகிறது என்பதைக் கீழ்வருமாறு காட்டுகிறது.

திட்டுதல், பழித்தல் (ஷப) என்ற பொருளைக் குறிக்கும் வினைச்சொல்லோடு தொகும்போது நஞ் என்ற ஒட்டின் ந கெடும். சான்று: ந + பசஸி = அபஸி – ஓ கெட்டவனே நீ சரியாகச் சமைக்கவில்லை *(அஷ். வா. 2.2.6)*.

ஆக, காட்டியவற்றிலிருந்து கூறவேண்டுமாயின் 'நப்^{4}ராஹ் மணோ' என்று மொக்கல்லானம் காட்டும் சான்று அஷ்டாத்யாயீயைத் தழுவி அமைக்கப்பெற்றது என்பது தெரிகிறது.

வீரசோழிய 46வது எதிர்மறை வேற்றுமைத்தொகை காரிகையும் 'அஷ்டாத்யாயீ'யை அடிப்படையாகக் கொண்டதாகும். இங்கு 'கச்சாயனம்' எதிர்மறை வேற்றுமைத்தொகை பற்றி ஏதாவது கூறியுள்ளதா என்றும் நோக்க வேண்டியுள்ளது. அவ்வகையில் 'கச்சாயனம்', வேற்றுமைத்தொகையில் 'ந' என்னும் எதிர்மறை பொருள்தரும் சொல்வரின் 'அஃது அ' என்று மாற்றமடையும் *(கச்.335)* என்கிறது. சான்றாக, நப்^{4}ராஹ்மணோ – அப்^{4}ராஹ்மணோ – பிராமணன் அல்லாதவன், அபிக்கு – பிக்கு அல்லாதவன் முதலான வற்றைக் காட்டுகிறது. ஆக, எதிர்மறை வேற்றுமைத்தொகை பற்றிய கருத்துக்கள் 'அஷ்டாத்யாயீ', 'கச்சாயனம்', 'வீரசோழியம்', 'மொக்கல்லனம்' ஆகியவற்றிடையே ஒற்றுமை நிலையில் உள்ளன எனலாம். 'கச்சாயனம்', 'வீரசோழியம்', 'மொக்கல்லானம்' ஆகியவற்றின் எதிர்மறை வேற்றுமைத்தொகைக்கு அடிப்படை 'அஷ்டாத்யாயீ' என்பது இதிலிருந்து பெறப்படுவதாகும். இதேசமயம் 'கச்சாயனம்', 'வீரசோழியம்', 'மொக்கல்லானம்' ஆகியவை இலங்கையில் எழுந்த மரபிலக்கணங்கள் ஆதலால், இவற்றிடையேயான பரிமாற்றம் நடைபெற்றிருக்கக் கூடுமா என்ற சந்தேகமும் எழ நேரிடுகிறது.

இவ்வடிப்படையில் மொக்கல்லான எதிர்மறை வேற்றுமைத்தொகை நூற்பாவை நோக்க 'மொக்கல்லானம்', எதிர்மறை வேற்றுமைத்தொகைக்கான விளக்கம், அதன் சான்று என்பதோடு மட்டும் நிற்கிறது. ஆனால் 'கச்சாயன'மும், 'வீரசோழிய'மும் நகரம் அகரமாகும் விதத்தை விளக்கியுள்ளன. இவை நகரம் அகரமான விதத்தை 'அஷ்டாத்யாயீ'யிலிருந்தே

பெற்றுள்ளன. வீரசோழிய எதிர்மறை வேற்றுமைத்தொகை கருத்தியல் முழுக்க 'அஷ்டாத்யாயீ'யைப் பின்பற்றியுள்ளது. இதனை சங்கரேஸ்வரியும் 'தமிழ், சமஸ்கிருத இலக்கண மரபுகள்' (பார்க்க: 2015, ப.180) எனும் நூலில் விளக்கிக் காட்டியுள்ளார். 'கச்சாயன'மும், 'மொக்கல்லான'மும் ஒன்றுபோல் தோன்றினாலும் 'கச்சாயனம்' கூறும் சான்றுகளாகிய அபிக்கு, அபஞ்சகவம் முதலானவற்றை 'மொக்கல்லானம்' காட்டவில்லை. 'அஷ்டாத்யாயீ' காட்டும் நப்[4]ராஹ்மணோ என்பதையும் மற்றைய சான்றுகளையும் காட்டியுள்ளது. ஆக, 'அஷ்டாத்யாயீ'யிலிருந்து 'கச்சாயனம்', 'வீரசோழியம்', 'மொக்கல்லானம்' ஆகியவை எதிர்மறை வேற்றுமைத்தொகைக் கருத்தியலை அவையவை நிலைக்கு ஏற்றவாறு ஏற்றிருக்கின்றன. 'மொக்கல்லானம்' இலக்கண விதியையும் சான்றையும் மட்டும் கொள்ள 'கச்சாயன'மும் 'வீரசோழிய'மும் இலக்கண விதியோடு நகரம் அகரமான விதத்தையும் 'அஷ்டாத்யாயீ'யிலிருந்து உள்வாங்கிக் கொண்டுள்ளன. ஆனால் நப்[4]ராஹ்மணோ என்பதைச் சான்றாகக் காட்டாமல் அநாதன், அநுசிதம் ஆகியவற்றைக் காட்டியுள்ளது.

இதன்வழி 'வீரசோழிய'த்தில் வடமொழி நூற்பாக்களின், சொற்களின் தமிழ்ப்படுத்தம் நடைபெற்றிருக்கிறது என்பதையும் அறிந்துகொள்ளமுடிகிறது. இதனடிப்படையில், 'வீரசோழிய'ப் புத்தமித்திரனாரை சமஸ்கிருத – தமிழ் மொழிபெயர்ப்பாளராகவும் அடையாளப்படுத்த இயலும். அதாவது, இலக்கண ஆசிரியன் பன்மொழி அறிவைப் பெற்றவனாக உள்ளான் என்பதுதான் இங்குக் குறிப்பிடப்பெறும் கருத்து. மேலும் 'மொக்கல்லானம்', வேற்றுமைத்தொகை தொகையியல் 13வது விரிவாகவே சிந்தித்துள்ளது. அதாவது, 13வது நூற்பாவின் துணைநூற்பாக்களாக 9, 10, 11, 12, 13 என நான்கு எண்களை அமைத்துக்கொண்டு முதல் வேற்றுமை முதல் ஐந்தாம் வேற்றுமைவரை இவற்றின் வேற்றுமைத்தொகையை விவரித்துள்ளது.

இதுவரை காட்டப்பெற்ற 'மொக்கல்லான'த்தின் விளக்கங்களோடு 'தொல்காப்பிய' வேற்றுமைத்தொகையை வைத்து நோக்குவோமாயின் 'மொக்கல்லானம்' வேற்றுமைத்தொகையைப் பாலி மொழிக்கு ஏற்ப அமைத்துக்கொண்டது போல 'தொல்காப்பிய'மும் வேற்றுமைத்தொகைக் கருத்துக்களைத் தமிழ்மொழி அமைப்பிற்கு ஏற்ப அமைத்துக்கொண்டுள்ளது. அடிப்படையில் வடமொழி அமைப்பிற்கும் தமிழ்மொழி அமைப்பிற்கும் உள்ள வேறுபாடுகளான முதல் வேற்றுமைக்கு உருபு கூறுவது, ஒருமை பன்மையில் வேற்றுமை உருபுகளை

அமைத்திருப்பது ஆகியவையே 'மொக்கல்லான'த்திற்கும், 'தொல்காப்பிய'த்திற்கும் இடையேயான வேறுபாடாகக் கருதத்தக்கவை.

பொதுவாக எல்லா மொழிகளிலும் உருபுகள் மறைந்து எழுவாய்க்கும் பயனிலைக்கும் இடையே பொருள் தொடர்பை ஏற்படுத்துவது தொகையாகக் கருதப்பெறுகிறது. மொழிக்கு மொழி உருபுகளும் வகைகளும் மாறுபட்டு அமையுமே தவிர அடிப்படை பொருண்மை மாறுவதில்லை. இங்கு வேற்றுமைத் தொகையைப் பொருத்தமட்டில் 'அஷ்டாத்யாயீ', 'கச்சாயனம்', 'மொக்கல்லானம்' எனும் சமஸ்கிருத, பாலி மரபிலக்கணங்களுக்கும் 'தொல்காப்பிய'த்திற்கும் இடையே நேரடி ஒற்றுமை இல்லை என்றே கூறவேண்டியுள்ளது. ஆனால், 'வீரசோழிய'த்திற்கும் 'அஷ்டாத்யாயீ', 'கச்சாயனம்', 'மொக்கல்லானம்' ஆகியவற்றிற்கும் எதிர்மறை வேற்றுமைத்தொகையைப் பொருத்தமட்டில் ஒற்றுமை உள்ளது. இது 'வீரசோழிய'த்தின் வடமொழி நூற்பா கருத்தியல் என்பதால் இவற்றிடையே ஒற்றுமை ஏற்பட்டுள்ளது. குறிப்பாக 'அஷ்டாத்யாயீ'யிக்கும் 'வீரசோழிய'த்திற்கும் இடையேயான ஒற்றுமையாகக் கருதவேண்டியதாக அவ்விளக்கம் உள்ளது.

இதிலிருந்து பெறப்படுவது:

* தமிழ், சமஸ்கிருதம், பாலி ஆகிய மொழிகளில் தொகை இலக்கணப்படுத்தமும் வேற்றுமைத்தொகை பற்றிய இலக்கண விதிமுறை ஆக்கமும் இடம்பெற்றுள்ளன.

* தமிழ், சமஸ்கிருதம், பாலி ஆகிய மொழிகளுக்கு இடையே வேற்றுமை உருபுகள் வேறுபடுவது அவ்வவ் மொழியின் இயல்பாக உள்ளது.

* 'தொல்காப்பிய' விளக்கமுறைக்கும் 'அஷ்டாத்யாயீ', 'கச்சாயனம்', 'மொக்கல்லானம்' ஆகியவற்றின் விளக்க முறைக்கும் மொழி அடிப்படையில் வேறுபாடுகள் காணப்படுகின்றன.

* சமஸ்கிருதம், பாலி மொழிகளின் வேற்றுமை உருபுகள் அம், நா (ஆ), ஆய போன்றவை ஒற்றுமை உடையவையாக உள்ளன. பிற வேற்றுமை உருபுகளின் ஒற்றுமையை இவற்றிற்கு இடையேயான முழுமையான ஒப்பீடு வெளிப்படுத்தவல்லது.

* வீரசோழியப் புடைமாற்று ஒப்புமை அடிப்படையிலான விளக்கமுறையில் எதிர்மறை வேற்றுமைத்தொகை பற்றிய 'வீரசோழிய'க் கருத்து முற்றிலும் 'அஷ்டாத்யாயீ'யைப் பின்பற்றி அமைக்கப்பெற்றுள்ளது.

* எதிர்மறை வேற்றுமைத்தொகை பற்றிய கருத்தியல் 'தொல்காப்பிய'த்தில் இலக்கணவிதியாக்கம் பெறவில்லை.

* எதிர்மறை வேற்றுமைத்தொகை இலக்கணக் கூறைக் 'கச்சாயனம்', 'வீரசோழியம்', 'மொக்கல்லானம்' ஆகியவை 'அஷ்டாத்யாயீ'யைத் தழுவி அமைத்துக்கொண்டுள்ளன.

* 'தொல்காப்பியம்' இரண்டாம் வேற்றுமையிலிருந்து ஏழாம் வேற்றுமை வரைக்குமான உருபுகள் மறைந்து தொகையான விதத்தைக் காட்டியுள்ளது.

* 'தொல்காப்பியம்', 'கச்சாயனம்', 'மொக்கல்லானம்' ஆகியவை இரண்டாம் வேற்றுமையிலிருந்து வேற்றுமைத் தொகையை விளக்குதல் அல்லது வேற்றுமையைக் கணக்கில் கொள்ளுதல் இவற்றிடையேயான ஒற்றுமை பண்பாகக் கருதத்தக்கது.

* 'அஷ்டாத்யாயீ', 'வீரசோழியம்' ஆகியவை முதல் வேற்றுமையிலிருந்து வேற்றுமைத்தொகையை விளக்கியுள்ளன.

* 'தொல்காப்பியம்' ஒருமை, பன்மை அடிப்படையில் உருபுகளை அமைக்கவில்லை என்பதும் 'அஷ்டாத்யாயீ (ஒருமை, இருமை, பன்மை), 'கச்சாயனம்', 'மொக்கல்லானம்' (ஒருமை, பன்மை) ஆகியவை இவ்வகையில் வேற்றுமை உருபுகளை அமைத்துள்ளன என்பதும் மொழி நிலையில் வடமொழிக்கும் (சமஸ்கிருதம், பாலி) தமிழுக்கும் இடையேயான வேறுபாடாக உள்ளது.

* தமிழுக்கும் வடமொழிக்கும் (சமஸ்கிருதம், பாலி) இடையேயான உறவு என்பது ஒருமித்த இலக்கண கூறுகள் விதியாக்கம் பெற்றிருப்பதும், அடிப்படையில் தொகை என்பதன் பொருண்மையும் எதிர்மறை வேற்றுமைத்தொகை ஒற்றுமையுடன் அமைந்திருப்பதும் ஆகும்.

துணைநூற் பட்டியல்

அறவேந்தன், இரா. (1999). *தமிழ் சிங்கள இலக்கண உறவு*. விழுப்புரம்: திருவரசு வெளியீடு.

இராசாராம், சு. (1992). *வீரசோழிய இலக்கணக்கோட்பாடு*. நாகர்கோவில்: இராகவேந்திரா.

இராசாராம், சு. (2010). *இலக்கணவியல் மீக்கோட்பாடும் கோட்பாடுகளும்*. நாகர்கோவில்: காலச்சுவடு பதிப்பகம்.

சங்கரேஸ்வரி, பா. (2015). தமிழ் சமஸ்கிருத இலக்கண மரபுகள். சென்னை: பாவை பப்ளிகேஷன்ஸ்.

செயப்பிரகாசம், ந. (மொ. ஆ.). (ஞ்). பாலி கச்சாயன வியாகரணம். அச்சிடப்பெறாதது.

பாலசுப்பிரமணியம், எச். (மொ. ஆ.). (ஞ்). 'பாலி மொகல்யான வியாகரணச் சுருக்கம்'. அச்சிடப்பெறாதது.

மீனாட்சி, கு. (1998). பாணினியின் அஷ்டாத்யாயீ. 1, 2, 3 தொகுதி. சென்னை: உலகத் தமிழாராய்ச்சி நிறுவனம்.

மீனாட்சி சுந்தரம், தெ.பொ.மீ. (1994). பாணினி அறிமுகம். சென்னை: மணிவாசகர் பதிப்பகம்.

18

பாலி இலக்கண மரபுகளும் தொல்காப்பியமும்: ஓர் ஒப்பீடு

நா. ஜெயப்பிரகாஷ்

உலகின் பல பகுதிகளில் வாழும் மக்கள் தத்தம் வாழிடங்களின் அமைப்பு, வாழ்க்கை முறை, பழக்க வழக்கங்கள் முதலான பல காரணங்களால் செய்திப்பரிமாற்றத்திற்குப் பயன்படுத்திய மொழிகளும் பலவாறாக அமைந்தன. ஒரே மொழியைச் சார்ந்த மக்கள் இயற்கைச்சூழல், போர், வணிகம் முதலிய பல காரணங்களால் பல்வேறு இடங்களுக்கும் பிரிந்து சென்று வாழவேண்டிய நிலை ஏற்பட்டது. அவ்வாறு பிரிந்து சென்ற நிலையில் சரியான போக்குவரத்து வசதி இல்லாத காரணத்தால், தாங்கள் முன்னர் சேர்ந்து வாழ்ந்திருந்த மக்களோடு தொடர்பு குறைந்துவிட அவ்வப்பகுதியில் வாழ்ந்த மக்களின் பேச்சுவழக்கில் காலப்போக்கில் ஏற்பட்ட மாற்றங்களால் புதிய மொழிகள் தோன்றின என்பர் அறிஞர். இவ்வாறு அமைந்த மொழிகள் ஒரே குடும்பத்தைச் சேர்ந்தவை என்பர். இப்படிப் பல மொழிக்குடும்பங்களை உலகில் காணமுடிகிறது. அரசியல், போர், இயற்கைச் சீற்றங்கள், வணிகம் முதலான காரணங்களால் ஒரு மொழிக் குடும்பத்தைச் சேர்ந்த மக்கள் மற்றொரு மொழிக் குடும்பத்தினருடன் கலந்துவாழும் சூழலில் ஒரு மொழியின் இயல்பு மற்றொரு மொழியுடன் கலத்தல் என்பது தவிர்க்க இயலாததாகும். அவ்வகையில் தமிழும் வடமொழியும் பல காலமாகத் தொடர்புகொண்டிருந்தன என்பதை இலக்கிய, இலக்கணங்களாலும், வரலாறு

மூலமாகவும் அறியலாம். ஞானசம்பந்தரும் சங்கத, பாகத மொழிகளைப் பற்றிப் பல இடங்களில் குறிப்பிடுகிறார். இவற்றில் சங்கதம் என்பது சமஸ்கிருதத்தையும், பாகதம் என்பது பாலி மற்றும் பிராகிருதத்தையும் குறிப்பதாகும்.

பாலி மொழி

பௌத்த நெறியின் தத்துவங்களையும் அறக் கோட்பாடு களையும் தன்னகத்தே கொண்டு விளங்கும் மொழி பாலி மொழியாகும். இம்மொழியில் சமஸ்கிருதத்தின் தாக்கம் மிகுந்து காணப்பெறினும் இது சமஸ்கிருதத்தினின்றும் தோன்றிய மொழியன்று என்பது அறிஞர்கள் கருத்து. இதன் மொழியியல் கூறுகளில் சில சமஸ்கிருதத்திற்கும் பல நூற்றாண்டுகள் முற்பட்ட வேத கால மொழியுடன் நெருங்கிய தொடர்புடையதாக இருப்பதால் இதை சமஸ்கிருதத்தின் சிதைந்த மொழியாகக் கொள்ள இயலாது என்பர். பாலியின் இலக்கணத்தையும் சொல்லமைப்பையும் கூர்ந்துநோக்கின் பேச்சுவழக்குக் கூறுகள் அதில் மிகுந்து காணப்படுவதை அறியலாம். திராவிட மொழியின் பெயர்ச்சொற்களும் பாலியில் காணப்படுவதாக சைல்டர்ஸ் குறிப்பிடுவார்.

பாலி என்ற சொல் திரிபிடகங்களில் எவ்விடத்திலும் மொழியைக் குறித்துப் பயன்படுத்தப்படவில்லை. பிற்காலத்திலேயே உரையாசிரியர்களால் அது மொழியைக் குறிக்கப் பயன்படுத்தப்பட்டது. மகதத்தின் தலைநகராகிய பாடலிபுரத்தில் பேசப்பட்ட பாடலி பாஷை என்பது டகரம் விடுபட்டுப் பாலியாயிற்று என்பார் மாக்ஸ்வில்சர். வில்ஹெம் கெய்கர் என்னும் அறிஞர் புத்தபிரான் தம் கொள்கைகளை மக்களுக்குப் போதிக்கப் பயன்படுத்திய மொழியான மாகதி என்னும் பிராகிருத மொழி பேதமே பின்னால் பாலியாகத் திரிந்தது என்பார்.

பிராகிருதம் என்பது சமஸ்கிருதத்தின் தாக்கமின்றிப் பல்வேறு பகுதி மக்களால் பேசப்பட்ட பல்வேறு பேச்சு வழக்கு மொழிகளைக் குறிப்பிடப் பயன்படுத்திய பொதுப் பெயராகும். பிராகிருதம் என்னும் சொல் பிரகிருதி என்னும் வடசொல்லிலிருந்து பெறப்பட்டது. பிரகிருதி என்ற சொல்லிற்கு ஒன்றன் இயற்கையான வடிவம் எனப் பொருள் சொல்கிறது வடசொல் அகராதி *(The Student's Sanskrit – English Dictionary, P.351, vaman Shivaram Apte)*. எனவே பிராகிருதம் என்பது மக்களால் இயல்பாகப் பேசப்பட்ட மொழி வடிவம் என்றாகிறது. இந்தச் சொல் ஒரு குறிப்பிட்ட பேச்சு வழக்கிற்கு மட்டும் என்றின்றிப் பல்வேறு பேச்சு வழக்கு மொழிகளையும் குறிப்பிடும் ஒரு பொதுச்

சொல்லாகும். பிற்காலத்திலேயே இது ஒரு குறிப்பிட்ட மொழி வடிவத்திற்குப் பெயராயிற்று.

பௌத்தர்களாலும் சமணர்களாலும் பேசப்பட்ட புனிதமான மொழியே பிராகிருதம் என்பார் பேராசிரியர் வில்சன் *(Hindu Drama – Introduction p. lxvi* மேற்கோள் எட்வர்ட பைல் கோவெல் முன்னுரை *Prakrit Prakasa or the Prakriti Grammar of Vararuchi P. V).* அலெக்ஸாண்டர் இந்தியாவிற்கு வந்தபோது பொதுமக்களால் சமஸ்கிருதம் அல்லாத பிராகிருத மொழிகளே இங்குப் பேசப்பட்டன. அசோகரின் கல்வெட்டுகளும் இந்த மக்கள் மொழியிலேயே பொறிக்கப்பட்டன. பழைய சமஸ்கிருத நாடகங்களில் கதை நாயகர்களும் உயர்குடி மக்களும் கற்ற பண்டிதர்களும் சமஸ்கிருதம் பேச, பிற பாத்திரங்கள் பல்வகைப்பட்ட பிராகிருதத்தையே பேசினர். மேலும் நகைப்பிற்கு உரியவை இவையிவை எனக் குறிப்பிடும்போது, பெண்கள் சமஸ்கிருதம் பேசுவது நகைப்பிற்குரியது எனக் குறிப்பிடுகிறது மிருச்சகடிகா என்னும் நாடக நூல்.

இவ்வகையில் கற்றவர்கள் மற்றும் உயர்மட்ட மக்களால் மட்டுமே பயன்படுத்தப்பட்ட சமஸ்கிருதத்திலிருந்து வேறுபட்டு மக்கள் வழக்காக வழங்கிய பல்வேறு பேச்சு மொழிகளும் பிராகிருதம் என்னும் சொல்லால் குறிக்கப்பட்டன. இம்மக்கள் மொழியிலேயே புத்தர் தம் அறக்கருத்துகளைப் போதித்தார். புத்தர், பண்டிதர் மொழியான சமஸ்கிருதத்தில் தம் போதனைகளை ஏற்றி வைக்க விரும்பவில்லை. தம் கருத்துகள் உயர்குடியினரிடமும் கற்றவர்களிடமும் சென்று தங்கிவிட அவர் விரும்பவில்லை. அவை மக்களைச் சென்றடைய வேண்டும் என்பதில் அவர் உறுதியாக இருந்தார். இது குறித்துத் திரிபிடகங்களில் ஒரு பிரிவான விநய பிடகத்தில் உள்ள சுள்ளவக்க என்னும் நூலில் அவர் நிலைப்பாடு தெளிவாகக் குறிக்கப்பட்டுள்ளதைக் காணலாம்.

> "ஒரு சமயம், யாமேளதே குலப்பெயரினையுடைய இரண்டு பிராமணச் சகோதரர்கள் புத்தர் நெறியைப் பின்பற்றிப் பிக்குகளாயிருந்தனர். அவர்கள் இருவரும் புத்தரை அணுகினர். அணுகியவர்கள் புத்தரை வணங்கி ஒருபுறமாக அமர்ந்தனர். அமர்ந்தவர்கள் புத்தரிடம் இவ்வாறு கூறினர். 'பெருமானே பல்வேறு குலம், பல்வேறு கோத்திரம், பல்வேறு இனத்தைச் சார்ந்த பிக்குகள் நம் சங்கத்தை அணுகித் துறவு பூண்டுள்ளனர். அவர்கள் புத்தர் பெருமானுடைய போதனைகளைத் தத்தம் மொழியிலேயே போதித்துச் சிதைக்கின்றனர். பெருமானே நாங்கள் புத்த வசனங்களைச் *சந்த பாஷையில்* இயற்றுகிறோம் என்றனர். அதற்கு புத்தர் அவர்களைக் கடிந்து கொண்டார். "பிக்குகளே

நீங்கள் முட்டாள்தனமாகப் பேசுகிறீர்கள். இப்பொழுது சொல்கிறேன். புத்த வசனங்களைச் சந்தபாஷையில் பரப்பக் கூடாது. அவ்வாறு செய்வீர்களானால் நீங்கள் குற்றம் செய்தவர்களாகக் கருதப்படுவீர்கள். புத்த வசனங்களை அவர்தம் மொழியிலேயே (சகாயநிருத்தி) அவர்களுக்குப் போதிக்க வேண்டும்." (B.C.Law, A History of Pali Literature, pp 13-14)

என்று கூறப்பட்டுள்ளது.

இதில் குறிப்பிடப்படும் சந்தபாஷை என்பது சமஸ்கிருதத்தைக் குறிப்பதாகும். சகாயநிருத்தி என்பதற்குப் புத்தகோஷர் உரை எழுதும்போது, *'சகாயநிருத்தியாவது சம்மாசம்புத்தர் போதிக்கும் மாகதி மொழியே'* எனப் பொருள் கூறுவார். புத்தகோஷரின் கருத்துப்படி பாலி மொழியின் பழைய பெயர் மாகதி என்பதாகும்.

இலக்கண ஆசிரியர்களும் புத்தர் போதித்த மொழியை மாகதி என்றும், சுத்த மாகதி என்றுமே குறிப்பிடுகின்றனர்.

மொக்கல்லான என்னும் இலக்கண நூலின் ஆசிரியர் மொக்கல்லானர்

நூலின் தொடக்கத்தில் அமைத்துள்ள வாழ்த்துப் பாவில்

ஸித்^{3}த^{4}மித்^{3}த^{4}கு^{3}ணங் ஸாது^{4}, நமஸ்ஸித்வா ததா^{2}க^{3}தங்;
ஸத^{4}ம்மஸங்க^{4}ங் பா^{4}ஸிஸ்ஸங், **மாக^{3}த^{4}ங்** ஸத்^{3}த^{3}லக்க^{2}ணங்.

(மொக்கலான – வாழ்த்து)

என்று கூறுகிறார். "தூய நல்லறங்களையே குணமாகக் கொண்டுள்ள புத்தனை நன்கு வணங்கி, தூய அறங்களைக் கொண்டுள்ள தொழும்பர் கூட்டத்தினர் பேசும் மாகதியின் இலக்கணத்தைச் சொல்கிறேன்." என்பது இதன் பொருள். இப்பகுதியில் மொக்கல்லானர் *மாகதியின்* இலக்கணத்தைக் கூறுகிறேன் என்று கூறுகிறார்.

பயோக சித்தி என்னும் மற்றொரு இலக்கண நூலின் ஆசிரியர்,

ஸா மாக^{3}தீ^{4} மூலபா^{4}ஸா, நரா யாயாதி^{3}கப்பிகா;
ப்^{3}ரஹ்மானோ சா–ஸுதாலாபா, ஸம்பு^{3}த்^{3}தா^{4} சாபி பா^{4}ஸரேதி.

(பயோகசித்தி 1. 1.)

என்று முதல் நூற்பாவில் மாகதி மூலபாஷா என்று பாலி மொழியைக் குறிப்பிடுகிறார்.

உத்தோதயா என்னும் பாலி மொழியின் யாப்பிலக்கணத்தைக் கூறும் நூலாசிரியர் சங்கரக்கிததேரர்

பிங்க3லாசரியாதீ3ஹி சந்த3ங் யமுதி3வயங் புரா,
ஸூத்3த4மாகதி4கானங் தங் ந ஸாதே4தி யதிச்சி2தங்.

(உத்தோதய - 2)

ததோ **மாக3த4பா4ஸாய** மத்தாவண்ணவிபே4த3னங்
லக்க2லக்க2ணஸங்யுத்தங் பஸன்னத்த2பத3க்கமங்.

(உத்தோதய - 3)

என்னும் நூற்பாக்களில் *சுத்தமாகதி* என்றும் *மாகதபாஷா* என்றும் பாலி மொழியைக் குறிப்பிடுகிறார்.

சுபோதாலங்கார என்னும் அணியிலக்கண ஆசிரியர்

ராம, ஸம்மா’த்^{3}ய’லங்காரா, ஸந்தி ஸந்தோ புராதனா;
ததா^{2}பி து வளஞ்ஜெந்தி, **ஸூத்^{3}த^{4}மாக^{3}தி^{4}**கா ந தே.

(சுபோதாலங்கார - 2)

என்று கூறும்பொழுது பாலி மொழியைச் *சுத்த மாகதி* என்று குறிப்பிடுகிறார்.

மேலும் பாலாவதார என்னும் இலக்கண நூலின் ஆசிரியர்,

போராண ஸீஹள பத^{3}த்த^{2} வினிச்ச^{2}யஞ்ச,
ஸப்^{3}ப^{3}ம்பி **மாக^{3}த^{4}நிருத்தி**னயங் பஸத்த^{2}ங்;
அஞ்ஞஞ்ச நேகவித^{4} ஸக்கத ஸத்^{3}த^{3}ஸத்த^{2}ங்,
பாரம்பராப^{4}த மதஞ்ச நிஸம்ம ஸம்மா.

(பாலாவதார, வாழ்த்து - 3)

என்னும் நூற்பாவில் *மாகத நிருத்தி* எனக் குறிப்பிடுகிறார்.

லோகநீதி என்னும் நூலின் ஆசிரியர், பாலி மொழியை மாகதி எனக் குறிப்பிடுவது

லோகனீதிங் பவக்கா^{2}மி, நானாஸத்த^{2}ஸமுத்^{3}த^{4}டங்;
மாக^{3}தே^{4}னேவ ஸங்கே^{2}பங், வந்தி^{3}த்வா ரதனத்த^{2}யங்.

(லோகநீதி - 1)

என்பதன் மூலம் தெளிவாகிறது. இவ்வாறு இலக்கண நூலாசிரியர்கள் மாகதி என்றும் சுத்த மாகதி என்றும் மாகதி பாஷா என்றும் குறிப்பிடுவது பாலிமொழியையே என்பது தெளிவாகிறது. மாகதி என்பதும் சுத்த மாகதி என்பதும் ஒன்றே. மகதத்தில் பேசப்பட்ட மொழியே தத்திதாந்தநாம என்னும் இலக்கண விதியின்படி மாகதி என்றும் சுத்த மாகதி என்றும், குறிக்கப்படும். பிற பகுதிகளில் பேசப்படும் மாகதி அர்த்தமாகதி எனப்படும். அர்த்தமாகதி என்றில்லாமல் சுத்த மாகதி என்றே

ஆசிரியர் குறிப்பிடுவதால் பாலிமொழி மகதத்தில் பேசப்பட்ட மொழியே என்பது தெளிவு.

தொடக்ககாலத்தில் பாலி என்ற சொல் மொழியைக் குறித்து நிற்கவில்லை. திரிபிடகங்களில் எவ்விடத்தும் பாலி என்ற சொல் மொழியைக் குறிப்பிட்டுப் பயிலப்படவில்லை. பாலி என்ற சொல் திரிபிடக உரையாசிரியர்களால் புத்தரின் போதனைகள் அடங்கிய திரிபிடக நூல்களுக்கே முதலில் பயன்படுத்தப்பட்டது. பின்னர், ஆகுபெயராக அந்த நூல்கள் அமைந்த மொழிக்கும் வழங்கப்பட்டது.

பாலி மொழியின் வளர்ச்சிப் படிநிலைகள்

பாலி மொழியின் வளர்ச்சியில் நான்கு படிநிலைகளைக் காணலாம். முதல் நிலை, திரிபிடகச் செய்யுள்களின் காலத்ததாகும். இக்காலத்து மொழி நடையைக் கலப்புத் தன்மை வாய்ந்ததென்பர். ஒரு புறத்தில் பழைய சொற்களும், பேச்சுவழக்குச் சொற்களும் மறுபுறத்தில் புதிய சொல் வடிவங்களும் காணப்படுகின்றன. இவ்விரு வகைச் சொற்களும் ஒரேநேரத்தில் ஒரேசெய்யுளில் அருகருகே பயன்படுத்தப் படுவதைக் காணலாம். இக்கலப்பு யாப்பமைதியின் வசதிக்கேற்பக் கையாளப்பட்டுள்ளது.

இரண்டாவது நிலை, திரிபிடக உரைநடை நூல்களின் காலத்ததாகும். இக்காலத்திய சொல்லாட்சியில் முதல் நிலைக் காலத்தினின்றும் பெரிய மாற்றத்தைக் காண முடிகிறது. இக்காலத்தில பழைய சொற்களின் பயன்பாடு குறைந்து புதிய சொற்களின் பயன்பாடு மிகுந்துள்ளது. புதிய சொற்களும் தற்செயலாகப் பயன்படுத்தப்பட்ட நிலை மாறி அவற்றைப் பயன்படுத்தும் முறை செம்மையாக்கப்பட்டு வளர்ச்சி பெற்ற காலம் இது.

மூன்றாவது நிலை, பிற்கால உரைநடை நூல்களின் காலமாகும். இக்காலத்து உரைநடை நூல்களில் சொற்பயன்பாடு முந்தைய காலத்தைப் போன்றதெனினும், சொற்கள் புதிய நயத்துடன் கையாளப் பெறுகின்றன. இக்காலத்தில் தொன்மையான சொற்களின் பயன்பாடு மேலும் கட்டுப்படுத்தப்பட்டு வந்ததை உணர முடிகிறது.

நான்காவது நிலை, பிற்காலச் செய்யுள்களின் காலத்ததாகும். இக்காலத்தில் முதல் நிலையினதைப் போன்றே ஒரு கலப்புத் தன்மை மீண்டும் தோன்றியது. நூலாசிரியர்கள் பழைய இலக்கியங்களிலும் புதிய இலக்கியங்களிலும் நன்கு தேர்ச்சி பெற்றவர்களாகவும், இரு வகையான சொல்லாட்சியிலும்

பயிற்சியுடையவர்களாகவும், இருந்தமையால் தங்கள் படைப்புகளில் பழைய, புதிய சொற்களை மீண்டும் புகுத்தினர். மேலும் சமஸ்கிருத சொற்களையும் பாலியில் பெரிதும் கலக்கத் தலைப்பட்டனர்.

தமிழும் பாலி மொழியும்

புத்தர்தம் கொள்கைகளைத் தாங்கியுள்ள திரிபிடகங்கள் பாலி மொழியில் அமைந்துள்ளன. எனவே பௌத்தமும் பாலியும் பிரிக்க முடியாதபடி ஒன்றையொன்று சார்ந்து இயங்கின. தமிழகத்தில் பௌத்த நெறியோடு பாலி மொழியும் பரவியது. சங்க இலக்கியத்தில் பாலி மொழிச் சொற்களும், பாலி, மற்றும் பௌத்தத்துடன் தொடர்புடைய பெயர்களும் இடம் பெற்றிருப்பதை அறிய முடிகிறது. எடுத்துக்காட்டாக,

பாலி	தமிழ்
பதாக	பதாகை (பட்டின 182, மதுரைக்காஞ்சி 373)
நேமி	நேமி (அகம் 175. 14, பரி 1. 55
பதும	பதுமம் (தாமரை) (பரி.5.49, 8.115)
கம்மிக	கம்மியர் (பொற்கொல்லர்) (மதுரை 512, நற்.94, 152, 363)

தமிழ்ச்சொற்கள் பல பாலியில் இடம்பெற்றுள்ளன. எடுத்துக்காட்டாக, ஆமா, ஐயா, கட்ட (கட்டை), கஞ்சி, கமுகு, அளி (வண்டு), கரி (யானை) போன்ற சொற்களைக் கூறலாம். இச்சொற்கள் தமிழில் வழங்கும் அதே பொருளில் பாலியிலும் வழங்கப்படுகின்றன.

தமிழகத்தில் பௌத்த விகாரைகள் பல எழுந்தன. அதில் தங்கிய பௌத்த பிக்குகள் திரிபிடகங்களைக் கற்றதோடு பாலி மொழியையும் பரப்பினர். களப்பிரர் காலத்தில் பாலி மொழியின் செல்வாக்கு தமிழகத்தில் அதிகரித்தது. ஆனால் இக்காலத்தில் பௌத்தமும் பாலி மொழியும் பெற்றிருந்த செல்வாக்கு அவருக்குப் பின் வந்த பல்லவர் காலத்தில் சற்றுக் குறைந்தது. தமிழகத்தில் சம்பந்தர், அப்பர் போன்ற சமயச் சான்றோர்களின் சைவசமயத் தெண்டினைத் தொடர்ந்து பௌத்தத்தின் செல்வாக்கு பெரிதும் குறைந்தது. மகாயான பௌத்தம் தமிழகத்தில் இடம்பெறத் தொடங்கியதும் பாலியின் இடத்தை சமஸ்கிருதம் பிடித்தது. எனினும் பிற்காலச் சோழர் காலத்தில் பாலி மீண்டும் செல்வாக்குப் பெறத் தொடங்கியது. சோழர்காலத்தில் நாகபட்டின விகாரைக்கு முன்னர் பல விகாரைகள் இருந்தன என்று இராகவையங்கார் குறிப்பிடுகிறார். (இலக்கியச் சாஸன வழக்காறுகள், சென்னை,

ப.184). இங்கிருந்த பிக்குகள் தமிழகத்தில் மீண்டும் பௌத்தம் மற்றும் பாலி வளர்ச்சிக்குத் தொண்டாற்றினர்.

பாலி இலக்கண நூல்கள்

சமஸ்கிருதத்தில் வ்யாகரண (*Vyāṇkrana*) என்னும் சொல் பாலியில் வெய்யாகரண (*Veyyākraṇa*) என வழங்கப்படுகிறது. இவ்விரு சொற்களும் இலக்கணத்தைக் குறிக்கின்றன. இலக்கணம் பற்றிய அறிவின் முக்கியத்துவத்தை பாலி திரிபிடக நூல்களுள் ஒன்றான தம்மபதம் கூறுகிறது.

> தண்ஹோ அனாதா[3]னோ, நிருத்திபத[3]கோவிதோ[3];
> அக்க[2]ரானங் ஸன்னிபாதங், ஜஞ்ஞா புப்[3]பா[3]பரானி ச;
> ஸ வே அந்திமஸாரீரோ, மஹாபஞ்ஞோ மஹாபுரிஸோ தி
> வுச்சதி

> (*“வேட்கையும், பற்றும் அற்றவரும், சொல்லும் பொருளும் அதன் மூலமும் அறிந்தவரும், எழுத்துகளின் சேர்க்கையும் அதன் முன்பின் தொடர்பும் தெரிந்தவருமானவருக்கு இதுவே கடைசிப் பிறப்பு, அவர்களே பேரறிஞர்கள், மனிதர்களுள் உயர்ந்தவர்கள் எனப்படுவார்கள்.” தம்மபதம் 352)*

என்பது அந்த சுத்தத்தின் பொருள். இதன்படி எழுத்துகளின் சேர்க்கை, அவற்றின் முன்பின் தொடர்பு, அந்த எழுத்துகளின் சேர்க்கையால் உண்டாகும் சொல், அதன் பொருள், அச்சொல்லின் மூலம் என்பவை இலக்கணத்தின் பகுதிகள் ஆகும். இவற்றைத் தெளிவாக அறிந்தவர்களே ஞானிகளின் கூற்றுகளைத் தெளிவாகப் புரிந்துகொண்டு அவற்றின் பயனாகிய ஞானத்தைப் பெற முடியும் என்பது விளக்கம். இந்த அறிவு இல்லையெனில் கருத்துகளைச் சரியாகப் புரிந்துகொள்ளாமல் திரித்துப் பொருள் கொண்டு துன்புறுவர். எனவே இலக்கண அறிவு என்பது மிக அவசியமானது என்றாகிறது. எனினும் பாலி இலக்கியங்கள் தோன்றிப் பல நூற்றாண்டுகளுக்குப் பின்னரே இலக்கணங்கள் தோன்றின. “திரிபிடகங்களுக்கு உரை இயற்றிய முப்பெரும் உரையாசிரியர்களான புத்ததத்தர், புத்தகோசர், தம்மபாலர் ஆகியோர் காலம் வரை இலக்கண நூல்கள் பாலியில் தோன்றவில்லை. ஆச்சாரியா புத்தகோசர் தமது உரை நூல்களில் பாலி இலக்கணத்திற்குப் பதிலாக பாணினியையே குறிப்பிடுகிறார். எனவே உரையாசிரியர்கள் காலத்திற்குப் பின்னரே பாலியில் இலக்கண நூல்கள் தோன்றின” என்கிறார் பி.சி.லா. (*A History of Pali Literature*, ப.618).

எள்ளிலிருந்து எண்ணை எடுப்பதுபோல இலக்கியத்திலிருந்தே இலக்கணம் எடுபடுகிறது என்னும் கருத்துப்படி மொழி

அமைப்பையும், சொற்களுக்குப் பொருள் கொள்ளும் விதத்தையும் விளக்குவதே இலக்கணம் எனக் கூறலாம். இலக்கியங்களைச் சரியாகப் புரிந்துகொள்ளத் துணை நிற்பது இலக்கணம் ஆகும். அவ்வகையில் புத்தர் பிரானின் போதனைகளைச் சரியாகப் புரிந்துகொண்டு பயன்பெறும் வகையிலேயே பாலி இலக்கண நூல்கள் எழுந்தன என்னும் கருத்தை வலுப்படுத்தும் வகையில் கச்சாயனர் போன்ற இலக்கண ஆசிரியர்களின் கூற்றுகள் அமைந்துள்ளன. கச்சாயனர் தனது முதல் நூற்பாவான புத்தர் வணக்கத்தில் தலைமையானவனும் மூவுலகும் வணங்கக் கூடியவனும் உத்தமமானவனுமான புத்தனையும் குற்றமற்ற அறத்தினையும் உத்தமமான அடியார் கூட்டத்தினையும் (புத்தம், தம்மம், சங்கம்) அடைக்கலமாக வணங்கி,

> "ஞானாசிரியரான புத்தனின் போதனைகளின் உயர்ந்த பொருளைத் தெளிவாகப் புரிந்துகொள்ளும் பொருட்டுத் திரிபிடகங்களின் துணையுடன் அழகிய புணர்ச்சி இலக்கணத்தைச் சொல்கிறேன்."

என்று கூறுகிறார். புத்தரின் போதனைகள் திரிபுபட்டுப் போகா வண்ணம் அவர்தம் போதனைகளை அவர்தம் சீடர்கள் அவரது மொழியிலேயே தொகுத்தனர். அது போன்று புத்தரின் போதனைகளைப் பிழையின்றிச் சரியாகப் புரிந்து கொள்வதற்காகவே பாலியில் இலக்கண நூல்கள் எழுந்தன என்று குறிப்பிடப்படுகிறது.

பாலி மொழியில் பல்வேறு காலக்கட்டத்தில் பல்வேறு இலக்கண நூல்கள் தோன்றியுள்ளன. அவ்வகையில் பாலியில் ஐந்து இலக்கண மரபுகள் தோன்றியுள்ளன. அவை

1. போதிசத்த வியாகரண
2. கச்சாயன வியாகரண
3. ஸப்பகுணாகர வியாகரண
4. மொக்கலான வியாகரண
5. ஸத்தநீதி வியாகரண

என்பனவாகும். இவற்றில் முதலாவதும் மூன்றாவதுமான இலக்கண நூல்கள் தற்போது கிடைக்கவில்லை. கச்சாயன வியாகரண, மொக்கலான வியாகரண, ஸத்தநீதி வியாகரண ஆகிய மூன்று மரபிற்கான நூல்களே தற்போது கிடைக்கின்றன. இவற்றுள் கச்சாயனமே பாலியின் முதல் இலக்கண நூலாகக் கொள்ளப்படுகிறது. கச்சாயன மரபைப் பின்பற்றியே அதிகமான இலக்கண நூல்கள் தோன்றியுள்ளன.

கச்சாயன மரபினவாய நூல்கள்

கச்சாயன மரபினைப் பின்பற்றும் நூல்கள் இவையெனக் கூறுவதில் ஆசிரியர்களிடையே கருத்துவேறுபாடு உள்ளது. இலக்குமிநாராயண திவாரியும் பீர்பால் சர்மாவும் கச்சாயன மரபு நூல்களாகப் பதினைந்து நூல்களைக் குறிப்பிடுகின்றனர். அந்நூல்களாவன:

> 1. கச்சாயன நியாஸ அல்லது முகமத்ததீபனி, 2. சுத்த நித்தேஸ, 3. ஸம்பந்தசிந்தா, 4. காரிகா, 5. ஸத்தத்தபேதசிந்தா, 6. ரூபசித்தி, 7. பாலவதார, 8. ஸத்தஸாரத்தஜாலினி, 9. கச்சாயனபேத, 10. கச்சாயனஸார, 11. ஸத்தபிந்து, 12. கச்சாயனவண்ணனா, 13. வாசகோபதேஸ, 14. அபிநவசூளநிருத்தி, 15. தாதுமஞ்ஜூஸ ஆகியனவாகும்.

ஆனால் பிமல் சர்ண் லா என்னும் ஆய்வாளர் திவாரி குறிப்பிடும் நூல்களோடு 1. மகாநிருத்தி, 2. சூளநிருத்தி, 3. நிருத்திப்பிடக, 4. மஞ்ஜூஸடீகாவ்யாக்ய என்னும் நான்கு நூல்களைக் கச்சாயன மரபினவாகக் குறிப்பிடுகிறார்.

மொக்கலான மரபு

கச்சாயன இலக்கண மரபினைத் தவிர்த்து மொக்கலான மரபு நூல்களாக திவாரி 1. பதஸாதன, 2. பயோகஸித்தி, 3. மொக்கலனபஞ்சிகாபதீப, 4. தாதுபாட என்னும் நான்கு நூல்களைக் குறிப்பிடுகிறார். ஆனால் பி.ஸி. லா 1. பயோகசித்தி, 2. மொக்கலானவுத்தி, 3. ஸுஸத்தஸித்தி, 4. பதஸாதன அல்லது மொக்கலான ஸத்தத்தரத்னாகர என்னும் நான்கு நூல்களை மொக்கலான மரபு நூல்களாகக் குறிப்பிடுகிறார்.

ஸத்தநீதி மரபு

மற்றொரு இலக்கண மரபான ஸத்தநீதி இலக்கணமரபைச் சேர்ந்த நூல் ஒன்றே எனக் கூறுவதில் இருவரும் ஒத்திருந்தாலும் நூல் இது எனக் குறிப்பிடுவதில் இருவரும் வேறுபடுகின்றனர். திவாரி ஸத்தநீதி மரபினதாகத் தாத்வத்ததீபனி என்னும் நூலைக் குறிப்பிட பி.ஸி. லா சுள்ளஸத்தநீதி என்னும் நூலைக் குறிப்பிடுகிறார்.

இவை தவிர, பிற்காலத்தில் பல இலக்கண நூல்கள் பாலியில் தோன்றின. அவையாவன:

1. காரிகவுத்தி, 2. விபத்தியத்த, 3. கந்தத்தி, 4. நாயலக்கணவிபாவனி, 5. நிருத்திசங்க, 6. விபத்தியத்ததீபனி, 7. ஸந்வண்ணநாயதீபனி, 8. வச்சவாசக, 9. ஸத்தவுத்தி,

10. பாலப்பபோதனா, 11. காரகபுப்பமஞ்ஜரி, 12. கச்சாயனதீபனி, 13. குள்கத்ததீபனி, 14. முகமத்தஸார, 15. ஸத்தகலிக, 16. ஸத்தவிநிச்சய, 17. பிஜங்க, 18. தாதுபாட, 19. ஸுகிரமுகமந்தந்தன என்பன.

மேலும் tipitak.org என்னும் வலைத்தளம் 1. கச்சாயன வியாகரண, 2. மொக்கலான வியாகரண, 3. ஸத்தநீதி வியாகரண, 4. பதரூபஸித்தி, 5. மோகலான பஞ்சிகா, 6. பயோகஸித்திபாட, 7. உத்தோதயபாட, 8. அபிதானப் பதீபிகாபாட, 9. அபிதானப் பதீபிகா டீகா, 10. ஸுபோதாலங்காரப் பாட, 11. ஸுபோதாலாங்கார டீகா, 12. பாலாவதார கண்டிபதத்த விநிச்சயஸார என்னும் பன்னிரு இலக்கண நூல்களையும் மூலமும் உரையுமாக வலைதளத்தில் வெளியிட்டுள்ளது.

கச்சாயன

பாலியில் தோன்றிய இலக்கண நூல்கள் அனைத்திலும் கச்சாயனரின் நூலே காலத்தால் முந்தியது எனக் கருதப்படுகிறது. தமிழில் முதல் இலக்கண நூலான தொல்காப்பியத்துடன் கச்சாயனத்தை ஒப்பிட்டுக் காண்பது அவசியமாகிறது.

தொல்காப்பியம் நூல் கட்டமைப்பு

தொல்காப்பியம் நூலின் தொடக்கத்தில் பாயிரம் அமைந்துள்ளது. இந்தப் பாயிரத்தில் தமிழ் மண்ணின் எல்லை, ஆசிரியர் இந்நூலை இயற்றுமுன் தமிழில் வழங்கிய இலக்கண நூல்களைக் கற்றுணர்ந்தமை, நிலந்தருதிருவின் பாண்டியன் அவையில் அதங்கோட்டாசான் என்னும் சான்றோர் தலைமையில் இயங்கும் புலவர் கூட்டத்தில் தொல்காப்பியன் என்பவரால் நூல் அரங்கேற்றம் செய்யப்பட்டது ஆகிய செய்திகள் கூறப்பட்டுள்ளன.

தொல்காப்பியம் எழுத்து, சொல், பொருள் என்று மூன்று அதிகாரங்களைக் கொண்டுள்ளது. ஒவ்வொரு அதிகாரமும் ஒன்பது இயல்களைக் கொண்டுள்ளது. எழுத்ததிகாரத்தில், நூன் மரபு, மொழி மரபு, பிறப்பியல், புணரியல், தொகைமரபு, உருபியல், உயிர் மயங்கியல், புள்ளி மயங்கியல், குற்றியலுகரப் புணரியல் என ஒன்பது இயல்கள் உள்ளன. இவற்றில் நூன் மரபில் மொழிக்கு அடிப்படையான உறுப்பாகிய எழுத்துகளின் வகையும் எண்ணிக்கையும் பேசப்படுகிறது. இங்குத் தனி நின்ற எழுத்துகளுக்கான இலக்கணம் பேசப்படுகிறது. மொழி மரபில், மொழிக்கண் நின்ற எழுத்தின் இலக்கணம் உணர்த்தப்படுகிறது. பிறப்பியலில் எழுத்துகளின் பிறப்பிலக்கணம் உணர்த்தப்படுகிறது. புணரியலில் எழுத்துகளின் புணர்ச்சி இலக்கணம் பேசப்படுகிறது. தொகை மரபில் எழுத்துப் புணர்ச்சியுள் தொகுத்துக்

கூறுதற்குரிய புணர்ச்சி இலக்கணம் கூறப்படுகிறது. உருபியலில் உருபெழுத்துகளின் புணர்ச்சி இலக்கணம் பேசப்படுகிறது. உயிர் மயங்கியலில் சொற்களில் உயிரீறுகளின் புணர்ச்சி இலக்கணம் உணர்த்தப்படுகிறது. புள்ளி மயங்கியலில் சொற்களில் மெய்யீறுகளின் புணர்ச்சி கூறப்படுகிறது. குற்றியலுகரப் புணரியலில் குற்றியலுகர ஈறுகளுக்ககான புணர்ச்சி இலக்கணம் பேசப்படுகிறது.

சொல்லதிகாரத்தில், கிளவியாக்கம், வேற்றுமையில், வேற்றுமை மயங்கியல், விளிமரபு, பெயரியல், வினையியல், இடையில், உரியியல், எச்சவியல், என ஒன்பது இயல்கள் உள்ளன. இவற்றுள் கிளவியாக்கத்தில் எழுத்துகள் பொருள் தரும் முறையில் சொற்களாகும் வகையும், அவை தொடர்களாகிப் பொருளுணத்தும் வகையும் உணர்த்தப்படுகின்றன. வேற்றுமை இயலில் பெயர்கள் உருபுகளேற்றுப் பொருள் வேற்றுமைப்படும் இயல்பு உணர்த்தப்படுகிறது. வேற்றுமை மயங்கியலில் வேற்றுமை உருபுகள் தம்முள் மயங்கிப் பொருள் வேறுபாடு கொள்ளும் இயல்பு உணர்த்தப்படுகிறது. விளிமரபில் சொற்கள் விளியேற்கும் இயல்பு பேசப்படுகிறது. பெயரியலில் பெயர்ச்சொற்களின் இலக்கணமும், வினையியலில் வினைச் சொற்களின் இலக்கணமும், இடையியலில் இடைச் சொற்களின் இலக்கணமும், உரியியலில் உரிச்சொற்களின் இலக்கணமும் உணர்த்தப்படுகின்றன. எச்சவியலில் சிறப்பித்துக் கூறப்படும் ஏனைய இயல்களில் சொல்லவியலாத எஞ்சியுள்ளவையும் எல்லாவற்றிற்கும் பொதுவானதுமான செய்திகள் கூறப்பட்டுள்ளன.

பொருளதிகாரத்தில், அகத்திணையியல், புறத்திணையியல், களவியல், கற்பியல், பொருளியல், மெய்ப்பாட்டியல், உவமவியல், செய்யுளியல், மரபியல் என ஒன்பது இயல்கள் அமைகின்றன. இவற்றுள், அகத்திணயியலில் அக ஒழுக்கத்தின் இயல்பு உணர்த்தப்படுகின்றன. புறத்திணை இயலில் மாந்தரின் புற ஒழுக்கமும் அறமும் உணர்த்தப்படுகிறது.களவியலில் காதற் களவொழுக்கத்தின் இயல்பு பேசப்படுகிறது. கற்பியலில் கற்பொழுக்கத்தின் இயல்பு பேசப்படுகின்றன. பொருளியலில் முன் இயல்களில் கூறப்படாது எஞ்சிய பொருளிலக்கணங்களின் பகுதிகள் உணர்த்தப்படுகிறது. மெய்ப்பாட்டியலில் பொருளிலக்கணத்துக்கு உரிய மெய்ப்பாடுகளின் இயல்பு கூறப்படுகிறது. உவமவியலில் உவம இலக்கணம் உணர்த்தப்படுகிறது. செய்யுளியலில் பொருள்பற்றி எழும் செய்யுளின் இலக்கணம் தொகுத்துக் கூறப்படுகிறது. மரபியலில் பொதுவாக மரபிற்குரியவாகிய பெயர்களின் மரபும், நூலின் மரபும் என இருவகை மரபுகள் பேசப்படுகின்றன.

இவற்றில் பொருளதிகாரச் செய்திகள் கச்சாயனத்தில் பேசப்படவில்லையாதலின் இங்கு எழுத்தும் சொல்லும் மட்டும் ஒப்பிட்டுக் காணப்படுகின்றன.

கச்சாயன நூல் கட்டமைப்பு

கச்சாயன நூல் கப்போ என்னும் நான்கு பெரும் பிரிவுகளாகப் பிரிக்கப்பட்டுள்ளது. அவை, 1. ஸந்தி கப்போ, 2. நாமகப்போ, 3. ஆக்யாதகப்போ, 4.கிப்பிதானகப்போ என்பனவாகும். இவை தமிழில் குறிக்கப்படும் அதிகாரம் போன்றவையாகும். ஒவ்வொரு பெரும் பிரிவிலும் கண்டோ என்னும் சிறு பிரிவுகள் உள்ளன. இவை இயல்கள் போன்றவையாகும். இவற்றின் எண்ணிக்கை எல்லாப் பெரும் பிரிவுகளுக்கும் சமமானதாக இல்லை. முதல் கப்போவான ஸந்தி கப்போவில் ஐந்து கண்டோக்களும், இரண்டாவது நாமகப்போவில் எட்டு கண்டோக்களும், மூன்றாவது ஆக்யாத கப்போவில் நான்கு கண்டோக்களும், நான்காவது கிப்பிதான கப்போவில் ஆறு கண்டோக்களும் உள்ளன. இவற்றில் இரண்டாவதான நாமகப்போவில் உள்ள எட்டு இயல்களில் ஆறு, ஏழு, எட்டாம் இயல்களும் கப்போ என்றே குறிக்கப்படுகின்றன. அவையாவன, 1. காரக கப்போ, 2. ஸமாஸ கப்போ, 3. தத்தித கப்போ என்பனவாகும். இவை கப்போ என்று குறிக்கப்பட்டாலும் இவையும் பெயர்ச் சொற்களைப்பற்றிய இலக்கணத்தைச் சொல்வதால் இவற்றையும் தனிக் கப்போவாகக் குறிக்காமல் நாம கப்போவின் பகுதியாகவே வைத்துள்ளார் ஆசிரியர்.

ஸந்தி கப்போவில் பாலி நெடுங்கணக்கு பற்றிய செய்திகளும், சொல்லில் எழுத்துகள் புணரும்போது ஏற்படக்கூடிய மாற்றங்கள் பற்றியும் விளக்கப்பட்டுள்ளன. இரண்டாவது நாம கப்போவில் வேற்றுமை உருபுகள் பற்றியும் அவை பெயரோடு வந்து சேரும் பொழுது ஏற்படும் புணர்ச்சி விதிகள் பற்றியும் கூறுகிறார். நாம கப்போவின் இறுதி மூன்று இயல்களான காரக கப்போ, தத்தித கப்போ, ஸமாஸ கப்போ ஆகியவற்றுள் காரக கப்போவில் வேற்றுமைப் பொருள்கள் பற்றிப் பேசுகிறார். ஸமாஸ கப்போவில் தொகைகள்பற்றிக் கூறுகிறார். இதில், தப்புரிஸ ஸமாஸ (வேற்றுமைத் தெகை), கம்மதாரய ஸமாஸ (பண்புத் தொகை), துவந்த ஸமாஸ (உம்மைத் தொகை), பஹுப்பீஹி ஸமாஸ (அன்மொழித் தொகை), திகு ஸமாஸ (எண்ணுத் தொகை), அவ்யாயிபாவ ஸமாஸ (இடைச்சொல் தொகை) என ஆறு தொகைகள்பற்றி விளக்குகிறார். தத்தித கப்போவில் தாதுக்களிலிருந்தும், பெயர் மற்றும் வினைச்சொற்களிலிருந்தும் பின்னொட்டுகள் சேர்ந்து பெயர்ச்சொற்கள் அமையும் தன்மையை விளக்குகிறார்.

ஆக்யாத கப்போவில், வினைச்சொற்கள் பற்றியும் வினை விகுதிகள் பற்றியும் பேசுகிறார். தொடர்ந்து வினை விகுதிகள் சொல்லோடு வந்து சேரும்பொழுது ஏற்படும் புணர்ச்சி மாற்றங்கள் பற்றி விளக்குகிறார். கிப்பிதான கப்போவில், வேர்ச்சொற்களுடன் பின்னொட்டுகள் வந்து சேர்ந்து பெயர்ச்சொற்கள் ஆக்கும் முறை பற்றி விரிவாகப் பேசப்படுகிறது. பின்னொட்டுகள் வந்து சேரும் பொழுது ஏற்படும் புணர்ச்சி மாற்றங்கள், பெண்பால் பெயர்ச் சொற்கள் அமையும் முறை, முதலியன விளக்கப்படுகின்றன. கிப்பிதான கப்போவின் ஆறாவது இயல் உணாதி கப்போ எனப் பெயரிடப்பட்டுள்ளது

ஒப்பீடு

தொல்காப்பியத்தில் கடவுள் வாழ்த்து காணப்படவில்லை. மாறாகப் பாயிரம் அமைந்துள்ளது. பாயிரத்தில் நூல், ஆக்கியோன், அரங்கேற்றிய இடம் முதலிய செய்திகள் சொல்லப்பட்டுள்ளன. கச்சாயனர் பௌத்த நூல்களின் மரபிற்கேற்ப முதலில் புத்தரை வழிபட்டு நூலைத் தொடங்குகிறார். இதில் புத்தரை வழிபடுவதுடன் நூலின் நோக்கத்தையும் குறிப்பிடுகிறார். மேலும் ஒவ்வொரு படலத்தின் தொடக்கத்திலும் (கப்போ) இதே போன்று புத்தர் வழிபாடும், தொல்காப்பியர் தம் நூலை எழுத்து, சொல், பொருள் என்று மூன்று அதிகாரங்களாகப் பகுத்துள்ளார். ஒவ்வொரு அதிகாரத்திலும் சரியாக ஒன்பது இயல்களையும் அமைத்துள்ளார். ஒவ்வொரு இயலுக்கும் அந்த இயலில் சொல்லப்படும் பொருள் அடிப்படையில் பெயர் அமைத்துள்ளார். கச்சாயனர் தம் நூலை சந்தி கப்போ, நாம கப்போ, ஆக்யாத கப்போ, கிப்பிதான கப்போ என நான்கு படலங்களாகப் பகுத்துள்ளார். ஒவ்வொரு படலத்திலும் கண்டோ என்னும் இயல்கள் உள்ளன. ஒவ்வொரு கண்டோவும் அதில் சொல்லப்படும் பொருள் அடிப்படையில் பெயரிடப்படாமல் முதல் கண்டோ, இரண்டாம் கண்டோ என்ற முறையில் குறிப்பிடுகிறார். இந்த இயல்களின் எண்ணிக்கை ஒவ்வொரு படலத்திற்கும் வேறுபடுகிறது

தொல்காப்பியர் எழுத்ததிகாரத்தில் எழுத்துபற்றிய செய்திகளையும் புணர்ச்சி இலக்கணத்தையும் சொல்கிறார். இந்தச் செய்திகளைக் கச்சாயனர் ஸந்தி கப்போவில் சொல்லியுள்ளார். ஆனால் தொல்காப்பியர் தனிநின்ற எழுத்துகள் பற்றிய செய்திகளையும், மொழிமுதல் எழுத்துகள், மொழி இறுதி எழுத்துகள், உடனிலை மயக்கம், வேற்றுநிலை மயக்கம் என்று சொல்லில் எழுத்துக்கள் பயின்று வரும் இயல்பினையும் விளக்குகிறார். ஆனால் கச்சாயனர் தனிநின்ற எழுத்துகளைப் பற்றி மட்டும் ஸந்தி கப்போவில் முதல் கண்டோவில் கூறுகிறார்.

மொழிமுதல் எழுத்துகள் மொழி இறுதி எழுத்துகள்பற்றிக் கூறவில்லை. பாலியில் ட4, ண, ள ஆகிய எழுத்துகள் தவிர ஏனைய அனைத்து உயிர்களும் மெய்களும் மொழி முதலில் வருகின்றன. மொழி இறுதியில் மெய்யெழுத்துகள் வாரா. உயிரும் நிக்கஹீதவும் மட்டும் மொழி இறுதி எழுத்துகளாக வரும். எனவே கச்சாயனர் இவற்றைப் பற்றி விளக்காமல் சென்றிருக்கலாம். தொல்காப்பியர் எழுத்துகளின் பிறப்பு பற்றிய செய்திகளைக் கூறியிருப்பதுபோல் கச்சாயனர் கூறவில்லை.

தொல்காப்பியர் புணர்ச்சி இலக்கணத்தை உருபெழுத்துகளின் புணர்ச்சியை உருபியலிலும், உயிரீற்றுப் புணர்ச்சியை உயிர்மயங்கியலிலும், மெய்யீற்றுப் புணர்ச்சியை புள்ளிமயங்கியலிலும், குற்றியலுகரப் புணர்ச்சியைக் குற்றியலுகரப் புணரியலிலும் நிலைமொழி ஈற்றெழுத்துகளின் அடிப்படையில் விளக்குகிறார். கச்சாயனரும் மொழி இறுதி எழுத்துகளின் முறைப்படி புணர்ச்சி இலக்கணத்தை விளக்குகிறார். எனினும், பாலியில் மெய்யெழுத்துகள் மொழி இறுதியில் வாராவாகலின், உயிர் முன் உயிர் புணர்ச்சி, உயிர் முன் மெய் புணர்ச்சி, நிக்கஹீதப் புணர்ச்சி என்னும் அடிப்படையில் புணர்ச்சி இலக்கணத்தைத் தனித்தனி இயல்களில் விளக்குகிறார்.

தொல்காப்பியர் சொல்லிலக்கணத்தைக் கிளவியாக்கம், வேற்றுமையியல், வேற்றுமை மயங்கியல், விளிமரபு, பெயரியல், வினையியல், இடையியல், உரியியல், எச்சவியல் என ஒன்பது இயல்களாகப் பகுத்துச் சொல்லதிகாரம் என்ற பெயரில் ஒருங்கிணைத்து விளக்குகிறார். தொல்காப்பியர் கூறியுள்ள பெயரியல், வினையியல் செய்திகளைக் கச்சாயனர், நாமகப்போ, ஆக்யாத கப்போ, கிப்பிதான கப்போ, எனத் தனித்தனிப் படலங்களாகப் பகுத்து விளக்குகிறார். நாமகப்போவில் வேற்றுமை உருபுகள் பற்றிய செய்திகளையும், வேற்றுமை மயங்கிவரும் செய்திகளையும் இணைத்துச் சொல்லியுள்ளார். வேற்றுமைப் பொருள்பற்றிய செய்தியைக் காரக கப்போ என்ற தனி இயலில் விளக்குகிறார். ஆக்யாத கப்போவில் வினைச்சொல்பற்றிய செய்திகளையும் கிப்பிதானக் கப்போவில் வேர்ச் சொற்களிலிருந்தும் பெயர்ப்பகுதிகளிலிருந்தும், வினைப்பகுதிகளிலிருந்தும் பெயர்கள் அமைக்கும் வகையினை விளக்குகிறார். தொல்காப்பியர் எச்சவியலில் கூறும் தொகையிலக்கணத்தைக் கச்சாயனர் ஸமாஸ கப்போவில் கூறுகிறார். கச்சாயனர் பாலி மொழியின் மரபிற்கேற்ப தத்திதக் கப்போவில் பெயர்கள் வினைகள் அடிப்படையில் தத்திதப் பெயர்கள் அமையும் வகையை விளக்குகிறார்.

தொல்காப்பியமும் கச்சாயனமும் இருவேறு கால கட்டங்களில் தோன்றிய நூல்கள். தொல்காப்பியம் வழக்கும்

செய்யுளும் ஆகிய இரு மரபுகளையும் தழுவிக்கொண்டு இயற்றப்பட்ட இலக்கண நூல். இதனைத் தொல்காப்பியயப் பாயிரம்,

> வழக்கும் செய்யுளும் ஆயிரு முதலின்
> எழுத்தும் சொல்லும் பொருளும் நாடிச்
> செந்தமிழ் இயற்கைச் சிவணிய நிலத்தொடு
> முந்துநூல் கண்டு முறைப்பட எண்ணிப்
> புலந்தொகுத் தோனே போக்கறு பனுவல்

(தொல். பாயிரம், 4–8)

என்று கூறுகிறது.

ஆனால் கச்சாயனம் மக்கள் வழக்கையைப் பெரிதும் அடிப்படையாகக் கொண்டு எழுந்த இலக்கியத்தைக் கற்பதற்காக இயற்றப்பட்ட இலக்கண நூல். இதனைக் கச்சாயனர்,

> 'புத்தனின் போதனைகளின் உயர்ந்த பொருளைத் தெளிவாகப் புரிந்துகொள்ளும் பொருட்டுத் திரிபிடகங்களின் துணையுடன் அழகிய புணர்ச்சி இலக்கணத்தைச் சொல்கிறேன்.'

என்று நூலின் தொடக்கத்தில் புத்தர் வணக்கப் பகுதியில் கூறுகிறார்.

தொல்காப்பியர் எழுத்து, சொல், பொருள் ஆகிய மூன்றனுக்கும் இலக்கணம் சொல்கிறார். கச்சாயனர் எழுத்து, சொல் ஆகிய இரண்டுக்கு மட்டும் இலக்கணம் சொல்கிறார்.

தொல்காப்பியம் கச்சாயனம் ஆகிய இரு நூல்களும் எழுத்திலக்கணப் பகுதியில் புணர்ச்சி இலக்கணத்திற்கு முக்கியத்துவம் கொடுத்துப் பேசுகின்றன. புணர்ச்சி இலக்கணம் சொல்வதற்கு முன் அதற்கு அடிப்படையான எழுத்துகளைப் பற்றிய செய்தியாக எழுத்துகளின் எண்ணிக்கை வகை தொகை பற்றிய செய்திகளை முதலில் சொல்கின்றனர். ஆனால் தொல்காப்பியர் தனி நின்ற எழுத்துகள், மொழியிடை நின்ற எழுத்துகள், எழுத்துகளின் பிறப்பு, முதலிய செய்திகளைத் தனித்தனி இயல்களில் விளக்கமாகச் செல்லிவிட்டுப் பின்னர் புணர்ச்சி இலக்கணத்தைச் சொல்கிறார். கச்சாயனர் தனிநின்ற எழுத்துக்கு இலக்கணம் சொல்வதோடு நிறுத்திக்கொள்கிறார். தொல்காப்பியர் போல் மொழியிடை நின்ற எழுத்திற்கு இலக்கணம் சொல்லவில்லை. மேலும் தொல்காப்பியத்தில் காணப்படும் பிறப்பியல் செய்திகள் கச்சாயனத்தில் கூறப்படவில்லை. எழுத்துகளைப் பற்றிய செய்திகளைப் பதினொரு நூற்பாக்களில் மட்டும் கூறிவிட்டுப் புணர்ச்சி இலக்கணத்தை நான்கு இயல்களில் விளக்குகிறார்

கச்சாயனர் எழுத்துகளை வகைப்படுத்திக் காட்டும் முன்னர் எழுத்துகளின் முக்கியத்துவத்தைப் பற்றிக் கூறுகிறார்,

அத்தோ^{2} அக்க^{2}ரஸஞ்ஞாதோ. (கச்சாயன 1)

“எல்லாச் சொற்களின் பொருளும் எழுத்துகளின் உதவியுடனேயே அறியப்படுகின்றன. எழுத்துகளின் அறிவு இல்லையென்றால் சொற்களின் பொருளைச் சரியாக அறிந்து கொள்வது இயலாததாகும். எனவே எழுத்துகளைப்பற்றிய அறிவே பொருள் விளங்கும் நிலையாகும்”

என்று கூறுகிறார்.

எல்லாச் சொல்லும் பொருள் குறித்தனவே”

(தொல், சொல் 152)

எனத் தொல்காப்பியர் சொல்லதிகாரத்தில் குறிப்பிடுகிறார். தொல்காப்பியர் கருத்துப்படி பொருள் விளக்கம் என்பது சொல் நிலையிலேயே தோன்றுகிறது என்றும், எழுத்து நிலையில் பொருள் விளக்கம் ஏற்படாது என்பதும் தெளிவுபடுத்தப்படுகிறது. தொன்னூலார் சொல்லதிகாரத்தில் சொல்லும் இச்செய்தியைக் கச்சாயனர் எழுத்தைப்பற்றிப் பேசும்போதே அதுவும் முதல் நூற்பாவிலேயே கூறிவிடுகிறார்.

கச்சாயனர் கருத்துப்படி, எல்லாச் சொல்லுக்கும் எழுத்தே அடிப்படையாகும். அந்த எழுத்துகளே பொருள் தரும் சொற்களை இயக்குகின்றன என்பதாகும். எனவேதான் அவர் நூலின் முதல் நூற்பாவாக இக்கருத்தைக் கூறுகிறார். இக்கருத்தினை முன்வைத்துவிட்டுப் பின்னரே கச்சாயனர் எழுத்துகளின் எண்ணிக்கையைக் கூறுகிறார்.

அக்க^{2}ராபாத^{3}யோ ஏகசத்தாலீஸங். (கச்சாயன 2.)

என்னும் நூற்பாவில் பாலியில் மொத்தம் நாற்பத்தொரு எழுத்துகள் உள்ளன எனக் கூறுகிறார். தொடர்ந்து ஓகார இறுவாய் உயிர்கள் எட்டு என்றும், அவற்றுள் குறுகி ஒலிக்கும் மூன்று உயிர்கள் குறில்கள் என்றும், ஏனையவை நெடில்கள் என்றும் அடுத்தடுத்த நூற்பாக்களில் சொல்கிறார்.

ஆனால் பாலியின் மற்றொரு இலக்கண நூலான மொக்கலான என்னும் நூல் எழுத்துகள் மொத்தம் நாற்பத்து மூன்று என்றும் அவற்றுள் உயிர் எழுத்துகள் பத்து என்றும் கூறுகிறது. கச்சாயனர் ஏகார ஓகார எழுத்துகளுக்குக் குறில் எழுத்துகள்பற்றிக் குறிப்பிடாமல் எட்டு உயிர் எனச் சொல்லும் போது அவற்றிற்குக் குறில் எழுத்துகளான எகர ஒகரங்களையும் சேர்த்துப் பத்து உயிர்கள் என்பார் மொக்கலானர். கச்சாயனர்

எகர ஒகரக் குறில் எழுத்துக்களைக் குறிப்பிடாவிட்டாலும் ஏகார ஓகாரங்களைத் தொடர்ந்து இரட்டை மெய்யொலிகள் வருமாயின் அவை குறிலாக ஒலிக்கப்படும் என்னும் வழக்கு உள்ளது. அதைக் கொண்டு மொக்கலானர் எகர ஒகரக் குறில்களையும் சேர்த்துப் பத்து உயிர்களைக் குறிப்பிடுகிறார்.

பயோகசித்தி என்னும் இலக்கண நூல் மொத்த எழுத்துகள் நாற்பத்து மூன்று என்றும் அதில் பத்து உயிர்கள் என்றும் கூறுகிறது. ஆனால் மொக்கலானர் கூறுவது போல் எகர ஒகரக் குறில்களைக் குறிப்பிடாமல் ஐகாரம் ஔகாரம் ஆகிய இரு நெடில் உயிர்களைக் குறிக்கிறது. இந்த இரண்டு உயிர்களும் பாலியில் பயன்பாட்டில் உள்ளதைக் காணலாம். (எ.டு: *ayya, ayyā, ayyaka, ayyakā, ayyikā; avyaya, avyatta, avyāyibhāva*)

கச்சாயனர் வடமொழி இலக்கண மரபிற்கு ஏற்ப எழுத்துகளை வகைப்படுத்தியிருக்க, மொக்கலானரும் பயோகசித்தியாரும் அந்த மரபினைப் பின்பற்றாமல் தம் கொள்கைப்படி எழுத்துகளை வகைப்படுத்தியிருக்கின்றனர் என்பது குறிப்பிடத்தக்கது.

ஒரு மொழியில் அதன் எழுத்தெண்ணிக்கையை வரையறுத்து நிர்ணயித்தல் என்பது அந்தந்த மொழியின் அமைப்பைப் பொருத்தது என்றாலும் அதில் பிற மொழியின் செல்வாக்கும் ஓரளவு இடம் பெறத்தான் செய்கிறது.

> ‘எழுத்தாக்கம் என்பது மொழியின் அமைப்பை ஒட்டி அமைவதாயினும்... வரி வடிவத்தைத் தேர்ந்தெடுத்தல், எழுத்து எண்ணிக்கையை நிர்ணயித்தல், சொல்லெழுத்தை வரையறுத்தல் ஆகிய மூன்று பிரிவிலும் அரசியல், சமூகக் கலாச்சாரச் சூழல், மொழியின் தொழிற்பாடு, மொழியுணர்வு ஆகியன பங்கு கொள்கின்றன என்பதை அறியலாம் (சண்முகம், மொழியும் எழுத்தும், 1985, ப. 56)’

இக்கருத்து பாலிமொழிக்குரிய எழுத்து எண்ணிக்கையை முதன் முதலாக வரையறை செய்யும் கச்சாயனருக்கும் அவர் பின் வந்த மொக்கலானர் மற்றும் பயோகசித்தி ஆசிரியருக்கும் பொருந்துவதாக அமைகிறது. கச்சாயன நூல் இயற்றப்பெற்ற காலத்தில் சமஸ்கிருதத்தின் செல்வாக்கு நாட்டில் சிறப்பாக நிலவிய காலம் என்பது பாலி உரை நூல்களின் ஆசிரியர் புத்தகோசர் தம் நூலில் பாணினியின் இலக்கணத்தைப் பின்பற்றியமையால் அறியமுடிகிறது. அதனால் உயிரெழுத்துகளை வரையறை செய்வதில் கச்சாயனர் வடமொழி இலக்கண நூலான பாணினியைப் பின்பற்றியுள்ளார் என்பது தெரிகிறது. ஆனால் பின்னால் வந்த மொக்கலானரும், பயோகசித்தியாரும்

அதற்கு மாறாகத் தமிழ் மொழியின் உயிரெழுத்து வரையறை முறையைப் பின்பற்றியுள்ளமையை அறிய முடிகிறது. அவ்வகையில் கச்சாயனர் எகர ஒகரக்குறில்கள் மற்றும் ஐகாரம் ஔகாரங்களைக் கொள்ளாத நிலையில் மொக்கலானர் எகர ஒகரக் குறில்களையும் பயோகசித்தியார் ஐகார ஔகாரங்களையும் கொண்டுள்ளமையைக் காண முடிகிறது.

உயிர் எழுத்துகள்

தொல்காப்பியர்	அ	ஆ	இ	ஈ	உ	ஊ	எ	ஏ	ஐ	ஒ	ஓ	ஔ
கச்சாயனர்	அ	ஆ	இ	ஈ	உ	ஊ	–	ஏ	–	–	ஓ	–
மொக்கலானர்	அ	ஆ	இ	ஈ	உ	ஊ	எ	ஏ	–	ஒ	ஓ	–
பயோகசித்தி	அ	ஆ	இ	ஈ	உ	ஊ	–	ஏ	ஐ	–	ஓ	ஔ

தொல்காப்பியர், மெய்யெழுத்துகளை வகைப்படுத்தும் பொழுது, அவற்றை வல்லினம், மெல்லினம், இடையினம் என மூன்று பிரிவுகளாகப் பகுத்துக் காண்கிறார். ஆனால் கச்சாயனர் பாலியில் மொத்தம் நாற்பத்தொரு எழுத்துகள் என்று கூறி அவற்றுள் எட்டு உயிரெழுத்துகள் என்று கூறி ஏனையவை மெய்யெழுத்துகள் என்று கூறுகிறார் (ஸேஸா வ்[3]யஞ்ஜனா. (கச்சாயன 6)

பரஸமஞ்ஞா பயோகே[3]. (கச்சாயன 9)

வல்லினம் மெல்லினம் இடையினம் என்று பாகுபடுத்தாமல், அவற்றுள் மகரஇறுவாய் ஐயைந்தும் இனவெழுத்தாகும் என்பதன் மூலம் இனவெழுத்துகள் பற்றிக் கூறிப் பாலி மொழி அமைப்பிற்கேற்ப க ச ட த ப என ஐந்து மெய்களும் தனித் தனியே ஐயைந்து இன எழுத்துகளைக் கொண்டவை என வகைப்படுத்துகிறார். இதில் மெல்லெழுத்துகளையும் வல்லெழுத்துகளுடன் சேர்த்து வர்க்க எழுத்துகள் என்று குறிப்பிடும் கச்சாயன்ர் அவற்றின் ஒலிப்புமுறைபற்றிக் கூறும்பொழுது

பரஸமஞ்ஞா பயோகே[3]. (கச்சாயன 9)

என்னும் நூற்பாவில் எழுத்துகளின் பிரயோகம் பிற போல் அமையும் என்று கூறுகிறார். உரையாசிரியரே இது ஒலிப்புமுறை பற்றியது என்று கூறி வடமொழி போன்று எழுத்துகள் ஒலிப்புடையவை ஒலிப்பில்லாதவை எனப் பகுத்துப் பார்க்கப்படும் எனக் குறிப்டுகிறார்.

எழுத்துகளை வகைப்படுத்திவிட்டுப் புணர்ச்சி இலக்கணத்தைத் தொல்காப்பியர் உயிரீற்றுப் புணர்ச்சி, மெய்யீற்றுப்

புணர்ச்சி, குற்றியலுகரப் புணர்ச்சி எனத் தனித்தனியாகப் பகுத்து விளக்குகிறார். கச்சாயனரும் அதைப் போன்று, உயிர் முன் உயிர் வரும் புணர்ச்சி, உயிர் முன் மெய் வரும் புணர்ச்சி, நிக்கஹீதப் புணர்ச்சி, பல விகாரங்களைக் கொண்ட புணர்ச்சி எனத் தனித் தனியாக விளக்கிச் செல்கிறார்.

சொல்லிலக்கணத்தைத் தொல்காப்பியர் ஒன்பது இயல்களில் விளக்குகிறார். எழுத்துகள் பொருள் தரும் முறையில் சொற்களாகும் வகை கிளவியாக்கத்திலும், பெயர்கள் வேற்றுமைகளை ஏற்றுப் பொருள் வேற்றுமைப்படும் இயல்பினை வேற்றுமை இயலிலும், வேற்றுமை உருபுகள் தம்முள் மயங்கிப் பொருள் வேறுபாடு கொள்ளும் இயல்பு வேற்றுமை மயங்கியலிலும், எட்டாம் வேற்றுமையான விளிவேற்றுமைபற்றிய செய்திகளை விளி மரபிலும் தொல்காப்பியர் விளக்குகிறார். மேலும் பெயர்ச்சொல், வினைச்சொல், இடைச்சொல், உரிச்சொல் ஆகியவற்றைத் தனித் தனி இயல்களில் விளக்குகிறார். இவ்வியல்களில் கூற இயலாத சொல்லிலக்கணச் செய்திகளை எச்சவியலில் தொகுத்து விளக்குகிறார். கச்சாயனர் சொல்லிலக்கணத்தை மொத்தமாக ஒரு படலத்தில் கூறாமல் நாம கப்போ, ஆக்யாத கப்போ, கிப்பிதான கப்போ எனத் தனித் தனிப் படலங்களாக வகுத்து அவற்றுள் இயல் பாகுபாடு அமைத்து விளக்குகிறார். மேலும் வேற்றுமை பற்றிய செய்திகளை நாம கப்போவில் ஒரு பகுதியாகக் கூறுகிறார். வேற்றுமைப் பொருள் பற்றிக் கூறும் பகுதியைக் காரக கப்போ என்றும், தொகைகளைப் பற்றிய செய்திகளை ஸமாஸ கப்போ என்றும், தத்திதப் பெயர்களைப் பற்றிய செய்திகளைத் தத்திதக் கப்போ என்றும் குறிப்பிட்டாலும் அவற்றைத் தனிப் படலங்களாகக் (கப்போ) குறிப்பிடாமல் அவற்றை நாம கப்போவின் பகுதியாகக் குறிப்பிடுகிறார்.

வேற்றுமைகள் எட்டு என இரு நூல்களும் சொல்கின்றன. இரு நூல்களிலும் முதல் வேற்றுமைக்கும் விளி வேற்றுமைக்கும் உருபுகள் கூறவில்லை. தமிழில் பால் அடிப்படையிலும் ஒருமை பன்மை என்ற அடிப்படையிலும் வேற்றுமை உருபுகள் மாற்றங்கள் அடைவதில்லை. ஆனால் பாலியில் ஒருமை, பன்மை, ஆண்பால், பெண்பால், அலிப்பால் என்ற அடிப்படையில் வேற்றுமை உருபுகள் சிற்சில மாற்றங்களை அடைகின்றன என்பதைக் கச்சாயனர் விளக்கிச் செல்கிறார். தொல்காப்பியர், வேற்றுமைகள்பற்றிச் சொல்லும்போதே வேற்றுமைப் பொருள்களையும் சொல்கிறார். மயங்கி வரும் வேற்றுமைகளுக்குத் தனி இயல் வகுத்து விளக்குகிறார். கச்சாயனர் வேற்றுமைகளையும் வேற்றுமை மயக்கத்தையும் தொடர்ந்து சொல்லிவிட்டு வேற்றுமைப் பொருள்களுக்குத் தனியாகக் காரகக் கப்போவில் விளக்குகிறார்.

வீரசோழிய ஆசிரியரும் இதே முறையையே பின்பற்றுகிறார். தொல்காப்பியர் எச்சவியலில் கூறும் தொகைகள் பற்றிய செய்திகளைக் கச்சாயனர் ஸமாஸ கப்போ எனத் தனி இயலாக வகுத்துக் கூறுகிறார். தொல்காப்பியரும் கச்சாயனரும் தொகைகள் ஆறு என்று கூறினாலும் அத்தொகைகள் யாவை என்று கூறுவதில் சிறு வேறுபாடு காணப்படுகிறது. வேற்றுமைத்தொகை, பண்புத் தொகை, உம்மைத்தொகை, அன்மொழித்தொகை என்ற வகையில் இருவரும் ஒன்றுபடுகின்றனர். தொல்காப்பியர் உவமைத்தொகையையும் வினைத்தொகையையும் கூற, கச்சாயனர் இவற்றிற்குப் பதிலாக எண்ணுத்தொகையையும் (திகு ஸமாஸ), இடைச்சொல் தொகையையும் (அவ்யாயிபாவ ஸமாஸ) கூறுகிறார். மேலும் கச்சாயனர், எண்ணுப்பெயரை முதலில் கொண்டு அமைந்த பண்புத்தொகை தி3கு3 எனப்படும் என்றும், (கச்சாயனம் 327) எண்ணுத்தொகையும் பண்புத்தொகையும் இணைந்த தொகை தப்புரிஸ எனப்படும் வேற்றுமைத்தொகையாகும் என்றும் (கச்சாயனம் 328) விளக்கம் தருகிறார்.

அன்மொழித்தொகை பிறிதொரு தொகையுடன் இணைந்து அமையும் என்று தொல்காப்பியர் கூறுகிறார். வேற்றுமைத் தொகைப்புறத்துப் பிறந்த அன்மொழித்தொகை, பண்புத் தொகைப் புறத்துப் பிறந்த அன்மொழித்தொகை, உவமைத் தொகைப் புறத்துப் பிறந்த அன்மொழித்தொகை என அவை அமையும். பாலியில் இவ்வாறு பிற தொகைகளுடன் மயங்கியும் அன்மொழித்தொகை பிறக்கும் என்றும், ஒன்றுக்கு மேற்பட்ட தொகைகளுடன் இணைந்தும் அன்மொழித்தொகை பிறக்கும் என்றும் விளக்கப்படுகிறது. ஒரே வேற்றுமை உருபினைக் கொண்ட வெவ்வேறு சொற்கள் இணைந்து அன்மொழித்தொகையாயின் அது துல்யாதி4கரண ப3ஹுப்3பீ3ஹி என்றும், இணையும் சொற்கள் வெவ்வேறு வேற்றுமை உருபினைக் கொண்டதாயின் அது பி4ன்னாதி4கரண ப3ஹுப்3பீ3ஹி என்றும் பாகுபடுத்துவதுடன் (கச்சாயனம் 330). துவந்த மற்றும் கம்மதாரய தொகைகளுடனும் இணைந்து தோன்றும் தொகை துவந்த கம்மதாரய கப்போ பஹுப்பீஹி, *(Dvandakammadharayagabbho bahubbihi)* என்றும், கம்மதாரய மற்றும் தப்புரிச ஆகிய இரண்டு தொகைகளுடன் இணைந்து தோன்றும் தொகை கம்மதாரய தப்புரிஸ கப்போ பஹுப்பீஹி, *(Kammadharayatappurisagabbho bahubbihi)* என்றும், கம்மதாரய மற்றும் துவந்த ஆகிய இரண்டு தொகைகளுடனும் இணைந்து தோன்றும் தொகை கம்மதாரய துவந்த கப்போ பஹுப்பீஹி *(Kammadharayadvandagabbho bahubbihi)* என்றும் வரும் என்றும் விளக்கப்படுகிறது.

பெயர்ப்பகுதிகளுடனும் வினைப்பகுதிகளுடனும் பின்னொட்டுகள் சேர்ந்து உண்டாகும் தத்திதப் பெயர்களைக் கச்சாயனர் தத்தித கப்போ எனத் தனி இயல் அமைத்து விளக்குகிறார். தொல்காப்பியர் இத்தகைய பெயர்களைப்பற்றிக் கூறவில்லை.

கச்சாயனர் பாணினியைப் போல் ஒருமை, இருமை, பன்மை என எண்கள் மூன்று என்று கூறாமல் ஒருமை, பன்மை என இரு எண்களையே குறிப்பிடுகிறார். இதில் இவர் தொல்காப்பியருடன் ஒன்றுபடுகிறார். தொல்காப்பியர் ஆண்பால் பெண்பால், பலர்பால், ஒன்றன்பால், பலவின் பால் எனப் பால், திணை, எண் ஆகியவற்றை இணைத்துக் கூறுகிறார். கச்சாயனர் அவ்வாறின்றி புரிஸலிங்க/ புல்லிங்க (ஆண்பால்), இத்திலிங்க (பெண்பால்), நபும்ஸக லிங்க (அலிப்பால்) என மூன்று பால்களையும், ஏகவசன (ஒருமை), பஹு வசன (பன்மை) என இரண்டு எண்களையும், கூறுகிறார். தொல்காப்பியர் போல் இவற்றை இணைத்துக் கூறும் தன்மை கச்சாயனத்தில் காணப்படவில்லை. திணைக் கோட்பாடும் கச்சாயனத்தில் இல்லை.

தன்மை, முன்னிலை, படர்க்கை என மூன்று இடங்களை இருவரும் கூறுகின்றனர். ஆனால் இவற்றைத் தொல்காப்பியர் கூறும் வரிசையில் கூறாமல் படர்க்கை, முன்னிலை, தன்மை என்ற வரிசையில் கூறுகிறார் கச்சாயனர். காலங்களைப் பற்றிக் கூறும் பொழுது, இறந்தகாலம், நிகழ்காலம், எதிர்காலம் என மூன்று காலங்களைக் கூறுவதில் இருவரும் ஒன்றுபடினும், இவற்றினும் மேலாகக் கச்சாயனர் இறந்தகாலத்தை மூன்றாகப் பகுத்து விளக்குகிறார். நீண்ட நெடுங்காலத்திற்கு முன்னர் நடந்தவற்றைப் பரொக்க என்றும், நேற்றும் சிலகாலத்திற்கு முன்னர் நடந்தவற்றை ஹிய்யத்தனி என்றும், இன்றும் சற்று முன்னும் நட ந்தவற்றை அஜ்ஜதனி என்றும் மூன்றாகப் பகுத்து விளக்குகிறார். இவற்றைத் தவிர நடந்து முடிவுறாத வினைகளை (தொடர் வினைகளை) குறிக்க காலாதிபத்தி என்ற காலத்தையும் குறிக்கிறார் கச்சாயனர். ஆக, கச்சாயனர் ஆறு காலங்களைக் கூறுகிறார் எனக் கொள்ளலாம்.

தொல்காப்பியர் இடைச் சொல், உரிச் சொல் ஆகியவற்றைத் தனித் தனி இயல்களில் விளக்குகிறார். கச்சாயனர் அவ்வாறன்றி இடைச்சொல் உரிச்சொல் போல வருவனவற்றைத் தனியாகக் குறிப்பிடாமல் அவற்றையும் பொதுவாகப் பின்னொட்டுகள் (பச்சய) என்றும் முன்னொட்டுகள் (நிபாத) என்றுமே குறிப்பிடுகிறார். தொல்காப்பியர் எச்சவியலில் விளக்கும் பொருள்கோள், எச்சங்கள் பற்றிய செய்திகளைக் கச்சாயனர் விளக்கவில்லை. தொகைகள் பற்றிய செய்திகளை மட்டும்

பெயர்ப் படலத்தில் ஸமாஸ கப்போ எனத் தனி இயல் அமைத்து விளக்குகிறார்.

கச்சாயனா ஒரு முழுமையான இலக்கண நூலா?

பாணினி ஒரு முழுமையான இலக்கணம் அன்று என்ற கருத்து அறிஞர்களிடையே உண்டு. இது பற்றிக் குறிப்பிடும் கு. மீனாட்சி, "அஷ்டாத்தியாயீ ஒரு முழுமையான இலக்கணம் அன்று என்ற தவறான கருத்து ஒரு காலத்தில் நிலவியது. இவ்விலக்கண நூல் சொல்லாக்கத்திற்குத் தேவையான உருபனியல் விதிகைள் மட்டுமே கொண்டது. ஒலியனியல், தொடரியல் தொடர்பான செய்திகள் ஏதுமில்லை. ஆகையால் இது ஒரு முழு இலக்கணமாகாது என்பது சிலர் கருத்து" என்று தன்னுடைய பாணினி என்னும் ஆய்வு நூலில் குறிப்பிடுகிறார். மேலும் இது பற்றி விளக்கும்போது,

> "ஒலியனியல் தொடர்பான சூத்திரங்கள் முழுவதும் தொல்காப்பியத்தில் ஒரே அதிகாரத்தில் (எழுத்ததிகாரத்தில்) கூறப்பட்டிருப்பது போல் அஷ்டாத்தியாயீயில் காணப்பட வில்லை. மேலும் தொல்காப்பியத்தில் இதைப்பற்றி விவரித்திருக்கும் அளவில் அஷ்டாத்தியாயீயில் ஒலியனியலில் பேசப்படவில்லை. ஒலியனியல் பற்றிய சூத்திரங்கள் மிகக் குறைந்த எண்ணிக்கையில்தான் அஷ்டாத்தியாயீயில் காணப்படுகின்றன. ஆகவே பாணினி ஒலியனியலில் அதிக கவனம் செலுத்தவில்லை என்பது தெளிவாகிறது. இதற்குக் காரணம் இல்லாமலில்லை. பாணினி காலத்திற்கு முன்பே ஒலியனியல் நன்கு வளர்ந்துவிட்டிருந்தது. இதற்குச் சான்று பாணினி இலக்கணத்திலேயே கிடைக்கிறது. ஒலியனியல் தொடர்பான பல கலைச்சொற்களை விளக்கம் எதுவும் கொடுக்காமலேயே அவர் பயன்படுத்தியிருக்கிறார். இவை அவர் காலத்திற்கு முன்பே பழக்கத்திலிருந்தவை என்பது புலனாகிறது. நன்கு வளர்ந்துவிட்டிருந்த ஒரு துறையைப்பற்றி விளக்குவதுதேவையற்றது என்று பாணினி கருதியிருக்கலாமோ என்று தோன்றுகிறது"

என்று தன் பாணினி என்னும் நூலில் குறிப்பிடுகிறார் (கு. மீனாட்சி, பாணினி, மணிவாசகர் பதிப்பகம், சென்னை, ப. 46).

இக்கருத்து கச்சாயனருக்கும் ஓரளவு பொருந்தும் எனக் கூறலாம். பாணினி ஒலியனியல் கருத்துகளுக்கு முக்கியத்துவம் கொடுக்காததற்கான காரணமாக கு.மீனாட்சி சொல்லும் கருத்துகள் கச்சாயனத்திற்குப் பொருந்ததாது எனினும் பாணினியைப் பின்பற்றியே கச்சாயனரும் ஒலியனியல் கருத்துகளுக்கு முக்கியத்துவம் கொடுக்கவில்லை என்று கருதலாம்.

கச்சாயனர் எழுத்துகளைப்பற்றிப் பதினோரு நூற்பாக்களில் மட்டும் கூறிவிட்டுப் புணர்ச்சி இலக்கணம் கூறப் புகுந்து விடுகிறார். பின்னர்ப் புணர்ச்சி இலக்கணத்தைப் பற்றி நான்கு இயல்களில் மொத்தம் நாற்பது நூற்பாக்களில் கூறி முடித்து விடுகிறார். பின்னர்ச் சொல்லிலக்கணம் தொடர்பான செய்திகளைக் கூறத் தொடங்கிவிடுகிறார். எனவே பாணினியைப் போன்றே கச்சாயனாவும் ஒலியனியல் பற்றிய செய்திகளை விளக்கமாகக் கூறவில்லை. தொல்காப்பியர் ஒலியனியலுக்குக் கொடுத்துள்ள முக்கியத்துவத்தைக் கச்சாயனர் கொடுக்கவில்லை.

இவ்வகையில் தொல்காப்பியத்துடன் ஒப்பிடும்போது கச்சாயன நூலை ஒரு முழுமையான இலக்கண நூலாகச் சொல்ல முடியவில்லை. எனினும் எல்லா இலக்கண நூல்களும் தமிழிலக்கணம் போலத்தான் அமைய வேண்டுமா என்ற கேள்வியும் எழுகிறது. எல்லா இலக்கண நூல்களும் ஒரே நோக்கத்துடன்தான் எழுத வேண்டும் என்ற கட்டாயம் ஏதுமில்லை. காலத்தின் தேவை, மொழிச்சூழல் போன்றவற்றை அடிப்படையாகக்கொண்டு வெவ்வேறு நோக்கத்துடன் வெவ்வேறு இலக்கண நூல்கள் படைக்கப்படுகின்றன. இதற்குச் சான்றாகத் தொல்காப்பியத்திற்குப் பின் பல்வேறு காலக்கட்டங்களில் தமிழில் தோன்றிய இலக்கண நூல்களைக் கூறலாம். தொல்காப்பியத்திற்குப் பிறகு எழுத்து, சொல், பொருள் என்ற விரிவான அமைப்பில் ஓர் இலக்கண நூல் தோன்றவில்லை என்றே கூற வேண்டும். வீரசோழியம் ஐந்திலக்கணங்களையும் கூறுவதாக இருப்பினும் அந்நூலின் அமைப்பும் நோக்கமும் தொல்காப்பித்திலின்றும் முற்றிலும் வேறுபட்டதாகவே உள்ளது.

இதுபோன்றே காலச்சூழல், மொழியின் தேவை இவற்றை அடிப்படையாகக்கொண்டு எழுந்த ஓர் இலக்கண நூல் கச்சாயன என்றே கூற வேண்டும். புத்தரின் போதனைகளான திரிபிடகங்களைப் பிழையின்றிச் சரியாகப் புரிந்துகொள்ள வேண்டும் என்ற நோக்கத்திற்காகவே இயற்றப்பட்ட இலக்கண நூலில் விரிவான இலககணக்கூறுகள் இல்லாமல் போனதில் வியப்பியல்லை. இந்த நூல் புதிதாக பாலி மொழி கற்றுக் கொள்பவர்களுக்காக இயற்றப்பட்ட நூல் என்று கூற முடியாது. ஓரளவு மொழியறிவு உள்ளவர்களுக்கு அதன் நுணுக்கங்களைக் கூறுவதற்காகவே எழுந்தது எனலாம். புத்தரின் போதனைகளைக் கூறும் நூல்களைக் கற்கும்போது சொற்களைச் சரியாகப் புரிந்து பிரித்துப் பொருள் கொள்வதற்காகவும், அதன் மூலம் திரிபிடகங்களைச் சரியாகப் புரிந்துகொள்வதற்காகவும் கச்சாயன எழுந்தது என்று கூறலாம். பாலியில் உள்ள பிடக நூல்களைக்

கற்கப் பாணினி முதலான சமஸ்கிருத இலக்கண நூல்கள் போதுமானவை அல்ல. ஆனால் பாலியில் இலக்கண நூல்கள் இல்லாத காரணத்தால் புத்தகோசர் போன்றவர்கள் பாணினி முதலான சமஸ்கிருத இலக்கண நூல்களைப் பின்பற்றியிருந்தனர். இந்நிலையை மாற்றுவதற்காகவே பாலி மொழியின் தன்மைகளை எடுத்துக்கூறும் இலக்கண நூல் தேவைப்பட்டதால் கச்சாயன முதலிய இலக்கண நூல்கள் பாலியில் தோன்றின. இக்கருத்தை வலியுறுத்தும் வகையில் உத்தோதயா என்னும் பாலி யாப்பிலக்கண நூலாசிரியரான சங்கரக்கித தேரர் நூலின் தொடக்கத்தில்,

நம’த்து^{2} ஜன ஸந்தான, தம ஸந்தான பே^{4}தி^{3}னோ;
த^{4}ம்மு’ஜ்ஜலந்த ருசினோ, முனிந்தோ^{3}’தா^{3}த ரோசினோ. (1)

பிங்க^{3}லா’சரியாதீ^{3}ஹி, ச^{2}ந்த^{3}ங் ய முதி^{3}தங் புரா;
ஸுத்^{3}த^{4}மாக^{3}தி^{4}கானங் தங், ந ஸாதே^{4}தி யதி^{2}ச்சி^{2}தங் (2)

ததோ மாக^{3}த^{4}பா^{4}ஸாய, மத்தா,வண்ண,விபே^{4}த^{3}னங்;
லக்க்^{2}ய லக்க^{2}ண ஸங்யுத்தங், பஸன்ன’த்த^{2},பத^{3},க்கமங். (3)

இத^{3}ங் வுத்தோத^{3}யங் நாம, லோகிய’ச்ச^{2}ந்த^{3}னிஸ்ஸிதங்;
ஆரபி^{4}ஸ்ஸ’மஹங் தா^{3}னி, தேஸங் ஸுக^{2}விபு^{3}த்^{3}தி^{4}யா. (4)

முழு நிலவு தன் ஒளிக் கிரணங்களால் இருளின் அடர்த்தியை உடைத்து அழிப்பதுபோல் தன்னுடைய சிறந்த நல்லற போதனைகளால் அறியாமை என்னும் இருளைப் போக்கும் புத்தரை வணங்குகிறேன்.(1)

(சமஸ்கிருதத்தில்) இயற்றப்பட்ட சந்த என்னும் யாப்பிலக்கண நூலும் பிற முந்தைய நூல்களும் சுத்தமாகதியை மட்டும் அறிந்தவர்களுக்குப் பயன்படா. (2)

எனவே அத்தகையோர் (மாகதியின் யாப்பினை) எளிதில் புரிந்துகொள்ளும் வகையில் உத்தோதயா என்னும் இந்த யாப்பு நூலினை மாகத பாஷாவில் இயற்றுகிறேன். இது வேத யாப்பாக அல்லாமல் சாதாரண மக்களின் யாப்பாக (லோகியசந்த – மக்கள் மொழியாகிய பாலி) அமைகிறது. (3,4.)

என்று கூறுகிறார். கச்சாயனரும் இதே காரணத்திற்காகவே தமது கச்சாயன என்னும் நூலை இயற்றினார் எனக் கொள்ளலாம். எனவே மொழியின் எழுத்துகளைப் பற்றி ஏற்கனவே அறிந்து கொண்டுள்ளவர்களுக்கு மீண்டும் அவற்றைப்பற்றி விரிவாகக் கூற வேண்டியதில்லை என அவர் கருதியிருக்கலாம். மேலும் அவர் காலத்திற்கு முன் எழுந்த பாணினியின் அஷ்டாத்தியாயீ போன்ற நூல்கள் எழுத்திலக்கணத்திற்கு முக்கியத்துவம் தராமல் இருப்பதைப் பின்பற்றி இவரும் தம் நூலை அமைக்கத் துணிந்திருக்கலாம் என்றும் கருதலாம்.

தொல்காப்பியத்தின் இலக்கணக் கூறுகள் பல கச்சாயனத்தில் காணப்படினும் தொல்காப்பியம் கூறும் அனைத்துக் கூறுகளையும் கச்சாயனம் தொடவில்லை. எடுத்துக்காட்டாக, எழுத்துகளின் பிறப்பு முதலிய செய்திகள், எழுத்துகளை வகைப்படுத்தும் முறையான மொழிமுதல் எழுத்து, கடை எழுத்து, வேற்றுநிலை மயக்கம், உடனிலை மயக்கம், போன்ற செய்திகள் கச்சாயனத்தில் இல்லை. எழுத்துகளின் எண்ணிக்கை, அவற்றின் நெடுங்கணக்கு, வர்க்க எழுத்து என்பவற்றை மட்டும் சொல்லி முடித்துவிடுகிறார் கச்சாயனர்.

இதற்குக் காரணம், வளர்ச்சியின்றித் தேக்கமடைந்த மொழியின் தன்மையே ஆகும் எனக் கூறலாம். புத்தர் வாழ்ந்த காலமாகிய கி.மு. ஆறாம் நூற்றாண்டில் பேச்சு வழக்கில் இருந்த மொழியாகிய மாகதி பாஷா என்றும், சுத்த மாகதி என்றும் குறிப்பிடப்பட்ட பாலி மொழி ஏறத்தாழ ஆயிரம் ஆண்டுகள் கடந்து கச்சாயனர் காலத்தில் பேச்சு வழக்கும் மறைந்து போயிருக்கலாம், அல்லது அடையாளம் காண இயலாத வகையில் திரிந்து போயிருக்கலாம். பௌத்த நூல்களைத் தவிர வேறு இலக்கியங்கள் எதுவும் இல்லாது பேச்சு வழக்கு மட்டுமே கொண்டிருந்த மாகதி காலப்போக்கில் சமஸ்கிருத ஆதிக்கத்தால் தேய்ந்து உருமாறி இருக்கலாம். இந்நிலையில் பௌத்தத் திரிபிடகங்களைக் கற்க ஒரு வழிகாட்டி அவசியமாகிறது. அவ்வகையில் தோன்றிய கச்சாயன இலக்கண நூல் அந்நூல்களைக் கற்கும், கற்பிக்கும் நோக்கத்திற்காகவே எழுந்ததால் முழுமையாக இலக்கணத்தை அமைக்க இயலாமல் போயிருக்கலாம் என்றே கருத வேண்டியுள்ளது. எனவே, கச்சாயன தொல்காப்பியத்தைப் போன்று ஒரு முழுமையான நூலாக இல்லாவிடினும் தன் நோக்கத்தை முழுமையாக நிறைவேற்றிக் கொள்ளும் இலக்கண நூலாக அமைந்துள்ளது எனலாம்.

19

தமிழ் நெடுங்கணக்கின் வைப்புமுறை: கொள்வினையா, கொடுப்பினையா?

ப. பத்மநாப பிள்ளை

சமயம், கலை, பண்பாடு, மொழி ஆகிய வற்றில் கொள்வினை கொடுப்பினை என்பது இயல்பான நிகழ்வு. ஒன்றின் சிறப்புக் கூறுகளைப் பிறிதொன்று ஏற்பது காலத்தின் கட்டாயம். அதிலும் குறிப்பாக மொழியில் இந்நிகழ்வு தவிர்க்கவியலாதது. ஒரு மொழியின் சிறப்புக் கூறுகளைப் பிறிதொரு மொழி ஏற்பதே அதன் நிலைப்பாட்டிற்கு அடிப்படையாகிறது. "பழையன கழிதலும் புதியன புகுதலும் வழுவல கால வகையினானே" என நன்னூலார் இதற்கு இலக்கணம் வகுத்திருப்பதும் இக்கருத்தை அரண் செய்யும். இந்தியத் தொல்மொழிகளான வடமொழி, தமிழ் ஆகியவற்றிற்கு இடையே பல கொள்வினை கொடுப்பினைகள் நடந்துள்ளமையை அறிஞர்கள் சுட்டிக்காட்டியுள்ளனர். இக்கட்டுரை தமிழில் சிறப்புற அமைந்துள்ள நெடுங்கணக்கின் வைப்புமுறை கொள்வினையா, கொடுப்பினையா என்பதை ஆராய்கிறது.

தமிழ் நெடுங்கணக்கில் முதலில் உயிரெழுத்துக்களும் அதனைத் தொடர்ந்து மெய்யெழுத்துக்களும் தனித்தனியாகக் கீழ்வருமாறு அமைந்துள்ளன.

உயிர் : அ ஆ இ ஈ உ ஊ எ ஏ ஐ ஒ ஓ ஔ

மெய் : க் ங் ச் ஞ் ட் ண் த் ந் ப் ம் ய் ர் ல் வ் ழ் ள் ற் ன்

மேலே சுட்டப்பட்டுள்ள இவ்வைப்புமுறை தொல்காப்பியர் காலத்திலேயே வழக்கில் இருந்தது என்பதைக் கீழ்வரும் நூற்பாக்களின்வழி அறிய முடிகின்றது. எழுத்துக்கள் அகரத்தில் தொடங்கி னகரத்தில் முடியும் என்பதை,

    எழுத்தெனப் படுப
    அகர முதல
    னகர இறுவாய் முப்பஃதென்ப
    .... (தொல். எழுத்து. 1)

என்ற நூற்பாவும், உயிரெழுத்துக்கள் ஔகாரத்தில் முடியும் என்பதை,

    ஔகார இறுவாய்ப்
    பன்னீரெழுத்தும் உயிரென மொழிப (தொல்.எழுத்து.8)

என்ற நூற்பாவும், மெய்யெழுத்துக்கள் னகாரத்தில் முடியும் என்பதை,

    னகார இறுவாய்ப்
    பதினெண் எழுத்தும் மெய்யென மொழிப (தொல். எழுத்து. 9)

என்ற நூற்பாவும் புலப்படுத்துகின்றன.

உயிரெழுத்துக்களின் வைப்புமுறையில் முதலிலும் இறுதியிலும் வரும் எழுத்து எது, மெய்யெழுத்துக்களுள் இறுதியில் வரும் எழுத்து எது என்ற இரண்டை மட்டுமே மேலே குறிப்பிடப்பட்ட நூற்பாக்களின்வழி அறிய முடிகின்றது.

உயிரெழுத்துக்களின் முதலிலும் (அகரம்) இறுதியிலும் (ஔகாரம்) வரும் எழுத்துக்களுக்கு இடையே வரும் எழுத்துக்களின் வரன்முறையை,

    அவற்றுள்
    அ இ உ
    எ ஒ வென்னும் அப்பால் ஐந்தும்
    ஓரள பிசைக்குங் குற்றெழுத் தென்ப. (தொல்.எழுத்து. 3)

    ஆ ஈ ஊ ஏ ஐ
    ஓ ஔ என்னும் அப்பால் ஏழும்
    ஈரள பிசைக்கும் நெட்டெழுத் தென்ப (தொல். எழுத்து. 4)

என்ற நூற்பாக்களின்வழி அறிய முடிகின்றது. இந்நூற்பாக்களை மட்டுமே அடிப்படையாகக் கொண்டால் முதலில் குறில் எழுத்துக்களும், அவற்றை அடுத்து நெடில் எழுத்துக்களும் அமைந்திருக்குமோ என்று எண்ண இடமுண்டு. ஆனால்

காப்பியர் உயிர் மயங்கியலில் உயிர் ஈற்றுச் சொற்களின் புணர்ச்சியை விளக்கும்போது அகரத்தில் தொடங்கி ஔகாரத்தில் முடிப்பதிலிருந்து இக்காலத்தில் உள்ள உயிரெழுத்துக்களின் வைப்புமுறையே தொல்காப்பியர் காலத்திலும் இருந்தது என்பது பெறப்படுகின்றது.

மெய்யெழுத்துக்களைத் தொல்காப்பியர் வல்லெழுத்து, மெல்லெழுத்து, இடையெழுத்து என்று பகுத்துள்ளதைக் கீழ்வரும் நூற்பாக்கள் குறிப்பிடுகின்றன.

வல்லெழுத் தென்ப கசட தபற (தொல்.எழுத்து. 19)

மெல்லெழுத் தென்ப ங ஞ ண ந ம ன (தொல். எழுத்து. 20)

இடையெழுத் தென்ப ய ர ல வ ழ ள (தொல். எழுத்து. 21)

இந்நூற்பாக்களை நெடுங்கணக்கின் வைப்புமுறைக்கு அடிப்படையாகக் கொண்டால் ஆறு வல்லெழுத்துக்களை அடுத்து ஆறு மெல்லெழுத்துக்களும், அவற்றைத் தொடர்ந்து ஆறு இடையெழுத்துக்களும் வரும் என்று கொள்ள வேண்டியிருக்கும். உயிரெழுத்துக்களின் வைப்புமுறைக்கு உயிர் மயங்கியலை அடிப்படையாகக் கொண்டதுபோல் மெய்யெழுத்துக்களின் வைப்புமுறைக்குப் புள்ளி மயங்கியலை அடிப்படையாகக் கொள்ள முடியாது. ஏனெனில் புள்ளி ஈற்றுச் சொற்களின் புணர்ச்சியை விளக்கும் புள்ளி மயங்கியலில் மொழி இறுதியில் வரும் மெய்யெழுத்துக்களுக்கு மட்டுமே இடமுண்டு. மொழி இறுதியில் வராத வல்லெழுத்துக்களுக்கு அங்கு இடமே இல்லை.

எனவே தொல்காப்பிய அகச்சான்றுகளை அடிப்படையாகக் கொண்டு உயிரெழுத்துக்களின் வைப்புமுறை இக்காலத்தைப் போன்றே இருந்தது என்னும் முடிவுக்கு வரலாம். ஆனால் மெய்யெழுத்துக்களின் வைப்புமுறை தொல்காப்பியர் காலத்தில் இக்காலத்தைப் போன்று இருந்தது என்பதைத் தொல்காப்பியத்தை அடிப்படையாகக் கொண்டு கூறமுடியாது.

தொல்காப்பிய உரையாசிரியரான இளம்பூரணர் தொல்காப்பிய முதல் நூற்பாவிற்கு எடுத்துக்காட்டு தரும்போது,

அ ஆ இ ஈ உ ஊ எ ஏ ஐ ஒ ஓ ஔ

க் ங் ச் ஞ் ட் ண் த் ந் ப் ம் ய் ரி ல் வ் ழ் ள் ற் ன்

என்று குறிப்பிடுவதால் தொல்காப்பியர் காலத்திலும் இவ்வைப்புமுறையே இருந்திருக்கும் என்ற முடிவிற்கு வரலாம்.

வடமொழியின் நெடுங்கணக்கு வைப்புமுறையும் தமிழைப் போன்றே முதலில் உயிரெழுத்துக்களையும் அதனை அடுத்து மெய்யெழுத்துக்களையும் கொண்டு கீழ்வருமாறு அமைந்துள்ளது.

अ	आ	इ	ई	उ	ऊ	ऋ	ॠ	ऌ	ए	ऐ	ओ	औ
a	aa	i	ii	u	uu	ru	ruu	lru	ee	ai	oo	au

क	ख	ग	घ	ङ
ka	kha	ga	gha	na
च	छ	ज	झ	ञ
ca	cha	ja	jha	na
ट	ठ	ड	ढ	ण
Ta	Tha	Da	Dha	Na
त	थ	द	ध	न
ta	tha	da	da	na
प	फ	ब	भ	म
pa	pha	ba	bha	ma
य	र	ल	व	
ya	ra	la	va	
श	ष	स	ह	
sha	sha	sa	ha	

தமிழ், வடமொழி ஆகிய இரண்டு மொழிகளுக்குரிய நெடுங்கணக்கின் வைப்புமுறை ஒன்றாக இருப்பதால் – அதாவது உயிரெழுத்துக்கள் தனித்தும், மெய்யெழுத்துக்கள் தனித்தும் – இவ்வைப்புமுறை தமிழிலிருந்து வடமொழிக்குச் சென்றதா அல்லது வடமொழியிலிருந்து தமிழுக்கு வந்ததா என்ற வினா எழுகின்றது. அதற்கு இக்கட்டுரை விடை காண முயல்கின்றது.

இந்தியாவில் பேசப்படும் இந்தோ – ஐரோப்பிய மொழிக்குடும்பத்தின் கீழ்வரும் வட இந்திய மொழிகளின் நெடுங்கணக்கில் உயிரெழுத்துக்களும் மெய்யெழுத்துக்களும் விரவாமல் தனித்தனியாக வைக்கப்பட்டுள்ளன. இந்தியா தவிர்த்த பிற இடங்களில் பேசப்படும் ஐரோப்பிய மொழிக்குடும்பத்தின் கீழ்வரும் மொழிகளுக்குரிய நெடுங்கணக்கின் வைப்புமுறை எவ்வாறு அமைந்துள்ளது என்பதைக் கீழ்வரும் பகுதி தெளிவுபடுத்தும்.

கிரேக்க மொழியின் நெடுங்கணக்கு சுமார் 900BCE-இலிருந்தே வழக்கில் இருந்து வந்துள்ளது, இம்மொழியின் வரிவடிவம் போனிசியன் வரிவடிவத்தைப் பின்பற்றி அமைந்துள்ளது. அதன் நெடுங்கணக்கு கீழே தரப்பட்டுள்ளது.

Capital	Low-case	Greek Name	English
Α	α	Alpha	a
Β	β	Beta	b
Γ	γ	Gamma	g
Δ	δ	Delta	d
Ε	ε	Epsilon	e
Ζ	ζ	Zeta	z
Η	η	Eta	h
Θ	θ	Theta	th
Ι	ι	Iota	i
Κ	κ	Kappa	k
Λ	λ	Lambda	l
Μ	μ	Mu	m
Ν	ν	Nu	n
Ξ	ξ	Xi	x
Ο	ο	Omicron	o
Π	π	Pi	p
Ρ	ρ	Rho	r
Σ	σ	Sigma	s
Τ	τ	Tau	t
Υ	υ	Upsilon	u
Φ	φ	Phi	ph
Χ	χ	Chi	ch
Ψ	ψ	Psi	ps
Ω	ω	Omega	o

இலத்தீன் மொழியின் நெடுங்கணக்கும் கிரேக்க மொழியின் வரிவடிவத்தைப் பின்பற்றிச் சுமார் 700 BCE–இலிருந்து வழக்கில் இருந்து வந்துள்ளது. அதன் நெடுங்கணக்கு பின்வருமாறு அமைந்து வந்துள்ளது.

Letter	A	B	C	D	E	F	G	H
Name	ā	Bē	cē	dē	ē	ef	gē	Hā
Pronunciation (IPA)	/a:/	/be:/	/ke:/	/de:/	/e:/	/ef/	/ge:/	/ha:/

Letter	I	K	L	M	N	O	P	Q
Name	ī	Kā	el	em	en	ō	pē	Qū
Pronunciation (IPA)	/i:/	/ka:/	/el/	/em/	/en/	/o:/	/pe:/	/kʷu:/

Letter	R	S	T	V	X	Y	Z
Name	er	Es	tē	ū	ex	ī Graeca	zēta
Pronunciation (IPA)	/er/	/es/	/te:/	/u:/	/eks/	/i: 'graika/	/'ze:ta/

கிரேக்கம், இலத்தீன் மொழிகளைப் போன்றே பிற ஐரோப்பிய மொழிகளுக்குரிய நெடுங்கணக்கின் வைப்புமுறையில் உயிரெழுத்துக்களும் மெய்யெழுத்துக்களும் விரவியே காணப்படுகின்றன.

மேலும், தமிழ் மெய்யெழுத்துக்களின் வைப்புமுறையிலும் அறிவியல் அடிப்படையிலான ஓர் ஒழுங்குமுறை பின்பற்றப் பட்டுள்ளது. முதல் நாவும் முதல் அண்ணமும் பொருந்தப் பிறக்கும் அடைப்பொலியான ககரம் முதலிடத்திலும் அதனை அடுத்து அதே இடத்தில் பிறக்கும் ஙகரம் வைக்கப்பட்டுள்ளது. இதே போன்று இடை நாவும் இடை அண்ணமும் பொருந்தப் பிறக்கும் சகரமும் ஞகரமும், நுனி நாவும் நுனி அண்ணமும் பொருந்தப்

பிறக்கும் டகரமும் ணகரமும், அதனை அடுத்து நுனி நாவும் பல்லும் பொருந்தப் பிறக்கும் தகரமும் நகரமும், இறுதியில் ஈரிதழ் இயையப் பிறக்கும் பகரமும் மகரமும் வைக்கப்பட்டுள்ளன. இவற்றை அடுத்து ய, ர, ல, வ, ழ, ள, ற, ன என்ற எழுத்துக்கள் இடம்பெறுகின்றன.

மெய்யெழுத்துக்களின் வைப்புமுறையிலும் தமிழுக்கும் வடமொழிக்கும் இடையே ஓர் ஒற்றுமை காணப்படுகிறது. அடைப்பொலி முதலிலும், அதனை அடுத்து அதன் மூக்கொலியும், இறுதியில் பிற எழுத்துக்களும் இடம்பெறும் தமிழ் மெய்யெழுத்துக்களின் வைப்புமுறையைப் போன்றே வடமொழி மெய்யெழுத்துக்களின் வைப்புமுறையும் அமைந்துள்ளமை எண்ணத்தக்கது.

ஐரோப்பிய மொழிக்குடும்பத்தின் கீழ்வரும் மொழிகளுள் வடமொழியிலும் பிற இந்திய மொழிகளிலும் இவ்வைப்பு முறைகளைக் (உயிரெழுத்துக்களும் மெய்யெழுத்துக்களும் தனித்தனியே வைக்கப்பட்டிருப்பது; மெய்யெழுத்துக்களுள் அடைப்பொலி, அதனை அடுத்து அதன் இணை மூக்கொலி, அதனை அடுத்து பிற எழுத்துக்கள் வைக்கப்பட்டிருப்பது) காணமுடிகிறது. ஆனால் இம்மொழிகள் தவிர்த்த பிற ஐரோப்பிய மொழிக் குடும்பத்தில் உள்ள மொழிகளில் இவ்வைப்புமுறை பின்பற்றப்படவில்லை. எனவே இவ்வைப்பு முறை தமிழிலிருந்து வடமொழிக்குச் சென்றிருக்க வேண்டும் என்ற முடிவுக்கு வரலாம்.

மேற்கூறியவற்றை நோக்கும்போது நெடுங்கணக்கு வைப்பு முறையும், மெய்யெழுத்துக்களின் வைப்புமுறையும் இந்தியா தவிர்த்த பிற நாடுகளில் வழங்கப்படும் ஐரோப்பிய மொழிக் குடும்பத்தின்கீழ் வரும் எந்த மொழியிலும் இடம்பெறவில்லை. இந்தியாவில் வழங்கும் ஐரோப்பிய மொழிக்குடும்பத்தைச் சார்ந்த வடமொழியிலும் பிற இந்திய மொழிகளில் மட்டுமே காணமுடிகிறது. இவ்வைப்புமுறையைப் பின்பற்றாத ஐரோப்பிய மொழிக்குடும்பத்திலிருந்து அதனை வடமொழி பெற்றிருக்க இயலாது. எனவே தமிழ்மொழி வடமொழிக்குக் கொடுத்த கொடையே இவ்வைப்புமுறை என்ற முடிவிற்கு வரலாம்.

துணை நூல்கள்

தொல்காப்பியம் – எழுத்ததிகாரம் – இளம்பூரணர் உரை

நன்னூல்

Wikipedia

20

ஈழத்து சம்ஸ்கிருத கல்வி: கிரந்த லிபியின் முக்கியத்துவம்

சிவானந்த ஷர்மா

உலகின் மிகத் தொன்மையான இலக்கியங்களில் ஒன்றாகக் கருதப்படும் ‘ரிக்வேதம்’ சமஸ்கிருதத்தின் மூலபாஷையாகிய வேதபாஷையிலேயே அமைந்துள்ளது. ஆரம்பத்தில் பேச்சுமொழியாக இருந்த பிராகிருதம் (புரா – க்ருதம் – முன்பு செய்யப்பட்டது) என்பதும் பின்னர் செம்மையாக்கப்பட்ட சமஸ்கிருதம் (சம் – க்ருதம் – நன்குசெய்யப்பட்டது) என்பதும் இந்த வேதபாஷையின் தொடர்ச்சிகளே.

இதிஹாச புராணங்களும் சாஸ்திரங்களும் காவிய நாடகங்களும் ஆகமங்களும் உருவாக்கப்பட்டுள்ளதால் சமஸ்கிருதம் ஓர் ஆன்மீக மொழி என அறியப்பட்டாலும் ஆரியப்பட்டர், சுஸ்சுருதரர் முதலிய அறிஞர்களால் எழுதப்பட்ட வானியல், ஜோதிஷம், சத்திர சிகிச்சைகள் உள்ளிட்ட வைத்தியம், விமான அமைப்பு, விமானப் பயணம் முதலிய பல்வேறு துறைசார்ந்த உயர் அறிவியல் நூல்களையும் உள்ளடக்கிய அதிகம் அறியப்படாத – ஆராயப்படாத இன்னொரு பக்கம் சமஸ்கிருதமொழி வரலாற்றிற்கு உண்டு.

இந்த மொழியின் எழுத்துருவமாக தேவநாகரி என்ற லிபி உலகளாவிய ரீதியில் பயன்படுத்தப் படுகின்ற போதிலும் தமிழகத்திற்கே சிறப்பெழுத்தாக கிரந்த லிபியொன்று பயன்பாட்டிலுண்டு. இது பல்லவர் காலத்தில் கல்வெட்டுக்களில் சமஸ்கிருத மொழியைப் பயன்படுத்தும் நோக்கில் உருவாக்கப்பட்டிருக்கலாம் என்ற கருத்து நிலவுகிறது. இந்த கிரந்த லிபி, பல்லவ கிரந்தம் எனவும் வழங்கப்படுவது இக்கருத்தை அரண் செய்கிறது. இன்னொரு விடயமும் கவனிக்கத்தக்கது. ஹிந்தி, குஜராத்தி முதலிய ஆரிய மொழிகளில் மட்டுமல்லாமல் மலையாளம், தெலுங்கு, கன்னடம் முதலிய திராவிட மொழிகளில்கூட வடமொழியில் போல வல்லின மெய்யெழுத்துக்கள் அனைத்திலும் நான்குவிதமான உச்சரிப்புகள் உள்ளன. ஆனால் தமிழில் மட்டும் அவ்விதம் இல்லை. அதாவது சமஸ்கிருத உச்சரிப்பை அப்படியே தமது மொழியில் கொண்டுவரக்கூடிய வாய்ப்பு ஏனைய இந்திய மொழிகளுக்கு இருப்பதுபோலத் தமிழ்மொழிக்கு இல்லாத காரணத்தால், தமிழர்கள் இலகுவில் சமஸ்கிருதத்தைக் கற்றுப் பயன்படுத்தத்தக்க வகையில் தமிழ்நாட்டில் உருவாக்கப்பட்ட எழுத்துருதான் கிரந்தம். அநேக தமிழ் எழுத்துக்கள் கிரந்த எழுத்துக்களில் அப்படியே பயன்பாட்டில் இருப்பது கவனிக்கத்தக்கது.

முக்கியமாக, பல்லவர் காலக் கல்வெட்டுக்களில் பயன்படுத்தப்பட்ட பின் வேத, ஆகமங்களின் பதிப்புகளில் கிரந்த லிபி வாழ்ந்துகொண்டிருக்கிறது. தமிழ்நாட்டிலும் ஈழத்திலுமுள்ள அந்தணர்கள் தமது இல்லங்களில் நடத்தும் வைதிகக் கிரியை மரபுகளை (இவை ஸ்மார்த்தக் கிரியைகள் எனவும் சொல்லப்படும்) வழிநடத்திச் செல்லும் பத்ததிகளையும் ஆலயங்களில் பயன்பாட்டிலுள்ள அர்ச்சனைகள், யாகபூஜைகள், கும்பாபிஷேகம் உட்பட்ட நித்திய நைமித்திகக் கிரியைகளுக்கான கிரியாபத்ததிகளைப் பெரும்பாலும் கிரந்தத்திலேயே பயன்படுத்தி வருகிறார்கள். ஆரம்பத்தில் ஏடுகளிலும் பின்னர் நோட்டுப் புத்தகங்களிலும் கையெழுத்தில் பயன்படுத்திய கிரந்த எழுத்து பின்னர் அச்சுக்கலை மரபுக்கேற்ப ஈய எழுத்துகளாக வார்க்கப்பட்டுப் பல நூறு புத்தகங்கள் அச்சுவாகனமேறி வெளிவந்தன.

வேதாகம மரபுவழிப்பட்ட பத்ததிகளை இவ்வாறு கிரந்தத்தில் பயன்படுத்தினாலும் சமஸ்கிருத மொழியறிவை விருத்தி செய்வதற்கு அந்தணர்கள் தேவநாகரி எழுத்துக்களையும் கற்றுவந்தனர். இதிஹாச புராணங்களையும் காவிய

நாடகங்களையும் இலக்கண நூல்களையும் ஏனைய சாஸ்திர நூற்களையும் கற்று 'வியாகரண சிரோமணி', 'நியாய சிரோமணி', 'பாலபண்டிதர்','பண்டிதர்' என்று இன்னோரன்ன பட்டங்களையும் பல்கலைக்கழக மட்டத்தில் கலாநிதிப்பட்டம் பெற்றுள்ளனர். இந்த சமஸ்கிருதமொழிக் கல்வியானது அந்தணர்களுக்கானதாக வரையறுக்கப்படாமல் பாரதம் மட்டுமல்லாமல் இன்று உலகெங்கிலுமுள்ள பன்னாட்டுப் பல்கலைக்கழகங்களில் நிலவிவருகிறது. நமது நாட்டுக்குரிய – நமது பண்பாட்டுப் பாரம்பரியங்களை எடுத்துக்கூறுகின்ற நமது சமஸ்கிருத நூல்கள் பலவற்றை மேலைத் தேயத்தவர்கள்தான் ஆங்கிலமொழி மூலமாக நமக்கு எடுத்துக்கூறுகிறார்கள் என்பதுதான் வியப்பான செய்தி.

ஆனால் கிரந்த லிபியின் கதைவேறு. அது தமிழ் நாட்டவர்க்கு மட்டுமேயான எழுத்து வழக்கு. அதனை இன்று அழிவிலிருந்து காப்பாற்ற வேண்டியது நமது பணி. குறித்த ஒரு காலக்கட்டத்தில், தமிழ்நாட்டவர்கள் சமஸ்கிருத இலக்கண இலக்கியங்களைக் கற்க 'சப்தமஞ்சரி', 'தாதுமாலை', 'குவலயானந்தம்', 'கிரியாமாலை' (இந்நூலில் மாலா என்ற சமஸ்கிருதச் சொல் சமஸ்கிருத கிரந்த எழுத்தில்கூட மாலை என்றே தமிழ் மரபில் பயன்படுத்தப் பட்டிருப்பதைக் காணலாம்) 'விஸ்வகுணாதர்சம்' போன்ற இலக்கண நூல்களையும் 'சௌந்தர்ய லாஹரி' முதலிய தோத்திர நூல்களையும் (சமஸ்கிருத வியாக்கியானம், தமிழ்க் கருத்து முதலியவற்றுடன்) 'ரகுவம்சம்', 'சிசுபாலவதம்', 'சம்புராமாயணம்' முதலிய காவியங்களையும் 'தக்ஷிணகைலாய மான்மியம்' முதலிய வரலாற்று நூல்களையும் 'ஹிதோபதேசம்' முதலிய அறநெறி நூல்ளையும் கிரந்தலிபியில் அச்சிட்டுப் பயன்படுத்தியிருக்கின்றனர்.

இன்றைய தலைமுறையினருக்கு இச்செய்தி புதியதாக இருக்கலாம். சைவ சித்தாந்த சாஸ்திர நூல்கள் பலவும் கிரந்தலிபியில் அச்சிட்டு வெளியிடப்பட்டுள்ளன. அச்சுவேலி குமாரசுவாமிக் குருக்கள் சமஸ்கிருத பத்ததி நூல் வெளியீட்டிலும் சமஸ்கிருத – தமிழ் சைவசித்தாந்த நூல் வெளியீட்டிலும் பெயர்பெற்றவர். அவரது நூல்களில் பல இடங்களில் தமிழ் விளக்கங்கள் எழுதப்படும்போது சமஸ்கிருத கிரந்த எழுத்துக்களையும் தாராளமாகப் பயன்படுத்தி மணிப்பிரவாளநடையில் எழுதப்பட்டிருப்பதைக் காணலாம். தமிழும் சமஸ்கிருதமும் கலந்து எழுதுவதை அக்கால அறிஞர்கள் பலர் வழக்கமாகக் கொண்டிருந்தனர். மணிப்பிரவாளநடைக்

கதாகாலட்சேபம், மணிப்பிரவாளநடைக் கீர்த்தனைகள் இங்குக் குறிப்பிடத்தக்கன.

தமிழ்நாட்டில் தோன்றிய கிரந்தலிபி இன்று உயிர்ப்புடன் விளங்குவது ஈழத்தில்தான். இலங்கையிலுள்ள சிவாசார்ய அன்பர்கள் இன்னமும் தமது கிரியாபத்ததி நூல்களைக் கிரந்த எழுத்தில்தான் பயன்படுத்தி வருகிறார்கள். தமிழ்நாட்டவர்களில் பலர்; ஹிந்தி படித்தவர்களாக இருப்பதால் அவர்கள் தேவநாகரி லிபியிலேயே சமஸ்கிருத இலக்கண இலக்கியங்களையும் பத்ததி நூல்களையும் பயின்று பயன்படுத்தி வருகின்றனர். ஏனையோர் பலரும் தமிழ் எழுத்தில் சமஸ்கிருதப் பத்ததிகளைப் பயன்படுத்துகின்றனர். ('சமஸ்கிருத பத்ததி' நூல்கள் பல தமிழ் எழுத்தில் அச்சிடப்பட்டு உலவிவருவதைக் காணமுடிவதாலும், *Whats App* குழுமங்களில் பல சிவாசார்ய அன்பர்கள் தமிழ் எழுத்தில் சமஸ்கிருதப் புத்தகங்களைக் கேட்டுநிற்பதைக் காணமுடிவதாலும் கட்டுரையாசிரியர் இம்முடிவுக்கு வருகிறார்).

இக்காரணத்தால் தமிழ்நாட்டில் கிரந்த எழுத்தின் அச்சுப்பாவனை குறைந்துவிட்டது. பாரம்பரியமாக எழுதிப் படிப்போரும் பழைய பத்ததிகளைப் பயன்படுத்துவோரும் இன்னும் இருப்பதை மறுப்பதற்கில்லை. செப்புத் தகட்டில் வரைந்து ஆலயங்களில் ஸ்தாபிக்கப்படும் யந்திரங்களில் இடம்பெறும் அட்சரங்கள் கிரந்தத்தில் அமைவதையே பெரிதும் விரும்புகின்றனர். பழைய நூலொன்றில் காணப்படும் பின்வரும் கூற்று கவனிக்கத்தக்கது.

"கிரந்தம், நாகரம் முதலிய எழுத்துக்களில் கிரந்தமாகிய கீர்வாணாக்ஷரமே பூஜையந்திரம் முதலியவைகட்கு பீஜாக்ஷரங்களாக எழுதுவதே மிகச் சக்திவாய்ந்தவையாம்."

இலங்கை, யாழ்ப்பாணத்தில் சர்வானந்தமய பீடம் என்ற பிரசுராலயம் (கோப்பாய் சிவம்) தொடர்ந்து நூற்றுக்கணக்கான சமஸ்கிருத கிரந்த எழுத்துப் பத்ததி நூல்களை வெளியிட்டு வருகிறது. உலகெங்கிலுமுள்ள இந்து ஆலயங்களில் உள்ள சிவாசாரியர்கள் அவற்றை விரும்பிப் பயன்படுத்துவது குறிப்பிடத்தக்கது. மேலும் பல சமஸ்கிருத பாட நூல்களையும் இந்நிறுவனம் வெளியிட்டிருக்கிறது. பொதுவாக இலங்கையில் சமஸ்கிருத பாடம் கற்பவர்கள் கிரந்த எழுத்தைக் கற்கத் தவறுவதில்லை. அந்தணர்கள் பலர் தேவநாகரி லிபியை வாசிக்க முடியாதவர்களாக இருப்பினும் நூற்றுக்கு எண்பது வீதமான அந்தணர்கள் கிரந்த எழுத்தை வாசிக்க, எழுதக்கூடியவர்களாக உள்ளனர்.

யாழ்ப்பாணப் பல்கலைக்கழகத்தில் சமஸ்கிருதத் துறை மாணவர்கள் கிரந்த லிபியையும் கற்கிறார்கள். சில காலங்களுக்கு முன்னர் வரலாறு, தமிழ் ஆகியவற்றைச் சிறப்புக் கற்கை நெறியாகக் கற்பவர்களும் கல்வெட்டு ஆராய்ச்சிக்காக இங்கு கிரந்தத்தைக் கற்றனர். இசை, நடனத்துறை மாணவர்களுக்கும் சமஸ்கிருதம் ஒரு பாடமாக உள்ள நிலையில் அவர்களும் கிரந்தம் கற்கவேண்டும் என்ற நிலை சிலகாலம் இருந்தது. இன்றும் சைவசித்தாந்தம் உயர்பட்டப் படிப்பில் ஈடுபடுவோர் (எம்.ஏ.) 'அடிப்படை சமஸ்கிருதம்' என்ற பரீட்சை வினாத்தாளில் கிரந்தத்தைப் பயன்படுத்த ஆர்வமூட்டப்படுகின்றனர்.

சமஸ்கிருத மொழியில் கிரந்த லிபியின் பயன்பாடு தமிழ் மக்களிடம் மட்டுமே உள்ளதென்றாலும், மிக முக்கியமானதொன்று என்று அந்த முக்கியத்துவத்தை உணர்ந்து இன்றும் இலங்கை அந்தணர்கள் அதனை நன்கு பேணி வருகின்றனர்.

21

பழந்தமிழில் சமண சமயச் சொற்கள்: வருகை, வளர்ச்சி, ஒடுக்கம்

ஆ. கார்த்திகேயன்

முன்னுரை

சமணம் தமிழ்நாட்டில் 2000 ஆண்டுகளுக்கு முன்பே பரவியிருந்தது. கி.பி. 7, 8 ஆம் நூற்றாண்டு வரை மிகுந்த செல்வாக்கு பெற்றிருந்தது. "அருக பதவி அடைந்தோர்களாகிய தீர்த்தங்கரர்களது சரித்திரங்கள் அறிவூட்டுவன என்றும் புண்ணியம் பயப்பன என்றும் இம்மைக்கும் மறுமைக்கும் நன்மை விளைப்பன என்றும்" (வையாபுரிப்பிள்ளை,1944) சமணர் கருதினர். இதனால் சமணச் சொற்கள் சில பழைய இலக்கியங்களில் புகுந்தன. இத்தகைய சொற்கள் பக்திப் பனுவல்களில் பொருள் மாற்றம் பெற்று வழங்கின. அதனைத் தொடர்ந்து வழக்கொழிந்து விட்டன. இச்சொற்கள் சிலவற்றின் வருகை, வளர்ச்சி குறித்தும் வீழ்ச்சி குறித்தும் இக்கட்டுரை விளக்குகிறது.

அருகன்

அருகன் என்ற சொல் குறித்து இங்குக் காண்போம். இச்சொல் சிலம்பில் நாடுகாண் காதையில் பயன்படுத்தப்படுகிறது. கவுந்தி அடிகளோடு கண்ணகியும் கோவலனும் மதுரை மூதூருக்கு நடந்து செல்கையில் வழியில் இந்திர விகாரம். அருகன் கோயில் ஆகியவற்றைக்

காண்கின்றனர். அருகதேவனின் கோயில் பற்றிக் குறிப்பிடுகையில் “ஐவகை நின்ற அருகதானத்து” (சிலம்பு, 10:19) என்று வருகிறது. இதற்குப் பொருள் பஞ்சபரமேட்டிகள் நிலைபெற்ற அருகனின் கோயில் என்பதாகும். அருகன், ஆச்சாரியர், உபாத்தியாயர், சாதுக்கள், சித்தர் போன்றோர் பஞ்சபரமேட்டி எனப்படுவர். இதே காதையில் அருகதேவனின் அரும்புகழ் விவரிக்கப்படுகிறது. “அங்கம் பயந்தோன், அருகன், அருண்முனிவன், பண்ணவன்” (நாடுகாண் காதை : 87). இதனைத் தொடர்ந்து கவுந்தி அடிகள் “அருகன், அறிவன், அறவோர்க்கு அல்லது” (10:202) வேறு ஒருவரையும் என் கைகள் குவித்து வணங்காது என்று உறுதி மொழிகிறார். திவாகர பிங்கல நிகண்டுகளிலும் ‘சாவகர், அருகர், சமணராகும்’ என்று அருகர் குறித்து வந்துள்ளது (மயிலை சீனி. வேங்கடசாமி, 2010. பக்.173).

பிராகிருத அகராதியில் அரிஹந்த என்றும் அரஹந்த என்றும் வடிவங்கள் காணப்படுகின்றன. இவற்றிற்குப் பல பொருண்மைகள் உள்ளன. போற்றத்தக்க ஆத்மாக்கள் என்பது ஒரு பொருள். இது தவிர ‘எல்லாம் அறிந்தவர், ஜினதேவன், ஜினபகவான், தீர்த்தங்கரர், வணங்குதற்குரியவர்’ என்றெல்லாம் பொருள் உள்ளன. அருகர்கள் மங்கலம் பொருந்தியவர்களாகவும் (அருஹந்தா மங்கலம்) உலகத்தில் உயர்ந்தவர்களாகவும் (லோகுத்தமா) பாதுகாவலராகவும் (சரணம் பவ்வஜ்ஜாமி) வருணிக்கப்படுகிறார்கள்.

அர்ஹத் (arhat) என்ற வட சொல் அருஹ என்று மாறுகிறது. இறுதியில் வரும் தகரம் (பல் அடைப்பொலி) கெடுகிறது. –ர்ஹ்– என்ற மெய்மயக்கம் உகர உயிரால் பிரிக்கப்படுகிறது. அடுத்த நிலையில் ஹகரம் (தொண்டை உரசொலி) ககரமாக (கடையண்ண அடைப்பொலி) மாறுகிறது. இறுதியில் –அன் ஒட்டு சேர்க்கப்பட்டு அருகன் ஆனது. arhat>. aruha> arukan. அருகர் என்ற சொல் தொடர்ந்து சைவத் திருமுறைகளிலும் பயன்படுத்தப்படுகிறது. சம்பந்தர் தேவாரத்தில் திருமுதுகுன்றம் பதிகத்தில் “அருகரொடு புத்தர் அவர் அறியா அரன் மலை யான்” (1:12) என்றும் “புத்தர் அருகர்தம் பொய்கள் புறம்போக்கி” (967) என்று வேறொரு பதிகத்திலும் பெரியபுராணத்தில் “பாழியும் அருகர் மேவும் பள்ளிகள் பலவும் ஆகி” (2499:4) என்றும் வருகின்றது.

சம்பந்தர் ஆகதர், ஆதர் போன்ற புதிய வடிவங்களையும் பயன்படுத்துகிறார். இவை இரண்டும் அருஹ என்ற வடிவத்தில் இருந்து வந்தவையே. ஆகதர் எனும் வடிவம் “மாசுசேர் ஆகதர்க்கு எளியேன் அலேன்” (திருவாலவாய் பதிகம்–3212). ஆலவாய்

பதிகத்தில் வந்தது. ஆகதர் எப்படி வந்தது? '*arhat*' என்பதில் ரகரம் (அடியொலி) கெட்டு முதல் உயிர் நெடிலாயிற்று. சம்பந்தர் தேவாரத்தில் 'ஆதர்' என்றொரு வடிவமும் வந்துள்ளது என்று குறிப்பிட்டோம். "ஆதர் சமணரொடும்" என்று சம்பந்தர் தேவாரத்தில் காணப்படுகிறது (3469). இச்சொல் *arhat*-இன் நடுவில் வரும் மெய்ம்மயக்கம் முழுதும் கெட்டு ஆதி நீண்டு ஆதர் என்றாகி இருக்கலாம்.

ஆருகத சமயமும் சமணத்தோடு தொடர்புடையது. அரிஷ்டநேமி தீர்த்தங்கரர் காலத்தில் சமணம் ஆர்கத தர்மம் என்று அறியப்பட்டது. இன்றும் பிகாரில் சமணம் ஆர்கத தர்மம் என்றே அறியப்படுகிறது. இச்சமயம் குறித்த விவரணை மயிலை சீனி வேங்கடசாமி படைத்த 'சமணமும் தமிழும்' என்ற நூலில் காணலாம்.

நக்கன்

மணிமேகலையில் நக்க சாரணர் என்ற தொடர் ஆதிரை பிச்சை இட்ட காதையில் வருகிறது. சாதுவன் கடற்பயணத்தில் உயிர் பிழைத்து நாகமலையில் உறங்கி ஓய்வெடுத்துக் கொண்டிருக்கையில் அம்மணமாய் அத்தீவில் வாழும் நக்க சாரணரிடம் அகப்படுகிறான். அங்கு நாகமலையைக் குறிப்பிடுகையில் "நக்க சாரணர் நாகர்வாழ் மலை" என்றும் "நக்க சாரணர் நயம் இலர் தோன்றி" என்றும் வருகிறது (மணிமேகலை, ஆதிரை: 15,56). பின்னாளில் நக்கன் அருகன் என்ற பொருள் தந்தது. சமணத் துறவியரை நக்கன் என்று அழைப்பர். பாலி மொழி அகராதியில் 'நக்க ஸமண' என்ற சொல் நிர்வாணமாகத் திரியும் துறவியைக் குறிக்கிறது. புத்தத் துறவிகளும் அவ்வாறு இருந்திருக்கலாம்.

சம்பந்தர் சமணர்களைப் பற்றிக் குறிப்பிடுகையில் "தொக்க பீலியர் நக்கரையர்" (3403) என்று குறிப்பிடுகிறார். நக்கரையர் என்றால் இடையில் ஆடை அணியாதவர் என்பது பொருள். இன்னொரு பாடலில் "நக்குருவாயவரும்" (நக்கு+உரு) (பாடல் எண்–3458) என்று சமணர் ஆடையின்றி இருப்பதைச் சுட்டுகிறார்.

நக்கன் என்ற சொல் சிவபெருமானையும் குறித்தது. "குளிர்வெண் பிறைசூடும் / நக்கன் நமையாள்வான் நல்லம் நகரானே" (சம்–தேவா) இவ்விடத்தில் நக்கன் சிவபெருமானைப் குறிக்கிறது. நக்கன் என்ற சொல்லுக்கு நகைமுகன் என்று பொருள் காண்கிறார் அறிஞர் ஐராவதம் மகாதேவன். இது வடசொல் அன்று எனவும் நகு என்ற வினையடியாகப் பிறந்த (நகு+அன்)

தமிழ்ச் சொல் எனவும் கூறுகிறார். இக் கருத்தை மறுபரிசீலனை செய்தால் இப்படிக் கூறலாம். 'நக்கம் அமர்ந்த திருமேனி' என்று வருகிற தேவார வரியில் நக்கம் திருமேனியை விசேடித்து வருவதால் அவரது கோலத்தையே குறிக்கிறது எனலாம். ஆடை அணியாமல் புலித்தோலை அரையில் அணிந்தும் கோவணம் அணிந்தும் அரை நிர்வாணமாகக் காட்சி தரும் சிவனை நக்கன் அதாவது அரைநிர்வாணி என்று எடுத்துக் கொள்ளலாம்.நரியைப் பரியாக்கியவன் நக்கன் என்பது சரியாகத் தோன்றவில்லை. பௌத்த சமணத்தில் பரவலாக அறியப்பட்ட சொல்லைப் புதிய பொருளில் சைவர்களும் பயன்படுத்தி இருக்கலாம். சொல்லின் மூலப் பொருள் தெரியாமலே ஆணுக்கும் பெண்ணுக்கும் ஒரு காலத்தில் இறைவனின் பெயர் சூட்டப் பட்டிருக்கலாம்.பழனியாண்டி, ஆண்டியப்பன் சொற்கள் இறைவனைக் குறிப்பது போல.

நக்க என்ற சொல் பாலி, பிராகிருதம் வழியாகத் தமிழுக்கு வந்தது. னக்ன *(nagna)* என்ற சமஸ்கிருதச் சொல் இடைக்கால இந்தோ – ஆரிய மொழியில் நக்க *(nagga)* என்றாகித் தமிழுக்கு வந்தது. இடையில் வரும் –க்ன்– *(gn)* என்ற மெய்மயக்கம் *(-gg-)* என்றாயிற்று. அடைப்பொலி + மூக்கொலி ஆகிய வேற்றுநிலை மெய்ம்மயக்கம் ஓரினமாகி உடனிலை மயக்கம் ஆயிற்று. இச்சொல் இடைக்கால இலக்கியதோடே வழக்கொழிந்து போயிற்று. முதலில் சமணத் துறவிகளைக் குறித்துப் பின்னர் பொருள் மாற்றம் ஏற்பட்டுச் சிவனைச் சுட்டப் பயன்பட்டது.

சாரணர்

பௌத்த, சமண, சைவ சமயங்களுக்கும் பொதுவாக விளங்கும் மற்றொரு சொல் 'சாரணர்' என்பதாகும். 'சரண' *(caraNa)* என்ற வினைச் சொல்லுக்கு 'நடத்தல், திரிதல்' என்று பொருள். சரணத்தர் என்ற சொல் 'பாதம் உடையவர்' என்ற பொருளில் பரிபாடலில் "தாளித நொய்ந் நூல் சரணத்தர் (10–10)" என்று வருகிறது. இதிலிருந்து சாரணர் என்ற பெயர்ச்சொல் வந்தது.

சமணத்தில் சாரணர் என்ற சொல் அடிக்கடி பயன்படுத்தப்படுகிறது. சிலம்பில் நாடுகாண் காதையில் "தருமம் சாற்றுஞ் சாரணர் தோன்றப் / பண்டைத் தொல்வினை பாறுக வென்றே" (163–164) ஆகிய வரிகளில் சாரணர் வந்துள்ளது. மற்றொரு இடத்தில் "நீரணி விழவினும் நெடுந்தேர் விழவினும் / சாரணர் வரூஉம் தகுதியுண் டாமென" எனவும் வருகிறது. இங்கு சாரணர் ஆகாசசாரிகளைக் குறித்தது.முதலில் தருமம் சாற்றும் சாரணர் என்றவிடத்து சமண முனிவரைக் குறித்தது. சாரணருள்

பல வகையினர் உண்டு. 'தல சாரணர், ஜல சாரணர், ஆகாச சாரணர், புட்ப சாரணர், தந்து சாரணர் இப்படி எண்வகையர் என்பார் உ.வே.சா.' சாரணர் கவுந்தியினும் பழுத்த சமணர்; சிந்தை விளக்கால் முக்காலமும் காண்போர். ஆனால் கவுந்திக்கோ காலவுணர்ச்சி இல்லை என்பார் அடியார்க்கு நல்லார். (தெ. பொ.மீ., 2010, பக்–96).

மணிமேகலையிலும் நக்க சாரணி குறித்து வருகிறது. நாகமலை தீவில் நிர்வாணமாகத் திரியும் தீவுவாசிகளை அச்சொல் குறித்தது. நக்கன் என்ற சொல் இங்குச் சாதாரண மக்களைக் குறித்தது.

சைவத்தில் சுந்தரரால் தேவாரத்தில் சாரணன் என்ற சொல் எடுத்தாளப்படுகிறது. "சாரணன் தந்தை எம்பிரான் எந்தை தம் / பிரான் என்பொன் மாமணி" இங்கு "சாரணன்' என்ற சொல்லுக்கு 'எங்கும் இயங்குபவன், புகலிடம் ஆனவன்' என்று பொருள் கொள்ளப்படுகிறது. நாலாயிரதிவ்விய பிரபந்தத்திலும் "மாதவர், வானவர், சாரணர், இயக்கர், சித்தரும் மயங்கினர்" என்று தேவகணங்களைக் குறிக்க சாரணர் என்ற சொல் பயன்படுத்தப்பட்டது.

அடைக்கலம் என்று பொருள்படும் சரண் சொல்லடியாகப் பிறந்த தத்திதம் என்று சொல்வர். ஆக சாரணர் என்ற சொல் பௌத்தம், சமணம், சைவம், வைணவம் எனச் சமயம் கடந்து பயன்படுத்தப்பட்டு வந்துள்ளது. இன்றும்கூட சாரணர் இயக்கம் உலக அளவில் புகழ் பெற்று விளங்குகிறது. Scout என்ற இயக்கத்திற்குச் சாரணர் என்ற சொல் பயன்படுத்தப்பட்டது.

நிக்கந்தன்

சிலம்பில் கந்தன் என்றொரு சொல் வருகிறது. "கந்தன் பள்ளி கடவுளர்க்கு எல்லாம்" (காடுகாண்–5) கந்தன் என்றது நிக்கந்தன் என்னும் சமண சமயக் கடவுளாகிய அருகனை ஆகும். (அடியார்க்கு நல்லார் உரை) கனாத்திறம் உரைத்த காதையில் நிக்கந்தக் கோட்டம் என்றும் வருகிறது. வளையாபதியிலும் "துக்கம் துடைக்கும் துகளறு காட்சிய / நிக்கந்த வேடத் திருவடிக்கணங்களை" என்று வருகிறது. 'நிக்கண்டன் கலைக்கோட்டுத் தண்டனார்' என்றொரு சங்க காலப் புலவர் இருந்துள்ளார். இப்புலவர் பெயர் நிக்கந்தன் என்ற சொல்லில் இருந்து பெறப்பட்டது என்று கூறுவர்.

நிக்கந்தன் என்னும் சொல் நிர்கிரந்த (nirgrantha) என்ற சொல்லோடு தொடர்புடையது. 'ணிஅண்ட' என்பது பிராகிருத

வடிவம். பாலி மொழியில் 'நிகண்ட' *(nigaNTha)* என்ற சொல் நிர்வாண சமணத் துறவியைக் குறிக்கும். பந்தங்களிலிருந்து விடுபட்டவன் என்பது நிர்கிருந்த என்ற சொல்லின் பொருளாகும்.

சமண சமயம் பழங்காலத்தில் வேறு சில பெயர்களாலும் அறியப்பட்டது. அரிஷ்டநேமி தீர்த்தங்கரர் (22 வது) காலத்தில் ஆர்கத தர்ம *(aarhata dharma)* என்றும் பார்ஷ்வநாதர் (23) காலத்தில் பார்ஷ்வநாத தர்மம் என்றும் அறியப்பட்டது. மகாவீரர் காலத்தில் நிர்கிரந்த அல்லது நிர்கிருந்த பிரவசனசார *(Nirgrantha pravacana)* என்றும் அறியப்பட்டது. நிர்கிரந்த என்பதே தமிழில் நிக்கந்த என வழங்கலாயிற்று.

கவுந்தி

சிலம்பில் கவுந்தி என்னும் துணைப் பாத்திரம் வருகிறது. கவுந்தி என்பது சமண சமய பெண் துறவியைக் குறிக்கும். கோவலன் 'உறுதவத்தீர்' என்று கவுந்தியை விளிக்கிறான். இவர் இருந்தது புகாரில் புறஞ்சேரியில் அமைந்த சமணப் பள்ளியில் ஆகும். கவுந்திப் பள்ளி என்றே அதற்கு அடியார்க்கு நல்லார் பெயரிடுகிறார். சைனப் பெண் துறவிகளின் நிலையம் என்று கொள்ளலாம் என்பார் தெ.பொ.மீ.

கடிசூத்திரம், அறுவை (உறி), கைப்பீலி என்பன கொண்டு அவரது புறக்கோலம் அமைந்திருந்தது. அகம் அன்பினால் நிறைந்து வழிகிறது. கோவலன், கண்ணகி மாட்டு அடிகளது அன்பு பெருக்கெடுத்துச் செல்வதைக் காண முடிகிறது. அருகன் வழி நிற்பார்க்கு எல்லாம் கைவரும். அருகனை அன்றி வேறு ஒருவர் நாமத்தை நவிலேன் என்று கூறுகிறார். கவுந்தி என்ற சொல் கல்வெட்டுகளில் வரும் 'கந்தி' என்ற சொல்லோடு தொடர்புடையது என்று ஐராவதம் கருதுகிறார். கந்தனும் (நிக்கந்தன்) கவுந்தியும் தொடர்புடைய சொற்களா?

சாவகர்

சாவகர் என்ற சொல் மதுரைக் காஞ்சியிலும் சிலப்பதிகாரத்திலும் வந்துள்ளது.

மதுரைக்காஞ்சியில் (475–480) சமணப் பள்ளியின் தோற்றம் அழகாக வர்ணிக்கப்படுகிறது.

" வண்டுபடப் பழுநிய தேனார் தோற்றத்துப் / பூவும் புகையும் சாவகர் பழிச்சச் / சென்ற காலமும் வரூஉம் அமயமும் / இன்றிவண்

தோன்றிய ஒழுக்கமொடு நன்குணர்ந்து / வானமும் நிலனும் தாமும் முழுதுணர்ந்து / சான்ற கொள்கை சாயா யாக்கை / ஆன்றடங் கறிஞர் செறிந்தனர் நோன்மார்" சமணப் பள்ளியில் நோற்ற சமண நோன்பிகள், தேன் நாவில் இனிப்பது போலப் பார்வைக்கு இனிமையானவர்கள்.

பூவின் மணமும் நறும்புகையும் சூழச் சாவகர்கள் போற்றித் துதிக்க விளங்கினர். முன்னால் தோன்றிய ஒருவனின் மனதில் நினைப்பதை உணரும் வல்லமை படைத்தவர். கடந்த காலத்தையும் எதிர்காலத்தில் நிகழவிருப்பதையும் உணர வல்லவர். செறிவான அறிவினை உடையவர்கள். இவ்விடத்தில் சாவகர் என்ற சொல் வருகிறது.

சிலம்பில் கோவலன் சாவக நோன்பியாகக் காட்டப் படுகிறான். "சாவக நோன்பி அடிகள் ஆதலின் / நாத்தூண் நங்கையொடு நாள்வழிப் படூஉம் / அடிசில் ஆக்குவதற்கு அமைந்தநற் கலங்கள் / நெடியாது அளிமின் நீர்" (சிலம்பு–கொலைக்களக் காதை –18–21). இங்குக் கண்ணகியே கோவலன் சாவக நோன்பி எனவும் அவன் பகல் உணவு உண்பதற்குச் சமைக்க வேண்டிய பாத்திரங்கள் கொடுப்பீராக என்றும் கேட்கிறாள்.

சாவக விரதத்தைக் கடைப்பிடிப்பவர்கள் பிரத்யேக உணவை உண்பர். அடைக்கலக் காதையிலும் சாவக நோன்பிகள் குறித்த செய்திகள் கிடைக்கின்றன. சோலைகள் நிறைந்த காவிரிப்பூம்பட்டினத்தில் பிண்டி எனப்படுகிற அசோக மர நிழலில் பல சாவகர்கள் அமர்ந்து சிலா தலத்தின் மீதமர்ந்த சாரணர்களின் உபதேசத்தைக் கேட்டனர். இங்கு சாவக நோன்பிகளை 'உலக நோன்பிகள்' என்று இளங்கோவடிகள் அழைக்கிறார். அப்போது அங்கே பேராற்றலுடைய ஒரு பக்கத்து கை குரங்கின் கைபோல உடைய வானவன் தோன்றினான். அப்போது அங்குக் குழுமியிருந்த "சாவக ரெல்லாம் சாரணர் தொழுது,'ஈங்கு யாதிவன் வரவு என" கேட்டனர். இவ்விடத்திலும் சாவகர் என்ற சொல்லாட்சி இடம் பெற்றுள்ளது. எட்டி சாயலன் கதை சிலம்பில் புகழ் பெற்ற கிளைக்கதை ஆகும். "சாவகர்க்கு எல்லாம் சாற்றினன்" என்றும் "தன் தெறல் வாழ்க்கைச் சாவக மாக்களும்" என்றும் இரு இடங்களில் எட்டி சாயலன் கதையில் வருகிறது. சாவக நோன்பி என்ற சொல்லுக்கு 'இல்லறத்தையுடைய சாவகர் என்றும் பிராகிருத மொழியில் இருந்து வந்த சொல் என்றும் சென்னைப் பல்கலைக் கழகப் பேரகராதி (பக்-1392) பொருள் தருகிறது. மணிமேகலையில் சாவகன் என்ற சொல் மாணாக்கன் என்ற பொருளிலும் வருகிறது. (பார்வை –மேற்படி அகராதி).

சங்கம் (சமணம்) தாமரை மலர் போன்றது. மலர் சகதி, நீரிலிருந்து தனித்திருப்பதைப்போல வினைமாசு இல்லாமல் சங்கம் திகழும். மலரின் தண்டு போல் ஆகம அங்க நூல்கள் விளங்கும். மலரின் விதையுறை ஐந்து பெரிய விரதங்களாகும். மலரின் இதழ்கள் சமணத் துறவிகளாவர். மலர்களை வட்டமிடும் வண்டுகள் போல சாவக மாக்கள் சங்கத்திற்கு வந்து செல்வர். (சமண சுத்தம்; 1991, பக்–13). சாவக நோன்பிகளுக்கும் சங்கத்திற்கும் உள்ள உறவை இங்குத் தெரிந்து கொள்ள முடிகிறது. திருக்குறள் இல்லறவியலில் வரும் அறங்கள் யாவும் சாவகர்க்கு உரியவை என்று சொல்லிவிடலாம். ஞானசம்பந்தர் காலம்வரை சாவகர் என்ற சொல் வழக்கு இருந்திருக்கிறது. “மாபதம் அறியாதவர் சாவகர்” என்றும், “சாவாயும் வாது செய் சாவகர்” என்றும் தேவாரத்தில் வருகிறது.

சாவக (*saavaga*) என்ற பிராகிருதச் சொல் (*shraavaka*) என்ற சமஸ்கிருதச் சொல்லிலிருந்து வந்தது. அதாவது மொழி முதல் மெய்ம்மயக்கம் தவிர்க்க ரகரம் கெடுகிறது. *sh* என்பது சகரமாக தமிழில் மாறிற்று. சாவகர் என்ற பழந்தமிழ் சொல் பிராகிருத மொழியிலிருந்து வந்ததே.

பரமேட்டி

பரமேட்டி என்ற சொல் சமணத்தில் புகழ்பெற்ற சொல்லாகும். பஞ்ச பரமேட்டிகள் சமண சமயத்தில் ஐந்து படிநிலையில் உள்ள முக்கிய தெய்வங்களாவர் (*spiritual guides*). பஞ்ச பரமேட்டி மந்திரம் தலையாய பிரார்த்தனை சொற்களாகும். “அருகர், சித்தர், ஆச்சாரியார் (*aayariyaana*), உபாத்தியாயர், (*uvajjaaya*) சாதுக்கள் (*saahu*) ஆகியோர் பஞ்ச பரமேட்டிகள். பஞ்ச பரமேட்டிகளை வணங்குவது மங்கலகரமானது. இம்மந்திரம் பாவங்களை அழிக்க வல்லது” (சமண சுத்தம்; 1991: பக்-2). ‘ஓம்’ என்ற உச்சரிப்பு பஞ்ச பரமேட்டியைக் குறிக்கும். ஏனெனில் அது ஓர் ஐந்தெழுத்தால் ஆனது. ஐந்து எழுத்தாவது: அ, அ, அ, உ, ம். இவ்வெழுத்துக்கள் முறையே அருகன், அசரீரி (சித்தா), ஆச்சாரியார், உபாத்தியாயர், முனி ஆகிய உயர் தெய்வங்களைக் குறிக்கும் (சமண சுத்தம்: 1991; பக்–7).

பரமேட்டி என்ற சொல் சிலம்பில் வந்துள்ளது என்று ஏற்கனவே சுட்டிக் காட்டினோம். ‘ஐவகை நின்ற அருகதானத்து’ என்பது பஞ்சபரமேட்டிகள் நிலைபெற்ற அருகன் கோயிலைக் குறித்தது. பரமேட்டி என்ற சொல் இடைக்காலத் தமிழில் தாராளமாகப் பயின்று வருகிறது. ஆழ்வார்களும் நாயன்மார்களும் இச்சொல்லைக் கையாண்டுள்ளனர். பரமேட்டி என்ற சொல்

சமண அருகனோடு சிவன், திருமால், பிரமன், பரம்பொருள் ஆகிய கடவுளர்களையும் குறித்தது. நாலாயிரதிவ்விய பிரபந்தத்தில் "பல்லாண்டு என்று பவித்திரனைப் பரமேட்டியை" என்று (திவ் பல்லாண்டு: 12) வருகிறது. திருமாலைப் பரமேட்டி என்று அழைக்கிறார் ஆழ்வார். தேவாரத்தில் "சாய்க்காட்டெம் பரமேட்டி பதமே" என்று சிவனை சம்பந்தர் குறிப்பிடுகிறார். சமணர்களை எதிர்த்த சம்பந்தர் பரமேட்டியைப் பல இடங்களில் கையாள்கிறார். இன்ன "கங்கையைப் . . . சடையிற் பதித்த பரமேட்டி" (2:62—1) "நீ எம் பசுபதி பரமேட்டி" "வெள்ளேற்றண்ணல் பரமேட்டி" (1:49). பட்டினத்தாரும் பரமேட்டியை விடவில்லை. "பரமேட்டி சுட்டிறந்த ஞானத்தை சொல்" (613) என்று குறிப்பிட்டார். பரமேட்டி என்பதற்கு 'தனக்கு மேலாக வேறு எவரும் இல்லாதவன்' என்பது பொருள்.

பரமேஷ்டி (*ParameeSTi*) இல் உள்ள நாமடி சகரவொலி கடையண்ண அடைப்பொலியாக (ஓரினமாதல்) மாறுகிறது. சமண சமயத்தாரிடையே தமிழகத்தில் பிரபலமாக இருந்த சொல்லை வைணவ சைவ சமயத்தார் பிற்காலத்தில் பயன்படுத்திக் கொண்டனர். ஓங்கார மந்திரமும் சமண சைவ சமயங்களில் பயன்படுத்தப்பட்டது.

சமண / அமண

சமண /அமண என்ற சொல் குறித்து இப்பகுதியில் பார்க்கலாம். அம்மணம் என்ற சொல் எல்லாருக்கும் தெரியும். ஆடையின்றி பிறந்த கோலத்தில் இருப்பதுதான் அம்மணம். இச்சொல் நிர்வாணியாகத் திரிந்த சமணர்களைக் குறித்து நின்றது. சமணம் என்ற சொல்தான் அமண் என்று மாறி அம்மணம் என்றானது. இச்சொல் (சமணம்) சம்பந்தர் தேவாரத்தில் பலமுறை கையாளப்பட்டுள்ளது. சமண், அமண் ஆகிய இரண்டு வடிவங்களும் ஒரே பொருள் கொண்டவை.தேவாரத்திலிருந்து சமணர்கள் குறித்த தொடர்கள் சில:

1) 'சிந்தையில் சமணொடு' (110–10

2) 'மோட்டமணர்' (108–10)

3) 'வன் சமண் குண்டர்' (103–10)

4) 'நின்றுண் சமணும்' (99–10)

5) 'பிச்சைக் குடை நீழல் சமணர்' (86–10)

6) 'அறிவுரைச் சொல்லும் அறிவிலாச் சமணர்'

7) ‘உழிதரு சமணர்’ (76–10)

8) ‘மயிலின் பீலி அமணர்’ (74–10)

9) ‘செடி நுகரும் சமணர்களும்’ (61–10)

10) ‘தடுக்கமரும் சமணரோடு’ (62–10)

11) ‘ஆலும் மயிலின் பீலியமணர்’ (74–10).

12) ‘புறங்கூறிய புன்சமணர்’

ஞானசம்பந்தர் தேவாரப் பாடல்களில் பல இடங்களிலும் இச்சொல்லைப் பயன்படுத்துகிறார். தமிழகத்தில் வாழ்ந்த சமணர்களின் பண்புகள் குறித்தும் அவர்களை வசைபாடி இழித்துரைப்பதும் இங்குக் காணமுடிகிறது. சமணர்கள் மயிற் பீலி வைத்திருப்பர். நின்றுகொண்டே உணவருந்தும் பழக்கம் உடையவர்கள். தலையை முடித்து வாரமாட்டார்கள். தடுக்கில் அமரும் பழக்கம் உடையவர்கள். அறிவுரை சொல்லும் ஆற்றல் இல்லாதவர். ஓரிடத்தில் நிலையாக வாழாமல் அலைந்து திரியும் (உழிதரு) வாழ்க்கை வாழ்பவர்கள். குகையில் வசிப்பவர்; வேழத்துக்கு நிகரானவர் “பாழியுறை வேழநிகர் பாழமணர்” என்பார் சம்பந்தர். (சம்ப– தேவா–3523) இவ்வாறு சமணர்களின் குணங்களை விவரிக்கிறார்.

திருவாலவாய் பதிகத்தில் சமணர்கள் வேத வேள்வியை நிந்தனை செய்வர் என்றும், வைதிகத்தின் வழி ஒழுகாதவர் என்றும், அருமறைகளைச் சிந்தை செய்யா அருகன் என்றும் விவரிக்கிறார்.(காண்க: ஆலவாய் பதிகம் (108: 3956’3957,3960)

பக்தி இலக்கியங்கள் முழுவதும் தேடினால் விரிவான தகவல் கிடைக்கும். தேவார ஒளிநெறிக் கட்டுரையிலும் விரிவாக விவரிக்கப்பட்டுள்ளது.

சமண என்னும் வடிவம் (shramana) என்ற சமஸ்கிருதச் சொல்லிலிருந்து வருவிக்கப்படுகிறது. மொழிமுதல் மெய்ம்மயக்கம் (ண்ஹ தவிர) பிராகிருத மொழியில் தவிர்க்கப்படுகிறது. மெய்ம்மயக்கத்தில் வரும் ரகரம் கெட்டு, பின்னர் தமிழில் சமண என்றாகிறது. சமண என்பது மேலும் தமிழில், மொழி முதல் சகரம் கெட்டு அமண (அமண்) என்றாகிறது. இந்த வடிவமும் (அமண்) தேவாரத்தில் அதிகமாக வருகிறது. சமணம் வேதப் பழமை வாய்ந்த ஒரு சமய இயக்கம். பிராமண சடங்குகளையும் வேள்விகளையும் எதிர்த்த இயக்கம். shramana என்ற சொல் புத்த ,சமணம் என்ற இரண்டையும் இணைத்துக் குறித்தது. பின்னாளில்

சமணத்தை மட்டும் குறித்தது. சமணமும் தமிழும் என்ற மயிலை சீனி.வேங்கடசாமி எழுதிய மிகவும் பிரசித்திபெற்ற நூலாகும்.

சதுமுகன் என்ற சொல் சமண சமயத்தில் அருகதேவனைக் குறித்தது "சங்கரன் ஈசன் சுயம்பு சதுமுகன்" (சிலம்பு – நாடுகாண் காதை –186). ஆனால் அச்சொல்லே பின்னாளில் நான்முகனைக் குறித்தது "சதுர்முகன் தாதையென்றுந்தீபற" (திருவா-திருவுந்தியார்). சங்கரன் என்ற சொல் தற்காலம் சிவனைக் குறிக்க முன்னாளில் அருகனையும் குறித்ததறிக.

முடிவுரை

சமண பௌத்த சமயங்களில் பிரசித்திபெற்ற சொற்களைப் பின்னாளில் சைவ வைணவர்களும் தம் நூல்களில் பயன்படுத்திக் கொண்டனர். அதற்குக் காரணம் அச்சொற்கள் மக்கள் மத்தியில் நிலைபெற்று பெருமதிப்புக்குரியனவாக, வழிபாட்டிற்குரியனவாக இருந்தன. சமணர்களோடு போரிட்டும், சமணச் சொற்களையும் சித்தாந்தங்களையும் உள்வாங்கியும் இந்து மதம் வளர்ந்தது. மேலே விவாதிக்கப்பட்ட சொற்கள் யாவும் பிராகிருதச் சொற்களே. அவை தமிழ் மொழிக்கு வந்த பிறகு பொருள் மாற்றம் அடைந்ததையும் காணமுடிகிறது. பௌத்த மதக் கொள்கைகள் பல இந்து மதத்தில் நின்று நிலவுகின்றன என்று மயிலை சீனி வேங்கடசாமியும் தம் நூலில் குறிப்பிடுகிறார்.

குறிப்பு: ஒரு சொல்லின் பொருள் காலப்போக்கில் மாற்றம் அடைவதைப் பொருண்மை மாற்றம் (Semantic Change) என்பர். பேசுவோரின் நோக்கவிருப்பம் மாறுவதால் பொருண்மை மாற்றம் ஏற்படுகிறது. பழைய பொருள் இழந்து போகலாம். பொருண்மை மாற்றத்தால் சொற்பொருள் விரிவடையலாம்; சுருங்கலாம்.

துணை நூல்கள்

1) மீனாட்சிசுந்தரம், தெ.பொ. (2010). குடிமக்கள் காப்பியம், பாவை பப்ளிகேஷன்ஸ், சென்னை–14, (மறுபதிப்பு.)

2) மயிலை சீனி.வேங்கடசாமி, (2010) சமணமும் தமிழும், செண்பகா பதிப்பகம், சென்னை–17

3) மயிலை சீனி.வேங்கடசாமி,(2010) பௌத்தமும் தமிழும், செண்பகா பதிப்பகம், சென்னை.

4) சிலப்பதிகாரம், (2014) சாரதா பதிப்பகம், சென்னை–14.

5) திவ்வியப் பிரபந்தம் (2010) சாகித்ய அக்காதெமி வெளியீடு.

6) சிலப்பதிகார மூலமும் அரும்பதவுரையும் அடியார்க்கு நல்லாருரையும் (2008), உ.வே.சா.நூல் நிலையம், சென்னை.

7) சமண தடயம் (2005), நடன காசிநாதன், சத்தியமூர்த்தி (பதிப்பாசிரியர்கள்), மணிவாசகர் நூலகம், சென்னை-108.

8) ஐராவதம் மகாதேவன், தமிழகக் குகைக் கல்வெட்டுகளில் சமணம் (கட்டுரை) வரலாறு. காம்

9) ஐராவதம் மகாதேவன், நக்கன்-ஓர் சொல்லாய்வு, வரலாறு. காம்.

10) Samansuttam, (1993), Bhagawan Mahavir Memorial Samiti, New Delhi-21.

11) Tamil Concordance, Dr. Pandiyaraja.

12) Chicago University Dictionary of South Asian Languages Website.

22

தமிழில் பாலி மொழிச் சொற்கள்

மயிலை சீனி. வேங்கடசாமி

வாணிகம், மதம், அரசாட்சி முதலிய தொடர்புகளினாலே ஒரு தேசத்தாரோடு இன்னொரு தேசத்தார் கலந்து உறவாடும்போது அந்தந்தத் தேசத்து மொழிகளில் அயல்நாட்டுச் சொற்கள் கலந்துவிடுவது இயற்கை. வழக்காற்றிலுள்ள எல்லா மொழிகளிலும் வெவ்வேறு மொழிச் சொற்கள் கலந்திருப்பதைக் காணலாம். இந்த இயற்கைப்படியே தமிழிலும் வேவ்வேறு மொழிச் சொற்கள் சில கலந்து வழங்குகின்றன. இவ்வாறு கலந்து வழங்கும் வேறுமொழிச் சொற்களைத் திசைச்சொற்கள் என்பர் இலக்கண ஆசிரியர்.

தமிழில் போர்ச்சுகீசு, ஆங்கிலம், உருது, அரபி முதலிய அயல்மொழிச் சொற்கள் அண்மைக் காலத்தில் கலந்துவிட்டது போலவே, பாகத (பிராகிருத) மொழிகளில் ஒன்றான பாலி மொழியிலிருந்தும் சில சொற்கள் முற்காலத்தில் கலந்து காணப்படுகின்றன. பாலிமொழி இப்போது வழக்காறின்றி இறந்துவிட்டது. என்றாலும், பண்டைக் காலத்தில், வட இந்தியாவில் மகதம் முதலான தேசங்களில் அது வழக்காற்றில் இருந்து வந்தது. ‘தனக்கென வாழாப் பிறர்க் குரியாளன்’ எனப் போற்றப்படும் கௌதம புத்தர், இந்தப் பாலிமொழியிலேதான் தம் உபதேசங்களை ஜனங்களுக்குப் போதித்து வந்தார் என்பர். பாலிமொழிக்கு மாகதி என்றும் வேறு பெயர் உண்டு.

மகதநாட்டில் வழங்கப்பட்டதாகலின், இப் பெயர் பெற்றது போலும். வைதீக மதத்தாருக்குச் சமஸ்கிருதம் 'தெய்வபாஷை' யாகவும் ஆருகதருக்குச் சூரசேனி என்னும் அர்த்தமாகதி 'தெய்வ பாஷை'யாகவும் இருப்பது போல, பௌத்தர்களுக்கு மாகதி என்னும் பாலிமொழி 'தெய்வபாஷை'யாக இருந்து வருகின்றது. ஆகவே பண்டைக் காலத்தில் எழுதப்பட்ட பௌத்த நூல்கள் எல்லாம் பாலிமொழியிலே எழுதப்பட்டுவந்தன. பிற்காலத்தில், மகாயான பௌத்தர்கள், பாலி மொழியைத் தள்ளி, சமஸ்கிருத மொழியில் தம் சமயநூல்களை இயற்றத் தொடங்கினார்கள். ஆனாலும், தென்இந்தியா, இலங்கை பர்மா ஆகிய இடங்களில் உள்ள பௌத்தர்கள் தொன்றுதொட்டு இன்றுவரையில் பாலிமொழியையே தங்கள் 'தெய்வ மொழி'யாகப் போற்றி வருகின்றார்கள். பௌத்தமதம், தமிழ்நாட்டில் பரவி நிலைபெற்றிருந்த காலத்தில் அந்த மதத்தின் தெய்வ பாஷையான பாலிமொழியும் தமிழ்நாட்டில் இடம்பெற்றது.

பாலி மொழி தமிழ்நாட்டில் இடம்பெற்றிருந்தது என்றால், தமிழ்நாட்டுப் பௌத்தர்கள் அந்த மொழியைப் பேசிவந்தார்கள் என்று கருதக் கூடாது. பாலிமொழி ஒருபோதும் தமிழ்நாட்டுப் பௌத்தப் பொதுமக்களால் பேசப்படவில்லை. ஆனால், பௌத்தக் குருமாரான தேரர்கள் பாலிமொழியில் இயற்றப்பட்ட தம் மத நூல்களைப் படித்து வந்தார்கள். பிராமணர்கள், தம் மத விஷயங்களை அறியத் தமது 'தெய்வமொழி'யான சமஸ்கிருத மொழியில் எழுதப்பட்ட நூல்களைப் படிப்பதும், உலக நடவடிக்கையில் தமிழ், தெலுங்கு முதலான தாய்மொழிகளைக் கையாளுவதும் போல, பௌத்தப் பிக்ஷுக்களும் தம்முடைய மத நூல்களை மட்டும் பாலிமொழியில் கற்றும், உலகவழக்கில், தமிழ்நாட்டினைப் பொறுத்தமட்டில், தமிழ் மொழியைக் கையாண்டும் வந்தார்கள். இந்தப் பிக்ஷுக்கள் பொதுமககளுக்குப் பாலிமொழி நூலிலிருந்து மத உண்மைகளைப் போதித்தபோது, சில பாலிமொழிச் சொற்கள் தமிழில் கலந்துவிட்டன.

இவ்வாறே அர்த்தமாகதி என்னும் வேறு பாகத மொழிச்சொற்களும், சமஸ்கிருதமொழிச் சொற்களும் ஆருகத மதத்தவராகிய ஜைனர்களாலே தமிழில் கலந்துவிட்டன. ஆருகதரும் பௌத்தரும் தமிழை நன்கு கற்றவர். அதனோடு பாகத, சமஸ்கிருத மொழிகளையும் பயின்றவர். இதனை,

> ஆகமத்தோடு மந்திரங்கள் அமைந்த சங்கத பங்கமாப்
> பாகதத்தோ டிரைத்துரைத்த சனங்கள்...

என்று சமணரைப் பற்றித் திருஞான சம்பந்தர் திருவாலவாய்ப் பதிகத்தில் கூறியிருப்பதினாலும் அறியலாம்.

மாகதி என்னும் பாலிமொழிச் சொற்கள் சில தமிழில் கலந்துள்ளன என்பதைத் தக்கயாகப்பரணி உரையாசிரியர் கூறியதிலிருந்தும் உணரலாம். 410ஆம் தாழிசை உரையில், 'ஐயை – ஆரியை. இதன் பொருள் உயர்ந்தோனென்பது. ஆரியையாவது சமஸ்கிருதம்; அஃது ஐயையென்று பிராகிருதமாய்த் திரிந்தவாறு; மாகததென்னலுமாம்' என்று எழுதியிருப்பதைக் காண்க. அன்றியும் 485ஆம் தாழிசையுரையில் 'தளம் – ஏழு; இது பஞ்சமா ரூடபத்திர தளம்; இது மாகதம்' என எழுதியிருப்பதையுங் காண்க.

தமிழ்நாட்டிலே, காஞ்சிபுரம், காவிரிப்பூம்பட்டினம் (புகார்), நாகப்பட்டினம், உறையூர், பூதமங்கலம், மதுரை, பாண்டிநாட்டுத் தஞ்சை, மானாவூர், துடிதபுரம், பாடலிபுரம் சாத்தமங்கை, போதிமங்கை, சங்கமங்கை, அரிட்டாபட்டி, பௌத்தபுரம் முதலான ஊர்களில் பாலி மொழியை நன்கறிந்திருந்த பௌத்த ஆசிரியர் பண்டைக் காலத்திலிருந்தனர் என்பது பௌத்த நூல்களாலும் பிற நூல்களாலும் தெரிகின்றது. பாலிமொழியை நன்கு கற்றுத் தேர்ந்து, அந்த மொழியில் நூல்களை இயற்றிய தமிழ்நாட்டுப் பௌத்த ஆசிரியர்களின் வரலாற்றினைத் 'தமிழ்நாட்டுப் பௌத்தப்பெரியார்' என்னும் தலைப் பெயரையுடைய அதிகாரத்தில் காண்க. இது நிற்க:

தமிழில் கலந்து வழங்கும் பாலி மொழிச் சொற்கள் அனைத்தினையும் எடுத்துக்காட்ட இயலவில்லை. அவ்வாறு செய்வது, தமிழ், பாலி என்னும் இருமொழிகளையும் நன்கு கற்றுத் தேர்ந்த அறிஞர்களால் மட்டுமே இயலும். ஆயினும், பாலிமொழிச் சொற்கள் தமிழில் அதிகம் இருப்பதாகத் தெரியவில்லை. யாம் அறிந்தமட்டில் தமிழில் வழங்கும் பாலி சொற்கள் சிலவற்றைக் கீழே தருகின்றோம்.

உய்யானம், ஆராமம்: பூந்தோட்டம் என்பது பொருள். பௌத்தரின் பள்ளி, விகாரை, தூபி முதலியவை இருக்கும் இடத்தைச்சேர்ந்தபூஞ்சோலைகளுக்குஇப்பெயர்வழங்கப்பட்டது. இச்சொற்கள் மணிமேகலையில் வந்துள்ளன.

சமணர்: இப் பெயர் ஜைன, பௌத்தத் துறவிகளுக்குப் பொதுப்பெயர். ஆயினும், இப்போது தமிழ்நாட்டில் ஜைன மதத்தினரை மட்டும் குறிக்கத் தவறாக வழங்கப்படுகின்றது. வடமொழியில் இது 'ஸ்மரணர்' என்று வழங்கப்படுகிறது. இச்சொல் தேவாரம், மணிமேகலை முதலிய நூல்களில் காணப்படுகின்றது.

சைத்தியம் சேதியம் தூபம் தூபி: இச் சொற்கள் பௌத்தர் வணங்குதற்குரிய கட்டடங்கள், ஆலயங்கள் முதலியவற்றைக்

குறிக்கின்றன. 'தூபம்', 'தூபி' என்பனவற்றை 'ஸ்தூபம்' 'ஸ்தூபி' என்னும் வடமொழிச் சொற்களின் தமிழ்த் திரிபாகவும் கொள்ளலாம். ஆயினும் பாலி மொழியிலிருந்து தமிழில் வந்ததாகக் கொள்வதுதான் வரலாற்றுக்குப் பொருத்தமுடையது. இச்சொற்களை மணிமேகலை, நீலகேசி முதலிய நூல்களில் காணலாம்.

தேரன், தேரி: இவை பௌத்தத்துறவிகளில் மூத்தவர்களுக்கு வழங்கும் ஆண்பால் பெண்பாற் பெயர்கள். இச்சொற்கள் மணிமேகலை, நீலகேசி, தேவாரம் முதலிய நூல்களில் வந்துள்ளன.

பிக்ஷு, பிக்ஷுணி: (பிக்கு, பிக்குணி) முறையே பௌத்த ஆண், பெண் துறவிகளைக் குறிக்கின்றன. மணிமேகலை, நீலகேசி முதலிய நூல்களில் இச்சொற்கள் காணப்படுகின்றன.

விகாரை, விகாரம்: பௌத்தக் கோயிலுக்கும் பிக்ஷுக்கள் வாழும் இடத்துக்கும் பெயர்.

வேதி, வேதிகை: திண்ணை என்பது பொருள். அரசு முதலான மரங்களின் கீழ் மக்கள் தங்குவதற்காகக் கட்டப்படும் மேடைக்கும் பெயர்.

போதி: அரசமரம்.

பாடசாலை: பள்ளிக்கூடம்

விகாரை: பௌத்த பிக்குகள் வசிக்கும் கட்டடம்.

வேணு, வெளு: மூங்கில்

சீலம்: ஒழுக்கம்

அர்ஹந்தர்: பௌத்த முனிவர்.

சீவரம்: பௌத்த பிக்குகள் உடுத்தும் ஆடை

சேதியம்: கோவில்

ததாகதர்: புத்தர்

தம்மம்: தர்மம்

நிர்வாணம்: பௌத்தருடைய வீடுபேறு

சாவகர்: பௌத்தரில் இல்லறத்தார்

ஹேது: (ஏது) காரணம்

இவையன்றியும், நாவா (கப்பல்), பக்கி (பறவை), பாடசாலை (பள்ளிக்கூடம்), நாவிகன் (கப்பலோட்டி), பதாகை (கொடி),

நாயகன் (தலைவன்), தம்பூலம் (தாம்பூலம் – வெற்றிலை) முதலிய சொற்களும் பாலி மொழியிலிருந்து பௌத்தர் மூலமாகத் தமிழ்நாட்டில் வழங்கியிருக்க வேண்டுமென்று தோன்றுகின்றன. பாகத, அஃதாவது பிராகிருத மொழிச் சொற்களுக்கும் சமஸ்கிருத மொழிச் சொற்களுக்கும் சிறு வேறுபாடுகள் தாம் உள்ளன. எனவே, இச்சொற்கள் சமஸ்கிருதத்திலிருந்து வந்தனவா, பிராகிருத மொழிகளிலிருந்து வந்தனவா என்று முடிவுகட்ட இயலாது. ஆனால் தமிழ்நாட்டு வரலாற்றை ஆராய்ந்து பார்த்தால், பௌத்தமதமும் சமணமதமும் முதலில் தமிழ்நாட்டில் சிறப்புற்றிருந்தனவென்பதும், பிறகுதான் வைதீகப் பார்ப்பனீயம் சிறப்புப்பெற்றதென்பதும் நன்கு விளங்கும். எனவே, பௌத்தரின் சமய மொழியாகிய மாகதி (பாலி) சமணரின் சமய மொழியாகிய அர்த்தமாகதி என்னும் இரண்டு பிராகிருத மொழிகளின் மூலமாகத்தான் திசைச்சொற்கள் தமிழில் கலந்திருக்கவெண்டும்

பாலி சிங்களம், தமிழ், ஆங்கிலம், சமஸ்கிருதம் முதலிய மொழிகளைக் கற்றவரும் பௌத்தருமாகிய முதலியார் ஏ. டி. எஸ். ஜி. புஞ்சிஹேவா அவர்கள் 26–10–40இல் எமக்கு இலங்கையிலிருந்து எழுதிய கடிதத்தில் இதுபற்றி எழுதியிருப்பதை ஈண்டுக் குறிப்பிடுவது அமைவுடையது. அவர் எழுதியது இது:'

"பாலிச் சொற்கள் தமிழ்ச் சொற்களுடன் கலந்து வழங்கி வருவதைக் காணலாம். சமனல என்னும் சிங்களச் சொல் தமிழில் சமனொளி என்பதாகவும் வழங்கி வருகின்றது. பாலிச் சொற்கள், சமஸ்கிருத மொழிச் சொற்கள் என்ற எண்ணத்துடன் வழங்குவதாகவும் காணப்படும். உச்சரிக்கையில் ஏறக்குறையச் சமமாயிருக்கும் ஒரு பொருட் சொற்கள் பாலி மொழியிலும் சமஸ்கிருத மொழியிலும் காணப்படுகின்றன. சமஸ்கிருதச் சொற்கள் எனப்படும் இச்சொற்கள் தமிழ்மொழியில் இருவிதமாக எழுதப்படுகின்றன. ஒருவிதம் பாலிமொழிக் கிணக்கமாகவுள்ளது; மற்றது சமஸ்கிருத மொழிக்கிணக்கமாக வுள்ளது. பாலிக்கிணக்கமுள்ள சொல் பாலி மொழியிலிருந்து வந்ததாகவும் சமஸ்கிருததுக்கிணக்கமான சொல் சமஸ்கிருத மொழியினின்று வந்ததாகவும் துணியலாம். உதாரணங்கள் பின்வருமாறு:

பாலி	**தமிழ்**	**சமஸ்கிருதம்**	**தமிழ்**
அத்த (பொருள்)	அத்தம்	அர்த்த	அருத்தம்
கய (நிறைதல்)	கயம்	கய	கயம்
காம (ஊர்)	காமம்	க்ராம	கிராமம்

ஸத்த (ஒலி)	சத்தம்	சப்த	சப்தம்
தம்ம (அறம்)	தன்மம்	தர்ம	தருமம்
தன (முலை)	தனம்	ஸ்தன	தனம்
தல (இடம்)	தலம்	ஸ்தல	தலம்
தான (இடம்)	தானம்	ஸ்தான	தானம்
தோஸ (குற்றம்)	தோசம்	தோஷ	தோடம்
விஸய (பொருள்)	விசயம்	விஷய	விடயம்
ஸந்தோஸ (மகிழ்ச்சி)	சந்தோஷ	சந்தோஷம்	சந்தோடம்
பக்க (நட்பு, புறம்)	பக்கம்	பக்ஷ	பட்சம்
பவாள (பவளம்)	பவளம்	பரவாள	பிரவாளம்
யக்க (கந்தருவன்)	இயக்கன்	யக்ஷ	இயட்சன்
லக்கண (குறி)	இலக்கணம்	லக்ஷண	இலட்சணம்
வண்ண (நிறம்)	வண்ணம்	வர்ண	வருணம்
வத்து (பொருள்)	வத்து	வஸ்து	வத்து

இக்கொள்கையை அறிஞர்கள் ஆராய்ந்து பார்ப்பார்களாக.

23

கிறிஸ்தவத் திருமறையும் வடசொல் கலப்பும்

சச்சிதானந்தன் சுகிர்தராஜா

முதலில் ஒன்றைத் தெளிவாக்க வேண்டும். கிறிஸ்தவத் திருமறை ஒன்றுதான், ஆனால் இது பல திருப்புதல்களைக் கொண்டது. விமான நிலையத்தில் காணப்படும் எண்ணிலக்கப்பட்ட வருகை/புறப்பாடு பலகைபோல் எல்லாக் கிறிஸ்தவர்களுக்கும் பொதுவான ஒரு கிறிஸ்தவத் திருமறை இல்லை. கீழ்க்கண்டவை சீர்திருத்தச் சபைகளுக்கு உரித்தானவை:

பப்பிரிஷயஸ், ரேனீயஸ்(1844) மொழிபெயர்ப்பு. இது சீக்கன்பால்க் காலத்துடன் தொடர்பான லூதரன் திருப்புதல்.

பவர் திருப்புதல்(1871). தென் இந்திய திருச்சபைகளில் இன்றும் மிகப் பாசத்துடன் பாவனையிலிருக்கிறது.

லார்சன் திருப்புதல் (1931) பவரில் காணப்பட்ட பிழைகளை நிவர்த்தி செய்ய உருவாக்கப்பட்டது.

மோனகன் திருப்புதல் (1942). கடுமையான விசாரணைக்குட்படுத்தபட்ட லார்சன் பதிப்புருவைத் துப்பரவு செய்ய முயன்ற மொழிபெயர்ப்பு.

ஒன்றைக் கவனித்திருப்பீர்கள் என்று நினைக்கிறேன். காலனிய காலத்தில் தமிழர்களுக்கு உருவாக்கப்பட்ட திருமறைகளெல்லாம்

வெள்ளைக்கார மதப்பரப்பாளர்களின் பெயர் களிலேயே அடையாளப்படுத்தப்படுகின்றன; அழைக்கப்படு கின்றன. இதற்குச் சற்று விலகலானது 1975இல் வந்த ராஜரீகம் மொழிபெயர்ப்பு. இதன் தூய தமிழைப் பழமைசார் தமிழ்க் கிறிஸ்தவர்கள் ஏற்கவில்லை.

கத்தோலிக்கர்களிடையே பிரபல திருப்புதல்கள்: பாரிஸ் அன்னிய வேதபோதக்குழுவின் புதிய ஏற்பாடு, பாண்டிச்சேரி (1857); தூத்துக்குடி தமிழ் இலக்கியக் கழகம் வெளியிட்ட 'விவிலியம்' (1960). இவை லத்தீன் மூலத்திலிருந்து தமிழாக்கப்பட்டவை. தமிழக ஆயர்களின் மொழிபெயர்ப்பு (1970). இது மூலமொழிகளான எபிரேய, கிரேக்கத்திலிருந்து மொழிபெயர்க்கப் பட்டது. சமீபத்தியத் திருப்புதல் கத்தோலிக்கரும் சீர்திருத்தச் சபையாரும் இணைந்து தயாரித்த 'திருவிவிலியம்: பொது மொழிபெயர்ப்பு' (1995).

கிறிஸ்தவ வேதத்தின் சமஸ்கிருதத் தாக்கம் அதற்குத் தலைப்பு வைப்பதிலேயே ஆரம்பமாகியது. வடசொல் தாங்கிய தலைப்பிலேயே இவை வெளிவந்தன. முதல் தமிழ் மொழி பெயர்ப்பு செய்த சீக்கன்பால்க் அவருடைய நாலு நற்செய்திகள், திருத்தூதுவர் பணிகள் அடங்கிய நூலை 1714இல் பதிப்பித்த போது அவற்றுக்கு 'அஞ்சு வேதப் புத்தகம்' என்றுதான் நாமமிட்டார். பவுல் அவருடைய முழுமையான இரு ஏற்பாடுகளின் திருப்புதலுக்கு இட்ட தலைப்பு 'சத்திய வேதம்'. இப்போது 'பரிசுத்த வேதாகமம்' என்ற பெயரில் இன்றும் இந்தப் பிரதி பதிப்பில் இருக்கிறது. 'பரிசுத்த வேதாகமம்' என்ற பெயர்சூட்டல் காலனித்துவமான செயல். இந்துக்களுக்கே உரித்தான வேதத்தையும் ஆகமத்தையும் ஒன்றிணைத்து இவற்றைவிடக் கிறிஸ்தவத் திருமறையே மிக உயர்ந்தது என்று பண்புப் பெயரிடை பரிசுத்தத்தையும் சேர்த்துக் கிறிஸ்தவத் திருமறைக்குத் தலைப்பு வைத்துக்கொண்டார்கள். கிறிஸ்தவத் திருமறையை சமஸ்கிருதப்படுத்தியது மட்டுமல்ல, தமிழ் பிராமணர்களுக்கு உரித்தான ஐயர் பட்டத்தையும் ஐரோப்பிய மொழிபெயர்ப்பாளர்கள் தங்களுக்குச் சூட்டிக்கொண்டார்கள். ரேனியஸ் ஐயர், பவர் ஐயர் என்றுதான் இவர்கள் அறியப்பட்டார்கள். இது இவர்களுக்குப் பிராமணர்களுக்கு ஒத்த ஆன்மீகத் தகுதி நிலை கொடுத்தது.

இந்தக் கிறிஸ்தவத் திருப்புதல்களில் எதை வாசித்தாலும் வடமொழிச் சொற்கள் நிறைந்திருப்பது தெரியும். ஆனால் அவற்றைக் குருட்டாட்டமாகக் கையாளவில்லை. தொடக்க

நாட்களில் கிறிஸ்தவக் கடவுளுக்கு எபிரேயப் பெயர்களான 'எல்', 'எல்லோகிம்', 'எல் சாடை', கிரேக்கப் பதமான 'தியோஸ்'க்கு ஒத்த சொல் தேவைப்பட்டது. காலனியக் காலக் கிறிஸ்தவத் திருமறைத் திருப்புதல்களில் மூன்று சொற்கள் கையாளப்பட்டிருக்கின்றன: 'சர்வேஸ்வரன்', 'பராபரன்', 'தேவன்'.

இந்துக்களிடையே உலகங்களுக்கும் உயிரினங்களுக்கும் அனைத்துப் படைப்புகளுக்கும் காரணகாரியமாகத் திகழ்பவரான ஈஸ்வரனுக்கு 'சர்வ' என்ற பண்பு உரிச்சொல்லையும் சேர்த்து அத்துடன் 'அன்' என்ற விகுதியையும் இணைத்து சர்வேஸ்வரனாக கிறிஸ்தவத் திருமறைக் கடவுளுக்குப் பெயரிட்டார்கள். 'சர்வ' என்ற இணைப்பு எல்லாம்வல்ல, எல்லாவற்றுக்கும் மேலானவர். கிறிஸ்தவக் கடவுளே மற்ற தெய்வங்களை இல்லாதாக்கிவிட்டு எங்கும் நீக்கமற நிறைந்து ஆட்சி செய்கிறாரென்பதை உறுதிப்படுத்தியது. 'அன்' என்ற ஒருமை ஆண்பால் விகுதி கிறிஸ்தவத்தின் தந்தைத்தன்மையை வலியுறுத்தியது.

சர்வேஸ்வரனுக்குப் பதிலாக 'பராபரன்' என்ற பதத்தை அறிமுகப்படுத்தியவர் தரங்கம்பாடியில் மதப்பரப்பாளராக இருந்த எர்னஸ்ட் வால்ட்டர். இவரும் தாயுமானவரும் ஒரே காலத்தவர்கள். தாயுமானவர் இரண்டடியில் எழுதிய 389 'பராபரக் கண்ணி'கள் ஒவ்வொன்றும் பராபரமே என்று முடியும். உதாரணத்திற்கு:

சினம் இறக்கக் கற்றாலும் சித்தியெல்லாம் பெற்றாலும்
மனம் இறக்கக் கல்லார்க்கு வாய் ஏன்? பராபரமே.

அத்துடன் இச்சொல் சிவனுடன் இணைத்துப் பாவிக்கப்பட வில்லை. எனவே கிறிஸ்தவக் கடவுளுக்கு உகந்த பெயராக இருக்கக்கூடும் என்று வால்ட்டர் உணர்ந்திருக்கலாம். ஆனால் அஃறிணையான இச்சொல்லை 'அன்' விகுதியைக் கொடுத்துப் பராபரன் என்று வால்ட்டர் மாற்றினார். அதுமட்டுமல்ல கிறிஸ்தவர்களின் இறைசார்பியத்தை வலியுறுத்தும் பதமாகவும் 'பராபரன்' அவருக்குப் பட்டிருக்கலாம்.

கிறிஸ்தவத் திருமறையில் உபயோகிக்கப்பட்ட இன்னுமொரு வாதாட்டமான சொல் 'தேவன்'. இச்சொல் பராபரனுக்குப் பதிலாக ஆறுமுக நாவலரின் உதவியுடன் யாழ்ப்பாணத்தில் தயாரிக்கப்பட்ட தற்காலிகத் திருப்புதலில் முதலில் பாவிக்கப்பட்டிருக்கிறது. இது ஒரு விபரீதமான தெரிவு. இந்தப்

பதத்தில் ஒரு சங்கடம் என்னவென்றால் இந்துக்களிடையே ஒரு தேவன் அல்ல பல தேவர்கள் இருக்கிறார்கள். ஆகையினால் கிறிஸ்தவக் கருத்தான ஒரே கடவுள் என்ற எண்ணத்தை இது வெளிக்கொண்டுவரவில்லை. அதுமட்டுமல்ல தேவனுக்குத் தேவிகள் உண்டு. கடவுள் ஆண்தான் என்ற கருத்துக்கொண்ட மொழிபெயர்ப்பாளர்களுக்கு இந்தப் பெண்பால் விஷயம் அக்கினிஜுவாலையில் வேதனை தருவது போன்றது; மேலும் இது சாதியைக் குறிக்கும் சொல். கிறிஸ்தவர்களிடம் தீராப்பகைகொண்ட ஆறுமுக நாவலர் வேண்டுமென்றே இச்சொல்லை நுழைத்திருக்கலாம் என்ற கருத்து உண்டு. இது ஏற்றுக்கொள்ளக்கூடியதல்ல. தற்காலிகத் திருப்புதலுக்குப் பின்வந்த பவுல் திருப்புதல் 'தேவன்' என்ற வார்த்தையை நீக்காது விட்டுவைத்திருந்தது. ஆனால் இது மட்டும் உண்மை. வைதிக இந்து சமய வார்த்தைகளான 'சுகந்த தூபவருக்கம்', 'தீர்த்தமாடுதல்', 'கிரிகை', 'விசுவாசம்', 'கண்டநிவேதனம்', 'நைவேத்தியம்', 'சங்கற்பம்' போன்றவற்றை நாவலர் அவர் உதவிபுரிந்த திருப்புதலில் புகுத்தத் தயங்கவில்லை

கடவுள் என்றும் நிலைத்திருப்பவராக இருந்தாலும் ஒவ்வொரு திருப்புதலிலும் அவர் வேறு ரூபத்திலும் நாமத்திலும் வடமொழித்தன்மையான பெயர்களுடனேதான் அறியப்படலானார். பதினாறாம் நூற்றாண்டில் தமிழர்கள் தம்பிரானாக வணங்கினார்கள்; பதினேழில் சருவேஸ்வரனாக வழிபட்டார்கள்; பதினெட்டில் பராபரனாகப் பார்த்தார்கள்; பத்தொன்பதில் அவர் தேவனாகத் தோன்றினார்; இருபதில் கடவுளாகவும் சமீபத்தில் இறைவனாகவும் காணப்படுகிறார்.

இவ்வளவுக்கும் 'தேவாரம்', 'திருவாசகம்', 'திருவாய்மொழி', 'திருமந்திரம்' போன்ற தமிழ் திருமுறைப் பதிகங்களில் இறைவன் என்ற சொல் பரவலாகக் காணப் பட்டாலும் கிறிஸ்தவ மத மொழிபெயர்ப்பாளர்கள் இதனைத் தவிர்த்தே வந்திருக்கிறார்கள். அதுமட்டுமல்ல. வீரமாமுனிவர், கிருஷ்ணபிள்ளை, வேதநாயக சாஸ்திரியார் போன்றவர்கள் தங்களுடைய எழுத்துக்களில் தேவகுமாரனுக்குப் பதில் இறைமகன் என்று பாவித்திருக்கிறார்கள். அதே போலத்தான் 'ஹாரிஸ்', 'ஹெசட்' என்ற கீரேக்க, எபிரேயச் சொற்களை 'கிருபை' என்று மொழிப்படுத்தினார்கள். தமிழ் பக்தி இலக்கியத்தில் 'அருள்' என்ற சொல் நிறையவே காணப்படுகிறது. இதை சமஸ்கிருதப்படுத்துதலில் மும்முரமாகவிருந்த கிறிஸ்தவ மொழிபெயர்ப்பாளர்கள் கவனத்தில் எடுக்கவில்லை.

பல இந்துமதச் சொற்கள் திருமறைத் திருப்புதலில் கிறிஸ்தவப்படுத்தப்பட்டன. சைவச் சொல் ‘சபை’. சிவனின் நடனம் ஆடுமிடம். அதைத் திருச்சபையாக்கினார்கள். கருணை நற்கருணையானது. திரவியம் ஞானத்திரவியமானது. விருந்து திருவிருந்தானது. நாதர் (சொக்கநாதர்), பிரான் (கண்ணபிரான்), பெருமான் (சிவபெருமான்), சுவாமி (சுப்பிரமணிய சுவாமி) போன்றவை இந்துக்கடவுள் சம்பந்தப்பட்டவை. இவற்றை இயேசுவின் பெயருக்குப் பின்னால் சேர்த்து அவரை ‘இயேசு நாதர்’, ‘இயேசுபிரான்’, ‘இயேசு சுவாமி’, ‘இயேசு பெருமான்’ ஆக்கினார்கள்.

சில நூதனமான சொற்கள் கிறிஸ்தவத் திருமையினால் தமிழுக்குக் கிடைத்தன. அதில் ஒன்று ‘விருத்தசேதனம்’. இயேசு விருத்தசேனம் செய்யப்படுவதை லூக்காவின் நற்செய்தியில் வாசிக்கலாம் *(1:59)*. கிறிஸ்தவர்கள் அல்லாதவர்களுக்கு விளங்காத சொல் இது. இதன் பொருள், ஆணுறுப்பின் மேல்தோலின் முனைப்பகுதியைச் சுற்றித் துண்டிப்பது. இஸ்லாமியர்கள் ‘சுன்னத்து’ என்று சொல்வார்கள். இந்த விருத்தசேதனம் சமஸ்கிருத ‘விருத்தா சேட்னம்’ *(virutta-setanam)* என்ற பதத்திலிருந்து வந்தது. மற்றொரு பதம் ‘சிலுவை’. இதன் மூலம், ‘சீரியாக்’. சீக்கன்பால்க் இதைத் தன்னுடைய திருப்புதலில் உபயோகித்திருந்தார். இன்று தமிழில் பரவலாகப் பாவிக்கப் படுகிறது.

தமிழ் கிறிஸ்தவத் திருமறை சமஸ்கிருதப்படுத்தப்பட்டது மட்டுமல்ல, ஆரிய புராணங்கள் போல் விவிலியம் உருவாக்கப்பட்டது. நாவலர் தமிழ் உரைநடையை அறிமுகப்படுத்திய அதே நாட்களில் வரலாற்றைப் பின்தள்ளும் விதத்தில் கவிதைவடிவில் ‘ஆதியாகமம்’, ‘யாத்திரகாமம்’ ஆகிய சில ‘பழைய ஏற்பா’ட்டுப் புத்தகங்கள் ‘திருவாக்குப் புராணம்’ என்ற தலைப்பில் வெளிவந்தன. இந்தத் திருப்புதலில் அத்தியாயங்களுக்குக் கொடுத்த தலைப்புகள் ‘உற்பத்திப் படலம்’, ‘வினைசூழ் படலம்’, ‘சலப்பிரளயப் படலம்’ கிறிஸ்தவத் திருமறையை இன்னுமொரு கம்பராமாயணம் போல் தோன்றச் செய்தது. கிறிஸ்தவத் திருமறை ஏதோ தொலைந்துபோய் மீள்கண்டுபிடிக்கப்பட்ட தமிழரின் சொந்தப் பிரதி என்ற மருட்சியான கருத்துப் பதிவை இந்த மொழிப்பெயர்ப்பு உண்டாக்க உதவியது. இந்த மொழிபெயர்ப்பை யாழ்ப்பாணத்து எவர்ட்ஸ் கனகசபை செய்திருந்தார். ஆனால் இந்த நூல் அவரின் பெயரில் வரவில்லை. காலனிய ஆணாதிக்க வழக்காறுபடி சுதேசியின் பங்கு துடைக்கப்பட்டு மானிப்பாயில் ஊழியம் செய்த

சார்ல்ஸ் மக் ஆத்தர் என்ற வெள்ளை மதபரப்பாளரின் பெயரைத் தாங்கி 1866இல் வெளிவந்தது.

சமஸ்கிருத கலப்புக்குக் காரணங்கள்

தமிழ் கிறிஸ்தவத் திருமறை வெளிநாட்டு மத பரப்பாளர்களால் சமஸ்கிருதமயமாக்கப்பட்டதற்குச் சில காரணங்கள் உண்டு. அதில் ஒன்று கிரேக்கம், எபிரேயம், லத்தீன்மொழிகளின் மூலமாகத்தான் கடவுளுடைய வார்த்தையை வெளிப்படுத்தமுடியும் என்ற இவர்களுடைய உறுதியான நம்பிக்கை. கடவுளின் வார்த்தைக்கு வட்டாரப் பேச்சுமொழிகள் உகந்ததல்ல என்பது இவர்களின் கருத்து. பதினாறாம் நூற்றாண்டுவரைக்கும் ஆங்கில, ஜெர்மன் கிறிஸ்தவத் திருமறை மொழிபெயர்ப்புகள் இல்லை. இவை பிரதேச, ஊள்ளூர் வட்டாரப்பேச்சு மொழியாகத்தான் கருதப்பட்டன. இந்த ஐரோப்பிய மொழிகளில் திருமறை உருவாக்கத் தயக்கம் காட்டியது மட்டுமல்ல, மொழிபெயர்ப்பில் ஈடுபட்டவர்களுக்குத் தண்டனையும் கொடுக்கப்பட்டது. முதலில் ஆங்கிலப்படுத்திய டிண்டேலுக்கும் வைகிளீவுக்கும் நடந்ததை எண்ணிப் பாருங்கள்.

இத்துடன் தொடர்பான இன்னுமொரு காரணம் உண்டு. அன்றைய மதபரப்பாளர்களிடையே திருமறைத் திருப்புதலுக்கு உள்ளூர் மொழிகள் செம்மையற்ற, குறைபாடான, நிறைவுறாத தன்மை உடையவை என்ற எண்ணம் இருந்தது. இதற்கு அவர்கள் காட்டிய உதாரணம், தமிழில் முகப்பெழுத்துகள், முற்றுப்புள்ளி, காற்புள்ளி, சரிவெழுத்துகள் (*italics*) இல்லை என்பதே. இதைக் கூறியவர் ஜி.யூ. போப். இது 'திருவாசகம்' மொழிபெயர்க்குமுன் சொன்னது.

திராவிட மொழிகளில் தமிழே சமஸ்கிருத உதவியில்லாமல் தனித்து மொழியாக இயங்கக்கூடியது என்று கால்டுவெல் அவருடைய *A Comparative Grammar of the Dravidian or South-Indian family of languages*இல் தமிழர்களுக்குத் தனிநம்பிக்கை ஊட்டியவர். அவரே பவரின் திருப்புதல் குழுவில் பதினொரு ஆண்டுகள் அங்கத்தினராக இருந்தபோது வடசொற்கள் ஏராளமாக நுழைவதைத் தடுக்கவில்லை. இந்தக் குழு திருத்திய பதிப்பில் மத்தேயு நற்செய்தியில் மட்டும் 2856 சமஸ்கிருதச் சொற்கள் இருக்கின்றன. நல்லவேளை கால்டுவெல் தமிழ் கிறிஸ்தவத் திருமறைக்குத் 'திராவிட வேதம்' என்று பெயர் வைக்க யோசனை சொல்லவில்லை.

இன்னுமொரு நோக்கு ஐரோப்பிய மொழி பெயர்ப்பாளர்களிடையே காணப்பட்டது. சமய நூல்கள் வடமொழியில் அமைந்திருந்தால்தான் அதற்கு இறையியல் மதிப்பும் ஆன்மீகத் தகைமையும் உண்டு என்ற ஆழ்ந்த எண்ணம். உபநிடதங்கள், வேதாந்த சூத்திரங்கள், பகவத் கீதை மகாபாஷ்யங்கள் எல்லாம் சமஸ்கிருத்தில் எழுதப்பட்டவை. ஆகவேதான் நல்லூர் ஞானப்பிரகாசர் அவருடைய தனியாள் புதிய ஏற்பாட்டுத் திருப்புதலில் பவுலுடைய கடிதங்களுக்கு உபநிடதங்கள் என்று அழைக்கலாமா என்று அவருடைய முன்னுரையில் எழுதியிருக்கிறார். ஆனால் அதைக் கைவிட்டுவிட்டு 'நிரூபம்' என்றே குறிப்பிட்டார். நிறையவே வடமொழிச் சொற்களைச் சேர்த்துக்கொண்டார், சமஸ்கிருத தோழமையான உதாரணங்கள்: 'வேதபிரமாணிக்கர்' (வேதபாரகர்) 'தன்னியர்' (பாக்கியவான்கள்) 'சூக்மன்' (ஆத்துமா) 'வைதீகப் பிராணிகள்' (தேவ பக்தர்), 'விசுவாச பாதகர்' (அவிசுவாசிகள்). பலிக்கு இவர் உபயோகித்த பதங்கள் 'யாகம்', 'யாகபுண்ணிய பலன்', 'சுயமேதயாகம்'.

பெருந்தொகையான வடமொழிச் சொற்கள் கிறிஸ்தவத் திருமறையில் புகுத்தப்பட்டதற்கு இன்னுமொரு காரணமும் உண்டு. பெரும்பான்மையான உயர்தர மக்களிடையே வடமொழி பரிச்சயம் அதிகமாகவிருந்தது. அவர்களிடையேதான் மணிப்பிரவாள நடை பெருவழக்காக இருந்தது. இந்த நடை சிறிதுசிறிதாக மங்கிப்போகிற தருணத்தில்தான் மேல்நாட்டு மதபரப்பினர் வந்தனர். அவர்கள் உரைநடை எழுதியபோது மக்கள் கவரக்கூடிய ஒரு நடைவகை ஒன்று தேவையாயிற்று; உருவாக்க வேண்டியதாயிற்று. ஆகவேதான் எண்ணிக்கை அதிகமான வடமொழிச் சொற்களைப் புகுத்தி ஓர் இலக்கியப் பாணியை உருவாக்கினார்கள். ஏன் அந்தக்காலத் தமிழ்த் திரைப்படங்கள் கூட சமஸ்கிருதம் கலந்த தமிழில்தான் பேசின.

வடசொற்களைப் புகுத்துவதற்கு அந்நிய மதபரப்பாளர்களின் மாறாட்டாமான பார்வையும் இன்னுமொரு காரணமாக இருந்தது. பிராமணர்களை மதமாற்றினால் இந்தியா இயேசுவிற்கே என்று நம்பினார்கள். அதுமட்டுமல்ல, பிராமணர்களிடையே தமிழ் தரம் தாழ்ந்த நீஷபாஷையாகக் கருதப்பட்டது. ஆகையினால் கிறிஸ்தவத் திருமறை ஆரிய சமய நூல் போல் இருக்கவேண்டும் என்று முடிவெடுத்தார்கள். ஏன் தமிழில் எழுதப்பட்ட வைஷ்ணவ மறையான 'திருவாய்மொழி'யை வேதத்திலே ஊறித் தோய்ந்திருக்கிற வைஷ்ணவர்கள் படிப்பதற்குத் தயக்கம் காட்டினார்கள். தமிழில் எழுதப்பட்ட சமய நூல்களைப் படிக்கலாம் என்று வி.கே. ராமானுஜதாசன் அவருடைய

‘திருவாய்மொழி’க்கு எழுதிய உரையில் சில போதிய காரணங்களைத் தந்திருக்கிறார்.

சில அவதானிப்புகள்

கிறிஸ்தவர்கள் தங்கள் சமயநூலை ‘வேதம்’ என்று அழைத்ததை ஆட்சேபித்தவர் ஆறுமுக நாவலர். அவருடைய ‘விவிலிய குற்சித கண்டனதிகார’த்தில் அவருக்கே உரிய எரிச்சலுடனும் நக்கலுடனும் இப்படி கேட்கிறார்: “நுமது நூலுக்கு வேத நூலெனப் பெயரான்று எங்கே திருடிச் சேர்திருக்கிறீர்?… நுமது விவிலிய நூலுக்கு வேதமென்று பெயரிட்டமை காமநூல் ஒன்றுக்குச் சன்மார்க்க நூலென்று பெயரிட்டமைபோலாகும்.” அது மட்டுமல்ல, மூல பாஷையில் காணப்படும் தலைப்பையும் நினைவூட்டுகிறார்: “நுமது பைபிளுக்கு அர்த்தம் வேதந்தானோ? … நுமது புஸ்தகத்திக்கு மூல பாஷைப்படி புஸ்தகமென்க. ஆரிய வேதங்கள் போல் கிறிஸ்தவச் சமய நூலுக்குப் பெயர்வைத்து ஆரிய மதத்தினிலே நின்று உய்யலாம் என்று எண்ணீரோ” என்று கேட்ட நாவலர் அவர் பிட்டர் பேசிவல் பாதிரியாருடன் வேத மொழிபெயர்ப்பில் ஈடுபட்டபோது அந்தப் பரிசோதனைப் பதிப்பு சத்திய வேதத்திற்கும், பரிசுத்த வேதாகமத்திற்கும் இணைபாட்டுடைய தலைப்பில் வெளிவந்தது. அதன் தலைப்பு: ‘பழைய புதிய உடன்படிக்கைகள் அடங்கிய வேத புத்தகம்.’ இந்தத் தலைப்புக்கு நாவலரின் தூண்டுதல் இருந்ததா என்பது தெரியாது. இதையும் சேர்க்க வேண்டும். நாவலர் உத்தூளனம், திரிபுண்டரம் ஆகிய இருவகையாலும் விபூதி பூசிக்கொண்டு ஒரு சோதி ரூபத்தில் கிறிஸ்தவத் திருமறையை மொழிபெயர்த்தார் என்று வழக்குண்டு. நாவலரின் இந்த நடத்தை கிறிஸ்தவர்களின் வாய்களில் தேவ தூஷான வார்த்தைகளை வரவைக்கும் செயல். அந்தக் காலத்து வெளிநாட்டு மதபரப்பாளர்களுக்கு நாவலரின் செய்கை உறுத்தலாக இருந்தது. ஏன் இதை வாசிக்கும் இன்றைக்கு மீண்டும் பிறந்த கிறிஸ்தவர்களுக்கும் உறுத்தலாக இருக்கும்.

ஆரம்பக்கால கிறிஸ்தவ மதப்பரப்பாளர்கள் சமஸ்கிருதம் – தமிழ் என்ற வேறுபாட்டில் அதிகம் கவலைப்பட்டதாகத் தெரியவில்லை. கிறிஸ்தவத் திருமறை ஒரு வித்தியாசமான, தனித்தன்மையானது என்று நிரூபிப்பதில்தான் மும்முரமாக இருந்தார்கள். நடைமுறையில் பேச்சு வழக்கத்திலிருக்கும் தமிழைவிடச் சற்று விலகி, வேறுபட்டிருப்பதுதான் அவர்களுக்கு நல்லதாகக் காணப்பட்டது. ஆங்கில ஆட்சியின் இறுதிநாட்களில் மொனகன் தலைமையில் இன்னுமொரு திருப்புதலுக்கான குழு அமைக்கப்பட்டது. தமிழ்த் தனியியக்கம் மும்முரமாக இருந்த

நாட்களில் தமிழ்ப்படுத்தினால் விவிலியத்தின் சரிநுட்பம் சிதைந்துவிடும் என்ற பயம் குழு அங்கத்தினரிடையே காணப்பட்டதைக் குழுவின் கூட்ட நடவடிக்கைக் குறிப்பில் படிக்கலாம்.

தமிழுக்கும் சமஸ்கிருதத்திற்கும் புறம்பான சொற்களை உபயோகித்துக் கிறிஸ்தவத் திருமறையை மறைபொருளான, மாயமான, நூதனமான உரைக்கோவையாக்குவது பிரதான வேலை என்று கருதினார்கள். இதற்குத் தெளிவான உதாரணம்: "நம்முடைய ஆண்டவராகிய யேசுகிறிஸ்துநாதருடைய இஷ்டப்பிரசாதமும் தேவ சிநேகிதமும் இஸ்பிரித்து சாந்துவின் ஐக்கியமும் உங்கள் அனைவரோடும் இருக்கக்கடவது." இதைவிட அயலாக்கத் தன்மைக்கு வேறு என்ன சான்று வேண்டும்? நல்லூர் ஞானபிரகாசர் தன்னுடைய திருப்புதலில் நற்செய்திக்கு கிரேக்க நேரடி ஒலிமொழிபெயர்ப்பான 'இவாஞ்சொலியம்' என்ற வார்த்தையை உபயோகப்படுத்திப் பிரதிக்கும் வாசிப்பாளர்களுக்கும் இருக்கும் இடைவெளியை இன்னும் தூரப்படுத்தினார்.

பெரும்பான்மையான கிறிஸ்தவ சமயநூல் மொழி பெயர்ப்புகள் ஆங்கில ஆட்சி காலத்தில்தான் நடைபெற்றது. இவை முழுக்க வெளிநாட்டு மதப்பரப்பாளர்களின் முயற்சி. தமிழ்க் கிறிஸ்தவர்கள் வழங்கிய உதவி தள்ளத்தக்கது. இந்த வழக்குக்கு மீறிய இரண்டு மென்மையான மாதிரிகள் 1850இல் அச்சிப்பட்ட ஆறுமுக நாவலரின் உதவியுடன் மொழியாக்கப்பட்ட தற்காலிகமான திருப்புதல். காலனிய கால திருப்புதல்கள் எல்லாம் ஐரோப்பியர்களினால் துவக்கப்பட்டு, இயக்கப்பட்டு அவர்களுடைய மத தேவைக்கே நிறைவேற்றப்பட்டவை. தமிழ்க் கிறிஸ்தவர்களின் கரிசினைகள் கவனிக்கப்பட்டதாகத் தெரியவில்லை. வெள்ளையர்களின் கவனமெல்லாம் இந்து மொழிச் சொற்கள் கிறிஸ்தவ நற்செய்தியின் இறையியல் திட்பநுட்பங்களைச் சிதைத்துவிடக்கூடாது என்பதுதான். ஆகையினால் 'கிரியை', 'கர்மா', 'அவதாரம்', 'மாயா' போன்ற வார்த்தைகளை முடியும்வரை தவிர்த்தார்கள்.

கிறிஸ்தவத் திருமறை ஆன்மீக, சமய நூலாக அறிமுகப்படுத்தப்படவில்லை. மேற்கு ஆசியாவில் உதயமான இந்த நூல் ஆசியாவின் மற்ற பாகங்களுக்குக் கிறிஸ்தவ ஆன்மீகச் செருக்குடன் வெள்ளையர்களின் புத்தகமாக அவர்களின் ஏகாதிபத்தியத்தை மேலோப்பம் செய்யும் நூலாகத்தான் துணைக் கண்டத்தில் புகுத்தப்பட்டது. உங்கள் பேரரசர் வாசிக்கும் நூல்

என்றுதான் பிரிட்டிஷ், அந்நிய வேத சபை கிறிஸ்தவத் திருமறையை விளம்பரப்படுத்தியது. ஏகாதிபத்தியம், காலனியாதிக்கம், முதலீட்டாட்சிக்குத் துணைநின்ற நூலாகத்தான் அறியப் பட்டது. ஆண்களினால் அவர்களின் அதிகார வடிவுகளுக்கும், ஆணாதிக்க வடிவங்களுக்கும் சார்பான இந்தப் பிரதி ஆண்களினாலேயே மொழிபெயர்ப்பு செய்யப்பட்டது.

என்னதான் கிறிஸ்தவத் திருமறையைத் தமிழ்ப்படுத்தி னாலும் அது கிறிஸ்தவத் தமிழர்களுக்கு அந்நியமானதாகத் தான் இருக்கும். வாசிக்கும்போது அது அயல் மொழிபெயர்ப்பு நூல்போல்தான் தெரிகிறது. சமீபத்தில் வெளிவந்த அனைத்துத் திருச்சபைகளின் மொழியர்ப்புக்கூட ‘விவிலியம்’ என்ற நேரடிச் சொல்லுடன் திருவையும் சேர்த்து ‘திருவிவிலியம்: பொது மொழிபெயர்ப்பு’ என்றுதான் பெயர் சூட்டப்பட்டது. இது ஆங்கில வேதத்துக்கு இணையாகத் தெரிகிறது. தமிழில் எழுதப்பட்ட தனி நூல் என்று கருதத்தக்கவகையில் கிறிஸ்தவத் திருமறை அமையவில்லை. திருவாசகம் புகழ் ஜி.யு. போப் அவருடைய முன்னுரையில் கிறிஸ்தவத் தமிழ் பற்றி உருகி எழுதியிருந்தார். இதை உருவாக்கியவர்கள் கிறிஸ்தவத் தமிழர்கள் அல்ல. அவர் தந்த பட்டியலிலிருந்த பெயர்கள் அனைத்தும் வேதநாயக சாஸ்திரியரைத் தவிர அந்நிய டேனிஷ், ஜெர்மன், சுவிஸ் மதப்பரப்பாளர்களே. இவர்கள் உருவாக்கிய வடசொல் கலந்த தமிழ், கிறிஸ்தவத் தமிழர்களை விநோதமான அந்நியர்களாகத் தான் அடையாளப்படுத்தும். சாஸ்திரியாரின் கிறிஸ்தவத் தமிழுக்கு ஒரு முனைப்பான எடுத்துக்காட்டு: “சகல வஸ்துகளையுமே படைத்த சருவ வல்லமையுடைய பிதாவாகிய பாரபரன் ஒருவனேயே விசுவாசிக்கிறேன்.”

கடைசியாக, ஒவ்வொரு புதுத் திருப்புதலுமே தமிழ்த் திருமறையில் உட்பொதிந்திருக்கும் சமஸ்கிருதத் தன்மையைச் சுத்தி செய்வதுதான். ஆதியாகமம் இப்போது ‘முதல் நூ’லாக பெயரிட்டப்பட்டிருக்கிறது. ஞானஸ்நானம் பெற்ற தமிழர்கள் இப்போது ‘திருமுழுக்கு’ப் பெறுகிறார்கள். தீர்க்கதரிசிகள் இன்று ‘இறைவாக்கின’ராக அறியப்படுகிறார்கள். ஆனால் இந்த சமஸ்கிருத நீக்கம் அவ்வளவு இலகுவான வேலை அல்ல. திருமறைகளின் வேலை பழக்கப்பட்டவற்றை இன்னும் பக்குவமடையச் செய்வதுதான். திருமறையில் காணப்படும் வசனங்கள் ஆன்மிகம் மட்டும் அல்ல, அழகியல் சம்பந்தமானது. தனித்து உன்னிப்பாக வாசிக்க மட்டுமல்ல, உரத்தும் வாசிக்கத்தக்கவை. மனசு மட்டுமல்ல, செவிசார்புடையது. கீழே இரண்டு வசனங்களைத் தருகிறேன். தூய பவுல் கொரிந்து

சபையினருக்குக் காலனிய காலத்து வடசொல் கலந்த திருப்புதலிலிருந்து:

"கடைசியாகச் சகோதரரே சந்தோஷமாகயிருங்கள், சம்பூரணராகுங்கள், ஆறுதலடையுங்கள், ஏக சிந்தையாயிருங்கள், சமாதனமாயிருங்கள்... பரிசுத்த முத்தமிட்டு ஒருவருக்கொருவர். மங்களம் சொல்லிக்கொள்ளுங்கள். அர்ச்சிக்கப்பட்டவர்கள் யாவரும் உங்களுக்கு மங்களஞ் சொல்லுகிறார்கள்." *(2 கொரிந்தியர் 12.12).*

இனி பின்காலனித்துவ திருப்புதலிலிருந்து அதே பவுலின் வசனம்:

"சகோதர சகோதரிகளே, இறுதியாக நான் உங்களுக்குச் சொல்வது: மகிழ்ச்சியாயிருங்கள்; உங்கள் நடத்தையைச் சீர்படுத்துங்கள்; என் அறிவுரைக்குச் செவிசாயுங்கள்; மன ஒற்றுமை கொண்டிருங்கள்; அமைதியுடன் வாழுங்கள்... தூய முத்தம் கொடுத்து ஒருவரையொருவர் வாழ்த்துங்கள். இங்குள்ள இறைமக்கள் அனைவரும் உங்களுக்கு வாழ்த்துக் கூறுகிறார்கள்."

இந்த வசனங்கள் தரும் இறையியல் உற்கோள்களைச் சற்று மறந்துவிடுங்கள். இந்த இரண்டு வாசகங்களில் எது மனதுக்கும் காதுக்குமினியது, மனோரமியத்தைத் தருகிறதென்று பரிசுத்த முத்தத்துடன் மங்களம் சொல்லித் தெரிவியுங்கள்.

24

தமிழ், சமஸ்கிருத நிகண்டு உறவு

ச. பால்ராஜ்

பொருள் விளங்கா அரிதான சொற்களுக்குப் பொருள் விளக்கம் கூறும் நூல் நிகண்டு. இதற்கும் நவீன அகராதிகளுக்கும் வேறுபாடுகள் உள்ளன. அகராதிகள் அகரவரிசையில் ஒருசொல் பலபொருள் கூறுபவை; சொல்லுக்குச் சொல் பொருள் வழங்கும் முறைமையில் அமைந்திருக்கும். நிகண்டு நூல்கள் நூற்பா வடிவில் சொற்களுக்குப் பொருள் விளக்கம் கூறும் சொற்கோவை, சொற்களஞ்சியம் போல அமைந்திருக்கும். அவை இலக்கண, இலக்கியச் செய்திகளைக் கொண்டு புத்திலக்கியம், உரையாக்கத்திற்கு இன்றியமையாத பனுவலாக அமைகின்றன. அத்தகைய தொன்மையான நூல்கள் தமிழிலும் சமஸ்கிருதத்திலும் முற்காலந்தொட்டே தோன்றியுள்ளன.

தமிழ், சமஸ்கிருத மொழிகளுக்குள் கொள்ளலும் கொடுத்தலும் நெடுங்காலமாக நடைபெற்று வருகின்றன. இருமொழிகளின் இலக்கியம், இலக்கணம், சொற்கள் முதலியவற்றின் வரலாறுகள் அவற்றைப் புலப்படுத்துகின்றன. ஒரு மொழி யிலுள்ள இலக்கிய வகைமை பிறிதொரு மொழிக்கு இலக்கிய உருவாக்கம் பெறுவதற்கு, பெறுமொழியில் தாக்கச் சிந்தனையை ஏற்படுத்தலாம் அல்லது தழுவலாகவும் மொழிபெயர்ப்பாகவும் ஆக்கம் பெறலாம். அவ்வகையில் ஒருசில தமிழ், சமஸ்கிருத நிகண்டுகள் தாக்கம் பெயர்த்தல் முறையிலும்

உருப்பெற்றுள்ளன. அம்மொழிகளின் நிகண்டுப் பொருட்புல வகைப்பாடுகளால் *(semantic field)* நூலின் உறவினையும் அவற்றின் தனித்தன்மையையும் வேறுபட்ட மரபுசார்ந்த கூறுகளையும் இனங்காணலாம். அதற்கு ஆதாரமாக சமஸ்கிருத நிகண்டுகளான 'நிருக்தம்', 'அமரகோசம்', தமிழ்த் 'தொல்காப்பியம்', 'திவாகரம்', 'பிங்கலம்', 'சூடாமணி' முதலிய நிகண்டுகள் அமைகின்றன.

மொழியின் வளத்தையும் சொற்பொருட் நுட்பத்தையும் நிகண்டு நூல்கள் விளக்குகின்றன. நிகண்டு என்ற சொல்லிற்குத் தமிழில் சொற்களின் தொகுதி, கூட்டம் என்று பொருள். இது முதலில் வைதிகமொழிக் காலக்கட்டத்தில் வேதத்தில் உள்ள பொருள் விளங்கா அரிதான சொற்களுக்குப் பொருள் விளக்கம் கூறவே உருவாக்கப் பெற்றுள்ளதாக சமஸ்கிருத வரலாறுகள் சுட்டுகின்றன. வைதிக சமஸ்கிருதம் பாணினிக்கு முற்பட்டது. தற்காலத்தில் வைதிக மொழி, வைதிக சமஸ்கிருதம் என்று குறிப்பிடப்பட்டு சமஸ்கிருதமாகவே எண்ணப்படுகிறது. தமிழில் அரிதான சொற்களுக்கு மாத்திரம் பொருள் விளக்கம் கூறிவந்த இம்மரபு, பிற்காலத்தில் அனைத்துச் சொற்களுக்கும் பொருள் கூறும் தனி வகைமையாகத் தோற்றம் பெற்றது. "நிகண்டுகள் வெறும் அகராதிகள் அல்ல அவை இலக்கியங்கள்" என்று ச.வே.சு. *(2008:15)* குறிப்பிடுவதுபோல நிகண்டுகள் இலக்கியத் தன்மைகொண்ட நூலாகவும் இருந்துள்ளன.

இந்திய மொழிகளில் தமிழும் சமஸ்கிருதமும் தொன்மைவாய்ந்த மொழிகளாகும். இவ்விரு மொழிகளுமே தங்களுக்குள் இலக்கிய இலக்கணப் பரிமாற்ற உறவைக் கொண்டுள்ளன. அவை மொழிகளின் தாக்கம், பரவலாக்கம் மூலம் நிகழ்ந்துள்ளன எனலாம். தொல்காப்பியத்தில் நால்வகைச் சொற்களில் வடசொல் இடம்பெற்றுள்ளது. சங்க இலக்கியத்தில் 'மார்க்கண்டேயனார், உருத்திரன், வான்மீகியார், கங்கை, இமயம் முதலிய சொற்களும், காப்பியங்களில் கருமம், பாவனை, கந்தம், நரகர், அநித்தம் முதலிய சொற்களும் இடம்பெற்றுள்ளன' (தெ. பொ.மீ., 2007:198). 'கோவலர், உவணம், அவி, யூபம், தாபதம், நாஞ்சில், அந்தி, அமர், அரவம், நாகம், ஆரியர், உலகம், குடி முதலிய சொற்களும் கலந்துள்ளன' (எஸ். வையாபுரிப்பிள்ளை, 2010: 106).

தமிழில் சமஸ்கிருதத் தொடர்பு உள்ளதுபோல் சமஸ்கிருதத்திலும் தமிழ் மொழியின் தொடர்பு இருந்துள்ளதை அறிஞர்கள் சுட்டிக்காட்டியுள்ளனர். கால்டுவெல் (1992 : 841–854), திராவிட மொழிகளிலிருந்து சமஸ்கிருதம் கடன் வாங்கியிருக்கும் சொற்களாக 'அடவி(காடு), அணி (ஆணி), கடுக (கடு, மிகுதி), கலா

(கலை), குடி (வீடு), கூல (குளம்), நீர (தண்ணீர்), ப்ஹகே (பங்கு)' முதலிய சொற்களைக் குறிப்பிடுகிறார். மேலும், 'குண்ட (துளை), கோட (குதிரை), முக்தா (முத்து), ராத்ரி, விரல் முதலிய தமிழ்ச் சொற்களைக் குண்டர்ட்டும், ஆலி, ஆல், ஆம் முதலிய தமிழ்ச் சொற்களைக் கிட்டலும் குறிப்பிட்டுள்ளார்கள்' (கால்டுவெல், 1992:858–861). வேதகாலத்திலும் அதற்குப் பிற்பட்ட காலத்திலும் 'மயில், களம், பழம், கதை, ஏலம், புற்று' முதலிய பல தமிழ்ச் சொற்கள் பயன்படுத்தப்பட்டிருப்பதாக பர்ரோவும் எமனோவும் குறிப்பிட்டுள்ளனர் *(T. Burrow & M. B. Emeneau, 1984)*.

வால்மீகி எழுதிய இராமாயணம், தமிழில் கம்பரால் தழுவி இயற்றப்பெற்றுள்ளது. தண்டி, அலங்கார இலக்கண நூலை வடமொழியில் இயற்றியுள்ளார். சமஸ்கிருத 'அமரகோச'த்தைத் தமிழில் பா வடிவில் 'பல்பொருட் சூடாமணி' எனும் பெயரில் ஈஸ்வர பாரதி இயற்றியுள்ளார் (மு. சண்முகம் பிள்ளை, 1982:95). இதே கோசத்திற்கு 'லிங்கய்யசூரி இயற்றிய லிங்கபட்டீயத்தைத் தழுவி, தமிழில் டீகா என்ற குறிப்புரை கிரந்த எழுத்தில் சமஸ்கிருதமும் தமிழும் கலந்த நடையில் 1870, 1915களில் வெளிவந்துள்ளது.' (ஸ்ரீநிவாஸன், 2006:11). இவை இருமொழிகளின் பன்னெடுங்கால உறவுநிலையைக் காட்டுகின்றன.

தமிழ் நிகண்டுகளை இவற்றோடு ஒப்பிட்டு நோக்கும்போது சமஸ்கிருதத்தின் காண்டம், அத்தியாயம், வர்க்கம், பாடம் ஆகியவை தமிழில் உள்ள தொகுதி, வகை என்ற பொருட்புலத்தோடு வேறுபட்ட வடிவத்தைக் கொண்டுள்ளன. இருப்பினும் ஒரு பொருட் பலசொல், பலபொருள் ஒருசொல், தொகைச் சொல் பாகுபாடு, பன்னிரண்டு அத்தியாயப் பகுப்பு, 'அமரகோச'த்தின் பொருட்புல அமைப்புப் போன்றவை தமிழ் நிகண்டு உருவாக்கத்தில் ஏதேனும் தாக்கத்தை ஏற்படுத்தியுள்ளனவா என்று நோக்குவது இன்றியமையாததாகிறது.

இருமொழி நிகண்டுகளின் பொருண்மை அமைப்பு இருவேறுபட்ட அமைப்பு நிலையைக் கொண்டுள்ளதற்கு அந்தந்த மொழிசார்ந்த தேவை காரணமாக இருக்கலாம். அல்லது அவரவர் பின்பற்றிய சொற்பொருள் உருவாக்க மரபு நுட்பங்கள் காரணமாக இருக்கலாம். எனினும் நிகண்டுகளின் தொன்மையான தோற்றம் சமஸ்கிருத மொழியிலிருந்து தொடங்குவதை வரலாறுகள் வழி அறிகிறோம். எனவே, காலப் பழைமையின் அடிப்படையிலும் தாக்க உறவுகளின் அடிப்படையிலும் சமஸ்கிருத நிகண்டு மரபின் செல்வாக்கு தமிழ் நிகண்டுகளில் உள்ளதா என்று ஆராய்ந்து காணவேண்டியுள்ளது. அதற்கு அந்நூல்களின் பொருண்மை, காலம், சூழல், சமயம் முதலியவை அடிப்படையாக அமைகின்றன.

சொற்பொருள் விளக்கும் மரபு தமிழிலும் சமஸ்கிருதத்திலும் முற்காலம் முதல் இருந்து வந்திருக்கிறது. சமஸ்கிருதத்தில் வேதாங்கத்தின் ஓர் உறுப்பாகிய நிருக்தத்திலிருந்தும் தமிழில் 'தொல்காப்பிய'த்திலிருந்தும் (உரியியல், மரபியல், வினையியல், இடையியல்) நிகண்டு உருப்பெறும் வரலாறு தொடங்குகிறது. வேதக் கல்வியின் அங்கங்கள், வேதத்தைக் கற்பதற்குத் துணை செய்யும் கருவி நூல்களாகும். அவ்வங்கங்களின் 'எண்ணிக்கை ஆறு என்று முண்டக உபநிடதம் முதன்முதலில் கூறியுள்ளது. 'சாரணவயகம்' (Charanavayaha) என்றநூல்தான் அவ்வாறினையும் சிட்சை (ஒலியியல் பிறப்பியல் எழுத்திலக்கணம்), வியாகரணம் (சொல்லிலக்கணம்), நிருக்தம் (சொல்லகராதி), சந்தஸ் (யாப்பு), கற்பம் (பலனை அடைய எச்செயலை எப்போது செய்ய வேண்டும் என்பதையும் அதனால் ஏற்படும் பலனையும் கூறுவது), ஜோதிடம் (வானியல்) என்று தெளிவாகக் குறிப்பிடுகிறது' (Max Mulle, 1859:111). எனவே வேதக்கல்வியின் ஆறு அங்கங்களில் ஒன்றே நிருக்தம் (நிகண்டு, கோசம், அகராதி) என்று அறியலாம்.

வேதத்தில் இடம்பெற்றுள்ள பொருள் அறிய அரிதான சொற்களின் தொகுப்பே நிகண்டு. இதன் உரை நூலாக 'யாஸ்க நிருக்தம்' அமைந்துள்ளது. எனவே 'யாஸ்க நிருக்த'த்தின் உரை வாயிலாகவே தற்போதைய நிகண்டு கிடைக்கிறது. யாஸ்கருக்கு முன்பு பல நிகண்டுகள் இருந்துள்ளன. ஆனால் அவை கிடைக்கப்பெறவில்லை. தற்பொழுது கிடைப்பது யாஸ்கரின் நிருக்த நிகண்டு மட்டுமே.

யாஸ்கரின் நிருக்த நிகண்டு: யாஸ்கரின் நிருக்தத்திற்கு அடிப்படையாக அமைந்துள்ள நிகண்டு மூன்று காண்டங்களையும் ஐந்து அத்தியாயங்களையும் உள்ளடக்கியது. அதன் முதற்காண்டமாகிய நைகண்டுக காண்டம் ஒருபொருள் பலசொற்களைக் கூறும் முதல் மூன்று அத்தியாயங்களைக் கொண்டுள்ளது. இரண்டாம் காண்டமாகிய நைகம காண்டம் பலபொருளுள்ள தனிச்சொற்களைக் கூறும் நான்காம் அத்தியாயமாக அமைந்துள்ளது. மூன்றாம் காண்டமாகிய தைவத்த காண்டம், தேவதைகள் பற்றிய சொற்களைக் கூறும் ஐந்தாம் அத்தியாயமாகும். இம்மூன்று பொருண்மையைக் கொண்டே நிகண்டு அமைந்துள்ளது. இதனுள் பல்வேறு பொருட்புல வகைப்பாட்டின் அடிப்படையில் சொற்கள் அமைக்கப்பெற்றுள்ளன. இவற்றிற்குச் சொற்பொருள் விளக்கம் நிருக்தத்தில் கூறப்பட்டுள்ளது.

நிகண்டின் 1, 2, 3 ஆகிய அத்தியாயங்களில் ஒருபொருட் பலசொற்கள் இடம்பெற்றுள்ளன. நான்காவது அத்தியாயம் பல பொருள்களை உணர்த்தும் சொற்களைக் கொண்டுள்ளது.

ஐந்தாவது அத்தியாயம் பூமி, இடைவெளி, வானம் ஆகிய வற்றிலுள்ள தெய்வங்களின் பெயர்களைக் கூறுகின்றது. இந்த அத்தியாயங்களில் இடம்பெற்றுள்ள சொற்களே நிருக்தத்தின் பொருண்மைகளாக இடம்பெற்றுள்ளன. 'யாஸ்க நிருக்தத்தில் 1158 சொற்களுக்கு விளக்கம் கூறப்படுகிறது. அவற்றில் நிகண்டுச் சொற்களும், யாஸ்கர் தானாகவே மந்திரங்களிலிருந்து விளக்கத்திற்காக எடுத்துக்கொண்ட சொற்களும் சேர்ந்துள்ளன' (இராமானுஜ தாதாசாரியர், 1973:6). சுருங்கக்கூறின், நிருக்தத்தில் அமைந்துள்ள பன்னிரண்டு அத்தியாயங்களில் முதல் மூன்று அத்தியாயங்கள் ஒருபொருட் பலசொல்லை விளக்குகின்றன. நான்கு, ஐந்து, ஆறு ஆகிய அத்தியாயங்கள் பலபொருட் சொற்களை விளக்குகின்றன. ஏழு முதல் பன்னிரண்டு வரையுள்ள அத்தியாயங்கள் தெய்வத்தின் பெயர்களை விளக்குகின்றன.

அமரகோசம், யாஸ்கருக்குப் பிறகு தோன்றிய மிகப் பெரும் சொற்பொருள் வழங்கும் நூலாகும். வேதச்சொற்களின் சொற்பொருள் விளக்க உரையாக இயற்றப்பட்ட 'யாஸ்க நிருக்த' மரபிற்குப்பின் இலக்கியம், வழக்கு உள்ளிட்ட அனைத்துச் சொற்களுக்கும் பொருள் விளக்கம் தரும் நிகண்டு நூல்கள் தோன்றின. அவற்றில் 'அமரகோசம்' முதன்மையானது எனலாம். இன்றுவரை புகழ்பெற்று விளங்கும் நூலாகவே அமரகோசம் இருந்துவருகிறது. இதன் மற்றொரு பெயர் நாமலிங்கானுசாசனம். மேலும், இது 'திரிகாண்டம்' என்ற பெயராலும் அறியப்பெறுகிறது' (Patkar, 1981:20). இதன் ஆசிரியர் அமரசிம்மன். இவர் ஒரு பௌத்தர் என்றும் சமணர் என்றும் ஆராய்ச்சியாளர்கள் மாறுபட உரைக்கின்றனர். இந்நூல் மூன்று காண்டங்களையும், உட்பிரிவாக வர்க்கங்களையும் கொண்டு அமைந்துள்ளது. இதில் பால்பாகுபாட்டு அடிப்படையில் சொற்களுக்குப் பொருள் விளக்கம் தரப்பட்டுள்ளது.

இந்நூல் 'சொர்க்காதி காண்டம்', 'பூமியாதி காண்டம்', 'சாமான்ய காண்டம்' என்ற மூன்று காண்டங்களையும் பல (24/25) வர்க்கங்களையும் கொண்டமைந்துள்ளது. சொர்க்காதி காண்டம்: ஒன்பது வர்க்கங்களைக் கொண்டுள்ளது. சொர்க்கம் (heaven), வ்யோமாதி (sky), காலம் (time), தீ (thought), சைலாதி (சப்தாதி sound), நாட்டியம் (dance), பாதாளபோகின் (nether world and serpents), நரகம் (hell), வாரி (water). இப்பாகுபாடு பற்றி மாறுபட்ட கருத்தும் உண்டு. க்ளவுஸ் வோகல் இவற்றில் பத்து வர்க்கங்கள் (திஸ் – Quarters) இடம்பெற்றுள்ளன என்கிறார். பூமியாதி காண்டம்: பூமி (earth), புற (towns), சைல (mountains), வனவ்ஸதி (woods and herbs) சிம்காதி (animals), மனுஷ்ய (man), ப்ராமன், க்ஷத்ரிய, வைஷ்ய, ஸூத்ர எனப் பத்து வர்க்கங்களைக்

கொண்டுள்ளது. சாமான்ய காண்டம்: வைசேஸ்யநிகன (*about objective*), சம்கார்ன (*miscellaneous*), நாநார்த்த (*homonyms*), அவ்யாய (*indeclinables*), லிங்காதிசம்ங்கரக (*rules on gender*) என்ற ஐந்து வர்க்கங்களைக் கொண்டுள்ளது.

நிருக்தமும் அமரகோசமும் பின் தோன்றிய (கி.பி. 6முதல் கி.பி. 19வரை) சமஸ்கிருத நிகண்டுகளுக்கு அடிப்படையாய் அமைந்துள்ளன. ஆகையால், பிற நிகண்டு நூல்களின் பொருட்புலங்கள் அவற்றைப் போன்றே அமைந்துள்ளன. குறிப்பாக அவை, காண்டம், அத்தியாயம், வர்க்கம் முதலிய வகைப்பாடுகளையே பொருட்புலங்களாகக் கொண்டுள்ளன.

தமிழின் முதல் நிகண்டான ‘திவாகரம்’, 1. தெய்வப் பெயர்த்தொகுதி 2. மக்கள் பெயர்த்தொகுதி 3. விலங்கின் பெயர்த்தொகுதி 4. மரப் பெயர்த்தொகுதி 5. இடப் பெயர்த்தொகுதி 6. பல்பொருட் பெயர்த்தொகுதி 7. செயற்கைப் பெயர்த்தொகுதி 8. பண்பு பற்றிய பெயர்த்தொகுதி 9. செயல் பற்றிய பெயர்த்தொகுதி 10. ஒலி பற்றிய பெயர்த் தொகுதி 11. ஒருசொல் பலபொருள் தொகுதி 12. பலபொருட் கூட்டத்து ஒருபெயர்த் தொகுதி எனப் பன்னிரண்டு தொகுதிகளைப் பொருட்புலங்களாகக் கொண்டுள்ளது.

‘பிங்கலம்’ (கி.பி. 9), 1. வான் வகை 2. வானவர் வகை 3. ஐயர் வகை 4. அவனி வகை 5. ஆடவர் வகை 6. அநுபோக வகை 7. பண்பிற் சொல்லின் பகுதி வகை 8. மாப் பெயர் வகை 9. மரப்பெயர் வகை 10. ஒருசொல் பல்பொருள் வகை என்ற பத்துப் பொருட்புலங்களைக் கொண்டுள்ளது.

இவற்றிற்குப் பிறகு, தோன்றிய ‘உரிச்சொல்’ (கி.பி.11), ‘கயாதர நிகண்டு’ (கி.பி.15), ‘பாரதிதீபம்’ (கி.பி.15), ‘சூடாமணி’ (கி.பி.16) ஆகிய நிகண்டுகள் தொகுதி வகைப்பாட்டிலும், பிற நிகண்டுகள் வருக்கம், படலம், இயல் முதலிய பொருட்புல வகைப்பாட்டிலும் இயற்றப்பெற்றுள்ளன. கி.பி. 10லிருந்து கி.பி. 19வரை தோன்றிய பெரும்பாலான நிகண்டுகள் தொகுதி வகைப்பாட்டில் அமைந்ததற்குத் திவாகரம், அடிப்படையாக இருந்துள்ளது.

தமிழ் நிகண்டுகள் காண்டம், அத்தியாயம் என்ற வகைப்பாடுகளில் அமையவில்லை. ‘நிருக்த’த்தில் பன்னிரண்டு அத்தியாயங்கள் உள்ளதைப் போல ‘திவாகர நிகண்’டிலும் பன்னிரண்டு தொகுதிகள் உள்ளன. பெரும்பாலான சமஸ்கிருத நிகண்டுகள் ஒருபொருட் பலசொல்லையும் பலபொருள் ஒருசொல்லையும் காண்டங்கள் வகைப்பாட்டினிலேயே வகைப்படுத்திக் கூறுகின்றன. ஆனால் தமிழ் நிகண்டுகள் தெய்வம், மக்கள், விலங்கு முதலிய பொருண்மைகளைத் தொகுதிகளாகப்

பிரித்துச் சமஸ்கிருதத்தில் வர்க்கங்களாக அமையப்பெற்ற பொருட்புலங்கள் போல அமைத்துப் பொருள் விளக்கிக் கூறுகின்றன. இரண்டுமொழி நூல்களிலும் பால்பாகுபாட்டு முறையும் அகரவரிசை முறையும் இடம்பெற்றுள்ளன.

தமிழின் 'பிங்கலம்', 'நாமதீபம்', 'வடமலை' முதலிய நிகண்டு நூல்களின் வகை, வர்க்கம் ஆகிய பொருட்புலங்கள், சமஸ்கிருத நிகண்டுப் பொருட்புலம் போல அமைந்துள்ளதற்கு சமஸ்கிருத நிகண்டுகள் முன்மாதிரியாக அமைந்து, ஒருவிதத் தாக்கத்தை ஏற்படுத்தியிருக்கின்றன எனலாம். ஆனால் தமிழ்ச் சூழலிலும் கல்விக்கூடங்களிலும் 'அமரகோச'மே செல்வாக்குப் பெற்றிருந்திருக்கிறது. எனவே பிற நிகண்டுகளைக் காட்டிலும் தமிழுலகம் நன்கு அறிந்த ஒன்றாக இருந்துள்ள 'அமரகோச'த்தின் தாக்கம் மிகுதியெனலாம்.

தமிழில் முதலில் தோன்றிய நிகண்டு நூலான 'திவாகரம்' அமரகோசப் பொருட்புல அமைப்புமுறையான காண்டம், வர்க்கம் போன்ற வகைப்பாட்டைப் பின்பற்றவில்லை. பிற்காலத்தில் தோன்றிய பல தமிழ் நிகண்டுகள் 'திவாகர'த்தின் தொகுதிப் பொருட்புலப் பாகுபாட்டு முறையைப் பெரும்பான்மையாகப் பின்பற்றுகின்றன. சமஸ்கிருதத்தில் 'நிருக்தம்' ஓரளவும் 'அமரகோசம்' மிகுதியாகவும் பிற்கால நிகண்டு நூல்களுக்கு வழிகாட்டியாக அமைந்துள்ளன. அதுபோலத் தமிழில் 'திவாகர'மும் 'பிங்கல'மும் நிகண்டு நூல்களுக்கு வழிகாட்டியாக இருந்துள்ளன. ஆக, இரண்டுமொழி நிகண்டுகளின் பொருட்புல அமைப்பிற்கும் இந்த நான்கு நிகண்டுகளே முன்மாதிரிகளாக அமைகின்றன எனலாம்.

'நிருக்தம்', 'அமரகோசம்' நூல்கள் தமிழில் அதுபோன்ற சொற்பொருள் கூறும் தனி நூல் தோன்றுவதற்கு முன்மாதிரியாக அமைந்துள்ளன. தெய்வம், மக்கள், விலங்கு என்று தொடங்கும் பாகுபாட்டு அமைப்பைப் பின்பற்றவும் அவை வழிகாட்டியாக இருந்துள்ளன என்று தோன்றுகிறது. இதனைப் புரிந்துகொள்ள இந்நூல்களின் தோற்றக்காலம் வழிவகுக்கின்றது. சமஸ்கிருத நிருக்தம் கி.மு. 800 – 200 க்குள்ளும் (ச. பால்ராஜ், 2018:29), 'அமரகோசம்', கி.பி. 600 – 800 காலக்கட்டத்திலும் தோன்றியதாகக் கணிக்கப்படுவதால் இதற்குப் பிறகு, கி.பி. 600 – 900 காலக்கட்டத்தில் தோன்றிய 'திவாகரம்' முதலிய தமிழ் நிகண்டு நூல்களில் சமஸ்கிருத நிகண்டுகளின் தாக்கம் இருப்பது இயல்பே. ஆனால் தமிழ் நிகண்டுகளின் பொருட்புல வடிவங்கள் 'தொல்காப்பிய'த்திலும் இழையோடிக் கிடப்பதால் அந்நூலின் காலமும் தமிழ் நிகண்டு மரபில் கணக்கில்கொள்ள

வேண்டியுள்ளது. 'தொல்காப்பிய'த்தின் காலம் கி.மு. 4 (மா. இராசமாணிக்கனார், 2003:28). இதற்கு முன்பென்றும் பின்பென்றும் கூறுவதும் உண்டு. ஆனால் பெரும்பான்மையாக கி.மு. 3, 4, 5 ஆகிய நூற்றாண்டுகளில் ஒன்றையே ஆய்வாளர்கள் ஏற்கின்றனர். இதை ஏற்றுக்கொண்டு கால அடிப்படையில் பார்க்கையில் 'தொல்காப்பியம்', 'அமரகோச'த்திற்கு முன்னது என்றும் 'நிருக்த'த்திற்குச் சமகாலத்தது என்றும் கருதலாம்.

தமிழ் நிகண்டிற்கு பன்னிரண்டு அத்தியாயம் என்ற அமைப்பு முறையோடு மட்டுமே 'நிருக்தம்' ஒத்துப்போகின்றது. மற்றபடி பொருட்புலங்களும் அதன் நோக்கமும் வேறுபட்டுள்ளன. அடுத்தது முறையாகச் சொற்பொருள் கூறும் நூல் 'அமரகோச'மேயாகும். அதன் பொருட்புலங்களே ஓரளவு தமிழ் நிகண்டுகளோடு ஒத்துப்போகின்றன. ஆயினும் அதன் முழு வடிவத்தையும் பொருட்புலத்தையும் தமிழ்த் 'திவாகரம்' பின்பற்றவில்லை என்பது தெளிவு. அவ்வாறெனில் தமிழ் நிகண்டின் பொருட்புலத் தோற்ற மரபு எதுவெனக் கண்டறிவது இங்கு இன்றியமையாததாகிறது.

'நிருக்தம்', 'அமரகோசம்', 'திவாகரம்', 'பிங்கலம்' முதலிய நிகண்டுகளுக்குள் ஒற்றுமைகள் மிகக் குறைவாகவும் வேற்றுமைகள் மிகுதியாகவும் உள்ளன. இருமொழி நூல்களுக்கும் இடையில் மிகுதியான வேற்றுமைகள் இருப்பதற்குக் காரணம், இரண்டும் வெவ்வேறு மொழிக்குடும்பத்தைச் சேர்ந்தவை. எனவே, இரண்டு மொழிகளின் தன்மைக்கேற்பவும், நூல் உருவாக்கத் தேவைக்கேற்பவும் அவை இயற்றப்பெற்றிருக்கலாம். 'நிருக்தம்', மூல நூலையும் வேதச் சொற்களையும் முதன்மையாகக் கொண்டு உருவாக்கப்பெற்றதாலும், 'அமரகோசம்', சமஸ்கிருத மொழியின் வளர்ச்சிபெற்ற மரபு நிலைக்கு ஏற்ப உருவாக்கப்பெற்றதாலும் அவற்றின் அமைப்பும் திவாகரத்தின் அமைப்பும் வேறுபட்டு அமைகின்றன.

பொருட்புல வகைப்பாட்டு நிலையில் இரண்டு நூற்களையும் அணுகிய வகையில் 'திவாகரம்', தொகுதியமைப்புப் பொருட்புலம், உட்பொருட்புலம், தொடர்பு, அடுக்குறவு நிலையிலான ஓர் ஒழுங்குமுறையில் 'நிருக்த'த்திலிருந்து வேறுபட்டு நிற்கிறது. ஆனால் 'அமரகோச'த்துடன் சமநிலை யிலான அமைப்பு நிலையினைப் பெற்றதாகவும் உள்ளது. இந்த வேறுபாட்டிற்குத் தமிழ்மரபே காரணம் என அறியமுடிகிறது. தமிழ் நிகண்டின் தோற்றத்திற்குத் 'தொல்காப்பியம்' தோற்றுவாயாக அமைந்திருக்கிறது என்பது தமிழ் நிகண்டாய்வுலகில் இருக்கும் கருத்துகளில் ஒன்றாகும். இதை நிகண்டின் தோற்றம், சொற்றொகுதி வகைப்பாட்டு அமைப்பு

முறைக்கு அடிப்படை, தொல்காப்பியம் என சுந்தர சண்முகனார் (1965), மு. அருணாசலம் (1975), மு. சண்முகம் பிள்ளை (1982), வ. ஜெயதேவன் (1985), மா. சற்குணம் (2002) முதலியோர் கூறுவதன் மூலம் விளங்கிக்கொள்ளலாம்.

தமிழ் நிகண்டுப் பொருட்புலம் வரையறைகொண்ட தன்மையில் அமைந்துள்ளது. அதனைப் பெரும் தொகுதிப் புலம், உட்புலம் என்று வகைப்படுத்தலாம். பல்வேறு உட்பொருட்புலம் தொகுக்கப்பெற்று ஒரு தொகுதியின் கீழ் வகைப்படுத்துதல் பெரும்பொருட்புலம் ஆகும். இதுபோன்ற பொருட்புல அமைப்பிற்கான சிந்தனையைத் திவாகரத்திற்குத் தொல்காப்பியமும் தமிழ்ச்சூழலும் ஏற்படுத்தியிருக்கின்றன என எண்ண முடிகிறது.

சொற்களின் பொது இயல்பு என்ன? தொல்காப்பியம் 'எல்லாச் சொல்லும் பொருள்குறித்தனவே' (பெயரியல், 157) என்கிறது. சொல் என்றால் அதன் வகை, பொருண்மைச் சுட்டல், அதன் அமைப்பு, விளக்கப்படும் முறை, பொருள் கூறும் முறை எனச் சொற்பொருள் விளக்கமுறைக்குத் தொல்காப்பியம் சில வரையறையை அமைத்துத் தந்துள்ளது. 'தொல்காப்பிய உரியியலின் வேலையைப் பிற்காலத்தில் 'திவாகரம்', 'பிங்கலம்', 'சூடாமணி' ஆகிய நிகண்டுகள் எடுத்துக்கொண்டன' என்பார் சுந்தர சண்முகனார் (2008:24). இதன் அடிப்படையில் நோக்குகையில் தமிழ் நிகண்டுக்கான சொற்பொருள் விளக்கமுறையானது 'தொல்காப்பிய'த்தைப் பின்பற்றி எழுந்துள்ளதென்று விளங்கிக்கொள்ள முடிகிறது. இதனை அடியொற்றியே 'திவாகர நிகண்டு'ம் பிற நிகண்டுகளும் அமைக்கப்பெற்றுள்ளன.

'திவாகர'த்திலும் பிற தமிழ் நிகண்டுகளிலும் காணப்படும் மூன்று பெரும் பொருட்புலங்களான 1. ஒருபொருட் பலசொல்லுக்குத் 'தொல்காப்பிய'த்தில் காணப்படும் குருவும் கெழுவும் நிறனாகும்மே (தொல். உரி. 301) போன்ற நூற்பாக்களும், 2. ஒருசொல் பல்பொருளுக்கு, கடியென் கிளவி வரைவே கூர்மை காப்பே புதுமை… (தொல். உரி. 383) போன்றவையும், 3. பல் பொருள் கூட்டத்து ஒருபெயர்த் தொகுதிக்கு ஒன்றறி வதுவே உற்றறி வதுவே இரண்டறி வதுவே அதனொடு நாவே … (தொல். மர. 571) போன்ற நூற்பாக்களும் அடிப்படையாக அமைந்திருக்கலாமெனக் கொள்ளலாம். 'திவாகரம்': தெய்வம், மக்கள், விலங்கு, மரம் முதலிய தொகுதிகளைப் பொருட்புலங்களாக அமைக்க, 'தொல்காப்பிய'த்தின், தெய்வம் உணாவே மாமரம் புள்பறை செய்தி யாழின்… (தொல். அகத். 20) என்ற கருப்பொருள் அமைப்புமுறை அடிப்படையாக அமைந்திருக்கலாம்.

அகத்திணையில் விளக்கும் நிலப்பாகுபாடும் அந்நிலத்துவாழ் மக்கள் பற்றிய குறிப்புகளும் இடம், மக்கள் பெயர்த் தொகுதிகளாக இடம்பெற்றுள்ளன. 'தொல்காப்பிய'ச் சொல்லதிகாரத்தில் உரிச்சொற் கிளவி விரிக்குங் காலை இசையினும் குறிப்பினும் பண்பினும் தோன்றிப் பெயரினும் வினையினும் மெய்தடு மாறி... (தொல். உரி. 299) எனும் சூத்திரப் பகுதி பண்பு, இசை, ஒலி பற்றிய பெயர்த்தொகுதிகளாகவும், வினையியல், செயல் பற்றிய தொகுதியாகவும் உருவாகியுள்ளன எனலாம். வினைச்சொற்கள் ஒருபொருட் பலபெயராகவும், தொழிற்பெயர் வடிவிலும் அமைந்துள்ளன. உரியியல், ஒருசொல் பல்பொருள் பெயர்த்தொகுதிக்கும், அ இ உ அம்மூன்றும் சுட்டு (31), போன்ற எண்ணைக் குறிக்கும் நூற்பாக்கள் பல்பொருட் கூட்டத்து ஒருபெயர்த் தொகுதிக்கும் அடிப்படையான வழியினை வகுத்துள்ளன எனலாம்.

'தொல்காப்பிய அறிவு நிகண்டு உருவாக்கத்திற்குச் சில அடிப்படைகளைப் புலப்படுத்தியிருக்க வேண்டும் என்பதில் சந்தேகம் இல்லை' (செ. வை. சண்முகம், 2012:122–123). திவாகரர், 'தொல்காப்பியக் கருப்பொருளில் சிலவற்றை ஒன்றாக்கியும் சிலவற்றை ஒரு தொகுதியின் பகுதியாக்கியும் சிலவற்றைச் சேர்த்தும் பன்னிரண்டு தொகுதியை ஆக்கியதோடு' என்று செ. வை. சண்முகம் (2012: 123) கூறும்பொழுது கருப்பொருள் அமைப்பு, திவாகரருக்குத் தொகுதிப் பொருட்புல வடிவச் சிந்தனையை அளித்திருக்கிறது என்பதை இவர் ஏற்பதாகவே தெரிகிறது. இக்கருத்தையே இலக்கிய வரலாற்றில் (ஒன்பதாம் நூற்றாண்டு, 1975) மு. அருணாசலமும் கூறியுள்ளார்.

'தொல்காப்பியம்', சொற்பொருள் கூறும் மரபிற்கு முதனூலாக (கிடைக்கப்பெறும் நூல்களில்) அமைவதால் 'திவாகரம்' வழிநூலாகக் கருதப்படுகிறது. 'தொல்காப்பியம்', மூன்று (எழுத்து, சொல், பொருள்) இலக்கணங்களை உடையதாயினும் இதனுள் யாப்பு, அணி, பாட்டியல், நிகண்டு முதலிய பல்பரிணாம இலக்கண வகைகள் பொதிந்துள்ளன. இவை பல்லவர், சோழர் காலத்திலிருந்து தனித்தனியான இலக்கணவகைகளாகத் தோற்றம் பெற்றன. அவ்வாறு உருப்பெற்ற இலக்கண நூல்கள் 'புறப்பொருள் வெண்பாமாலை', 'இறையனார் அகப்பொருள்', 'திவாகரம்', 'நம்பியகப்பொருள்', 'தண்டியலங்காரம்', 'பன்னிருபாட்டியல்', 'யாப்பருங்கலம்' முதலியவையாகும். இவ்வகை நூல்கள் அனைத்தும் 'தொல்காப்பிய'த்தின் வழிநூலாக அமைவதால் 'தொல்காப்பிய'த்தை வழிகாட்டி நூலென்பதும் பொருந்தும்; அடிப்படை நூல் என்பதும் பொருந்தும். இதன் அடிப்படையில்

தொல்காப்பியக் கருப்பொருள் பட்டியலும் அகராதியியல், பொருண்மையியல் கூறுகளின் சிந்தனையும் திவாகரருக்கு வழிகாட்டியிருக்கின்றன.

'நிருக்தம்', 'அமரகோசம்' போன்றவை 'திவாகரம்' போன்ற தமிழ்ச் சொற்பொருள் விளக்கும் தனி நிகண்டுகள் தோன்றுவதற்கு முன்மாதிரியாய் அமைந்திருந்தாலும் முன்னவற்றுள் கூறப்பட்டுள்ள பொருட்புல வகைப்பாடும் அமைப்பும் 'திவாகர'த்தில் பின்பற்றப்படவில்லை. 'திவாகர'த்தின் பொருட்புலம் ஒரு தொடர்புத் தன்மையிலும் அடுக்குறவு நிலையிலான வரையறை கொண்ட முறையிலும் அமைவதற்குத் தொல்காப்பிய மரபு அடிப்படைக் காரணமாக இருந்திருக்கின்றது எனலாம். அதனாலேயே கருப்பொருள் அமைப்புமுறை போன்று 'திவாகர'த்தின் தொகுதிப் பொருட்புலம் அமையப்பெற்றுள்ளது. இதன் பிறகு, தோன்றிய சில நிகண்டுகளின் ('பிங்கலம்', 'வடமலை', 'நாநார்த்த தீபிகை', 'நாமதீபம்') பொருட்புலம் தொகுதி அமைப்பிலிருந்து மாறி வகை, வருக்கம், படலம் என அமைகின்றது. அதற்குச் சமஸ்கிருத நிகண்டுகளின் தாக்கமும் காரணம் எனலாம். ஆனாலும் அவை தமிழுக்கு ஏற்பவும் மாற்றம் பெற்றுள்ளன. அதாவது, படலம் என்றால் உயர்திணைப் படலம், அஃறிணைப் படலம் என்று தமிழ் இலக்கண அமைப்புக்கு ஏற்பவும், வருக்கம் என்றால் தமிழின் பதினெட்டு மெய்யெழுத்து அமைப்புக்கு ஏற்பவும் அமைந்துள்ளன.

சூழல்: தமிழகத்தில் வடமொழியாளர்களின் தொடர்பு பழங்காலத்திலிருந்து இருந்துவந்துள்ளதை வரலாற்றில் காண முடிகிறது. இவர்களின் செல்வாக்கு தமிழகத்தில் பெருகப் பெருக இவர்களுக்கான ஒரு சமூகச் சூழல் தமிழகத்தில் உருவானது. இந்நிலை இடைக்காலத்தில் சமயம், ஆட்சி, கலவி முதலியவற்றினூடாகப் பரவலாக்கம் பெற்றிருந்தது. இச்சூழலில் சமஸ்கிருதம், கல்வி நிலையங்களிலும் இலக்கியங்களிலும் இடம்பெற்றிருந்தது. குறிப்பாகப் பல்லவர், சோழர் ஆட்சிக்காலங்களில் கோலோச்சியிருந்தது. சமஸ்கிருதம் அறிந்த புலவர்கள், அறிஞர்பெருமக்கள் சமூகத்தில் பெரும் மதிப்புற்று விளங்கினர். அரசர்களும் இம்மொழியை ஆதரித்தனர். வடமொழிக் கல்லூரிகளில் சமஸ்கிருத மொழி இலக்கியங்களான வேதம், வானசாஸ்திரம், ஜோதிடம், தத்துவம் முதலிய பாடங்கள் முறையாகப் பயிற்றுவிக்கப்பெற்றும், இலக்கண இலக்கிய நூல்கள் இயற்றப்பெற்றும் வந்தன.

பிற்காலப் பல்லவர் காலமாக வரலாற்றில் அறியப்பெறும் கி.பி. 500 – 900 காலவாக்கில் சமஸ்கிருதம், தமிழகத்தில் சிறப்பாக இருந்துள்ளது. அதாவது, பல்லவர் காலத் தமிழகத்தில் சமஸ்கிருதம்,

பாலி, பிராகிருதம், தமிழ் ஆகிய மொழிகளில் சமஸ்கிருதம் முதன்மையாக இருந்து வந்துள்ளது. இதனை, "நீதி மன்றங்களிலும் மேல்நிலைக் கல்வியிலும் வடமொழி இருந்தது என்கிறார் சி. மீனாட்சி என எடுத்துரைத்து, இக்காலகட்டத்தில் வடமொழிக் கல்வி மிகவும் முக்கியத்துவம் பெற்றிருந்தது" என்கிறார் பெ. மாதையன் (2005 :30).

தமிழகத்தில் வடமொழிக் கல்வியும் வேதம் கற்பித்தலும் படைப்புகள் படைத்தலும் நிகழ்ந்துள்ளன. "காஞ்சியில் இருந்த கடிகையில் வேதம் கற்பிக்கப்பட்டது. இதன் நோக்கம் சாமவேதக் கல்வியைக் கற்பிப்பதே ஆகும். சோளிங்கர் மலையில் இருந்த கடிகையில் வைணவப் பிராமணர்கள் இருந்தனர் இங்கு வடமொழிக் கல்வி பயிற்றுவிக்கப்பட்டது. வடமொழி, தமிழ் இரண்டிலுமே இலக்கியப் படைப்புகள் வந்துள்ளன. வடமொழியில் 'அவந்திசுந்தரி கதை', 'காவ்யதர்சம்', 'லோகவிபாகம்', 'மத்தவிலாசப் பிரகசனம்', 'கிராதார்ச்சுனீயம்', 'பாகவத அஜ்ஜுகியம்' போன்ற வடமொழி நூல்கள் பலவும் படைக்கப்பட்டுள்ளன" (பெ. மாதையன், 2005: 31–38). "இக்காலத்தில்தான் பல்லவ நாட்டில் வடமொழி சிறப்பாகப் போற்றி வளர்க்கப்பட்டது. வடமொழி மிக்க மறையவர் பல ஊர்களைக் கொடையாகப் பெற்றனர். வடமொழிக் கல்லூரிகளும் தோற்றுவிக்கப்பட்டன. பாரவி, தண்டி முதலிய புலவர்கள் பல்லவ மன்னர்களால் பாராட்டப்பெற்றனர்" (மா. இராசமாணிக்கனார், 1944: 74–75).

சோழர் காலத்தில் உயர்கல்வி மொழிகளில் ஒன்றாகச் சமஸ்கிருதமும் இருந்துள்ளது. கல்வி நிலையங்களில் சமஸ்கிருதச் செல்வாக்கும் வேதக் கல்வியும் இருந்துள்ளன என்பார் கே.ஏ. நீலகண்ட சாஸ்திரி (1989: 823). "தென்னிந்தியாவில் சமஸ்கிருதக் கல்வி வரலாற்றில் குறிப்பிடத்தக்கதாக, இராஜேந்திரன் ஆட்சியில் சமஸ்கிருத இலக்கணங்களுக்கு ஓர் அறிமுகமாக ரூபாவதாரம் உபயோகிக்கப்பட்டது; பட்டரின் தத்துவத்தை முற்றிலும் புறக்கணித்த பிரபாகரின் மீமாமிசத்திற்குச் சிறப்பான முறையில் ஆதரவு கொடுக்கப்பட்டது" (மேலது, 1989: 824–825). சமஸ்கிருதக் கல்வியை வழங்கும் பல கல்லூரிகளும் மடங்களும் இருந்துள்ளன. இவ்வாறு, சோழர்கள் காலத்தில் சமஸ்கிருதம் பல்வேறு வகையில் தமிழகத்தில் நிலைகொண்டிருந்தது தெரிகிறது.

சோழர்காலத்தில் வடமொழித் தலைமை மாற்றம் என்பது தமிழ் மொழியின் மீள்வளர்ச்சியினைக் காட்டுகிறது. இச்சூழலில் தமிழ் நூல்கள் மிகுதியாகத் தோற்றம் பெறுகின்றன. அதில் 'திவாகர'மும் ஒன்று. இந்நூல் தோன்றிய சூழல் சமஸ்கிருதமயமாக இருந்ததால் சமஸ்கிருத மொழியின் அறிவு, தமிழ்ப் புலவர்களுக்கு மிகுதியாக இருந்துள்ளது. கல்லூரிகளில்

ஆறங்கம் பயிற்றுவிக்கப்பட்டு வந்ததாலும் வேதங்கள் பயிலப்பட்டு வந்ததாலும் நிகண்டு பற்றிய அறிதல் திவாகரர் காலத்தில் வழக்கிலிருந்துள்ளது தெளிவாகிறது. எனவே திவாகரருக்கும் பிற நிகண்டு ஆசிரியர்களுக்கும் நிகண்டு, 'நிருக்தம்', 'அமரகோசம்' போன்றவற்றில் புலமை இருந்திருக்கிறது எனலாம்.

சமயம்: சமஸ்கிருதத்தில் 'அமரகோசம்' உள்ளிட்ட பெரும்பான்மையான நிகண்டுகள் சமண, பௌத்த சமயங்கள் சார்ந்தவையாக உள்ளன. சமஸ்கிருத நிகண்டு நூல் உருவாக்கத்திற்குச் சமண, பௌத்த சமயங்களின் பங்களிப்பு மிகுதி. இந்தியா முழுமையும் பரவியிருந்த இச்சமயத்தவர்கள் தமிழகத்திலும் இருந்துள்ளனர். இவர்கள் பல்வேறு நூல்களைப் படைத்தளித்துள்ளனர். அவற்றில் சொற்பொருள் விளக்க நூல்களும் அடங்கும். தமிழில் கிடைக்கக்கூடிய முதல் நிகண்டு நூலான 'திவாகர'த்தை இயற்றியவர் ஒரு சமணர் என்ற கருத்தே பெரும்பான்மையாக ஏற்கப்பட்டுள்ளது. திவாகரர், சமண சமயத்தைச் சேர்ந்தவர் என்று எஸ்.வையாபுரிப்பிள்ளை, தெ.பொ. மீ., க. அயோத்திதாசப் பண்டிதர் முதலியோர் குறிப்பிடுவதும் கவனிக்கத்தக்கதாகும். பிங்கலர், மண்டலபுருடர் முதலிய நிகண்டு நூல் ஆசிரியர்களும் சமண சமயத்தைச் சேர்ந்தவர்களாக அறியப்படுகிறார்கள். எனவே ஒத்த சமயத்தைச் சேர்ந்த நூல்வகையாகப் பெரும்பான்மையான நிகண்டுகள் உள்ளதால் ஒவ்வொரு மொழி நிகண்டுநூல் ஆசிரியர்களும் அவரவர் சமய நூல் அறிவினை நிச்சயம் பெற்றிருப்பர். எனவே சமயமும் பலமொழிகளில் இயற்றப்பெற்ற நிகண்டு உருவாக்கத்திற்கு ஒருவித முற்சிந்தனையை உருவாக்கியிருக்கலாம். அதனடிப்படையில் தமிழிலுள்ள சில நிகண்டுகள் ('பிங்கலம்') அமரகோச வர்க்கத்தில் இடம்பெற்றுள்ள சில பொருட்புலக் கூறுகளைப் போல் அமைத்திருக்கலாம்

எனவே 'நிருக்தம்', 'திவாகரம்' நூல்களின் பொருட்புலங்களை ஒப்பிடுகையில் 'நிருக்த'த்தின் ஒருபொருட் பலசொல் பகுதியில் உள்ள பொருண்மைகளைப் பல்வேறு பொருட்புலங்களாகக் கொண்டுகூட்டி இனங்காணவே முடிகிறது. 'அமரகோச'த்தின் பொருட்புலம் காண்டம், வர்க்கம் என்ற அமைப்பு முறையில் அமைந்துள்ளது. 'திவாகரம்' இவற்றைக் காட்டிலும் மாறுபட்ட ஓர் அமைப்புமுறையில் அமைந்திருப்பதைக் காணமுடிகிறது. 'நிருக்த'த்தின் பொருட்புலங்கள் சிலவும் 'அமரகோசம்' கூறும் பொருட்புலமான சொர்க்கம், தெய்வம், விலங்கு முதலியவையும் 'திவாகர'த்துடன் ஒத்துப்போகும் தன்மையில் காணப்பட்டாலும் மிகுதியான தமிழ்மொழிசார் விளக்கமும் உலகவழக்கு, செய்யுள் வழக்குச் சொற்களுக்கான பொருட்புலங்களும்

பெரும்பான்மையாக இதனுள் உள்ளன. அவை அமைப்பாக ஓர் ஒழுங்குமுறைக்கு ஏற்ப உருவாகுவதற்கும், தமிழ் மரபிற்குரியதாகச் சொற்பொருட் புலங்களையும் விளக்கமுறையினையும் அமைப்பதற்கும் 'நிருக்தம்', 'அமரகோசம்', இன்ன பிற வடமொழி நிகண்டுகளின் தாக்கத்தோடு தமிழ்ச் சூழலும், 'தொல்காப்பிய'மும் அடிப்படையாய் அமைந்துள்ளன எனலாம்.

சான்று நூல்கள்

அருணாசலம், மு. (2005). 'தமிழ் இலக்கிய வரலாறு – ஒன்பதாம் நூற்றாண்டு', சென்னை: தி பார்க்கர் பதிப்பகம். (முதற்பதிப்பு, 1975. திருச்சிற்றம்பலம்: காந்தி வித்தியாலயம்)

இராசமாணிக்கனார், மா. (1944). 'பல்லவர் வரலாறு', சென்னை: தென்னிந்திய சைவ சித்தாந்த நூற்பதிப்புக் கழகம்.

இராமானுஜ தாதாசாரியர். (ப.ஆ.). (1973). 'யாஸ்க நிருக்தம்' (தொகு. 1–2), தஞ்சாவூர்: சரஸ்வதி மஹால் நூலகம்.

இளம்பூரணர். (1967). 'தொல்காப்பியம் – பொருளதிகாரம்'. சென்னை: தென்னிந்திய சைவ சித்தாந்த நூற்பதிப்புக் கழகம்.

கால்டுவெல், ராபர்ட். (1992). 'திராவிட மொழிகளின் ஒப்பிலக்கணம்' (கா. கோவிந்தன் & க. ரத்னம், மொ.ஆ.), சென்னை: திருமகள் நிலையம்.

சண்முகம் பிள்ளை, மு. (1982). 'நிகண்டுச் சொற்பொருட் கோவை', மதுரை: மதுரை காமராஜர் பல்கலைக்கழகம்.

சண்முகம், செ. வை. (2012). 'இலக்கண உருவாக்கம்' (இரண்டாம் பதிப்பு), திருச்சி: அடையாளம் பதிப்பகம்.

சற்குணம், மா. (2002). 'தமிழ் நிகண்டுகள் ஆய்வு', சென்னை: இளவழகன் பதிப்பகம்.

சுந்தர சண்முகனார். (1965). 'தமிழ் அகராதிக்கலை', புதுச்சேரி: புதுவைப் பைந்தமிழ்ப் பதிப்பகம்.

சுப்பிரமணியன், ச. வே. (ப.ஆ.). (2008). 'தமிழ் நிகண்டுகள் (தொகு. 1–2)', சென்னை: மெய்யப்பன் பதிப்பகம்.

தாமோதரம் பிள்ளை, சி. வை. (ப.ஆ.). (1892). 'தொல்காப்பியம் சொல்லதிகாரம்', சென்னை: விக்டோரியா ஜூப்லி யந்திர சாலை.

தெ. பொ. மீ. (2007). 'தமிழ் மொழி வரலாறு.' சென்னை: முல்லை நிலையம்.

நீலகண்ட சாஸ்திரி, கே. ஏ. (1989). 'சோழர்கள்', நியுடெல்லி: இந்தியன் கவுன்ஸில் ஆப் ஹிஸ்டாரிகல் ரிசர்ச் & சென்னை: நியூ செஞ்சுரி புக் ஹவுஸ் பிரைவேட் லிமிடெட்.

பால்ராஜ், ச. (2018). 'தமிழ் – சமஸ்கிருத நிகண்டு உருவாக்கம்.' சென்னை: கலகம் வெளியீடு.

மாதையன், பெ. (2005). 'தமிழ் நிகண்டுகள் வரலாற்றுப் பார்வை', தஞ்சாவூர்: தமிழ்ப் பல்கலைக்கழகம்.

வையாபுரிப் பிள்ளை, எஸ். (2010). 'சொற்கலை விருந்து', சென்னை: பாரி நிலையம்.

ஜெயதேவன், வ. (1985). 'தமிழ் அகராதியியல் வளர்ச்சி வரலாறு', சென்னை: ஐந்திணைப் பதிப்பகம்.

ஸ்ரீநிவாசன், என். (ப.ஆ). (2006). 'அமரகோசம் (தமிழ்க் குறிப்புடன்) (தொகு. 1-4)', தஞ்சாவூர்: சரசுவதி மஹால் நூலகம்.

Patkar, M. Madukar. (1981). History of Sanskrit Lexicography. Delhi: Munshiram Manoharlal Publication.

Burrow, T., & Emeneau, M. B. (1984). A Dravidian Etymological Dictionary (2nd ed.). Retrieved from http://www.the Digital Dictionaries of South Asia. dsal. uchicago. edu/ dictionaries/ burrow/.

Muller, Max. (1859). A History of Ancient Sanskrit literature. London: Williams and Nargate.

Sarup, Lakshman. (Ed., & Trans.). (1920). The Nighantu and the Nirukta. Delhi: Motilal Banarsidass.

Vogel, Claus (1979). A History of Indian Literature. in Jan Gonda (Ed.), Indian Lexicography (Vol. 5, pp. 303-401). Wiesbaden: Otto Harrassowitz.

25

பழந்தமிழ் இலக்கியங்கள்: அதன் அறிவுத் தொன்மையும் எதிர்காலமும்

ஜார்ஜ் எல். ஹார்ட்

தமிழில்: **பு. கமலக்கண்ணன்**

பண்டைய இந்தியாவின் வரலாறு குறித்து அறிவதற்குத் தமிழ்த் தொகை நூல்களும் பழந்தமிழ் இலக்கியங்களின் பிரதிநிதிகளாக அமையும் பிறவும் முதன்மையான கூறுகளாக அமைகின்றன. முதல் ஆறு தொகை நூல்களின் காலத்தை உறுதியாக கி.பி. இரண்டு மூன்றாம் நூற்றாண்டுகளுக்குக் கொண்டு செல்லலாம். அவ்வகையில் கலித்தொகையும் பரிபாடலும் பத்துப்பாட்டும் காலத்தால் சிறிது பிற்பட்டனவாக அமைகின்றன.[1] வரன்முறை இலக்கணமும் கவிதையியல் அமைப்பினை விளக்குவதுமான தொல்காப்பியம் தொகையாக்க நூல்களைவிடக் காலத்தால் முற்பட்டதாகக் கருதப்பட்டது. ஆனால், தற்போது மொழியின் எழுத்துமுறை அமைப்புக்கள் கி.பி.5ஆம் நூற்றாண்டிற்கு முன்பு வரை இடம்பெறவில்லை என்பது விளக்கப்பட்டுள்ளது.[2] இதற்கு அடுத்ததாகப் பல்லவர் காலத்திற்கு முற்பட்டனவாகக் கருதப்படும் பதினெண்கீழ்க்கணக்கு நூல்களும், சிலப்பதிகாரம், மணிமேகலை ஆகிய காப்பியங்களும் கிடைகின்றன. இவையாவும் தோராயமாக கி.பி. 5 அல்லது 6ஆம் நூற்றாண்டில் எழுதப்பட்டனவாக அமைகின்றன.

ஜார்ஜ் எல். ஹார்ட் இன் *Ancient Tamil Literature: Its Scholarly Past And Future* என்னும் கட்டுரை இங்குத் தமிழாக்கம் செய்து அளிக்கப்படுகிறது.

எல்லாத் தொகைப் பாடல்களும் அன்றாட வாழ்வியல் செய்திகள் நிறைந்தனவாக விளங்குகின்றன. இதனைப் பெரும்பாலான சமஸ்கிருத இலக்கியங்களில் காணமுடிவதில்லை. அக்காலக்கட்டத்தில் வாழ்ந்த சாதாரண தமிழ்மக்களின் அன்றாட வாழ்வியலை, முற்கால இந்தியாவின் வேறு எக்கால எப்பகுதி இலக்கியங்கள் விளக்குவதைக் காட்டிலும் இவை தெளிவாக விளக்குகின்றன என்பது மிகைப்படுத்தப்படாத உண்மையாகும். இதை மிகைப்படுத்துதல் கடினமான ஒன்றாகும். தற்கால இந்திய வரலாறு, அரசுகள் குறித்தும் மக்கள் குறித்தும் கற்பனை செய்து பார்க்கமுடியாத அளவிலான தகவல்களையே கொண்டுள்ளது. அத்தோடு பெரும்பகுதி பண்டைய இந்திய வரலாற்றிற்குத் தரவுகளை வழங்குவதாக சமஸ்கிருத இலக்கியங்களே அமைகின்றன. இவை அதிகளவிலான எண்ணிக்கையில் இருந்த போதிலும் மக்கட்தொகையில் மிகப் பெரும்பான்மை வகித்த மக்களது வாழ்வியலின் பெரும் பகுதிகளைப் புறக்கணிப்பதாக அமைகின்றன. புறக்கணிக்கப்பட்ட இம்மக்களாகப் பிராமணர் அல்லாதோரும் பிரபுக்கள் அல்லாதோரும் விளங்குகின்றனர். இதன் விளைவாக நாம் பெற்றுள்ள பண்டைய இந்திய மக்களின் அன்றாட வாழ்வியல் குறித்த செய்திகள் பெரும்பான்மை மக்களின் வாழ்வியலை எடுத்துரைப்பனவாக அமையவில்லை.

நீலகண்ட சாஸ்திரியின் எந்தவொரு நூலைப் படிக்கும் போதும் அவை தென்னிந்தியாவில் குறைந்த அளவிலான மக்கட்தொகையில் வாழ்ந்து வந்த பிராமணர்களின் பண்பாடு, வாழ்வியல் குறித்த ஏராளமான தகவல்களை முன்வைப்பதாயும், எப்போதும் அதிகாரத்தைக் கையில் வைத்துள்ள உயர் வகுப்பினராயினும், பிராமணர் அல்லாதவர் பற்றிய செய்திகள் முற்றிலும் விடுபட்டும் அமைவதைக் காண முடியும். அதேநேரத்தில், உயர்குடிப் புலவர்களால் தாழ்குடிப் பாணர், பறையர் முதலியோரைப் பின்பற்றி எழுதப்பட்டுள்ள பழந்தமிழ் இலக்கியங்கள் இவ்விரு தரப்பு மக்கள் பற்றிய செய்திகளும் இல்லாததாய் அமைகின்றன. அதனாலேயே, பழந்தமிழ் இலக்கியங்கள் இந்தியாவில் வழங்கும் வேறெந்தச் செவ்விலக்கியங்களைக் காட்டிலும், அவை தோன்றிய இடத்தின் சமூகப் பண்பாட்டுத் தகவல்களைத் தெளிவாகக் காட்சிப்படுத்துவனவாக அமைகின்றன.

இவை, அக்காலக்கட்டத்தில் பலவாறு வேறுபட்டுக் கிடந்த சமூக அமைப்புகளின் தகவல்களை வழங்குவதோடு மட்டுமல்லாது ஆரியர்களின் வருகைக்கு முன்பான தமிழகத்தின் சமூக நிலையை நன்றாக விளக்குவதாகவும் அமைகின்றன. வேறுவகையில் சொல்வதாயின் ஆரியர் வருகைக்கு முற்பட்ட

இந்தியாவின் ஒரு பகுதியின் நிலையையாவது விளக்குவதாக அமைகின்றன. நீலகண்ட சாஸ்திரியும் பிறரும் பழந்தமிழ் இலக்கியங்கள் சமஸ்கிருதத்திற்கு கடன்பட்டு, ஆரிய மற்றும் ஆரியமல்லாத கூறுகள் பிரித்தறிய முடியாத வகையில் கலந்து விட்ட கலப்புச் சமூகத்தையே காட்டுகின்றன என்னும் கருத்தை முன்வைத்திருப்பது உண்மையேயாகும். இருப்பினும், மிகப் பழந்தமிழ் இலக்கியங்கள் ஒப்பீட்டளவில் குறைவாகவே ஆரியத் தாக்கத்திற்கு உட்பட்டுள்ளன. சமஸ்கிருதச் சொற்கள் குறைவாகவே, காலத்தால் பிற்பட்டதாகக் கருதப்படும் முருகாற்றுப்படையில் இரு சதவீதமும், பத்துப்பாட்டில் ஒரு சதவீதமும்[3] காணப்படுகின்றன. இது, தமிழ் இலக்கியம், சமஸ்கிருதம் அதன் எல்லையற்ற புகழைப் பெறுவதற்கு முந்தைய காலகட்டத்தில் உருவானது என்பதை உணர்த்துவதாய் அமைகின்றது. அதேநேரத்தில் பிற தென்னிந்திய மொழிகள் துவக்கத்திலிருந்தே சமஸ்கிருதச் சொற்கள் நிறைந்ததாகவே இலக்கியங்களைத் தோற்றுவித்தன.

வட இந்தியப் பண்பாட்டிற்கு வாகனமாக விளங்கிய சமஸ்கிருதம், தமிழ் நாட்டில் தமிழிலக்கியங்கள் தோற்றம் பெற்ற காலமான கி.பி. முதலாம் நூற்றாண்டுகளில் விளங்கிய தனித்த பண்பாட்டு வழக்குகளை மாற்றியமைக்கும் அளவிற்குப் போது மானதாக நுழைந்திருக்கவில்லை. பண்பாட்டு வழக்குகளைப் பொருத்தமட்டில், தமிழ்த் தொகை நூல்களின் காலத்திலேயே பிராமணர்கள் வாழ்ந்து வந்தமையும், அவர்களின் பண்பாட்டுத் தாக்கங்கள் இடம்பெற்றமையும் உண்மையாகும். அத்தோடு சமணமும் பௌத்தமும் சில நூறு ஆண்டுக் காலம் தமிழ்நாட்டில் விளங்கின என்பதும் உண்மையாகும். எனினும், பழந்தமிழ் இலக்கியங்களில் விளக்கப்பட்டுள்ள பெரும்பாலான பண்பாட்டு வழக்குகள் அக்காலக்கட்ட ஆரிய இந்தியாவிற்கு முற்றிலும் புதிதான ஒன்றாகவே அமைகின்றன.

ஆரியப் பண்பாட்டுக் கூறுகளாக விளங்கும் முத்தீபோன்றன, பொதுவாகப் பிராமணர்களோடே தொடர்புபடுத்தப்படுகின்றன. தொகை நூல்கள் எழுதப்பட்ட காலத்தில் கோவில்களில் பிராமணர்கள் இடம்பெற்றதாகவும், திருமணத்தினை நடத்தி வைத்ததாகவும் சான்றுகள் இல்லை (இதனைச் சிலப்பதிகாரக் காலத்தில் தோற்றம் பெற்றதாகக் கொள்ள முடிகின்றது).[4] இவ்விரண்டும் பிற்காலத்தில் தோற்றம் பெற்றவை என்று கொள்ளப்படுகின்றன. ஆரியக் கூறுகளால் கலப்படையாக் காலக்கட்டத் தமிழ்ச் சமூக அமைப்பை விளக்குவனவாகக் கிடைக்கின்ற இலக்கியங்கள்வழி, வட இந்தியாவை நோக்கிய பல புதிய சடங்குகளின் தோற்றத்தையும் வரவேற்பையும் பின்னர்

அது முழு இந்தியாவிற்குமானதாக மாற்றமடைந்ததையும் அறிய முடிகிறது.

இவற்றுள் குறிப்பிடத்தக்க ஒன்றாகப் பழந்தமிழ் இலக்கியங்கள் இந்தியாவில் ஏற்பட்ட சமயங்களின் தோற்றத்தை நுட்பமாக உணர்த்துவதைக் குறிப்பிடலாம். பழந்தமிழ் மக்களின் சமயமாக *ஆன்மவாதம்* சார்ந்த ஒன்று இருந்துள்ளது. அது தெய்வீக ஆற்றல்கள் சாதரண பொருட்களின் மீது உறைந்துள்ளதாயும் தீங்கு விளைவிப்பதாயும் விளக்குகிறது. பெரும்பாலும் கடவுளுருவாக்கம் பெறாத இத்தகைய தெய்வீக ஆற்றல் *அணங்கு* எனப்படுகின்றது. எனவே, பழந்தமிழ் இலக்கியங்கள் பெரும்பாலும் தத்துவம் பற்றிய கருத்தாக்கம் முழுமையுமாய் இல்லாததாகவே அமைகின்றன (அதே நேரத்தில் எவ்வாறு ஆரியக் கலப்பில்லாமல் பழந்தமிழ் இலக்கியங்கள் விளங்கின என்பதனையும் அறிய வேண்டும். பின்னாளில் தமிழ் இலக்கியங்கள் வட இந்தியத் தத்துவமரபுகளைக் கடன் பெற்று உருவாக்கிக் கொண்டன).

இவ்வாற்றல் கடுமையாகக் கட்டுப்படுத்தியாக வேண்டிய ஒன்றாக அமைந்தது. இதன் விளைவாகவே சமயச் சடங்குகள் தாழ்த்தப்பட்ட மக்களிடமிருந்து தோற்றம் பெறலாயின. இம்மக்களாக: *பாணன், பறையன், துடியன், வேலன்* ஆகியோர் அடையாளப்படுத்தப்படுகின்றனர். (ஜாதி, தமிழ்க் குடிகளைக் குறிக்கிறது. இது தென்னிந்தியாவிற்கே உரியதாகும். வட இந்திய வர்ணத்தோடு எவ்வகையிலும் தொடர்பற்றதாகும். ஆரிய அமைப்பு தமிழகத்தில் ஒருபோதும் இருந்ததில்லை). இக்குடிகளின் தாழ்நிலையும், அவர்கள் மேற்கொள்ளும் சமயச் சடங்குகளும், அதுவே, அவர்களைத் தீய ஆற்றல்களைக் கையாள்பவராக மாற்றியமையும் ஒன்றோடு ஒன்று தொடர்புடையனவாய் அமைகின்றன என்பதற்குச் சான்று இருக்கின்றது.

இத்தகைய குடியைச் சேர்ந்தவர்கள், இறந்தவர்களின் உடலை எரித்தல், நடுகல் வழிபாடு நடத்துதல் முதலிய தொழில்களில் ஈடுபட்டு வந்தனர். இவற்றுள் நடுகல் வழிபாடு இறந்தவரின் ஆன்மா உறைதல் என்பதோடு தொடர்புடையதாகும். *பறையர்* பிரிவினைச் சேர்ந்தவராக அறியப்படும் *வேலன்* என்னும் மரபினர் இன்றளவிலும் கேரள மாநிலத்தில் காணப்படுகின்றனர். தனித்தன்மை வாய்ந்த கடவுளரான முருகன் ஆற்றல் உறையப்பெற்று ஆடுவதைத் தொழிலாகக் கொண்டுள்ளனர். *பறையன், பாணன், துடியன்* ஆகியோர் தனித்தனி இசைக் கருவிகளை இசைப்பவர்களாக விளங்கியுள்ளனர். இக்கருவிகளுள் இறையாற்றல் உறைந்துள்ளதாகக் கருதப்பட்டமையால் இவை பல்வேறு சமயச் சடங்குகளில் பயன்படுத்தப்பட்டுள்ளன.

கீழ்க்குடி மக்களோடு தூய்மைக்கேடு *(pollution)* ஒன்றியதற்கு, மரபார்ந்த உள்நாட்டுத் திராவிட மதமே காரணமாகும். எவ்வாறாயினும், இது பிராமணியத் தாக்கத்திற்கு உட்பட்டது என்பது இங்குச் சுட்டத்தக்கதாகும். பிராமணர்கள் சமயச் சடங்குகளில் முதன்மைப் பங்காற்றத் துவங்கிய காலக்கட்டத்தில், பிராமணர்களோடு அடையாளப்படுத்தப்படாத பொருட்கள் யாவும் தீயதன்மை உடையதாகவும், பிராமணர்களோடு தொடர்புடைய பொருட்கள் (இவற்றுள் பலவும் உள்நாட்டு மரபிற்குரியவை) யாவும் அவற்றுக்கு எதிரான புனிதத்தன்மை வாய்ந்ததாகவும் கருதும் போக்கு உருப்பெற்றது.[5] இப்பொருட்களைத் தீய ஆற்றல்களிடமிருந்து பாதுகாக்க அதீத முயற்சிகள் மேற்கொள்ளப்பட்டன. இதன் காரணமாகவே தூய்மைக்கேடு அதன் நவீன வடிவத்தை அடைந்தது. இவை முற்றிலுமான இறையியல் காரணங்களுக்காக உருவாக்கப்படவில்லை என்பதனை *இராமானுஜர்* வலியுறுத்தும் இறைவனின் முதன்மைப் பண்பான *நிர்மலத்துவம்* என்பதன்வழி அறிய முடிகின்றது.

பழந்திராவிட மரபு, பெண்களைக் கொண்டு செய்யப்படுகின்ற பல சமயச் சடங்குகள் முழு – இந்தியத் தன்மையனவாகத் *(pan-indian)* தோற்றம் பெற்றமையைத் தெளிவாக விளக்குகின்றது.[6] பழந்தமிழ் இலக்கியங்களில் பெண்ணிடம் உறையும் ஆற்றல் *(அணங்கு)* கட்டுப்பாட்டுக்குள் இருக்கும்வரை அது அவளின் வாழ்வு மற்றும் அவள் கணவனின் வெற்றி, புனித ஒழுங்குகள் ஆகியவற்றோடு தொடர்புடையதாய் இருக்கின்றது. இவ்வாற்றல் உறுதியான கட்டுப்பாட்டுக்குள் வைக்கப்படுதல் வேண்டும் இல்லாவிடில் அழிவை உண்டாக்கும். எனவே, பெண் கற்புத்தன்மையைக் கவனமாகக் கடைபிடித்தல் வேண்டும். எத்தகைய சூழல் ஏற்படும்போதும் பெண் தனது கற்பினைக் காத்தல் வேண்டும். அவள் "பொறுமையினால் கற்புத்தன்மை அதிகரிக்க, கூரிய பற்களையுடையவளாய், உரக்கப் பேச அஞ்சும் நாக்கினையுடையவளாய் இருத்தல் வேண்டும்." பிறப்பு, இறப்பு ஆகியவற்றோடு தொடர்புடைய ஆபத்துக் காலக்கட்டங்களில் பெண்கள் கடுமையான விலக்கினைக் கடைப்பிடித்தல் வேண்டும். பூப்புக் காலங்களில் வீட்டிற்கு வெளியே தங்குதல் வேண்டும், உணவுப் பொருட்களைத் தொடுதல் கூடாது, பேறுகாலத்திற்குப் பிந்தைய ஏழுநாட்கள் *(புனிறு)* அவள் அசுத்தமானவளாய் இருப்பதால் தன் கணவனைப் பார்த்தல் கூடாது. கணவன் இறந்த பிறகு, அவள் ஆபத்தானவளாகக் கருதப்படுவதால் அவள் தன் தலையை மொட்டையடித்துக் கொள்ள வேண்டும். தலையில் சேறு பூசிக்கொள்ளுதல், கற்பரப்பில் உறங்குதல், அரிசி உணவு தவிர்த்தல் முதலியவற்றைச் செய்தல் வேண்டும். கணவனை இழந்த பெண் தனது தலையினை

மொட்டையடித்துக் கொள்ளுதல் முதன்முதலாக சமஸ்கிருதத்தில், ஒன்பதாம் நூற்றாண்டில் தோற்றம் பெற்ற *ஸ்கந்தபுராணத்தில்* இடம்பெறுகிறது என்பது குறிப்பிடத்தக்க ஒன்றாகும். விதவை கற்புடைய இளம்பெண்ணாக இருந்தால், அவள் மாய சக்திகளால் அதிகம் ஆட்கொள்ளப்படுபவளாக அமைகிறாள். எனவே, அவள் தன்னையே அழித்துக்கொள்ள வேண்டும் என்னும் செய்தியைப் புறநானூறு 247வது பாடல் விளக்குகிறது. பெண்ணின் கற்பு தொடர்பான இப்பழக்கவழக்கங்கள் அனைத்தும் ஆரிய இந்தியாவில் இறக்குமதி செய்யப்படுவதைக் கண்டறிதல் சாத்தியமான ஒன்றாகவே அமைகிறது.[7]

பழந்தமிழ் இலக்கியங்கள் இந்திய நாகரிகத்தின் பண்பாட்டுக் கூறுகள் சிலவற்றையும் விளக்குகின்றன. சான்றாகத் தொகைப்பாடல் காலத்திலேயே இடம்பெற்ற சாதியைக் குறிப்பிடலாம். இங்கு, சாதி தென்னிந்தியாவிற்கே தனித்துவ மானது என்பதும், அது தனது வளர்ச்சிக்கு *வர்ணாசிரம* முறையை அடிப்படையாகக் கொள்ளவில்லை என்பதும் தெளிவாகிறது. பிற்காலத்திலேயே வர்ணாசிரமம் இதனுள் புகுத்தப்பட்டுள்ளது. *(ஆனாலும், தென்னிந்தியச் சாதிய அமைப்புகள் கொண்டிருந்த மேலோட்டமான முக்கியத்துவத்தைவிடக் கூடுதலாக இவை பெறவில்லை).* தொகைப் பாடல்களின் காலத்தில் சாதிய அமைப்புகள், பிற்காலத்தைக் காட்டிலும் சற்றுக் குறைந்த அளவிலேயே தோற்றம்பெற்றதாகத் தெரிகிறது. அதனாலேயே சாதியம் குறித்த தகவல்கள் ஏதேனும் ஒன்றின் இடையீடாக, எதேச்சையாகவே பாடல்களில் வெளிப்படுகின்றன. ஒவ்வொரு சாதியும் ஒரு குறிப்பிட்ட தொழிலைச் செய்வதற்கு ஏற்ற மாய ஆற்றலைப் பெற்றிருந்தன என்பது தெளிவாகிறது. குறிப்பாகத் தாழ்த்தப்பட்ட சாதியினரின் தொழில் தெய்வீக ஆற்றலோடு *(அணங்கு)* நெருக்கமான தொடர்புடையதாய் அதனை அடக்கி ஆள்வதாய் அமைந்துள்ளது. குறைந்தபட்சம், மூன்று வேறுபட்ட சாதியினர் பாடல் பாடுவதற்கும் வெவ்வேறு வகையான தனித்துவமான இசைக்கருவிகள் இசைப்பதற்கும் என்றே வாழ்ந்துள்ளனர் என்பதனை அறிய முடிகின்றது.

மலர் வழிபாடு, கோவில் வழிபாடு நிகழ்த்துதல், வாயிலில் கோலமிடுதல், மன்னனைத் தெய்வீக ஆற்றல் பொருந்தியவனாகக் கருதி வாழ்த்துதல், அவன் குடையினை வாழ்த்துதல், புல், சாணம் முதலியவற்றைத் தீய சக்திகளை விரட்டப் பயன்படுத்தல், இறப்புச் சடங்குகளைக் கீழ்நிலை மக்கள் செய்தல் முதலியவை பழந்தமிழர் மேற்கொண்ட இதர சடங்குகளாக அறியப்படுகின்றன. இறந்தவரின் ஆன்மா உறைந்துள்ளதாகக் கருதப்படும் நடுகல் வழிபாடு, மன்னனைச் சொர்க்கத்தோடு இணைப்பதாகக்

கருதப்படுவதும், பகை மன்னர்களின் முதல் இலக்காவதுமான கடிமரம் வணங்குதல், குருதி, கள் முதலியவை படைக்கப் பெறுவதும், வெற்றிபெற்ற எருத்தின் தோல், பகைவரின் கடிமரம் ஆகியவற்றால் செய்யப்பெற்றதுமான முரசினை வணங்குதல், வடக்கிருந்து இறத்தல் முதலிய சடங்குகள் வழக்கொழிந்தனவாகக் கருதப் படுகின்றன. எனினும், இங்கு விளக்கப்பட்டனவற்றையும், பிறவற்றையும் அவற்றின் வரலாற்றோடு மீட்டுருவாக்கம் செய்யவேண்டியது தமிழ் ஆய்வாளர்கள் செய்ய வேண்டிய கடுமையான பணியாகும்.

பழந்தமிழ் இலக்கியங்கள், பிற துறைகளைக் காட்டிலும் இந்திய இலக்கிய வரலாற்றுத் துறைக்குப் பெரிதும் உதவியுள்ளன. அல்கின்ஸ் கூற்றுப்படி கிறித்துப் பிறப்பிற்கு நீண்ட காலத்திற்கும் முன்பே மிகவும் பழமையான, தனித்த அடையாளங்களைக் கொண்ட தக்காண பண்பாடு ஒன்று விளங்கியுள்ளது என்றும், அப்பண்பாடே இன்று காணப்படும் பெருங்கற் பண்பாட்டை உருவாக்கியது என்பதனையும் அறிய முடிகின்றது.⁸ இப்பண்பாடே தமிழ் நாகரிகத்தினைத் தோற்றுவித்தது. வடக்கில், இத்தக்காணப் பண்பாடு மகாராஸ்டிரத்தில் ஆரியப் பண்பாட்டோடு கலப்படைந்து ஒரு நாகரிகத்தைத் தோற்றுவித்தது. அது இன்று ஆரிய– திராவிட ஆகிய இரண்டும் பிரிக்க முடியாமல் ஒத்திசைந்து விளங்கும் ஒரு இந்திய நாகரிகமாக விளங்குகிறது.

மூலத் தக்காணப் பண்பாட்டிலிருந்து தோற்றம் பெற்ற இவ்விரு கிளைகளும் கிறித்துப் பிறப்பின் துவக்க கால நூற்றாண்டுகளில் முதன்மையான இலக்கியங்களைத் தோற்றுவித்தன. தமிழ்நாடு இதுவரை விவாதிக்கப்பட்ட இலக்கியங்களை இக்காலக்கட்டத்தில் தோற்றுவித்தது. மராட்டியம் ஹாலாவின் *சட்டசாயி* (Sattasai of Hala) என்னும் இலக்கியத்தினைத் தோற்றுவித்தது. இது பெரியளவிலான மக்கட்செல்வாக்குப் பெற்ற பாடல்களின் தொகுப்பாகும். பெருந்தொகுதியான இவற்றின் பெரும்பான்மையான பகுதிகள் கிடைக்கப்பெறவில்லை. பழந்தமிழ் இலக்கியங்களும் மராட்டிய இலக்கியங்களும் தம்முள் ஒத்திருக்கின்றன என்பதனை நான் எனது ஆய்வேட்டில் நிறுவியுள்ளேன்.⁹ இவ்விரு இலக்கியங்களிலும் ஒத்த அடி, யாப்பு அமைப்புகள், எடுத்துரைப்பு முறைகள் போன்றனவும், நூற்றுக்கும் மேற்பட்ட அடிக்கருத்துகளும் மரபுகளும் ஒத்த தன்மையனவாகக் காணப்படுகின்றன. விதிவிலக்காகச் சிலவற்றைத் தவிர்த்து, சட்டசாயிக்கு முந்திய காலக்கட்டங்களில் தோன்றிய இந்தோ ஆரிய இலக்கியங்களில் மேற்கண்ட பகிரப்பட்டுள்ள ஒரு கூறு கூட ஒத்திருக்கவில்லை என்பது குறிப்பிடத்தக்கது.

கி.பி. நான்காம் நூற்றாண்டின்[10] முதற்பாதியில் வாழ்ந்தவராகக் கருதப்படும் காளிதாசரின் இலக்கியங்களில் துவங்கி தமிழ், மராட்டிய இலக்கியங்களில் பகிரப்பட்டுள்ள மரபுக் கூறுகள் சமஸ்கிருதத்தில் முதன்மையானதாகத் தனக்கேயுரிய பொது எடுத்துரைப்பு உத்திகளையும் கொண்டமைகின்றன. காளிதாசர் இரு பெரும் இந்திய இலக்கிய மரபுகளாக விளங்கிய திராவிட - ஆரிய இலக்கிய மரபுகளை மிகச் சிறப்பாக ஒருங்கிணைத்துக் கொண்டார் என்பது மிகைப்படுத்த முடியாத உண்மையாகும். இந்த ஒத்திசைவு உருவானதற்கு இவர் மகாராஷ்டிரியப் பிராகிருத இலக்கிய மரபுகளைப் பெரிதும் பின்பற்றியதே காரணமாகும். அதனுள் சட்டசாயியும் ஒரு பகுதியாகும். இது நீண்ட காலமாக சந்தேகத்திற்கு உட்பட்டதாகவே கருதப்படுகிறது. எனினும், தமிழ் மற்றும் மராட்டிய இலக்கியங்களிலேயே முதலில் தோன்றிய கூறுகளை விலக்குவதன் மூலம் காளிதாசர் அவற்றைப் பயன்படுத்திக்கொண்டார் என்பதை உறுதிப்படுத்த முடியும்.

பழந்தமிழ் இலக்கியங்களில் காணலாகும் சில அடிக்கருத்துக்கள் சமஸ்கிருத இராமாயண, மகாபாரதக் காலப் பழமையுடையனவாகக் கருதப்படுகின்றன. இரு இலக்கிய மரபுகளிலும் காணலாகும் அவற்றின் பயன்பாட்டினை விரிவான பரிசீலனைகளுக்கு உட்படுத்தி அவை தக்காணப் பண்பாட்டில் உண்மையாகப் பயன்படுத்தப்பட்டுப் பிற திராவிடக் கூறுகளோடும் சமஸ்கிருதக் காப்பியங்களில் முதன்மையிடம் பிடித்த சொற்களோடும் இணைந்து வட இந்தியாவில் நுழைந்திருக்க வேண்டும் என்பதை நிறுவியுள்ளேன். இவ்வாறு பழந்தமிழ் இலக்கியங்களை, இந்தோ ஆரிய இலக்கியங்களோடு பொருத்தி ஒப்பாய்வு செய்வதன் வழி, தற்போதுவரை இருள் சூழ்ந்துள்ள இந்திய இலக்கிய வரலாற்றின் முதன்மைப் பகுதிகளுக்கு ஒளியூட்ட முடியும் என்பது தெளிவாகிறது. காவியங்களின் வளர்ச்சி குறித்துப் பேசும் *விண்டர்நிட்ஸ்* (Winternitz), *மெக்டொனெல்* (Macdonell), *கீத்* (Keith) ஆகியோர் தங்களால் யூகத்தைத் தாண்டி எதுவும் சொல்ல முடியவில்லை என ஒப்புக்கொள்வதைச் சான்றாகக் குறிப்பிடலாம்.

தமிழ் இலக்கியங்கள் பற்றிய கருத்தாக்கம், அதன் வளர்ச்சியின் முதன்மை நிலைகளை வெளிப்படுத்துவதாக அமைகிறது. பழந்தமிழ் மற்றும் இந்தோ - ஆரிய இலக்கியங்களைக் கூடுதலான ஒப்பாய்விற்கு உட்படுத்துவதன் மூலம் பழம் இந்திய இலக்கிய வரலாற்றின் பல பகுதிகள் குறித்து விளக்கம் பெறமுடியும் என நாம் நம்பலாம். சான்றாகக் கலித்தொகையின் பெரும்பகுதி வசன நடையில் எழுதப்பட்டுள்ளது. இவ்வடிவம் சமஸ்கிருத நாடக வடிவத்தோடு ஒத்திருக்கலாம் என விளக்க முடியும்.

தமிழிலக்கிய வரலாறு குறித்து நிறையவே சொல்லமுடியும். கூடுதலாகப் பல பழந்தமிழ் அடிக்கருத்துகள் சமஸ்கிருதச் செவ்விலக்கிய மரபிற்குச் சென்று, பின்னர் முழு இந்திய இலக்கிய மரபாக மாற்றமடைந்துள்ளன என்னும் அடிப்படையிலமையும் ஆய்வுகள் எல்லா இந்திய இலக்கிய வரலாற்றிற்கும் முதன்மை யானதாகும். கைலாசபதியின் வாதங்களுக்கு மத்தியிலும், தொகைப் பாடல்களில் காணப்படும் முதிர்ச்சியடைந்த இலக்கியத் தன்மை, சுருக்கமான வாய்பாட்டு மரபிற்கு மாறானது என்னும் கருத்தினை *லார்டு* தனது நூலில் முன்வைக்கின்றார்.[11] தொகைப் பாடல்கள், வாய்பாட்டு மரபினை அடிப்படையாகக் கொண்ட, அவைகளே இலக்கியப் பாடல்களாக அமைந்த தொல் கிரேக்க இலக்கியங்களோடு ஒத்ததாக அமைகின்றன.

தமிழ்ப் பாடல்களைப் *புலவன்* (பத்து விழுக்காடு அளவிற்குப் பிராமணனுக்கு இணையாகக் கருதப்பட்டவன்),[12] அரசர்கள், அந்த நிலையினை ஒத்த பிராமணரல்லாதோர், சில பெண்கள் ஆகியோர் பாடியுள்ளனர். தாழ்த்தப்பட்ட குடியில் பிறந்த ஆண்கள் புலவன் ஆக முடியாது[13] என்பதற்குச் சில சான்றுகளும் உள்ளன. எனினும், புலவர்களால் பாடப்பட்ட பாடல்கள் பெரும்பாலும் தாழ்த்தப்பட்ட குடியினராகக் கருதப்படும் பாணன், கிணையன், துடியன் ஆகியோரின் பாடல்களைப் பின்பற்றிப் பாடியனவாகவே அமைகின்றன. இவர்கள் யாவரும் மன்னர்களின் அரசவைகளை நோக்கிச் சுற்றித் திரிபவர்களாக, மன்னனிடம் பரிசு பெறுவதையே நோக்கமாகக் கொண்டு (புலவர்களுடன் பகிர்ந்து கொண்ட ஒரு தொழில்) அவனது புகழ்பாடி வாழ்ந்து வந்தனர். பாணன், கிணையன், துடியன் ஆகியோர் வாய்மொழிப் புலவர்களே என்பதில் ஐயமில்லை. இவர்களின் வாய்மொழிப்பாடல் கூறுகளை அடியொற்றிப் பாடியமையாலேயே *புலவர்களின்* பாடல்களில் வாய்மொழிக் கூறுகள் காணப்படுகின்றன எனக் கைலாசபதி தனது நூலில் பதிவுசெய்துள்ளார். *புலவன்* என்பவன் தமிழ்நாடு முழுவதும் கல்வியறிவு பரவியதன் வழியாக உருவாக்கப்பட்ட ஒரு நிறுவனமாக, தொகைப் பாடல்களின் காலத்திற்குச் சில நூற்றாண்டுகள் முற்பட்டவனாக இருத்தல் வேண்டும். இவர்கள் காலத்தால் முந்தையவராய் இருத்தலால், இவர்களின் பல பாடல்கள் பாணர் மற்றும் பிறரைப் பின்பற்றி எழுதப் பட்டனவாக இருக்க முடியாது. பாணன், பறையன், துடியன் ஆகியோர் சமூக அமைப்பின் அடிநிலையில் மூன்று வெவ்வேறு குடிகளாக இருந்துள்ளனர். அவர்களின் முதன்மைத் தொழிலாகச் சடங்குகள் செய்வதும், அதனோடு தொடர்புடையதாய், மாய ஆற்றல் உறைந்துள்ளதாய்க் கருதப்பட்ட தம் கருவிகளை இசைப்பதும் இருந்தன என்பது

முன்னர் விளக்கப்பட்டது. இதன் காரணமாகவே இவர்களுக்கும் புலவருக்குமிடையேயான வேறுபாடு முழுமையடைகிறது.

தமிழ் நாகரிகம் உருவான துவக்க காலத் தக்காணப் பண்பாட்டிலும் இதனையொத்த கீழ்நிலைக் குழுவினர் வாழ்ந்துள்ளனர். அவர்களின் தொழிலும் இசைக்கருவிகள் இசைத்தல், பாடுதல், புனித ஆற்றல் அழைத்தல் ஆகியனவாகவே இருந்தன.[14] அவர்களே தமிழ் இலக்கியத்திற்கும் துவக்க கால மராட்டியக் கவிதைகளுக்கும் அடிப்படையான தக்காண வாய்மொழி இலக்கியம் உருவானதற்கு முதன்மைக் காரணமாக இருந்திருத்தல் வேண்டும். இந்த நிறுவன அமைப்பு இன்னும் ஆய்வுக்கு உட்படுத்தக் கூடியதாகவே அமைகிறது: வட இந்தியக் காப்பியக் காலங்களிலும், பல்வேறு வாய்மொழிப் பாணர்கள் இருந்துள்ளனர். அவர்கள் *சூத்தா, மத்தர்கள், பண்டின் (Bandins)* எனப்பட்டனர். இவர்கள் அரசனைத் துயில் எழுப்பும் ஒரு பணியிலாவது தமிழ்ப் பாணர் மரபோடு ஒத்துக் காணப்படு கின்றனர். இவர்கள் எவ்வாறாயினும், ஒப்பீட்டளவில் உயர்குடியினராகவே அமைகின்றனர் (சூத்தர்கள் அந்தண ஆணுக்கும் சத்திரியப் பெண்ணுக்கும் பிறந்தவர் ஆவர்). இந்த வடமரபுப் பாணர்கள் முரசுகள் இசைத்துச் சடங்குகளோடு தொடர்புடையவராய் இருந்தமைக்கான சான்றுகள் கிடைக்கவில்லை.

பழந்தமிழ்நாட்டில் அரண்மனையில் பணிபுரியும் ஆடல்மகளிரும் *(பரத்தையர்கள்)*[15] இருந்துள்ளனர். ஆனால், இந்தச் சமூகத்தில் அவர்களின் பங்கு குறித்த உண்மையான தகவல்கள் ஆராயப்பட வேண்டியதாகின்றது. அவர்கள் சமயச் சடங்குகளோடு தொடர்புடையவராய்க் காணப்படுகின்றனர். அதனாலேயே, அவர்கள் கோவிலோடு தொடர்புடைய நகரின் தனிப்பகுதியில் வாழ்ந்துள்ளனர். அதைப்போலவே பிற்காலத்தில் முழு -இந்தியா மரபாக்கப்பட்ட *தேவதாசிகள்* குறித்தும், இந்திய நடன மரபின் வளர்ச்சி குறித்தும் அறியப் பழந்தமிழ் இலக்கியங்களில் அவர்களின் பங்கு குறித்து ஆராய வேண்டியுள்ளது.

எல்லா இலக்கியங்களுக்கும் வேராகச் சமயம் இருப்பது பொதுவான ஒன்றாகும். பழந்தமிழ் இலக்கிய மரபு இரண்டு கூறுகளை முதன்மைப்படுத்துகிறது. அகம், புறம் என்பன அக்கூறுகளாகும். இவை அக்காலக்கட்டத்தில் புனிதமானதாகக் கருதப்பட்ட இரு கூறுகளை மிகச் சரியாக ஒத்திருக்கின்றன. பாணர் மற்றும் பிறர் மன்னனைப் புகழ்ந்து பாடுவதன் மூலமும் பறை அறைவதன் மூலமும் அவனுக்குப் புனித ஆற்றல் உருவாக்குதல் என்பது ஒரு கூறாகவும், அதேநேரத்தில் ஆண்,

பெண் இவ்விருவருக்கும் இடையிலான புனித உறவாகக் கருதப்படும் காதல் பெண்கள் மீது நிகழ்த்தப்பட்ட பல்வேறு சமூகச் சடங்குகளாலும் **கற்பு** என்னும் கோட்பாட்டாலும் கட்டமைக்கப்பட்டது மற்றொன்றாகவும் அமைகிறது. பழந்தமிழின் பெரும்பாலான பாடுபொருட்கள் இதனோடு நன்றாகப் பொருந்துகின்றன.

சான்றாகத் தமிழ் அகப் பாடல்கள், பெண்ணின் பெற்றோர் எப்போதும் அவள் காதலை *முருகு* உறைந்ததன் வெளிப்பாடாகக் கொண்டதாகவே விளக்குகின்றன. இவ்விடங்களிலெல்லாம், புலவர் தலைவியின் புனித உணர்வுகளுக்கு அழுத்தம் தருகிறார். தலைவன், தனது அன்புக்குரிய தலைவியை மணக்கும் முன்பாகப் பெரும்பாலும் ஒரு பொருளீட்டும் பயணத்தை மேற்கொள்கிறான். இப்பயணத்தின்போது அவன் வெம்மை வாய்ந்த பாலை நிலத்தின் வழியாகப் பல்வேறு ஆபத்துகளைக் கடந்து செல்கிறான். இவ்வாறான பயணத்தை முன்வைக்கும் இக்கருத்தாக்கத்தின்வழி, மரணம் சூழ்ந்த நிலத்தைக் கடந்து வருவதன் மூலமாக ஒரு ஆண், மனிதத்தன்மையும், புனிதமும் அடைந்து இல்லற வாழ்விற்குத் தகுதியானவனாகக் கருதப்படுவதை உணர முடிகின்றது.

இதே கருத்து சமஸ்கிருத சட்டசாயியிலும், சமஸ்கிருத இலக்கியங்களிலும் காணப்படுகின்றது. ஆனால், அங்கு மேற்கொள்ளப்படும் பயணம் திருமணத்திற்கான ஒரு தகுதியாக வலியுறுத்தப்படவில்லை. இதைப்போலவே மற்றொரு முழு – இந்தியக் கருத்தாக்கம் துவக்கத் தமிழ் இலக்கியங்களில் காணப்படுகின்றது. அது *அபிசாரிகா (abhisarika)* பற்றிய கருத்தாக்கமாகும். அபிசாரிகா என்னும் பெண் தனது காதலனைப் பார்ப்பதற்காக நள்ளிரவில் பெரும்பாலும் மழையில் வீட்டை விட்டு வெளியேறுகிறாள். தமிழில், தலைவன் தலைவியைப் பார்க்க இரவில் வருகிறான். அவள் திருமணமாகாதவளாக, பெற்றோர்களால் பாதுகாக்கப்படுபவளாகச் சித்திரிக்கப்படுகிறாள். சில பாடல்களில் தலைவி வீட்டைவிட்டு வெளியேறி, பெரும்பாலும் மழையில், அருகிலுள்ள குறியிடத்திற்கு வருகிறாள். தமிழ்ப் பாடல்கள் விளக்குகின்ற இக்கருத்தாக்கம், ஐயத்திற்கு இடமின்றி இவளே *அபிசாரிகாவிற்கு* முன்மாதிரி என்பதை உணர்த்துகின்றன.[16]

தமிழில் அக இலக்கியங்கள் முழுமையும், சமயக் கூறுகளுக்கு முதன்மையளிப்பதாக, எதிர்பாராத நேரத்தில் சந்தித்துக்கொள்ளும் ஆணும் பெண்ணும் நிச்சயம் திருமணம் செய்துகொள்பவராகவும், இணைவின்போது புனித நிலையை அடைபவராகவும் சித்திரிக்கின்றன. இந்தோ – ஆரிய அக இலக்கியங்களில் இம்மரபு முற்றிலும் அழிந்து, அவை காமத்திற்கு

முதன்மையளிப்பனவாக அமைகின்றன. இவை போன்ற வேறுசில முழு - இந்திய இலக்கியக் கருத்தாக்கங்களும் இருக்கின்றன. அவற்றின் தனித்தன்மைகளைப் பழந்தமிழ் இலக்கியங்களை ஆராய்வதன் வழியாகவே அறிய இயலும். இதனைச் செய்வது இந்திய இலக்கியம் பயிலும் மாணவர்களின் இன்றியமையாத பணியாக இருக்கின்றது.

இந்தியாவின் செவ்வியல் இசை வரலாறும் இனிமேல்தான் எழுதப்பட வேண்டியுள்ளது. சிலர் இதன் தோற்றத்தை *சாமவேத* மெல்லிசைகளோடு தொடர்புபடுத்தி ஆராய்ந்துள்ளனர். சாம்பமூர்த்தி என்பவர் ஆங்கிலத்தில் மிக விரிவாகக் *கர்னாடக இசை* குறித்து எழுதியுள்ளார். அவர் தரும் சான்றுகளின்வழி *சாம வேதத்திற்கும்* செவ்வியல் இசைக்குமிடையே ஒற்றுமைகள் இருப்பினும் அவை வலுவற்றதாகவே இருக்கமுடியும் என்பதை அறியமுடிகிறது.[17] சாம வேதத்தில் *ராகம் தாளம்* ஆகியவற்றை ஒத்த கூறுகள் இல்லை. அதேவேளையில் இந்திய இசைக்குரிய இவ்விரு கூறுகளும் தமிழிசையில் இருக்கின்றன. அத்தோடு, பழந்தமிழ் இலக்கியங்களில் குறிப்பிடப்பட்டுள்ள முதன்மையான இசைக்கூறுகள் யாவும் தமிழ்ப் பெயரிலேயே அமைந்துள்ளன. சமஸ்கிருதப் பெயர்கள் இடம்பெறவில்லை.

தமிழில் *பண்* என்னும் சொல் *இராகத்தைக்* குறிக்கிறது. இது காலத்தால் மிகவும் முற்பட்டுச் செல்கின்றது. இதுவே பாணன் என்னும் பெயர் உருவாகப் பயன்பட்டுள்ளது. பழந்தமிழில், இச்சொல் யாழ் இசைக்கும் இசைக் குடியினரைக் குறிக்க, பிராகிருதத்தில் இது கீழ்நிலை மக்களைக் குறிப்பதாக அமைகின்றது. இத்தோடு தமிழ்ச் சோதிடத்தின் நிலையையும் ஒப்பிட்டுப் பார்த்தல் வேண்டும். இது வடக்கிலிருந்து இறக்குமதி செய்யப்பட்ட ஒன்றாகும். அதனால், தொகைப் பாடல்களில் காணப்படும் சோதிடம் சாா்ந்த பெரும்பாலான சொற்கள் சமஸ்கிருதத்திற்கு இணையான *தற்பவச்* சொற்களாக அமைகின்றன.

உண்மையில், திராவிடத் தோற்றம் கொண்ட சில கூறுகள் சமஸ்கிருத இசைப் படைப்புகளில் காணப்படுகின்றன. *குறஞ்சி*,[18] *கம்பளா* (தமிழ்க் கம்பலை, குழலோசை),[19] *உட்பலி* (**utpali**), *நீலோட்பலி* (**nilotpali**), இராகங்களின் பெயர்கள் (தமிழ் நெய்தல் - உட்பலி, நீலோட்பலி போன்றது)[20] முதலியனவும் கர்னாடக இசைக்கருவிகள் பலவும் பழந்தமிழில் தமிழ்ப் பெயர்களோடு அமைந்திருக்கின்றன. முழவு, இது தோலில் சேறு பூசப்பட்டு இசையரங்குகளில் பயன்படுத்தப்படும் *மிருதங்கத்தை* ஒத்தது. இதைப்போன்றதே *குழல்*. இது மூங்கில் புல்லாங்குழலைக் குறிக்கிறது. இந்தியச் செவ்வியல் இசையில் பயன்படுத்தப்படும் பல இசைக்கருவிகள் திராவிடப் பெயர்களையே கொண்டுள்ளன: *தமரு, பணவா, முரஜா,*

முரளி போன்றன. தொகைப்பாடல்களிலிருந்து பெறப்பட்ட கூறுகள் இசையரங்கின் பல்வேறு இயற்கை நிகழ்வுகளோடு பொருந்துவனவாய் அமைகின்றன. அசைந்துகொண்டிருக்கும் மூங்கிலின் துளையில் நுழையும் காற்று, குழலிசையை ஒத்ததாக அமைகிறது. அதுபோன்றே இயற்கை ஒலிகள் பலவும் பல்வேறு இசைக்கருவிகளோடு ஒப்பிடப்பட்டுள்ளன. இந்தோ – ஆரிய இலக்கியத்தில் இதே உவமை காளிதாசரின் படைப்புகளில் முதன்முதலாகக் காணப்படுகிறது.

அத்தோடு தமிழர்களின் சமயக் கூறுகளில், இசையும் நடனமும் முதன்மை இடம்வகித்தன என்பது தெளிவாகிறது. சில சடங்கியல்சார் வகுப்புகள் *(Ritual classes)* அவர்கள் இசைக்கும் முரசு மற்றும் கருவிகளின் அடிப்படையிலேயே தீர்மானிக்கப்பட்டன. ஆரியப் பிரதிகளான *மகாபாரதம், இராமாயணம்(வேத இலக்கியங்களைக் காட்டிலும் அதிகளவில்)* ஆகியவற்றைக் காட்டிலும் தமிழ்த் தொகைப்பாடல்களில் இசை பற்றிய செய்திகள் அதிகம் குறிக்கப்பட்டுள்ளன. இக்கருத்துக்களின் அடிப்படையில், இந்திய இசை மரபு துவக்க காலத் தக்காணப் பண்பாட்டிற்குப் பெரிதும் கடன்பட்டிருக்கலாம் என்றும், அதன் கிளையாகத் தோன்றியதே தமிழ்ப் பண்பாடு என்றும் எனக்குத் தோன்றுகிறது. எனினும், இந்த அனுமானங்கள் யாவற்றையும் யூகத்தின் அடிப்படையிலானவையாகக் கொள்ள வேண்டியதில்லை. இவற்றினை விளக்கப் போதுமான சான்றுகள் இருக்கின்றன. இவை திராவிட இசையின் பங்களிப்புகள் என்ன, அவை ஆரியக் கூறுகளுள் எப்போது தோற்றம் பெற்றன, ஆரியக் கூறுகளோடு எவ்வாறு ஒன்றிணைந்தன என்பதை விளக்குவனவாய் அமைகின்றன.

காலத்தால் பழமையானதும், பயன்பாட்டில் இருப்பதும், கவிதையியலை விளக்குவதுமாக அமைந்த தமிழ் இலக்கண நூல் *தொல்காப்பியம்* ஆகும். தமிழ் இலக்கண முறைமை சமஸ்கிருத மொழிக்கான இலக்கண முறைமையைப் போன்றனவா இல்லை அவற்றோடு ஒத்திருக்கின்றனவா சில ஐயங்கள் எழுகின்றன. அவ்வகையில் தமிழ் கடன் பெற்ற மொழியாகக் கருதப்படுகின்றது.[21] எனினும், எந்த சமஸ்கிருத கூறுகள் பயன்படுத்தப்பட்டுள்ளன என முறைப்படுத்த இவற்றுள் ஆய்வுகள் செய்யப்பட வேண்டிய தேவைகள் இருக்கின்றன. *ஹார்மட் ஸ்கார்ப் (Harmut scharfe)* என்பவர் அண்மையில் உண்மை தேடும் இவ்வாய்வில் ஈடுபட்டு, தொல்காப்பியர் பயன்படுத்தியது ஜைன இலக்கணக் கொள்கை என்பதனைக் கண்டறிந்துள்ளார். எனினும் அவரின் இறுதியான ஆய்வு முடிவுகள் வெளியாகவில்லை. அத்தகைய முடிவுகள், பண்டைய இந்தியாவில் எந்த இலக்கணிகள் படிக்கப்பட்டனர்,

எந்த ஆரிய நூல்கள் தமிழ்நாட்டிற்குக் கொண்டுவரப்பட்டன என்பதை அறிய உதவும் என நாம் நம்பலாம். பண்டைய இந்தியாவில் ஏனைய இலக்கணிகளைக் காட்டிலும் பாணினிக்கு நாம் அதிக இடம் கொடுத்துவிட்டோம் என்பதை விளக்குவதாகக் கூட அது இருக்கலாம்.

தொல்காப்பியம் கவிதையியலிலும், ஆரியத்திற்கு இணையான சில கூறுகளைப் பெற்றுள்ளது. சான்றாக ஏழு *மெய்ப்பாடுகள், நாட்டிய சாத்திரம்* மற்றும் பிற சமஸ்கிருத இலக்கியங்கள் வரையறுக்கும் *ஸ்தாயிபாவங்களோடு* ஒத்திருக்கின்றன.[22] இவற்றின் மூலக்கூறுகள் திராவிடத்தைச் சேர்ந்தனவாக இருக்க வாய்ப்புண்டு. அவ்வாறெனில் சமஸ்கிருதத்தின் தனித்தன்மை வாய்ந்ததாகக் கருதப்படும் *ரஸக் கோட்பாடு* திராவிடத்தைச் சேர்ந்ததா என்னும் வினாக்கள் எழுகின்றன. எனினும், அவ்வாறு இருக்க வாய்ப்பில்லை என்றே எனக்குத் தோன்றுகிறது. எனது ஆய்வில் திராவிடக் கவிதையியல் கூறுகள் தக்காணப் பண்பாட்டுக் காலத்திலிருந்து வாய்ப்பாட்டு மரபாக எப்படி ஆரியக் கூறுகளோடு இணைந்தன என்பதை விளக்கியுள்ளேன்.

*மெய்ப்பாட்டுக்*கொள்கை அல்லது *ஸ்தாயிபாவம்* என்பதை ஒருவர் இலக்கிய வளர்ச்சியின் ஓர் அங்கமாகக் கருதுதல் வேண்டும். தொல்காப்பியர் தனது இலக்கணப் பகுப்புகளுக்குச் சில வடமொழி நூல்களையும், ஆரிய அழகியல் கூறுகளையும் (இங்கிருந்து அங்கு சென்று பிரதிபலித்திருக்கின்றதைக் காட்டிலும்) கடனாகப் பெற்றுள்ளார் என்பது ஏற்கத்தக்க ஒன்றேயாகும். தமிழ் அழகியலில், மெய்ப்பாடு முதன்மைப்பங்கு வகிப்பதில்லை என்பதுவும் குறிப்பிடத்தக்கதாகும். பழந்தமிழ்ப் பாடலை ஒருவர் முழுவதுமாக உணர்வதற்கு அவை தேவைப்படுவதில்லை. அதே நேரத்தில் *ஐநிலப்பாகுபாடு* குறித்த அறிவு *அகப்* பாடலை முழுமையாக அறிவதற்கு இன்றியமையாததாகின்றது.

எவ்வாறாயினும், தொல்காப்பியரின் இலக்கணக் கடன் குறித்த மேலாய்வு அவசியமானதாகிறது. அவர் கவிதையியல் கூறுகளை எங்கிருந்து பெற்றார், குறிப்பாக எந்த ஆரிய மூலத்திலிருந்து பெற்றார் என்பதை வரையறுக்க இது அவசியமாகிறது. இந்திய அழகியலின் தோற்றம் குறித்த அறிவு இன்னும் முழுமையடையாததாகவே இருக்கிறது. இத்தகைய ஆய்வுகள் தமிழிலக்கிய வரலாறு குறித்த ஆழமான அறிவைத் தருவதோடு மட்டுமல்லாது, வட இந்திய அழகியலின் தோற்றம் குறித்து நாம் அறிந்து கொள்ளவும் கணிசமான பங்களிப்பைச் செய்யக்கூடும். தொல்காப்பியத்தில் மேற்கொள்ள வேண்டிய இத்தகைய ஒப்பாய்வுகளோடு கூடுதலாக, அதன் அனைத்துப் பகுதிகளும் *எழுத்ததிகார* காலத்தைச் சேர்ந்தனவா என ஆராய்தல்

வேண்டும். ஐராவதம் மகாதேவன், எழுத்துமுறைத்தரவுகளின் *(paleographic data)* அடிப்படையில் *எழுத்ததிகாரம்* காலத்தால் பிற்பட்டது என்றும் கி.பி. 5 ஆம் நூற்றாண்டைச் சார்ந்தது என்றும் நிறுவியுள்ளார்.[23] அல்லது தொல்காப்பியத்தின் பிற பகுதிகள் காலத்தால் முந்தியனவாய் இருக்க இது இடைச்செருகலாகச் சேர்க்கப்பட்டதா எனக் கண்டறிதல் வேண்டும். இந்த அடிப்படையில் உறுதி செய்வதற்குத் தொல்காப்பியத்தின் மொழியை ஆராய்தல் வேண்டும். தொல்காப்பியம் கொண்டுள்ள கவிதையியல் கோட்பாடுகளை, அது விவரிக்கும் கவிதைகளோடு ஒப்பிடுவதும் பயனுள்ளதாய் அமையும்.

எனது ஆய்வேட்டில், பழந்தமிழர்கள் பயன்படுத்திய சோதிட முறை குறித்து ஆராய்ந்து அது வடமொழி மரபினைப் பெற்று உருவானது என்பதனை விளக்கியுள்ளேன்.[24] மிகத் துவக்ககால ஆரிய இலக்கியத்தில் காணப்படும் கூறுகளோடு இவ்வமைப்பு ஒத்திருப்பதோடு பல மாதங்கள், விண்மீன்களின் பெயர்களும் வட மரபினைச் சார்ந்தனவாய் அமைகின்றன. இவற்றுள் சில *ரிக்வேத* காலப் பழமைக்குச் செல்வனவாக அமைகின்றன. இங்கு எப்போதாவது வானியல் சார்ந்த நம்பிக்கைகள் ஒழுங்கமைப்பற்றுக் காணப்படுகின்றன. இவை தமிழ்ச்சோதிடத்தின் உண்மை அமைப்பைப் பிரதிபலிப்பனவாக அமையலாம். இந்தப் புதிய அமைப்பு பழந்தமிழ்ப் பாடல்களின் காலத்திற்கு மிக முன்பே பெறப்பட்டிருத்தல் வேண்டும். அதனாலேயே, அப்பாடல்களில் அவை நன்கு கட்டமைக்கப்பட்டதாய் விழா நடைபெறும் நாள், திருமணம் ஆகியவற்றை வரையறுப்பதற்குப் பயன்படுவதாய் அமைந்துள்ளன. அத்தோடு பெரும்பாலான வட பகுதிப் பெயர்கள் தமிழ் உச்சரிப்பிற்கு ஏற்ப முற்றிலுமாக மாற்றப்பட்டுள்ளன. தொல்காப்பியர் குறிப்பிடும் சமஸ்கிருதச் சொற்களுக்கான தற்பவ முறை இங்குக் கடைப்பிடிக்கப்படவில்லை. இக்கூற்று, கடன்வாங்குதல் இத்தகைய விதிகள் உருவாவதற்கு முந்தைய காலத்திற்குச் செல்வதைக் காட்டுகிறது. உண்மையில், மாற்றமடைந்தனவாக அதன் வடிவங்களே அமைகின்றன. கல்வியறிவுடைய மக்களால் இப்போலச்செய்தல் செய்யப்பெற்றது என்பது சாத்தியமற்றதாகவே தெரிகிறது. குறைந்தபட்சமாக *ஆவணி* என்னும் ஒரு மாதமாவது அதன் தமிழ் வடிவத்தில், *கன்னட* மொழியிலும் வழக்கில் இருக்கிறது. இது வடசோதிடம் தென்னிந்தியாவில் இவ்விரு மொழிகளும் பிரிவதற்கு முன்பே தோன்றிவிட்டது என விளக்கப் போதுமானதாக இருக்கிறது. பல்வேறு திராவிட மரபுகளில் காணலாகும் சோதிடமுறையை ஒப்பாய்வு செய்வதன்வழித் தோராயமாக எக்காலக் கட்டத்தில் வட அமைப்பு புகுத்தப்பட்டது என்பதையும்

அத்தகைய புகுத்தம் தமிழ்– கன்னடம் ஒன்றாய் இருந்தபோது நிகழ்ந்ததா என்பதையும் கண்டறிய முடியும்.

பழந்தமிழ் இலக்கியங்கள் தருகின்ற தகவல்களுள் அரசுகளின் வரலாறு குறித்த தகவல்கள் அதிகளவில் ஆராயப்பட்டுள்ளன. முரணாக, இப்பாடல்கள் பண்டைய இந்தியாவைப் பற்றி அறிந்துகொள்ளக் குறைந்த அளவிலான தகவல்களையே தருவதாக நான் கருதுகிறேன். வரலாற்றின் எல்லைப் பரப்பில், சில அரசர்களின் பெயர்களைத் தாண்டி மிக முதன்மையானது, பாடல்கள் தரும் அக்காலகட்ட அரசியலமைப்புகள் குறித்த உண்மைச் செய்திகளாகும். அண்மையில் *பர்டன்ஸ்டைன்* தமது திறமிக்க கட்டுரையில், தென்னிந்தியாவில் ஒன்பது – பத்தொன்பதாம் நூற்றாண்டிற்கு இடைப்பட்ட காலத்தில் மூன்று ஒருங்கிணைந்த விவசாயப் 'பகுப்புகள்' இருந்தமையைக் கண்டறிந்துள்ளார்.[25] அவற்றுள் முதலாவது பல்லவர்–சோழர் காலத்தில் நிலவியுள்ளது. அக்காலக்கட்டத்தில் தென்னிந்தியாவின் சிறு பகுதிகள் பிராமணர்களாலும், உயர்குடி நிலக்கிழார்களாலும் ஆதிக்கம் செலுத்தப்பட்டுள்ளன. அவர்களுக்குத் துணையாக வீரர்கள் இருந்தனர். இந்தச் சிறுபகுதியினர் காஞ்சி மற்றும் தஞ்சாவூரில் இருந்த பெருமன்னர் குடும்பத்தினருக்குச் சிறிய அளவில் கட்டுப்பாடு உடையவராகவும் வரி செலுத்துபவராகவும் விளங்கினர். பதினான்கு, பதினைந்தாம் நூற்றாண்டுகளில் பிராமண – நிலக்கிழார்[26] சிறுபகுதி மேலாண்மை உடைந்தது. முகலாயப் படையெடுப்பினால் தற்காப்பிற்கான புதிய தேவை எழுந்ததே இதற்குக் காரணம் என *ஸ்டைன்* விளக்குகிறார்.

சிறு பகுதிகள் படைதிரட்டிக் காக்கக்கூடிய வீரர்களின் ஆளுகைக்கு உட்பட்டன. இதனை ஸ்டைன் பின்வருமாறு விளக்குகிறார், 'இவ்வீரர்களுக்குள்ளாகவே உருவாக்கப்பட்ட தனிப்பட்ட ஆளுகை அமைப்புகள் யாவும் விஜயநகரப் பேரரசுக்குக் கீழ் சமர்ப்பிக்கப்பட்டன.[27] ஐரோப்பிய ஆளுகை குறித்துப் பேசும் இவரின் மூன்றாம் தொகுதி குறித்து இங்குக் கவனத்தில் கொள்ளத் தேவையில்லை. ஸ்டைன் 'ஒன்பதாம் நூன்றாண்டின் துவக்கத்திலிருந்து வேளாண் நில ஆளுகை *(agrarian)* முறை தோற்றம் பெற்றதற்கான வலுவான ஆதாரங்கள் கிடைக்கின்றன. அது அடுத்த ஆயிரம் ஆண்டுகளுக்கு நிலைபெற்றுவிட்டது. ஆனால், அதற்கும் முற்பட்ட நிலை குறித்து அறிய முடியவில்லை'[28] எனக் குறிப்பிடுகிறார். இது *ஸ்டைன்* தமிழிலக்கியம் குறித்து அறிந்திருக்கவில்லை என்பதை உணர்த்துகின்றது. இவர் மட்டுமல்லாது வேறு எந்தவொரு வரலாற்று ஆய்வாளரும் பல்லவர் காலத்திற்கு முற்பட்ட தமிழகம் குறித்த செய்திகளை விளக்க இலக்கியத் தரவுகளைப் பயன்படுத்தவில்லை.

பழந்தமிழிலக்கியங்கள் பல்லவர் – சோழர் காலத்திற்கு முற்பட்ட நில அமைப்புகளைத் தெளிவாக விளக்குகின்றன.

நிலங்கள் வன்புலம், மென்புலம் என்றும் மேலும், அதன் உட்பிரிவாக குறிஞ்சி, முல்லை, மருதம், நெய்தல் எனவும் பிரிக்கப்பட்டுள்ளன. பல அரசர்களும், குறுநிலத் தலைவர்களும் ஏதேனும் ஒரு வகையான நிலத்தை மட்டுமே ஆண்டுள்ளனர். புலவர்கள், மன்னர்களைப் போற்றுவதற்காகப் பெருமன்னர்கள் பல பகுதிகளையும் ஆண்டனர் என அவர்கள் ஆண்டதற்கும் அதிகமான பகுதிகளைக் குறிப்பிடுகின்றனர்.[29] ஸ்டைன் குறிப்பிடும் காலத்தில், நெல் விளைந்த ஆற்றுப் பாசன நிலம் இக்காலக்கட்டத்தில் அவ்வளவு முதன்மை பெற்றிருக்கவில்லை. எனினும், வலிமையான மன்னர்கள் இப்பகுதிகளை ஆண்டனர் என்பது தெளிவாகிறது.

பழந்தமிழ் இலக்கியங்கள் எழுந்த காலக்கட்டம் பிற்கால விஜயநகர காலக்கட்டத்தினை ஒத்ததாய்ப் போர்கள் மலிந்து விளங்கியது. இக்காலக்கட்டத்தில் நாடு பல சிற்றரசர்களின் ஆளுகைக்கு உட்பட்டிருந்தது. இவர்கள் குறுநில மன்னர்கள் என்றழைக்கப்பட்டனர். இவர்களுள் பெரும்பாலானோர் ஒரு சிறுபகுதியை மட்டும் ஆண்டனர். நாட்டில் பஞ்சம் உண்டானால் இவர்கள் எவ்வாறு வறுமையின் பிடியில் தள்ளப்படுவர் என்பதைப் பாடல்கள் விளக்குகின்றன. புறம். 127, 327, 180 ஆகிய பாடல்களை இவற்றிற்குச் சான்றாகக் காட்டலாம். இத்துவக்க காலத்திலும் தமிழ்நாடு சேரர், சோழர், பாண்டியர் என்னும் பேரரசுகளின் ஏகாதிபத்தியத்திற்கு உட்பட்டு இருந்துள்ளது. பிற்காலத்தில் ஸ்டைன் கண்டறிந்து கூறியதைப் போலவே இவர்களின் அதிகாரப் பரப்பும் தலைநகரை உள்ளடக்கிய சிறுபகுதியினை மையமிட்டதாகவே இருந்துள்ளது. தமது செல்வ வளத்தையும புகழையும் அதிகரித்துக்கொள்ள இவர்கள் தமக்குக் கீழிருந்த குறுநிலமன்னர்களிடம் திறை செலுத்தும்படிக் கட்டாயப்படுத்தியுள்ளனர்.[30] புறநானூற்று 51வது பாடலினை இதற்குச் சான்றாகக் கொள்ளலாம். விஜயநகரப் பேரரசுக் காலக்கட்டத்தில் காணப்பட்ட அடிபணிதல் மரபு ஐரோப்பிய நிலபிரபுத்துவத்தில் காணப்பட்ட அளவிற்கு வலிமைமிக்கதாக இல்லை என ஸ்டைன் கருதுகின்றார்.[31] ஆனால், இந்த மரபு தொகைப்பாடல் காலக்கட்டத்தில் காணப்பட்டுள்ளது. புறம்.139, 287 ஆகிய பாடல்கள் இக்கூற்றிற்குச் சான்று பகர்வதாய் அமைகின்றன.

புறநானூறு 166 வது பாடலில் புலவர் ஒருவர் பிராமணரிடம், மன்னன் ஒப்படைத்த நிலத்தை வழங்குமாறு கேட்கின்றார். இவ்விடத்தில் பிராமணன், மன்னன் நிலைக்கு உயர்த்தப்

படுவதைக் காண முடிகிறது : பிராமணனுக்கு அவன் ஆளுகைக்குட்பட்ட நிலத்தின் மீது தனிப்பட்ட உரிமை இருந்துள்ளது. புலவர் தனக்குப் பொருள் வேண்டி அவனைப் போற்றுகிறார். இப்பாடல், சிறுபகுதி மீதான பிராமண – நிலக்கிழார் மேலாதிக்கம் தொகைப்பாடல் காலத்தில் தோற்றம் பெறவில்லை என்பதைத் தெளிவாக விளக்குகிறது. தொகை நூல்கள் தரும் அரசியல் தகவல்களின் அடிப்படையில், குறுநில மன்னர்களிடமிருந்த அதிகாரம் பிராமணர்களிடமும், நிலக்கிழார்களிடமும் சென்றதற்குப் பல்லவர்களே காரணம் என என்னால் யூகிக்க முடிகின்றது.

வட இந்தியப் பெரும்பகுதியை ஆண்ட குப்தர்கள் அவர்களைப் பெரிதும் கவர்ந்திருத்தல் வேண்டும். பாரம்பரியத் தென்னிந்திய அமைப்பு இத்தகைய வலிமையை அடைவதற்கு அவர்களுக்குத் தடையாக இருந்தது. மாறாக அதிகாரத்தை அவர்களுக்குச் சாதகமான, படைவீரர்களாய் அல்லாத, வலிமையான மன்னன் தரும் பாதுகாப்பைத் தரும் குழுக்களுக்கு வழங்கினர். அக்காலக்கட்டத்தில் பிராமணர்களே அத்தகைய குழுவினராய் விளங்கினர் என்பதை எளிதில் அறிய முடியும். அக்காலக்கட்டத்தில் இந்துமதம் சாதாரண மக்களும் ஏற்கும் நிலையில் இருந்ததாலும், இதுவரை பார்த்திருந்த போர்புரியும் பிரபுத்துவத்திற்கு மாறானவர்களாகப் பிராமணர்கள் இருந்தமையாலும் அவர்களுக்கு உலகளாவிய மதிப்பு இருந்தது. பிராமணர்களுக்கும், பண்டைய வீரர்களுக்குமான வேறுபாட்டைப் புறநானூறு 362வது பாடல் விளக்குகிறது. பிராமணர்கள் நிலையான அரசின் மூலம் மட்டும் செழிப்படையவில்லை. ஓர் அரசன் மற்றொருவனை வெற்றி பெறும்போது பகைவனின் நிலம், பொருள் முதலிய அனைத்தையும் கைப்பற்றுவான். சில சமயங்களில் பகைவனின் நிலத்தைப் பாழாக்குவான். அவ்வாறு கைப்பற்றப்படும் நிலங்களைப் பெரும்பாலும் தனது தளபதிகளுக்கோ கூட்டாளிகளுக்கோ வழங்குவான். எவ்வாறாயினும் இம்முறையால் நிலங்களை வைத்துள்ளவர் இன்னல்களுக்கு ஆளாயினர். மற்றொருபுறம் தமிழ்நாட்டின் விளைநிலங்களும் அதிகமாயின. ஆற்றுப்பாசனம் பெறுகின்ற நிலக்கிழார்கள் செல்வந்தர்களாயினர், அதேநேரத்தில் பாசன வசதி இல்லாத நில உரிமையாளர்கள் துன்புற்றனர். இதனால் நில உரிமையாளர்களின் எண்ணிக்கையும், பலமும் அதிகமானது. பல்லவர்கள் சில அதிகாரங்களைத் தந்து நில உரிமையாளர்களுடன் கூட்டணி அமைத்துக் கொண்டனர். இக்காலக்கட்டங்களில் பல்லவர்கள் பழைய வீரர் மரபின் எதிர்ப்பினை எவ்வாறு கையாண்டார்கள் என்பது ஆய்விற்கு உரியதாகின்றது. அதேநேரத்தில், இங்குப் பிராமணர்கள்

சிறிய அளவிலான பங்களிப்பை மட்டுமே செலுத்தியுள்ளனர். மாறாகச் சோழர் காலங்களில் பிராமணர்களின் நில ஆதிக்கம் அதிகரித்துச் சிறுபகுதிகளை அவர்களே கட்டுப்படுத்தியுள்ளனர். இது இயல்பான ஒன்றாகும். எவ்வாறாயினும், குப்தர்களை முன்மாதிரியாகக் கொண்டும், தங்களை வைதீக இந்துக்களாக முன்னிலைப்படுத்தியும் பழைய அமைப்புமுறையை உடைத்துப் புதிய விதிகளைப் பல்லவர்கள் உருவாக்கினர். இந்தக் காரணங்களுக்காகவே பல்லவர்களின் ஆவணங்களில் பிராமணர்கள் முதன்மைப்படுத்தப்படுகின்றனர்.

தொகைப்பாடல்கள் தருகின்ற அரசமைப்பு குறித்த தகவல்களைக் கவனமாக ஆராய்வதன் மூலம் தென்னிந்திய வரலாறு குறித்த பல புதிய தகவல்களை அறியலாம். மேலே மேற்கொண்ட சிறிய பகுப்பாய்வின் மூலம், சோழர் காலத்திற்குப் பின்னர் மாற்றமடைந்த சமூக வடிவத்தைக் காண முடிகிறது. விஜயநகர காலத்தில் முன்னர் இருந்த இயல்பு நிலையை அடைந்துள்ளது. இங்கு, ஸ்டீனால் சித்திரிக்கப்படும் அமைப்பு பல்லவர் – சோழர் காலகட்டத்தில் ஒவ்வொரு வலிமையான வீரனையும் எப்படிக் கவனமாக அடக்கியது என்பதே வினாவாக எழுகிறது. பேரரசுகளால் அத்தகைய வீரர்களைக் கட்டுக்குள் வைத்துக்கொள்ள முடியாமையே சிறுபகுதிகள் மீண்டும் வீரர்களின் ஆளுகைக்குள் வந்ததற்குக் காரணமாக அமையலாம்.

இவ்வகையில், தமிழ் இலக்கியத்தின் மதிப்பு உண்மையிலேயே சிறந்தது என உறுதியாகக் கூறலாம். இவ்விலக்கியத் தகவல்களை வெளிக்கொணர என்ன முயற்சிகள் மேற்கொள்ளப்பட்டுள்ளன? முதலாவதாக, மொழிபெயர்ப்புகள் குறைவாகவும், போதாமையுடையதாகவும் அமைகின்றன. *ராமானுஜனின்* தேர்ந்தெடுத்த குறுந்தொகைப் பாடல்களின் மொழிபெயர்ப்பு[32] சிறப்பாய் இருப்பினும் பெரியளவிலான ஆய்வுகளுக்குப் போதுமானதாய் இல்லை. அது முன்னெடுக்கப்பட வேண்டியுள்ளது. *கிராஸ் லீ (Gros le)* இன் பரிபாடல் மொழிபெயர்ப்பு[33] உண்மையிலேயே நன்றாக, வெளிவந்துள்ள பிற தொகை மொழிபெயர்ப்புகளைக் காட்டிலும் சிறப்பானதாக அமைகின்றது. *செல்லையாவின்* பத்துப்பாட்டு மொழிபெயர்ப்பு பெரும்பாலும் சரியாக அமைகிறது. எனினும், அலங்காரத் தன்மையிலமைந்த விக்டோரியன் நடை, அதனைப் பயன்தரும் தன்மையிலிருந்து விலக்கிச் செல்கிறது. அது தரும் குறிப்புகளும் போதுமான அளவினதாய் இல்லை. எனவே, பழந்தமிழிலக்கியங்களில் அதிகம் தேர்ச்சியில்லாத ஒருவர் அடிக்கடி குழப்பமடைய நேர்கிறது.[34] மூன்று தொகுதிகளாய் வெளிவந்துள்ள *கழக* மொழிபெயர்ப்பு, பழந்தமிழ் இலக்கியங்கள்

குறித்த பொது அறிமுகத்தைத் தருதல் என்னும் அதன் பொது நோக்கத்திற்காகவேனும் சிறிது பயன்படுகிறது. கேள்விகளையே முதன்மையாய்க் கொண்டமையும் உரைகளும் ஆய்வாளர்களுக்குச் சிறிது பயன்தருவதாய் அமைகின்றன. அழுத்தமான இந்திய ஆங்கிலத்தில் அமையும் மொழிபெயர்ப்புகள் ஆர்வமுடைய வாசகர்களை ஈர்க்கத் தவறுவதில்லை.[35] பிற்காலத்தில் எழுந்த மொழிபெயர்ப்புப் படைப்புகளுள் *திருக்குறள்* குறிப்பிடத்தக்கதாய் அமைகிறது. எனினும், அதற்கு எழுந்த எந்தவொரு மொழி பெயர்ப்பும் உண்மையில் போதுமானதாய் அமையவில்லை.[36] *நாலடியாருக்கு* எழுந்த *போப்* மொழிபெயர்ப்பு சிறப்பானதாய் அமைகிறது.[37] சிலப்பதிகாரத்தின் ஆங்கில வடிவமாய் அமையும் *டேனியலின்* மொழிபெயர்ப்பு அதன் மொழியமைப்பில் அழகானதாய், மூலப் படைப்பு தரும் உணர்வைத் தருவதாய் அமைகிறது. எனினும், அதுதரும் தகவல்கள் சரியானதாக அமையவில்லை. பெரும்பாலும் தவறாகவும், தவறான புரிதலுக்கு வழிவகுப்பதாகவும் அமைகின்றன.[38]

இவ்வாறான மொழிபெயர்ப்புகள் உருவானபோதும் ஆய்வுகள் பெரிய அளவில் முன்னெடுக்கப்படவில்லை. அவ்வாறு முன்னெடுக்கப்பட்ட முயற்சிகளும் போதுமான அளவினதாக இல்லை. சான்றாக, வராலாற்றுத் தரவுகள் நிறைந்த புறம். 335வது பாடலுக்கு அமைந்த பலரின் விளக்கங்களைக் குறிப்பிடலாம். இப்பாடல் குறித்த விளக்கமளிக்கும் கைலாசபதி, 'இப்பாடல், பல்வகை மலர்கள், உணவுப் பொருட்கள், கடவுளர் ஆகியவற்றைக் குறிக்கின்றது. அத்தோடு நால்வகை முதன்மைக் குழுக்களுள் ஒருவரான பாணர்களைப் பற்றியும் குறிக்கின்றது. தொடர்ச்சியாக, ஆர்வந்தரத்தக்க செய்தியாகப் பண்டைய குலமரபைச் சேர்ந்த பறையர் குறித்தும் பேசுகிறது. எனினும், பிற்காலங்களில் இவர்கள் சாதியப் படிநிலைகளால் பின்னுக்குத் தள்ளபட்டனர்[39] என்னும் கருத்தை முன் வைக்கின்றார். கே.கே.பிள்ளை, 'புறநானூற்றில் அமைந்த இப்பாடல் துடியர், பாணர், பறையர், கடம்பர் என்னும் நான்கு குடிகளைத் தவிர பிற குடிகள் இல்லை என்று விளக்குகிறது. இது நிலத்திற்குரிய வீரர் சமூகத்தை மட்டும் விளக்குவதாக அமைகிறது. நான்கு தனித்தன்மை வாய்ந்த சமூகங்கள் மட்டுமே பிற்காலச் சாதிய அமைப்புகளால் பாதிக்கப்படவில்லை என விளக்குவதாகக் கொள்ள வேண்டியதில்லை'[40] இதற்கு விளக்கமளிக்கும் நீலகண்ட சாஸ்திரி, 'ஒரு புறநானூற்றுப் பாடல் நான்கு குடிகள் மட்டுமே உள்ளன எனவும், ஒரு கடவுள் மட்டுமே நெல் தூவி வழிபாடு நடத்தக் கூடியதாக உள்ளது எனவும் உறுதிப்படுத்துகிறது. இது போர்க்களங்களில் இறந்துபட்ட வீரர்களை நினைவுப்படுத்தும் நடுகல் வழிபாடாகும். இக்குடிகள்

குறித்தும் அவர்களின் வழிபாடு குறித்தும் மிகப் பெரிய பொருள் மயக்கம் காணப்படுகிறது, இவர்கள் ஆரியர்களின் வருகைக்கு முற்பட்டவர்களாக இருக்கலாம்[41] என்கின்றார். எனினும், இப்பாடல் எளிமையான பாடலாகும்.

இப்பாடலின் உள்ளடக்கத்தைக் காணும்போது இதில் சுட்டப்படும் மலர்களும், தானிய வகைகளும் *வன்புலத்தில்* விளையக்கூடியனவாக, உயர்வானதாகக் கருதப்பட்ட நெல் விளையும் *மென்புலத்தில்* இருந்து வேறுபட்டதாக அமைகிறது. இவையாவும் முல்லை, அல்லது பாலை நிலங்களில் விளையக் கூடியன. எனவே, இங்குக் குறிப்பிடப்படும் *வரகு, தினை, கொள், அவரை* முதலியவற்றை விளைவிக்கும் மக்கள் நெல் முதலிய செழிப்பான பயிர்களை விளைவிக்கும் மக்களைக் காட்டிலும் மதிப்புக் குறைவானவர்களாகக் காட்டப்பட்டிருத்தல் வேண்டும் எனப் பாடல் விளக்குகிறது.

இதனை ஔவை துரைசாமிப்பிள்ளை, தனது கழக உரையில் குறிப்படுகின்றார்.[42] அது சரியாக இருத்தல் வேண்டும். புலவர், முல்லை நிலத்தின் தன்மையினை வெளிப்படுத்தவே இவ்வாறாகப் பாடியுள்ளார், கிடைக்காமல் போன வரி அதை உறுதிப்படுத்துவதாக அமைந்திருக்கும் என்னும் கருத்தை முன்வைக்கின்றார். துரைசாமிப்பிள்ளையின் கழகப் பதிப்பிற்குப் பிறகே எல்லா ஆங்கில மொழிபெயர்ப்புகளும் அமைந்தபோதும் அவை துரைசாமிப்பிளையின் அருமையான, தெளிவான உரையை ஒதுக்கிவிடுகின்றன. இரண்டாம் நிலைத் தரவுகளையும் பழந்தமிழ் இலக்கியங்கள் குறித்த ஆய்விற்கு எவ்வாறு கவனத்தில் கொள்ள வேண்டும் என்பதற்கு இது சிறந்த எடுத்துக்காட்டாக அமைவதாக நான் கருதுகிறேன். தமிழ்ப் பேரகராதியிலும் சில தவறுகள் காணப்படுகின்றன. *கிணைமகள்* என்பதனை இவ்வகராதி *விறலியோடு* தொடர்புபடுத்துகின்றது.[43] இவள் நிச்சயம் கிணை வாசிக்கும் குடியிலிருந்து வேறுபட்ட பாணனின் மனைவியாகத்தான் இருத்தல் வேண்டுமென நான் விளக்கியுள்ளேன். சுப்பிரமணியம் என்பவரால் உருவாக்கப்பட்ட, *பல்லவர் காலத்திற்கு முற்பட்ட தமிழ்ச்சொல் அடைவு* (pre pallavan *Tamil Index*), பல முதன்மைச் சொற்கள் விடுபட்டிருந்தாலும் ஓரளவு பயன்தரத்தக்கதாய் அமைகின்றது. இது கிணை வாசிப்பவரை, அத்தொழிலுக்கு முற்றிலும் வேறுபட்ட துடியன் எனக் குறிக்கிறது.

பழந்தமிழ் இலக்கியங்களை மட்டும் படித்துமுடித்த நிலையில் பழந்தமிழகத்தைப் பற்றி அறிந்துகொள்ளத் தொல்லியல் ஆய்வுகளே உதவுகின்றன. *க்னோரரோசோவ் (Knorozov)* என்னும் ருசிய அறிஞரின் தலைமையிலான குழுவினர்

அண்மையில் நடத்திய ஆய்வில், சிந்து சமவெளி எழுத்துப் பொறிப்புகள் திராவிடமொழி எழுத்துக்களோடு ஒன்றியும், சுமேரிய, ஏலமைட், சமஸ்கிருதம் முதலிய மொழிகளோடு மாறுபட்டும் அமைவதைக் கண்டறிந்துள்ளனர்.[45] *பின்ஸ் (Finns)* குழுவினரின் அண்மையில் எடுத்துள்ள ஒத்த முடிவுகளை, அதிகம் அறியப்பட்ட அதேநேரம் குறைந்த ஆய்வுத்தன்மையுடைய கட்டுரையில் வெளிப்படுத்தியுள்ளனர்.[46] *பின்ஸ்,* முத்திரைகளில் காணப்பட்ட எழுத்துக்களை அறியவே முற்படுகிறார். எனினும், அவர்களின் பகுப்பாய்வு ருசிய மொழிபெயர்ப்புகளில் காணலாகும் பெரும்பாலான பின்னொட்டுகளிலிருந்து மாறுபடுவதாகவும், பல்வேறு குறிகள் குறித்த அவர்களின் விளக்கங்கள் யூகத்தின் அடிப்படையிலானவை (ஒன்றிரண்டு விதிவிலக்குகளைத் தவிர). அவற்றை உறுதிசெய்யப் போதுமான தரவுகள் இல்லை என்னும் தவறான வாதம் முன்வைக்கப்படுகிறது. அவர்கள், விரைவில் இதனை விரிவாக, நன்கு விளக்கப்பட்ட நூலாக வெளியிடுவதாக உறுதியளித்துள்ளனர். அப்பதிப்பு அவர்களின் வாதத்திற்கு அதிகச் சான்று பகர்வதாய் அமையும் எனலாம். சிந்து சமவெளிப் பகுதிகளில் வாழ்ந்தவர்கள் திராவிடர்களே என்னும் கருதுகோள் *பி.பி.லாலின் (B.B.Lal) பண்டைய இந்தியா (Ancient India)* என்னும் கட்டுரையின் வாயிலாக உறுதிப்படுத்தப்படுகின்றது. தென்னிந்தியாவில் கிடைக்கப்பெற்ற பெருங்கற்கால எழுத்துப் பொறிப்புகளுள் 90 விழுக்காடு எழுத்துக்கள், சிந்து சமவெளி எழுத்துக்களோடு ஒத்துப்போவதாகவும், சிந்து சமவெளி எழுத்துக்களுக்கு ஆயிரம் ஆண்டுகளுக்கு முற்பட்டதாகவும் அமைகின்றன என்பதை இவர் விளக்கியுள்ளார்.[47] பெருங்கற்காலத்தைச் சேர்ந்த பானையோடுகளில் பொறிக்கப்பட்ட எழுத்துப் பொறிப்புகளில் பழமையானவை கிடைக்கவில்லை. அவை, தொகைப்பாடல்களின் காலத்திற்கு ஏறக்குறைய நூறு ஆண்டுகளுக்கு முற்பட்டவனவாகவே காணப்படுகின்றன. தொகையாக்கக் காலத்தில் நடுகல்லில் பெயர்களைப் பொறிக்கும் வழக்கம் இருந்துள்ளமையை அறிய முடிகின்றது. எனவே, நடுகற்களைத் தீவிர ஆய்வுகளுக்கு உட்படுத்துவதன் மூலம் சிந்து சமவெளிக் காலக்கட்டத்தினைச் சேர்ந்த எழுத்துமுறையுடன் கூடிய எழுத்துப் பொறிப்புகளைக் கண்டறியும் வாய்ப்புகள் உள்ளன.

தென்னிந்தியாவில் ஆய்வு மேற்கொள்ளும் தொல்லியலாளர்களுக்குப் பெரும் சவாலாக விளங்குவது அவர்கள் கண்டறியும் நகரங்கள் குறித்துக் காலக்கணிப்புச் செய்வதும் அந்நகர நாகரிகங்களின் தோற்றம் குறித்து ஆராய்வதும் ஆகும். இவ்வகையில் *வீலர் (Wheeler)* என்னும் அறிஞர், இவை சிந்து வெளி நாகரிகத்திலிருந்து தோற்றம் பெற்றவையாக இருக்கலாம்

எனக் கருதுகின்றார்.[48] எனினும், சான்றுகளின் அடிப்படையில் நிறுவப்படாத அவரின் கருத்து ஊகமாகவே கருதப்படுகிறது.

இறந்தவர்களைப் புதைக்கும் முறையிலும், தொகை நூல்களின் வழியும், மக்களிடம் இரண்டு படிநிலைகள் இருந்தமையைக் காண முடிகின்றது.[49] *உயர்ந்தோர், இழிந்தோர்*[50] என்பது அப்படிநிலைகளாகும். இவற்றுள் உயர்ந்தோர் குறித்துத் தொல்காப்பியம் பேசுகின்றது. இழிந்தோராகப் *பாணன், துடியன், வேலன்* மற்றும் பலர் கருதப்படுகின்றனர். இவர்களுள் உயர்ந்தோர் என்பவர்களைத் திராவிட மொழிபேசும், வட நாட்டு வந்தேறிகளின் வழித்தோன்றல்களாகக் கருதலாம். இவர்களே நடுகல் மரபினை உருவாக்கினர். அதே நேரத்தில் இழிந்தோராகக் கருதப்படுபவர்கள் பானைகளில் இறந்தவர்களைப் புதைத்தனர்.

இதே நேரத்தில், இக்கருத்துக்களுக்குக் கடும் எதிர்ப்புகளும் உள்ளன. தமிழ், தொல் திராவிட மொழியோடு பெரிதும் ஒத்திருந்தது. அதேநேரத்தில் இம்மொழியைப் பேசுபவர்கள் பிற மொழி பேசுபவர்களிடமிருந்து பெரிதும் வேறுபட்டிருந்தனர். அதனால், மொழியில் பல மாற்றங்கள் உருவாயின. புறநானூற்றில் வீரர்களைப் பானையில் இட்டுப் புதைக்கும் வழக்கம் காணப்படுகின்றது.[51] சமூகத்தின் கீழ்நிலை மக்கள் புதைக்கப்பட்ட செய்தி விளக்கப்படவில்லை. தொல்லியல் ஆய்வுகளே இச்சிக்கல்களுக்கு வெளிச்சம் பாய்ச்ச வேண்டும்.

தொல்லியல் ஆய்வுகளில் இன்னும் சில கூறுகள் கவனத்தில் கொள்ள வேண்டியள்ளன. பானார்ஜி(Bannerjee) என்பவர் தனது, *இரும்புக் கால இந்தியா (The Iron Age Of India)* என்னும் நூலில், ஒரே புதைகுழியில் பலரின் எலும்புத் துண்டுகள் கிடைப்பதைக் கண்டறிந்து விளக்கியுள்ளார்.[52] இதன் அடிப்படையில், இறந்தவர்களைப் புதைக்கப்பட்ட காலம் வேறு, நடுகல் நிறுவப்பட்ட காலம் வேறு. நடுகல் நடுவதற்கு இடைப்பட்ட காலத்தில் இறந்தவர்களையும் அதே குழியில் புதைத்துள்ளனர் என்னும் கருத்தை முன்வைக்கின்றார்.

இதனையொட்டிய தமிழ்த் தொகைப் பாடல்களும் கிடைக்கின்றன. மன்னன் ஒருவன் வடக்கிருந்து உயிர் துறக்க,[53] அவனது நண்பர்கள் பலரும் அவ்வாறே உயிர் துறந்துள்ளனர். *மார்க்கோ போலோ* மாபார்(பாண்டிய நாடு) நாட்டில் மன்னின் ஈமத்தீயில் பலரும் வீழ்ந்து இறந்தமையைப் பதிவு செய்துள்ளார்.[54] *சதீ* தமிழகத்தில் விளங்கிவந்ததும் குறிப்பிடத்தக்கது. மன்னன் இறந்தவுடன் அவனுக்கு நெருக்கமானவர்களும் இறந்துவிடும் மரபு தமிழ்நாட்டில் இருந்ததாகக் கருதப்படுகின்றது.[55] இத்தகவல், பழைய எகிப்து நாட்டிலுள்ள பெருங்கற்கால புதை குழிகளில்,

பகைவர்களைப் போலவே, மன்னனோடு சேர்ந்து இறந்தவர்களின் எலும்புகளும் கிடைத்தமை இங்கு ஒத்திருப்பதை நினைவூட்டுகிறது. சதீ தமிழ்நாட்டில் பெரும்பாலும் தனித்தன்மை வாய்ந்த ஒன்றாய் விளங்கி வந்தது முன்னரே விளக்கப்பட்டது. *வெஸ்டர்மார்க் (westermarc)* என்பவர், இறந்தவனின் ஆன்மா அவனது மனைவியைத் தாக்கி, அவளைத் தீய மந்திர ஆற்றல்கள் உறையப்பெற்றவளாக மாற்றுகிறது. பின்னர் அவளைத் துறவு மேற்கொள்ளுதல், அல்லது இறந்துபோதல் என்னும் நிலைக்குத் தள்ளுகிறது. இக்கருத்தாக்கம் சதீக்குத் தூண்டுதலாக அமைகிறது என விளக்கியுள்ளார்.[56] பழந்தமிழ்ச் சமூகத்தில், *திருமணம், மன்னன்* என்னும் இரண்டு முதன்மை மையக்கருத்துக்கள் இடம்பெற்றுள்ளன. இறந்தவன் மனைவி மீதுறையும் அவனது ஆன்மா அவளது உயிரைப் பறிக்கும் அளவிற்கு வலிமையுடையதாயின் மன்னனுக்கும் அதேயளவு வலிமையுடையதாய் இருத்தல் வேண்டும். அதனாலேயே மன்னன் இறந்தவுடன் அவனைச் சார்ந்தவர்களும் தீய ஆற்றல் உறையப்பெற்றவர்களாகக் கருதப்பட்டுத் தங்கள் வாழ்க்கையை முடித்துக்கொள்ள வேண்டியவர்களாகின்றனர். தொல்லியலாளர்களால் மட்டுமே இக்கருதுகோளை உறுதி செய்யவோ மறுக்கவோ இயலும்.

பழந்தமிழ் மரபுகள் இன்றும் வழக்கில் உள்ளமையைப் பதிவுசெய்ய மானிடவியல் ஆய்வுகளும் தேவைப்படுகின்றன. கிணை என்னும் இசைக்கருவியை இசைப்பவர்கள் கையில் *பிறப்புணர்த்துங்கோல்* என்னும் கோலினை வைத்திருந்தமை பற்றி இலக்கியங்கள்வழி அறியமுடிகின்றது. இதுவே, அவர்கள் எதிர்காலம் குறித்துக் கூற உதவும். இன்றும் கேரளாவில் வாழும் *குறவர்* இன மக்கள் அக்கோலினை வைத்துக் குறி கூறுகின்றனர்.[57] பழந்தமிழ் இலக்கியங்கள் குறிப்பிடும் *வேலன்* என்பவர்கள் இன்றும் கேரளத்தில் *பறையர்* சமூகத்தின் உட்பிரிவினராக வாழ்ந்து வருகின்றனர். இவற்றுள் பல குழுவினர் குறித்துத் தமிழிலக்கியங்கள் காலந்தோறும் பேசி வருகின்றன. மானிடவியல் ஆய்வுகள் இவற்றை நோக்கி முன்னெடுக்கப்பட வேண்டியுள்ளன. ஆனால், ஏனோ செய்யப்படும் மானிடவியல் ஆய்வுகள் எல்லாமே *உயர்ந்தோரை* நோக்கியதாக அமைந்துவிடுகின்றன.

பழந்தமிழ் இலக்கியங்கள் மொழிபெயர்க்கப்படுமாயின், தென்னிந்தியா குறித்த அனைத்துத் துறை ஆய்வுகளின் எல்லையும் அதனளவில் விரிவடையும் என முன்னர்க் கண்டோம். எவ்வளவு சிறப்புடையவராயினும், மொழிபெயர்ப்புகள் போதுமானதாய் அமையாவிட்டால், மொழிபெயர்ப்பாளர் கவனியாதுவிட்ட முதன்மைத்தன்மையை அவரால் விளக்க முடியாது. *பாணர்* என்னும் சொல்லுக்கு *வீணை மீட்பவன்* என்னும் அடிப்படையில்

மொழிபெயர்ப்பு தருகின்றனர். இதனால், பாணன் வைத்திருந்த கருவி, அவனின் சமூகத் தாழ்நிலை, பெரும்பாலும் அவன் பணியாளாய் இருந்தமை, போர்க்களங்களிலும், அரசவையிலும் அவனின் பங்கு முதலியன வெளிப்படுத்தப்படாமல் போகின்றன. எனது ஆய்வில், சில தொகைப்பாடல்களை அட்டவணைப்படுத்தும்போது முரசுகளுக்கென்று ஒரு பதிவை இட்டுள்ளேன். நான், அடுத்தடுத்துப் பத்துக்கும் மேற்பட்ட முரசுகள் குறித்தும் அதன் பயன் குறித்தும், அதனை ஒரே ஒரு பிரிவினர் மட்டுமே இசைப்பது குறித்தும் கண்டறிந்தேன். எனக்குத் தெரிந்த, இன்றுவரை நடைபெற்ற ஆய்வுகளின்வழி இவற்றைக் கண்டறிந்தேன். இவை தவிர பிற வகைகளும் நிச்சயம் இருக்குமென நம்புகிறேன். அவற்றை எனது மொழிபெயர்ப்புகளில் நான் கவனியாது விட்டிருக்கலாம். அவையும் வருங்கால ஆய்வாளர்களால் கண்டுபிடிக்கப்பட வேண்டியனவாக அமைகின்றன. இதைவிடக் கவனிக்கத்தக்கதாய் அமைவது பழந்தமிழ் இலக்கியங்களுக்கு எழுதப்பட்ட உரைகளாகும். இந்தத் துணை இலக்கியங்கள் யாவும் மிகப் பெரியதாய், முழுதும் மொழிபெயர்க்க முடியாததாய் அமைகின்றன. இதனோடு சிறந்த நவீனப் பதிப்புகளாகச் சிறந்த உரைகளோடும், மிக முதன்மையாக முழுமையான அட்டவணைகளோடும் வரும் தமிழ்ச் செவ்வியல் நூல்களைச் சேர்த்துக்கொள்ளுதல் வேண்டும்.

இந்த இலக்கியங்கள் யாவற்றையும் போதுமான அளவிலான ஆங்கிலத்தில், எதிர்வரும் குறுகிய காலத்தில் உருவாக்குதல் என்பது இயலாத ஒன்றாகும். ஆகச் சிறந்த ஒன்றாகப் பழந்தமிழ் இலக்கியங்களுக்கு நுட்பமான மொழிபெயர்ப்புகளை எதிர்பார்க்கலாம். அவை தமிழ்ச் சமூகங்கள் குறித்தும் இலக்கியங்கள் குறித்தும் புதிய கருத்துக்கள் உருவாக உதவுவதாக அமையும். தமிழில் மட்டும் அமையும் பொருட்கள் யாவும் ஆராய்ச்சியின் வளர்ச்சிக்கு இன்றியமையாததாகும்.

இந்த ஆய்வு முடிவுகள் தென்னிந்தியா குறித்து நாம் கொண்டுள்ள கருத்துகளின் மீது என்ன வினையாற்றும்? தென்னிந்தியப் பண்பாடுகளில் ஆரியத்தின் தாக்கம் அதிகளவிலானதாக மதிப்பீடு செய்யப்பெற்றுள்ளதை அறிய முடியும். தென்னிந்தியப் பிராமணர்களுள் அனைத்துப் பிரிவினரும் இன்றளவும் திராவிடப் பழக்க வழங்களையே அதிகளவில் கொண்டிருப்பதனைக் காணமுடியும். திராவிடப் பண்பாடு என்பது உயர்தோர் பண்பாடு என்பதனை மையப்படுத்தி இருந்தமையால், ஆரியக் கூறுகள் நுழைந்தபோதும், திராவிடப் பண்பாட்டிற்கே அவர்கள் தங்களைப் பழக்கப்படுத்திக் கொண்டனர் என்பதை அறிய முடிகின்றது. இதற்குச் சான்றாக,

இன்றளவிலும் பிராமணர்கள் விதவைகள் மீது அதிகளவிலான கட்டுப்பாடுகளை விதிக்கின்றனர். எல்லாக் கட்டுப்பாடுகளும் திராவிடத் தோற்றமுடையதாய் அமைகின்றன. தொடர்ச்சியாக மொட்டையடித்தலும் இதில் அடங்கும். எனக்குத் தெரிந்து இம்மரபு இன்றும் பிராமணர்களால் மட்டுமே கடைப்பிடிக்கப் படுகிறது.

கோவில் வழிபாடு என்பதும் தென்னிந்தியாவிற்குத் தனித்துவமானதாகும். சில உண்மையான கடவுளர்கள் கோயில்களிலிருந்து நீக்கப்பட்டு அவை சமஸ்கிருதப் பெயருடைய சிலைகளாக மாற்றப்பட்டதும், பிராமணியக் கோயில்களில் வடக்கிலிருந்து இறக்குமதி செய்யப்பட்ட பல சடங்குகள் செய்யப்படுவதும் உண்மையான ஒன்றாகும். ஆனாலும், கோயிலில் உள்ள கடவுள் சிலைகள் தெய்வீக ஆற்றலை உள்வாங்கும் தன்மையன எனக் கருதுவதும், சமூகத்தில் கோவில் பெற்றுள்ள இடமும் ஆரியர்களின் வருகைக்கு முற்பட்டனவாக, வேதங்களுக்கு முற்றிலும் வேறுபட்டனவாக அமைகின்றன. தமிழில் காணலாகும் பல கதைகளும் வட இந்திய மூலங்களைக் கொண்டுள்ளன என்பது உண்மையேயாகும். ஆனாலும், அக்கதைகள் யாவும் அதன் பொருண்மை மாறாமல் தமிழ் கருத்தாக்கங்களுக்கேற்ப மாற்றியமைக்கப்பட்டுள்ளன. சான்றாக, கம்பராமாயணத்தில், ராவணன் ஒருபோதும் சீதையைத் தொட அனுமதிக்கப்படவில்லை. தென்னிந்தியக் கருத்தாக்கமான கற்பு என்பதற்கேற்ப மாற்றங்கள் செய்யப்பட்டுள்ளன. உண்மையில், கம்பராமாயணமும், வான்மீகிராமாயணமும் *மார்லோ (marlow)*, *கதே (goethe)* ஆகியோரின் வேறுபட்ட பாஸ்ட் *(faust)* படைப்பை ஒத்ததாக அமைகின்றன. இவை ஒரே கதையை அடிப்படையாகக் கொண்டாலும் இவ்விரண்டுக்கும் பொதுவான ஒன்றையும் காணமுடியாது. லிங்க வழிபாடும் வட இந்திய வழிபாடாகும் அதுவும் இங்குள்ள ஒன்றின் மீது மாற்றியமைக்கப்பட்டுள்ளது. இறந்தவர்களுக்கு எழுப்பப்பட்ட நடுகல் வழிபாடே *லிங்கம்* என்னும் குறி வழிபாடாக மாற்றமடைந்துள்ளது. அதைப் போலவே பிராமணர்கள் வைத்திருக்கும் குடுமியும் வீரர்கள் முதலானோரால் வைக்கப்பட்டிருந்ததைப் பழந்தமிழ் இலக்கியங்களில் காணமுடிகிறது. சமஸ்கிருதமயமாக்கலில் தூய்மைக்கேடு என்பது முதன்மையான ஒன்றாகும். இந்த *சமஸ்கிருதத்* தூய்மைக்கேடு என்பதும் பழம் திராவிடர்களிடமிருந்த அதீத ஆற்றல் தொடர்பான நம்பிக்கையின் அடிப்படையில் வளர்ந்ததாகத் தெரிகிறது.

இத்தகைய சமஸ்கிருதமயமாக்கல் பிராமணர்களைப் பின்பற்றியதால் மட்டும் நடைபெறவில்லை. எப்போதும் உயர்நிலையிலிருந்தோர் செயல்பாடுகளைப் பின்பற்றியதாலும்

உருவானது. பிராமணர்களுக்குரிய சில ஆரிய வழக்கங்களைத் தமிழ்நாட்டிலுள்ள பிராமணரல்லாதோரும் பின்பற்றியதற்குக் குறிப்பிடத்தக்க சில சான்றுகள் கிடைக்கின்றன. வேளாளர்கள் *உபநயனம்* மேற்கொள்ள மாட்டார்கள், புனித நூல் அணிய மாட்டார்கள்.[58] பிராமணரல்லாத பூஜாரிகள் வேள்வி வளர்க்க மாட்டார்கள். பிராமணரல்லாதோர் சமஸ்கிருதமயமாக்கலுக்கு உட்பட்டது போலவே, பிராமணர்களும் தமிழ்மயமாதலுக்கு உட்பட்டனர். இவ்விரு கருத்துக்களும் எளிமையானதாயினும் குழப்பம் ஏற்படுத்தக்கூடியவை. நாம் ஏற்கெனவே, தென்னிந்தியாவில் ஏற்பட்டுள்ளதாகக் கருதும் ஆரிய மேலாதிக்கக் கருத்தையும், தமிழ் மீது கொண்டுள்ள நம்பகத்தன்மையையும் விட்டொழிக்கும்வரை, நடந்து முடிந்த வரலாற்று நிகழ்வுகளை அறியமுடியாது.

நமது தவறான புரிதலுக்கான காரணங்களை எளிமையாக விளக்கலாம். பிராமணர்களின் நம்பிக்கைகளையும் வழக்குகளையும் அறிந்துகொள்ள எல்லாக் காலங்களிலும் எழுந்த விதிமுறை நூல்களும், அவர்கள் விட்டுச் சென்ற எழுத்துகளும் துணைசெய்கின்றன. எனினும், நாட்டின் பெருவாரியான மக்களின் வாழ்வியலை அறிந்துகொள்ள இலக்கியங்கள் கிடைக்கவில்லை. அதனால் அவர்களைப்பற்றி அறியாதவர்களாகவே இருக்கிறோம். தென்னிந்தியாவில் ஆரியப் பண்பாட்டின் தாக்கம் அதிகளவில் இருந்தது உண்மையேயாயினும், அது முதன்மையான பண்பாட்டுத் தாக்கமாக இருக்கவில்லை. மாறாகத் தமிழ்நாட்டிலுள்ள பிராமணர்கள் இன்றுவரையிலும் மாற்றமடைந்து வருகின்றனர். அவர்களின் சில வழக்கங்களை ஆரியப் பண்பாடு வரையிலும் கொண்டுசெல்ல முடியும். ஆனாலும் பிராமணர்கள், இலட்சியப்படுத்தப்பட்ட ஆரிய சமூகத்திற்கு மாறானதாக இருப்பினும் எப்போதும் தங்களின் வழக்கங்களைக் கடைப்பிடித்துள்ளனர். அதேவேளையில், தமிழ்நாட்டைச் சேர்ந்த பிராமணரல்லாத உயர்வர்க்கத்தினர், வேறொரு இடத்தில் இந்தியாவைச் சேர்ந்தவர்கள் குறித்து ஆராய்ந்துள்ளேன், தங்களுக்கேயுரிய பல வழக்கங்களைப் பின்பற்றியுள்ளனர். அவ்வழக்கங்களைப் பிராமணிய இலக்கியங்களின்வழி அறிய முடிகிறது. இதனடிப்படையில் தனித்தன்மையுடைய மக்கள் ஆரிய வழக்கங்களை ஏற்றுக்கொள்கின்றனர் என்னும் தவறான முடிவிற்கு வந்துவிடுகிறோம். உயர்நிலையில் இருப்பவர்களைப் பின்பற்றித் தனது நிலையை உயர்த்திக்கொள்ள நினைத்தல் எல்லாச் சமூகங்களிலுமே இருந்துள்ளது. நாம் தவறாகப் பிராமணர்களைப் பின்பற்றுதலை மட்டுமே காண்கிறோம். மாறாக, எல்லா உயர்நிலையினரையும் பின்பற்றுதல் நிகழ்கிறது.

குறிப்பாகத் தென்னிந்தியாவை எடுத்துக்கொண்டால், பிராமணரல்லாதோர் பிராமணரைப் பின்பற்றியதைக் காட்டிலும் அதிகமாகப் பிராமணர்கள், பிராமணரல்லாத உயர் குடியினரைப் பின்பற்றியுள்ளனர். இங்குள்ள பிராமணர்கள் புதியவர்கள். அதனால், உயர்நிலை மக்களின் நிலைக்குத் தங்களை உட்படுத்தும் முயற்சியில் இறங்கினர். இவையே பழந்தமிழ் இலக்கியங்களைப் படிப்பதன்வழி அறியலாகும் உண்மைகளாகும். எனது நம்பிக்கையின்படி ஆரியப் பண்பாடு அதன் ஆதிக்கத் தன்மையினால் முதன்மை பெற்றிருக்க வாய்ப்பில்லை. இதனையொட்டிய பழந்தமிழ் ஆய்வுகள் புதிய பாதையில் முன்னெடுக்கப்பட வேண்டும். அவ்வாறு செல்லும்போதுதான், ஆரியத் தரவுகளை மட்டுமே அடிப்படையாகக் கொண்டு இந்தியவியல் ஆய்வுகளை நிகழ்த்துபவர்களுக்கு ஏற்படும் ஐயப்பாடுகளைப் போக்க முடியும்.

Notes

1. See G. L.. Hart, *Related Cultural And Literary Elements In Ancient Tamil And Indo – Aryan (Phd Dissertation, Hardvard University, 1969), p.2.*

2. Iravatham Mahadevan, "Tamil – Bhrami Inscriptions Of The Sangam Age" in proceedings of the second international conference of tamil studies vol.1 (madras,1971) p.83. Use of pulli is described in Eluttatikaram of Tolkappiyam.

3. J.V. Chelliah, Pattupattu, Ten Tamil Idylls (Madras: Kazhagam,1962),p.337.

4. Hart,op. cit., pp.36- 37.

5. Ibid., pp. 15ff

6. Ibid., pp.11ff. all the customs are described fully and documented in my dissertation.

7. Ibid., pp.108ff.

8. B.and R. Allchin, *The Birth Of Indian Civilization: India And Pakistan Before 500 B.C* (Baltimore : Penguin, 1968), p.232.

9. Hart, op.cit.,pp.207ff.

10. M. Winternitz, *A History Of Indian Literature,* vol.03, trans. H. Cohn (Calcutta, 1963),pp.23ff.

11. A. B. Lord, The Singer Of Tales (Cambridge, Mass.: Hardvard University Press,1964)

12. K. K. Pillay, "Aryan Influences In Tamilaham During The Sangam Epoch" *Tamil Culture12* no.2 and 3 (1966), p.164.

13. This is not the place to marshall evidence (which is extensive and I believe conclusive) that *pulavan* where from high classes, where panans and others where of low caste. Those who wish to investigate this important subject may consult my dissertation, pp.119ff see also Puram 170, 287, 289, Narrinai 77, Kalittokai 68.19,95.10, Kailasapathy in Tamil Heroic Poetry.

14. Pana is a low caste in Prakrit (DED 3351): even today there is a low caste of musicians called panas in Orissa. *Parn means Paraiyan* in Kota (Both words being derived from *parai*, "drum" see DED 3319), Malas, a low caste in Andhra, are community musicians.

15. Hart. Op.cit.p.151.

16. Ibid., pp. 236ff

17. P. sambamoorthy, *South Indian Music,* 5 vol. (Madras, 1958 - 1963) Mr. Krishnamoorthy Athreya, a friend of mine who is passionately devoted to carnatic music, informs that ragas and talas can be found in a crude form in Tamil folk music.

18. Sarngadeva, samgitaratnakara, vol.02 (Madras, Tamilnadu : Adyar Library, 1959), p.147.

19. Ibid., p.335.

20. Ibid.,p.146.

21. For example, the system of seven cases (eight with vocative) found in both the Tolkappiyam and Sanskrit grammatical works is native to the Sanskrit tradition since it fits that language but not suitable to Tamil.

22. Natyasastra, Gaekwads Oriental Series 36 (Baroda, 1956) I.p.350; Tolkappiyam, Porulatikaram, Meyppattiyal.

23. See note 2 above.

24. Hart, op. cit,pp.76ff.

25. B.Stein, "Integration Of The Agrarian System Of South India" in *land control and social structure in Indian history,* ed. R. E. Frykenberg (Madison: university of Wisconsin press, 1969), pp.175- 216.

26. Stein uses the unfortunate term *sat – sudra,* which means *god sudras,* for these landlords. Such a term can only perpetuate the presnt bhraman oriented view of south Indian history. The high caste non- Brahmans of tamilnad, who have always been the most

powerful and most imitated group in south india, never considered themselves sudras; nor the varna system everbeen applicable to south india. It would be no less misleading to adopt the non Brahman pre judice and call the Brahmans "Northeners" instead of "Brahmans".

27. Stein, op.cit,p.191.
28. Ibid.,p.179.
29. Puram 49, 58,377,386, 395
30. See puram 22, 97, 156.
31. Stein, op.cit.,p.190.
32. A.K. Ramanujan, *The Interior Landscape: Love Poems From A Classical Tamil Anthology* (Bloomington : Indiana university press, 1967)
33. Francois Gros (tr.) *Le Paripatal* (Pondicherry, 1968)
34. Chelliah, op.cit.
35. N.R. Balakrishna Mudaliyar, The Golden Anthology Of Ancient Tamil Literature, 3 vols. (Madras, 1959)
36. A. Chakravarti (tr.) Tirukkural (Madras, 1953)
37. G.U.Pope, The Naladiyar,Or Four Hundred Quatrains In Tamil (oxford, 1893)
38. Illango Adigal, *Shilappadikaram* (The Ankle Bracelet) Newyork: New Directions, 1965.
39. Kailasapathy, op.cit.,p.95.
40. K.K.Pillay, "Landmarks In The History Of Tamilnad" (Madras, 1971), p.18.
41. K.A.Nilakanta sastri, *A History Of South India From Pre Historic Times To Fall Of Vijayanagar,* 3rd ed. (oxford: oxford university press, 1966), p.131.
42. Avuai C. Turaicami Pillai (commentator), Purananuru, 2 vols. (Madras: Kazhagam, 1954, 1962), vol.2, pp.267-268.
43. *Tamil lexicon, 6 vols.* (University of Madras, 1936) pp.921.
44. N. Subrahmanian, *Pre Pallavan Tamil Index* (University of Madras, 1966), pp.274, 441.
45. Y.Knorzov (ed.) Predvaritel'nye Soobshcheniya Ob Issledovanii Protoindii – Sikih Tekstov (Moscow, 1965).

46. A. Parpola, S. Koskenniemi, S.Parpola and P.Aalto, *Decipherment Of The Proto Dravidan Inscriptions Of The Indus Civilization,* (Copenhagen, 1969).

47. B.B.Lal, From The Mega Lithic To The Harappan : Tracking Back To The Grafftti on the Poetry, *ancient india* 6 1960 pp.1-24.

48. Sir mortemir wheeler, civilaization of the Indus valley and beyond (London, mc grawhill, 1966)

49. J.M. And G.casal in site urban et sites funerias des environs de pondicherry (Paris, 1956), p.43.

50. See Tolkappiyam, Marapiyal. 85, 94.

51. Puram 228, 238, 239.

52. N.R. Bannerjee, The Iron Age Of India(Delhi, 1965), p.213.

53. Hart.op.cit., pp.92ff.

54. Marcopolo, *The Travels Of Marcopolo* (Newyork: liveright, 1930), p.287.

55. D.F.Lach *India In The Eyes Of Europe,* (Chicago: phoenix, 1965), pp.443.

56. E.Westmark, *The History Of Human Marriage,* (London: macmillan, 1925), 01- 326.

57. Hart. Op.cit., pp.152ff.

58. Some Chettiyars however wear sacred thread. This hardly continues the imitations of bhramans.

26

தமிழ் – சமஸ்கிருத இலக்கியங்களில் இயற்கையை அணுகும் இருவேறு முறைகள்

வாசு அரங்கநாதன்

முன்னுரை

தமிழ் இலக்கியங்களில் கையாளப்பட்டிருக்கும் இலக்கிய உத்திகளில் பல தமிழுக்கே உரித்த தனிப்பண்புகளுடன் இருக்கின்றன. குறிப்பாகத் தமிழ் இலக்கியங்களில் எவ்வாறு இயற்கைக் கூறுகள் உவமைகளின் வழி அணுகப்பட்டிருக்கின்றன, அவை எவ்வாறு தொல்காப்பியத்தின் 'உவமையியல்' அதிகாரத்தில் கூறப்பட்டிருக்கும் பல கருத்துகளுக்கு ஒத்துப் போகின்றன என்பதை அறியவேண்டியது தேவையாகிறது. மாறாக, சமஸ்கிருத இலக்கியங்களில் பயன்படுத்தப்பட்டிருக்கும் அதே இயற்கைக் கூறுகள் எங்ஙனம் மாறுபட்ட கண்ணோட்டத்தில் பயன்படுத்தப்பட்டிருக்கின்றன மற்றும் எப்படி சமஸ்கிருத இலக்கியங்களில் உள்ளுறைப் பொருட்கள் எதுவும் இல்லாமல் எதார்த்தவாதப் பின்னணி அதிகமாகத் தென்படுகிறது என்பது பற்றி ஆய்ந்தறியவேண்டியிருக்கிறது. இவ்விரு இலக்கியங்களிலும் அவற்றைக் கையாளும் நிலையில் ஒற்றுமை வேற்றுமை என்னென்ன என்பதை அறிந்தால் உவமைகளின்வழி இவ்விரு இலக்கியங்களும் வெவ்வேறு காலக்கட்டத்தில் வெவ்வேறு திறமைகளோடு உருவாக்கப்பட்டிருக்கின்றன எனவும்,

அவை வெவ்வேறு இலக்கியச்சூழலைக் காட்டுகின்றன எனவும் அறியமுடியும்.

‘உயர்ந்ததன் மேற்றே உள்ளுங் காலை’ என்னும் தொல்காப்பியக் கருத்துப்படி எந்த ஒரு இயற்கைக் கூறையும் உவமையாகப் பயன்படுத்தும்போது அக்கூறின் முக்கிய மற்றும் உயர்பண்பையே உவமையாகக் கொள்ளலாம் என அறிகிறோம். மாறாக சமஸ்கிருதத்தில் பயன்படுத்தப்பட்டுள்ள சில உவமைகள் அக்காலச் சூழலுக்கு ஏற்றவாறு பயன்படுத்தப்பட்டிருப்பதை அறிய முடிகிறது. எடுத்துக்காட்டாக, கடலின் ஆழம், கடலின் கருணை என்பன போன்ற கருத்துகள் ஒரு எதார்த்தவாதத்தோடு சமஸ்கிருதத்துக்கே இயைபுடையதாகவும்,மாறாகத் தமிழ் இலக்கியங்கள் கடல் நீர் முகந்த மாமழை, கடல்நீல வண்ணம், கடல்நீர் உப்பு உவரும் உமணர் போன்ற சூழல்களில் கடல் என்னும் இயற்கைக் கூறைப் புதுக்கண்ணோட்டத்துடனும் கற்பனை நயம் கலந்தவாறும் அணுகுகிறது என்பதையும் அறியலாம். இவ்வழி இவ்விரு இலக்கியங்களின் உவமையைக் கையாளும் விதத்தை ஆய்ந்தறியும்போது இவற்றிற்கிடையே ஒற்றுமையைவிட வேற்றுமையே அதிகமாக இருப்பது தெரிகிறது. இதை உவமைகளின் மாறுபட்ட கண்ணோட்டங்கள் என்னும் நோக்கில் சமஸ்கிருத இலக்கியங்களும் தமிழ் இலக்கியங்களும் வெவ்வேறு இலக்கியச் சூழல்களைப் புலப்படுத்துகின்றன என்பதாகவும் உணரலாம்.

இத்தோடு உள்ளுறை உவமத்தின் உண்மைப் பொருளை அறியவேண்டுமெனில் இலக்கியங்களில் பொதுவாகக் கையாளப்பட்டிருக்கிற உவமைகளின் ஒருமித்த தன்மையை அறியவேண்டியது அவசியமாகிறது. மேகங்களின் கூட்டத்தினால் மழை வரும் என்ற உண்மையை அறிந்து உவமைகள் இருந்தால் இந்த இழையிலேயே மேகக் கூட்டங்கள் கூறும் உள்ளுறை உவமம் தரும் பொருளை அறிய முடியும். இதையே தொல்காப்பியரும் ‘கிழவி சொல்லின் அவளறி கிளவி’ (பொருள் 297) எனத் தலைமகள் தனக்குத் தெரிந்த பொருட்கண்ணே உவமை கூறப்படும் எனவும் மாறாகத் தானறியாதனவற்றைக் கூறுவதாகச் செய்யுள் இருக்காது எனவும் அறிகிறோம். சமஸ்கிருதத்தில் *‘megha-gana’ (Adi 17.89)1*[1], *megha-ghatāya (Madhya 13-49)2*[2] (மேகக் கூட்டம்) என்னும் பொருளில் மேகக் கூட்டங்கள் வருவதையும் அதைத் தொடர்ந்து மழை வரும் நிலையை ஒரு நேர்முகப்பொருளில் அறிவதையும் காண்கிறோம். இதில் உள்ளுறை உவமம் இல்லை என்றே கூறலாம். ஆனால் தமிழ் இலக்கியத்திலோ ‘வானம்’

---

1. Cf. https://prabhupadabooks.com/cc/adi/17/89?d=1

2. *Cf. https://prabhupadabooks.com/cc/madhya/13/49?d=1*

மழை பொழிகிறது' என்னும் கருத்தின் அடிப்படையில் 'பெயலானதே வானம்' (குறு. 380), 'வானம் தண்துளி தலைஇ ஆனாது' (புறம். 192) போன்ற 'வானம் மழை பொழிகிறது' என்னும் புதுக் கண்ணோட்டத்தைக் காண்கிறோம். இச்சூழலில் வானம், முகில், பெயல் என்னும் பொருட்கூறுகளின் அடிப்படையில் பல்வேறு உள்ளுறை உவமப் பொருட்கள் இருப்பதை அறியலாம். இந்தக் கருத்தின் அடிப்படையில் இவ்விரு இலக்கியங்களின் ஒப்பீடு இருவேறு இலக்கியச் சூழலைத் தருவதாக இருப்பதோடு 'மழை' என்னும் நோக்கில் அறியப்படும் உள்ளுறை உவமப் பொருளும் இருவேறாகத்தான் கருதவேண்டியிருக்கும் எனவும் அறியவேண்டியிருக்கிறது. உவமைகளின் உண்மைத்தன்மைகளை அறிவதோடு உவமைகள் வழி இலக்கியங்களில் கூற முனையும் உள்ளுறை உவமங்களையும் வெவ்வேறாகவே அறியவேண்டியிருக்கும். குறிப்பாக உள்ளுறை உவமம் கூறும் மறைமுகக் கருப்பொருளை அறிய இலக்கியங்களில் பயன்படுத்தப்பட்டிருக்கும் உவமைகளின் பொதுப்பண்பை அறிவதுவே முதற்படியாக இருக்க வேண்டும். அன்றி, படிப்பவரின் பொதுக்கருத்துக்கு இயைய உள்ளுறை உவமப் பொருள்களை அறிய இயலாது எனலாம்.

சமஸ்கிருதம் மற்றும் தமிழ் இலக்கியங்களில் கையாளப்பட்டிருக்கும் சில உவமைகள்வழி இயற்கையை அணுகும் முறையை அறிந்து அவற்றின் ஒப்பீட்டின்வழி இவ்விரு இலக்கியங்களில் பயன்படுத்தப்படும் உவமைகளின் பண்புகளை அறிவதோடு அவை எப்படி உள்ளுறை உவமப் பொருளை அறிய இன்றியமையாததாகின்றன என நோக்கவேண்டியிருக்கிறது. முக்கியமாகக் கிழவி, தோழி மற்றும் கிழவோர் கூறும் உவமைகளுக்குள் ஒரு வரம்பு இருக்கும் என்பதைத் தொல்காப்பியம் நூற்பா பொருள். 297–299இல் அறிகிறோம். இவ்வரம்புகளை அறிவதும் உள்ளுறை உவமங்களின் உண்மைப் பொருளை அறிவதற்குத் தேவையானதாகும் என்பதையும் நோக்கவேண்டியிருக்கிறது. இதனடிப்படையில் உள்ளுறை உவமத்தின் உட்பொருளை அறிய நமது கற்பனையைப் பயன்படுத்தக்கூடாது மற்றும் உவமைகளின் வரம்புகளுக்குள்தான் மறைபொருளைக் கண்டறிய வேண்டும் என்பதை அறியவேண்டியுள்ளது.

உவமைகளின் பண்புகளும் இலக்கியச்சூழலும்

குறிப்பிடும்படியான உயர்ந்த பண்பைக் கொண்ட இயற்கைக் கூறுகளை உவமையாகக் கொள்வர் எனத் தொல்காப்பியம் கூறுகிறது (பொருள். 274). தொல்காப்பியர் உவமையியல்

அதிகாரத்தை மெய்ப்பாட்டியல் அதிகாரத்துக்கு அடுத்ததாக வைத்திருப்பதிலிருந்து மெய்ப்பாட்டியற் கூறுகளையும் உவமை வழிக் காணலாம் என்பதும் புலப்படும்.

நகையே அழுகை இளிவரல் மருட்கை
அச்சம் பெருமிதம் வெகுளி உவகையென்று
அப்பா லெட்டாம் மெய்ப்பா டென்ப (பொருள். 247).

இவ்வகையில் இவ்வெட்டு மெய்ப்பாடுகளையும் உணர்த்த இவற்றின் உயர்பண்புகள் கொண்ட இயற்கைக் கூறுகளையும் உவமையாகப் பயன்படுத்தலாம் என்பதும் தெள்ளத் தெளிவாகிறது. இதையே தொல்காப்பியரும்

பெருமையும் சிறுமையும் மெய்ப்பா டெட்டென்
வழிமருங் கறியத் தோன்று மென்ப (பொருள் 290)

என்னும் நூற்பாவழி பெருமை பற்றியும் சிறுமை பற்றியும் ஒப்புமை கொள்ளப்படும் உவமை எட்டு மெய்ப்பாட்டின்வழிப் புலப்படும் என்று கூறுகிறார். எடுத்துக்காட்டாக, 'மருட்கை' என்னும் மெய்ப்பாட்டுக்குப் பல நிகழ்வுகளை அச்சத்தை ஏற்படுத்துவனவாகக் காணலாம். ஆந்தை கூவுதல், கிளைகள் முறிதல், இடி இடித்தல், புயல் அடித்தல், அதிகமாக மழை பெய்தல், நாய் ஊளையிடுதல் போன்றன தமிழர் மனதில் காலங்காலமாக அச்சத்தை ஏற்படுத்துவதாக இருந்து வந்துள்ளன என்பதை சங்க இலக்கியங்களின் பல பாடல்களினின்று அறிகிறோம். இவை அனைத்தும் அச்சம்வழி 'உயர்ந்ததன்மேற்றே உள்ளுங்காலை' என்னும் கூற்றுக்கியைய 'அச்சம்' எனும் உணர்வுக்கு உவமையாகப் பயன்பட்டுவருவது குறிப்பிடத் தக்கது.

குன்றக்கூகைகுழறினும்முன்றிற்
பலவினிருஞ்சினைக்கலைபாய்ந்துகளினும்
அஞ்சுமன்அளித்தெனெஞ்சமினியே
ஆரிருட்கங்குல்அவர்வயிற்
சாரல்நீளிடைச்செலவானாதே. (குறு. 153).

குன்றில் கூகையெனும் ஆந்தைக் கூவுவதும் வீட்டுக்கு முன்னால் உள்ள பலாமரத்தின் சினைகள் (கிளைகள்) கலை பாய்ந்து (குரங்கு பாய்ந்து) விழுவதும் (உகள்) அச்சத்தைத் தருவதாக இருப்பதாகத் தலைவி கூறுவதாக வருகிறது இக்குறுந்தொகைப் பாடல். அதோடு, 'குன்றக் கூகை குழறுதல்', 'சினையில் கலை பாய்தல்' போன்ற செயற்பாடுகள் 'மருட்கை' என்னும் மெய்ப்பாட்டின் வெளிப்பாடாக அமைய இது தமிழ் இலக்கியத்தின் 'இலக்கியச் சூழலாக' அமைந்திருக்கிறது எனக் கூறவேண்டும். (தொல்காப்பியர் கூறும் அழகியற்கூறுகளுக்கு

இணையாகக் காட்டக்கூடிய இலக்கியப் பாடல்களுக்குக் காண்க அரங்கநாதன் 2020, பக். 81–87).

சமஸ்கிருத இலக்கியத்தில் 'பயம்' என்னும் உணர்வை இறைவழியோடு தொடர்புள்ள உணர்வாகவும்,இறந்துவிடுவோமோ என்ற பயம், சிங்கத்தின் கர்ஜனை போன்ற பொதுவானதொரு வெளிப்படையான பயம் தரும் சூழலிலும் காண்கிறோம்.

tam upaśrutya sā mṛga-vadhūḥ prakṛti-viklavā cakita-nirīkṣaṇā sutarām api hari-bhayābhiniveśa-vyagra-hṛdayā pāriplava-dṛṣṭir agata-tṛṣā bhayāt sahasaivoccakrāma. (SB 5.8.4)

'By nature the doe was always afraid of being killed by others, and it was always looking about suspiciously. When it heard the lion's tumultuous roar, it became very agitated. Looking here and there with disturbed eyes, the doe, although it had not fully satisfied itself by drinking water, suddenly leaped across the river.'3[3]

'சாதாரணமாகவே பெண் மான் தான் கொல்லப்பட்டு விடுவோமோ என்ற பயத்திலேயே வாழும். அதனால் எப்பொழுதும் தனது புறத்தை ஐயத்தோடே பார்த்துக்கொண்டிருக்கும். அது சிங்கத்தின் கர்ஜனையைக் கேட்டபோது நிலைகுலைய ஆரம்பித்துவிட்டது. தண்ணீர் குடித்துக்கொண்டிருந்த அந்தப் பெண் மான் பாதியிலேயே ஆற்றைத் தாண்டித் துள்ளிக்குதித்து ஓடத் தொடங்கிவிட்டது'.

nṛsīṁha-āveśa dekhi' mahā-tejomaya patha chāḍi' bhāge loka pāñā baḍa bhaya (Adi 17.93)

'Seeing Him appearing very fierce in the ecstasy of Lord Nṛsiṁha, people ran from the street and fled here and there, afraid of His anger.' 4[4]

'நரசிம்மனின கோரத்தாண்டவத்தைக் கண்டவுடன் மக்கள் அவனுடைய கோபத்தைக் கண்டு பயந்து இங்கும் அங்கும் ஓடித் தெருவிலிருந்து மறையத் தொடங்கிவிட்டனர்.'

சிங்கத்தின் கர்ஜனை, நரசிம்மனின் கோர வடிவம், அவனுடைய கோபம் ஆகியனவே பயத்துக்குரிய சூழலாக இவ்வெடுத்துக்காட்டுகள்வழிக் காண்கிறோம். இவ்வுணர்வை எந்தவித மறைமுகமாகவும் இங்குச் சுட்டிக்காட்டாதது குறிப்பிடத்தக்கது.

இவ்வகையில் கூகையின் கூவலையும், சினைகள் குரங்குகள் பாய்ந்து ஓடுவதையும் இருள் சூழ்ந்த வானத்தையும் பயம்

---

3. Cf. https://prabhupadabooks.com/sb/5/8/4?d=1

4. Cf. https://prabhupadabooks.com/cc/adi/17/93?d=1

தரும் நிகழ்வாகக் காட்டுவது தமிழ் இலக்கியத்தின் தனிப் பண்பாகவே எடுத்துக்கொள்ளவேண்டியிருக்கிறது. சமஸ்கிருத இலக்கியத்தின் இயற்கையான பயம் தரும் சூழலாகக் கோரவடிவம், இறப்பு என்பதை எண்ணுவது, சிங்கத்தின் கர்ஜனை போன்றவற்றைப் பயம் தரும் சூழலாகச் சித்திரிப்பது தமிழினின்று வேறுபட்ட இலக்கியச் சூழலையே காட்டுகிறது. இவ்விரு சூழல்களையும் நேர்முகப் பார்வை மற்றும் மறைமுகப் பார்வை என இருவேறு இலக்கிய உத்திகளில் காணலாம். நேர்முகப் பார்வை என்பது மறைபொருள் எதுவும் இல்லாமல் நேரடியாகக் கூறவரும் பொருளைப் பெறுவது எனக்கொள்ளலாம். மாறாக, மறைமுகப் பார்வை என்பது புலவன் மறைமுகமாகக் கூறும் உட்பொருளை அல்லது உள்ளுறைப் பொருளை அறிய வேண்டுவது படிப்பவர்களின் தனித்திறமையினால் என அறியலாம். சமஸ்கிருத இலக்கியங்கள் தமிழ் போலல்லாமல் பெரும்பாலும் நேர்முகப் பார்வையிலேயே உவமைகளைக் கையாண்டிருக்குமோ என ஆய்வுசெய்ய வேண்டியிருக்கிறது.

உவமைகள்வழி அறியப்படும் இலக்கியச்சூழல்கள்

இலக்கியங்களில் பயன்படுத்தப்பட்டிருக்கும் இலக்கிய உத்தியாக உவமைகளை ஆயும்போது அவை இலக்கியங்கள் எழுதப்பட்ட காலத்தின் இலக்கியச்சூழல்களைக் கொடுப்பதாக இருக்கும்.

பிண்ட நெல்

“பிண்ட நெல்லின் அள்ளூர் அன்ன” (அகம் 10) என்னும் உவமையைக் காணும்போது சங்ககாலத்தின் முதிர்ச்சி யடையாத நெற்கள் விளைந்த ஊரின் தாக்கத்தை அறிய முடிகிறது. ‘பிண்ட நெல்’ எவ்வாறு ‘அள்ளூர்’ என்னும் ஊருக்குப் பேரிடராக இருந்தது என்னும் நேரடிப் பொருள் நமக்குத் தெரியவில்லையெனினும் இவ்வுமையை “பிண்ட நெல்லின் உறந்தை ஆங்கண்” (அகம் 6) போன்று இன்னும் சில இடங்களிலும் பரவலாகப் பயன்படுத்தியிருப்பதிலிருந்து ‘பிண்ட நெல்’ வழி அக்கால வரலாற்றை அறிவதோடு இவ்வகை உவமைகள் நமக்கு அக்கால இலக்கியச்சூழலைக் கொடுப்பதாகவே அறிகிறோம்.

மடமானும் அடிபட்ட மானும்

இவ்வண்ணமே வழித்தடங்களைக் காண்பதற்காகச் சமஸ்கிருதத்தில் பயன்படுத்தப்பட்டுள்ள ஒரு உவமையையும் இங்கு ஆய்வோம்.

paścād aṇuprayuṅkṣe taṃ viddhasya padaṇīr iva (Ath. V. 11, 2, 13)

'him from behind thou pursuest, like the tracker of one that is pierced'

‘தொடர்வது என்பது அம்பினால் குத்தப்பட்டு ஓடிய மிருகம் கசிந்த இரத்தத்தின் வழியில் செல்வது போலாகும்’

yatā nayaty asṛkpātair mṛgasya mṛgayuḥ padam (Manu, 8, 44)

‘as a hunter follows the track of a (wounded) deer by the drops of blood’ (cf. Gonda 1949:83).

‘வேடன் அடிபட்ட மானின் இரத்தக் கசிவின் வழியைத் தொடர்ந்து மானைக் கண்டுபிடிப்பது போன்று ...’

மேற்படி எடுத்துக்காட்டிலிருந்து சமஸ்கிருத இலக்கியங்களில் *‘viddhasyeva padaṃ naya’ ‘follow the track of wounded’* என்னும் உவமை அடிபட்ட மானின் இரத்தத்துளிகளைப் பின்பற்றிச் செல்லும் வேடனைப் போல என்னும் உவமையோடு சமஸ்கிருத இலக்கியத்தில் பரவலாகப் பயன்படுத்தப்பட்டிருப்பதும் ‘மானை வேட்டையாடும்’ நிகழ்வும் ‘இரத்தத்துளிகளை’ ‘பின்பற்றுவதற்கான’ ஒரு காரணாமாகக் கொள்வதும் ஒரு இலக்கியச்சூழலை ஏற்படுத்தியிருப்பதாகவே அறியவேண்டியிருக்கிறது.[5] இதையே ‘மான்’ பற்றி வரும் தமிழ் இலக்கிய இடங்களைக் காணும்போது ‘மருட்சி மிக்க மான்’ (அபிராமி அந்தாதி), ‘பிணைமான்’ (ஐந்திணை ஐம்பது) என்னும் பொருண்மைகளில்தான் மானைக் காண்கிறோமே தவிர வேட்டையாடிய மானாகவும் இரத்தக் கசிவும் தமிழ் இலக்கியச்சூழலில் காணாதது குறிப்பிடத்தக்கது. ‘மடமான் அறியாத் தடநீர் நிலை’ (ஐங்குறுநூறு 398) என்னும் சூழலிலும் ‘மான்’ வழியறியாமல் துள்ளியோடும் சூழலே இலக்கியச்சூழலுக்கு இயைந்திருப்பதாக அறிகிறோம். மேலும் ‘உழைமான்’ (அகம் 15), ‘மட மான்’ (அகம் 238), ‘காட்டு மான்’ (அகம் 20), ‘கடுமான்’ (அகம் 10) போன்ற இடங்களிலிருந்து மான் என்னும் மிருகத்தின் பல்வேறு மடமை குறித்த பண்புகளையே உவமையாகத் தமிழ் இலக்கியச்சூழல் கண்டிருக்கிறது என அறிகிறோம். இவற்றில் மான் அடிபட்டு இரத்தம் கசிய ஓடும் நிகழ்வை உவமையாகக் கொள்ளவில்லை என்பதிலிருந்து

5. *dāl mēṃ ek kālā hai* என்னும் இந்தியில் பயன்படுத்தப்படும் பழமொழியையும் இங்குச் சுட்டிக்காட்டலாம். துவரம் பருப்பின் மேல் ஒரு சிறு கறுப்புப் புள்ளி போல என்னும் பொருளில் பயன்படுத்தப்படும் இப்பழமொழி இந்தி மொழிக்கே உரிய இலக்கியச்சூழலை அம்மொழியின் தனிக் கண்ணோடம்வழிப் புலப்படுத்துகிறது. இதற்கு ஈடாகத் தமிழில் ‘ஒரு குடம் பாலில் ஒரு துளி விடம்’ போல என வேறு சூழலில் அறிகிறோம். இவ்வகையில் இவ்விரு மொழியும் வெவ்வேறு இலக்கியச்சூழலைக் கொடுக்கின்றன என்பதை அறியவேண்டும். இப்பண்புகளின் அடிப்படையிலேயே உள்ளுறை உவமப் பொருண்மையை அறியவேண்டும் என்பதைச் சுட்டிக்காட்டலாம்.

'மான்' வழி உவமையாக சமஸ்கிருத இலக்கியம்வழிக் காணும் இலக்கியச்சூழலும் தமிழ் இலக்கியவழிக் காணும் இலக்கியச் சூழலும் ஒன்றுக்கொன்று எதிர்துருவத்தில் இருக்கின்றன என்றே எண்ணத் தோன்றுகிறது. இதற்குக் காரணம் 'அடிபட்ட மானின் இரத்தம் வழித்தடமாகக் கொள்ளல்' என்னும் உவமை *viddhasyeva padaṃ naya* என்னும் 'அடிபட்டவர்களின் வழியைத் தொடருதல்' என்னும் பொதுக்கருத்துக்கு இயைந்து உருவாக்கப்பட்டதாகவே கொள்ளவேண்டியிருக்கிறதேயொழிய எந்த ஒரு இயற்கைக் கூறின் 'உயர் பண்பிலிருந்து' கொள்ளப்பட்டது எனக் கூறமுடியாது. தொல்காப்பியரின் 'உயர்ந்ததன் மேற்றே உள்ளுங் காலை' கருத்துக்கு இயைவதாக இவ்வுமை இருக்கிறதா என நோக்கினால் இல்லையெனவே அறியத்தோன்றுகிறது. மானின் முக்கியப் பண்புகளாக இவ்விலங்கின் 'மருட்சியின் அடிப்படையில் வழியறியா ஓடும்' மடப் பண்பே எனக் கொள்ளவேண்டி யிருக்கிறது. இக்கருத்து கருதியே தமிழ் இலக்கியங்கள் இப்பண்பைக் குறிப்புப் பண்பாக உவமைகளில் பயன்படுத்துகின்றன.

கடல் முகந்த கமஞ்சூல் மழையும் சமுத்திரக் கம்பீரமும்

கடலின் ஆழத்தை உவமையாகக் கொண்டிருக்கும் *samudrasyeva makimā gabhīraḥ (RV. 3, 45, 3) 'as deep as the sea' (Gonda 1949:19)* என்னும் ரிக்வேத எடுத்துக்காட்டின் வழியும் இலக்கியங்களின் இலக்கியச்சூழலை அறிய முற்படலாம். சமுத்திரம் என்னும் சமஸ்கிருதச் சொல்லின்வழிப் பயன்படுத்தப்பட்டிருக்கும் இவ்வமையில் கடலின் ஆழத்தைக் கடலின் உயர்பண்புகளில் ஒன்றாக எடுத்துக்கொண்டு இவ்வுவமை சமஸ்கிருதத்தில் கையாளப்பட்டிருக்கிறது எனக் கொள்ளலாம். திருமந்திரத்தில் 'நெறியறி யாதுற்ற நீர் ஆழம் போல' (திருமந். 2876) என நீரையே ஆழத்தின் முதன்பொருளாகக் கொள்ளப்பட்டிருக்கிறது. 'நீர் வழிப் படூஉம் புணை போல' (புறம் 192) என்னும் புறநானூற்றுப் பாடலிலும் ஆழத்தையும் வேகத்தையும் நீரையும் இணைத்து உவமையாகக் கொண்டிருப்பதை அறிகிறோம். இருப்பினும் தமிழ் இலக்கியங்களில் பொதுவாகக் கடலை 'பெரிய', (நீல்நிறப் பெருங்கடல் பாடுஎழுந்து ஒலிப்ப – அகம் 40) என்னும் பொருளிலும் 'உப்புடை கடல் நீர்' (கடல்நீர் உப்பின் கணஞ்சால் உமணர் அகம் 5) என்னும் பொருளிலும் கடல் மீன்கள் (கடல்மீன் துஞ்சும் நள்ளென் யாமத்து – அகம் 15) என்னும் சூழலிலும் கடல் நீர் காற்றின் வேகத்தால் மழையாக மாறும் தன்மை (கடல் முகந்து கொண்ட கமஞ்சூல் மாமழை – அகம் 43) என்னும் சூழலில் உவமையாகப் பயன்படுத்தப்பட்டு வந்திருப்பதைக் காண்கிறோம். மாறாக 'கடலின் ஆழம்' என்னும் மையக்கருத்தில் தமிழ் இலக்கியங்களில்

உவமைகள் எதுவும் பயன்படுத்தப்பட்டிருக்கவில்லை என்றே புலப்படுகிறது. இவ்வழி இவ்விரு இலக்கியங்களுக்கும் ‘கடல்’, ‘நீர்’, ‘ஆழம்’ என்னும் இயற்கைக் கூறுகளில் வெவ்வேறு கண்ணோட்டம் இருப்பதையே காண்கிறோம். கடலின் ஆழம் பற்றிய உவமைகள் சமஸ்கிருத இலக்கியத்தில் பரவலாக இருப்பதைக் காண்கிறோம். கடலின் ஆழத்தை ‘சமுத்திர கம்பீரம்’, ’சமுத்திர ஆழம்’ என்னும் உவமைகளோடு கீழ்க்காணும் உரைகளில் பயன்படுத்தப்பட்டிருப்பதைக் காணலாம்.

pārāpāra-śūnya gabhīra bhakti-rasa-sindhu
tomāya cākhāite tāra kahi eka bindu
(Sri Caitanya-caitamirta Madhya-lila).

‘The ocean of the transcendental mellow of devotional service is so big that no one can estimate its length and breadth. However, just to help you taste it, I am describing but one drop.’ (https://prabhupadabooks.com/cc/madhya/19/137?d=1)

madhura caitanya-līlā--samudra-gambhīra

loke nāhi bujhe, bujhe yei 'bhakta' 'dhīra'

‘The pastimes of Śrī CaitanyaMahāprabhu are like nectar, and they are deep like the ocean. People in general cannot understand them, but a sober devotee can.’

‘சைத்தன்யாவின் கடந்தகாலம் என்பது அமிர்தம் போன்றது. அவை கடலின் ஆழம் போன்று சுவையானது. இதை மனிதர்கள் எளிமையாகப் புரிந்துகொள்ள இயலாது. ஆனால் ஆழ்ந்த சிந்தனையில் ஈடுபடும் பக்தனால் இதை உணரமுடியும்.’

(https://prabhupadabooks.com/cc/antya/2/170?d=1)

மேலும் இறைப்பண்புகளோடு இணைத்துப் பயன்படுத்தப்பட்டிருக்கும் ‘கடல்’ என்னும் இயற்கைக் கூறை சமஸ்கிருதத்தில் இதன் ஆழம் என்னும் உயர்பண்போடு, சமுத்திர கிருபா (கருணை), சமுத்திர கம்பீரம் (ஆழம்), சமுத்திரக் குளியல், சமுத்திரக் கரை, கோடி சமுத்திர அகாதா (பரந்துபட்ட கடல்) என்னும் பல பொருட்களில் பயன்படுத்தப்பட்டிருப்பதைக் காண்கிறோம் (காண்க *http://sanskritdictionary.org/samudra).* ‘மலைக்கும் மடுவுக்கும்’ என்னும் பொருளில் மலையை உயர்வாகவும் மடுவைத் தாழ்வாகவும் தமிழில் பயன்படுத்தப்படுவதை அறிவோம். ஆனால் சமஸ்கிருதத்தில் கடலையும் குளத்தையும் (*nāyaṃ me pādarajasāpi tulyaḥ ... samudrapalvalayor ivāntaram – ‘between you and myself is the same difference that there is between the ocean and*

a pool' Cf. Gonda 1949: 20). கடலையும் குளத்தையும் உயர்வு/
தாழ்வு என்னும் சூழலில் தமிழ் இலக்கியங்கள் ஒருபோதும்
பார்த்ததில்லை. இப்பழமொழிக்கு ஈடாக மலையையும் மடுவையும்
பயன்படுத்ததிலிருந்து இவ்விரு இலக்கியங்களுக்கும் இருவேறு
கண்ணோட்டங்கள் இருக்கின்றன என்பதை மேலும் அறியலாம்.
இருப்பினும் ஒருசில பழமொழிகள் தமிழுக்கும் சமஸ்கிருதத்துக்கும்
இணையாக இருப்பதையும் காணலாம். எடுத்துக்காட்டாக,
'கால் தூசுக்குக் கூடப் போறாதவன்' என்று சிலரைக் கூறுவது
தமிழில் இருக்கும் பழமொழிகளுள் ஒன்று. இவ்வண்ணமே,
சமஸ்கிருதத்திலும் 'aṅgarājyaṃ ca nārhas tvam upabhoktum naradhama
śvā ... purodāsam ivādvare (Kal. Mal 1, 12) 'this man is not even equal to
the dust on my feet' (Cf. Gonda 1949: 20). 'இந்த மனிதர் என்னுடைய
காலில் இருக்கும் தூசுக்குக் கூட இணையானவர் அல்ல'.
இதனால் சமஸ்கிருதத்திலிருந்து பெறப்பட்டதுதான் தமிழின்
இந்தப் பழமொழி என்று ஐயமேற்படலாம். 'பிரமாண்டம்',
'பிரகஸ்பதி' போன்ற பயன்பாடுகள் சமஸ்கிருதத்திலிருந்து தமிழில்
பயன்படுத்தப்படுபவை என்பது இங்குக் குறிப்பிடத்தக்கது.
இச்சூழலில் கடன்வாங்கப்பட்ட 'கால் தூசு' எடுத்துக்காட்டு தமிழ்
இலக்கியங்களில் எங்கும் காணத வழி இத்தகைய பேச்சு வழக்குப்
பயன்பாடுகளுக்குத் தமிழ் இலக்கியங்களில் வரலாற்றடிப்படையில்
இலக்கியச்சூழல்கள் இல்லை என்பதையும் நோக்க வேண்டும்.

ஆனால் மேற்கூறியபடி, தமிழ் இலக்கியங்களில் கடல் உப்பு,
கடலின் நீல நிறம், கடல் மீன்கள், கடலின் வேகம், மழையாக
மாறும் கடல் நீர் எனப் பயன்படுத்தியிருப்பதிலிருந்து இவ்விரு
இலக்கியங்களும் 'கடல்' என்னும் இயற்கைக் கூறை இருவேறு
கண்ணோட்டத்தில் கண்டு அவை இருவேறு இலக்கியச்சூழலைத்
தருகின்றன எனக் கொள்ள வேண்டியிருக்கிறது.

வானும் மழையும்

இரு இலக்கியங்களிலும் மழையைக் காணும் முறையை
நோக்கும்போது இருவேறு கண்ணோட்டங்களும் இருவேறு
இலக்கியச்சூழல்களும் இருப்பதை அறியலாம். சமஸ்கிருத
இலக்கியங்களில் மழை என்பதை 'மேகங்களின் கூட்டத்திலிருந்து
வருகின்றது' என்னும் அறிவியற் பூர்வக் கருத்தில் நேரடிப் பொருளில்
காண்கிறோம். இதையே megha-śyāmaḥ 'blackish clouds', megha-gaṇa
'bunches of clouds', megha-ghaṭāya 'assembly of clouds', megha-mālaḥ
'Meghamala', megha-nirhrādayā 'rumbling cloud', nava-megha 'new
cloud' என்னும் பல்வேறு நுணுக்கமான முறையில் சமஸ்கிருத
இலக்கியத்தில் கண்டிருப்பதை அறிகிறோம்.[6] இச்சூழலில்
சமஸ்கிருதத்தில் மேகங்கள் குறித்துப் பயன்படுத்தப்பட்டிருக்கும்

6. Cf. http://sanskritdictionary.org/megha

உவமைகளின் உள்ளுறை உவமப்பொருளை அறியவேண்டுமெனில் இந்தப் பட்டியலில் கண்டுள்ள கூறுகளின் அடிப்படையில் அறியவேண்டியிருக்குமே தவிர படிப்போரின் கற்பனைக்கு ஏற்றவாறு புதிய பொருளைக் கொடுப்பது சரியான உத்தியாக இருக்காது. எடுத்துக்காட்டாகக் கீழ்வரும் உவமையில் வைஷ்ணவர்களின் கூட்டத்தையும் மேகங்களின் கூட்டத்தையும் ஒப்பிட்டிருப்பதை நோக்குவோம்.

vaiṣṇavera megha-ghaṭāya ha-ila bādala
kīrtanānande saba varṣe netra-jala (Madhya 13-49).

'All the Vaiṣṇavas came together like an assembly of clouds. As the devotees chanted the holy names, tears fell in great ecstasy like rainfall from their eyes.'[7]

'மேகக் கூட்டங்களைப் போல எல்லா வைஷ்ணவர்களும் கூடினார்கள். பக்தர்கள் புனிதமான பெயர்களை உச்சரிக்கும்போது அவர்களின் கண்களிலிருந்து அன்புக் கண்ணீர் மழைநீர் பொழிவது போல் அவர்களது கண்களிலிருந்து பொழிந்தது.'

இங்கு வைஷ்ணவர்களின் கூட்டத்தை மேகங்களின் கூட்டத்துக்கும், பக்தர்களின் கண்களிலிருந்து வரும் கண்ணீரை மழைக்கும் உவமையோடு வெளியிட்டிருப்பதிலிருந்து மேகம் மழையை அளிப்பது போன்று வைஷ்ணவர்களின் பக்தி பக்தர்களின் இறைபக்தியை அளிப்பதாக எவ்வித மறைமுகப் பொருளும் இல்லாமல் நேரடியான பொருளைக் கொள்கிறோம். இவ்வுவமையும் அதற்கான பொருளும் நேரடியாக இந்த வரிகளிலேயே கொடுத்திருப்பது உவமப் பொருளை நேரடியாகப் பெறுவதற்கான உத்தியாகக் காண்கிறோம்.

தமிழில் சங்க இலக்கியங்களைப் பொறுத்தவரையில் 'வானம்' என்னும் பொருண்மைக்குள்தான் 'மழை' என்னும் பொருண்மையைக் கொண்டிருப்பதை அறிகிறோம். இதைப் பின்வரும் எடுத்துக்காட்டுகளிலிருந்து அறியலாம்.

இருபெயல் அழிதுளி தலைஇ வானம் (அகம் 274)

மழையில் வானம் மீன் அணிந்தன்ன (அகம் 264)

கருவி வானம் பெயல் தொடங்கின்றே (ஐங். 476)

கார்நீர்மை கொண்ட கலிவானம் காண்தொறும் (ஐந்தி. 500)

இவ்வெடுத்துக்காட்டுகளில் கற்பனைநயம் மிகுந்திருப்பதை அறியலாம். வானம் மீன்களை உடுத்தியிருப்பது போல, கருவியான

---

7. Cf. *https://prabhupadabooks.com/cc/madhya/13/49?d=1*

வானம், கருமையான நீரைக் கொண்ட கலிப்புடை வானம் போன்ற எடுத்துக்காட்டுகளில் கவிஞர்களின் கவிநயத்தைக் காணலாம். மேலும் மழை என்னும் பொருண்மையைக் கடலிலிருந்து வானம் நீரை முகந்துவருவதாகக் கண்டுள்ளதைப் பின்வரும் வரிகள் எடுத்தியம்புகின்றன.

குணகடல் முகந்த கொள்ளை வானம் (அகம் 278)

கடல்முகந்து கொண்ட கமஞ்சூல் மாமழை (அகம் 43)

கடன்முகந்து தீம்பெயலை ஊக்கும் எழிலி (ஐந். 1)

சங்க இலக்கியங்களில் 'மழை' என்னும் பொருண்மை 'வான்', 'கடல்', 'முகத்தல்' என்னும் பொருண்மைகளோடு தொடர்புகொண்டுள்ளமை இவண் தெரியவருகிறது. ஆனால் பக்தி இலக்கியங்களை நோக்கும்போது 'மேகம்' என்னும் பொருண்மை பலவாறு பயன்படுத்தப்பட்டிருப்பது அறியவரும்.

மேகம் பூண்டதோர் மேருவிற் கொண்டெயில் (தேவாரம் 683)

கௌவை நீர்சுரந் தெழுந்தன கனைகுரல் மேகம் (திருவிளை. 33)

கார்நிறை மேகம் கலந்தோ ருருவக் கண்ணனார் கருதிய கோயில் (திவ். 1339)

'மேகம்' என்னும் பொருண்மை பக்தி இலக்கியங்களில் இருப்பினும் இது சமஸ்கிருத இலக்கியம் போல் 'மேகக் கூட்டத்தினால் மழை வருகிறது' என்னும் பொருண்மையில் பயன்படுத்தாதது நோக்கத்தக்கது. மாறாகக் கடலிலிருந்து முகத்தல் என்னும் கருத்தும் (கடல்வாய்ச்சென்றுமேகம்கவிழ்ந்திறங்கி – திவ்), நீல மேகம் என்னும் கருத்தும் (போதவிழ் நீலம் புனைந்தமேகம் – திவ். 1123) பரவலாகப் பயன்படுத்தியிருப்பதிலிருந்து பக்தி இலக்கியத்திலும் வானம் என்னும் பொருண்மைக்கு ஈடாகவே இலக்கியச்சூழல் இருந்திருப்பதைக் காண்கிறோம்.

கடல்கொண் டெழுந்தது வானம் (திவ். 2495)

மல்குக வேத வேள்வி வழங்குக சுரந்து வானம் (திருவிளை. 5)

கார்வானம் காட்டும் கலந்து (திவ். 2367)

'மேகம்' என்னும் பொருண்மை பக்தி இலக்கியங்களில் அறிமுகப்படுத்தியிருப்பது சமஸ்கிருதத்தின் தாக்கம் எனலாம் ஆனால் சமஸ்கிருதத்தின் இலக்கியச்சூழல் வேறு பக்தி இலக்கியத்தின் சூழல் வேறு என்னும் கருத்தை 'வானம்', 'மேகம்', 'மேகக் கூட்டம்', 'மேகம் நீர் வழங்கல்', 'கடல் நீர் முகந்து வானம் நீர் வழங்கல்' என்னும் பொருண்மைகளின் வேறுபாட்டிலிருந்து அறிகிறோம். 'வான்' பற்றிய சமஸ்கிருத இலக்கியங்களின்வழி

அறியும் இலக்கியச்சூழல் மாறாகப் 'பரந்துபட்டது' - *ākāśa bhedila*, *ākāśa-sthitaḥ* 'கங்கை கொண்ட வானம்' - *ākāśa-gaṅgayā* போன்ற பொருண்மைகளோடு தொடர்புடையதைக் காண்கிறோம்.[8]

> *ākāśa--ananta, tāte yaiche pakṣi-gaṇa*
> *yāra yata śakti, tata kare ārohaṇa (Antya 20.79)*
> 'The sky is unlimited, but many birds fly higher and higher according to their own abilities.'[9]

'வானம் எல்லையில்லாதது. ஆனால் பறவைகள் அவற்றின் திறனுக்கேற்ப மேலும் மேலும் உயரப் பறந்தவண்ணம் இருக்கின்றன.'

வானத்தின் உயரத்தை அளவிற்கரியது எனக் காண்பது தமிழ்ச் சங்க இலக்கியத்திலும் காண்கிறோம் *(எ.டு. வான வரம்பனை நீயோ பெரும – புறம் 2).* ஆனால் வானத்தை மழையோடு தொடர்புப் படுத்துவது தமிழின் இலக்கியச்சூழலுக்குப் பொருந்துமே தவிர சமஸ்கிருத இலக்கியத்துக்கு ஒவ்வாது என்பதைச் சுட்டிக் காட்ட வேண்டும். இதற்கு மேலும் சமஸ்கிருதத்தில் 'எங்கும் பரவியிருக்கிறது' என்னும் பொருண்மைக்கு வானத்தை ஈடுபடுத்துவதைப் பல எடுத்துக்காட்டுகளில் காண்கிறோம்.

> *mahā-ucca-saṅkīrtane ākāśa bharila*
> *prabhura uddaṇḍa-nṛtye bhūmi-kampa haila (Madhya 12.140)*
> The sky was filled with the great and loud chanting of *saṅkīrtana*, and the earth shook from the jumping and dancing of Lord CaitanyaMahāprabhu.[10]

> *yathākāśa-sthito nityaṁ*
> *vāyuḥ sarvatra-go mahān*
> *tathā sarvāṇi bhūtāni*
> *mat-sthānīty upadhāraya (Bg. 9.6)*
> 'As the mighty wind, blowing everywhere, always rests in ethereal space know that in the same manner all beings rest in Me.'[11]

இச்சூழலில் ஐம்பூதங்களாகிய வான், காற்று, நெருப்பு, நீர் மற்றும் நிலனை இவ்விரு இலக்கியங்களும் ஒருவாறாகக் காண்பதையும் அறியலாம். சமஸ்கிருதத்தில் இவ்வைந்து பூதங்களும் ஒன்றன்மேல் ஒன்றாகத் தொடர்ந்து நிலன் என்னும் பூதத்தில் தெரிவதாய்க் காண்கிறோம்.

---

8. Cf. http://sanskritdictionary.org/akasa
9. Cf. https://prabhupadabooks.com/cc/antya/20/79?d=1
10. Cf. https://prabhupadabooks.com/cc/madhya/12/140?d=1
11. Cf. https://prabhupadabooks.com/bg/9/6?d=1

> *ākāśādira guṇa yena para-para bhūte*
> *dui-tina krame bāḍe pañca pṛthivīte (Madhya 8.87)*

> *The qualities in the material elements-sky, air, fire, water and earth-increase one after another by a gradual process of one, two and three, and at the last stage, in the element earth, all five qualities are completely visible.*[12]

இதையே தமிழ் இலக்கியங்களிலும் ஒன்றன்மேல் ஒன்றாக உணர்வதாகப் பின்வரும் புறநானூறு பாடலிலிருந்து அறிகிறோம்.

> மண் திணிந்த நிலனும்
> நிலம் ஏந்திய விசும்பும்
> விசும்பு தைவரு வளியும்
> வளித் தலைஇய தீயும்
> தீ முரணிய நீரும் என்றாங்கு
> ஐம்பெரும் பூதத்து இயற்கை போல (புறம் 2).
> ...

ஐம்பெரும் பூதங்கள் என்னும் பொருண்மை சமஸ்கிருதத்திலிருந்து தமிழில் பெறப்பட்ட பொருண்மையாக இருப்பதனால்தான் இவ்வியற்கையின் பொருண்மையை இரு இலக்கியங்களும் ஒன்றாகக் கொள்வதாக அறியலாம்.

முடிவுரை

இலக்கியங்கள் இயற்கையை அணுகும் முறையில் அம்மொழிக்கேற்ற தனிக்குணங்களில் அணுகுகின்றன. இவ்வணுகுமுறை இவ்விலக்கியங்கள்வழிக் காணும் இலக்கியச் சூழலின் தன்மையைப் பொறுத்ததே என்பதை இக்கட்டுரை வலியுறுத்துகிறது. அடிபட்ட மானின் இரத்தம்வழி வழித்தடத்தை அறிய சமஸ்கிருதத்தில் பயன்படுத்தப்படும் வழிமுறை தமிழில் இல்லாததும், தமிழில் மானை அதன் விரைவுத்தன்மையால் புலப்படும் மடைமையையே 'மடமான்' என்னும் கருத்தில் உவமையாகக் கொள்வதும் தமிழின் தனித்துவ இலக்கியச் சூழல். இவ்வாறே 'கடலின் ஆழம்' என அறியும் சமஸ்கிருத இலக்கியங்களின் இலக்கியச்சூழலைத் தமிழில் நீரின் ஆழம் எனவும், நீரின் வேகம் எனவும் மாறாக அறிகிறோம். இவ்விரண்டு அணுகுமுறைகளும் வேறான இலக்கியச்சூழலாக இருப்பதை அறிகிறோம். இவ்வகையில் இருவகைக் கண்ணோட்டங்களைக் காண்பதோடு உவமைகளின் பொதுப்பண்பையும் இவ்விரு இலக்கியச்சூழல்வழி வெவ்வேறாக நோக்கவேண்டியிருக்கிறது. கடல் என்னும் பொருண்மையை 'நீல வண்ணம்', 'உப்புடன் கூடிய கடல்நீர்', 'கடல் மீன்கள்' என்னும் பொருண்மைகளில்

---

12. Cf. *https://prabhupadabooks.com/cc/madhya/8/87?d=1*

காணும் தமிழ் இலக்கியம் இவ்வியற்கைக் கூறை சமஸ்கிருத அணுகுமுறைக்கு மாறாகக் காண்பது நோக்கத்தக்கது. இத்தோடு, மழையையும் மேகத்தையும் தொடர்புப்படுத்துகிறது சமஸ்கிருத இலக்கியம். வானையும் மழையையும் தொடர்புப்படுத்துகிறது தமிழ் இலக்கியங்கள். இருவேறு கண்ணோட்டங்கள், இருவேறு இலக்கியச்சூழல்கள். இதனால் இருவேறு உவமைப் பண்புகள் எனவும் கொள்ளவேண்டியிருக்கிறது. இச்சூழலில் உள்ளுறை உவமம் என்பதைப் பின்வரும் தொல்காப்பிய நூற்பாவழி அறியவேண்டியதன் முக்கியத்துவத்தை அறிகிறோம்.

> பிறிதொடு படாது பிறப்பொடு நோக்கி
> முன்ன மரபிற் கூறுங் காலைத்
> துணிவொடு வரூஉம் துணிவினோர் கொளினே (பொருள். 294).

உவமைகளின் 'முன்ன மரபைக்' கூறும்பொழுது உள்ளுறை உவமைகளின் கருப்பொருளைத் துணிவோடு புலப்படுத்தலாம் என்னும் கருத்து இலக்கியங்களில் உவமைகளின் பண்புகளை அறியவேண்டியதின் முக்கியத்துவத்தை அறிகிறோம். இக்கட்டுரையின்வழி சமஸ்கிருத மொழி மற்றும் சங்க இலக்கியங்களின் உவமைகளை ஒப்பிடும்போது உவமைகளின் முன்ன மரபை அறியவேண்டியதன் இன்றியமையாத் தன்மையை வலியுறுத்தியுள்ளோம்.

மேலும், இயற்கையை அணுகும் முறை இவ்விரு இலக்கியங்களிலும்அடிப்படையில்பலவேறுகண்ணோட்டங்களில் மாறுபட்டிருப்பதிலிருந்து இவ்விரு இலக்கியங்களின் தனித்தன்மையும் புலப்படுகிறது. அங்கங்கு சமஸ்கிருத இலக்கியங்களிலிருந்து தமிழில் பெறப்பட்ட உவமைகளையும் சுட்டிக்காட்டியதிலிருந்து அவை இவ்விரு இலக்கியங்களிலும் ஒரே கண்ணோட்டத்தில் பயன்படுத்தப்படுகினறன என்பதையும் காணமுடிகிறது. உவமைகளின் தனித்தன்மையை ஒப்பிடும் இவ்வகை ஆய்வு சமஸ்கிருதம், தமிழ் ஆகிய இரு மொழிகளின் தனித்துவப் பண்புகளை அறிவதோடு இவற்றிற்கிடையே ஏற்பட்ட கொடுக்கல் வாங்கல் முறைமைகளையும் தெளிவாக அறிய முடிகிறது. குறிப்பாக, இவ்விரு இலக்கியங்களிலும் பயன்படுத்தப்படும் உவமைகளின் உள்ளுறை உவமம் அறிய உவமைகளின் தனிப்பண்புகளை (முன்ன மரபு) அறியவேண்டியது இன்றியமையாததாகிறது.

தலைமகள் தானறிந்த பொருட்கண்ணே உவமைகளை அறிவாள் (கிழவி சொல்லின் அவளறி கிளவி – பொருள் 297). தோழி தன்னிலத்தின்கண்ணே உள்ள பொருளல்லாமல் வேறு பொருளில் உவமையைக் கூறமாட்டாள் (தோழிக்

காயின் நிலம்பெயர்ந் துரையாது – பொருள் 298). தலைவன் தன்னுடைய அறிவுக்குட்பட்டதான உவமையையே கூறுவான் *(கிழவோற் காயின் உரனொடு கிளக்கும் – பொருள் 299).* இந்த மூவரல்லாதவர்க்கு இவ்வரம்பு இயையாது *(ஏனோர்க் கெல்லாம் இடம் வரைவின்றே – பொருள் 300).*

முதல் நூல்கள்

(Cf. http://sanskritdictionary.org as accessed on 8/27/2020)

- Bhagavad-gita As It Is (1972) (Bg)
- Srimad-Bhagavatam (Canto 8, SB)
- Sri Caitanya-caritamrta - 1975 Edition

  (Madhya-lila – Madhya, Adi-Lila – Adi, Antya-lila - Antya)

- *தமிழ் இலக்கிய நூற்கள்: அகநானூறு, புறநானூறு, தேவாரம், திவ்ய பிரபந்தம்.*

துணை நூல்கள்

Gonda, J. (1949). Remarks on Similes in Sanskrit Literature. In Orientalia Rheno-Traiechtina, J. Gonda and H. W. Obbink (editors), Brill: Leiden.

அரங்கநாதன், வாசு 2018. இலக்கியப் பயணங்களும் தமிழர் வரலாறும் (Literary Journeys and Tamils' history) காலச்சுவடு பதிப்பகம், நாகர்கோவில், இந்தியா.

——————— *2020. இக்காலத் தொல்காப்பிய மரபு* (Tolkappiyam and modern Linguistic Theories). *நியூ செஞ்சுரி பதிப்பகம், சென்னை.*

இணையப் பக்கங்கள்

http://sanskritdictionary.org/ (accessed on 8/27/2020).

https://prabhupadabooks.com (accessed on 8/27/2020)

27

அகப்பொருளும் சமஸ்கிருத முக்தகப் பாடல்களும்

ஸிக்பிரட் லைன்ஹார்டு

தமிழில்: **பு. கமலக்கண்ணன்**

கடந்த சில பத்தாண்டுகளாக இந்தியவியல் ஆய்வுகளின் நோக்குநிலைகளும் (*Perspectives*) பணித்திட்டங்களும் பெரியளவில் அதிகரித்து வருகின்றன. எனவே, இன்றைய காலத்தில் இந்தியவியல்துறை சார்ந்த ஏதேனுமொரு ஆய்வாளரை இத்துறையின் நோக்கங்கள் குறித்தும் எல்லைகள் குறித்தும் விளக்கிக் கூறும்படி கேட்கும்போது அவரால் அவரது முன்னோர்களைக் காட்டிலும், அவர்களது முன்னோர்களுக்கு முன்னோர்கள் செய்ததைக் காட்டிலும் கூடுதல் தகவல்களைத் தர முடிகிறது. இந்தியவியல் ஆய்வுகள் இன்றைய காலத்தில் மறுசீரமைப்பிற்கு உட்படுத்தப்படுகின்றன. இந்த மறுசீரமைப்பின் ஊடே, மிக நீண்ட காலமாக நிலவி வரும் இந்தியா என்பது முற்றிலுமான ஆரிய நாகரிகத்திற்குரியது என்னும் இந்தியா பற்றிய கருத்தாக்கமும் திருத்தப்பட்டு வருகிறது. முன்பை விடக் கூடுதலாக இன்றைய ஆய்வாளர்கள் தங்களது ஆய்வுகளை முன்னெடுத்து வருகின்றனர். அவ்வடிப்படையில், இந்தியப் பண்பாடு பல்வேறு மூலங்களிலிருந்து தோன்றியிருக்கலாம். ஆனால், அவற்றின் கலப்பினாலும் ஒருங்கிணைவினாலும் அவை ஒருங்கிணைந்த இந்தியப் பண்பாட்டை உருவாக்கின எனும் எண்ணங்களை ஆராய்ந்து கண்டறிவதாக அவர்களின் ஆய்வுகள் அமைகின்றன.

பின்வரும் இக்கட்டுரை தென்னிந்தியக் கவிதை மரபின் அடிப்படையில், சமஸ்கிருத - பிராகிருதச் செவ்வியல் இலக்கியங்களில் காணப்படும் சில சிக்கல்களைத் தெளிவு படுத்துவதாக அமைகிறது. தொல்காப்பியக் காலத்திலிருந்தே தமிழ்க் கவிதையியல், பாடல்களைப் புறப்பொருள் அகப்பொருள் என இரு பெரும்பிரிவுகளாக வகைப்படுத்துவதை நன்கு அறிய முடிகிறது. இங்குப் புறப்பொருள் "புற உலகிற்கு" உரியதாக, பொதுமக்களின் வாழ்க்கையைப் பாடுவதாக அமைகிறது. சான்றாக மன்னனது வீரதீரச் செயல்களைப் பாடுவதைச் சுட்டலாம். அகம் "அக உலகிற்கு" உரியதாகக் காதற் பாடல்களாக அமைகிறது. தமிழ்ச் செவ்வியல் இலக்கியத்தில் இது திருமணத்திற்கு முன்பான களவுக் காதல் திருமணத்திற்குப் பிறகான இணையரின் காதல் ஆகிய இரண்டைப் பற்றியும் பேசுவதாக அமைகிறது. கவிதையியலின் இவ்விரு வகைப்பாடுகளும் அதற்கேயுரிய விதிகளைப் பின்பற்றியாதல் வேண்டும். தொல்காப்பியப் பொருளதிகாரத்தின் 57 வது நூற்பா, பாடல் மாந்தர்களின் பெயர்கள் புறத்திணையில் இடம்பெறலாமென்றும் அகத்திணையின் பல்வேறு வடிவங்களிலும் இடம்பெறுதல் கூடாது என்றும் விளக்குகிறது. எனினும், எனக்குத் தெரிந்த அளவில் சமஸ்கிருதக் கவிதையியலில் இத்தகைய கட்டுப்பாட்டைக் காண முடியவில்லை. அத்தோடு சமஸ்கிருத - பிராகிருதப் பாடல்களுக்கு இந்த நிபந்தனை எவ்வகைத் தேவையுமற்றதாய் அமைகிறது. மகாகாவியங்களில் தனி மாந்தர்களின் பெயர்கள் இடம்பெறுகின்றன. ஆனால், சமஸ்கிருதம், பிராகிருதம், அபபிரம்மசம் ஆகிய மொழிகளில் எழுதப்பட்டுள்ள சிறிய பாடல்களில் பெயர்கள் இடம்பெறவில்லை. அதைப் பின்னர் விளக்குவேனாயினும் அகப்பொருளும் சிருங்கார ரசத்தில் எழுதப்பட்டுள்ள முக்தகப் பாடல்களும் ஆச்சரியத்தக்க வகையில் பல்வேறு தொடர் இணைநிலைக் கூறுகளை வெளிப்படுத்துவனவாக அமைகின்றன.

முதலில் வடிவம் பற்றிய சிக்கல்கள் குறித்துச் சுருக்கமாகக் காணலாம். முறையான யாப்பு வடிவில் அமைந்த பிராகிருத சமஸ்கிருதப் பாடல்களுக்கான துவக்க கால வகைப்பாடுகளைத் தண்டி, வாமனா ஆகியோரின் நூல்களில் காண முடிகிறது. சிறு பாடல்களுக்கும் "பெரும் படைப்புகளுக்குமான" – சருக்கபந்தம் வேறுபாடுகளைத் தண்டி ஆராய்கிறார். ஆனால் அவர் சிறிய வடிவங்களை – இவை முக்தகம் (தனிநிலைப் பாடல்), குளகம் (ஐந்து செய்யுட் பாடல்), கோசம் (செய்யுட்களின் தொகை), சம்காதா (ஒரே யாப்பில் உருவாக்கப்படும் சிறிய பாடல், சான்றாக மேகதூதம்) என வகைப்படுத்துகிறார் - இவை முன்னரே சருக்க பந்தம் என்பதற்குள் சேர்க்கப்பட்டிருத்தல் வேண்டும்.[1] எவ்வாறாயினும்

இந்த வகைப்பாடு தவறானதாகவும் செவ்வியல் காலத்தின் பண்புகளை மட்டும்; அதன் துவக்கத்திலேயே கண்மூடித்தனமாக வியாபித்திருந்த உண்மையான பாடற் கூறுகளுடன் அமைந்த மகாகாவியத்தோடு பிரதிபலிப்பதாகவும் அமைகிறது. பல இடங்களில் சமஸ்கிருத மகாகாவியங்களின் செய்யுட்கள் மிகத் தளர்வாக இணைக்கப்பட்டனவாக, காவியத்தின் முழுக்கட்டமைப்பிலிருந்து தனிநிலைப் பாடல்களை எளிதில் பிரித்துவிடக்கூடிய தன்மையில் அமைகின்றன.[2] பழமையானதும் மிகவும் ஏற்றுக்கொள்ளத்தக்க வகையில் அமைவதாகவும் பாமகா[3] வாமனா[4] ஆகியோரால் உருவாக்கப்பட்ட யாப்பு விதிகள் அமைகின்றன. இவ்விரு ஆசிரியர்களும் நிபாத (பாமகாவின் படைப்பில், சருக்கபந்தம்) அநிபாத ஆகிய இரண்டையும் வேறுபடுத்துகின்றனர். அதாவது "இணைந்துள்ள" "பிரிந்துள்ள" பாடல்களுக்கான வேறுபாடுகளை விளக்குகின்றனர். இவற்றுள் முதன்மையாகக் காவியமாக அமையும் முதல் வடிவம், அதன் வாசகரை முன்கூட்டியே நடந்து முடிந்த அல்லது நடக்கவுள்ள சில செயல்களையும் நிகழ்வுகளையும் நன்கு அறிந்து வைத்திருக்க வேண்டுகிறது. பாடல் வடிவில் அமைந்த இரண்டாவது வடிவம், தற்காலிக உணர்வுகளை, அக்கணச் சூழல்களை விளக்குவதாக அமைகிறது. சாகித்யம் பற்றி விளக்கிய பிற்கால ஆசிரியர்கள் முக்தக வடிவப் பாடல்களோடு குளகம், யுகலகா (இரு செய்யுட் பாடல்) சந்தாநிதகா (மூன்று செய்யுட் பாடல்) ஆகியவற்றையும் குறிப்பிடுகின்றனர். எனினும் நாம் இவ்விடத்தில் முக்தகப் பாடல்களோடு வரையறுத்துக் கொள்வதே ஏற்புடையதாய் அமையும். ஏனெனில், சமஸ்கிருதப் பிராகிருத இலக்கியங்களைக் களமாகக் கொண்டமையும் முக்தகப் பாடல் வடிவமே வரிவடிவில் அமைந்த தன்னேரில்லாத காதற் பாடல் வடிவமாக உருவெடுத்துள்ளது. எனவே இது, முக்தகப் பாடல்கள் அதன் துவக்கத்தில் மகாகாவியத்திலிருந்து மாறுபட்ட ஒரு மரபைப் பின்பற்றியிருத்தல் வேண்டுமென எனக்குத் தோன்றுகிறது.

தற்போது அகப்பொருள் முக்தகப் பாடல்கள் ஆகிய இரண்டிலும் இடம்பெறும் ஒற்றுமைக் கூறுகள் எவை என்பது பற்றி ஆராயப்பட வேண்டியுள்ளது. முதலாவதாக, இவை இரண்டும் ஒரே பாடுபொருளைப் பொதுவாகக் கொண்டுள்ளன. பெரும்பான்மையான முக்தகப் பாடல்களும் காதலுணர்வு சார்ந்ததாயினும் இவையிரண்டும் தனியொருவரின் பெயர்களைக் குறிப்பிடுவதில்லை. அத்தோடு இவ்விரண்டிலும் இடம்பெறும் மற்றொரு ஒற்றுமைக் கூறாக இவற்றின் சுருக்கமான வடிவம் அமைகிறது. இதனை எழுத்து வடிவில் அமைந்த ஒட்டுமொத்த கவிதைகளுக்கான தனித்தன்மைக் கூறு என்றே கொள்ள

வேண்டியுள்ளது. மூன்றாவது சங்கத்திலிருந்து பாதுகாக்கப்பட்டு வரும் ஐந்து அகத் தொகைகளுள் குறுந்தொகைப் பாடல்கள் நான்கு முதல் ஒன்பது அடிகளையும், நற்றிணைப் பாடல்கள் ஒன்பது முதல் பன்னிரண்டு அடிகளையும் கொண்டுள்ளன.[5] இதைவிட முதன்மையான வேறுசில கூறுகளும் இடம்பெறுகின்றன.

சங்க அகப் புலவனுக்கு கட்டாயமானதாய் அமைந்த, நாம் எல்லோரும் அறிந்த சில விதிகள் தொல்காப்பியப் பொருளதிகாரத்தின் முதல் ஐம்பத்து ஏழு சூத்திரங்களில் விளக்கப்பட்டுள்ளன. இதன் ஆசிரியர் தொல்காப்பியர் ஒட்டுமொத்தமாக ஏழு காதல் சூழல்களை வரையறுக்கிறார். ஆனால், அவற்றுள் ஐந்தை மட்டுமே காதற்பாடல்களின் உண்மையான வடிவங்களாக (True Models) முதன்மைப் படுத்துகிறார். ஏனெனில், கைக்கிளை என்பதும் பெருந்திணை என்பதும் அவர் கால இரசனையின் அடிப்படையில் மதிப்புக் குறைந்தனவாய் விளங்கியுள்ளன. பிற்காலத்தில், அகத்திணைப்புறம் - அகனைந்திணை என்பதற்குப் புறமாக நிற்பது என்பது உருவாகியுள்ளது. இவ்வகையில், சங்க காலத்திலிருந்த காதற்பாடல்கள் முதன்மையாக ஐந்திணைகளின் அடிப்படையில் குறிஞ்சி, முல்லை, மருதம், நெய்தல், பாலை, எனும் புகழ்பெற்ற ஐந்து வடிவங்களாகத் தொகுக்கப்பட்டுள்ளன. இவை ஒவ்வொன்றும் ஒரு குறிப்பிட்ட மலர் அல்லது தாவரத்தின் அடிப்படையில் பெயரிடப்பட்டுள்ளன. அத்தோடு இவை ஒவ்வொன்றும் ஒரு குறிப்பிட்ட புவியியல் சூழலோடு தொடர்புடையதாய் அமைகின்றன. அவ்வகையில், குறிஞ்சி – மலைகளோடு தொடர்புடையதாகவும், முல்லை காடு, மேய்ச்சல் நிலம் ஆகியவற்றோடும், மருதம் விளைநிலங்களோடும் நெய்தல் கடற்கரையோடும் இறுதியாகப் பாலை சுரம் அல்லது வேனிலின் கொடுமையால் காய்ந்துபோன ஏதேனுமொரு நிலத்தோடும் தொடர்புடையதாகவும் அமைகின்றன. இவற்றோடு தொடர்புடைய ஏராளமான பிற கூறுகளும் அமைகின்றன. அவற்றை முதற்பொருள் - அடிப்படைப் பொருள்கள் அதாவது நிலமும் பொழுதும், கருப்பொருள் - ஒவ்வொரு பகுதிக்கும் உரிய தாவர விலங்கினங்கள், உரிப்பொருள் - குறிப்பிட்ட கால, சூழல்களுக்கு ஏற்ற காதல் கூறுகள் என வகைப்படுத்தலாம். கவிதையியல் கூறுகளை உள்ளடக்கிய இந்த அமைப்புமுறை அதன் முதற்தோற்றத்தில் இது மிகுந்த தத்துவார்த்த நிலையில் அமைந்திருக்கிறது என்னும் எண்ணத்தை உருவாக்குகிறது. எனினும், புலவர்கள் அவற்றைப் பயிற்சிக்கு உட்படுத்தினர் என்பதும் உருவகம் சார்ந்த அவர்களின் அறிவே இத்தகைய கூறுகளை உருவாக்கக் காரணம் என்பதும்[6] சங்கக் கவிதையியலை

ஆழமாக அறிந்து கொள்வதற்கு இன்றியமையாதது ஆகும். எனது ஒப்பாய்வுப் பார்வையின் அடிப்படையில் ஐந்து அகத்திணைகளும் விதிமுறையின் அடிப்படையில்[7] பின்வரும் காலங்களோடும் காதற் சூழல்களோடும் ஒன்றுகின்றன என்பதைச் சுட்ட விரும்புகிறேன்:

குறிஞ்சி – குளிர்காலம் (கூதிர்), நள்ளிரவு (யாமம்), காதலர்களின் ஒன்றிணைவு (புணர்தல்)

முல்லை – மழைக்காலம் (கார்), மாலைநேரம் (மாலை), தலைவனது வருகைக்காகத் தலைவி காத்திருத்தல் (இருத்தல்)

மருதம் – விடியல் (வைகறை), காதற் பிணக்கு (ஊடல்) அல்லது பிணக்கு ஏற்படுவதற்கான காரணங்கள் (ஊடல் நிமித்தம்)

நெய்தல் – பிற்பகல் அல்லது மாலையின் துவக்கம் (எற்பாடு) கடல் வழியாகச் செல்லும் தலைவனைப் பிரிந்திருக்கும் தலைவியின் வருத்தம் (இரங்கல்) என்பதனோடும், இறுதியாக

பாலை – வேனிற் கால வெம்மை (வேனில்), பகல் (நண்பகல்), தலைவன் தரை வழியாகப் பயணம் மேற்கொள்வதனால் காதலர்களிடம் ஏற்படும் பிரிவு (பிரிவு)[8] ஆகியன அமைகின்றன.

அகத்திற்கு மிக முதன்மையானதாகக் கருதப்படும், ஏறக்குறைய இப்பொருட்கள் யாவற்றையும் (பொருள்) காதலுணர்வு சார்ந்த சமஸ்கிருத பிராகிருத முக்தகப் பாடல்களிலும் கண்டறிய முடியும் என்பது ஆர்வந்தரத்தக்க ஒன்றாக அமைகிறது. அங்கு இந்த இணைவுகள் யாவும் மிக இயல்பான ஒன்றாய் அமைகின்றன, குறிப்பிட்ட நிலத்தோடு வலுவாய் ஒன்றுதல் என்பது மட்டும் வேண்டப்படும் ஒன்றாய் அமைகிறது. இல்லையெனில், முக்தகப் பாடல்கள் அகத்தில் இடம்பெற்றுள்ள காதலின் பல்வேறு நிலைகளை (உரிப்பொருள்) தெளிவாக விளக்குவதாய் அமையும். அத்தோடு முக்தகப் புலவன் அகத் தொகுப்பில் இடம்பெற்றுள்ளதைப் போலவே, இங்குள்ள பாடல் காட்சிகளில் அதே வரையறுக்கப்பட்ட நாளின் நேரத்தையும் பருவ காலங்களையும் பயன்படுத்துகிறான் என்பது ஆர்வந்தரத்தக்க ஒன்றாய் அமைகிறது. மீண்டும் மீண்டும் அதே சூழல்களே விளக்கப்பட்டுள்ளன. அவை பின்வருமாறு: காதலர்கள் குளிர்கால இரவில் மகிழ்வோடு இணைந்திருத்தல்; கார்காலத்தின் துவக்கத்தில் தலைவி தனது தலைவனது வரவிற்காகக் காத்திருத்தல்; தனது கணவன் பொது மகளிரோடு இரவைக் கழித்தான் என்பதை அறியும்போதோ அல்லது விடியல் நேரத்தில் வீட்டிற்குத் திரும்பும்போதோ ஊடல் உண்டாதல்; வேனிற் காலத்தில் பயணம் மேற்கொள்ளும்போது பிரிவின் வேதனைகளை அனுபவித்தல் முதலியன அமைகின்றன.

இவையாவற்றையும் ஒருவாறு ஒருங்கிணைக்கும்போது, ஒருவரால், தமிழ்மரபின் குறிஞ்சிப் பாடல் வடிவம் முக்தகப் பாடல் வடிவத்தோடு ஒப்பிடும்போது அதன் சம்போகசிருங்காரம் வடிவத்தோடு ஒத்துப்போகிறது எனக் கூற முடியும். அத்தோடு, முல்லை, நெய்தற் பாடல்கள் விப்ரலம்பசிருங்காரம் என்பதன் விளக்கத்தோடு ஒத்திருப்பதையும், மருதப் பாடல்கள் மானா – பொறாமை உணர்வினால் பெண்ணிடம் உண்டாகும் கோபம் என்பதனோடும், இறுதியாகப் பாலைப் பாடல்கள் சமஸ்கிருதப் பிராகிருதப் பாடல்களிலும் பதிகா என்னும் தலைவனது பயணம் பெரும்பாலும் ஞாயிற்றின் வெம்மையோடும், நண்பகல் நேரத்தோடும் ஒத்திருக்கின்றன எனக் கூற முடியும். அக மரபிலும் முக்தக மரபிலும் பிரிவு என்னும் கருத்தாக்கம் அழுத்தம் பெற்றிருப்பதை அறிவதற்குச் சிறப்புக் கவனம் செலுத்த வேண்டியுள்ளது. தொல்காப்பியரால் சுட்டப்பெற்ற மூன்று வகைகளும் முக்தகத்தின் பகுதியோடு, பல்வேறு தன்மைகள் கொண்ட விரகம் என்பதனோடு ஒன்றுவதாய் அமைகின்றன. சமஸ்கிருதத்தின் வாய்மொழிப் புலவர்கள் விளக்குவதைப் போல் இந்த விரகம் என்பது விப்ரலம்பசிருங்காரம் என்னும் கருத்தாக்கத்தின் மையங்களுள் ஒன்றாகவும் துன்பியல் மொழிக்குரியதாகவும் அமைகிறது.

அகத்தைப் போலவே, முக்தகமும் தலைவிக்குரிய சூழல் அல்லது உணர்வுகளுக்கு முதன்மையளிப்பதாய் அமைகிறது. விராகினி, மானினீ, பதிகா, மற்றும் வேறுசிலரின் உணர்வுகள் முதன்மைப்படுத்தப்படுகின்றன. இவற்றின் புறக் கவிதையியல் வடிவம் யாப்பினால் தீர்மானிக்கப்படுகின்றபோதும் இவற்றின் சந்த அமைப்பு, இதனையொத்த பிற கூறுகளும்; ஒப்புமை, உட்பொருள் *(suggestive speech)* தவிர்த்த ஏனைய அகக் கவிதையியல் கூறுகளும்; இவை யாவற்றுக்கும் மேலாகத் தொகைப் பாடல்களில் இடம்பெறும் இணைவுகளான குறிஞ்சியைக்கூதிர், யாமம், புணர்தல் ஆகியவற்றோடு இணைத்தல், முல்லையைக் கார், மாலை, இருத்தல் ஆகியவற்றோடு இணைத்தல் என்பன போன்றனவும் ஒத்துக் காணப்படுகின்றன. எவ்வாறாயினும் சமஸ்கிருதக் கவிதையியல் குறைவான இணைவுகளை *(fewer associations)* கொண்டனவாகவே தோன்றுகின்றன, பொதுவாக நான் குறிப்பிட்டுள்ள மிகச் சிலவே இணைவுகளாக அமைகின்றன. சங்க இலக்கியம் வளமையான இணைவுகளைக் கொண்டதாய் அமைகிறது. இதைப்போலவே, சமஸ்கிருத, பிராகிருத இலக்கியங்களுக்கு வரும்போது அவற்றின் ஒட்டுமொத்த அக அமைப்பும் அகப்பொருளின் கவிதையியல் கூறுகளோடு முற்றிலும் ஒத்திசைப்பதாய் அமைகிறது. எனது கருத்துப்படி, மிகவும் தெளிவாக அமையும் மூன்று சான்றுகளை

ஹாலாவின் சத்தசயீ இல் இருந்து காட்டுகிறேன். இந்தச் சத்தசயீ காதலுணர்வு சார்ந்த முக்தகப் பாடல்களை முதன்மையாகக் கொண்ட பழைய தொகுப்பு ஆகும். இவ்விடத்தில் ஹாலாவின் பாடல்களில்[9] பெரும்பகுதி, தென்னிந்தியாவில் உருவாக்கப்பட்டன என்பதும் இத்தொகுப்பை உருவாக்கிய ஹாலா, சாதவாகன அரச குடும்பத்தைச் சேர்ந்தவன் என்பதும் குறிப்பிடத்தக்கதாகும். இதன் 399 வது செய்யுள் பின்வருமாறு அமைகிறது:

"தனது மார்பில் தலைசாய்த்து உறங்கும் தலைவியின் நிலவு போன்ற முகம் வேனிற் காலப் பகலில் பயணம் மேற்கொள்ளும் தலைவனது வெம்மையைப் போக்குவதாக அமைகிறது" (சத்.399).

இந்த ஆர்யச் செய்யுளைத் தமிழ் வாய்மொழிப் பாடலின் (Rhetoric) அடிப்படையில் விளக்குவது எளிமையான ஒன்றேயாகும். இவ்விடத்தில் மிகத் தனித்துவமான வகையில், தனிமையில் செல்லும் பயணியின் பயணம் "வேனில்", "பகல் நேரம்", "பிரிவு" ஆகியவற்றோடு இணைத்துக் காட்டப்பட்டுள்ளது. அதாவது இந்த இணைவுகள் முதற்பொருள் – "வேனில்" "நண்பகல்" ஆகியவற்றோடும், உரிப்பொருள் – "பிரிவு" என்பதோடும் மிகச் சரியாக ஒன்றுவதாக அமைகின்றன.

நான் சுட்டிக்காட்ட விரும்பும் மற்ற இரு ஆரியப் பாடல்களாகச் சத்தசயீ 637, 638 ஆகியன அமைகின்றன. இவற்றைக் குறிஞ்சி என்னும் வடிவத்தோடு ஒப்பிட்டுப் பார்த்தல் வேண்டும்.

"மலைக்கிராமங்களில் வாழ்பவர்களே மகிழ்ச்சி யுடையவராவர். அவர்கள் மிகவும் பாதுகாப்பாய் ஒன்றிணை கின்றனர். அங்குப் புதர்கள் அடர்த்தியானதாகவும் இலைகள் நிறைந்தனவாகவும் அமைகின்றன. அங்குள்ள மூங்கில் கிளைகள் சுழல் காற்றினால் வளைக்கப்படுகின்றன" (சத். 637).

"மலைக் கிராமங்கள் எனது காதல் ஆசையைத் தூண்டுகின்றன: அங்குக் கடம்ப மரங்கள் அடர்த்தியாகவும் பூத்தும் காணப்படுகின்றன. பாறைகள் நன்றாகக் கழுவப்பட்டுள்ளன, மயில்கள் மகிழ்வுற்று இருக்கின்றன. பாறை இடுக்குகளிலிருந்து வெளியேறும் நீரோடைகள் ஒலியெழுப்புகின்றன" (சத். 638).

இவ்விடத்தில் மீண்டும் பல்வேறு குறிப்பிடத்தக்க கூறுகள் ஐயத்திற்கு இடமின்றிக் குறிஞ்சிப் பாடல்களோடு ஒருங்கு வைத்து எண்ணத் தக்கனவாய் அமைகின்றன. 637 வது பாடலில் இடம்பெறும் குறிஞ்சிக்குரிய குறிப்பிடத்தக்க உருவகங்களாகப் (imagery) "பாலியல் இணைவு", "மலைக்கிராமம்", "மூங்கில் காடுகள்" ஆகியனவும் 638 வது பாடலில் மீண்டும் "மலைக்கிராமம்", "மயில்கள்", "நீரோடைகள்" "காதல் வேட்கை".[10] ஆகியனவும்,

அமைகின்றன. இங்கும் சிறப்புவாய்ந்த அகத்திணை தெளிவாகக் குறிக்கப்பட்டுள்ளது.

ஹாலாவின் பாடல்கள் "வாழ்க்கைக்கு நெருக்கமான ஆற்றலையும் எதார்த்தங்களையும் கொண்டனவாக அமைகின்றன. இப்பண்பை சமஸ்கிருதப் பாடல்களில் காண முடியாது"[11] என்னும் கருத்து பல்வேறு சூழல்களில் விளக்கப்பட்டுள்ளது. ஹாலாவின் பாடல்கள் நாட்டு மக்களின் வாழ்க்கை முறையையும் அவர்களின் உணர்வுகளையும் உண்மையில் விளக்குவனவாக அமைகின்றன. சில ஆய்வாளர்கள் சத்தசயீப் பாடல்கள் முழுமையும் நாட்டார் பாடல் வடிவம் சார்ந்தது என்னும் கருத்தையும் கூட முன்வைத்துள்ளனர். அதற்கேற்றாற்போல், இதன் பாடல்களில் அடிக்கடி கிராமத் தலைவரையும் (காமனீ), அவரது அழகிய மகள் (காமானீதுஆ), வேடன் (வாகா), வேடனது இளம் மனைவி (வாகாவஹூ), விவசாயி (ஹலியா), மாலை தொடுப்பவர் (மாலாரி), ஆடு மேய்ப்பவள் (கோவி) ஆகியோரையும் நம்மால் காண முடிகிறது. இருந்தபோதும் சத்தசயீ மிகக் கவனமாக உருவாக்கப்பட்ட வடிவங்களையும், மிகவும் செம்மைப்படுத்தப்பட்ட சுவையையும் உடைய பாடல்களைக் கொண்டுள்ளது என்பது ஐயத்திற்கு இடமற்ற ஒன்றாகும். சத்தசயீப் பாடல்களைத் தொல்காப்பியத்தின் அடிப்படையில் நாம் விளக்கினால், முன்னர் கூறிய மக்கள் மீதும் அவர்களது தொழில் மீதும் புதிய ஒளியைப் பாய்ச்சவும் வாய்ப்புள்ளது. அகனைந்திணையின் கருப்பொருட்களும் ஒவ்வொரு பகுதியிலும் வாழும் மக்களின் பண்புகளை விளக்குவதாக அமைகின்றன என்பது இவ்விடத்தில் குறிப்பிடத்தக்கது. இவ்வகையில், முல்லைப் பாடல்கள் ஆயர்கள் பற்றியும், குறிஞ்சிப் பாடல்கள் வேடர்கள் பற்றியும், நெய்தல் மீனவ மக்கள் பற்றியும் விளக்க முற்படும் எனலாம். ஹாலாவின் பாடல்களை எழுதியவர்களும் மற்ற முக்தகப் புலவர்களும் இந்த அடிப்படையிலேயே பழைய கவிதையியல் மரபைப் பாதுகாத்திருத்தல் வேண்டுமென்பதே வெளிப்படை என எனக்குத் தோன்றுகிறது.

முன்னர்க் குறிப்பிட்டதைப் போல முக்தகப் பாடல்கள் தாமே சூழல்களை வெளிப்படுத்தும் பாடல்களாக அமைகின்றன. இப்பாடல்கள் புலவர்கள் தாமே தற்கூற்றாகப் பேசுதல் அல்லது மிகப் பொதுவாகத் தலைவி (நாயிகா), தலைவன் (நாயகா), தூதுசெல்பவர் (தூதி), தலைவியின் தோழி (சகி) ஆகியோர் பேசுவதாக அமைதல் என்னும் இரு நிலைகளில் ஒன்றாய் அமையும். இப்பாடலின் பொருளை உணர்ந்துகொள்ள விரும்பும் வாசகன் முதலில் சூழலை உள்வாங்குதல் வேண்டும். இதன் காரணமாகவே ஹாலா மற்றும் பிற்கால முக்தக

எழுத்தாளர்களின் (அமரு, பர்த்ரகிரி, கோவர்த்தனா முதலியோர்)[12] படைப்புகளுக்கு உரையெழுதிய உரையாசிரியர்கள், அடிக்கடி, கொடுக்கப்பட்டுள்ள சூழல்களை எவ்வாறு உணர்ந்து கொள்ள வேண்டுமென வாசகர்களுக்கு அறிவுறுத்துகின்றனர். அத்தோடு எடுத்துக் காட்டுகளையும் தந்துள்ளனர். இதே பண்பு அகத்திற்கும் பொருந்துவதாய் அமைகிறது. தமிழ் அகப் பாடல்களில், சில சூழல்களை உள்வாங்குவதால் உண்டாகும் இன்பம் அதன் அழகியலை விஞ்சுமளவினதாக இருப்பதையும் நம்மால் காண முடிகிறது. சான்றாக, திருக்குறளின் 1173 வது குறட்பாவைப் படிக்கும்போது,

கதும் எனத்–தாம் நோக்கித்–தாமே கலுழும்

இதுநகத்– தக்க துடைத்து.

உரைகள் நமக்குப் பல்வேறு சான்றுகள் காட்டி யார் யாரிடம் எதற்காகப் பேசுகிறார்கள் என்பதை விளக்குகின்றன. அகத்தின் தலைமை மாந்தர்களாக *(Dramatic Personae)* முதன்மையாகத் தலைவன், அவனது தோழன் (பார்ப்பான்), தலைவி, அவளது தோழி ஆகியோர் அமைந்தால், முக்தகம் இவற்றிற்கு இணைநிலையாக நாயகா, நாயகனது நண்பன் (சகச்சரா), நாயிகா, தூதி, சகி ஆகியோரைக் குறிப்பிடுகின்றது. தோழி – சகி ஆகிய இவ்விருவரின் முதன்மையான பணிகளுள் ஒன்றாக ஊடியிருக்கும் காதலர்களைச் சேர்த்துவைத்தல் என்பது அமைகிறது என்பது இங்குக் குறிப்பிடத்தக்க ஒன்றாய் அமைகிறது. தொல்காப்பியம் எப்போது, யாரிடம் தலைவனும் தலைவியும் பிற மாந்தர்களும் பேசுவார்கள் என்பதற்கு ஏராளமான சான்றுகளைச் சுட்டுகிறது. சமஸ்கிருதப் படைப்புகளில் இத்தகைய விதிமுறைகள் தரப்படவில்லை. பிற்காலத்திலேயே சமஸ்கிருத இந்திக் கவிதையியல்கள் நாயக – நாயிக வேறுபாடுகளை விளக்கும் தந்திரமான கோட்பாடுகளை உருவாக்கிக் கொண்டன.

அநேகமாக நீங்கள், இதுவரை இக்கட்டுரையில் விளக்கப்பட்ட எல்லா இணைநிலைகளின் வழி நாம் என்ன முடிவிற்கு வரப்போகிறோம் என்னும் வினாவை எழுப்ப விரும்பலாம். மேற்கண்ட உண்மைகளின் அடிப்படையில், முதற்கட்டமாக அகத்திற்கும் முக்தகப் பாடல்களுக்குமிடையே பல்வேறு தொடர்புபடுத்தும் இணைப்புகள் இருப்பதையும், தமிழர்களால் உருவாக்கப்பட்ட கவிதையியல் இலக்கணம் சமஸ்கிருதக் கவிதையியலோடு நெருங்கிய தொடர்புகள் உடையதாய் இருப்பதையும் முடிவுகளாய்த் தந்துள்ளேன். எனினும், இவ்விரு இலக்கியங்களுக்கும் பொதுவானதாய் அமையும் கவிதையியல் உருவகங்களை முற்றிலும் வேறுபட்ட

இரு மரபுகளின் ஒன்றிணைவினால் உருவானவை எனக் கொள்வதா, அல்லது ஒன்றே ஒன்றிற்குரியது, அதாவது முற்றிலும் திராவிடத்திற்குரியது அல்லது முற்றிலும் சமஸ்கிருத பிராகிருத மரபிற்கு உரியது என விளக்குவதா என்பதில் சிக்கலுள்ளது. இச் சிக்கலுக்கான வெளிப்படையான தீர்வினைத் தற்போது கண்டறிய முடியுமென எனக்குத் தோன்றவில்லை. நான் தமிழர்களிடம் பேசிக்கொண்டிருக்கின்ற கருத்துக்களை ஏற்கச் செய்வதற்கான சோதனைகள் வலுவானதாக இருக்கலாம். சமஸ்கிருதப் பண்பாடு தொல்காப்பியம் போன்ற பிரதிகளில் ஏற்கெனவே செலுத்தியுள்ள தாக்கங்களை நாம் கவனிக்கத் தவறக் கூடாது. மருதம், நெய்தல் ஆகியவற்றில் தலைமை வகிப்பனவாக இந்தோ – ஆரியக் கடவுளர்கள் இடம்பெறுகின்றனர். அக்கடவுளர்களாக[13] இந்திரன், வருணன் ஆகியோர் அமைகின்றனர். இதைவிட முதன்மை வாய்ந்ததாக மெய்ப்பாட்டியல், உவமவியல் ஆகிய அதிகாரங்கள் ரசக் கோட்பாட்டோடும் உபமாலங்காரத்தோடும் தொடர்புடையனவாய் அமைகின்றன. பாலை என்பதற்கான நில வரையறை செய்வதும் கணிசமான சிரமத்திற்குரியதாய் அமைகிறது.[14] பாலைவனத்தோடு தொடர்புடைய இது இக்கருத்தாக்கம் வட இந்தியத் தோற்றமுடையது என்னும் கருத்திற்கு வழிவகுப்பதாய் அமைகிறது. இக்கருத்துகள் பலவும் விரிவான ஆய்வை வேண்டி நிற்கின்றன.

அகம், முக்தகப் பாடல்களுக்கு இடையேயான ஒப்பாய்வுகள் எனது கணிப்பின் அடிப்படையில் வேறுசில மிக முதன்மையான முடிவுகளைத் தருமென நான் துவக்கத்திலேயே குறிப்பிட்டிருந்தேன். சமஸ்கிருத பிராகிருதக் கவிதையியலின் அதிகாரத் தளத்தில், முக்தகம் எனும் எழுத்திலக்கியப் பாடல்கள் துவக்கத்திலேயே யாப்புக் காவியத்தில் அதன் கிளைகளை விரித்தன. சருக்கபந்தம் என்னும் காவியத்திலிருந்து அடிப்படையிலேயே வேறுபட்ட இவை தனக்கான தனித்த விதிகளைப் பின்பற்றின. அதன் பிறகே இவை மெதுவாக இரண்டாவது கிளையான மகாகாவியம் என்பதனோடு ஒன்றியுள்ளன. முக்தகப் பாடல்கள் துவக்கத்தில் பிராகிருதம் தவிரப் பிற மொழிகளில் எழுதப்படவில்லை, அத்தோடு இப்பாடல்களில் பெரிதும் பயன்படுத்தப்பட்ட ஆர்யா – யாப்பு திராவிட வடிவங்களிலிருந்து உருவானதாகும்.[15] கவிதையியல் நூல்கள் பற்றிக் கவனத்தில் கொள்ளும்போது, இன்று முதன்மையாக நாடகங்கள் பற்றிப் பேசும் பாரதீய நாட்யசாஸ்திரம் ஒன்று மட்டுமே கிறித்துக்குப் பிறகான முதல் நூற்றாண்டுகளிலிருந்து பாதுகாக்கப்பட்டதாகக் கிடைக்கிறது. எனினும், காவியா பற்றியும், குறிப்பாக முக்தகம் எழுதுதல் பற்றியும் பேசும் நூல்கள் அக்காலக்கட்டத்தில் அல்லது அதற்கும்

முன்னதாகவே இருந்திருத்தல் வேண்டுமென்றே நான் கருதுகிறேன். அத்தகைய பிரதிகள் தொலைந்துவிட்டமையால், தொல்காப்பியம், தமிழ் பழைய - இடைக்கால இந்தோ ஆரிய மரபுகளுக்கு இடையே எத்தகைய பரஸ்பர உறவை மேற்கொண்டிருந்தது என்பதை நாம் யூகத்தின் அடிப்படையிலேயே அறிய வேண்டியுள்ளது. எவ்வாறாயினும், தொல்காப்பியம் தமிழ்ப் பாடல்களுக்கு மட்டுமல்லாமல் சமஸ்கிருதக் காதல் பாடல் வடிவமான முக்தக வடிவத்திற்கும் மதிப்புமிக்க தரவுத்தளமாக விளங்குகிறது என்பது வெளிப்படை.

குறிப்புகள்

1. Kavyadarṣa I, 13:
   muktakam kulakam koṣaḥ samghata iti tādṛśaḥ sargabandhangarupatvad anuktaḥ padyavistaraḥ
2. Also the Sanskrit rhetoricians quote many such detached stanzas which, as poetry, are complete in themselves.
3. Kāvylamkāṛa I, 30. Of the five kinds of kavya noticed by Bhāmaha (sargabandha, abhineyārtha, akhyāyikā, kathā, and anibaddha) only the sargabandha and the anibaddha are here relevant.
4. Kāvyāālamkarasutravṛtti I, 3, 27.
5. Cf. A. K. Ramanujan, The Interior Landscape. Love Poems from a Classical Tamil Anthology, Bloomington and London 1967, p. 100.
6. A very useful table of survey is given by A. K. Ramanujan, p. 106.
7. In Porulatikaram 14f. is said that the mutaR and karupporul may be asso- ciated also with other types of areas (nilam) than those prescribed, but not the uripporul.
8. S. Porulatikaram 6-17.
9. Of the altogether seven hundred verses only 430 are contained in all the recensions.
10. See A. K. Ramanujan, p. 106.
11. A. B. Keith, A History of Sanskrit Literature, London 1920, p. 224.
12. From Sanskrit love poetry of the muktaka type was also introduced into the ritikal literature of Hindi.

13. Porulatikāram 5. To kuRiñci and mullai belong Murukan (identified with Skanda) and MayōN (identified with Visṇu); palai has no deity of its own.

14. Cf. S. Selvanayagam, The Regional Concept in Tamil Literature, Journal of Tamil Studies, Vol. I, Number 1 (1969), p. 162, "The arid tracts were referred to as the palai lands, after the palai flower. Since there was no true desert in the Tamil country as the whole area had been subject to the monsoonal rhythm, no such desert landscape was demarcated. It is however true that such a land was recognized as one of the five main types, and it was suggested that due to climatic fluctuations one of the four types mentioned earlier may give way to palai".

15. Cf. Encyclopedia of Poetry and Poetics, Princeton 1965, p. 394f. (Indian Prosody).

- இக்கட்டுரை ஸிக்பிரட் லைன்ஹார்டு என்பவரால், பாரிஸில் நடைபெற்ற மூன்றாம் உலகத்தமிழ் ஆராய்ச்சி மாநாட்டின்போது படிக்கப்பட்ட கட்டுரையாகும்.

- *Proceedings of the Third International Seminar Conference* என்னும் இம்மாநாட்டுக் கட்டுரைத் தொகுப்பில் பக்.111-119இல் இடம்பெறுகிறது.

28

வடமொழி இதிகாசப் பொருண்மைக்குச் சங்க இலக்கியத்தின் நன்கொடை

அ.அ. மணவாளன்

வடமொழியில் தோன்றிய ஆதிகாவியமாகிய வால்மீகி இராமாயணம், வியாசர் அருளிச்செய்த மகாபாரதம் ஆகிய இதிகாசங்கள், சுகமுனிவரால் இயற்றப்பட்டதாகக் கருதப்படும் பாகவத புராணம் ஆகிய நூல்களின் பாடு பொருளுக்குரிய பல குறிப்புகள் அகமும் புறமுமாகிய நம்முடைய சங்கப்பாடல்களுள் காணப்படுகின்றன. இத்தகைய குறிப்புகளில் சில தத்தம் மூல நூல்களோடு பொருந்தவில்லை.

படையெடுப்பு, வாணிகம், மொழிபெயர் தேயப்பயணம் போன்ற காரணிகளால் பண்பாட்டுப் பரிமாற்றம் நடைபெறுவதைச் சமுதாய வரலாறுகள் காட்டுகின்றன. மொழிவழி நிகழும் இப்பரிமாற்றம் முதலில் வாய்மொழியாகவும் பின்னர் எழுத்து வடிவமாகவும் நடைபெறுகிறது. எழுத்து வடிவில் மொழிபெயர்ப்பாகவும் மொழியாக்கமாகவும் பெயரும்போது பெறுமொழிப் (Target language) பண்பாடு தன் சூழலுக்கு ஏற்பச் சில மாற்றங்களைச் செய்துகொள்வது இயற்கை.

மேற்சுட்டிய மூன்று பெருநூல்களின் செய்திகளைத் தமிழ்ப்பண்பாடு ஏற்று இலக்கியப்படுத்துங்கால் செய்து கொண்ட மாற்றங்கள் நாளடைவில் பெருவழக்காகத் தம்

மூலநூல்களின் மீதே செல்வாக்குற்று அவற்றை மாற்றியனவாகவோ அன்றி அவற்றுக்கு இணையான பாடங்களாகவோ *(Parallel texts)* செயல்பட்டு வரக் காண்கிறோம். இத்தகைய இலக்கியக் குடியேற்றச் சிக்கல்களுக்குத் தக்க தீர்வுகளைக் காணவேண்டியவர்களாக நாம் உள்ளோம். இத்தகைய சிக்கல்களுக்கு இடமளிப்பனவாக உள்ள பல குறிப்புகளுள் சிலவற்றைக் கீழ்வருமாறு சுட்டலாம்;

இராமகாதை

இராமன்

1. வென்வேற் கவுரியர் தொல்முது கோடி
முழங்கிரும் பௌவம் இரங்கும் முன்துறை
வெல்போர் இராமன் அருமறைக்கு அவித்த
பல்வீழ் ஆலம் போல
ஒலி அவிந் தன்றுஇவ் அழுங்கல் ஊரே. அழுங்கல் ஊரே.

(அகம். 70: 13 – 17)

2. கடுந்தெறல் இராமன் உடன்புணர் சீதையை
வலித்தகை அரக்கன் வௌவிய ஞான்றை
நிலம்சேர் மதர்அணி கண்ட குரங்கின்
செம்முகப் பெருங்கிளை இழைப்பொலிந் தாங்கு
அறாஅ அருநதை இனிதுபெற் றிகுமே.

(புறம். 378: 18–22)

அகலிகை

3. இந்திரன் பூசை இவள்அக லிகைஇவன்
சென்ற கவுதமன் சினனுறக் கல்லுரு
ஒன்றிய படியிதுஎன்று உரைசெய் வாரும்.

(பரி. 19; 50–52)

இந்திரன்

4. ஐயிருநூற்று மெய்ந்நயனத் தவன்மகள்

(பரி.9:9)

5. வையை, வருபுனல் ஆடிய தன்மை பொருவுங்கால்.
அந்தர வானியாற் றாயிரங் கண்ணினான்
இந்திரன் ஆடும் தக்கது.

(பரி.திரட்டு.2:92–96)

6. அணங்குடை வச்சிரத்தோன் ஆயிரம் கண்ணேய்க்கும்
கணங்கொள் பல்பொறிக் கடுஞ்சினப் புகரும்

(கலி. 105:15–16)

பாரதக் கதை

பாரதப்போர்: நூற்றுவர் - ஐவர்

1. அலங்குளைப் புரவி ஐவரொடு சினைஇ
நிலம்தலைக் கொண்ட பொலம்பூந் தும்பை
ஈரைம் பதின்மரும் பொருதுகளத்து ஒழிய
பெருஞ்சோற்று மிகுபதம் வரையாது கொடுத்தோய்

(புறம்.2:13–16)

2. புரிபுமேற் சென்ற நூற்றுவர் மடங்க
வரிபுனை வல்வில் ஐவர் அட்ட
பொருகளம் போலும் தொழூஉ

(கலி.104:57–59)

3. வெண்கோட்டு இரும்பிணம் குருதி யீர்ப்ப
ஈரைம் பதின்மரும் பொருதுகளத்து அவியப்
பேரமர்க் கடந்த கொடுஞ்சி நெடுந்தேர்
ஆராச் செருவின் ஐவர் போல

(பெரும்.414–417)

வீமன் (வளிமகன்)

4. காவெரி யூட்டிய கவர்கணைத் தூணிப்
பூவிரி கச்சைப் புகழோன் தன்முன்
பனிவரை மார்பன் பயந்த நுண்பொருள்
பனுவலின் வழாஅப் பல்வேறு அடிசில்

(சிறுபாண்.238–241)

5. வயக்குறு மண்டிலம் வடமொழிப் பெயர்பெற்ற
முகத்தவன் மக்களுள் முதியவன் புணர்ப்பினால்
ஐவரென்று உலகேத்தும் அரசர்கள் அகத்தராக்
கைபுனை அரக்கில்லைக் கதழ்எரி சூழ்ந்தாங்கு.
ஒள்ளுரு அரக்கில்லை வளிமகன் உடைத்துத்தன்
உள்ளத்துக் கிளைகளோடு உயப்போகு வான்போல.

(கலி.25:1–4,7–8)

6. மறந்தலைக் கொண்ட நூற்றுவர் தலைவனைக்
குறங்கறுத் திடுவான்போல்.

(கலி.52:2–3)

7. அஞ்சீர் அசையியல் கூந்தல்கை நீட்டியான்ன
நெஞ்சம் பிளந்திட்டு நேரார் நடுவண்தன்
வஞ்சினம் வாய்த்தானும் போன்ம்.

(கலி.101: 18–20)

அசுவத்தாமன்

8. ஆரிருள் என்னான் அருங்கங்குல் வந்துதன்
தாளிற் கடந்தட்டுத் தந்தையைக் கொன்றானைத்
தோளின் திருகுவான் போன்ம்.

(கலி.101: 30–32)

திருமாலின் சக்கரப்படை

9. பொன்னணி நேமி வலங்கொண் டேந்திய
மன்னுயிர் முதல்வன்

(பரி.1: 52–53)

10. இயன்ற எல்லாம் பயின்றகத் தடக்கிய
வேத முதல்வன் என்ப
தீதற விளங்கிய திகிரி யோனே

(நற்.க.வா.5–7)

மேலே குறித்த இதிகாசக் குறிப்புகள் எல்லாம் நேர்படக் கிளக்கப்படாமல் உவமைகளாகவும், எடுத்துக்காட்டுகளாகவும் கையாளப்பெற்றுள்ளன என்பது குறிப்பிடத்தக்கது. சங்கப்பாடல்கள் எழுந்த காலத்திற்கு முன்னரே தமிழ் மக்களின், குறிப்பாகக் கற்றறிந்த அறிஞர்களின் அநுபவப் பொருளாக இதிகாசக் கதைகள் நிலவி வந்தன என அறிகிறோம். அதனால்தான் அவை உவமைகளாகப் பயன்படுத்தப்பெற்றுள்ளன.

இந்நிலையில் சங்க இலக்கியத்திலும் அதனையடுத்தும் அதன் தொடர்ச்சியாகவும் எழுந்த சிலம்பு, மணிமேகலை ஆகிய முதற் காப்பியங்களிலும், பதினெண்கீழ்க்கணக்கு நூல்களிலும் காணப்பெறும் இதிகாசக் குறிப்புகளைத் தருமொழியில் (Source language) எழுந்த மூல நூல்களோடு ஒப்பிட்டுக் காணுமிடத்துப் பல சிந்தனைச் சிக்கல்கள் தோன்றுகின்றன. இவை காட்டும் இதிகாசக் கூறுகளில் பெரும்பாலன மூலநூல்களில் இல்லை; அல்லது அவை வேறுபடக் கூறப்பெற்றுள்ளன. இவற்றைப் பண்பாட்டுப் பரிமாற்றத்தில் நிகழ்ந்த வெறும் மாற்றங்களாகக் கருத இயலவில்லை. மாறாகப், பெறுமொழிப் பண்பாட்டில் (தமிழ்) இந்த இதிகாசங்களின் மாற்றுப் பாடங்கள் வழங்கி வந்திருக்கலாமோ எனச் சிந்திக்கத் தோன்றுகிறது. மேலே குறித்த எல்லாக் கூறுகளையும் இந்தக் கண்ணோட்டத்தில் விளக்க ஒரு கட்டுரை இடந்தராது. ஆதலின் ஒன்றிரண்டு கூறுகளை மட்டும் ஆராய இக்கட்டுரை முயலுகிறது.

மூல நூல்களைப்பற்றிய ஒரு இன்றியமையாத குறிப்பு: திருக்குறள், கம்பராமாயணம், சிலப்பதிகாரம் என்று கூறியவுடன்

எந்தத் திருக்குறள், எந்தக் கம்பராமாயணம் என்று யாரும் வினவுவதில்லை. வினவ வேண்டிய அவசியமும் இல்லை. ஆனால் வான்மீகி இராமாயணம் என்றதும் எந்த வான்மீகி இராமாயணம் என்றும், வியாச பாரதம் என்றதும் எந்த வியாச பாரதம் என்றும் என்று வினவ வேண்டும்.

சமஸ்கிருத இராமாயண, மகாபாரத ஆய்வாளர்க்கு இது தெரிந்த செய்தி. சுமார் 25 ஆண்டுகளாகப் பல்வேறு பேரறிஞர்கள் – இந்தியர்கள், செர்மானியர் மற்றும் ஆங்கிலேய அறிஞர்கள் – கொண்ட இருபெரும் குழுக்கள், உலகில் வழங்கி வந்த வான்மீக ஏடுகளையும், வியாசபாரத ஏடுகளையும் தொகுத்துத் திறனாய்வுப் பதிப்புகளாக இரண்டு இதிகாசங்களையும் சுமார் 40 ஆண்டு களுக்கு முன்னர் வெளியிட்டுள்ளனர். இவ்அரிய முயற்சியின் விளைவாக, வான்மீகி இராமாயணத்தை வடபுல வழக்கு *(Northern Recension)*, தென்புல வழக்கு *(Southern Recension)* என்று இருபெரும் பிரிவாகவும், வியாச பாரதத்தையும் இவ்வாறே வடபுல வழக்கு வியாச பாரதம், தென்புல வழக்கு வியாச பாரதம் என்று இருபெரும் பிரிவாகவும் பாகுபாடு செய்து வெளியிட்டுள்ளனர். இவற்றுள் வடபுல வழக்கு என்பது வடமேற்கே பெஷாவரிலிருந்து கிழக்கே வங்காளம் வரையிலும், தெற்கே விந்திய மலையின் வடபகுதி வரையிலும் உள்ள நிலப்பரப்பில் வழங்கி வந்த ஏடுகளைக் குறிக்கும். தென்புல வழக்கு என்பது விந்திய மலைக்குத் தெற்கே உள்ள இந்தியப் பகுதியில் வழங்கி வந்த ஏடுகளைக் குறிக்கும். இந்த இருபிரிவுகளில் வடபுல வழக்கு மூல இதிகாசமாகவும் *(Core epic)* தென்புல வழக்கு சமஸ்கிருதமல்லாத பிற இந்திய மொழிகள் வழங்கும் மாநிலங்களில் வழங்கும் மொழிபெயர் வழக்காகவும் *(Received epic)* கருதப்பெறுகின்றன. இந்த வேறுபாட்டு அடிப்படையில்தான் இந்தக்கட்டுரையின சிந்தனையும் செல்கிறது.

இராமாயணம்

மேலே சுட்டிய பரிபாடலில் வரும் அகலிகை பற்றியதொரு குறிப்பினைச் சிந்திக்கலாம். இந்தக் குறிப்பிற்கு அடிப்படை ஓர் ஓவியம். தலைமகனொருவன் தன் தலைவிக்கு ஓவியத்தைக் காட்டி விளக்குவதாக வருவது. பாடல் எழுந்த காலத்திற்கும் முந்திய பழைய செய்தி என்பது இதன்தொடர்பில் நினைவிற் கொள்ளத்தக்கது. இப்பாடற் பகுதி சொல்ல வந்த செய்தி:

> இப்பூசை (பூனை) இந்திரன்; இந்தக் கல் அகலிகை; அங்கே செல்லும் கௌதம முனிவரின் சாபத்தால் இவள் கல்லாக மாறினாள் (19:50–52).

இந்திரன் – அகலிகை உறவு, கௌதமன் வரவு, இந்திரன் பெற்ற சாபம், அகலிகை பெற்ற சாபம், இந்திரனின் சாப விமோசனம். அகலிகையின் சாப விமோசனம் என்னும் ஆறு கூறுகளை உடையது அகலிகை வரலாறு. வடபுல வழக்கு வான்மீக இராமாயணம், "காற்றையே உட்கொண்டு வேறு உணவு எதுவுமின்றிச் சாம்பற் படுக்கையில் மனத்தவிப்புடன் கிடப்பாயாக," என்று கௌமதன் சபித்ததாகக் கூறுகிறது. இந்தச் சுலோகத்தின் (NV-VR.I.47:29) அடிக்குறிப்பாக "தென்புல வான்மீகி இராமாயணம் 'நிராஹாரா' என்பதற்குப் பதிலாக 'ஷிலாபூத்வா' (கல்லுருவாக) என்னும் பாடத்தை கொண்டிருக்கிறது" என்று திறனாய்வுப் பதிப்பு கூறுகிறது. இவ்வாறே இந்திரனை, ஆண்மையிழந்து தவிப்பாயாக' எனச் சபித்துத் 'தேவர்களின் வேண்டுகோளால் மீண்டும் ஆண்மை பெறுவாயாக' என விமோசனம் பெற்றதாகக் கூறுகிறது.

சங்க இலக்கியத்தில் இந்திரன் பெற்ற சாபம் பற்றிய குறிப்புகள் இல்லை. ஆனால் அவனை, 'ஆயிரங்கண்ணன்' என்று பரிபாடலும் கலித்தொகையும் (மேற்கோள். 4, 5, 6) குறிப்பிடுகின்றன. இந்திரன் ஆயிரங்கண்ணனான வரலாற்றை,

மாதவன் மடந்தைக்கு வருந்துதுயர் எய்தி
ஆயிரஞ் செங்கண் அமரர்கோன் பெற்றதும்

பழைய கதையாயிற்றே என்று மணிமேகலை (18: 90, 91) குறிப்பிடுகிறது. 'இந்திரனே சாலும் கரி' என்னும் திருக்குறள் தொடர் முனிவரின் தவ ஆற்றலுக்கு இலக்கானவன் இந்திரன் என்பதைக் காட்டுகிறது.

ஆக, சங்க காலத்திற்கு முன்னரேயே தமிழகத்தில் அகலிகை வரலாறு வழங்கி வந்தது என்பதும் அவள் கல்லாகச் சபிக்கப்பெற்றாள் என்பதும், இந்திரன் முனிவரின் ஆற்றலால் ஆயிரங்கண்ணனாக ஆனான் என்பதும் பெறப்படுகின்றன.

தென்புல வழக்கு வான்மீகம் மட்டும் அகலிகை கல்லாகச் சபிக்கப் பெற்றாள் என்றும், இந்திரனை 'ஸஹஸ்த்ராக்ஷ' (ஆயிரம் கண்ணன்) என்றும் கூறுவதற்கு என்ன அடிப்படை?

தென்புல வழக்கு வான்மீகம் கிரந்த எழுத்திலும், தெலுங்கு எழுத்திலும், மலையாள எழுத்திலும், ஒரோவழிக் கீழைத் தேவநாகரி எழுத்திலும் எழுதப்பட்டும் பெயர்த்தெழுதப்பட்டும் வராநின்றது.

இராமசரிதை பாலி, பிராக்ருதம், அபப்பிரம்சம், அர்த்தமாகதி. சமஸ்கிருதம் என்னும் மொழிகளில் வழங்கி வந்தது. இன்று வழக்கில் உள்ள சமஸ்கிருதம் அல்லாத இந்திய மொழிகளுள் இராமகாதை முதன்முதலில் தமிழில்தான் தோன்றியது.

இராமசரிதை என்னும் பெயரால் வழங்கிய இராமாயணம் ஒன்றை நச்சினார்க்கினியர் குறிப்பிடுகிறார். அது இன்று வழக்கில் இல்லை, கி.பி. பத்தாம் நூற்றாண்டின் இறுதிப்பகுதியில் தோன்றியது கம்பராமாயணம்.

கம்பராமாயணத்தில் அகலிகை கல்லாகச் சபிக்கப்படுவதும். இந்திரன் ஆயிரங்கண்ணனாகச் சாபநீக்கம் பெறுவதும் விளக்கமாகக் கூறப்பெறுகின்றன.

13ஆம் நூற்றாண்டில் தோன்றிய ரங்கநாத ராமாயணம், பாஸ்கர ராமாயணம், 15ஆம் நூற்றாண்டில் தோன்றிய மொல்லராமாயணம் ஆகிய தெலுங்கு ராமாயணங்களும், 14ஆம் நூற்றாண்டில் தோன்றிய மாதவ கந்தலியின் அசாமி ராமாயணமும், 16ஆம் நூற்றாண்டில் கன்னட மொழியில் தோன்றிய குமார வான்மீகியின் தொரவெ ராமாயணமும் அகலிகை, இந்திரன் இருவரின் சாபங்களைக் கம்பன் கூறுவது போலவே கூறுகின்றன.

கம்பன் அகலிகை வரலாற்றை மேற்கண்டவாறு பாடுவதற்கு அவனுடைய சங்க இலக்கிய மரபு அடிப்படையாகிறது. ஆனால் தெலுங்கு, கன்னட, அசாமி, மலையாள மொழி ராமாயணங்கள் இவ்வாறு கூறுவதற்கு அந்தந்த மொழிகளில் இலக்கிய மரபு இருப்பதாக இதுவரை எவரும் கூறவில்லை. வான்மீகத்தை ஒட்டியே பாடுவதாக அவை கூறுகின்றன. அவை குறிப்பிடும் வான்மீகம் தென்புல வழக்குதான். வடபுல வழக்கில் இச்செய்தி இல்லை என்பது மேலே குறிக்கப்பட்டது. அடுத்த தவிர்க்க இயலாத வினா, தென்புல வழக்கில் நேர்ந்துள்ள இம்மாற்றத்திற்குக் காரணம் என்ன? கம்பராமாயணத்தின் செல்வாக்குதான் தென்னாட்டில் வழங்கிய வான்மீக இராமாயணத்தின் பாடத்தைத் திருத்தக் காரணமாயிற்று என்பது இக்கட்டுரையாளனின் தற்போதைய கருத்து.

சங்க இலக்கியம் பற்றிய நம்முடைய ஐயவினா; சங்க நூல்களில் காணப்பெறும் கூறுகளுக்கு எது அடிப்படை? அக் காலக்கட்டத்தில் தமிழகத்தில் பரவியிருந்த இராமகாதைநுவலும் நூல்கள் எவை? வாய்மொழி மரபுகள் எவையேனும் இருந்தனவா?

இதுபோன்றே இராமன் தனுஷ்கோடிக்கு வந்ததாகக் கூறுவது. சீதையின் அணிகலன்களைக் குரங்குகள் கண்டெடுத்ததாகக் கூறப்படுவது போன்ற பல செய்திகள் வடபுல வழக்கில் காணாதவை: தென்புல வழக்கில் மட்டும் காணப்பெறுபவை. இவற்றையும் இதுபோன்ற சில பதிவுகளையும் நாம் நம்முடைய சங்ககால இலக்கிய அடிப்படைகளை மீட்டுருவாக்கம் செய்து ஆராயவேண்டியவர்களாக உள்ளோம்.

பாரதம்

பாரதக்கதை தொடர்பான சில கூறுகள் சங்க இலக்கியத்துள்ளும் சங்கம் சார்ந்த இரட்டைக் காப்பியங் களுக்குள்ளும் காணப்படுகின்றன. இவையும் மேற்குறிப்பிட்ட இராமாயணக்கூறுகள் போன்ற சிக்கல்களைத் தோற்றுவிக்கின்றன. சான்றாகச் சிலவற்றைச் சுட்டலாம்:

1. பாரதப்போரில் இருதிறத்து வீரர்க்கும் சேரமன்னன் பெருஞ்சோறு அளித்தல் *(புறம்.2:13–16)*
2. சோழ மன்னன் புறவின் அல்லல் தீர்க்க சீரை புக்கமை *(புறம்:43)*
3. பாஞ்சாலியைத்துகிலுரிதல் –துச்சாதனைக் கொல்லுதல். சபதம் நிறைவேற்றல் *(கலி.101:18–20)*
4. கண்ணன் திகிரிப்படையால் கதிர்மறைத்தல் *(சிலம்பு17:26)*
5. சிவன் நீல கண்டனாதல் *(பதி.க.வா, பரி. 8:125–127, புறம் 55:1–5)*
6. அருச்சுனன் பேடியாதல் *(மணி.3:146–148)*
7. துரியோதனன்அரவக்கொடியோன்
8. கண்ணனை அவதாரமாகப் போற்றுதல் *(பரி. 1 : 52–53) (நற். க. வா. 5–7)*

இவையெல்லாம் வடபுல வழக்கு வியாச பாரதத்தில் இல்லை. ஆனால் தென்புல வழக்கு வியாச பாரதத்துள் காணப்பெறுகின்றன. தென்னகத்தே உள்ள ஏனைய திராவிட மொழிகளில் 11 ஆம் நூற்றாண்டிற்கு முன் பாரதங்கள் தோன்றவில்லை. முதலில் தோன்றிய கன்னட பாரதமும் தெலுங்கு பாரதமும் பெருந்தேவனாரின் பாரதவெண்பாவினை *(கி.பி. 9ஆம் நூற்.)* அடியொற்றிச் செல்கின்றன என்று கன்னட மற்றும் தெலுங்கு ஆராய்ச்சியாளர்கள் நிறுவியுள்ளனர்.

மேலே சுட்டிய பாரதக் கூறுகள் கி.பி.2 அல்லது மூன்றாம் நூற்றாண்டுக்குரிய தமிழ் இலக்கியங்களிற் காணப்பெறுவன. இவற்றை மிக விரிவாகவும், கண்ணனை அவதாரமாகவும் காட்டுவதோடு அமையாமல் ஆழ்வார் பாடல்களிலும் தேவாரங்களிலும் காணப்பெறும் தொன்மக் கதைகளையும் விசிட்டாத்துவிதக் கோட்பாடுகளையும் தென்புல வழக்கு மிக விளக்கமாகக் கூறுகிறது. வடபுல வழக்கு, தென்புல வழக்குப் பாரதங்களை மிக விரிவாக ஆராய்ந்த பேரறிஞர் C.R.

தேஷ்பாண்டே அவர்கள், வடபுல வழக்கில் 73,900/- சுலோகங்கள் இருக்க, தென்புல வழக்கில் 98,585/- சுலோகங்கள் இருப்பதை எடுத்துக்காட்டிச் சுமார் 26,000/- சுலோகங்களைத் தென்னகத்தார் இயற்றி இடைச்செருகலாகச் சேர்த்துள்ளனர் என்று கூறுகிறார். *(Transmission of the Mahabharatha Tradition, Simla, 1978.)* தேஷ் பாண்டே தென்னகத்தார் என்று குறிப்பிடுவது தமிழரைத்தான். ஏனெனில் அவர் காட்டும் சான்றுகள் எல்லாம் தமிழிலக்கியங்களில்தான் முதன்முதலாகப் பதிவு பெற்றுள்ளன.

பாகவதம்

இவ்வாறே பரிபாடல், கலித்தொகை, பதினெண்கீழ்க்கணக்கு நூல்கள், சிலப்பதிகாரம் ஆகியவற்றில் இடம்பெற்றுள்ள பலராமன், கண்ணன், கஞ்சன், நப்பின்னை, கோபியர் பற்றிய குறிப்புகள் அடங்கிய பாகவதக் கதைகள் பல, வடமொழியில் கி.பி.ஐந்தாம் நூற்றாண்டளவில் தோன்றிய சுகரின் பாகவத புராணத்தில் காணப்பெறவில்லை. விரிவஞ்சி விவரங்கள் இப்போது தரப்பெறவில்லை. ஆனால் இருபுலக் கதைகளையும் ஒப்பிடுமிடத்துப் பாகவதத்தின் தோற்றமே தென்னகமாக இருக்குமோ என்று சிந்திக்க வேண்டிய நிலையில் நாம் உள்ளோம் என்று மட்டும் கருதுகிறேன். இனி,

> *It is also a well-known fact that the cult of Bhakti had its birth place in the South. According to Padmapurana bhakti originated in the Dravida country, and passed from there into the Maratha Country, ultimately reaching the Gangetic doab round Mathura.*
>
> *The Mahabhagavata, the perennial Source of bhakti was composed in the South.*

எனவரும் R.N தண்டேகர் (சமஸ்கிருதம், பிராகிருத மொழிகளின் தலைவர், பூனா பல்கலைக்கழகம்) போன்ற அறிஞர்களின் கூற்றையும் சிந்திக்கவேண்டும். இக்கருத்தையே நம்முடைய குருதேவர் தெ.பொ.மீ. அவர்களும், சுகுமார்சென், பேராசிரியர் நாரங் போன்றோரும் பண்டைக்காலத் தமிழ்ப் பண்பாட்டில் எடுத்துரைத்துள்ளனர். கூறுகளான இவற்றிற்குரிய பின்புலத்தையும் அடிப்படை மரபுகளையும் ஆராய்ந்து உலகிற்கு எடுத்துரைக்க வேண்டியது தமிழர்களின் கடமை. குறைந்தது நம் தமிழ் மக்களிடையேயாவது இதனை எடுத்துக்கூறி நம் பண்பாட்டு வளத்தை உணரச்செய்வது நம் கடமை என்று கருதுகிறேன். ஏனெனில் நம்மிடையே சில நல்லவர்கள், "இவையெல்லாம் புறப்பண்பாட்டிற்கு உரியன; நம் மீது சுமத்தப் பெற்றவை" என்று கருதியும் கூறியும், எழுதியும் வருகின்றனர். இந்நிலையில் இந்தியப்

பண்பாட்டின் அடிப்படைகளான இராமாயண மகாபாரத பாகவதங்களின் வளர்ச்சிக்கும், வாழ்விற்கும், நிலைபேற்றிற்கும் தமிழ்ப்பண்பாடு அளித்த கொடையைத் தமிழர்கள் தாமும் உணர்ந்து பிறர்க்கும் உணர்த்துவதைத் தம்முடைய கடமையாக மேற்கொள்ள வேண்டும் என அறிஞர் பெருமக்களை வேண்டுகிறேன்.

நூலடைவு

The Mahabharata, *Critical Edition. Pune: Bhandarkar Oriental Research Institute,1918-1966.*

The Mahabharata *(Southern Recension) ed. Krishnachar Kumbakonam, 1906.*

The Valmiki Ramayana, *Critical Edition. Baroda: ORI, M.S. University, 1951-1971.*

Srimad Valmiki Ramayana *(Southern Recension) Chennai: Dharmalaya Edition, 1963.*

Srimad Valmiki Ramayana *(Southern Recension) Gorakhpur: 4th ed. 1995.*

Sukumar Sen, History of Bengali Literature *ND: Sahitya Akademi (1960), 1979.*

Venkatesa Acharya, Kambaluru, Mahabharata and Variations: Peruntevanar and Pampa *Kurnool: Vyasaraja Publications, 1981.*

29

சங்க இலக்கியங்களில் வைதிக நெறியின் சூழலும் செல்வாக்கும்

பா. சங்கரேஸ்வரி

ஒரு மொழியின் மீது மற்றொரு மொழியின் செல்வாக்கு மிகச் சாதாரணமாக நிகழ்ந்துவிட இயலாது. ஒரு மொழியின் சமூக, அரசியல், பண்பாடு, கல்வி ஆகிய தளங்களில் மற்றொரு மொழி பெறும் செல்வாக்கை அடிப்படையாகக் கொண்ட தொடர்பு சமஸ்கிருத மொழியின் செல்வாக்காக இங்குக் கருதப்படுகிறது. சமூக, அரசியல், பண்பாட்டு நிலைகளில் பிராமணர்களின் செல்வாக்கு நிர்ணயிக்கப்படுகிறது. அதனைத் தொடர்ந்து இச்சமூகப் பண்பாட்டுப் பின்னணியில் சங்க இலக்கியம், மொழிபெயர்ப்பு ஆகிய மொழி ஆட்சிப் பகுதிகளில் வைதிக நெறியின் செல்வாக்கு விவரிக்கப்படுகிறது.

சமூக, அரசியல் பின்புலம்

ஆரியர் இந்தியாவிற்கு வருவதற்கு முன் குறிஞ்சி, முல்லை, மருதம், நெய்தல், பாலை எனத் தமிழர் வாழ்க்கைமுறை நில அடிப்படையில் பகுக்கப்பட்டிருந்தது. சமூக அமைப்பு அந்தணர், அரசர், வணிகர், வேளாளர் எனத் தொழில் அடிப்படையில் வகுக்கப்பட்டிருந்தது. ஆனால் ஆரியர் வருகைக்குப்பின் வருண தருமத்தின் அடிப்படையில் பிராமண, சத்திரிய, வைசிய, சூத்திரப் பாகுபாடுகள் நிகழலாயின. மனித வாழ்வின் பொருள்

பேரின்பப் பேறே என்ற ஆரியக்கொள்கையை ஏற்றப் பிறகு அறமும் வேள்வியும் மன்னனின் கடமைகளாயின. சமஸ்கிருதமயமாதல் என்பது சமூகக் கட்டுக்கோப்பிற்குள்ளும் நிகழ்ந்தது. கட்டுக்கோப்பு என்பது சாதிகள், உறவுமுறைகள், இனங்கள், அரசு நிர்வாக அமைப்புகள் ஆகிய அனைத்தும் உள்ளடக்கிய சமூகக் கூட்டுறவு நிலையாகும்.

சங்ககாலத்தின் இறுதியில் வைதிக சமயத்தார் வடக்கிலிருந்து கூட்டம் கூட்டமாக வந்தனர். இவர்கள் மன்னர்களின் ஆதரவுடன் தனிச்சேரிகளில் தனித்து வாழ்ந்தனர். அந்தச் சேரிகள் பார்ப்பனச் சேரிகள் எனப்பட்டன. பார்ப்பனர்களின் வருகைக்குபின் திணைச் சமுதாயம் தனிநபர் சமுதாயமாக உருவெடுத்தது. உழைப்பை மூலமாக வைத்து உழைத்து வாழ்ந்த சமூகம் அறவோரையும் (அந்தணர்) அறிவோரையும் அரசரையும் மேல்மக்களாக மதித்தது. இம்மேன்மக்கள் நானிலச் சமுதாயப் பாகுபாட்டிலிருந்து வேற்றுமைகளைப் பெருக்கி வேறுபட்டு வாழ்ந்தனர். ஆகம அடிப்படையில் தியானம், யோகம், தவம் போன்றவற்றை மேற்கொண்டனர். ‘மதுரைக்காஞ்சி’யில் அமைச்சர் தனியாகவும், அந்தணர் தனியாகவும் சுட்டப்படுகின்றனர்.

நாளடைவில் ஐம்பெருங்குழு, எண்பேராயங்களும், அரசர் புள்நிமித்தம் பார்த்தலும், புரோகிதர்வழி நிமித்தம் காணலும், அரசியலில் அந்தணருக்கு முன்னுரிமை கொடுத்தல் போன்ற மாற்றங்களும் ஏற்பட்டன. பார்ப்பனர்களின் அறிவுநுட்பத்தைக் கண்டுணர்ந்த மன்னர்கள் அவர்களைத் தங்கள் அரசவையில் தக்கவைத்துக்கொள்வதற்கான சில வழிமுறைகளைச் செய்தனர். பார்ப்பனர்க்குப் பணிதல் அரசனின் கடமை என்ற கருத்து அரசனிடமே கூறப்பட்டது.

சமூகநிலையில் பார்ப்பனர்களை உயர்ந்தோராக மதிக்கும் எண்ணப்போக்கு வளர்ந்தது. அரசனுக்கு இலக்கணம் அந்தணருக்கு நிலமானியம் வழங்குதல் என்பது சமூக ஒழுங்காக ஏற்றுக்கொள்ளப்பட்டது. பார்ப்பனர்களுக்குக் கிராம நிலங்கள் மட்டுமன்றிக் கிராமங்களே தானமாகக் கொடுக்கப்பட்டன. சேரன் இமயவரம்பன் நெடுஞ்சேரலாதன், பாண்டியன் பல்யாகசாலை முதுகுடுமிப் பெருவழுதி போன்ற அரசர்கள் பிராமணர்களுக்குப் பிரம்மதேய கிராமங்களை நன்கொடையாக வழங்கினர். அதற்கு ஈடுசெய்யும் வகையில் பிராமணர்கள் அரசர்களுக்கு இராஜசூயம் போன்ற வேள்விகளை நடத்திக்கொடுத்தனர். பார்ப்பனர்க்குத் தீங்கு செய்தவர்களுக்குப் பரிகாரம் கிடையாது. இந்த மதிப்பினால் போர்க்கால அறமாகப் பசுக்களையும் பார்ப்பனர்களையும்

பாதுகாப்பான இடத்திற்குக் கொண்டு சென்றனர் (புறம். 9). மலையமான் திருமுடிக்காரி தனது நாடு முழுவதையுமே பிரம்மதேய நிலங்களாகப் பிராமணர்களுக்குக் கொடுத்துவிட்டான். எனவே அவனுடைய நாட்டைக் கால் கொள்ளமுடியாது. பகைவர்களும் கவரமுடியாது எனக் கூறுகிறான் (புறம். 122).

மேலும் அரசரினும் அந்தணர் உயர்ந்தவர் எனும் கருத்தும் நிலைநாட்டப்பட்டுள்ளது.

சிறந்த வேதம் விளங்கப் பாடி
விழுச்சீர் எய்திய ஒழுக்கமொடு புணர்ந்து
நிலமமர் வையத்து ஒருதாமாகி
உயர்நிலை உலகம் இவணின்று எய்தும்
அறநெறி பிழையா அன்புடை நெஞ்சிற் பெரியோர்...
(மதுரைக்.468–473)

பண்பாட்டில் வைதிக நெறியின் செல்வாக்கு

சமூகங்கள் பல சேர்ந்து ஒரு சமுதாயமாகப் பின்னிப் பிணைந்து இயங்கும்பொழுது, உருவாகும் வாழ்க்கைநெறி, பழக்கவழக்கங்கள், கலையுணர்வு, ஆட்சி அமைப்புகள், சிந்தனை முதிர்ச்சி ஆகிய அனைத்தும் இணைந்து ஒருவகைச் சமுதாயச் சிந்தனையாக வெளிப்படுவதே பண்பாடு. இதன் அடிப்படையில் தமிழ்நாட்டில் அரசியல் அமைப்புகள், வாழ்வியல் சமய உணர்வு போன்றவற்றில் சமஸ்கிருதமயமாக்கம் நிகழ்ந்துள்ளது என்பதைப் பின்வரும் செய்திகள் வெளிப்படுத்துகின்றன.

பாரதநாட்டில் எல்லாவற்றையும் சமஸ்கிருதமொழி வழிப்பட்ட பண்பாட்டின் ஆதிக்கத்தின்கீழ்க் கொண்டுவருவதற்கு மேற்கொள்ளப்படும் முயற்சிகளுக்கு மானிடவியல் அறிஞர்கள் சூட்டியுள்ள புதுமைப் பெயரே ‘சமஸ்கிருதமயமாக்கம்’. தொல்காப்பியப் பொருளாதாரம் அந்தணரின் அறுவகைத் தொழில்களுள் வேள்வி வேட்டல், வேட்பித்தலைக் குறிப்பிடுகிறது. அதன் வளர்ச்சியாக வேள்வி வேட்டலைத் தமிழர் ஏற்றுக்கொண்டதைப் புறநானூற்றில் நெட்டிமையார் பாடிய பாடல் தெரிவிக்கிறது.

நற்பனுவல் நால் வேதத்து
அருஞ்சீர்த்திப் பெருங்கண்ணுறை
நெய்ம்மலி யாவுதி பொங்கப் பன்மாண்
வீயாச் சிறப்பின் வேள்வி முற்றி
யூப நட்ட வியன் களம் பல கொல் (புறம்.15–17–21)

என்னும் அடிகளில் பாண்டிய மன்னர் வேள்வி செய்தமை விளக்கப்படுகிறது.

தூதுபோகும் வாயில்களில் தோழி, தாய், செவிலி, பாங்கன், பாடினி இவர்களுடன் பார்ப்பனரும் சேர்க்கப்பட்டுள்ளனர். குடும்ப வாழ்க்கையிலும் பார்ப்பனர்களுக்குப் பங்குண்டு என்பதைத் 'தொல்காப்பியம்' தெரிவிக்கிறது. 'பார்ப்பன மகனே, பார்ப்பன மகனே' என்ற 156வது குறுந்தொகைப் பாடல் பார்ப்பனர்களின் உருவ வருணனையோடு தலைவி கூறுவதாக அமைந்துள்ளது.

சங்க இலக்கியங்களில் மடலூர்தல் பற்றிய செய்திகள் காணப்படுகின்றன (குறுந். 17). ஆனால் இதற்கான கூறு 'அதர்வண வேத'த்தில் தரப்பட்டுள்ளது. ஒருவன் நாரினால் அமைந்த நாணோடு கூடிய வில்லைத் தாங்கி, அம்பின் நுனியில் முள்ளைச் செருகி, ஆந்தையின் சிறகை அம்பு சிறகாக்கி அமைத்துக்கொள்வான். பெண் உருவத்தின் இதய ஸ்தானத்தை இவ்வம்பினால் குத்திக்குத்தித் துளையொன்று செய்வான். இது காதற் கடவுளுமாகிய காமனுடைய அம்பினால் தனது காதற்குரிய பெண்ணின் இதயத்தைத் துளைப்பதற்கு அறிகுறியாகும். இங்ஙனம் துளைத்துக்கொண்டு, அதர்வணவேதம் III, 25வது சூக்தத்தை ஓதுவான். இந்நெறி தமிழகத்தில் ஆண்களுக்கு மட்டுமே உரியது; பெண்களுக்குக் கூடாது என விலக்கப்பட்டுள்ளது.

வடக்கில் உள்ள இந்த நெறி 'அதர்வண வேத'த்தில் கூறப்பட்டுள்ளது. தலைவி, தலைவன் உருவப் படத்தைக் கிளியில் எழுதி அதன் இதயத்தின் மீது கொழுந்துவிட்டெரியும் அம்பு நுனியை எறிந்து 'அதர்வண வேதம்' ஆறாவது காண்டம் 130, 138வது சூக்தங்களை ஓதுவாள் என்று கூறப்படுகிறது.

இம்மடற்குறிப்பேயன்றி அகப்பொருள் துறைகள் வேறு சிலவும் 'அதர்வண வேத'த்தில் காணப்படுகின்றன. 'இரும்பிழி மகாஅர்' (அகம். 122) என்று தொடங்கும் செய்யுளில் இரவுக்குறி வாய்க்காமைக்குரிய காரணங்களாக ஊர்த் துஞ்சாமை, அன்னை துஞ்சாமை, காவலர் துஞ்சாமை, நாய் துஞ்சாமை முதலியன கூறப்பட்டுள்ளன. இவ்வனைவரும் துஞ்சுக என்று தலைவி மந்திர உச்சாடனம் செய்வதாக (அதர்வண வேதம் – ஐஏ. 5) தெரிவிக்கிறது. இவை ஒரு காதலன் தன் அன்பிற்குரிய காதலியைக் கனவிலே சந்திப்பதற்கு உச்சாடனம் செய்யும் வாக்கியங்களாகும். இதனால் இவ் அதர்வண வேதம் தமிழ்நாட்டு இலக்கிய மரபுகள் சிலவற்றை உணர்வதற்குப் பயன்படுவதாகலாம் எனக் கருத முடிகிறது.

'சாம வேத'த்தில் யாகம் செய்வோன், அதனைச் செய்விக்கும் புரோகிதனுக்குத் தட்சிணையாகத் தன்னுடைய பொருள் அனைத்தையும் கொடுத்துவிட்டுப் பின் துறவுபூண்டு வனத்திற்குச் சென்று தன் எஞ்சிய நாட்களைக் கழிக்க வேண்டும். இந்தப்

புரோகிதர்களுக்கு அளித்துள்ள கொடைகள் பலவும் இங்கு ஒப்புநோக்கத் தகுந்ததாக அமைந்துள்ளன.

வேதத்தில் உள்ள சில கருத்துக்கள் அன்றாட வாழ்க்கையில் பின்னிப்பிணைந்தன. கணவன் இறந்தவுடன் உடன்கட்டை ஏறும் பெண் அருந்ததிக்குச் சமமாகப் பத்தினிகளுக்குரிய சுவர்க்கம் புகுகிறாள்; மூன்று பரம்பரையினரின் பாவத்தைக் கரைத்துவிடுகிறாள்; அப்படி உடன்கட்டை ஏறாமல் வாழ நினைக்கும் பெண் மீண்டும் மீண்டும் பெண்ணாகவே பிறந்து வதைபடுவாள் என்னும் நம்பிக்கைகள் உண்டாயின. சொத்துரிமை, வேள்விகளைச் செய்யும் உரிமை போன்றவை பெண்களுக்கு இல்லை. கருவில் இருக்கும் குழந்தை பெண்ணாகி விடாமல் ஆணாகப் பிறப்பதற்குரிய மந்திரங்களும் சடங்குகளும் உருவாயின.

அந்தணர் வேதம் ஓதுதல், விழுமிய ஒழுக்கம் உடைமை, யாருக்கும் இணையில்லாத இயல்புடைமை, சுவர்க்கப்பேற்றை இந்நிலவுலகத்திலிருந்தே அடை யுந்தன்மை, அறநெறி பிழையாமை, அன்புடைமை எனும் ஒழுக்கங்களை உடையோர் எனப் புகழப்பட்டுள்ளனர். இத்தகு அந்தணரை அரசன் துணையாய்க் கொள்ள வேண்டிய அவசியமும் கூறப்பட்டுள்ளது.

அறம்புரியந்தணர் வழி மொழிந் தொழுகி... (பதிற். 24:8–11)

எனும் 'பதிற்றுப்பத்து' அந்தணர் வழியில் நடக்கும் அரசர் உலகம் முழுவதும் தாம் வழிப்பட்டு நடக்கும்படியான பெரும்புகழை அடைவர் எனக் கூறுகிறது. மேலும் வெற்றிக்கு யாகத்தின் அவசியமும் வலியுறுத்தப்பட்டுள்ளது *(புறம். 26:12–15)*. வீரர்களின் உழைப்பால் உருவான வெற்றியை யாகம் தந்த வெற்றியாகக் காட்டி வேள்வியை முதன்மைப்படுத்தி உடல் உழைப்பு பின்னுக்குத் தள்ளப்பட்டது. இந்நிலையில் மன்னர்கள் வேள்விகள் பல செய்துள்ளனர் *(புறம். 15:20–21), (புறம். 397:20–21), (மதுரைக். 759–762), (பட்டி. 201–202), (புறம். 224:7–9), (பதிற். 70:17–19), (புறம். 166)*. வெற்றிபெற்ற நாட்டின் பெயரை அடையாகக் கொண்டவர் நாளடைவில் வேள்வியின் பெயரை அடைமொழிகளாகக் கொண்டனர். (எ.கா) தலையாலங்கனத்துச் செருவென்ற பாண்டிய நெடுஞ்செழியன், தகடூர் எறிந்த பெருஞ்சேரல் இரும்பொறை எனப் பெயர் கொண்டவர். காலப்போக்கில் பல்யாகசாலை முதுகுடுமிப்பெருவழுதி, இராசசூயம் வேட்ட பெருநற்கிள்ளி என வேள்வியின் அடிப்படையில் பெயர் பெற்றுள்ளனர்.

சமய நிலையில் வைதிக நெறியின் செல்வாக்கு

இயற்கை வழிபாட்டில் திருப்தி அடையாத ஆரியர்கள் உருவ வழிபாட்டை விரும்பினர். வருணன், சொர்க்கத்தின்

அதிபதியாகிய இந்திரன் தீக்கடவுளாகிய அக்கினி, மதிமயக்கும் கடவுளாகிய காமன் முதலிய தெய்வங்களை இவர்கள் வகுத்தனர். இந்தத் தெய்வங்களுக்குரிய மந்திரங்களும் பிரார்த்தனைகளும் ரிக் வேதத்தில் காணப்படுகின்றன. தொல்காப்பியத்திலும்,

> மாயோன் மேய காடுறை யுலகமும்
> சேயோன் மேய மைவரை யுலகமும்
> வேந்தன் மேய தீம்புன லுலகமும்
> வருணன் மேய பெருமண லுலகமும் (தொல். 951)

என வருதல் அறியத்தக்கது. முத்தொழிலுக்கும் (படைத்தல், காத்தல், அழித்தல்) மூன்று திருமேனிகளைப் படைத்தனர்.

தமிழர் இறைவழிபாட்டில் மலர் தூவிப் போற்றுதல், நெல் தூவுதல், மணியடித்தல், இசைக்கருவிகள் முழங்குதல் முதலிய நிகழ்ச்சிகள் இருந்துள்ளன (முல்லை. 3-10). தெய்வங்களுக்கு வேள்வி செய்யும் பழக்கமும் நெருப்பில் தெய்வத்தை வழிபடுதலும் தமிழர்க்குரியன. சங்க காலம் முதற்கொண்டே ஆரியவழிபாடு இருந்துள்ளதை அறிய முடிகிறது.

> ஆவிசொரிந்து ஆயிரம் வேட்டலின் ஒன்றன்
> ஊயிர் செகுத்து உண்ணாமை நன்று (குறள். 259)

'தைத்ரிய ஆரண்யா' நூலில் சண்முகா என்ற தெய்வம் குறிப்பிடப்பட்டுள்ளது. சாண்டோக்கிய உபநிடதங்களில் ஸ்கந்தன் என்ற தெய்வம் குறிப்பிடப்பட்டுள்ளது. மேலும் உஜ்ஜயினியில் கிடைத்த குசாணப் பரம்பரையினர் காசுகளில் ஸ்கந்தன் என்ற எழுத்துக்களும் சேவல், மயில் உருவங்களும் பொறிக்கப்பட்டு இருந்தன. கி.பி. முதல் நூற்றாண்டைச் சேர்ந்த பௌதேயக் கணத்தார் காசுகளில் ஆறு தலைகள் பன்னிரு கைகள் கொண்ட உருவம் பொறிக்கப்பட்டுள்ளது. இவையனைத்தும் ஆரியத் தொன்மங்கள் ஆகும். பின்னர்த் தமிழ் முருகன் குறித்த தொன்மங்களோடு கலக்கலாயின.

'பரிபாடல்', 'திருமுருகாற்றுப்படை' ஆகிய நூல்களில் ஆரிய ஸ்கந்தனோடு இணைந்தே தமிழ் முருகன் நமக்குத் தரிசனம் தருகின்றார் (திரு.முரு. 91, 1118) (பரி. 5, 14, 21) என்றும் ஆரிய முறைப்படியே முருகன் தமிழ் பக்தர்களால் வணங்கப்படுகின்றான் என்றும் கூறுகிறது (பரி. 14, 19).

சங்க இலக்கியத்தில் வைதிக நெறியின் செல்வாக்கு

இலக்கியம் தோன்றுவதற்கும் படைக்கப்படுவதற்கும் உந்துதல் சக்திதான் காரணமாக அமைகிறது. ஒன்று தன்னுந்துதல்; மற்றொன்று புற உந்துதல் ஆகும். தன் அனுபவத்தை

முன்னதாக அமைக்கலாம் எனினும் சமுதாயச்சூழல், பட்டறிவுத் தாக்கம் அதில் இடம்பெறுவதற்கான வாய்ப்புக்கள் உள்ளன. காலத்திற்கேற்பப் பல சூழல்கள் தாக்குதல்களுக்கேற்ப வெவ்வேறான இலக்கியங்கள் தோன்றக் காரணமாகின்றன.

சங்க காலத்தில், தமிழர் ஆரியர்க்கிடையிலான தொடர்பு பண்பாட்டுக் கலப்பாக மாறிவிட்ட நிலையை இலக்கியங்கள் மூலம் நம்மால் உணரமுடிகிறது. சமஸ்கிருதக் கதைகள் சங்க இலக்கியங்களில் இடம்பெறத் தொடங்கின. எ.கா:

திரிவிக்கிரம அவதாரம் (முல்லை. 1 – 3)

கா்ணன் கதிரவன் மைந்தன் எனல் (கலி. 25; 1 – 4)

இராவணன் சீதையைக் கவா்தல் (புறம். 378; 18 – 21)

சிவன் முப்புரம் எரித்தல் (பரி. 19: 50 – 52)

முதலான பல தொன்ம நிகழ்வுகள் உவமைகளாகவும் விளக்கங்களாகவும் உள்ளன.

வேதம் பற்றிய குறிப்புகளும் சங்க இலக்கியங்களில் பரவலாய் இடம்பெற்றுள்ளன. வேதம் என்னும் சொல்லுடன் (புறம். 2, 15, 224), (மதுரைக். 468, 656) மறை (புறம். 93), (பரி. 9, 2), (ஐங். 387) வேள்வி (புறம். 361), (பெரும். 315), (பதிற். 64, 70, 74) எனும் சொற்களும் இடம்பெற்றுள்ளன. முதுநூல் (புறம். 166), முதுமொழி (கலி. 126), எருதபிக் கற்பு (குறுந். 156) எனவும் வேதம் குறிப்பிடப்பட்டுள்ளது.

விஷ்ணுவின் வராகம்(பரி. 2:16–19, 3:21–24, 4:22–24, 13:34), நரசிம்மம் (பரி. 4:10–21), வாமனம் (பெரும். 29–31, முல்லை. 3–5, பரி. 3:20, 3:54–56, கலி.124:1), கிருஷ்ணன் (பரி. 3:31, கலி. 103:53–55), மோகினி வடிவெடுத்தல்(பரி. 3:33–34), அன்ன உருவெடுத்தல் (பரி. 3:25–26) சிவனின் திரிபுரமெரித்தல் (புறம். 55:1–4, பரி. 5:22–27, கலி. 2:1–8), இராவணன் கைலாய மலையைப் பெயர்த்தல் (கலி. 38:1–5), பாற்கடலில் பிறந்த நஞ்சுண்டல் (மலை. 83, புறம். 55:4, 91:6–7) கங்கையைத் தலையில் தாங்குதல் (பரி. 9:4–6, கலி. 38:1) ஆகிய தொன்மங்கள் இணைத்துப் பாடப்பட்டுள்ளன. இந்திரன் அகலிகை பற்றிய தொன்மங்களும் (பரி. 19:50–52) இராகு, கேதுக்கள், சூரியனைப் பற்றுவதான கிரகணத் தொன்மம் போன்றவற்றுடன் பாரத (புறம். 2:13–16, சிறு. 238–241, கலி. 25:1–4, 101:18–20, 108:13, 104:57–59, 25:7–8, 101:18–20, 52:2–3), இராமாயண (அகம். 30:13–16, புறம். 378:18–21) கதைக் கூறுகள் பலவும் சங்க இலக்கியங்களில் இடம்பெற்றிருப்பதும் ஆரிய செல்வாக்கிற்குச் சான்றுகளாய் உள்ளன.

மொழிபெயர்ப்பில் வைதிக நெறியின் செல்வாக்கு

'புறநானூறு', 'கலித்தொகை' போன்ற இலக்கியங்களில் 'தருமபுத்திர' என்ற வடசொல்லை 'அறவன் மகன்' எனவும் 'ஸ்ரீ' என்ற சிறப்பு அடையினைத் 'திரு' எனவும் தமிழாக்கம் செய்துள்ளதைக் காணலாம். 'தம்மபத'த்தில் அருகதர் சருக்கத்தில் 98வது பாடலாக உள்ள ஒன்றினைத் தெ.பொ. மீனாட்சிசுந்தரனார் எடுத்துக்காட்டுகிறார்.

சாமே வாயதி வாரந்தே வாயதிவாதலே
யதீதா அரவிற்கோ விஞ்ஞரந்தி தம்பூமிம் ரமகணேயகம்
(த.ப.98)

என்பது பாலி மொழியில் உள்ள 'தம்மபத'த்தின் வடிவம் ஆகும். தமிழில் மொழிபெயர்த்த வெ. இராமசாமி என்பவர். "நாடாக இருந்தாலும் காடாக இருந்தாலும் மேடாக இருந்தாலும், பள்ளமாக இருந்தாலும் பரவாயில்லை, 'அருகதர்' எனப்படும் அறவோர் வாழும் நிலமே நன்னிலமாகும்" என்று தமிழாக்கம் செய்திருக்கிறார்.

'தம்மபதம்', சங்ககால அவ்வையாரின் கருத்தைக் கவர்ந்திருக்க வேண்டும் என்பது தெ.பொ.மீ அவர்களின் கருத்தாகும்.

நாடா கொன்றோ காடா கொன்றோ
அவலா கொன்றோ மிசையா கொன்றோ
எவ்வழி நல்லவர் ஆடவர்
அவ்வழி நல்லை வாழிய நிலனே (புறம். 188)

அவ்வையின் பாடலில் அருகத் என்னும் ஞானிகளுக்குப் பதிலாக 'ஆடவர்' என்னும் சொல், தமிழ்நாட்டு வீரயுகப் பண்பாட்டிற்கு ஏற்ப மாற்றி அமைக்கப்பட்டிருப்பதாகக் கருதலாம்.

இதைப் போன்று அரசியல் நெறிகளைப் பற்றியும் ஆட்சிமுறையைப் பற்றியும், 'புறநானூ'ற்றிலும், 'பதிற்றுப்பத்'திலும், 'திருக்குற'ளிலும் வரும் சில வரிகள் கௌடில்யருடைய 'அர்த்தசாத்திர'த்தின் சாயலைப் பெற்றுள்ளன என்பது அறிஞர் சிலரின் கருத்தாகும் (வளர்மதி, 1987: 60).

வடநாட்டிலுள்ள ஆறுகள் போன்றவற்றைத் தமிழ்ப்படுத்திக் கூறகின்ற வழக்கு சங்க காலம் முதற்கொண்டே காணமுடிகிறது. 'ஜமுனா' எனும் வடஇந்திய ஆற்றை, சங்ககாலத் தமிழர்கள் 'தொருனன்' எனும் ஆறாகச் சுட்டியுள்ளனர் (சிலப் 16:50,51). பரிபாடலில் நரசிம்ம அவதாரம் 'நரமங்கள்' எனும் பெயரால் சுட்டப்படுகிறது. 'பிரகலாதன்' எனும் பெயரினைப் 'பிருங்கலாதன்' எனவும் இந்நூல் குறிப்பிடுகிறது. பரிபாடலில் உலகத் தோற்றத்தைப்

பற்றிய ஒரு பாடல் தரப்பட்டுள்ளது. இதை 'ரிக் வேத'த்தின் ஏழாவது சாகையில் காணப்படும் உலகத்தோற்றம் பற்றி இருக்கின்ற தழுவலாக அறிஞர் கருதுகின்றனர்.

கி.பி. ஏழாம் நூற்றாண்டைச் சேர்ந்த சின்னமனூர் செப்பேட்டில் சங்ககாலப் பாண்டிய மன்னர் மதுரை மாநகரில் தமிழ்ச் சங்கத்தை நிறுவியதோடு, அந்தச் சங்கத்தின் மூலம் 'மகாபாரத'த்தைத் தமிழ்ப்படுத்தி வெளியிட்டார்கள் என்னும் குறிப்பு ஒன்று காணப்படுகிறது.

மகாபாரதம் தமிழ்ப்படுத்தும் மதுராபுரிச் சங்கம் வைத்தும்
(பாண்டியர் செப்பேடு பத்து)

இதனால் இந்திய இதிகாசங்களுள் ஒன்றான 'மகாபாரதம்' சங்ககாலத்திலேயே தமிழாக்கம் செய்யப்பட்டு இருந்திருக்க வேண்டும் என்பது தெரியவருகிறது.

சமூக, அரசியல் நிர்வாகத்திலும் பொருளாதாரக் கல்வி நிலைகளிலும் சிறந்து விளங்கிய சமஸ்கிருதமொழி தமிழ் மொழியின் மீது செல்வாக்கை ஏற்படுத்திய காரணத்தையும் செல்வாக்கிற்குரிய அளவீடுகளையும் நம்மால் கணிக்கமுடிகிறது. இந்தப் பின்னணியில் தமிழ்மொழியில் சங்க இலக்கியம் மட்டுமல்லாது பிற இலக்கியங்களிலும் இலக்கணத்திலும் இதைப் போன்ற செல்வாக்கை நாம் அறிந்தோமானால் ஒட்டுமொத்த தமிழ் இலக்கியப்பரப்பில் வைதிகநெறியின் செல்வாக்கை நம்மால் அளவிட்டு அதற்குரிய காரணங்களையும் கண்டறிய முடியும்.

30

தமிழரின் சமஸ்கிருத ஆக்கங்கள்

இரா. சீனிவாசன்

தமிழ்நாட்டில் தமிழர் தமிழ்மொழியில் மிகுதியான ஆக்கங்களை இயற்றியுள்ளனர் என்பது யாவரும் அறிந்ததே. இவை தமிழ்ச் சமூகத்தின் சொத்துகள் என்ற வகையில் தமிழ் இலக்கிய வரலாற்றில் இடம்பெற வேண்டியவை. இவற்றில் உள்ள சிந்தனைகள் தமிழருடையவை என்பதால் தமிழ்ச் சிந்தனை வரலாற்றில் இவையும் உள்ளடங்கும். மொழி ஒரு கருவி மட்டுமே என்றும் இயற்றியவர்கள், உள்ளடக்கம், பண்பாடு முதலானவற்றின் அடிப்படையில் இலக்கியம் முதலான ஆக்கங்களை அடையாளம் காண வேண்டும். தமிழரால் பிறமொழிகளில் இயற்றப்பட்ட ஆக்கங்கள் குறித்து விரிவாக ஆராய்வதும், அவை தமிழ்ச் சிந்தனையின் அங்கங்களே என்று உறுதிப்படுத்துவதும் இந்தக் கட்டுரையின் நோக்கம்.

தமிழகத்தில் சமஸ்கிருதம், பாலி, பிராகிருதம் முதலான மொழிகளில் தமிழர்களால் ஏராளமான ஆக்கங்கள் இயற்றப்பட்டுள்ளன. இலக்கியம், இலக்கணம், நாடகம், அணி இலக்கண நூல்கள், சாத்திர நூல்கள் முதலியனவும், சமணம், பௌத்தம், வைணவம், சைவம் முதலான சமய நூல்களும், நியாயம், மீமாம்சை முதலான தரிசனங்கள் சார்ந்தும் பல ஆக்கங்கள் செய்யப்பட்டுள்ளன. மூல நூல்கள் மட்டுமல்லாமல் உரைகளும்கூட மிகுதியான அளவில் இயற்றப்பட்டுள்ளன. இசை, நாட்டியம்

முதலான கலைகள் பற்றிய நூல்களும் அதிக எண்ணிக்கையில் இயற்றப்பட்டுள்ளன. சோதிடம், ஆகமம், தல புராணம் ஆகிய நூல் வகைகளில் பல ஆக்கங்களும் தமிழரால் இயற்றப்பட்டுள்ளன.

சமஸ்கிருதத்திற்கும் தமிழுக்கும் உள்ள தொடர்புகள் பற்றி விரிந்த தளத்திலும் ஆழமாகவும் ஆய்வுகள் செய்யவேண்டியுள்ளது. இந்த நிலையில் மொழிகள் பற்றிய ஆய்வு அரசியலாக்கப்பட்டுவிட்டது. எதைச் சொன்னாலும் ஒரு தரப்பினர் துரோகிப் பட்டத்தைத் தந்துவிடுகின்றனர். இதற்காகவே பலர் இந்த ஆய்வுக்குள் செல்வதைத் தவிர்க்கின்றனர். மறு தரப்பில் ஆய்வு மனப்பான்மையின்றி ஒற்றைவழிப் போக்குவரத்தாக எல்லாமே சமஸ்கிருதத்திலிருந்து தமிழுக்கு வந்தன என்று கூறிவருகின்றனர். இதைப்பற்றிய ஆய்வுக்குள் சென்றால் அது வேறு இடத்திற்கு இட்டுச் சென்றுவிடும்.

மொழி ஒரு கருவி மட்டுமே என்றும் இயற்றுவோரை அடிப்படையாகக் கொண்டே எந்த ஆக்கத்தையும் அடையாளப்படுத்தவேண்டும் என்ற கோணத்தில் அணுகும்போது பரந்த நிலையிலான புரிதல் கிடைக்கிறது. மொழிகள் கல்விச் சூழலாலும் அரசியல், சமயங்களாலும் வளர்க்கப்பட்டவை. ஆகவே, வெறுமே மொழியை மட்டுமே அடிப்படையாகக் கொள்வதைத் தவிர்த்து, ஆக்கியவர்கள், இடம், காலம், சூழல், உள்ளடக்கம், சமயம் ஆகியவற்றையும் கருத்தில் கொண்டு ஆக்கங்களை அணுக வேண்டும்.

தமிழர்கள் சமஸ்கிருதம், பிராகிருதம், பாலி ஆகிய மொழிகளில் இயற்றிய நூல்கள் பற்றி மயிலை சீனி. வேங்கடசாமி (1967—1976), சுந்தரம் (Sundaram 1999), ஜகந்நாத ராஜா (1994), அருணாசலம் (2005) முதலானவர்கள் விரிவாக எழுதியுள்ளனர். தமிழரால் இயற்றப்பட்ட பலவகை நூல்கள் சமஸ்கிருதத்தில் மட்டும் ஆக்கப்பட்டவை. அதே நேரம், தல புராணங்கள், இசை, நாடக இலக்கணங்கள், சோதிட நூல்கள் முதலானவை தமிழ், சமஸ்கிருதம் ஆகிய இரு மொழிகளிலும் தமிழரால் இயற்றப்பட்டுள்ளன.

மேற்கூறிய நூல்கள் முதலில் சமஸ்கிருதத்தில் இயற்றப்பட்டு, அதுவே பிறகு தமிழில் இயற்றப்பட்டது என்று ஆய்வாளர்கள் சிலர் பொத்தாம்பொதுவாக எந்த ஆராய்ச்சியும் இன்றிக் கூறிவருகின்றனர். ஒரு நூலின் உள்ளடக்கம், அதில் இடம்பெற்றுள்ள பண்பாடு, அந்த நூல் எப்பகுதியில் வழக்கில் உள்ளது முதலானவற்றைப் பற்றி ஆழமாக ஆய்வு செய்தால் இந்தக் கருத்து தவறானது என்று தெரியவரும். தமிழ்நாட்டில் தமிழ், சமஸ்கிருதம் ஆகிய இரு மொழிகளிலும் மேற்கண்ட துறைகளில் நூல்களை இயற்றியவர்கள் தமிழரே என்ற நிலையில், இவற்றில்

எது மூலம் என்றும் எது மொழிபெயர்ப்பு என்றும் எவ்வாறு கூறமுடியும்?

நூல்கள் உருவான முறைபற்றியும் ஆழமாகச் சிந்திக்க வேண்டியுள்ளது. வழக்காற்றிலிருந்தே நூல்கள் உருவாகியுள்ளன என்பது இலக்கிய வரலாற்று வரைவியல் என்ற புத்தகத்தில் விரிவாக விளக்கப்பட்டுள்ளது. (சீனிவாசன் 2022).

இலக்கிய வரலாற்றுப் புலத்தில் மொழி பற்றியும், நூல்கள் பற்றியும் சில கருதுகோள்கள் நிலவிவருகின்றன. இவற்றை எந்த இலக்கிய வரலாற்று ஆசிரியரும் விதந்து கூறுவதில்லை. ஆனால், இந்தக் கருதுகோள்களின் அடிப்படையிலேயே இலக்கிய வரலாறுகளை எழுதி வந்துள்ளனர். அவை, பின்வருமாறு:

1. தமிழ்மொழியில் உள்ள நூல்கள் சமஸ்கிருதத்தில் இயற்றப்பட்ட நூல்களின் அடிப்படையில் தோன்றியவை.
2. சமஸ்கிருத நூல்கள் காலத்தால் முந்தியவை. தமிழ் நூல்கள் காலத்தால் பிந்தியவை.

இந்த இடத்தில் சில வினாக்களை எழுப்பினால் மேலே கூறப்பட்டுள்ள கருதுகோள்கள் தவறு என்று எளிதில் தெரிந்து விடும்.

1. தமிழ் நூல்களுக்கு சமஸ்கிருத நூல்கள் ஆதாரம் என்றால், சமஸ்கிருத நூல்களுக்கு உள்ளடக்கம் எங்கிருந்து கிடைத்திருக்கும்?
2. சமஸ்கிருதத்தில் நூலை இயற்றிய ஆசிரியருக்கு உள்ளடக்கம் ஞானத்தால், கற்பனையால் வந்திருக்கும் என்றால், அந்த ஞானம், கற்பனை ஏன் தமிழில் இயற்றிய ஆசிரியருக்கு வந்திருக்க முடியாது?

மொழியை அடிப்படையாகக் கொண்டு ஆக்கங்களை அணுகுவதால் தோன்றும் சிக்கல் இது. மொழியைக் கடந்து ஆக்கங்களின் உள்ளடக்கம் சார்ந்தும் அதன் வழக்காறு சார்ந்தும் குறிப்பிட்ட கலைகள், நூல்கள் வழங்கும் இடம் சார்ந்தும் அணுகும்போது அவற்றைப் பற்றிச் சரியாக விளங்கிக்கொள்ள முடியும். மெய்ப்பாடு, உவமை முதலானவற்றைக் கோட்பாடாக மட்டுமல்லாமல் நடைமுறையில் நூல்கள் வழங்குமிடம் சார்ந்தும் ஆராய்ந்து பார்க்கும்போது அவை எங்கிருந்து தோன்றியிருக்க முடியும் என்று தெளிவாக விளங்கிக்கொள்ள வழி ஏற்படுகிறது.

சில வகை நூல்களைச் சிறப்பு நிலையில் எடுத்துக்கொண்டு அணுகினால் இதை இன்னும் விளக்கமாகக் கூறமுடியும். இங்கு மூன்று வகை ஆக்கங்களை எடுத்துக்கொண்டு, அவை எவ்வாறு

உருவாகியுள்ளன என்று விளக்கும் முயற்சி மேற்கொள்ளப்படுகிறது. எடுத்துக்கொள்ளப்பட்ட நூல்கள் தோன்றிய இடம், அவை பயன்பாட்டில் உள்ள இடம், இந்த நூல்களுக்கான சுவடிகள் கிடைக்கும் இடம், சுவடிகளின் வரிவடிவம் ஆகியவற்றின் அடிப்படைகளில் அணுகினால் நூல்கள் தோன்றிய இடம்பற்றித் தெளிவாக அறிந்துகொள்ள முடியும். அவ்வாறான ஒரு முயற்சி இங்கு மேற்கொள்ளப்படுகிறது. இங்கு,

1. ஆகமம்
2. சிற்ப நூல்
3. தல புராணம்

ஆகிய நூல் வகைகள் தோன்றிய இடம் பற்றி மேலே கூறப்பட்ட அடிப்படைகளில் இங்கே விளக்கப்படுகிறது. நாட்டிய சாத்திரமும் தமிழரால் இயற்றப்பட்ட நூலே. இதைப்பற்றி விரிவாக என்னுடைய இலக்கிய வரலாற்று வரைவியல் புத்தகத்தில் விளக்கப்பட்டுள்ளது (2022).

1. ஆகமம்

தமிழ்நாட்டில் உள்ள சைவ, வைணவ சமயக் கோயில்கள் ஆகம வழிபாட்டு முறையைப் பின்பற்றுபவை. வேத நெறியிலான வழிபாடு தமிழகக் கோயில்களில் இடம்பெறுவதில்லை. இந்தக் கோயில்களில் ஆகமங்களில் கூறப்பட்டுள்ளவாறே வழிபாடுகள் நடைபெற்று வருகின்றன. ஆகமங்கள் கோயில் வழிபாட்டு நெறிகளின் தொகுதியாக உள்ளன. தமிழ்நாட்டுக் கோயில்களில் நடைபெறும் பூசைகள், திருவிழாக்கள், உற்சவங்கள் முதலானவற்றின் தொகுப்பாக ஆகமங்கள் விளங்குகின்றன. தமிழ்நாட்டுக் கோயில்களில் பின்பற்றப்படும் ஆகமங்களின் உள்ளடக்கம் பற்றியும் பயன்பாடு பற்றியும் நோக்கும்போது ஆகமங்கள் தமிழ்நாட்டிற்கு உரியவையே என்று அறிய முடியும்.

கோயில்களில் ஆகம வழிபாடு தமிழ்நாட்டில் மட்டுமே உள்ளது. எனவே, ஆகமங்கள் தமிழ்நாட்டில் தமிழரால் இயற்றப்பட்டவை. சைவம், வைணவம் ஆகிய இரு சமயங்களிலும் ஆகமங்கள் தமிழ்நாட்டில் உள்ளன. தமிழ்நாட்டுக் கோயில்களில் பயன்பாட்டில் உள்ள ஆகமங்கள் பற்றி முதலில் ஆராயவேண்டியுள்ளது.

சைவ சமயத்துடன் தொடர்புடைய 28 ஆகமங்கள் தமிழ்நாட்டில் தோன்றிக் கோயில் வழிபாட்டில் பயன்பட்டு வருகின்றன. அதேபோல், பாஞ்சராத்திரம், வைகானசம் ஆகிய இரண்டு வைணவ ஆகமங்களும் தமிழ்நாட்டு வைணவக்

கோயில்களில் பயன்பாட்டில் உள்ளன. ஆகமங்களின் அடிப்படையில் தோன்றிக் கோயில்களில் நடைமுறையில் உள்ள மந்திரங்கள், வழிபாடுகள், உற்சவங்கள், திருவிழாக்கள், சடங்குகள் ஆகியவையும் தமிழர்களுடையவையே.

ஆகமங்களின் உள்ளடக்கம், பயன்பாடு ஆகியவற்றைப் பின்வரும் கூற்றுத் தெளிவாக விளக்குகிறது.

> "தெய்வத்தின் இருப்பிடமான ஆலயங்களை நிர்மாணிப்பதற்கும் அவற்றில் நடத்தப்படும் நித்ய பூஜைகளுக்கும், உத்ஸவாதிகளுக்கும் முறையான விதிகளும், சட்டதிட்டங்களும், கட்டுப்பாடுகளும் உள்ளன. அத்தகைய விதிமுறைகள்தான் 'ஆகமசாஸ்த்ரம்' என்ற பெயரில் அழைக்கப்பட்டு வருகின்றன. ஆகவே ஆலயங்களின் தோற்றம் எவ்வளவு பழைமையானதோ, அதே அளவு பழைமையானவை நம் ஆகமங்களும்."

> "ஆலயங்களின் வடிவமைப்பு, அவை அமைய இருக்கும் ஸ்தலத்தைத் தேர்ந்தெடுக்கும் நியதிகள், விக்ரகங்களின் வடிவம், மூலஸ்தானத்திற்கும்–கர்ப்பக்ரகத்திற்கும், அதன் மேலுள்ள விமானத்திற்கும் உள்ள சமன்பாடுகள், அர்த்த மண்டபம், மகாமண்டபம், பிராகாரம், ஆகியவற்றிற்கான நீள, அகல, உயரங்களின் விகிதங்கள், விமானங்களின் வகைகள், ஸ்தல விருக்ஷங்கள், தீர்த்தங்கள் எனப்படும் தெப்பக்குளங்கள் உருவாக்குதல், உத்ஸவ விக்ரகங்களின் அளவுகள், அம்சங்கள், நித்யபூஜை விதிகள், உத்ஸவ முறைகள், அர்ச்சகர்கள், ஸ்தபதிகள் ஆகியோருக்கு இருக்க வேண்டிய தகுதிகள் போன்ற எல்லா அம்சங்களையும் நிர்ணயித்து நமக்கு வழிகாட்டும் சட்ட திட்டங்கள்தான் ஆகமங்கள் ஆகும்."

இங்கே குறிப்பிட்டுள்ளபடி ஆகமங்களில் கூறப்பட்டுள்ள முறைப்படியான கோயில், விமானம், கருவறை, இறை உருவங்கள் முதலானவை தமிழ்நாட்டுக் கோயில்களிலேயே உள்ளன.

ஆகமங்கள் தனி ஒரு ஆசிரியரால் இயற்றப்பட்டவை அல்ல. அதனால் ஆகமங்களுக்கு ஆசிரியர் பெயர் சுட்டப்படுவதில்லை. பொதுவாக, நந்தி, பார்வதி தேவி முதலானோருக்குச் சிவன் கூறியதாகவே ஆகமங்களில் சொல்லப்பட்டிருக்கும். இது வைதிக சமயத்தில் வழக்கமாகக் கூறப்படும் கூற்று. ஆகமங்கள் தனி ஒரு ஆசிரியரால் இயற்றப்பட்டவை அல்ல என்பதால் ஒரு குறிப்பிட்ட காலத்தில் தோன்றியவையும் அல்ல. காலம்தோறும் கோயில் வழிபாட்டு நெறிகள் இணைந்தே ஆகமங்கள் உருப்பெற்றிருக்க முடியும்.

ஆகமச் சுவடிகள் எல்லாமே கிரந்த வரிவடிவில்தான் இருக்கின்றன. ஆகமச் சுவடிகள் தமிழ்நாட்டில்தான் கிடைக்கின்றன. எனவே, இவை தமிழர்களின் ஆக்கங்களே என்பதில் ஐயம் இல்லை. தமிழ்நாட்டில் தோன்றிய ஆகமங்கள் இன்றுவரை கோயில் வழிபாட்டுமுறைகளில் பயன்பாட்டில் உள்ளன.

இங்குச் சொல்வதற்கு எடுத்துக்கொண்ட பொருளை நன்கு விளங்கிக் கொள்வதற்காக ஆகமங்களின் அமைப்பையும் உள்ளடக்கத்தையும் (1992) சற்று விரிவாகக் கூறுவது அவசியமாக உள்ளது. சபாரத்தினம் ஆகமங்களின் உள்ளடக்கம் பற்றி விரிவாகக் கூறியுள்ளார்.

மேற்கூறியபடி இருபத்தெட்டுச் சைவ ஆகமங்கள் மூல ஆகமங்கள் என்று கூறப்படுகிறது. இவற்றுடன் 207 உப ஆகமங்களும் உள்ளன. இவை மட்டுமல்லாமல் தனி நூல்கள், விளக்க நூல்கள் என்று பலவிதமாக எண்ணிக்கையில் பெருகியுள்ளன.

பொதுவாக ஆகமங்கள் சரியை, கிரியை, யோகம், ஞானம் என்ற நான்கு பிரிவுகளாக அமைந்திருக்கும். இவற்றைப் பாதங்கள் என்று கூறுவார்கள். இவற்றுள் சரியை, கிரியை ஆகியவை கோயிலில் இறை உருவத்தை அமைத்து வழிபடும்போது செய்யப்படும் முறைகளைக் கூறுவன.

மூன்றாவது பிரிவான யோகம் என்பது ஆறு அங்கம் என்றும் எட்டு அங்கம் என்றும் இருவேறு முறைகளில் ஆகமங்களில் கூறப்படுகிறது (சபாரத்தினம் 1992 102-103). இவற்றில் எட்டு அங்க முறையைப் பின்பற்றி இயற்றப்பட்டதே பதஞ்சலி யோக சூத்திரம் என்ற நூல். பதஞ்சலி யோக சூத்திரம் என்ற நூலுக்கு அடிப்படையும் ஆகமங்களில் உள்ளன என்கிறார் சபாரத்தினம் (1992 102-103). மேலே கூறிய மூன்று பாதங்களிலும் ஒவ்வொரு ஆகமத்திற்கும் வேறுபாடுகள் உண்டு என்றும் கூறப்படுகிறது (மேற்படி 104-105).

நான்காவது பிரிவு ஞான பாதம் எனப்படும். சுப்பிரபேதம், சுவாயம்புவம், ரௌரவம், மகுடம், கிரணம் ஆகிய ஐந்து ஆகமங்களில் மட்டுமே ஞான பாதம் உள்ளது. அதாவது 18% ஆகமங்களில் மட்டுமே ஞானபாதம் உள்ளது. மற்ற மூல ஆகமங்களில் ஞானபாதம் இல்லை (சபாரத்தினம் 1992 106). கிரணாகமம், சுப்பிரபேதாகமம் என்ற இரண்டு மூல ஆகமங்கள், மிருகேந்திராகமம், மதங்காகமம் என்ற இரண்டு உப ஆகமங்கள் ஆகிய நான்கு ஆகமங்களில் மட்டுமே நான்கு பாதங்களும் கிடைக்கின்றன. தமிழ்நாட்டில் சைவ சமயக் கோயில்களில் அதிகம் வழக்கில் உள்ளதும், பின்பற்றப்படுவதும் காமிகாகமம்.

காமிகாகமத்தில் சரியை என்ற முதல் பாதம் மட்டுமே உள்ளது. கிடைக்கும் ஆகமங்கள் முழுமையான வடிவில் இல்லை என்றே கூறலாம். இவற்றுக்குள் பலவிதமான வேறுபாடுகள் உள்ளன. ஒன்றைப் போல் மற்றது இல்லை (சபாரத்தினம் 1992 35). இதுவரை கூறப்பட்டவை எல்லாம் ஆகமங்களின் அமைப்புப் பற்றிய பொதுவான தகவல்கள்.

ஆகமங்களின் உள்ளடக்கம் பற்றியும் அறியவேண்டியுள்ளது. தொடக்கத்தில் கோயில் வழிபாட்டிற்கான நடைமுறைகளைத் தொகுத்துக் கூறுவதற்காகத் தோன்றிய ஆகமங்கள் மெல்ல விரிவடைந்து பல பொருள்களையும் உள்வாங்கிக் கொள்ளத் தொடங்கின. குறிப்பாக, கோயிற் கட்டடம் பற்றி ஆகமங்களில் விரிவாகக் கூறப்பட்டுள்ளது ஐயத்தை எழுப்புகிறது. கோயில் கட்டட அமைப்பு பற்றியும் சிற்பங்கள் பற்றியும் சிற்ப நூல்கள் கூறுகின்றன. அவற்றில் கூறப்படுவது பொருத்தமாகவும் ஏற்றதாகவும் உள்ளது. ஏனெனில், சிற்ப நூல்கள் கோயில் கட்டடப் பணிகளை மேற்கொள்ளும் ஸ்தபதிகளின் நூல்கள். அவற்றில் கோயில் அமைப்புப் பற்றிக் கூறப்படுவது பொருத்தமாகவும் உள்ளது. இதைப் பற்றிக் கூறப்பட்டுள்ள பின்வரும் கருத்து இங்கு நோக்கத் தக்கது.

"காமிகாகமத்தின் கிரியா பாதம், பூர்வ பாகம், உத்தர பாகம் என இரு பிரிவுகளாக உள்ளன. கிரியா பாதம் 12,000 செய்யுள்களைக் கொண்டது. இதில் 5166 செய்யுள்கள் பூர்வ பாகத்திலும், 6477 செய்யுள்கள், உத்தர பாகத்திலும் உள்ளன. 357 செய்யுள்கள் கிடக்கவில்லை."

"பூர்வபாகத்தில், ஆகமங்களின் தோற்றம், அன்றாடம் கடைப்பிடிக்க வேண்டிய சமய நடைமுறைகள் மற்றும் வழிபாடுகள், கோயில்கள், வீடுகள் முதலியவற்றின் அமைப்பு விதிகள், விக்கிரகங்களைப் பிரதிஷ்டை செய்வதற்கான விதிகளும் கிரியைகளும் என்னும் நான்கு பிரிவுகள் உள்ளன. இதில் கோயிற் கட்டிடக்கலை மற்றும் சிற்பங்கள் தொடர்பான விடயங்கள் மிகவும் விரிவாக எடுத்தாளப்பட்டுள்ளதாகக் கூறப்படுகின்றது. இந் நூலின் 75 பிரிவுகளில் 60 பிரிவுகள் கட்டிடக்கலை, சிற்பம் ஆகியவற்றுக்காக ஒதுக்கப்பட்டுள்ளன."

"காமிகாகமத்தில் கூறப்பட்டுள்ள கட்டிடம் மற்றும் சிற்பம் தொடர்பான அம்சங்கள், பிற்காலத்தில் உருவான தனித்துவமான சிற்ப நூல்களான மயமதம், மானசாரம் போன்றவற்றுக்கு அடிப்படையாக அமைந்ததாகச் சில ஆய்வாளர்கள் நம்புகிறார்கள். மயமதம் எனும் சிற்பநூலை சமஸ்கிருதத்தில் இருந்து ஆங்கிலத்தில் மொழிபெயர்த்த

புரூனோ டாகென்ஸ் (Bruno Dagens), அந்நூலுக்காக எழுதிய அறிமுகப் பகுதியில், காமிகாகமத்திலும் மயமதத்திலும், சொல்லுக்குச் சொல் சரியாக அமைந்த வசனங்களும், சில சமயங்களில் முழுமையான பத்திகளும் கூடப் பொதுவாக அமைந்திருப்பதைச் சுட்டிக்காட்டியுள்ளார். இரண்டில் ஏதாவதொன்று மற்ற நூலிலிருந்து விடயங்களைப் பிரதிபண்ணியிருக்கக் கூடும் எனக் கருதும் அவர், காமிகாகமத்தில் கட்டிடக்கலை தொடர்பான அம்சங்கள் ஒழுங்கின்றியும், ஒருங்கிணைவின்றியும் அமைந்திருப்பதைச் சுட்டிக்காட்டி, மயமதம் போன்ற ஒரு நூலிலிருந்து, காமிகாகமத்தில் பிற்காலத்தில் இடைச்செருகல்கள் ஏற்பட்டிருக்கக் கூடும் எனக் கருத்து வெளியிட்டுள்ளார்" (Bruno Dagens. (Tr.) 2017).

கோயில் நடைமுறைகளைக் கூறும் விதிகள் அடங்கிய நூலில் கட்டடக்கலை பற்றிய பகுதிகள் சிற்பிகளும் ஸ்தபதிகளும் பயன்படுத்தும் சிற்ப நூல்களிலிருந்து எடுத்துச் சேர்க்கப்பட்டிருக்கலாம் என்று இதன்வழியே தெரிகிறது. ஏனெனில், அவை தொழில்நுட்பம் சார்ந்தவை. சிற்பிகளால் பல தலைமுறைகளாகப் பயன்படுத்தப்பட்டு வருபவை. கட்டடத் தொழில்நுட்பம் சிற்பிகளுக்கு உரியது. பன்னெடுங்காலமாக அவர்களால் வளர்த்தெடுக்கப்பட்டு வருவது.

ஐந்து ஆகமங்களில் மட்டும் இடம்பெற்றுள்ள ஞானபாதம் பற்றிய சில கருத்துகளை இங்கே தனியாக எடுத்துச்சொல்ல வேண்டியுள்ளது. ஏனெனில், அவை தமிழ் ஆய்வுலகில் பெரிய உரையாடல்களை எழுப்பியவை.

பொதுவாக, தமிழ்நாட்டில் உள்ள சைவசித்தாந்தம் ஆகமங்களின் சாரமாக உள்ளது என்று கூறப்படுகிறது (சபாரத்தினம் 1992). ஆகமங்கள் நீண்ட காலமாக வழக்காற்றில் வழங்கிவந்தவை. காலம்தோறும் வளர்ச்சியடைந்து கொண்டே வந்தவை. சைவ தத்துவம் பற்றிய கருத்துகளும் இவ்வாறே வழக்காற்றில் வழங்கிவந்தவை. நீண்ட காலத்திற்குப் பின்பே நூல் வடிவம் கொள்கின்றன. எனினும், இவை இன்று உள்ள நூல் வடிவத்தைவிடக் காலத்தால் மிகவும் பழமையானவை என்பதைத் திருமந்திரம் முதலான நூல்களின் வழியே அறியலாம். நீண்ட காலமாக வழக்காற்றில் வழங்கிவந்த இருவகை ஆக்கங்களுக்கும் கொள்ளல் கொடுத்தல் நடந்திருப்பதற்கான வாய்ப்புகள் மிகுதி.

சித்தாந்த நூல்கள் தோன்றுவதற்கு முன்பாகவே சைவத்தில் காளாமுகம், பாசுபதம், காபாலிகம் முதலான உட்பிரிவுகளும்

கௌமாரம், சாக்தம் முதலான அகச் சமயங்கள் என்ற வகைகளும் இருந்தன என்று தெரிகிறது *(சபாரத்தினம் 1992).* எனவே, சைவசித்தாந்தமும் ஆகமங்களும் சமகாலத்தில் வளர்ந்து வந்தவை என்பதையும் எண்ணிப் பார்க்க வேண்டியுள்ளது.

இதனுடன் தொடர்புடைய ஒரு கருத்தை விவாதிக்க வேண்டியது அவசியம். அதாவது, சைவ சித்தாந்த நூல்களின் தோற்றம் பற்றிய கருத்தை இங்கே விளக்க வேண்டியுள்ளது. இருபதாம் நூற்றாண்டில் இதைப் பற்றி மிக விரிவான உரையாடல்கள் பல அறிஞர்களால் நிகழ்த்தப்பட்டுள்ளன. இருபதாம் நூற்றாண்டில் சைவர்கள் பலர் தமிழ் ஆய்வுலகில் தீவிரமாகச் செயல்பட்டுள்ளனர். எனவே, சைவ சித்தாந்தம் பற்றிய ஆய்வில் அவர்கள் ஈடுபட்டதில் வியப்பில்லை.

பன்னிரண்டாம் நூற்றாண்டில் வாழ்ந்த மெய்கண்டார் *சிவஞான போதம்* என்ற சைவ சித்தாந்த நூலை இயற்றியுள்ளார். சைவ சித்தாந்தத்தை விளக்கும் பதினான்கு நூல்கள் கொண்ட தொகுதியைச் சைவ சித்தாந்த சாத்திரங்கள் என்று கூறுவர். அவற்றில் இதுவே முதல் நூல். இந்த நூல் சூத்திரம், மேற்கோள், ஏது, எடுத்துக்காட்டு என்ற அமைப்பில் உள்ளது. இந்த வகையில் மெய்கண்டார் இதை ஒரு முழுமையான தத்துவ நூலாக இயற்றியுள்ளார்.

சிவஞான போதம் நூல் பொது அதிகாரம் உண்மை அதிகாரம் என்ற இரண்டு அதிகாரங்களாகவும் பிரமாண இயல், இலக்கண இயல், சாதன இயல், பயன் இயல் என்ற நான்கு இயல்களாகவும் பகுக்கப்பட்டுள்ளது. இந்த நூலில் பன்னிரண்டு சூத்திரங்கள் உள்ளன. நூல் கேட்டற்கு உரியோர், சிறப்புப்பாயிரம், அவையடக்கம், வாழ்த்து ஆகிய கூறுகளுடன் முழுமையான தத்துவ நூலாக இயற்றப்பட்டுள்ளது.

சிக்கல் இங்குதான் தொடங்குகிறது. இந்த நூலில் உள்ள பன்னிரண்டு சூத்திரங்களும் ரௌரவ ஆகமத்தில் உள்ளன என்றும் அவற்றின் மொழிபெயர்ப்பே *சிவஞானபோதம்* என்றும் கூறிவந்தனர் (ரௌரவ ஆகமத்தில் அதிகாரம், இயல் முதலான பகுப்புகள் எதுவும் காணப்படவில்லை). சைவ சித்தாந்தத்தின் மூல நூலே வேற்று மொழி நூலின் மொழிபெயர்ப்பு என்பதைத் தமிழ்ச் சைவர்களால் ஏற்றுக்கொள்ள முடியவில்லை.

இதை மறுப்பதற்கு மு. அருணாசலம், ம. பாலசுப்பிரமணிய முதலியார் முதலியவர்கள் பெரு முயற்சி செய்துள்ளனர் *(அருணாசலம் 2005 13ஆம் நூற் 200–209).* ஆனால், இவ்வளவு வன்மையான மறுப்புத் தேவையா என்ற வினா எழுகிறது. ஏனெனில், ரௌரவ ஆகமம் தமிழ்நாட்டில் தமிழர்களால்

உருவாக்கப்பட்டதே. தமிழ்நாட்டுக் கோயில்களில் பயன்படுத்தப்பட்டு வந்ததே. தமிழ்நாடு தவிர மற்ற எந்தப் பகுதியிலும் இந்த ஆகமம் பயன்படுத்தப்படவில்லை.

தமிழர்கள் உருவாக்கிய ஒரு சைவ ஆகமத்திலேயே சைவ சித்தாந்தம் இருந்தது என்றாலும் ஒரு சிக்கலும் இல்லை. சிவஞான போதம், ரௌரவ ஆகமம் இரண்டும் தமிழருடைய ஆக்கங்களே. தமிழ்நாட்டுச் சைவர்களாலேயே ஆகமங்களும் சிவஞான போதமும் ஆக்கப் பெற்றன. ஆயினும், இதைப் பற்றிச் சில கருத்துகளை இங்கே விளக்க வேண்டியுள்ளது.

1. சிவஞான போதத்திற்கு முன்பே திருவுந்தியார், திருக்களிற்றுப்படியார் ஆகிய இரண்டு சைவ சித்தாந்த நூல்கள் தமிழில் தோன்றியுள்ளன. ஏறக்குறைய இதே காலத்தில் வாகீசர் என்பவர் இயற்றிய *ஞானாமிர்தம்* என்ற சைவ தத்துவம் கூறும் நூலும் தோன்றியுள்ளது (அருணாசலம் 2005 12ஆம் நூற். இரண்டாம் பாகம் 156–195). எனவே, மெய்கண்டாருக்கு முன்பே தமிழ்நாட்டில் சைவசித்தாந்தம் தோற்றம் கொண்டிருந்தது என்பதை அறிய முடிகிறது. சில சைவ சித்தாந்த நூல்களும் தோன்றியுள்ளன. கருத்துகளாகவும் சிறு நூல்களாகவும் இருந்த சைவ சித்தாந்தத்தை முழுமையான தத்துவ நூலாக இயற்றி நிலைபெறச் செய்தவர் மெய்கண்டார்.

2. கோயில் வழிபாட்டையும் அமைப்பையும் கூறும் ஆகமத்தில் சமய தத்துவம் சொல்லப்பட்டிருப்பது பொருத்தமானதா என்ற ஐயமும் தோன்றுகிறது. தனியே சைவ சித்தாந்தத்தைக் கூறுவதையே நோக்கமாகக் கொண்ட *சிவஞான போதம்* தோன்றியதில் எந்த ஐயமோ சிக்கலோ இல்லை. அது முழுமையாகத் தத்துவ நூல்வடிவில் இயற்றப்பட்டுள்ளது. சிவஞான போதத்தைத் தொடர்ந்து, அருணந்தி சிவாசாரியர் இயற்றிய *பரபக்கம் சுபக்கம்* என்று இரண்டு பாகங்கள் உள்ள விரிவான நூலான *சிவஞான சித்தியார்*, உமாபதி சிவாசாரியர் இயற்றிய *சிவப்பிரகாசம்* முதலிய முதன்மையான சைவ சித்தாந்த நூல்கள் பலவும் தோன்றியுள்ளன. சைவ சித்தாந்தம் என்பது சிவஞான போதம் என்ற ஒருநூலோடு மட்டும் நின்றுவிடவில்லை.

3. மிகுதியாக வழக்கில் உள்ள காமிகாகமம், காரணாகமம் முதலான மற்ற ஆகமங்கள் எதிலும் சைவ சித்தாந்தம் கூறப்படாத நிலையில் – அவற்றில் ஞானபாதம் இல்லாத நிலையில் – ரௌரவ ஆகமத்தில் மட்டும் சைவசித்தாந்தம்

கூறப்பட்டுள்ளதை நோக்கும்போது பல ஐயங்கள் தோன்றுகின்றன.

எனவே, சைவ தத்துவம் ஆகமங்களுக்கு உரியதல்ல என்றும் அவை சைவம் சார்ந்த சிந்தனையாளர்களால் காலம்தோறும் வளர்க்கப்பட்டு வழக்காற்றில் வழங்கிவந்த சிந்தனை முறை என்றும் வழக்காற்றிலிருந்தே ஆகமத்திலும் சித்தாந்த நூல்களிலும் தத்துவக் கருத்துகள் பெறப்பட்டுள்ளன என்றும் நன்கு புலப்படுகிறது.

கோயில் வழிபாட்டு முறைகளைக் கூறும் ஆகமங்களில் சைவ தத்துவத்தைக் கூற வேண்டியது அவசியமும் அல்ல. கோயில் நடைமுறையில் எங்கும் தத்துவம் பற்றிய உரையாடல் இடம்பெறுவதில்லை. கோயில்களில் சைவ தத்துவம் கற்பிக்கப்படுவதும் இல்லை. சைவ தத்துவ நூல்களைக் கற்பித்தல், நூல் இயற்றுதல், உரை இயற்றுதல் முதலான பணிகள் சைவ மடங்களிலேயே நடைபெற்றுள்ளன. தத்துவ விவாதங்கள் கோயில் நடைமுறை சார்ந்தவை அல்ல.

ஆசிரியர் மாணவர் முறையில் சமயக் கல்வி மரபில் தத்துவம் உருப்பெற்று வளர்ந்து வந்துள்ளது. தத்துவ மரபுகளில் பசு, பதி, பாசம் ஆகியவற்றை முறைப்படி எடுத்துரைக்கும் விவாதம் நீண்ட காலமாக வழங்கிவந்து நூலாக்கம் பெற்றுள்ளது. இதன் பின்னுள்ள நீண்ட, ஆழ்ந்த சிந்தனைகளையும் விவாதங்களையும் கவனத்தில் கொள்ள வேண்டும்.

தமிழ்நாட்டுக் கோயில்கள் உருவ வழிபாட்டை மையமாகக் கொண்டவை. பக்தியால் இறைவனிடம் சரணடைந்து பலன் பெறுவதை நோக்கமாகக் கொண்டவை. இறை உருவத்தை நேரில் கண்டு அருள் பெறுதல் இதன் அடிப்படையில் உள்ள நம்பிக்கை.

சரியை, கிரியை ஆகியவற்றிற்கான இடமாகத்தான் கோயில் இருக்கிறது. யோகம் ஞானம் ஆகியவை கோயில்களோடு தொடர்புடையவை அல்ல. நாள்தோறும் நடைபெறும் வழிபாடு, பூசை ஆகிய நடைமுறைகளில் யோகமும் ஞானமும் இடம் பெறுவதில்லை. கோயில் நடைமுறையில் தொடர்பில்லாத இவை ஆகமங்களில் இடம்பெற்றுள்ளது வினாக்களை எழுப்புவதாக உள்ளது.

தமிழர்களால் தமிழிலும் சமஸ்கிருதத்திலும் இயற்றப்பட்டதே சைவ சித்தாந்தம் என்று தெரிகிறது. எந்த மொழியில் முதலில் இயற்றப்பட்டது என்பது இங்கு சிக்கலே இல்லை. எந்த மொழியில் இயற்றப்பட்டாலும் அவை தமிழ்நாட்டு வழக்காற்றிலிருந்து தோன்றியவையே.

எனவே, காலப்போக்கில் கட்டட அமைப்பைப்பற்றிக் கூறும் பகுதிகள் சேர்ந்தது போல, தத்துவம் பற்றிக் கூறும் பகுதிகளும் ஆகமங்களில் சேர்ந்துவிட்டிருக்க வேண்டும். ஆகமங்களும் காலம்தோறும் விரிவடைந்துவந்த நூல்களே என்பதை எண்ணிப் பார்த்தால் இதை எளிதில் விளங்கிக் கொள்ளலாம். கோயில்களும் வழிபாடுகளும் காலம்தோறும் விரிவடைந்து வந்துள்ளன. கோயில் வழிபாடு பற்றிய ஆகம நூல்களும் விரிவடைந்து வந்திருக்க வேண்டும்.

2. சிற்ப நூல்கள்

தமிழ்நாட்டில் கோயில்கள் அளவிலும் சிறப்பிலும் மிக்கவையாக உள்ளன. இந்தியாவில் உள்ள கோயில்களில் மிகவும் சிறப்பு வாய்ந்த பல கோயில்கள் தமிழ்நாட்டில் உள்ளன. காலப் பழமை, அளவில் பெரியதாக இருத்தல், கட்டடக் கலைச் சிறப்புகளைக் கொண்டிருத்தல், சிறப்பான சிற்ப வேலைப்பாடுகள், குறிப்பிட்ட நாட்களில் கதிரவன் ஒளி கருவறையில் விழுதல் முதலான குறிப்பிடத்தக்க சிறப்புகள் தமிழ்நாட்டுக் கோயில்களுக்கு உண்டு.

இவற்றுடன் கல், உலோகம், மரம், சுதை முதலானவற்றில் மிகச் சிறந்த, கலைத் திறன்களுடன் கூடிய சிற்பங்களுக்கு இடமாக இருப்பதும் தமிழ்நாட்டுக் கோயில்கள். கட்டடம், சிற்பக் கலைகளுக்குப் புகழ்பெற்ற தமிழ்நாட்டுக் கோயில்கள் மற்ற நிலப் பகுதியில் உள்ள கோயில்களின் அமைப்பிலிருந்து வேறுபட்டவை. தமிழ்நாட்டுக் கோயில்களுக்கான அமைப்பு என்பது அடிப்படையில் வேறுபட்டுள்ளது. விமானம், தூங்கானை மாடம், ராஜகோபுரம் முதலானவையும் கருவறை அமைப்பும் மகா மண்டப அமைப்பும் தமிழ்நாட்டுக் கோயில்களுக்கு உரியவை.

சதுரமாகவும் செவ்வகமாகவும் கோயில்களையும் கோபுரங்களையும் அமைப்பது தமிழ்நாட்டு முறை. வடநாட்டில் நெல்லிக்காய் வடிவில் விமானத்தை அமைப்பார்கள். கொனார்க், பூரி, கஜுரகோ முதலான இடங்களிலுள்ள கோயில்களில் உள்ள கருவறை விமானங்கள் நெல்லிக்காய் வடிவில் உள்ளதைக் காணலாம். மத்திய இந்தியாவில் மத்தியபிரதேசம், ஒடிசா முதலான இடங்களில் உள்ள கோயில் அமைப்புகள் தமிழ்நாட்டுக் கோயில் அமைப்பிலிருந்து வேறுபட்டவை. இந்த விமானங்களையும் கோயில் கட்டடங்களையும் தமிழ்நாட்டுக் கோயில் கட்டடங்களுடன் ஒப்பிட்டுப் பார்க்கும்போது தமிழ்நாட்டுக் கோயில் அமைப்பின் வேறுபட்ட நிலை நன்கு தெரியவரும்.

தமிழ்நாட்டில் உள்ள கோயில்களின் அமைப்புகள் பற்றி விரிவாகக் கூறும் நூல்கள் பல தோன்றியுள்ளன. கட்டடம் பற்றியும் சிற்பம் பற்றியும் கூறும் நூல்களாக இருந்தாலும் அவை பொதுவாகச் சிற்ப சாத்திரங்கள் என்று பெயர் பெறுகின்றன. சிற்ப சாத்திரங்களில் கோபுரம், கலசம், தூண்கள், உத்தரங்கள் அவற்றில் இடம்பெற வேண்டிய சிற்பங்கள், அளவுகள் முதலியவை துல்லியமாகக் கூறப்பட்டுள்ளன.

தமிழ்நாட்டில் கட்டடக் கலை வல்லுநர்களான ஸ்தபதிகளிடம் நீண்ட காலமாக இவை வழங்கி வருகின்றன. மனனம் வழியாக நினைவிலேயே வழிவழியாக வழங்கிவந்த இந்த நூல்கள் அவர்களால் எழுதிவைக்கப்பட்டுக் கையெழுத்துப் பிரதிகளாகவும் உள்ளன. இவை அனைத்தும் சமஸ்கிருத மொழியில், கிரந்த வரிவடிவில் உள்ளவை. இவற்றின் சுவடிகள் தமிழ்நாட்டிலேயே கிடைத்துள்ளன. தமிழநாட்டுக் கோயில், சிற்ப அமைப்புகளை விளக்கும் சிற்ப நூல்கள் பின்வருமாறு.

1. மயமதம்

2. மானசாரம்

3. சாரஸ்வதீய சித்ரகர்ம சாஸ்திரம்

4. பிராமீய சித்ரகர்ம சாஸ்திரம்

5. சிற்பரத்தினம்

6. ஸ்ரீதத்துவநிதி

7. ஸகளாதிகாரம்

8. காசியப சில்ப சாஸ்திரம்

இந்த எட்டுச் சிற்ப நூல்களும் தஞ்சை, சரசுவதி மகால் நூல் நிலையத்தாரால் அச்சிடப்பட்டு வெளிவந்துள்ளன. இவை கிரந்த வரிவடிவில் உள்ளதால் தமிழ்நாட்டு ஸ்தபதிகளிடமும் சிற்பிகளிடமும் வழங்கி வந்தவை என்று தெரிகிறது. இவை தவிர வேறு ஐம்பது சிற்ப நூல்கள் இருந்ததாகத் தெரிகிறது. தமிழ்மொழியில் இயற்றப்பட்ட சிற்ப நூல்களும் இருக்கின்றன (கணபதி ஸ்தபதி 2001: ix–x).

திவாகர நிகண்டில் சிற்பத் தொழில் உறுப்புகள் பற்றிக் கூறப்பட்டுள்ள நூற்பா வருமாறு.

கல்லும் உலோகமும் செங்கலும் மரமும்
மண்ணும் சுதையும் தந்தமும் வண்ணமும்
கண்ட சருக்கரையும் மெழுகும் என்றிவை
பத்தே சிற்பத் தொழிற்கு உறுப்பாவன (திவாகரம் 12 158)

சிற்பிகளிடம் மட்டுமல்லாமல் தமிழ்நாட்டுப் புலமையாளர்களிடமும் சிற்பக்கலை பற்றிய அறிவு இருந்தது என்பதற்கு இந்த நூற்பா சான்று.

தமிழ்நாட்டில் கல், மரம், உலோகம், சுதை ஆகியவற்றால் செய்யப்பட்டுள்ள படிமங்கள், புடைப்புச் சிற்பங்கள் முதலானவை தமிழ்நாட்டிலேயே உருவாகி வந்தவை என்பதை அனைவரும் ஒப்புக்கொண்டுள்ளனர். இவற்றை அடிப்படையாகக் கொண்டு *சிற்பச் செந்நூல்* என்ற பெயரில் கணபதி ஸ்தபதி புத்தகம் ஒன்றை இயற்றியுள்ளார். அதில் இந்தத் தகவல்கள் எல்லாம் விரிவாகக் கூறப்பட்டுள்ளன.

தமிழ்நாட்டில் உள்ள கோயில்கள், இன்றும் உள்ள ஒரு சில அரண்மனைக் கட்டடங்கள் அனைத்தும் தமிழர்களின் படைப்புகளே. இந்தக் கட்டடக் கலை வெளியிலிருந்து கடன்பெற்றது என்று யாரும் சொல்வதில்லை.

மேற்கூறிய காரணங்களால் சிற்ப நூல்கள் தமிழ்நாட்டில் தமிழர்களால் இயற்றப்பட்டு, தமிழர்களால் பயன்படுத்தப் பட்டு வந்தவை என்பது தெரிகிறது. எழுதப்பட்ட வரிவடிவமும் கிரந்தமே. மொழி மட்டும் சமஸ்கிருதம். தமிழர்கள் தமது தேவைக்காக சமஸ்கிருத மொழியைப் பயன்படுத்திக் கொண்டனர் என்று ஏற்கெனவே கூறப்பட்டது போல், சிற்ப சாத்திரங்களும் தமிழருடையவையே என்பதில் எந்த ஐயமும் ஏற்படவில்லை. இவற்றுக்கும் தமிழ்நாட்டில் உள்ள இலக்கியம், நடனம் முதலான கலைகளுக்கும் நெருங்கிய தொடர்புகள் உள்ளன.

3. தல புராணங்கள்

தமிழ்நாட்டில் உள்ள திருத்தலங்களுக்கு மூர்த்தி, தலம், தீர்த்தம் ஆகியவற்றின் சிறப்புகள் கூறப்பட்டிருக்கும். இவை தொடக்கத்தில் அந்தந்தத் தலத்திற்கு உரிய தேவாரப் பதிகங்களில் இடம்பெற்றிருந்தன. பின்பு தலங்களின் சிறப்புகளைத் தனியே கூறும் நூல்கள் தோன்றின. இவை தல புராணம் என்றும், மான்மியம் என்றும் பெயர்பெற்றன.

தமிழில் அதிகம் தோன்றிய நூல்வகையில் தல புராணமும் ஒன்று. இவ்வாறு தோன்றிய தல புராணங்கள் தமிழர்களால் தமிழ்நாட்டு ஊர்களில் உள்ள கோயில்களின்மேல் பாடப்பட்டவையே. தமிழ், சமஸ்கிருதம் ஆகிய இரு மொழிகளிலும் அந்தந்த ஊர்களில் உள்ள கோயில்சார் வழக்காறுகளை அடிப்படையாகக் கொண்டே தல புராணங்கள் இயற்றப் பட்டுள்ளன. தல புராணங்களில் உள்ள தொன்மக் கதைகளை

அவற்றை இயற்றிய ஆசிரியர்கள் புதிதாகக் கற்பனையாகப் புனையவில்லை. ஏற்கெனவே அந்தந்த ஊர்களில் வழங்கிவந்த வழக்காறுகளையே நூல்களாக இயற்றியுள்ளனர். ஆகவே, நூலாக இயற்றியது மட்டுமே நூலாசிரியர்களுடைய செயல். மற்றபடி இவற்றின் உள்ளடக்கம் வழக்காற்றிலிருந்து பெறப்பட்டவையே. இன்றும் இதை எளிதில் அறிய முடிகிறது.

தமிழ்நாட்டில் உள்ள சிற்றூர்களுக்கும் தமிழிலும் சமஸ்கிருதத்திலும் தல புராணங்கள் இயற்றப்பட்டுள்ளன. இவற்றை இயற்றியவர்கள் அனைவரும் தமிழ்நாட்டில் வாழ்ந்த தமிழர்களே. தல புராணங்களுக்கான கருவோ அவற்றை இயற்றிய ஆசிரியரோ தமிழ்நாட்டிற்கு வெளியிலிருந்து வரவில்லை. எனவே, தல புராணங்கள் சமஸ்கிருதத்திலிருந்து தமிழுக்கு வந்தவை என்ற கூற்றுப் போலியானது என்றும் நம்பிக்கை அடிப்படையில் ஆய்வு மனப்பான்மை இன்றி மேலோட்டமாகச் சொல்லப்பட்டது என்றும் தெரிகிறது. தல புராணம் என்ற இலக்கிய வகை தமிழ்நாட்டில் தோன்றியதே என்பதையும் அந்த இலக்கிய வகை தமிழருடையதே என்பதையும் தமிழ், சமஸ்கிருதம் ஆகிய இரு மொழிகளிலும் தல புராணங்களை இயற்றியவர்கள் தமிழரே என்பதையும் விளக்குவதாக இந்தப் பகுதி அமைகிறது.

தமிழில் தல புராணங்களை இயற்றிய ஆசிரியர் பெயரும் நூல் பற்றிய தகவல்களும் இலக்கிய வரலாறுகளிலும் பிற ஆய்வு நூல்களிலும் விரிவாகத் தரப்பட்டுள்ளன. தமிழில் உள்ள தல புராணங்கள் பற்றிக் கூறும்போது அதற்கு மூலம் என்று ஒரு சமஸ்கிருத நூலைக் கூறுகின்றனர். ஆனால், அதை சமஸ்கிருதத்தில் இயற்றிய ஆசிரியர் பெயரோ, காலமோ, இடமோ பெரும்பாலும் கூறப்படுவதில்லை. தற்போது கிடைக்கும் வடமொழித் தல புராணம் (மான்மியம் என்றும் மகாத்மியம் என்றும் சமஸ்கிருதத்தில் வழங்கப்படுகிறது) ஆக்கங்கள் பற்றி சுந்தரம் (1999), ஜகந்நாத ராஜா (1994) ஆகியோரது நூல்களில் கூறப்பட்டுள்ளன. தமிழ், சமஸ்கிருதம் ஆகிய இருமொழிகளிலும் இவற்றை இயற்றியவர்கள், நூல்களின் உள்ளடக்கம் ஆகிய அடிப்படைகளில் விரிவாக ஆராய வேண்டியுள்ளது.

இங்கு எடுத்துக்காட்டிற்காகத் திருவிளையாடற் புராணத்தின் தோற்றம் பற்றியும் அதன் உள்ளடக்கம் பற்றியும் வழக்காறு பற்றியும் கூறப்படுகிறது. தொடர்ந்து தல புராணம் என்ற இலக்கிய வகையின் தோற்றம் பற்றியும் விளக்கப் படுகிறது.

அ) திருவிளையாடற் புராணம்

திருவிளையாடற் புராணம் என்ற பெயரில் இரண்டு நூல்கள் தமிழில் இயற்றப்பட்டுள்ளன. பதின்மூன்றாம் நூற்றாண்டில் பெரும்பற்றப் புலியூர் நம்பி என்பவர் *திருவாலவாயுடையார் திருவிளையாடற் புராணம்* என்ற நூலை இயற்றினார். இதுவே காலத்தால் முதலில் தோன்றிய *திருவிளையாடற் புராணம்.* அறுபத்து நான்கு திருவிளையாடல்களைக் கூறும் இந்த நூலில் 1753 செய்யுள்கள் உள்ளன. *திருவிளையாடற் புராணம்* பெயரில் பதினேழாம் நூற்றாண்டில் பரஞ்சோதி முனிவர் இயற்றிய நூல் 3363 செய்யுள்கள் கொண்டது. *திருவிளையாடற் புராணங்களில்* இதுவே அளவால் பெரியது. இவை இரண்டும் மதுரையை மையமாகக்கொண்டு சிவன் நடத்திய திருவிளையாடல்களைக் கூறும் மதுரைத் தல புராணங்கள் ஆகும். பரஞ்சோதி முனிவர் இயற்றிய *திருவிளையாடற் புராணம்* சொல், பொருள் சிறப்புகளால் தமிழில் மிகுதியாகப் பயிலப்படுகிறது.

உத்தர மாபுராணத்தில் உள்ள சாரசமுச்சயத்தில் உள்ள கதையைத் தமிழில் பாடியுள்ளதாக நம்பி *திருவிளையாடற் புராணத்தில்* கூறப்பட்டுள்ளது (சாமிநாதையர் 1906: 2). ஆனால், உத்தர மாபுராணம் என்ற பெயர் கொண்ட ஒருநூல் இருந்ததாகவே தெரியவில்லை. வேறு எங்கும் இந்தப் புராணத்தின் பெயர்கூடக் குறிப்பிடப்பட்டிருப்பதாகத் தெரியவில்லை.

ஹாலாஸ்ய மகாத்மியம் என்ற பெயரில் மதுரைத் தல புராணம் சமஸ்கிருதத்தில் இயற்றப்பட்டது என்றும் அதைப் பின்பற்றியே பரஞ்சோதி முனிவர் *திருவிளையாடற் புராணத்தை* இயற்றினார் என்றும் கூறப்படுகின்றது (சாமிநாதையர் 1906: 3).

தமிழில் உள்ள இரண்டு *திருவிளையாடற் புராணங்களிலும்* கூறப்பட்டுள்ள அறுபத்து நான்கு திருவிளையாடல்களும் தமிழ்நாட்டில் தென்பகுதியில் உள்ள பாண்டிய நாட்டில் மதுரையைச் சுற்றி நடந்ததாகப் பாடப்பட்டுள்ளன. *திருவிளையாடற் புராணத்தின்* இறுதிப் பகுதியில் பாண்டிய அரசனிடம் முதலமைச்சராக இருந்த மாணிக்கவாசகர் கதை வருகிறது. இது நம்பி *திருவிளையாடற் புராணத்தில்* நான்கு படலங்களில் 241 செய்யுள்களில் விரிவாகப் பாடப்பட்டுள்ளது. பரஞ்சோதி *திருவிளையாடற் புராணத்திலும்* மாணிக்கவாசகர் கதை விரிவாகப் பாடப்பட்டுள்ளது.

சிவன் 'கொங்குதேர் வாழ்க்கை' என்ற பாடலைப் பாடி, நக்கீரருடன் வாதாடிய கதை, திருஞான சம்பந்தர் கதை, நக்கீரர் கதைகள், *இறையனார் களவியல்* என்ற பொருளதிகார நூலைப்

படைத்த கதை, அதற்குச் சரியான உரையை உருத்திரசன்மன் என்ற முருகன் வழியாக அறிவித்த கதை, இடைக்காடர் கதை, சங்கப் பலகை தந்த கதை முதலான தமிழ் இலக்கியம் தொடர்பான பல கதைகள் *திருவிளையாடற் புராணத்தில்* உள்ளன. இவை எல்லாம் சமஸ்கிருதத்திலிருந்து வந்தவை என்பது வேடிக்கைக்கு உரியது. சமஸ்கிருத மொழி பற்றிய கதை ஒன்றுகூடத் *திருவிளையாடற் புராணத்தில்* இல்லை.

இந்தக் கதைகளின் தோற்றம் பற்றியும் சிந்திக்க வேண்டியுள்ளது. *திருவிளையாடற் புராணத்தில்* உள்ள பல கதைகள் நீண்ட காலமாகப் பல தமிழ் நூல்களில் வழங்கி வந்துள்ளன. *சிலப்பதிகாரம்,* திருநாவுக்கரசர் *தேவாரம், கல்லாடம்,* மாணிக்கவாசகர் பாடல்கள் முதலானவற்றில் இந்தக் கதைக் குறிப்புகள் உள்ளன (சாமிநாதையர் 1906: 38–49, வேங்கடசாமி நாட்டார் 1927: 10). எனவே, இவை புதிதாகப் புனையப்பட்ட கதைகள் அல்ல.

பண்டைக் காலத்தில், "அறுபத்து நான்கு திருவிளையாடல்களையும் முறையாகக் கதை சொல்லி வரும் சம்பிரதாயம் இருந்தது" (அருணாசலம் 2005: 13ஆம் நூற்.: 189) என்ற கூற்றின் வழியே பழங்கதைகளாக இவை வழங்கி வந்ததையும் அறியலாம். அருணாசலம் அவர்களின் கூற்றுக்குப் பழைய *காஞ்சிப் புராணம்* நூலில் உள்ள பின்வரும் கூற்றும் வலுச்சேர்க்கிறது.

"அனைத்தி னுக்கு மேலாகிய பரத்தினை யறிந்து
மனத்தி னுன்னியே யன்பினால் வழிபடுந் திறமை
எனைத்தெ னற்கரும் புண்ணியத் தலங்களி லிருத்தல்
முனிக்கணத் தார்பாற் புராணநூற் கேள்வியிம் மூன்றும்"

(மாதவன் 1995 36)

இதில், இறைவழிபாடு, புண்ணியத் தலங்களில் இருத்தல், புராணங்களைக் கேட்டல் ஆகிய மூன்றும் பிறவியைத் தீர்க்கும் என்று கூறப்பட்டுள்ளது.

திருவிளையாடற் புராணங்களில் கூறப்பட்டுள்ள கதைகள் அனைத்தும் மதுரையை மையமாகக் கொண்டவை. இதில் வரும் அரசர்களும் பாண்டியர்களே. மாணிக்கவாசகர் முதலானவர்கள் தமிழ்க் கவிஞர்கள். இந்த நிலையில், இந்தக் கதைகள் சமஸ்கிருதத்திலிருந்து தமிழுக்கு வந்தன என்று கூறுவதைவிட வேறு வேடிக்கை என்ன இருக்க முடியும்?

மேற்கூறிய இரண்டு திருவிளையாடற் புராணங்களுடன் பிற்காலத்தில் மதுரைக்கு மேலும் இரண்டு தல புராணங்களும் தோன்றியுள்ளன. *கடம்பவன புராணம், சுந்தரபாண்டியம்*

என்பன அவை. இரண்டும் வடமொழியிலிருந்து மொழி பெயர்க்கப்பட்ட புராணங்கள் என்று கூறப்பட்டுள்ளன (சாமிநாதையர் 1906: 2, 3). இரண்டும் நம்பி திருவிளையாடற் புராணத்திற்குக் காலத்தால் பிற்பட்டவை. இவற்றின் வடமொழி மூலமாகக் கூறப்படும் புராணங்களும் காலத்தால் பிந்தியவை.

சமஸ்கிருதத்தில் மதுரைத் தல புராணங்களாக இயற்றப்பட்டவை நான்கு.

1. நம்பி திருவிளையாடற் புராணத்துக்கு மூல நூலாகக் கூறப்பட்ட உத்தர மகாபுராணம்.

2. ஹாலாஸ்ய மகாத்மியம்.

3. கடம்பவன புராணம் என்றும் நீபாரண்ய மகாத்மியம் என்றும் வழங்கப்பட்ட புராணம்.

4. சுந்தரபாண்டியம் (சாமிநாதையர் 1906: 2, 3).

இங்குக் கூறப்பட்ட இறுதி மூன்று புராணங்களில் ஒன்றேனும் நம்பியின் காலத்துக்கு முன் தோன்றியவை அல்ல. அப்படித் தோன்றியிருப்பின் அவர் குறிப்பிட்டிருப்பார். மூன்று சமஸ்கிருத நூல்களுக்கும் முன்பு தோன்றிய *நம்பி திருவிளையாடற் புராணமே* இவற்றுக்கு முதல் நூலாக இருக்க வேண்டும். ஆனால், தமிழ் நூலை முதல் நூல் என்று சமஸ்கிருத நூல்களில் குறிப்பிடவில்லை. தமிழில் தோன்றிய மூன்று தல புராணங்களுக்கும் சமஸ்கிருத நூல்களே மூல நூல்கள் என்று குறிப்பிடப்பட்டுள்ளன. மூன்று தமிழ் நூல்களிலும் நம்பி திருவிளையாடற் புராணம் குறிப்பிடப்படவே இல்லை. மதுரைக்கு உரிய நான்கு தல புராணங்களுக்கும் தனித்தனியே நான்கு சமஸ்கிருத நூல்கள் முதல் நூல்களாகக் கூறப்பட்டுள்ளன (சாமிநாதையர் 1906: 2, 3).

நம்பி திருவிளையாடற் புராணம் தோன்றிய பிறகே அதன் அடிப்படையில் தமிழர் ஒருவரால் ஹாலாஸ்ய மகாத்மியம் இயற்றப்பட்டிருக்க வேண்டும். எனவே, இதற்கு முதல் நூல் நம்பி திருவிளையாடற் புராணம் நூலே. ஹாலாஸ்ய மகாத்மியம் நூலின் ஆசிரியர் பெயர், ஊர் முதலியன தெரியவில்லை. மதுரைக்குத் தல புராணம் இயற்ற சமஸ்கிருத பண்டிதர் வடநாட்டிலிருந்தா வந்திருப்பார்? அந்த நூலை இயற்றியவர் தமிழர் என்று துணிந்து கூறமுடியும். இதற்கான காரணங்கள் பின்னர்க் கூறப்படுகின்றன.

தமிழ்நாட்டில் உள்ள வழக்காறுகளின் அடிப்படையில் ஒரு தமிழர் இயற்றிய நூலைத் தமிழ்நாட்டின் ஆக்கமாகவே கருத வேண்டும். அதைப்போல் வழக்காற்றின் அடிப்படையிலேயே

தமிழ்த் திருவிளையாடற் புராணங்களும் இயற்றப்பட்டுள்ளன. வேங்கடசாமி நாட்டார் இதைத் தெளிவாகக் கூறியுள்ளார்.

"இதில் கூறப்படும் திருவிளையாடல்களெல்லாம் செந்தமிழ்ப் பாண்டி நாட்டிலே தமிழ் மக்களிடையே தமிழ்மொழியாற் பேசியும் எழுதியும் நிகழ்த்திப் போந்தனவாகலின் இவ்வரலாறுகள் ஆரியத்தில் எழுதப்படு முன்பே தமிழின் இருவகை வழக்கிலும் பயின்றனவாதல் வேண்டும்" (வேங்கடசாமி நாட்டார் 1927: 12).

காலத்தால் முதலில் தோன்றியது நம்பி *திருவிளையாடற் புராணமே.* அந்த நூல் இன்றும் கிடைக்கிறது. இதுவே அறுபத்து நான்கு திருவிளையாடல்களையும் முதலில் பாடும் நூல். "இவரே முதல்முதல் கதைகளைக் கண்டறிந்து தொகுக்கிறார். முன்னூல் இல்லை" (அருணாசலம் 2005: 13ஆம் நூற்.: 191) என்ற கூற்றால் இதை அறியலாம்.

"*திருவிளையாடற் புராணம்* மதுரையைச் சுற்றி நடந்த வரலாறு. நாட்டு மக்களின் கதைகளிலிருந்து எடுத்தவற்றை உள்ளடக்கியது. தமிழ்ச் சங்க வரலாறு உள்ளிட்டவை பற்றிய தமிழ் நூல். இதைக் கூசாமல் வடமொழி *ஹாலாஸ்ய மகாத்மியம்* என்ற நூலின் மொழி பெயர்ப்பு என்றனர்" (தமிழண்ணல் 2013: 21).

என்ற தமிழண்ணலின் கூற்றுத் தமிழ்நாட்டின் மதுரைப் பகுதி மக்கள் வழக்காற்றிலிருந்து திருவிளையாடற் புராண நூல் உருவானது என்பதைச் சுட்டுகிறது. *திருவிளையாடற் புராணம்* தமிழ்நாட்டுக்கு வெளியிலிருந்து வந்திருக்க முடியாது.

நம்பி திருவிளையாடற் புராணத்திற்குப் பின்னர்த் தோன்றிய நூல்கள் எல்லாவற்றிற்கும் அதுவே முதல் நூல் என்பதே உண்மை. குறிப்பாக, பரஞ்சோதி திருவிளையாடற் புராணத்திற்கு இதுவே முதல் நூலாக இருக்க முடியும். இரண்டு நூல்களுக்கும் சில வேறுபாடுகள் இருப்பினும் அடிப்படைகள் ஒன்றாகவே உள்ளன என்பதை அறிய முடிகிறது. அறுபத்து நான்கு திருவிளையாடல்கள், மதுரை நகர்,தமிழ் இலக்கிய ஆளுமைகள் பற்றிய கதைகள் ஆகியவை இவ்வாறான அடிப்படைகள். ஆனால், பரஞ்சோதி முனிவரின் திருவிளையாடற் புராணத்திற்கு *ஹாலாஸ்ய மகாத்மியம்* என்ற சமஸ்கிருத நூல் முதல் நூல் என்று கூறப்படுவது வேடிக்கையாக உள்ளது.

இவற்றை எல்லாம் நோக்கும்போது சமஸ்கிருத மூலத்தைக் குறிப்பிடுவது வெறும் சடங்குநிலையில் மட்டுமே உள்ளது என்றும் சமஸ்கிருத மூலத்திலிருந்து வந்தது என்று கூறுவது பெருமைக்கு உரியது என்ற தவறான நம்பிக்கை அக்காலத்தில் இருந்ததால் இவ்வாறு கூறுவது ஒரு மரபு என்றும் தெரிகிறது.

"தல மான்மியங்களைப் பதினெண் புராணங்களி லொன்றனோடு இயைத் துரைப்பது அவற்றின் பெருமையை மிகுத்துக் காட்ட வேண்டுமென்னும் கருத்தினாலாம். யாதானும் ஒரு தமிழ் நூல் ஆரியத்தினின்று மொழிபெயர்க்கப் பட்டதனால் மட்டும் யாவரும் ஒத்துக்கொள்ளத் தக்க பெருமை யுடையதாம். அதுவும் வேத, ஆகம, புராண, இதிகாசங்களில் ஒன்றைச் சார்ந்ததாகவும் பின் நிகழப்போகின்ற வரலாறுகளை முன்னரே கூறி வைத்ததாகவும் இருக்க வேண்டும் என்னும் இத்தகைய போலிக் கொள்கைகள் சென்ற சில நூற்றாண்டுகளிலிருந்த தமிழ் மக்களிடையே தோன்றின" (வேங்கடசாமி நாட்டார் 1927: 12).

என்ற கூற்றும் தமிழ் நூல்களுக்கு வடமொழி மூலத்தைக் காட்டுவது வெறும் சம்பிரதாயம் மட்டுமே என்பதை உணர்த்துகிறது.

இளங்குமரன், "வடநூல்வழி வந்ததாயினும் வாராததாயினும் வடமொழி மூலங் காட்டலே வளர்புகழுக்கு வாய்ப்பாம் என்னும் ஒருதலையுணர்வு உடனாகிய காலநிலையில் இத்தகைய செய்திகளைக் கேட்டலில் வியப்பொன்றும் இல்லை" என்று கூறுகிறார்.

வேங்கடராமன் இதை மறுத்துப் பரஞ்சோதி முனிவரின் நூலைப் பார்த்து இயற்றப்பட்டதே வடமொழி ஆலாஸ்ய மகாத்மியம் என்று கூறுகிறார். அதாவது வடமொழியிலிருந்தே தமிழ்மொழிக்கு வருதல் என்ற கருத்தை மறுத்துத் தமிழிலிருந்து வடமொழிக்குச் செல்லுதல் என்ற கருத்து இங்கே வெளிப்படுகிறது.

இதைப்பற்றி சமஸ்கிருதப் பேராசிரியரான சுந்தரம் பின்வருமாறு கூறியுள்ளார்:

"இந்த மகாத்மியங்கள் (தல புராணங்கள்) வெவ்வேறு புராணங்களிலிருந்து எடுத்துரைக்கப்பட்டுள்ளதாகக் கூறப்படுகிறது. ஆனால், மூலம் என்று கூறப்பட்ட புராணங்களில் அவை காணப்படவில்லை." (Sundaram 1999: 287)

ஆ) தமிழ்நாட்டில் தல புராண உருவாக்கச் சூழல்

தல புராணம் என்ற நூல் வகை தமிழ்நாட்டிற்கு உரியது என்றும் தல புராணங்கள் உருவாவதற்கான அடிப்படைகள் நீண்ட காலமாகவே தமிழ்நாட்டில் நிலவிவந்தன என்றும் தமிழில் ஒரு இலக்கிய ஆக்க வகையாகத் தல புராணம் ஏற்றுக் கொள்ளப்பட்டது என்றும் இந்தப் பகுதியில் கூறப்படுகிறது.

பாரதம், இராமாயணம் முதலான பண்டைய இலக்கியங்கள் வடநாட்டில் தோன்றித் தமிழ்நாட்டிற்குப் பரவி, பின்னர் தமிழில் நூல்களாக இயற்றப்பட்டவை என்பதை எல்லோரும்

அறிவோம். அவற்றின் நிலவியல் சூழல், கதை நடந்த ஊர்கள், பாத்திரங்களின் பெயர்கள், விழுமியங்கள் முதலானவற்றால் இது நன்கு விளங்குகிறது. இவ்வாறு ஒரு மொழியில் தோன்றிப் பின்னர் பல நிலப்பகுதிகளுக்கும் மொழிகளுக்கும் பரவிய இலக்கியம், கதை முதலானவை ஒரு நிலையின.

காலத்தாலும் இடத்தாலும் மாறுபட்ட நிலையில், தமிழ்நாட்டில் சமஸ்கிருதம் முதலான மொழிகளில் தோன்றிய ஆக்கங்கள் வேறு நிலையின. சமஸ்கிருதம் நன்கு பரவல் அடைந்த சூழலாலும், அரசியல், சமயம் ஆகிய காரணங்களாலும் சமஸ்கிருத மொழியில் தமிழர்கள் ஆக்கங்களைப் படைத்துள்ளனர். ஆனால், தமிழர் சமஸ்கிருத மொழியில் இயற்றிய தலபுராணம் முதலான ஆக்கங்களின் உள்ளடக்கம் தமிழ்நாட்டிற்கே உரியது. அதேபோல் சில இலக்கிய வகைகளும் தமிழ்நாட்டிற்கே உரியவை என்று தெரிகிறது. இசை, நாடகம், தல புராணம் முதலியவை இவ்வகையானவை.

தல புராணங்களை மொழியுடன் மட்டும் சார்த்திப் பார்க்காமல் தல புராணம் தோன்றிய நிலப்பரப்பு, அதன் பண்புகள் என்ற அடிப்படையில் இங்கு அணுகப்படுகிறது. அந்த வகையில் தல புராணம் என்ற இலக்கிய வகை எங்குத் தோன்றியது என்றும் பார்க்க வேண்டியுள்ளது.

பதினெண் புராணங்களில் சில தமிழ்நாட்டில் தோன்றியவை என்று கூறப்படுகிறது. அவற்றின் உள்ளடக்கத்தாலும் வழக்கத்தாலும் அவை தமிழ்நாட்டில் தோன்றியவை என்பது தெரிகிறது. கந்த புராணம், பாகவத புராணம் ஆகியவை தமிழ்நாட்டில் தோன்றியவை என்று சுந்தரம் கூறுகிறார். *(Sundaram 1999 40)* பாகவத புராணம் தமிழ்நாட்டில் தோன்றியது என்றும் வைணவ பக்தி இலக்கிய ஆசிரியர்களான ஆழ்வார்கள் பற்றிய குறிப்புகள் பாகவத புராணத்தில் இடம்பெற்றுள்ளன என்றும் கிருஷ்ணசாமி அய்யங்கார் கூறுகின்றார் *(Krishnaswami Ayyangar 1920 10-11).*

தல புராணம் போன்ற ஒரு இலக்கிய வகை எடுத்த எடுப்பில் தோன்றிவிட முடியாது. அதன் தோற்றமும் படிநிலை வளர்ச்சி உடையதாகவே இருத்தல் வேண்டும். அதை அடையாளம் காண்பதும் தேவையானதே. தொடர்ந்து தல புராணங்களுக்குக் கூறப்படும் மூலங்கள் பற்றியும் ஆராய வேண்டியுள்ளது.

கோயிலை மையமிட்ட பண்பாடு தமிழ்நாட்டில் உருவானது. தென்னிந்திய மக்கள் உருவ வழிபாட்டை மேற்கொண்டவர்கள் என்பதே இதற்கு அடிப்படைக் காரணமாக அமைந்தது. இறைவன் உருவத்திற்கு முக்கியத்துவம் அளித்ததால் அந்த

உருவம் இருக்கும் கோயிலுக்கு முதன்மை இடம் தரப்பட்டது. குறிப்பிட்ட ஒரு ஊரில் அமைந்துள்ள கோயில் புனிதமானது என்று கூறுவதற்காக அந்தக் கோயில் அமைந்துள்ள ஊரில் சில தெய்வீக நிகழ்வுகள் நடந்தன என்ற தொன்மம் உருவாக்கப்பட்டது.

தல புராணங்கள் தோன்றுவதற்கான படிநிலை வளர்ச்சி நீண்ட காலத்திற்கு முன்பே தொடங்கிவிட்டதை அறியலாம். பரிபாடலில் திருமால் மாலிருஞ்சோலையில் இருந்ததாகக் கூறப்பட்டுள்ளதிலிருந்து நமக்குத் தலத்திற்கான சிறப்புகள் பற்றிய குறிப்புகள் கிடைக்கின்றன.

ஆழ்வார்கள், நாயன்மார்கள் பாடல்களில் குறிப்பிட்ட ஊர்கள் வைணவ, சைவக் கடவுளர்கள் வதியும் இடம் என்றும் அந்தந்த ஊர்களில் சில தொன்மங்கள் நடந்ததாகவும் பாடப்பெற்றுள்ளன. நாயன்மார்களால் 'பாடல்பெற்ற தலம்' என்று சைவத் தலங்களையும், ஆழ்வார்களால் 'மங்களாசாசனம்' செய்யப்பட்ட ஊர் என்று வைணவத் தலங்களையும் சிறப்பாகப் போற்றியுள்ளனர். இதிலிருந்தே தலங்களுக்கு முக்கியத்துவம் அளிக்கத் தொடங்கிவிட்டனர்.

குறிப்பிட்ட சில சிறப்புகளின் அடிப்படையில் சில தலங்கள் போற்றப்பட்டன. அப்படித் தெரிவுசெய்யப்பட்ட தலங்கள் ஒன்றாக்கப்பட்டு ஒரு அடைவுக்குள் கொண்டுவரப்பட்டன. பின், அவை தனிச் சிறப்புடன் கூடிய தலங்களாக அடையாளம் பெற்றன.

பஞ்சபூதத் தலங்கள் என்று பின்வரும் சைவத் தலங்கள் கூறப்பட்டு வருகின்றன. இந்த ஊர்கள் பஞ்ச பூதங்களுக்குச் சிறப்பான ஊர்கள் என்று வழங்கப்பட்டு வருகின்றன.

பஞ்சபூதத் தலங்கள்

காஞ்சிபுரம்	—	மண்
திருவானைக்கா	—	நீர்
திருவண்ணாமலை	—	தீ
காளத்தி	—	காற்று
சிற்றம்பலம்	—	வான்

இவ்வாறு அடையாளம் காணப்பட்ட ஊர்களில் சிறப்பான கோயில்கள் அமைந்திருப்பதை அறியலாம். இன்றும் இந்தக் கோயில்கள் புனிதம் வாய்ந்தவையாகக் கொண்டாடப்பட்டு வருகின்றன.

இவற்றைத் தொடர்ந்து சிவன் நடனம் புரியும் அம்பலங்கள் என்று ஐந்து ஊர்களில் உள்ள கோயில்கள் கூறப் பெற்றன. இவற்றுக்கும் முன்பே முருகனுக்கு உரிய படை வீடுகள் என்று ஆறு ஊர்கள் *திருமுருகாற்றுப்படையில்* பாடப்பெற்றுள்ளன.

பண்டைக் காலத்திலேயே அட்ட வீரட்டம், தாண்டவ சிவத்தலங்கள், முத்தி அளிக்கும் தலங்கள், சப்த விடங்கத் தலங்கள், நவ கயிலாயம், நவ திருப்பதிகள் முதலிய தொகுதிகள் உருவாகிவிட்டன. அண்மைக் காலத்தில் இதன் வளர்ச்சியாக நவகிரகத் தலங்கள் அடையாளம் பெற்றுள்ளன.

ஆழ்வார்களால் பாடல் பெற்ற தலங்களை 108 திருப்பதிகள் என்று அழைக்கும் முறை மிகப் பழைய காலத்திலேயே தோன்றிவிட்டது. சைவர்களுக்குச் சிறப்பான தலங்கள் என்று 1008 ஊர்கள் அடையாளம் காணப்பட்டுள்ளன. சைவத் திருத்தலங்களில் நாயன்மார்களால் *தேவாரத்தில்* பாடப்பெற்ற 274 ஊர்களைப் பாடல்பெற்ற தலங்கள் என்று சிறப்பாகக் கொண்டாடுவார்கள்.

மேலே காட்டியபடி அட்ட வீரட்டம், 3 தாண்டவ சிவத்தலங்கள், 4 முத்தி அளிக்கும் தலங்கள், 5 சப்த விடங்கத் தலங்கள், 6 நவ கயிலாயம், நவ திருப்பதிகள், 7 அறுபடை வீடுகள் என்று போற்றப்படும் எல்லா ஊர்களும் தமிழ்நாட்டில் உள்ளவையே.

வைணவர்களின் திருப்பதிகள் என்று கூறப்படும் 108 இடங்களில் 94 இடங்கள் தமிழ்நாட்டில் உள்ளவை. பாற்கடல், வைகுந்தம் ஆகிய இரண்டும் இவ்வுலகில் இல்லாதவை. மற்ற பன்னிரண்டு ஊர்களே தமிழ்நாட்டிற்கு வெளியில் உள்ளவை. சைவர்களின் பாடல்பெற்ற தலங்களான 274 இடங்களில் 264 இடங்கள் தமிழ்நாட்டில் உள்ளவையே. மற்ற 10 இடங்கள் மட்டுமே தமிழ்நாட்டிற்கு வெளியில் உள்ளவை.

மேலே காட்டிய பட்டியல்களைக் கூர்ந்து நோக்கும்போது ஒரு உண்மை புலப்படுகிறது. இவ்வாறு தலங்களுக்குச் சிறப்புச் சேர்த்து நோக்கும் முறை தமிழர்களிடம் ஒரு பண்பாகவே உள்ளதை அறியலாம். அதே வேளையில் இன்னொரு சிறப்பான கூறையும் எடுத்துரைக்க வேண்டியுள்ளது. இவ்வாறு சைவம், வைணவம் சார்ந்து சிறப்புடைய இடங்களாகத் தமிழர் அடையாளம் காட்டுபவை எல்லாம் தமிழ்நாட்டிற்குள் உள்ளவையே. இந்த நோக்கில் தமிழர்கள் சைவம், வைணவம் ஆகிய இரு சமயங்களிலும் தமிழ்நாட்டிற்கு வெளியே இவற்றை அடையாளம் காணவில்லை. தமிழர்கள் இந்த வகையில் தமிழ்நாட்டின் அளவிலேயே சிந்தித்தவர்கள் என்று தெரிகிறது. தலங்களுக்குப் புனிதம்

அளித்து அடையாளப்படுத்தும் விதத்தில் தாம் கண்ணால் கண்டு அறிந்த இடங்களையே ஏற்றுக்கொண்டுள்ளனர். மேலும், ஏற்கெனவே கூறியது போல் உருவ வழிபாடும் இதற்கு அடிப்படைக் காரணமாக உள்ளது. திருத்தலங்களில் மூர்த்தி (உருவம்), தலம் (இடம்), தீர்த்தம் ஆகியவை சிறப்பிக்கப்பட்டுக் கூறப்படுகின்றன. இடத்திற்கு முதன்மை அளிப்பது தமிழ்ப் பண்பாட்டின் ஒரு மையமான கூறாகவே தெரிகிறது.

இதன் வளர்ச்சியாகவே தல புராணம் என்ற இலக்கிய வகையையும் காண வேண்டியுள்ளது. மேலே காட்டிய படிநிலை வளர்ச்சியில் தலங்களின் சிறப்புகளைத் தனியே கூறும் நூல்கள் உருவாகத் தொடங்கியது பத்தாம் நூற்றாண்டிற்குப் பின்பே.

தமிழ்நாட்டுக் கோயில் தொன்மங்கள் பற்றி ஆய்வு செய்த டேவிட் ஷூல்மன் தமிழ்நாட்டில் கோயில்கள் சார்ந்து தொன்மங்கள் கட்டமைக்கப்பட்டுள்ளன என்று கூறியுள்ளார். அவரது ஆய்வில் தமிழ்நாட்டுக் கோயில் சார்ந்து,

1) தொன்மங்கள் உள்ளூர் மயமாதல்,

2) கோயில்கள் அமைந்துள்ள இடங்களுக்குப் புனிதம் கற்பிக்கப்படுதல்,

3) ஒரு இடத்தில் வைக்கப்படும் இறை உருவத்தை அங்கிருந்து மீண்டும் பெயர்க்க முடியாமை பற்றிய கதைகள்,

4 நீர்நிலைகளுக்கு முதன்மை இடம் அளித்தல்

முதலிய கூறுகள் இருப்பதாகக் கூறப்பட்டுள்ளது *(Shulman 1980: 40–55).*

கோயில்கள், தலங்கள் ஆகியவற்றிற்கு அளிக்கப்படும் முதன்மையின் அடிப்படையில் தமிழ்நாட்டிற்கும் வடநாட்டிற்கும் உள்ள வேறுபாடுகளையும் அவர் சுட்டிக்காட்டியுள்ளார். வேள்வியை அடிப்படையாகக் கொண்ட வடநாட்டில் கோயில்கள் உள்ள இடங்களுக்குப் புனிதம் கற்பிக்கப்படுவதில்லை. தமிழ்நாட்டில் பக்தி மரபில் மூர்த்தி, தலம், தீர்த்தம் ஆகியவற்றிற்கு முதன்மை இடம் தரப்படுகிறது என்று அந்த நூலில் விரிவாக ஆராய்ந்து கூறியுள்ளார்.

அந்த நூலில் நிலப்பரப்பு சார்ந்து தொன்மங்கள் வடநாட்டிலும் தென்னாட்டிலும் எவ்வாறு வேறுபட்டுள்ளன என்று விளக்குவதன் மூலம் இரண்டிற்கும் உள்ள அடிப்படை வேறுபாடுகள் எடுத்துக்காட்டப்பட்டுள்ளன. தல புராண உருவாக்கத்திற்குத் தேவையான அடிப்படைகளை இவர் விரிவாகத் தந்துள்ளார்.

இ) தல புராண உருவாக்கம்

தமிழ்த்தல புராணங்களுக்கு சமஸ்கிருதமூலம் காட்டப்படுவது போல சமஸ்கிருதத் தல புராணங்களுக்கும் மகா புராணங்கள் என்று கூறப்படும் புராணங்களை மூலமாகக் காட்டுகின்றனர். இவற்றில் பல புராணங்கள் சமஸ்கிருதத்தில் இல்லாதவை. எடுத்துக்காட்டாக பெரும்பற்றப் புலியூர் நம்பி தன்னுடைய திருவிளையாடற் புராண நூலுக்கு மூலமாகக் காட்டியுள்ள உத்தர மகாபுராணத்தைக் கூறலாம். உத்தர மகாபுராணம் என்ற பெயரில் ஒரு புராணம் எங்கும் இல்லை.

தல புராணங்களுக்கு மட்டுமல்லாமல் தமிழில் இயற்றப்பட்டுள்ள மகா புராணங்களுக்கும் சமஸ்கிருத மூலத்தைக் காட்டுவது என்பது ஒரு மரபாகவே உள்ளது. பாகவத புராணம், கந்த புராணம், இலிங்க புராணம், வாயு சங்கிதை, கூர்மபுராணம் முதலிய பெரும் புராணங்கள் தமிழில் செய்யுள் நடையில் தோன்றியுள்ளன. இவை எல்லாமே வடமொழிப் புராணங்களின் அடிப்படையில் இயற்றப்பட்டவை என்று அந்தந்தப் புராணங்களில் கூறப்பட்டுள்ளன. கந்த புராணத்தை இயற்றிய கச்சியப்ப சிவாசாரியரும், கந்த பராணச் சுருக்கத்தை இயற்றிய சம்பந்த சரணாலயரும் சமஸ்கிருதத்தில் உள்ள புராணத்தைத் தமிழில் இயற்றுவதாகவே கூறியுள்ளனர் (சுந்தரம் 1999: 272).

தமிழ், சமஸ்கிருதம் ஆகிய மொழிகளில் இயற்றப்பட்டுள்ள தல புராணங்களுக்கு இவ்வாறு மகா புராணங்களை மூலமாகக் காட்டுவது வெறும் மரபுதான் என்று தெரிகிறது. நூல்களுக்குக் கடவுள் வாழ்த்து, காப்பு, அவையடக்கம் முதலியன கூறுவது போல் மூல நூல் என்று ஒன்றைக் கூறுவதும் சடங்குத்தனமானது என்று தெரிகிறது. பெரும் புராணங்களிலிருந்து எடுத்து உரைக்கப்படுகிறது என்பதே தல புராணங்களுக்கான தகுதியாகக் கருதப்பட்டதால் இவ்வாறு கூறும் வழக்கம் கடைப்பிடிக்கப்பட்டு வந்துள்ளது.

சமஸ்கிருத மொழியில் பல தல புராணங்கள் இயற்றப்பட்டுள்ளன. இவற்றைப் பற்றி சுந்தரம் விரிவாக எழுதியுள்ளார் (1999: 271–296). அவர், சமஸ்கிருத மொழியில் எழுதப்பட்ட எண்பதுக்கும் மேற்பட்ட தல புராணங்கள் பற்றிய குறிப்புகளைத் தந்துள்ளார். சமஸ்கிருதத் தல புராணங்கள் எல்லாவற்றிற்கும் அவற்றின் மூலமாக மகா புராணங்கள் குறிப்பிடப்பட்டுள்ளன. இதைப் பற்றிய சுந்தரம் அவர்களின் கருத்து மேலே காட்டப்பட்டது.

தமிழ்நாட்டில் உள்ள தலங்களுக்கே சமஸ்கிருத மொழியிலும் தல புராணங்கள் உள்ளன. மற்ற பகுதிகளில் உள்ள தலங்களுக்கு

சமஸ்கிருதத்தில் தல புராணங்கள் இயற்றப்பட்டதாகத் தெரியவில்லை. தமிழ்நாடு தவிர மற்ற பகுதிகளில் வாழ்ந்த கவிஞர்கள் (எந்த மொழியிலும்) தல புராணங்களை இயற்றியதாகவும் தெரியவில்லை.

வரலாற்றில் முதல் தல புராணம் தமிழில் தோன்றியதே என்றும் தெரிகிறது. கன்னிவன புராணம் என்ற தல புராணம் பற்றிய குறிப்பு கி.பி. பன்னிரண்டாம் நூற்றாண்டுக் கல்வெட்டிலேயே இருக்கிறது. வீரைத் தலைவன் பரசமயக் கோளரி மாமுனி என்பவர் இந்தப் புராணத்தை இயற்றியதாகத் தெரிகிறது. இவர் அஷ்டாதச புராணம் (பதினெண் புராணம்) என்ற நூலையும் இயற்றியதாகக் கல்வெட்டில் கூறப்பட்டுள்ளது (இராகவையங்கார் 1958: 61–62).

தல புராணங்கள் பற்றி ஆய்வு செய்த மாதவன், தன்னுடைய *தமிழில் தல புராணங்கள்* என்ற புத்தகத்தில் 382 தல புராணங்கள் இருப்பதாகப் பட்டியல் இட்டுள்ளார் (1995 186–209).

தமிழ்நாட்டுத் தல புராணங்கள் பற்றிய ஆய்வேட்டில் பின்வரும் கருத்துக் கூறப்பட்டுள்ளது.

"தமிழில் செய்யுள் வடிவில் 382 புராணங்கள் உள்ளன என அறிய முடிகிறது. மேலும் தமிழில் உரைநடையாகத் தல புராணங்கள் 484 உள்ளன என அறிய முடிகிறது. தமிழ்நாட்டில் உள்ள பல திருத்தலங்களுக்குத் தல புராணங்கள் வடமொழியில் உள்ளன. தமிழிலுள்ள 115 தல புராணங்களுக்கு அவற்றின் வடமொழி மூலங்களும் அறியப்பெற்றுள்ளன. இவற்றுள் பல தமிழில் மொழிபெயர்த்துப் பாடப்பெற்றுள்ளன. இதனால் தல புராணங்கள் தமிழில் அதிகமுள்ளன. இக்காரணங்களால் தமிழ்நாட்டில் புராணங்கள் என்றால் அவை மிகுதியும் தல புராணங்களையே குறிப்பிடுவதாக உள்ளன" (தல புராணங்கள் அறிமுகம் 49).

இந்த மேற்கோளில் கூறப்பட்டவாறு 115 தமிழ்த் தல புராணங்களுக்கு சமஸ்கிருத மொழித் தல புராணங்கள் மூலம் என்று கூறப்பட்டுள்ளன. அதாவது, 115 தலங்களுக்கு சமஸ்கிருதத்திலும் தமிழிலும் தல புராணங்கள் இயற்றப்பட்டுள்ளன. மேலே கூறியவாறு இருந்த தவறான நம்பிக்கை காரணமாக முதலில் சமஸ்கிருதத்திலும் பின்னர்த் தமிழிலும் இயற்றப்பட்டன என்று எண்ணிக்கொண்டு, சமஸ்கிருதத்தில் இயற்றப்பட்டதே மூலம் என்றும் அதைப் பார்த்துத் தமிழில் இயற்றப்பட்டது என்றும் கூறும் மரபை இதன் வழியே புரிந்துகொள்ள வேண்டும்.

382 தமிழ்த் தல புராணங்களில் 115 தல புராணங்களுக்கு மட்டுமே சமஸ்கிருத மூலத்தைக் காட்ட முடிகிறது என்றால்

மற்றவை எல்லாம் தமிழிலேயே தோன்றியவை என்பது வெளிப்படையாகிறது. மூன்றில் ஒரு பங்குக்கும் குறைவான தல புராணங்களுக்கே சமஸ்கிருத மூலத்தைக் காட்ட முடிகிறது. தமிழர்களால் புதிதாக 260 தல புராணங்களை இயற்ற முடியும் என்னும்போது. 115 தல புராணங்களுக்கு மட்டும் சமஸ்கிருத நூல்களை எதிர்பார்த்திருப்பார்களா என்ற வினா எழுகிறது.

தமிழ், சமஸ்கிருதம் ஆகிய இரு மொழிகளிலும் தல புராணங்களை இயற்றியவர்கள் அந்தந்த ஊர்களில் ஏற்கெனவே வழக்கில் இருந்த தொன்மங்களின் அடிப்படையிலேயே தல புராணங்களை இயற்றியிருக்க முடியும் என்று தெரிகிறது.

பத்தொன்பதாம் நூற்றாண்டில் தமிழ்நாட்டில் மிகவும் புகழ் பெற்றிருந்த ஆளுமையான மகாவித்துவான் மீனாட்சி சுந்தரம்பிள்ளை 22 தல புராணங்களை இயற்றியுள்ளார். சாமிநாதையர் தன்னுடைய ஆசிரியரான மீனாட்சி சுந்தரம்பிள்ளை தல புராணம் இயற்றும் முறையைப் பற்றி அவரது சரித்திர நூலில் பின்வருமாறு கூறியுள்ளார். நாகைத் தல புராணம் இயற்றிய நிகழ்வும் இதில் இடம்பெறுகிறது.

"ஒரு தல புராணம் பாடுவதற்குமுன் அத்தலத்திற்குச் சென்று அதனையும் அதனைச் சார்ந்த இடங்களையும் பார்த்து அவற்றைப் பற்றிய செய்திகளை முதியோர் முகமாக அறிந்துகொண்டு தொடங்குதல் எப்பொழுதும் இவருக்கு வழக்கமாதலால் இவர் மாயூரத்திலிருந்து நாகபட்டினம் சென்று சில காலம் இருந்து பார்க்க வேண்டிய இடங்களைப் பார்த்து விசாரிக்க வேண்டியவற்றை யெல்லாம் விசாரித்து அறிந்து கொண்டனர்" (314).

தமிழ்நாடு தவிர மற்ற இடங்களில் தல புராணங்கள் இல்லை என்பதற்குக் கீழேவரும் கூற்றுத் தக்க சான்றாகிறது.

"திராவிட மொழிகளில் தமிழையும் தெலுங்கையும் தவிர மற்ற மொழிகளில் தல புராணங்கள் இல்லை. தெலுங்கிலும் சில தல புராணங்களே இயற்றப்பட்டுள்ளன. பதினான்காம் நூற்றாண்டு முதலாகத் தென்னகத்தில் ஏற்பட்ட இலக்கிய மறுமலர்ச்சியின் போது தெலுங்கில் தல புராணங்கள் இயற்றப் பெற்றுள்ளன" (தல புராணங்கள் அறிமுகம் 44–45).

தெலுங்கு தவிர மற்ற மொழிகளில் தல புராணங்கள் இல்லை என்றும் தெரிகிறது. தெலுங்கில் உள்ள தல புராணங்கள் பற்றிப் பின்வருமாறு கூறப்படுகிறது.

"(பீமேசுரப் புராணம், காசிக்காண்டம்), காஞ்சி மகாத்மியம், பாண்டுரங்க மகாத்மியம், காளஹஸ்தி மகாத்மியம், ஸ்ரீரங்க மகாத்மியம், கார்த்திக மகாத்மியம், விருத்தாச்சல மகாத்மியம்

போன்ற பிற தெலுங்கு மொழிப் புராணங்களும் உள்ளன." *(மேற்படி 46).*

இந்தப் பட்டியலில் உள்ள பெயர்ளைப் பார்க்கும்போதே இவை எல்லாம் தமிழ்நாட்டில் உள்ள தலங்களுக்குத் தெலுங்கு மொழியில் இயற்றப்பட்ட தல புராணங்கள் என்பதை எளிதில் அறியலாம். தெலுங்கு இலக்கியம் தமிழ்நாட்டில் வளர்ந்த காலத்தில் இவை இயற்றப்பட்டன என்று தெரிகிறது.

தமிழர்களே தல புராணப் படைப்புகளில் ஈடுபட்டனர் என்பதற்கு மேலும் ஒரு சான்று உள்ளது. ஈழத்தில் உள்ள தலங்களுக்கும் தமிழர்கள் தல புராணங்களை இயற்றியுள்ளனர்.

"திருக்கோணேச்சுரப் புராணம், திருக்கேதீச்சுரப் புராணம், கதிர்காமப் புராணம், வியாக்கிரபாதப் புராணம், திருக்கரைசைப் புராணம், ஈழத்துச் சிதம்பரப் புராணம் ஆகியவை ஈழத்தில் தமிழில் இயற்றப்பட்ட புராணங்கள்" *(மேற்படி 43–44).*

தல புராணங்களுக்கு சமஸ்கிருத மூலத்தைக் காட்டியதற்கு மற்றொரு காரணமும் உண்டு. இவற்றில் உள்ள தொன்மங்கள் பொதுவாக வைதிகப் புராணம், இதிகாசம் முதலியவற்றில் வரும் தொன்மங்களாகவே உள்ளன. தல புராணங்களில் இந்தத் தொன்மங்கள் தமிழ்நாட்டில் உள்ள ஒரு ஊரில் நடந்ததாகக் கூறப்படுகின்றன. (உள்ளூர் மயமாதல்) புராணம், இதிகாசம் ஆகியவற்றின் சார்பு காரணமாக இவை சமஸ்கிருதத்திலிருந்து வந்தவை என்ற எண்ணம் தோன்றிவிட்டது.

சமயம் சார்ந்த ஆக்கங்களில் இடம்பெறும் இடப்பெயர்களும், மனிதர், முனிவர், கடவுளர், அரசர் பெயர்களும் சுவர்க்கம், நரகம், பாவம் புண்ணியம், முதலான அடிப்படை நம்பிக்கைகளும் முதலில் தோன்றியவற்றிலிருந்து வேறுபட்டுவிட முடியாது. தமிழ்நாட்டில் தோன்றிய புராணங்களிலும், தல புராணங்களிலும் வரும் சமயம் சார்ந்த சொல்லாடல்கள், தொன்மங்கள் இவ்வாறானவை. இந்த நிலை வைதிகச் சமயத்திற்கு மட்டுமின்றிச் சமண, பௌத்த சமயங்களுக்கும் பொதுவான இயல்பு.

எனவே, தமிழ்நாட்டில் தோன்றிய வைதிக, சமண, பௌத்த நூல்களில் வரும் தொன்மங்கள் அந்தந்தச் சமயத்தின் தோற்றத்துடன் தொடர்புடையவை. சமயம் தோன்றி வளர்ச்சி பெற்ற பின்னர்த் தோன்றும் ஆக்கங்களில் முன்னர் இருந்த சமய நம்பிக்கைகளும் கருத்துகளும் தொன்மங்களுமே தொடர முடியும். அவற்றில் வடநாட்டு இடப்பெயர்களும் பாத்திரங்களின் பெயர்களும் இருந்தாலும், அவை தமிழ்நாட்டில் தோன்றியவையே என்பதை மறந்துவிடக் கூடாது.

உசாத்துணைகள்

அருணாசலம், மு. 2005. தமிழ் இலக்கிய வரலாறு ஒன்பதாம் நூற்றாண்டு முதல் பதினேழாம் நூற்றாண்டு வரை பதினான்கு தொகுதிகள். சென்னை: தி பார்க்கர்.

உமாபதி சிவாசாரியர். 1967. திருத்தொண்டர் புராண வரலாறு என்னும் சேக்கிழார் நாயனார் புராணம். யாழ்ப்பாணம்: யாழ்ப்பாணம் தமிழ் நூல்கள் பதிப்பு விற்பனைக் கழகம்.

கணபதி ஸ்தபதி, வை. 2001. சிற்பச் செந்நூல். சென்னை: தொழில்நுட்பக் கல்வி இயக்ககம்.

கல்லாடர், கல்லாடம். *https://shaivam.org/scripture/Tamil/1162/kallatam-of-kallatar*

களவியல் என்ற இறையனார் அகப்பொருள். 1953. தெய்வப்புலமை நக்கீரனார் அருளிய உரையுடன். சென்னை: திருநெல்வேலித் தென்னிந்திய சைவ சித்தாந்த நூற்பதிப்புக் கழகம்.

காமிகாகமம், 1977. கிரியா பாதப் பூர்வ பாகம் தமிழ் சந்திரிகையுடன். சென்னை: தென்னிந்திய அர்ச்சகர் சங்கம்.

கிருஷ்ணஸ்வாமி அய்யங்கார். 1976. கோயிலொழுகு. திருச்சி: ஸ்ரீவைஷ்ணவ க்ரந்த ப்ரகாசந ஸமிதி.

கைலாசபதி, க. 1999. பண்டைத்தமிழர் வாழ்வும் வழிபாடும். கொழும்பு: குமரன் புத்தக இல்லம்.

சண்முகம்பிள்ளை, மு. 1982. சிற்றிலக்கிய வகைகள். சென்னை: மணிவாசகர் நூலகம்.

சபாரத்தினம், எஸ்.பி. 1992. சைவ ஆகமங்கள் ஓர் அறிமுகம். சென்னை: திருநெல்வேலி தென்னிந்திய சைவ சித்தாந்த நூற்பதிப்புக் கழகம்.

சாமிநாதையர், உ.வே. (பதி.) 1906. திருவாலவாயுடையார் திருவிளையாடற் புராணம். சென்னை: பிரசிடென்சி அச்சுக் கூடம்.

சாமிநாதையர், உ.வே. (பதி.) 1933. ஸ்ரீமீனாட்சிசுந்தரம் பிள்ளையவர்கள் சரித்திரம் முதற்பாகம். சென்ன பட்டணம்: கேஸரி அச்சுக்கூடம்.

சாமிநாதையர், உ.வே. (பதி.) 1934. ஸ்ரீமீனாட்சிசுந்தரம் பிள்ளையவர்கள் சரித்திரம் இரண்டாம் பாகம். சென்ன பட்டணம்: கேஸரி அச்சுக்கூடம்.

சாமிநாதையர் உ.வே. (பதி.) 1986. திருத்தக்க தேவரியற்றிய சீவகசிந்தாமணி மூலமும் நச்சினார்க்கினியருரையும். தஞ்சாவூர்: தமிழ்ப் பல்கலைக்கழகம்.

சாமிநாதையர் உ.வே. (பதி.) 2000. பெருங்கதை. சென்னை: உ.வே. சாமிநாதையர் நூல் நிலையம்.

சிவத்தம்பி, கா. 2007. தமிழில் இலக்கிய வரலாறு. சென்னை: நியூ செஞ்சுரி புக் ஹவுஸ்.

சீனிவாசன், இரா. 2021. பூவா வேங்கை. சென்னை: பரிசல் புத்தக நிலையம்.

சீனிவாசன், இரா. 2021. செஞ்சுருட்டி. சென்னை: பரிசல் புத்தக நிலையம்.

சுப்ரமணியம், வ.அய். 2009. வ.அய். சுப்ரமணியம் கட்டுரைகள் தொகுதி ஒன்று மொழியும் பண்பாடும். ஜெயா அரிகரன் (தொகு.). புத்தாநத்தம்: அடையாளம்.

சுப்பிரமண்ய சாஸ்திரி, P.S. 1946. வடமொழி நூல் வரலாறு. அண்ணாமலை நகர்: அண்ணாமலைப் பல்கலைக்கழகம்.

சேதுபாண்டியன், தூ., ஜெயப்பிரகாஷ், எஸ். 1988. தெலுங்கு இலக்கியம் ஓர் அறிமுகம். மதுரை: அரசு பதிப்பகம்.

சோமசுந்தரனார், பொ.வே. (உரை) 1970. கொங்குவேளிர் இயற்றிய பெருங்கதை. சென்னை: திருநெல்வேலித் தென்னிந்திய சைவ சித்தாந்த நூற்பதிப்புக் கழகம்.

தமிழண்ணல். 2004. உலகத் தமிழிலக்கிய வரலாறு. சென்னை: உலகத் தமிழாராய்ச்சி நிறுவனம்.

தமிழண்ணல். 2013. இரா. நாகசாமியின் பழுதடைந்த கண்ணாடியும் பார்வைக் கோளாறுகளும். காட்டாங் குளத்தூர்: தமிழ்ப்பேராயம், திரு. இராமசாமி நினைவுப் பல்கலைக்கழகம்.

தேவநேயப்பாவாணர், ஞா. பண்டைத் தமிழ நாகரிகமும் பண்பாடும். *https://www.tamilvu.org/ta/library-lA46V-html-lA46Vind-152165*

தேவாரம். பன்னிரு திருமுறை பாட்டும் பொருளும். *http://www.thevaaram.org/ta/index.php*

பரஞ்சோதி முனிவர். 1927. திருவிளையாடற் புராணம் மதுரைக் காண்டம் (ந.மு. வேங்கடசாமி நாட்டாரவர்கள் எழுதிய உரையுடன்). சென்னை: திருநெல்வேலி, தென்னிந்திய சைவ சித்தாந்த நூற்பதிப்புக் கழகம்.

பெரியசாமி. "ஆகம சாஸ்த்ரமும் ஆலயமும்". https://thirupeyarperiyasamy.wordpress.com

மாதவன், வே.இரா. 1995. தமிழில் தலபுராணங்கள் (முதற்பகுதி) தஞ்சாவூர்: பாவை வெளியீட்டகம்.

மாணிக்கவாசகர், திருவாசகம். http://www.thevaaram.org/ta/index.php.

மீனாட்சிசுந்தரன், தெ.பொ. 2005. தமிழ் இலக்கிய வரலாறு. தெ.பொ.மீ. களஞ்சியம் 2. சென்னை: காவ்யா.

வாசுதேவ சாஸ்திரி, கே. (பதி.) 2006. ஸகளாதிகாரம். தஞ்சாவூர்: தஞ்சாவூர் மகாராஜா சரபோஜியின் சரசுவதி மகால் நூலகம்.

வேங்கடசாமி, மயிலை சீனி. 1967. மறைந்துபோன தமிழ் நூல்கள். சென்னை: சாந்தி நூலகம்.

வேலுப்பிள்ளை, ஆ. 1985. தமிழர் சமய வரலாறு. சென்னை: பாரி புத்தகப் பண்ணை.

வையாபுரிப்பிள்ளை, எஸ். 1967. பாட்டும் தொகையும் (இரண்டு தொகுதிகள்). சென்னை: பாரி நிலையம்.

ஜகந்நாதராஜா மு.கு. 1994. வடமொழி வளத்திற்குத் தமிழரின் பங்கு. சென்னை: நியூ செஞ்சுரி புக் ஹவுஸ்.

ஜகந்நாதராஜா, மு.கு. 2005. தமிழக ஆந்திர வைணவத் தொடர்புகள். தஞ்சாவூர்: தமிழ்ப் பல்கலைக்கழகம்.

...... "நடராஜரின் பிரதிஷ்டை" 2016. https://vedamyajur.blogspot.com/2016/12/blog-post_85.html

Amutha Pandiyan, "The Cultural Location of Nāṭya Sāstra" Puthiya Panuval. July 2022. https://www.puthiyapanuval.com/

Arunachalam, M. 1983. Saivagamas. Tiruchitrambalam: Gandhi Vidyalayam.

Ananda Kentish Coomaraswamy and Gopala Kristnayya Duggirala. (Tr.) 1917. Mirror of Gesture Being the Abinaya Darpana of Nandikesvara. Cambridge: Harvard University Press.

Berriedale Keith, A. 2017. A History of Sanskrit Literature. Delhi: Motilal Banarsidass.

Bruno Dagens. (Tr.) 2017. Mayamata. New Delhi: New Age Books.

Deshpande, C.R. 1978. Transmission of the Mahabharata Tradition. Simla: Indian Institute of Advanced study.

Kailasapathy, K. 1968. Tamil Heroic poetry. Oxford: Clarendon Press.

Krishnamachariar, M. 2016. History of Classical Sanskrit Literature. New Delhi: Motilal Banarsidass.

Krishnaswami Ayyangar. 1920. Early History of Vaishnavism in South India. Chennai: Oxford University Press.

Kunjunni Raja, K. 1980. The Contribution of Kerala to Sanskrit Literature. Chennai: University of Madras.

Nagasamy, R. 1997. Mirror of Tamil and Sanskrit. Chennai: Tamil Arts Academy.

Nilakanta Sastri, K.A. 1955. The Cholas. Chennai: University of Madras.

Nilakanta Sastri, K.A. 1958. A history of South India from prehistoric times to the fall of Vijayanagar. https://indianculture.gov.in/history-south-india-prehistoric-times-fall-vijayanagar

Polloc. Sheldon, 2009.The Language of the Gods in the World of Men – Sanskrit, Culture and Power in Premodern. Berkly: University of california press.

Shulman, David. 2016. Tamil A Biography. Cambridge: The Belknap Press of Hardward University Press.

Sivathamby, Karthikesu. 1981. Drama in Ancient Tamil Society. Chennai: New Centuary Book House.

Sriramamurti, P. 1972. Contribution of Andhra to Sanskrit Literature. Waltair: Andhra University.

Sukthankar, Vishnu, S. (Ed.) 1933.The Adiparvan. Poona: Bhandarkar Oriental Research Institute.

Sundaram, C.S. 1999. Contribution of Tamil Nadu to Sanskrit. Chennai: institution of Asian Studies.

Venkata Rao. N. 1978. Southern School of Telugu Literature. Chennai: University of Madras.

31

சங்க இலக்கியமும் காதா சப்தசதியும்

அ.அ. மணவாளன்

தமிழிலக்கிய வரலாற்றின் தொடக்க காலப் படைப்பாக நமக்குக் தகிடைக்கும் பாடல்களின் தொகுப்பைச் சங்க இலக்கியம் என்று அறிஞர்கள் அழைக்கின்றனர். இந்தப்பாடல்கள் கி.மு.3ஆம் நூற்றாண்டு முதல் கி.பி.2ஆம் நூற்றாண்டு வரையிலான ஐந்நூற்றாண்டுக்கால இடைவெளியில் இயற்றப்பெற்றனவாகக் கருதப்படுகின்றன. தனிப்பாடல்களாக இருந்த இவற்றைத் தொகுக்கும் பணி கி.பி.5ஆம் நூற்றாண்டில் செய்யப்பெற்றதாக வரலாறு கூறுகிறது. ஆக, மிகப் பழைய சங்கப்பாடலுக்கும், அதாவது தொடக்க காலத்தே இயற்றப்பெற்ற சங்கப்பாடலுக்கும். அதைத்தொகுத்த காலத்திற்கும் இடையே ஏறக்குறைய 800 ஆண்டு இடைவெளி இருந்தது என்பது தெளிவாகிறது. சங்க இலக்கியம், பதினெண்கீழ்க்கணக்கு, தேவாரம், திவ்விய பிரபந்தம், திருமுறைகள் என நீளும் தமிழிலக்கியப் படைப்புகள் எல்லாம் தொகுப்புகள் என்பதும் இவற்றின் படைப்புக் காலத்திற்கும் தொகுப்புக்காலத்திற்கும் இடையே நீண்ட இடைவெளிகள் இருந்தன என்பதும் ஆய்வாளர்கள் நினைவில் கொள்ளத்தக்கன. அதாவது, இத்தொகை நூல்களில் காணப்பெறும் அரசியல், சமுதாயம், சமயம், இலக்கியம் போன்ற தமிழ்ப்பண்பாட்டுக் கூறுகளின் காலத்தைக் கணிக்குமிடத்து ஆய்வாளர்கள் இந்தக் கால இடைவெளியைக் கருத்தில் கொள்ள வேண்டும் என்பது கருத்து.

தொல்காப்பியத்திற்கு முன்னரும் தொல்காப்பியர் காலத்தும் நிலவிய தமிழர்தம் இலக்கிய மரபினையொட்டிச் சங்கப்பாடல்கள் இயற்றப்பெற்றன. அன்றைய மரபின்படி, தமிழ் இலக்கியப் படைப்புகள் அகம், புறம் என்னும் இருபெரும் பாடுபொருளைக் கொண்டனவாக அமைந்துள்ளன. மானுட வாழ்க்கையில் ஒருவனும் ஒருத்தியுமாகக் கூடிவாழும் காதல் வாழ்க்கையை அகம் என்றும், மானுட வாழ்க்கையின் ஏனைய கூறுகளைப் புறம் என்றும் தொல்காப்பியம் முதலான பழந்தமிழ் இலக்கண நூல்கள் பாகுபாடு செய்து விளக்குகின்றன. இத்தகைய பாகுபாட்டின் அடிப்படையில் சங்கப்பாடல்கள் அகப்பொருள் நூல்கள் என்றும் புறப்பொருள் நூல்கள் என்றும் இருவகையாகத் தொகுக்கப்பெற்றன. அவ்வாறு தொகுக்கப்பெறுங்கால் பத்து, நூறு என்னும் எண்ணிக்கையின் அடிப்படையில் பாடல்களைத் தொகுக்கும் மரபை அறிஞர்கள் பின்பற்றியுள்ளனர். அதன்படி அகப்பாடல்கள் அகநானூறு, ஐங்குறுநூறு, குறுந்தொகை நானூறு, நற்றிணை நானூறு, கலித்தொகை நூற்றி ஐம்பது எனவும், புறப்பாடல்கள் புறநானூறு, பதிற்றுப்பத்து எனவும் தொகுத்தனர். இரண்டும் கலந்த பாடல்களைப் பரிபாடலுள்ளும் பத்துப்பாட்டினுள்ளும் சான்றோர் கோத்தனர். பின்வந்தோர் இத்தொகை நூல்களை எட்டுத்தொகை, பத்துப்பாட்டு. என இருபெரும்பிரிவாகப் பெயரிட்டு அழைத்தனர். இவற்றுள் நூறுமுதல் எண்ணூறு வரையிலான அடிகளை உடைய நீண்ட பாடல்கள் பத்தினை மட்டும் பத்துப்பாட்டு எனத் தனித்து வகைப்படுத்தினரோ எனக் கருதத் தோன்றுகிறது.

தமிழிலக்கிய மரபில் ஏறக்குறைய கி.மு.நான்கு அல்லது மூன்றாம் நூற்றாண்டளவில் இயற்றப் பெற்ற அக இலக்கியப் பாடல்கள் இலக்கணவரம்பு கொண்டு அமைந்தவை. கி.மு.நான்காம் நூற்றாண்டிற்கு உரியதெனக் கருதப்பெறும் தொல்காப்பியம் தான் நமக்குக் கிடைத்தவற்றுள் பழமையான இலக்கண நூல். அகம், புறம் என்னும் இருவகை இலக்கிய மரபுகளைத் தம்முடைய முன்னோர் வரையறுத்தவாறு கூறுவதாகத் தொல்காப்பியர் பல இடங்களில் தம் நூலுள் கூறுகிறார். எனவே அவருக்குச் சில நூற்றாண்டுகளுக்கு முன்னராகவேனும் முதல் தமிழ் இலக்கண நூல்கள் தோன்றியிருக்க வேண்டும் எனக் கொள்வதில் பிழையேதும் இல்லை. இனி 'இலக்கியம் கண்டதற்கு இலக்கணம் இயம்பலே' புலமை மரபாதலின் தமிழிலக்கணத்தின் தலை நூல்களுக்கு முன்னரே, அதாவது குறைந்தது கி.மு. ஆறாம் நூற்றாண்டளவிலேயே தமிழ் அகப்பொருள் நூல்கள் தோன்றியிருக்கலாம் எனக் கருத நேர்கிறது. காதல் என்னும் மானுட ஒழுகலாறும், அது குறித்து எழும்

இலக்கியங்களும் மானுடப் பொதுமை வாய்ந்தன. அந்த வகையில் தமிழ் அகப்பாடல்களும் பிறமொழி காதற்பாடல்களும் ஒரே தன்மையினவே. ஆனால், மானுடக் காதலுணர்வின் எல்லாக் கூறுகளையும் தமிழ் அகப்பொருள் நூல்கள் பாடுவதில்லை. ஒருவன் ஒருத்தியிடையே நிகழும் காதல் வாழ்க்கையின் சில வரையறுத்த ஒழுகலாறுகளை மட்டுமே இவை பாடுகின்றன. இத்தகைய இலக்கிய இலக்கண வரையறைகள் பிறமொழிக் காதற்பாடல்களுக்குத் தோன்றியதாக இதுவரை உலக இலக்கிய வரலாறுகள் எவையும் கூறவில்லை. இலக்கியத்தின் இலக்கணம் என்று பொருள் படும் பொருளிலக்கணம் தமிழர்க்கே உரியது என்று அறிஞர்கள் கூறுவதன் கருத்து இதுதான்.

காதா சப்தசதி

வட இந்தியப் பகுதிகளில் மிகப் பழங்காலம் முதலே மக்கள் மொழியாக இயங்கிய பிராகிருதத்தில் கி.பி. இரண்டாம் நூற்றாண்டு முதல் இலக்கியங்கள் பல இயற்றப்பட்டு வந்தன. ஆந்திர நாட்டை ஆண்ட சாதவாஹன மன்னர்கள் காலத்தில் பிராகிருத மொழி அரசாங்க மொழியாகத் திகழ்ந்தது. பிராகிருதம், தான் வழங்கிவந்த மாநிலங்களுக்கேற்பப் பல கிளைமொழிகளாகப் பிரிந்து வழங்கியது. இவற்றுள் பாலியில் பௌத்த நூல்களும், அர்த்த மாகதியில் சமண சமய நூல்களும் தோன்றின; பைசாசியில் குணாட்டியரின் பிருகத்கதா இயற்றப்பட்டது. மகாராஷ்டிரீ கிளைமொழியில் காதா சப்தசதி இயற்றப்பட்டது.

பிராகிருத மொழியில் தோன்றிய இலக்கியங்களுள் மிகப் பழமையானதும் பெருஞ்சிறப்புடையதுமாக விளங்குவது காதா சப்தசதியே யாகும். இந்நூல் காளிதாசன் போன்ற வடமொழிக் கவிஞர்கட்கும் இ வடமொழி அலங்கார சாஸ்திரப் புலவர்கட்கும் பல வழிகளில் முன்னோடியாகவும் வழிகாட்டியாகவும் விளங்கிய பெருமையுடையது. இந்நூல் சத்தசய் (Satta Sai) என்றும் வழங்கப்பெறுகிறது.

கி.மு.2ஆம் நூற்றாண்டுக்கும் கி.பி.இரண்டாம் நூற்றாண்டுக்கும் இடைப்பட்ட காலத்தில் இயற்றப்பட்ட கவிதைகளை ஹால சாதவாகனன் என்னும் அரசன் கி.பி. இரண்டாம் நூற்றாண்டில் தொகுத்தான் என்றும்.[1] இந்தப் பாடல்களின் மொழிநடையைப் பார்க்குமிடத்து, அவை கி.பி.200க்கும் 450க்கும் இடைப்பட்ட காலத்தில் இயற்றப்பட்டிருக்க வேண்டும் என்றும், ஹால சாதவாகனின் காலத்தை அரசர் குடிவழியின் அடிப்படையில்

1. மு.கு. ஜகந்நாத ராஜா, காதா சப்தசதி, இராஜபாளையம்: விசுவசாந்தி பதிப்பகம், 1981, பக்.14–15.

உறுதி செய்வது பிழைபட்டது என்றும்[2] இருவகைக் கருத்துகள் நிலவுகின்றன. எவ்வாறாயினும் பாடல்களின் காலம் கி.பி. இரண்டாம் நூற்றாண்டு முதல் தொடங்குகிறது என்னும் கருத்தில் வேறுபாடு இல்லை. பாடல்களைத் தொகுத்தோனாகிய ஹாலனின் காலம் மட்டுமே விவாதத்திற்கு உரியதாகக் கருதப்படுகிறது. ஹாலன் தனக்கு முன்னிருந்த கவிதைகளோடு தன்னுடைய கவிதைகளையும் இந்நூலுள் சேர்த்துத் தொகுத்துள்ளான் என்பதனால் அவனுடைய காலத்தை உறுதி செய்வது ஆய்வுக்குத் தேவையான ஒன்றுதான். காதா சப்த சதியின் தற்போதைய வடிவமைப்பில் *700* பாடல்கள் உள்ளன. அவை ஏழு பகுதிகளாகப் பிரிக்கப்பட்டுள்ளன. 'காதா' என்னும் யாப்பில் இந்நூல் இயன்றுள்ளது.[3] இதனுடைய செய்யுள் எண்ணிக்கை குறித்தும் கருத்துவேறுபாடு நிலவுகிறது. இந்நூல் பல்வேறு புலவழக்குகளை *(Recension)* உடையதாக வழங்கி வருகிறது. இவ்வழக்குகள் எல்லாவற்றிலும் *430* பாடல்கள் மட்டுமே ஒத்துக் காணப்படுகின்றன. ஏனைய பாடல்கள் ஒவ்வொரு புலவழக்கிலும் ஒவ்வொரு அளவில் அமைந்துள்ளன. எனவே ஏராளமான பாடல்கள் இடைச்செருகல்களாகப் பிற்காலத்தே சேர்க்கப்பட்டிருக்க வேண்டும் என்று ஆய்வாளர்கள் கருது கின்றனர்.[4] தொகுப்பு நூல்களில் இத்தகைய சிக்கல்கள் காணப்படுவதை உலகியற்கையாகக் காண்கிறோம்; குறிப்பாக ஆசிய நாடுகளின் இலக்கியப் படைப்புகளில் இவை மிகுதியாகக் காணப்படுகின்றன. காலப் பழமையும், ஏடுகள் வழங்கும் பிரதேசங்களின் பன்மைத் தன்மையும் இத்தகைய பிற்சேர்க்கைகளுக்கான முக்கியமான காரணம் என்று கூறலாம்.

இத்தொகுப்பில் உள்ள ஒவ்வொரு பாடலின் இறுதியிலும் பாடியவரின் பெயர் மட்டும் குறிப்பிடப்பெற்றுள்ளது. இறுதிப்பகுதியில் சிலவற்றுக்குப் பாடியவரின் பெயர் காணப்படவில்லை. ஒவ்வொரு நூறு பாடல்களின் இறுதியிலும் ஹாலன் தொகுத்த விவரமும் காதா சப்தசதியின் பெருமையும் கூறப்பட்டுள்ளன. இதன் தொடர்பில் கூறப்படும் செய்திகள் மீள்பார்வைக்கு உரியனவாகத் தோன்றுகின்றன.

காதா சப்த சதியின் பாடல்கள் காதற்பொருண்மையை யதார்த்தப் பார்வையில் பல்வேறு இலக்கிய நயங்களுடன் கூறுகின்றன என்பதும், காதல் பற்றிய மானுட மனங்களின் யதார்த்தப் படிமங்களைத் தத்ரூபமாகக் காட்டுகின்றன என்பதும், இந்தப் பொருளை, இந்த வடிவத்தில் இத்தகைய

2. *A.B.Keith* A History of Sanskrit Literature *NewDelhi: Motilal Banarsidass, 1933, pp.223-224.*
3. மு.கு. ஜகந்நாத ராஜா, ப.23
4. *A.B.Keith p.224.*

இலக்கிய நயத்தோடு கூறுகின்ற வட இந்திய முதல் இலக்கியம் காதா சப்தசதிதான் என்பதும் விவாதத்திற்கு அப்பாற்பட்ட தெளிவான உண்மைகள். ஆனால், "இந்நூல் இந்தியாவின் மட்டுமின்றி உலகின் காதலிலக்கிய மூலநூலாகும்." என்று பாராட்டுவதும்,[5] காதலுணர்வைத் தத்ரூபமாகப் பாடும் சத்சயீ தமிழ் அகப்பாடலுக்கு முந்தியனவாதலின் அதற்கு வழிகாட்டி என்றும், தமிழ்ச்சங்கப் பாடல்களில் தனித்துவம் எதுவும் இல்லை என்றும் சில அறிஞர்கள் கருத்துரைத்துள்ளனர். இத்தகைய ஆய்வுரைகள் எந்த அளவுக்குப் பொருந்துவன என்றும், இந்த இரு இலக்கியங்களும் எவ்வாறு தம்முள் ஒன்றுபட்டும் வேறுபட்டும் நிற்கின்றன என்றும் காண முயல்வதே இக்கட்டுரையின் நோக்கமாகும்.

ஒற்றுமைகள்

1. சங்க இலக்கியப் பாடல்களும் காதா சப்தசதியின் பாடல்களும் தனி முழு நூல்கள் அல்ல. இரண்டும் தனிப்பாடல்களால் ஆன இரங்தொகைநூல் வகையைச் சார்ந்தன.

2. இவ்விரண்டு தொகை நூல்களும் எண்ணால் பெயர்பெற்றவை. அகநானூறு, புறநானூறு, பதிற்றுப்பத்து போன்ற சங்கத் தொகை நூல்களும், சப்தசதி, அல்லது சத்தசயீ என்னும் பிராக்கிருத நூலும் இதற்குரிய சான்றுகளாகும்.

3. சங்க இலக்கியமும் காதா சப்தசதியும் ஏறக்குறைய சமகாலத்தன எனக்கொள்ளலாம். படைப்பு, வரலாற்று உணர்வு போன்ற சில நிலைகளில் சங்க இலக்கியம் முந்தைய காலத்திற்கு உரியதாயினும், தொகுப்பியல் முறை பின்பற்றப்பட்ட நிலையை நோக்கினால் சங்க இலக்கியமும் காதா சப்தசதியும் ஏறக்குறைய சம காலத்தன எனக்கொள்ளலாம்.

4. இரண்டு தொகை நூல்களிலும் உள்ள பாடல்கள் தனித்தனிப் புலவர்களால் தனித்தனியாகப் பாடப்பெற்றவை; அதாவது. தம்முள் பொருள் தொடர்ச்சி இல்லாத விடுதிப் பாடல்கள் என்பது கருத்து. ஒரு புலவரே பல பாடல்கள் இயற்றியிருப்பினும் அவை தம்முள் பொருள் தொடர்ச்சி உடையனவல்ல. ஒவ்வொரு பாடலும் தன்னளவில் முழுமை பெற்ற படைப்பு என்னுமாறு அமைக்கப்பெற்றுள்ளது.

---

5. டாக்டர் கிருஷ்ணசாமி அய்யங்கார், (மேற்கோள்) மு.கு.ஜகந்நாத ராஜா.

5. தமிழ் அகப்பொருள் பாடல்களும், காதலுணர்வு பற்றிய பெரும்பாலான காதா சப்தசதிப் பாடல்களும் தற்சாராக் கவிதை *(objective or impersonal poetry)* என்னும் வகையைச் சார்ந்தன. இவை தன்னுணர்ச்சிப் பாடல்கள் அல்ல. அதாவது பாடுவோனுக்கும் பாடப்படும் பொருளுக்கும் நேரிடையான தொடர்பு ஏதும் இல்லை; நாடக முறைமையோடு ஒத்தவை.

சங்க இலக்கியப் புறப்பாடல்களும், காதலுணர்வோடு தொடர்பில்லாத பொருளைப் பற்றிப் பாடும் சப்தசதியின் பாடல்களும் தற்சார் கவிதை *(Subjective or personal poetry)* என்னும் வகையைச் சார்ந்தன. இவற்றைத் தன்னுணர்ச்சிப் பாடல்கள் எனவும் அழைக்கலாம். தமிழ் அகப்பொருள், சப்தசதி ஆகிய இருவகை இலக்கியங்களையும் பயின்று ஆராய்வதற்கு இந்த வேறுபாட்டை உணர்ந்து கொள்வது மிகவும் அவசியம்.

6. இந்த இரு இலக்கியத் தொகுப்புகளுள் சங்க அகப்பாடல்களும் காதா சப்தசதியின் பெரும்பாலான பாடல்களும் ஆண் பெண் இருவரிடையே தோன்றும் காதலுணர்வைப் பாடுகின்றன. அதாவது மானுடக் காதலே இவற்றின் பாடுபொருள் என்பது கருத்து. சில காட்சிகள்:

அ. தலைவியைப் பாராட்டல்

தமிழ்ச் சங்கப்பாடல்: தோழிகூற்று

முளிதயிர் பிசைந்த காந்தள் மெல்விரல்
கழுவுறு கலிங்கம் கழாஅது உடீஇக்
குவளை உண்கண் குய்ப்புகை கமழ
தாம்துழந்து அட்ட தீம்புளிப் பாகர்
இனிதெனக் கணவன் உண்டலின்
நுண்ணிதின் மகிழ்ந்தன்று ஒண்ணுதல் முகனே.

(குறுந்தொகை 167)

காதா சப்த சதி: தோழி கூற்று

அடுக்களைப் பணியால் அழுக்கடைந் திட்ட
மைபடி கையால் தைவந் திடலால்
மடந்தை முகந்தான் மறுவமர் மதியெனகி
கிடந்தது கண்டே கேள்வன் மகிழ்ந்தான்.[6]

(ஹாலன். 1.12)

6. இக்கட்டுரையில் தரப்படும் சப்தசதிப் பாடல்கள் மு.கு. ஜந்நாத ராஜாவால் மொழி பெயர்க்கப் பெற்றவை. காண்க: மு.கு. ஜகந்நாத ராஜா. **காதா சப்தசதி.**

ஆ. கணவனின் பெருமையைக் காத்தல்

தமிழ்ச் சங்கப்பாடல்: மகள் நிலை யுரைத்தல்

அறிவும் ஒழுக்கமும் யாண்டுணர்ந் தனள்கொல்
கொண்ட கொழுநன் குடிவறன் உற்றென
கொடுத்த தந்தை கொழுஞ்சோறு உள்ளாள்
ஒழுகுநீர் நுணங்கறல் போலப்
பொழுதுமறுத்து உண்ணும் சிறுமது கையளே.

(நற்றிணை – 110)

காதா சப்தசதி

குலப்பெரு மைதனை நிலைநிறுத் திடவே
வறிய மணாளன் மானம் காப்ப
செல்வச் செருக்குடன் இல்லம் வரும்தன்
உற்றா ரிடமே செற்றம் கொண்டாள்.

இ. இளமையது அருமை

தமிழ்ச் சங்கப்பாடல்

ஓரோஒகை தம்முட் டழீஇ யொரோஒகை
ஒன்றன்கூறாடை யுடுப்பவரே யாயினும்
ஒன்றினார் வாழ்க்கையே வாழ்க்கை யரிதரோ
சென்ற இளமை தரற்கு.

(பாலைக்கவலி –18)

காதா சப்தசதி

ஆற்று நீரென அமையும் இளமை
கழிதல் அன்றி மீண்டும் வாரா.
இரவும் பகலும் ஏகின் மீண்டும்
வருவது உண்டோ மாணிழையோயே?

(பிரவர ராஜன் 1:45)

ஈ. இளமை கழியினும் நீத்தல் ஓம்புக

தமிழ்ச் சங்கப்பாடல்

அண்ணாந்து ஏந்திய வனமுலை தளரினும்
பொன்னேர் மேனி மணியின் தாழ்ந்த
நன்னெடுங் கூந்தல் நரையொடு முடிப்பினும்
நீத்தல் ஓம்புமதி பூக்கேழ் ஊர.[7]

(நற்றிணை 10)

காதா சப்தசதி

உயர்ந்து நிமிர்ந்து செம்மாந்தது ஒழிந்து
வயிற்றொடு ஒட்ட வீழ்தற்கு இரங்கிக்

7. 'நாளது சின்மையும் இளமையது அருமையும்' என்னும் தொல்காப்பியக் கருத்தை (தொல்.பொருள்.44) நற்றிணைப் பாடல் இலக்கியப்படுத்துகிறது.

கவலை யால்முகம் கருத்த இந்த
மென்முலைக்கோடுகள் மேலோய் காண்க.

(கிருதக்ஞ சீலன் 1:83)

உ. தலைவியது மாயம் (சூழ்ச்சி)

தமிழ்ச் சங்கப் பாடல்

நறு நுதால், ஏனல்
இனக்கிளி யாம்கடிந்து ஓம்பும் புனத்தயல்
ஊசல் ஊர்ந்தாட ஒருஞான்று வந்தானைக
ஐய, சிறிதென்னை ஊக்கி' எனக்கூற.
தையால் நன்று என்று அவன் ஊக்க, கைநெகிழ்வு
பொய்யாக வீழ்ந்தேன் அவன் மார்பின்; வாயாச் செத்து
ஒய்யென ஆங்கே எடுத்தனன் கொண்டான் மேல்
மெய் அறியா தேன்போல் கிடந்தேன்மன்...

(கலித்தொகை – குறிஞ்சி–37)

காதா சப்தசதி

காதலன் கோதா வரிநதிக் கரைதனில்
திரிதரல் கண்ட தெரிவை யவள்தான்
கால்வழுக் குறுமச் சேல்நிறை யாற்றின்
குறுகருந் துறையில் குதித்திடல் காணாய்.

(அலீகன் 2:7)

ஊ. அறத்தொடு நிற்றல்

காதா சப்தசதி

தலைவி கூற்று
அன்னாய் யான் நீராடும் காலை
அழகன் வந்தங்கு ஆற்றில் இறங்கி
மஞ்சள் கைப்புநீர் வாரிக் குடித்து என்
நெஞ்சம் பருகி நீங்கல் போன்றான்.

(ஹாலன் 3:46)

எ. காதல் தீ

பழம்பாடல் சங்ககாலம்?

நீரின் தண்மையும் தீயின் வெம்மையும்
சாரச் சார்ந்து
தீரத் தீரும்
சாரல் நாடன் கேண்மை
சாரச் சாரச் சார்ந்து
தீரத் தீரத் தீர்பு ஒல்லாதே.

(யாப்பருங்கலக் காரிகை உதாரணப்பாடல்)

காதா சப்தசதி

பிறதீப் போல்வது அறவே இல்லை
காதல் தீயின் கணக்கே வேறாம்;
காய்ந்த மனத்தில் ஓய்ந்தே போகும்
ஈர நெஞ்சில் சீருடன் பற்றும்.

(ராமதேவன் 5:30)

7. தமிழ்ச் சங்கப் பாடல்களைப் போலவே காதா சப்த சதியிலும் இயற்கை இகவாத, இயல்பான கற்பனையும் உவமை போன்ற அணிகளும் நிறைந்துள்ளன. சப்த சதியின் பாடுபொருள் யதார்த்தம் மிக்கதாக இருப்பது போலவே அதன் பாடல்களின் புலப்பாட்டுத்தன்மையும் யதார்த்தப்பாங்கில் அமைந்திருப்பது குறிப்பிடத்தக்கதொரு 'ஔசித்ய' பண்பு என்று கூறலாம். சில காட்டுகள்:

அ. தீயினைப் போற்றுவோம்

காதா சப்தசதி

எவரைப் பிரிந்தால் வாழ்ந்திடல் அரிதோ அவர்பிழை
செயினும் ஆற்றுதல் வேண்டும்;
ஊரினைச் சுடினும் ஆரழல் தன்னை
ஏற்ற முடனே போற்றார் உண்டோ?

(ரேகா 2:63)

பற்றியவிடத்துத் தீயானது ஊரினைச் சுட்டு எரித்துவிடும்: எனினும், அதற்காக யாரேனும் தீயைப் பயன்படுத்தாமலே இருப்பரோ? அன்றாட வாழ்க்கைக்கு இன்றியமையாத தீயினைப் புறக்கணிக்க இயலாது. அவ்வாறே அவனின்றி வாழ இயலாமையின் கணவன் செய்யும் பிழைகளைப் பொறுத்துக்கொள்வதே நல்லது என்று தலைவி கூறுவதாக ஒரு யதார்த்த உண்மையை இப்பாடல் உவமையாக்கிய திறம் உணர்ந்து மகிழ்தற்குரியது.

ஆ. சான்றோர் இயல்பு

காதா சப்தசதி

மிகுசினப் பகையே மேவினும் சான்றோர்
வாயாற் கடுஞ்சொல் வழங்குவது உண்டோ?
பாம்பின் வாய்தான் பற்றிய போதும்
எழில் மதி அமுதே பொழியும் அன்றே.

(அவந்தி வர்மன் 4:19)

இராகுவால் விழுங்கப்பட்டாலும் சந்திரன் தன் அமுதம் ஒத்த தண்ணிலவைப் பொழிய மறுப்பதில்லை. அதுபோன்றே பகைவர் எத்துணை கடுஞ்சொற்களைக் கூறினும் சான்றோர் தம்

இயற்கையிலிருந்து மாறாமல் தம் இன்சொற்களையே மாற்றமாக உரைப்பர். இங்கு இராகுவின் வாய்ப்பட்ட நிலவு உவமை.

நீர்பெற்றதுமே நிமிர்ந்தெழுந்து ஓங்கி
நீர்சிந் தியதும் நிலமிசைத் தாழும்
ஏற்றக் குடம்போல் தோற்றுவர் சிறியர்
மாற்றம் மனத்தில் மதியார் பெரியர்

(ராகவன் 5:90)

நீர் இறைக்கும் ஏற்றம், கமலை போன்றவற்றின் நீர்க்குடம் நீர் நிரம்பியதும் மேலே வரும்; நீரை ஊற்றியதும் கீழே தாழ்ந்து செல்லும். அதுபோன்று அற்பர்கள் செல்வம் வந்து உற்றபோது தலைநிமிர்ந்து நடப்பர்; செல்வம் வற்றியதும் தலை தாழ்ந்து மனம் சோர்ந்து வருந்துவர். சான்றோர்கள் வறுமையிலும் வளமையிலும் தம் நிலைதிரியாது ஒரே தன்மையராய் இருப்பர். ஓர் அழகான வேளாண் உவமை, இங்கே மானுட ஒழுகலாறுகளை விளக்கும் கவிதை உத்தியாகப் பயன்பட்டுள்ளதைக் காண்கிறோம்.

இ. மானுட வாழ்க்கையும் கடனும்

தமிழ்ச் சங்கப்பாடல்

உண்கடன் வழிமொழிந்து இரக்குங்கால் முகனும் தாம்
கொண்டது கொடுக்குங்கால் முகனும்வே றாகுதல்
பண்டும் இவ் உலகத்து இயற்கை; அஃதின்றும்
புதுவது அன்றே புலனுடை மாந்திர்...

(கலித்தொகை 22/1–4)

காதா சப்தசதி

அரியர் அம்ம ஆன்றோர் என்றும்
அன்பில் மாறாது அமையு மாறே.
நாடொறும் வளரும் நற்கடன் போல
எச்சம் தமையும் எய்தும் வகையே.

(முத்தன் 2:13)

கடன் என்னும் ஒரு சமூக, பொருளாதார வினை நிகழ்ச்சியைத் தமிழ்ச் சங்க இலக்கியமும் காதா சப்தசதியும் உவமையாக்கிப் பாடுகின்றன. சங்க இலக்கியமாகிய கலித்தொகை கடன் பெற்றவரின் இருவகை முரண்பட்ட ஒழுகலாற்றை உவமையாக்குகிறது; காதா சப்தசதி கடனாகப்பெற்ற முதலுக்குரிய வட்டி இரவு பகலெனப் பாராமல் வளர்ந்து மகன், மகள் என்னும் பின் தலைமுறையினருக்கும் உரியதாகத் தொடரும் பாங்கினை உவமையாக்கிப் பாடுகிறது. அதீத கற்பனை எதுவும் கலவாத இயற்கையான ஒரு சமூக நிகழ்ச்சியை இன்றைக்கும்

பொருந்துவதாக உள்ள ஒரு மானுட வழக்காற்றை இரண்டு இலக்கியங்களும் அழகாக எடுத்துக்கூறுகின்றன.

8. தமிழ்ச் சங்க இலக்கியப் பாடல்கள் பெரும்பான்மை நாடகத் தனிமொழிகளாகவும் சிறுபான்மை நாடக உரையாடல்களாகவும் அமைந்துள்ளன, காதா சப்த சதியின் பாடல்கள் கவிக்கூற்றாகவும், அகமாந்தர்களின் கூற்றாகவும், நாடக உரையாடல்களாகவும் அமைந்து உள்ளன. நாடக உரையாடல் அமைப்பு இருவகை இலக்கியங்களிலும் சிறப்பாகக் காணப்படுகிறது. சில காட்டுகள்:

நாடக உரையாடல்

சங்க இலக்கியப் பாடல்

ஏஎ இஃது ஒத்தன் நாணிலன்; தன்னொடு
மேவேம் என்பாரையும் மேவினன் கைப்பற்றும்
மேவினும் மேவாக் கடையும் அஃதெல்லாம்
நீயறிதி; யானஃது அறிகல்லேன்; பூவமன்ற
மெல்லிணர் செல்லாக் கொடியன்னாய், நின்னையான்
புல்லின் இனிதாகலின் புல்லினென்; எல்லா.
தமக்கினிது என்று வலிதிற் பிறர்க்கு இன்னா
செய்வது நன்றாமோ மற்று:
சுடர்த்தொடீ, போற்றாய். போற்றிக்கேள்.
போற்றாய். களைநின் முதுக்குறைமை
வேட்டார்க்கு இனிதாயின் அல்லது நீர்க்கு இனிதென்று
உண்பவோ நீர் உண பவர்;
செய்வது அறிகல்லேன், யாது செய்வேன் கொலோ செல்
ஐ வாய் அரவின் இடைப்பட்டு நைவாரா
மையில் மதியில் விளங்கு முகத்தாரை
வெளவிக் கொளலும் அறன் எனக் கண்டன்று;
அறனும் அது கண்டற் றாயின் திறனின்றிக்
கூறும் சொல் கேளான் நலிதரும்; பண்டுநாம்
வேறு அல்லம் என்பதொன்று உண்டால், அவனொடு
மாறுண்டோ நெஞ்சே நமக்கு.

காதா சப்தசதி

சினம்தவிர் நங்காய், சினந்ததும் யாரோ ?
பொற்கொடி நீதான், பிறர்மேல் சினமேன் ?

(குறிஞ்சிக்கலி. 62)

பிறர்இங்கு யாரோ ? இறைவன் நீதான்
எவ்வித மாமோ ? என்விதிப் பயனே.

(குர்விந்தன் 4:84)

இப்பாடலின் உரையாடல் பின்வருமாறு:

காதலன்: அன்பே, சினம் தவிர்வாயாக.

காதலி: யார் உங்கள் மீது கோபப்பட்டது?

காதலன்: நீ தான்

காதலி: அந்நியர் மீது நான் எப்படிக் கோபப்பட முடியும்?

காதலன்: அந்நியர் யார்?

காதலி: தலைவராகிய தாங்கள் தான்.

காதலன்: அதெப்படி அந்நியன்?

காதலி: எல்லாம் என் விதிப்பயன் தான் (அன்பின்மையினால்).

அன்பும் சினமும் இணைந்த இந்தப் பாடல் ஓர் அற்புதமான ஓரங்க நாடகம் என்னுமாறு அமைந்துள்ளது.

9. தமிழ்ச் சங்கப் பாடல்களும் காதா சப்தசதியும் வழக்கில் இருந்த மொழிகளில் எழுதப்பெற்றவை. அதாவது, அவை தமிழும் பிராகிருதமும் பேச்சுமொழிகளாக இருந்தபோது இயற்றப்பட்டவை என்பது கருத்து. அவற்றுள் தமிழ் இன்றும் பேச்சு மொழியாகவும் இலக்கிய மொழியாகவும் தொடரா நிற்கிறது. பிராகிருதமோ தான் வழங்கிய பிரதேச சூழ்நிலைக்கேற்பப் பல்வேறு கிளைகளாகப் பிரிந்து நாளடைவில் இன்றுள்ள பல்வேறு வடஇந்திய மொழிகளாக 'அவதரித்து' வழங்கி வருகின்றது.

இதுகாறும் கூறியவற்றால், தமிழ்ச்சங்க அகப்பாடல்களும் காதா சப்தசதியும் ஏறக்குறைய சமகாலத்தே தொகுக்கப்பட்ட தனிப்பாடல்களின் தொகைநூல்கள் என்பதும், இவை இரண்டும் மானுடக் காதலுணர்வைப் பாடுபொருளாக உடையன என்பதும், இயற்கை இகவாத கற்பனையையும், யதார்த்தப் பண்புடைய உவமைகளையும், நாடக முறைமை போன்ற கவிதை உத்திகளையும் உடையன என்பதும் மக்கள் நாவில் பழகி வாரா நின்ற பேச்சு மொழிகளின் இலக்கிய வடிவம் என்பதும் இவற்றிடையே காணும் ஒற்றுமைகளாகப் பெறப்பட்டன.

வேறுபாடுகள்

1. இரண்டும் தொகை நூல்களாயினும் சங்கப் பாடல்கள் இயற்றப்பெற்ற காலத்திற்கும் அவை தொகுக்கப்பெற்ற காலத்திற்கும் இடையே பல நூற்றாண்டு இடைவெளி காணப்படுகிறது. ஆனால் காதா சப்தசதியில் உள்ள பெரும்பாலான பாடல்களைப் பாடியவர்களும் தொகுத்தவரும் ஏறக்குறைய சமகாலத்தினர். சில

பாடல்கள் மட்டும் தொகுத்த காலத்திற்கு ஓரிரு நூற்றாண்டுகள் முந்தியன என்று சில அறிஞர்கள் கருதுகின்றனர்.

2. சங்கப்பாடல்களைத் தொகுத்தோரும் தொகுப்பித்தோரும் வெவ்வேறானவர்கள். தொகைதோறும் இவர்கள் வேறுபடுகின்றனர்:

அகநானூறு –	தொகுத்தார்: மதுரை உப்பூரிகுடிகிழான் மகனாவான் உருத்திர சன்மன் என்பான். தொகுப்பித்தான்: பாண்டியன் உக்கிரப் பெருவழுதி.
ஐங்குறுநூறு –	தொகுத்தார்: புலத்துறை முற்றிய கூடலூர் கிழார். தொகுப்பித்தார்: யானைக்கட்சேய் மாந்தரஞ் சேரல் இரும்பொறையார்.
கலித்தொகை –	தொகுத்தார்: நல்லந்துவனார் பள்ளி தொகுப்பித்தார். புலப்படவில்லை.
குறுந்தொகை –	தொகுத்தார்: பூரிக்கோ. தொகுப்பித்தார்: புலப்படவில்லை.
நற்றிணை –	தொகுத்தார்: புலப்படவில்லை. தொகுப்பித்தான்: பன்னாடு தந்த பாண்டியன் மாறன் வழுதி.
பதிற்றுப்பத்து –	தொகுத்தாரும் தொகுப்பித்தாரும்
பரிபாடல் –	இன்னாரென்று விளங்கவில்லை.[8]

காதா சப்தசதியின்கண் காணப்பெறும் எல்லாப் பாடல்களையும் ஒரே தொகுப்பாகத் தொகுத்தவன் சாதவாகன மன்னனாகிய ஹாலன் என்பவன். தொகுப்பித்தோன் என்று யாரும் இல்லை. தொகுத்த வரலாற்றைக் கவிஞனாகிய ஹாலனே கீழ்வருமாறு பாடுகிறான்:

கோடிப்பாடலின் தேடி எழுநூறு
அணிகொள் காதை அடையத் தொகுத்தான்
கவிவத் சலனாம் ஹால மன்னனே. (1:3)
சுவைஞர் இதயம் சுகம்பெறும் கவிதை
பிற எழுநூற் றினிலே முழுநூறு இதுவே

---

8. எஸ். வையாபுரிப் பிள்ளை (தொ.ஆ) சங்க இலக்கியம் (பாட்டும் தொகையும்) சென்னை. பாரி நிலையம் (1940) 1967, பக். 1370–1373.

கவிவத் சலன்தான் கவிஞர்கள் படைப்பைத்தொ
குத்திட முடிந்தது அகத்தமுது எனவே.

(முதல் நூறின் முடிவுக்கவிதை)

3. ஓரிரு கடவுள் வாழ்த்துப் பாடல்களைத் தவிர தமிழ்ச்சங்கத் தொகை நூல்களுள் தொகுத்தவர் இயற்றிய பாடல்களோ தொகுப்பித்தோரின் பாடல்களோ இடம்பெறவில்லை. ஆனால் காத சப்தசதியிலோ தொகுத்தவனாகிய அரசன் ஹாலனின் ஏறக்குறைய 70 பாடல்கள் இடம்பெற்றுள்ளன.

4. தமிழ்ச் சங்க இலக்கியப் பாடல்கள் மானுடக் காதலைப் பாடுபொருளாக உடையன. காதா சப்தசதியின் பாடுபொருளும் மானுடக் காதல்தான். எனினும் சங்க அகப்பாடல்களில் பாடப்பெறும் காதல், உள்ளதும் இல்லதும் கலந்த குறிக்கோளியச் சாயலுடையது; அதன் பாடன்முறைமை மிக வரையறுத்த இலக்கண மரபுகளுக்கு உட்பட்டது.

நாடக வழக்கினும் உலகியல் வழக்கினும்
பாடல் சான்ற புலனெறி வழக்கம்

(தொல்.அகத்.56)

என வரும் தொல்காப்பிய நூற்பா அகப்பொருளின் இயல்பினைக் கூறுகிறது. 'சங்க அகப்பொருளைப் பாடும் கவிதை மரபு. உள்ளதையும் (உலகியல்) கற்பனையால் காண்பதையும் (நாடக வழக்கம்) இழைத்துக் குறிக்கோள் பார்வையில் படைக்கும் இயல்பினை உடையது' என்பது இந்த நூற்பாவின் உட்கிடை,

காதாவின் பாடுபொருள் யதார்த்தவாதப் பார்வை உடையது; நாட்டு நடப்பில் நாள்தோறும் காணப்படுவது. காதாவின் பாடல்கள் எந்த ஒரு இலக்கண மரபிற்கும் கட்டுப்பட்டு இயற்றப்பட்டனவாகத் தெரியவில்லை; யாப்பியல் மரபு மட்டுமே பின்பற்றப்பட்டதாகப் பாடல்கள் காட்டுகின்றன. அதாவது, இலக்கிய மரபு காணப்படுகிறது. அதற்குரிய இலக்கண வரையறைகள் அடங்கிய ஒரு நூல் இருந்ததாகத் தெரியவில்லை என்பது கருத்து.

சங்க அகப்பொருள் மரபுகட்கு ஒவ்வாத பார்வையுடைய பாடல்கள் பல காதா சப்தசதியில் காணப்படுகின்றன. சில சான்றுகள்:

கொழுந்தன் உறவு

கணவனின் தம்பியாகிய கொழுந்தன் தலைவியின்பால் விருப்புற்று ஒழுகுதலை, தலைவி உவந்து ஏற்றுக்கொள்ளுதலும்

சினந்து அறிவுறுத்தி அவனைப் புறக்கணித்தலும் ஆகிய இருவகையான நடைமுறை ஒழுகலாற்றைப் பாடும் பாடல்கள் சப்தசதியுள் காணப்படுகின்றன.

ஏற்றலைப் பதிவுசெய்யும் பாடல்

கொழுந்தன் புத்திளங் கொடியால் அடித்த
இடமெலாம் புளகம் ஏற்று
மடனுறும் மணமகள் மகிழ்ந்திடு கின்றாள்.

(பிரணாமன் 1:28)

சினந்து அறிவுறுத்தும் பாடல்

கோதுறு மனமுடைக் கொழுந்தனை நோக்கி
மாதவள் தினமும் போதனை செய்தாள்
இராம னுடன் செலும் இலக்குவன் சரிதம்
சுவரில் வரைந்த சுடர் ஓவியத்தே. (ஹாலன் 1:35)

தலைவியின் அருள் உள்ளம்

காதற் கொழுநன் மாதுடன் இருந்தும்
மாண்புடை விழவில் பூண்புனை யாளே
அடுத்துள இல்லத்து அமைந்த வறிய
மடத்தகை நல்லாள் பிரிவாற் றிடவே.

(விந்தியா 1:39)

அண்டை வீட்டுத் தலைவியின் பிரிவுத் துன்பத்தைத் தணிக்கும் வகையில் தன்னை அலங்கரித்துக் கொள்ளவும் விரும்பாத ஒரு தலைவியின் கருணை உள்ளத்தை இப்பாடல் சிறப்பிக்கிறது. எனினும் இதில் காதலன் – காதலியரிடையே அமையும் மானுடக் காதல் உணர்வு பாடப்பெறாமையால் தமிழ் அகப்பொருள் மரபினின்றும் இது வேறுபட்டதாக அமைகிறது.

காதல் முக்கோணத்தைப் பாடும் சப்தசதிப் பாடல்: தலைவிகூற்று

அவள் மேல் உனக்கும் உன்மேல் எனக்கும்
ஆராக் காதல்; அவள் உனை வெறுப்பாள்;
நீ எனை மதியாய்; நேயக் காதல்,
இளைஞ, தெளிவாய் இயம்பின்
வளைந்து பற்பல வகையா கிடுமே.

(உஜ்ஜயன் 2:26)

நேயக் காதல் வளைந்து பற்பல வகையாகச் செயல்படும் என்னும் யதார்த்த உலகியல் ஒழுகலாற்றை இப்பாடல் மிகச் சுருக்கமாக அழகாகக் குறிப்பிடுகிறது.

தலைவனை நாடிச்செல்லும் தலைவியர்

காதலனைத் தேடித் தன் கணவனுக்குத் தெரியாமல் குறியிடம் நாடிச் செல்லும் தலைவியரைப் பற்றிக் காதா சப்த சதியில் பல பாடல்கள் காணப்படுகின்றன. ஒரு சான்று:

ஐயம் உற்ற அரிவையின் கேள்வன்
புன்னைப் பூக்கள் பொறுக்க
விடானே திறனி லாளன் இரவில் தானே
சென்று கொணரச் செல்கின்றானே.

(அரிகேசரி 2:59)

இப்பாடலில் ஐயமுற்ற கணவனை ஆற்றல் அற்றவன் என்று வருணித்துத் தோழி, தலைவியின் காதலனை வீட்டிற்கே வருமாறு அறிவுறுத்துகிறாள். தமிழ் அகப்பொருள் மரபு இலக்கியப்படுத்தாத ஒரு மானுட நிகழ்ச்சி.

தன் காதலனைத் தேடிச்செல்லும் காதலியைப் பற்றிய பாடல்களும் சப்தசதியுள் காணப்படுகின்றன. இந்த மரபும் தமிழ் அகப்பொருள் இலக்கியத்தில் இடம்பெறுவதில்லை.

நன்றி யிலாதாய், நாணிலாய், நின்னை
மின்திகழ் கார்மழை யன்று இரவினிலே
சேர வருங்கால் ஊரினில் சேற்றை
மிதித்தது இன்றும் மதித்து உளம் நினைக்கும்..

(ஜோஜ்ஜ தேவன் 5:45)

தலைவற் புணரத் தடையாய், நிலவெனும்
புனல்இது வானப் பொய்கையில் இருந்து
திங்கட் குழல்வழிப் பொங்கு அருவியெனக்
கொட்டுவ தன்றி வற்றுதல் இலவே

(தூரமானன் 5:91)

இரவுக்குறியில் தலைவனைக் கூடச் சென்ற இரு தலைவியரைப் பற்றிய பாடல்கள் தமிழ் நாட்டுப்புறவழக்கில் காணப்பெறினும், தமிழ் அகப்பொருள் இலக்கிய மரபில் இத்தகைய ஒழுகலாறு இடம்பெறவில்லை.

முதுமை உணர்வு

தலைமக்கள் முதுமையுற்றவிடத்து அவர்கள் உள்ளத்தே தோன்றும் கழிவிரக்க உணர்வினைச் சில சப்தசதிப் பாடல்கள் உருக்கமாக வருணிக்கின்றன. தமிழ் அகப்பொருள் மரபில் இத்தகைய உணர்வுகள் இடம்பெறுவதில்லை.

தலைவி கூற்று

சென்றனர் தோழியர்; செறிபுதர் அழிந்து
நின்றன வற்றல் நெடுமரத் தூண்கள்;
யாமும் முதுமை அடைந்தோம்; வேருடன்
காமம் அதுவே கழிந்து ஒழிந்ததுவே

(நிருபமன் (3:32)

தலைவன் கூற்று

சாவினை மேவும் சமய முற்றேன்
மெய்யே யாயினும் விளம்பு கின்றேன்;
புனித 'தாபிப்' பூம்புதா் இன்றும் க
இனிதே கண்களை ஈர்க்கும் அன்றெனவே.

(அனுராகன் 3:39)

'தாபி' என்பது புனிதமான தாபி நதியைக் குறிக்கிறது. அதன் கரையில் தலைவியுடனிருந்த பூம்புதரை நினைந்து தலைவன் மகிழ்தலை இப்பாடல் கூறுகிறது.

5. புறத்திணைப் பாடல்கள்

தலைவன் தலைவியரிடையே தோன்றும் காதல் தொடர்பான செய்திகள் மட்டும் சங்க அக இலக்கியத்தில் இடம்பெறும். ஏனைய எல்லா மானுட வினை நிகழ்ச்சிகளையும் உணர்வுகளையும் பற்றிய பாடல்கள் எல்லாம் புறத்திணைக்கு உரியனவாகக் கருதப்பட்டுத் தனியே கோக்கப்படுவது தமிழ் மரபு. காதா சப்த சதியில், காதலோடு தொடர்பில்லாத பொது நிகழ்ச்சிகளையும், நீதிகளையும், அறங்களையும் எடுத்துக்கூறுகின்ற பாடல்கள் பலவாகக் காணப்படுகின்றன. தமிழ் மரபின்படி புறத்திணைக்குரிய அத்தகைய பாடல்களுக்குச் சில சான்றுகள்:

மனைவியின் மறைவு

மறைந்த காதல் மனைவி இல்லாப்
பாழும் இல்லம் பார்க்கும் துயரால்
பணியிலா விடினும் பாமரன் அந்தோ
புலம்தனை விட்டுப் புறப்படா திருப்பான்.

(புண்டரீகன் 2:69)

மனைவியை இழந்த கணவன் வயலில் வேலை முடிந்ததும் மாலையில் வீட்டிற்குத் திரும்ப மனமின்றி வயலிலேயே இருப்பான் என்பது இப்பாடல் கூறும் செய்தி. நாட்டு நடப்பில் இயற்கையே யாயினும் தமிழ் அகப்பொருளில் இத்தகைய பாடல்கள் இடம்பெறும் மரபில்லை. 'தபுதார நிலை' என்னும் புறத்திணைத் துறைக்கு உரியதாக இப்பாடல் புறத்தில் கோக்கப்படுவது மரபு.

ஐவகை அழகுகள்

மன்னவா்க்கு எண்பதம், மங்கையா்க்கே நிறை
வீரருக்குப் பொறை, விவேகிகட்கு இன்னுரை
மூடருக் கேதகும் மோனம் இவ்வைந்துமே
நாடுறுங் காலை நல்லெழில் ஆகும்.

(சுந்தரன் 3:43)

ஐவகை அழகுகளாவன:

மன்னவர்க்கு அழகு காட்சிக்கு எளியனாதல்
மங்கையர்க்கு அழகு கற்புடையராதல்
வீரர்கட்கு அழகு பொறையுடைமை
விவேகிகட்கு அழகு இன்சொல் உடைமை
மூடருக்கு அழகு மௌனமாக இருத்தல்.

காதலுணர்வோடு தொடர்பின்மையின் இப்பாடலும் புறத்திணைக்கு உரியதாயிற்று.

நிலையாமை

நின்ற உயிரோ நிலையற் றதுவே
சென்ற இளமை திரும்பியும் வாரா
இன்றுபோல் மறுநாள் இருப்பதில்லை
துன்றும்இவ் உலகில் கொடுமைகள் ஏனோ ?

(ஹாலன் 3:47)

அற்பர்களின் இயல்பு

அற்பர்க்கு இருவாய் அமையும் முழவென
அன்னம் அளித்தால் இன்னிதின் முழங்கும்
அல்லாக் காலே பொல்லாப் பாக
அபசுர மாக அரற்றும் அன்றே.

(ரிந்த்ரன் 3:53)

நல்லவர்கட்கு ஒரு வாய்தானுண்டு. அற்பர்கட்கு இரண்டு வாய்கள். சோறு போட்டால் புகழும் வாய் ஒன்று. போடாவிட்டால் வையும் வாய் ஒன்று. மிருதங்கம் இருவாய் கொண்டு இருக்கும். அதற்கு மாவு தடவினால் (சோறு போட்டாற் போல) நல்லிசை தரும். இல்லாவிட்டால் அபசுரமாக அரற்றும். எனவே முழவு அற்பரைப் போன்றது.

நல்லவர் நட்பே நல்லது

புகழ்மிகு அறிவும் பொற்புறு குணங்களும்
உடைய மாந்தரின் உறுபகை மேலாம்!
இகழ்மிகு மிழிதகை இயல்புடை யோரின்
நட்பு நமக்கே வெட்கம் தருமே!

(சமுத்திர சக்தி 3–67)

தீயோர் நட்பு நீர்மே லெழுத்தாய்
மேய பொழுதே மாயு மாங்கே!
தூயோர் நட்பு தொடருங் காலை
ஏய கல்மேல் எழுத்தா கும்மே

(ஹாலன் 3:72)

சான்றோர் இயல்பு

மிகுசினம் பகையே மேவினும் சான்றோர்
வாயாற் கடுஞ்சொல் வழங்குவதுண்டோ?
பாம்பின் வாய்தான் பற்றிய போதும்
எழில்மதி அமுதே பொழியு மன்றே.

(அவந்திவர்மன் 4:19)

இறைவனும், இறைவனும் (அரசன்)

துயர்ப்படு குலத்தினைத் தூக்கி நிறுத்தும்
இயல்பினர் உலகில் இருவரே உள்ளார்!
உமையவள் இதயத் துடையவன் ஒருவன்!
மற்றவன் சாலி வாஹன மன்னன்!

(பிருதிவிநாதன் 5–67)

தலைமாந்தர்களின் இயற்பெயர் சுட்டும் மரபு தமிழ் அகப்பொருள் இலக்கியத்தில் இல்லை. இயற்பெயர் சுட்டும் மரபு ஓரோவழி புறத்திணைப் பாடல்களில் காணப்படுதலின் சாலிவாஹன மன்னன் (ஹாலன்) என்னும் இயற்பெயர் சுட்டிய இப்பாடல் புறத்திணைக்கு உரியதாகிறது. இனி, இந்நுலைத் தொகுத்த அரசனாகிய ஹாலனின் பெயரைத் தாங்கிய கீழ்வரும் பாடலும் இக்கருத்தை வலியுறுத்தும்.

கோடிப்பாடலிற் தேடி எழுநூறு
அணிகொள் காதை அடையத் தொகுத்தான்
'கவிவத் சலனாம்' ஹால மன்னனே.

(ஹாலன் 1:3)

தொகுப்புரை

சங்கப் பாடல்கள் எழுதப்பெற்ற தமிழ்மொழி இன்றும் பேச்சு மொழியாகவும் கலைஇலக்கிய மொழியாகவும் தொடரா நிற்கிறது. எனவே சங்கப் பாடல்களை நேராகத் தமிழிலேயே தமிழ் வாசகன் இன்றைக்கும் படிக்கலாம்.

ஆனால் காதா சப்தசதிப் பாடல்களின் நிலைவேறு. மூலமொழியாகிய பிராகிருதத்தில் எழுதப்பட்ட காதா சப்தசதியின் பாடல்களை சமஸ்கிருதப் பொழிப்புரையின் மூலமாகத்தான் இன்று பொருள் காணமுடியும் என்ற நிலையில் மூலபாடம் அமைந்துள்ளது. அவ்வாறு பொருள் கண்ட காதா சப்தசதி ஏடுகள்தான் முதன்முதலாக வெபர் என்னும் அறிஞரால் ஜெர்மானிய மொழியில் (A. Weber) மொழிபெயர்க்கப்பட்டன (கி.பி.1881). அவற்றின் அடிப்படையில் ஆங்கிலம், பிரஞ்சு போன்ற ஐரோப்பிய மொழிகளிலும், தெலுகு. கன்னடம், இந்தி முதலான

இந்திய மொழிகளிலும் காதாப் பாடல்கள் மொழிபெயர்ந்து வழங்கிவருகின்றன. எனவே மூலமொழியில் அமைந்த பாடல்களின் அமைப்பும் பாடுபொருள் நுணுக்கங்களும் எவ்வாறு இருந்தன என்பதை அறியும் வாய்ப்பு தற்போது நமக்கு இல்லை. மொழிகளில் பெயர்ந்து வழங்கும் சமஸ்கிருதம் பாடல்களைத்தான் நாம் ஆராயவேண்டிய நிலையில் உள்ளோம். எனவே நமக்குக் கிடைக்கும் மூலப்பாடத்தரவுகளுக்கு ஏற்பவே நம்முடைய முடிவுகளும் அமையும் என்பது பெறப்படுகிறது.

இக்கட்டுரையில் தரப்பட்டுள்ள எடுத்துக்காட்டுகளிலிருந்து தமிழ்ச் சங்கப் பாடல்களுக்கும் காதா சப்தசதியின் பாடல்களுக்கும் இடையிலான ஒற்றுமை வேற்றுமைகள் இனிதின் புலனாகும். மானுடத்தின் பல்வேறு மரபுகள், பட்டறிவுகள், மனநிலைகள், ஒழுகலாற்று முறைமைகள் ஆகியன காதா சப்தசதியில் மிகத் தெளிவாகத் தமிழ் இலக்கிய நயத்துடன் பதிவுசெய்யப்பெற்றுள்ளன. அகப்பாடல்களைப் பொறுத்த வரையில் இவற்றுள் அகம் தொடர்பான ஒழுகலாறுகள் மட்டுமே இலக்கியப்படுத்தப்பெற்றுள்ளன. ஏனைய ஒழுகலாறுகளைப் பாடும் சங்கப் பாடல்களைப் புறம் எனப் பாகுபடுத்தித் தனியே கோக்கப்பெற்றுள்ளன. ஆனால் காதா சப்தசதியில் அகமும் புறமும் சார்ந்த பாடல்கள் ஒன்றாகவே தொகுக்கப்பெற்றுள்ளன. ஏனெனில் அகம், புறம் என்னும் இலக்கிய வகைப்பாட்டு மரபு பிராகிருத இலக்கிய மரபில் இல்லை. எனவேதான் அவை ஒன்றாகத் தொகுக்கப்பெற்றன. இதன் காரணமாக இலக்கிய மரபுகளுக்கிடையே உயர்வு தாழ்வு கற்பிப்பது அல்லது கருதுவது ஒப்பாய்வுக் கோட்பாட்டிற்கு முரணானது. மேலும் “காதா சப்தசதி உலகின் காதல் இலக்கிய மூல நூல்” என்றும் “சத்தசயீ”யில் உள்ள பாடல்கள் தமிழ் அகப்பொருள் பாடல்களுக்கு முந்தியனவாதலின் அவற்றின் வழிகாட்டி என்றும் கூறும் அறிஞர்களின் கூற்றுக்கு இந்த இருவகை இலக்கியங்களிலும் எத்தகைய சான்றாதாரங்களும் இல்லை என்பதும் இக் கட்டுரையால் பெறப்படும் உண்மையாகும்.

32

இராமாவதாரமும் அத்யாத்மமும்

ந. தேவி

வான்மீகத்தை ஆதிநூலாகக் கொண்டு 'கம்ப ராமாயணம்' எழுதப் பெற்றிருப்பினும் தமிழ்ப் பண்பாட்டிற்கேற்பக் கதையமைப்பில் சில இடங்களில் மாறுபட்டும் பல இடங்களில் ஒன்றுபட்டும் அமைகின்றன. சமஸ்கிருதத்தில் 'வான்மீகம்' ஆதிநூலாக அமைகின்றது. இந்நூலை அடியொற்றி சமஸ்கிருத மொழியில் பல நூல்கள் இயற்றப்பெற்றுள்ளன. 'ஆதிராமாயணம்' எனப் போற்றப்பெறும் வான்மீகத்திற்கு முன்னரே இராம காதை தொடர்பான பல கதைகள் இந்தியாவின் பல பகுதிகளில் வாய்மொழியாக வழங்கி வந்தன. 'தசரத ஜாதகம்' போன்ற புத்த ஜாதகக் கதைகள் இராமகாதையைக் குறித்தவை. இவற்றின டிப்படையில் வான்மீகியின் ஆதி இராமாயணம் தோற்றம் பெற்றிருக்க வேண்டும் என்பது அறிஞர்களின் கருத்து (மணவாளன், அ.அ. 'இராம காதையும் இராமாயணங்களும்', ப. 16–17).

காளிதாசரின் 'இரகுவம்சம்' (கி.பி. 4–5), 'நரசிம்ம புராணம்' (கி.பி. 5), 'பாகவத புராணம்' (கி.பி. 6–7) பட்டியின் 'பட்டிகாவியம்' அல்லது 'இராவண வதம்' (கி.பி. 7), குமாரதாசரின் 'ஜானகி ஹரண்' (கி.பி. 8–9) அபிந்தரின் 'இராம சரிதம்' (கி.பி. 10), போசராசனின் 'சம்பு ராமாயணம்' (கி.பி. 11), க்ஷேமேந்திரரின் 'இராமாயண மஞ்சரி' (கி.பி. 11), 'புசுண்டி ராமாயணம்' (கி.பி. 12), ரவிசேனரின் 'பத்மபுராணம்' (கி.பி. 12–15),

சாகல்ய மல்லர் ‘உதார ராகவம்’ (கி.பி. 12–14), ‘அத்யாத்ம ராமாயணம்’ (கி.பி. 14–16), ‘ஆனந்த ராமாயணம்’ (கி.பி. 15) போன்றன வான்மீகத்தைத் தொடர்ந்து சமஸ்கிருதத்தில் தோன்றிய பிற இராமாயண நூல்கள் (மேலது, பக்.4–7).

கம்பனுக்கு மூலநூலாக ‘வான்மீகம்’ அமைந்திருப்பினும், கம்பன் தமிழ்ப் பண்பாட்டிற்கு ஏற்பத் தமிழாக்கம் செய்துள்ளாரே ஒழிய மொழிபெயர்ப்புச் செய்யவில்லை என்பது வெளிப்படை. கம்பனுக்கு முன்னரே இராம காதை குறித்த செய்திகள் ‘புறநானூறு’, ‘அகநானூறு’, தொல்காப்பிய உரை மேற்கோள், ‘சிலப்பதிகாரம்’, ‘மணிமேகலை’, ஆழ்வார் பாடல்கள் ஆகியவற்றுள் விரவி கிடக்கின்றன. கம்பனுக்குப் பின்னும் கம்பனின் தாக்கத்தால் ‘தக்கை இராமாயணம்’, ‘குயில் ராமாயணம்’, ‘இராமாயண அகவல்’, ‘கோகில ராமாயணம்’, ‘அமிர்த இராமாயணம்’, ‘இராமாயணக் கீர்த்தனைகள்’ மற்றும் பல இராமாயண நூல்கள் உருவாயின.

இருப்பினும், இந்தக் கட்டுரைப் பகுதி தமிழ்–சமஸ்கிருத உறவு நிலை காண்பதை நோக்கமாக கொண்டு அமைவதால், தமிழில் எழுந்த ‘கம்ப ராமாயண’த்தையும், சமஸ்கிருதத்தில் எழுந்த ‘அத்யாத்ம இராமாயண’த்தையும் ஒப்பிடுவதாக அமைகின்றது. இவை இரண்டில் எது சிறந்தது என்று கூறுதல் இக்கட்டுரையின் நோக்கம் அன்று; இருவேறு காலக்கட்டத்தில் இரு மொழிகளில் தோன்றியுள்ள ஒரே கதைக்களன் எங்கெங்கு ஒன்றுபட்டும் எங்கெங்கு மாறுபட்டும் அமைகின்றது என்பதனை ஒரு சில சான்றுகளின் வழி விளக்கியுரைக்க முயல்கிறது. இரண்டு நூல் களுக்கும் உள்ள உறவு நிலையினை உள்ளவாறு எடுத்துரைத்தலை நோக்கமாகக் கொண்டு அமைகின்றது. ஏற்றல் கோட்பாட்டின் அடிப்படையில் மலர்ந்த இவ்விரு நூல்களிலும் காதைப் பொருண்மை இன்னது இத்தன்மைத்து என்னும் வாய்பாட்டில் ஒப்புநோக்கத்தக்கதாக கட்டுரை அமைகின்றது.

பெயரிடும் முறை

இராமாயணம் என்ற சொல்லை இராமன்+அயணம் எனப் பிரித்து இராமனது பயணத்தைக் குறித்து எழுந்த நூல் எனப் பெயர்க்காரணம் கூறலாம். மேலும் சமஸ்கிருதத்தில் இராமா + அயணம் எனப் பிரிப்பின் இராமா என்பதனைப் பெண்பாற் சொல்லாகக் கொண்டு சீதையின் பயணம் என்றும் குறிப்பிடலாம். ‘கம்பராமாயண’மோ, ‘அத்யாத்மமோ’ எதுவாயினும் இராமன், சீதை இருவரது பயணத்தைக் குறித்த நூல் என்று குறிப்பிடலாம். பத்தாம் நூற்றாண்டில் வாழ்ந்த கம்பன் தான் எழுதிய நூலிற்கு இட்டபெயர் ‘இராமாவதாரம்’ என்பது.

வைணவ சம்பிரதாய அடிப்படையில் தோன்றிய 'அத்யாத்ம ராமாயணம்' வான்மீகத்தையடுத்து வடமொழியில் தோன்றிய நூல்களுள் தலைசிறந்ததாகக் கருதப்பெறுகின்றது. "இராமானந்த சம்பிரதாயத்தைச் சேர்ந்த பெரும்புலவர் ஒருவர் இதனை இயற்றியதாகக் கூறுவர். கி.பி. பதினாறாம் நூற்றாண்டில் தோன்றிய 'பாவார்த்த ராமாயணம்' என்னும் மராட்டிய நூலில் 'அத்யாத்ம ராமாயணம்' அண்மைக்காலத்தில் இயற்றப்பெற்றது என்னும் குறிப்பு காணப்படுதலின் இது கி.பி. பதினான்கு அல்லது பதினைந்தாம் நூற்றாண்டில் எழுதப்பட்டிருக்கலாம் எனக் கருதப்படுகிறது. 'அத்யாத்ம ராமாயண'த்தின் செல்வாக்கு 'ஆனந்த ராமாயணம்', ஏகநாதரின் 'பாவார்த்த ராமாயணம்', துளசிதாசரின் 'இராம சரித மானசம்' ஆகிய நூல்களில் மிகுதியாகக் காணப்படுகின்றது" ('இராம காதையும் இராமாயணங்களும்', ப.53).

அத்+ஆத்மம் என்பது இரு சொற்களின் கூட்டுச் சொல். அந்தப் பரம்பொருளை நன்கு அறிந்த பரமாத்மா என்பது பொருள். அதாவது, தத் த்வமசி . . . என்னும் மஹா வாக்கியத்தின் பொருளுணர்ந்த ஆத்மா என்று கூறலாம். சுருக்கமாகக் கூறின் பரம்பொருளான இராமனின் கதை என்று கூறலாம். இந்நூலிற்கு இப்பெயர் வந்தது குறித்து அத்யாத்மத்தின் ஆசிரியர் இந்நூலினுள் எந்தப் பொருள் விளக்கமும் தரவில்லை. மொழிபெயர்ப்பு ஆசிரியர் தபஸ்யானந்தா அத்யாத்மம் என்பதற்கு *'The Spiritual Version of the Rama Saga'* என ஆங்கிலப் பெயர்ப்பினைத் தன் நூலின் முகப்பில் தந்துள்ளார்.

காப்பியப் பாவிகம்

'கம்பராமாயண'த்தில் திருமாலின் அவதாரம் இராமன் என்பது வெளிப்படையான சொல்லாலோ செயலாலோ குறிக்கப்படவில்லை. தனக்கு மக்கட் பேறில்லையெனத் தயரதன் வருந்தும்போது அவனோடு இருந்த வசிட்டன், 'திருமால் அரக்கரின் கொடுமையினைத் தீர்க்க இராமனாக அவதரிப்பேன்' என உரைத்ததைச் சிந்திப்பதாகக் 'கம்பராமாயணம்' காட்டுகின்றது. இதனை,

> வளையொடு திகிரியும் வடவை தீதர
> விளைதரு கடுவுடை விரிகொள் பாயலும்
> இளையர்கள் என அடிபரவ ஏகி நாம்
> வளைமதில் அயோத்தியில் வருதும் என்றனன் (201)

என்னும் அடிகள் தெளிவுபடுத்துகின்றன. இவ்வாறு, பிறரது வாயிலாக வெளிப்படுகின்றதேயொழிய, இராமன் தானே கூறுவது போலப் படைக்கவில்லை; அக்கருத்தினைக் கம்பன்

முன்நிறுத்தவில்லை. மானுடனாகப் பிறந்து மானுடனாகத் தொழிற்பட்டு, மானுடனாகவே வாழ்வை நிறைவு செய்வதாகப் படைத்துக்காட்டுகின்றான். அதற்கேற்பக் காப்பியப் பாவிகமும் அறம் பிறழாத வாழ்வை வெற்றியை அளிக்கும். மானுடனைத் தெய்வ நிலைக்கு உயர்த்தும் என்பதனை உணர்த்துவதாக அமைகின்றது. அதனால்தான், 'காசுஇல் கொற்றத்து இராமன் கதைஅரோ *(4:4)*, நடையின் நின்று உயர் நாயகன் தோற்றம் *(11:1)* எனத் தொடங்கும் கம்பன், மானுடம் வென்ற அன்றே' *(3804)* எனும் தொடர்களின்வழி, 'இராமனை மானுடனாகப் படைத்திருக்கும்' தன் கருத்தைப் பதிவு செய்திருக்கின்றான்.

'அத்யாத்மம்', இராமனை மனிதனாகப் படைத்துக் காட்டியிருப்பினும், பரம்பொருளாக வாசகருக்கு அறிமுகப்படுத்துகிறது. இராமன் தன்னைப் பரம்பொருளாக உணர்ந்தது, இராவணனை அழிப்பதற்குத்தான். தசரதனின் மகனாகப் பிறக்கப்போகிறான். யோக மாயையானவள் ஜனகனின் மகள் சீதையாகப் பிறக்கப்போகிறாள் *(1:2:22)* என்று கூறுவதாக அத்யாத்மத்தின் தொடக்கம் அமைந்திருக்கிறது. அதேபோல, மானுடனாகப் பிறந்து இருப்பதால் தான் மனிதனாகச் செயல்பட வேண்டும் என்று கூறிக்கொண்டு செயல்படுவதாக அத்யாத்மத்தின் இடையிலும் இராமனின் கூற்றாகக் காட்டப்படுகின்றது. அதுமட்டுமின்றி, இராமனைப் பரம்பொருளின் உருவாக இந்நூல் படைத்திருப்பதால், போற்றிப் பராவுதல் மிகுதியாக இடம்பெறுகின்றது. அத்யாத்மத்தின் தொடக்கத்திலும், இந்நூலின் நிறைவுப்பகுதியிலும் நூலைப் பயில்வதால் பெறும் பலன் எடுத்துரைக்கப்பெறுகின்றது. அறம் வெல்லும் தீமை தோற்கும் என்பது இந்நூலின் பாவிகமாக அமைகின்றது.

காப்பிய அமைப்பு

கம்பராமாயணம் 'காண்டம்' எனும் பெரும்பகுப்பினையும் 'படலம்' எனும் உட்பகுப்பினையும் பெற்று அமைகின்றது; சென்னைக் கம்பன் கழகப் பதிப்பின் *(1976)* படி பாலகாண்டம் *(23 படலங்கள்)*, அயோத்தியா காண்டம் *(13 படலங்கள்)*, ஆரணிய காண்டம் *(13 படலங்கள்)*, கிட்கிந்தா காண்டம் *(16 படலங்கள்)* சுந்தர காண்டம் *(14 படலங்கள்)*, யுத்த காண்டம் *(39 படலங்கள்)* என ஆறு காண்டங்களையும் *118* படலங்களையும், *10,368* பாடல்களையும் பெற்றமைகின்றது. உத்தர காண்டம் பின்னர் ஒட்டக்கூத்தரால் எழுதப்பெற்றது என்பர்.

அத்யாத்மத்தில் *7* காண்டங்கள் *65* சருக்கங்கள், *4399* சுலோகங்கள் உள்ளன *(அ.அ. மணவாளன், 2005, ப. 53)* எனக்

குறிப்பிடப்பெறுகின்றது. ஆனால் இராமகிருஷ்ண மடத்தின் சுவாமி தபஸ்சியானந்தாவின் ஆங்கில மொழிபெயர்ப்பு பாலகாண்டம் (7 சருக்கங்கள்), அயோத்தியா காண்டம் (9 சருக்கங்கள்), ஆரணிய காண்டம் (10 சருக்கங்கள்), கிட்கிந்தா காண்டம் (9 சருக்கங்கள்), சுந்தர காண்டம் (5 சருக்கங்கள்), யுத்த காண்டம் (16 சருக்கங்கள்) என ஆறு காண்டங்களையும், 56 சருக்கங்களையும் 3634 சுலோகங்களையும் கொண்டமைகின்றது. இந்நூலே இக்கட்டுரை ஆக்கத்திற்கும் பயன்படுத்தப் பெற்றிருக்கின்றது.

காப்பியக் கட்டுக்கோப்பு – கதைக்களன்

காப்பியத்தின் கதைக்களன், இரு நூல்களிலும் பெரும்பாலும் ஒன்றுபோல அமைகின்றது. இராமனின் பிறப்பு முதல் பரசுராமனை வெல்வதுவரை 'பாலகாண்ட'த்தில் எவ்வித மாற்றமும் இல்லை. கம்பனின் 'அயோத்தியா காண்ட'த்தில் இராமனின் முடிசூட்டு விழா முதலாகப் பரதன் அயோத்திக்கு மீளுதல் வரை காணப்பெறுகின்றது. 'அத்யாத்ம'த்தில் இராமன் முடிசூட்டு விழா தொடங்கி, இராமன் அத்திரி முனிவரின் ஆசிரமம் அடைதல்வரை அமைகின்றது. 'ஆரணிய காண்ட'த்தில் அத்திரி முனிவரின் இருப்பிடம் அடைந்து விராதனை வதைத்தல் தொடங்கி சவரி பிறப்பு நீங்கு படலம் வரை அமைகின்றது. அத்யாத்மத்திலும் 'ஆரணிய காண்ட'த்தைப் பொறுத்தவரை எவ்வித மாற்றமும் காணப்பெறவில்லை. 'கிட்கிந்தா காண்ட'த்தில், பம்பையை அடைந்து சுக்ரீவன் நட்பைப் பெற்றது முதல் இலங்கைக்குச் செல்ல அனுமன் கடல் தாவ எடுக்கும் பெருவடிவுவரை கம்பன் கதைக்களன் அமைகின்றது. அத்யாத்மத்திலும் இக்காண்டத்தைப் பொறுத்தவரை கதைக்களனில் எவ்வித மாற்றமுமில்லை. அனுமன் கடல் தாவுதல் தொடங்கி இலங்கை சென்று மீண்டு இராமனைக் கண்டு மீண்டும் தென்கடலை அடைதல்வரை கம்பனின் 'சுந்தர காண்டம்' கதைக்களனைக் கொண்டுள்ளது. அத்யாத்மமும் அனுமன் கடல் தாண்டுவது தொடங்கி இராமனைச் சந்தித்து நடந்ததை உரைத்தல்வரை கதைக்களனை அமைகின்றது.

கம்பனின் 'யுத்தகாண்டம்' வானரப்படையுடன் இராமன் தென்கடல் அடைந்தமை தொடங்கி மீண்டும் அயோத்தி திரும்பி முடிசூட்டிக் கொண்டு, அனைவருக்கும் விடைகொடுத்தல் வரை அமைகின்றது. அத்யாத்மமும் 'யுத்தகாண்ட'த்தில் எவ்வித மாற்றமும் இல்லாது அமைந்திருக்கின்றது. ஆனால் நிறைவுப் பகுதியில் இந்நூலை யாரெல்லாம் படிக்கிறார்களோ அல்லது பாராயணம் செய்கிறார்களோ அவர்கள் பற்றற்ற நிலையையும் ஆன்மீக அறிவொளியையும் பெறுவர் என்றும், தொடர்ந்து

வாசிப்போர் நீண்ட ஆயுள், செல்வம், பாவங்களிலிருந்து மீட்சி ஆகியவற்றைப் பெறுவர் எனும் பலன்களைக் கூறி முடிகின்றது. காப்பியத்தின் நோக்கம், இறைமை போற்றலாதலின் வைணவ மரபின்படி பலன் கூறுவதோடு நிறைவுறுகின்றது.

கதை நிகழ்வுகள்

இரு நூல்களுக்கும் ஆதிநூலாக 'வான்மீகம்' அமைந்திருப்பதனால், இவ்விரு நூல்களும் தங்களின் காப்பிய நோக்கத்திற்கேற்ப ஒருசில இடங்களில் மாற்றியும் பல இடங்களில் ஒன்றுபோல அமைத்தும் செல்கின்றன.

'வான்மீகி'யின் முன்வரலாறு

'அத்யாத்மம்', வான்மீகியின் முன்கதை வரலாற்றை எடுத்துரைக்கின்றது. வேடர் குலத்தில் பிறந்து வாழ்க்கையை நடத்திப் பின்னர், ஒருநாள் காட்டில் ஏழு முனிவர்களைச் சந்தித்தாகவும் அவர்கள் வழிகாட்டுதலுக்குப் பின்னர் இராம நாமத்தை உச்சரித்து வான்மீகியாக உருவாகியதையும், எறும்பின் புற்று தன்னை மூடிக்கொள்ள, அதிலிருந்து வெளிவந்ததால் வான்மீகி என அழைக்கப்பெற்றதாகவும் வான்மீகியின் வரலாறு (2:6.64:92) இராமன் – வான்மீகி சந்திப்பின்போது விளக்கப்பெறுகின்றது. ஆனால் கம்பனில் இராமன் – பரத்துவாச முனிவரின் சந்திப்பு காட்டப்பெறுகின்றதேயொழிய வான்மீகி – இராமன் சந்திப்போ வான்மீகி முன்கதை வரலாறோ இடம்பெறவில்லை.

அகலிகை சாபம்

காப்பிய காலம் தொடங்கித் தற்காலம்வரை மிகப் பெரிய விவாதங்களுக்கும் வினாக்களுக்கும் உள்ளாக்கப்பட்டு, பல்வேறு பரிமாணங்களைப் பெற்று அமையும் அகலிகை கதையை இவ்விரு நூல்களும் இராமனின் பாதப் பெருமையை எடுத்துரைக்கப் பயன்படுத்திக்கொண்டன என்பது வெளிப்படை. இதனைக் கம்பன், 'கைவண்ணம் அங்குக் கண்டேன், கால்வண்ணம் இங்குக் கண்டேன்' (475) என உரைக்கின்றான். அகலிகை இராமனின் பாதத்தை இருபத்துமூன்று சுலோகங்களில் போற்றுவதாக (1:5:43–65) அத்யாத்மம் காட்டுகின்றது.

அகலிகையின் கதை இராமனுக்கு விசுவாமித்திரரால் எடுத்துரைக்கப் பெறுகின்றது. அதன் பின்னர் விசுவாமித்திரர் இராமனது கரம்பிடித்துக் கல்லாக இருந்த அகலிகையின் மீது கால் வைக்குமாறு அறிவுறுத்த, இராமன் பாதம் பட்டவுடன் கல்லிலிருந்து இருந்து அகலிகை, சாப விடை பெற்றுப் பெண்ணாகத்

தோன்றினாள் (1:5:19–42). அதன் பின்னர் சாப விடை பெற்ற அகலிகை இராமனைப் போற்றுகின்றார். இது அத்யாத்மம்.

கம்பனில் அகலிகை சாபவிடை பெற்ற பின்னரே, இராமனுக்கு அவளது வரலாறு எடுத்துரைக்கப் பெறுகின்றது. இராமனது பாதத் துகள் அகலிகை மீது பட முன்னை வடிவு பெற்றதை,

கண்ட கல்மிசை காகுத்தன் கழல்துகள் கதுவ
உண்ட பேதைமை மயங்கு அறவேறுபட்டு உருவம்
கொண்டு மெய் உணர்பவள் கழல்கூடியது ஒப்ப
பண்டை வண்ணமாய் நின்றனள் மாமுனி பணிப்பான் (465)

எனக் காட்டப் பெறுகின்றது. அதன் பின்னர் 14 பாடல்களில் அவளது வரலாறு அமைகின்றது.

இருநூல்களிலும் இந்நிகழ்வு முன்னும்பின்னுமாகக் கூறப்பட்டாலும், விசுவாமித்திரர் கூற்றாகக் காப்பியக் கதைநிகழ்வு அமைவது குறிப்பிடத்தக்கது. இருநூல்களிலும் அகலிகை கல்லாகச் சபிக்கப்பெறுவதும், இராமனால் சாப விமோசனம் பெற்றுப் பெண்ணாக மாறுவதும் இடம்பெற்றிருப்பினும் சாப விமோசனத்தில், நுட்பமான வேறுபாட்டைக் காட்டி நிற்கின்றன. ‘அத்யாத்மம்’ பக்தி மார்க்கத்திற்குரியதாக அமைதலின், இராமனது பாதம் பட்டுக் கல்லிலிருந்து பெண்ணாக மாறியதாகக் காட்டுகின்றது. மானுடனாகவே, இராமன் காட்டப்பெறுதலின், பெண்மை போற்றும் தமிழ்ப் பண்பாட்டிற்கேற்பப் ‘பாதத் துகள் கதுவ’ அகலிகை கல்லுரு நீத்ததாகக் கம்பனது படைப்புக் காட்டுகின்றது.

இருநூல்களுமே அகலிகை கல்லாகச் சபிக்கப் பெற்றாள் என்பதனை வான்மீகத்தைத் தழுவி உரைக்கின்றன. அதிலும் கல்லாய் மாறிய அகலிகையை ஊணும் நீரும் இன்றி இயற்கை மாற்றங்களுக்கு உட்பட்டுக் கிடப்பாய் எனச் சபித்ததாக ஒரு சிறு மாற்றத்துடன் ‘அத்யாத்மம்’ அமைகின்றது. அகலிகையை அடைய இந்திரன் கௌதம முனிவன் வடிவில் வந்ததாக இரு நூல்களும் எடுத்துக்காட்டுகின்றன. அவன் திரும்பிச் சென்றபோது பூனை வடிவில் சென்றதாகக் கம்பனும் கௌதமனின் வடிவிலேயே சென்றதாக அத்யாத்மமும் காட்டுகின்றன. இந்திரன் பெண்குறியினைச் சாபமாகப் பெற்றதை இரு நூல்களுமே ஒன்றுபோலவே காட்டுகின்றன. கம்பனின் மிகைப்பாடல், ஆயிரம் பெண்குறிகள் என்னும் சாபத்தைத் தேவர்கள் வேண்டிக்கொள்ள ஆயிரம் கண்களாக அவை மாற்றப்பெற்றதாகக் குறிப்பிடுகின்றது.

அகலிகையின் செயல் ‘அத்யாத்ம’த்தில் பழிப்பிற்கு உள்ளாக்கப்படவில்லை. ஆனால் கற்புக் கோட்பாட்டைப் போற்றும் தமிழ்ப் பண்பாட்டிற்கேற்ப கம்பனில், கௌதமன்

கூற்றாக, அகலிகையின் செயல் விலைமகள் அனைய நீயும் (473) என்ற தொடரால் குற்றப்படுத்தப்பட்டும், தக்கது அன்று ஓராள் (470) எனும் தொடரால் விமர்சிக்கப்பெற்றும் அமைகின்றது.

சூர்ப்பநகை – இராமன் உரையாடல்

காப்பியத்தின் அடுத்த கட்ட வளர்நிலைக்கு இட்டுச்செல்லும் முதன்மையான கதைக்களத்தின் நிகழ்வைப் பொறுத்தவரை இரு நூல்களும் வெவ்வேறு நிலையில் தொழிற்பட்டுள்ளன. அவதாரச் சிறப்பை எடுத்துரைக்கும் அத்யாத்மத்தில், 'உலகின் பரம்பொருளின் தாமரை மலர் ஒத்த பாதச் சுவடுகளைக் கண்டு, இராமனின் இருப்பிடம் நோக்கிச் சூர்ப்பநகை சென்றதாகக் காட்டப்படுகின்றது. அங்குச் சென்றவள் இராமனைக் கண்டு தான் யார் என்பதனை விளக்குகின்றாள். இராமன் யார் என்பதனை அறிகின்றாள். இராமனை விரும்புவதாகவும் நீயின்றி வாழ மாட்டேன் எனவும் உரைக்கின்றாள்.

இராமன் சூர்ப்பநகையிடம் தான் திருமணம் ஆனவன். ஆதலால் நீ என்னை மணந்தால் இரண்டாவது மனைவியாக இருக்க நேரிடும். இது உனக்குத் தாங்க இயலாததுக்கத்தை அளிக்கும் என மறுத்து, என் தம்பி இலக்குவன் மிக அழகானவன்; வெளியில் நின்றிருக்கிறான்; அவனைச் சந்திப்பாய் என உரைக்கின்றான். உடன் சூர்ப்பநகை இலக்குவனைச் சந்தித்து மணந்துகொள்ளு மாறு வேண்டுகிறாள்.

இலக்குவன் நான் இவர்களுடைய பணியாளன்; நீ என்னை மணந்தால் நீயும் ஒரு பணிப்பெண்ணாக வாழ நேரிடும் என்று மறுக்கின்றான். மீண்டும் இராமனை நாடிச் செல் என உரைக்க, வெகுண்ட சூர்ப்பநகை சீதையே இதற்குக் காரணம், அவளை அழித்து விடுகிறேன் எனப் பேருரு கொள்ள, நிலைமை விபரீதமாவதை உணர்ந்து இலக்குவன் இராமனது ஆணைப்படி அவளது நாசியினையும் காதினையும் அறுத்து அவமானப்படுத்தித் துரத்துகின்றான். இதுவே அத்யாத்மம் காட்டும் கதைக்களம்.

இராமகாதையோ, கம்பனின் நோக்கத்திற்கு ஏற்ப, இலக்கிய வளத்திற்கேற்ப ஒரு நாடகமாக இந்தக் கதைக்களனை அமைக்கின்றது. இராமனைக் காணும் சூர்ப்பநகை அவனது அழகில் ஈடுபட்டு, அவனை அடைவதற்குத் தன் உருவைக் அழகிய வடிவாக மாற்றிக்கொண்டாள் என்கின்றது 'கம்பராமாயணம்'. இராமனை அணுகும் அவளது வடிவை ஓர் மானின் விழிபெற்று மயில் வந்தது என (2764) கம்பன் வருணிக்கின்றான். சூர்ப்பநகையின் அழகை இராமனும் கண்டதாகக் கம்பன் காட்டுகின்றான். ஆனால் இராமன் காமக்கண் கொண்டு வியப்பதாக அமைக்கவில்லை.

மெய்ஞ்ஞானத்தை உடையவன்; அருள் செய்யும் கண்களை உடையவன்; அவன் அவளை இருகண்களால் எதிர்கொண்டான் எனக் காணும் காட்சியை அமைக்கின்றான்.

விண்அருள வந்தது ஒருமெல் அமுதும் என்ன

வண்ணமுலை கொண்டு இடைவணங்க வருபோழ்தத்து
எண் அருளி ஏழைமை துடைத்து எழுமெய்ஞ்ஞானக்
கண்அருள்செய் கண்ணன் இருகண்ணின் எதிர்கொண்டான்
(2766)

...ஆருழை அடங்கும் அழகிற்கு அவதி உண்டோ
நேரிழையார் யாவர் இவர் நேர் என நினைந்தான் (2767)

இரண்டாவது பாடலில் 'இவள் யார்' என நினையாது, மரியாதை நிமித்தமாக 'வந்தவர் இவர் யார்' என அறிய விரும்பிய செய்தியினைக் குறிப்பாகக் காட்டுகின்றான்.

இருவரது அறிமுகத்தைத் தொடர்ந்து உரையாடல் அமைகின்றது. தன்னை மணந்துகொள்ளுமாறு வேண்டியபோது, 'வருத்தம் நீங்கு அரக்கர்தம்மில் மானிடர் மணத்தல், நங்கை பொருத்தம் அன்று' என மறுக்கின்றான். அவளது கருத்தறிந்து இராமன் கடிந்துகொள்ள, சீதையிருக்கும் வரை தாம் நினைப்பது நடவாது என நினைந்து, சீதை தனித்திருப்பதாகக் கருதி அவளைப் பற்றிச் செல்ல முற்படுகின்றாள். அருகில் காவலிருந்த இலக்குவன் சூர்ப்பநகையைக் கடிந்துகொண்டு அவளது முலையையும் மூக்கினையும் நாசியையும் அறுத்து எறிந்தான். இது கம்பனின் கதைக்களம்.

இருநூல்களும் இராமனை அடைய சூர்ப்பநகை முயன்றதை முன்வைக்கின்றன. 'அத்யாத்மம்' சூர்ப்பநகை தன் வடிவில் செல்வதாகப் படைத்திருக்க, கம்பன் காப்பிய நயத்தை மிகுவிக்க, தலைமைப் பாத்திரத்தின் பண்பை விதந்துரைக்க அரக்க வடிவைத் துறந்து அழகிய பெண்ணுரு கொண்டு சூர்ப்பநகை தோன்றியதாகக் காட்டுகின்றான். மானுட அவதாரமாகப் படைக்கப்பட்ட இராமன் கம்பனில், சூர்ப்பநகையின் அழகிய வடிவைக் காண்பதாகப் படைத்தாலும், 'பிற மாதரை சிந்தையாலும் தொடேன்' என்ற கருத்துடைய இராமன் சூர்ப்பநகையைக் கண்ணால் கண்டதாகக் குறிப்பிடுகின்றான். 'சீதையைக் காணும்போது கண்ட பார்வையைக் கம்பன் அண்ணலும் நோக்கினான் அவளும் நோக்கினாள் எனக் காட்டியிருக்க இச்சூழலில் கண்அருள்செய் கண்ணன் இரு கண்ணின் எதிர்கொண்டான் எனப் படைத்து இராமன் திருமாலின் அவதாரம் எனும் குறிப்பை 'கண் அருள்செய் கண்ணன்' எனும் தொடர்வழி மென்மையாய் வெளிப்படுத்தியிருப்பதை

உணரமுடிகின்றது. மேலும் இக்கதைக்களத்தைப் பயன்படுத்தி ஆணுக்கான கற்புக்கோட்பாட்டை, தமிழ்ப் பண்பாட்டின் உச்சத்தைப் புலப்படுத்தியிருக்கின்றான் கம்பன்.

இரு நூல்களிலும் நாசி, மூக்கு இரு உறுப்புகளும் துணிக்கப்பெறுகின்றன. கம்பனில் கூடுதலாக முலையினை அறுத்தான் எனக் காட்டப்படுகின்றது. 'அத்யாத்ம'த்தில் உறுப்பறுத்தல் இராமனது ஆணையின்படித் தொழிற்படும் இலக்குவனின் செயலாகக் காட்டப்பட, கம்பனில் தானாகச் செயல்படும் இலக்குவனின் தொழிலாகக் காட்டப்பெறுகின்றது.

இதனைத் தொடர்ந்து கரதூடணர் வதை இரு இராமாயண நூல்களிலும் இடம்பெற்றுள்ளது. கம்பனில் கரன், தூடணன், திரிசிரா ஆகியோரை இராமன் தனித்து நின்று அழிப்பதாக எடுத்துரைக்க,'அத்யாத்ம'த்தில் அப்போரின்போது, அருகிருக்கும் குகையில் வைத்துச் சீதையைப் பாதுகாப்பாய். இது என் ஆணை. அதனை மறுக்காது ஏற்றுக்கொள்ள வேண்டும் என இராமன் இலக்குவனுக்குக் கூறுவதாகக் *(3:5:30)* காட்டப்பெறுகின்றது. இராம கதையினை அடுத்த தளத்திற்குக் கொண்டு செல்லும் இக்கதைக்களன் இரண்டு நூல்களிலும் ஒன்றுபோல அமைகின்றன.

இராவணன் – சூர்ப்பநகை உரையாடல்

கரதூடணன், திரிசிரா எனும் இவ்வரக்கர்கள் அழிந்த நிலையில் சூர்ப்பநகை இலங்கை நோக்கிச் செல்கின்றாள். சென்றவள் இராவணன் அவையில் அழுது புலம்புகின்றாள். உனக்குத் தீங்கு செய்தவர் யார் என இராவணன் வினவ, பஞ்சவடியில் நிகழ்ந்தவற்றை எடுத்துரைக்கின்றாள். இறுதியில் இராமனது மனைவி சீதை மிக அழகானவள். அவளை உனது மனைவியாக்க, இங்குத் தூக்கி வர முயன்றேன். அப்போது இராமனது கட்டளைப்படி இலக்குவன் என் காதினையும் மூக்கினையும் சிதைத்துவிட்டான். இராமன் அரைநொடிக்குள் உலகைச் சாம்பலாக்கக் கூடியவன். அவனை நேருக்கு நேராக நின்று போரிட்டு வெல்வது உன்னால் இயலாது. ஆதலின் தந்திரத்தால் சீதையைக் கவர்ந்து வருவாய் எனக் குறிப்பிடுகின்றாள்.

இரவு தனித்திருக்கும் இராவணன், மானிடர் இருவர் கரதூடணரைக் கொல்லுதல் என்பது இயலாத ஒன்று. ஆயினும் வினை நிகழ்ந்து இருப்பதால், இச்செயலை முடித்திருக்கும் மானுடன் பரம்பொருளே. பக்தி மார்க்கத்தில் சென்று பரம்பொருளை அடைவதற்குக் காலம் நீண்டதாக அமையும். ஆதலின் பரம்பொருளான இராமனைப் போரில் எதிர்த்து அவனை அடைதலே சிறந்த வழி என்று எண்ணிச் சீதையைக் கவர்ந்து

வர வேண்டும் என முடிவு செய்கின்றான். அவனது நோக்கம் சீதையை அடைய வேண்டும் என்பதல்ல. இது 'அத்யாத்மம்' அமைக்கும் கதைக்களன்.

கம்பனோ, சூர்ப்பநகையின் நிலையினைக் கண்ட இராவணன் உன்னை இப்படிச் செய்தவர்கள் யாரென வினவ, இரு மானுடர்களால் இந்நிலைக்கு ஆளாக்கப்பட்டேன் எனக் கூறுகின்றாள். நடந்த உண்மையைக் கூறுமாறு இராவணன் வினவுகின்றான். அரக்கர்களை அழிப்பதை நோக்கமாகக் கொண்ட இராமன் இலக்குவன் ஆகிய இருவரும் கரன், தூடணர், திரிசிரா ஆகியோரைக் கொன்றனர். ஒரு வில்லால் மூன்று நாழிகைப் பொழுதில் அரக்கரை அழித்தான் என இராவணனுக்கு எடுத்துரைக்கின்றாள். சினத்தின் உச்சத்தில் இருந்த நிலையிலும் கம்பன் படைத்த இராவணன் தன்நிலை தவறாது, நீ இழைத்த பிழை என்ன என்று வினவ, யாராலும் எழுதவியலாத தன்மையனான இராமனோடு இருந்த அழகிய பெண்ணால் ஏற்பட்டது என்று கூறுகின்றாள். சீதையைப் பலவாறு வருணிக்கின்றாள்.

இராவணன் சூர்ப்பநகையின் பேச்சைக் கேட்டுக் காமமானது தகைக்க, இறுதியாக மாரீசனை அழைக்கின்றான். மாரீசனிடம் சீதையைத் தூக்கி வர ஆலோசனை கேட்கின்றான். அதற்கு மாரீசன் இது யாருடைய அறிவுரை, உனக்கு இங்குள்ள உட்பகைவர் யாவர்? அவரது அறிவுரை உனக்குத் தீமையைத் தரும். அதனை விடுத்து நிற்பாய் என அறவுரை பகர்கின்றான். தன்னைச் சினந்த இராவணனை வணங்கி, 'நெஞ்சம் தருக்கினர் அழிவர்' என்ற தத்துவம் உண்மையானது அன்றோ(3267:1–2) என்று நினைந்து தான் உதவுவதாக ஒப்புக்கொண்டான். இது கம்பன் அமைக்கும் கதைக்களன்.

இவ்விரு நூல்களும் இப்பகுதியை விரிவாக எடுத்துரைக் கின்றன. கம்பனில் இராவணன் திருவோலோக்கச் சிறப்பு படைக்கப்பெற்றிருப்பது போல அத்யாத்மத்தில் இல்லை. அதேபோல், கம்பன் படைத்த இராவணன் சினத்தின்பாற்பட்ட நிலையிலும், தன் தங்கை செய்த பிழை என்னவென வினவுமாறு படைத்திருப்பது இராவணனின் மாட்சியைக் காட்டுகின்றது. இரு நூல்களும் சீதையைக் கவர வேண்டுமென இராவணன் விரும்புவதாகப் படைத்திருப்பினும், 'அத்யாத்ம'த்தில், சீதையை அடைய வேண்டும் எனும் நோக்கத்தைவிட, பரம்பொருளான இராமனை எதிர்க்கச் சீதையைக் கவர வேண்டும். ஒருவேளை இராமன் அழிந்தால் சீதையுடன் வாழலாம். இல்லையெனில், மோட்சத்தை அடையலாம் என எண்ணுவதாகக் காட்டப் பெறுகின்றது.

இராமன் பரம்பொருளின் அவதாரம் என்பதனைத் தொடக்கம் முதல் உணர்ந்து இராவணன் செயற்படுவதாக 'அத்யாத்மம்' காட்டுகின்றது. பேராசிரியர் அ.அ. மணவாளன் அவர்கள், "எழுத்தச்சன் இராமாயணம் வடமொழி அத்யாத்ம இராமாயணத்தை அடியொற்றி அமைவ"தாகக் குறிப்பிட்டு, "இந்த நூல்களில் பாத்திரங்களே தம்முடைய இறந்தகால மற்றும் எதிர்கால விளைவுகளை அறிவன போலவும், தத்தம் மானுட மற்றும் அவதாரப் பண்புகளை உணர்ந்து செயலாற்றுவன போலவும் படைக்கப்பட்டுள்ளன. அதாவது இராமகாதை ஒரு தொன்மையான காப்பியம் என்னும் தன்மையிலிருந்து விலகிப் புராணப் பண்பை நோக்கி நகர்வது போன்றதோர் உணர்வை வாசகர் உள்ளத்தே இந்நூல்கள் ஏற்படுத்துகின்றன" *(2005, ப. 381)* எனக் குறிப்பிட்டிருப்பது மேற்காணும் கருத்திற்கு வலுசேர்க்கின்றது.

இராவணன் சீதையைக் கவர்ந்து செல்லல்

மாரீசனை இராவணன் அணுகுதல், மாரீசன் இராவணனுக்கு அறிவுரை கூறுதல், அவன் கருத்தை ஏற்றல், மானாகச் செல்லுதல், இராவணனின் அறிவுரைபடிச் சீதையின் கவனத்தைத் தன்பால் ஈர்த்தல், மானைப் பின்தொடர்ந்து இராமன் செல்லுதல், திட்டப்படி மாரீசன் அலறுதல், சீதை இராமனுக்கு நிகழ்ந்தது அறியச் செல்லுமாறு கடிந்து கூறுதல், இராவணன் வேற்றுரு பூண்டு வருதல், சீதையுடன் உரையாடுதல், தன் உருவை வெளிப்படுத்திச் சீதையைக் கவர்தல் என அத்யாத்மத்தில் அமைந்திருப்பதைப் போன்றே கம்பனிலும் இடம்பெற்றுள்ளன. அத்யாத்மம் மட்டும் ஏற்கனவே மாரீசன் மான் உரு கொண்டு இராமனைத் தாக்கியதாகப் படைத்திருப்பது புதியது. இரு நூல்களிலும் இருக்கும் மிகமிக நெருங்கியத் தொடர்பு இராவணன் சீதையை நிலத்தோடு பெயர்த்துச் சென்றான் என்பது.

கம்பனும்,

ஆண்டு ஆயிடை தீயவன் ஆயிழையைத்
தீண்டான் அயன்மேல் உரை சிந்தைசெயா
தூண்தன்னனல் ஆம் உயர்தோள் வலியால்
கீண்டான் நிலம் யோசனை கீழொடு மேல் (3390)

என அத்யாத்மத்தைப் போன்றே காட்சிப்படுத்தியிருப்பது இருமொழிகளுக்கிடையிலும் காணப்பெறும் பண்பாட்டுப் பொதுமைக்குச் சான்றாக அமைகின்றது. ஏனெனில், இராவணன் சீதையைக் கவர்ந்து செல்வதற்கு முன், ஒருநாள் சீதையைத் தனியே அழைத்த இராமன், 'தசரத புத்திரியே, என் வார்த்தைகளைக் கேள். இராவணன் துறவி வேடத்தில் உன்னை அணுகுவான். அதனால், நீ உன் மாயா வடிவினைப் புறவுலகில் விடுத்து, உண்மையான

வடிவினைத் தீயினுள் மறைத்துக்கொள்வாய். ஒரு வருட காலத்திற்கு மறைந்து இருப்பாய். இராவணன் கொல்லப்பட்ட பின்னர் மீண்டும் என்னை வந்தடைவாய்' எனக் கூறுவதாக அத்யாத்மம் காட்டுகின்றது. எனவே, இராவணன் கவர்ந்து சென்றது மாயா சீதையாக இருப்பினும், 'அத்யாத்மம்' அவளைத் தொடாமல் நிலத்தைக் கீண்டு கவர்ந்து சென்றான் எனப் படைத்திருப்பது தனிச்சிறப்பு. மேலும் தன்னால் பாதுகாக்கப்படுபவள் மாயா சீதை என்பது காக்கும் இலக்குவனனும் அறியாத ஒன்றாக 'அத்யாத்மம்' காட்டுவதும் புதியது.

இராவணன் சீதையைக் கவர்ந்து செல்லும்போது வாய்விட்டு அரற்றிச் செல்லும் சீதை, தன் அணிகலன்களைச் சில குரங்குகள் தங்கியிருக்கும் குன்றினை நோக்கி எறிந்து சென்றாள் என 'அத்யாத்மம்' குறிப்பிடுகின்றது. இச்செய்தி 'வான்மீக'த்திலும் இடம்பெற்றிருக்கின்றது. ஆனால் இக்காட்சி கம்பனில் இடம்பெறவில்லை. ஆயினும் இதே காட்சி, 'புறநானூ'ற்றில் உவமையாக வருகிறது.

> கடுந்தெறல் இராமனுடன் புணர் சீதையை
> வலித்தகை அரக்கன் வௌவிய ஞான்றை
> நிலம்சேர் மதர்அணி கண்ட குரங்கின்
> செம்முகப் பெருங்கிளை இழைப் பொலிந்தாங்கு
> அறாஅ அருநகை இனிது பெற்றிகுமே (புறம். 378:17–21)

கம்பனில் இடம்பெறாத 'புறநானூ'ற்றுக் காட்சி தமிழிலிருந்து வடமொழிக்குச் சென்றதா, வடமொழியிலிருந்து தமிழுக்கு இயன்றதா என்பதற்கு இங்குப் போதிய தெளிவான அகப்புறச் சான்றுகள் இல்லை. அதனை உணர்ந்துகொள்வது ஒரு தனித்த ஆய்விற்குரியதுமாகும். இருப்பினும் இவ்விரு செவ்வியல் மொழிகளின் நெருங்கிய இலக்கிய உறவினை உணர்ந்து கொள்வதற்கு உரிய ஒரு சிறுவிதை என இந்தக் காட்சியினைக் கூறலாம்.

கம்பனில் இந்தக் காட்சியமைப்பு சீதையைக் கவரும்போது இடம்பெறவில்லையே தவிர காப்பியத்தில் பின்னர் எடுத்துரைக்கப்பெறுகின்றது. இராமனுக்குச் சுக்கிரீவன் சில அணிகளைக் காட்டி, இவை சீதையின் அணிகலன்களா என்பதைப் பார்த்துக் கூறுக என வேண்டுவதை,

> இவ்வழி யாம்இயைந்து இருந்தது ஓர்இடை
> வெவ்வழி இராவணன் கொணர மேலைநாள்
> செவ்வழி நோக்கி நின்தேவியே கொலாம்
> கவ்வையின் அரற்றினள் கழிசேண் உளாள் (3902)

உழையரின் உணர்த்துவது உளதுஎன்று உன்னியோ
குழைபொரு கண்ணினாள் குறித்தது ஓர்ந்திலம்
மழைபொரு கண்இணை வாரியோடு தன்
இழைபொதிந்து இட்டனள் யாங்கள் ஏற்றனம் (3903)

என வரும் பாடல்கள் வாயிலாகப் படைத்துக் காட்டும் கம்பனின் இக்கதைக்கள நிகழ்வை அத்யாத்மமும் அமைந்திருக்கின்றது.

திரிசடை கனவு

'அத்யாத்ம' சுந்தரகாண்டத்தில் மிக இன்றியமையாத பகுதி திரிசடை கனவு. அரக்கியர் சீதையைத் துன்புறுத்தியபோது, அவர்களைத் தடுத்து அறிவுறுத்தும் திரிசடை சீதையிடம் தான் கண்ட கனவைத் தெரிவிக்கின்றாள். கனவில், இராம இலக்குவர்கள் இலங்கையைத் தீ வைத்து அழித்ததாகவும் போரில் இராவணன் கொல்லப்பட்டதாகவும் இராமன் உயர்ந்த மலை முகட்டில் அமர்ந்திருக்க, சீதை அவனது மடியில் இருந்ததாகவும் கூறுகின்றாள். மேலும் மற்றொரு புறம், இராவணன் எண்ணெய் பூசிய நிலையில் நிர்வாணமாய் இருக்கக் கண்டேன் என்கின்றாள். இராவணனது தலையாலாகிய மாலையை அவனே கையில் ஏந்தியபடி சாணத்தின் குழிக்குள் தன் மகன், பேரர்களுடன் அமிழ்ந்துபோவது போலவும் விபீஷணன் இராமனது பாதங்களைப் பக்தியுடன் ஆராதித்து சேவை புரிவது போலவும் கனவு கண்டேன். ஆதலின் இராவணன் ஆட்சி அழிந்து விபீஷணன் ஆட்சி ஏற்படும் என்பது உறுதி. இராமன் மீண்டும் உன்னைத் தன் நகருக்கு அழைத்துச்செல்வான். இது கட்டாயமாக நிறைவேறும் என்று கூறுகின்றாள் (5:2:49–54). இவ்வாறு ஆறு சுலோகங்களில் 'அத்யாத்மம்' திரிசடை கனவை விவரிக்கின்றது.

கம்பனில் ஐந்தாவது காண்டத்தில் மூன்றாவது படலத்தில் 369 தொடங்கி 381 வரை (கொடுக்கப்பெற்றிருப்பது படல பாடல் எண்) பதிமூன்று பாடல்களில் கனவு காட்டப்பெறுகின்றது. தமிழ்க் காப்பியங்களில் இத்தகைய நீண்ட கனவு இடம்பெற்றதில்லை. இராமகாதையே 52 அடிகளில் ஒரு கனவினைப் படைத்துக் காட்டுகின்றது. திரிசடையிடம் தன் இடக்கண் துடித்ததாகச் சீதை குறிப்பிடுமிடத்துத் திரிசடை, "தாயே!" என விளித்து "நீ துயிலவில்லை யாதலின் கனவு காணும் வாய்ப்பு உனக்கு இல்லை. ஆதலால் நான் கண்ட கனவினைக் கேட்பாயாக" என உரைக்கத் தொடங்குகின்றாள்.

இரு நூல்களிலும் கனவு இடம்பெறுகின்றது. ஆனால் கனவுக் காட்சிகள் மாறுபட்டு அமைகின்றன. இருநூல்களும் இராணவனின் வீழ்ச்சியையும் சீதை, விபீடணன் ஆகிய இருவரும் பெறப்போகும் நன்மையையும் எடுத்து விளக்குவதில்

பொதுமைத் தன்மையோடு அமைகின்றன. ஆனால் கம்பனில் அத்யாத்மத்தைவிட இராவணனின் வீழ்ச்சி மிக விரிவாக வருணிக்கப்படுகின்றது. அத்துடன் குறியீடாகச் சீதையின் மீட்பும் இராம இலக்குவர் வெற்றியும் உணர்த்தப்பெறுகின்றது. அத்துடன் அறத்தின்பாற்பட்டு நிற்கும் விபீடணன் பெறும் நன்மையும் எடுத்துரைக்கப்பெறுகின்றது. அத்யாத்மத்தில், சுருக்கமாக ஆனால் இம்மூன்று செய்திகளும் தெளிவுறப் படைக்கப்பெற்றுள்ளன.

இந்திரசித்து அழிவு

நிகும்பிலை யாகம் செய்து முடித்துவிட்டால் இந்திரசித்தை அழிக்க இயலாது. ஏனெனில் யாருடைய கண்ணுக்கும் அவன் புலப்படமாட்டான். இலக்குவனை அனுப்பினால் அவனை அழிப்பான் எனக் கூறுகின்றான் விபீஷணன். அப்போது இலக்குவன், "நானே அரக்கர்களை அழித்தொழிக்க இயலும்" என மறுமொழி கூறுகின்றான். அதற்கு விபீஷணன், எவன் பன்னிரண்டு ஆண்டுகள் ஊண் உறக்கமின்றி இருக்கிறானோ அவனே பிரம்மன் அளித்த வரத்தின்படி இந்திரசித்தை அழிக்க இயலும். ஆதலின் இலக்குவனே இதற்குத் தகுதியானவன் என்று கூறுகின்றான். இப்படி, இரு இராம காதைகளில் இலக்குவனுக்கு ஏற்றம் தருவதாய் 'அத்யாத்மம்' அமைகின்றது.

கம்பனில் நிகும்பலை யாகம் நிகழ்வு வருகிறது. அதனை அழிக்கப் படையுடன் இலக்குவன் செல்லும் காட்சியும் உண்டு. ஆனால் அத்யாத்மம் தரும் இச்செய்தி கம்பன் காட்டாத ஒன்று.

இரணியவதம்

பிற இராம காதைகளில் இல்லாத 'இரணிய வதை' பகுதியைக் கம்பன் படைத்துள்ளான். திருமாலின் எட்டெழுத்து மந்திரத்தின் பெருமையையும், எங்கும் நிறைந்திருக்கும் பரம்பொருளின் உன்னதத்தையும் 'இரணிய வதைப்படல'த்தின் வாயிலாக எடுத்துரைக்கின்றது. இக்கதை 'வான்மீக'த்தில் இல்லாதது. 'வான்மீக'த்தை மூலநூலாகக் கொண்டு எழுந்த கம்பன் இக்கதையினை எங்கிருந்து பெற்றான் என்பதும் தெரியவில்லை. இன்றுவரையிலும் ஆய்விற்குரிய ஒன்றாகவே இப்பகுதி இருந்து வருகிறது. 'நரசிம்ம புராண'த்தின் தாக்கமாகக் கூட இருந்திருக்கலாம். முடிந்த முடிபாக கூறவியலாது. இது ஒரு தனித்த ஆய்வாக அமைய வேண்டியது.

விபீஷணன் இராவணனிடம் "நீ செய்வது அறமல்ல. கற்பின் கனலியை இராமனிடம் திருப்பி அனுப்புவதே நன்மையைத் தரக்கூடியது" என்ற அறிவுரை பகரும்போது, இரணிய வதையினை எடுத்துரைக்கின்றான். அதைப் போலவே, 'அத்யாத்ம'மும்

இரணியனைப் பற்றிப் பேசுகின்றது. இராவணனுக்கு அறிவுரை கூறும் நிலையில் இரணியன் குறித்த செய்தி இடம்பெறுகின்றது. ஆனால் எடுத்துரைப்பவர் இராவணனின் மனைவி மண்டோதரி. நான் கூறும் உண்மைகளை அறிந்து செயல்படுவாய் எனத் தொடங்கும் மண்டோதரி, இராமன் பரம்பொருளின் அவதாரம் எனக் குறிப்பிட்டு, சீதையை இராமனிடத்தில் ஒப்படைப்பாய்; பின், விபீஷணனுக்கு இந்த இலங்கை அரசைக் கொடுத்து, காடு சென்று துறவு வாழ்வை மேற்கொள்வோம் எனக் குறிப்பிடுகிறாள். அந்த அறிவுரையின்போது 'மனிதனும் சிங்கமுகமாகத் தோன்றி இரணியனை வதைத்தது இராம வடிவு எடுத்து வந்த இராமனே' என உணர்த்துகின்றாள்.

'அத்யாத்ம'த்தின் ஒரு சிறு குறிப்பாக விழுந்த இவ்விதை கம்பனில் கிளைத்து மிகப் பெரிய கதைக்களத்திற்குக் காரணமாக இருந்திருக்கலாமா என்ற வினா எழுகின்றது. யூகமே, இருப்பினும் இது சிந்தனைக்கும் மேலாய்விற்கும் உரியது.

இராம – இராவணப் போர்

இராம – இராவணப் போர் நிகழும்போது, இராவணன் தனித்து நின்று இராமனோடு போர் புரிகின்றான். பெருங்காற்றினால் தாக்கப்பட்ட பூளை மலர்களைப்போலப் படைகள் சிதைந்து போனதைக் கண்டாய். ஆகையால் போரில் நினது படைகளை இழந்த நீ இன்று சென்று நாளை நடைபெறும் போருக்கு வருவாய் எனத் தன்முன் நின்ற இராவணனை நோக்கி,

> இராமன் கூறுவதனை,
> பூளை ஆயின கண்டனை, இன்று போய் போர்க்கு
> நாளை வா என நல்கினான்... (7271: 2–3)

எனும் அடிகள் வாயிலாக உணரலாம். 'திருவாய்மொழி' ஈடு. 9:10:2க்கு நம்பிள்ளை விளக்கம் தரும்போது, இந்நிகழ்ச்சியைக் குறிப்பிட்டு இத்தொடருக்கு, "இராட்சஷேஸ்வரனான இராவணனே! போரில் அடிப்பட்ட நீ போ என்று அனுமதி தருகிறேன். இலங்கைக்குள் சென்று சிரமத்தைப் போக்கிக்கொண்டு, வில்லோடும் தேரோடும் கூடினவனாய் மீண்டும் வா." என விளக்கம் அளிக்கின்றார்.

அதே கதைக்கள நிகழ்ச்சியில், 'அத்யாத்மம்' ஆயுதங்களை இழந்து நிற்கும் இராவணனை நோக்கி இராமன் பேசும்போது,

> प्रविश्यलङ्कामाशवासयशवःपशयसिवलंमम।। *(6:6:30)*

குறிப்பிடுவதாக அமைகின்றது. இத்தொடரை மொழிபெயர்த்திருக்கும் மொழிபெயர்ப்பாளர் "*As you are terribly distressed by the wounds caused by my arrows, I let you go now. Go to Lanka and take rest. Tomorrow you shall have more experience of my prowess"* என விளக்கம் அளித்துள்ளார். இவ்விரு நூல்களின் பகுதிகளையும் காணும்போது இரண்டும் 'இன்றுபோய் நாளை வா' என்னும் தொடரின் பொருளை முழுமையாய் உள்ளடக்கி நிற்பதை உணரமுடிகின்றது. மொழிகள் வேறுபட்டிருக்கலாம். ஆனால் கருத்துப் பொருண்மையை வெளியிடுகையில், இருமொழி இலக்கியங்களுக்கும் இடையில் அமைந்த தனித்துவத்தைக் காணமுடிகின்றது.

சகோதரத்துவம்

இவ்விரு நூல்களிலும் சகோதரத்துவம் போற்றப்படுகின்றது. 'அத்யாத்ம' யுத்தகாண்டத்தின் நிறைவில், அயோத்தி நோக்கி இராமன் திரும்பும் நிலையில், அங்கு வரும் சுக்கிரீவனை மரியாதையுடன் வரவேற்று உரையாடும் பரதன், அவனை நோக்கி, 'எங்கள் நால்வருக்கும் ஐந்தாவது சகோதரன் நீ' *(6:14:90)* என்று கூறுவதாகப் படைத்திருக்கின்றது. கம்பனோ, 'யுத்த காண்ட'த்தின் வேள்விப் படலத்தில், விபீடணனிடத்தில் இராமனின் கூற்றாக,

குகனொடும் ஐவர் ஆனேம்முன்பு பின்குன்று சூழ்வான்
மகனொடும் அறுவர் ஆனேம் எம்முழை அன்பின்வந்த
அகன்அமர் காதல்ஐய நின்னொடும் எழுவர் ஆனேம்
புகல்அருங்கானம் தந்து புதல்வரால் பொலிந்தான் நுந்தை
(6507)

எனப் படைக்கின்றான். சுக்கிரீவன் ஆறாவது சகோதரன் என உரைக்கின்றான். நட்பும் உணர்வும் மணம் மாறாமல் இருநூல்களிலும் இடம்பெற்றிருக்கின்றது. நட்பைப் போற்றும் இடம் 'யுத்தகாண்ட'மாக இருநூலிலும் அமைந்திருக்கின்றது. ஆனால் ஒன்றில் காப்பிய நாயகனும் மற்றொன்றில் காப்பிய நாயகனின் தம்பியும் எனக் 'கூறும் பாத்திரப் படைப்பு' மட்டுமே மாற்றம் பெற்றமைகின்றது. காலத்தால், இடத்தால், மொழியால் மாறுபட்டிருந்தாலும் ஏற்றத்தாழ்வு காணாமல் நட்பைப் போற்றும் இந்திய மரபினை இவ்விரு நூல்களும் அதுவும் 'யுத்த காண்ட'த்தில் அமைத்திருப்பது போற்றத்தக்கது. இவ்வாறு இவ்விரு நூல்களின் ஒப்புமைத் தன்மையினைக் குறித்துக்கொண்டே செல்லலாம்.

நிறைவாக ...

இதுவரை இரு நூல்களிலும் காணப்பெறும் பெயரிடும் முறை, காப்பிய பாவிகம், காப்பிய அமைப்பு, காப்பியக் கட்டுக்கோப்பின் கதைக்களம் ஆகியன இயன்றவரையில் ஒப்பீட்டு அடிப்படையில் ஒத்துநோக்கப்பெற்றன. இன்னும் இவ்விரு

நூல்களிடையே காணலாகும் இலக்கியச் சுவை, வருணனை, உவமை, தத்துவம், சமய நுட்பங்கள், கூற்றுகள், அடைகள், பாத்திரப்படைப்புகள், மொழியமைப்பு ஆகியன மேலாய்விற்கு இடமளிப்பனவாக அமைகின்றன.

பயன்கொண்ட நூல்கள்

முதன்மை நூல்கள்

கம்பராமாயணம் மூலம் முழுவதும், ச.வே.சுப்பிரமணியன், (பதிப்பாசிரியர்), சென்னை: மணிவாசகர் பதிப்பகம், 2008.

'Adhyatma Ramayana Original Sanskrit with English Translation', Swami Tapasyananda, Chennai: Sri Ramakrishna Math, 2006.

துணை நூல்கள்

'இராமகாதையும் இராமாயணங்களும்', அ.அ.மணவாளன், சென்னை: தென்னக ஆய்வு மையம், 2005.

'இலக்கிய ஒப்பாய்வு காப்பியங்கள்', அ.அ.மணவாளன், சென்னை: என்.சி.பி.எச், 2005.

'தமிழ்க் காப்பியங்களில் கனவு உத்திகள்', ந.தேவி, சென்னை: மெய்யப்பன் பதிப்பகம், 2010.

'Encyclopedia Americana', Vol.Vii, c: Hugh Holman, E.A. International Edition, (1829), 1997.

பார்வை நூல்கள்

'கம்பன் புதிய பார்வை', அ.ச. ஞானசம்பந்தன், சென்னை: கங்கை புத்தக நிலையம், 2003.

'கம்பன் களஞ்சியம', ச.சிவகாமி, சென்னை: உலகத் தமிழாராய்ச்சி நிறுவனம், 2009.

Contribution of Tamil Nadu to Sanskrit', by C.S.Sundaram, Chennai: Institute of Asian Studies, 1999.

33

பண்பாட்டுத் தளத்தில் தமிழ்மரபும் வடமரபும்

பக்தவத்சல பாரதி

இந்தியப் பண்பாட்டு உருவாக்கத்திலும் அதன் நீண்ட, நெடிய, தொடர்ச்சியான அசைவியக்கத்திலும் நெருங்கித் தொழிற்பட்டு வந்தவர்கள் திராவிடம், இந்தோ – ஆரியன் (Indo - Aryan), ஆஸ்ட்ரோ – ஏசியாட்டிக் (Austro - Asiatic), திபேத்தோ – பர்மன் (Tibeto - Burman) ஆகிய நான்கு மொழிக்குடும்பங்களைச் சேர்ந்தவர்கள். ஐந்தாம் மொழிக்குடும்பத்தாராகிய அந்தமான் மொழிகளைப் பேசுவோர் இந்தியத் துணைக்கண்டத்திலிருந்து ஒதுங்கி வாழ்ந்து வந்துள்ளனர்.

வரலாற்றுக்கு முந்தைய காலத்திலிருந்தே திராவிடர்கள் இந்தியத் துணைக்கண்டம் முழுவதும் பரவி வாழ்ந்துள்ளனர். பிராகுயி மொழி பேசுவோர் இந்தியாவிற்கு வெளியிலும் (இன்றைய பாகிஸ்தான்) பரவி வாழ்ந்தனர். இன்றுங்கூட கோண்டு (Gond), கோந்த் (Khond), கோலமி, பர்ஜி, மால்டோ, பஹாரியா, கதபா முதலான திராவிடத் தொல்குடியினர் மத்திய வட இந்தியாவில் வாழ்ந்து வருவது, பண்டைய திராவிடர்கள் அகண்ட பாரதத்துக்குரியவர்கள் என்பதைப் பிரதிபலிப்பதாகும். இன்று தமிழர்கள் பேசும் கிளைமொழிகளின் எண்ணிக்கை ஆறாக இருக்க, கோண்டுகள் பேசும் கோண்டி கிளைமொழிகளின் எண்ணிக்கை பத்தாக உள்ளது

(உமாமகேஸ்வர் ராவ், 2008). இது பூர்வகாலப் பரந்துபட்ட திராவிடத் தொன்மையைக் காட்டுகிறது. கோந்த் பழங்குடியினர் ஐந்து மொழிகளைப் பேசுகின்றனர் (இராமகிருஷ்ணா ரெட்டி, 2001). இந்தவகையில் இந்தியாவில் பேசப்படும் திராவிடப் பழங்குடி மொழிகள் நம் கவனத்தைக் கோருகின்றன.

இந்தோ – ஆரிய மொழிக்குடும்பத்தைச் சேர்ந்த சமஸ்கிருதம் ஒலி, எழுத்து, சொல் (இலக்கணம்), பொருள் ஆகிய அனைத்திலும் ஒரு தனித்த மொழிக்குடும்பத்தைச் சேர்ந்தது. அவ்வாறே தமிழும் ஒரு தனித்த குடும்பத்திற்குரியது.

மொழிகள் காட்டும் இந்த வேறுபாடுகள் மற்ற தளங்களிலும் வெளிப்படுமல்லவா? தொடக்கத்தில் 'திராவிடம்' என்பது ஒரு வரலாற்று மொழியியல் கருத்தினமாகவே இனங்காணப்பட்டது. 'திராவிட மொழிக்குடும்பம்' என்று பிரான்சிஸ் எல்லிஸ் என்பவரால் 1816இல் முன்மொழியப்பட்ட இக்கருத்தினமானது, பின்னர்ப் பண்பாட்டிற்கும் பொருந்தி வந்ததை ஆய்வுகள் நிரூபித்தன. 'திராவிடப் பண்பாடு' என்ற தனித்துவமான இனமரபியல் ஒழுங்குமுறைகள் கண்டறியப்பட்டன. இவை சமூகம், திருமணம், உறவுமுறை, சமயம், சடங்குகள், வழிபாடு, தேவகணம், விழாக்கள் என எண்ணற்ற உள்தளங்களில் இனங்காணப்பட்டன.

இயல் மரபும் அயல் மரபும்

மொழி மரபாகவும் பண்பாட்டு மரபாகவும் அறியப்படுகின்ற திராவிடம் இயல் மரபுக்குரியது. இது ஓர் அகவயமான (endogemous) தோற்றத்தையும் வளர்ச்சியையும் கண்டிருக்கிறது. முன்வரலாற்றுக் காலம் தொடங்கி வரலாற்றின் எல்லாக் கட்டங்களிலும் இது இந்தியத் துணைக்கண்டத்தில் வியாபித்துக்கொண்டிருக்கிறது. மாறாக, ஆரியம் அயல் மரபுக்குரியது.

ஆரியம் பற்றிய புரிதல் மிக விரிவாக அறியப்பட வேண்டிய ஒன்று. அது ஈரானில் 'அவஸ்தா' (Avesta) என்பதிலிருந்தும் இந்தியாவில் வேத நூல்களிலிருந்தும் தொகுத்து அறியப்பட வேண்டும். இன்று ஆரியர் என்று சொல்லப்படுபவர்கள் சமஸ்கிருதம் அறிந்தவர்களின் வழித்தோன்றல்கள் என்பது ஒரு பொதுவான கருத்தாகும். உண்மையில் சமஸ்கிருதத்திற்கு மூலமாக இருந்த பிராகிருத மொழிச் சமூகத்தார் என்று கூறுவதே சரியான கூற்றாகும். சமஸ்கிருதமானது ஈரான் வழியாக இந்தியா வந்தடைந்தது. இந்து மதத்தின் புனித நூல்கள் இம்மொழியில் எழுதப்பட்டுள்ளன. இன்று வடஇந்தியாவில் பேசப்படும் நவீன மொழிகளும் இலங்கையில் பேசப்படும்

சிங்களமும் லட்சத்தீவுகளில் பேசப்படும் மஹல் மொழியும் சமஸ்கிருதத்திலிருந்து தோன்றியவையாகும்.

சமஸ்கிருதம் இந்தோ – ஆரிய மொழிக்குடும்பத்தைச் சேர்ந்த மொழி. இம்மொழிக்குடும்ப மொழிகளோடு அது 'இனவுறவு' *(genetic relation)* கொண்டிருக்கிறது. பெர்சிய மொழிகூட இவ்வுறவுடைய ஒரு மொழியாகும். அது அரேபிய வரிவடிவத்தில் எழுதப்படும் ஒரு வகையினமாக மாறிவிட்டாலும் அரேபியத்தோடு நெருக்கமான இனவுறவுடையதல்ல என்பதும் கவனத்திற்குரியது.

ஆரியர் என்பது 'ஆர்யா' எனும் சமஸ்கிருதச் சொல்லிலிருந்து ஏற்பட்டதாகும். இது பண்டைய நாட்களில் சமஸ்கிருத மொழி பேசுவோர் மற்ற மொழிச் சமூகத்தாரிடமிருந்து தங்களை வேறுபடுத்திக் காட்டுவதற்காகப் பயன்படுத்திய சொல்லாகும் (மேலது: *xviii*). ஈரானியர்களும் இச்சொல்லைப் பயன்படுத்தியிருக்கிறார்கள். ஆரியர்களின் தேசம் எது என்பதைக் கூறும்போது 'ஆர்யா' என்று குறிப்பிட்டார்கள். இந்தோ – ஐரோப்பிய மொழிகளைப் பேசிய பண்டையக் கால மக்கள் 'ஆர்யர்' என்று அழைக்கப்பட்டார்கள் என்று அறிஞர்கள் சிலர் கருதுகின்றனர். ஆரியர்களை ஓர் ஒன்றுபட்ட இனத்தாராகவோ தூய இரத்தவழியில் வரும் மக்களினத்தாராகவோ கருதுவதைவிடச் சமயம், மொழி ஆகிய இரண்டாலும் உருவான பண்பாட்டு அடையாளத்தைக் கொண்டவர்கள் எனலாம். உடற்கூறு சார்ந்த அல்லது இன அடையாளம் சார்ந்த கூறுகளை ஆரியர் எனும் சொல் கொண்டிருக்கவில்லை.

ஆதலின் ஆரியம், திராவிடம் எனும் இரண்டையும் புலமைத்தளத்தில் நின்று ஆராய வேண்டும். மொழியியல், வரலாற்றியல், இலக்கணவியல், இலக்கியவியல், சமயவியல், தத்துவவியல் எனத் தொடர்புடைய பல்வேறு துறைகளின் ஊடாக ஆராய வேண்டியது அவசியமாகும். மானிடவியல் புலத்தின் வழியாக ஆராய்வது இன்னுமொரு கூடுதல் பார்வையைத் தரவல்லது. இதுவரை 'திராவிட மொழியியல்' எனும் ஓர் ஆய்வுப் புலம் உருவாகியுள்ளது. செக்கோஸ்லோவேகிய அறிஞர் கமில் சுவலபில் 'திராவிட மொழியியல்' *(Dravidian Linguistics, 1990)* எனும் தலைப்பில் மிகச் சிறந்ததோர் ஆய்வினைச் செய்துள்ளார். இக்கட்டுரை ஆசிரியரின் 'திராவிட மானிடவியல் (2014) பண்பாடு', சமூகம் சார்ந்த முக்கியமானதோர் ஆய்வாகும்.

இன்று மிகவும் அரசியல்வயப்பட்டுள்ள நிலையில் ஆரியம், திராவிடம் பேசப்படுகிறது. இவற்றைத் தாண்டிப் புலமைநெறியில்

நின்று ஆராய வேண்டியுள்ளது. அப்போதுதான் பண்பாடுகளில் உயர்வு, தாழ்வற்ற நோக்கு நிலையைக் காண முடியும்.

ஆரியம் உயர்ந்ததென்றோ, திராவிடம் தாழ்ந்ததென்றோ அல்லது திராவிடம் உயர்ந்ததென்றோ, ஆரியம் தாழ்ந்ததென்றோ மானிடவியல் பேசுவதில்லை. ஒவ்வொரு பண்பாடும் அதனளவில் சார்புடையது. அதில் அதற்கான தனித்துவங்களும் இருக்கும், உலகளாவிய சில பொதுமைகளும் இருக்கும். ஆக இந்தியா என்ற தேசத்தைப் 'பன்மொழிகளின் பிரதேசம்' என்றும், 'பல பண்பாடுகளின் பிரதேசம்' என்றும் ஒருபுறம் அணுக வேண்டும். அதில் திராவிடம், ஆரியம் தொழிற்படும் முறைகளை மறுபுறம் ஒப்பிட்டுக் காணவேண்டும். எனினும் பண்பாடு களுக்கிடையில் நிலவும் ஒத்திசைவான அசைவியக்கங்களும் அவற்றிற்கிடையே நிலவும் முரண்பட்ட அசைவியக்கங்களும் ஆய்வுக்குரியவையாகும்.

இக்கட்டுரையில் திராவிடம், ஆரியம் எனும் இணையென்பது ஒரு வகைமாதிரியாகவே முன்னெடுக்கப்படுகின்றது. உண்மையில் இவற்றோடு ஆஸ்திரிய ஆசியம், திபேத்திய பர்மியம் ஆகிய இரண்டையும் இணைத்து ஆராய வேண்டும். அதற்கு இக்கட்டுரையில் வாய்ப்பில்லை என்பதால், இந்நான்கில் திராவிடம், ஆரியம் இணையானது மிகுந்த முக்கியத்துவம் பெறுகிறது. இவையிரண்டையும் ஒப்பிட்டு ஆராயும்போது கிடைக்கும் புரிதல் அர்த்தமுள்ளதாக இருக்கும்.

இந்தியத் துணைக்கண்டத்தின் பண்பாட்டு உருவாக்கத்தில் தமிழ் மரபு ஓர் இயல்மரபு சார்ந்த படிமலர்ச்சிப் போக்கினைக் *(orthogenic evolution)* கொண்டிருக்கிறது. தமிழ் மரபின் முக்கியக் கூறுகளில் ஒன்றாகிய 'இறந்தவர்களைப் புதைத்து அவர்களை வழிபடும் வழக்கம்' பெருங் கற்படைக்கால மக்கள் *(megalithic people)* உருவாக்கியது. கற்காலம் தொடங்கி சங்ககாலம் ஊடாகச் சமணத் துறவிகள் காலம் வரை மக்கள் கல்லறைகளில் (குகைகள்) தங்கி வாழ்ந்துள்ளனர் (புறம். 86). கற்குகைகளில் வாழ்ந்த ஆதி புராதனமுறை இம்மண்ணுக்குரிய இயல் மரபு சார்ந்ததாகும்.

புராதன தமிழ்ச் சமூகத்தின் இயல் மரபு தாய்வழி மரபுடையதாகும். ஆதி தாய்வழிச் சமூகத்தில் பெண்ணே முதன்மையானவள். பிறந்தது முதல் இறக்கும்வரை பெண் தன் தாயகத்திலேயே வாழ்வாள். திருமணத்திற்குப் பின்னர் கணவன் மனைவியகத்திற்கு வந்து செல்லும் 'பார்வைக் கணவன்' *(visiting husband)* முறை 'சேய்வழி அழைத்தல்' *(teknonymy)* மூலம்

நிருபணமாகிறது. குழந்தையைக் கொண்டு தந்தையை அழைக்கும் முறை சேய்வழி அழைத்தல் முறையாகும். ஐயை தந்தை (அகம். 6), அகுதை தந்தை (அகம். 96), சேந்தன் தந்தை (நற். 190) எனப் பதினான்கு வகையான வழக்குகள் சங்க இலக்கியங்களில் பதிவாகியுள்ளன (விரிவுக்குக் காண்க: 'தமிழர் மானிடவியல்', பக்தவத்சல பாரதி, 2005).

தமிழ் மரபு இத்துணைக்கண்டத்தின் இயல் மரபு என்பதை இன்னும் பல சான்றுகள் மூலம் விளக்கிச் செல்லலாம். பண்டையத் தமிழ்ச் சமூகம் 'குடி' சமூகம் ஆகும். இக்குடிச் சமூகத்துக்குப் பின்பே சாதியச் சமூகம் தோன்றியது. படிநிலை உடைய சாதிச் சமூகத்திற்கு முன்னர் மன்னனைச் சுற்றிலும் பக்கவாட்டில் அனைத்துக் குடிகளும் இருந்த 'சுற்றுவட்டச் சமூக முறை' (circular society) இருந்தது. (விரிவுக்குக் காண்க: 'சாதியற்ற தமிழர், சாதியத் தமிழர்', 2018).

மனித குலத்தின் புராதன நிலையில் பெண் பூசாரிகள் மத வழிபாடுகளைச் செய்தனர் என்பதற்கு மிகச் சிறந்த சான்று சிலப்பதிகார வேட்டுவவரியில் வரும் சாலினி ஆவாள். கொற்றவையின் பூசாரியாக சாலினியே தமிழ் இயல் மரபின் முதல் பெண் பூசாரி. பூசை செய்தல் (பூ + செய்), பூச்சொரிதல் தமிழ் மரபு. வேள்வி, யாகம் செய்தல் வடமரபு.

தேவருலகம், மேலுலகம் முதலான கருத்தினங்கள் வடமரபுக்குரியவை எனும் கற்பிதங்கள் நீண்ட காலமாகப் பேசப்படுகின்றன. இயல் மரபாகிய தமிழ் மரபில் இக்கருத்தாக்கம் எவ்வாறு அணுகப்பட்டது என்பதை நுணுகி ஆராய்ந்தால் அக்கருத்தினங்கள் தமிழ் மரபுக்குரியவை என்பது புலப்படும். போரில் விழுப்புண்பட்டு இறக்கும் வீரர்களும் மன்னர்களும் 'அரும்பெறல் உலகம்' சென்றடைவார்கள் எனச் சங்க இலக்கியங்கள் பேசுகின்றன. இந்த உலகம் அரிதுசெல் உலகம், உயர்நிலை உலகம், புத்தேள் உலகம், பெரும்பெயர் உலகம், வாரா உலகம் (புறம். 62, 93, 287, 341, பதிற். 52) என்றெல்லாம் சொல்லப்பட்டன.

மனிதகுலத்தில் தோன்றிய முதல் விவசாயக் கருவி 'தோண்டுகழி' (digging stick) ஆகும். இதனை முதல் விவசாயியான பெண்ணே பயன்படுத்தினாள். இதனை 'இரும்புத் தலையாத்த திருந்துகணை விழுக்கோல்' என்கிறது பெரும்பாணாற்றுப்படை (91–92). மனிதகுலத்தின் முதல் ஆடை தழையாடையாகும். சங்க இலக்கியங்களில் எழுபத்தைந்து இடங்களில் இது பற்றிய பதிவுகளும் வண்ணனைகளும் உள்ளன. இவ்வாறு தமிழ் மரபின்

தோற்றம், வளர்ச்சி இரண்டும் இயல்மரபானது என்பதைப் பல்வேறு சான்றுகள் மூலம் நிறுவிக்கொள்ள முடிகிறது.

இந்நிலையில் இயல் மரபாகிய தமிழ் மரபுக்கும் அயல் மரபாகிய வட மரபுக்கும் தொழிற்படுகின்ற கட்டமைப்பைப் பண்பாட்டுத் தளத்தில் நுணுக்கமாகவும் ஆழமாகவும் அவதானிக்கலாம். அதற்கு ஏதாவது ஒரு கூறினை எடுத்துக் கொள்ளலாம்.இதற்கான கூறுகளைக் கவனத்தில் கொள்ளும்போது 'திருமணம்' ஒரு சிறந்த கட்டமைப்புடைய நிறுவனமாகக் காட்சியளிக்கிறது.

திருமணம் மனித குலத்தின் மிக முக்கியமானதொரு சமூக நிறுவனம். இது ஒரு சமூகத்தின் பொருளாதாரம், மானுட உழைப்பு, மறு உற்பத்தி, குடும்பத் தேவைகள், பெண் பற்றிய கருத்தாக்கம் முதலான அனைத்தாலும் கட்டமைக்கப்பட்டுள்ளது. ஆக, இந்த நிறுவனத்தைக் கணக்கில் எடுத்துக்கொண்டு ஆரியம், திராவிடம் பற்றிய புரிதலை முன்னெடுக்கலாம். இதுபோன்று இன்னும் பிற பண்பாட்டு நிறுவனங்களைக் கொண்டும் ஆரியம், திராவிடம் பற்றிப் பேசலாம். வலைப்பின்னல் அதிகம் கொண்டதொரு நிறுவனம் திருமணம் என்பதால் அதனை முன்வைத்துப் பேசுவது பொருத்தமானது.

வடஇந்தியத் திருமண முறைகள்

இத்துணைக்கண்டத்தின் திருமண முறைகளை ஆராயும்போது வடஇந்தியப் பகுதியும் தென்னிந்தியப் பகுதியும் பல தனித்தன்மைகளைக் கொண்டுள்ளன (துய்மோன் 1966; கார்வே 1953: டிரவுட்மன் 1974இ 1981; இன்னும் பிறர்). வடஇந்தியாவில் சாதி இந்துக்களிடம் பெரும் வழக்காக இருக்கும் திருமண முறை 'உயர்குலத் திருமணம்' (*hypergamy*) ஆகும். இவ்வகைத் திருமண முறை தென்னிந்தியப் பகுதியில் பெருவழக்கமாக இல்லாததால் இதன் அடிப்படையைத் தெளிவுபடுத்திக்கொள்ளுதல் வேண்டும்.

இந்தியா முழுவதிலும் ஒவ்வொரு சாதியும் பல கால்வழிக் குழுக்களாகப் பிரிகின்றன. இரத்த உறவையும் சந்ததி தொடர்ச்சியையும் குறிக்கும் இக்குழுக்கள் குலம், கோத்திரம், கூட்டம், பரம்பரை, வகையறா, வம்சாவளி போன்ற பல சொற்களால் குறிக்கப்படுகின்றன.

தென்னிந்தியப் பகுதியில் இக்கால்வழிக் குழுக்களுக் கிடையே எவ்வித உயர்வு தாழ்வும் இல்லை. அனைத்துமே

சம தகுதியைக் கொண்டவை. ஆனால் வடஇந்தியாவில் இக்கால்வழிக் குழுக்கள் உயர்வு, தாழ்வு அடிப்படையில் சாதி அடுக்கு போன்று ஒரு படிநிலையில் அமைகின்றன. அதோடு இக்கால்வழிக் குழுக்கள் உயர்வு, தாழ்வு அடிப்படையில் ஏற்றத்தாழ்வுகளையும் கொண்டுள்ளன. இதனால் இக்கால்வழிக் குழுக்கள் பெண் கொடுத்தல், எடுத்தலில் ஒரு வரையறைக்குட்பட்ட படிநிலையைக் காட்டுகின்றன. இவ்வரையறையின்படிப் பெண்ணை உயர்குலத்தைச் சேர்ந்த மணமகனுக்குக் கொடுக்க வேண்டும். இதனை வேறு வகையில் சொல்லவேண்டுமானால் பெண் எடுக்கும்போது அவளைக் கீழ்க்குலத்திலிருந்தும், பெண் கொடுக்கும்போது அவளை உயர்குலத்திற்கும் கொடுக்கவேண்டும் (இண்டன் 1976; கார்வே 1965; போக்காக் 1954; சூர் 1973).

இந்த உயர்குலத் திருமணமுறையில் பல விதிகள் பின்பற்றப்படுகின்றன. இவை பல்வேறு சாதிகளிடம் வெவ்வேறு வடிவங்களில் வெளிப்படுகின்றன. பிராமணர்களுள் எந்த ஒருவரும் அவர்களின் தந்தைக் கால்வழியோடு தொடர்புடைய கோத்திரங்களுள் மணம் செய்யக்கூடாது. இந்தப் பொதுவிதியைத் தொடர்ந்து 'சபிண்ட' எனப்படும் நெருங்கிய உறவுள்ளவர்களுடன் திருமணம் செய்துகொள்ளக்கூடாது என்ற விதியும் கடைபிடிக்கப்படுகிறது. இங்கு நெருங்கிய உறவு என்ற வரையறை தந்தை வழியில் ஏழு வரிசை வரையிலும், தாய்வழியில் ஐந்து வரிசை வரையிலும் அமையும் உறவினர்களைக் குறிக்கும். இவ்வகையான சபிண்ட உறவுள்ளவர்களுடன் திருமணம் செய்து கொள்ளக்கூடாது (சூர் 1973: 59-63).

பிராமணர்களுக்கடுத்துத் தெற்குப் பஞ்சாப் முதல் தில்லி, வடக்கு ராஜபுதனம் வரை பரவி வாழும் வேளாண் சாதியினரான ஜாட்டுகள் நான்கு கோத்திரம் விதியைப் பின்பற்றுகின்றனர். இவ்விதியின்படி தன் சொந்த தந்தையின் கோத்திரத்திலிருந்து பெண் எடுக்க முடியாது. இது ஒரு கட்டாய விதி. மேலும், தாயின் கோத்திரத்திலிருந்தும், தாதியின் கோத்திரத்திலிருந்தும் (தந்தையின் தாய் கோத்திரம்), தாயின் தாய் கோத்திரத்திலிருந்தும் பெண் எடுக்கக்கூடாது. ஆதிக்கச் சாதியாக விளங்கும் ஜாட்டுகள் பின்பற்றும் இந்த நான்கு கோத்திர விதியைப் பல சாதியினர் பின்பற்றுகின்றனர் (கார்வே 1990: 120-24).

இந்த நான்கு கோத்திர விதியானது பிராமணர்களின் பழைய சபிண்ட விதியின் தழுவலாக வந்ததா அல்லது ஆரியர்கள் அல்லாத ஆஸ்திரிய - ஆசிய மொழி பேசிய பண்டைய இந்தியர்களின்

திருமண முறையை ஆரியர்கள் தழுவியதால் பரவியதா என்பதை மிகத் துல்லியமாக நிறுவ இயலவில்லை என இந்திய உறவுமுறையை மிக விரிவாக ஆராய்ந்த ஐராவதி கார்வே (1990:123) கூறுகிறார். எவ்வாறிருப்பினும் ஆஸ்திரிய – ஆசிய மொழி பேசும் மக்களின் பண்பாட்டுப் பாதிப்பு ஆரியர்களிடம் ஏற்பட்டது என்பதை ஊகிக்க முடிகிறது என்பார் கார்வே (மேலது: 123).

நான்கு கோத்திரம் விதியினையடுத்து மூன்று கோத்திர விதியும் சில சாதிகளிடம் பரவலாக உள்ளது. மிகச் சில சாதிகளிடம் ஒரு கோத்திர விதியும் காணப்படுகிறது. இவ்விதிகள் மேற்கூறிய நான்கு கோத்திர விதிக்கு முரணானது என்றோ அதனை வலுவிழக்கச் செய்யும் மாற்றுவிதிகள் என்றோ கொள்ளுதல் கூடாது. இவ்விதிகள், தந்தை x தாய் வழியிலும் அவர்களின் பெற்றோர்கள் வழி அமையும் கால்வழிகளுடன் திருமணம் செய்யக் கூடாது என்ற நான்கு கோத்திர விதியைச் சற்றுத் தளர்த்தித் தந்தை, தாய் வழியில் முறையே மூன்று x ஒன்று என்ற வரிசையில் அமையும் எந்த ஒரு கால்வழி உறவுடனும் மணம் செய்யக் கூடாது என்பதோடு தாயின் குடும்பத்தைச் சேர்ந்தோருடனும், தாயின் சகோதரி குடும்பத்தாருடனும், அதுபோலத் தந்தையின் சகோதரியின் குடும்பத்தாருடனும் மண உறவு கொள்வதில்லை. சுருக்கமாகச் சொல்வதாயின் இவ்விதிகள் நான்கு கோத்திர விதியைப்போல் கால்வழி வரிசைகளை அடுக்கிச் செல்லாமல் நேரடியாகத் தாய்வழி, தந்தைவழி அமையும் உறவுக் குடும்பங்களைச் சேர்ந்தோரை மணப்பதைப் புறக்கணிக்கின்றன. எல்லாவற்றிற்கும் மேலாக, இவ்வகையான உயர்குலத் திருமண விதிகள் தென்னிந்தியச் சாதிகளைப் போன்று தாய்மாமனையோ, தாய் மாமன் மகளையோ (MBD/MBS), அத்தைமகளையோ மகனையோ (FZD/FZS), சொந்த அக்கா மகளையோ (eZD) திருமணம் செய்வதைத் தடுக்கின்றன.

கால்வழி வரிசைகளையும், உறவுக் குடும்பங்களையும் மையப்படுத்தி அமைந்த மேற்கூறிய திருமண விதிகள் கிராமம், பெரும் நிலப்பரப்புடைய வட்டாரம் ஆகிய இடம் சார்ந்த விதிகளாகவும் பரிமாணம் பெற்றன. வடஇந்தியாவின் மேற்கு, நடுப்பகுதியில் வாழ்வோரிடம் 'கிராமப் புறமணம்' (Village exogamy) கடுமையாகப் பின்பற்றப்படுகிறது.

கிராமப் புறமணம் என்பது ஒரு கிராமத்தைச் சேர்ந்தோர் அதே கிராமத்தில் உள்ளவரைத் திருமணம் செய்வதைத் தடுக்கிறது. வேற்றுக் குலத்தவராகவும், நான்கு கோத்திர விதிக்கு அப்பால் நிற்கும் குலத்தவராகவும் இருந்தால் கூட ஒரே கிராமத்தைச் சேர்ந்த

எவரையும் மணம் செய்துகொள்ளக்கூடாது. பிராமணர்கள் அல்லாது இப்பகுதியில் வாழும் பல சாதியினரும் கிராமப்புற மணத்தைக் கடைப்பிடிக்கின்றனர். உத்திரப்பிரதேசத்தில் களப்பணி செய்த சிகாகோ பல்கலைக்கழகப் பேராசிரியர் மக்கிம் மேரியாத் (1960: 111–12) தரவுகளின்படி ஒரு கிராமத்தைச் சேர்ந்தவர்கள் ஆறு கிராமம் தள்ளிதான் மணத்துணையைத் தேர்வு செய்வார்கள். அதோடு ஒரு கிராமத்தாருடன் மணவுறவு கொண்டால் இரண்டு தலைமுறைவரை அங்குக் கொண்டு – கொடுக்கமாட்டார்கள்.

ஜாட்டுகளிடமும் பிராமணர்களிடமும் பிற சாதிகளிடமும் காணப்படும் உயர்குலத் திருமணமுறை மற்றுமொரு வடஇந்திய ஆதிக்கச் சாதியாக விளங்கும் ராஜபுத்திரர்களிடம் காணப்படுகிறது. ராஜஸ்தானின் பூர்வீகக் குடிகளான இவர்கள் இடைக்காலத்தில் வடஇந்தியா முழுவதிலும் பரவியபோது இவர்களின் குலப் படிநிலையை அடிப்படையாகக்கொண்ட உயர்குல மணமுறை ‘இடம் சார்ந்த உயர்குல மணமுறை’ யாகவும் மாறத் தலைப்பட்டது.

இவர்கள் புலம்பெயர்ந்த இடங்களில் பிற சாதியினருடன் கலந்து வாழ நேர்ந்ததால் கிழக்குத் திசைக்குச் சென்றவர்கள் தாழ்ந்த குலத்தவர்களாகவும் மேற்குப் புலத்தில் குடியமர்ந்தவர்கள் உயர்குலத்தவர்களாகவும் கிழக்குப் புலக் கிராமத்தவர்கள் பெண் கொடுக்கும் வகையிலும் மேற்குப்புலத்தவர்கள் மணமகன் கொடுக்கும் வகையிலும் அமைந்தனர் (கார்வே 1990: 169). இவ்வாறான இடம் சார்ந்த உயர்குல மணமுறையைக் கொண்டுள்ளவர்களுக்குக் குஜராத்தில் சரோத்தார் பகுதியில் வாழும் பொத்தைதார் சாதியினரும் சூரத்தின் ஔதிக், அனாவில் பிராமணர்களும் சிறந்த எடுத்துக்காட்டுகளாவர்.

தென்னிந்தியத் திருமண முறைகள்

வடஇந்தியாவைப் போன்று தென்னிந்தியாவின் பெரும்பான்மைச் சாதிகளின் குடும்பமுறை தந்தைவழிக் குடும்பமாகும் (மலபார் பகுதியில் வாழும் நாயர், தீயன், முகம்மதிய மாப்பிள்ளைகள், குருச்சியர் பழங்குடி, கருநாடகப் பகுதியில் வாழும் பண்டர் போன்ற இன்னும் பலர் தாய்வழிக் குடும்பமுறையைக் கொண்டவர்களுள் சிலர்). வடஇந்தியாவிலும் தென்னிந்தியாவிலும் மிகப் பரவலான குடும்ப முறையாகத் தந்தைவழிக் குடும்ப அமைப்பு இருப்பதால் குடும்பத்தின் சில உறவு நிலைகளில் தவிர ஏனையவற்றில் பொதுமைப் பண்புகள் இரு பகுதிகளிலும் காணப்படுகின்றன.

எனினும், தென்னிந்தியச் சாதிகளின் திருமண முறைகள் 'அமைப்பு(structural)' வகையிலான மாற்றங்களைக்கொண்டிருப்பது இப்பகுதிக்கான தனித்துவமாகக் காணப்படுகிறது. தென்னிந்திய இந்துச் சாதிகளின் திருமண முறைகள் வட இந்தியத் திருமண முறைக்கு நேர்மாறாக உள்ளன. இங்கு நெருங்கிய உறவுக்குள் மணம் செய்யும் 'முறைமணம்' (உறவுத் திருமணம்) விரும்பத்தக்க மண முறையாக உள்ளது.

தென்னிந்தியப் பகுதி முழுவதையும் ஆய்வுக்குட்படுத்திய ஐராவதி கார்வே (1953) முடிவின்படி இந்தப் பகுதியில் காணப்படும் முதன்மையான, விரும்பத்தக்க மண உறவுகளுள் முதல் விருப்பமாக இருப்பது அக்கா மகளைத் திருமணம் செய்வது. இதற்கடுத்துத் தந்தையின் சகோதரியின் (அத்தை) மகளைத் (FZD) திருமணம் செய்வது இரண்டாம் விருப்பமாக உள்ளது. இறுதியாக, தாய்மாமன் மகளைத் (MBD) திருமணம் செய்வது மூன்றாவது விருப்பமாக உள்ளது. அண்மைக்கால ஆய்வு முடிவுகளின்படி தாய்மாமன் மகளை மணப்பதே முதல் விருப்பமாக உள்ளது.

இந்த மூன்று வகையான திருமண முறைகளும் அடிப்படையில் முறைமணத்தை (cross-cousin marriage) மையமாகக் கொண்டிருந்தாலும் இதன் சமூகப் பரிமாணம் நீண்ட காலக்கட்டத்தில் சில தனித்தன்மைகளை ஏற்றுக்கொண்டன. தென்னிந்தியப் பகுதியில் இன்றைய நிலையில் பின்வரும் மூன்று வகையான முறைமணங்கள் நிகழ்கின்றன.

1. இருவழி முறைமணம். தந்தை வழியில் அத்தை மகளையும், தாய் வழியில் தாய்மாமன் மகளையும் மணந்துகொள்ளுதல். இருவழியினருமே விரும்பத்தக்க மணத்துணை ஆவர்.

2. தந்தைவழி முறைமணம். தந்தைவழியில் சகோதரியின் (FZ) மகளை மட்டும் மணந்துகொள்ளுதல். மேலும், அக்காள் மகளை மணக்கும் முறை தந்தைவழி முறைமணத்தின் விரிவாக்கமாக அமைகிறது. இத்திருமணத்தில் மணமகன் ஒரு தலைமுறையைச் சேர்த்தவராகவும் மணப்பெண் அவனுக்குக் கீழ் உள்ள தலைமுறையைச் சேர்ந்தவளாகவும் அமைவதால் இத்திருமணம் தலைமுறையிடைத் திருமணம் (inter - generational marriage) எனப்படும். இந்த மாமன்–மருமகள் திருமணம் பல சாதிகளிடையே காணப்பட்டாலும் அக்காள் மகளை மணத்தலே ஏற்புடையது. தங்கையின் மகளை மணப்பதில்லை.

3. தாய்வழி முறைமணம். தாய்மாமன் மகளை மட்டும் மணந்து கொள்ளுதல்.

மேற்கூறிய மூவகையான முறைமணங்களால் அமையும் உறவுக் கூட்டத்தின் கட்டமைப்பும், மணப்பெண்களைப் பரிமாறிக்கொள்ளும் முறையும் சில தனித்தன்மைகளைக் கொண்டுள்ளன. இருவழி முறைமணத்தில் ஒரே தலைமுறையில் இருவீட்டாரும் ஒரே திருமண நிகழ்ச்சியில் கூட நேரடியாக மணப்பெண்களைக் கொண்டு – கொடுத்து உறவு கொள்ளலாம். இவ்வகையான நேரடி கொண்டு – கொடுத்தல் மற்ற இரண்டு முறைகளில் அமையாது. அங்குச் சுற்றுவழி கொண்டு – கொடுத்தல் நிகழ்கிறது. அதாவது இந்தத் தலைமுறையில் பெண் கொடுத்து அடுத்த தலைமுறையில் அங்கிருந்து பெண் எடுத்துக் கொள்ளலாம். இதனையொட்டிய பிற சமூக உறவுகளின் அமைப்பியல்புகளை நோக்குவது இப்பகுதியில் மையக்கருத்தான வடக்கு, தெற்கு ஆகியவற்றின் தனித்தன்மைகளைக் காணுவதிலிருந்து விலகுவதாக அமையும் என்பதால் இவ்விளக்கத்தோடு தென்னிந்தியப் பகுதியின் மேலுமொரு முதன்மையான திருமண விதியை இனங்காண வேண்டும்.

மேற்குறிப்பிட்ட முறைமணம் எல்லாச் சூழல்களிலும் நிகழும் என்று கூறுவதற்கில்லை. முறை உறவுடைய மணத்துணை இல்லாதபோதோ வேறு சில காரணங்கள் முன்னிலை பெறும்போதோ நெருங்கிய உறவு வட்டத்திற்கு வெளியே மணத்துணை தேடப்படுகிறது. நெருங்கிய உறவுக்குள் திருமணம் செய்வதானாலும் சரி, வெளியே தேடுவதானாலும் சரி தென்னிந்திய இந்துச் சாதிகளின் திருமண முறையில் ஒரு முதன்மையான விதி பின்பற்றப்படுகிறது. அது மணமகன் தன் சொந்த வகையறா, பரம்பரை, கரை, கூட்டம் எனச் சொல்லக்கூடிய கால்வழியில் திருமணம் செய்யக்கூடாது என்பதாகும். ஆதலின் இங்குக் கால்வழிப் புறமணம் (Clan or lineage exogamy) என்பது குறைந்தபட்ச விதியாகவும் எல்லோராலும் பின்பற்றப்படுகின்ற ஒரு முதன்மையான விதியாகவும் உள்ளது.

வடஇந்திய, தென்னிந்திய மரபுகள்: ஒப்பீடு

வட இந்தியாவில் சாதிகளின் உட்பிரிவுகளாக விளங்கும் குலங்கள்/கோத்திரங்கள் ஒரு படிநிலையில் அமைந்து அவற்றிற்குள் உயர்வு தாழ்வு என்று வரிசைப்படுகின்றன. இவ்வரிசையில் பெண் கொடுக்கும்போது அவளை உயர்குலத்திற்குக் கொடுக்க வேண்டும் என்ற விதி இன்றியமையாதது. இந்நிலையில் பெண் கொடுத்தல் என்ற விதியின் காரணமாக, 'பெண் கொடுப்போர்' தகுதி குறைந்த குழுவினராகவும் 'பெண் எடுப்போர்' தகுதி உயர்ந்த குழுவினராகவும் படிநிலைப்படுகின்றனர்.

உயர்குல மணமுறை பல தலைமுறைகளுக்குத் தொடரும் பொழுது சமச்சீரற்ற, ஒருவழிப்போக்குடைய *(asymmetrical)* மணவுறவு ஏற்படும். மணப்பெண் கீழிருந்து உயர்குலம் நோக்கிக் கொடுக்க வேண்டும் என்ற ஒரே திசையில் செல்வதால் உயர்மட்டத்தில் உள்ள மேற்குலத்தைச் சேர்ந்தவர்கள் பெண் கொடுப்பதற்கு இயலாது. அவர்களை விடவும் உயர்ந்த குலம் இல்லை என்பதால் பெண் குழந்தை கொலை, பல மனைவி மணம் (பலதாரம்), முதிர்கன்னியாகவே இருக்க வேண்டிய கட்டாயம் போன்றவை ஏற்படுவது தவிர்க்க இயலாததாகின்றன.

உயர்குலத்திற்கு இவ்வகையான சிக்கல்கள் தோன்றுகின்றன என்றால் குலவரிசையில் கீழ்நிலையில் உள்ளவர்களுக்குப் பெண் கிடைப்பது அரிதாக உள்ளது. ஆகக் குலவரிசையில் மேல்நிலையில் உள்ளவர்களுக்குப் பெண்கள் தேங்குவதும், கீழ்நிலையில் உள்ளவர்களுக்குப் பெண்கள் பற்றாக்குறை ஏற்படுவதும் நிகழ்கின்றன.

வடஇந்தியாவில் இமாச்சலப் பிரதேசத்தில் காங்ரா மாவட்டத்தின் 'சாதியமைப்பும் உறவுமுறையும்' *('Caste and Kinship in Kangra', 1979)* என்னும் ஆய்வில் ஜொனாதன் பேரி இந்தச் சிக்கலை ஆராய்கிறார். மேற்குலத்தவரும் மிகவும் கீழ் நிலையில் உள்ள குலத்தவரும் உயர்குல மணமுறை எனும் எல்லையை உடைத்து விட்டு ஓரளவு சமதகுதி உள்ளவர்களுடன் திருமணம் செய்யும் முறையை *(isogamy)* ஏற்கின்றனர். இது ஒரு தற்காலிகமான முறை என்றும், இவ்வாறான முறைகூடப் பின்னர் உயர்குலத் திருமணக் கட்டுக்கோப்புக்குள் நுழைந்து மீண்டும் ஏறுமுக வரிசையில் பெண் கொடுக்கும் சமச்சீரற்ற மணமுறையைத் தழுவிக் கொள்கிறது என்றும் ஜொனாதன் பேரி கூறுகின்றார். இந்த நிலையில் சம தகுதியாளருடன் திருமணம் செய்துகொள்ளும் முறை உயர்குல மணமுறையின் சுழற்சித் தளத்தில் ஒரு தற்காலிகமான நிலைமாற்றமாக அமைகிறது.

உயர்குல மணமுறையில் பெண்ணை உயர்குலத்திற்குக் கொடுப்பது என்பது ஒரு தவிர்க்கவியலாத் திருமண விதிமட்டுமன்று; பாக்கியமும் கூட. தந்தைவழி அமைப்புடைய இவ்வகைச் சமூகத்தில் உயர்குலத்துப் பிறப்புடைய ஒரு மணமகனுடன் தன் மகளைச் சேர்ப்பது என்பது பெண்ணைப் பெற்றோர்க்கு மட்டுமன்று அவர்கள் குலத்திற்கே பெருமையாகும். அதனால்தான் எவ்விதக் கைமாறும் பாராமல் பெண்ணை உயர்குலத்தவர்களுக்குத் தானமாகக் கொடுக்கிறார்கள். நல்ல குலமும், நல்ல குடும்பமும், நல்ல குணமும் உடைய, நல்ல சொத்து சுகமும் உடைய மணமகன் கிடைப்பது அரிதாக இருப்பதால் பெண் வீட்டார் தங்கள் கன்னியைத் தானமாகக் கொடுப்பதுடன்

(கன்னிகாதானம்) பெரும் மதிப்புள்ள மணக்கொடையையும் (வரதட்சிணை) தருகின்றனர். ஆகவே, வடஇந்தியத் திருமண முறை அடிப்படையில் 'கன்னிகாதானம்' சார்ந்தது; 'வரதட்சிணை' சார்ந்தது ஆகும்.

உயர்குலத்துப் பிறப்புடைய மணமகன் எல்லா நிலையிலும் உயர்ந்தவன் என்னும் கருத்தாக்கம் திருமணச் சடங்கில் பாதபூசைச் சடங்கின் மூலமும் வலுப்பெறுகிறது. திராவிடப் பகுதியில் இடம்பெறும் இப்பாதபூசைச் சடங்கில் மணமகன் தாலி கட்டும்முன் தன் பெற்றோர்க்குப் பாதபூசை செய்வான். அவ்வாறே மணமகளும் தாலி கட்டிக்கொள்ளும் முன்னர்த் தன் பெற்றோருக்குப் பாதபூசை செய்வாள்.

வடஇந்தியத் திருமணச் சடங்கில் இதற்கு நேர்மாறான சடங்குக் கூறு இடம்பெறுகின்றது. இது 'பாவோ(ம்) பூசை' எனப்படும். இதன் பொருள் 'பாதங்களை வழிபடுதல்' என்பதாகும். அதாவது மணமகனின் பாதங்களைப் பெண்ணின் தந்தையோ பெண்ணின் மூத்த சகோதரரோ கழுவ வேண்டும். மணமகன் வயதால் குறைந்திருந்தாலும் குலத்தால் உயர்ந்து நிற்பதால் அக்குலப் பெருமையுடைய மணமகனுக்குப் பாதங்கள் கழுவித் தன் மகளைத் தானம் தருவதில் பெண்ணின் தந்தை பெருமைகொள்கிறார் (துய்மோன் 1993: 98). திராவிடப் பகுதியில் இடம்பெறும் இதே பாதபூசையானது பெண் கொடுப்போர் தாழ்ந்தோர் என்றோ பெண் பெறுவோர் உயர்ந்தோர் என்றோ முன்னிறுத்தாததால் மணமக்கள் தத்தம் பெற்றோர்க்கு மட்டுமே பாதபூசை செய்கின்றனர்.

ஆரிய, திராவிடப் பண்பாட்டுக் கலப்பை ஆராய்வதில் பாதபூசை செய்தல் போன்ற சடங்குக் கூறுகள் புதிய உள்ளொளியைத் தரும் என்பதில் ஐயமில்லை. வடக்குக்கும் தெற்குக்குமான ஒரு பொதுச் சடங்குக் கூறான பாதபூசை செய்தல் பண்பாட்டுப் பரவல், மீட்டுருவாக்கம் ஆகிய ஆய்வுகளுக்குப் புது விளக்கங்கள் தருவதாக அமைகிறது. இக்கூறு தொடக்கத்தில் யாரிடம் இருந்து யாருக்குப் பரவியது என்பதும், சடங்கின் வடிவம் மாறாமல் பொருண்மை மட்டும் மாறியது எவ்வாறு என்பதும் அடுத்தகட்ட ஆய்வுக்குரியது. எனினும் ஆரியர்கள் இம்மண்ணுக்கான திணைப் பண்பாடுகளின் அமைப்பு சார்ந்த பல பண்புகளைச் சில மாற்றங்களோடும்/மாற்றங்கள் இல்லாமலும் தழுவிக்கொண்டுள்ளதை இங்கு நினைவில் கொள்ளவேண்டும்.

ஆரியர்களின் ஒரு பிரிவினராக விளங்கும் பிராமணர்கள் வட இந்தியாவில் உயர்குல மணமுறையையும், நான்கு கோத்திர

விதியையும், கிராமப் புறமணத்தையும் பின்பற்றுகின்றனர். ஆனால் தென்னிந்தியப் பிராமணர்கள் இத்திணைக்குரிய மணமுறைகளான அக்கா மகளை மணத்தல், அத்தை மகளை மணத்தல், தாய்மாமன் மகளை மணத்தல், கிராம அகமணம் ஆகியவற்றை ஏற்றுக்கொண்டனர். அத்தோடு திராவிடச் சாதிகள் பின்பற்றி வந்த பூப்பெய்தியபின் திருமணம் என்ற முறையை முதன்முதலில் மலபார் பிராமணர்கள் ஏற்கத் தலைப்பட்டனர்.

எனினும் தங்கை மகளைத் திருமணம் செய்தல், நம்பூதிரி பிராமணர்கள் சூத்திரர்களான நாயர் பெண்களுடன் உடலுறவு கொள்ளுதல், கணவனை இழந்தவள் மறுமணம் செய்யாமல் விதவையாகவே இருத்தல் போன்ற சில தனித்தன்மைகளை இவர்கள் நீண்ட காலம் கொண்டிருந்தனர். இப்போது மாற்றங்களை ஏற்றுவருகின்றனர் (அய்யப்பன் 1988: 15, 165; சீனுவாஸ் 1962: 42–43). மேற்கூறிய தரவுகள்வழி இனத்தால் ஒன்றுபட்ட பிராமணர்கள் வடக்கிலும் தெற்கிலும் குடியமர்ந்து அந்தந்தத் திணைக்குரிய மொழிகளையும் பிற பண்புகளையும் தழுவிக்கொண்டதால் பண்பாட்டளவில் தனிப்பட்டவர்களாக உள்ளனர்.

இதனையடுத்துத் திருமணம் என்னும் நிறுவனத்தின் பிறிதொரு கருத்தியலைக் காண்போம். இக்கருத்தியலானது திருமணத்திற்குப் பின் கட்டமைக்கப்படும் திருமணப் பொருளியல் பற்றியது. உயர்குல மணமகனுக்குக் கன்னியைத் தானம் கொடுத்தது முதல் மணமகன் வீட்டில் நிகழும் அனைத்துவகையான நல்லது கெட்டதுகளுக்கும் பெண்களின் பெற்றோர்கள் அல்லது நேரடிக் குடும்ப உறவினர்கள் கலந்துகொண்டு நடைபெறும் நிகழ்ச்சிகளுக்கேற்பப் பொருள், உடை, பணம், நகை போன்ற அன்பளிப்புகளைத் தருவார்கள்.

இவ்வகையில் மணமகன் வீட்டார் கன்னியைத் தானமாகவும், மணக்கொடையையும்பெற்றுக்கொண்ட பின்னர்,திருமணத்திற்குப் பின் நடக்கும் பல்வேறு வகையான சடங்கு நிகழ்ச்சிகளில் அன்பளிப்புகளைத் தொடர்ந்து பெற்றுக்கொள்வார்கள். மாறாக, எந்தவொரு வகையிலும் பெண்வீட்டாருடன் பரிமாற்றம் செய்து கொள்வதில்லை. ஏனெனில் உயர்குல மணமுறையில் பெண் எடுத்த குடும்பத்திற்கு மீண்டும் பதிலுக்குப் பெண் கொடுத்தல் என்ற பேச்சுக்கே இடமில்லாமல் போகிறது. இந்நிலையில் அனைத்துவகையான திருமணப் பொருளியலும் ஒரு திசை நோக்கியே செல்கின்றது (ஃபுருசெத்தி 1990: 130).

திராவிடப் பகுதியின் மணமுறை இதற்கு முற்றிலும் நேர்மாறானது. இங்குப் ‘பரிமாற்றம்’ என்பது உறவுமுறையின்

முதன்மையான வெளிப்பாடாகும். பரிமாற்றம் என்பது இங்கு அன்பளிப்புப் பொருள்களை மட்டும் குறிப்பதாகாது. பெண்ணைக் கொண்டு–கொடுத்தலையும் குறிக்கும். அக்கா மகள், அத்தைமகள், தாய்மாமன் மகள் ஆகிய முறைப்பெண்களுடன் நடக்கும் மணமாயினும் சரி, உறவுக்கு வெளியே சென்று புதிய உறவில் நடக்கும் மணமாயினும் சரி, ஒரு குடும்பத்தினர் பெண் கொடுத்தால் மீண்டும் அங்கிருந்து பெண் எடுக்கும் உரிமையை விரும்புகின்றனர். பெண் கொடுக்கும் குடும்பம் கொடுத்த இடத்திலிருந்து வேறு பெண்ணை அதே தலைமுறையில் பெறவும் வாய்ப்புண்டு.

இங்குக் கொண்டு–கொடுத்தல் என்பது கால்வழி வழியாகவும் மணஉறவு வழியாகவும் நிலைபேறுகொள்கின்றது. இங்குக் கொண்டு–கொடுத்தல் என்பது கால்வழியின் வாழையடி வாழையாக வரும் செங்குத்து உறவின் தொடர்ச்சியையும், பல கிளைகளாகவும் விழுதுகளாகவும் பரவியுள்ள கிடைநிலை உறவின் தொடர்ச்சியையும் பிணைக்கும் மணமுறையாக விளங்குகிறது. இதன் இணைநிலைப் பிரதிபலிப்பாகத்தான், பெண்ணைப் பரிமாறிக் கொள்வது போன்றே சம்பந்தி வீட்டார் சடங்கு நிகழ்ச்சிகளில் சமமான அளவில் அன்பளிப்புப் பொருள்களைப் பரிமாறிக்கொள்கின்றனர். ஒருவர் ஒரு நிகழ்ச்சியில் மொய் எழுதினால் பெற்றுக்கொண்டவர் அடுத்த நிகழ்வில் திருப்பி மொய் எழுதிவிடுவார். பரிமாற்றம் சீராகவும் சமமாகவும் அமையவேண்டுமென்ற முறை பின்பற்றப்படுகிறது.

வடஇந்தியாவின் உயர்குல மணமுறையில் கொண்டு–கொடுத்தலுக்கு வாய்ப்பில்லை என்பதால் ஒவ்வொருவரின் உறவுக் கூட்டமும் மணவழியில் மட்டுமே ஏற்படுகிறது. இவ்வகையான அமைப்பு முறையான வேறுபாடுகள் உறவுமுறைச் சொற்களில் பெரும் வேறுபாடுகளை உணர்த்துகின்றன. திராவிடப் பகுதியில் 'கொண்டு–கொடுத்தல்' கோட்பாடு நிலவுவதால் முறையுடைய பெண்களும், பையன்களும் திருமணத்திற்கு முன்னர் மருமகன், மருமகள் என்று உரியவர்களால் அழைக்கப்படுதல் உண்டு. ஆனால் வடஇந்தியப் பெண் இவ்வாறு அழைக்கப்படுவதில்லை.

ஆகவே, வடஇந்தியா முழுவதும் அனைத்துக் கிளைமொழிகளிலும் மகள், மணப்பெண் ஆகிய இரண்டு உறவு நிலைகளைத் தனித்தனியாக உணர்த்தும் சொற்கள் உள்ளன. இவை உறவுச்சொற்களாக மட்டுமன்றிக் கதை, பாடல், பழமொழி போன்ற மக்கள் வழக்காறுகள் பலவற்றிலும் இடம்பெற்றுள்ளன (கார்வே 1993: 57–58). மகள் 'பேட்டீ' என்றும், மணப் பெண் (மருமகள்) 'பகூ' என்றும் அழைக்கப்படுகின்றனர். அதேபோல்

அத்தையின் கணவரையும் தாய்மாமனையும் 'மாமன்' என்று ஒரே சொல்லில் தமிழில் விளிக்க, இந்தியில் முறையே பூபா', 'மாமா' என்று தனித்தனிச் சொற்களால் விளிக்கின்றனர். மாமனாரைச் 'சசூர்' என்று அழைக்கின்றனர். தமிழில் இம்மூன்று உறவு நிலைக்கும் விளித்தல் நிலையில் 'மாமன்' என்ற ஒரு சொல் மட்டுமே பயன்படுகிறது. குறிப்பிட்டுச் சொல்லும்போது மட்டுமே தனிச்சொற்கள் பயன்படுகின்றன.

இறுதியாக ஒரு கருத்தைக் கவனிக்க வேண்டும். வடஇந்தியாவில் நிலவும் உயர்குல மணமுறை, கிராமப்புறமணம், ஒரு முறை பெண் எடுத்த கிராமத்தில் மறுமுறை எடுப்பதில் விருப்பமின்மை, நான்கு கோத்திர விதிகள், மூன்று கோத்திர விதிகள், இடப்பெயர்வினால் அமைந்த திசை சார்ந்த உயர்குல மணமுறை, புதிய புதிய உறவுகளிலிருந்து மணப்பெண் பெறுதல் போன்ற விதிகளால் 'உறவுப் பரப்பின் வட்டாரம்' மிகப் பெரிய நிலப்பரப்புடைய எல்லையாக விரிகிறது.

இந்த விரிந்த நிலப்பரப்புக்கான தேவை வடஇந்தியத் திருமண முறைகளுக்கான தேவையாகும். இந்தத் திருமணம் அடிப்படையில் ஆயர் வாழ்க்கைப் பொருளாதாரத்திற்கான தேவையாக உள்ளது. இன்று ஆயர் வாழ்க்கையிலிருந்து விடுபட்டு வேளாண் வாழ்வைச் சார்ந்திருந்தாலும் ஆயர் வாழ்வை மையமிட்ட பழஞ்சமூக அமைப்பின் தேவைகளை உயர்குல மணமுறை பிரதிபலிக்கிறது; பரந்த நிலப்பரப்பினை மையமிட்ட வாழ்க்கைப் பொருளாதாரம் ஏற்படுத்திய சமூக அமைப்பின் தொடர்ச்சி இன்றும் நிலவுகிறது (கார்வே 1993: 71). இப்பொருளாதார நிலையிலிருந்து விடுபட்டு இன்று சார்ந்துள்ள வேளாண் வாழ்வையும் ஆயர் வாழ்வு சாராப் பிற தொழில்துறை வாழ்வையும் எதிர்காலத்தில் கொண்டுசெல்லும்போது வருங்காலத்தில் புதிய உறவியல் கட்டுமானம் அமையலாம்.

வடஇந்திய முறைக்கு மாறாகத் திராவிடப் பகுதியின் உறவியல் கோட்பாடு மிக நெருங்கிய உறவுக்குள் கொண்டு-கொடுத்தலை முதன்மைப்படுத்துவதால் இங்கு மிகக் குறுகிய வட்டாரம் சார்ந்த உறவுக் கூட்டம் அமைகிறது. இந்த உறவுக்கூட்டத்தில் இரத்த வழியிலான உறவினருக்கும் மணவழியிலான உறவினருக்கும் இடையே வடஇந்தியாவில் உள்ளது போல மிக உறுதியான வேறுபாடுகள் இல்லை.

இவ்வகையான உறவியல் கோட்பாடு சமூகத்தின் வாழ்க்கைப் பொருளாதாரம் நிலையாக ஓரிடத்தில் வேளாண் வாழ்வைக் கொண்டிருத்தலை மையப்படுத்துகிறது. தென்னிந்தியப் பகுதியில்

ஆயர் தொழில் ஒரு சார்புப் பொருளாதாரமாக மட்டுமே அமைந்தது. இந்நிலையில் ஆயர் வாழ்வின் சமூகக் கட்டுமானம் தென்னிந்தியாவின் ஒட்டுமொத்த உறவியல் கோட்பாட்டின் மீது ஆதிக்கம் செலுத்தவில்லை. வட இந்தியாவின் நிலைக்கு மாறாக இங்கு நிலமும் நீரும் நிலையான வேளாண் பொருளாதாரமும் வாழ்வியல் ஆதாரமாக முன்னிலை பெற்றுவிட்டன.

இந்தத் தன்மைகளின் வெளிப்பாடாகவே தென்னிந்திய உறவுப் பரப்பு மிகக் குறைந்த நில எல்லையைக் கொண்டுள்ளது. வாழ்வுக்கு ஆதாரமாக விளங்கும் நிலம் திருமணத்தின் வழிச் சிதறிவிடாமல் இருக்கும் பொருட்டு அக்கா மகளைத் திருமணம் செய்வதும், அத்தை, மாமன் மகள்களைத் திருமணம் செய்வதும் ஏற்பட்டன. இவ்வகையான கொண்டு–கொடுத்தல் கோட்பாடானது ஒன்றுக்குள் ஒன்று பின்னிப் பிணைந்த உறவியலைக் கட்டுமானம் செய்கிறது.

இதன்வழி வாழ்வுக்கு ஆதாரமான நிலமும் நீரும் சிதறாமல் காப்பாற்றப்படுகிறது. திராவிடர்கள் உருவாக்கியது 'வேளாண் நாகரிகம்' ஆகும். இதில் நிலமும் நீரும் முக்கியம். ஆரியர்கள் நாகரிகம் 'ஆயர் நாகரிகம்.' பரந்த மேய்ச்சல் நிலமே அவர்களுடைய அடிப்படையான தேவை. அவற்றையொட்டி அவர்களின் திருமண முறைகள் ஏற்பட்டன.

திருமணம் குறித்து 1950களுக்குப் பிறகு மேற்கொள்ளப் பட்ட ஆய்வுகள் உறவுப் பரப்பின் தன்மையினைச் சுட்டிக்காட்டு கின்றன. மணமக்களின் பிறப்பிடங்களுக்கிடையிலான தூரத்தைக் கணக்கிட்ட இவ்வாய்வுகள் வடஇந்தியாவில் இதன் சராசரி தூரம் 12 கி.மீட்டர்களுக்கும் மேல் எனச் சுட்டிக்காட்ட, தென்னிந்தியாவில் இந்தத் தூரம் 8 கி.மீட்டர்களுக்குள் அமைவதாகக் கூறுகின்றன (லூவிஸ் 1965: 161; மேரியாத் 1965: 101; ரெட்டி 1993).

ஒரு வட்டாரத்தில் மக்கள் தங்கள் திருமண உறவுகளைத் தேடும் முயற்சியில் அவர்கள் கொண்டு–கொடுக்கும் வட்டம் (நிலப்பகுதி) மானிடவியலாளரால் 'திருமண வட்டம்' (*marriage circle*) எனப்படும். இத்திருமண வட்டம் தென்னிந்தியாவில் சராசரியாக 20–30 கிராமங்களுக்குள் அமைகிறது என்று எம். என். சீனுவாசும் ஏ.எம். ஷாவும் (1960: 1375–76) மேற்கொண்ட ஆய்வு தெரிவிக்கிறது.

இதுவரை கூறப்பட்ட கருத்துகள் யாவும் இந்தியா என்னும் ஒன்றுபட்ட புவியியல், அரசியல் பரப்பில் வட இந்தியா,

தென்னிந்தியா என்ற இரண்டு தனித்தன்மைகள் கொண்ட பண்பாட்டுப் பரப்புகள் உள்ளன என்பதை உணர்த்துகின்றன. எனினும். இவ்விரண்டுப் பகுதிகளுக்குள் காணப்படும் சில நுண்ணிலை வேறுபாடுகளையும், கீழ்க்குலத் திருமணத்தின் *(marriage circle)* தன்மைகளையும் வடக்கும், தெற்கும் சந்திக்கும் பகுதியில் நிலவும் கலப்புப் பண்பாட்டின் தன்மைகளையும் இவ்வாய்வு விளக்கவில்லை. இவை தனியான ஆய்வுக்களத்தில் விவாதிக்கப்பட வேண்டியவையாகும்.

துணை நூல்கள்

Dumont, Louis, 1966. 'Marriage in India: The Present State of the Question, III.North India in Relation to South India', Contributions to Indian Sociology 9: 90 -114.

Dumont, Louis, 1993. 'North India in Relation to South India'. In Family, Kinship and Marriage in India (ed.) Patricia Uberoi, pp. 91-111. Delhi: Oxford University Press.

Fruzzetti, Lina. 1990. 'The Gift of a Virgin', Delhi: Oxford University Press.

Inden, Ronald B.1976. 'Marriage and Rank in Bengali Culture: A History of Caste and Class in Middle Period Bengal', New Delhi: Vikas.

Karve, Irawati, 1990 (1953). 'Kinship Organization in India' (3rd edition), Delhi: Munshiram Manoharlal Publishers Pvt. Ltd.

Karve, Irawati, 1993. 'The Kinship Map of India' In Family, Kinship and Marriage in India, (ed.) Patricia Uberoi. pp. 50-73. Delhi: Oxford University Press.

Lewis, Oscar. 1965, 'Village Life in Northern India', New York: Random House.

Marriott, Mckim. 1955 (1985). 'Social Structure and Change in U.P. Village' In India's Villages (ed.) M.N. Srinivas, pp. 106-121. Bombay: Media Promoters and Publishers Pvt. Ltd.

Parry, J.P.1979, 'Caste and Kinship in Kangra', London: Routlege and Kegan Paul.

Pocock, D.F.1954. 'The Hypergamy of the Patidars', In Professor Ghurye Felicitation Volume (ed.) K.M. Kapadia, pp. 195-204, Bombay: Popular Press.

Reddy, P.G. 1993, 'Marriage Practices in South India: Social and Biological Aspects of Consanguineous Unions', Madras: University of Madras.

Sur, Atal Krishna. 1973, 'Sex and Marriage in India: An Ethnohistorical Survey', Bombay: Allied Publishers.

Trautmann, Thomas R. 1974, 'Cross-Cousin Marriage in Ancient North India'. In Kinship and History in South Asia. (ed.) Thomas Trautmann. Ann Arbor: University of Michigan.

Trautmann, Thomas R. 1981. 'Dravidian Kinship', Cambridge: Cambridge University Press.

34

புருஷார்த்தங்களின் தோற்றமும் வரலாறும்

தி. முருகரத்தனம்

புருஷார்த்தங்களின் அறிமுகம்

இந்தியப் பண்பாட்டு மரபில் பண்டு முதல் இன்றுவரை புருஷார்த்தங்கள் என்னும் கருத்தாக்கம் பரவலாக வழங்கப்பட்டு வருகிறது. இக்கருத்தாக்கம் மக்கள் வாழ்வின் அனைத்துப் பாங்குகளையும் – குடும்பம், சமூகம், அரசியல், கலைகள், சமயம்... ஆகியவற்றையும் – அவற்றின் போக்கு நோக்கு ஆகியவற்றையும் விளக்கி வகுத்துத் தந்துள்ளது.

இப்புருஷார்த்தங்கள் முப்பகுவு – முப்பால், நாற்பகுவு – நாற்பால்; திரிவர்க்கம், சதுர்வர்க்கம் என வழங்கப்படுவன. திரிவர்க்கமாவது தர்மம், அர்த்தம், காமம் என்பனவாகும். இவை தமிழில் அறம், பொருள், இன்பம் என விளக்கப்பட்டன. சதுர்வர்க்கமாவது தர்மம், அர்த்தம், காமம், மோக்ஷம் என மீள்தொகுப்புப் பெற்றது. மோக்ஷம் – மோட்சம் சமயம் சார்ந்தது. தமிழ் மரபில் இது வீடு – வீடுபேறு என வழங்கப்பட்டது. வரலாற்றில் வினாக்கள் எழுகின்றன!

புருஷார்த்தாங்கள் வரலாற்றில் பூசலும் மாற்றங்களும்

சதுர்வர்க்கத்துள் திரிவர்க்கம் அடங்கியது தானே! வரலாறு விளக்கம் தருகிறது. திரிவர்க்கம்

காலத்தால் முந்தியது. கி.மு. சில நூற்றாண்டுகளில் வழக்கிற்கு வந்து கி.பி. நான்கு/ஐந்து நூற்றாண்டுகள்வரை வழக்கில் ஆட்சிசெய்துகொண்டிருந்தது. பின்னர் கி.பி. ஐந்தாம் நூற்றாண்டு முதல் திரிவர்க்கத்துடன் மோக்ஷபுருஷார்த்தம் இணைக்கப்பட்டுச் சதுர்வர்க்கம் என வழக்கிற்கு வந்தது. ஏன் ? எவ்வாறு ? வரலாறுதான் என்ன ?

வைதிக சமயத்தின் பூசலும் ஆக்கமும்

வைதிக சமயம்: ஆரியரின் வேதங்களின் வழிப்பட்ட வைதிக சமயம் – (ஹி) இந்து சமயம் என்னும் வழக்கு வரலாற்றுக்கு ஒத்து வரவில்லை. தன் கருத்தாக்கங்களை நால்வேதங்கள், பிராமணங்கள், உபநிடதங்கள், இதிகாசங்கள், புராணங்கள் வழியாக ஆக்கம் செய்து பரப்பிப் போற்றி வந்தது. இந்தப் படைப்புகளுள் மக்கள் வாழ்வின் நடைமுறைகள், வழிமுறைகள், இறுதிமுறைகள் பேசப்பட்டன.

இந்தக் கருத்தாக்கங்கள் வரிசையில் திரிவர்க்கங்கள் பேசப்படக் காணோம். இவை இவ் வைதிக சமயத்துள் வரிசையில் பேசப்படவில்லையானால், இச்சமயம், முன்னைத் திரிவர்க்கத்தை ஏற்றுக்கொள்ளவில்லை என்றுதானே நாம் கருத வேண்டும். வைதிக சமயம் இவை பற்றிப் பேசவில்லையானால் இந்தத் திரிவர்க்கக் கருத்தாக்கத்தை இவ்வைதிக சமயம் உருவாக்கவில்லை, படைக்கவில்லை, கற்பிக்கவில்லை எனக் கருதுதுவதுதானே உண்மையாகும்!

இவ் உண்மை கொள்ளத்தக்கதே ஆகினும் திரிவர்க்கக் கருதத்தாக்கமும் திரிவர்க்கம் சார்ந்த நூல்களும் கி.மு. நூற்றாண்டுகளில் தொடங்கிக் கி.பி. நூற்றாண்டுகளில் செல்வாக்குப்பெற்று வழக்கில் இருந்தன என்பது வரலாற்று உண்மை. வழக்கில் சிறந்திருந்த இத்திரிவர்க்க ஆக்கத்தினை வைதிக சமயம் கண்டுகொள்ளாமல் இல்லை; கண்டுகொண்டு தனக்கு ஏற்ப மதிப்பீடு செய்யவும் ஆராயவும் முயன்றது.

திரிவர்க்கத்தின் கட்டமைப்பும் கருத்துக்களும்

திரிவர்க்கம் ‘தர்ம வர்க்கத்தில்’ மக்களுள் ஒவ்வொருவரும் அவர்தம் வாழ்வில், குடும்பத்தில், சமூகத்தில் மேற்கொள்ள வேண்டிய ஒழுகலாறுகளை வகுத்துத் தந்து பேசும். அது ‘அர்த்தவர்க்கத்தில்’ ஆட்சி, அரசின் நடைமுறை, செல்வம் ஈட்டி நாடாள்தல், குடிமக்கள் அரசு, சமூகத்தோடு உறவுகொண்டு வாழ்தல் பற்றி விளக்கி உரைக்கிறது. அத் திரிவர்க்கமே

'காமத்துவர்க்கத்தில்' மக்களிடையிலான காம வாழ்க்கையை, பரத்தையர் பெண்டிர் ஒழுகலாற்றை, கலைகளின் பங்களிப்பை விரித்துப் 'பச்சை'யாகப் பேசுகிறது.

மூன்று 'தர்மஅர்த்த காம வர்க்கங்களும்' தனித்தனி இயல்களாக ஒட்டும் உறவும் இல்லாத முறையில் இயங்கி வந்தன. ஒவ்வொரு வர்க்கமும் நூல்களாக – சாத்திரங்களாக – ஒவ்வொரு காலத்தில் யார்யாரோ ஒவ்வொருவரால் ஆக்கம் பெற்றன. இவற்றுள் இடையே உறவு என்பது தனிமை என்பதே ஆகும். எனினும் இம்மூன்று வர்க்கங்களும் மக்கள் வாழ்வின் அனைத்தையும் பேசுகின்றன. இவையே ஒருபோக்குக் கொண்டவையாகத் தோன்றுகின்றன. இவற்றின் படைப்பாளர்களும் ஒருசார்பு கொண்டவர்களாகத் தோன்றுகின்றனர்.

வைதிக சமயம் கொண்ட மோட்சம் தாக்கம்

வைதிக சமயத்தார் வேதங்கள், உபநிடதங்களைக் கற்றுணர்ந்து ஆய்வுமேற்கொண்டு 'வாழ்வின் விடுதலை' – வீடுபேறு – மோக்ஷம் என்னும் கருதுகோளை ஆக்கம் செய்துகொண்டனர். துன்பம் நிறைந்த பிறவிகளிலிருந்து, மண்ணக வாழ்விலிருந்து விடுதலை பெற்றுப் பரம்பொருளை அடைதலே இச்சொல்லின் பொருளாகும். வைதிக சமயத்தின் உச்சக் கருத்தாக்கமே இம்மோக்ஷம் ஆகும். வைதிக சமயத்தின் நோக்கும் போக்கும் இம்மோக்ஷம், ஆனால் மேலே கண்ட மக்களின் மண்ணகப் பிறப்பு வாழ்க்கையைப் பற்றி மட்டுமே பேசும் திரிவர்க்கங்கள் பற்றிய கருத்தாக்கம் எவ்வாறு வைதிக சமயத்தால் ஏற்கப்படும்?

சதுர்வர்க்கத்தின் தோற்றம்

வைதிக சமயம், திரிவர்க்கத்துடன் மோக்ஷம் எனப்படும். வீடுபேற்றுக் கருத்தாக்கத்தை நாலாம் வர்க்கமாக இணைத்தது; சதுர்வர்க்கம் என்னும் கருதுகோள் அமைந்தது; மேலும் வைதிக சமயம் மோட்சத்தை உச்சிமேல் வைத்து மெச்சியது; திரிவர்க்கங்களைத் தாழ்த்தியது. திரிவர்க்கங்கள் மோட்ச வர்க்கத்திற்கு வழிகள்; மோட்சம் இறுதி மதிப்பியம் எனக் கொள்ளப்பட்டது.

சதுர்வர்க்கம் காமம், அர்த்தம், தர்மம், மோட்சம் எனத் தகுதி கற்பிக்கப்பட்டு இவ்வாறு வரிசைப்படுத்தப்பட்டன. வரிசை முறைப்படி ஒன்று அடுத்த மற்றொன்றிற்குத் துணையானது. காமம் கீழ், மோட்சம் மேல் என்னும் கருதுகோளுக்கு ஆட்சி

வழங்கப்பட்டது. வைதிக சமயம் திரிவர்க்கங்களை ஏற்கவும் இல்லை; அவற்றை அது படைத்திருக்கவும் வாய்ப்பில்லை.

திரிவர்க்கங்கள், சதுர்வர்க்கங்களின் தோற்றம் வழக்கு ஆட்சி ஆகிய வரலாற்றையும் கருத்திலே கொள்ள வேண்டியுள்ளது. திரிவர்க்கக் கருத்தாக்கம் கி.மு.விலிருந்து கி.பி. ஐந்தாம் நூற்றாண்டு வரை ஆட்சிபெற்றிருந்தது. பின்னர் வைதிக சமயத்தின் வளர்ச்சியை ஒட்டித் திரிவர்க்கம் ஆட்சி இழக்கச் சதுர்வர்க்கம் மோட்சத்துடன் ஒரே சதுர்வர்க்கக் கருதுகோளாக வழக்குப்பெற்று விட்டது.

திரிவர்க்கத்தின் தோற்றம்

திரிவர்க்கக் கருத்தாக்கத்தின் வரலாறுதான் என்ன? அதன் தோற்றம் எப்போது? இந்திய மண்ணகத்தில் எங்கு யாரால் அது வழக்குப் பெற்றது? திரிவர்க்கக் கருத்தாக்கம் மும்மைப் பாங்கு கொண்டது. மக்கள் வாழ்க்கையை – இல்லத்தை, சமயத்தை, அரசை, கல்வி கலைகளை – அது மூன்றாக வகுத்துக் கொண்டது. இத்தகைய திரிவர்க்கக் கருத்தாக்கம் வரலாற்றில் முதற் கருத்தாக்கமா? இதற்கு யாதேனும் முன்னோடி உண்டோ?

திரிவர்க்கக் கோட்பாடு முதல்முதலாகக் கல்பசூத்திரங்களில் தோற்றம் பெற்றுள்ளது. புத்தர் காலத்திற்குப் பின்னவையான கி.மு. ஓரிரு நூற்றாண்டுகளில் இக்கல்பசூத்திரங்கள் வழங்கினவாம்.

கவுதம புத்தர் தாம் கண்ட கருத்துக்களை வகுத்தும் தொகுத்தும் தம் சீடர்களுக்கு வழங்கினார். இவர்களும் இவர்கள் தம் பின்வழியினரும் 'தேரர் தேரிகள்' எனப்படுவார் கவுதமர் வழங்கிய கருத்தாக்கங்களை வகுத்து மூன்று தொகுதிகளாக ஆக்கம் செய்தனர். இதன் காலம் கி.மு. முதல் நூற்றாண்டுகள். இம் முப்பேழைகள் திரிபிடகங்கள் எனப் பெயர் பெற்றன. இம்மூன்றனுள் பவுத்த சமயம் முழுமையும் அடக்கம் பெற்றது. இவ் ஆக்கமுறை 'மும்மை மரபின்' வழிப்பட்டது. இம்மும்மை மரபில் காலத்தால் முற்பட்டது ஆரியர் வேதங்களாகிய 'ரிக்', 'யஜுர்', 'சாமம்' ஆகியவையாகும். இவை தொகை பெற்றன. இம்மும்மைத் தொகுப்பு கவுதம புத்தருக்கு முன் ஆக்கம் பெற்றவையாகும்.

சமண சமயம் தன் கருத்தாக்கங்களையெல்லாம் வகுத்தும் தொகுத்தும் பேணியது; இத்தொகைகளை மூன்றாக வகுத்து மும்மணிகள் எனப் பெயர் சூட்டிப் போற்றியது. இந்த

மணிகளாவன நல்நம்பிக்கை, நல்லறிவு, நல்லொழுக்கம் என்பவையாகும். இவற்றுள்ளான சமணக் கருத்தாக்கங்கள் மக்கள் வாழ்வின் இறுதிக் குறிக்கொள்கையான வீடுபேறு என்னும் ஒருபடித்தாய் இருத்தல் பற்றி விளக்குகின்றன. இச்சமணசமய வரலாற்றில் 'மும்மை மரபு' அதன் கருத்துக்களஞ்சியத் தொகுப்பில் மேற்கொள்ளப்பட்டுள்ளதை அறிகிறோம்.

வைதிகத்தின் மும்மைத் தொகுப்பு வேத நூல்களாகும். இவை யாகங்கள் நிறைவேற்றுதலுக்கு உரிய பணிகள் பற்றியவை; மேலுலக, கீழுலகில் மக்கள் பெறும் பயன்கள் பற்றியவை. திரிபிடகத்தின் உள்ளடக்கக் கருதுகோள்கள் பவுத்த சங்கங்களின் நடைமுறை, மக்களின் துறவுவாழ்க்கை, அவற்றுக்கான வழிமுறைகள் பற்றியே பெரும்பாலும் பேசுகின்றனவாம். சமண சமயம் மக்களுக்கான அற ஒழுகலாறுகளையும் அவற்றால் 'பிறப்பறுத்து நிலை பெறுதலை'யும் பேசுகிறது.

மேல் காட்டப்பட்ட பவுத்த சமயம், சமண சமயம் வைதிக சமயம் ஆகியவற்றின் மும்மைக் கட்டமைப்பும் அவற்றின் கருத்தாக்கங்களும் முன்னர் விளக்கப்பட்டன. அவை மக்களுக்குரிய இம்மையுலக வாழ்வு கடந்து அப்பால் உலகவாழ்வு பற்றிக் கவலைகொண்டு பேசுகின்றன. அவற்றின் பொருண்மை வகுப்பும் தொகுப்பும் ஒருமையாகவே, பெரும்பான்மை ஒத்தே, சார்ந்தே அமைந்துள்ளன; அவை வாழ்வும் வாழ்வு கடந்த பெறும் பேறுகளையே பேசுகின்றன.

திரிவர்க்கத்தின் கருத்தாக்கம்

நாம் முன்னர்ப் பேசிக் கண்ட 'தர்மார்த்த காமம் உள்ளடங்கிய திரிவர்க்கம் தர்மத்தையும் அர்த்தத்தையும் காமத்தையும் மக்கள் வாழ்வின் முக்கூறுகளாக வேற்றுமைகாட்டி வகுத்துத் தொகுத்துத் தந்துள்ளது அல்லவா? இவற்றின் கருத்தாக்கங்கள் மக்கள் வாழ்வு 'இம்மை – மறுமை' எனப் பேசவில்லை; 'இப்பால் – அப்பால் உலகங்கள் வாழ்வு' எனப் பேசவில்லை. 'இங்கன் வாழ்வே இம்மை வாழ்வே மக்கள் வாழ்வு' என இத்திரிவர்க்கங்கள் பேசுகின்றன. இவை வைதிக பவுத்த சமண சமயங்களின் 'வேத பிடக அரத்தனக்' கருத்தாக்கங்களிலிருந்து முற்றிலும் வேறானவை. வினாக்கள் எழுகின்றன. திரிவேதங்களை, திரிபிடகங்களை, திரிய ரத்தனங்களை – படைத்தோரைப்பற்றி வரலாறு பேசுகிறது. ஆனால் 'தர்மார்த்த காமத் திரிவர்க்கங்க'ளுக்கான கருத்தாக்கக் களஞ்சியங்கள் யாவை?

திரிவர்க்கமும் உலகாயதமும்

இந்திய வடபுலத்தில் கி.மு. முதல் நூற்றாண்டுகளில் 'இங்கன் இம்மை வாழ்வு'பற்றி மட்டுமே பேசும் படைப்புக்களாகக் கவுடலியரின் 'அர்த்தசாத்திர'மும் வாத்சாயனரின் 'காமசூத்திர'மும் வழங்கிவந்தன. வைதிகம், பவுத்தம், சமணம் ஆகியவை இவற்றின் ஒத்த காலத்தவை ஆயினும் இவற்றை அச்சமயங்கள் கண்டுகொள்ளவில்லை. 'அர்த்தசாத்திர'மும் 'காமசூத்திர'மும் பேசும் கருத்துக்களை இச்சமயங்கள் தமக்கு ஏற்ப மறுத்தும் குறைத்தும் திரித்தும் ஆக்கிக்கொண்டன.

வரலாறு இவ்வாறானால் திரிவர்க்கப் புருஷார்த்தங்களின் கருத்தாக்கத்தார் யாராக இருத்தல் கூடும்? கவுடலிய 'அர்த்தசாத்திரம்', வாத்சாயன 'காமசூத்திரம்' எச்சமயத்தார்க்கும் முழுமையாக உடன்பாடில்லை. இவற்றின் படைப்பாளர்கள் வேறாக இருத்தல் வேண்டும்.

கி.மு.வின் முதலாயிர நடுவில் ஆசீவகம், சமணம், பவுத்தம், வைதிகம், உலகாயதம் ஆகிய சமயங்கள் வழக்கில் வளர்ந்தன. உலகாயதம் சமயம் சாராப் பகுத்தறிவியல் கொண்டது. கவுடலிய அர்த்தமும் வாத்சாயனக் காமமும் மண்ணக வாழ்வைப் பேசும் படைப்புக்கள். உலகாயதம் தவிரப் பிற எந்தச் சமயத்திற்கும் இவை உறவுடையவையல்ல. உலகாயதத்தின் கல்விக்களஞ்சியம் இவையே.

தமிழகத்தில் திரிவர்க்கம்

பவுத்த சமண ஆசீவக சமயங்கள் கி.மு. முதல் நூற்றாண்டுகளிலேயே தமிழகம் வந்திறங்கி குடிகொண்டன. பின் ஆரிய வேதவழிப்பட வைதிக சமயமும் தமிழகம் நுழைந்தது. இவற்றிடையே பூசல்கள் எழுந்தன. இச்சமயங்களின் போக்கிற்கு ஏற்பவே உலகாயதம் எனவும் சார்வாகம் எனவும் வழங்கப்பட்ட இயக்கமும் தமிழகம் வந்திறங்கியது. தமிழகத்திலும் வடபுலங்களிலும் இச்சமயங்களிடையே ஏசலும் பூசலும் நிகழ்ந்தன.

தர்மார்த் காமத் திரிவர்க்கம் என்னும் கருத்தாக்கமும் கி.மு. தொடக்கம் முதல் தமிழகத்தில் உலகாயதத்தால் கொண்டு வரப்பட்டு ஒலித்திருத்தல் வேண்டும்.

வள்ளுவர் பங்களிப்பு: தமிழகத்தில் குடிபுகுந்து படி ஏறிய வடபுலத்துச் சமயங்களை வள்ளுவராகிய கல்விப்புலமைச் சான்றோர் கற்றிருத்தல் வேண்டும். அவற்றுள் அவர் தோய்ந்து

ஆய்ந்திருத்தல் வேண்டும். அவற்றை அவர் தமிழ்ப் பண்பாட்டுச் சான்றுகளுடன் ஒட்டியும் சுட்டியும் வெட்டியும் கருத்துக்கள் வழங்கி வந்துள்ளார். தமிழ் இனம் 'மறவர் ஊழிப்' பண்பாடு (Heroicage) கடந்து சமயம் கற்கா, கற்பிக்காப் பண்பாடு (Non-religious secular tradition) வளர்த்துக்கொண்டு வந்தது என ஆய்வறிஞர்கள் வரலாறு தருகின்றனர் அல்லவா?

உலகாயதச் சார்வாக சமயம் போற்றி வந்த தர்மார்த்த காமத் திரிவர்க்கத்தை வள்ளுவர் கண்டு தமிழகத்துக்கு அதனைத் தம் நோக்கில் அறிமுகம் செய்ய முயன்றுள்ளார் எனக் கருதலாம். திரிவர்க்கத் தமிழ் ஆக்கத்திற்கு முப்பால் என அவர் வழக்கும் தந்துகொண்டார். உலகாயதம் போற்றிய கவுடலியர் அர்த்த சாத்திரத்தையும் வாத்சாயனர் காமசூத்திரத்தையும் வள்ளுவர் கற்று வழங்கியுள்ளார்.

தமிழின் அகஒழுகலாறு கண்டவர் வள்ளுவர். இவை உலகம் போற்றத்தக்கன. முப்பால் மரபிலிருந்து காமசூத்திரத்தைக் கழித்து இன்பத்துப்பால் என அகத்தை அதனுள் இணைத்தார்.

அடுத்து வள்ளுவர், உலகாயதம் உயர்த்திய கவுடலிய அர்த்தசாத்திரத்தைக் கரைத்துப் பொருட்பால் என ஆக்கம் செய்தார். கவுடலியம் மன்னர்களைச் சக்கரவர்த்திகளாக்கி 'நாடும் நாட்டின் மக்களும் நாட்டின் செல்வங்களும் நாடாளும் மன்னனுக்கே உரியவை' எனக் கட்டமைக்கிறது; மன்னனே உள்பொருளாகக் கட்டமைக்கப்படுகிறான். மக்கள் புறக்கணிக்கப்பட்டனர்.

ஆனால் வள்ளுவர் கவுடலியத்தைக் கரைத்து மக்களையே உள்பொருளாக்கினார். கொடுங்கோன்மை தவிர்த்துச் செங்கோன்மை ஆள்தல் வேண்டும் என இருபத்துக்கள் அமைத்துத் தமிழ்ப் பண்பாட்டை அவர் ஏற்றிப் பொருட்பால் அமைத்துள்ளார். '(வைதிக) அந்தணர் நூலுக்கும் (சமண பவுத்த) அறநூலுக்கும் ஆதியாய் நிற்பது மன்னவன் கோல்' என வள்ளுவர் மன்னனுக்குச் சமன்மை, காப்பு, அறம் வரைந்துரைத்தார்.

மன்னராட்சிக்குக் கண்ணோட்டம் வேண்டும் என ஒரு பத்தும் வரையப்பட்டுள்ளது. 'முறை செய்து காப்பாற்றும் மன்னவனே மக்கட்கு இறை(தலைவன்) என்று வைக்கப்படுவான்' (இறைமாட்சி) என மன்னனை அல்ல; மக்களையே வள்ளுவர் பொருளாக்குகிறார். 'வலியாரிடமும் பகை கொள்ளாதே, மெலியாரிடமும் பகைகொள்ளாதே' (பகைமாட்சி) என மன்னர்க்கு

வள்ளுவர் அறிவுரை தருகிறார். நாடுகளிடையே இது அமைதி தருகிறது. கவுடலிய அர்த்தசாத்திரம் 'மன்னனே எல்லாம் மன்னனுக்கே மக்களும் செல்வமும்' என்கிறதல்லவா, வள்ளுவர் இதனை மாற்றி மக்களியல் ஆட்சியை முற்படுத்தினார்.

உலகாயதத்தின் தர்மவர்க்கம் யாது? உலகாயத சார்வாகத்திற்கு உரிய தர்மவர்க்கம் யாது என்பது அறியக்கூட வில்லை. ஆரியரின் யாக வழிப்படவே தவவழிப்பட்ட கருத்தாக்கங்களுக்கு எதிராகவும் மக்களின் அகவாழ்விற்கும் புறவாழ்விற்கும் சார்பாகவும் பல அறக்கருத்துக்களை உலகாயதம் படைத்துக் கொண்டு, அவற்றை அது பவுத்த சமண சமயங்களுக்கும் வழங்கியது எனவும் வரலாறு பேசுகிறது. ஆனாலும் இவற்றிடைக் கருத்து வேறுபாடுகளுக்குக் குறை இல்லை; இவை தனித் தனிச் சமயங்களாக வளர்ந்தன; தமிழகம் வந்தேறின.

உலகாயதத்திற்கு உரிய 'தர்மவர்க்கம்' கண்டுகொள்ளப் படவில்லை ஆயினும் வள்ளுவர் கண்டுகொண்டு திரிவர்க்கத்திற்கு வேண்டிய அறத்துப்பாலை ஆக்கம் செய்ய முனைந்தார் எனலாம். தமிழராகிய வள்ளுவர் தமிழர்க்கு உரிய அறக் கருத்தாக்கங்களைக் கண்டுகொண்டார். அறத்துப்பாலுக்கு 34 பத்துக்கள் வகுத்தும் தொகுத்தும் கட்டமைக்கப்பட்டன. உலகாயதம் 'இங்கன் இம்மை' வாழ்வை மட்டுமே வற்புறுத்தி அறம் பொருள் இன்பம் சார்புறுத்திப் 'பேரா இயற்கை' பெறுக எனப் பேசுகிறது. வள்ளுவரும் தமிழ் மரபுகள் சார்ந்து அறத்துப்பால் ஆக்கம் செய்கிறார். இல்வாழ்க்கை தொடங்கிப் 'பேரா இயற்கை' வரை – மீள்தல் இல்லாச் சாக்காடு வரை – அறத்துப்பாலை அமைத்துள்ளார் வள்ளுவர்.

ஈற்றுப்பத்து 'தமிழ் மரபுசார்ந்த ஊழ்வாழ்வின் நன்மை தீமைகளை, வன்மை மென்மைகளை' ஏற்று ஒழுகப் பேசுகிறது. பிறர் மரபான 'வினை, விதி' பற்றி வள்ளுவர் பேசவில்லை. ஈகை செய்து புகழ் ஈட்டுக என்கிறது வள்ளுவரது அறத்துப்பால். பிராமணர்க்குத் தானம் செய்து புண்ணியம் பெறுக என இவ் அறத்துப்பால் பேசவில்லை.

அன்புடைமை வேண்டும்; அருளுடைமையும் வேண்டும் என வழிகாட்டுகிறது இவ்அறம். 'கள்ளாமை, கொல்லாமை, பொய்யாமை, வெகுளாமை, இன்னா செய்யாமை ஆகிய அறப் பத்துக்களை வள்ளுவர் இல்லம் கடந்த துறவறப்பகுதியில் அமைத்துள்ளமை பவுத்த சமண சமயங்களின் தாக்கமாக வள்ளுவர் தாக்கமும் ஆக்கமும் பெற்றவையாக அமைந்திருக்கலாம். துறவறத்திற்கே இவை உறுதியாவன!

தி. முருகரத்தனம்

வைதிக சமயத்தின் எதிர்ப்பாக வள்ளுவர் கொண்ட அறத்தில் 'அவி சொரிந்து ஆயிரம் வேட்டு உயிர் செகுத்து உண்ணும்' கருத்து வைக்கப்பட்டுள்ளது.

உலகாயத சார்வாகம் வையக வாழ்வு ஒன்றையே வாழத்தக்கது எனப் போற்றுகிறது; 'மேலுலக கீழுலக வாழ்வில்லை; இம்மை உண்டு, மறுமை இல்லை; கடவுள் இல்லை; கருமம் இல்லை. உயிர் உண்டு, ஆத்ம இல்லை' என அது பறைசாற்றுகிறது.

வள்ளுவர்க்குப் பரம்பொருட் கடவுட்கோட்பாடு இல்லை. அவர் 'இம்மை இவ்வையக வாழ்வே வாழத்தக்கது' என அறம், பொருள் இன்பநெறி கற்பித்துச் செல்கிறார். வள்ளுவரிடம் திரிவர்க்கக் கருத்தாக்கத்தின் தாக்கம் உண்டு; அவற்றின் புத்தாக்கமும் உண்டு (முப்பாலின் பாயிரம் வள்ளுவர் வரைந்தது அன்று).

35

திருவள்ளுவரின் 'இல்வாழ்வான்' என்ற கருத்துருவாக்கம்

கோ. விசயவேணுகோபால்

இலக்கிய ஆசிரியர், வரலாற்றாசிரியர் பலரும் திருவள்ளுவர் காட்டும் சமுதாயத்தைப் பற்றி நிறைய எழுதியுள்ளனர். இந்நிலையில் பேராசிரியர் ந. சுப்ரமணியன் தமது நூலில் *(The Social History of the Tamils, Institute of Asian studies,Chennai)* முதன் முதலாகத் திருவள்ளுவரின் 'இல்வாழ்வான்' என்ற கருத்தைச் சிறப்பாகச் சுட்டிக்காட்டியிருக்கிறார். ஆனால் எவ்வித விளக்கமுமின்றிச் சுருக்கமாக ஒருவரி மட்டும் எழுதி விட்டுவிட்டார்.

பொதுவாகத் தமிழ்ச் சமுதாயம் பற்றிய விளக்கத்தில் அரசர், அந்தணர், வாணிகர், வேளாளர் என்ற பகுப்புக்களைத்தான் பார்க்கிறோம். 'தொல் காப்பியம்' இத்தகைய குழுவினரைத்தான் எடுத்துக் காட்டுகிறது. ஆனால் பழந்தமிழ் இலக்கியங்களை நேர்கதும்போது பல்வேறுபட்ட மக்கட் பிரிவினர் – ஆயர், வேட்டவர், குறவர், நுளையர், பாணர், எயினர் எனப் பல்வகையினர் குறிப்பிடப்படுவதைக் காண்கிறோம். இந்தப் பின்னணியில் திருவள்ளுவர் இல்வாழ்வான் என்ற புதியதொரு பகுப்பினைச் சுட்டுகின்றமைக்குக் காரணம் என்ன? வேளாளர், வணிகர், அரசர் போன்றோரும் இல்லத்தில்தானே வாழ்கின்றனர். அவ்வாறிருக்க 'இல்வாழ்வான்' எனத் தனித்துக் கூறுவானேன்?

இவ்வினாக்களுக்கு விடை காணும் நோக்கத்தோடு 'திருக்குற'ளை மீண்டும் படித்தேன்.

நூலின் ஒவ்வொரு அதிகாரத்திலும் இருக்கிற குறள்களில் சமுதாயத்தைப்பற்றியும் அதில் அங்கம் வகிக்கும் பல்வேறு குழுவினர் பற்றியும் என்ன சொல்லி யிருக்கிறார் எனத் தொகுத்துப் பார்த்தேன்.

இந்த வகையிலே பார்த்தபோது தமிழகத்தில் நீத்தார், இல்வாழ்வார், அரசரும் அரசர் சுற்றமும், மறவர், உழவர் ஆகிய பிரிவினரே சிறப்பாக எடுத்துக்கூறப்பட்டுள்ளமையை அறிய முடிந்தது. முதல் அதிகாரமாகிய 'கடவுள் வாழ்த்'தினைத் தவிர்த்து அடுத்து வரும் மூன்று அதிகாரங்களைத் திருவள்ளுவர் தாம் விளக்க இருக்கும் சமுதாய அமைவாக்கத்திற்கு மிக மிக இன்றியமையாதவன வாக, மிக மிக அடிப்படையானவையாக அமைத்திருப்பதைக் காணலாம். நூலைத் தொகுத்தவர்கள் முதல் இயலுக்குக் 'கடவுள் வாழ்த்து' என்று தலைப்பிட்டிருக்கிறார்கள். ஆனால் தலைப்பிற்கும் உள்ளே காணப்படுகிற குறள்களுக்குமிடையேயுள்ள உறவுகள் குறித்து – இவை சமணம், பௌத்தம், பிராமணீயம் முதலான சமயக் கருத்துக்களே எனப் பல கருத்துக்கள் உள்ளன. எனவே அவைபற்றி இங்கு ஆய்வு செய்யவில்லை.

தலைப்பிற்கேற்ப இதற்குப் பின் வருகிற அதிகாரக் கருத்துக்களே இங்கு விளக்கத்திற்கு உட்படுத்தப்படுகின்றன.

வாழ்த்திற்கு அடுத்திருப்பது 'வான்சிறப்பு'. இது மழையின் சிறப்பினைக் குறிப்பதாகும். மழை இருந்தாலொழிய நாட்டில் உயிர் வாழ்க்கை இல்லை, பண்பாடில்லை, தானமும் இல்லை, தவமும் இல்லை, ஏன் நாடே இல்லை. எனவே இயற்கை, மழை என்ற சூழல் அடிப்படை இல்லாவிடில் சமுதாயமில்லை, பண்பாடில்லை என்ற கருத்தை முன்வைக்கிறார். சமுதாய அமைவாக்கத்திற்கு மிக மிக அடிப்படை ஆதாரமாக அவர் கருதியிருப்பது மழை. இதற்கு அடுத்த நிலையிலேதான் அறம் என்ற கருத்துருவாக்கம் குறிப்பிடப்படுகிறது. இதனை மழையைப்போலவே சமுதாய அமைவாக்கத்திற்கு இன்றியமையாததாகக் கருதியுள்ளார். மழையில்லாதபோது உயிரினமில்லை என்ற நிலையில் அறம் இல்லாதபோது மக்கள் சமுதாயமாக இயங்குவதில்லை என்பது அவரின் நிலைப்பாடு. இயற்கையும் அறமும் கருத்துப் பொருள்கள் *(abstractions)*. பிழம்பு நிலையிலானவை. இவற்றைச் சார்ந்து மக்கள் சமுதாயம் இயங்குகின்றபோதே இவை பருப்பொருட்டாகிப் பின்பற்றும் மிக முக்கியமான பிரிவினராக நீத்தார் அல்லது துறவோர் என்போரை வள்ளுவர் அடுத்துக் குறிப்பிடுகின்றார். துறவோரை அவர் சமுதாயத்தின் தலைமை நிலையோராக விளக்குகின்றார். இதற்கு அடுத்த நிலையிலேதான் 'இல்வாழ்வான்' என்ற புதிய சமூகப் பிரிவினரைச் சுட்டுகின்றார். ஆக மழையும்

அறமும் இல்லாவிடில் சமுதாயமில்லை, பண்பாடில்லை, நாடுமில்லை.

இங்கு இரு நிலைபாடுகள் உள்ளன. ஒன்று இயற்கை மற்றது பண்பாடு; சமுதாயவியல் கோட்பாடுகள் அறிந்தோர் வள்ளுவரின் நுட்பமான இப்பாகுபாட்டினை நன்கு பாராட்டுவர். பண்பாட்டிற்கு மிக முக்கியமான பங்களிப்பவர் நீத்தாரும் இல்வாழ்வோருமே. நீத்தாரைத் தாங்குபவன் இல்வாழ்வான். இவனுக்குத் துணையாக வாழ்க்கைத் துணை, மக்கட்பேறு எனப் பிறரும் அமைகின்றனர். அறத்துப்பாலில் வரும் இருபத்துநான்கு அதிகாரங்களிலும் சொல்லப்பட்டுள்ள கருத்துக்கள் அனைத்தும் இல்வாழ்வானுக்குத்தான் சொல்லப்பட்டுள்ளன என்பது இவற்றை ஊன்றி நோக்குவார்க்குத் தெற்றென விளங்கும். இவற்றிற்கு அடுத்த நிலையில் துறவறவியல் வைக்கப்பட்டுள்ளது. ஆனால் இதில் சொல்லப்பட்டுள்ள கருத்துக்கள் துறவோருக்கு மட்டுமல்ல. இவ்வியலில்தான் புலால் மறுத்தலும் கூறப்பட்டுள்ளது. இது துறவிகட்கு மட்டுந்தானா?

இல்வாழ்வானுக்குப் புலால் மறுத்தல் கிடையாதா? இத்தகு வினாக்கள் நம்மை வேறு வகை வினாக்களுக்கு இட்டுச் செல்கின்றன. அவையாவன: குறட்பாக்களை அறம், பொருள், காமம், மோட்சம் என்ற வடமொழிக் கோட்பாட்டின் வழி அடக்கிக்காட்ட முயன்றுள்ளனரா? அவ்வாறாயின் இவர்களும் ஏன் மோட்சம் என்ற அடிப்படையை விட்டுவிட்டனர்? இவ்வியலில் மட்டுமின்றிப் பொருட்பாலிலும் மேலும் பல முரண்பாடுகளைச் சந்திக்கிறோம். பொருள் பற்றிய கருத்துக்கள் எல்லாம் அரசனுக்குச் சொல்லப்பட்டவை என்றால் பொருள் இல்வாழ்வானுக்குத் தேவையில்லையா என்ற வினா எழுகிறது.

இம்முரண்களின் அடிப்படையில் வள்ளுவர் அறம், பொருள், இன்பம் எனும் இவ்வமைப்பினைக் கருத்தில் கொண்டிருந்தார் என நாம் கொள்ளத் தேவையில்லை. பிற்காலத்தே தர்ம, அர்த்த, காம, மோட்சம் என்ற வடமொழிசார் புருஷார்த்தக் கோட்பாட்டின் அடிப் படையில் குறட்பாக்களை வகுத்துப் பார்த்ததின் விளைவாக இம்முரண்கள் தோன்றியுள்ளன எனக் கொள்ள இருக்கலாம். இது தனியே விரிவாக மேற்கொள்ள வேண்டிய ஆய்வாகும்.

இங்கு ஒன்றை மட்டும் தெளிவாகக் குறிப்பிடலாம். குறட்பாக்களில் சொல்லப்பட்டுள்ள கருத்துக்களுக்கும் இயல் பகுப்புகட்கும் இருக்க வேண்டிய தொடர்புகள் இல்லை என்பதே அது. எடுத்துக்காட்டாக 'கள்ளுண்ணாமை' என்ற கருத்து பொருட்பாலில் உள்ளது. இது அரசனுக்கு மட்டும் பொருந்துவதா? துறவியர், இல்வாழ்வான் முதலானோர்க்கு வேண்டாமா?

எனவே அறம், பொருள் முதலான அதிகாரப் பகுப்புக்களை மறந்துவிட்ட பாக்கள் உணர்த்தும் கருத்துக்களைக் கொண்டே நாம் திருவள்ளுவர் கருத்தை அறிதல் வேண்டும்.

நீத்தார் யாவர்? 'உயிர் நீத்தார்' என்ற தொடரின்வழி நீத்தாருக்கு இறந்தவர் என்ற பொருளும் உண்டெனினும் இங்கு நீத்தார் எனப்படுவோர் பற்றுக்களைத் துறந்தவர் என்ற நிலையில் துறவியர் எனப்பபடுவர். இல்வாழ்வானாக இருப்பவனே துறவு மேற்கண்ட நிலையில் நீத்தானாகிறான். பிறவியிலேயே நீத்தார் என யாருமில்லை. ஆகத் திருக்குறள் அடிப்படையில் சமுதாயத்தின் அச்சாணியான, அறங்கட்கு ஆதாரமான இல்வாழ்வானைப்பற்றித்தான் சுற்றிச் சுழல்கிறது.

தமிழ்ச் சமுதாயத்தில் துறவு எனும் கருத்துருவாக்கம் இல்லை. பிற மதத்தினர் தமிழகத்திற்குள் வந்த நிலையில் தான் இவ்வழக்காறு தோன்றுகிறது. 'தொல்காப்பிய'த்துள்ளும் துறவு தமிழர் மரபெனச் சுட்டப்படவில்லை என்பதும் இங்குக் குறிப்பிடத்தக்கது.

இல்வாழ்வான் எனும் புதிய சமூகப்பிரிவினரைத் திருவள்ளுவரே முதன்முதலில் அறிமுகப்படுத்தியுள்ளார். பார்ப்பனர், அரசர், வணிகர், வேளாளர் என்ற பழைய மரபுகளினின்றும் மாறிய ஒரு சமுதாய அமைப்பினை வள்ளுவர் இங்கு முன்னெடுத்து மொழிகிறார். இச்சமுதாய அமைப்பில் தலைமை இடம் பெறுவோர் நீத்தாராவர். இவர்களைத் துறந்தார் எனவும் வள்ளுவர் குறிப்பிடுகிறார்.

நீத்தார் பெருமை கூறும் இயல் பற்றற்ற துறவு நிலையே மானிடர்தம் குறிக்கோள் என்பதைச் சுட்டிநிற்கிறது என்பதைக் கருத்தில் கொள்ளவேண்டும். இவர்கட்டு அடுத்த நிலையில் அறம் வலியுறுத்தப்படுகின்றமை இவ்வலட்சியத்தினை மேலும் வலியுறுத்தும்போக்கில் அமைந்துள்ளது. நீத்தாரை அடுத்துக் குறிப்பிடப்படும் பிரிவினர் இல்வாழ்வார். இல்வாழ்வோரே இலட்சிய நிலையில் நீத்தாராகவும் மாறுவர். இவர்களது பண்புகள், கடமைகள் என்னென்ன என்பனவற்றைப் பட்டியலிடுகிறது இல்வாழ்க்கை எனும் அதிகாரம்.

இல்வாழ்வார் என்ற தொகைச் சொல் இல்லத்தில் வாழ்பவர் என்ற பொருளைத் தரும். அவ்வாறாயின் வேளாளர், குடிப்பிறந்தார் முதலானோரும் வீட்டில்தானே வாழ்கின்றனர் – அவர்களை ஏன் 'இல்வாழ்வார்' என அழைக்கவில்லை என்ற கேள்வி எழுகிறது. இதற்கு விடைகாண இச்சொல்லாக்கத்திற்கான பின்னணி எது என்பதை ஆராய்தல் வேண்டும்.

இங்குத்தான் வடமரபினதாகிய ஆசிரமக்கோட்பாடு நமக்குத் துணைசெய்கிறது. வடமரபில் ஆசிரமம் என்பன இருவகையின. ஒன்று வருணாசிரமம். இன்றைய சாதிப்பாகுபாட்டிற்கான முன்னோடிக் கோட்பாடு இது. மற்றொன்று மனித வாழ்வில் முறைமையிற் கடக்க வேண்டிய வாழ்க்கை நிலைகளாகிய பிரமசரியம், கிரஹஸ்தம், வானப்ரஸ்தம், ஸந்நியாஸம் என்ற ஆசிரமக் கோட்பாடு. இது வைதீக மதம், பௌத்தம், சமணம் ஆகிய மூன்று மதங்களுக்கும் பொதுவானதாகும். தொடக்கத்தில் இதனைச் சமண பௌத்தர்கள் ஏற்றுக்கொள்ளாவிடினும் காலப்போக்கில் ஏற்றுக்கொண்டுவிட்டனர். இவற்றுள் வருணாசிரமக் கோட்பாட்டினைத் திருவள்ளுவர் ஏற்றுக்கொள்ளவில்லை என்பதற்கு அவரது சமுதாயப் பிரிவுகள் பற்றிய விளக்கமே சான்றாக அமைந்துள்ளது.

'பிறப்பொக்கும் எல்லாவுயிர்க்கும்' என்பது அவரது நிலைப்பாடு. வாழ்க்கை நிலைகளுள் கிரஹஸ்தம் என்ற நிலைப்பாட்டில் உள்ளவரைக் கிரஹஸ்தர் என்பர். கிரஹம் என்பது இல்லம், வீடு ஆகிய பொருள்களைக் குறிக்கும். எனவே கிரஹத்தில் – கிரஹ நிலையில் உள்ளவர் கிரஹஸ்தர் ஆவர். இதுபோலவே வானப்ரஸ்தம், ஸந்யாஸம் ஆகிய நிலைகளில் உள்ளவர்கள் துறவியராவர். வைதீக, சமண, பௌத்த சமய மரபுகளுக்கும் பொதுவாய் அமைந்த கிரஹஸ்தர், வானப்ரதஸ்தர், ஸந்நியாஸியர் ஆகியோரது வாழ்வியலை ஒட்டியே திருவள்ளுவரது இல்வாழ்வார், துறவியர் அல்லது நீத்தார் வாழ்வியல்கள் விளக்கப்பட்டுள்ளன என்பது இங்குக் குறிப்பிடத்தக்கது.

பௌத்த சமய மரபில் ஸமஸ்க்ருதக் க்ரஹஸ்தருக்கு இணையாகக் கஹபதி (‹க்ருஹபதி), கஹத்தா (இவை பாலி மொழிச் சொற்கள்) ஆகியன வழங்கப்படுகின்றன. கஹபதிகள் இல்லறத்தில் ஈடுபட்டிருப்போர். இவர்கள் வீடற்ற துறவிகளினின்றும் வேறுபட்டவர். துறவியர் இதனால் வீடற்றவர் என்ற பொருளில் அகாரியர் (க⁴ர் என்ற வடசொல்லுக்கு வீடு என்பது பொருள்) பௌத்த மதத்தைப் பின்பற்றி ஒழுகும் இல்வாழ்வார், சிராவகர், சீடர் எனவும் அழைக்கப்பட்டனர். இவர்களை நோன்பிகள் எனவும் குறிக்கலாம். இல்லறத்தார் அல்லது இல்வாழ்வார் துறவியருக்கு உணவளித்துக் காப்பாற்றும் பொறுப்புடையவரும் ஆவர். சுற்றித் திரியும் துறவியரைச் சமஸ்கிருதத்தில் ச்ரமணர் என்றும் பாலி மொழியில் சமணர் என்றும் வழங்குவர். இவர்களைப் பிட்சுக்கள்/பிக்குகள் எனவும் வழங்குவர்.

இவர்களைப் போலவே ரிஷபதேவர் முதலான தீர்க்கங்கரர்களைப் பின்பற்றி ஒழுகும் சமணர்களும் (இச்சொல்லும் ச்ரமணர் என்ற சொல்லிலிருந்து வந்ததே) இல்வாழ்வார்

எனவும் துறவியர் எனவும் பிரிக்கப்படுவர். துறவு மரபினை ஏற்றோரைச் சாதுக்கள் எனவும் வழங்குவர். சமண சமயத்து இல்வாழ்வாரைப் பொதுவாகச் ச்ராவகர் எனவும் குறிப்பர். இவ்வாறு கிரஹஸ்தர், கஹபதி முதலான மரபுகளைப் பின்பற்றி இல்வாழ்வான் என்ற கருத்துருவாக்கமும் வானப்ரஸ்தர், ஸந்யாஸியர் என்ற மரபுகளைப் பின்பற்றி நீத்தார்/துறவோர் என்ற கருத்துருவாக்கமும் முறையே திருவள்ளுவரால் இல்வாழ்வான் எனவும் நீத்தார் எனவும் அழகாகத் தமிழ்ப்படுத்தப்பட்டுள்ளமை தெளிவாகிறது. இவை இரண்டுமே தமிழுலகிற்குப் புதியவை. துறவு என்ற கருத்து பழந்தமிழர் வாழ்வியலில் ஒரு கூறாக இருந்ததில்லை என்பது முன்னரே குறிப்பிடப்பட்டது.

மக்கள் வாழ்நிலைக்கேற்ப இல்வாழ்வானாக மாறுவது போன்றே மக்கள் கூட்டத்தில் உள்ள ஒருவனே மன்னனாகவும் மாறுவான். அமைச்சனாகவும் பிற அதிகாரிகளாகவும் ஆவான். திருக்குறளில் பொருட்பாலில் அரசன், அவந்தன், இறை என ஆளும் அரசனுக்கெனப் பல குறள்கள் அமைந்துள்ள நிலையை நான் எப்படிப் பார்க்கிறேன் என்றால் அரசு என்பது ஒரு நிருவாகப் பணி, அரசன் என்பவன் தலைமை நிருவாகி என்பதாகப் பார்க்கிறேன். ஆகவே பொருட்பாலிலுள்ள அரசன் முதலான அதிகாரங்களில் சொல்லப்படுபவை அரசன் அல்லது அரசு என்ற நிருவாகப் பொறுப்பை ஏற்றுக்கொண்டவர்களுக்கானவை எனக் கொள்ளலாம்.

அன்றிருந்த சூழலில் அரசன், அரசு என்ற அமைப்பு வழக்கிலிருந்தமையால் அந்தவகையில் கருத்துக்கள் சொல்லப்பட்டுள்ளன. காலப்போக்கில் அரசன் என்ற மரபு மாறிய சூழலில் இக்கருத்துக்கள் நிருவாகி, ஆட்சியுரிமை பூண்ட வன் ஆகியோருக்கும் பொருத்தமானவையாக உள்ளன. இன்றைய மேலாண்மைப் பட்டப்படிப்புக்களில் கற்பிக்கப்படும் பல மேலாண்மைக் கருத்துக்கள் திருக்குறளில் சுட்டப்படும் கருத்தக்களின் பிரதிபலிப்புக்களாகவே உள்ளன. காலங் கடந்தும் வாழும் தன்மை என இதனைச் சுட்டலாம்.

இவ்வகையில் இல்வாழ்வான் ஒரு நிருவாகியாக மாறும்பொழுது அவன் எவ்வெவற்றைப் பின்பற்ற வேண்டும் என்ற போக்கில் இவை அமைந்துள்ளனவாகவும் கொள்ளலாம். அடுத்த பகுதியிலே நாடு, அரண் முதலான இயல்கள் வருகின்றன. நாம் நினைத்துக்கொண்டிருக்கிற சமுதாயம் ஏதோ ஆகாயத்திலிருந்து குதித்து வந்ததென்று. அது ஒரு மெய்ம்மை (Reality). இச் சமுதாயம் செயல்பட ஓரிடம் தேவை. இதற்கு எல்லைகளும் தேவை. எல்லா இடங்களிலும் மக்கள் வாழ்கிறார்கள். ஆனால் எல்லோரும் ஒரே தன்மைத்தான வாழ்க்கையையா

மேற்கொண்டிருக்கிறார்கள்? எல்லோரும் ஒரே பண்பாட்டையா பின்பற்றுகிறார்கள்? எனவே பண்பாடு என்பதை ஒரு நாடு என்ற வரையறைக்குள் வைத்துத்தான் சொல்லவியலும்.

தமிழ்நாடு என்ற எல்லைக்குள் வாழும் மக்கள் பின்பற்றும் பண்பாட்டினைத் தமிழ்ப் பண்பாடு எனச் சொல்லலாம். ஆனால் வரலாற்றில் பழங்காலத்தே தமிழ்நாடு என்றதொரு சொல்லாட்சி கல்வெட்டுக்களில் காணப்படவில்லை. சேரநாடு, சோழநாடு, பாண்டிநாடு என்ற வழக்காறுகள்தாம் உள்ளன. அம்மூன்று நாடுகளிலும் வாழும் மக்கள் தமிழ்தான் பேசுகிறார்கள், ஒரே பண்பாட்டைத்தான் பின்பற்றுகிறார்கள் எனின் ஏன் மூன்று வெவ்வேறு நாடுகள் கொண்டுள்ளனர்? மூன்று வெவ்வேறு குலமரபினர் தத்தம் நாட்டைக் காப்பதில் ஓயாது போர் தொடுத்து வந்துள்ளமையைக் கல்வெட்டுக்களும் பிற இலக்கியங்களும் தெளிவாக எடுத்துக் கூறுகின்றன. எனவேதான் வள்ளுவரும் தாம் கூறும் அறங்கள் எல்லோர்க்கும் பொதுவானவை என்ற நோக்கில் அவை தமிழ்நாட்டிற்குரியன எனத் தெரித்துக் கூறவில்லை. ஒரு பண்பாடு என்பது ஒரு குறிப்பிட்ட எல்லைக்குட்பட்ட வரையறைக்குள் இயங்கவேண்டுதலின் இவ்வரையறை நாடு என வள்ளுவரால் குறிக்கப்படுகிறது.

மழையின்றித் தானம், தருமம் முதலானவை இல்லை என்ற வள்ளுவரே அரசு என்ற அமைப்பு இல்லாவிட்டால் வாழ்க்கை பாதுகாப்பான ஒன்றாக இராதெனவும் சொல்கின்றார். மழை ஓர் இயற்கை ஆற்றல்; அதேபோல அரசு என்பது மனித ஆற்றல். இவை இரண்டுமே மனித வாழ்க்கைக்கு இன்றியமையாதன. இவற்றின் துணையின்றி மனித வாழ்க்கை அமையாது. பின்னர் படை மாட்சி, படைச் செருக்கு போன்ற அரசமைப்பிற்குத் தேவையானவற்றை எடுத்து விளக்கியுள்ளார்.

இவற்றின் பின்னர் 'குடிமை', 'மானம்', 'பெருமை' ஆகிய இயல்கள் வருகின்றன. இவை உண்மையில் இல்வாழ்வார், நீத்தார் போன்ற சமுதாயப்பிரிவினரினின்றும் வேறுபட்ட மக்கள் பிரிவினரைக் குறிப்பிடுகின்றன. இவர்களை இற்பிறந்தார் எனவும் குடிப்பிறந்தார் எனவும் குறிப்பிடுகிறார். வள்ளுவர். இவர்கள் தனித்த பண்புகளை உடையவராகக் குறிப்பிடுகின்றார். இவர்கள் ஒழுக்கமும் வாய்மையும் நாணும் இழுக்கார்; அடுக்கிய கோடி பெறினும் குன்றுவ செய்யமாட்டார்கள்; இவர்கள் பழங்குடிப் பண்பினின்றும் பிரிதலிலர். சலம் பற்றிச் சால்பில செய்யமாட்டார்கள். இவர்கள் மானமுடையவர்கள் கவரிமான் போன்று மானம் வரின் உயிர் நீப்பர். இப்பண்புகளைக் குடிசெயல்வகை என்றும் இயலில் இன்னும் விரிவாக விளக்கியுள்ளார் வள்ளுவர். இப்பிரிவினரை இப்பண்புகளின்

கோ. விசயவேணுகோபால்

வழி மிகத் தெளிவாக இல்வாழ்வார் முதலானோரினின்றும் வேறுபடுத்திக் காட்டியுள்ளார்.

பழந்தமிழிலக்கியங்களில் பயிற்சியுடையார் இப்பண்பு களைக் கொண்டோர் 'புறநானூறு' போன்ற இலக்கியங்கள் போற்றும் மறக்குடியினரே என்பதை நன்கு அறிந்துகொள்வர். அரசனது வெற்றிக்கும் புகழுக்கும் காரணமானவர் இவர்களே. தொல்காப்பியம் "மறங்கடைக் கூட்டிய குடிநிலை" (புறத்திணையியல் நூற்பா 4) எனக் குடிமக்கள் மாட்சியை எடுத்துரைக்கும். வீரம் மிக்க இம்மறவர் அரசர்க்காகத் தம் இன்னுயிரையும் வழங்கும் இயல்பினர். இதனையே வள்ளுவரும் "புரந்தார்கண் நீர் மல்கச் சாகிற் பின் சாக்காடு இரந்துகோள் தக்க துடைத்து" (78-10) எனப் போற்றிக் கூறுவர். இப்பிரிவினரும் இல்வாழ்வார், துறவியர் ஆகியோரினின்றும் வேறுபட்ட வாழ்வியலைக் கொண்டவர். எனவே தனியே எடுத்துரைக்கப்படுகின்றனர்.

அடுத்து உழவு. இவ்வியலில் உழவர் என்னும் சமுதாயப் பிரிவினரை எடுத்துக்காட்டுகிறார். இவர்கள் உலகத்தார்க்கு ஆணி போல்வார். இவர்கள் இரவார்; ஆனால் இரப்பவர்க்கு ஈவர். சாதாரண நேரங்களில் உழவராயிருப்போர் போர்க்காலங்களில் மள்ளராய், மறவராய் மாறுவர். இப்பிரிவினரும் ஏனைப் பிரிவினரின்றும் வேறுபட்டவரே. இவர்களை உலகத்தார்க்கு ஆணி என்பர். இவர்களும் இல்வாழ்வாரைப் போன்றே உலகத்தாரைத் தாங்கும் பண்பினர். எனினும் இவர்களது தொழில் வேறுபாட்டால் இவர்களை வேறு பிரித்துக் காட்டுகிறார். பழைய சமண மரபில் உழவு சமணர் ஏற்கும் தொழிலன்று என்பது இங்குக் கருதத்தக்கது.

இறுதியில் 'காமத்துப்பால்' எனும் இயலில் பழந்தமிழிலக்கியங்கள் சுட்டும் காதல் வாழ்க்கையை இலக்கியமரபில் எடுத்துக்காட்டியுள்ளார். இவ்வாழ்வியல் மரபு பழந்தமிழ் இலக்கியங்கள் எடுத்துக்காட்டும் ஐந்திணை சார்ந்த குறவர் முதலானோர் வாழ்வு நெறியை நினைவுபடுத்தும் வகையில் அமைந்துள்ளது. ஆனால் இங்குள்ள கற்பியலுக்கு மாறாக அறத்துப்பாலில் 'இல்வாழ்க்கை' எனும் ஒரு புதிய இயல் அமைத்துள்ளமை இங்குக் குறிப்பிடத்தக்கது. இது போலவே காமத்துப்பாலிலுள்ள கற்பியலில் "நண்ணேன் பரத்த நின் மார்பு" எனக் குறிப்பாகப் பரத்தமையைச் சுட்டிக்காட்டும் வள்ளுவர் பொருட்பாலில் 'வரைவின் மகளிர்' என்ற இயலில் பொருட்பெண்டிரின் இழிசெயல்களைச் சாடிக்கூறுதலைக் காலத்தின் வளர்ச்சிப் போக்காகக் கருதலாம். எனினும் இவை வெவ்வேறு இயல்களில் வேறுபட உணர்த்தப்படுவது மனங்கொளத்தக்கது.

இவ்வாறு வள்ளுவர் காட்டும் சமுதாயப் பிரிவினராக நீத்தார், இல்வாழ்வார், அரசர், குடிப்பிறந்தார், உழவர் (குறவர், எயினர், நுளம்பர் முதலான பிரிவினர் மறைந்தனர் போலும். இவர்களைப் போலவே இடையர், ஆயர் முதலானோர் பற்றியும் திருவள்ளுவர் எதையும் குறிப்பிடவில்லை. இவை மேலும் ஆராயத்தக்கன) ஆகியோர் அமைந்துள்ளனர். சமுதாயத்தில் பாதியாக விளங்கும் மகளிர் பற்றி வள்ளுவர் தனியே எடுத்துக்கூறாவிட்டாலும் அவர்களை வாழ்க்கைத் துணை, மனைமாட்சியுடையார், கற்பெனும் திண்மை பெற்றவர் என விளக்கி ஆடவர்க்கடங்கிய மரபினராகவே படைத்துக் காட்டியுள்ளார். இன்னும் சொல்லப்போனால் வள்ளுவர் ஒருபடி மேலே போய்ப பெண் பேச்சுக் கேட்பவரிடம் அறவினை, ஆன்ற பொருள், பிறவினை ஆகியன இரா எனக் கூறிப் பெண்மைபற்றிய தம் நிலைப்பாட்டைத் தெளிவாகவே விளக்கியுள்ளார்.

திருவள்ளுவரின் இத்தகைய சமுதாயச் சித்திரிப்பிற்குப் பின்னணியில் இருப்பவை பழைய பழந்தமிழர் சமுதாயத்தினின்றும் மாறுபட்ட புதிய பண்பாட்டுக் கூறுகள் ஆகும். இப்புதிய வழக்காறுகள் தமிழ்ச் சமுதாயத்தில் பல முக்கிய வளர்ச்சிப் போக்குகளை உருவாக்கிவிட்டன. இவற்றிற்குப் பின்னணியாக அமைந்தவை தமிழகத்திற்குப் புதியவனவாக வந்து சேர்நத வைதீக, சமண, பௌத்த சமயங்களே. இம்மூன்று சமயங்களும் தமிழ்ச் சமுதாயத்திலே ஊடுருவி நிரந்தரமானவையாக மாறிய நிலையில் மூன்று சமயங்களையும் பின்பற்றுகிற மக்கள் கூட்டம் பெருகித் தமிழ்ச் சமுதாயம் பல்சமயச் சமுதாயமாக வளர்ந்தோங்குகிறது. இதனால் பண்பாட்டுக்கூறுகள் மாறுபடுகின்றன. புதிய மதிப்பீடுகள் கிளைக்கின்றன. இவை பல்வகைச் சமய அறங்களை வெளியிடும் அறநூல்கள் தோன்றக் காரணமாக அமைகின்றன.

திருவள்ளுவர் இவ்வகையான மாறுபட்ட சூழலில் நல்லிணக்கமான முறையில் அனைத்துச் சமயத்தினரும் உடனிருந்து வாழ்வதற்கேற்ற ஓர் அறநூலை உருவாக்கியபோது அன்றிருந்த சமுதாய அமைப்பினையும் அச்சமூகப் பிரிவினர் பின்பற்றிய பண்பாடுகளையும் பிற விழுமியங்களையும் பல்வேறு இயல்களில் விளக்கிச் சென்றுள்ளார். இவற்றை ஆழ்ந்து நோக்கும்போது பல சமய மரபுகளே இந்நிலைக்குக் காரணம் என்பதும் இவற்றின் பிரதிபலிப்பாகவே இல்வாழ்வான், துறவி பற்றிய கருத்துக்கள் திருக்குறளில் காணப்படுகின்றன என்பதும் அதே சமயம், பழைய தமிழர்தம் வாழ்வியலும் பழைய மரபின் எச்சங்களாகத் திருவள்ளுவரால் விளக்கப்பட்டுள்ளன

என்பதும், வேற்றுமையில் ஒற்றுமை என்ற நோக்கில் திருவள்ளுவர் பல்வகைச் சமயவழிப்பட்ட சமுதாயத்தினர்க்கான அறங்களைப் பொதுநெறிப்படுத்திக் கூறியுள்ளார் என்பதும் தெளிவாகின்றன.

மேற்கோள்கள்

1. *இவை குறித்து அறிந்துகொள்ள:*
ஆபஸ்தம்ப ஸூத்ரம் ப்ரஸ்ன 2 படலம் 9, காண்டம் 21 வசிஷ்ட ஸூத்ரம் இயல் 10.

Flood, Gavin, Olivelle, Patrick, 2003, The Blackwell companion to Hinduism, Malden: Blackwell. p.277.

விஷ்ணு புராணம், பவிஷ்ய புராணம் முதலியனவற்றைக் காண்க.

2. *தொடக்கத்தில் இவை ஏற்றுக்கொள்ளப்படாவிட்டாலும் பின்னர் இவை ஏற்றுக்கொள்ளப்பட்டன. பார்க்க:* A.L. Basham, The wonder that was India, Rupa & Co. New Delhi, 3rd Impression, 1975 p.172.

36

சைவத் தொண்டில் சமஸ்கிருதமும் தமிழும்

தி. கணேசன்
தமிழில்: பா. மலர்ஆனந்த்

தமிழ்நாட்டின் வரலாற்றில் ஆரம்பக் காலத்தில் இருந்தே சைவ சமயத்தைப்[1] பரப்புவதற்கு சமஸ்கிருதமும் தமிழும் இரண்டும் ஒன்றாக பயன்படுத்தப்பட்டன. இதற்கு அதிகமாக அறியப்பட்ட உதாரணமாக, சைவத் துறவி, ரிக் வேத பிராமணர்களின் குடும்பத்தில் பிறந்த திருஞானசம்பந்தரைக் காட்டலாம். அவர் ஏராளமான புனித தலங்களுக்கு யாத்திரைச் செய்யும்போது சிவபெருமானின் பெருமைகளை மெல்லிசை மற்றும் பக்தியைத் தூண்டும் தமிழில் பாடினார். அப்பர்,[2] காரைக்காலம்மையார், சுந்தரர் ஆகியோரும் அவ்வாறே செய்திருப்பதை நாம் அறிவோம். சமய தத்துவக் கோட்பாடுகள், கலைகள் மற்றும் அறிவியல் ஆகியவற்றின் பரவலுக்கு மொழி ஒரு தடையாகவோ அல்லது முட்டுக்கட்டையாகவோ இருந்ததில்லை. பொதுவான மற்றும் பிரபலமான பக்தி அம்சங்கள் தமிழ் மூலமாக வெளிப்படுத்தப்பட்டாலும் அறிவியல் சார்ந்த உரை சமஸ்கிருதத்தில் இருந்தது. சைவத்தின் வழக்கினை எடுத்துக் கொண்டால் (இது பிற சமயங்களுக்கும் பொருந்தும்) வேதம் மற்றும் சைவ நூற்கள் (ஆகமத் தொகுப்பு, பக்தித் தொகுப்பு மற்றும் தேவாரம் ஆகியவற்றை உள்ளடக்கியது) அடித்தளமாக அமைந்துள்ளன.

சேக்கிழார் தம்முடைய திருத்தொண்டர் புராணத்தில் திருஞானசம்பந்தர் புராணம் என்ற பகுதியின் தொடக்கத்தில் 'திருஞானசம்பந்தர், வேத நெறிகளை மீட்டெடுக்கவும் வேத சமயத்தின் கிளையான சைவ சமயத்தைப் பரப்பவும் அவதாரம் எடுத்ததாகக் குறிப்பிட்டுள்ளார். சைவ சமயம் ஆரம்பக் காலத்தில் வேத சமயத்தின் முக்கிய அங்கமாக இருந்தது. இது சைவ பக்தர்களான நாயன்மார்களுள் திருஞானசம்பந்தர், திருநாவுக்கரசர் போன்றோர்களின் அழியாத தேவாரப் பாடல்கள் மற்றும் சிறிது பிந்தைய காலத்தின் திருமாளிகைத் தேவர், கந்தராதித்தர் மற்றும் பலரால் உறுதியாக்கப்பட்டது.

சைவ தத்துவ நூற்கள்

தமிழின் ஆகமக் கோட்பாடுகளை விளக்கும் ஆரம்பக் கால நூற்களில் ஒன்று 12ஆம் நூற்றாண்டில் வாழ்ந்த வாகீசமுனிவரின் ஞானாமிர்தம். அவர் ஆகமக் கோட்பாடுகளான அமிர்தத்தை ஆகமங்கள் என்ற பாற்கடலைக் கடைந்து தமிழில் தருவதாகத் தன் படைப்பின் அறிமுகப் பகுதியில் குறிப்பிடுகிறார்.

13ஆம் நூற்றாண்டின் அருணந்தி சிவாச்சாரியார் சைவ சிந்தாந்த சமய தத்துவ மரபினை விரிவுபடுத்தும் வகையில் மெய்கண்டாரின் சிவஞான போதத்தை 'சிவஞான சித்தியாரின் வழி மேலும் விரிவுபடுத்தினார். அவர் சைவ சித்தாந்தத்தை வேதங்கள் மற்றும் ஆகமங்களின் அடிப்படையில் விளக்கினார். மேலும் அவர் சிறப்புக்குரிய சைவ அடியவர்களான நாயன்மார்களின் அடிச்சுவடுகளையும் பின்பற்றினார்.

16ஆம் நூற்றாண்டில் தமிழ்நாட்டில் சைவ நூற்கள் தமிழிலும் சமஸ்கிருதத்திலும் பெருமளவில் உருவாக்கம் பெற்றன. பல ஆசிரியர்கள் இருமொழியிலும் புலமை பெற்றவர்கள் என்பதால் பல தமிழ் படைப்புகள் சம்ஸ்கிருத மூலங்களின் தழுவல்களாகவே இருந்தன. நிகம ஞான தேவா 'மறைஞானசம்பந்தர்' என்றும் அழைக்கப்படுகிறார். மேலும் அவரது மருமகனும் சீடருமான நிகமா ஞான தேசிகரும் குறிப்பிடத்தக்கவர். இவ்விரு எழுத்தாளர்களும் சைவ அறிவு பரவலுக்கு இணைந்து பணியாற்றினர். சீடர் தனது குருவின் சில முக்கியமான தமிழ்ப் படைப்புகள் குறித்துக் கருத்து தெரிவிப்பதுடன் அவரது படைப்புகளுக்கு வருணனைகளாக உரைத் தொகுப்பையும் இயற்றினார். இது தனது ஆன்மீக குருவின் இலக்கியப் படைப்புகளின் அதிகாரப்பூர்வமான ஆதிக்கத்தை நிறுவும் நோக்கத்தைக் கொண்டுள்ளது.

இவ்விருவரும் சைவத்தின் அனைத்துக் கிளைகளையும் விளக்கி நூற்களை எழுதியுள்ளனர். அவர்களைப் பொறுத்தவரை,

சைவ சித்தாந்தம் ஆகமங்களில் விதிக்கப்பட்ட மற்றும் விளக்கப்பட்டுள்ள காரியம் (வை) கிரியை போன்றவற்றைத் தவிர பரந்தவையான தலபுராணம் மற்றும் தானம், சமயச் சடங்குகள் போன்ற பல்வேறு சமயச் சேவைகளை உள்ளடக்கியது. சாதாரண மனிதன் சைவ தொண்டாற்றும் வழிமுறையை இது விளக்குகிறது. தமிழ்நாட்டின் சைவ சித்தாந்த வரலாற்றில் முதன்முதலில் 'சைவ சமய நெறி' என்ற நூலை மறைஞான சம்பந்தர் இயற்றினார். இந்நூல் சைவ சமயத்தின் தினசரி சடங்குகளை ஆகமங்களின் அடிப்படையில் விளக்கித் தமிழில் எழுதப்பட்ட முதல் நூலாகும்.

இவர் அனைத்து நூற்களையும் வேதம், சைவம் என்னும் இருவகைப்படுத்துகிறார்.[3] இதில் முந்தையது அடிப்படை, அடித்தளம் (பொது) என்று கூறுகிறார். ஆகமங்கள் தெய்வீகத் தகுதி பெற்ற நபர்களுக்கு வெளிப்படுத்தப்பட்ட சிறப்பு வகை இலக்கியங்கள் என்கிறார். அருணந்தி பிற அனைத்து வகைகளையும் இவற்றின் பகுதிகளாக அடக்குகிறார்.[4]

பாரம்பரிய கணக்குகளின்படி அருணந்தி சிவாச்சாரியார் 'சகலகலா ஆகம பண்டிதர்' என்று அழைக்கப்பட்டார். இது சந்தேகத்திற்கு இடமின்றி நிரூபிக்கப்பட்ட ஒன்றாகும். நிகமாஜ் ஞான தேசிகரால் அவரது சிறந்த படைப்பான சிவஞான சித்தியாரை 'ஸ்வபக் சத கிறிஸ்தாந்த சம்கிரஹ' என்று அவரது குரு அழைத்தார். இதனை அவரது சில தலைப்புகளில் இருந்து (சைவ சோட சக்ரியாப் பிரகாசிகா, ஜீர்ணோத்ர தாசகா முதலியன) அறிய முடிகிறது. சைவ சோட சக்ரியாப் பிரகாசிகா, ஜீர்ணோத்ர தாசகா முதலியன. சிவஞானசித்தியாரின் பாடல்கள். ஆகமம் மற்றும் சைவத்தில் காணப்படும் பாடல்களுக்கு இணையானவை.[5]

14, 15ஆம் நூற்றாண்டுகளில் தமிழில் ஆகமக் கோட்பாடுகளை முழுமையாக விளக்கும் தத்துவப் பிரகாசம், தத்துவ விளக்கம் போன்ற நூற்கள் இயற்றப்பட்டன. சம்ஸ்கிருத மொழி தெரியாதவர்களும் சிவபெருமான் அருளிய சைவ சமயத்தில் கூறப்பட்டுள்ள பொருளைப் புரிந்துகொள்ள வேண்டும் என்பதற்காகத்தான் தமிழில் இந்நூலை இயற்றுவதாகத் தத்துவ விளக்கத்தின் ஆசிரியர் சம்பந்த சரணாலயர் தனது முன்னுரையில் குறிப்பிடுகிறார் (கயிலை மலை வசனம் 3).[6]

14, 15ஆம் நூற்றாண்டைச் சேர்ந்த அறியப்படாத எழுத்தாளரின் படைப்பான 'திருநீறு விளக்கம்' நாயன்மார்கள் மற்றும் சைவாகமத்தின் சொற்களின் அடிப்படையில் சைவ சிந்தாந்த கருத்துக்களுக்கான உரையை விளக்கிக் கூறுகிறது. இதனால் அவை ஒரு ஒருங்கிணைந்த வேத அடிப்படையாக அமைகிறது.[7]

தமிழ் சைவ சமய இலக்கியங்களுக்கே உரித்தானவை சோமவார கற்பம், மகாசிவராத்திரி கற்பம், மகா சிவராத்திரி கற்பம் முதலான நிகமாஜ் ஞான நூற்கள் தனித்துவமான தமிழில் உள்ளன. இவற்றின் செயல்திறன், முக்கியத்துவம் மற்றும் அவை தொடர்பான அனைத்து விஷயங்களையும் விரிவாக விளக்குவதால் நிகமாஜ் ஞானம் ஸ்கந்தத்தின் சில அத்தியாயங்களையும் பிராமணங்களையும் கையாளும் பிற புராணங்களையும் தமிழில் மாற்றி அமைத்துள்ளார். சமஸ்கிருதம் மற்றும் புராணங்களில் போதிய அறிவு இல்லாதவர்கள் உட்பட அனைவருக்கும் இதன் முக்கியமான அம்சங்களை இந்த நூற்கள் மூலம் அவர் தெரிவித்தார். ஆகமம் மற்றும் புராண நூற்களின் தமிழ்த் தழுவல்களின் இந்த முயற்சிகள் அனைத்திலும் சைவத்தின் சடங்கு நடைமுறைகளில் வலுவான நம்பிக்கையையும் பக்தியையும் புகுத்துவதுடன் அவற்றை வழங்குவதன் மூலம் பரவலாகப் பிரபலமாக்குவதே நிகமாஜ் ஞானத்தின் நோக்கமாக அமைந்தது. எனவே சாதாரண மக்களும் அணுகக்கூடியதாக அவை இருந்தன.

சற்றே பிற்பட்ட காலத்தில் பாண்டிய மன்னர்களான வரகுமாரன், வரதுங்கராமன் ஆகியோரால் லிங்கபுராணம், அதிவீரராமன், வாயுசம்ஹிதை, பிராஹினோத்தர காண்டம், கூர்ம புராணம் ஆகிய சைவ புராணங்கள் பொதுமக்களுக்கு அடிப்படையைத் தரும் நூற்களாக விளங்கும் தமிழ்த் தழுவல்களாக நமக்குக் கிடைத்துள்ளன.

பெரும்பாலான சைவ மகான்கள் மற்றும் ஆச்சார்யார்களின் பெருமைகளை இலக்கியப் படைப்புகளின் தொடக்கத்தில் பாடும் நடைமுறையைப் பார்த்தால் முதலில் வருவது நிகமாஜ் ஞானம் ஆகும். பரமோபதேசம், பதி பசு பாசப் பனுவல், சங்கற்ப நிராகரணம் போன்ற அவரது தமிழ் சைவ சித்தாந்த தத்துவப் பாடல்கள் பலவற்றில் சம்பந்தர், மாணிவாசகர், திருமாளிகைத் தேவர், காரைக்காலம்மையார், ஹரதத்தா எனத் தொடங்கும் சைவ மகான்கள் ஒவ்வொருவருக்கும் நிகமாஜ் ஞானம் ஒரு பாசுரத்தை அர்ப்பணித்துள்ளதை நாம் கவனிக்கிறோம். சிறந்த சிவபக்தர் மற்றும் சைவ சாந்தனாச்சாரியார் 4ஆம் நூற்றாண்டு முதல் 11ஆம் நூற்றாண்டுவரை (காரைக்கால் அம்மையார்) தமிழ்நாட்டில் வாழ்ந்த அனைத்து சிவ பக்தர்களையும் ஒரே குழுவாகக் கொண்டுவரும் முயற்சியை இது தெளிவாகக் காட்டுகிறது (காரைக்கால் அம்மையார் முதல் ஹரதத்தாவரை சாந்தனாச்சாரியார்களான மெய்கண்டார் மற்றும் அருள் நந்தி சிவகார்யா வரை).

தலபுராணம்

தலபுராணங்களைத் தழுவி திருவண்ணாமலை, திருவாரூர் ஆகியவற்றைப் போற்றும் அருணகிரி புராணம், கமலாலயச் சிறப்பு போன்ற தல புராணங்கள் தமிழில் எழுதப்பட்டன. இவற்றிலுள்ள கருத்துக்களை எளிய மக்களும் அறியும்படி நிகமாஜ் ஞானா செய்துள்ளார். இந்நூற்களின் வாயிலாகச் சைவ சமயத்தின் எளிய அடிப்படைக் கருத்துக்கள் பெருவாரியான மக்களிடையே சென்றடைய அவர் முயற்சி செய்துள்ளார்.

அதுபோல, சைவத்தின் ஆரம்பக்கால நூற்களில் ஒன்றான சிவதர்மோத்திரத்தின் தமிழ்த் தழுவல் நிகமாஜ் ஞானத்திற்கு பெரும் புகழைப் பெற்றுத் தந்தது. தீவிர சைவ சமய மற்றும் சமூக நடைமுறைகள் தொடர்பான அனைத்து அடிப்படைக் கருத்துகளையும் உள்ளடக்கிய அவரது தலைசிறந்த படைப்புகளில் இதுவும் ஒன்று. பல நூற்றாண்டுகளாக இவ்வுரை மற்றொன்றான சிவதர்மமும் இந்தியாவில் பல பகுதிகளில் மிகவும் பரவலாகப் படிக்கப்பட்டது.[9] சிவனிடம் கொண்ட உயர்ந்த பக்தியின் அடிப்படையில் சைவ சமயத்தின் அடிப்படைக் கருத்துகளுக்கு அவை ஆதாரமாக உள்ளன. அனைத்துத் தரப்பு மக்களும், ஒரு சாமானியர், பல பொருட்களால் சிவனை வழிபட விரும்புபவர், மன்னன்,[10] சமயவாதி, புண்ணியத்தை ஈட்டுவதில் ஆர்வம் கொண்டவர், சிவனுக்குக் கோயில் கட்டுவதில் ஆர்வம் உள்ளவர், கையெழுத்துப் பிரதிகளின் மூலம் ஆகம சொரூபத்தைப் பாதுகாக்க விரும்புவோர் ஆகியோர் இவ்விரண்டு நூற்களிலிருந்தும் பயனடையலாம்.[11] சக மனிதர்களுக்கான சேவை இந்நூற்களில் அதிகமாகப் புகுத்தப்பட்டுள்ளது.

தினசரி சைவச் சடங்குகளில் தமிழ் மரபுகளை இணைத்தல்

நிகாம ஜனதேசிகர் தனது மிகப் பெரிய தொகுப்பான அமிர்தபுஜ பதாதியில் ஒரு சைவ சமய ஆச்சாரியார் தினசரி தவறாமல் செய்ய வேண்டிய வழிபாடுகளை விளக்குகிறார். நெறியாளர் வீட்டில் செய்ய வேண்டிய சிவ வழிபாட்டை மிக விரிவாக விவரித்த பிறகு, நிகமா ஜனன் சிவாலயத்திற்கு சென்று பல்வேறு தெய்வங்கள் சார்ந்த தியான சுலோகங்களைச் சொல்லி வணங்க வேண்டும் என்று கூறுகிறது. அதன் பிறகு தமிழ் உட்பட 18 மொழிகளில் வேத மந்திரங்களை ஓதலாம்; கீர்த்தனைகளைப் பாடலாம்[13] என்று அவர் மேலும் எடுத்துரைக்கிறார். ஒருவர் வேதம் மற்றும் கீர்த்தனைகளை 18 மொழிகளில் ஓதலாம்; இசை

அமைப்புகளைப் பாடலாம்; சிவனின் முன் நடனம் ஆடலாம் என்றெல்லாம் காமிகாகமா பரிந்துரைக்கிறது.[14]

ஆகமங்களைக் கற்பித்தல்

சிவதர்மோத்தரத்தில் ஆச்சார்யாள் தனது சீடர்களுக்கு ஆகமங்களை முறையாகப் போதித்தது குறித்த சுவாரசியமான தகவல்களைக் காண்கிறோம். ஆகமங்களை எளிதாக மாணவர்களுக்கு விளக்குவதில் ஆச்சார்யாள் சமஸ்கிருதம் அல்லது பிராகிருதம் அல்லது ஏதேனும் வட்டார மொழியைப் பயன்படுத்தலாம்.[15] ஆகமங்களின் போதனைகளை மொழி வேறுபாடின்றித் தெளிவாக வழங்குவதுடன் மாணவர்களுக்குப் புரியும் எந்த மொழியையும் தேர்வு செய்ய சுதந்திரம் உள்ளது.[16]

குரு நிகமா ஞானம் அனைவராலும் அறியப்பட்ட படைப்பான சைவ சமய நெறியைப் பின்பற்றி அவரது சீடர் இரண்டாம் நிகமா ஞானம் ஒரு பெரிய தொகுப்பை வெளியிட்டார். அது ஆகமத்திற்கும் புராணப் பாடல்களுக்கும் நிகரானதாக அமைந்தது. சைவ சமய நெறி, ஆகமத்தை அடிப்படையாகக் கொண்டது என்பதை நிரூபிக்கும் வகையில் இதனை எழுதினார். இது சைவக் கடமை, சந்தர்ப்பச் சடங்குகளுக்கான ஒரு அடிப்படை குறிப்புரை என்றும், இம்மாதிரியான ஒரு உரை தமிழில் அப்போதுதான் முதன் முதலாக அமைந்தது என்றும் கூறலாம். நாம் முன்பு பார்த்த மறைஞான சம்பந்தரின் சைவ விரதங்கள் சிலவற்றிற்கும் இக்கருத்து பொருந்தும்.

நிகம ஞான தேவா மற்றும் அவரது சீடர்கள் சைவ சமயத் துறையில் தந்த இலக்கிய படைப்புகள் தமிழ் மற்றும் சமஸ்கிருத்தில் சில முக்கியமான தொலைநோக்கு பங்களிப்புகள் ஆகும்.

அடுத்து நிகமாஜ் ஞானத்தின் சமகாலத்துவரான சூரியனார் கோயில் சைவ மடத்தைச் சார்ந்த சிவக்ரயோகியின் மீது கவனம் செலுத்துவோம். இவர் சைவ சித்தாந்த மதம் மற்றும் கோட்பாடுகளைப் பரப்புவதற்காக இரு மொழிகளிலும் பல முக்கியமான நூற்களை இயற்றினார். அவர் சிவஞானசித்தியாரை மணிப்பிரவாள நடையில் எழுதிய வர்ணனையால் மிகவும் பிரபலமானவர். சிவநெறிப் பிரகாசம் சிவாக்ரயோகி தனது உரையின் 12வது வசனத்தில் சைவ ஆகம நூலில் கூறப்பட்டுள்ள சைவ சித்தாந்தத்தின் அடிப்படைப் போதனைகளைச் சுருங்க விளக்குவதாகத் தெளிவாகக் கூறுகிறார்.

17ஆம் நூற்றாண்டுப் பிற்பகுதியில் தருமபுர மடத்துறவிகளில் ஒருவரான வெள்ளியம்பலவாண தம்பிரான் ஆகமங்களை

நன்றாகக் கற்றுத் தேர்ந்தவர். அவர் இலக்கியம் படைக்கும் திறன் பெற்றவராகவும் இருந்தவர்.[18] இவர் முருகேந்திர ஆகமத்தின் ஜனபதம்[19] பகுதியின் ஆறு பகுதிகளைத் தமிழில் மொழிபெயர்த்துள்ளார்.

இவ்வாறே தென்னிந்தியாவின் சமய வரலாற்றில் மிக முக்கியமான காலக்கட்டங்களில் மிகப்பெரும் சைவ சமயவாதிகளால் தமிழ்நாட்டின் சைவ சித்தாந்த வரலாறு முழுமையும் சமஸ்கிருதம், தமிழ் ஆகிய இரண்டு மொழிகளும் ஒன்றையொன்று பாராட்டும் விதமாகவே பயன்படுத்திக் கொண்டன. சைவ சமய தத்துவக் கோட்பாடுகளைச் சாமானியர்களுக்கும் புலமையாளர்களுக்கும் பரவலாகப் பரப்புவதற்கு இந்நடைமுறை மிகவும் உதவியாக இருந்தது.

அடிக்குறிப்பு

1. In fact, Buddhist and Jaina teachers, some of whom living in south India, started composing their texts both in logic and those intended to propagate their religion, in the Sanskrit language whose earliest canons were in Pali and Ardhamagadhī.

2. Appar says that Śiva is the source of the āriyam (Sanskrit) as well as drāviḍam (Tamil).
   ஆரியம் கண்டாய் திராவிடம் கண்டாய்

3. வேதநெறி தழைத்தோங்க மிகு சைவத்துறை விளங்க.

4. வேத நூல் சைவ நூலொன்றிரண்டே நூல்கள்
   வேறுரைக்கும் நூலிவற்றின் விரிந்த நூல்கள்
   ஆதிநூல் அநாதி அமலன் தரு நூலிரண்டும்
   ஆரணநூல் பொது சைவம் அருஞ்சிறப்பு நூலாம்
   நீதியினால் உலகர்க்கும் சத்திநிபாதர்க்கும்
   நிகழ்த்தியது தீன்மறையினொழி பொருள் வேதாந்தத்
   தீதில் பொருள் கொண்டுரைக்கும் நூல் சைவம் பிறநூல்
   திகழ்பூர்வம் சிவாகமங்கள் சித்தாந்தமாகும்

   (சித்தியார் 267)

5. For more details refer to T. Ganesan, 2008: Two Saiva Teachers of the sixteenth century: Nigamajñāna I and his disciple Nigamajñāna II, Publications of the French Institute, Pondicherry, Hors Série, 9.

6. சீரார் கயிலைத் திருவாய் மலர்ந்த சிவாகமங்கற்
   றாய்வது வடசொற் பயின்றார்க் கெளிதாம் மொழியைச்

சாராதவருந் தத்துவஞானந் தலைப்படுதற்
கேரார் தமிழ்ச் செய்யுளான் மையநீர வெழுதுவனே.

7. மருளினிலை கெடவழுத காழி வேந்தர்
வாகீசர் வன்றொண்டர் வாதவூரர்
தெருளிநிலைச் செந்தமிழ்ப்பின் செல்வதாகச்
சிவாகமத்தின் கருத்தகலாச் செய்தியாக

... ...

இதன்பேர் முத்திக்
கானதிரு நெறிவிளக்க மாகு மன்றே

(Tirunerivilakkam, verse 12).

8. Nigamajñāna states at the beginning that he is composing this Tamil adaptation of the Kamalālayapurāṇam at the request of many of the local brahmins and Saiva devotees.

9. Many of the medieval smrti compendia have drawn a great deal from these two texts.

10. In the Sivadharma there are many passages that extol the greatness and the merits of such devotional acts as growing flower gardens and worshipping Śiva with different sweet smelling flowers grown there. One may plausibly conclude that the kings, especially the Chola kings who gave large endowments for the growing of flower gardens around many Śiva-temples were very much influenced by texts such as the Sivadharma.

11. Scholars of Chola history well know that many Chola kings instituted endowments in some of the great Śiva temples for the cxposition (vakkāṇittal) of the text of Śivadharma.

12. For him the Saiva religio-philosophical system is entirely based on the Vedic corpus (including the Upanisad-s), the Saivāgama corpus, the Saiva purāna-s (including the sthalapurāna-s), the exclusively Saiva texts such as the Śivadharma and the Sivadharmottara, and the entire range of Saiva Tirumurai (the Tamil devotional hymns of the devotees par excellence of Śiva called nāyaṇmār) and of course, the texts that are grouped under Meykaṇṭacāttiram.

13. The Sivadharmottara speaks highly of singing the glories and the names (nāmasamkīrtana) of Śiva which, it holds, is highly beneficial and brings immense results:

नामसङ्कीर्तनस्यापि प्रसङ्गेन शिवस्य यः.
कुर्याद्वा तन्नमस्कारं न तस्य विफलं भवेत्.

14. वेदाध्ययनमन्यच्च स्तोत्रपाठादिकं तु वा.
इतरा द्राविडभाषाद्यं गाननृत्तयुतं तु वा.
अष्टादशमहाभाषोक्तं गानं वा परिकल्पयेत्.

15. संस्कृतप्राकृतादितत्तद्देशोचितभाषारूपैः शिष्यानुरूपैर्वाक्यैः...
संस्कृतैः प्राकृतैर्वाक्यैः देशभाषाप्रकारजैः *(नाना)* देश *(समुद्भवैः)*.
प्राकृतप्रभवैः शास्त्रैः श्लोकैश्च संस्कृतैरपि .
अत्र लौकिकशब्देन यः शिष्यमनुरूपतः .
देशभाषाद्युपायैश्च तथाभूतागमैरपि.
प्रदेशवर्तिभिः सर्वदेशस्थान् बोधयेद्बुधः .

The Sivadharmottara in a different context asks what the use is of those sentences that express sentiments such as attachment (rāga), aversion (dvesu), untruth (anrta), anger (krodha) and lust (kama) even if they are in Sanskrit and couched in sweet sounding words?

रागद्वेषानृतक्रोधकामतृष्णानुसारि यत् .
वाक्यं निगूढहेतुत्वात् तदुर्भाषितमुच्यते.
संस्कृतेनापि किं तेन मृदुना ललितेन च .

16. Himself the translator of some of the very important Śaiva texts, such as Śivadharmottara, the sthalapurāṇa-s, and the author of the Caivacamayaneri which gives the quintessence of the āgamic-s teaching in Tamil it is but apt that Nigamajñāna stress the importance of teaching the āgama-s in Sanskrit or any other language that is 'understandable to the students'.

17. From the introductoy verses of the Śaivāgamaparibhāṣāmañjarī (ŚPM) we know that the monastery situated at the south-eastern side (āgneyyām disi) at Chidambaram where Nigamajñāna and his disciples were residing was filled with the manuscripts of āgama and other literature. Cf. आगमग्रन्थरत्नौघैरापूर्णमठमन्दिरम् । (ŚPM 0:4b)

18. His very elaborate commentary (pērurai) in Tamil on Muttiniccayam, one of the important texts of his teacher, Guru Ñāṇacampantar, has earned him great fame. In this commentary he cites passages from many āgama-s and other texts, mostly bearing on the doctrinal intricacies of Śaivasiddhanta system.

19. Mṛgendrāgama is one of the important āgama texts whose section dealing with the philosophical doctrines (jñānapāda) has influenced to a great extent, the later development of doctrines of the Śivajñānabodha school. Cf. K. Sivaraman, Saivism in Philosophical Perspective. A Study of the Formative Concepts, Problems and Methods of Saivasiddhanta, Motilal Banarsidass, New Delhi, 1973, pp. 31-32.

கட்டுரையாளர்கள்

இ. அண்ணாமலை

மேனாள் மொழியியல் பேராசிரியர் (இந்திய மொழிகள் நடுவண் நிறுவனம்), சிகாகோ பல்கலைக்கழகம், சிகாகோ, அமெரிக்கா.

எஸ். வையாபுரிப்பிள்ளை

மேனாள் பேராசிரியர், சென்னைப் பல்கலைக் கழகம், சென்னை.

கி. நாச்சிமுத்து

மேனாள் பேராசிரியர் (தமிழ்த்துறை, கேரளப் பல்கலைக்கழகம்), பிரெஞ்சு ஆசியவியல் ஆய்வுப்பள்ளி, புதுச்சேரி.

செ. வை. சண்முகம்

மேனாள் பேராசிரியர், மொழியியல் துறை, அண்ணாமலைப் பல்கலைக்கழகம், அண்ணாமலை நகர், தமிழ்நாடு.

ம. பாலகைலாசநாத சர்மா

தலைவர், சிரேஷ்ட விரிவுரையாளர், யாழ்ப்பாணப் பல்கலைக்கழகம், யாழ்ப்பாணம்.

சு. நவநீதகிருஷ்ணன்

சிரேஷ்ட உதவி நூலகர், யாழ்ப்பாணப் பல்கலைக்கழகம், யாழ்ப்பாணம், இலங்கை.

த. சுந்தரராஜ்

விரிவுரையாளர், ஆசிய மொழிகள் பண்பாட்டியல் துறை, தேசியக் கல்விக் கழகம், சிங்கப்பூர்.

ச. பத்மநாபன்

சிரேஷ்ட விரிவுரையாளர், சம்ஸ்கிருதத்துறை, யாழ்ப்பாணப் பல்கலைக்கழகம், யாழ்ப்பாணம், இலங்கை.

மு.கு. ஜகந்நாதராஜா

பன்மொழிப் புலவர், இராசபாளையம், தமிழ்நாடு.

ஜெ. அரங்கராஜ்

யாழ்ப்பாணம், இலங்கை.

பி.ஏ. கிருஷ்ணன்

கஸ்தூரி நாயக்கன்பாளையம், வடவள்ளி, கோயம்புத்தூர்.

ஒய். சுப்பராயலு

மேனாள் பேராசிரியர், தொல்லியல் துறை, தமிழ்ப் பல்கலைக்கழகம், தஞ்சாவூர், தமிழ்நாடு.

செந்தீ நடராசன்

கல்வெட்டு ஆய்வாளர், நாகர்கோவில், தமிழ்நாடு.

இரா. அறவேந்தன்

பேராசிரியர், இந்திய மொழிகள் மையம், ஜவகர்லால் நேரு பல்கலைக்கழகம், புதுதில்லி.

சிலம்பு நா செல்வராசு

பேராசிரியர், புதுச்சேரி மொழியியல் பண்பாட்டு ஆராய்ச்சி நிறுவனம், புதுச்சேரி.

கு. மீனாட்சி

மேனாள் பேராசிரியர், தில்லிப் பல்கலைக்கழகம், புதுதில்லி.

க. பாலசுப்பிரமணியன்

மேனாள் பேராசிரியர், மொழியியல் துறை, அண்ணாமலைப் பல்கலைக்கழகம், அண்ணாமலை நகர், தமிழ்நாடு.

ரா. ராமச்சந்திரன்

ஆய்வாளர், இந்திய மொழிகள் மையம், ஜவகர்லால் நேரு பல்கலைக்கழகம், புதுதில்லி.

நா. ஜெயப்பிரகாஷ்

மேனாள் தமிழ்ப் பேராசிரியர், மன்னர் சரபோஜி அரசுக் கல்லூரி, தஞ்சாவூர், தமிழ்நாடு.

ப. பத்மநாப பிள்ளை

மேனாள் பேராசிரியர், தமிழ்த்துறை, காந்திகிராமம் பல்கலைக்கழகம், திண்டுக்கல், தமிழ்நாடு.

சிவானந்த ஷர்மா

யாழ்ப்பாணம், இலங்கை.

ஆ. கார்த்திகேயன்

மேனாள் பேராசிரியர், அயல்நாட்டுத் தமிழ்க் கல்வித் துறை, தமிழ்ப் பல்கலைக்கழகம், தஞ்சாவூர், தமிழ்நாடு.

மயிலை சீனி. வேங்கடசாமி

வரலாற்று ஆய்வறிஞர், சென்னை, தமிழ்நாடு.

சச்சிதானந்தன் சுகிர்தராஜா

விளக்கவியல் பேராசிரியர், பார்மீங்கம் பல்கலைக்கழகம், இங்கிலாந்து.

ச. பால்ராஜ்

உதவிப் பேராசிரியர் (தமிழ்), பி.எஸ்.ஜி. கலை அறிவியல் கல்லூரி, கோயம்புத்தூர், தமிழ்நாடு.

ஜார்ஜ் எல். ஹார்ட்

தமிழ்ப் பேராசிரியர், கலிபோர்னியா பல்கலைக்கழகம், அமெரிக்கா.

பு. கமலக்கண்ணன்

ஆய்வாளர், இந்திய மொழிகள் மையம், ஜவகர்லால் நேரு பல்கலைக்கழகம், புதுதில்லி.

வாசு அரங்கநாதன்

பேராசிரியர், தெற்காசியத் துறை, பென்சில்வேனியா பல்கலைக்கழகம், அமெரிக்கா.

ஸிக்பிரட் லைன்ஹார்டு

மேனாள் இந்தியவியல் பேராசிரியர், ஸ்டாக்ஹோம் பல்கலைக்கழகம், சுவீடன்.

அ.அ. மணவாளன்

மேனாள் பேராசிரியர், தமிழ் இலக்கியத் துறை, சென்னைப் பல்கலைக்கழகம், சென்னை, தமிழ்நாடு.

பா. சங்கரேஸ்வரி

இணைப்பேராசிரியர், தமிழியல் துறை, மதுரை காமராசர் பல்கலைக்கழகம், மதுரை, தமிழ்நாடு.

இரா. சீனிவாசன்

பேராசிரியர், தமிழ்த்துறை, மாநிலக் கல்லூரி, சென்னை, தமிழ்நாடு.

ந. தேவி

ஆராய்ச்சி அலுவலர், செம்மொழித் தமிழாய்வு மத்திய நிறுவனம், சென்னை, தமிழ்நாடு.

பக்தவத்சல பாரதி

மேனாள் இயக்குநர், புதுச்சேரி மொழியியல் பண்பாட்டு ஆராய்ச்சி நிறுவனம், புதுச்சேரி.

தி. **முருகரத்தனம்**

மேனாள் பேராசிரியர், தமிழியல்துறை, மதுரை காமராசர் பல்கலைக்கழகம், மதுரை, தமிழ்நாடு.

கோ. **விசயவேணுகோபால்**

மேனாள் பேராசிரியர் (மதுரை காமராசர் பல்கலைக்கழகம்), பிரெஞ்சு ஆசியவியல் ஆய்வுப்பள்ளி, புதுச்சேரி.

தி. **கணேசன்**

இந்திப் பேராசிரியர், சென்னை, தமிழ்நாடு.

பா. **மலர் ஆனந்த்**

பேராசிரியர், தமிழ்த்துறை, தென் திருவிதாங்கூர் இந்துக் கல்லூரி, நாகர்கோவில், தமிழ்நாடு.

காலச்சுவடு பப்ளிகேஷன்ஸ் (பி) லிட்.
Published by Kalachuvadu Publications Pvt. Ltd.,
669, K.P. Road, Nagercoil 629001, India
Phone: 91-4652-278525
e-mail: publications@kalachuvadu.com

10/2023/S.No. 1142, kcp 4432, 18.6 (1) 9ss